D1764043

புதுமைப்பித்தன் கட்டுரைகள்

புதுமைப்பித்தன் கட்டுரைகள்

காலச்சுவடு பதிப்பகம் வெளியிடும் புதுமைப்பித்தனின் மொத்தப் படைப்புகளின் செம்பதிப்பு வரிசையில் நான்காவது வெளியீடு இது.

அன்னை இட்ட தீ (1998), *புதுமைப்பித்தன் கதைகள் முழுத் தொகுப்பு* (2000) ஆகியவற்றை அடுத்து வெளிவரும் இந்நூலில் புதுமைப்பித்தனின் கட்டுரைகள், மதிப்புரைகள், *அதிகாரம் யாருக்கு?, பேஸிஸ்ட் ஜடாமுனி, கப்சிப் தர்பார், ஸ்டாலினுக்குத் தெரியும்* ஆகியவை அடங்கியுள்ளன. இதுவரை நூலாக்கம் பெறாத நான்கு கட்டுரைகளோடு, 'இரவல் விசிறி மடிப்பு' என்ற புகழ்பெற்ற மதிப்புரையும், க.நா.சு.வுக்கு எழுதிய மறுப்புரையும் முதன்முதலாக நூலாக்கம் பெறுகின்றன. நம்பகமான பாடங்களோடு, காலவரிசையில் அமைந்துள்ள இப்பதிப்பில் ஏராளமான தகவல்கள் பின்னிணைப்புகளில் வழங்கப்பட்டுள்ளன.

பல்லாண்டு உழைப்பில் உருவாகியுள்ள அரிய பதிப்பு இது.

இந்நூலைப் பதிப்பித்துள்ள ஆ. இரா. வேங்கடாசலபதி தமிழ்ச் சமூக வரலாறு தொடர்பாகக் குறிப்பிடத்தகுந்த ஆய்வுகள் செய்துவருபவர். சென்னை வளர்ச்சி ஆராய்ச்சி நிறுவனத்தில் (Madras Institute of Development Studies) பேராசிரியராக பணியாற்றுகிறார்.

புதுமைப்பித்தனின் படைப்புகளை முழுமையாக வெளியிடும் காலச்சுவடு பதிப்பகத்தின் திட்டத்திற்கு உதவிவரும்

ஸ்ரீராம் சிட்ஸ்

நிறுவனத்திற்கு நன்றி

புதுமைப்பித்தன் கட்டுரைகள்

பதிப்பாசிரியர்
ஆ. இரா. வேங்கடாசலபதி

காலச்சுவடு பதிப்பகம்

அன்பார்ந்த வாசகருக்கு,
வணக்கம்.

காலச்சுவடு நூலை வாங்கியமைக்கு நன்றி.

நூலின் உள்ளடக்கம், உருவாக்கம், அட்டைப்படம் இன்ன பிற அம்சங்கள் பற்றிய உங்கள் கருத்துகளையும் ஆலோசனைகளையும் காலச்சுவடு வரவேற்கிறது. தகவல், எழுத்து, வாக்கியப் பிழைகள் தென்பட்டால் கட்டாயம் தெரிவித்து உதவுங்கள். நூல் தயாரிப்பில் கடும் குறைபாடு இருப்பின் மாற்றுப் பிரதி உங்களுக்குக் கிடைக்கக் காலச்சுவடு ஏற்பாடு செய்யும்.

மின்னஞ்சல்: *publisher@kalachuvadu.com*

காலச்சுவடு நாகர்கோவில் தலைமையகத்துக்கும் கடிதம் அனுப்பலாம்.

தங்கள்
எஸ்.ஆர். சுந்தரம் (கண்ணன்)
பதிப்பாளர் — நிர்வாக இயக்குநர்

புதுமைப்பித்தன் கட்டுரைகள் / பதிப்பாசிரியர்: ஆ. இரா. வேங்கடாசலபதி / © ஆ. இரா. வேங்கடாசலபதி / முதல் பதிப்பு: ஆகஸ்ட் 2002 / திருத்தங்களுடன் கூடிய இரண்டாம் பதிப்பு: செப்டம்பர் 2004, சேர்க்கைகளுடன் கூடிய நான்காம் (குறும்) பதிப்பு: டிசம்பர் 2017, ஒன்பதாம் பதிப்பு: ஆகஸ்ட் 2023 / வெளியீடு: காலச்சுவடு பப்ளிகேஷன்ஸ் (பி) லிட்., 669 கே. பி. சாலை, நாகர்கோவில் 629001

Pudumaippithan Katturaikal / The second volume of the critical edition of the complete works of Pudumaippithan (C.Vridhachalam, 1906-1948) / Edited by A.R.Venkatachalapathy / Compilation, editorial format and arrangement ©A.R.Venkatachalapathy / Language: Tamil / First Edition: August 2002 / Reprinted with corrections: September 2004, Fourth (Short) Edition (with additions): December 2017, Ninth Edition: August 2023 / Size: Demy 1x8 /Paper: 18.6 kg maplitho /Pages: 656

Published by Kalachuvadu Publications Pvt. Ltd., 669 K.P. Road, Nagercoil 629001, India / Phone: 91-4652-278525 / e-mail: publications @kalachuvadu.com / Cover Painting: Ebenezer Sunder Singh / Cover Design: Studio F.P.S / Printed at Clicto Print, Jaleel Towers, 42 KB Dasan Road, Teynampet Chennai 600018

ISBN: 978-81-87477-24-2

08/2023/S.No.96, kcp 4667, 18.6 (9) uss

புதுமைப்பித்தனின் மேதைமையை
முதலில் அடையாளம் கண்ட

டி. எஸ். சொக்கலிங்கம்

வ. ரா.

இருவருக்கும்

பொருளடக்கம்

வாழ்த்துரை	11
தினகரி சொக்கலிங்கம்	
நன்றி	13
பதிப்பியல் நோக்கில் புதுமைப்பித்தன் கட்டுரைகள்	17
ஆ. இரா. வேங்கடாசலபதி	
புதுமைப்பித்தன் : எழுத்துகளும் பதிப்புகளும்	33
எம். ஏ. நுஃமான்	
கட்டுரைகள்	49
மதிப்புரைகள்	267
அதிகாரம் யாருக்கு?	345
பேஸிஸ்ட் ஜடாமுனி	369
கப்சிப் தர்பார்	529
ஸ்டாலினுக்குத் தெரியும்	565
பின்னிணைப்புகள்	621
1. பதிப்புக் குறிப்புகள்	623
2. படங்கள்	641
3. புதுமைப்பித்தன் கதைகள்: ஒரு பின்குறிப்பு	655
4. புதுமைப்பித்தன்: வாழ்க்கைக் குறிப்பு	656

வாழ்த்துரை

தினகரி சொக்கலிங்கம்

என் அருமைத் தந்தை புதுமைப்பித்தன் அவர்களது கதைகளுக்குச் செம்பதிப்பு வெளிவந்து, எல்லோருடைய பாராட்டுதல்களையும் ஒரு சேர அள்ளிக்கொண்டு, இலக்கிய உலகில் பீடுநடை போட்டு வருகின்ற இத்தருணத்தில் என் மன ஓட்டங்களைப் பகிர்ந்துகொள்ள ஆசைப்படுகின்றேன்.

என் அம்மாவுக்கு நீண்டகாலமாக ஒரு ஆசை உண்டு — அப்பாவின் படைப்புகளைக் குற்றம் குறைகள் இல்லாமல், நேர்த்தியான முறையில், அழகான தாளில், அருமையான புத்தகங்களாக வெளியிட வேண்டும் என்று. வாழ்க்கையின் மேடு பள்ளங்களைத் தாண்டி, சற்றே நிமிர்ந்து நிம்மதி மூச்சு விட்டு நாங்கள் வாழ ஆரம்பித்த காலத்தில் அம்மாவின் ஆசை மீண்டும் துளிர்விட்டது. எப்படி... யாரால்... எப்போது... நம்மால் தனியாக முடியுமா என்ற பதில் தெரியாத வினாக்கள்....

அப்போதுதான் திரு. கண்ணன், காலச்சுவடு பதிப்பகம் புதுமைப்பித்தன் படைப்புகளை வெளியிட ஆர்வம் கொண்டுள்ளதாகச் சொன்னதோடு மட்டுமல்லாது, புதுமைப்பித்தன் அவர்களின் வெளிவராத படைப்புகளை முதலில் கொண்டு வர விரும்புவதாகவும் கூறினார்கள்.

அம்மாவுக்கு இரட்டிப்பு மகிழ்ச்சி. கண்ணன் திரு. சுந்தர ராமசாமி அவர்களின் மகன் என்பதை அறிந்தவுடன், "முதன்முதலில் அப்பாவுக்கு நினைவு மலர் வெளியிட்டவர் அவர்தான்" என்று சொல்லிச் சொல்லிப் பழைய நினைவுகளில் ஆழ்ந்து போனார்கள். காலச்சுவடு பதிப்பகத்தாரோடு முறையான ஒப்பந்தம் செய்து, அதற்குரிய ஆவணங்களிலும் கையெழுத்திட்டார்கள்.

செய்வன திருந்தச் செய்தலையும், எதிலும் ஓர் அழகையும் ஒழுங்கையும் வாழ்க்கை நெறியாகவே கொண்டிருந்த எனது அம்மா, அன்னை இட்ட தீ என்ற புதுமைப்பித்தனின் இதுவரை வெளிவராத படைப்புகளைக் கொண்ட நூலைக் கண்ணாரக் காணாமலேயே மறைந்துவிட்டார்கள். என்றாலும் அவர்களது நினைவுக்கே அர்ப்பணிக்கப்பட்ட அந்நூலும், பின்வந்த புதுமைப்பித்தன் கதைகள் தொகுப்பும் காலச்சுவடின் நேர்த்தியான பணிகளுக்குத் தக்க சான்றுகள்.

பாரதிக்கோ ஒரு கண்ணன்தான்.... புதுமைப்பித்தனுக்கோ கண்ணனோடு சலபதியும்.... அந்த விருத்தாசலப் பெரியோனுக்குக் கிடைத்த சலபதியோ... அவரது பணியை என்னென்று பாராட்டுவது?

ஊர் ஊராக... நூல்நிலையங்கள் பலவற்றில் ஏறி இறங்கி... தேடித் தேடி... படித்துப் படித்து... படி எடுத்துப் படி எடுத்து... ஆன்றோரை, சான்றோரை அப்பாவின் அக்கால நண்பர்களை இனம் கண்டு, அவர்களின் மனம் கண்டு, அவர்கள் சொன்ன குறிப்புகள் அனைத்தையும் ஒன்றுவிடாமல் சேகரித்து... எத்தகையதோர் உழைப்பு!

புறங்கூறியவர்களையும், முகம் சுழித்தவர்களையும், அன்னை இட்ட தீயின் வெற்றிக்குப் பின் வயிற்றெரிச்சல் பட்டவர்களையும் புறம் தள்ளி மீண்டும் *புதுமைப்பித்தன் கதைகள்* தொகுப்பைச் செம்பதிப்பாகக் கொண்டுவரப் பட்ட பாட்டிற்கு அந்த நூலே சாட்சி.

புத்தகம் வெளிக்கொண்டு வருவதற்கென ஒருநாள் பதிப்பு ஆலோசனைக் கூட்டம் யாருக்காவது, எந்தப் பதிப்பாளராவது நடத்தியதாகக் கேள்விப்பட்டிருக்கிறீர்களா? நடந்தது! என் அப்பாவின் படைப்புகளுக்கு!

'பசி நோக்கார், கண் துஞ்சார், கருமமே கண்ணாயினார்' என்று எடுத்த வேலையைத் துடிப்போடு முடிக்கின்ற இவர்களின் தன்னம்பிக்கையும் நாணயமும் இவர்களுக்கு மேன்மேலும் புகழையும் நற்பெயரையும் கொண்டுவந்து சேர்க்கும் என்பதில் ஐயமில்லை.

ஒரு ஆராய்ச்சி மாணவனுக்குத் தேவையான குறிப்புகள் அனைத்தோடும் வெளிவந்துள்ள புதுமைப்பித்தன் படைப்புகளுக்குப் பொறுப்பேற்ற காலச்சுவடு கண்ணனுக்கும், சலபதிக்கும், உடன் உழைத்த அனைவருக்கும் எங்களின் நெஞ்சார்ந்த நன்றி... நன்றி!

புதுமைப்பித்தன் என்றாலே சிறுகதைகள்தான் எல்லோரின் நினைவிலும் வரும். புதுமைப்பித்தனின் இலக்கியப் பயணமோ அதோடு மட்டுமல்லாது கட்டுரைகள், கடிதங்கள், கவிதைகள், நாடகங்கள், மொழிபெயர்ப்பு நூல்கள் என நீண்டுகொண்டே செல்கின்றது. அவை அனைத்தையும் செம்மையுற மீண்டும் வெளியிட உள்ள காலச்சுவடு பதிப்பகத்தாருக்கு எங்கள் வாழ்த்துக்கள்!

நன்றி

புதுமைப்பித்தனின் அச்சிடப்படாத / தொகுக்கப்படாத படைப்புகளைக் கொண்ட அன்னை இட்ட தீ வெளிவந்து மூன்றரையாண்டாகின்றது. புதுமைப்பித்தன் கதைகள் (முழுத் தொகுப்பு) வெளிவந்து இரண்டாண்டு ஆகப்போகின்றது. இப்போது புதுமைப்பித்தனின் கட்டுரை சார்ந்த எழுத்துகளைக் கொண்ட இந்நூல் வெளிவருகின்றது. இதற்கிடைப்பட்ட காலத்தில் எவ்வளவோ மாற்றங்கள். புதுமைப்பித்தனின் படைப்புகள் நாட்டுடைமையாகி விட்டன. காலச்சுவடு பதிப்புகள் பற்றிய பாராட்டுரைகளின் மீது மேகமூட்டம் போல் கவிய முயலும் பழிப்புகளும் அவதூறுகளும். ஆனால் இவற்றின்வழிதான், செய்ய முனைந்த வினைப்பாட்டுக்கு அடையாளமாகப் பயன்படுத்திய செம்பதிப்பு என்ற தொடர் இன்று தகுதியின்பாற்பட்ட சிறப்புப் பெயராக நிலைத்திருக்கிறது.

நன்றியுரைத்தல் என்பது மகிழ்ச்சியும் மனநிறைவும் தருவது. நன்றி யுரைகளைக்கூட விவாதப் பொருளாக்கும் பண்பிலாத செயல்கள் மகிழ்ச்சியையும் மனநிறைவையும் குலைத்து விடுமோ என்ற அச்சத் துடன்தான் இதனை எழுதலானேன். ஆனால், இப்பெரிய நூலின் வெளியீட்டை இயல்வதாக்கிய அன்பர்களின் உதவிகளை எண்ணும் பொழுதே மகிழ்ச்சியும் மனநிறைவும் மீண்டும் மனத்தை நிறைக்கின்றன.

புதுமைப்பித்தனின் தொகுக்கப்படாத / அச்சிடப்படாத படைப்புகளை வெளியிடும் முயற்சியிலிருந்துதான் செம்பதிப்புத் திட்டம் முகிழ்த்தது.

செம்பதிப்புத் திட்டத்தைச் செயல்படுத்தத் தொடங்குவதற்கென 19 ஏப்ரல் 1998இல் நாகர்கோவிலில் பதிப்பு ஆலோசனைக் கூட்டம் ஒன்று ஏற்பாடு செய்யப்பட்டது. அதில் கலந்துகொண்டு ஆக்கபூர்வமான கருத்துகளைக் கூறியவர்களுக்கு முதல் நன்றி. புதுமைப்பித்தன் கதைகளின் பதிப்புப் பற்றியே அன்று கலந்துபேசப்பட்டதென்றாலும், அக்கூட்டத்தில் இறுதிசெய்யப்பட்ட பதிப்பு நெறிமுறைகள் இப்பதிப்புக்கும் அடிப்படையாக விளங்கியுள்ளன. கதைகள் நீங்கலான படைப்புகளைப் பதிப்பிப்பதன் தொடர்பாக 23 - 24 பிப்ரவரி 2001இல் மதுரையில் நடந்த பதிப்பு ஆலோசனைக் கூட்டத்திலும் பல அன்பர்கள் தம் கருத்துகளைக் கூறி தெளிவு ஏற்பட வழிசெய்தனர்.

சித்த வைத்தியர்கள் போல், தம்மிடம் உள்ள அரிய ஆவணங்களைப் பலர் பதுக்கி வைத்துக்கொள்ளும் இன்றைய சூழலில், இப் பதிப்புக்குத் தேவையான ஆதார இதழ்களையும் நூல்களையும் பயன்படுத்திக்கொள்ள அனுமதி வழங்கிய நூலகங்களுக்கும் அவற்றின் பொறுப்பாளர்களுக்கும் போதுமான அளவுக்கு நன்றி சொல்ல இயலுமா என்று தெரியவில்லை. அவர்களுள் முக்கியமானவர்கள்:

சென்னை மறைமலையடிகள் நூல்நிலையமும் அதன் செயலாளர் திரு. இரா. முத்துக்குமாரசாமி அவர்களும்; சென்னை ரோஜா முத்தையா ஆராய்ச்சி நூலகம்; சென்னை உ.வே. சாமிநாதையர் நூல் நிலையமும் அதன் பாதுகாவலரும்; தமிழ்நாடு ஆவணக்காப்பகமும் அதன் சிறப்பு ஆணையாளரும்; காரைக்குடி அழகப்பா பல்கலைக்கழக நூலகமும் அதன் நூலகர் பேராசிரியர் ஜெயராமன் அவர்களும்; புதுக்கோட்டை மீனாட்சி நூல்நிலையமும் அதன் உரிமையாளர்களான திரு. பா. கிருஷ்ண மூர்த்தி, திருமதி டோரதி கிருஷ்ணமூர்த்தி இணையரும்; ஜவாகர்லால் நேரு பல்கலைக்கழகத்தின் தற்கால வரலாற்றுக்கான ஆவணக் காப்பகமும், அதன் மேனாள் தலைவர் பேராசிரியர் கே. என். பணிக்கர் அவர்களும்; ஆண்டிப்பட்டி அய்யன் திருவள்ளுவர் நூலகம்.

இதன் தொடர்பில் சில அரிய உதவிகளைச் செய்தவர்கள் பேராசிரி யர் செ. போத்தி ரெட்டி, பேராசிரியர் மா. ரா. அரசு, திரு. தி. மா. சர வணன், திரு. என். எம். நூர் முகம்மது, திரு. எம். தளவாய் சுந்தரம், திரு. எஸ். சிவகுமார், பேராசிரியர் காலப்ரதீப் சுப்பிரமணியன்.

முல்லை இதழ்கள் பலவற்றைப் பார்வையிட்டுப் படியெடுத்துக் கொள்ள அனுமதி நல்கியவர் சென்னை வண்ணாரப்பேட்டை தமிழ் இளைஞர் கழகத்தின் பொறுப்பாளர் திரு. கோ. சுந்தரேசன்.

மதிப்புரைகளின் பெரும்பகுதியையும், ரசமட்டம், தழுவலா-மொழி பெயர்ப்பா விவாதக் கட்டுரைகளையும் தினமணியிலிருந்து தேடியெடுத் ததோடு, ஒளிநகலெடுக்க இயலாத நிலையில் அவற்றைக் கவனமாக வும் திருத்தமாகவும் படியெடுத்துக் கொடுத்தவர் திரு. அ. ராஜ மார்த்தாண்டன்.

திரு. ராஜமார்த்தாண்டனின் உதவியையும் கொண்டு அன்னை இட்ட தீ வெளிவந்த பிறகே தினமணி நிர்வாகத்தினரிடமிருந்து அனுமதி பெற்று, நுண்படச் சுருள்களிலிருந்து தாள் படிகளை எடுத்தேன். இதற்குரிய அனுமதியை வழங்கியவர் எக்ஸ்பிரஸ் நிறுவன நிர்வாக இயக்குநர் திரு. மனோஜ்குமார் சொந்தாலியா அவர்கள். அனுமதி பெற உதவியவர் ஆசிரியர் திரு. இராம. திரு. சம்பந்தம் அவர்கள்.

'ரசமட்டம்' கட்டுரைகளைப் பற்றிய விரிவான செய்திகளைப் பகிர்ந்துகொண்டவர் கவிஞர் பூவண்ணன்.

தினமணி இதழ்களிலிருந்து தாம் படியெடுத்து வைத்திருந்த 'ரசமட் டம்' கட்டுரைகள் சிலவற்றைக் கொடுத்துதவி, புதுமைப்பித்தன் - கல்கி விவாதப் பகுதி முழுமை பெற உதவியவர் திரு. கி. அ. சச்சிதானந்தம். மேலும், தம்மிடமுள்ள மணிக்கொடி இதழ்கள் சிலவற்றைப் பார்வை யிடவும் சில பகுதிகளை ஒளிநகல் எடுக்கவும் அவர் அனுமதி வழங்கினார்.

மறைந்த திரு. தொ. மு. சி. ரகுநாதன் அவர்கள் பல செய்திகளைப் பகிர்ந்துகொண்டு உதவினார். அவருடைய சேகரிப்பிலிருந்த நூல்களை யும் ஆவணங்களையும் அவருடைய அனுமதியின் பேரில் எட்டயபுரத் தில் அவர் பெயரிலுள்ள நூலகத்தில் பயன்படுத்திக் கொண்டேன். இதற்குரிய ஏந்துகளைச் செய்துகொடுத்தவர் திரு. சோ. அழகர்சாமி அவர்கள்.

முனைவர் க. ரத்னம் *ஸ்டாலினுக்குத் தெரியும்* கையெழுத்துப் படியை அன்புடன் ஒளிநகலெடுத்துக் கொடுத்தார்.

மருங்கூர், சண்முகானந்த நூல் நிலையத்தில் சில முதல் பதிப்புகள் கிடைத்தன. இதற்கு உதவியவர்கள் முனைவர் தே. வேலப்பன், முனைவர் அ. கா. பெருமாள்.

மறைந்த 'முல்லை' ப. முத்தையா அவர்கள் தாம் 1944இல் தொகுத்து வெளியிட்ட *புரட்சிக் கவிஞர்* நூலைப் படியெடுக்கக் கொடுத்துதவியதோடு, தள்ளாமையிலும் சில செய்திகளைப் பகிர்ந்து கொண்டார். இதன் தொடர்பில் அவர்தம் மைந்தர் திரு. மு. பழனி உறுதுணையாக இருந்ததோடு, சில *முல்லை* இதழ்களையும் கொடுத்துதவினார்.

பல்வேறு வகையில் இந்நூலாக்கத்திற்கு உதவியவர்கள் திரு. சி. சு. மணி, திரு. பிரபஞ்சன், பேராசிரியர் இரா. இளவரசு, பேராசிரியர் ஆ. சிவசுப்பிரமணியன், பேராசிரியர் தொ. பரமசிவன், முனைவர் ச. தில்லைநாயகம் ஆகியோர்.

திருத்தமான பாடங்களை முடிவுசெய்வதற்காக, மெய்ப்பு ஒப்பு நோக்கும் வேலையில் பெருமளவு உதவியவர்கள் ப. சரவணன் மற்றும் ஆனந்த் செல்லையா. சில பகுதிகளை மெய்ப்புப் பார்த்து உதவிய தோடு, பிறவாறும் உதவியவர்கள் திரு. அ. ராஜமார்த்தாண்டன், திரு. அரவிந்தன், திரு. பெ. அய்யனார். பாடல்களை மெய்ப்புப் பார்ப்பதில் உதவி புரிந்தவர் முனைவர் ய. மணிகண்டன்.

தேடல், ஆய்வு, பதிப்பு, அறிவு, நட்பு என அனைத்து நிலையிலும் உற்ற துணையாக விளங்குபவர்கள் பழ. அதியமானும் பா. மதிவாணனும்.

பெருந்தொகுதியாக்கத்திலே அச்சியற்றுதல் என்பது எளிய செயலன்று. அதன் பல்வேறு சிக்கல்களோடும் நுட்பங்களோடும் இதனைச் செய்துகாட்டியிருப்பவர்கள் திருமதி. சி. லீலாவும் திரு. அ. குமாரும். இதனைச் சிறப்பாக மேற்பார்த்து உதவியவர் திரு. எம். சிவசுப்ரமணியன் (எம். எஸ்).

புதுமைப்பித்தன் படைப்புகள் அனைத்தையும் அவற்றின் மூலங்களிலிருந்து கண்டெடுத்துப் பதிவாக்கும் ஆய்வுத் திட்டத்திற்கு, சர் ரத்தன் டாட்டா அறக்கட்டளை வழியே ஒரு நல்கையைக் கலைகளுக்கான இந்திய மையம் (பெங்களூர்) 2000இன் தொடக்கத்தில் காலச்சுவடு அறக்கட்டளைக்கு வழங்கியது. இதில் முக்கிய உதவிகளைச் செய்தவர் திட்ட அலுவலர் அஞ்சும் ஹசன் அவர்கள். பதிப்பு மற்றும் ஆராய்ச்சித் தேவைக்கென ஒளிநகல் எடுக்கும் நிலைமாறி, நுண்படச் சுருளிலும் குறுந்தகட்டிலும் ஆவணமாக்கம் செய்து ஆய்வாளர் அனைவர்க்கும் பயன்படுவதற்கு இதன் மூலம் வழி ஏற்பட்டுள்ளது.

இப்பெரிய வினைப்பாட்டைச் செய்து முடிப்பதற்கு அறிவாற்றலன்றி வினைத் திட்பமும் வேண்டும். அதைச் சாத்தியப்படுத்திச் சமன் செய்திருப்பவர் கண்ணன்.

இப்பணியில் திரு. சுந்தர ராமசாமியும் அவருடைய குடும்பத்தினர் ஒவ்வொருவரும் ஏதோ ஒருவகையில் உதவி இருக்கின்றனர்.

ஏறத்தாழ இருபதாண்டுகளுக்கு முன்பே சொ. விருத்தாசலம் எழுதிய *நமது இலக்கியம்* நூற்பிரதியைக் (இப்பிரதி கவிஞர் நாக. முத்தையாவின் திருமணத்திற்குக் கவிஞர் மு. அண்ணாமலை அளித்த பரிசு) கொடுத்தவர் என் முதல் ஆசிரியர்களில் ஒருவராகிய புலவர்

த. கோவேந்தன். 'பாஸ்வெல்லின் ஜான்சனும் ரகுநாதனின் புதுமைப் பித்தனும்' என்ற என் கட்டுரையை *முகம்* மாத இதழில் 1983இல் (அப் போது எனக்குப் பதினைந்து வயது) தொடராக வெளியிட்டவர் 'முகம்' மாமணி அவர்கள்.

புதுமைப்பித்தன் படைப்புகளை வெளியிட அனுமதி அளித்த நாளி லிருந்து, இரண்டு தொகுப்புகள் வெளியாகி, இன்று நாட்டுடைமையாக் கம் செய்யப்பட்டு, புதுமைப்பித்தன் நூல்களின் பதிப்பாக்கம் அடுத்த நிலைக்குச் சென்றுள்ளவரை ஒவ்வொரு கட்டத்திலும் மகிழ்ச்சியோ டும் இன்முகத்தோடும் எங்களுக்குத் துணைநின்றுவரும் திருமதி தின கரி - ஹெச். சொக்கலிங்கம் இணையர், நூலாக்கத்திற்குத் தேவையான பல ஆவணங்களையும் அன்புடன் வழங்கியுள்ளனர். எங்கள் பணியைப் பாராட்டி, திருமதி தினகரி சொக்கலிங்கம் அவர்கள் அளித்துள்ள வாழ்த்துரையை மனநெகிழ்வுடன் ஏற்றுக்கொள்கிறோம்.

ஒரு தேர்ந்த முன்னுரையைப் பொருத்தமாக வழங்கியுள்ளவர் பேராசிரியர் எம். ஏ. நுஃமான்.

சொல்லப் பயன்படுவர் சான்றோர் என்றவாறு உதவிய இவர்கள் அனைவரையும் கைகூப்பி நன்றி கூறுகிறேன்.

சென்னை **சலபதி**
30 ஜூன் 2002

~

நான்காம் பதிப்புக்கான குறிப்பு

இப்பதிப்பில் புதியதாக இரண்டு நறுக்குகளைக் கண்டெடுத்து இணைத்துள்ளேன்.

'தினமணி'யின் 1936 ஆண்டு மலரில் 'கலை என்றால் என்ன? பலர் அபிப்பிராயங்கள்' என்ற தலைப்பில் பலருடைய கருத்துகளின் திரட்டு இடம்பெற்றது. மலர் பொறுப்பாசிரியர் என்ற முறையில் புதுமைப்பித்தனே இதனைத் தொகுத்திருக்கலாம். இதில் அவருடைய கருத்தும் இடம்பெற்றுள்ளது.

1944இல் 'தினசரி'யில் பாரதிதாசனின் 'அழகின் சிரிப்பு' நூலுக்கு ஒரு மதிப்புரையைப் புதுமைப்பித்தன் எழுதினார். அதிலிருந்து ஒரு பகுதியைப் பாரதிதாசனின் 'நல்ல தீர்ப்பு' நூலின் பின்னட்டையில் அதன் பதிப்பாளர் முல்லை முத்தையா வெளியிட்டிருந்தார். அதனைப் பாரதிதாசன் பற்றிய கட்டுரையின் மூன்றாம் பகுதியாக இணைத் துள்ளேன். இதனைக் கொடுத்துதவியவர் முல்லை முத்தையாவின் மகன் முல்லை மு. பழனி. அவருக்கு என் நன்றி.

'உங்கள் கதை' என்ற கட்டுரை 'யாத்திரை' என்ற தலைப்பில் 'தினமணி' பாரதி மலரில் (1935) முதன்முதலில் வெளியானமை கண்டறியப்பட்டுள்ளது. இதன் காரணமாகக் கட்டுரைகளின் வரிசையும் மாறியுள்ளது.

17.09.2017 **சலபதி**

~

பதிப்பியல் நோக்கில் புதுமைப்பித்தன் கட்டுரைகள்

ஆ. இரா. வேங்கடாசலபதி

புதுமைப்பித்தனின் படைப்புகள் அனைத்தையும் தொகுத்து வெளியிடும் காலச்சுவடு பதிப்பகத் திட்டத்தின் மூன்றாவது வெளியீடு இது. *அன்னை இட்ட தீ* (1998), *புதுமைப்பித்தன் கதைகள்* (2000) ஆகியவற்றுக்குப் பிறகு இத்தொகுதி வெளியாகின்றது. புதுமைப்பித்தனின் அனைத்துப் படைப்புகளுக்கும் நம்பகமான, திருத்தமான பாடங்களோடு, ஆய்வுக் குறிப்புகளுடன்கூடிய செம்பதிப்பின் தேவை ஏற்கெனவே நிறுவப்பட்டுவிட்டது. முன் இரு தொகுதிகளுக்கும் கிடைத்த பாராட்டுரைகள் மட்டுமல்லாமல், விமரிசனங்களும் காலச்சுவடு பதிப்புக்குச் செம்பதிப்பு என்ற தகுதியை அளித்துவிட்டன என்று சொல்லலாம்.

இத்தொகுதியில், புதுமைப்பித்தன் எழுதிய கட்டுரைகள், மதிப்புரைகள், *அதிகாரம் யாருக்கு?, பேஸிஸ்ட் ஜடாமுனி, கப்சிப் தர்பார், ஸ்டாலினுக்குத் தெரியும்* ஆகியவை இடம்பெற்றுள்ளன.

முதல் பகுதியில் கட்டுரைகள் இடம்பெற்றுள்ளன. இதுவரை நூலுருவம் பெற்ற கட்டுரைகள் மட்டுமல்லாது தொகுக்கப்படாமல் இருந்த கட்டுரைகளும் சேர்க்கப்பட்டுள்ளன. இதுவரை கண்டெடுக்கப்படாமல் இருந்த ஐந்து கட்டுரைகள், தேடிக் கண்டெடுக்கப்பட்டு இங்கு வழங்கப்பட்டுள்ளன. அவை: 'போர் வெறி', 'காணாமற்போன பாக்குவெட்டி', 'இங்கிலீஷ் முளைத்த விதம்', 'இந்தக் கோபம் இலக்கியச் சேவையா?', 'இலக்கிய மரபு'. ஐயத்திற்குரியதாக இருந்த ஒரு படைப்பு ('சாளரம்') புதுமைப்பித்தனுடையதுதான் என நிறுவப்பட்டு அதுவும் இங்குச் சேர்க்கப்பட்டுள்ளது. இதுவரை கதையாகக் கொள்ளப்பட்ட இரண்டு படைப்புகள் ('திருக்குறள் குமரேச பிள்ளை', 'செல்வம்') கட்டுரை என அடையாளம் காணப்பட்டு இங்கு இடம் பெறுகின்றன.

புதுமைப்பித்தனின் வாழ்நாளில் ஒரே ஒரு கட்டுரைத் தொகுப்புத்தான் வெளிவந்தது. சென்னை, தமிழ்ப் புத்தகாலயத்தால் வெளியிடப்பட்ட *நமது இலக்கியம்* என்ற அச்சிறு நூலில் எட்டுக் கட்டுரைகள் மட்டுமே இடம்பெற்றிருந்தன. அவற்றில் முதல் ஏழு கட்டுரைகள்

*மணிக்கொடி*யில் 1934ஆம் ஆண்டில் வெளியானவை. கடைசிக் கட்டுரையான ‘பாட்டும் அதன் பாதையும்’ மட்டும் *கவிக்குயில்* இரண்டாம் மலரில் (1947) வெளிவந்தது.

புதுமைப்பித்தனின் மறைவுக்குப் பிறகு, அவருடைய மனைவி கமலா விருத்தாசலம் அவர்களிடமிருந்து அனுமதி பெற்று அவருடைய நூல்களையெல்லாம் 1953ஆம் ஆண்டிலிருந்து ஸ்டார் பிரசுரம் வெளியிடத் தொடங்கியது. இம்முயற்சியில் தொகுப்பு - பதிப்புப் பணியிலும் பிறவாறும் துணைநின்றவர் தொ.மு.சி. ரகுநாதன். 1954 பிப்ரவரியில் *புதுமைப்பித்தன் கட்டுரைகள்* என்ற தொகுப்பு வெளியானது. இதில் *நமது இலக்கியம்* நூலில் இடம்பெற்ற எட்டுக் கட்டுரைகளோடு சேர்த்து மொத்தம் 32 கட்டுரைகள் வெளியாயின. இரண்டு மொழிபெயர்ப்புக் கட்டுரைகளும் இவற்றுள் அடங்கும். இத்தொகுப்பில் இடம்பெற்ற கட்டுரைகள் புதுமைப்பித்தன் சேர்த்து வைத்திருந்த பத்திரிகை நறுக்குகள், ‘காலி’ மெய்ப்புகள், இதழ்கள் மற்றும் ஸ்டார் பிரசுர உரிமையாளர் கண. ராமநாதனிடமிருந்த *ஊழியன்* தொகுப்பு ஆகியவற்றைக் கொண்டு தொகுக்கப்பட்டன என்று தொ. மு. சி. ரகுநாதன் என்னிடம் குறிப்பிட்டார்.

பதிப்பிக்கப்பெற்ற முறையால் கதைகளின் காலம், பாடம், புனைபெயர், மெய்த்தன்மை ஆகியவற்றைப் பற்றிய பிரச்சனைகள் ஒரு செம்பதிப்பைத் தேவைப்படுத்தியது போலவே கட்டுரைகளைப் பொறுத்தும் முறையான பதிப்புக்கான தேவை உள்ளது. இந்நோக்கிலேயே இந்தப் பதிப்பு அமைந்துள்ளது.

இப்பதிப்பிலும் காலவரிசை பின்பற்றப்பட்டுள்ளது. கட்டுரைகளின் இறுதியில் தரப்பட்டுள்ள இரண்டு மொழிபெயர்ப்புகள் நீங்கலாக (‘கலையும் இலக்கியமும்’, ‘அரிஸ்டாட்டில் கண்ட ராஜீயப் பிராணி’) பிற அனைத்தும் இதழ்களில் முதலில் வெளியான காலவரிசையில் தரப்பட்டுள்ளன. காலம் அறிய இயலாத, ‘கைவண்டிச் சரக்கு’, ‘நாட்டுப் பாடல்கள்’, ‘ரேடியோ’, ‘முடிவிலே எதற்கு வெற்றி’ ஆகிய நான்கு கட்டுரைகள் மட்டும் காலவரிசையில் அமைந்த கட்டுரைகளின் இறுதியில், இரு மொழிபெயர்ப்புக் கட்டுரைகளுக்கு முன்பாக வைக்கப்பட்டுள்ளன. இதுவரை நூலாக்கம் பெறாத ஐந்து கட்டுரைகள் இத் தொகுப்பில் இடம்பெற்றுள்ளன.

ஆனந்த விகடன் 12.11.1933 இதழில் வெளியான ‘சாளரம்’ என்ற படைப்பை முனைவர் எம்.வேதசகாயகுமார் முதலில் கண்டெடுத்து, *கொல்லிப்பாவை* (ஏப்ரல் 1986) இதழில் வெளியிட்டார். அதன் பிறகு ஐந்திணைப் பதிப்பகம் வெளியிட்ட *புதுமைப்பித்தன் படைப்புகள் I* (1987) நூலிலும் அது இடம்பெற்றது. தக்க சான்றுகள் இல்லாமல் சேர்க்கப்பட்ட இப்படைப்பு ஏற்றுக்கொள்ளத்தக்கதன்று எனக் காலச்சுவடு *புதுமைப்பித்தன் கதைகள்* பதிப்பின் முன்னுரையில் நான் வாதிட்டிருந்தேன். ‘சாளரம்’ புதுமைப்பித்தன் எழுதியதுதான் என்பதற்கு உரிய சான்றுகள் இப்போது கிடைத்துள்ளன. இப்படைப்புக்காக *ஆனந்த விகடன்* அனுப்பிய ஊதியத்திற்கான பணவிடைக் கிழிப்பத்தைப் (மணியாடர் ரசீது) புதுமைப்பித்தனின் மகள் திருமதி தினகரி சொக்கலிங்கம் பார்வையிட்டுப் படமெடுத்துக்கொள்ள வழங்கியுள்ளார். அதில்,

'நவம்பர் மீ 12உ "விகடன்" இதழில் வெளியாகி இருக்கும் "சாளரம்" என்னும் கட்டுரைக்குச் சன்மானம் — ரா. கி.' என ஆனந்த விகடனின் அந்நாளைய நடைமுறை ஆசிரியரான 'கல்கி' ரா.கிருஷ்ணமூர்த்தியே தம் கைப்பட எழுதியுள்ளார். 'Ananda Vikatan & Merry Magazine Office, Madras' என்ற ரப்பர் ஸ்டாம்பு முத்திரையும் அதில் உள்ளது (காண்க: படம்). (Merry Magazine என்பது எஸ்.எஸ்.வாசன் ஆங்கிலத் தில் நடத்திவந்த விகடப் பத்திரிகை ஆகும்.)

மேலும், அ. சீனிவாச ராகவன், புதுமைப்பித்தனுக்கு 20.5.1934இல் எழுதிய கடிதத்திலும் பின்வரும் செய்தி காணப்படுகிறது. (உரிய பகுதி யின் ஒளிநகல் வழங்கப்பட்டுள்ளது. கடிதத்தின் முழுவடிவம் அடுத்து வெளிவரவுள்ள புதுமைப்பித்தன் படைப்புகள் தொகுதியில் இடம் பெறும்.)

> 'விளக்கு' என்ற 'ஸ்கெச்' ஒன்று, வ.ரா.வின் வற்புறுத்தலின் பேரில், மணிக்கொடிக்கு அனுப்பியிருக்கிறேன்....நான் எழுதி யுள்ளது 'நடைச்சித்திரம்' அல்ல; அது நொண்டி, நடக்காது; சித்திரமும் அல்ல. நீங்கள் எழுதியுள்ள 'சாளரம்' மாதிரி எனது 'விளக்கு' ஒரு சம்பாஷணைக் குறிப்பு. ஆனால் 'சாளர'த்திற் கும், 'விளக்'கிற்கும் வெகுதூரம். 'சாளரம்' ஒளிவாயில்; எனது 'விளக்கு' சுடரற்றது.

இச்சான்றுகளின் அடிப்படையில் 'சாளரம்' இத்தொகுப்பில் இடம் பெறுகின்றது. கல்கியும், அ.சீ.ரா.வும் இதனை முறையே 'கட்டுரை' என்றும், 'சம்பாஷணைக் குறிப்பு' என்றும் குறிப்பிடுவதால், 'கட்டுரை கள்' பகுதியிலேயே இது இடம்பெறுகின்றது.

1953 டிசம்பரில் ஸ்டார் பிரசுரம் வெளியிட்ட *புதிய ஒளி* தொகுப்பால் ஏற்பட்ட பல்வேறு குழப்பங்கள் (முக்கியமாகத் தழுவல் கதைகள் தொடர்பாக) கட்டுரைகளையும் பாதித்துள்ளன. இக்கதைத் தொகுப் பில் கதைகளே அல்லாத இரண்டு படைப்புகளும் இடம்பெற்றுவிட்டன: 'திருக்குறள் குமரேச பிள்ளை', 'செல்வம்'.

'திருக்குறள் குமரேச பிள்ளை' *மணிக்கொடி* 8.7.1934 இதழில் வெளி வந்தபோது 'நடைச்சித்திரம்' என்ற குறிப்போடுதான் வெளிவந்தது. இக்காலப் பகுதியில் வ. ரா. எழுதிய பல நடைச்சித்திரங்களோடு பிறர் எழுதிய நடைச்சித்திரங்களும் மணிக்கொடியில் வெளிவந்துகொண்டி ருந்தன. *சக்தி* இதழ் (அக்டோபர் 1951), 'திருக்குறள் குமரேச பிள்ளை' நடைச் சித்திரத்தை மறுவெளியீடு செய்தபோது கீழ்க்காணும் குறிப் பையும் வெளியிட்டிருந்தது.

> நடைச்சித்திரங்களை எழுதுவதில் வல்லவர் ஸ்ரீ வ.ரா. என்று எல்லோரும் அறிவார்கள். ஆனால் புதுமைப்பித்தனும் ஒரே ஒரு நடைச்சித்திரம் எழுதியுள்ளார். அதை இங்கே வெளியிட்டிருக் கிறோம். வரிக்கு வரி ஹாஸ்யம் ததும்பும் இந்த நடைச்சித்திரம் போல் பல நடைச்சித்திரங்களை அவர் எழுதாமல் போனாரே என்ற ஏக்கம் இதைப் படிப்பவர்களுக்கெல்லாம் ஏற்படாமல் போகாது.

இவ்வாறு, புதுமைப்பித்தனின் சமகாலத்திலும் அவர் மறைவுக்குப் பிறகும் நடைச்சித்திரம் என்றே நன்கறியப்பட்ட ஒரு படைப்பு, கதையாகக் கொள்ளப்பட்டது விந்தையே.

அவ்வாறே 'செல்வம்' என்று சிறு கட்டுரையும் கதையாகக் கொள்ளப்பட்டது பிழை. இதனை விமரிசகர்களோ, ஆய்வாளர்களோ இவ்வளவு காலமாகக் கவனப்படுத்தாமல் இருந்தது வியப்பிற்குரியது.

இந்த அடிப்படையிலேயே இவ்விரண்டு படைப்புகளும் முன்பு வந்த புதுமைப்பித்தன் கதைகளின் முழுத் தொகுப்பில் இடம்பெறவில்லை; இப்போது இந்தத் தொகுதியில் கட்டுரைகள் பகுதியில் இடம்பெறுகின்றன.

புதுமைப்பித்தனின் எழுத்து வாழ்க்கையின் தொடக்கக் கட்டம் உண்மையிலேயே மிக வேகமானது. 1933 இறுதியிலிருந்து 1935 ஜூலையில் *தினமணி*யில் வேலைக்குச் சேரும்வரை அவர் எழுதிக் குவித்தார் என்று சொல்லுமளவுக்குப் படைப்புகளின் எண்ணிக்கை அமைந்துள்ளது. அவர் மொத்தம் எழுதிய நூற்றுக்கும் சற்றே குறைவான கதைகளில் குறைந்தது 57 கதைகள் 1935க்குள் வெளிவந்துவிட்டன என்றால், அவர் வாழ்நாளில் எழுதிய ஏறத்தாழ ஐம்பது கட்டுரைகளில் முப்பதுக்கும் மேற்பட்டவை இக்காலப்பகுதியில் வெளிவந்துவிட்டன.

இன்று கிடைக்கும் சான்றுகளின் அடிப்படையில், *காந்தி* 18.10.1933 இதழில் வெளிவந்த 'குலோப்ஜான் காதல்' என்பதே அச்சில் வெளிவந்த அவருடைய முதல் படைப்பு. 1934 ஏப்ரல் இறுதியில் *மணிக்கொடி*யில் எழுதத் தொடங்கும் வரை, *காந்தி*யிலேயே அவர் கணிசமாக எழுதியுள்ளார். இதுவரை கிடைத்த இதழ்களில் பத்துக் கட்டுரைகள் உள்ளன. இடையில், 'குலோப்ஜான் காதல்' வெளியான சில கிழமைகளுக்குள் *ஆனந்த விகட*னில் 'சாளரம்' வெளியாகியுள்ளது.

*மணிக்கொடி*யில் ஏறத்தாழ நாற்பத்தைந்து கதைகள் வெளியாயின. அதே வேளையில் பதினைந்துக்கும் மேற்பட்ட கட்டுரைகளையும் புதுமைப்பித்தன் அதில் வெளியிட்டிருக்கிறார்.

1934 ஜூலையில் காரைக்குடியிலிருந்து சென்னைக்குக் குடிபெயர்ந்த ராய. சொக்கலிங்கத்தின் *ஊழிய*னில் புதுமைப்பித்தன் உதவி ஆசிரியராகப் பணியாற்றியிருக்கிறார். 24.8.1934 முதல் 22.2.1935 வரை வெளியான அதன் இதழ்களில் பதிமூன்று கதைகள், ஆறு தழுவல் கதைகள் ஆகியவற்றோடு ஐந்து கட்டுரைகளும் ஒரு மொழிபெயர்ப்புக் கட்டுரையும் அடையாளம் காணப்பட்டுள்ளன.

1935 ஜூலையில் *தினமணி*யில் பொறுப்பேற்றதும் புதுமைப்பித்தனின் படைப்புகள் மளமளவென்று குறையத் தொடங்குகின்றன. *தினமணி*யில் அவர் பெயர் தாங்கி வந்தவை பெரும்பாலும் மதிப்புரைகளும் மொழிபெயர்ப்புக் கதைகளுமே ஆகும். (*தினமணி* ஆண்டு மலர்களில் வெளியான கதைகள் வேறு.)

*1935*க்குப் பிறகு புதுமைப்பித்தனின் கட்டுரை வடிவிலான எழுத்துகள் பெரிதும் விவாதங்களில் செய்த இடையீடுகளாகவும் (தழுவலா மொழிபெயர்ப்பா?, கல்கி பற்றிய ரசமட்டக் கட்டுரைகள், க.நா.சு.வுக்கு மறுப்புரை) இதழாளர்கள் கேட்டுப் பெற்ற கட்டுரைகளாகவுமே அமைந்துள்ளன. *ஈழகேசரி, கலைமகள், தமிழ் மணி, சந்திரோதயம், சக்தி, கவிக்குயில்* ஆகியவற்றில் ஒவ்வொரு கட்டுரை எழுதியிருப்பது தெரிகின்றது. இரண்டொரு வானொலி உரைகளும் ('பாரதிதாசன்', 'சிறுகதை: மறுமலர்ச்சிக் காலம்') அச்சாகியிருக்கின்றன.

அன்னை இட்ட தீ நூலின் விவாதங்கள் பகுதியில் ஏற்கெனவே இடம்பெற்ற கட்டுரைகளில் புதுமைப்பித்தன் எழுதியவை இங்குக் கட்டுரைகள் பகுதியில் இடம்பெறுகின்றன. விவாதங்களில் பங்குகொண்ட பிறரின் கட்டுரைகளை *அன்னை இட்ட தீ*யில் வாசகர்கள் கண்டுகொள்ளலாம். 'தழுவலா, மொழிபெயர்ப்பா' விவாதத்தில் புதுமைப்பித்தனின் இடையீடுகள் பல்வேறு விஷயங்களைப் பற்றியும் பேசுவதால் அவை அடுத்தடுத்துத் தனிக்கட்டுரைகளாக இங்கு அமைந்துள்ளன. கல்கி பற்றிய ரசமட்டம் கட்டுரைகள் பொருளமைதி கருதி, 'கல்கி பற்றி' என்ற பொதுத்தலைப்பில் ஒருசேர வெளியிடப்பட்டுள்ளன. க.நா.சு.வை மறுத்தெழுதிய 'இந்தக் கோபம் இலக்கிய சேவையா?' முதன் முறையாக இத்தொகுப்பில் இடம்பெறுகிறது. புதுமைப்பித்தனின் மறுப்புக்குக் காரணமாய் அமைந்த க. நா. சு.வின் 'போரும் அமைதியும்' என்ற கட்டுரை *காலச்சுவடு* இதழ் 42 (ஜூலை-ஆகஸ்டு 2002)இல் வெளிவந்துள்ளது.

புதுமைப்பித்தனின் இறுதிக் காலத்தில், பாரதிதாசனைச் சிறப்பாசிரியராகக் கொண்டு தொடங்கப்பட்டுப் பின்பு தொ.மு.சி.ரகுநாதன் ஆசிரியராக அமர்ந்த முல்லை ப. முத்தையாவின் *முல்லை* இதழில் சில கதைகளோடு மூன்று கட்டுரைகளும், ஏற்கெனவே *கலைமக*ளில் வெளியான ஒரு கட்டுரையின் ஒரு பகுதியும் மறுபதிப்பாயின. இவற்றுள் 'இலக்கிய மரபு' என்ற கட்டுரை இதுவரை தொகுக்கப்படாதது. முதன்முறையாக இங்கு நூலாக்கம் பெறுகிறது.

*1935*ஆம் ஆண்டின் இடைப்பகுதியிலிருந்து ஏராளமான நூல் மதிப்புரைகளைப் புதுமைப்பித்தன் எழுதியிருக்கிறார். *மணிக்கொடி*யில் கொஞ்சமும் *தினமணி*யில் அதிகமாகவும் மதிப்புரைகள் எழுதியிருக்கிறார். நூல்கள் பற்றிய மதிப்பீட்டை அறிய விழையும் வாசகர்களைத் தவறான வழியில் செலுத்தும் 'மகத்தான' தொண்டை அவர் காலத்து மதிப்புரைகள் செய்துவருவதாகக் குற்றம் சாட்டிய புதுமைப்பித்தன்,

> புஸ்தகம் விலை கொடுத்து வாங்கிப் படிக்கும் பழக்கம் இப்பொழுதுதான் சிறிது சிறிதாக வளர்ந்து வருகிறது. இச்சமயத்தில், இப்படிப்பட்ட மதிப்புரைகள் ஓர் தவறான அல்லது போலி ரசனையை ஏற்படுத்தி வருகின்றன. அது மட்டுமல்ல. போலி மதிப்புரை இரு பக்கங்களிலும் கூரான கத்தி. தானே நிர்ணயித்துக்கொள்ளும் வாசகரை நிரந்தரமான அசட்டுத்தனத்துக்கு

உள்ளாக்குவதுடன், எழுதிய ஆசிரியரையும் ஒரு போலித் தன்னம்பிக்கையுடன் கூடிய அகந்தையைக் கொடுத்துப் பாழாக்கி விடுகிறது.

என்றும் கருதினார். இந்நிலையில், மதிப்புரையாளர்கள் 'ரண வைத்தியரின் மனப்பான்மை'யைக் கொண்டிருக்க வேண்டும் என்று கருதிய புதுமைப்பித்தனின் மதிப்புரைகள் அத்தன்மையைக் கொண்டிருப்பதையே காட்டுகின்றன. *தினமணி*யின் மதிப்புரைப் பகுதியில் புதுமைப் பித்தனின் நக்கீர அவதாரத்தைக் காண முடிந்தது என்பார் ரகுநாதன் (*புதுமைப்பித்தன் வரலாறு*, சென்னை, 1980, ப. 50).

இவ்வாறு எழுதப்பட்ட கூர்மையான மதிப்புரைகள் புதுமைப்பித்தன் காலத்திலேயே மிகுந்த கவனத்தைப் பெற்றிருந்தன என்றும் அறிய முடிகின்றது. '. . . புதுமைப்பித்தன் உயிரோடிருந்த காலத்தில் அவருக்கு இலக்கிய உலகில் நண்பர்களைவிடப் பகைவர்களே அதிகம். ஆனால் அந்தப் பகைமைக்குப் புதுமைப்பித்தனின் கதைகள் பிரதானமான காரணம் அல்ல; புதுமைப்பித்தன் சொல்லும் அபிப்பிராயங்கள், எழுதும் மதிப்புரைகள், விமர்சனங்கள் முதலியனவே இதற்குக் காரணம்' என்கிறார் ரகுநாதன் (மேலது, ப.173).

இத்தகைய மதிப்புரைகளைத் தாம் 'ஏற்கெனவே சேர்த்துக் கொடுத்தாயிற்று. அவை இன்னும் புத்தகமாக வெளிவராததற்கு நான் பொறுப்பாளியல்ல' என்று ரகுநாதன் சுந்தர ராமசாமியோடு திருச்சி வானொலி நிலையத்தில் நிகழ்த்திய நேர்காணலில் கூறியிருந்தாலும் (மேலது, ப.237), புதுமைப்பித்தன் மறைந்து ஐம்பதாண்டுகள் வரை, சில சிற்றிதழ்களில் அங்கொன்றும் இங்கொன்றுமாக மறுபதிப்பான இரண்டொன்றைத் தவிர, மதிப்புரைகள் மொத்தமாக வெளிவரவில்லை.

தினமணி வைர விழாவையொட்டி (1993 - 94) அ. ராஜமார்த்தாண்டன் அதன் கோப்புகளையெல்லாம் புரட்டி, அவற்றிலிருந்த மதிப்புரைகளை அடையாளங்கண்டு, ஒளிநகலெடுக்க இயலாத அளவுக்குத் *தினமணி* இதழ்கள் நொறுங்கும் நிலையிலிருந்ததால், தம் கைப்படக் கவனமாகவும் திருத்தமாகவும் பிரதி செய்து கொடுத்தார். அவற்றுள் சில *காலச்சுவடு* இதழில் வெளியிடப்பட்டு, பின்னர் முழுவதும் *அன்னை இட்ட தீ*யில் இடம்பெற்றன.

தினமணி அலுவலகத்திலேயே அதன் பழைய தொகுப்புகள் முழுமையாக இல்லை எனத் தெரிகின்றது. மேலும், பழைய இதழ்கள் பொடிந்துவிழும் நிலையில் உள்ளதால், மனநிறைவு தரும் அளவுக்கு அவற்றைக் கவனமாகப் பார்ப்பதற்கில்லை. இந்நிலையில், இப்பதிப்பாசிரியரும் சில தொகுப்புகளைப் பார்வையிட்டதில், *அன்னை இட்ட தீ*யில் வெளிவந்தது போக மேலும் சில மதிப்புரைகள் கண்டெடுக்கப் பட்டு இப்பதிப்பில் இடம்பெறுகின்றன.

1943 அக்டோபர் தொடக்கத்தில் *தினமணி*யை விட்டு விலகிய பின்பு ஏறத்தாழ ஓராண்டு (1944) *தினசரி*யில் பணியாற்றிய புதுமைப் பித்தன், அதிலும் பல மதிப்புரைகள் எழுதியிருக்கக்கூடும். புதுமைப் பித்தனின் மகள் திருமதி தினகரி சொக்கலிங்கம் அவர்கள் கைவசம்

இருந்த 'இரவல் விசிறி மடிப்பு' மட்டும் இப்போது புதிதாகக் கிடைத்துள்ளது. ஏ. எஸ். ஏ. சாமியின் *பில்ஹணன்* நாடகம் பற்றி 'ரசமட்டம்' என்ற பெயரில் புதுமைப்பித்தன் எழுதிய புகழ்பெற்ற மதிப்புரை முதன் முறையாக நூல் உருவம் பெறுகின்றது.

தொ.மு.சி. ரகுநாதன் தம் புதுமைப்பித்தன் வரலாற்றில் (ப.173 - 6) மேற்கோள் காட்டும்/குறிப்பிடும் சில மதிப்புரைகள் இதுவரை கிடைக்கப்பெறவில்லை. இவற்றுக்கான தேட்டம் மேலும் தொடர வேண்டும்.

அதிகாரம் யாருக்கு?, என்ற குறுநூல் *தினமணி*யிலிருந்து புதுமைப்பித்தன் விலகிய பிறகு எழுதியது. 1943இன் பிற்பகுதியில், ஆசிரியர் டி. எஸ். சொக்கலிங்கத்திற்கும் *தினமணி* நிர்வாகத்திற்கும் ஏற்பட்ட பிணக்கின் விளைவாக, டி.எஸ். சொக்கலிங்கமும் அவருடைய உதவியாசிரியர்களும் *தினமணி*யிலிருந்து விலகினர். (டி. எஸ். சொக்கலிங்கத்தின் உற்ற நண்பராக அதுவரையிருந்த ஆ. நா. சிவராமன் விலகாமல் நின்றுவிட்டார்.) இதன் பிறகு, 1944இன் தொடக்கத்தில் இவர்கள் அனைவரும் சேர்ந்து *தினசரி*யைத் தொடங்கினர். இதனையொட்டி,

> தேசபக்தியை நல்ல லாபம் தரும் சரக்காக மதித்து, செய்தி - வர்த்தகம் நடத்தத் தயங்காத முதலாளி - சுரண்டெலிகளின் திருகுதாள தாண்டவங்களை வெட்ட வெளிச்சமாக்குவதையே பிரதான நோக்கமாகக் கொண்ட பத்திரிகையாளர்களின் பிரசுரம். சமீபத்தில் ஒரு தமிழ் தினசரியிலிருந்து வெளியே வந்த பத்திரிகையாளர்கள் யாவரும் பிரதி மாதம் ஒரு புஸ்தகம் எழுதுவார்கள்.

என்ற பதிப்புக் குறிப்புடன், 'பவள முத்திரை' என்ற வரிசையில் முதல் நூலாகத் தமிழ்நாடு பிரசுரம் கம்பெனியின் வெளியீடாக 1944 ஜனவரியில் *அதிகாரம் யாருக்கு?* வெளிவந்தது. (1987இல் இந்நூல் சென்னை வயல் வெளியீடாக, சி.மோகன், வசந்த குமார், அ. ராஜ மார்த்தாண்டன், எஸ்.டி. லக்ஷ்மணன் ஆகியோர் முயற்சியில், டிராட்ஸ்கி மருதுவின் ஓவியங்களோடு மறுபதிப்பாக வந்தது.)

இத்தொகுப்பின் பொருளமைதிக்கு ஏற்ப, கட்டுரைகள், மதிப்புரைகள் ஆகியவற்றுக்கு அடுத்து *அதிகாரம் யாருக்கு?* அமைக்கப்பட்டுள்ளது.

மணிக்கொடி இதழை நிலைநிறுத்தும் பொருட்டு, 1937இல் ஏற்படுத்தப்பட்ட நவயுகப் பிரசுராலயம் லிமிடெட் என்ற அமைப்பின் சார்பாகப் பல நூல்கள் வெளிவந்தன. மலிவு விலையில் ஏராளமான அரசியல் நூல்களும் வெளியிடப்பட்டன. அவ்வாறு வெளிவந்தவைதாம் *பேஸிஸ்ட் ஜடாமுனி*யும் *கப்சிப் தர்பாரு*ம்.

பேஸிஸ்ட் ஜடாமுனி எப்போது வெளிவந்தது என்ற தகவல் நூலில் இல்லை. புதுமைப்பித்தன் தம் மனைவி கமலாவுக்கு எழுதிய கடிதங்

களிலிருந்து (*1.4.1938, 8.4.1938, 14.4.1938*) *1938*இன் முற்பகுதியில் இந்நூலை அவர் எழுதத் தொடங்கியிருக்கலாம் எனத் தெரிகிறது. அக்கடிதங்களிலிருந்து விரைவாகவும் மும்முரமாகவும் அதை அவர் எழுதத் தொடங்கியிருக்கிறார் எனத் தோன்றுகிறது. 'முஸோலினி ரொம்ப வேகமாக ஓடுகிறான். போகிற போக்கைப் பார்த்தால் இன்னும் இரண்டு மூன்று நாட்களில் "முற்றிற்று" போட்டு விடலாம்' (*8.4.1938*) என்றும், 'ராமையாவைப் பார்ப்பது கஷ்டமாக இருக்கிறது. ஆபீஸிற்கு விடியற்காலையில் போகும்பொழுது சந்திக்க முடிகிறதில்லை, சாயங் காலமோ முஸோலினி' (*14.4.1938*) என்றும் தம் மனைவிக்கு எழுதிய கடிதங்களில் குறிப்பிட்டிருக்கிறார். அந்நூலுக்கான சமகால மதிப்புரை களிலிருந்தும் (*ஜோதி*, அக்டோபர் *1939*; *ஈழகேசரி*, *31.3.1940*) விளம் பரங்களிலிருந்தும், *1939* செப்டம்பர் வாக்கில் — இரண்டாம் உலகப் போர் தொடங்கிய உடனே — இந்நூல் வெளிவந்திருக்கக்கூடும் என உய்த்துணரலாம். *1938* ஏப்ரலில் எழுதி முடிக்கப்பெறவிருந்த நூல் ஏன் ஒன்றரையாண்டுக்குப் பிறகே வெளிவந்ததெனப் புலப்படவில்லை.

கப்சிப் தர்பார்: ஹிட்லரின் வாழ்க்கையும் கனவுகளும் *1939*இல் வெளிவந்தது. அகச்சான்றுகளிலிருந்தும் (*30* ஜனவரி *1939*இல் ஹிட்லர் ஆற்றிய உரை பற்றிய குறிப்பு நூலில் உள்ளது), சமகால மதிப்புரை களிலிருந்தும் இந்நூல் *1939*ஆம் ஆண்டின் இடையில், இரண்டாம் உலகப்போர் செப்டம்பர் *1*ஆம் நாள் தொடங்குமுன் வெளிவந்திருக்கக் கூடும் எனத் துணியலாம்.

இந்நூலுக்குப் புதுமைப்பித்தன் இணையாசிரியர் மட்டுமே. தலைப்புப் பக்கத்தில் 'ஆசிரியர்கள்: சொ. விருத்தாசலம், ந. ராம ரத்னம்' எனக் குறிப்பிடப்பட்டுள்ளது. நூலின் ஓரத்தாளில் 'இந்நூலின் முதல் அத்தியாயங்கள் ஸ்ரீ விருத்தாசலம் எழுதியவை; பின் *9* அத்தி யாயங்கள் ஸ்ரீ ராமரத்னம் எழுதியவை' என்ற தெளிவான குறிப்பு உள்ளது. அதன் அடிப்படையில், புதுமைப்பித்தன் எழுதிய ஒன்பது இயல்கள் மட்டும் இங்கு இடம்பெறுகின்றன. (புதுமைப்பித்தன் எழுதிய பகுதியை வே. மு. பொதியவெற்பன் *1994*இல் பதிப்பித்து வெளியிட்டுள் ளார்.) *பேஸிஸ்ட் ஜடாமுனிக்குச்* சற்று முன்பு எழுதப்பட்டது என்று கொள்ள இடமிருந்தாலும், புதுமைப்பித்தன் எழுதியது முழுமை பெற்ற ஒரு நூல் அல்லவென்பதால், *பேஸிஸ்ட் ஜடாமுனிக்கு* அடுத்தே இது அமைக்கப்பெற்றுள்ளது.

ந.ராமரத்னம் (*1910 - ?1978*) *மணிக்கொடியிலும் ஆனந்த விகடனி* லும் எழுதியவர். *தினமணி*யில் பலகாலம் உதவியாசிரியராகப் பணியாற்றியிருக்கிறார்.

நூலின் கடைசியில் *ஸ்டாலினுக்குத் தெரியும்* இடம்பெறுகிறது. முற்றுப்பெறாத அரசியல் நூல் என்று ரகுநாதன் தம்முடைய புதுமைப் பித்தன் வரலாறு நூலின் முதற் பதிப்பின் (*1951*) பிற்சேர்க்கையில் குறிப்பிட்டிருந்த இதன் கையெழுத்துப்படியை ஸ்டார் பிரசுரம் கண. ராமநாதனிடமிருந்து பெற்று *1991*இல் நூலாக்கியவர் முனைவர் க. ரத்னம்.

இரண்டாம் உலகப்போரின் உச்சத்தில், சோவியத் ஒன்றியத்தின் மீது ஜெர்மனி படையெடுத்த (ஜூன் 1941) பிறகு, ஸ்டாலின்கிராடிலிருந்து ஜெர்மனி பின்வாங்கியதற்கு முன்பு (1942 வேனிற்காலம் - பிப்ரவரி 1943) இந்நூல் எழுதப்பட்டிருக்கலாம் என நூலிலிருந்து உய்த் துணர முடிகிறது.

புனைபெயர்கள்

தழுவல் கதைகள் பற்றிய விவாதத்திற்குப் பிறகும், புதுமைப் பித்தனின் தொகுக்கப்படாத படைப்புகளை இனங்கண்டு வெளியிடத் தொடங்கிய பின்னரும், அவர் தம் படைப்புகளை வெளியிடுவதற்குப் பயன்படுத்திய பெயர் முக்கியத்துவமுடையதாகிவிட்டது. இதனால், *அன்னை இட்ட தீ*, *புதுமைப்பித்தன் கதைகள்* (முழுத் தொகுப்பு) ஆகியவற்றைப் போலவே இத்தொகுப்பிலும் ஒவ்வொரு படைப்புக்கும் புதுமைப்பித்தன் அதனை வெளியிடப் பயன்படுத்திய பெயர் பிற்சேர்க்கையில் வழங்கப்பட்டுள்ளது.

புதுமைப்பித்தன் என்பதையே அவர் பெரிதும் கையாண்டிருந்தாலும், சொ. விருத்தாசலம் (சில சமயங்களில் பி. ஏ. என்ற கல்விப் பட்டத்தோடு) என்ற தம் இயற்பெயரைத் தவிர சொ.வி., கூத்தன், நந்தன், ரசமட்டம் என்ற பெயர்களிலும் அவர் கணிசமாக எழுதியிருக்கிறார். 'சாளரம்' புதுமைப்பித்தனால் எழுதப்பட்டது என்று இப்போது நிறுவப்பட்டுள்ள நிலையில் 'பித்தன்' என்ற புனைபெயரையும் ஒரே முறையாயினும் அவர் பயன்படுத்தியுள்ளார் எனக் கொள்ளலாம். இவை தவிர இப்பதிப்பாசிரியரின் முயற்சியால் மேலும் சில புனை பெயர்கள் இனங்காணப்பட்டுள்ளன.

அன்னை இட்ட தீ நூலில் ரஸிகன் என்ற புனைபெயர் இனங்காணப் பட்டிருந்தது. காந்தி (மாலை 2, மலர் 9) 11.12.1933 இதழில் 'நமது தபால்' என்ற ஆசிரியவுரையில் பின்வரும் குறிப்பு உள்ளது.

> 'குலாப்ஜான் காதல்' என்ற கட்டுரையையும், சென்ற மலரில் 'தனிமை' என்ற கட்டுரையையும் நண்பர் படித்து ஆனந்தித்திருப் பார்கள். அதே நண்பர் 'புதுமைப்பித்தன்' என்ற புனைபெயர் பூண்டு இம்மலரில் 'பாரதியும் போலீஸாரும்' என்று எழுதியிருக் கும் அழகிய கற்பனையை படித்து இன்புறுவார்களாக.

இக்குறிப்பின் அடிப்படையில் 'தனிமை' என்ற கட்டுரை புதுமைப் பித்தனுடையதாக இனங்காணப்பட்டு, தொகுக்கப்பட்டது. இந்தப் புனைபெயரை வேறு எங்கும் புதுமைப்பித்தன் பயன்படுத்தியதாகத் தெரியவில்லை எனவும் அப்பொழுது குறிப்பிட்டிருந்தேன். (ப.97)

அன்னை இட்ட தீ வெளியீட்டிற்குப் பின் பார்க்கக் கிடைத்த காந்தி இதழ்களில் மேலும் நான்கு கட்டுரைகள் ரஸிகன் என்ற புனைபெயரில் வெளிவந்துள்ளது கண்டறியப்பட்டது. அவையாவன: 'போர் வெறி' (20.1.1934), 'காணாமற்போன பாக்குவெட்டி' (12.2.1934), 'பகற்கனவு'

(25.5.1934), 'பஞ்சமோ பஞ்சம்' *(10.6.1934)*. இவற்றுள் 'பகற்கனவு', 'பஞ்சமோ பஞ்சம்' ஆகிய இரு கட்டுரைகள் ஏற்கெனவே வந்துள்ள புதுமைப்பித்தன் கட்டுரைகள் நூற்பதிப்புகளில் இடம்பெற்றுவிட்டன என்பது குறிப்பிடத் தகுந்தது. டி. கே. சி. பாணியில் தனிப்பாடல்களை ரசனை அடிப்படையில் சுவைத்து எழுதிய கட்டுரைகளுக்கு 'ரஸிகன்' என்ற புனைபெயரை அவர் கையாண்டிருப்பதும் தெரிகிறது.

ஊழியன் 12.10.1934 இதழில் வெளியான 'கதைகள்' என்ற கட்டுரை 'மாத்ரு' என்ற புனைபெயரிலேயே வெளிவந்தது. இதுவரை வெளி வந்துள்ள புதுமைப்பித்தன் கட்டுரைகள் நூற்பதிப்புகளில் இது 'சிறு கதை 3' என்ற தலைப்பில் இடம்பெற்றுவிட்டது. இதன் அடிப்படை யிலேயே, இக்கட்டுரை வெளிவருவதற்கு முன்பே *(ஊழியன் 21.9.1934)* அதே 'மாத்ரு' என்ற பெயரில் வெளியான 'நானே கொன்றேன்!' என்ற கதை புதுமைப்பித்தனுடையதாக அடையாளம் காணப்பட்டு, *புதுமைப் பித்தன் கதைகள்* (முழுத் தொகுப்பு) நூலில் சேர்க்கப்பட்டது.

புதுமைப்பித்தன் கட்டுரைகளில் ஏற்கெனவே இடம்பெற்றுவிட்ட 'என்ன எழுதுவது?' என்ற கட்டுரை, *ஊழியன் 14.12.1934* இதழில் 'சில்லறை' என்ற புனைபெயரில் வெளிவந்துள்ளது. இதன் அடிப்படை யில், *ஊழியன் 18.1.1935* இதழில் 'சில்லரை' (றகர மயக்கத்தோடு) என்ற பெயரில் வெளியான 'இங்கிலீஷ் முளைத்த விதம்' என்ற கட் டுரை புதுமைப்பித்தனுடையதாக இனங்காணப்பட்டு இப்பதிப்பில் இடம் பெறுகின்றது.

'கூத்தன்' என்ற புனைபெயரை மூன்று கட்டுரைகளுக்குப் பயன் படுத்தியிருக்கிறார் புதுமைப்பித்தன். இப்புனைபெயரில் 'கவிதை', 'புஸ் தக உலகம்' ஆகியவற்றை *மணிக்கொடி*யிலும், 'குயில்: ஒரு நெட்டைக் கனவு' என்ற கட்டுரையை *ஊழிய*னிலும் எழுதியுள்ளார். 'கூத்தன்' என்ற புனைபெயரில் எழுதிய 'கவந்தனும் காமனும்' கதை அவர் உயிரோடிருந்த காலத்தில் வெளிவந்த *புதுமைப்பித்தன் கதைகள் (1940)* தொகுப்பில் இடம்பெற்றுவிட்டதால், இப்புனைபெயர் பற்றி இரு வேறு கருத்துக்கு இடமில்லை.

'சாம்ராட்டுகளின் சப்தஜாலம்' என்ற கட்டுரை *மணிக்கொடி 23.12.1934* இதழில் வெளியானபொழுது ஆசிரியர் பெயரே குறிப்பிடப் படவில்லை என்பது முக்கியமான செய்தி. ஆனால் இக்கட்டுரை ஸ்டார் பிரசுரத்தின் *புதுமைப்பித்தன் கட்டுரைகள்* நூலில் இடம்பெற்றுவிட்டது. அதன் அடிப்படையில் அக்கட்டுரையும் இப்பதிப்பில் சேர்க்கப்பட்டுள் ளது. ஸ்டார் பிரசுரப் பதிப்பு பெரிதும் புதுமைப்பித்தனின் கோப்புகளி லிருந்து பெற்ற நறுக்குகள், இதழ்த் தொகுப்புகள் ஆகியவற்றைக் கொண்டு அணியம் செய்யப்பட்டது என்ற தகவலின் அடிப்படையில் முன்பு குறிப்பிட்ட 'சில்லறை' என்ற புனைபெயரிலான இரு கட்டுரை கள் மற்றும் 'சம்ராட்டுகளின் சப்தஜாலம்' கட்டுரை ஆகியவற்றை இப்பதிப்பில் சேர்க்க வேண்டுமெனத் தீர்மானிக்கப்பட்டது.

'ரசமட்டம்' என்ற புனைபெயரைக் கல்கி பற்றிய கட்டுரைகளுக்கு மட்டுமே புதுமைப்பித்தன் கையாண்டார் என்ற எண்ணத்திற்கு மாறாக,

ஏ. எஸ். ஏ சாமியின் ‘பில்ஹணன்’ நாடகம் பற்றிய காரமான நெடும் மதிப்புரையையும் ‘ரசமட்டம்’ என்ற பெயரிலேயே எழுதியிருக்கிறார்.

பிற மதிப்புரைகள் அனைத்தும் சொ. விருத்தாசலம் (சில சமயங்களில் பி. ஏ. என்ற பின்னொட்டோடு), சொ.வி. என்ற பெயர்களிலிலேயே அமைந்துள்ளன. கா. ஸ்ரீ. ஸ்ரீ.யின் *நீலமாளிகை* சிறுகதைத் தொகுதிக்கு எழுதிய அணிந்துரைக்கு மட்டும் புதுமைப்பித்தன் என்றே கைச்சாத்திட்டுள்ளார்.

அதிகாரம் யாருக்கு? புதுமைப்பித்தன் என்ற பெயரிலேயே வெளிவந்தது. *பேஸிஸ்ட் ஜடாமுனி* சொ. விருத்தாசலம், பி.ஏ. என்ற பெயரிலும், இணையாசிரியராக ந.ராமரத்னத்தோடு சேர்ந்து எழுதிய *கப்சிப் தர்பார்*, சொ. விருத்தாசலம் என்ற பெயரிலும் வெளிவந்தன. *ஸ்டாலினுக்குத் தெரியும்* அவருடைய மறைவுக்குப் பிந்தியே நூல்வடிவம் பெற்றதால் புனைபெயர் பற்றிய கேள்வி எழவில்லை.

பொதுவாக, புனைகதை அல்லாத படைப்புகளை எழுதுவதற்குத் தம் இயற்பெயரையோ, தம் முதலெழுத்துகளையோ புதுமைப்பித்தன் பெரிதும் பயன்படுத்தியிருக்கிறார். இருப்பினும், ‘என் கதைகளும் நானும்’, ‘பாரதிதாசன்’, ‘பாட்டும் அதன் பாதையும்’ ஆகிய முக்கியமான பிற்காலக் கட்டுரைகளைப் புதுமைப்பித்தன் என்ற பெயரிலேயே வெளியிட்டிருக்கிறார். 1935க்குப் பிறகு, புனைகதைகளை எழுதுவதற்குப் புதுமைப்பித்தன் என்ற பெயரை மட்டுமே பயன்படுத்தியிருக்கிறார். (சொ. வி. என்ற பெயரில் வெளியான ‘சிவசிதம்பர சேவுகம்’ என்ற கதை இதற்கு விதிவிலக்கு. இது வெளிவந்த *தமிழ்மணி* பொங்கல் மலர் 1944இல், ‘அரிஸ்டாட்டில் கண்ட ராஜீய பிராணி’ என்ற மொழிபெயர்ப்புக் கட்டுரை புதுமைப்பித்தன் என்ற பெயரில் வெளிவந்திருக்கிறது. இவ்விரண்டு பங்களிப்புகளுக்கான பெயர் இடம்மாறிவிட்டன எனக் கொள்ள வேண்டியிருக்கிறது.)

1935வரை கதைகளும் கட்டுரைகளுமாகப் பதிற்றுக்கணக்கில் எழுதிய காலத்தில் பல புனைபெயர்களைப் புதுமைப்பித்தன் கையாண்டிருக்கிறார். ஊதியம் பெற்ற ஊழியராகப் பணியாற்றிய *ஊழிய*னில் அவர் எழுதியதாக அடையாளம் காணப்பட்டுள்ள பதிமூன்று கதைகள், ஆறு தழுவல் கதைகள், ஐந்து கட்டுரைகள், ஒரு மொழிபெயர்ப்புக் கட்டுரை ஆகிய இருபத்தைந்து படைப்புகளில் எதுவுமே புதுமைப்பித்தன் என்ற பெயரில் வெளிவரவில்லை. ஒன்றுக்கு மேற்பட்ட படைப்புகளை ஒரே இதழில் வெளியிட்டபோது பல பெயர்களை அவர் பயன்படுத்த வேண்டியிருந்திருக்கிறது. *மணிக்கொடி* 22.7.1934 இதழில் மூன்று கதைகளை மூன்று வேறு பெயர்களில் வெளியிட்டவர், *மணிக்கொடி*, 8.7.1934 இதழில் ‘உணர்ச்சியின் அடிமைகள்’ என்ற கதையைப் புதுமைப்பித்தன் என்ற பெயரிலும், ‘திருக்குறள் குமரேச பிள்ளை’ என்ற நடைச்சித்திரத்தை ‘சொ.விருத்தாசலம், பி.ஏ.’ என்ற பெயரிலும் வெளியிட்டிருக்கிறார். அதைப் போலவே, *மணிக்கொடி*, 29.7.1934 இதழில் வெளியான ‘மனித யந்திரம் - ?’ (இப்போது ‘இது மிஷின் யுகம்!’ என்று அறியப்படும் கதை) புதுமைப்பித்தன் என்ற பெயரிலும், ‘செல்வம்’ என்ற கட்டுரை, சொ. விருத்தா

சலம், பி. ஏ. என்ற பெயரிலும் வெளிவந்துள்ளன. இவ்வாறு, கதையையும் கட்டுரையையும் ஒரே இதழில் வெளியிடுகையில் கட்டுரைக்குத் தம் இயற்பெயரையே கையாண்டுள்ளதற்கு மேலும் எடுத்துக்காட்டுகள் உண்டு. (காண்க: *மணிக்கொடி*, 28.10.1934; 4.11.1934; 18.11.1934; 16.12.1934.)

அதிகாரம் யாருக்கு? நூலைப் புதுமைப்பித்தன் என்ற பெயரில் வெளியிட்டிருந்தாலும், *பேஸிஸ்ட் ஜடாமுனியும் கப்சிப் தர்பாரும்* அவருடைய இயற்பெயரிலேயே வெளியாகியுள்ளன.

இன்றுவரை கிடைத்துள்ள சான்றுகளின் அடிப்படையில் தொகுக்கப்பட்ட தகவல்கள் இவை. புதுமைப்பித்தன் காலத்து இதழ்கள் பல முற்றிலுமாகவோ, முழுவதுமாகவோ கிடைக்கப்பெறாத நிலை இன்றுள்ளது என்பதை நினைவில் கொள்ள வேண்டும். ஒரு புதிய புனை பெயர் இனங்காணப்பட்டவுடனே அந்தப் பெயரில் பிற இதழ்களிலோ, வேறு பத்திரிகைகளிலோ படைப்புகள் வெளிவந்துள்ளனவா என்று தேட வேண்டும். இதன் மூலம் புதிய படைப்புகளைக் கண்டுபிடிப்பதோடு, ஏற்கெனவே தொகுக்கப்பட்டுள்ள படைப்புகள் பற்றிய முதல் வெளியீட்டு விவரங்களையும் அறியலாம்.

பாடங்களும் பாடவேறுபாடுகளும்

புதுமைப்பித்தன் காலத்தில் நூலாக்கம் பெற்ற கட்டுரைகள் எட்டு மட்டுமே. *நமது இலக்கியம்* நூலில் இடம்பெற்ற இந்த எட்டுக் கட்டுரைகளுக்கும் அந்நூலே மூலபாடமாகக் கொள்ளப்பட்டுள்ளது. இந்தப் பாடங்கள், அக்கட்டுரைகள் முதலில் வெளியான இதழ்களின் பாடங்களோடு ஒப்பிடப்பட்டு, சில பாடவேறுபாடுகள் பிற்சேர்க்கையில் வழங்கப்பட்டுள்ளன. கதைகளைப் போல் கட்டுரைகளில் முக்கியத்துவமும், விவாதத்திற்கு இடம் தருவதுமான பாடவேறுபாடுகள் அதிகம் இல்லை.

'இலைக் குணம்' கட்டுரை புதுமைப்பித்தனின் வாழ்நாளிலேயே — அவரது இலக்கிய வாழ்வின் தொடக்கத்தில் — *காந்தி*யிலும் *மணிக்கொடி*யிலுமாக ஓராண்டு இடைவெளிக்குள் இருமுறை வெளிவந்தது. *கலைமகளில்* வெளியான 'என் கதைகளும் நானும்' கட்டுரையின் முக்கியப் பகுதி *முல்லை*யில் மறுவெளியீடாயிற்று. இவற்றில் பாடவேறுபாடுகள் இல்லை. *மணிக்கொடி* 21.10.1934இல் வெளிவந்தபோது 'தமிழர் கலையின் சிகரம்/தாண்டவமூர்த்தியின் தத்துவம்' என்ற துணைத்தலைப்புகளைப் பெற்ற 'கடவுளின் கனவும் கவிஞனின் கனவும்' கட்டுரை நூலாக்கத்தின்போது துணைத்தலைப்புகளை இழந்துள்ளது. அவ்வாறே, *மணிக்கொடி*யில் (4.11.1934) வெளியானபோது 'ஹ்ருதயத் துடிதுடிப்பின் பேச்சு' என்ற கட்டுரை நூலாக்கத்தின்போது 'இதயத் துடிப்பின் பேச்சு' எனவாயிற்று; 'சிருஷ்டியில் பிறக்கும் குதூகலம்' என்ற துணைத்தலைப்பும் நீக்கப்பட்டது. 'உணர்ச்சி வேகமும் நடை நயமும்' என்ற கட்டுரையும் துணைத்தலைப்புகளை இழந்துள்ளது. இவ்விரு கட்டுரைகளில் செய்யப்பட்ட சிறு சிறு மாற்றங்கள் பிற்சேர்க்கையில் பதிவு செய்யப்பட்டுள்ளன.

நமது இலக்கியம் நூலில் இடம்பெற்ற எட்டுக் கட்டுரைகளோடு, மேலும் இருபத்துநான்கு கட்டுரைகளையும் (இவற்றுள் இரண்டு மொழி பெயர்ப்புகள்) சேர்த்து, ஸ்டார் பிரசுரப் *புதுமைப்பித்தன் கட்டுரைகள்* அமைந்தது. இக்கட்டுரைகள் பெரும்பாலானவற்றுக்கு முதல் வெளி யீட்டு விவரங்களும் மூல இதழ்களும் கண்டுபிடிக்கப்பட்டு, முதலில் வெளியான இதழ்களின் பாடங்களே மூலபாடமாகக் கொள்ளப் பட்டுள்ளன.

ஸ்டார் பிரசுரப் பதிப்பில் சில தலைப்புகள் மாற்றப்பட்டுள்ளன. சிறுகதை தொடர்பாகப் புதுமைப்பித்தன் எழுதிய மூன்று கட்டுரை களை 1, 2, 3 என எண்ணிட்டு ஸ்டார் பிரசுரம் வெளியிட்டுள்ளது. இவை முறையே 'சிறுகதை: மறுமலர்ச்சிக் காலம்', 'சிறுகதை', 'கதை கள்' என்று அவை முதலில் வெளியான தலைப்புகளிலேயே, கால வரிசையில் இங்கு இடம்பெறுகின்றன. இத்தலைப்பு மாற்றங்கள் பின்னிணைப்பில் பதிவு செய்யப்பட்டுள்ளன.

அளவில் சிறியதும், பொருளுணர்த்துவதில் பெரியதுமான சில பிழைகள் ஸ்டார் பிரசுரத்தில் ஏற்பட்டுள்ளன. 'என் கதைகளும் நானும்' கட்டுரை *கலைமகளில்* முதலில் வந்தது. அதன் ஈற்றயல் பத்தியின் இறுதி வரி வருமாறு :

> 'எதிர்மறையான குணங்கள் இலக்கியத்துக்கு வலுக் கொடுக் குமா?' என்று கேட்கலாம். அது ஏற்பவர்களின் மனப்பக்கு வத்தைப் பொறுத்ததேயொழிய, எதிர்மறை பாவத்தின் 'விஷ'த் தன்மையைப் பற்றியதல்ல.

இப்பகுதி *முல்லை 9*இல் மறுபதிப்பானபோதும் 'விஷ'த்தன்மை என்றே அச்சாகியுள்ளது. ஆனால் ஸ்டார் பிரசுரப் பதிப்பில் 'விஷயத் தன்மை' என்று அச்சாகி (ப.8) தொடர்ந்து இப்பிழை மறுஉற்பத்தியாகி யுள்ளது. 'விஷ'த்தன்மை என்று ஓர்மையோடு சுட்டுவதற்காக, புதுமைப்பித்தன் மேற்கோள்குறியைப் பயன்படுத்தியிருக்கிறார்.

மேலும், 'பாட்டும் அதன் பாதையும்' கட்டுரையின் முதல் பத்தியின் இறுதி வரி *கவிக்குயில்* மலரில் வெளியானபோது பின்வருமாறு அமைந்துள்ளது: 'கவிதையென்ன அத்தனை வசீகரம் பொருந்தி அவரவர் பக்குவத்திற்கு ஏற்ப அவரவர்க்கு தெரியும் அல்லது அவரவர் உணரக்கூடிய அழகுகளை மட்டும் காண்பிக்கும் மோகினியா?' இவ்வரி, ஸ்டார் பிரசுரப் பதிப்பில் 'கவிதையென்ன அத்தனை வசீகரம் பெருந்தி அவரவர் உணரக்கூடிய அழகுகளை மட்டும் காண்பிக்கும் மோகினியா?' என அமைந்துள்ளது (ப.74).

இவை போன்ற பிழைகள் நீக்கப்பட்டு, திருத்தமும் நம்பகமும் கொண்ட பாடங்களை அமைக்க இப்பதிப்பில் முயற்சி மேற்கொள் ளப்பட்டுள்ளது.

தம் கட்டுரைகளுக்கிடையில் புதுமைப்பித்தன் மேற்கோள் காட்டி யுள்ள பழஞ் செய்யுள்கள் மூலங்களோடு ஒப்பிடப்பட்டுள்ளன. சில பாடல்களுக்கு அவர் வேறு பாடங்களைக் கொண்டுள்ளது தெரிகிறது.

புதுமைப்பித்தன் கொண்ட பாடங்களே இப்பதிப்பில் கொள்ளப்பட்டுள் ளன. (பாடல்களை எடுத்தாளும்பொழுது பல சமயங்களில் அவர் நினைவிலிருந்தே மேற்கோள் காட்டியிருக்கிறார் எனத் தோன்றுகிறது.) எழுத்துப் பிழைகள் மட்டும் திருத்தப்பட்டுள்ளன. யாப்பமைதிக்கேற்பச் சீர் பிரிக்காமல், பொருள் அடிப்படையிலேயே புதுமைப்பித்தன் பாடல் களை அமைத்திருக்கிறார். அதனையொட்டியே பாடல்கள் பதிப்பிக்கப் பட்டுள்ளன.

மதிப்புரைகளைப் பொறுத்தமட்டில், *அன்னை இட்ட தீயில்* இடம் பெற்ற மதிப்புரைகளில் ஒன்றிரண்டு நீங்கலாக அனைத்தும் அ. ராஜ மார்த்தாண்டன் அவர்களின் பெருமுயற்சியின் மூலமாகக் கையால் எழுதி எடுத்ததைக் கொண்டு பதிப்பிக்கப்பட்டன. அதற்குப் பிறகு, தினமணி நிர்வாகத்தின் அனுமதி பெற்று, நுண்படச் சுருளிலிருந்து பிரதி எடுத்து, ஒப்புநோக்கப்பட்டு மேலும் திருத்தமான பாடங்கள் வழங்கப்பட்டுள்ளன. இம்முயற்சியின்போது மேலும் சில மதிப்புரை களும் கிடைத்துள்ளன. அவையும் உரிய வரிசையில் இடம்பெற் றுள்ளன.

புதுமைப்பித்தன் மதிப்புரைத்த நூல்களின் பெயர், ஆசிரியர் பற்றிய விவரங்களே இப்பதிப்பில் வழங்கப்பட்டுள்ளன. *அன்னை இட்ட தீயில்* இடம்பெற்றபோது வழங்கப்பட்ட பதிப்பகம், பக்கம், விலை போன்ற விவரங்கள் இங்குச் சேர்க்கப்படவில்லை. ஆர்வமுள்ளவர்கள் அந் நூலில் அத்தகவல்களைக் கண்டுகொள்ளலாம்.

அதிகாரம் யாருக்கு?, பேஸிஸ்ட் ஜடாமுனி, கப்சிப் தர்பார் ஆகி யவை புதுமைப்பித்தன் காலத்தில் நேரடியாகவே நூலாக்கம் பெற்று விட்டதாலும், கையெழுத்துப் பிரதி என ஒன்று இல்லாததாலும், அச்சு நூலில் உள்ளவாறே இங்குப் பதிப்பிக்கப்பட்டுள்ளன.

ஸ்டாலினுக்குத் தெரியும் புதுமைப்பித்தன் மறைந்து நாற்ப தாண்டுகளுக்குப் பின்பே முதலில் அச்சானது. முற்றுப் பெறாத அரசி யல் நூல் என்று ரகுநாதன் குறிப்பிட்டிருந்த இதன் கையெழுத்துப் படியை ஸ்டார் பிரசுர உரிமையாளர் கண. ராமநாதனிடமிருந்து பெற்று நூலாக்கியவர் முனைவர் க. ரத்னம் (ஐந்திணைப் பதிப்பகம், சென்னை, 1991). இப்பதிப்பிற்காக அவர் உதவியை நாடியபொழுது, புதுமைப்பித்தன் கையெழுத்துப்படியின் ஒளிநகலை அவர் அன்புடன் கொடுத்துதவினார். அந்த ஒளிநகலின் அடிப்படையில் இங்கு அந்நூல் பதிப்பிக்கப்பட்டுள்ளது. ஐந்திணைப் பதிப்பை நோக்க, மிகப் பல இடங்களில் பாடம் திருத்தம் பெற்றுள்ளது. புதுமைப்பித்தன் கையெ ழுத்தை விளங்கிக்கொள்வதில் உள்ள இடர்ப்பாடுகளினாலும், ருஷ்யப் பெயர்களில் அதிகம் பரிச்சயமின்மையாலும் நேர்ந்த பிழைகளும், எண்ணற்ற அச்சுப் பிழைகளும் இங்குப் பெருமளவு திருத்தம் பெற்றுள்ளன.

மேலே விவரிக்கப்பட்டுள்ள பதிப்பு நெறிகளின் அடிப்படையில், நம்பக மான பாடங்களோடு, காலவரிசையில் இப்பதிப்பு அணியம் செய்யப் பட்டுள்ளது. கீழ்க்காணும் பின்னிணைப்புகளும் வழங்கப்பட்டுள்ளன.

பின்னிணைப்பு 1, இத்தொகுப்பில் இடம்பெற்றுள்ள படைப்புகளின் முதல் வெளியீட்டு விவரம், புனைபெயர், நூலாக்கம், கொள்ளப்பட்ட பாடம் முதலான பதிப்புக் குறிப்புகளை வழங்குகின்றது.

பின்னிணைப்பு 2இல் சில அரிய படங்களும் ஆவணங்களும் முதன் முறையாக அச்சேறுகின்றன.

காலச்சுவடு பதிப்பகத்தின் புதுமைப்பித்தன் கதைகள் நூல் வெளி வந்த பிறகு கிடைத்த புதிய தகவல்கள் பின்னிணைப்பு 3இல் வழங்கப் பட்டுள்ளன.

புதுமைப்பித்தன் வாழ்க்கைக் குறிப்பு (பின்னிணைப்பு 4) புதிதாகக் கிடைத்துள்ள ஆவணங்களின் அடிப்படையில் மேலும் துல்லியம் பெற்றுள்ளது.

புதுமைப்பித்தன் :
எழுத்துகளும் பதிப்புகளும்

எம். ஏ. நுஃமான்

புதுமைப்பித்தன் இறந்தபோது எனக்கு நாலு வயது. நான் பிறக்கு முன்பே அவர் தமிழ்ச் சிறுகதையின் சிகரங்கள் சிலவற்றை எட்டி யிருந்தார் என்பதையும், பாரதிக்குப் பிறகு தமிழ் இலக்கியத்தின் பிறி தொரு திருப்புமுனையாக விளங்கினார் என்பதையும் 1960களின் தொடக்கத்தில் எனது பதினேழு அல்லது பதினெட்டு வயதில்தான் முதல்முதல் அறிய நேர்ந்தது. என்னிடம் உள்ள புதுமைப்பித்தன் கதைகள், புதுமைப்பித்தன் கட்டுரைகள் ஆகிய நூல்கள் நான் 1962இல் வாங்கியவை. அப்போதிருந்து புதுமைப்பித்தனை அடிக்கடி படித்து வந்திருக்கிறேன். தொடர்ந்தும் சலிப்பில்லாமல் படிக்கக்கூடிய நவீன தமிழ் எழுத்தாளர் சிலருள் புதுமைப்பித்தன் முதன்மையானவர் என்பது என் அனுபவம். தீவிர தமிழ் வாசகர் பலரின் அனுபவமும் அவ்வாறே இருக்கலாம் என்பது என் நம்பிக்கை.

தற்காலத் தமிழ் இலக்கியம் பற்றிச் சிந்திக்கும்போது பாரதியையும் புதுமைப்பித்தனையும் அருகருகே வைத்துப் பார்க்காமல் இருக்க முடிவதில்லை. இருவருமே பெரும் சாதனையாளர்களாக அற்பாயுளில் மறைந்தது மட்டும் அதற்குக் காரணம் அல்ல. பாரதி கவிதையில் சாதித்ததைப் புதுமைப்பித்தன் சிறுகதையில் சாதித்தார். இருவருமே தற்காலத் தமிழ் இலக்கிய வரலாற்றில் புதுப்பாதை சமைத்தவர்கள். பாரதியின் காலத்தில் அவனுக்குச் சமமான அல்லது அவனுடன் ஒப் பிட்டுப் பேசக்கூடிய கவிஞர்கள் என்று யாருமே இருந்ததில்லை. ஆனால், புதுமைப்பித்தனின் சமகாலத்தில் அவரோடு ஒப்பிட்டுப் பேசக் கூடிய முக்கியமான சிறுகதை ஆசிரியர்களாக கு.ப.ரா., மௌனி, ந. பிச்சமூர்த்தி, பி.எஸ். ராமையா என்று சிலராவது இருந்தார்கள். ஆனால், இவர்களில் யாருமே புதுமைப்பித்தனைத் தாண்டி பாரதியின் அருகில் நிற்க முடியவில்லை. காரணம், புதுமைப்பித்தன்தான் பாரதி போல் தன்காலத்தில் ஒரு கலகக்காரனாகச் செயற்பட்டிருக்கிறார். புதுமைப்பித்தனின் கலகக் குரல் அவரது சமூக நோக்குச் சார்ந்தது. அதாவது, அவருடைய உள்ளடக்கம் சார்ந்தது. கவிதையில் பாரதி யிடம் ஒலித்த தீவிர இலக்கியக் குரலைப் புனைகதையில் அதன் பிறி தொரு வடிவத்தில் நாம் புதுமைப்பித்தனிடம்தான் கேட்கிறோம். புதுமைப்பித்தனின் சக எழுத்தாளர்களைச் சித்தாந்த சனாதனிகள் என்றால் புதுமைப்பித்தன் அவர்களில் இருந்து விலகி ஒரு கலகக் காரனாக, ஒரு எதிர்ச் சனாதனியாக பாரதியின் அருகில் இருக்கிறார்.

புதுமைப்பித்தன் எவ்வகையில் ஒரு கலகக்காரன்? வழிவழியான நமது நம்பிக்கைகளை, கற்பனைகளை, கனவுகளை, பொய்மைகளை நம் கண்முன்னே போட்டு உடைப்பதில் ஒரு கலகக்காரன். உன் சித்தாந்தப் புனைவுகளுள், புராதன மதிப்பீடுகளுள் இருப்பதல்ல வாழ்க்கை; இதோ என் கதைகளுள் இருப்பதுதான் பச்சையான வாழ்க்கை; இதுதான் உன் யதார்த்தம் என்று நம் முகத்தில் அறைந்தாற்போல் யதார்த்தத்தைப் புனைவதில் புதுமைப்பித்தன் ஒரு கலகக்காரன். 'கற்பு கற்பு என்று கதைக்கிறீர்களே! இதுதான் ஐயா, பொன்னகரம்' என்பது வெறுமனே ஒரு கதையின் முடிவல்ல. நம் கற்பனைக்கும் யதார்த்தத்துக்கும் இடையே உள்ள நீண்ட இடைவெளியை, நம் மதிப்பீடுகளின் பொய்மையை நம் முகத்தில் ஓங்கி அடிக்கும் கலகக் குரல்தான் இது.

பொன்னகரம் மதுரை நகரத்திலுள்ள ஒரு பகுதியின் உண்மைப் பெயர் என்பார் ரகுநாதன். இருக்கலாம். ஆனால், கதையில் அது ஒரு உருவகமாகவே செயற்படுகின்றது. நம் புனிதங்களின் உருவகம். ஈவிரக்கம் இல்லாமல் தன் குத்தலாலும் கிண்டலாலும் நம் மனதில் சிருஷ்டித்துள்ள பொன்னகரங்களை உடைப்பதில் புதுமைப்பித்தன் ஒரு கலகக்காரன்தான். கடவுளரின் பிம்பங்களும் இதனுள் அடங்கும். கந்தசாமிப் பிள்ளையின் முன் கடவுள் சிறுத்துப் போகிறார். ராமனைத் திரஸ்கரித்து அகலிகை மீண்டும் கல்லாகிறாள். புதுமைப்பித்தனின் பெரும்பாலான கதைகள் வெவ்வேறுவகையில் இப்பொன்னகரங்களின் உடைவுதான்.

புதுமைப்பித்தன் எல்லாவற்றையும் போட்டு உடைத்தாரே தவிர அதற்கு மாற்றீடாக எதனை முன்வைத்தார் என்ற கேள்வி எழுவதுண்டு. புதுமைப்பித்தனுடைய இலக்கியக் கோட்பாட்டில் மாற்றீடுகளுக்கு இடம் இல்லை. 'முடிவில் தர்மத்துக்கு வெற்றி கொடுக்க வேண்டியது கலைத்தொழிலில் ஈடுபடுகிறவனுடைய கடமை' என்பதைப் புதுமைப்பித்தன் ஒப்புக்கொள்ளவில்லை. 'தர்மம் இலக்கியத்தில் மட்டும் வெற்றி பெற்றுக்கொண்டிருப்பதால் வாழ்வு அப்படியேயாய்விடுமோ' என்று கேட்கிறார் அவர். 'மகா இலக்கியங்கள், பலவித கோணங்களிலிருந்தும் வாழ்வை நோக்குவதைத் தடைசெய்வதற்காகக் கட்டம் போட்டு மாட்டப்பட்ட படங்கள் அல்ல' என்பது அவருடைய அழுத்தமான கருத்தாகத் தோன்றுகின்றது. இலக்கியம் வாழ்வைப் பலவித கோணங்களிலிருந்து புரிந்துகொள்வதற்கான சாதனமே என்பதைப் புதுமைப்பித்தன் நன்கு உணர்ந்திருந்தார் என்பதை நாம் இதன்மூலம் அறிந்துகொள்கிறோம். புதுமைப்பித்தனின் எழுத்துகளின் மூலம் நாம் வாழ்வை எவ்வாறு புரிந்துகொள்கிறோம் என்பதே முக்கியம். வாழ்க்கையின் இருண்ட பகுதிகளின் மீதே புதுமைப்பித்தன் தன் பார்வையைச் செலுத்தியிருக்கிறார். நமது மதிப்பீடுகளை ஒருபுறம் வைத்துவிட்டு வாழ்க்கையின் யதார்த்தத்தைப் புரிந்துகொள்ள அவரது சித்திரிப்பு நமக்கு உதவுமானால் அதுவே அவரைப் பொறுத்தவரை அவரது கலையின் வெற்றி எனலாம். தமிழ்ப் புனைகதை வரலாற்றில் முதல்முதல் பண்பாடு பற்றிய முற்கற்பிதங்களை உடைத்துக் கொண்டு நடுத்தர அல்லது கீழ்மட்ட மக்களின் வாழ்வின் உண்மையான

முகத்தை வெளிச்சத்துக்குக் கொண்டுவந்தவர் புதுமைப்பித்தன்தான். அதனாலேயே புதுமைப்பித்தன் மிகுந்த கவனத்துக்கும் விமர்சனத்துக்கும் உள்ளாகி இருக்கிறார்.

'என் கதைகளின் தராதரத்தைப் பற்றி எரிந்த கட்சி, எரியாத கட்சி ஆடுகிறார்கள். அதற்குக் காரணம் பலர் இலக்கியத்தில் இன்னது தான் சொல்ல வேண்டும், இன்னது சொல்லக் கூடாது என ஒரு தத்துவம் இருப்பதாகவும், அதை ஆதரித்துப் பேசுவதாகவும் மனப்பால் குடித்துக்கொண்டிருக்கலாம். உண்மை அதுவல்ல. சுமார் இருநூறு வருஷங்களாக ஒருவிதமான சீலைப்பேன் வாழ்வு நடத்திவிட்டோம். சில விஷயங்களை நேர்நோக்கிப் பார்க்கவும் கூசுகிறோம். அதனால் தான் இப்படிச் சக்கரவட்டமாகச் சுற்றி வளைத்துச் சப்பைக்கட்டுக் கட்டுகிறோம்.' என்று 1942இலேயே எழுதினார் புதுமைப்பித்தன். ஆயினும், இன்றுவரை புதுமைப்பித்தன் பற்றிய மதிப்பீட்டில் இப்போக்கு வெவ்வேறு அளவில் தொடர்வதைக் காணலாம்.

நவீன எழுத்தாளர்களுள் புதுமைப்பித்தன் அளவு விமர்சனத்துக்கு உள்ளான வேறு ஒரு எழுத்தாளன் இல்லை எனலாம். இந்த விமர்சனம் போற்றலும் தூற்றலும் நிறைந்தது. இதன் ஒரு முனையில் ரகுநாதன் இருக்கிறார். புதுமைப்பித்தனின் திருமேனியில் ஒரு ஈயைக்கூட மொய்க்கவிடாது புனிதப் போர்வையால் அவரைப் போர்த்திப் பாதுகாக்கும் கரிசனை அவரது சமீபத்திய நூலில் (*புதுமைப்பித்தன் கதைகள் : சில விமர்சனங்களும் விஷமத்தனங்களும்*) துலக்கமாகத் தெரிகிறது. மறுமுனையில் மார்க்சியத்தை வரலாற்றுக் குப்பைக் கூடைக்குள் வீசிவிட்டு, கட்டுடைக்கும் புனித இயந்திரத்தைக் கையேற்றுள்ள அ. மார்க்ஸ் இருக்கிறார். புதுமைப்பித்தனின் பிரதிகளைக் கட்டுடைத்து அதற்குள் இருந்து தலித்துகள், மறவர்கள், கிறிஸ்தவர்கள் மற்றும் இதர மாமிச பட்சிணிகளை இழிவுபடுத்தும் ஆபத்தான கூறுகளை மிகுந்த கரிசனையுடன் தோண்டியெடுத்துக் கொண்டிருக்கிறார். மற்றவர்கள் இவர்கள் இருவருக்கும் இடையிலே இருக்கிறார்கள். ஆனால், தன் விமர்சகர்களைப் பார்த்துப் புதுமைப்பித்தன் இவ்வாறு சொல்கிறார்.

வேதாந்திகள் கைக்குள் சிக்காத கடவுள் மாதிரிதான் நான் பிறப்பித்துவிட்டவைகளும். அவை உங்கள் அளவுகோல்களுக்குள் அடைபடாதிருந்தால் நானும் பொறுப்பாளியல்ல, நான் பிறப்பித்து விளையாடவிட்ட ஜீவராசிகளும் பொறுப்பாளிகளல்ல; உங்கள் அளவுகோல்களைத்தான் என் கதைகளின் அருகில் வைத்து அளந்து பார்த்துக்கொள்கிறீர்கள் என்று உங்களுக்குச் சொல்லிவிட விரும்புகிறேன்.

. 2 .

புதுமைப்பித்தன் பற்றி எழுதியவர்கள் எல்லாரும் அவரின் சிறுகதைகள் பற்றியே எழுதியிருக்கிறார்கள். புதுமைப்பித்தனின் மொழிபெயர்ப்பு

களைத் தவிர்த்துப் பார்த்தால் கிட்டத்தட்ட தன் சிறுகதைகளின் பக்க எண்ணிக்கையின் அளவுக்குப் புனைகதை அல்லாத உரைநடையும் அவர் எழுதியிருக்கிறார் என்று தெரிகின்றது. கட்டுரைகள், கடிதங்கள், மதிப்புரைகள், உலக அரசியல் விமர்சனங்கள் என இது பலரகப்பட்டது. புதுமைப்பித்தனின் இலக்கியக் கொள்கை, விமர்சன நோக்கு, வாழ்க்கை பற்றிய மதிப்பீடுகள், சமூக-அரசியல் நிலைப்பாடு என்பன பற்றி இவை வெளிப்படையாகப் பேசுகின்றன. புதுமைப்பித்தனின் சிறு கதைகளோடு இவற்றையும் ஒருமித்து நோக்கும்போது புதுமைப்பித்தன் பற்றிய ஒரு முழுமையான பார்வை நமக்குக் கிடைக்கும். புதுமைப்பித் தனின் பன்முகத்தன்மை பரிமாணம் அவற்றின் பலம், பலவீனம் என்பவற்றை நம் போக்கில் நாம் புரிந்துகொள்ள முடியும்.

இந்திய வரலாற்றிலும் உலக வரலாற்றிலும் மிக முக்கியமான, நெருக்கடி மிக்க காலகட்டத்தில் வாழ்ந்தவர் புதுமைப்பித்தன் (***1906-1948***). இந்திய விடுதலைப் போராட்டமும், இந்திய சமூகங்களுக் கிடையே முரண்பாடுகளும் மோதல்களும் நிகழ்ந்துகொண்டிருந்த காலம் இது. உலக நிலையில் முதலாளித்துவத்தின் முதிர்நிலையான ஏகாதிபத்திய எழுச்சியும், ஏகாதிபத்திய எதிர்ப்பு, சோசலிச, கம்யூனிஸ இயக்கங்களும், சோவியத் புரட்சியும், சோசலிசக் கட்டுமானமும், இரண்டு உலக யுத்தங்களும் நிலவிய காலம். இக்காலகட்டத்தின் இலக்கிய, கருத்துநிலைத் தேவைகளுக்கும் சவால்களுக்கும் புதுமைப் பித்தன் எவ்வாறு முகம்கொடுத்தார், எதிர்வினையாற்றினார் என்பதை அவரது சிறுகதைகளும் கட்டுரைகளும் நமக்கு உணர்த்துகின்றன. சிறுகதைகள் அவரது இலக்கிய - அழகியல் எதிர்வினைகள் என்றால் கட்டுரைகள் அவரது அரசியல் எதிர்வினைகளாக உள்ளன.

இவ்வகையில் புதுமைப்பித்தனின் நான்கு நூல்கள் முக்கியமானவை. *பேஸிஸ்ட் ஜடாமுனி, கப்சிப் தர்பார், ஸ்டாலினுக்குத் தெரியும், அதிகாரம் யாருக்கு?* என்பன அவை. இவை நான்கும் புதுமைப்பித்தனின் **35-40** வயதுக்குள் எழுதி முடிக்கப்பட்டவை. இது இரண்டாவது உலக யுத்தம் தொடங்கி, தீவிரமாக நடைபெற்றுக்கொண்டிருந்த காலம். முதல் இரண்டு நூல்களும் உலக யுத்தத்தின் பிதாமகர்களான முசோலினி, ஹிட்லர் இருவரையும் பற்றியவை. மூன்றாவது நூல் சோவியத் சோசலிசக் கட்டுமானத்தில் ஸ்டாலினின் பாத்திரம் பற்றியது. கடைசி நூல் அதிகாரம் பற்றிய அரசியல் விஞ்ஞானத்தை விபரிப்பது. இந்த நூல்களைப் படிக்கும்போது புதுமைப்பித்தனின் வேறொரு பரிமாணம் நமக்குத் தெரிகின்றது. உலக அரசியல் விவகாரங்களில் அதிக அக்கறையும் விஷயஞானமும் உடைய, முதலாளித்துவ, ஏகாதிபத்திய, பாசிஸ சக்திகளுக்கு எதிரான, சோசலிச பொதுவுடைமைக் கருத்துக்களுக்கு எட்டி நின்றேனும் ஓரளவு அனுசரணை காட்டுகின்ற, ஜனநாயகம், தனிமனித சுதந்திரம் என்பவற்றை வலியுறுத்துகின்ற புதுமைப்பித்தனின் அரசியல் பரிமாணம் இது. இந்த அம்சத்தைப் புதுமைப்பித்தன் காலத்து வேறு எந்த இலக்கியக்காரர்களிடத்தும் நாம் காண முடியாது.

மேல்குறிப்பிட்ட நான்கு நூல்களிலும் *பேஸிஸ்ட் ஜடாமுனி* மிகவும் பெரியது. சுமார் **170** பக்கங்கள் கொண்டது. முசோலினியின்

வாழ்க்கை வரலாற்றினூடாக இத்தாலியின் அரசியல் வரலாற்றையும், ஐரோப்பிய அரசியலையும் இதில் விரிவாகவும் மிகவும் சுவையாகவும் அலசுகிறார் புதுமைப்பித்தன். தகவல்களுக்குப் புதுமைப்பித்தன் பயன் படுத்திய நூல்கள் எவை என்று தெரியவில்லை. ஆயினும், அவரது பரந்த, பலமான வாசிப்புப் பின்புலம் அவரது எழுத்தில் நன்கு வெளிப் படுகின்றது.

பாஸிசம் பல்வேறு அர்த்தத்தில் நாம் இன்று அன்றாடம் பயன்படுத்தும் சொல்லாகிவிட்டது. முசோலினியின் கட்சியின் பெயருடன் இணைந்து அது ஒரு அரசியல் சித்தாந்தமாகவே நிலைபெற்றுவிட்டது. முதலாளித்துவத்தின் குரூர முகந்தான் பாசிஸம் என்பதை முசோலினியின் வரலாற்றின் மூலம் புதுமைப்பித்தன் இந்நூலில் விளக்க முயன்றிருக்கிறார். இதே கருத்தை ஹிட்லர் பற்றிய நூலிலும் *(கப்சிப் தர்பார்)* அவர் தன் கோணத்தில் விளக்கிச் செல்கிறார். பாஸிசம் தோன்றிய காலத்திலிருந்து அது சோசலிசத்துக்கு எதிரானதாகவே இருந்து வந்துள்ளது. முசோலினியும் ஹிட்லரும் பொதுவுடமைவாதிகளைக் கொன்றொழித்தனர் அல்லது சிறையிலடைத்தனர். புதுமைப்பித்தன் தன் நூலில் இதனை விரிவாகப் பதிவு செய்திருக்கிறார்.

பாஸிஸமும் பொதுவுடைமையும் தொழில் யுகத்தின் உற்பத்திகளே என்ற புரிதல் புதுமைப்பித்தனுக்கு இருந்தது. பொருத்தம் கருதி இது தொடர்பான புதுமைப்பித்தனின் நீண்ட மேற்கோள் ஒன்றை இங்கு தருகிறேன்.

> தேவைகளை - அன்றாடத் தேவைப் பொருள்களை - இலட்சியமாக்கிய பெருமை இந்த மிஷின் யுகத்தின் கைங்கரியம். அந்த இலட்சியத்தின் தர்க்க முடிவு எல்லோருக்கும் சாப்பாடு கிடைக்கும்படி செய்வதே. அது இவ்வுலகத்தில் மோட்ச சாம்ராஜ்யத்தை ஸ்தாபிப்பது என்ற பொதுவுடைமை சித்தாந்தத்தில் வந்து முடிவடைந்தது. இந்த உபாக்கியானத்தின் கிளைக் கதைகள் நாஸ்திகம், பொருளாதார அடிப்படையுடன் சரித்திரத்தை வியாக்கியானம் செய்தல் முதலியவை. இவற்றை ஆதாரமாகக் கொண்ட ஒரு கட்டுக்கோப்பு ருஷியாவில் எழுந்தது. அங்கு அது எழுவதற்கு முன்னும் பின்னும் அதன் சீடர்கள் உலகின் பல நாடுகளுக்கும் சென்று சமுதாயத்தின் ஜீவப் பிண்டத்தைப் பாதித்து வந்தனர். இதற்குத்தான் முதலாளித்துவ சர்க்கார்கள், ‘பொதுவுடைமை அபாயம்’, ‘போல்ஷ்விக் ஆபத்து’, ‘சிவப்புப் பயங்கரம்’ என்ற பெயர்களைக் கொடுத்தார்கள். வெர்ஸேல்ஸ் உடன்படிக்கை ஐரோப்பிய மனநிலையைப் பெரிய கலக்குக் கலக்கியது போல, அது சமுதாய அமைப்பிலும் பெரிய மாறுதல்களை உண்டுபண்ணிற்று. சோனியாக மெலிந்துவந்த முதலாளித்துவம், தன்னைப் பாதுகாத்துக்கொள்ள, மிகுந்த பயத்துடன் பெற்ற குழந்தைதான் இந்த பேஸிஸமும், நாஜிஸமும். ஐரோப்பாவிலோ மற்ற இடங்களிலோ சிறிய நாடுகள் சுதந்திரத்தைக் காப்பாற்றிக்கொள்ள வேண்டுமெனில் ராட்சசத் தன்மையைக் கடைப்பிடித்தால்தான் முடியும் என்பதை இந்த அரசியல் உற்பாதங்கள் நிரூபித்தன. இவை தம்மைப் பலப்

படுத்திக் கொள்ள அயல்நாடுகளில் புல்லுருவி போல் பாய்ந்து, அவற்றை நாசமாக்கப் பொதுவுடைமைவாதிகளின் வழி களையே பின்பற்றின. இப்படியாகப் பொதுவுடமை அபாயத்து டன் பேஸிஸ்ட் - நாஜி அபாயங்களும் சம்பவிக்கலாயின. மிஷின் யுகத்தின் இரண்டு சாயைகள்தான் பொதுவுடைமை, பேஸிஸ்ட் தத்துவங்கள்.

பேஸிஸ்ட்டுகள் மனித சமூகத்திற்கு இன்று ஏற்பட்டுள்ள ஆபத்துகள் எல்லாவற்றிலும் முதன்மையான கோர ஆபத்து பொதுவுடைமையே என்று கூறி அதைச் சபிக்கிறார்கள். எல்லா ஜனங்களுக்கும் ஆளச் சக்தி கிடையாது என்றும், சிலரே ஆளப் பிறந்தவர்கள் என்றும், சாமர்த்தியமுள்ள ஒரு சிலர் கைக்குள் ளேயே சர்க்கார் இயந்திரம், சமூகம் எல்லாம் சிக்கியிருந்தால் தான் தேசத்திற்கு க்ஷேமம் என்றும் அவர்கள் விவாதிக்கிறார் கள். ஆனால் பொதுவுடைமைவாதிகளோ பேஸிஸம் ஒன்றும் புதிதில்லையென்றும், சாகக்கிடக்கும் முதலாளித்துவமே கடை சியாக அந்த ரூபத்தில் தோன்றியிருக்கிறதென்றும், பேஸிஸ்ட்-நாஜி உறுமல்களெல்லாம் முதலாளித்துவத்தின் கடைசி விக்கல் என்றும் சொல்லுகிறார்கள். *(பேஸிஸ்ட் ஜடாமுனி)*

பாஸிசத்தையும் பொதுவுடைமையையும் எதிரெதிரே நிறுத்தினாலும் புதுமைப்பித்தன் பாஸிசத்தையும் முதலாளித்துவத்தையும் முற்றாக நிராகரிப்பதையும், பொதுவுடைமையின் மீது அனுதாபம் கொண்டிருப் பதையும் அவரது எழுத்துகளில் பரவலாகக் காணலாம். பாஸிசத்தைப் பற்றிக் கூறுகையில் ‘பேஸிஸம் புதிதாகப் பிறந்த தத்துமல்ல; புராதன எதேச்சாதிகாரத்துடன், தற்போதைய மிஷின் யுகத்தின் அவசியத்துக் கேற்ப, மனித சிந்தனையையும் சுதந்திரத்தையும் நசுக்குவதற்காகக் கட்டிக் கோக்கப்பட்ட கடதாசிக் குப்பையே அது’ என்பார் புதுமைப் பித்தன் *(பேஸிஸ்ட் ஜடாமுனி)*. பாஸிஸம் முதலாளித்துவ சமூகத்தின் வக்கரித்த ஆட்சி என்பது அவர் கருத்து.

‘மக்கள் ஆட்சியில் நிர்வாக யந்திரமானது, உறுதி சற்றும் இல்லாத பதவிவேட்டை உடும்புகளிடம் அகப்பட்டு, சமாஜத் தொடர்பை இழந்து நிர்வாகத்தை நல பங்கீடு அங்காடியாக ஆக்கிவிடும்பொழுது, இந்த பாஸிஸம் என்ற முதலாளித்துவ சமாஜத்தின் வக்கரித்த ஆட்சி உதய மாகிறது. தொற்று நோய்கள் போல இந்த ஆட்சியும் ஒரு தற்காலிக மான சாகைதான். சித்த வைத்தியத்தின் பாஷாண சிகிச்சை மாதிரி இற்றுப்போன சமாஜத்தை உயிர்ப்பிக்க, இந்த சர்வ-தாண்டவம் அவசி யம் என வாதிக்கிறவர்கள் உண்டு. இந்த மாதிரியான சித்தாந்தம் எல்லாம் தர்க்க சோதனைகளாக வைத்துக்கொள்ள வேண்டுமே ஒழிய, மனித வம்சத்தின் அந்தராத்மாவான சமாஜ ரூபத்தின்மீது பிரயோ கித்துப் பார்க்க வேண்டிய விஷப் பரிட்சைகள் எனக் கருதக் கூடாது’ எனப் பிறிதோரிடத்தில் புதுமைப்பித்தன் எழுதுகிறார் *(அதி காரம் யாருக்கு?)*.

முதலாளித்துவத்தைச் ‘சொத்துரிமை மகோதரம்’ என்று வருணிக் கும் புதுமைப்பித்தன் முதலாளித்துவ சமூகம் பற்றித் தரும் பின்வரும் சித்திரம் நம் கவனத்துக்குரியது.

'தனிமனிதனுக்கு சொத்துரிமை தந்து யந்திர வசதியில் அகப் பட்டுக்கொண்டு அதில் ஒருமைப்பாடு காணும்படி அதை உப யோகிக்க வகை தெரியாமல் தவிக்கும் சமுதாயமே முதலாளித் துவ சமுதாயம் என்று சொல்ல வேண்டும். யந்திரத்தை உப யோகித்து, சர்க்காருக்கு சமமாக செல்வம் பெற்று அதைத் தன் வசப்படி ஆட்ட தனிமனிதனுக்கு வசதி அளிப்பது இதுதான். இது ஜனங்களின் சம்மதத்தின் பேரில் எழுந்த ஆட்சியாக இருக் குமாகில் அமெரிக்க ரக ஜனநாயகமாக இருக்கும், ஜனங்களின் சம்மதிப்பு உதாசீனம் செய்யும் ஒன்றாக இருந்தால் ஜெர்மன் இத்தாலிய ஏக தர்பாராக விடியும். ஒன்றில் அடிமை வரம்பில் நின்று மேலெவ்வ வொட்டாத சம்பள வாழ்வு சம்பவிக்கும். மற்றொன்றில் அடிமைத்தனம் சம்பவிக்கும். சர்க்காரை இவ் வாறு கவந்த ராசியாகவே வைத்திருப்பதினால்தான் தனிமனித வாழ்வு திரணமாக மதிக்கப்படுகிறது' (*அதிகாரம் யாருக்கு?*).

இதற்கு மாறாக 'பொதுவுடைமை எல்லோருடைய தேவையையும் திருப்தி செய்வதற்கென்று தர்க்க ரீதியாக வகுக்கப்பட்ட ஓர் அரசியல் சித்தாந்தம்' என்று கூறும் புதுமைப்பித்தன் *(பேஸிஸ்ட் ஜடாமுனி)*, 'சொத்துரிமையை தனிமனிதனுக்கு வழங்கும் சமுதாயத்தில் வாழும் மனிதர்களில் பெரும்பகுதியினர் அன்ன விசாரத்தில் ஈடுபடுவதையே பிரதான காரியமாக நடத்திவர வேண்டியிருக்கிறது. இந்தத் தொந்திரவு தனிமனிதனுடைய தோளிலிருந்து அகற்றப்பட்டுவிட்டால், அவனுடைய மனோசக்திகள் யாவும் பிரயோஜனப்படக்கூடிய வேறு எத்தனையோ காரியங்களில் ஈடுபடுத்தப்பட முடியும். இது ஓரளவு சாத்தியம் என் பதை நிரூபித்துவிட்டது ஸோவியத் ரஷ்யா' என்றும், 'ஏற்றத்தாழ்வு என்பது சாதாரண உண்மைகளில் இல்லாதபடி பார்த்துக்கொண்டால் தான் மனித வம்சம் விருத்தியடைய வகையுண்டு' என்றும் *அதிகாரம் யாருக்கு?* நூலில் கூறுகிறார்.

ஸ்டாலினின் தலைமைத்துவத்தின் கீழ் சோவியத் யூனியனில் சோச லிசக் கட்டுமானம் பற்றிய ஒரு சாதகமான சித்திரத்தை *ஸ்டாலி னுக்குத் தெரியும்* நூலில் புதுமைப்பித்தன் மிகவும் விஸ்தாரமாகத் தீட்டியிருக்கிறார். ஏனைய எழுத்துகளில் ஆங்காங்கே பொதுவுடைமை பற்றிப் போகிறபோக்கில் விடுக்கும் குத்தல் விமர்சனங்கள் எதையும் இதில் காண முடியவில்லை. அக்டோபர் புரட்சி சமூகங்களுக்கிடையே சமஉரிமையைக் கொண்டுவந்தது பற்றிப் புதுமைப்பித்தன் பின்வரு மாறு எழுதுகிறார். 'அக்டோபர் புரட்சி கழிந்த இரண்டாவது நாள் ரஷ்யத் தொழிலாளர்கள், குடியானவர்கள் சர்க்காரின் பிரகடனம் கையெழுத்திடப்பட்டது. பல ஜாதியினரின் கமிஸார் என்ற ரீதியில் ஸ்டாலின் அதில் கையெழுத்திட்டார். லெனின், ரஷ்யாவில் உள்ள சகல வர்க்க, ஜாதிய வேறுபாடுடைய மக்கள் யாவரும் சம உரிமை உள்ளவர்கள் என்பதை அங்கீகரித்தார். ஜார் ஆண்ட ரஷ்யாவைப் பல ஜாதீய மக்களின் சிறைக்கோட்டம் என்று வர்ணிப்பார்கள்; இந்தப் பிரகடனம் அந்த சிறைச்சாலையின் பூட்டை திறந்த சாவி'. இவ்வாறு கூறும் புதுமைப்பித்தன், 'ஸோவியத் சமுதாயத்திலே மிகுந்த கவுரவம் அளிக்கப்படும் பிரஜை கலைஞன்' என்றும் 'ஸோவியத் மக்களுக்கு

சுயமாகச் சிந்திப்பதற்குப் பயிற்சி கொடுக்கப்பட்டுள்ளது' என்றும் புகழ்ந்துரைக்கிறார். சோவியத் அரசு அது உருவான காலத்திலிருந்தே நெருக்கடிகளை எதிர்கொண்டு வந்திருப்பதையும், அதன் மத்தியில் புதிய சமூகத்தை உருவாக்குவதில் அதன் முயற்சிகளையும் பரி சோதனைகளையும் புதுமைப்பித்தன் அனுதாபத்துடன் நோக்குவதைக் காண முடிகின்றது.

அதிகாரம் யாருக்கு? என்ற நூல் அரசியல் விஞ்ஞானத்தில் புதுமைப்பித்தனுக்கிருந்த அக்கறையையும் அறிவையும் காட்டுகின்றது. ஏகாதிபத்தியக் கெடுபிடியும், யுத்தமும் உச்சத்தில் இருந்த காலகட்டத் தில் அதற்குப் பின்புலமாய் இருந்த அரசியல் அதிகாரம் பற்றிப் புதுமைப்பித்தன் ஆழமாகச் சிந்தித்திருக்கிறார் என்று தெரிகின்றது. அரசியலை அதிகாரத்துக்கான ஆடுகளமாகவே புதுமைப்பித்தன் கருதி யிருக்கிறார். உண்மையான அதிகாரம் இறுதியில் மக்களிடம் இருக்க வேண்டும் என்பதுதான் புதுமைப்பித்தனின் கருத்து. ஆனால் மக்களாட் சியோ, எதேச்சாதிகார ஆட்சியோ 'இதுவரை மனித நலத்துக்கு பூர்ண பொருத்தத்துடன் வேலை செய்தே வந்திருக்கின்றன என்று சொல்ல முடியாது' என்பது அவரது முடிவு. 'அரசியல் கட்டுக்கோப்பு சோதனை யில் லட்சியப் பேச்சுக்கு இடமில்லை' என்று முன்னுரையில் கூறும் புதுமைப்பித்தன், தனக்குரிய வழக்கமான கிண்டலோடு 'கருணை என்ற வார்த்தையின் பொருள் இப்போது கிழங்கு வர்க்கத்தில் அடங்கி விட்டது. அரசியல் மண்ணில் அது முளைக்காவிட்டால் அதிசயம் இல்லை. முளைக்குமாகில் அதற்குக் காரணம் அரசியலின் தன்மை அல்ல' என அரசியல் அதிகாரத்தின் தன்மையை வலியுறுத்துகின்றார். இந்நூலின் கடைசிப் பகுதி 'ஏகாதிபத்தியம் : சர்வதேசீயம்' மிக முக் கியமானதாக எனக்குத் தோன்றுகின்றது. ஏகாதிபத்தியங்களின் ஆதிக்க வெறியையும் யுத்த அனர்த்தங்களையும் தன் வாழ்நாளிலேயே கண்ட புதுமைப்பித்தன் ஏகாதிபத்தியம், யுத்தம் பற்றிய தன் பார்வையை இங்கு முன்வைக்கின்றார். யுத்தத்தை முடிவுக்குக் கொண்டுவருவது பற்றி அவர் இறுதியாகக் கூறுவது நம் கவனத்துக்குரியது.

'யுத்தம் நிற்பது என்பதன் தெளிவான பொருள் என்னவென்றால், தனிமனிதன் தன்னிடம் எவ்வாறெல்லாம் நடந்துகொள்ளக் கூடாது என்று ஒரு சமாஜத்தின் நிர்வாகம் கருதுகிறதோ அவ்வாறெல்லாம் தானும் பிறநாட்டு ராஜாங்க ஸ்தாபனங்களுடன் எல்லாம் நடந்துகொள் ளுவதில்லை என்று சம்மதித்து வடுப்படாத தனது ஆதிபத்திய உரிமையில் ஒரு பகுதியை இழக்கத் தயாராக இருக்க வேண்டும் என்பதேயாகும். அவ்வாறு செய்வதால் நாட்டில் உள்ள செலவீனத்தில் பெரும்பகுதி குறைந்துவிடும். இவ்வாறு மனித சமூகத்தின் கழுத்தில் உள்ள பளு குறைவதால் மனித வம்சம் நசித்துப் போகாதிருக்க அது செய்ய வேண்டிய, இன்னும் கவனிக்கப்படாதிருந்துவரும் பல காரியங் களுக்கு அவகாசமும் வசதியும் கிடைக்கும். ஆனால் யுத்தத்தின் மூலம் உலக வம்ச ஒழுங்கை நிலைநாட்டிக் கொள்ளுவது என்பது பிராந்தி மயக்கம் தீர மீண்டும் பிராந்தி குடிப்பதுதான்'. இன்றைய உலக அரசியல் சூழலில் இது இன்னும் பொருத்தமான கருத்தாகவே உள்ளது.

.3.

புதுமைப்பித்தனின் கட்டுரைகளையும் மதிப்புரைகளையும் ஒன்றாக நோக்கலாம். சிறிதும் பெரிதுமான சுமார் அறுபது கட்டுரைகளும் எழுபது மதிப்புரைகளும் இத்தொகுப்பில் இடம்பெற்றுள்ளன. பெரும் பாலும் எல்லாமே இலக்கியம் பண்பாடு தொடர்பானவை. புதுமைப் பித்தனின் கலை இலக்கியக் கோட்பாடுகளையும் விமர்சன நோக்கை யும் நாம் இவற்றின் ஊடாகப் புரிந்துகொள்ள முடிகிறது.

கவிதை பற்றிப் புதுமைப்பித்தன் பல கட்டுரைகள் எழுதியிருக்கிறார். கவிதையைப் பொறுத்தவரை புதுமைப்பித்தன் அவர் காலத்தில் மேலோங்கியிருந்த புது விமர்சனத்தினதும் *(New Criticism)*, இரசனைக் கோட்பாட்டினதும் செல்வாக்குக்கு உட்பட்டிருந்தார் என்று தெரிகின் றது. இடைக்காலத் தனிப்பாடல்கள் பற்றிய நயப்புக் கட்டுரைகளில் இது தூக்கலாக வெளிப்படுகின்றது. கவிதையை இலட்சியமயப்படுத்தி மிகை உணர்வுடன் நோக்குகின்ற பார்வை இது. இங்கு கவிதை, கடவு ளின் படைப்புக்குச் சமனாக்கப்படுகின்றது. 'கடவுள் கனவுகண்டார். இந்தப் பிரபஞ்சம் பிறந்தது. கவிஞன் கனவு கண்டான். இலக்கியம் பிறந்தது' என்பார் புதுமைப்பித்தன். கவிதை கலையின் அரசி என் பதைப் புதுமைப்பித்தனும் வழிமொழிகிறார். கவிதையின் ஜீவநாடி உணர்ச்சி என்பதைப் பல கட்டுரைகளில் வலியுறுத்துகின்றார். அதை சங்கீதத்துடன் இணைத்துப் பார்க்க வேண்டும் என்கிறார். 'கவிதை மனிதனின் உணர்ச்சியில் பிறந்த உண்மை, உள்ளப் பாற்கடலில் பிறந்த அமிர்த கலசம், மனித உள்ளம் யதார்த்த *(realistic)* உலகத்துடன் ஒன்றுபட்டோ பிரிந்தோ கண்ட கனவு, அது உள்ள நெகிழ்ச்சியிலே, உணர்ச்சி வசப்பட்டு வேகத்துடன் வெளிப்படுகிறது. அதுதான் கவிதை' எனக் கவிதையை உணர்ச்சியை மையமாகக் கொண்டு விபரிக்க முனைகிறார். இதைக் கவிதை பற்றிய உணர்ச்சிக் கொள்கை என விமர்சகர் கூறுவர். தமிழில் டி.கே.சி.யிடம் மிதமிஞ்சிக் காணப்பட்ட இக்கொள்கை புனைகதையில் புதுமைகளைச் சாதித்த புதுமைப்பித்த னிடமும் செல்வாக்குப் பெற்றிருந்தமை வியப்புக்குரியது.

சிறுகதை பற்றிப் பேசும்போது புதுமைப்பித்தன் மிகவும் யதார்த்த வாதியாகவும் கலகக்காரனாகவும் இருக்கிறார். இதுபற்றி ஏற்கெனவே சற்று விரிவாகப் பேசினோம். *காஞ்சனை, ஆண்மை* ஆகிய நூல் களுக்கு எழுதிய முன்னுரைகளில் தன் சிறுகதைக் கொள்கை பற்றி அழுத்தமாகக் கூறியிருக்கிறார். சிறுகதை பற்றிய அவரது கொள்கைக் கும் கவிதை பற்றிய கொள்கைக்கும் இடையே நீண்ட இடைவெளி இருப்பதாக எனக்குத் தோன்றுகின்றது. இரண்டு இலக்கிய வடிவங் களுக்கும் இடையே உள்ள வேறுபாடு மட்டும் இதற்குக் காரணம் அல்ல. கவிதை பழமையான இலக்கிய வடிவம் என்ற வகையில் கவிதை பற்றிய பாரம்பரியச் சிந்தனையின் தாக்கம் நவீன எழுத்தாளர் கள் பலரிடமும் வலுவாக இருந்தது. புதுமைப்பித்தன் தன்னளவில் வித்தியாசமான கவிதைகள் பலவற்றை எழுதியிருந்தபோதிலும் கவிதை பற்றிய பார்வையைப் பொறுத்தவரை இந்த உணர்ச்சிக்

கொள்கையிலிருந்து அவராலும் விடுபட முடியவில்லை. (கு. அழகிரிசாமியும் இவ்வகையில் குறிப்பிடத்தக்கவர்).

புதுமைப்பித்தனின் கட்டுரைகள் பற்றிப் பேசும்போது 1937இல் தழுவல், மொழிபெயர்ப்பு பற்றிய விவாதத்தில் புதுமைப்பித்தனின் நிலைப்பாட்டைப் பற்றிக் குறிப்பிடாமல் இருக்க முடியாது. புதுமைப்பித்தன் தழுவலை முற்றாக நிராகரித்து மொழிபெயர்ப்பை மட்டும் ஆதரித்துப் பேசியிருக்கிறார். தழுவலை வெறும் திருட்டு என்று அவர் முத்திரை குத்தியிருக்கிறார். இது இன்னும் சற்று ஆழமாக விவாதிக்கப்பட வேண்டிய விசயம். தழுவலில் பல வகைகள் உண்டு. புதுமைப்பித்தன் ஒருவகை பற்றி மட்டுமே பேசுகிறார். 'அதாவது ஒரு குறிப்பிட்ட அன்னிய நாட்டுக் கதையின் முக்கிய சம்பவங்களை வைத்துக்கொண்டு ஏறக்குறைய அதைப் போல ஒரு கதையை ஜோடித்தல்', பிற மொழிக் கதையின் ஊர்ப்பெயர், பாத்திரப் பெயர், பண்பாட்டு அம்சங்களை மாற்றி மூல ஆசிரியரின் பெயர் குறிப்பிடாமல் சொந்தக் கதை போல் எழுதுதல், இதையே புதுமைப்பித்தன் தழுவல் என்று சாடுகிறார். இலக்கியத் திருட்டு என்கிறார். புதுமைப்பித்தன் காலத்திலும் அதற்கு முன்பும் இத்தகைய தழுவல்கள் நிறைய செய்யப்பட்டிருக்கின்றன. கல்கியை இதற்காகப் புதுமைப்பித்தன் உக்கிரமாகத் தாக்கியும் இருக்கிறார். ஆனால், புதுமைப்பித்தனே இத்தகைய தழுவல்கள் சிலவற்றைச் செய்திருப்பது இப்போது தெரியவந்துள்ளது. புதுமைப்பித்தன் பிறர்மீது சுமத்திய திருட்டுப் பழியை அவரே சுமக்கவும் நேர்ந்துள்ளது. இந்த விவாதத்தின்போது புதுமைப்பித்தன் தன் தழுவல் விளையாட்டுகளையும் வெளிப்படுத்தியிருக்கலாம். 'நானும் இத்தகைய தழுவல்கள் சிலவற்றை (பத்திரிகைத் தேவைக்காகச்) செய்திருக்கிறேன். ஆனால், நான் அவற்றை எனது படைப்புகள் என்றோ, நல்ல இலக்கிய முயற்சிகள் என்றோ ஒப்புக்கொள்ள மாட்டேன்' என்று கூறியிருக்கலாம். ஆனால், புதுமைப்பித்தன் எச்சந்தர்ப்பத்திலும் தன் தழுவல் முயற்சிகள் பற்றிக் கூறியதில்லை. அதற்கு அவர் உரிமை கோர முயன்றதும் இல்லை என்பது நம் கவனத்துக்குரியது. அவற்றுக்குச் சொந்தம் கொண்டாடவோ, தன் படைப்புகளுடன் அவற்றையும் சேர்த்துக்கொள்ளவோ அவர் விரும்பியதில்லை என்றே தோன்றுகின்றது. ஆயினும் பதிப்பாளர்களின் சிரத்தையின்மையால் திருட்டுப் பழியைப் புதுமைப்பித்தனும் சுமக்க நேர்ந்தது.

மூலத்தைக் குறிப்பிடாமல் தன் சொந்தக் கதை போல் பிறமொழிக் கதை ஒன்றைத் தழுவி எழுதுவது அதனுடைய இலக்கியத் தாரதம்மியம் எப்படி இருந்தாலும் நேர்மைக் குறைவான காரியம் என்பதில் ஐயம் இல்லை. ஆனால், மொழிபெயர்ப்புக்கும் தழுவலுக்கும் எல்லாக் காலத்திலும் இடம் இருந்தே வந்திருக்கின்றது. கம்பராமாயணம் வால்மீகியின் மொழிபெயர்ப்பல்ல. அது ஒருவகையில் தழுவலே. மூலக் கதையை எடுத்துக்கொண்டு கம்பன் தன் சொந்தப் போக்கில் அதைப் படைத்திருக்கின்றான். முற்காலங்களில் நடந்த மொழிபெயர்ப்புகள் பெரும்பாலும் இத்தகையன என்றே சொல்ல வேண்டும். இது புதுமைப்பித்தன் கூறும் திருட்டுத் தழுவல் அல்ல. நெகிழ்ச்சியான அல்லது சுயாதீன மொழிபெயர்ப்பு என்று வேண்டுமானால் சொல்லலாம். மூலப்

படைப்பை அல்லது அதன் ஒரு பகுதியை மறுவிளக்கம் கொடுப்பதற்காகத் தழுவுவதும் தழுவலின் பிறிதொரு வகை எனலாம். பாரதியின் பாஞ்சாலி சபதம், புதுமைப்பித்தனின் சாப விமோசனம் போன்றவை இதற்கு நல்ல உதாரணங்கள். ஒரு ஊடகத்தைப் பிறிதொரு ஊடகத்துக்கு மாற்றுவதுகூடத் தழுவல்தான். ஒரு சிறுகதை அல்லது நாவலைத் திரைப்படமாக்குவதை இதற்கு உதாரணமாகக் கூறலாம். அவ்வகையில் சத்யஜித் ராயின் *பதேர் பாஞ்சாலி* ஒரு அற்புதமான தழுவல். புதுமைப்பித்தன் பாராட்டும் பாரதிதாசனின் புரட்சிக்கவியும் ஒரு நல்ல தழுவல்தான். இவற்றிலெல்லாம் மூல ஆசிரியரும் மூலப் படைப்பும் மூடிமறைக்கப்படுவதில்லை என்பதே இங்கு முக்கியமானது. புதுமைப்பித்தன் தழுவல் இலக்கியத்தைச் சாடும்போது இவற்றை அதற்குள் உள்ளடக்கவில்லை என்பது கவனிக்கத்தக்கது.

புதுமைப்பித்தன் கட்டுரைகளில் எனக்குச் சற்று ரச மட்டமாகத் தோன்றுவது கல்கி பற்றிய அவரது காட்டமான கருத்துகள்தான். தீவிரமான விமர்சன எல்லைகளைத் தாண்டிச் செல்லும் எழுத்து இது. பிற்காலத்தில் தமிழகச் சிறு சஞ்சிகைகளில் வளர்ந்த வசை மரபுக்கு ஒரு முன்னோடியைத் தேட வேண்டுமானால் புதுமைப்பித்தனின் கல்கி பற்றிய எழுத்துகளைச் சொல்லலாம் என்று தோன்றுகின்றது.

புதுமைப்பித்தனின் மதிப்புரைகளில் தீவிரமான எள்ளலும் குத்தலும் ஆங்காங்கே பளிச்சிட்டாலும் அவை அவரது இலக்கியக் கொள்கை சார்ந்த, அளவுகோல் சார்ந்த உறுதிப்பாட்டின் வெளிப்பாடுகளாகவே உள்ளன. ஒரு மதிப்புரையாளனுக்குப் புதுமைப்பித்தன் கொடுக்கும் வரைவிலக்கணத்துக்குள்ளேயே அவர் இருக்கிறார் என்பதை அவரது பெரும்பாலான மதிப்புரைகளின் தீவிரம் வெளிக்காட்டுகின்றது. மதிப்புரையாளர்களிடம் எதிர்பார்க்க வேண்டியது பற்றி அவர் கூறுகிறார்: 'நல்ல இலக்கியத்தைக் காணும்பொழுது அதைத் தெரிந்து கொள்ளவும் பரிச்சயம் செய்துவைக்கவும் அவனிடம் திராணி வேண்டும், அப்படியே போலியைக் காணும்போது யார் வந்து நெற்றிக் கண்ணைத் திறந்தாலும் அது போலி என்று சொல்லுவதற்கு நெஞ்சு அழுத்தம் கொண்டிருக்க வேண்டும்; இது போதும்.'

.4.

புதுமைப்பித்தன் எழுத்துகளின் பதிப்பு முயற்சிகள் பற்றிச் சிறிது கூற வேண்டும். அதற்கு முன்னுரையாகத் தமிழில் பதிப்பு முயற்சிகள் பற்றிச் சில வார்த்தைகள்.

தமிழில் பதிப்பு முயற்சிகளுக்கு ஒரு வளமான பாரம்பரியம் உண்டு. ஆறுமுக நாவலர், சி. வை. தாமோதரம் பிள்ளை, உ. வே. சாமிநாதையர், எஸ். வையாபுரிப் பிள்ளை போன்றோர் மூலம் தொடர்ந்த இப்பதிப்பு மரபு ஆரோக்கியமானது. பழைய ஏடுகளைத் தேடி, பல பிரதிகளுடன் ஒப்புநோக்கி, பிழைகள் நீக்கி, தகுந்த குறிப்புகளுடன் இவர்கள் பதிப்பித்த நேர்த்தியும், நேர்மையும், அவர்கள் காட்டிய அறிவுசார் அக்கறையும் இந்த ஆரோக்கியத்தின் அடிப்படை. பண்பாடு சார்ந்த கடப்பாடு அவர்களை இதில் ஈர்த்தது. அவர்களது பதிப்புகள் நம்பகமான செம்பதிப்புகள் என்பதில் இரு கருத்துகள் இல்லை.

ஆனால், கடந்த சில தசாப்தங்களில் புத்தக வெளியீடு லாபமீட்டும் வியாபாரமாக மாறிய சூழலில் பதிப்பு முயற்சியிலும் நூல் வெளி யீட்டுத் துறையிலும் பல கோளாறுகள் தோன்றியுள்ளன. மறைந்த எழுத்தாளர்களின் நூல்கள் மீண்டும் வெளியிடப்படும்போது அவை முதற் பதிப்புகளாகவே வெளிவரும் அதிசயம் இங்குதான் நிகழ்கின் றது. 1940களில் வெளிவந்த க.நா.சு.வின் நூல்கள் எல்லாம் சமீபத்தில் முதற் பதிப்புகளாக வெளிவந்ததை உதாரணமாகச் சொல்லலாம். நூலக விற்பனைக்காக இந்த உத்தி கையாளப்படுவதாகச் சொல்லப் படுகின்றது. ஆனால், இது ஒரு வரலாற்று மோசடி என்பது உணரப்படு வதாக இல்லை. பல எழுத்தாளர்களின் படைப்புகளை அல்லது கட்டு ரைகளைத் தொகுத்து வெளியிடுபவர்கள் தான்தோன்றித்தனமாக நடந்துகொள்கின்றனர். எழுத்தாளர்களின் சம்மதம் பெற வேண்டும் என்ற கடப்பாட்டுணர்வு பெரும்பாலோருக்கு இருப்பதில்லை. தகவல் பிழைகள், அச்சுப் பிழைகளோடு புத்தகங்களை வெளியிடுகிறார்கள். இதுபற்றிய அக்கறை பெரும்பாலோருக்கு இருப்பதாகத் தெரிய வில்லை. துரதிர்ஷ்டவசமாக, தமிழ்ச் சூழலில் பதிப்பித்தல் என்பது *publishing, editing* என்ற இருவேறு பொருள்களிலும் பயன்படுத்தப் படுவதால் பல கோளாறுகள் நிகழ்கின்றன. வெளியீட்டாளர், பதிப் பாளர் *(publisher)* அல்லது பதிப்பாசிரியர் *(editor)* இருவரதும் பணிகள் வேறு. வெளியீட்டாளர் நூல்களைத் தெரிந்து, அச்சிட்டு வெளியிடு பவர். பதிப்பாசிரியர் நூலை வெளியீட்டுக்காகத் தயாரிப்பவர். பண் டைய நூல்கள் அல்லது மறைந்த எழுத்தாளர்களின் ஆக்கங்களைப் பதிப்பிக்கும்போது, இவருடைய பணி பெரிது. உ. வே. சாமிநாதையரை ஒரு பதிப்பாசிரியராக நினைத்துப் பார்க்கும்போது அவரது உழைப்பு, அறிவு நாட்டம் என்பன நம் மனதில் தோன்றும். ஆனால், தமிழ்ச் சூழலில் சில வெளியீட்டாளர்கள் தங்களைப் பதிப்பாசிரியர்களாகவும் கருதிக்கொள்வதனால் நேரும் அனர்த்தங்கள் பல. மறைந்த எழுத் தாளர்களின் நூல்கள் மனம்போன போக்கில் பதிப்பிக்கப்படுகின்றன. பாரதி நூல்களுக்கு நிகழ்ந்தவை நமக்குத் தெரியும். எனது அனுபவம் ஒன்றையும் இங்கு பதிவு செய்வது பொருத்தமானது.

பேராசிரியர் கைலாசபதி மறைந்த இரண்டாவது ஆண்டில் அவரது மனைவியாரின் வேண்டுகோளுக்கு ஏற்ப சித்திரலேகா மௌனகுருவும் நானும் *பாரதி ஆய்வுகள்* என்ற தலைப்பில் பாரதி பற்றிக் கைலாசபதி எழுதிய கட்டுரைகளை எல்லாம் தேடித் தொகுத்து, கைலாசபதியின் வேறு நூல்களில் பாரதி பற்றி இடம்பெறும் குறிப்புகள் பற்றிய விபரங் களையும் தொகுத்து, பதிப்பாசிரியர்கள் என்ற வகையில் சற்று விரி வான ஆய்வுபூர்வமான பதிப்புரை ஒன்றும் எழுதி அதை வெளியிட ஒப்புக்கொண்டிருந்த தமிழகத்தின் பிரபலமான வெளியீட்டு நிறுவனம் ஒன்றுக்கு (என்.சி.பி.எச்) அனுப்பினோம். அவர்கள் தாங்கள்தானே பதிப்பகத்தார், இவர்கள் இருவரும் எப்படி பதிப்பாசிரியர்களாக இருந்து பதிப்புரை எழுதலாம் என்று நினைத்துவிட்டார்கள் போலும். பதிப்பாசி ரியர் என்ற ஸ்தானத்தில் இருந்து எங்களை நீக்கி, நாங்கள் எழுதிய பதிப்புரையின் இறுதியில் 'இக்கட்டுரைகளைத் தொகுத்து அருளிய திருமதி சித்திரலேகா மௌனகுரு, திரு. எம்.ஏ. நுஃமான் ஆகியோருக்

கும் எமது நன்றி உரியது' என்று ஒரு வரி எழுதி, கீழே பதிப்பகத்தார் என்று போட்டதோடு எங்கள் பதிப்புரையையும் உழைப்பையும் இலகுவாகத் தமது உடைமையாக்கிக்கொண்டார்கள். இதை இட்டு அழுவதா, சிரிப்பதா, ஆத்திரப்படுவதா? ஐயோ தமிழ்ப் பதிப்புலகே என்று அமைதி கண்டோம்.

இத்தகைய பதிப்புத் துறைக் குழறுபடிகளால் பாதிப்பு எழுத்தாளருக்குத்தான். அப்படி மிக மோசமாகப் பதிக்கப்பட்ட எழுத்தாளன் புதுமைப்பித்தன் என்பதை அண்மைக் காலத்தில் நடைபெற்ற புதுமைப் பித்தனின் 'இலக்கியத் திருட்டு' பற்றிய சர்ச்சை நமக்கு உணர்த்தியது.

புதுமைப்பித்தனுடைய எழுத்துகள் அவரின் மறைவுக்குப் பின்னர் வெவ்வேறு வெளியீட்டாளர்களால் வெளியிடப்பட்டபோது பிழைகளும் தவறுகளும் மலிந்திருந்தது மட்டுமன்றி ஒரு தீவிர வாசகனுக்கு, இலக்கிய மாணவனுக்கு வேண்டிய தகவல் எதையும் தரவில்லை. உதாரணத்துக்கு ஒன்றைச் சொல்லலாம். 1954இல் ஸ்டார் பிரசுரம் *புதுமைப் பித்தன் கட்டுரைகள்* நூலை வெளியிட்டது. இதில் புதுமைப்பித்தனின் முன்னுரை ஒன்றும் இடம்பெற்றுள்ளது. இந்த முன்னுரையுடன் பார்க்கும்போது இத்தொகுப்பு புதுமைப்பித்தனே தொகுத்தது, அதை வெளியிடுமுன் அவர் மறைந்துபோனார், இப்போது ஸ்டார் பிரசுரம் அதை வெளியிட்டுள்ளது என்ற எண்ணம்தான் வாசகனுக்குத் தோன்றும். நான் அவ்வாறுதான் நினைத்திருந்தேன். இப்போது ஆ. இரா. வேங்கடாசலபதி பதிப்பித்துள்ள புதுமைப்பித்தன் கட்டுரைகளுள் இடம் பெற்றுள்ள முன்னுரையைப் பார்த்தபோது, எனக்கு ஐயம் தோன்றியது. ஸ்டார் பிரசுரம் வெளியிட்ட நூலில் இந்த முன்னுரையின் முதல் இரண்டு பந்திகள் மட்டும் உள்ளன. இத்தொகுப்பில் உள்ள முன்னுரையில் மூன்று பந்திகள் உள்ளன. விசாரித்தபோது 1947இல் *நமது இலக்கியம்* என்ற தலைப்பில் வெளிவந்த புதுமைப்பித்தன் கட்டுரைகளுக்கு அவர் எழுதிய முன்னுரை அது என்று தெரியவந்தது. ஸ்டார் பிரசுரத்தார் அதன் கடைசிப் பந்தியை நீக்கிவிட்டு அதைத் தங்கள் தொகுப்பில் சேர்த்திருக்கிறார்கள். இதுபற்றி ஒரு குறிப்புத்தானும் எழுத வேண்டும் என்று அவர்களுக்குத் தோன்றவில்லை என்பது வியப்பூட்டுகின்றது.

1953இல் ஸ்டார் பிரசுரம் வெளியிட்ட *புதிய ஒளி* பல குழப்பங்களுக்குக் காரணமாக அமைந்தது பற்றி வாசகர் அறிவர். புதுமைப்பித்தனின் தழுவல் கதைகளை ஆராய்ந்து பாராமல் அவரது சொந்தக் கதைகளுடன் சேர்த்து வெளியிட்டதால் வந்த குழப்பம் இது. 1988இல் ஐந்திணைப் பதிப்பகம் புதுமைப்பித்தனின் படைப்புகளை எல்லாம் நூலுருவாக்கும் முயற்சியை மேற்கொண்டது. 15 ஆண்டுகளுக்கு முன் அது ஒரு பாராட்டத்தக்க முயற்சியே. ஆவலுடன் வரவேற்றோம். ஆயினும் பதிப்பு நோக்கில் பதிப்புச் செம்மையை அவர்களும் கருத்தில் கொள்ளவில்லை. பேசிஸ்ட் ஜடாமுனி முதல் பதிப்பாகவே வெளி வந்துள்ளது. அதன் முதல் வெளியீடு பற்றிய குறிப்புகளைத் தர அவர்கள் முயலவில்லை. புதுமைப்பித்தன் படைப்புகள் முதல் தொகுதியில் (சிறுகதைகள்) புதுமைப்பித்தனின் முன்னுரை ஒன்று இடம்பெற்றுள்ளது. இது அவருடைய ஆண்மை தொகுதிக்கு எழுதிய முன்னுரை என்ற குறிப்பைத் தரவேண்டும் என்று அவர்கள் நினைக்கவில்லை.

காஞ்சனைக்கு எழுதிய முன்னுரை மட்டும் தேதியுடன் தரப்பட்டுள்ளது. கதைகள் பிரசுரமான ஆண்டுகள் பற்றிய விபரம் தர வேண்டும் என்ற அக்கறை இருந்ததாகத் தெரியவில்லை. வாசகரின் உடனடித் தேவையை இத்தகைய பதிப்புகள் நிறைவு செய்யலாம். ஆனால், இலக்கிய விமர்சன, இலக்கிய வரலாற்று நோக்கிலும் ஆய்வு நோக்கி லும் இவை பயனுடையவையல்ல.

புதுமைப்பித்தன் பற்றிய அக்கறையும், வாசிப்பும், விமர்சன முயற்சிகளும் பெருகிவரும் இன்றைய சூழலில், புதுமைப்பித்தனின் எழுத்துகளுக்கு ஒரு செம்பதிப்புத் தேவை என்பது பரவலாக உணரப் பட்ட நிலையில், காலச்சுவடு பதிப்பகம் அதைக் கையேற்றது மகிழ்ச் சிக்குரியது. இன்றைய தமிழ் வெளியீட்டுச் சூழலில் க்ரியா, விடியல், காலச்சுவடு போன்ற சில வெளியீட்டு நிறுவனங்களே தரமான நூல் களைச் செம்மையாக வெளியிட வேண்டும் என்ற அக்கறை காட்டு கின்றன. ஏற்கெனவே காலச்சுவடு வெளியிட்டுள்ள புதுமைப்பித்தனின் *அன்னை இட்ட தீ, புதுமைப்பித்தன் கதைகள்* இரண்டும் பதிப்புத் துறையில் பெரிய சாதனைகள் என்பதில் ஐயமில்லை. ஓர் ஆய்வாளன் என்ற வகையில் இவற்றின் முக்கியத்துவத்தையும் இதற்குப் பின்னால் இருந்த உழைப்பையும் என்னால் உணர முடிகின்றது. கண்ணனின் தீவிர அக்கறையும் வேங்கடாசலபதியின் கடின உழைப்பும் இவற்றைச் சாத்தியமாக்கியுள்ளன.

புதுமைப்பித்தன் எழுத்துகளின் செம்பதிப்பு வரிசையில் இப்போது வெளிவரும் இந்த இரண்டாவது தொகுதியில் அவரது அல் - புனை கதை எழுத்துகள் உள்ளடக்கப்பட்டிருக்கின்றன. இதுவரை தொகுக்கப் படாத சில புதிய கட்டுரைகளையும் மதிப்புரைகளையும் சலபதி கண் டெடுத்திருக்கிறார். நான்கு கட்டுரைகள் தவிரப் பிற கட்டுரைகள் எல்லா வற்றுக்கும் முதல் வெளியீட்டு விபரங்கள் கண்டறியப்பட்டு அவை காலவரிசையில் தொகுத்துத் தரப்பட்டுள்ளன. *பேஸிஸ்ட் ஜடாமுனி, கப்சிப் தர்பார், அதிகாரம் யாருக்கு?* என்பன முதல் பதிப்போடு ஒப் பிடப்பட்டுப் பிழைகள் நீக்கப்பட்டுள்ளன. *ஸ்டாலினுக்குத் தெரியும்* புதுமைப்பித்தனின் கையெழுத்துப் படியோடு ஒப்புநோக்கப்பட்டுத் திருத்தப்பட்டுள்ளது. அவ்வகையில் இது ஒரு நம்பகமான செம்பதிப்பு என்பதில் ஐயம் இல்லை.

புதுமைப்பித்தன் எழுத்துகளைத் தேடுவதில் சலபதியின் கடின உழைப்பை நான் அறிவேன். *ஈழகேசரி*யில் (ஆண்டுமலர், ஏப்ரல் 1938) பிரசுரமான புதுமைப்பித்தனின் 'சினிமா உலகம்' என்னும் தலைப்பிலான கட்டுரை ஒன்று இத்தொகுப்பில் இடம்பெற்றுள்ளது. (இதன் மொழி நடையைப் பார்க்கும்போது இது உண்மையில் புதுமைப் பித்தனுடையதுதானா என்ற ஐயம் எனக்கு எழுந்தது.) இதுபோல் பழைய *ஈழகேசரி* இதழ்களில் புதுமைப்பித்தன் ஏதாவது எழுதியி ருக்கக்கூடும் என்ற நம்பிக்கையில் அவற்றைத் தேடி அவர் இலங் கைக்கே வந்தார். இரண்டு நாட்கள் *ஈழகேசரி*யின் பழைய பக்கங்களை ஒவ்வொன்றாகப் புரட்டிப் பார்த்தார். ஒன்றும் கிடைக்கவில்லை. ஓர் ஆய்வாளன் என்ற வகையில் அது அவருக்கு ஏமாற்றம் அளிக்க வில்லை. பதிலாக *ஈழகேசரி*யில் புதுமைப்பித்தனின் வேறு எழுத்துகள்

எதுவும் பிரசுரமாகவில்லை என்பதைக் கண்டுபிடித்த திருப்தியோடு அவர் நாடு திரும்பினார்.

இந்தத் தேடல் முக்கியமானது. இந்தத் தேடலின் காரணமாகத் தான் *புதுமைப்பித்தன் கதைகள்* தொகுப்புக்கு எழுதிய பதிப்புரையில் புதுமைப்பித்தன் எழுதாத கதை என்று அவர் குறிப்பிட்ட *சாளரம்* அவர் எழுதியதுதான், அது சிறுகதையல்ல கட்டுரைதான், பித்தன் என்பது புதுமைப்பித்தனின் புனைபெயர்களுள் ஒன்றுதான் என்பதை உறுதிப்படுத்தி அதை இப்போது இத்தொகுப்பில் சேர்த்திருக்கிறார். எனினும் 'சாளர'த்தை ஒரு கட்டுரையாகக் கொள்வதில் எனக்குத் தயக்கம் இருக்கிறது. அது கதை, கட்டுரை என்பவற்றின் எல்லைக் கோடுகளைத் தாண்டிய எழுத்து என்று சொல்லத் தோன்றுகின்றது. *திருக்குறள் குமரேச பிள்ளையை* ஸ்டார் பிரசுரம் புதுமைப்பித்தன் கதை களில் சேர்த்திருக்கிறது. சலபதி அதை இக்கட்டுரைத் தொகுதியில் சேர்த்திருக்கிறார். அது நிச்சயமாகச் சிறுகதையல்ல. ஒரு நடைச்சித்தி ரம். புதுமைப்பித்தன் காலத்தில் இத்தகைய நடைச்சித்திரங்களில் சிலர் ஈடுபாடு காட்டினார்கள். *திருக்குறள் குமரேச பிள்ளை*யில் கட்டுரையின் குணாம்சமே மேலோங்கி இருக்கிறது. அவ்வகையில் அதை இத் தொகுப்பில் சேர்த்துக் கொண்டது பொருத்தமானதே.

காலச்சுவடு பதிப்பகம் புதுமைப்பித்தனின் எழுத்துகள் எல்லாவற் றையும் வெளியிடும் உரிமையை அவரது குடும்பத்திடம் வாங்கிய நிகழ்வு அண்மையில் பெரிய சர்ச்சைக்கு ஏதுவாக அமைந்தது. புதுமைப்பித்தனின் எழுத்துகளை நாட்டுடைமையாக்க வேண்டும் என்ற கோரிக்கை இதன் அடியாக எழுந்தது. புதுமைப்பித்தன்மீது கொண்ட அக்கறையே இதற்குக் காரணம் என்று தோன்றவில்லை. இதற்குப் பின்னால் வேறு அரசியல் உள்ளது என்பதைப் புரிந்துகொள்ள முடியும். புதுமைப்பித்தன் எழுத்துகள் நாட்டுடைமையாக்கப்படுவதில் யாருக்கும் ஆட்சேபணை இருக்க முடியாது. அவை நாட்டுடைமையாக் கப்பட்டுள்ள இன்றைய நிலையிலும் அவரின் எழுத்துகளுக்கு ஆய்வு பூர்வமான ஒழுங்குபடுத்தப்பட்ட ஒரு செம்பதிப்பு வேண்டும் என்பதை இலக்கியப் பிரக்ஞையுடைய யாரும் மறுக்கமாட்டார்கள் என்று நாம் நம்பலாம். சிலவேளை ஒழுங்கு, செம்மை என்பவற்றைப் பாசிசத்தின் அடையாளங்களாகக் காணும் கட்டுடைக்கும் யந்திரப் பார்வையில் இதுவும் ஆபத்தானதாகத் தோன்றக்கூடும். அதுபற்றி நாம் செய்வதற்கு எதுவும் இல்லை.

புதுமைப்பித்தனின் ஏனைய எழுத்துகளும் விரைவில் செம்பதிப்பாக வெளிவர வேண்டும் என்பதே எமது விருப்பம். காலச்சுவடு பதிப்பகம் அதை நிறைவேற்றும் என்று நம்புகிறேன். புதுமைப்பித்தன் பற்றிய விருப்புவெறுப்பற்ற புறநிலையான ஆய்வுகளுக்கு அது வழிவகுக்கும்.

எம். ஏ. நுஃமான்
தமிழ்த்துறை
பேராதனைப் பல்கலைக்கழகம்
பேராதனை, இலங்கை

01.07.2002

கட்டுரைகள்

#		பக்கம்
1.	முன்னுரை	53
2.	குலாப்ஜான்காதல்	55
3.	சாளரம்	58
4.	தனிமை	60
5.	பாரதியும் போலீஸாரும்	62
6.	*போர் வெறி	65
7.	*காணாமற்போன பாக்குவெட்டி	68
8.	இலைக் குணம்	70
9.	பகற்கனவு	74
10.	பஞ்சமோ பஞ்சம்	76
11.	வாணன்: ஒரு இலக்கூடிய வீரன்	78
12.	தமிழைப் பற்றி	84
13.	நமது கலைச்செல்வம்	88
14.	திருக்குறள் குமரேச பிள்ளை	90
15	கூழுக்குப் பாடி	94
16.	கவிதை	99
17.	செல்வம்	101
18.	புஸ்தக உலகம்	104
19.	குயில்: ஒரு நெட்டைக் கனவு	106
20.	சின்ன விஷயம்	109
21.	கதைகள்	112
22.	கடவுளின் கனவும் கவிஞனின் கனவும்	115
23.	இலக்கியத்தின் இரகசியம்	118
24.	இதயத் துடிப்பின் பேச்சு	120
25.	இலக்கியத்தின் உட்பிரிவுகள்	122
26.	என்ன எழுதுவது?	125
27.	உணர்ச்சி வேகமும் நடைநயமும்	128
28.	சாம்ராட்களின் சப்தஜாலம்	132
29.	சமயத்தையும் கடந்த கலை	135
30.	*இங்கிலீஷ் முளைத்த விதம்	138
31.	பட்டணங்களைப் பற்றி ஆண்டானின் அபிப்பிராயம்	140
32.	சிறுகதை	142
33.	உங்கள் கதை	145

34.	*கலை என்றால் என்ன?	153
35.	யாத்ரா மார்க்கம்	154
36.	தழுவலும் மொழிபெயர்ப்பும்...	158
37.	சந்தேகத் தெளிவு	163
38.	'காற்றாடி'யின் இலக்கிய சந்தேகங்கள்	171
39.	சினிமா உலகம்	176
40.	என் கதைகளும் நானும்	180
41.	கல்கி பற்றி...	187

    i. 'கல்கி'யின் மட்டரகம்
    ii. எர்ஸாட்ஸ்: கலை சிகாமணிகள் வண்டவாளம்
    iii. பத்தாயிரம் அடியில் பரமபதம்!
    iv. களவாணி இலக்கியம்
    v. இல்லையெனில் திருடு இல்லையாகுமா?

42.	தமிழர் நாகரிகத்தில் கிராம வாழ்க்கை	204
43.	பாரதிதாஸன்	210
44.	*இந்தக் கோபம் இலக்கியச் சேவையா?	220
45.	அடுத்த யுத்தத்தின் தர்மகர்த்தர்கள்	226
46.	மதிப்புரை	230
47.	*இலக்கிய மரபு	232
48.	சிறுகதை: மறுமலர்ச்சிக் காலம்	234
49.	பாட்டும் அதன் பாதையும்	239
50.	கைவண்டிச் சரக்கு	243
51.	நாட்டுப் பாடல்கள்	246
52.	ரேடியோ	252
53.	முடிவில் எதற்கு வெற்றி	257
54.	கலையும் இலக்கியமும்	259
55.	அரிஸ்டாட்டில் கண்ட ராஜீய பிராணி	262

*உடுக்குறியிட்ட கட்டுரைகள் முதன்முறையாக நூலாக்கம் பெறுகின்றன.

முன்னுரை

வாழ்வு, வாழ்க்கை என இரண்டு பதங்கள் உண்டு. இவற்றி டையே உள்ள தொடர்பையோ தொடர்பற்ற தன்மையையோ விளக்குவது, மனித சிந்தனையின் சாரம். வாழ்வு எனில் தோற்றம், ஸ்திதி, மறைவு என முக்கூறாகத் தோன்றும் பிரபஞ்சத்தன்மை. வாழ்க்கை என்பது தனிப்பட்ட ஜீவராசியின் உயிர்ப் பாசத்தினால் நிகழும் அவஸ்தை. இவ்விரண்டுக்கும் உள்ள தொடர்பைக் காட்டுவது மனித சிந்தனையின் சாரம். அது தத்துவமாக உருவாகிறது. வாழ்வின் நியதி ஒன்று, சூத்திரம் ஒன்று என வற்புறுத்துவது ஆஸ்திகம். வாழ்வு நியதிக்குக் கட்டுப்படாதது. பிரபஞ்ச உற்பத்தியே அகஸ் மாத்தாக நிகழ்ந்த சம்பவம். இதில் நியதிக்கோ, ஒரு கட்டுக் கோப்புக்கோ இடம் உண்டு என நினைப்பது வெறும் சொப் பனாவஸ்தை என வற்புறுத்துவது நாஸ்திகம்.

இவ்விரண்டு விதமான மனநிலைகளுக்கும் பிறப்பிடம் மனித சித்தம். இதைச் சித்திரங்களாகத் தீட்டுவது இலக்கியம். மனிதனுக்கும் புறவுலகுக்கும் உள்ள தொடர்பை அல்லது தொடர்பின்மையை மனிதக் கண்கொண்டு பார்ப்பது இலக் கியம். மனிதன் உணர்ச்சிக்கு உட்பட்டவன். உணர்ச்சி உண்மை யறியும் சாதனமாகவும், அதை மறைக்கும் திரையாகவும் அமைந்துள்ளது. இலக்கியம், மன அவசத்தில் தோன்றி, புறவுலகின் அடிமுடியை நாட முயலும் ஒரு பிரபஞ்சம். இது தேசந்தோறும் பாஷைக்கும் பண்புக்கும் தக்கபடி பல்வேறு ரூபங்களில் அமைந்துள்ளது. இதன் பொது விதிகளை, தன்மை களை ஆராயும் நோக்கத்துடன் இக்கட்டுரைகள் எழுதப் பட்டன.

தமிழில் பொதுவாக அலங்கார சாஸ்திரம் மட்டும் உண்டே ஒழிய இலக்கிய விசாரத்தை அடிப்படையாகக் கொண்ட நூல்கள் முன் காலத்தில் இருந்ததாகத் தெரியவில்லை. புரொ பெஸர் சுந்தரம் பிள்ளை எழுதிய 'நூற்றொகை விளக்க'த்தின் ஒரு பகுதி இலக்கியத்தைப் பற்றி விசாரிக்கிறது. அதன்

பிறகு வ. வெ. சு. ஐயர் எழுதிய கவிதை என்ற சிறு நூல் காவிய லக்ஷணங்களைப் பரிசீலனை செய்கிறது. இதன் பிறகு வெளி வந்த நூல் கவிதை - கலை - விமரிசனம் என்பதாகும். இதைத் தவிர என் கண்ணில் படாத 'விராடபர்வ நூல்க'ளுக்கும் பத்திரிகைகளில் வந்த உதிரிக் கட்டுரைகளுக்கும் இடம் உண்டு. இலக்கியம் சம்பந்தப்பட்ட ஆராய்ச்சி இம்மட்டோடு. பிரசுரமாகும் கட்டுரைகள் 1934ஆம் வருஷத்தில் எழுதப் பட்டவை.

1.9.47   சொ. விருத்தாசலம்

குலாப்ஜான் காதல்

'காதலாவது உருளைக்கிழங்காவது'
— சி. சுப்பிரமணிய பாரதி

நான் ஆராய்ச்சிப் பிரியன். அதிலும் தர்க்கரீதியாக புத்தியை வசீகரிக்கக்கூடிய ஆராய்ச்சியென்றால் அதுதான் எனது தெய்வம். கம்பனுடைய காவியங்கள் முதல் நாணயச் செலாவணி, தீண்டாதார் ஆலயப் பிரவேசம் ஈறாக எல்லாம் தர்க்க முறையில் அடைபட்டு ஒத்து இருந்தால்தான் எனது கொள்கை. இல்லாவிடில் அதற்கும் நமக்கும் வெகுதூரம்.

இந்தக் காதல் விஷயத்தை நன்றாக ஆராய்ந்து கவனித்ததில், சாதாரணமாக, அல்ல, அபரிமிதமாக, காவியங்கள், நாவல்கள் என்ற கற்பனைப் பிரதேசங்களில்தான் விளைகின்றன. இல்லாவிட்டால் அவை நமது பொருள்காட்சி சாலைகளைத் தப்பி இருக்க முடியுமா? அகப்பொருள் இலக்கணக்காரர் கூறுவதைப் பார்த்தால் அசல், கலப்பில்லாத பழம் பெருந்தமிழ் மக்களுடனிருந்து அவர்கள் தங் களுடைய ஏடுகளுடன் கடலால் கொள்ளப்பட்ட பொழுது, அவர் களுடன் சங்கமமாயிற்றென்று நினைக்க ஏதுவிருக்கிறது.

ஆழ்ந்து யோசிக்குந்தோறும், தர்க்க ஆராய்ச்சியை வழிபடும் எனக்கு, அதன் கூற்றுக்கள் வெகு வினோதமாகவே காணப்படு கின்றன. எனது ஆராய்ச்சியின் முடிவைச் சொல்லவா? தெரியாத விஷயத்தைப் பற்றி சொல்வது கடினந்தான். ஆனால் அதுதான் அறிவுடைமை.

இதை எல்லோருக்கும் பொதுவாகத் தெரியக்கூடிய விஷயத்திற்கு மாற்றிக்கொண்டால் எளிதில் விளங்கிவிடும். மாணவர்கள் கணித வகுப்பில் எல்லாவற்றையும் பைசா கலத்திற்கு மாற்றிக்கொண்டு லேசாக கணக்கு செய்வது போல், உபாத்தியாயர் 'பிரம்மம் என்றால் என்ன?' என்று கேட்டபோது 'சாப்பாடு' என்று பையன் பதில் சொன்னதாக ஓர் உபநிஷதக் கதை ஞாபகம். சாப்பாட்டின் மகி மையை எளிதில் அறிந்துகொள்ளக்கூடிய திறமையில் உபநிஷதக் காரருடைய மாணவனுக்கு நாம் சற்றேனும் குறைந்தவர்கள் அல்ல.

பீடிகை பெரிதாகிவிட்டது. ஆனாலும் ஆராய்ச்சிக்கு இவ்வளவும் அவசியம். இனி ஓர் உதாரணத்தில் விஷயத்தை விளக்குவோம்.

நான் திடீரென்று குலாப்ஜான்மீது காதல் கொண்டுவிட்டேன் என்று வைத்துக்கொள்ளுங்கள். கண்டதும் காதல், 'கண்ணொடு கண்ணினை' இத்யாதி விஷயம். உடனே நான் என்ன செய்ய வேண்டும் தெரியுமா? செய்யுள் எழுதத் தெரிந்தால் அகப்பொருள் இலக்கணத்திற்குச் சிறிதும் பிசகாமல் சிலேடை, யமகம் முதலிய சொல்நயங்கள் மலிந்து திகழ, சந்திரோபாலம்பனம் உள்பட குறைந்தது *2000* கவிகளில் 'குலாப்ஜான்காதல்' எழுதி முடித்து, பிறகு வள்ளல் என்ற ஒருவரைத் தேடியடைந்து, அரங்கேற்றி, பரிசில் பெற்று அப்பொருளின் உதவியால் காதலித்த பொருளையடைந்து மகிழ வேண்டும்.

காதலின் போக்கு வெகு கரடுமுரடு என்று கூறுவார்கள். அதன் போக்கே ஒரு தனிப்போக்கு. காதல் வயப்பட்டவனுக்கு காடும், மரமும், செடியும் அவளாகத் தோற்றுமாம். கண்களுக்கு எதிரில் வருகிற எருமைக்கன்று முதல் ஹைக்கோர்ட்டு ஜட்ஜ் வரை எல்லாம் ஒரே தோற்றம்தான். 'ஒன்றே யதுவாய் உலகமெல்லாம் (அதன்) தோற்றமுமாய்' தெரியுமாம். இது மட்டுமா? காதல் வயப்பட்டானுக்கு காதற் பொருளைத் தவிர வேறு ஒன்றும் வேண்டாதாம்! ஸர்வீஸ் கமிஷனால் கிடைக்கக்கூடிய குமாஸ்தா பதவி முதல் திவான் பகதூர் பட்டம், மந்திரிப் பதவி — ஏன்? — முஸோலினி மாதிரி ஸர்வாதிகாரி வரை கிடைத்தாலும் வேண்டாம் என்று சொல்லக்கூடிய தைரியம் வந்துவிடுமாம்.

காதலித்த பொருள் கிடைக்காவிட்டால் என்ன செய்ய வேண்டும் தெரியுமா? மடல் ஏற வேண்டுமாம்; அதாவது பனை ஓலை மடல்களை அராபிக் குதிரையாக நினைத்துக்கொண்டு நான்கு ரஸ்தாக்கள் சேரும் சந்தியில், அதன்மேல் சவாரி செய்து தான் காதலித்த பொருளைப் பற்றி ஓர் பிரசங்கம் செய்ய வேண்டும். செய்யுள் எழுதத் தெரிந்தால் மடல் என்ற ஒருவிதமான கவி இயற்றி தப்பித்துக்கொள்ளலாம். இது ஆழ்வார்கள் முதலிய பெரியார்கள் கைக்கொள்ளும் வழி. கஷ்டமில்லை, செய்யுள்தான் எழுதத் தெரிய வேண்டும்.

இதில் இன்னொரு முக்கிய விஷயம் என்னவென்றால் காதல் கொண்ட பொருளும் திரும்ப நம்மைக் காதலிக்க வேண்டும். இது நமது குலாப்ஜானைப் பொறுத்தமட்டில் கொஞ்சம் கஷ்டந்தான். ஆனால் காட்டுக்குப் போகும் ராமனைக் கண்டு கல்லும் மரமும் மண்ணாங்கட்டியும் அழுதால், இது ஏன் அசம்பாவிதம்? அப்படி காதலித்தால் பிறகுதான் விசேஷம். அதற்கு ஆழிவாய்ச்சத்தம் முதல் சந்திரோதயம், காரிருள் ஈறாக ஒன்றும் பிடிக்காது. முக்காலணா ஸ்டாம்பு வாங்கி கடிதம் போட வேண்டும் என்பதையும் மறந்து, வண்டு, மேகம், தேன், சவ்வாது, அன்னம், கிளி இவைகளைத் தூதனுப்ப ஆரம்பித்துவிடும். இரவு, கார்காலம் இவைகளெல்லாம் காதலித்த பொருளுக்கு ஆகாத காலங்கள்.

ஒருவேளை அதிர்ஷ்டவசத்தால் சந்திக்க நேர்ந்தாலோ? 'ஓங்கி வரும் உவகை ஊற்றிலறிவோம், ஒட்டும் இரண்டுளத்தின் தட்டிலறி வோம்.' அடைந்துவிட்டாலோ? அதுதான் முக்தி!

'பிரிந்தவர் கூடினால் பேசவும் வேண்டுமோ?'

இவ்வளவு தூரம் என்னுடன் ஒத்துழைத்து இந்த ஆராய்ச்சியைப் பின்பற்றி வந்த நீங்கள் சொல்லுங்கள். இதை தர்க்கமறிந்த ஆறறி வுடைய மனிதன் ஒருவன் செய்வானா? இந்த வேடிக்கையான விஷயத்தை சார்லி சாப்ளின் நடித்தாலும் அவனுக்குப் பயித்தியம் பிடித்துவிட்டதென்று சொல்ல மாட்டோமா? மளிகைக்கடை செட்டி யார் முதல் கலெக்டர் கோஷ்டி வரை இதை யாரும் ஒப்புக்கொள்ள மாட்டார்களே?

காதல், காதல் என்று கும்பலுடன் 'ஜே' போட்டுக்கொண்டிருக்கும் கம்பனுக்கும் இது நன்றாகத் தெரியும். ஆனால் இதை இலக்கியம் படிப்பவரிடம் சொன்னால் மண்டை சுக்கு நூறாகப் போய்விடு மென்று பயந்து கடைசியில் இரகசியமாக வைத்திருக்கிறான் பாருங்கள்.

இத்திற மெய்திய காலை யெய்துறும்
வித்தகர் சொற்களால் மெலிவு நீங்கினான்
ஒத்தனன் இராமனும் உணர்வு தோன்றிய
பித்தரின் ஒருவன் பெயர்ந்து போயினான்.

இதற்கு மேலும் சந்தேகமா? நாகரிகமாய் டை, பூட்ஸ் போட்டவர் வேண்டுமானால் ஷேக்ஸ்பியரை திருப்பிப் பாருங்கள். இனியும் சந்தேகமானால் நீங்கள் ஒரு தடவையாவது காஞ்சி புராணம் கட்டாயம் படிக்க வேண்டும்.

காந்தி, 18.10.1933

சாளரம்

அடையார் பஸ் மயிலாப்பூருக்கு வந்துகொண்டிருக்கிறது. பஸ்ஸுக் குள் இருந்த மங்கிய 'பல்ப்' வெளிச்சம் இருட்டை எடுத்துக் காட்டு கிறது. பிரயாணிகளின் முகமும் மார்பும் தவிர வேறொன்றும் தெரியவில்லை.

'டிக்கட் ப்ளீஸ்' என்று கத்தினான் கண்டக்டர்.

'இந்தாப்பா, மயிலாப்பூருக்கு ஒன்று' என்றார் நரைத்த தாடியுடைய ஒரு கிழவர்.

'ஸார்! நீங்களா! எங்கிருந்து இந்த இருட்டில்?' என்றார் ஓர் உச்சிக்குடுமி.

'பெஸண்ட் அம்மையாரின் மரணத்தைக் குறித்து ஒரு பொதுக் கூட்டம் நடக்கிறது. அம்மையார் ஆவியுலகிலிருந்து தந்த ஆசிமொழி கள் — ஹா! என்ன அருள்வாக்கு!' என்று பதில் சொன்னார்.

'ஒரு மதமும் பின்பற்றாத ஒரு ஸ்திரீ; அவள் போனதே நல்லது' என்றார் ஓர் அரைமீசைப் பாதிரியார்.

'உமக்கென்ன தெரியும்? அம்மையாரின் சாவு, இந்தியாவுக்கு அல்ல; இந்த உலகத்துக்கே ஒரு பெரிய நஷ்டம்' என்று சொல்லி ஏற இறங்கப் பார்த்தார் அந்த தியாஸபிக் கிழவர்.

'ஆனால் அவர் இத்தனை நாள் படுத்த படுக்கையாய்...' என்று ஓர் இருள் பிழம்பு பேச ஆரம்பித்தது.

'அப்படிக்கிடந்து போனாலும் பரவாயில்லை! ஒரு சமாதான மாவது இருக்கும். இன்றைக்கு மத்தியானம் பாருங்க, ராயப்பேட்டை யிலே ஒரு புது வீடு கட்டுகிறாங்க. பாருங்க, தூண் கல்தூண், தூக்கி நிறுத்தறப்ப கீழே ஒரு ஆள். மேலே, பாருங்க, பொத்தென்று விழுந்தது. ஆஸ்பத்திரிக்குக் கொண்டுபோறதுக்குள்ளே, பாருங்க, ஆள் டன் — தீந்து பூட்டான்' என்றார் ஒரு 'பாருங்க' பேர்வழி.

'என்ன, என்ன, எங்கே? ராயவரத்திலியா? யாரு, எந்தத் தெரு?' என்று ஆத்திரப்பட்டார் மூட்டையை ஆலிங்கனம் செய்துகொண்டி ருந்த ஒருவர்.

'இல்லிங்க, ராயப்பேட்டையிலிங்க பாருங்க, அவன்...'

புதுமைப்பித்தன்

‘ஓ! சரிதான்! ராயபுரமாக்குமென்று கேட்டேன். நமக்கு அங்கே தான்’ என்றார் அந்த மூட்டைக்காரர்.

‘இறந்தவன் யார்?’ என்று கேட்டார் உச்சிக்குடுமியார்.

‘அவன் பறயனுங்க. பாருங்க அவன்...’

‘இதற்குத்தானா! அன்னிக்கு பேப்பரிலே, சார்! நீங்க பார்த்தீர்களா? குற்றாலத்தில் திடீரென்று வெள்ளம் வந்து ஆள்களை அடித்துக் கொண்டு போய்விட்டதை. நம்ம சேஷன் நேத்து அங்கிருந்துதான் வந்தான். ஆறு பிராம்மணாள்கூடப் போயிட்டாளாம்’ என்று மீண்டும் விஸ்தரித்தார் உச்சிக்குடுமி.

‘பாப்பான்னா என்ன, பறையன்னா என்ன, சாவிலே! விதி கொண்டுபோய்த் தள்ளிற்று என்று சொல்லுவீர்கள். இதற்கென்ன சொல்லுகிறது? நம்ம வீட்டுக்குப் பக்கத்தில் ஒரு பையன். இன்கம் டாக்ஸ் ஆபீஸ் கிளார்க். மாதம் ரூ. 40 சம்பளம். கல்யாணமாகி மூன்று மாதங்கூட ஆகலை. நேற்று ஆபீஸிலிருந்து வந்தான். என்னமோ மார்பு வலிக்கிறாப்பலே இருக்கு என்று உட்கார்ந்தான். அவ்வளவு தான்’ என்றார் இதுவரையும் பேசாத ஸ்தூல சரீரி.

‘எங்கே? எங்கே?’ என்றார்கள் இரண்டு பேர்.

‘இங்கேதான் பஸ்ஸுக்குப் பக்கத்தில் அவன் வீடு.’

‘என்ன நம்ம கிருஷ்ணப் பிள்ளையா? போயிட்டானா! ஆளைப் பார்த்தால் பிரம்மகளை அப்படியே முகத்தில் ஜொலிக்கும்’ என்றார் அந்த உச்சிக்குடுமி நண்பர்.

‘அவரு கூடவா? பாருங்க, நம்ம கடைக்கு அவருதான் போட்டாரு. நல்ல மனிசன். நூற்றுக்கொன்று.’

‘கலி முற்றிவிட்டது. கொஞ்ச நாளில் உலகம் முடிந்துபோகும்’ என்று மழலை மாறாத ஒரு சிறு குழந்தைக் குரல் கேட்டது. நாங்கள் அத்திசையை நோக்கினோம். புத்தகங்களைச் சுமக்க முடியாமல் சுமக்கும் ஒரு சிறு மாணவன் — பெரிய தலை, பெரிய கண்ணாடி. எல்லாரும் மௌனமாக அவனையே பார்த்தார்கள்.

‘காலம் எல்லாம் அப்படியே புரண்டு கிடக்கு; விலைவாசியோ கேட்க வேண்டாம். எதற்குத்தான் இப்படிப் போகுதோ?’ என்று தத்துவ விசாரணையில் இறங்கினார் ஒருவர். பஸ்ஸும் மயிலாப்பூர் ஸ்டாண்டில் நின்றது. நாங்களும் இறங்கினோம். தூரத்தில் காந்த வெளிச்சங்களுடன் ஓர் ஊர்வலம் தெரிந்தது. அப்பொழுது நாகஸ்வரக்காரன் மிகுந்த சுவாரஸ்யமாக ‘சாந்தமு லேக’ என்ற கீர்த்தனத்தை அப்படியே உருக்கி வார்த்துக்கொண்டிருந்தான்.

‘கல்யாணமோ? பெரிய மோக்ஷா போல இருக்கிறது?’ என்றார் ஒருவர்.

நாங்களும் அவிழ்த்து உதறின நெல்லிக்காய் மூட்டை மாதிரி பிரிந்தோம்.

ஆனந்த விகடன், 12.11.1933

தனிமை

கடற்கரைக்கடுத்த ஓர் உபரிகையில் ஒரு நங்கை — கணவனைப் பிரிந்த காதலி மஞ்சத்தில் சயனித்திருக்கிறாள். உறக்கம் வரவில்லை. எப்படி வரும்?

கடல் அலை இத்தனை நாள் இவர்களுடைய காதலின் வெற்றி முரசு போல இடைவிடாது ஒலித்துக்கொண்டிருந்தது. இப்பொழுதோ, காதில் நாராசமாகப் பாய்கிறது. தூக்கம் வராவிட்டால் கடல் அலையா பழி? சிறிய இடையூறுகள் பெரிய முட்டுக்கட்டைகள் மாதிரி தோன்றுவது உணர்ச்சியுலகின் தத்துவம். கடல் மேல் சீறுவது காதலன் பிரிவின் பேரில்தான். சற்றாவது ஓயாதா! கொஞ்சம் நிம்மதியாய் தூங்க என்று நினைக்கிறாள்.

‘ஆழிவாய் சத்தம் அடங்காதோ!’

அக்காலத்தில் கோழியும் கோவில் சங்கும்தான் காலத்தை அறிவிக்கும் கருவிகள். ‘கோழிகூவ விடியும்.’ இவள், கோழி கூவினால் விடிந்து விடாதா, மற்ற காரியங்களில் சற்று மறந்திருக்கலாமே என்று எண்ணுகிறாள். ஊரிலுள்ள கோழிகளுக்குத்தான் எனது பிரிவு தெரியாது; தெரிந்தாலும் அவைகளுக்கென்ன? ஆனால் நான் மிகுந்த செல்வமாக வளர்த்த கோழிகூடவா வாயில் மண்ணை வைத்து அடைத்தது போலிருக்க வேண்டும்!

‘. . . யான் வளர்த்த
கோழிவாய் மண்கூறு கொண்டதோ!’

இப்படி யோசித்துக்கொண்டிருக்கையிலேயே ஒரு பெரிய சந்தேகம் வந்துவிடுகிறது. ஒருவேளை கோழியின் உதவியில்லாமலே விடிந்து விட்டாலோ! மெல்ல நடந்துசென்று சாளரத்தின் வழியாகப் பார்க்கிறாள். இருள்! மில்டன் சொன்ன மாதிரி ஸ்பரிசிக்கக்கூடிய இருள். ஆலகால விஷத்தை எடுத்து மேலும் கீழும் பூசிய மாதிரி. மண்டித் துயர் கொடுக்கும் தனிமை, பயங்கரமான இருள். அவளுக்கு ஒன்று தோன்றுகிறது. யுகமுடிவில் திரண்ட அந்தகாரம்.

‘. . . ஊழி

திரண்டதோ!'

உலகமே முடிந்துவிட்டதாகக் கற்பனை கட்டிக்கொண்டுவிட்ட நங்கைக்கு இன்னும் ஆவலைப் பாருங்கள். விடிந்ததும் காதலன் வந்துவிட்டால்? இந்த ஆசை இவளது கற்பனையை வெறும் கற்பனை யாக்கிவிடுகிறது. மூலைக் கடல் வான வளையத்தை முத்தமிட்டுத் தழுவும் கீழ்த்திசையை நோக்குகிறாள். அடிவானம் சற்றாவது வெளுத்துத் தெரியாதா? அங்கு என்ன தெரியப் போகிறது? இருள் தான். பழைய சந்தேகம் மறுபடியும் தலை எடுக்கிறது. நமது பெண், உணர்ச்சியற்ற பூமி சாஸ்திரம் (*Geography*) படித்தவளல்ல. ஆனால் கவிஞனது உள்ளத்தில் தோன்றும் அற்புதக் கனவுகளான பழைய கதைகளை மிகவும் ரஸித்து அனுபவித்தவள். சூரியன் தேரின்மேல் வரும்போது ஒருவேளை உருண்டு பாதாளத்தில் விழுந்துவிட்டதோ என்ற பெரிய சந்தேகம்.

'... தினகரனும் தேரும்
உருண்டதோ பாதாளத் துள்!'

இனி வெண்பா உச்சி முதல் உள்ளங்கால் வரை நிற்கும் கோலத்தைக் கவனிப்போம்.

ஆழிவாய் சத்தம் அடங்காதோ! யான்வளர்த்த
கோழிவாய் மண்கூறு கொண்டதோ! — ஊழி
திரண்டதோ! தினகரனும் தேரும்
உருண்டதோ பாதாளத் துள்!

கவிஞன் வெறும் வெள்ளைச் சொற்களை வைத்துக்கொண்டு ஒரு இந்திரஜால வித்தையல்லவா செய்துவிடுகிறான்! என்ன அற்புத மான சிருஷ்டி! அக இருளுக்குப் பகைப்புலமாக (*background*) புற இருள். சோகத்திற்குப் பின் நிலவும் ஓர் உயரிய நகைச்சுவை.

இந்த நங்கையின் பிரிவுத் துன்பம் இலக்கியத்தின் இறவாத இன்பமாக நமக்கு ஒரு புதிய உலகைத் திறந்து காண்பிக்கிறது. மனதில் தோன்றி மறையும் உணர்ச்சிகள் பல. ஒன்றையாவது எடுத்து மிகுந்த கலைத்திறனுடனும் கற்பனை செறிந்த உணர்ச்சி யுடனும் சிருஷ்டிப்பதே ஒரு கவிஞனின் மேதா விலாசம்.

இம்மாதிரி செய்ய ஒரு கம்பனால் முடியும்; ஒரு மில்டனால் முடியும்; இந்தப் பேர் ஊர் தெரியாத கவிஞனாலும் முடியும்!

காந்தி, 25.11.1933

பாரதியாரும் போலீஸாரும்

நம் தமிழ்நாட்டுக் கவிஞர் திலகமாகிய பாரதியாரை அறியாதார் யாரே? அவரது வாழ்க்கையின் நுட்பத்தையறிந்தோர், அவருக்கும் போலீஸாருக்கும் உள்ள நெருங்கிய நட்பை அறியாமலிரார். அவர் போலீஸ்காரர்களின் நட்பைப் போற்றி தனது கற்பனா சக்தியின் கனிந்த பழங்களாகிய கவிதைகளில் ஓர் உன்னத ஸ்தானம் கொடுத் திருக்கிறார் என்றால், நம்மை, வலிந்து பொருள் கூறுவதாகக் கருத மாட்டார்கள் என்று நினைக்கிறேன்.

கம்பன் சடையப்ப வள்ளலைப் போற்றிக் கெடுத்தான் என்பது எனது முடிவான கொள்கை. மிகவும் புகழ்ந்ததினால் இறந்துபோன சடையப்ப வள்ளலுக்கோ, (சந்ததி இருந்தால்) பிறந்து பிறந்து இறந்துகொண்டிருக்கும் அவர் சந்ததியாருக்கோ, தமிழ்நாட்டாருக்கோ பிரயோஜனம் என்ன? இதை எல்லாம் நன்கு ஆராய்ந்தே கம்பன் விழுந்த புகழ்ச்சிப் படுகுழியில் விழாது, ஓர் அற்புதமான வேலையைச் செய்து தமிழ்க் கவிதைக்கும் அவரது கெழுதகை நண்பர்களாகிய போலீஸாருக்கும் ஓர் அழியாப் புகழைத் தந்திருக்கிறார் நம் பாரதி.

வருங்காலத்திற்கு வேண்டப்படுவது யாது என்பதையறிந்து அதற் காக அருங்காப்பியங்கள் செய்யுங் கவிஞன்தான் தீர்க்கதரிசி. சட்ட மறுப்புப் போர் நமக்கு ஆறிய பழங்கஞ்சியாகிவிட்டது. அது பாரதி யின் மனோவுலகில் எப்படி எப்படித் தோன்றிற்றோ? அப்பொழுது வேண்டப்படும் சட்டத்தின் சலியாத வைரத்தூண்களாகிய போலீஸா ருக்கு ஓர் அரிய அறிவுரை எடுத்துரைப்பது மிக மிக அற்புதமாக அமைந்து மிளிர்கிறது. என்னே அவரது விழுமிய நட்பு!

இச்சிறந்த கைங்கரியத்திற்கு அவர் எடுத்தாளும் கவிதைப் பகுதி அவரது அற்புத கவிதா சாதுரியத்தைத் திகழ்விக்கிறது என்றால் உயர்வு நவிற்சியல்ல. அது என்ன? 'ஆத்திசூடி.'

சாதாரண கல்விக்கே இளமையில் ஆரம்பிக்க வேண்டியிருக்கிறதே; அதிலும் சட்ட புத்தகங்களின் சலியாத காப்பாளிகளான போலீஸ் காரர்களாக, திடீரென்று இருபதாவது வயதில் மாறிவிட முடியுமா? 'ஐந்தில் வளையாதது ஐம்பதில் வளையுமா?' இவற்றை எல்லாம்

தமது நுண்ணறிவால் நன்கு ஆராய்ந்து தமது அறிவுரைக்கு (அறவுரை என்றும் கூறலாம்) ஆத்திசூடியை எடுத்தாண்டது உலக வழக்கை எவ்வளவு கூர்ந்து கவனித்திருக்கிறார் என்பதை நன்கு விளக்குகிறது.

சுதந்திரப் போர் எப்படி நடக்குமென்று (மகாத்மா உள்பட) யார் கண்டார்கள்? அக்காலத்திலேயே நமது கவிஞர் திலகம், தமிழ்நாட்டுக்குப் புத்துயிர் தந்த பூமான், இப்பொழுது போலீஸா ருடன் இணைபிரியாது உலாவும் லாதி (தடிக்கம்பு), போலீஸாருக்கு வேண்டப்படும் இன்றியமையாத பொருள்களுள் ஒன்றென்பதைக் கண்டு 'கோல் கைக்கொண்டு வாழ்' என்று எழுதியிருப்பது வியப்பினும் வியப்பே. இதுதான் அவர் முதலில் எடுத்துச்சொல்லும் வார்த்தை. பிறகு 'நையப் புடை' என்று உரைப்பது போலீஸாரின் அத்தியந்த நண்பர் என்பதைப் பளிங்கு போல் எடுத்துக்காட்டுகிறது.

'நொந்தது சாகும்' என்பதில் பாரதியார் தமது தலைசிறந்த சித்தாந்தத்தை எடுத்து ஓதுகிறார் என்பதில் ஐயமில்லை. உலக அனுபவம் என்னே! என்னே! மேலும் இதில்தான் கர்மயோகிக் குண்டான அடிப்படையான உண்மைப் பெருங்குணத்தை எடுத்து இசைக்கிறார். கர்மயோகி முக்கியமாக மனதைக் கட்டுப்படுத்த வேண்டும்; சஞ்சலத்துக்கு இடங் கொடுக்கலாகாது; செய்யும் தொழில் களின் மனதை இளகவிடக் கூடாது. பாரதப் போரில் பார்த்தனுக்குப் பரந்தாமன் உபதேசித்த அருள்மொழி இதுவே. போலீஸார் இம் மொழிகளைப் பொன்னே போல் போற்றி வருகிறார்கள் என்பதைக் கூறவும் வேண்டுமோ.

இனி நமது கவிச்சக்ரவர்த்தியாம் பாரதி, அவர்களுக்கு இயற்கை யாக இருக்க வேண்டிய குணங்களைக் கூறுவது மிக்க மாண்புடையன வாக மிளிர்கின்றன.

1. தாழ்ந்து நடவேல்
2. தன்மை இழவேல்
3. ரௌத்திரம் பழகு
4. வெடிப்புறப் பேசு

இவற்றைப் பற்றி ஓர் விரிவுரை நிகழ்த்தலாம். விரிவஞ்சி விடுத்தேன்.

இதற்கடுத்த பகுதியாக அவர் கூறுவதை 'பொருள் இயல்' என்று வகுக்கலாம். உலகத்தின் மாந்தருக்கு, அதிலும் போலீஸாருக்கு வேண்டப்படுவது யாது? பொருள். 'பொருளிலார்க்கு இவ்வுலக மில்லை' என்று கற்றுணர்ந்த பெரியார் கூறவில்லையா? 'கிம்பளம்' வசூலிக்கும் முறையை சூக்ஷமமாகத் தொகுத்த தன்மை 'அர்த்த சாஸ்திரம்' எழுதிய விஷ்ணுகுப்தனையும் மேல்நாட்டு மாக்கிய வல்லியையும் (*Machiavelli*) தோற்கடித்துவிடுகிறது என்று கூறவும் வேண்டுமோ? எழுதிப் பயனில்லை. மூலத்தைப் படித்தே இன்புற வேண்டும்.

1. பணத்தினைப் பெருக்கு
2. பெரிதினும் பெரிது கேள்
3. கவ்வியதை விடேல்

இவை யாவற்றிற்கும் சிகரமான தத்துவம்,

4. (பிறர்) துன்பம் மறந்திடு

என்று கூறுவதே. இவ்வளவு சூக்ஷ்மார்த்தங்களும் மலிந்து கிடக்க இசைத்துக்கொண்டு போவது பழைய 'ஆத்திசூடி'க் கிழவியை வென்றுவிடுகிறது என்று கூறவும் வேண்டுமோ.

'பாயும் கடிநாய்ப் போலீசு' என்று இவர் எழுதுவது முரண் பாடன்றோ என்று சிலர் ஆட்சேபிக்கலாம். முரண்பாடொன்று மில்லை. ஸ்ரீராமபிரானை 'இக்கரியன்' என்று விசுவாமித்திரர் கூறுவதாக கம்பன் பாடவில்லையா? எல்லாம் அன்பின் மிகுதி.

இவ்வாராய்ச்சியை ஊன்றிப் படித்த நண்பர்கள் 'இவ்வறிவுரை யெல்லாம் நீர் கூறிய மாதிரி வரவில்லையே' என்று வினா எழுப்ப லாம். அதைப் பற்றி எனக்கு அக்கறையில்லை.

காந்தி, 10.12.1933

போர் வெறி

பண்டைத் தமிழருக்கு — ஏன், ஒவ்வொரு சமுதாயத்தின் ஆதிமக்க ளுக்கும் — சண்டை, முரட்டு உணர்ச்சிகளின் போக்குவீடாக இருந் தது. மனித இரத்தத்தில் மூழ்கித் திளைப்பது நமக்கு இப்பொழுது சுத்த காட்டுமிராண்டித்தனமாகத் தெரியலாம். ஆனால் இம்மாதிரி சுபாவங்களிலிருந்துதான் வீரம், தியாகம், தேசாபிமானம் என்று நாம் போற்றும் சிறந்த குணங்கள் உதித்தது என்பார்கள் பரிணாம வாதிகள் *(Evolutionists).*

பழைய தமிழ் மக்கள் சிறப்பாக மூன்று குணங்களை அருங்கலை யாகவே வளர்த்தார்கள் என்று கூறிவிடலாம். அவை கள் வெறி, காதல் வெறி, போர் வெறி. கள்ளுக்கும் காதலுக்கும் போக மீதி காலத்தைப் போரில் செலவழித்தார்கள் என்றால் வெறும் கற்பனையல்ல.

'நானிலம் அதனில் போர் என நவிலின் அச்சொல் தேனிலும் களிக்கும் சிந்தையர்' என்ற தனிப்பெரும் பெருமை நமது தமிழருக்குத் தான் உண்டு. மேலும் "சான்றோர்" என்ற பதம் முதல்முதல், போரில் அழியாப் புகழ் படைத்த வீரனையே குறித்தது. பிற்காலத்தில் தான் அது தெய்வ ஒளி கண்ட பெரியரைக் குறித்தது. இந்த "சான்றோர்" என்ற பதம், நாகரிக ஏணியின் இரண்டு படிகளான இவ்விரண்டு அர்த்தங்களையும் பெற, சமுதாயம் எவ்வளவு காலம் வளர்ச்சியுற வேண்டியிருந்தது என்று நாம் கணித்துக் கூற முடியாது.

வெவ்வேறு காலத்தில் பிறந்த இரண்டு புலவர்கள் ஒருவாறு தங்கள் கால நாகரீகத்தின் மைல்கல்களாக விளங்குகிறார்கள். ஒருவர் முத்தொள்ளாயிரச் செய்யுள் ஒன்றின் ஆசிரியர்; மற்றவர் சற்றேறக்குறைய கி. பி. ஏழு அல்லது எட்டாவது நூற்றாண்டுக்குள் பிறந்த ஆழ்வார். இவர்களுக்கிடையில் எவ்வளவு நூற்றாண்டுகள் கழிந்தன என்பதை சரித்திரக்காரர் கணித்துக் கூறட்டும். பல நூற்றாண்டுகள் சென்றிருக்க வேண்டும் என்பது நிச்சயம்.

முத்தொள்ளாயிரக்காரரைச் சற்று கவனிப்போம்.

போர்க்களம். நெஞ்சு நடுங்காமல் நோக்க முடியாத கொலைக் களம். உயிரற்ற உடற் குறைகள், சிதறிய மூளைகள், உடைந்த மண்டைகள், நசுங்கிய, முறிந்த, நெறிந்த, நெளிந்த படைக்கலங்கள், மகுடங்கள். ஒசிந்த மாலைகள். இறந்த பின்னும் உறவாடிக்கொண் டிருக்கும் குதிரைகள், யானைகள், இவற்றின் உயிரற்ற உடல்கள், உடற் குறைகள்.

கவிஞன் இரத்தத்தைக் கண்டு அஞ்சுபவனல்ல, அதில் திளைத்து ரஸிப்பவன். அவனுக்கு ஒரு எண்ணம் உதிக்கிறது. இது பேய்களுக்கு ஏற்ற இடம் என்பதுதான். அதிலும் பேய்களின் களியாட்ட மாளிகை! கவிஞன் ஒரு கற்பனை கட்டி மற்றவைகளை ரஸிகர்களின் மனோபா வத்திற்கு விட்டுவிடுகிறான்? அது பேய்கள் விளக்கேற்றும் வினோதம் தான். மண்டையோடுகளில் — அல்ல கிரீடம் தாங்கிய மண்டையோடு களில் — மூளையை நெய்யாகப் பெய்து, நல்ல தடித்த குடல்களை திரியாக மாட்டி, பேய்கள் விளக்கேற்றின, கார்த்திகை தீபம் மாதிரி யாக என்பதுதான் கற்பனை; அகல் விளக்குக் கற்பனை. இதைத் தவிர வேறு பயங்கர வர்ணனை கிடையாது. ஆனால் கவிஞன் சொல்லும் மாதிரி. அதைத்தான் நாம் கவனிக்க வேண்டும். மன விகற்பங்கள் சற்றேனும் இல்லாமல் ஏதோ சாதாரணமான விஷயம் போல் எடுத்துச் சொல்வதுதான் நமக்கு பயங்கரத்தை யதிகப்படுத்து கிறது, சமுதாயத்தின் மனப்பான்மையை எடுத்துக்காட்டுகிறது.

முடித்தலை வெள்ளோட்டு மூளைநெய் யாகத்
தடித்த குடர்திரியா மாட்டி — எடுத்தெடுத்துப்
பேஎய் விளக்கயரும் பெற்றித்தே செம்பியன்
சேஎய் பொருத களம்.

இது ஒரு அரசன், செம்பியன் — அவன் யாராயிருந்தாலென்ன? — வெற்றி பெற்ற போர்க்களத்தின் புகழாகப் பாடப்பட்டிருக்கிறது. நாம் கவனிக்க வேண்டியது கவிஞனின் மனப்பான்மையே.

இனி ஆழ்வாரைச் சற்று பார்ப்போம். அந்த அகல் விளக்குக் கற்பனைதான். தியாக உணர்ச்சி பிரதானம்; அன்பு அடிப்படையான கொள்கை. பாட்டு நாம் எல்லோரும் அறிந்ததே.

அன்பே தகழியாய் ஆர்வமே நெய்யாக
இன்புருகு சிந்தை இடுதிரியாய் — நன்புருகி
ஞானச் சுடர்விளக்கு ஏற்றினேன், நாரணர்க்கு
ஞானத் தமிழ்புரிந்த நான்.

ஆழ்வார் தான் பிறந்து வளர்ந்த சமுதாயத்தின் மனோபாவத்தை எப்படிப் பிரதிபலிக்கிறார் என்பதுதான் இங்கு நாம் கவனிக்க வேண்டியது.

தமிழ்நாட்டில் வீரக்கல் நடுதல், முருக வேள் வழிபாடு என்பன எவ்வாறு சமூகம் வளர்ந்தன என்பதைக் காட்டும் மைல் கற்களாக

விருக்கின்றன. பிறகு வெளியிலிருந்து வந்த சமண, புத்த மதங்களோடு அளவளாவி, கொல்லாமை, அன்பு, தியாகம் முதலிய அரிய கொள்கைகளைப் பெற்று மேலோங்கி வளர்ந்தன. சைவ வைணவ சமயங்களின் வளர்ச்சிக்குக் காரணமான நாயன்மார்களும் ஆழ்வார்களும் சமண புத்த மதங்களின் உயர்ந்த கொள்கைகளை எடுத்தாண்டு தம் மதங்களைப் பலப்படுத்தியதே அக்கொள்கைகள் இங்கு வீழ்ச்சியுற்றதற்குக் காரணம்.

இப்படிப்பட்ட காலத்தில் தோன்றியவர் நமது ஆழ்வார். அவரது அன்பு கசியும் சிந்தை, சமூகத்தின் மனப்பான்மை.

காந்தி, 20.1.1934

காணாமற்போன பாக்குவெட்டி!

இனிய துப்பறியும் கதையல்ல. ஒரு ஏழைக் கவிராயரின் பிரலாபம் தான்! கேவலம் பாக்குவெட்டி என்று நினைத்துவிடாதீர்கள். ஓர் அரசனிடம் நாலாறு காரியாதிகளை — அடைப்பத் தொழில் முதல் விறகு வெட்டும் தொழில் வரை — பார்த்துவரும் பணியாட்கள் எல்லாம் திரண்டு ஓர் பாக்குவெட்டியாக உருவெடுத்து நமது கவிராயருக்கு பணி செய்து நின்றது. தமது பாக்குவெட்டியே பரிவாரமாக தமது தரித்திர ராஜ்யத்தில் செங்கோல் நடாத்தி வருகிறார். இந்தப் பாக்குவெட்டி பரிவாரமாக மட்டுமல்ல, இவ்வுலகத் தில் அவருக்கு மூலதனமாகவும் உயிர்த் தோழனாகவும் இருந்தது.

ஒரு நாள் இவரது பாக்குவெட்டியும் இவருமாக ஒரு சத்திரத்தில் தங்கினார்கள். பசியின் கொடுமை மிஞ்சி சற்று அயர்ந்தார். 'பிறகு விழி திறந்து பார்க்கையிலே' — காணோம்! எது? பாக்குவெட்டி! தனது பல வேலை செய்யும் பணியாளனும், மூலதனமும், உயிர்த் தோழனுமான பாக்குவெட்டி! துக்கம் பீறிட்டுக்கொண்டு வருகிறது. சர்வ வல்லமையுடைய கடவுள் போல், 'அலகிலா விளையாட்டென' பல தொழிலியற்றிய பாக்குவெட்டியின் ஒவ்வொரு அன்பு மிகுந்த செயலையும் 'உன்னி மயங்கினார்'! விறகு தறித்துக் கொடுத்தது; சமையலுக்குக் கறி நறுக்கிக் கொடுத்தது; சாப்பிடும்பொழுது உப்பு வைக்கும் தாலமாகத் திகழ்ந்தது; இந்த சம்பிரமமான பிறகு, தாம்பூலம் கிடைத்தால் ஒரு பாக்கை நாலு அல்லது ஆறு துண்டாகப் பிளந்து கொடுத்தது; பிறகு "ஹாய்" என்று தனது தரித்திர மாளிகையில் சாய்ந்திருக்கும்பொழுது உடம்பிற்கு இதமாக பறகுபறகென்று உடலை வருடிற்று; திடீரென்று இறகு முளைத்தா பறந்துவிடும்! யாராவது எடுத்திருந்தால் கொடுத்துவிடுங்கள் என்று ஏங்குகிறார். சோகங் கலந்த நகைச்சுவை.

விறகு தறிக்கக் கறிநறுக்க
        வெண்சோற் றுப்புக் கடகுவைக்க
பிறகு பிளவு கிடைத்ததென்றால்
        நாலா றாகப் பிளந்துகொள்ளப்
பறகு பறகென் றேசொறிய,
        பதமாயிருந்த பாக்கு வெட்டி

இறகு முளைத்தும் போவதுண்டோ,
எடுத்தீ ராயிற் கொடுப்பீரே!

இந்தப் பாட்டில் எதிர்எதிரான இரண்டு உணர்ச்சிகள் பொருந்தி யிருக்கிறது. புலவரைப் பார்த்தால் கண்ணீரும் கம்பலையும். காரணம்? காணாமற்போன பாக்குவெட்டி. மேனாட்டுப் புலவர் செஸ்டர்டன் **(Chesterton)** சொல்லும் ஒரு **(tremendous trifle)** ஓர் 'பெரிய... சின்னது'! பார்த்தால் ஒரு சிறு விஷயம் — பாக்குவெட்டி! அது புலவரின் மனதில் ஓர் பெரிய சோகத்தை உண்டுபண்ணி விடுகிறது.

பாட்டின் ஓசையின்பத்தையும் வார்த்தைகள் அமைந்திருக்கிற மாதிரியையும் பார்த்தால் புலவர் லேசானவர் அல்ல என்று தெரியும். முதலில் பாக்குவெட்டியின் இன்றியமையாமையை உணர்த்த அது செய்யும் தொழில்களை வெகு வேகமாக வருணிக்கிறார். அதன் ஓசையே பாக்குவெட்டி ஓயாது உழலும் விந்தையை காண்பிக்கிறது.

"பிறகு பிளவு கிடைத்ததென்றால் நாலாறாகப் பிளந்துகொள்ள."

இவ்வளவு சம்பிரமங்களுக்கும் மேல், அற்புதமாக ஒரு பாக்கு கிடைத்தால் அதை 'நாலாறாகப் பிளக்கு'மாம். 'பிறகு' என்ற ஒரே வார்த்தையில் தரித்திரத்தின் கொடுமையைக் கூறி நிறுத்திவிட்டு, வெற்றிலை போட்டு அசைபோடும் இன்பத்தை யறிவிக்க நீண்ட ஓசையில் 'நாலாறாகப் பிளந்துகொள்ள' என்பது நன்றாக அமைந் திருக்கிறது.

"பறகுபறகென்றே சொறிய பதமாயிருந்த" என்று சொல்லிக் கொண்டு வருவதுவரை புலவர் நம்மை ஓர் ஆவலில் நிறுத்தி வைத்துக்கொண்டே வருகிறார். இவ்வளவு தூரம் விக்கிரமாதித்தி யனின் வேதாளம் போல் பணிசெய்யும் பொருள் என்னதென்ற ஆத்திரம் அதிகரிக்கிறது. மூன்றாமடியின் கடைசியில் அது ஒரு பாக்குவெட்டி என்று அறிவிக்கையில் நகைச்சுவை மிஞ்சி நிற்கிறது. உடனே அது மறைந்த விதத்தை "இறகு முளைத்தும் போவ துண்டோ..." என்று அசம்பாவிதமாகவும் நடக்கக் கூடுமோ என்பது போல் சந்தேகத்தில் காண்பித்துவிட்டு... "எடுத்தீராயிற் கொடுப்பீரே!" என்று ஏங்கி நிற்கும் சோகம் நகைப்பை நமக்கு இன்னும் அதிகமாக்கு கிறது. திருட்டுப்போய்விட்டதென்று சொல்லி, பக்கத்திலிருப்பவருக்குத் திருட்டுப் பட்டம் கொடுக்கப் பயம்; காணாமற் போயிற்றென்ற நிச்சயம், கிடைக்க வேண்டுமென்ற ஆசை எல்லாம் சேர்ந்து இவரை மிகுந்த ஜாக்கிரதையாக்கிவிடுகிறது.

விருத்தத்தைப் படிக்கும்பொழுது ஒரு பரபரப்பு, ஒரு ஆவல், திடீரென்று பாக்குவெட்டி தோன்றி மறையும் விநோதம், பிறகு ஒரு சோகம் — இவையெல்லாம் நமது மனதில் ஒரு கொழுத்த சிரிப்பை தருகிறது.

காந்தி, 12.2.1934

இலைக் குணம்

அன்று நானும் எனது நண்பரும் ஒரு வேலையாகச் சென்றிருந்தோம். திரும்பும்பொழுது நல்ல வெயில். எனக்குக் கொஞ்சம் தாகமெடுத்தது. எனது நண்பருக்கோ காப்பி பிடிக்காது. இப்படிப்பட்ட பிரகிருதிகளும் உண்டா என்று ஆச்சரியப்படாதீர்கள். அதற்காக சாப்பாட்டுக்கடையென்று சொல்லப்படும் ஒரு கீழ்த்தர ஹோட்டலுக்குப்போய் சுக்கு வென்னீர் கொண்டுவரச் சொன்னோம். அங்கே இருவர் சாப்பிட்டுக்கொண்டிருந்தனர்.

ஒருவர் வினாயக பகவானுக்கு அண்ணா என்று சொல்லலாம். மற்றவரோ எனில் உண்ணாவிரத உபவாச மகிமைகளை அனுபவத்தில் அறிந்த மகான் போல் தோன்றினார். முதற் கூறப்பட்ட மனிதர் சுமார் ஒரு அரைப்படி மோர் சாதத்தை சட்டினியுடன் வேட்டையாடின காட்சியை எப்படியுரைப்பேன். இலையாழ்வானிடத்தில் இடையறாத அன்பு! ஒன்று மாத்திரம் சொல்கிறேன்; அவரது கை தறியின் ஓடம் போல் இலைக்கும் வாய்க்குமாகப் பறந்தது. கடைசியாக இலையை வழித்து நக்கிவிட்டு, பக்கத்திலிருந்த ஒரு செம்பு ஜலத்தையும் ஒரே மூச்சில் தனது குஷியில் செலுத்திவிட்டு, ‘ஹாய்’ என்ற சப்தத்துடன் சுவரில் சாய்ந்தார். என்ன! எரிமலைகள் நெருப்பைக் கக்கும்பொழுது பாதாளத்திலிருந்து ஒரு பெரும் ஹுங்கார சப்தம் புரண்டுகொண்டே வருமாம். அதுபோல், எங்கே வாந்தி எடுக்கப்போகிறாரோ என்று நினைத்தேன். நல்லகாலம் அது சாதாரணமான ஏப்பந்தான். சாப்பாட்டை எப்படி அனுபவித்தாரோ அப்படியே ஏப்பத்தையும் நன்றாக அனுபவித்துத்தான் விட்டார். ‘கிறள்’ புலவர் வேடிக்கையாக,

> தின்றதனால் ஆயபயன் என்கொல் ஏப்பந்தான்
> நன்று வராஅ தெனின்

என்றதின் உண்மையைக் கண்டேன்.

‘சரி, நாம் சேர்மாதேவியில் இறங்க வேண்டுமானால் இந்த ரயிலுக்கே புறப்பட வேண்டும்’ என எழுந்தார் வினாயகர் அண்ணா.

சேர்மாதேவி, திருநெல்வேலி ஜங்ஷனிலிருந்து முக்கால் மணி நேரப் பிரயாணம்.

'ஏன் நாம் சேர்மாதேவியில் இறங்க வேண்டும்?' என்று தயங்கினார் உபவாச விரதர்.

'ஏன் நாம் சேர்மாதேவியில் இறங்க வேண்டும்!' என்று ஆச்சரியமும் கோபமும் கலந்த குரலில் திரும்பிச் சொல்லிவிட்டு, 'ஏன்? என்ன காப்பி சாப்பிட வேண்டாமா?' என்றார் இந்த பூலோக வினாயகர்.

இவர் இப்படி பதில் சொல்லும்போது அவரது அந்தராத்மாவின் 'மருமத்தில் எறிவேல்' பட்டது போல் தோன்றியது அவரது குரலின் தொனி. திருச்செந்தூர் போய்விட்டு வருகிறவர்கள் திருநெல்வேலி ஜங்ஷனில் மத்தியான போஜனத்தை முடித்துவிட்டு, சேர்மாதேவியில் காப்பி சாப்பிட வேண்டும் என்று தெரியாத ஒரு மனிதனும் உண்டோ என்று ஆச்சரியப்பட்டார் இந்தக் கலிகால கவந்தன். அவரது மனவுலகில் திருநெல்வேலி என்றால் திருப்தியான 'சாம்பார் சாதம், தயிர் சாதம்' என்றும், சேர்மாதேவி என்றால் ஒரு டஜன் இட்லி சட்னிகளை அடித்துச் செல்லும் பெருவெள்ளமாகிய காப்பி என்ற சிற்றுண்டி என்றும் பொருள்பட்டு நின்றது.

○

இம்மாதிரி இலையாழ்வாருக்கு பக்தி செலுத்தும் அன்பர்களை மரியாதைக் குறைவாக எழுதுவதாக நினைக்கக் கூடாது. என்ன! நமது பண்டைக் கிழவியின் கவிகள், நமது இலக்கியத்தில் அவள் உண்ட விருந்துகளின் ஜாப்தாக்களாகப் பரிமளிக்கின்றன அல்லவா?

அடகென்று சொல்லி அமுதத்தை யிட்ட
கடகம் செறிந்த கை

மட்டுமா ஔவையின் ஓவியத்தில் பதிக்கப்படுகிறது! கைக்குப் பின் நங்கையின் மனமும் வண்மையுமன்றோ நமது மனக்கண் முன் நிற்கிறது. மற்றும்,

வரகரிசிச் சோறும் வழுதுணங்காய் வாட்டும்
முரமுரெனவே புளித்த மோரும்

பரிந்திட்ட புல்வேளூர் பூதனது வண்மையையும் நமது கிழவி காலவாரியை எதிர்த்துப் புகழ்பெறும் தன் கவிகளில் நமக்குக் காண்பிக்கிறாள். விருந்து மணக்கும் இக்கவிகள் அவள் காலத்து சாதாரண மக்களின் உள்ளநிலையையும் வள்ளன்மையையும் நமக்குக் காட்டுகின்றன.

நான் எப்பொழுதும் ராமலிங்க சுவாமியைச் சாப்பாட்டுச்சாமி என்று சொல்வது வழக்கம். கடவுள் என்றால் எத்தனை டஜன் மாம்பழங்கள் என்று சொல்லிவிடுவார் போலிருக்கிறது. அவர் திருவாசகத்தை யனுபவித்த அருமையைப் பாருங்கள்!

வான்கலந்த மாணிக்க வாசகநின் வாசகத்தை
நான்கலந்து பாடுங்கால், நற்கருப்பஞ் சாற்றினிலே
தேன்கலந்து பால்கலந்து செழுங்கனித்தீஞ் சுவைகலந்தென்
ஊன்கலந்து உயிர்கலந்து உவட்டாமல் இனிப்பதுவே!

இந்த 'மோஸ்தர்' இலக்கிய ஆராய்ச்சி நமக்குள் இன்னும் புறப்பட வில்லை. வந்தால் நமக்குக் கம்பராமாயணம் எத்தனை பதிர் பேணிக்குச் சமானம் என்று சொல்லி இலக்கியச் சுவையை லேசாக எடுத்து ஊட்டிவிடுவார்கள்.

இவ்வடியார் கூட்டத்தில் நானும் ஒருவன். எனது அனுபவத்தைச் சிறிது கேளுங்கள்.

எனது நண்பரும் குருநாதருமானவர் — பெயரைச் சொல்ல இஷ்டமில்லை — 'ரஸிகர்' என்று வைத்துக்கொள்ளுங்கள்; நான் மாணவனாக இருந்த காலத்தில் தமிழ் இலக்கியம் என்றால் சமணரைக் கழுவேற்றுவதற்கும், "காதைக் குறும்பையளவாகத் தோண்டி எடுப்பதற்கும்", இடைஇடையே "முதலையுண்ட பாலனை யழைத்தல்", "எலும்பைப் பெண்ணுருவாக்குதல்" முதலிய செப்பிடு வித்தைகள் செய்வதற்கும், தற்காலத்தில் சர்வகலாசாலைப் பண்டிதர்கள் கால ஆராய்ச்சிகள் செய்து பால் மணம் மாறாத மாணவர் தலையில் சுமத்துவதற்கும் ஏற்பட்ட சித்திரவதை செய்யும் ஸ்பானிய யந்திரம் (*Spanish Engines of Inquisition*) என்று எண்ணியிருந்தேன்.

ரஸிகர்தான் தமிழ் இலக்கியத்தின் உண்மை இனிமையைக் காட்டி என்னை யனுபவிக்கச் செய்தவர். அவருடன் பேசுவதே ஓர் அனுபவம் என்று சொல்லுவேன். அவர் இப்பொழுது சென்னையில் இருக்கிறார். கொஞ்ச நாட்களுக்கு முன் அவர்களைச் சந்திக்க நேர்ந்தது. அதைப் பற்றித்தான் நான் சொல்ல வந்தது.

குசலம் விசாரித்த பிறகு சாப்பிட உட்கார்ந்தோம். சமையல் அன்று விசேஷம்; ஆனால் விருந்தல்ல. நான் பொறித்த குழம்பை, விளக்கெண்ணைப் பிள்ளைக்கும் நோயாளிக்கும் நெருங்கிய பந்து என்று நினைத்திருந்தேன். நான் அன்று உண்ட பொறித்த குழம்பு எந்த வெங்காயச் சாம்பாரையும் தூக்கியடித்துவிடும்.

பேச்சின் போக்கில் பாரதியாரின் "நெஞ்சு பொறுக்குதில்லையே" என்ற நொண்டிச் சிந்தைப் பற்றிப் பேசிக்கொண்டிருந்தார்கள். அவர், சிலரைப் போல் பிரசங்க மாருதத்தால் என் மூளையைச் சிதற அடிக்கவில்லை; பாரதியின் பாட்டுக்கு "ஸ்பெஷல் ப்ளீடிங்" மாதிரி இன்ஷூரன்ஸ் ஏஜண்ட் வேலை செய்யவில்லை. அதைக் கேட்ட பிறகு பாரதி உண்மைக் கவி என்பதற்கு அந்தப் பாட்டு ஒன்று போதும் என்று பட்டது. அன்று பாரதியாரின் ஆவேசமும் மனக் கொதிப்பும் அந்தப் பொறித்த குழம்பு பெற்றது என்றால் வியப்பென்ன? பாட்டை அனுபவித்ததினால் உண்டான குதூஹலமும் மனக்களிப்பும் அன்று உணவிற்கு ஒரு கவிதையுணர்ச்சியைக் கொடுத்தது.

ஆனால் ஒன்று. தயிர்சாதமும் மாங்காய் ஊறுகாயும் வாழ்க்கையின் ஓர் உன்னத ஆதர்சமாக வைப்பது சரியல்ல. சாப்பாடு உயிர் வாழ்வதற்கு அவசியந்தான். ஆனால் வாழ்க்கை வேறு; உயிர் வாழ்தல் வேறு. வாழ்க்கை ஓர் அனுபவம். சிலர் உலகம் முழுவதையுமே சாப்பாட்டுக் கடையாக மதித்துவிடுகிறார்கள்.

○

கொஞ்ச நாளைக்கு முன் இந்த மாதிரி மனிதனை நான் சந்திக்க நேர்ந்தது. அவர் திருநெல்வேலி ஜில்லாவிலுள்ள க்ஷேத்திரங்கள் எல்லாம் தரிசிக்க வந்திருந்தார். உண்மையில் வாழ்க்கை இன்பத்தை அனுபவிக்க வேண்டுமென்றால் தாமிரவருணி தீரத்திலுள்ள கிராமாந்தரத்தில்தான் வசிக்க வேண்டும். நான் சந்தித்த மனிதனுக்கும் அதேதான் ஆசை; ஆனால் காரணம் வேறு. அவருக்கு வாய் அரை நிமிஷம் சும்மாயிராது. சாப்பிட்டுக்கொண்டாவது அல்லது அதன் பெருமைகளைப் பற்றிப் பேசிக்கொண்டாவது இருக்க வேண்டும். 'அப்படிப் பேசாத நாளெல்லாம் பிறவா நாளே!'

'சார்! போளி என்றால் கடம்பூர் போளிதான் சார். நானும் எங்கெங்கோ பார்த்திருக்கிறேன்; அதற்கு ஈடுஜோடு இந்த உலகத்திலேயே கிடையாது சார்.' இவர் இப்படிப் பேசி வருவதைப் பார்த்தால் உண்மையில் சைவப் பற்றுடைய பக்தர் ஒருவர் தேவாரத் திருமுறைகளை பக்தி சிரத்தையுடன் எடுத்து ஓதுவது போலிருந்தது. உண்பதே ஒரு பெரிய சமயமாகக் கொண்ட சாப்பாட்டு நாயன்மாராக இருந்தார்.

உடனே சித்திரான்னத்திற்குப் பாய்ந்தார். 'ஆமாம் சார்! ஜங்ஷனில் இறங்கும்பொழுது பசியதிகம். அதுதான் முதல் தடவை போனது. அந்த ஹிந்து காலேஜ் பக்கத்தில் ஒரு பிராம்மணன் இருக்கிறான் சார். சின்ன ஹோட்டல்தான். சித்திரான்னம் என்றால் அங்குதான் சார். செலவு ஜாஸ்தியில்லை — நான் வயிற்றிற்கு வஞ்சகம் செய்து மிச்சம் பிடிப்பவனல்ல. என்ன! போங்க, அந்த ஐயன் என்னதான் போடுவானோ....' என்று ஆரம்பித்து சித்திரான்ன மான்மியத்தை முடிப்பதற்குள் நாங்கள் ஜங்ஷனுக்கே வந்து சேர்ந்தோம்.

இப்படி இந்த மனிதன், தேடிக் கண்டுபிடித்த அம்பாசமுத்திரம் முறுக்கு, ஆழ்வார்திருநகரி தேங்குழல், நாங்குநேரி நெய்யப்பம் இத்தியாதி பொருள்களின் அருமை பெருமைகளை, கொலம்பஸ் அமெரிக்கா கண்டுபிடித்த மாதிரி, எங்களுக்கு எடுத்துச் சொல்லி திருநெல்வேலி ஜில்லா சாப்பாட்டு பூகோள சாஸ்திரத்தை எங்களுக்குக் கற்பித்தார்.

அவர் கண்ட திருநெல்வேலியை நான் கனவிலும் கண்டதில்லை. கடம்பூர் போளியும் பழனி பஞ்சாமிருதமும் வாழ்க்கையின் ஆதர்சமாகக் கொண்டிருப்பவர்கள் கொஞ்சம் ஜாக்கிரதையாகத்தான் நடமாட வேண்டும்.

காந்தி, 25.3.1934; *மணிக்கொடி*, 27.1.1935

பகற் கனவு

மோகனமான பகற் கனவுகள் காண்பதில் கவிஞனுக்கு இணையாகக் காதலர்களைத்தான் ஒருவாறு கூறலாம். காதலர்களுக்கு ஒரேவிதமான மனநிலை, ஒரே பொருள் பற்றி - தேக சம்பந்தமான காதலும் தேவ சம்பந்தமான காதலும் ஒரே மாதிரி. ஆனால் கவிஞனுக்கு அப்படியல்ல. சூரியாஸ்தமனந்தான் ஒரு பாரதிக்கு என்னென்ன அற்புதக் கனவுகளை உணர்ச்சிகளை எழுப்புகின்றது. ஒரு இரத்தந் தோய்ந்த கத்தி முதல் அதோ அந்த மூலையில் பூத்திருக்கும் பெயர் தெரியாத சிறிய புஷ்பம் வரை அவன் வழிபடும் அழகுத் தெய்வத்தின் அணிகலன்கள், அல்ல, உருவ வேறுபாடுகள்.

> காட்டு வழிகளிலே — மலைக்
> காட்சியிலே புனல் வீழ்ச்சியிலே பல
> நாட்டுப் புறங்களிலே — நகர்
> நண்ணுசில சுடர் மாடத்திலே, சில
> வேட்டுவர் சார்பினிலே — சில
> வீரரிடத்திலும், வேந்தரிடத்திலும்
> மீட்டுமவள் வருவாள் — கண்ட
> விந்தையிலே யின்ப மேற்கொண்டு போமம்மா!

என்ற பாரதியாரின் கவிதை நமக்கு ஒருவாறு கவிஞரின் அழகுத் தெய்வத்தின் பலதிறப்பட்ட அம்சங்களை எடுத்துக் காட்டுகிறது. இவ்வுலகத்தில் காணப்படும் கணக்கிலடங்காத காட்சிகள் எல்லாம் அந்த அழகுத் தெய்வத்தின் 'அலகிலா விளையாட்டு'. சந்திர உதயந்தான் ஒரு கம்பனுக்கு ஒரு இதிகாசத்தை யல்லவா நடித்துக் காட்டிவிடுகிறது. பாரதியின் 'குயில்' ஒரு நெட்டைக் கனவுதானே!

கவிஞன் எப்பொழுதும் ஒரு இலக்ஷிய உலகில் வசிப்பவன். அவனது உள் மனத்தின் உணர்ச்சி - ஊற்றுக்களிலிருந்து ஜீவ சக்தி பெற்றுவரும் வார்த்தைகள்தான் கவிதைகள்.

○

புதுமைப்பித்தன்

நல்ல பௌர்ணமி. ஊருக்குப் புறத்திலுள்ள மைதானம். சற்று தூரத்தில் உயர்ந்த சிகரங்கள். அந்த மைதானத்தில் அவ்வூர்த் தலைவன், அக்காலத்தில் அரசன் என்று சொல்லுவார்கள், அவனுடைய தர்பார். பக்கத்துத் தலைவர்களை வென்று வாகை சூடியதினால்.

சற்று உயர்ந்த விடத்தில் புலித்தோல் ஆசனம். பின் ஒரு கொற்றக் குடை — ஓலைக்குடைதான். அதன்கீழ் வெற்றி வீரனான ஒரு இளைஞன். மேலே பொன் ஆபரணம், கையில் சூலம், இடையில் வாள், காலில் வீரக் கழல். வெகு உற்சாகமாக சற்று முன் கிடைத்த வெற்றியைப் பற்றி தனது துணை வீரர்கள், மந்திரிகளுடன் பேசிக் கொண்டிருக்கிறான்.

இவர்களிடையில் ஒரு கவிஞன்; வீரனது நண்பன். பேச்சில் மனம் செல்லவில்லை. நண்பனின் வெற்றி, பூரணச் சந்திரன், கரிய சிகரங்கள் — இவற்றிடையே மனம் சுற்றிக்கொண்டிருக்கிறது. கண்ணுக்கெதிரில் தெரியும் ஓலைக் குடையில் ஒரு நிமிஷம். சீ! இந்த வெற்றி வீரனுக்கு இந்த ஓலைத் தரித்திரமா! அந்தக் கரிய சிகரமே குடைக் காம்பாகவும், இந்த அற்புத நீல வானமே குடைச் சீலையாகவும், பால் போன்ற பூர்ண சந்திரனே அதன் நடுவில் சித்திரிக்கப்படு திலகமாகவும் இந்த அற்புதக் குடையின்கீழ் அதன் பெருமைக்கேற்ற வெற்றி வீரன். கனவே சுழித்துக்கொண்டு ஓர் பாட்டாக வெளிவருகிறது.

மந்தரம் காம்பா மணிவிசும்பு ஓலையாத்
திங்கள் அதற்கோர் திலதமா — எங்கணு
முற்றுநீர் வையம் முழுது நிழற்றுமே
கொற்றப்போர் கிள்ளிக் குடை.

இந்த இனிமையான கனவிற்கு என்ன கொடுக்கலாம்?

காந்தி, 25.5.1934

பஞ்சமோ பஞ்சம்

கவிராயர்களுக்கும் தரித்திரத்திற்கும் எக்காலத்திலும் நீங்காத நட்புரிமை உண்டுபோலும். தரித்திரமில்லாத கவிராயர் விதிவிலக்கு என்றே கூறிவிடலாம். ஔவை முதல் பாரதி ஈறாக எல்லாம் தரித்திரத்தின் தவப்புதல்வர்கள்தான். ஒருவேளை இந்தத் தரித்திரம் மனிதன் மனதில் உதிக்கும் கவிதையுணர்ச்சியை யியக்கும் சாட்டை போலும்.

இப்படிப்பட்ட ஒரு கவிராயர். வருஷத்தில் முக்கால்வாசி ஏகதேச உபவாசம்; மற்ற நாட்கள் பசியின் கூர்மையை அதிகப்படுத்தும் பழ உணவு. மிகுந்த நகைச்சுவையுடைய இவருக்கு வறுமையும் ஏமாற்றமும் கொஞ்சம் துர்வாச குணத்தைக் கொடுத்திருந்தது.

இவர் தம் கவிகளை வைத்துக்கொண்டு வயிற்றிற்கு முக்தி தேடியலைந்துகொண்டிருக்கையில் ஓர் ஊருக்கு வந்தார். அரங்கன் என்ற வள்ளலைப் பற்றி கேள்விப்பட்டார். உடனே அவரது கால்கள் அரங்கனது தலைவாசலை நோக்கி நடந்தன. என்றும்போல் உப வாசம்தான்; ஆனால் உற்சாகம் அவருக்குப் புத்துயிரளித்தது. ஆம்! அதோ வீட்டை நெருங்கிவிட்டார். அங்கு கண்ட காட்சி உற்சாகத்திற்கு ஓர் புதிய ஊக்கத்தைக் கொடுத்தது. என்ன! அந்த வள்ளலே தன் முற்றத்தில் கூடியிருந்த பிச்சைக்காரர்களுக்கு ஒவ் வொரு பிடியரிசி போட்டுக்கொண்டு இருந்தார். கூடியிருந்த பிச்சைக் காரர்கள் பிரபுவின் பொறுமைக்கு எல்லை கண்டுபிடிக்க வாரம்பித்து விட்டனர். என்ன இரைச்சல்; என்ன நெருக்கம்; என்ன தள்ளு!

இச்சமயம் ஒருவர் — கூடியிருந்தவர்களின் நடையுடை பாவனை களில் சற்றும் வித்தியாசமில்லாதவர் — நெருக்கியடித்துத் தள்ளிக் கொண்டு வந்தார். பிரபுவின் பொறுமை பறந்தது. “அடே பறக்காதே!” என்றார். வந்தவருக்குத் தூக்கிவாரிப்போட்டது. என்ன அபசகுனம்! பளிச்சென்று கோபம் வந்தது. அவர் தன்னை யறியாமலே,

கொக்குப் பறக்கும், புறா பறக்கும்
    குருவி பறக்கும், குயில் பறக்கும்
நக்குப் பொறுக்கிகளும் பறப்பார்
    நானேன் பறப்பேன் —

என்று ஆரம்பித்தார். உடனே வயிற்றாழ்வார் அவரது ஆத்திர புத்தியில் ஒரு குட்டு கொட்டினார்; சுய அறிவு வந்தது. உடனே புகழ ஆரம்பித்தார் :

.......நராதிபனே,
திக்குவிசயம் செலுத்தியுயர்
   செங்கோல் நடாத்தும் அரங்கா நின்
பக்கமிருக்க ஒருநாளும்
   பறவேன் பறவேன் பறவேனே!

என்று தன்னைத் தடுத்தாட்கொள்ளும்படி (!) அவனை வானமளவும் தூக்கிப் புகழ்ந்தார். வயிற்றுக் கொடுமை சாதாரணப் பண்ணையாரை திக்குவிசயம் செய்யும் வீரதீரப் பராக்கிரம மன்னனாக முடிசூட்டு விக்கிறது. "பறப்பது" என்பதிலிருக்கும் சிலேடையான கீழ்த்தர நகைச்சுவைதான். ஆனால் பண்டிதரின் நிலைமையை நன்றாக எடுத்துக் காட்டுகிறது. புலவர் ஏதோ பரிசில் பெற்றார் என்பது சொல்லாமலே தெரிந்துகொள்ளலாம்!

காந்தி, 10.6.1934

வாணன் : ஒரு இலக்ஷிய வீரன்

கம்பன் அறிந்த வாணனைப் பற்றி சரித்திரத்திற்குத் தெரியாமலிருக்கலாம். ஒருவேளை சரித்திரம் அறிந்திருக்க முடியாத — தனது திறமைக்குச் சந்தர்ப்பம் வாய்க்காத— சாதாரண போர் வீரனாகவே இருந்திருக்கலாம். கர்ணபரம்பரை சொல்லும் வாணன்— முழுப் பெயர் ஏகம்பவாணன் – கம்பனுக்கு ஒரு இலக்ஷிய வீரனாகவே இருந்திருக்கிறான். இவன் மூவேந்தரையும் அஞ்சியோடும்படி கலக்கிய ஒரு பெரும் போர்வீரனாக மட்டுமல்லாமல், இலக்கியத்தில் நல்ல ரசிகனும், ஒரு வள்ளலுமாக இருந்திருக்கிறான்.

ஆரைப்பதி ஏகம்பவாணனது தலைநகர். ஆஸ்தான மண்டபத்திலே வாணன் கொலுவிருக்கிறான். நண்பர்கள், மந்திரிகள், கவிஞர்கள் கூடியிருக்கிறார்கள். சபையிலே அன்று வெகு குதூஹலம், சற்றுமுன் தங்கள் தலைவர் செய்த வீரச் செயலைப் பற்றி. கம்பனும் அரசன் பக்கத்தில் இருக்கிறான். எத்தனையோ புலவர்கள் தங்கள் கவிகளை யரங்கேற்றிப் பரிசில்களைப் பெற்றுச் செல்லுகிறார்கள். ஆஸ்தான மண்டபத்திற்கு வெளியே 'கிளிக்கூண்டுகள்' — அதாவது யுத்தத்தில் சிறைசெய்யப்பட்ட மன்னர்களையும், பெரும் குற்றவாளிகளையும் அடைத்துத் தொங்கவிட்டிருக்கும் பெரும் இருப்புக் கூண்டுகள் — ஒவ்வொன்றிலும் ஓர் அரசன்.

கம்பனும் மிகுந்த சந்தோஷப்பட்டுக்கொண்டிருக்கிறான். கண்களில் ஓர் அற்புதமான ஒளி. உதட்டில் ஒரு புன்சிரிப்பு. சற்று எதையோ நோக்கும் கண்கள். மறுபடியும் கண்களில் ஓர் பிரகாசம். பாட ஆரம்பிக்கிறான். சபை நிசப்தமாக இருந்து கேட்கிறது. கம்பீரமான தொனி. சிருஷ்டி உத்ஸாகம். வாணனைப் பார்த்துக்கொண்டே பாடுகிறான்.

> பேரரசர் தேவிமார் பெற்ற மதலையர்தம்
> மார்பகலம் கண்டு மகிழ்வாரே

நிறுத்திவிட்டுச் சுற்றிப் பார்க்கிறான். "இது இயற்கைதானே; இதில்

அதிசயம் என்ன" என்று நினைப்பது போல் பார்க்கிறார்கள். மறுபடியும் திருப்பிச் சொல்லிவிட்டு, பின்னும் பாடிக்கொண்டே போகிறான்.

> பேரரசர் தேவிமார் பெற்ற மதலையர்தம்
> மார்பகலம் கண்டு மகிழ்வாரே — போர்புரிய
> வல்லான் அகளங்கன் வாணன் திருநாமம்
> எல்லாம் எழுதலாம் என்று

சிறந்த போர்வீரனின் பெயரைப் பச்சை குத்திக்கொண்டால் தைரியம் வரும் என்பது ஒரு நம்பிக்கை. இதை வைத்துக்கொண்டு மிகுந்த ஓசை நயத்துடன் அமைந்துவிட்டது வாணன் புகழ். ஏகச் சக்ராதிபதிகளின் – 'பேரரசரின்' என்ற ஓசையே எவ்வளவு பெரியது என்பதைக் குறிக்கிறது பாருங்கள் – பட்ட மகிஷிகள் தங்கள் குழந்தைகளின் மார்பின் அகலத்தைக் கண்டு வாணன் பெயர் எல்லாவற்றையும் எழுதலாம் என்று மகிழ்வார்களாம். 'எல்லாம் எழுதலாம் என்று' என்பது மோனையில் மிகுந்த அர்த்த விசேஷத்தைக் கொடுக்கும்படி வெகு அழுத்தமாக விழுந்திருக்கிறது!

.2.

கம்பன் சபையை நோக்கித் திரும்பிக்கொண்டு பாடுகிறான்:

> வாணன் பெயரெழுதா மார்புண்டோ? மாகதர்கோன்
> வாணன் புகழுரையா வாயுண்டோ? — வாணன்
> கொடிதாங்கி நில்லாத கொம்புண்டோ? உண்டோ
> அடிதாங்கி நில்லா அரசு?

அகலமான மார்புகள் மட்டுமா வாணன் பெயரைத் தாங்கி மகிழ்கின்றன? வாணனது புகழைப் பேசாத வாய் உண்டோ? வாணனது வெற்றிக் கொடிகளைத் தாங்கி நிற்காத கொம்புகள் உண்டோ? அல்லது நமது வாணனது பாதங்களை வணங்காத (தாங்காத) அரசன் எங்கேயாவது இருக்கிறானா?

வெறும் கேள்விகள்தான். அதில் என்ன ஆற்றல்! என்ன அழுத்தம்! ஒரு பெரிய பிரசங்கியுடைய சிகர வார்த்தைகளின் முத்தாய்ப்பு மாதிரியல்லவா விழுந்திருக்கிறது! ஒவ்வொரு வரியிலும் ஒரு மோனை. 'உண்டோ' 'உண்டோ?' என்று திரும்பத் திரும்பக் கேட்பதிலே, இல்லை, இல்லை என்று எதிரொலிக்கும் உள்ளங்களின் அழுத்தம். கேள்விகளை ஒரே மாதிரியில் போட்டு அடுக்கிக்கொண்டே போவதின் — ஆவேசத்தின் முத்தாய்ப்பாக, 'உண்டோ, அடிதாங்கி நில்லா அரசு?' என்று சட்டென்று கேள்வியின் வரிசையை மாற்றிப்போடுவது ஒரு அந்தோனியைத்தான் (Anthony) நமது நினைவிற்குக் கொண்டு வருகிறது.

.3.

கம்பனது கண்கள் வெளியே தொங்கும் 'கிளிக்கூண்டு'களில் தங்கு கிறது. சற்றுமுன் பரிசில் பெற்ற கூட்டத்தில் நினைவு செல்லுகிறது. ஒரு சிறிய கனவு: மறுபடியும் கண்களில் ஒருவித பிரகாசம். திரும்பவும் பாடுகிறான் :

என்கவிகை, என்சிவிகை! என்கவசம், என்துவசம்!
என்கரியீ, தென்பரீயீ தென்பரே — மன்கவனம்
மாவேந்தன் வாணன் வரிசைப் பரிசுபெற்ற
பாவேந்தரை வேந்தர் பார்த்து.

புலவர்கள் கூட்டமாகப் பரிசில் பெற்றுச் செல்லுகிறார்களாம். வாணன் தான் யுத்தத்தில் பிடித்த பொருள்களையெல்லாம் ஒருவனுக்கு ஓர் அரசனது சந்திரவட்டக் குடை, இன்னொருவனுக்குச் சிவிகை, மற்றொருவனுக்கு ஓர் அரசனின் கவசம், இன்னும் ஒருவனுக்கு ஒரு அரசனின் கொடி இப்படியாகக் கொடுத்துவிடுகிறானாம். பின் ஒருவன் ஓர் அரசனுடைய பட்டத்து யானையை ஓட்டிக் கொண்டு வருகிறான். பின்னும் ஒருவன் பட்டத்துக் குதிரையைப் பிடித்துக்கொண்டு வருகிறான். இந்தக் கூட்டத்தைக் 'கிளிக்கூண்டு' களில் சிறைப்பட்டு உட்கார்ந்திருக்கும் அரசர்கள் பார்க்கிறார்களாம்.

ஒரு கூண்டிலிருந்து 'என் கவசம்' என்கிறான் ஒருவன். ஒவ்வொருவனும் தன் பெருமையைக் காண்பிப்பதற்காக, பொருளைச் சேகரிக்கப் பட்ட கஷ்டங்களை எல்லாம் நினைக்கிறான். அவன் வாயிலிருந்து ஒரு வார்த்தைதான் வருகிறது. இப்படியிருக்கையில், யானையையும் குதிரையையும் ஓட்டிக்கொண்டுவரும் புலவர்கள் தென்படுகிறார்கள். 'கூண்டி'லிருக்கும் ஒருவனுக்குத் தன் பட்டத்து யானை போல் தெரிகிறது. தன் குழந்தை மாதிரி கண்ணிற்குக் கண்ணாக வளர்த்து வந்தான். எருமை மாட்டைக்கூட வளர்த்தறியாத இந்தப் புலவன் கையிலா போக வேண்டும்? 'என் கரியீ'தென்று ஏங்குகிறான். 'குதிரை ஐயோ அதைத் தருவிக்க, அதன்பின் அதை வளர்க்கப் பட்ட கஷ்டம் இந்தப் புலவனுக்குத் தெரியுமா? பொதி சுமக்கும் கழுதை மாதிரி முதுகில் ஏட்டுச் சுவடிகளையல்லவா போட்டு இழுத்துச் செல்லுகிறான்? ஐயோ! என் பரி' என்று ஏங்குகிறான் மற்றொருவன்.

கூட்டம் மறைகிறது. கூண்டிலிருப்பவர்களைக் காண்பித்துக் கொண்டு கம்பன் சொல்லுகிறான், 'இவர்கள், வெறும் வேந்தர்கள். அவர்கள் பாவேந்தர்கள்.'

.4.

சற்று நேரம் ஒரு மௌனம்.

திரும்பவும் ஒரு கனவு.

ஆரைப்பதியை நோக்கி வரும் சாலை. தனியாக ஒரு புலவன் வந்துகொண்டிருக்கிறான். இவனுக்கு முன்பு சற்று தூரத்திலே யானை, குதிரை, குடை, கொடி, சிவிகை முதலிய இராஜ சின்னங்கள் தெரிகின்றன. சூரிய வெளிச்சத்திலே கவசம் ஒளி வீசுகிறது. 'அரசே தாங்கள் எந்தவூர்? ஆரைப்பதிக்குத் திறை கொண்டு வருகிறீர்களோ?' என்று நெருங்கிக் கேட்கிறான். கூட்டத்தில் ஒருவன் பதில் சொல்லு கிறான். 'நானும் உம்மைப் போன்ற புலவன்தான். வாணனிடம் பரிசு பெற்று வருகிறேன். நீரும் அங்கு செல்லும்' என்று வழி சொல்லுகிறான். கம்பன் பாடுகிறான் :

தேருளைப் புரவி வாரணத் தொகுதி
திறை கொணர்ந்து வருமன்னநின்
தேசமே துனது, நாமமேது புகல்,
செங்கையாழ் தடவு பாண, கேள்
வாருமொத்த குடிநீரு நாமு(ம்) மக
தேவனாரை நகர் காவலன்,
வாணபூபதி, மகிழ்ந்தளிக்க, வெகு
வரிசை பெற்றுவரு புலவன்யான்.

நீருமிப்பரிசு பெற்று மீளவர
லாகுமேகு மவன் முன்றில்வாய்
நித்திலச் சிகர மாட மாளிகை
நெருங்கு கோபுர மருங் கெல்லாம்
ஆருநிற்கு முயர் வேம்பு நிற்கும், வளர்
பனையுநிற்கு மதனருகிலே,
அரசு நிற்குமர சைச் சுமந்த சில
அத்தி நிற்கு மடை யாளமே.

சந்தமே குதூஹலத்தை வெளியிடும்படி அமைந்திருக்கிறது. மூவேந் தர்களும், வாணன் முன்வாயிலில் வளரும் மரங்கள் போல் எப்பொழு தும் நிற்கிறார்களாம். அரசர் கொணரும் திறை போல் புலவர் பெற்று வருகிறார்களாம்.

.5.

கம்பன் ஒரு கதை சொல்ல ஆரம்பித்துவிட்டான். அக்காலத்தில் பாண்டியன்தான் மூவேந்தரிலும் பராக்கிரமசாலி, அவனைப் பற்றித் தான். பாண்டியன் வேப்ப மாலையை அணிய வேண்டும்? காரணம் வேண்டாமா? கம்பன் ஒரு காரணம் சொல்லுகிறான். யுத்த களத்திலே, அம்புகள் குறுக்கும் நெடுக்குமாக பறந்துகொண்டிருக்குமிடத்திலே, உயிரைத் திரணமாக மதித்து, அனாயாசமான வேலைகளைச் செய்யும் வாணனைக் கண்டவர்கள், "இவன் என்ன யக்ஷிணி

தெய்வத்தை வசியம் செய்திருக்கிறானா. மேலே ஒரு அம்பு படமாட்டேன் என்கிறதே! இவன் தொட்டதெல்லாம் வெற்றியாகிறதே" என்று பேசிக்கொள்ளுகிறார்கள். இது நினைவிற்கு வருகிறது. "பாண்டியன் ஏன் வேப்ப மாலை யணிந்திருக்கிறான் தெரியுமா" என்று கேட்டுவிட்டுப் பாடுகிறான் :

இலகு புகழாரை யேகம்ப வாணன்
அலகை வரும் வருமென்றஞ்சி — உலகறிய
வானவர்கோன் சென்னிமிசை வண்கை வளையெறிந்த
மீனவர்கோன் கைவிடான் வேம்பு.

பிறகு பாண்டியனும் தோற்றுவிட்டான்!

பாண்டியன் ஒருவன் தேவேந்திரன் சிரத்தில் வளையெறிந்து அவனை வென்றதாக ஒரு கதை. கதையைத் தொடர்ந்து பாடுகிறான் :

வாள்(த்)தானை தென்னவர்கோன் மாகதர்க்குத் தோற்றசெய்தி
கேட்டான், அத்தீக்குரலைக் கேட்டதற்பின் — நாட்டம்
பொருந்தாயிர விழியான், பொன்முடியைச் சாய்த்தங்
கிருந்தானிங் கென்னாகு மென்று.

பாண்டியன் தோற்ற செய்தி எதிர்பாராத விதமாகத் தீப்போல் செவியில் நுழைகிறது. "வேப்ப மாலையை வைத்திருந்த பாண்டியன் கதியே இப்படியானால்?" என்று யோசித்தவண்ணம் தலையைக் கையில் சாய்த்து கவலையுற்றிருக்கிறானாம் இந்திரன்! ஆயிரம் விழிகளும் அப்படியே அசைவற்று நின்றுவிடுகின்றனவாம். 'நாட்டம் பொருந்தா ஆயிரம் விழியான்' என்று சொல்லி, தேவர் இமையாத கண்களுக்கு ஒரு காரணம் கற்பிக்கிறார்.

.6.

கம்பன் பின்னும் ஒரு கதை சொல்ல ஆரம்பிக்கிறான். இன்று குதூஹலம் அவனுக்கு உச்சஸ்தாயி.

ஒருநாள் வாணன் கழனிக்குச் சென்றிருந்தானாம். அப்பொழுது மூவேந்தரும் அவன் வீட்டிற்கு வந்து, 'வாணன் இருக்கிறாரா?' என்று கேட்டதற்கு அவர் மனைவி, 'கழனிக்குப் போயிருக்கிறார்' என்று பதில் சொன்னாளாம். மூவர்களில் ஒருவர் குத்தலாக 'முடி நடவா?' என்று கேட்டார்களாம். அதற்கு அவள் பின்வருமாறு பதில் சொன்னாளாம். கம்பன் போடுகிறான்:

சேனை தழையாக்கி, செங்குருதி நீர்தேக்கி
ஆளை மிதித்த அடிசேற்றில் — மானபரன்
மாவேந்தர் வேந்தன் எங்கோன் பறித்துநட்டான்
மூவேந்தர் தங்கள் முடி.

இதை வாணன் கேள்விப்பட்டானாம். உடனே ‘விலங்கு கொண்டு வா’ என்று கட்டளையிட்டானாம். கம்பர் அங்கிருந்த பெண்களைப் பார்த்து, ‘இவை யாருக்கோ’ என்று இரங்கிக் கேட்கிறார் :

அலங்கலணி மார்பன் ஆரையர்கோன் வாணன்
விலங்கு கொண்டு வருகஎன்றான் — இலங்கிழையீர் !
சேரர்க்கோ, சோழர்க்கோ, தென்பாண்டி நாடாளும்
வீரர்க்கோ, யார்க்கோ, விலங்கு.

.7.

கம்பனை இதுவரையில் கேட்டுக்கொண்டிருந்த வாணனுக்குப் பொறுக்க முடியவில்லை. புன்சிரிப்புடன் ‘உமது வாணன் புகழுக்கு எல்லையில்லையா?’ என்று கேட்டார்.

கம்பன் கண்களில் ஒரு ஒளி தோன்றுகிறது. வாணன் புகழுக்கு மட்டுமல்ல, எல்லாவற்றிற்குமே எல்லையுண்டு என்று சொல்லி விட்டுப் பாடுகிறான்.

வாணன் புகழ்க்கெல்லை வாழ்த்துவோர் நாவெல்லை
வாணன் நிலத்தெல்லை மண்ணெல்லை — வாணன்
படைக்கெல்லை திக்கெல்லை; பைந்தமிழ்தேர் வாணன்
கொடைக்கெல்லை ஏற்பவர்தங் கோள்.

கம்பனுக்கு ஏற்ற வாணன், வாணனுக்கு ஏற்ற கம்பன் !

மணிக்கொடி, 17.6.1934

தமிழைப் பற்றி

தமிழ் பாஷையைப் பற்றி — தனித் தமிழ் பதத்தை ஏன் உபயோகிக்க வில்லை என்று சிலர் சீறலாம்; தாயை சிதையில் வைத்துக் கண்டு களிக்க ஆசைப்படுகிறவர்கள் எழுதிக்கொள்ளட்டும் — தமிழ் பாஷையைப் பற்றி ஒரு தனிப்போக்கான கொள்கை பிலாக்கணம் வைக்கப்படுகிறது. அதில் ஒரே ஒரு மயக்கம். தமிழுக்கு ஒரு காலத்தில் பெருமை (இலக்கியத்தைப் பொறுத்து அல்ல) இருந்ததாம். இது இப்பொழுது போய்விடும் என்ற பயம். தமிழணங்கு 'கலப்பு' மணம் செய்துகொள்வாளோ என்ற பயம். அதனால், தனிமை என்ற திரையால் மறைத்து 'பூசல் அம்பு நெறியின் புறஞ்செலா' நங்கையாக்க பிரயத்தனம். சிரிக்கத்தான் வேண்டியிருக்கிறது.

பாஷை ஒரு சக்தியாயுதம்; உள்ளத்தைத் திறந்து காண்பிக்கும்; மறைக்கவும் செய்யும். உபயோகப்படுத்தாது உறையில் போட்டு வைத்தால் துருப்பிடிக்கும். அந்தக் கதிதான் நமது பாஷைக்கும்.

கொஞ்ச காலமாக இயற்கைக்கு மாறாக நாம் நடந்துவருகிறோம். பாஷை ஒரு சமூகத்தின் ஜீவசக்தி. சொந்த பாஷையில்தான் நமது அந்தரங்க உணர்ச்சிகளை வலிமையுடன் சொல்ல முடியும். இந்த இயற்கையை மறந்ததினால்தான் நமக்கு நமது பாஷையே அன்னிய பாஷையாக இருக்கிறது. எங்கிருந்து ஆரம்பிப்பது என்று தெரியாமல் பழைய சங்கப் பலகையைத் தொத்திப்பிடித்து கீழே கவிழ்கிறோம்.

பாஷை, காலம் என்ற ஜீவநதியின் பாசனத்தில் ஓங்கி வளரும் கற்பகவல்லி. புதிய சக்தியைப் பெற்ற தமிழின் மறுமலர்ச்சியின் பொழுது, உலர்ந்து விழுந்த சருகுகளைக் கொண்டு பாமாலை தொடுப்பதுதான் பாஷை வளர்ச்சி என்றால், அது சௌந்தரிய உணர்ச்சியற்ற ஒட்டகங்களுக்குத்தான் பொருந்தும்.

தமிழ் 'இன்ஸால்வெண்டு' பாஷையல்ல. புதிய வார்த்தைகள் சேர்வது, அவள் சுய உருவைக் குலைத்துவிடாது. அவள் அரசி. புதிய வார்த்தைகளைப் பெறுவது, புதிய நாடுகளைச் சயித்து, புதிய கலைச் செல்வங்களின் பண்டசாலைகளைப் பெறுவதுதான்.

இது பாஷை-இயற்கையின் சூட்சுமம். இதைக் கம்பன் அறிந்திருந் தான். அவன் காலத்துக் கலைச் செல்வர்கள் அறிந்திருந்தார்கள். அவன் இலக்கியத்தில், புதிய வார்த்தைகள் — வாய் நிறைந்த வடசொற்கள் — அழகுத் தெய்வத்தை அணி செய்கின்றன.

வசனம்

தமிழில் வசனத்திற்கு இதுவரை ஒரு ஸ்தானம் இல்லை. இதற்கு மூன்று காரணங்கள். ஒன்று எல்லா சமூகத்திற்கும் பொதுவானது. ஆதி மனிதனுக்கு மகத்தான, அடக்க முடியாத உணர்ச்சிகள்தான் தென்பட்டன. அதைத்தான் அவன் அறிந்தான், அனுபவித்தான். அது ஆட்டத்தில், வெறியாட்டத்தில் ஆரம்பித்து, நாட்டியத்தில் தனது முழு ஆகிருதியையும் பெற்றது. பாட்டில் (முதலில் கூப்பாடு தான்) ஆரம்பித்து கவிதையாக வடிவெடுத்தது. அதை சேமித்து வைத்தான். அதுதான் ஆதி இலக்கியங்கள். ஆதி இலக்கியங்கள் எங்கும் பாட்டில் இருப்பதின் இரகசியம் இதுதான்.

தமிழுக்கு இதுவரை வசனம், பேச்சுமட்டிலேயே இருந்ததின் காரணம், நாம் ஓலையை இலக்கியத்தை சேர்த்துவைக்கும் பண்ட சாலையாக உபயோகித்தது. ஓலையில் நீண்ட வசனகாவியம் எழுதி வைக்க முடியாது. இதனாலேயே வசனத்திற்கு உரைநடை என்ற பெயர் கொடுக்கப்பட்டது. அதாவது பாட்டிற்குப் பொருள் தெரிவிக் கும் நடை என்று கவிதைத் தெய்வத்தின் சேடியாகப் பிணைத்து வைத்ததினால், வசனத்தில் பேசுவதே கேவலம் என்ற அபிப்பிராயம் பண்டித பாவலர்களிடம் ஏற்பட்டு அவர்களை சீட்டுக்கவி முதல் எடுத்ததெல்லாம் பாடும் செய்யுள் யந்திரங்களாக்கிவிட்டன. இதனா லேயே வசனம், தமிழில் ஒரு வளர்ச்சி பெறாத ஆயுதமாக இருக்கிறது.

வசனத்திற்கு ஒரு ஸ்தானம் கொடுக்க வேண்டுமானால், நமது துருப்பிடித்த அபிப்ராயங்களைக் கொஞ்சம் ஒதுக்கிவைக்க வேண்டும். இலக்கியத் தமிழுக்கும் பேச்சுத் தமிழுக்கும் நெடுந்தூரம் இருக்க வேண்டும் என்று நினைத்துக்கொண்டிருப்பது பெருந்தவறு. அப்படி யிருந்தால் ‘மெல்லத் தமிழினிச் சாகும்’ என்பதில் சந்தேகமில்லை. இலக்கியத் தமிழுக்கும் பேச்சுத் தமிழுக்கும் ஒரு சிறு வித்தியாசந்தான். இலக்கியத் தமிழ் கிரந்தகர்த்தாவின் சௌந்தர்ய உணர்ச்சியில் மெருகு போடப்பட்ட சிருஷ்டி. பேசுந் தமிழ் உள்ளத்தின் துடி துடிப்பை அப்படி அப்படியே சொல்லும் பட்டை போடாத வைரம். பேச்சுத் தமிழ்தான் ஜீவசக்தி; சிருஷ்டிகர்த்தாவின் பண்ட சாலை. இவை இரண்டிற்கும் இடையில் சுவர் எழுப்பினால், லத்தீன், சமஸ்க்ருதம் முதலியவைகளுக்கு நேர்ந்த கதிதான்.

வாக்கியத்துக்கு உயிருண்டு. அது பல தசைகளும், நரம்புகளும், அவயவங்களும் கொண்ட சிருஷ்டி. அதை நாம் உம்மைத் தொகுதி களால் பிணிக்கப்பட்ட வெறும் வார்த்தைச் சங்கிலிகளாக மதித்து

விடக் கூடாது. வாக்கியத்தின் கட்டுக்கோப்பு (*architectonics*) மிகவும் முக்கியமானது. ஒரு வாக்கியத்தில் வார்த்தையின் 'அமைப்பு' நயமான அர்த்த விசேஷங்களைத் தந்துவிடும். வாக்கியங்களின் (*prose-rhythm*) ஓசை இன்பம் — கவிதையைப் போல் வசனத்திலும் இருக்கிறது; ஆனால் அதைவிட சூக்ஷ்மமானது — வார்த்தை நயங்களையும், வாக்கியத்தின் 'அமைப்பு' வசீகரத்தையும் பொறுத்தே இருக்கிறது. இதைப் பற்றி எழுத முடியாது; பயிற்சியினாலும், மேதாவிகளின் நூல்களைப் படித்துப் படித்து அனுபவிப்பதினாலும் வரும். தமிழில் இதற்கு இலக்ஷிய கர்த்தாக்கள் அவ்வளவாக இல்லை. வெளியிலிருந்து தான் ஆகர்ஷிக்க வேண்டும். சிலர் மோனைகளையும் பிராசங்களை யும் வசனத்தில் உபயோகிப்பது ஓசை இன்பம் என்று நினைக்கிறார் கள். என்னமோ, அசுணப் பறவையையும் பறை முழக்கத்தையும் பற்றி கம்பன் சொன்ன கதைதான் நினைவிற்கு வருகிறது. அப்படி எழுதுவது ஆபாசம்; பேசுவது பைத்தியக்காரத்தனம்.

வார்த்தைகள் ஓர் பாஷையின் ஜீவசக்தியை சுமந்து செல்லும் பரமாணுக்கள். தனித் தமிழ் என்ற ஆவேசத்தில், ஒரு காலத்தில் உபயோகப்படுத்தப்பட்டு இப்பொழுது துருப்பிடித்து அகராதியில் ஒளிந்துகிடக்கும் வார்த்தைகளைத் தோண்டி எடுத்து கோத்து வைப்பதைவிட, குழிப்பிள்ளையை எடுத்துக் கொஞ்சலாம். பழைய கலைவாணர்கள் வார்த்தைகளின் இரகசியத்தை அறிந்துதான் தமிழுக்கு, பைந்தமிழ், அதாவது பசுந்தமிழ் அல்லது ஜீவசக்தி நிறைந்த பேச்சுத் தமிழ் என்று கூறிக் களித்தார்கள். இலக்கியக் கிழவி ஔவை தமிழின் அருமையைப் பற்றிப் பேசுகையில் 'பழகு தமிழ் சொல்லருமை' என்று குறித்துக் கூறுவதின் ரகசியம் இதுதான். 'பழகு தமிழ் சொல்லருமை' என்ற இலக்ஷியம் போய் 'செத்த தமிழருமை' வேண்டுமானால்தான் அகராதியில் சுரங்கம் போடுவதில் ஈடுபட வேண்டும்.

வசனத்தை அழகுணர்ச்சிக்குப் பொருந்த சிருஷ்டிப்பதற்கு பல பாஷைகளில் நல்ல பயிற்சி வேண்டும்; அதன் நயங்களை ஆகர்ஷிக்கும் சக்தி வேண்டும். இந்த விஷயத்தில் பண்டிதர்களால் ஒரு உதவியும் செய்ய முடியாது. அவர்களிடம் சிருஷ்டி சக்தியும் கலையுணர்ச்சியும் நாம் எதிர்பார்க்க முடியாது; அவ்விரண்டும் கபாடபுரத்தைப் போல் கடல் கொண்டுபோன 'சரக்குகள்'. இப் பொழுது சில காலமாகப் பெருகிவரும் ஆங்கிலம் படித்த பண்டிதர் களோ, பழைய பண்டிதர்களுக்கு மேற்பட்ட பண்டிதர்களாக இருக்கிறார்கள். அபூர்வ நடையும் அபூர்வ அபிப்பிராயங்களும் நிறைந்த இந்தப் 'போலி'களை செல்லாக் காசுகளாக மதித்து ஒதுக்க வேண்டும். இவ்விருவரிடமும் சிறைப்பட்டு இருக்கும் தமிழை மீட்க வேண்டுமானால், கலைவளர் மன்றங்கள் என்று சொல்லுகிறார் களே, எழுதிய மை காயுமுன் உலர்ந்து விழும் தமிழ் இலக்கிய கோரங்களைப் பொறுக்கி எடுத்து பாட புத்தகமாக வைக்கும் சர்வகலாசாலைகள், அவைகளால் முடியுமா?

பத்திரிகைகள் இருக்கின்றன. 'தனித் தமிழ் உரை நடைக்கென்று தொண்டாற்றும்' பத்திரிகைகள், அவைகளல்ல, எழுதுவது வாசிப்பதற் காகத்தான் என்பதை மட்டும் கவனித்து வெளிவரும் பத்திரிகைகள் தான் இந்த மகத்தான பொறுப்பை ஏற்றுக்கொள்ள வேண்டும். இவைகளால் இலக்கியத்தை சிருஷ்டிக்க முடியாமல் இருக்கலாம்; ஆனால் 'வளைந்து' கொடுக்கும் வசனத்தைப் பழக்கிவிட முடியும்.

காந்தி, 25.6.1934

நமது கலைச் செல்வம்

இலக்கியம் வாழ்க்கையின் எதிரொலிகள்; சமூகத்தின் வளர்ச்சியைக் காட்டும் மைல் கல்கள்; மனித இலக்ஷியத்தின் உயிர்நாடி.

நமது கலை வளம் எந்த நாட்டினரும் பொறாமை கொள்ளத்தக்க அளவு இருக்கத்தான் செய்கிறது. நம்மைப் பொறுத்தமட்டில், நாம் 'குங்குமம்' சுமந்த ... 'பெரியார்கள்'தான். இப்பொழுது நமக்கு இருக்கும் கலையுணர்ச்சியைப் பற்றி எண்ணும்பொழுதெல்லாம் ஔவைக் கிழவி ஒரு அரசனுக்குக் கொடுத்த 'ஸர்டிபிகேட்' (நற் சாட்சிப் பத்திரம்) தான் நினைவிற்கு வருகிறது.

<pre>
இருள்தீர் மணிவிளக்கத் தெழிலார் கோவே!
குருடேயும் அன்றுநின் குற்றம் — பொருள்சேர்
பாட்டும் சுவையும் பயிலாதன இரண்டு
ஓட்டைச் செவியும் உள.
</pre>

"இருளை வெருட்டும்படியான ரத்னாபரணங்களை வாரியணிந்து கொண்டு சிம்மாசனத்தில் பெருமிதமாய் உட்கார்ந்திருக்கும் எழிலார் அரசனே! மனிதனின் அற்புதமான கனவுகளையெல்லாம் கல்லில் எழுப்பும் சிற்பங்களைப் பொருத்தமட்டில் நீ திருதராஷ்டிரன்தான்; அந்தோ! அது மட்டுமா! அலைமேல் அலையாக எழும் சப்த ஜாலங்களான கவிதையை அனுபவித்தறியாத இரண்டு ஓட்டைச் செவிகளும் உண்டு உனக்கு" என்று இரங்குகிறார்.

அந்த எழிலார் பெருமானின் வம்ச வளர்ச்சியோ தமிழ்நாடு என்று சொல்லும்படி இருக்கிறது நமது கலையுணர்ச்சி.

சங்க இலக்கியங்களை அனுபவிப்பதற்கு ஒரு தனிப் பயிற்சி வேண்டும்; அந்த இலக்கியத்தின் சமூகம், அதன் நாகரிகம் இறந்து விட்டது. அதன் பதப் பிரயோகங்களின் ரகசியத்தை அறிந்த பின்தான் அந்த இலக்கியத்தின் உள்ளத்தைத் தொட முடியும்.

மற்றவர்கள் இருக்கிறார்களே, அன்பு கசிந்து கசிந்துருகப் பாடும் மாணிக்கவாசகர் முதல் இலக்கியத்தின் சம்ராட் கம்பன் வரை நமக்கு 'நாடிய பொருள் கைகூடவைக்கும்' கருவிகள்தானே! வீர

88 ◆ புதுமைப்பித்தன்

முரசின் குரலொலி முழங்கும் அந்தக் கலிங்கப் போரின் கோஷத்தைத் தனது கவிதையென்னும் மாத்திரைக் கோலால் எழுப்பும் இந்திர ஜாலக் கனவுகளை வைத்துக்கொண்டு ஜயங்கொண்டான் எத்தனை வருஷங்களாகக் காத்திருக்கிறான். சாலையிலே தனிமையும் கவிதையும் துணையாகக்கொண்ட நமது இலக்கியத்தின் 'மகத்தான பிச்சைக்காரி' தன் காலத்து மக்களின் உள்ளத்து நாதத்தை அப்படியே 'உயிர்பெய் ஓவியங்களாக' படம்பிடித்து வைத்துவிட்டுப் போனாளே, அதைக் காண ஆசையில்லையா? இன்னும் எத்தனை எத்தனை கவிஞர்கள், எத்தனை எத்தனை அடியார்கள் தங்கள் கனவுகளை வைத்துக் கொண்டு காத்திருக்கிறார்கள்.

இவ்வளவு மகத்தான கலை வளத்திற்கு ஒரு அர்த்தம் இருக்க வேண்டுமானால் பழங்கதைகளை மறைவாக நமக்குள்ளே பேசிக் கொண்டிருப்பதில் ஒரு பிரயோஜனமும் இல்லை. நமது கலை வளர்ச்சி பண்டைப் பழங் கணக்காக, பொருட்காட்சிச் சாலையில் வைத்த 'ஆபூர்வங்க'ளாகவே இருக்கின்றன. 'தமிழில் இல்லாதன இல்லை இளங்குமரா' என்ற கிழட்டுத் தத்துவம் – ஆழ்ந்த உணர்ச்சி யற்ற 'போலித் தத்துவம்' (*dilettantism*) ஒழிய வேண்டும். இப்பொழுது இலக்கியத்தின் பெயரால் நடக்கும் 'ஆராய்ச்சிகள்' முதல் குரங்கு தமிழனாகத்தான் மாறியதா என்பது முதல் கம்பன் சைவனா, வைஷ்ணவனா, தமிழ் எழுத்துக்கள் 'ஓம்!' என்ற முட்டையை உடைத்துக்கொண்டு வெளிவந்த வரலாறு வரையிலுள்ள இலக்கியத் திற்குப் புறம்பான 'தொண்டுகளை' எல்லாம் அப்படியே கட்டிவைத்து விட்டு, இலக்கியத்தை அனுபவிக்கும் முறையை உணர்த்த முன்வர வேண்டும். நமது கவிஞர்களைப் பற்றி நமக்கு இப்பொழுது இருக்கும் அபேதவாதக் கொள்கை(!), கம்பன் முதல் இரதபந்தங்களும், சப்த பங்கிகளும் எழுதிக் குவிக்கும் இலக்கியத்தின் அகராதிப் புலவன்வரை எல்லோரும் தங்கள் நாவில் சரஸ்வதியின் யந்திரத்தைப் பொறித்து வைத்துக்கொண்டிருக்கிறார்கள் என்ற தாரதம்மியமில்லாத 'அருளிப் போந்தாரா' என்று உத்ஸாகப் பட்டுக்கொண்டிருக்கும் அசட்டுக் கலையுணர்ச்சியை நீக்க வேண்டும்.

இந்த சௌந்தர்ய உணர்ச்சியற்ற பாழ்வெளி எப்பொழுதும் இம்மாதிரி ஒன்றுமற்றதாகவே போய்விடாது என்ற நம்பிக்கைக்கு இடமிருக்கிறது. தமிழ் மறுமலர்ச்சியின் பிராமித்தியூஸ் (*Prometheus*) நமது அசட்டுக் கலையுணர்ச்சிக்குப் பலியான பாரதியார், அவரும் பாவங்களை எழுப்ப முடியவில்லையானால், பழைய நாகரிகச் சின்னங்களை யணிந்துகொண்டு உலாவிவரும் நமது மடாதிபதி களைப் போல் தமிழும் ஒரு 'அனக்கிரானிஸ'மாகவே (*anachronism*), காலவித்தியாசத்தின் குரூபமாகவே இருக்க முடியும்.

மணிக்கொடி, 1.7.1934

திருக்குறள் குமரேச பிள்ளை

நீங்கள் பட்டணம் போனால் கட்டாயம் பார்க்க வேண்டியது என்று சொல்லுகிறார்களே, 'உயிர்க் காலேஜ்', 'செத்த காலேஜ்' என்று — சென்னையில் அவை இரண்டிற்கும் அதிகமான வித்தியாசம் ஒன்றுமில்லை — அதில் இரண்டாவதாக ஒரு காலேஜ் சொன்னேனே, அதில் அவசியமாக இருக்க வேண்டிய பொருள், எங்களின் அதிர்ஷ்டத்தாலும், சென்னையின் துர் அதிர்ஷ்டத்தாலும், எங்களூரிலேயே இருக்கிறது. அதுதான் எங்களூர் திருக்குறள் குமரேச பிள்ளை.

இந்தத் திருவாளர் தனது திவ்ய சரீரத்திலேயே இந்த உலகத்துப் 'பென்ஷனையும்' காருண்ய அரசாங்கத்தின் பென்ஷனையும் சுமந்து மகிழும் பெரியார். இவரைப் பார்க்கும்பொழுதெல்லாம் குறள் ஒன்றும் எனக்கு ஞாபகம் வராவிட்டாலும், 'பருத்த தொந்தி நம்மதென்று நாமிருக்க' என்று வரும் பாட்டு எனது மனதில் கிடந்து கொம்மாளம் அடிக்கும்.

கொஞ்சம் வருணிக்கலாமா? உச்சிக் குடுமி. சிவனைப் போல் இருக்க வேண்டும் என்று ஆசைப்பட்டு வைத்த 'இமிடேஷன்' நெற்றிக்கண் — நெற்றிக்கண் என்றவுடன் பயப்பட வேண்டாம் — கொசுவைக்கூடக் கொல்ல சக்தியற்ற சந்தனப் பொட்டு. அதற்கு பகைப்புலமாக (background) விபூதி. கழுத்தில் தங்க நாண் இட்ட ருத்ராக்ஷம்... தப்பு, உருத்திராக்கம். அதை மறைக்க முடியாமல் நாணமுற்றுத் தவிக்கும் காலர்களுள்ள நாகரீகச் சீமை 'டுவில்' ஷர்ட். அதற்குமேல் நாஸுக்காகப் போடப்பட்ட டர்க்கி துண்டு. இடையில் தூய லங்காஷயர் மல். இடது கையில் பொடி டப்பி, வலது கையில் விரித்து மடித்த குட்டிக் குறளும், ருத்திராக்ஷ மாலையும் — இம்மாதிரி இவர் 'வெள்ளைக் கலையுடுத்து, புத்தகம் பொடிகை மாலை' இத்யாதி சின்னங்களுடன் தோன்றும் ஓர் ஆண் சரஸ்வதியாகவே (விஷ்ணு பெண்ணுரு எடுத்தால் சரஸ்வதி ஏன் ஆணுரு எடுக்கக் கூடாது?) தோன்றுவார். இது அவர் நமக்கு சாதாரண நேரங்களில் சாதித்தருளும் திவ்விய சேவை. விசேஷ காலங்களில்... ஐயோ என்னால் முடியாது.

இவர் பேச்செல்லாம் சிறு பிரசங்கங்கள். இவரைக் காணும் பொழுது எல்லாம் எனக்கு ஒரே ஒரு எண்ணம் தோன்றும். இவர் மூளையில் அகப்பட்டுத் தவித்துக்கொண்டு இருக்கும் குறள் எல்லாம் இவர் வாயைத் திறந்தவுடன் விழுந்தடித்துக்கொண்டு ஓடி வருகிற மாதிரித் தெரியும். எத்தனையோ வருஷங்களாகியும் இந்தத் திருக்குற ளுக்கு விடுதலை என்ற சுய ஆட்சி கிடைத்த பாடு இல்லை.

உயர் திருக்குறள் குமரேச பிள்ளைக்கு மூன்றில் எப்பொழுதும் நம்பிக்கை. தெய்வங்களும் மூன்று. இலக்கியமும் மூன்று. ஒன்று சிவஞான போதம், இரண்டு காஞ்சி புராணம், மூன்று பெரிய புராணம். இவை மூன்றின் கருத்தையும் கலந்து பொருந்தியது திருக்குறள் என்ற தமிழ் மறை.

எங்களூரின் கிழக்குப் பக்கத்தில் ஒரு வெளியுண்டு. அதில் ஒரு கட்டிடம். வாரத்தில் ஐந்தரை நாட்கள் ஆரம்பப் பள்ளிக்கூடமாக வும், ஒன்றரை நாட்கள் உபாத்தியாயரின் மனைவி நெல் காயப் போடும் ஸ்தலமாகவும், மார்கழி மாதத்தில் பஜனை மடமாகவும், முக்கியமாக எங்களூர் கோகலே ஹாலாகவும் திகழ்ந்தது. அதில்தான் நமது குமரேச பிள்ளையின் ‘அரங்கேற்று காதை’ நடிக்கப்படும்.

வீட்டில் ஒரு பாகத்தைக் கோவிலாக்கி, கலைத்திறன் மருந்திற்கும் இல்லாத படங்களின்முன் புஷ்பங்களையும் ஜலத்தையும் வாரித் தெளித்து, பூஜை என்ற ‘மகத்தான’ பொழுதுபோக்கு யக்ஞத்தை செய்தும் கழிக்க முடியாத மணிச் சங்கிலிகளை இந்தத் திருச்சபையில் கழிக்க முயலும் பெரியார்களும், பத்து ரூபாய்களுக்காக, ‘பானா’ ‘மூனா’, ‘இம்மன்னா’, ‘பழம்’, ‘இரண்டும் இரண்டும் நான்கு’ என்ற அஸ்திவாரக் கப்பிகளை, கல்வி என்ற பெருங்கோவிலைக் கட்டுமாறு, சிறுவர் மூளை என்ற திவ்வியப் பிரதேசத்திலே நாள் முழுவதும் இடித்துச் செலுத்தும் திருப்பணியில் அயர்ந்து தளர்ந்து நித்திரை சுவானுபூதியை விரும்பும் மூளையின் கொற்றர்களும், வாழைப் பழத்தோலில் சறுக்கி விழுவதிலிருந்து இரண்டு நாய்களின் குரு க்ஷேத்திரம் வரை இமை கொட்டாமல் பொறுமையுடன் பார்க்கச் சக்தி வாய்ந்த, குளிக்காத நகைச்சுவை நாயனார்களும் —இவர் களுக்குத்தான் குமரேச பிள்ளையின் சண்டமாருதத்தைத் தாங்கும் எஃகினாலான மூளைகள் உண்டு.

சாயங்காலம் ஐந்து மணிக்கு ஆரம்பித்து மேஜையிலிருக்கும் விளக்கில் எண்ணெய் இருக்கும்வரை அல்லது குமரேச பிள்ளைக்குப் பசி எடுக்கும் வரை இந்தத் திருச்சபை நடக்கும். கேட்க வந்தவர் களைப் பற்றி அவருக்குக் கவலை என்ன? செவிக்குணவு இல்லாத போதன்றோ சற்று வயிற்றுக்கும் ஈய வேண்டும்!

ஒருநாள் எக்கச்சக்கமாக அங்கு அகப்பட்டுக்கொண்டேன்.

குமரேச பிள்ளை எழுந்து, ‘உலகெலாம் உணர்ந்தோதற்கரியவன்’ என்று கண்ணை மூடியவண்ணம் பிலாக்கணம் வைத்துவிட்டுப் பேசலானார் :

சென்ற ஆனித் திங்கள் பதினெட்டாம் நாள் அன்று எனது கெழுதகை நண்பர் கலசை உயர்திரு இளவழகனார், 'வள்ளுவனாரும் மேனாட்டு உடற்கூறு நூலும்' என்ற பொருள் பற்றி ஓர் பேருரை நிகழ்த்துமாறு வேண்டினர். யாமும் உடன்பட்டனம். புகழ்பற்றியோ எனின், அற்றன்று! நந்தெய்வத் திருமறையை இற்றைக்கு ஐயாயிரம் ஆண்டுகட்குமுன் வகுத்தருளிய செந்நாப் போதார், 'புணர்ச்சி பழகுதல் வேண்டா, உணர்ச்சிதான் நட்பாங் கிழமை தரும்' என்றும், 'உடுக்கை யிழந்தவன் கை போல வாங்கே இடுக்கண் களைவதாம் நட்பு' என்றும் அருளிப்போந்தார். ஆகலின், யாமும் உடன்பட்டனம்.

"பேரறிவாளர் குழுமியுள்ள மன்றத்தின்கண், நும் போன்றார் மாட்டு அறைதற் கொன்றிலதாயினும், என் சிற்றறிவுக் கெட்டிய பொருளை வகுத்துரைக்குமாறு பெரிதும் விழைகின்றேன். இன்றைக்கு எமக்கு உரைசெய்யுமாறு அருளப்பட்ட பொருள் நந்தொல்லறிவாளர் வள்ளுவ நாயனார் மேனாட்டு உடற்கூறு நூல்களை இற்றைக்கு ஐயாயிர வருடத்திற்கு முன்னரே எவ்வாறு தெள்ளிதில் அறிந்திருந் தார் என்பான் மொழிதல் பற்றி துளாயிரத்து இருபத்தியாறாம் குறள் முதலடியில் ஓர் பெரும் உண்மையைக் கூறிப் போந்தார்.

" 'துஞ்சினார் செத்தாரில் வேறல்லர்.' இறந்தவர்கள் மாண்டவர் களில் வேறு அன்று என்ற உயர்ந்த கருத்தை எளிதாக நயம்பட செவ்விதிற் கூறியருளினார். உரையாசிரியர் பரிமேலழகர் 'துஞ்சினார்' என்னும் பதத்திற்கு உறங்கினவர்கள் என்று வகுக்கிறார். அஃது ஒரு பெரும் வழு. அன்னார் அறியாமையை எள்ளி நகையாடுகிறேன். இறந்தவர் என்று பொருள்கோடல் சாலப் பொருந்தும். எனின் பரிமேலழகனார் அவ்வாறு கூறிப்போந்தார் எனின், அது ஓர் பெரும் ஆரியக் கூற்று, சூழ்ச்சி!

"நிற்க. கவரிமான் விலங்கினங்களில் கானில் உலவா நிற்கும் நாற்காற் பிராணி என்று பொருள்கோடல் தகும். அதன் உயிர்நாடி அதன் வாலில் இருப்பது என்பது மேல்நாட்டார் கண்கூடாகக் கண்ட காட்சி. அவர் அதைத் தொகுத்து வைத்திருக்கின்றனர். வேட்டையாடுங்கால் பையப் பையச் சென்று அதன் வாலில் ஓர் சிகையைப் பிடுங்கிவிடுவார்களாம். இதை நம் நல்லிசைப் புலவன் தமிழ்மறை தந்த பெம்மான் அறிந்தன்றோ, 'மயிர் நீப்பின் வாழாக் கவரிமான்' என்று அருளிப் போந்தார். என்னே! என்னே!

"இன்று இப்பொருள் பற்றி வலியுறுத்துவான் அவா, உரையாசிரியர் பரிமேலழகனாரால் ஏற்பட்ட பெரும் பிழைகளைக் கண்டிப்பான் மிகுதியும் வேட்கையுடையேன் எனின் சாலப் பொருந்தும்.

"அவர் 'கண்ணோட்டம்' என்ற பதப் பிரயோகத்திற்கு அருள் என்று வகுக்கிறார். அஃதன்று. கண் அசைவு என்பதுதான் பொருள்.

" 'கண்ணிற் கணிகலம் கண்ணோட்டம், அஃதின்றேல் புண் என்று உணரப்படும்.'

"கண்ணில் அசைவு இன்றேல் புண் போன்று அஞ்சத் தக்கவாறு இருக்கும் என்பது மேனாட்டுத் தொன்னூல் வலியுறுத்தும் உண்மை. அது நாம் இற்றைக்கு ஐயாயிர வருடங்களுக்கு முன்பே யறிந்த செம்பொருள் என்னின், என்னே தமிழுலகம், தமிழ் நாகரிகம்! அவை வாழ்க! அவை வெல்க!

"நிற்க. இற்றைக்கு...."

என்னால் பொறுக்க முடியவில்லை. ஓடிவந்துவிட்டேன்.

மணிக்கொடி, 8.7.1934

கூழுக்குப் பாடி

சரஸ்வதி கிருபையைப் பெற்றவர்களுக்கும் வறுமைக்கும் நெருங்கிய சம்மந்தமுண்டு என்பது சாதாரணமாக ஒரு பேச்சாக இருக்கிறது. பெரிய அறிஞர்களுக்கு, அதிலும் அறிவையும் உணர்ச்சியையும் ஒன்றுபடச் செய்யும் கவிகளுக்கு வறுமை உடன்பிறந்ததாகும் என்பதுதான் இதற்கு நாம் கொள்ளும் பொருள். ஆனால் இந்த நாடோடிச் சொல்லில் ஓர் பெரிய ரகசியம் இருக்கிறது.

உண்மையான சரஸ்வதி பக்தர்கள் வறுமையில் அடிபட்டுக் கிடக்கும் ஏழைகளிடம் மிகுந்த பரிவுள்ளவர்களாகவும் அவர்களிடம் காணப்படும் நற்குணங்களின்மீது ஒளியைப் பரப்புபவர்களாகவும், அவர்களிடம் காணப்படும் குறைகளுக்கு அவர்கள் பொறுப்பல்ல வென்று காட்டுகிறவர்களாகவுமே இருக்கிறார்கள். விக்டர் ஹ்யூகோ, டிக்கன்ஸ், வர்ட்ஸ்வொர்த் முதலிய பெரிய பேனா பக்தர்கள் ஏழை வகுப்பினரையே தமது நாயகர்களாகக் கொண்டிருப்பதை நாம் காண்கிறோம்.

கவிகளுக்கும் வறுமைக்குமிடையே சாசுவதமான நட்பு உண்டு என்பதற்கு இதுதான் உண்மையான பொருள் என்று கொள்வது தவறாகாது. வறுமையும் கவிகளும் உண்மையிலேயே உடன்பிறந்த வர்கள்தான். அதனால்தான் வறுமை வாய்ப்பட்டோரின் உள் ளத்தைக் கவிகள் எளிதில் அறிய முடிகிறது!

ஔவை நமது இலக்கியத்தின் ஒரு மகத்தான நாடோடி. பழுத்த வயதில்தான் நம்முன் தன் கவிதையை கொண்டு வருகிறாள். பெயரே குறிக்கவில்லையா. அவளைப் பற்றி — ஏன், நமது கவிஞர்கள் எல்லாருடைய கதியும் அப்படித்தான் — சரித்திரக் குறிப்புகளை அறியும் ஆவல் இருந்திருப்பதாகத் தெரியவில்லை. அவர்களுடைய கனவுகளை ஏற்றுக்கொள்வதைத் தவிர நாம் வேறு ஒன்றும் செய்த தாகத் தெரியவில்லை. முருகக் கடவுளின் மனைவி முதல் திருக்குறள் ஆசிரியர் வரை இவரது சகோதர சகோதரிகள் என்னும் கதையி லிருந்து இவர்களது சரித்திரத்தைப் பற்றி 'ஆதிபகவனுக்கு'த் தான் தெரியும் என்று தெரிகிறதல்லவா?

இவளுக்கு அற்புதமான கனவுகளான வார்த்தைக் கோவில்களை எழுப்ப முடியாது. உள்ளத்தின் துடிதுடிப்பை அப்படி அப்படியே

வெகு அழுத்தமாக இசைக்கும் சக்தி வாய்ந்தவர். முதிர்ந்த உலக அனுபவத்தினால், வாழ்க்கையின் 'நொடி'களை அறிந்திருந்ததினால் ஏற்பட்ட நியாய உணர்ச்சி அவள் கவிதைக்கு ஒரு சோபையைக் கொடுக்கிறது. குடிசைகளிலும் மாடமாளிகைகளிலும் துடிதுடித்த உள்ளங்களைத் துருவிப்பிடித்த ஒவியங்கள்தான் அவள் கவிதை. மனிதனின் 'கொடையும் தயையும் பிறவிக் குணம்' என்பது அவளது ஆழ்ந்த அனுபவம். வாழ்க்கையின் சிக்கல்களிலே 'ஈசன் கழலரு மையை' நன்றாக அறிந்தவர்; அறிய முடியும் என்ற கொள்கை யுடையவர்.

சோழ தேசத்தின் தலைநகர். ஒரு நள்ளிரவு. நல்ல நிலவு. ஒரு மண்டபத்திலே கூனிக் குறுகிய கிழவி காலை நீட்டிக்கொண்டு உட்கார்ந்திருக்கிறாள். இரவில் நகர சோதனைக்காக உருமாறி வருவது அக்காலத்தரசர்களின் வழக்கம். சோழனும் அன்று அந்த ஹோதாவில் வருகிறான். இவளைக் கண்டு யார் என்று அறிய ஆவல் கொண்டு நெருங்கி 'யார் அம்மே? நீ எங்கிருந்து வருகிறாய்!' என்று கேட்கிறான். கிழவியின் கூர்ந்த கண்கள் அவனை யார் என்று அறிந்துகொள்ளுகின்றன. அவனும் திடுக்கிடும்படி,

> கானொந்தேன் நொந்தேன் கடுகி வழிநடந்தேன்
> யான்வந்த தூரம் எளிதன்று — கூனன்
> கருந்தேனுக் கண்ணாந்த காவிரிசூழ் நாடா
> இருந்தேனுக் கெங்கே யிடம்

என்று பதில் சொல்லுகிறாள்.

கிழவி தன்னை யறிந்துகொண்டது மட்டுமல்ல, அவள் ஒரு நல்ல கவி என்று அறிந்துகொள்ளுகிறான் அரசன். மீண்டும் அவளுடன் பேச ஆவல் கொண்டு பக்கத்தில் உட்கார்ந்து பேச ஆரம்பிக்கிறான்.

வரும் வழியிலே நடந்த ஒரு ஹாஸ்ய சம்பவம். ஒரு கூனன் உயரத்திலிருந்து சொட்டிக்கொண்டிருக்கும் தேனைப் பருக ஆசை கொண்டு தனது கூனை நிமிர்த்த முயல்வது — ஏன் வாழ்க்கை இலக்ஷியமே மனிதனின் கூனிய உள்ளத்தை நிமிர்த்தி, தெய்விக வாழ்க்கையை விரும்புவதுதானே — அவளுடைய தனிமையுடன் கலந்து ஒரு அசையாத திட உள்ளத்தை எடுத்துக் காண்பிக்கிறது.

.2.

அரசனும் ஒரு குழந்தையின் ஆவலுடன், 'அம்மே அந்த மூட்டையில் என்ன இருக்கிறது!' என்று கேட்கிறான். ஒரு குழந்தைக்கு கதை சொல்லி சந்தோஷப்படுத்துவது போல் அந்த மூட்டையிலிருந்த பொருளுக்கு ஒரு கதை கட்ட ஆரம்பித்துவிட்டாள்.

> கூழைப் பலாத்தழைக்கப் பாடக் குறமகளும்
> மூழக் குழக்குதினை தந்தாள் — சோழாகேள்

உப்புக்கும் பாடிப் புளிக்கும் ஒருகவிதை
ஒப்பிக்கும் என்றன் உளம்.

'அப்பனே நான் வரும் வழி ஒரு மலைப்பிரதேசம். அங்கே ஒரு குறவனுக்கு இரண்டு மனைவியர். இளையாளுக்கு, தனது கணவனுக்கு நல்லவளாக இருக்க ஆசை. அதனால் மூத்தாள்மேல் பழிசுமத்த, வீட்டு முற்றத்தில் வளர்ந்த, அவர்கள் ஜீவியத்தின் மூலதனமான, ஒரு கூழைப் பலாவை வெட்டிவிட்டாள். மூத்தவள் தெய்வமே என்று ஏங்கிக்கொண்டு இருக்கும்பொழுது நான் அங்கு சென்றேன். தனது கவலையையும் மறந்து எனக்குப் பசியாற்றினாள். பிறகு நடந்ததைச் சொன்னாள். பிறகு நானும் ஒரு பாட்டுப் பாடினேன். அந்தப் பலா மறுபடியும் தழைத்துவிட்டது!' என்று சிரித்துக்கொண்டு சொன்னாள். பின்னும் சொல்கிறாள், 'அரசனே! எனக்கு இந்த ஏழைகளிருக்கிறார்களே அவர்களைப் பற்றிப் பாடினால் போதும். தங்களுடைய கஷ்டங்களையும் கவனியாது எனக்கு ஒரு வேளை கூழ் கொடுக்கும் அந்த ஏழைகள் இருக்கிறார்களே அவர்களே எனது கவிதையின் நாயகர்கள்!' என்று பெருமிதமாக உரைக்கிறாள்.

'நான் ஏழைகளுக்காகவும், ஒதுக்கப்பட்டவர்களுக்குமாகவும் பிறந்திருக்கிறேன்' என்ற கிறிஸ்துவின் கொள்கையும், மகாத்மா தன்னை தரித்திர நாராயணன் என்று சொல்லிக்கொள்ளும் தத்துவமும் போன்றதுதான் இந்தக் கிழவியினுடையதும். ஏழைகளின் கவிஞன் (Minstrel of the Poor).

'அப்படியா நீதான் அந்த "கூழுக்குப்பாடி" என்ற ஔவையோ' என்று வினயமாகக் கேட்கிறான்.

.3.

கிழவி தன் முடிப்பை யவிழ்த்து சிறிய குழந்தைகள் போட்டுக் கொள்ளக்கூடிய ஒரு நீலச் சிற்றாடையை எடுக்கிறாள். 'அப்பனே இதைப் பார்த்தாயா' என்று கையில் கொடுத்துவிட்டு பின்வருமாறு கூறலானாள்.

'அன்றொரு நாள் திருக்கோவலூருக்குச் சென்றுகொண்டிருந்தேன். வழியில் மழை பிடித்துக்கொண்டது. நல்ல மழை. ஊருக்கு வெளியே ஒரு சிறு குடிசை. மழைக்குத் தங்கிவிட்டுச் செல்ல அங்கு சென்றேன். அங்கே ஒரு ஏழைச் சிறுமி, ஏழு அல்லது எட்டு வயதுக்குள்தான் இருக்கும். தாயில்லை. தகப்பன் — அவன் இடையன் — எங்கோ சென்றிருந்தான். அந்தக் குழந்தையின் குணத்தை என்னவென்று கூறுவது. என்ன குழைவு. என்ன அன்பு! அச்சமயம் அவளிடமிருந்தது இந்த ஒரு ஆடைதான். ஒரு கணமாவது யோசித்தாளா. உடனே என்மேல் போர்த்திவிட்டு உள்ளே சென்றுவிட்டாள். உள்ளே என்றால் என்ன. ஒரு மூலைக்குத்தான். மானத்தினால் என்று நினைத்தேன். அதற்காகவா, சற்றுநேரத்தில், ஒரு தட்டத்தில் ஏதோ

கொண்டுவந்து, 'பாட்டீ உனக்கு அதிகப் பசியாக இருக்கும். கொஞ்சம் கீரைக்கறி சமைத்திருக்கிறேன், சாப்பிடு' என்று பரிமாறினாள்: அது எப்படியிருந்தது தெரியுமா?

வெய்தாய் நறுவிதாய் வேண்டளவும் தின்பதாய்
நெய்தான் அளாவி நிறம்பசந்து — பொய்யாய்
அடகென்று சொல்லி அமுதத்தை இட்டாள்
கடகம் செறிந்தகை யாள்.

'என் பசியிலே, அவள் அன்பிலே, அவள் முகம் பார்க்கக்கூட நேரமில்லை. இன்னும் நினைவிலிருக்கிறது. கையிலே வெள்ளிக்காப்பு' என்று சொல்லி ஏதோ நினைவிலே ஆழ்ந்துவிட்டாள்.

.4.

கிழவி பின்னும் கூறலானாள்.

'அரசனே, இந்த நீலச் சிற்றாடை என் மனத்தில் எத்தனை நினைவுகளை எழுப்புகிறது தெரியுமா. அந்தக் குழந்தையின் உள்ளத்திற்கு இணை சொல்ல எனக்கு இப்பொழுது மூன்று முக்கியமாகத் தெரிகிறது. அந்த உள்ளத்தின் ஓட்டங்களும் வெகு வேடிக்கையானதே. அவன் ஒரு திருடன்; பெயர் பாரி. என்னைக் கண்டால் அவனுக்கு என்னவோ விட்டு பிரிய மனமே வராது. என் கால்கள்தான் இருக்கின்றனவே — அது ஒரு இடத்தில் தரித்திருக்காது. அவனிடம் "போய் வருகிறேன்" என்று விடைபெறுவதைப் போல் கஷ்டமான காரியம் இந்த உலகத்தில் கிடையாது. ஒரு தடவை விடைபெற்று வந்துவிட்டேன். அவனுக்கு நான் அவனுடன் இருக்க வேண்டும் என்று ஆசை. அவன் என்ன செய்தான் தெரியுமா? தன் ஆட்களை ஏவி, என் கையிலிருந்த மூட்டையைக் கொள்ளையடித்துக் கொண்டு வர செய்துவிட்டான். அப்படியாவது நான் வந்து அவனுடனேயே இருந்துவிட மாட்டேனா என்ற ஆசை. தங்கமான உள்ளம், முரட்டு வழி, அவ்வளவுதான்.

'இன்னொருவன்; அவன் பெயர் காரி. அவனுடைய உள்ளமும் விசித்திரமானதே. அவனுக்கு இந்த உலகத்தில் ஒரே ஆசை. அது பயிரிடுவதுதான். பொருள் சேர்க்க வேண்டுமென்றல்ல. அந்தத் தொழிலில் அவனுக்கு ஒரு மோகம்; வயலைத் தான் பெற்றெடுத்த குழந்தை போல் பேணினான். கழனிகளின்மேல் அவனுக்கு ஒரு தாயின் அன்பு இருந்தது. வயலில் வேறு யாரும் கைவைத்து விட்டால் கொலைதான். அன்று ஒரு நாள் சாலையின் வழியாகப் போய்க்கொண்டிருந்தேன். வழியில்தான் அவன் வயல்; அவன் வயலைக் கொத்திக்கொண்டிருந்தான். என்னைக் கண்டதும் அவனுக்கு சந்தோஷம் தலை கால் தெரியவில்லை. உடனே என்ன செய்தான் தெரியுமா? என் கையில் ஒரு களைக்கொட்டைக் கொடுத்து "நீயும் கொத்து" என்று மிகுந்த சந்தோஷத்துடன் சொன்னான். எனக்காக, மனமுவந்து, ஒரு தெய்வலோகத்தையே பரிசாகக் கொடுப்பது போல் ஆனந்தப்பட்டான்.

'மற்றொரு தடவை . . . சேர நாட்டிற்குப் போயிருந்தேன். சேரன் உலாவ வந்துகொண்டிருந்தான். எப்பொழுதும்போல் அரச சின்னங்கள்தான்; மிகுந்த படாடோபத்துடன் மந்திரி பிரதானிகள் புடைசூழ வந்துகொண்டிருந்தான். என்ன செய்தான் தெரியுமா? இரு கண்களிலும் மகிழ்ச்சி பொங்கிப் பிரகாசிக்க, "வாராய்" என்று அழைத்தான். நான் இருக்கும் கோலத்தைக் கவனித்தானா?. . . உங்களைப் போன்ற செல்வந்தர்களுக்கு உள்ளத்திருக்கும் நாவிற்கும் இடையில் ஒரு திரை இருக்கிறது. அதற்குப் பெயர் நாகரிகம், செல்வம், மமதை. அவனுக்கு அதில்லை. உள்ளத்தைத் திறந்து காண்பிப்பது போல் இருந்தது. . .

'இம்மூன்று பேர்களுடைய உள்ளங்களுக்கும் ஒப்பாக நான் இந்த நீலச் சிற்றாடையைக் கொடுத்தாளே அந்தக் குழந்தையை மதிக்கிறேன். . . .

பாரி பறித்த பறியும் பழையனூர்க்
காரி கொடுத்த களைக்கொட்டும் — சேரமான்
வாரா யெனவழைத்த வாய்மையு மிம்மூன்றும்
நீலச் சிற்றாடைக்கு நேர்.

பிறருக்கு உதவி செய்ய வேண்டும் என்ற ஆசையும் தயையும் ஏழைகளிடம் இருப்பது போல் வேறு எங்கும் கண்டதில்லை. அன்று வேளூர் என்ற கிராமத்திற்குப் போயிருந்தேன்; அங்கே பூதன் என்ற ஒருவன். பெயர்தான் பயமாயிருக்கும், குணம் பூதம் போல் அல்ல. அவன் வேறு ஒன்றும் செய்துவிடவில்லை.

வரகரிசிச் சோறும் வழுதுணங்காய் வாட்டும்
முரமுரெனவே புளித்த மோரும் — திரமுடனே
புல்வேளூர்ப் பூதன் புகழ்ந்து பரிந்திட்டசோறு
எல்லா உலகும் பெறும்.

செல்வந்தர்களிடம் இருக்கும் தனம் எப்படி இருக்கிறது தெரியுமா?

சுற்றுங் கருங்குளவி சூரைத்தூ ராரியப்பேய்
எற்றுஞ் சுடுகாடிடு கரையில் — புற்றில்
வளர்ந்த மடற்பனைக்குள் வைத்ததேன் ஒக்கும்
தளர்ந்தார்க்கொன் றீயாத் தனம்.

அரசன் கேட்கிறான்: 'அம்மே! நாங்கள் எவ்வளவோ தான தருமங்கள் செய்கிறோமே; நாங்கள் எப்படியோ' என்று கேட்டான். உடனே கிழவி சடக்கென்று பதில் சொல்லுகிறாள்:

வண்தமிழைத் தேர்ந்த வழூதி கலியாணத்து
உண்ட பெருக்கம் உரைக்கக்கேள் — அண்டி
நெருக்குண்டேன், தள்ளுண்டேன், நீள்பசியி னாலே
சுருக்குண்டேன், சோறுண் டிலேன்.

காந்தி, 10.7.1934

கவிதை

கவிதை, கவிதை என்று சொல்லுகிறார்களே, அதைப் பற்றி எழுத வேண்டும் என்று எனக்கு வெகுநாளாக ஆசை. இன்றைக்குத்தான் முடிந்தது.

'பேனா எங்கேயாடா? அடே ராசா நீ யெடுத்தையா? குரங்குகளா, ஒன்றை மேஜைமேல் வைக்கவிடாதீர்கள். அது பேனாவாகவா இருக்கிறது? இருந்தாலும், இந்தக் குழந்தைகள் இருக்கிறதே, சனியன்கள். மழலையாம், குழலாம், யாழாம்! அதைவிட ஒரு ஓட்டைக் கிராமபோனை வைத்துக்கொண்டு காதைத் துளைத்துக் கொள்ளலாம்.'

குழந்தைகளால் என்ன பிரயோஜனம்? சுத்தத் தமிழ் பேசத் தெரியுமா? அவைகளுக்குத்தான் என்ன ஒரு கூட்டத்திலே பழகத் தெரியுமா? இன்னும் அழாமல் இருக்கத் தெரியுமா?

எங்கள் வீட்டு 'ராஜா'வைப் பற்றி சொல்லவா? சோற்றுக்குத் தாளம் போட்டாலும், வீட்டுக்கொரு 'ராஜா'விற்குக் குறைவில்லை. அதில்மட்டும் பாரதி சொன்னதிற்கு ஒரு படி மேலாகவேயிருக்கிறோம். எல்லோரும் இன்னாட்டு மன்னர்களின் தகப்பன்மார்!

எங்கள் வீட்டு 'ராஜா' இருக்கிறானே அவன் பேச்செல்லாம் பாட்டு; பாட்டெல்லாம் அழுகை. அதுதான் கிடக்கிறது. அவனிடத்தில் என்ன அதிசயம் இருக்கிறது? அவனுக்கு இருக்கும் அசட்டுத்தனத்திற்கு என்ன சொல்லுகிறது? என்னுடைய கைத்தடியை எடுத்துக்கொண்டான். அதுதான் அவனுக்கு குதிரையாம். குதிரைக்கும் தடிக் கம்பிற்கும் வித்தியாசம் தெரியாத அசட்டைப் பார்த்து யாரால் உத்ஸாகப்பட முடியும்? அதற்கும் ஒரு பிரகிருதி இருக்கிறது. அதுதான் அவன் தாயார். குதிரை மட்டுமா, காராக மாறுகிறது. மோட்டார் சைக்கில், இரட்டை மாட்டுவண்டி இன்னும் என்ன வேண்டும்?

அதுதான் கிடக்கிறது. தமிழைத் தமிழாகப் பேசத் தெரிகிறதா? இலக்கணம் தெரியுமா? தொல்காப்பியம் படித்திருக்கிறதா? இந்தக்

குழந்தைகளினால் என்ன பிரயோஜனம்? உங்களுக்குத் தெரியுமா அவைகளினால் என்ன பிரயோஜனம்?

...ஓஹோ? கவிதையா? இன்னொரு தடவை பார்த்துக் கொள்ளலாம்.

மணிக்கொடி, 15.7.1934

செல்வம்

அன்று ட்ராமில் வந்துகொண்டிருந்தேன். சென்ட்ரல்வரை தரையில் புரண்டு தொங்கும் புடலங்காய்தான்.

அப்பா! உட்கார்ந்தாகிவிட்டது. மனிதனுக்கு உட்கார இடங் கொடுத்துவிட்டால் கொஞ்சம் அப்படி இப்படி சுற்றிப் பார்க்க வேண்டும். அங்கே பேசுகிறவர்கள் — சென்னை அவசரத்தில் அந்த மாதிரிப் பிரகிருதிகள் மிகவும் சொற்பம் — யாராவது இருந்தால் கொஞ்சம் காது கொடுக்க வேண்டும்; கூடுமானால் பேச வேண்டும். பிறகு வெற்றிலை, நீண்ட நட்பு. இறங்கும்வரை எல்லாம் ஒன்றன்பின் ஒன்றாய்.

சென்ட்ரலில் ஒரு கூட்டம் வந்து ஏறியது. இடம் வசதி பார்த்தாகி விட்டது. வந்தவரில் ஒருவர் — வைதிகச் சின்னங்கள்; மெலிந்த தேகம். சுகமாகக் காலை நீட்டிக்கொண்டு சொல்லுகிறார்:

'செல்வம் இருக்கிறதே அது வெகு பொல்லாதது. இன்று ஒரு இடத்தில் இருக்கும், நாளை ஒரு இடத்தில் இருக்கும்; அதோ அந்த வண்டிச்சக்கரம் போல. அதைத் துறந்தால்தான் மோட்சம் . . .' இப்படி அடுக்கிக்கொண்டே போகிறார்.

என் மனது இருக்கிறதே, அது எப்பொழுதுமே இப்படித்தான். ஒன்றைக் கேட்டால் எதிர்த்தோ, பேசவோ செய்யாது. அப்படி நீண்ட யோசனைகளை இரகஸியமாக என்னிடம் வந்து கொட்டும்.

இந்தச் 'செல்வம்' என்ற சொல் 'செல்வோம், செல்வோம்' என்ற பொருள்பட நின்றதாம். அதிலே தமிழுக்கு வேறே பெருமை. அதன்மீது, செல்வத்தின்மீது ஒரு வெறுப்பு உணர்ச்சி, முக்கால்வாசிப் பெயரிடம்; 'சீச்சீ, இந்தப் பழம் புளிக்கும்' என்ற தத்துவந்தான்.

செல்வம் சென்றுவிடுமாம்! அதனால் அதை வெறுக்க வேண்டு மாம். நீ வெறுக்காவிட்டாலுந் தானே அது சென்றுவிடுமே! அது செல்லாவிட்டால், அந்த சகடக்கால் மாதிரி உருண்டு செல்லாவிட் டால், அதற்கும் இந்த மண்ணாங்கட்டிக்கும் என்ன வித்தியாசம்? ரூ. அ. பை. வைத்துக்கொண்டு என்ன செய்ய முடியும்? அது பண்டம் மாற்றுவதற்கு இடையிலே சங்கேதமாக வைத்துக்கொண்ட

ஒரு பொருள். வெறும் பணத்தை உண்ண முடியுமா, உடுக்க முடியுமா? இது தேவையைப் பூர்த்தி செய்யும் ஒரு வஸ்து. அது சென்றுகொண்டிருப்பதினாலேதான் அதற்கு மதிப்பு.

வெள்ளைக்காரன் செல்வத்தை 'வெல்த்' (*wealth*) என்று சொல்லு கிறான். அது பூர்த்தியாகும் வஸ்து என்று அர்த்தப்படும்படியாக இருக்கிறது. ஜடத்தின் தேவையை பூர்த்தி செய்யத்தான் வேண்டும். அது முதல் படி, மற்ற எல்லா இலக்ஷியங்களுக்கும்.

நமக்குச் செல்வம் ஜகந்நாதத்தின் தேர்ச்சக்கரம் மாதிரி இருக்கிறது. அது நம்மை நசுக்குகிறது. அதன் உருளைகள் சரியானபடி சுற்ற வில்லை. போகும் வழியும் கண்மூடித்தனமாக இருக்கிறது. அதை நீக்க வேண்டும். அதை விட்டுவிட்டு செல்வமே வேண்டாம் என்று பேசுகிறவனைக் கண்டால் "உன் (அசட்டு) வேதாந்தத்தில் இடி விழ" என்று சீறும்படியாகக் கோபம் வருகிறது.

வாஸுதேவ சாஸ்திரியை — அதுதான் ராஜமய்யர் எழுதிய இங்கிலீஷ் கதையில் வருகிறவர் — முக்கால்வாசித் தமிழர்களுக்குப் பிடிக்கும். அவரை எல்லாரும் இலக்ஷியமாக வைத்துக்கொள்ள ஆசைப்படுவார்கள். எனக்கு அந்த அசட்டு வேதாந்தியின் தர்ம பத்தினிதான் நமக்குச் சரியான இலக்ஷியம் என்று சொல்லுகிறேன். சாக்கடையிலிருந்து நட்சத்திரங்களைப் பற்றி கனவு காண்பது வெகு கஷ்டமல்ல. அது நம்மவருக்கு ரொம்ப நாளையப் பழக்கம். பக்கத்திலிருக்கும் குறட்டில் ஏற முயற்சிப்பது முதலாகச் செய்ய வேண்டியது. நம்மவருக்கு செல்வத்தின் தீமையைப் பற்றிச் சொல்வது, நபும்ஸகனுக்கு பிரமச்சரியத்தின் உயர்வைப் பற்றி உபதேசிப்பது போல்தான்.

செல்வம் நிலையில்லாதது என்று கடிந்துகொள்ளுகிறீர்களே? எதுதான் உலகத்தில் நிலையாக இருக்கிறது? கடவுளைப் பற்றி வெகு லேசாக, எப்பொழுதும் இருக்கிறார் என்று கையடித்துக் கொடுப்பார்கள் நம்மவர்கள். கடவுளும் நம்மைப் போல் பிறந்து, வளர்ந்து, அழிகிறவர்தான்.

'அட போடா! நாஸ்திகா' என்பீர்கள். இந்தக் காலத்துப் பிரா மணன், வேதகாலத்துப் பிராமணனைச் சந்தித்தால், 'அவன் பதிதன்' என்று முடிவு கட்டிவிடுவான். அந்தக் காலத்தில் இருந்த கடவுள்கள் எல்லாம் எங்கே? அந்தக் காலத்துத் தமிழன், கொற்றவை என்ற தெய்வத்தைக் கும்பிட்டானாம். அது எங்கே? இந்த மாதிரி எத் தனையோ அடுக்கிக்கொண்டு போகலாம்.

இந்தச் செல்வமும் இப்படித்தான். பழைய காலத்து மனிதனுக்கு கையிலிருந்த கல் ஈட்டிதான் செல்வம். வேதகாலத்துப் பிராமணனுக்கு மாடும், குதிரையும்தான் செல்வம். அவன் அதை நிரையாகப் பெருக்கினான். யாகம் செய்தான். ஏன், தெய்வமாகக் கொண்டான்! தேவையைப் பூர்த்தி செய்யும் இலக்ஷியம்தான் தெய்வம்; அது எந்தத் தேவையானால் என்ன?

அந்த ட்ராம்கார் நண்பர் மாதிரி நமக்கு அசட்டு வேதாந்தம் வேண்டாம். அஸ்திவாரக் கப்பிகளை நன்றாகக் கட்டிவிட்டு, பிறகு மெத்தைக்கு என்ன வார்னீஷ் பூசலாம் என்று யோசிக்கலாம்.

மணிக்கொடி, 29.7.1934

புஸ்தக உலகம்

தெரிந்ததைச் சொல்லுவதற்குப் புஸ்தகமா, தெரியாததை அறிவதற்குப் புஸ்தகமா? இரண்டிற்கும்தான். முதலாவது இலக்கியம்; இரண்டாவது சாஸ்திரம். முதல் கலை; இரண்டாவது ஸயன்ஸ். முதல் உணர்ச்சி நூல்; இரண்டாவது அறிவு நூல்.

தெரியாததை அறிவதற்கு இலக்கியத்தினிடம் போக வேண்டாம்; தெரிந்ததைக் கேட்பதற்கு ஸயன்ஸிடம் செல்ல வேண்டாம்.

கலையில் உணர்ச்சி விசாலப்படுகிறது, சக்தி பிறக்கிறது, நூதன வாழ்விற்குத் தைரியம் கொடுக்கிறது.

ஸயன்ஸ் அறிவை விசாலப்படுத்துகிறது; வாழ்க்கையின் இரகஸியங்களை அறிவிக்கிறது; வாழ்க்கையை அனுபவிப்பதற்கு அஸ்திவாரமாக இருக்கிறது.

ஒரு ஸி. வி. ராமன், ஒரு ஜகதீச சந்திர வசு, ஒரு மார்க்கனி, ஒரு எடிஸன், ஒரு கார்ல் மார்க்ஸ், ஒரு கீத் பிறக்காவிட்டால் நாகரிக வளர்ச்சிக்கு சாதனம் இருக்காது.

ஒரு பாரதி, ஒரு கம்பன், ஒரு தாகூர், ஒரு வால்ட் விட்மன் பிறக்காவிட்டால் வாழ்க்கையில் ஒரு பிடிப்பு ஏற்படாது; வாழ்க்கை ரஸிக்காது. வெறும் வெட்டவெளியாய், காரண காரியங்களால் பிணிக்கப்பட்ட ஒரு இருதயமற்ற கட்டுக்கோப்பாக இருக்கும்.

ஸயன்டிஸ்ட் (விஞ்ஞான சாஸ்திரி) ஒரு புதிய உலகத்தை, அதன் நெளிவு சுளுவு தெரிந்து, நன்றாக, அசையாத கட்டடமாகக் கட்டிவிடுவான். அதற்கு உயிர் இருக்காது, உணர்ச்சி இருக்காது. வெறும் மெக்கானிக்கல் யந்திரமாக ஜனங்களைப் பிணிக்கும்.

கவிஞன் அப்படியல்ல. இலக்கியகர்த்தாக்கள் எல்லாம் ஓரளவு கவிஞர்கள்தான். அவர்களுடைய தேசம் உணர்ச்சி. அவர்கள் குயில், அவர்கள் காதலர், அவர்கள் தெய்வம். உள் மனத்தின் உதவியால் உண்மைகளை, சிருஷ்டியின் துடிதுடிப்போடு சொல்லி விடுவார்கள். அவர்களுக்கு தர்க்க சாஸ்திரப் படிக்கட்டு வேண்டாம்.

இருவருக்கும் ஒரு வித்தியாசம். ஒருவன் அறிவைக் கொண்டு துருவித் துருவி, பிரித்துப் பிரித்து உலகத்தை கவனிக்கிறான். இன்னொருவன் சிருஷ்டியின் உண்மைகளை அப்படியே முழுக் கனவாகப் பார்த்துக் களிக்கிறான்.

இரண்டும் அவசியம்தான். இரண்டும் எதிர்க்கட்சி போடவில்லை. இரண்டும் ஒன்றை ஒன்று முற்றுப்படுத்துகிறது.

ஸயன்ஸ் இல்லாவிட்டால் அசட்டுத்தனம் மலியும். இலக்கியம் இல்லாவிட்டால் நாம் உணர்ச்சியற்ற யந்திரங்களாகிவிடுவோம்.

தெய்வத்தைப் படைப்பது கவிஞன்; தெய்வத்தை அறிபவன் ஸயன்டிஸ்ட்.

தெய்வம் என்றால் என்ன? இலக்ஷியம். அது எந்த வடிவத்தை எடுத்தால் என்ன? மனித வர்க்கத்தை ஒருபடி உயரச் செய்தால் அது தெய்வத்தின் சக்தி படைத்தது, அதுதான் தெய்வம் என்று ஏன் சொல்லக் கூடாது?

மணிக்கொடி, 12.8.1934

குயில் :
ஒரு நெட்டைக் கனவு

உலகம் அசட்டுத்தன்மை, மிருகத்தன்மை, பயம், கொடுமை என்ற அசுர வர்க்கங்களின் ஏகபோக மானாங்காணியாக இருக்கின்றன. அசட்டுத்தனமும் கோழைத்தனமும் இதைச் சில சமயம் போற்றுகின்றன. சில சமயம் இதைக் கண்டு பரிதபிக்கின்றன. இந்த அசட்டுத் தனத்தையும் மிருகத்தனத்தையும் உணர்ச்சியுடையவன் பொறுத்துக் கொண்டிருக்க முடியுமா?

'தனிமை கண்டதுண்டு — அதிலே சாரமிருக்குதம்மா!'

இந்த இருளைப் போக்கி, ஒளியைக் கொண்டுவர முயலும் கவிஞனும் மலைத்து விடுகிறான். தனியிடத்திலே அவன் மனம் குமுறுகிறது, கொந்தளிக்கிறது.

நந்தவனத்தில் சாந்தி ஏற்படாதா? நந்தவனம் இயற்கையின் அன்பை ஊட்டுவதுபோல் அழகின் பெருமையைப் பரிந்து அளிக் கின்றது. கவிஞனது உள்ளம் அதை ஏற்கும் நிலையில் இல்லை. இருளின் ஒளி சிதறி மனத்தைக் கறுப்பில் மின்ன வைக்கிறது.

எங்கிருந்தோ ஒரு குயில் கூவுகிறது. அந்தக் குயிலின் ஏக்கம், சோகம் கலந்த குரல் கவிஞனது உள்ளத்தில் கலக்கிறது; இரண்டும் ஒன்றுபட்டது.

கவிஞன் இப்பொழுது சுற்றிலும் கவனிக்கிறான். அந்தச் சோகம் கலந்த குயிலின் குரலில் ஒரு நம்பிக்கை அவனுக்குத் தோன்றுகிறது. அவன் குதூஹலமடைகிறான். உலகத்தின் இன்ப ஒளி அவனுக்குத் தெரிகிறது.

சூர்யோதயம் ஒரு களிப்பை மனதிற்குத் தருகிறது. உலக இருள் அகலுகிறது. அதிலிருந்து எத்தனையோ கற்பனைகள், கனவுகள் அவனுக்குத் தோன்றுகிறது.

மறுபடியும் குயில் கூவுகிறது.

இப்பொழுது இந்த இன்ப ஒளித்திரளான இயற்கை வனப்பிலே அந்தக் குயிலின் சோகம் துணையை நாடுவதுபோல் படுகிறது.

ஒரே விதமாகத் துடிக்கும் இரண்டு இருதயங்கள் பிணிக்கப்படுவதில் அதிசயமில்லை.

குயில் கவிஞனை யழைப்பதுபோல் கூவுகிறது.

கவிஞன் குயிலைத் தேடுவதுபோல் பாடுகிறான்.

அவன் உலகை மறந்துவிட்டான். குயிலும் அவனும் தவிர இந்த அகண்ட உலகில் வேறு ஒன்று இருப்பதாகத் தெரியவில்லை.

குயில் அவன் கண்களுக்குத் தென்படுகிறது. அவனையழைக்கிறது. அந்த அழைப்பிலே ஒரு கட்டுக்கடங்காத பாசம், ஒரு விள்ள முடியாத காதல் புலப்படுகிறது. குயில் அவனை வசீகரித்தது, அவன் உள்ளத்தை அப்படியே திருடிவிட்டது. குயிலுக்கு அவன் அடிமை. அன்பில் வசப்படாமல் யார்தான் இருக்கமுடியும்? அதிலும் ஒரு கவிஞன்....

மறுபடியும் ஒரு கனவு....

குயிலைத் தேடுகிறான். என்ன ஆவேசம்! என்ன காதல்! கட்டுக்கடங்காத காட்டாறு போன்ற மோகம். முன்பு குயில் இவனை நாடியது. இப்பொழுதோ? அங்கே குயில் இருக்கிறது... குயில் மட்டுமா? ஒரு குரங்கினுடன் முன்போல் குலாவுகிறது. அதே காதல்! அதே உணர்ச்சி! கவிஞன் மனம் அப்படியே இடிந்து விடுகிறது. நீசக்குயில்! வஞ்சனையான பெண்மை; உலகத்தின் இலக்ஷியங்கள், கனவுகள் எல்லாம் வெறும் பைத்தியக்காரத்தனமா? ஒப்புக்காகக் கூறும் மோசக்காரப் பேச்சா? ஒளியாக வந்தது கானலாக மறைந்ததே! இதுவும் இருளின் ஒரு பொய்த் தோற்றமா? எல்லாவற்றையும் ஒரேயடியாக நசித்து, ஒரே ஊழியின் இறுதிக் கூத்தாக முடித்துவிட்டால் ... மனம் குமுறுகிறது. இருள் கவ்வுகிறது. மறுபடியும் இருள்....

மறுபடியும் ஒரு கனவு.

மறுபடியும் குரலோசை. ஐக்கியப்படாமல் இருக்க முடியுமா? காதல் ஏகச்சக்ராதிபத்தியமா? அவனால் குயிலின் பாசத்தைக் களைய முடியவில்லை. அதெப்படி முடியும்? உண்மைக் காதல் என்ன உத்தரீயமா – நினைத்த பொழுது களைந்துவிடுவதற்கு. மறுபடியும் அந்தக் குயில் தென்படுகிறது. ஆனால் இப்பொழுது ... இப்பொழுது ஒரு மாடு. குரங்கின் கதி என்ன? இந்த மாட்டின் கதி என்ன? அதை எப்படி இவனால் நினைக்கமுடியும்? அவனுக்குப் போட்டியாக, எதிரியாக இருப்பவர்களை, அதுவும் மிருகங்களை, மனம் குமுறுகிறது. இப்பொழுது கொன்றால் ... சற்று நேரங்கழித்துக் கொன்றால் என்ன? அவ்வளவு நேரமாவது குரலின் இனிமையைக் கேட்டால் என்ன? கொல்ல வேண்டியதுதான். கத்தியை வீசுகிறான் ... எல்லாம் மறைகிறது. இருள். இருள்.

மனதில் இடையற்ற கொந்தளிப்பு.

மறுபடியும் ஒரு கனவு ....

குயிலைத் தேடிச் செல்வதில்லை. மனங் கசந்துவிட்டது. அதை இன்னும் எப்படித் தேடமுடியும். திரும்பத் திரும்ப மனத்தைப் புண்படுத்திய குயிலை எப்படி நினைப்பது. காதலைக் களைய முடியவில்லை. உயிரைத் தின்னும் காதலை, உள்ளத்தை உள்ளூரப் பூச்சியரித்த மாதிரி வெறும் பொக்காக, பாழ்வெளியாக ஆக்கிய குயிலை நினைக்கக் கூடாது என்று அறிவு சொல்லுகிறது. உள்ளம் கேட்கிறதா? அம்மாதிரித் துன்பத்தில் ஒரு சுகத்தைக் காணும் பொழுது, குயிலிடம் ஒரு பாசம் வராமல் இருக்குமா? இப்பொழுது அறிவு கொஞ்சம் திடப்பட்டுவிட்டது. அல்லது உளம் கொஞ்சம் கோழையாகிவிட்டதா? போக ஒப்பவில்லை. ஆனால் குயில்... அது துணையை வேண்டியே தவிக்கும்பொழுது. அது நாடுகிறது. தூரத்திலே குயில். கவிஞனுக்கு அறிவின் கட்டுப்பாடு எங்கோ பறந்தது. பேசாமல் தொடர்கிறான். முந்திய இடம், முந்திய குயில்... ஆனால் இடையில் எவ்வளவு பெரிய சோக நாடகம் நடந்து முடிந்துவிட்டது. கவிஞன் தனது உள்ளத்தின் ஆவேசத்தை, தன் காதலின் உரிமையால் ஏற்பட்ட கோபத்தைத் தழலாகச் சண்ட மாருதமாகக் குயிலின்மீது கொட்டிவிடுகிறான். இரண்டு கை தட்டி னால்தானே சப்தம். இரண்டு மனம் போராடினால்தானே இறுதி. குயில் இந்த ஆவேசத்தை எதிர்க்கவில்லை. (உமது கனவு) என்று சொல்லி நம்பிக்கையின்மையில் பழிபோடுகிறது. பிறகு ஒரு நீண்ட கனவு. ஒரு காதலின் முடிவு பெறாத இறுதி, இரத்தம், சோகம், கொலை... இருள்... குயில் அவன் கைகளில் விழுகிறது. குயிலா... கனவா! பெண்ணா! கவிதையா!... எல்லாம் மறைகிறது.

குயில் கூவுகிறது.

கவிஞன் மனதில் ஒரு நம்பிக்கை, சாந்தி.

ஊழியன், 7.9.1934

சின்ன விஷயம்

பெரிய விஷயங்களைப் பற்றி ஒற்றுமை ஏற்படுவது இயற்கை. தெரியாத விஷயத்தைப் பற்றி ஒற்றுமை ஏற்படுவது சகஜம், தெரிந்த விஷயத்தில் இருப்பது போல.

ஒரு வீடு தீப்பிடித்ததென்றால் ஊர் கூடி அணைக்க வருவார்கள். ஊரில் ஒரு பெண் குற்றம் செய்தால் ஊர்கூடித் திட்டுவார்கள். இதுதான் ஒற்றுமை.

ஆனால் சின்ன விஷயத்தில், அற்ப காரியத்தில் மனிதனுக்கு மனிதன் விட்டுக்கொடுக்கமாட்டான். இது என்ன அதிசயமோ? ஒற்றுமை என்பது சமூகப் பிரமையா? அல்லது சமூகப் போதை வஸ்துவா? அது ஏன் தனிமனிதனில் காணப்படவில்லை?

இன்று எங்கள் வீட்டில் ஒரு சின்னச் சம்பவம். எனக்குக் காலைக் காப்பி இல்லாவிட்டால் உலகமே பொருளாதார நெருக்கடியில் தவிக்கிற மாதிரி. காப்பிப் பிரச்னை வீட்டில் ஏக ரகளை உண்டுபண்ணிவிட்டது. விட்டுக்கொடுப்பது என்ற மனப்பான்மை இருந்தால் ஒற்றுமை ஏற்படும்.

நான் ஒட்டுக் குடித்தனம். பக்கத்தில் நண்பர் வீட்டில் அவர் மனைவி வீட்டிற்கு விலக்கம். என் வீட்டில் தள்ளமுடியாத நண்பர் சங்கோஜப் பிராணி வந்தார். இரவில் தங்கவேண்டி இருந்தது. ஒரு பொதுக்கூடம். அதிலே இடமிருந்தாலும் பக்கத்து வீட்டார்கள் உரிமை என்ற வஸ்துவை நிலைநாட்டினார்கள். நண்பரை என்னுடன் படுக்கக் கூறினேன். அவர் வீட்டினுள் படுப்பதைவிட உயிரை விட்டுவிடலாம் என்று நினைத்துவிட்டார். அதிலே என் மனைவிக்கும் உடம்பு குணமில்லை, அவளை வெளியிலே படுக்கவைத்து இந்தப் பிரச்னையை ஒழிக்க. இருவருக்கும், இந்த இரண்டு குடும்பத்தினருக்கும் ஒற்றுமை ஏற்பட வேண்டுமானால் இருவரும் சற்று விட்டுக் கொடுக்க வேண்டும்.

பிறகு எப்படி இந்த ஒற்றுமைச் சரக்கு பெரிய கூட்டத்தில் காணப்படுகிறது. மனிதர் கூட்டம் கூட்டமாக வசிக்கும் பிராணிகள் தான். அதற்குத் தனிமனிதன் என்பதின் பொருளே தெரியாது.

தனிமனிதன் உயிருடன் வாழ முடியாது; அதாவது தனியாக இருந்தால் மனிதனால் வாழ முடியாது என்பது மனிதப் பிராணிகள் கஷ்டப்பட்டு அறிந்த உண்மை. உயிர் வாழ வேண்டும் என்ற ஆசைதான் நாகரிகத்தின் அஸ்திவாரக்கல். அதை வைத்துத் தான் மனிதக் கூட்டம் நசித்துப் போகாமல் இதுவரையில் உலகில் இருந்து வருகிறது. அது தனியாக விடப்பட்ட சமயம், பயம்தான் சுயகுணம். மற்றவை தன்னை நாசம் செய்யாமல் இருக்க, அது மற்றதை நசிக்க முயலுகிறது. தனிப்பட்ட ஒவ்வொரு பொருளும் ஜீவஜந்துவும் அதன் எதிரி. இந்தத் தத்துவத்தை வைத்துத்தான் மனிதன் மற்றவனை வெறுக்கப் பழகிக்கொண்டான். பயத்தின் விளைவு வெறுப்பு.

சமயத்திலே எப்படி ஒற்றுமை வருகிறது? ஒரு பெரிய மனிதக் கூட்டம் தெரியாத விஷயத்தைப் பற்றி எவ்வளவு விடாப்பிடியாக, உயிரைக் கொடுத்தும் நம்புகிறது? அதிலும் இந்த வேடிக்கைதான். மரண பயத்தில் எழுந்த நம்பிக்கை சமயம். அதிலிருந்து விடுவிக்கப் படலாம் என்ற நம்பிக்கை சமயம். அதை வைத்துக்கொண்டுதான் — அது பிரமையோ உண்மையோ அதைப் பற்றியே கவலையில்லை — அதை வைத்துத்தான் இந்த மரணத்திலிருக்கும் பயத்தை நீக்க முடியும். இதனால்தான் எல்லோரும் விடாப்பிடியாக சமயத்தில் நம்பிக்கை வைப்பது; அதற்கு உயிரைக் கொடுக்கவும் துணிவது! உயிரைக் காப்பாற்றும் என்ற நம்பிக்கைக்காக உயிரைக் கொடுப்பது. கொடுக்காமல் இருக்க முடியாது. அது மனித உணர்ச்சியின் சாதா ரண உண்மை.

இதைச் சற்றுக் குலைத்துவிட்டால் நாசம்தான். நெல்லிக்காய் மூட்டைதான். உதறினால் போச்சு. நாசம். வேறொரு பிடிப்பு — அதுவும் உண்மையாக இருக்க வேண்டும் என்ற அவசியமில்லை — ஏற்படுகிறவரை பயத்தின் மிகுதியால் விளைவன பகைமை, சந்தேகம், கொலை.

இந்த உலகத்தில் ஒன்றும் நிரந்தரமான, அசைக்க முடியாத உண்மையாக இருக்க முடியாது. மனித குணத்தின் வரம்பு, சக்தி அவ்வளவுதான். ஒரு பார்வைக்கு உண்மையெனத் தோற்றுவது ஆயிரம் காரணத்திற்கு எதிரிடையாக இருக்கலாம். ஆனால் அது மனித சமூகத்தை லேசாகத் தள்ளிக்கொண்டு போகும்.

கடவுள் இருந்தால் என்ன, இல்லாவிட்டால் என்ன? ஒரு கூட்டத்தின் பாதுகாப்பிற்கு அது அவசியமானால் ஒரு பொய்யைச் சொல்லித்தான், கடவுள் என்ற பிரமையை சிருஷ்டித்தால் என்ன? இந்தக் கடவுள் விஷயம் ரொம்ப ஸ்வாரஸ்யமானது. அது தனிமனித னுக்கு ஒரு தைரியத்தைக் கொடுக்கிறது, சமூகத்திற்கு ஒரு சக்தியைக் கொடுப்பது போல். நாஸ்திகம் தர்க்கத்தில் நிஜமாக இருக்கலாம். அது சுவாரஸ்யமற்றது; வாழ்க்கையில் ஒரு பிடிப்பை ஏற்படுத்த முடியாதது. அது தனிமனிதனுக்கு, அதாவது விதி விலக்கான தனிமனிதனுக்கு, சாந்தியை அளிக்கலாம்; ஆனால் ரஸனையற்றது, சுவையற்றது. அதனால்தான் ஜைன மதம் நாஸ்திகக் கொள்கையால்

அழிந்தது. புத்த மதம் நாசமுறாதிருக்க புத்தனைக் கடவுளாக்கித் தப்பித்தது.

வாழ்க்கையில் ஒரு வெறி ஏற்பட்டால்தான் பிடிப்புடன் முன்னேறி வாழ முடியும். அதை சமயம் கொடுக்கிறது. அது சொல்லுகிற மோக்ஷத்தைக் கொடுக்காவிட்டாலும் இதுபோதும். அந்த மோக்ஷத்தைவிட இது மேலானது.

மணிக்கொடி, 7.10.1934

கதைகள்

கதை சொல்லுவதும் கதை கேட்பதும் தலைமுறை தத்துவமாய் வந்த பொழுதுபோக்கு. சமீப காலம்வரை, 'ஒரே ஒரு ஊரில் ஒரே ஒரு ராஜா இருந்தான். . .' என்று ஆரம்பிப்பதுதான் கதையின் முறை, வழக்கம், சம்பிரதாயம். பழைய கதைகளுக்கும் நாம் நடந்து மடியும் உலகிற்கும் சிறிதாவது தொடர்பு கிடையாது, இருக்க வேண்டிய அவசியமும் இல்லை என்பது பழைய சம்பிரதாயம். தெரியாத விஷயங்களில், அல்ல, உலகத்தில் நடவாத விஷயங்களில் மனதிற்கு எப்பொழுதும் ஒரு பிரேமை. அதுதான் தற்பொழுது நடமாடும் துப்பறியும் கதைகளில் இருக்கும் மோகத்தின் அடிப் படையான காரணம்; பழைய கதாசிரியர்களின் சிருஷ்டி ரகஸியம்.

சிறுகதை என்பது தற்காலத்தில் எழுந்த மேனாட்டுச் சரக்கு. சிறுகதை என்றால் சிறிய கதை, கொஞ்சப் பக்கங்களில் முடிந்து விடுவது என்பதல்ல. சிறுகதை என்ற பிரிவு இலக்கியத்தில், அதில் எடுத்தாளப்படும் பொருள் பற்றியது. ஒரு சிறு சம்பவம், ஒரு மனோநிலை ஆகிய இவற்றை எடுத்து எழுதுவது. சிறுகதையில் முக்கிய சம்பவமோ, நிகழ்ச்சியோ அல்லது எடுத்தாளப்படும் வேறு எதுவோ, அது *ஒன்றாக* இருக்க வேண்டும். சில சமயங்களில் ஓரோர் சிறுகதை நூறு பக்கங்களுக்குமேல் போகலாம். உதாரணமாக, மேனாட்டில் ஆங்கிலச் சிறுகதைகள் எப்பொழுதும் பக்கங்களில் அதிக நீளமாகவே இருக்கும். சாதாரணமாகப் பிரெஞ்சுக் கதைகளி லும் ருஷ்யக் கதைகளிலும் சுருக்கமாக விஷயத்தைப் புதிய மாதிரியில் எழுதப்படுகிறது. ஆங்கில நாட்டு கால்ஸ்வொர்த்தி, ஹார்டி, பிரெஞ்சு மொப்பஸான், அனதோலி பிரான்ஸூ முதலிய சிறுகதை ஆசிரியர் கள் சிறுகதை என்ற இலக்கியப் பகுதியை மிகவும் திறமையாக எடுத்தாண்டிருக்கிறார்கள்.

சிறுகதை என்பது வாழ்க்கையின் சிறிய சாளரங்கள். இதற்கும் நாவலுக்கும் வித்தியாசம் நாவல், வாழ்க்கையை அதன் பல்வேறு சிக்கல்களுடன், கொந்தளிப்புக்களுடன் அப்படியே சித்திரிக்க முயலுகிறது, சிறுகதை ஒரு சிறு சம்பவத்தை, தனித்த விஷயத்தை எடுத்து ஆளுகிறது என்பதுதான். ஆங்கில நாவலாசிரியர்களான தாக்கரே, ஹார்டி, கால்ஸ்வொர்த்தி என்பவர்களின் நாவல்களை

இதற்கு உதாரணமாக எடுத்துக்கொள்ளலாம். கால்ஸ்வொர்த்தி எழுதிய 'போர்ஸைட் ஸாகா' என்ற நாவல் மூன்று தலைமுறைகளை வருணித்து வருகிறது. அதாவது 19-ம் நூற்றாண்டின் இறுதியில் ஆரம்பித்து உலக யுத்தத்தின்வரை நாவல் நடந்த காலமாக எடுத்துக் கொண்டு, ஏராளமான கதாபாத்திரங்களுடன் காலத்தின் வளர்ச்சி யோடு கதாபாத்திரங்களின் வளர்ச்சியையும் அதில் சித்திரித்திருக் கிறது. இதுதான் இம்மாதிரியாக ஒரு பெரிய கட்டுக்கோப்பில் அற்புதமாக எழுதப்பட்ட முதல் நாவல். ஹ்யூ வால்போல் என்ற ஆங்கில நாவலாசிரியனும் இம்மாதிரி முயன்றிருக்கிறார். அது கால்ஸ்வொர்த்தியினுடையது மாதிரி ஒரு வெற்றி என்று கூற முடியாது. கால்ஸ்வொர்த்தியின் ஒரு நாவலையும், ஒரு சிறுகதை யையும் வாசித்தால், நாவலுக்கும் சிறுகதைக்கும் உள்ள வித்தியாசம் தெரியும்.

தமிழுக்கு, சிறுகதையும் புதிது; நாவலும் புதிது. தமிழ் இலக்கியத்தில் வசனநடையும் புதிது. இதனால் அவ்வளவு உயர்ந்த இலக்கியங்கள் இருக்காது என்று எதிர்பார்ப்பது சகஜம்; ஓரளவு உண்மை. தமிழ்நாட்டு நாவல்களை, இலக்கியத்தில் ஸ்தானம் பெறக்கூடிய நாவல்களை, விரல்விட்டு எண்ணிவிடலாம். வேதநாயகம் பிள்ளை தான் தமது 'பிரதாப முதலியார் சரித்திர'த்தில் நாவல் என்ற மேல்நாட்டுச் சரக்கைத் தமிழருக்கு அறிமுகப்படுத்துகிறார். இவரைத் தமிழ் நாவலின் தந்தை என்றே கூறிவிடலாம். அது, நாவலின் குறைகளை எல்லாம் தன்னுள் அடக்கியும், சுவை குறையாமல் இருப்பதுதான் அதன் அழகு. அது உண்மையில் நம் நாட்டில் வழங்கிவரும் மரியாதைராமன், தென்னாலிராமன் கதைகளை ஒரே கதையில் திரட்டி வைக்கப்பட்டதுதான். அதற்குப் பிறகு, ராஜமையரின் 'கமலாம்பாள் சரித்திரம்.' இதன் முற்பாதி நாவல், பிற்பாதி கனவு. ஹிந்து சமுதாயத்தில் எந்த அற்புதமும் சர்வசாதார ணம் என்று கருதப்படுவதினால்தான் நமக்கு அதன் சுவை கடைசி வரை குறையாமல் இருப்பது போல் தோன்றுகிறது. உண்மையில் அந்த ஜீவப் பிரம்ம ஐக்கியம், வேதாந்தத்தில் அற்புதமாக இருக்கலாம். அது கதையின் ரசனைச் சுவையைக் குறைக்கிறது என்பதில் தடை யில்லை. மாதவையாவின் 'பத்மாவதி சரித்திர'த்திற்குத் தமிழ் நாவலில் இரண்டாவது ஸ்தானம்தான் கிடைக்கும். மாதவையா தமது கதையில் தமிழ்நாட்டில் இருபது முப்பது வருடங்களுக்குமுன் இருந்த கிராம, பட்டின வாழ்க்கையை மிகவும் திறமையாகச் சித்திரித்திருக்கிறார். இருந்தாலும் அவருடைய யாவும் பிரசார மனப்பான்மையில் எழுந்தவையாதலின், அதிலும் பிரசாரத்தின் அமுலின்கீழ்தான் கதையின் போக்கு இருந்து வருவதாலும், கதாபாத்தி ரங்கள் அவ்வளவு திறமையுடன் சித்திரிக்கப்படவில்லை யாதலினா லும் அந்த நாவலை அவ்வளவு உயர்வாகச் சொல்ல முடியாது. இந்த வகுப்பில் 'மைதிலி', 'திக்கற்ற இரு குழந்தைகள்', 'பொற்றொடி' என்பவைகள் எல்லாம் இடம்பெறும். இவை யாவும் தமிழ் நாவல்களின் வளர்ச்சியின் மைல்களாகக் கொள்ளலாமேயன்றி

பூரண வளர்ச்சியைப் பெற்ற தமிழ் நாவலின் இலக்ஷியமாக ஒன்றையும் கூற முடியாது.

ஆனால் சிறுகதைகளில் நாம் அப்படிக் கூற முடியாது. சிறுகதைகள் தமிழில் அற்புதமாக அமைந்திருக்கின்றன. நான் படித்த பழைய கதைகளில் 'கண்ணன் பெருந்தூது' என்ற கதை தமிழ் சிறுகதைகளின் இலக்ஷியம் என்றே கூறலாம். அதன் அமைப்பு வெகு அற்புதமாக விழுந்திருக்கிறது. 'குசிகர் குட்டிக்கதைகள்' என்பவைகளை சிறுகதை என்ற ஹோதாவில் நாம் கவனித்தால் அதற்கு அவ்வளவாக ஒரு பெரிய ஸ்தானம் கொடுக்க முடியாது.

வ. வே. சு. அய்யரின் கதைகள் தமிழிலேயே எந்த நாட்டு நாகரிகத்தையும் உணர்ச்சியையும் சித்திரிக்கலாம், தற்காலத்து நாவலாசிரியர்கள் என்று சம்பிரதாயமாகக் கூறப்படும் மொழி பெயர்ப்பாசிரியர்களுடைய, தமிழுடையணிந்த வெள்ளைக்காரக் கதாபாத்திரங்கள் சித்திரிப்பது அனாவசியம் என்று எடுத்துக்காட்டும் ஒரு அளவு கோலாக இருக்கிறது. அவருடைய 'லைலா மஜ்னூன்', 'எதிரொலியாள்', 'அழேன் ழுக்கே' முதலிய கதைகளில் அன்னிய நாட்டுக் கதாபாத்திரங்கள் மிகவும் திறமையாகச் சித்திரிக்கப்பட்டிருக்கின்றன. அய்யரவர்களின் சிறுகதைகள் மிகவும் உயர்ந்த ரகத்தைச் சேர்ந்தவைகள். அவர் தமது சிருஷ்டிகளில் மனிதனின் மேதையை, தெய்வீகத் துயரத்தை, வீரத்தை, காண்பிப்பதில் களித்தார். இலக்ஷியத்தை சிருஷ்டிப்பதில் லயித்தது.

ஆனால் மனிதனின் சிறுமைகளை, தப்பிதங்களை, அதில் அவன் நாடும் வெற்றியை, இலக்கியமாகச் சிருஷ்டிப்பதற்கு, நல்ல கலைத் திறமையுடன் சிருஷ்டிப்பதற்கு, வெகு காலம் சென்றது. தமிழிற்கே விமோசனம் கிடையாது என்று நினைத்துக்கொண்டிருக்கும் சமயத்தில் வெள்ளி முளைத்தாற்போல் சில கதை எழுதுகிறவர்கள் தோன்றி இருக்கிறார்கள். அவர்களுடைய எழுத்துக்கள், கற்பனைகள் எல்லாம் தமிழுக்குப் புதியவை. புதிய விஷயங்களில் முதலில் வெறுப்பு ஏற்படுவது மனித, அதாவது சாதாரண மனித இயற்கை. இந்த எழுத்தாளர்களின் கற்பனைகளில் யாவையும் இடம்பெறுகின்றன. இவர்களுடைய எழுத்துத் திறமையின் நிரந்தர வாழ்வைப் பற்றி வருங்காலந்தான் கூற வேண்டும். ஆனால் இவர்களுக்குள் இரண்டு மூன்று பேர்களின் எழுத்துக்கள் சாகாத எழுத்துக்கள் என்று கூறலாம். 'நட்சத்திரக் குழந்தை'யின் ஆசிரியரும், சமீபத்தில் 'கலைமக'ளில் வந்த 'விஜயதசமி' என்ற கதையின் ஆசிரியரும் தமிழ்நாட்டின் கற்பனைப் பொக்கிஷங்கள் என்று கூற வேண்டும். இருவருடைய கலையுணர்ச்சியும், சிருஷ்டித் திறனும் இவர்களை எழுத்தாளர்களின் விதிவிலக்காக்குகிறது. தமிழ்க் கதை வளர வேண்டுமானால் இவர்கள் சென்ற பாதையில் புதிய விஷயங்களை எழுதும் ஆற்றலுடையவர்கள் தோன்ற வேண்டும்.

ஊழியன், 12.10.1934

கடவுளின் கனவும் கவிஞனின் கனவும்

இலக்கியத்தைப் பற்றி விஸ்தரிக்கலாம்; விவாதிக்க முடியாது. சூத்திரத்தால் விளக்க முடியாது; தர்க்கத்திற்கு அடங்கியதல்ல. சிருஷ்டி வகையே அப்படித்தான். தர்க்கத்தின் வழியாக இலக்கி யத்தைப் பார்க்க முடியாது. இலக்கியம் சிருஷ்டியின் மேதையுடன் எதிரெதிரான விஷயங்களை உள்ளடக்கியிருக்கலாம். தர்க்கம் ஒரு படிக்கட்டு வழியாக, ஒரு பரிசோதனை வழியாக விஷயங்களை நோக்க முயலுகிறது. அதற்கு ஒன்று சரி என்று பட்டுவிட்டால் மற்றவை இருக்க நியாயமில்லை; இருக்காது என்ற கொள்கை. ஆனால். இந்த வாழ்க்கை அவ்வளவு லேசான கட்டுக்கோப்பில் சிருஷ்டிக்கப்படவில்லை. தர்க்கத்தின் பிரியமான அந்தரங்கமான கொள்கைகளைச் சிதறடிக்கும்படி வாழ்க்கை இருந்துவருகிறது. அதே மாதிரிதான் இலக்கியமும். வாழ்க்கைதான் இலக்கியம்; இலக்கியம்தான் வாழ்க்கை.

வாலி வதை நியாயமா அல்லது கம்ப ராமாயணம் எந்தப் பொருளாதாரப் பிரச்சனையை விளக்குகிறது என்றெல்லாம் கவிதையில் ஆராய்ந்துகொண்டிருப்பவர்களைக் கண்டால் சிரிப்புத் தான் வருகிறது. இந்த அகண்டமான பிரபஞ்சம் என்ன பொருளா தாரத் திட்டத்தை விளக்கச் சிருஷ்டிக்கப்பட்டிருக்கிறது? கவிஞனும் அப்படித்தான்.

கடவுள் கனவு கண்டார்; இந்தப் பிரபஞ்சம் பிறந்தது. கவிஞன் கனவு கண்டான்; இலக்கியம் பிறந்தது. இதிலே 'பத்துத் தலை ராவணன் உலகில் இல்லையே; கவிஞன் பொய்யன்தானே' என்று கவிதையிலே சரித்திரத்தையும் பொருளாதாரத்தையும் ஒழுக்கத்தையும் தேடிக்கொண்டிருக்கும் பெரியார்கள் கவிஞனை அறியவில்லை; அறிய முடியாது. சிருஷ்டியின் ரகஸியத்தைச் சற்று அறிந்தவர்கள் கவிஞனைத் தராசில் போட்டுப் பார்ப்பவர்கள் அல்ல. கவிஞனது சக்தியை அனுபவிப்பவர்கள்.

சிருஷ்டிகர்த்தா ஒரு பெரிய கலைஞன். அவனுடைய ஆனந்தக் கனவுதான் இந்தப் பிரபஞ்சம். அதன் ரகஸியம், தத்துவம் வேறு. அது இன்பத்தின் விளைவு. அவனுடைய அம்சத்தின் சிறுதுளிதான் கவிஞன். அவன்தான் இரண்டாவது பிரம்மா. கண்கூடாகக் காணக் கூடிய பிரம்மா.

கலை என்பது ஒன்றுபட்ட ஒற்றுமையில் (தாளம், இசை இரண்டும் கலந்தது போல) எழுந்த அழகுணர்ச்சி. பிரபஞ்சம் அந்தக் கட்டுக் கோப்பில் அடைபட்டது. அதனால்தான் கவிஞன் சமயத்தை, அதன் உயிர்நாடியை வெகு எளிதில் அறிந்துவிடுகிறான். இதை நினைத்துத்தான், சடகோபாழ்வார் கவிதையை ரஸித்து அனுபவித்த அன்பர் கடவுள் உனக்குக் கட்டுப்பட்டுவிட்டார் என்று பொருள் படும்படி,

வேதத்தின் முன்செல்க மெய்உணர்ந்தோர் விரிஞ்சன் முதலோர்
கோதற்ற ஞானக் கொழுந்தின் முன்செல்க குணங்கடந்த
போதக்கடல் எங்கள் தென்குரு கூர்ப் புனிதன் கவியோர்
பாதத்தின் முன்செல்லுமோ தொல்லை மூலப் பரஞ்சுடரே

என்று பாடினார். அதாவது "கவிஞனது ஒரு சீரிலேயே கட்டுப்பட்டு விட்டது சிருஷ்டி ரகஸியம்" என்று எண்ணுகிறார். கவிதையில்தான் சிருஷ்டியின் மேதையை அதில் எழுப்பிய ஆனந்தத்தை அனுபவிக்க முடியும், அறிய முடியும். பக்தன் கவிஞனாக இருப்பதில் வியப் பொன்றுமில்லை.

தமிழர்கள்தான் கலையின் மேதையை, அதன் உன்னதத்தை அறிந்தவர்கள். அவர்கள்தான் சிருஷ்டியின் ரகஸியத்தைக் கலையி னால் இதற்கு முன்னும், இதற்குப் பின்னும் செய்கின்றவண்ணம், கலையின் முடிவுச் சிகரமாகச் சிருஷ்டித்து விட்டார்கள். அதுதான் நடராஜ விக்கிரகம். கலையின் மேதையை எவ்வளவாகப் பாவித்தார் கள் தமிழர்கள் என்பதற்குப் பின்வரும் பாட்டே சான்று.

ஒரு பக்தன். அவன் கவிஞன், கலைஞன். உலகத்தை விட்டுவிடுவது பந்தத்தைக் களைவது என்பதெல்லாம் சாதாரண உணர்ச்சி. மனிதப் பிறவி வேண்டாம் என்று பாடிவிடுவது எளிது. அந்த வெறுப்புத் தோன்றுவதும் எளிது. இந்தக் கவிஞனுக்கு அப்படிப்படவில்லை. மனிதப் பிறவியின் அவசியத்தை அவன் பாடுகிறான். எதற்காக?

குனித்த புருவமும் கொவ்வைச்செவ் வாயிற் குமிழ்சிரிப்பும்
பனித்த சடையும் பவளம்போல் மேனியிற் பால்வெண் ணீறும்
இனித்தங் கசிய எடுத்தபொற் பாதமும் காணப் பெற்றால்
மனித்தப் பிறவியும் வேண்டுவதே இந்த மாநிலத்தே

மனிதப் பிறவி வீண் என்று அழுவதில் அர்த்தமில்லை. மனிதப் பிறவி எடுக்காவிட்டால் நடராஜ விக்கிரகத்தின் கலையழகை அனுபவிக்க முடியுமா? அதற்காகவே மனிதப் பிறவி அவசியம் என்கிறான் கவிஞன்.

இதுதான் தமிழ்நாட்டின் கலை இலட்சியம். சமய உணர்ச்சி. இந்த நாடியின் ரகஸியத்தை அறிந்தால் தமிழ் இலக்கியத்தை அனுபவிக்க முடியும்.

மணிக்கொடி, 21.10.1934

இலக்கியத்தின் இரகசியம்

வாழ்க்கையில் இலக்கியத்திற்கு ஸ்தானம் என்ன? இதற்கு இரண்டு விதமான பதில்கள் இருக்கின்றன. இரண்டும் பாதி உண்மைகள். இலக்கியம் ஒரு மகத்தான பொழுதுபோக்கு, மோகனமான கனவு என்பது ஒரு கொள்கை. வாழ்க்கையின் இரகசியத்தை யறிந்து, வாழ்க்கையின் முன்னேற்றத்தைக் கோருவது இலக்கியம் என்பது மற்றொரு கட்சி.

இலக்கியம் மனிதனது மோகனமான கனவு, ஆனால் பயனற்ற கனவு என்று கொண்டுவிடுவது சரித்திரத்திற்குப் பொருந்தாத கூற்று. இலக்கியம் பிறக்கிறது. புதிய விழிப்பும் மக்களிடையே பிறக்கிறது. பிரஞ்சுப் புரட்சியே இதற்கு ஆதாரம். புதிய 'உதய கன்னி'யை முதல்முதலாக வரவேற்பவன் கவிஞன்தான். அவனது தரிசனம், மக்களிடையே ஓர் புதிய சமுதாயத்தைச் சிருஷ்டித்து விடுகிறது.

ஆனால் இதைத் தர்க்கத்தின் அந்தம்வரை சென்று ஆராய்ந்தால் வெறும் பரிகசிப்பிற்குரிய கேலிக்கூத்தாகிறது. ஏன் எனில் இந்தக் கொள்கைக்குப் புறம்பான உன்னத இலக்கியங்கள் இருந்து, இந்தத் தர்க்கவாதத்தைச் சிதறவடிக்கிறது. தர்மத்தின் உயர்ச்சிக்காகத்தான் இலக்கியம் என்றால் ரோஜாப் புஷ்பத்தின் அழகு, அதிலிருந்து அத்தர் எடுக்கும் தொழிலில் இருக்கும் லாபத்தைப் பொறுத்துத்தான் இருக்கிறது என்று கொள்ள வேண்டும்.

கீட்ஸின் 'என்டிமியன்' என்ற காவியம் எந்த தர்ம சாஸ்திரத்தைத் தூக்கிவைக்க இருக்கிறது? அதன் ஒரு வரியின் முன்பு உலகத்தைத் தூக்கி நிறுத்துவதற்காகப் பாடுபடும் ஷாவின் நாடகங்கள் பூராவும் நிற்க முடியுமா?

இலக்கியம் என்பது 'நாடிய பொருளைக் கூட்டுவிக்கும்' சாதனம் என்று நினைத்திருப்பதைப் போன்ற தவறான அபிப்பிராயம் வேறு கிடையாது. இலக்கியம் உள்ளத்தின் விரிவு; உள்ளத்தின் எழுச்சி, மலர்ச்சி.

இலக்கியகர்த்தா வாழ்க்கையை அதன் பல்வேறு சிக்கல்களுடன், நுணுக்கத்துடன், பின்னல்களுடன் காண்கிறான். அதன் சார்பாக அவன் உள்ளத்திலே ஒரு உணர்ச்சி பிறக்கிறது. அந்த உணர்ச்சி நதியின் நாதந்தான் இலக்கியம்.

அவன் நோக்கில் பட்டது பெயர் தெரியாத புஷ்பமாக இருக்க லாம்; வெறுக்கத்தக்க ராஜீய சூழ்ச்சியாக இருக்கலாம்; அல்லது மனித வர்க்கத்துக் கொடுமையின் கோரமாக இருக்கலாம். அதைப் பற்றிக் கவலையில்லை. அந்த அம்சத்தை நோக்கியவுடன் அவனது மனமும் ஹ்ருதயமும் சலிக்கின்றன. அந்த சலனத்தின் பிரதிமையே இலக்கியம்.

கம்பராமாயணம் ஓர் மோகனமான கனவு. இலட்சியத்தின் தரிசனம். அது ஒரு புதிய சமுதாயத்தை எழுப்பியது. ஆனால் கம்பராமாயணத்தின் மேதை, அதன் சமுதாய சிருஷ்டி சக்தியைத் தான் பொறுத்து இருக்கிறது என்று நினைக்க வேண்டுமானால் அது தர்க்க ஆதாரமாகப் பொழுதுபோக்குச் சம்பாஷணைக்குதவும் பேச்சு. கம்பராமாயணத்தின் மேதையை அறியாதவர்கள்தான் அப்படிக் கூறிக்கொண்டிருக்க முடியும்.

மாணிக்கவாசகர், சடகோபாழ்வார் பதிகங்கள் சமயத்தை ஸ்தாபிப் பதற்கான எண்ணத்திலிருந்து உதித்தவை என்று எண்ணுவதைப் போல் தவறு கிடையாது. அகண்ட அறிவில், வாழ்க்கை ரகஸியங் களில் அவர்கள் மனம் லயித்தது. அந்த லயிப்பின் முடிவே அவர்களு டைய கவிதை. அது பிற்காலத்தவர்களால் பிரசாரத்திற்காக எடுத்துக் கொள்ளப்பட்டிருக்கலாம். அதனால் அதைப் பிரசாரத்திற்காகப் பிறந்தது என்று கூறிவிட முடியாது.

நெப்போலியன் ஒரு தடவை, 'ஹோமரின் கவிதையை வைத்துக் கொண்டு, பாரிஸ் நகரை எழுப்பிவிடுவேன்' என்று கூறினானாம். அதில் ஒரு உண்மை இருக்கிறது. இலக்கியத்தின் உயிர்நாடி உணர்ச்சி. உணர்ச்சியில் எழாத தர்ம சாஸ்திரங்கள், வாழ்க்கையைக் கீழே இழுக்கும் பாறாங்கல்லுகள். இந்த உணர்ச்சியின் உண்மைதான் புதிய விழிப்பிற்குக் காரணம்; உண்மையே இலக்கியத்தின் ரகசியம்.

மணிக்கொடி, 28.10.1934

இதயத் துடிப்பின் பேச்சு

கலை என்பது உள்ளத்தில் எழும் உணர்ச்சியின் பிரதிமை; அழகின் வடிவம். கவிஞனோ அல்லது சைத்திரிகனோ ஒரு பொருளைக் காண்கிறான்; உள்ளத்தின் நிகழ்ச்சியைக் கவனிக்கிறான். அது அவன் உள்ளத்தைச் சலிப்பிக்கிறது. இருதயத்தை அலைக்கிறது. அந்த உள்ள நெகிழ்ச்சியை, அதன் வேகம் குன்றாமல் வெளிப்படுத்துகிறான். அது கவிதையாக இருக்கலாம், ஓவியமாக இருக்கலாம் அல்லது சிற்பமாக இருக்கலாம். அம்மாதிரி முடிந்த வடிவம்தான் கலை.

கலை என்பது ஒன்றுதான். அதன் இயக்கங்கள் பல துறைகளில் பல வடிவங்களைப் பெறலாம். ஆனால் அதன் நாடி ஒன்று; அதன் ரகஸியமும் ஒன்று. அது இதயத் துடிப்பின் பேச்சு. அழகு ணர்ச்சியின் வடிவம். அழகு என்பது உலகத் தோற்றங்கள் மனித எண்ணங்களுடன் ஒன்றுபட்ட ஒற்றுமை. இவ்வித அழகுக்கு அழகு செய்யும் இருதயத்தின் பேச்சுத்தான் கலை.

ஒவ்வொரு தேசத்திற்கும், ஒவ்வொரு சமுதாயத்திற்கும் தனிப்பட்ட கலாபாவம் உண்டு. கலையின் தத்துவம் ஒன்றுதான். அதன் அடிப் படையான விதி ஒன்றுதான். ஆனால் அது சமுதாயத்தின் வாழ்க்கைக் கண்ணாடி; வாழ்க்கைக் கனவு. ஒரு கலையின் மேதையை அந்தச் சமுதாயம்தான் பூரணமாக அறிய முடியும்.

இலக்கியம் கலைகளில் எல்லாம் உயர்ந்தது. கவிதை கலையின் அரசி. ஓவியமும் சிற்பமும் கலைதான். அவை காணப்படும் கலை. அதாவது அதன் வடிவம் எண்ணத்தைக் கட்டுப்படுத்துகிறது; எல்லைப்படுத்துகிறது. கவிதை அப்படி அல்ல. கேட்கப்படும் கலை. கம்பன் 'செவிநுகர் கனிகள்' என்று சொல்லுகிற மாதிரி கவிக்குக் காதுகள் பிரதானம். கவிதையில் வடிவெடுக்கும் எண்ணங்கள் உள்ளத்தில் எதிரொலித்துப் பேரலையான கனவுகளை எழுப்பு கின்றன. புதிய எண்ணங்களைக் கொண்டுவந்து குவிக்கின்றன. இதனால்தான் 'கவிதை கலையின் அரசி' என்று கூறுகிறோம்.

மனிதனின் கனவுகள் வடிவம் பெறும்பொழுது அது கலையாகிறது. அது நடைமுறை உண்மைக்குக் கட்டுப்பட வேண்டிய அவசியம் இல்லை. அதாவது நடைமுறை உலகம் அறிந்த இரண்டும் இரண்டும் நான்கு என்ற உண்மைகளுக்கு அதில் இடமில்லை. கலை, உலகத்தைப் புகைப்படம் பிடிக்கும் கருவியல்ல; சிருஷ்டியின் ரகஸியத்தை சிருஷ்டியின் மகத்துவத்துடன் வெளிப்படுத்தும் ஒரு பாஷை. கலை வாழ்க்கை ரகஸியத்தை உணர்த்துவது; வாழ்க்கைத் தத்துவத்திற்குக் கட்டுப்பட்டது; ஆனால் வெறும் உயிர்வாழ்தல் என்ற தத்துவத்திற்குக் கட்டுப்படாதது. அதனால்தான் கலைக்கும் நடைமுறை உண்மைக்கும் எப்பொழுதும் ஒத்துவராமல் இருக்கிறது.

கலை தர்மசாஸ்திரம் கற்பிக்க வரவில்லை; ஒழுக்க நூலை இயற்ற வரவில்லை; உடற்கூறு நூலை எடுத்துக்காட்ட வரவில்லை. பத்துத்தலை ராவணனும், ஆறு தலை சுப்ரமண்யனும் உடற்கூறு நூலுக்குப் புறம்பான அபத்தமாக இருக்கலாம்; ஆனால் ஒரு கொள்கையை, இலட்சியத்தை உணர்த்தக்கூடியது. அதுதான் கலையின் இலட்சியம்.

கலை ஒரு பொய்; அதிலும் மகத்தான பொய். அதாவது மனிதனின் கனவுகளும் உலகத்தின் தோற்றங்களும் எவ்வளவு பொய்யோ அவ்வளவு பொய். இந்தக் கலை என்ற நடைமுறைப் பொய்தான், சிருஷ்டி ரகஸியம் என்ற மகத்தான மெய்யை உணர்த்தக் கூடிய திறன் படைத்தது. கலை என்ற மகத்தான பொழுதுபோக்கு தான் சிருஷ்டியின் மகத்தான விளையாட்டைக் காண்பிக்கக்கூடிய நிலையிலிருக்கிறது.

தத்துவ சாஸ்திரி ஒருநாளும் சிருஷ்டியின் மேதையை அறிய முடியாது. என்ன இருக்கிறது என்று பிரித்துப் பிரித்து அளக்கிறான்; அறிகிறான். ஆனால் எப்படி இருக்கிறது என்று அவனுக்குத் தெரியாது. தத்துவ சாஸ்திரிக்கு ஒரு கண்ணீர்த் துளி, ஒரு சொட்டு ஜலமும் சில உப்புகளும் என்றுதான் தெரியும். அந்தக் கண்ணீரின் ரகஸியத்தை, அதன் சரித்திரத்தை அவன் அறிவானா? அது கலைஞனுக்குத்தான் முடியும். அவன்தான் தோற்றங்களை ஒன்றுபட்ட ஒற்றுமையில் எழுந்த அழகுடன் காண்கிறான். அவன் சிருஷ்டிக்கிறான். அதனால்தான் வாழ்க்கையின் மேதையை அவனால் உணர முடிகிறது. கவிஞன் பக்தனாக இருப்பதில் ஆச்சரியமில்லை. ஆனால், கவிஞன் பக்தனாக இல்லாமலிருப்பதிலும் அதிசயமில்லை. அவன் சிருஷ்டி, அகண்ட சிருஷ்டியுடன் போட்டி போடுகிறது. அதில் பிறக்கும் குதூகலந்தான் கலை இன்பம்.

மணிக்கொடி, 4.11.1934

இலக்கியத்தின் உட்பிரிவுகள்

வாழ்க்கையின் அர்த்தத்தைச் சொல்லுவது தத்துவம். வாழ்க்கையைச் சொல்லுவது, அதன் ரசனையைச் சொல்லுவது இலக்கியம். ஒரு நூல் இலக்கியமா அல்லவா என்பது அதன் அமைப்பைப் பொறுத்துத் தான் இருக்கிறது. 'தட்சிணத்துச் சரித்திர வீரர்' என்று மாதவையா ஒரு சரித்திரம் எழுதியிருக்கிறார். ஸ்ரீனிவாச ஐயங்காரும் பல்லவ சரித்திரம் ஒன்றை எழுதி இருக்கிறார். இரண்டும் சரித்திரம்தான். முன்னது இலக்கியம்; பின்னது சரித்திரம் அல்ல, வெறும் பஞ்சாங்கம். சரித்திரத்தை இலக்கியத்தின் வாயிலாகத்தான் அறிய முடியும். சென்ற காலத்தைச் சிருஷ்டிக்க வல்லவன்தான் சரித்திரம் எழுத முடியும். வெறும் வருடத்தைக் கணக்கிட்டு, அரசர்களின் ஜனன மரணக் கணக்குகள் உள்பட சாரமற்று எழுதிக்கொண்டுபோவது சரித்திரமுமல்ல; இலக்கியமுமல்ல. நாம் கவனிக்கிறபடி இலக்கியமல்ல.

கவிதையிலும் அமைப்புத்தான் முக்கியம். அமைப்பு (*form*) என்றால் வெறும் யாப்பிலக்கண விதி மட்டுமல்ல. பண்டிதர்களும் பாட்டு எழுதுகிறார்கள். கம்பனும் பாடுகிறான். இரண்டு பேரும் உபயோகிக்கும் யாப்பிலக்கணம் ஒன்றுதான். பண்டிதர் எழுதியது செய்யுள் (செய்யப்பட்ட விதியை உள்ளடக்கியது). பின்னது கவி. கவிதை அமைப்பு என்பது வெறும் யாப்பிலக்கண விதி அல்ல. கவிதையின் ஜீவநாடி; கவிதையின் உயிர்பெற்ற வடிவம்.

இலக்கியத்திற்கு ஜீவநாடி அமைப்பு. அதை இழந்தால் இலக்கியம் வெறும் குப்பை. இலக்கியத்தின் அமைப்புத் தன்மை, அமைப்பு ரகஸியம் ஒன்றாக இருந்தாலும், அது பல வடிவத்தில் இருக்கும். இலக்கியத்தின் முக்கிய உட்பிரிவுகள் என்ன என்று சிறிது கவனிப்போம். இலக்கியத்தைப் பாட்டு என்றும் வசனம் என்றும் இரண்டாகப் பிரிக்கலாம். அதிலும் உட்பிரிவுகள் உண்டு.

கவி

காவியம்
தனிப்பாடல் (*lyric*)
நாடகம்

வசனம்

வசன காவியம்

வியாசம்

சிறுகதை

நாவல்

நாடகம்

கவி என்ற பகுதியைக் கவனிக்கும்பொழுது சங்கீதத்துடன் இணைந்தது என்பது எப்பொழுதும் நினைவில் இருக்க வேண்டும். சங்கீதத்திற்கு ஓர் வடிவத்தை, அர்த்தத்தைக் கொடுப்பது பாட்டு. பாட்டும் சுருதியும் கலந்த கூட்டுறவுதான் பண். பாட்டின் ஜீவநாடி, உணர்ச்சி, அழகு, வாய்மை. அதுதான் கவி.

காவியம் என்பது பெரிய கட்டுக்கோப்பில், கதாரூபமாக எழுந்த அழகுக் கோவில். அதனுள் நவரசங்களும், பல உணர்ச்சிகளும், குணசம்பந்தங்களும் சித்திரிக்கப்படும். ஒரு இலட்சிய புருடனையோ, மகத்தான வீரர்களையோ பற்றிப் பாடப்படும் கட்டுக்கோப்பு. இது மனித உள்ளத்தின் ஆரம்பத்திலே இளமையிலே எழுந்த பழஞ்சரக்கு. நாள்தோறும் அழகு குன்றாது வளர்வதுதான் அதன் உயிர்நாடி.

தனிப்பாட்டு, ஒரே உணர்ச்சியை, ஒரே அனுபவத்தை அல்லது வாழ்க்கையின் ஒரு பகுதியை அல்லது இயற்கையழகின் ஒரு பகுதியைத் தன்னுள் அடக்குவது. இதை ஆங்கில இலக்கியம் 'லிரிக்' என்னும். நமது தனிப்பாடல்களும் அவைதான். பாட்டிற்கும் வசனத்திற்கும் பொதுவான நாடகத்தைத் தனியாகக் கவனிப்போம்.

வசனம்

இலக்கியத்தில் வசனத்திற்கு ஒரு ஸ்தானம் இருக்க வேண்டுமா என்று பலர் நினைக்கலாம். ஏனெனில் தமிழுக்கு வசன இலக்கியம் புதுச்சரக்கு. இதனால் வசனத்தில் என்ன அழகு இருக்கிறது? தினம் தினம் பேசுவதுதானே என்று நினைக்கலாம். கற்பனாசக்தியும், உணர்ச்சியின் உத்வேகமும் நிறைந்த ஒரு வசனகர்த்தனிடம் வசனம் அற்புதமாக வளைந்து கொடுக்கும்.

வசனநடையிலே காவிய அமைப்புக்களின் உறுப்புக்கள் அடங்கி இருக்கும் கிரந்தம்தான் வசன காவியம். ஆங்கில கிரந்தகர்த்தாவான ஜான் பனியனின் 'இரட்சணிய யாத்ரிகம்' (*Pilgrims Progress*) ஓர் வசன காவியம். ஒரு மனிதனின் ஆத்மீக வளர்ச்சி அதன் கஷ்டங்களுடன் எடுத்து எழுதப்பட்டிருக்கிறது. இந்த ரீதியில்தான் இருக்கும் வசன காவியம். அதாவது காவிய இலட்சணங்களுடன் வசனத்தில் இருப்பது. பாரதியாரின் 'ஞானரதம்' தமிழில் அற்புதமான வசன காவியம்.

வியாசம், மனக்குரங்கின் தங்குதடையற்ற ஓட்டம். எதைப் பற்றி வேண்டுமானாலும் இருக்கலாம். அதன் கொள்கைகள்

தர்க்கங்கள் யாவும் தப்பிதமாக இருக்கலாம். அதைப் பற்றிக் கவலை இல்லை. கிரந்தகர்த்தாவின் உள்ளத்தைத் திறந்து காண்பிக்கக் கூடியதாக இருந்தால் அது வியாசந்தான்.

சிறுகதை, வாழ்க்கையின் சாளரங்கள். வாழ்க்கையின் ஒரு பகுதியை அல்லது ஒருவரின் தனி உணர்ச்சியை அல்லது ஒரு குண சம்பவத்தை எடுத்துச் சித்திரிப்பது.

நாவல், வாழ்க்கையை அதன் பல்வேறு அம்சங்களுடன், அவற்றின் சிக்கல்களுடன், அவற்றின் பிணிப்புகளுடன் எடுத்து வாழ்க்கையின் ஜீவநாடி குன்றாமல் எழுதுவது. இதற்கும் வசன காவியத்திற்கும் வித்தியாசம் என்னவெனில் வசன காவியம், மனிதனின் தெய்வீகத் தன்மையையும் இலட்சிய புருஷனையுமே பற்றி எழுதுகிறது. நாவல் மனிதனை, அவனுடைய சிறுமைக் குணங்களுடன், அவனுடைய வீழ்ச்சிகளுடன், அவனுடைய தவறுகளுடன் அப்படியே மனிதனை மனிதனாக எடுத்துக்காட்டுகிறது. வசன காவியத்தின் மேதை அதனுடைய இலட்சிய சிருஷ்டித் திறமையைப் பொறுத்து இருக்கிறது. நாவலின் மகத்துவம் மனிதனை சிருஷ்டிக்கும் திறத்தைப் பொறுத் திருக்கிறது. பொதுப்பட நோக்கின் இலக்கியத்தின் ஜீவநாடி உணர்ச்சி யும் சிருஷ்டி சக்தியும். இந்த இரண்டும் இல்லாவிட்டால் அது வெறும் குப்பை.

மணிக்கொடி, 18.11.1934

என்ன எழுதுவது?

சில சமயம் எழுத்தாளர்களுக்கு 'எழுத்துச் சிக்கல்' என்ற வியாதி பீடித்துவிடும். என்ன எழுதுவது? என்ன எழுதுவது? என்ன எழுதுவது?

இந்தப் பிரச்னை எழுந்துவிட்டால்...அதுதான் வியாதியின் ஆரம்பம். இந்தச் சமயத்தில்தான் குப்பைக் கூடைக்கு எழுத்தாளர் அஜீரணம் ஏற்பட்டு வாந்தி எடுக்கும்படி உண்பிக்க ஆரம்பித்து விடுவார்! முதல் பக்கத்தில் இரண்டு வரி...சீ...ர்ர் என்ற கிழிப்பு — காகிதம் இரண்ய சம்மாரம் மாதிரி இரண்டாகக் கிழிபட்டு வாயைப் பிளந்து காத்திருக்கும் குப்பைக் கூடைப் பெரியாரை நோக்கிச் சென்றுவிடும். பிறகு இரண்டு வரி, ஏன் இரண்டு எழுத்து.... அதே கதிதான். இதற்கிடையில் வியாதியை அதிகப்படுத்தும்படி, டிகிரி ஏற்றும்படி, கம்பாஸிட்டர் பக்கத்திலிருந்து கொண்டு, மரி யாதையாக, "சார் 'மாட்டர்' (matter)" என்பான். இந்த அச்சு அரக்கனின் பிரதிநிதி இருக்கிறானே... அப்பப்பா.... இம்மென்னும் முன்னே எழுநூறும் எண்ணூறும் அம்மென்றால் ஆயிரமும் கவியாகச் சுடச்சுட உற்பத்தி செய்யும் காளமேகத்தையும் எல்லை கண்டுபிடித்து விடுவான். காளமேகம் எமகண்டம் பாடி லேசாகத் தப்பித்துக்கொண் டான் என்பது எனது அபிப்பிராயம்... இல்லை, திடமான நம்பிக்கை. அவனைப் பத்திரிகை ஆபீசில் போட்டுப் பார்த்தால்... அகிலாண்ட நாயகி தந்த வரப்பிரசாதத்தைப் பெற்ற அந்த நாளைத் தனது உயிர் உள்ளளவும் சபித்துக்கொண்டு,

என்ன எழுதவென்று ஏங்கித் தவித்தழுது
பின்னத் தொழில்பெறவோ, பேதையேன் — அந்நாளில்
தாயின் அருள்பெற்றேன்? தாரில் இதுவேண்டேன்
பேயிதுவென் றேசிடுவான் பின்

என்று அடைத்துக் கிடக்கும் கோவிலில் கடவுளின் முன்பு தூக்குப் போட்டுக்கொள்ளுவான் என்பது நிச்சயம்.

அது கிடக்கட்டும்....

எனக்கு ஒருநாள் அந்த வியாதி பீடித்தது. பெரிய பெரிய டாக்டர்கள் இருக்கிறார்களே! அவர்கள் இந்த வியாதிக்கு மருந்து கண்டுபிடிக்கவேயில்லை, கண்டுபிடிக்கவும் முடியாது! எந்த டாக்டராவது ஒரு நூறு ரூ. பந்தயம் கட்டுங்கள் பார்க்கலாம். அவ்வளவுக்குத் தைரியம் இருந்தால் .... எனக்கு ரூ. 100 நிச்சயம்!

எனக்கும் அந்த வியாதி வந்தது. என்ன எழுதுவது? ஹிட்லரைப் பற்றியா? பொருளாதாரமா? இதை யார் படிக்கிறார்கள்? தமிழைப் பற்றி எழுதினால் நாம்தான் படித்துக்கொள்ள வேண்டும். கதை எழுதினால் ... ஆமாம் கதை, அதிலும் நவரசம் சொட்டச் சொட்டக் காதல் கதை ....

காலை யிளம்பரிதி வீசும் கதிர்களிலே ....

'ஸ்!'

பாரதியைக் காப்பியடிக்கிறான் என்றால் ... எனக்கே அப்படித் தான் தெரிகிறது ... கிழித்துத் தள்ளு.

கதை வேண்டாம். கதை என்றால் கலியாணம் கிலியாணம் செய்துவைத்தால்தான் வாசகருக்கு மனம் சாந்தியடையும்; போயும் போயும் புரோகிதத் தொழில்தானா ... இது வேண்டாம்.

பின் என்ன செய்வது? அறிவை விருத்தி செய்யும் விஷயம் அல்லது ஹாஸ்யம் ... ஆமாம் ஹாஸ்யம் ... யாரும் சிரிப்பதற்குக்கூட மனுப்போடுவார்களா?

'ஸார் மாட்டர்' என்று பின்னேயிருந்து ஒரு குரல்.

இந்தக் கூத்தில் சிரிப்பு வருமா? அல்லது சிரிப்பு ஒருவருக்கு ஊட்ட முடியுமா?

எனக்கு வேறு ஒன்றுதான் வந்தது. நெற்றிக்கண் இல்லையே என்ற வருத்தம்.

ஏதாவது எழுதுவது. மைப் புட்டியைப் பற்றி எழுதலாமா? அதற்குள் இங்கிதான் இருக்கும் என்று வாசகருக்குத் தெரியாதாக்கும். சில சமயங்களில், சில இடங்களில் இருக்காது .... ஆனால் பத்திரிகை ஆலயங்களைப் பொறுத்தமட்டில் அதில் நீந்தலாம்.

பழைய பத்திரிகையைப் பார்த்தால்? ... கடைக்காரனுக்குக் கொடுத்து ஒரு துண்டு வெல்லம் வாங்கலாம்; கடைக்காரன் ஒரு வேளை அதை சிறிது ஆசையுடன் கவனிக்கலாம். 'மிஸ்டர் வாசகர்' பார்த்ததுந்தான் "சுவாமி, வேறு சரக்கிருந்தால் சொல்லும்" என்றுவிடுவாரே.

அதோ இருக்கிறதே மணி, 'காலிங் பெல்' அதைப் பற்றி எழுதினால், அதன் உற்பத்தி, உபயோகம், ஸ்! சாரமற்ற பேச்சு. பள்ளிக்கூட மாணவன் மார்க்கிற்கு ஆசைப்பட்டு எழுதலாம். பத்திரிகைத் தொழிலில் ....

அதுவும் வேண்டாம்.

பின் என்ன எழுத?

'ஸார் மாட்டர்' என்று கேட்டது பின்னிருந்து ஒரு குரல்.

எனக்குக் கோபம் வந்துவிட்டது. இதைப் பார் என்று குப்பைக் கூடையை அவன் கையில் திணித்துவிட்டு, 'தேர்தல் கலவரம்' என்று வெகு வேகமாக எழுதிக்கொண்டு போனேன். என்ன எழுதினேன் என்று எனக்குத் தெரியாது. அதுதான் சுவாரஸ்யம். எவ்வளவு நேரம் சென்றதோ?

'ஸார்!'

'என்ன மறுபடியும்?'

'புரூப் ஸார்' என்றான்.

அவன் புதுசாக வந்த பையன். குப்பைக்கூடை மான்மியத்தைப் புரூப் (proof) போட்டு வந்துவிட்டான்! நல்ல பையன். இவனை வைத்துக்கொண்டு... இவனைப் பொருட்காட்சி சாலையில் வைப்பதா? அல்லது... யாரை?

'இந்தா இதை எடுத்துப்போ' என்று எரிந்துவிழுந்தேன்.

சாவதானமாக 'ஆகட்டும் சார்' என்று எழுதிய கத்தையைக் கொண்டுபோனான்.

யாருக்கு வெற்றி?

எழுத முடியாவிட்டால், அச்சுக் கோர்க்க மூளையையாவது கொடுக்க வேண்டும்.

ஊழியன், 14.12.1934

உணர்ச்சி வேகமும் நடை நயமும்

கவிதையைக் கலையின் அரசி என்பார்கள்; கல்லாத கலை என்பார்கள். கவிதை என்றால் என்ன? யாப்பிலக்கண விதிகளைக் கவனித்து வார்த்தைகளைக் கோர்த்து அமைத்துவிட்டால் கவியாகுமா? கவிதையின் இலட்சணங்கள் என்ன?

கவிதைக்குப் பல அம்சங்கள் உண்டு. ஆனால் அவைகளின் கூட்டுறவு மட்டும் கவிதையை உண்டாக்கிவிடாது. கவிதையின் முக்கியமான பாகம், அதன் ஜீவசக்தி. அது கவிஞனது உள் மனத்தின் உணர்ச்சி உத்வேகத்தைப் பொறுத்துத்தான் இருக்கிறது.

கவிதைக்குப் பல அம்சங்கள் உண்டு என்றேன். அவை ஒவ் வொன்றும் அவசியம்தான். ஒன்று குறைந்தால் அது பொக்காக இருக்கும். ஆனால் அவற்றின் கூட்டுறவுடன், கவிஞனின் சிருஷ்டி சக்தி லயப்படுகிறதினால்தான் கவிதை பிறக்கிறது. கவிதையின் ஜீவன் சிருஷ்டி சக்தி.

கவிதை மனிதனின் உணர்ச்சியில் பிறந்த உண்மை; உள்ளப் பாற்கடலில் பிறந்த அமிர்த கலசம். மனித உள்ளம் யதார்த்த (realistic) உலகத்துடன் ஒன்றுபட்டோ, பிரிந்தோ கண்ட கனவு. அது உள்ள நெகிழ்ச்சியிலே, உணர்ச்சி வசப்பட்டு வேகத்துடன் வெளிப்படுகிறது. அதுதான் கவிதை.

கம்பனைப் பற்றிய ஒரு கதை — அது வெறும் பொய்க்கதையாக இருக்கலாம் — இந்த உண்மையை நன்றாக விளக்குகிறது. கம்பன் வழிப் பிரயாணம் செய்துகொண்டிருக்கும்பொழுது ஒரு அழுகைக் குரல் கேட்டது. காது கொடுத்தான்; திடுக்கிட்டான். அழுத பெண் ஒரு கவியரசி என்று கண்டுவிட்டான். நொந்து கொதித்த உள்ளத்தில் பிறந்த உண்மை.

சில்லென்று பூத்த சிறு நெரிஞ்சிக் காட்டினிலே
நில்லென்று சொல்லி நிற்கவழி போனீரே!

இது பிலாக்கண வார்த்தைகள்தான். வாழ்க்கையே ஒரு பாதை. இரண்டு பக்கத்திலும் மரகதப் பாய் விரித்தது போல் பசும்புல் தரை. இடையிடையே நெரிஞ்சியின் மஞ்சள் பூக்கள் பச்சைப் பகைப்புலத்தில், மங்கலத்தின் அறிகுறியாக, கண்ணிற்கே குளிர்ச்சியாக இருக்கிறது. கணவன் தனித்து விட்டுவிட்டுச் சென்றுவிடுகிறான். இவள் வழி தெரியாமல், கண்ணிற்குக் குளிர்ச்சியாக இருக்கும் மஞ்சள் பாயின்மேல் கால் வைத்துவிடுகிறாள்; அவ்வளவுதான். குத்திக் குத்தி நடக்க முடியாமல் தவிக்கும்படி செய்துவிடுகிறது. வாழ்க்கைப் பாதையில் கணவனும் மனைவியுமாகச் செல்லுகையில், மஞ்சள் பூப்போல் இருந்த சமூகம், பந்துக்கள் அவன் பிரிந்தவுடன் முட்களாகக் குத்துகிறார்கள். இந்த அனுபவம் அவள் நொறுங்கிய உள்ளத்திலே கவிதையாகப் பிறக்கிறது.

விவிலிய நூல், '*Out of the abundance of the heart the mouth speaketh*' என்று வாய்மையை விளக்குகிறது. உள்ளத்தில் பொங்கிய உண்மையை வாய் கிளத்துகிறது என்பது. அதுதான் வாய்மை. அதுதான் கவிதை. உண்மை, உணர்ச்சிவசப்படாத தத்துவம்; வாய்மை உள்ளக் கனிவை வெளிப்படுத்தும் நாதம்.

கவிஞன் உலகத்தின் உண்மைகளை, வாழ்க்கையின் ரகஸியங்களை வேறு விதமாகப் பார்க்கிறான். அவன் கண்கள் உணர்ச்சிக் கண்கள்; கனவுக் கண்கள். குழந்தையின் களங்கமற்ற உள்ளத்துடன், அதிசயத் துடன் பார்க்கிறான். குதூகலமோ துக்கமோ பிறக்கிறது. அந்த அனுபவம்தான் கவிதை. கவிஞன் சந்திரோதயத்தைப் பார்க்கிறான். அவன் நினைவுகள், கேட்ட கதைகள், கண்ட தத்துவங்கள் மனதில் குவிகின்றன. கவிஞனின் பார்வையில் சந்திரோதயம் காட்சியளிக்க வில்லை. ஒரு பெரிய காவியமே காட்சியளிக்கிறது. சந்திரோதயத்தைக் காண்பதினால் ஏற்படும் உள்ள நெகிழ்ச்சியின் அனுபவத்தைக் கூறுகிறான். அதுதான் கவிதை.

> பெருந்திண் நெடுமால் வரைநிறுவிப்
>   பிணித்த பாம்பின் மணித்தாம்பின்
> விரிந்த திவலை, உதிர்ந்தமணி,
>   விசும்பின் மீனின் மேல்விளங்க
> அருந்த அமரர் கலக்கியநாள்
>   அமுதம் நிறைந்த பொற்கலசம்
> இருந்த திடைவந்து எழுந்ததென
>   எழுந்தது ஆழி வெண்திங்கள்.

கம்பன் சந்திரோதயத்தைப் பார்க்கவில்லை. அழகின் பிறப்பாகிய, கலையின் பிறப்பாகிய, தேவாசுர யுத்த காப்பியத்தைக் காணுகிறான். அவனுக்குச் சந்திரோதயம் யதார்த்த உண்மையில்லை; அவன் உள்ளத்தின் கனவு. இந்தக் கனவுதான் வாய்மை. அந்தக் கனவு அனுபவத்தில் எழுந்த பாட்டுத்தான் கவிதை.

.2.

கவிதை ஒரு அனுபவம். அதாவது அனுபவத்தை உணர்த்தும் சித்திரம். உண்மைக் கவிதைக்கு உரைகல் செவி. கம்பன் சொல்லு கிறான், 'செவிநுகர் கனிகள்' என்று; கவிதையின் உயர்வைக் காதில் போட்டுப் பார்க்க வேண்டும். கவிஞன் தனது உள்ளத்து எழுந்த ஒரு அனுபவத்தை சப்த நயங்களினால்தான் உணர்த்த முடியும். அவன் உள்ள நெகிழ்ச்சியை எவ்வளவுக்கெவ்வளவு, அப்படியே குறைவுபடாமல் உணர்த்துகிறானோ, அவ்வளவுக்கவ்வளவு அவனு டைய மேதை விளங்குகிறது.

கவிதையில், 'சரியான வார்த்தைகள், சரியான இடத்தில் அமைய வேண்டும்'. கவிஞன் வார்த்தைகளை எடுத்துக் கோர்ப்பதில்லை. உணர்ச்சியின் பெருக்கு, சரியான வார்த்தைகளைச் சரியான இடத் தில் கொண்டு கொட்டுகிறது. கவிஞன் சொல்லவந்த விஷயத்தை அழுத்தமாகச் சொல்ல ஒரு வழிதான் உண்டு. அது அவனுக்குத் தெரியும். அதில்தான் கவிஞனது மேதை விளங்குகிறது. உதாரணமாகக் கம்பன், யுத்த காண்டத்தில் மயங்கிக் கிடந்த ராமனைக் கண்ணுற்று இறந்தானென்று சீதை புலம்பும்பொழுது,

எண்ணா மயலோடு இருந்ததுநின்
புண்ணாகிய மேனி பொருந்திடவோ
மண்ணோர் உயிரே, இமையோர் வலியே
கண்ணே! அமிர்தே! கருணாகரனே!

என்று பாடுகிறான். மேலும் அதே இடத்தில்,

விதியோ! கொடியாய்! விளையாடுதியோ?

என்று சீதை ஏங்குகிறதாகப் போட்டிருக்கிறான். இடிந்த உள்ளத்தின் குமுறலை, இலக்கியத்தில் இதற்குமேல் அழுத்தமாகச் சொன்னதே இல்லை என்று கூறிவிடலாம். சரியான இடத்தில் சரியான வார்த்தைகள். இதுதான் கவிதை.

.3.

கவிதை அக நெகிழ்ச்சியின் அனுபவம். கவிஞனின் மேதையை அறிய ஒரு வரி போதும். அவன் வார்த்தையில் இடர்ப்படுகிறவனா, மன உணர்ச்சியில் பலவீனமானவனா என்று பார்த்துவிட அந்த ஒரு வரியே போதும். உதாரணமாக பாரதியின்,

புல்லை நகையுறுத்தி, பூவை வியப்பாக்கி

என்ற இயற்கை வர்ணனை என்ன அழகாக அமைந்திருக்கிறது. இன்னும் ஒரு கவிஞன் காதலால் வாடும் ஒரு பெண்ணின் மனக் கொதிப்பைக் கூறுகிறான்:

> பெண்ணிலா ஊரில் பிறந்தாரைப் போலவரும்
> வெண்ணிலாவே இந்த வேகமுனக் காகாதே

என்று கொதிக்கிறாளாம் ஒரு பெண். சந்திரோபாலம்பனத்தை வெகு நயமாக எடுத்துக்காட்டும் இந்த வரிகள் இதைப் பாடியவன் ஒரு கவிஞன் என்பதை அழகாக எடுத்துக் காண்பிக்கின்றன.

.4.

கவிஞனுக்கு அவன் உள்ள அனுபவத்தை எடுத்துக் காட்டக்கூடிய நடை வேண்டும். கவிதை கேட்கப்படுகிறது. உணர்ச்சி உத்வேகத்திற்குத் தகுந்தது போல் நடையின் நயமும் வேண்டும். கவிதையின் சம்ராட்டுகளுக்கு (சக்ரவர்த்திகளுக்கு) பாஷை அடிபணிகிறது. உணர்ச்சியின் மாறுதலுக்கு ஏற்றபடி நடையும் கதிபெற்று மாறுகிறது.

கம்பன், சீதை மணமண்டபத்தில் புகுவதையும், சூர்ப்பனகை ராமனைச் சந்திக்க வருவதையும் வருணிக்கிறான். ஒன்று இயற்கை யழகு – தெய்வ அழகு. மற்றது செயற்கையழகு – மாய அழகு.

சீதை

> பொன்னின் ஒளி, பூவின் வெறி, சாந்து பொதி சீதம்
> மின்னின் நிழல், அன்னவள்தன் மேனியொளி மான
> அன்னமும், அரம்பையரும், ஆரமிழ்தும் நாண,
> மன்அவை யிருந்தமணி மண்டபம் அடைந்தாள்.

சூர்ப்பனகை

> பொன்னொழுகு பூவிலுறை பூவையெழில் பூவை
> பின்னெழில் கொள்வாளிணை பிறழ்ந்தொளிர் முகத்தாள்
> கன்னியெழில் கொண்டது கலைத்தட மணித்தேர்
> மின்னிழிவ தன்மையிது விண்ணிழிவ தென்ன.

மணிக்கொடி, 16.12.1934

சாம்ராட்டுகளின் சப்த ஜாலம்

.1.
வார்த்தைப் பெருங்கோவில்

கவிஞன் வார்த்தைகளின் நாதத்தை அறிந்தவன். பாஷையின் இரகஸிய சக்தியை, அதன் உயிர்நாடியைக் கண்டவன். அவன் உள்ள அனுபவத்திற்கு ஒத்த வார்த்தைகள் வந்து விழும். ஒரு பெண் பந்து விளையாடுகிறாள். அதை வருணிக்கப் புகுந்த கவிஞன், விளையாட்டு வேகத்தில் ஆபரணம் ஒலி செய்வதை,

> செங்கையில் வண்டு
> கலின் கலினென்று
> செயஞ்செய மென்றாட — இடை
> சங்கத மென்று,
> சிலம்பு புலம்பொடு
> தண்டை கலந்தாட

என்று அப்படியே படம் பிடித்துவிடுகிறான்.

இன்னொரு கவிஞன் அரண்மனை வாயிலை, அதன் பிரகாசமான, கண்களைக் கூசச்செய்யும் வர்ண ஒளிகளை,

> பொன் இலங்க,
> வஜ்ரப் பொடியிலங்க,
> முன் இலங்க பின் இலங்க
> முத்திலங்கும் வாசலினான்

என்று பொன்னாலும் வயிரத்தாலும் இழைக்கப்பட்ட வாயிலை அப்படியே கண்முன் கொண்டுவந்து நிறுத்திவிடுகிறான்.

கம்பனும் விராதனின் கரத்தின் ஆபரண ஒலியைக் கொண்டுவர, இந்த சப்த ஜாலத்தைக் கையாளுகிறான்.

வெங்கணங் கவலயங்களும் விலங்கவிரவிச்
சங்கணங்கிய சலஞ்சல மலம்பு தவளக்
கங்கணங்களும் இலங்கிய கரம்பிறழவே.

இம்மாதிரியாக வார்த்தை இயக்கத்தினால் உண்டாகும் சப்த ஜாலங்கள் செய்வது கவிஞனுக்கு வெகு எளிது. ஓரளவு உணர்ச்சியும் பயிற்சியும் இருந்தால் லேசாக அமைத்துவிடலாம். ஆனால் உணர்ச்சி யனுபவத்தை வெகு சூக்ஷமமாக அமைக்கும் ஆற்றல் கம்பனைப் போன்ற இலக்கிய சாம்ராட்டுகளுக்குத்தான் உண்டு. ஒரு கம்பன் பிறக்கிறான். ஆனால் கவிதையுள்ளத்தைப் பண்படுத்தும் பயிற்சியும் அனுபவமும் அதற்கேற்றது போல் வேண்டும். கை தேர்ந்த சிற்பியின் விரல் நுட்பத்தைப் போல் பாஷையைப் பற்றிய அந்தரங்க அனுபவம் வேண்டும்.

கம்பன், பெரும் சீற்றம் தணிந்ததை, 'கண்ணியச் சீற்றம் தீர்ந்தான்,' என்று கூறுகிறான். கண்ணியச் சீற்றம் பெருமிதமான கோபம். உணர்ச்சியின் முழு சக்தியையும் எடுத்துக் காட்டும் வார்த்தை. மேலும் இன்னொரு இடத்தில்:

மழைக்குன்றம் அனையான்
மௌலி கவித்தனன் வரும் என்றென்று
தழைக்கின்ற உள்ளத்தன்னாள்

. . . என்று கோசலையின் உள்ளத்தை வருணிப்பது வார்த்தைகளின் ரகஸியத்தை அறிந்தவன் என்று காண்பிக்கிறது.

இன்னும் மற்றொரு இடத்தில், 'காளிமை தழைந்து தவழ. . .' என்று விராதனின் கோர சொரூபத்தை வருணிக்கிறான். காளிமை, காளித் தன்மை, காளியின் கோர சொரூபத் தன்மை என்று உப யோகிக்கிறான். வார்த்தைக்குப் புதிய உபயோகத்தைக் கொடுக்க, ஏன் புதிய வார்த்தைகளையே சிருஷ்டிக்க, மகத்தான கவிஞர்களால் தான் முடியும்.

.2.

அழகின் கனவு

அழகு என்பதற்கு நடைமுறை அர்த்தம் கண்ணுக்கு இனிமையானது என்பது. அந்த சித்திரம் அழகாக இருக்கிறது, அந்தப் பெண் அழகாக இருக்கிறாள் என்றால் படமோ பெண்ணோ பார்ப்பதற்கு இன்பமாக இருக்கிறது என்று நாம் சொல்லிவருகிறோம். அழகு என்றால் என்ன? அழகு மனதில் பிறந்த இலட்சியத்தின் வடிவம். பல பாகங்களின் சரியான கூட்டுறவில், அதாவது ஜீவனுள்ள ஒற்றுமையில் பிறந்த வாய்மை. உள்ளத்தின் அனுபவத்தின் சரியான வெளியீடு. கவிதையின் வடிவம்தான் இதற்குச் சரியான அமைப்பு.

வார்த்தைகளின் பூரண சக்தியையும், அதன் அர்த்த புஷ்டியையும் இந்த அமைப்புதான் கொண்டுவர முடியும். ஒரு பாட்டில் — வார்த்தைகள் அவைகளுக்கேற்ற அர்த்த புஷ்டியுடனும் அழுத்தத்துடனும் அமையும் — கவிதையில் வார்த்தைகளை இடம் பெயர்க்க முடியாது. வேறு வார்த்தைகளைப் போட முடியாது. இதுதான் அதன் அழகு. அனுபவம்தான் வாய்மை. அழகே வாய்மை. வாய்மை தான் அழகு.

வில் இழந்தனனெனினும் விழித்த வாள் முகத்தில்
எல் இழந்திலன், இழந்திலன் வெங்கத மிடிக்கும்
சொல், இழந்திலன் தோள்வலி, இழந்திலன் சொரியும்
கல், இழந்திலன், இழந்திலன் கரங்கெனத் திரிதல்.

நிராயுதபாணியாக இருந்தும், விடாது போர் தொடுக்கும் வீரன். அவனது போர்த் திறத்தை நடிக்கும் படமாகக் கண்முன்பு கொண்டு வந்து நிறுத்திவிட்டான். அவனது 'ஓட்டசாட்டங்களை'யும் ஆரவாரங்களையும் கொண்டுவருவதற்குக் கையாளும் முறையைச் சற்று கவனிப்போம். வில் இழந்துவிட்டான். அவ்வளவுதான்; அவன் இழக்காதது பல. முகத்திலிருக்கும் பிரகாசம் போகவில்லை என்பதை விருத்தத்தின் முதல் வார்த்தை அழுத்தமாக 'எல் இழந்திலன்' என்று சொல்லி, பிறகு 'இழந்திலன் வெங்கதம் இடிக்கும் சொல்' என்று அமைக்கிறான். அழுத்தம் 'இழந்திலன்', 'இடிக்கும் சொல்' என்ற வார்த்தைகளில் விழுந்து, அவை இரண்டையும் பிணிக்கிறது. மேலும் இழந்திலன், இழந்திலன் என்று திருப்பித் திருப்பிச் சொல்லுவதில், யுத்தத்தில் முக்கியமாகக் கருதப்படும் படைக்கலம் ஒன்றை இழந்தான் என்றாலும், அவன் இழக்காதது என்னவென்பது அற்புதமாக விஸ்தரிக்கப்படுகிறது.

கவிதை ஒரு கனவு என்றேன். அதாவது அனுபவத்தின் வெளியீடு.

மணிக்கொடி, 23.12.1934

சமயத்தையும் கடந்த கலை

கவிதை மனிதனின் அழகுணர்ச்சியையும் உணர்ச்சிப்பான்மையையும் சாந்தி செய்வது. அறம், பொருள், இன்பம், வீடு என்பவற்றைப் போதிப்பது கவிதை என்பது தமிழ் இலக்கியத்தின் கூற்று. இலக்கியத்தை ஒரு கருவியாகவே, சாதனமாகவே கருதி வந்தார்கள். அதாவது அறம், பொருள், இன்பம், வீடு (மோட்சம்) என்ற நான்கையும் பெறுவதற்கு உபயோகமாகும் கருவி.

தமிழர் கவிதையை, அதன் பூரணமான முடிவைப் பற்றிக் கவனிக்கவே இல்லை. தமிழ்க் கவியின் போக்கு முக்கியமாக ஒரு தனிப்பட்ட வழியிலேயே, கடவுள் அல்லது அரசன், இவர்களின் வாழ்க்கையைப் பற்றிக் கூறும் கருவியாகவே இருந்ததினால் அது பல துறைகளிலும் கிளைக்கவில்லை.

கவிதை தமிழில் இருக்கலாம்; ஆனால் கவிதையைப் பற்றிய ஆராய்ச்சி தமிழில் கிடையாது. தமிழில் செய்யுளியலைப் பற்றி ஆராய்ச்சியிருந்திருக்கிறது. அதாவது கவிதையின் வடிவத்தைப் *(form)* பற்றி நன்றாக ஆராய்ந்திருக்கிறார்கள். கவிதைக்குத் தமிழ் யாப்பிலக்கணத்தைப் போல் இயற்கையான அமைப்பு வேறு கிடையாதென்றே கூறிவிடலாம். ஆனால் கவிதை என்றால் என்ன என்பதைப் பற்றித் தமிழர் ஆராயவே இல்லை.

உடற்கூறு நூல் படியாவிட்டால் உயிர் வாழ முடியாதென்று சொல்ல முடியாது. அதைப் போல் இலக்கணம் இல்லாவிட்டால் கவிதை இருக்க முடியாதென்று கூற முடியாது. ஆனால் கவிதையை ரஸிப்பதற்குக் கவிதை என்றால் என்னவென்று தெரிந்திருக்க வேண்டும். தற்காலத்திய பண்டிதர்கள் இலக்கியம் எது என்று கவனிக்க முடியாமல், எல்லாவற்றையும் புகழ்ந்துகொண்டு இடர்ப் படுவதற்குக் காரணம் அவர்கள் இலக்கியம் என்றால் என்னவென்று அறியாததுதான்.

இவர்கள் ஒழுக்கத்தையோ, தர்மத்தையோ, அல்லது மதத்தையோ பற்றிக் கூறுவது, அதாவது அணியலங்காரங்களுடன் கூறுவது எல்லாம் கவிதை என்று கூறி இடர்ப்படுவதின் காரணம் இதுதான்.

மதத்தைப் பற்றியும், தர்மத்தைப் பற்றியும் இருப்பது எல்லாம் கவிதையல்லவென்று கூற வரவில்லை. செய்யுள் அமைப்பில் எழுதப் படுவதெல்லாம் கவிதையல்ல. கவிதையின் ரஸனைக்குப் புறம்பாக ஒழுக்கம் என்ற காரணத்திற்காக மட்டும் எழுதப்படுவது கவிதையல்ல. கம்பன் ஒழுக்கத்தையும் தர்மத்தையும் பற்றிப் பாடத்தான் செய் கிறான். மற்ற புலவர்களும் ஒழுக்கத்தைப் பற்றி செய்யுள் இயற்றுகிறார் கள். முதலாவதில் ஒழுக்கம் கவிதையில் இடம்பெறுகிறது. மற்றதில் ஒழுக்கத்திற்காகக் கவிதை இயற்றப்படுகிறது.

கவிதையைப் போதனைக்குரிய கருவியாக உபயோகப்படுத்தும் வரை அது கவிதையாக இருக்காது. அதன் ரசனை கெட்டு விடுகிறது, ஒழுக்கமோ, தர்மமோ அல்லது மோட்சமோ இவற்றிற்காக எழுதப் படும் கவிதை, கவிதையாகாது. ஒழுக்கமும் தர்மமும் மோட்சமும் கவிஞனது உள்ளத்தில் ஊறி, இருதயத்தின் கனிவாக வெளிப்படும் இசைதான் கவிதையாகும்.

பக்தர்களின் தெய்வக் கவிதைகள், உள்ளத்தின் பொங்குதலில் பிறப்பதாகையால், அவை உள்ளத்தின் நாதத்தை இசைக்கின்றன. இதனால், பக்தர்கள் கவிஞர்களாக இருப்பதில் ஆச்சரியமில்லை. ஆனால், பக்தர்கள் கவிஞர்களாகத்தான் இருக்க வேண்டுமென்பது அவசியமில்லை.

ஒழுக்கம் அற்றிருப்பதுதான் கவிதையின் இலட்சணம் என்பதல்ல நமது கட்சி. கவிதையின் அமைப்பும், உணர்ச்சியும்தான் கவிதையின் உரைகல். தமிழ்க் கவிதையை இரண்டு பிரிவாகப் பிரிக்கலாம். ஒன்று, பழைய இலக்கியமான சங்க இலக்கியங்கள். வெறும் யதார்த்த விஸ்தரிப்புக்கள். புகைப்படக் கவிதை என்று கூறிவிடலாம். அதற்குப் பிறகுதான் கவிதையின் உண்மையான வளர்ச்சி — கம்பன் வரை உள்ள பெருங்கனவுகள். அதன் பிறகு கவிதையின் க்ஷீணம். தற் பொழுது ஒரு தப்பு அபிப்பிராயம் இருந்துவருகிறது. காரணம் மனிதனின் பெரும் கனவுகளை யதார்த்த உண்மையாகக் கருதி வந்ததுதான். இதனால் ஓரளவு நம்பிக்கையற்ற தன்மை வளர்ந்தவுடன், உள்ளதை உள்ளபடி உரைக்கும் சங்க நூல்களுக்குக் கவிதை மதிப்பு ஏற்பட்டிருக்கிறது. காரணம் இவர்கள் நம்பக்கூடிய உண்மைகள் அணி அலங்காரங்களுடன் எழுதப்பட்டிருக்கிறது என்பதுதான்.

தமிழில் இன்னொரு அபிப்பிராயம் இருந்துவருகிறது. கவிதையில் சமயம் கூறப்படுவதால், கவிதை சமயத்தை உணர்த்தும் கருவி என்று நினைத்து இடர்ப்படுவது. இதனால் சைவர்களுக்குத்தான் தமிழ் என்ற அபிப்பிராயம் ஏற்பட்டு உண்மை இலக்கியத்தின் நாதத்தை மறைத்துவிடுகிறது. இதனால் காரணமற்ற பூசல்களும், முக்கியமாக இலக்கியத்தைப் பற்றித் தப்பான அபிப்பிராயங்களும் பரவிவிடுகின்றன.

சைவம் மகத்தான சமயமாகவிருக்கலாம். அதன் அடியார்கள் அற்புதமான கவிதையை இயற்றி இருக்கலாம். அதற்காக, சைவத்

திற்குப் புறம்பாக இலக்கியம் இருக்க முடியாது என்று கூறிக்கொண்டிருப்பது பைத்தியக்காரத்தனம்.

இம்மாதிரி கவிதையை வெறும் கருவியாக எண்ணி இடர்ப்படுவதினால், கம்பன் கவிதை மோசமானது என்றுகூட எழுதுகிறார்கள். அதையும் போற்றுவதற்கு நான்கு ஆட்கள் கிடைத்துவிடுகிறது.

தற்காலத்தில் தமிழ்க் கவிஞர்கள் என்பதற்கும் வெறும் இனிமையான செய்யுளை இயற்றக்கூடிய புலவன் என்பதற்கும் வித்தியாசம் தெரியாமல் எழுதுகிறார்கள்.

கவிதை உள்ளத்தின் கனவு; புறப்பொருளை அல்லது அதன் பெருமையைக் குறிக்கும் கருவியல்ல. கவிஞன் பாடும் விஷயம் அறிவுக்கும் புத்திக்கும் ஒவ்வாததாக இருக்கலாம். ஆனால் சிருஷ்டியின் மேதையை, அதன் சூட்சுமத்தை விளக்கக் கூடியதாக இருந்தால் அது கவிதைதான்.

மணிக்கொடி, 30.12.1934

இங்கிலீஷ் முளைத்த விதம்

எனது நண்பர் ஒருவர் நல்ல சாதுவான பேர்வழி. அவர் இருபது முப்பது வருஷங்களாக ஆராய்ச்சி செய்து ஒரு பெரிய புஸ்தகம் எழுதினார். அதிலே டார்வின், மனிதன் குரங்கிலிருந்து வந்தான் என்று சொல்வது தவறு என்றும், உண்மையில் மனிதனிலிருந்துதான் குரங்கு உற்பத்தியாகிறது என்றும், உலகத்தில் உதித்த முதலாவது மனிதன் தமிழன்தான் என்றும், அவன் முதலில் பேசியது நீங்களும் நானும் பேசும் பச்சைத் தமிழ்தான் என்றும், நேற்றுப் பிறந்த வெள்ளைக்காரர்கள் நம்முடைய பாஷையிலிருந்துதான் கடன் வாங்கினார்கள் என்றும் அந்தப் புத்தகத்தில் விஸ்தரிக்கிறார். அது உண்மைதான் என்று எனக்குப் படுகிறது. ஏனென்றால் பெரிய முதலாளிதான் கடன் கொடுக்க முடியும். தமிழில் 236 எழுத்துக்கள் இருக்கின்றன. இங்கிலீஷ்காரர் பாஷையில் மொத்தமாக இருக்கும் எழுத்தே 26தான். இதிலிருந்தே இங்கிலீஷ்காரர்கள் நம்முடைய தமிழில் இருந்துதான் கடன் வாங்கி இருக்க வேண்டும் என்று கூறிவிடலாம். பெரிய பணக்காரர்கள்தான் கடன் கொடுக்க முடியும். மேலும் என் நண்பர் இங்கிலீஷ்காரருடைய பாஷை நம்முடைய தமிழிலிருந்துதான் முளைத்தது என்பதற்கு வேறு ஆதாரங்கள் எல்லாம் எடுத்துக்காட்டியிருக்கிறார். அதைக் கேட்டால், வெள்ளைக் காரர் பாஷை இவ்வளவுதானா என்று உங்களுக்குப் பட்டுவிடும்.

இங்கிலீஷ் தமிழிலிருந்துதான் முளைத்தது என்பதற்கு தமிழ் வார்த்தைகள்தான் இங்கிலீஷில் நிரம்ப இருக்கிறது என்றும், பாஷை யின் முக்கியமான வார்த்தை, அதாவது அடிக்கடி உபயோகிக்கப்படும் வார்த்தை தமிழ் வார்த்தைகள்தான் என்றும் சொல்லுகிறார். உதாரண மாக, பேச்சு என்ற வார்த்தையை எடுத்துக்கொள்ளுங்கள். இங்கிலீஷில் 'ஸ்பீச்' (*speech*) என்று சொல்லுகிறார்கள். பேச்சு என்ற வார்த்தைதான் ஸ்பீச் என்று மாறியது என்பதில் சந்தேகம் என்ன? அக்காலத்தில் சீமைக்குக் கப்பலில் போக முடியாது. வடநாட்டு வழியாகத்தான் போயிருக்க வேண்டும். வடநாட்டில் சமஸ்கிருதம் இருந்தது என்று எல்லாருக்கும் தெரியும். இந்த 'பேச்சு' என்ற தமிழ் வார்த்தை வடநாட்டு வழியாக சீமைக்குப் பார்சல் ஆகும்பொழுது, சமஸ்கிருதத் தின் 'ஸ' என்ற எழுத்தையும் எடுத்து ஒட்டவைத்துக்கொண்டுபோன தில் என்ன அதிசயம்? அதனால்தான் 'பேச்சு' 'ஸ்பீச்' என்று திரிந்தது. சீமைக்குப் போன தமிழ் வார்த்தைப் பார்சலில், மேலாக

வைக்கப்பட்டது இந்த வார்த்தையாக இருக்கலாம். ஏனென்றால் இது வடநாட்டு வாசனையைப் பெற்றிருக்கிறது. பார்சலில் சாமானை அனுப்பினால் உடைந்தும் மாறியும் வந்து சேருவது எல்லாருக்கும் தெரிந்த விஷயம். அதே மாதிரி தமிழ் வார்த்தைகள் எல்லாம் மாறியும் தகர்ந்தும் குழறுபடியாகிக் கிடக்கிறது. 'அடிமண்டி' என்ற வார்த்தையை எடுத்துக்கொள்ளுவோம். அடிமண்டி என்றால் வண்டல். 'அடிமண்டி' என்பது 'ஸெடிமென்டு' என்று சமஸ்கிருத 'ஸ'காரத்தைப் பெற்று இங்கிலீஷாகிவிட்டது. 'லாந்தல்' என்ற வார்த்தை 'லாண்டர்ன்' *(lantern)* என்று இங்கிலீஷில் இருக்கிறது. அப்புறம் இன்னும் எத்தனை வார்த்தைகள். மனிதன் - மான் *(man)*, களிமண் - கிளே *(clay)*, அதட்டு - அதாரிட்டி. தமிழில் கிள்ளு என்ற வார்த்தைதான் இங்கிலீஷில் கில் *(kill)*, அதாவது கொல்லு என்று வந்துவிட்டதாம். வெள்ளைக்காரர்களுக்கு 'ள், ள' என்ற எழுத்துக்கள் உச்சரிக்க முடியாது. அதற்குப் பதிலாக 'ல், ல' என்றுதான் உச்சரிப்பார்கள். மேலும் அந்தக் காலத்து வெள்ளைக்காரர்களை தமிழர் கிள்ளினாலே செத்துப் போவார்கள் என்றும் தெரிகிறது. வெள்ளைக்காரர்களுக்குள் கலியாணம் என்ற சடங்கு கிடையாது என்று கூற வேண்டி இருக்கிறது. ஏனென்றால் வைப்பு என்ற தமிழ் பதம் 'வைப்' *(wife)* என்று இங்கிலீஷில் மனைவியைக் குறிக்கிறது.

எனது நண்பர் மேலும் வெள்ளைக்காரர்களுக்கு நாடகம் எழுதத் தெரியாதென்றும், அதைக்கூட ஒரு தமிழன்தான் சொல்லிக்கொடுக்க வேண்டிருந்தது என்றும் கூறுகிறார். அவர் அந்த நாடகம் எழுதியவர் பெயர்தான் சேஷு அய்யர் என்கிறார். வெள்ளைக்காரர்கள் தங்கள் நாடக ஆசிரியர்களில் இவர்தான் சிறந்தவர் என்று பெருமையடித்துக் கொண்டாலும், அவரை யார் என்று தெரியாமல் திண்டாடி குதிரைக்காரன் என்று நினைத்துக்கொண்டிருக்கிறார்கள். அந்த ஆசாமி உண்மையில் தமிழன்தான். சோழர்கள் காலத்தில் தஞ்சாவூரில் ஹோட்டல் வைத்துக்கொண்டிருந்தார். அவர் பெயர் சேஷு அய்யர். இங்கிலீஷ்காரர்களுக்கு நாடகம் எழுதத் தெரியவில்லை என்றதைக் கேள்விப்பட்டதும் மிகவும் வருத்தப்பட்டு, சீமைக்குப் போய் சில நாடகங்கள் எழுதி வைத்துவிட்டு வந்தாராம். பெயரும் நாளடைவில் மருவி ஷேக்ஸ்பியர் என்று ஆகிவிட்டதாம். இதற்கு ஆதாரமாக பெயர்கள் இரண்டையும் ஒத்துப்பார்த்தாலே போதும். இதற்குமேல் வேறு என்ன சந்தேகம் இருக்கிறது?

எனது நண்பரின் புஸ்தகம் அடுத்த மார்ச்சு மாதம் வெளியாகும். அப்பொழுது அதை வாங்கிப் படியுங்கள். அதனால் அறிவு விர்த்தியாவதோடு, தலைவலி, மலச்சிக்கல், தூக்கமின்மை என்ற பல வியாதிகளை, ஆச்சரியகரமாக, துப்பறியும் நாவல்களைவிட வெகு சீக்கிரத்தில், குணப்படுத்தும். உங்களுக்கு அறிவுப் பொக்கிஷமாகவும் வைத்தியராகவும் இருக்கக்கூடிய புத்தகத்தை வாங்கத் தவறினால் எனது நண்பர் உங்களுக்காக மிகவும் வருத்தப்படுவார்.

ஊழியன், 18.1.1935

பட்டணங்களைப் பற்றி ஆண்டானின் அபிப்பிராயம்

சுமார் எழுபது வருடங்கட்கு முன்பு தமிழ்நாட்டைப் பாக்கள் பாடி முழக்கிவந்த ஆண்டான் 'கவிராயனை' அறியாதாரிருக்க முடியாது. வேடிக்கையாகவும், பொருத்தமாகவும், சுடச்சுடவும் கவிபாடுவதில் அவரைப் போல் பலரைக் காண்பதற்கில்லை. நவீன அறிஞர் பெர்னார்டு ஷா வெளியிடும் கருத்துக்களைப்போல இருக்கும் ஆண்டான் அறையும் உரைகள். அவர் பாடியதாகச் சொல்லப்படும் சில ஊர்களைப் பற்றிய பாக்களைக் கீழே தருகிறோம். இவை இதுகாறும் வெளிவந்ததாகத் தெரியவில்லை.

திருநெல்வேலி

நாசிப் பொடிக்கு நயக்குமூர், நாள்தோறும்
வேசிக் கிடங்கொடுக்கும் வேளாணூர் — பூசிக்கும்
சைவம் பழுத்த சடங்களூர், தண்பொருனை
செய்வந்த நெல்வேலி சேர்.

ஆரல்வாய்மொழி

கன்னி இளம்பருத்தி காய்க்குமூர் கார்காலம்
திண்ணையெலாம் மண்மாரி பெய்யுமூர் — முன்னர்
முகடர் இருக்குமூர் முப்பந்தற்கு மேலவூர்
மூளி அரண்வாய் மொழி

ஆரல்வாய்மொழி, அரண்வாய்வழி என்பதன் திரிபு ஆகும். அரண்வாய்மொழி என்றும் சொல்லப்படுகிறது. இது திருவாங்கூருக்கும் திருநெல்வேலி ஜில்லாவுக்கும் இடையே ஔவையின் பெருமை தங்கிய முப்பந்தல் என்னும் இடத்திற்குப் பக்கத்திலிருக்கிறது.

சுசீந்திரம்

ஒண்டொடிகட் காடவர்கள் ஓடுமூர் உண்மையிலா
மண்டையர்கள் கூடி மறியுமூர் — தண்டமிழைக்

கற்றாரைப் போற்றாக் கசடரூர் தாணுவென்போன்
எற்றே இருந்தனனா மிங்கு?

ஆண்டான் கவிராயர் தென் திருவாங்கூரிலுள்ள சுசீந்திரத்திற்குச் சென்றிருந்த காலையில் ஒரு கனவான் அவருக்கு அமுது படைக்க வீட்டுக்கு அழைத்துச் சென்றாராம். அவரது மனைவி சர்வ தரித்திர னாகத் தோன்றும் புலவனுக்கு சாதம் படைக்க மறுத்துப் புருஷனோடு சண்டையிட்டாளாம். புருஷன் யாதும் செய்ய ஏலாது வாளா விருந்தானாம். அப்போது மேற்படிப் பாட்டுப் பாடப்பட்டதாகக் கூற்று.

கயிற்றாறு

பாளைமணம் கமழ்கின்ற கயிற்றாற்றுப்
பெருமாளே பழிகாரா கேள்,
வேளை என்றாலிவ்வேளை பதினாறு
நாழிகைக்கு மேலாயிற்றே,
தோளை முறித்ததுமின்றி நம்பி யானையுங்
கூடச் சுமக்கச் செய்தாய்,
நாளையினி யார்சுமப்பார் எந்நாளும்
உன்கோயில் நாசந்தானே!

குறிப்பு : கடைசிப் பாட்டு காளமேகப் புலவர் பாடியதாகவும் சொல்லப்படுகிறது. அதுபற்றிய விவாதத்தை இங்கு கிளப்பவில்லை. எப்படியும் இன்று கயிற்றாற்றுப் பெருமாள் கோவில் பாழ்பட்டுக் கிடப்பதைக் காண்கிறோம். அதற்குக் காரணம் இப்பாட்டுத் தானென்று சொல்லப்படுகின்றது. ஆண்டான் கவிராயன் திருநெல் வேலி ஜில்லாவிலுள்ள ஒரு முஸ்லீமென்று கூறும் ஒரு கட்சியுண்டு. இது விவாதத்திற்குரிய விஷயம்.

ஊழியன், 15.2.1935

சிறுகதை

கதை கேட்பதும் கதை சொல்லுவதும் தொன்றுதொட்டு வந்த பழக்கம். 'ஒரே ஒரு ஊரிலே ஒரே ஒரு ராஜா இருந்தான்' என்று ஆரம்பிக்கும் இளமை மாறாத கிழக்கதைகள் முதல் இன்று இருக்கும் எழுத்தாசிரியர்களின் கனவுகளான சிறுகதைகள் வரை, எல்லாம் மனித உள்ளத்தின் அடைய முடியாத ஆசைகளின் எதிரொலி. கதை என்றால் என்ன? எதுதான் சிறுகதை? சிறுகதையின் எல்லை என்ன? சிறுகதைக்கு என்று தனிப்பட்ட ரூபம் ஒன்று உண்டா? இதற்கெல்லாம் சூத்திரங்கள் ஒன்றும் கிடையாது. சிறுகதையின் எல்லை வளர்ந்துகொண்டே வருகிறது. ஒவ்வொரு கதையாசிரியனும் எடுத்தாண்ட ரூபங்கள் எண்ணிறந்தன. இருக்கும் கதைகளை வைத்துத்தான் இவைதான் சிறுகதை என்று நிர்ணயிக்க வேண்டும்.

சிறுகதையின் ஜீவநாடி ஒன்று. அதில் எடுத்தாளப்படும் சம்பவம் அல்லது நிகழ்ச்சி தனிப்பட்ட ஒன்றாக இருக்க வேண்டும். சிறுகதை வாழ்க்கையின் சாளரம். கவிதையிலே 'லிரிக்' என்று ஒரு பகுதி உண்டு. ஒரு தனிச் சம்பவம் அல்லது உணர்ச்சி அல்லது குணவிஸ்தாரம் அல்லது வருணனை எடுத்தாளப்படும் தனிப் பிண்டமான சிறு கவிதைக்கு 'லிரிக்' என்று கூறுவார்கள். தமிழில் அதைத் தனிப்பாட்டு என்று அர்த்தப்படுத்திக்கொள்ளலாம். சிறுகதைக்கும், தனிப்பாட்டு என்ற 'லிரிக்'கிற்கும் உள்ள வித்தியாசம் ஒன்றுதான். 'லிரிக்'கிற்கு ரூபம் அவசியம்; சிறுகதையில் ரூபம் கதை எழுதுபவனின் மனோதர்மத்தைப் பொறுத்தது. இவ்வாறு அகன்ற எல்லைக் கோட்டிற்குள்தான் இலக்கியத்தின் சிறுகதைப் பகுதி அடங்குகிறது. சிறுகதை என்றால் அளவில் சிறியதாக இருப்பது என்பதல்ல; எடுத்தாளப்படும் சம்பவம் தனி நிகழ்ச்சியாக இருக்க வேண்டும்.

சிறுகதைக்கும் நாவலுக்கும் உள்ள வித்தியாசத்தைக் கவனித்து விட்டு, பிறகு உதாரணமாக ஒரு சிறுகதையை எடுத்து அதன் கட்டுக்கோப்பைக் கவனிப்போம்.

சிறுகதை வாழ்க்கையின் சாளரம் என்றால், நாவல் வாழ்க் கையைப் பிரதிபலிக்கும் நிலைக் கண்ணாடி. வாழ்க்கையின் சிக்கல் களை, அதன் உயர்வை, அதன் சிறுமைகளை, உலாவும் பாத்திரங் களான மனிதக் கூட்டத்தின் சலனத்தில், அவற்றின் குண விஸ்தாரத் துடன் சிருஷ்டிப்பதுதான் நாவல். நாவலுக்குக் கால எல்லை கிடையாது. சென்ற காலம், நிகழ்காலம், வருங்காலம் இவற்றின் நிகழ்ச்சியை மனோதர்மத்தால் சிருஷ்டியின் மேதை குன்றாமல் கற்பனை செய்வதுதான் நாவல். சிறுகதை வாழ்க்கையின் ஒரு

புதுமைப்பித்தன்

பகுதியை மற்றவற்றின் கலப்பை மறந்து, ஏன், விட்டுவிட்டு கவனிக்கிறது. நாவல் வாழ்க்கையை அப்படியே முழுசாக சிருஷ்டிக்க முயல்கிறது. இவைதான் ஆசிரியர்களின் இலட்சியங்கள். ஒவ்வொருவருடைய மனோதர்மத்திற்கும் சிருஷ்டி சக்திக்கும் அநுபவத்திற்கும் தக்கவாறு நாவல்கள் பிறக்கின்றன.

சிறுகதையை வாழ்க்கையின் சாளரம் என்று சொன்னேன். உதாரணமாக ஒரு கதையை எடுத்து அதன் கட்டுக்கோப்பைப் பிரித்துப் பார்ப்போம். சிறுகதைப் பின்னலில் ஆரம்பம், மத்திய சம்பவம், அதன் வளர்ச்சி அல்லது வீழ்ச்சி என்ற மூன்று பகுதிகள் உண்டு. சாதாரணமான கதைகளில் இம்மூன்றும் படிப்படியாக வளர்ந்துகொண்டே போகும். சமீபத்தில் எழுதப்பட்ட அமெரிக்க சிறுகதைகளில் பழைய சம்பிரதாயமான ஆரம்பம், முடிவு என்ற இரண்டு பகுதிகளும் கிடையவே கிடையாது. கதை திடீரென்று மத்திய சம்பவத்தின் உச்சஸ்தானத்தில் ஆரம்பிக்கிறது. அதிலேயே முடிவடைகிறது. இன்னும் வேறு ஒரு விதமான கதைகளும் உண்டு. அவற்றில் முடிவு என்ற ஒன்று கிடையாது. அதாவது கதையை வாசிப்பது நமது சிந்தனையின் சலனத்தை ஊக்குவதற்கு ஒரு தூண்டுகோல். கதை முடியும்பொழுது அதைப் பற்றிய சிந்தனை முடிவடைந்துவிடாது. இப்படிப்பட்ட கதைகள் முடிந்த பிறகுதான் ஆரம்பமாகிறது என்று சொன்னால் விசித்திர வாதமாகத் தோன்றும்; ஆனால் அதுதான் உண்மை. இம்மாதிரியாகக் கதை எழுதுகிறவர்கள் இந்த முறையின் சார்பாகக் கூறும் வாதம் ஒன்று. வாழ்க்கையில் 'முற்றிற்று', 'திருச்சிற்றம்பலம்' என்று கோடு கிழித்துவிட்டு ஹாய்யாக நாற்காலியில் சாய்ந்துகொள்ளும்படி ஏதாவது இருக்கிறதா? வாழ்க்கை எல்லையற்றது; மனந்தான் எல்லைக் கனவுகளைக் காண்பது. கடவுள் வாழ்க்கையின் கடைசிப் பக்கத்தை எழுதிவிடவில்லை; அவரால் எழுதவும் சாத்தியப்படாத காரியம். இதுதான் அவர்கள் கூற்று. கதைகளுக்கு சம்பவம் அவசியமா, இப்படிப்பட்ட விகற்பங்கள் இருக்கலாமா என்று பலர் கேட்கிறார்கள். கதைகள் அவரவர்களுடைய சுவையையும் ரசனையையுந்தான் பொறுத்தது. ஒரு நிகழ்ச்சியை சுவாரஸ்யமாகப் பின்னுவது சிறுகதையில் ஒரு பகுதி. அவரவர்களுடைய அனுபவத்திற்கும் ரசனைக்கும் ஏற்றபடிதான் கதைகளைப் படிக்க முடியும். அதனால் இவையெல்லாம் சிறுகதை அல்ல என்று கூறுவது அசட்டுத்தனம்.

உதாரணமாக ஸ்ரீ பி. எஸ். ராமையா எழுதிய 'பூச்சூட்டல்' என்ற கதையை எடுத்து கதைப் பின்னலைக் கவனிப்போம். கதையில் எடுத்தாளப்படும் சம்பவம் நைந்த, ஆனால் மிகவும் அபாயகரமான பொருளைப் பற்றியது; அதாவது ஒரு இளம் விதவையின் துன்பம். பழைய விஷயங்களை எடுத்து எழுதுவதுதான் மிகவும் அபாயகரமான விஷயம். வாசகன் எப்பொழுதும், லேசில் பொறுமையை இழக்கக் கூடியவன் என்பதை எழுத்தாளர்கள் மனதில் வைத்துக்கொள்ள வேண்டும். 'ஆமாம் இவ்வளவுதானா' என்று பக்கத்தைத் தள்ளிக்

கொண்டு போவதில் நிபுணன். அவனுக்குத் தெரிந்த விஷயத்தை, அதாவது அவன் காதுகள் புளித்துப் போகும்படியாகக் கேட்ட விஷயத்தை மெய்மறந்து உட்கார்ந்து கேட்கும்படி செய்வது மிகவும் கடினமான காரியம். அதைச் சாதிப்பதற்கு எழுத்தாளர்கள் கையாளும் தந்திரங்கள் எத்தனையோ உண்டு. 'பூச்சூட்டல்' என்ற கதையில் ஆசிரியர் புதிய முறைகளைக் கையாளாமல், சம்பிரதாயத்திற்குட்பட்ட ஆரம்பம், மத்திய நிகழ்ச்சி, முடிவு என்ற மூன்று அங்கங்களும் உள்ள சாதாரண முறையில் ஒரு சம்பவத்தை வருணித்திருக்கிறார். ஆனால் முறையில் புதுமை இல்லாவிட்டாலும், கதை பின்னும் தந்திரத்தால் பழைய நைந்த விஷயத்திற்கு ஒரு புதிய மெருகு கொடுத்துவிடுகிறார்.

கதையில் ஒரு இளம் விதவை தன் சகோதரன் குழந்தைக்குப் பூ வைத்துப் பின்ன முயல்கிறாள். குழந்தை அவளையும் பூச் சூட்டிக்கொள்ளும்படி வற்புறுத்துகிறது. அதிலிருந்து அவள் மனது கலைந்து பின்நோக்கிப் பாய்கிறது. மனதின் பின்பாய்ச்சலில் அவள் பூர்வகதை முழுவதும் சித்திரிக்கப்பட்டுவிடுகிறது. முதல் ஆரம்பம். பிறகு சீதையின் மற்றொரு சகோதரனுடைய சாந்தி முகூர்த்தம். அந்த கோலாகலமான பகைப்புலத்தின் முன்பு சீதையின் துயரம், அவளது சகோதரனது தாராள மனது, தகப்பனாரின் கோபம் இவற்றின்மீது படிப்படியாக வளர்ந்து, சீதையின் கலியாணத்தில் முடிவடைகிறது. சீதையின் சகோதரன் தகப்பனாரைத் தன் வழிக்குத் திருப்ப எடுத்துக்கொள்ளும் வழிதான் வினோதமானது. ஆனால் திரும்பக்கூடாத மனிதனாக இருந்தால் அந்த வழியைத் தவிர வேறு ஒன்றினாலும் மாற்றப்பட முடியாது. கதையின் முடிவில் சீதைக்கும் அவளது தந்தைக்கும் சமாதானத்தை ஏற்படுத்துவதும் அந்தச் சிறு குழந்தைதான். குழந்தை கதைப் பின்னலின் பொற்சரடு. சீதையின் புதிய வாழ்க்கைக்கும், அவள் விதவா விவாகம் செய்து கொண்டாள் என்பதைத் தவிர சாதாரண ஒரு பிராமணப் பெண்ணுக்கும் ஒரு வித்தியாசமும் இல்லை. சீதையின் முதல் மணம் எப்படி மற்றவர்களால் நிச்சயிக்கப்பட்டதோ, அப்படியே அவளது இரண்டாவது மண வாழ்க்கையும் ஆரம்பமாகிறது. இதற்குப் பதிலாக சீதைக்கு ஒரு காதலனைச் சிருஷ்டித்திருந்தால் நடைமுறை உலகத்துத் தவறுக்கும் அதற்கும் ஒரு பிரமாதமான வித்தியாசமும் இருந்துவிடாது. அதனால் விதவை மணத்தின் அவசியம் குறைந்துவிடுமேயன்றி உயர்ந்துவிடாது.

சிறுகதை, அதாவது தற்கால விமர்சனத்தின்படி கருதப்படும் சிறுகதை தமிழ்நாட்டிற்குப் புதிய சரக்கு. மேல்நாட்டு இலக்கிய கர்த்தர்கள் ஒரு நூற்றாண்டு பழகிய கையால் எழுதும் கதைகளுக்கும் தற்பொழுது தோன்றி இருக்கும் ஸ்ரீ ந. பிச்சமூர்த்தி, ஸ்ரீ கு. ப. ரா. முதலான எழுத்தாளர்களின் கற்பனைகளுக்கும் ஏற்றத்தாழ்வைக் காணவே முடியாது.

மணிக்கொடி, 27.10.1935

உங்கள் கதை

இயற்கையின் பரிணாம வினோதங்களில் மிகவும் அபூர்வமான, விந்தையான பிராணி மனிதன். அவனைப் போல் பலவீனமான ஜீவராசி, அமீபாப் பூச்சி என்று சொல்ல முடியாது. அவனைப் போல், லாகவமாக உயிர்வாழ்வது மட்டுமல்லாது, மற்றவைகளைப் பயன்படுத்திக்கொள்ளும் திறமையுமுள்ள பிராணி வேறொன்றும் கிடையாது. வடிவப் பரிணாமப் பரீட்சைகளின் முடிவான பதில் மனிதனே என்று கூறலாம். அமீபாப் பூச்சி முதல் மனிதன் இறுதியாக ஏற்பட்டுவந்த உருவ மாறுபாடுகள், வேறுபாடுகள் எல்லாம் உயிர்வாழ வேண்டும் என்ற ஜீவத் துடிதுடிப்பின் வடிவப் பரீட்சைகள். இந்தத் துடிதுடிப்புத்தான் இயற்கைப் பரிணாமத்தின் அந்தரங்கமான பல்லவி. உயிர் வாழ்வதற்கு உயிர்க் கொலை அவசியம். உயிர் வளர்ச்சி, உயிர் வதையினால்தான் ஏற்பட முடியும். இது இயற்கை விதி.

ஒவ்வொரு பிராணியும், தன் வம்சம் நசித்துப்போகாமல் இருப்பதற்கு எடுத்துக்கொள்ளும் சிரமங்கள் கொஞ்ச நஞ்சமல்ல. வாழ்க்கை ஒரு போர். இதில், தோற்று நசித்த பிராணிகள் அனந்தம். அவைகள் சிலவற்றின் சின்னங்கள், வாழ்க்கையிலிருந்து ஒதுக்கப்பட்டவைகளாக, தற்பொழுது பொருட்காட்சிச் சாலைகளை அலங்கரிக்கின்றன. வாழ்க்கை இருக்கும்வரை, உயிர்வாழ்தல் இருக்கும்வரை இந்தப் போர் இருந்துகொண்டுதான் இருக்கும்.

மடிந்து நாசமாகாமல் இருக்க எடுத்துக்கொள்ளும் பிரயாசைகள் தான் நாகரிகத்தின் கரு. அமீபாப் பூச்சி முதல் மனிதன்வரை உள்ள பிராணிகளுக்கு இயற்கை பாதுகாப்புக்களை அளிக்கிறது. அவைதான் ஜீவோ பாவங்களின் உருவ வேறுபாடுகள். அதுவரை, பிராணிகளின் இயக்கங்கள் இயற்கையின் தூண்டுதல்கள்தான்.

மனிதன் இயற்கையின் சிகரம். அவனிடந்தான் அறிவு என்ற ஒரு புதுவிதமான பாதுகாப்பு அளிக்கப்படுகிறது. அறிவின் வளர்ச்சி — அது ஒரு தனிப்பெரும் பாரதம். அமீபாவிலிருந்து மனிதன் வரும்வரை கழிந்த காலம் கோடிக்கணக்கான வருஷங்கள். செய்த பரீட்சைகள் ஒவ்வொன்றையும் ஒவ்வொரு பலியாகத்தான் கருத

வேண்டும். அவற்றின் பிறகு மனிதன் தோன்றுகிறான். அறிவு விளக்கு மனிதனை எடுத்துச்சென்ற வழிதான் நாகரிகம். சரித்திரம், மனித அறிவின் பழைய பாதைகளை, திசை மாறி அலைந்த வழிகளை, ஒரு சிறிது தூரம் வரை நமக்குக் காண்பிக்கிறது. சரித்திரத் துக்கு அகப்படாமல் மறைந்துபோன பாதைகளின் எல்லையை அடைந்து வாழ்பவர்கள் சங்குமணிகளையும், கோரைப்புல்லையும் அணிந்து திரியும் காட்டுமிராண்டிகள். மிருகங்களுடன் ஒப்பிட்டுப் பார்த்தால், மனிதன் வாழ்க்கைப் போரில் தோற்று மடிந்து நாசமா வதற்கு ஏற்ற புற உறுப்புக்களைப் பெற்றிருக்கிறான் என்பதில் ஐயமில்லை. நகமும், சருமமும், பல்லும் பாதுகாப்பின் படைக்கலங்கள். மனிதனுக்குத்தான் அவை மிகவும் பலவீனமானவை. ஆனால் இவற்றுக்கு எல்லாம் பதிலாக அறிவு இருக்கிறது. அதுதான் இவற்றின் வேலைகளைச் செய்கின்றது. மனித வாழ்க்கையின் சரித்திரம், தவறுகள் என்ற படிக்கட்டின் வழியாகவே நடந்து வருகிறது.

மனிதன், தன் சந்ததி நசித்துப்போகாமல் இருப்பதற்கு, கூட்டத்தில் நம்பிக்கை வைத்தான். ஆதி மனிதனின் சமூகக் கட்டுப்பாடு, கூட்டமாக எதிரிகளைக் கொல்வதற்காகவும், வயிற்றுக்கு வேண்டிய உணவு தேடுவதற்காகவும், வேட்டையாடுவதற்காகவுந்தான் இருந்து வந்தது. அவிழ்த்து உதறின வெறும் நெல்லிக்காய் மூட்டை போல், ஒரு பிணிப்பும் இன்றித் தான்தோன்றித் தனிக்கூட்டமாக இருப்பதன் பலவீனத்தை மனிதன் அறிய எத்தனை காலம் சென்றதோ! ஆனால் எதிரிகளுக்கு நிரந்தரத் தோல்வியும், வயிற்றுக்கு ஏராளமாக உணவும் கொடுக்கக்கூடிய ஒருவன் வந்து, கூட்டத்தைத் தன் இஷ்டப்படி நடத்திவைப்பதில் அதிசயமில்லை. இவனுக்கு இருக்கும் திறமைகள் ஒன்றுக்குப் பத்தாகப் பெருக்கிக் கூறப்படுவதும் இயற்கை. அவை, எதிரிகளுக்குப் பயத்தை மூட்டி, அவனுடைய சொந்த மக்களிடம் மரியாதையைப் பெற்றுத் தந்தது. இம்மாதிரித் தலைவனைப் பெற்ற மனித வர்க்கம், உணவையே வாழ்க்கையின் முதலும் முடிவுமாகக் கருதி, மிருகப் பிராயத்துக்கு ஒரு படிக்குமேல் இருந்துகொண்டு எத்தனை காலத்தைக் கழித்ததோ!

எந்த வேலையிலும் சிரமம் குறைய வேண்டும் என்பதே உயிர் வாழும் கவலை நின்றவுடன் ஏற்படும் ஆசை. கூட்டத்தின் முதல் மனிதன், தலைவன், அவனுக்குக் கொடுக்கப்பட்ட மரியாதையின் காரணமாக மற்றவர்களும் அதைக் காப்பியடிக்க முயன்றிருக்கலாம். பலமுள்ளவன் துணையைப் பலமில்லாதவன் நாடுவது இயற்கை. அதன் விளைவு அடிமைத்தொழில்.

அரசன் தெய்வமான விதம் – அது வேறு தனிப்பெருங் காதை. வீரனுக்கு, அவன் உயிருடன் இருக்கும்வரை, அரச மரியாதை நடந்தது. அவன் இறந்ததும், அவனது நினைவு மறையாமல் இருப்ப தற்கு ஏற்பட்ட சிலை வடிவம், சமயம் என்ற ஒரு பெருங்கிளை வாழ்வை மனித சமூகத்தில் ஏற்படுத்தியது. வீரனது வம்சமே வீரனை முதலாவதாக வழிபடும் உரிமையைப் பெறுவது இயற்கை

யாதலால், மனித சமூகத்தின் நன்மையைப் பாதுகாக்கும் தலைவனே பூசாரியாகவும் இருந்தான். பழைய வீர வழிபாட்டின் பூசை, வீரன் இந்த உலகத்திலிருக்கும்பொழுது செய்துகாட்டின வீரச் செயல்களுடன், அவனுடைய பெருமையை அதிகப்படுத்த முயலும் பூசாரியின் கற்பனை சேர்ந்த பாட்டும், வேட்டையும், யுத்தம் நடத்தும் பாவனையாக நடக்கும் களியாட்டமுமாம். ஆதியில் இருந்த மனித வர்க்கத்தின் சமயம் வெறும் வீரவழிபாடுதான். காட்டுமிராண்டியாக, ஆங்காங்குக் காளான்கள் மாதிரி, நாகரிகம் என்ற நமது எண்ணங்கள் சொல்லாத இடங்களில் வாழும் மனித வர்க்கத்தின் தெய்வ வழிபாட்டு முறைகளும், நமது சுடலை மாடன் முதலிய பேய்த் தெய்வங்களை வழிபடு முறைகளும் இம்மாதிரியானவையே. பேய்க்கணமென்றால், இம்மாதிரியான காட்டுமிராண்டிகள் என்றே தமிழில் அர்த்தம் இருக்கிறது. அவர்கள், நரமாமிச பட்சணிகளாக, நாகரிகத்தின் ஒட்டுக் குடிகளாக வாழ்க்கை நடத்திவந்தவர்கள். அவர்களும் அறிவு விளக்கை வைத்துக்கொண்டு, மனித வர்க்கம் செய்துவரும் நாகரிக யாத்திரையில் பின்தங்கியவர்கள் போலும்!

இப்படி ஆரம்பித்த சமயத்தினை நட்சத்திரங்கள் அழைத்தன. புழுதியை அளைந்து விளையாடிய குழந்தைச் சமயம் வானத்தை நோக்கியது. பூசாரிகள் சூரியனிலும் சந்திரனிலும் தங்கள் தலைவர்களைக் கண்டார்கள். சூரியனும் சந்திரனும் தெய்வங்களானார்கள் — அவர்களுக்குக் குலத் தலைவர்களானார்கள்.

உதாரணமாக, முருகனைப் பற்றிய பின்வரும் வெண்பா நான் கூற வந்ததை விளக்குகிறது:

நீலநெடுங் கொண்மூ நெற்றி நிழல்நாறிக்
காலை இருள்சீக்கும் காய்கதிர்போல் – சோலை
மணித்தோகை மேல்தோன்றி மாக்கடற்சூர் வென்றோன்
அணிச்சே வடிஎம் அரண்.

சமயம் வானத்தை அண்ணாந்து பார்த்துக்கொண்டிருந்தாலும், அதன்மேல் படிந்த புழுதி அகலவில்லை. அறிவு வளர்ந்துகொண்டிருக்கும் மனித வர்க்கம், எத்தனை நாள் சக்கையைப் பிடித்துக்கொண்டிருக்க முடியும்? புதிய உண்மைகள் எத்தனையோ தென்பட்டன. ஆனால் பழைய வடிவங்களைத் தாங்கும் புதிய கற்பனைகளாகத்தான் இருக்க முடிந்தது. உண்மைகள் அப்படியே அப்பட்டமாக இருந்திருந்தால், அவற்றுக்கும் மனித வர்க்கத்துக்கும் தொடர்பு ஏற்பட்டிருக்க முடியாது. அது உண்மைகளிடத்தில் இருக்கும் கெட்ட குணம். அவை தனிமனிதனின் வாழ்க்கை விசாரமாகக் கண்டுபிடிக்கப்பட்டவை. உண்மையைக் காண முயலும் தனிமனிதன் சமூகத்தின் விதிவிலக்கு; வாழ்க்கையின் பலிபீடம். உண்மை, மண்ணுலகத்தின் புழுதி படியாது இருக்கும்வரை அது மனித வர்க்கத்தின் உயிர் வாழ்வுக்குத் தடை. சமூகம் மனிதக் கூட்டத்தின் பிணிப்பு. அதன் பாதுகாப்புக்கு ஏற்பட்ட வீர மரியாதை அரசியலாகி, மனிதரின் உடம்பைக் கட்டுப்படுத்தியது. அதன் வீரர் வழிபாடு சமயமாகி,

மனிதனின் சித்தத்தைக் கட்டுப்படுத்தியது. ராஜபக்தி என்ற பித்தமும், சமயவெறி என்ற போதையும் இதன் விளைவுகள்.

2.

உயிர் வாழ்தல், வம்ச விருத்தி இவை இரண்டும் பிராணிகளின் நிரந்தரமான முயற்சி. தனிமனிதன் தன் வாழ்வு நிச்சயத்துக்காகக் கூட்டத்தில், சமூகத்தில், மறைந்தான்; கூட்டத்தின் பாதுகாப்புக்குத் தனிமனிதனின் பலி அவசியமாயிற்று. ஆதலால், வீரனுக்கு — அவன் இந்த வாழ்க்கையை இழப்பதற்குக் கைம்மாறாக — மோட்சம் என்ற ஒரு புதிய கற்பனை உலகம் சிருஷ்டிக்கப்பட்டு, அதில் இடம் அளிக்கப்பட்டது.

ஒரு சமூகத்தின் தெய்வங்களும், மோட்ச லோகமும் அதன் தேவைக்குத் தகுந்தாற் போல் நிர்மாணிக்கப்பட்டவை. போரே நடைமுறை வாழ்க்கையாக இருக்கும்பொழுது, தெய்வங்கள் வீரனாகவும், சுடலையாகவும், ஜூபிட்டராகவும், ஜெஹோவா, பால்களாகவுந்தான் இருக்க முடியும். நாடோடியாகச் சண்டை பிடித்து வாழ்ந்து மடிந்த மனித வர்க்கம், ஓரிடத்தில் குடியேறி வாழ்க்கை நடத்த ஆரம்பித்ததிலிருந்து, சமூகத்தின் இரட்டைக் காப்பாளிகளான சமயத்துக்கும் அரசியலுக்கும் சக்தி அதிகரித்தது. அதனுடன் கடமையும் அதிகரித்தது. சௌகரியத்துக்காக, அரசியலில் இருந்து சமயம் பிரிந்திருக்கலாம்; அல்லது வேறுவிதமாகவும் பிரிந்திருக்கலாம். ஓரிடத்தில் குடியேறி வாழ்க்கைச் சௌகரியங்களைப் பெற்ற தலைவனின் வம்சம் பலவீனமாக இருக்கும்பொழுது அதிகாரத்துக்கு ஆசைப்பட்ட புதுத்தலைவன் கிளம்பிக் கூட்டத்தின் தலைமையைக் கைப்பற்றியிருக்கலாம். பழைய வீர வம்சத்தினரோ எனின் தம் குலத்தவனின் பூசாரித் தொழிலிலேயே தங்கள் பெருமையை நிலைநாட்டிக்கொள்ள முயன்றிருக்கலாம். ஆனால், இருவரிடையிலும் மனத்தாங்கல் இருந்துகொண்டுதான் இருக்கும். தன் சக்தியைப் பலப்படுத்தப் பூசாரியின் தயவைப் புதிய தலைவன் எதிர்பார்க்க வேண்டியிருக்கும். அவனும் அந்தச் சமூகத்தின் விளைவுதானே. பூசாரியின் கற்பனையில் நம்பிக்கையில்லாமல் இருந்தாலும், அவன் தயவு அவசியமாக இருக்கும்பொழுது அவன் நம்பியிருப்பதில் ஆச்சரியமில்லை. ஆனால் காலக்கிரமத்தில் உலாவுந் தெய்வங்களான அரசர்களின் செல்வாக்கும் சக்தியும் அதிகமானதனால், பூசாரி அடங்கிவிட வேண்டியதாயிற்று. அதிகாரத்தில் ருசி கண்டவர்கள் அதை விட்டுவிட மனமொப்புவார்களா? தங்கள் சக்தியை மறைமுகமாகப் பெருக்கினார்கள். சமயம் வரும்பொழுது தங்கள் கைப்பகடையாக அரசர்களை உருட்டினார்கள் என்று கூறினால் மிகையாகாது.

உதாரணமாக, ஐரோப்பாவில் கத்தோலிக்க மதத் தலைவர் போப், ஹோலி ரோமன் சாம்ராஜ்ய அரசர்களுடன் இட்டுக்கொண்டிருந்த பெரும் போர் இதை ஸ்பஷ்டமாக விளக்கும்.

3.

உண்மையைக் கண்டு தெளிபவர்கள் சமூகத்தின் விதிவிலக்குகள். அவர்களால், மனித வர்க்கத்தின் உயிர் வாழும் பிரச்னையைப் பொறுத்தவரை, சமூகத்துக்கு ஒரு சிறிதாவது பிரயோஜனம் கிடையாது. நற்காலமாக இப்படிப்பட்டவர்கள் நமது தேசத்தில் சமூகத்தை விட்டுத் தனியாகக் காட்டில் சென்று வசித்தார்களாம். அவர்களுடைய முயற்சியின் பயன்கள் எல்லாம் அவர்களைப் போன்றவர்களுக்கும், அவற்றை அறிய ஆசைப்பட்டவர்களுக்கும் பிரயோஜனத்தை அளிப்பதற்கு ஏற்றபடி சமூகத்தைவிட்டு விலகியே இருக்கின்றன.

மேலைநாட்டிலோவெனில், அரசாங்கம் உடலைக் கட்டுவதைவிட, சமயம் சித்தத்தைப் பலமாக இறுக்கிக் கட்டிவிட்டது. அதனால், புதிய உண்மைகள் பழைய தவறுகளுக்குப் புறம்பாக இருந்தால், அவை தவறுகள்தான். நமது நாட்டைவிட மேலை நாடுகளில் அறிவுத் தேட்டம் மிகவும் அபாயகரமானதாகவே, ரகசிய இன்பமாகவே வளர்க்கப்பட்டு வந்தது.

மனிதன் கூட்டம் கூட்டமாக வாழ ஆரம்பித்தவுடன், அதனுடன் எழுந்த பிரச்னை ஒன்றின் முடிவு இன்னும் வந்தபாடில்லை. தனிமையின் பலவீனத்தை நினைத்துக் கூட்டத்தை ஸ்தாபித்த மனிதனுக்கு, அதன் பலத்தால்தான் உயிர்வாழ முடிந்தது. ஆனால், உயிருக்குப் பணயமாகத் தன் சுதந்தரத்தைக் கொடுத்தான். அதாவது, கூட்டத்தின் நன்மைக்காகத் தனிமனிதனின் உயிரைப் பலி கொடுப்பதில் கெடுதல் ஒன்றும் இல்லை என்ற நினைப்பும், அதன் பிறகு அது அவசியம் என்ற நம்பிக்கையும் கூட ஆரம்பித்தன. இதன் விளைவுதான் அரசியல் தத்துவங்கள் எல்லாம். பிளேட்டோ முதல் மேலை நாட்டு அரசியல் தத்துவ சாஸ்திரிகள் எல்லோரும் கனவு கண்ட கற்பனைச் சமுதாயங்கள் நடைமுறை உலகத்துக்கு ஒவ்வாது போனதன் காரணம், அவை மனிதனுடைய பலவீனத்தை ஒதுக்க முயன்றதுதான். சமூகத்தின் அமைப்பு எவ்விதமானதாக இருந்தாலும், இன்று ஏராளமாக விவாதிக்கப்படும் அபேதவாதம், பொதுவுடைமை, தனிமனிதத்துவம், சர்வாதிகாரத்துவம் எல்லாம் இந்தப் பிரச்னைக்கு முடிவான பதிலை அளியா. மனிதன் மனிதனாக இருக்கும்வரை, சமூகமும் தனிமனிதனும் இரண்டு வித்தியாசமான மூலைக் கோடியில் நின்றுகொண்டுதான் விவாதித்துக்கொண்டிருப்பார்கள்.

காரணம், மனிதனுக்கு உயிர்வாழ்தல் அவசியமான பிரச்னைதான். ஆனால் வாழ்க்கை வெறும் உயிர்வாழ்தலுடன் முடிவடைந்துவிடவில்லை. மனிதன் உடலைக் கட்டுப்படுத்தினாலும், ஒருவிதமாகப் பொறுத்துக்கொள்வான்; அவனுடைய மனத்தைக் கட்டுப்படுத்த முயல்வது மிகவும் ஆபத்தான காரியம். மேலை நாடுகள் முன்பு மத சம்பந்தமான விஷயங்களில் சித்தத்தைக் கட்டுப்படுத்த முயன்று தோல்வியுற்றன. தற்பொழுது இருந்துவரும் சுவாரஸ்யமான அரசியல்

தத்துவங்கள் எல்லாம் அதைப் போலவே சித்தத்தைக் கட்டுப்படுத்த முயன்று தோல்வியுறும்.

சமூகம், ஒரே நாளில் ஏற்பட்ட சம்பிரதாயம் அல்ல. மனித வர்க்கத்தின் அனுபவத்தின் விளைவு. அனுபவம் என்பது உயிர்வாழ் தல் என்பதன் பல்லவியாகையால், சித்தத்தைக் கட்டுப்படுத்த வேண்டிய அவசியம் ஏற்படுகிறது. சமூகத்தின் பாதுகாப்புகளில் அது ஒன்று. சமூக விழிப்பு என்பது விதிவிலக்கான செய்தி. அனு பவங்கள் காலத்துக்குப் பிற்பட்டனவாகப் பொக்காகி, பொடிப் பொடியாக உதிரும்வரை, அதாவது பழைய பாதுகாப்பானது தானாக நசிக்கும்வரை, சமூகம் ஒருமிக்கக் கவலைகொள்வது கிடையாது. அந்தச் சமயம் ஏற்படும்வரை புதிய கொள்கைகளை மனத்தினாலும் நினைப்பவனைச் சமூகம் நசுக்க முயல்கிறது. அனு பவங்கள் பாழாகி, அவை புதிய எண்ணங்களுக்கு இடம் கொடுப்பது லேசான காரியமல்ல. முடிவும் முதலும் சந்திக்கும் இடத்துக்குத்தான் புரட்சி என்று பெயர். அது வெறும் இயற்கைத் தத்துவத்தின் விதி. மரணச் சங்கடமும், பிரசவ வேதனையும்தான் ஜீவதத்துவத்தின் அந்தரங்க விதி. மனிதன் நிருமித்த சமுதாயத்துக்கும் அவன் சித்தத்தை அலைக்கும் எண்ணங்களுக்கும் அதே விதிதான்.

.4.

சமயத்தைப் பொறுத்தவரை, அது ஆதியில் உயிருள்ள தலைவனுக்கு மரியாதையாக ஆரம்பித்துப் பிறகு, அரசாங்கத்துக்கும் சமூகத்துக்கும் மறைமுகமான போலீஸ்காரனாகச் சேவை செய்ய முயன்றது. வீரனுக்குக் கைம்மாறாக முதலில் மோட்சத்தை அளித்த சமயம், பகைவர்களுக்கு நரகத்தைக் கொடுத்திருக்கும். சமூகமானது நாடோடி யாகத் திரியும் வழக்கத்தைவிட்டு ஓரிடத்தில் ஸ்திரமாக இருந்து வாழ்க்கை நடத்த ஆரம்பித்ததிலிருந்து, சமூகத்தின் சௌகரியத்திற்குக் குந்தகம் செய்ய முயல்கிறவர்களுக்கு நரகமும், மற்றவர்களுக்கு மோட்சமும் அளித்தது. சமயமானது இத்துடன் மட்டும் சேவையை நிறுத்தியிருந்தால் ஒரு தொந்தரவும் இருந்திருக்காது. மனித வர்க்கத்தில் அவர்களுக்கு விதிவிலக்காக இருக்கும் அறிவுத் தெளிவு பெற்றவர்கள், அவர்களும் தாங்கள் கண்ட உண்மைகளுக்கும் பழைய கற்பனை களைக் கொண்டதனால் ஏற்பட்ட கலக்கம், அவர்களுடைய கொள் கைகளையும் சமூகப் பாதுகாப்புக்காக இருந்துவந்த சமயத்தினுள் புகுத்திவிட்டது. இதனால் சமயம், சமூகத்தின் பாதுகாப்பாக மட்டி லும் இருக்காமல், அதன் பெரும் எதிரியாகவும் இருக்க வேண்டிய தாயிற்று.

அறிவுத் தெளிவில் ஏற்பட்ட உண்மைகளும், கண்டுபிடித்தவர் களின் மனப்போக்குக்கு ஒத்தவாறு, பற்பல விதமாக, லேசில் தவறாக அர்த்தப்படுத்திக்கொள்ளும்படியாக இருந்ததனால், சமூக, சமயம் எதைத்தான் முடிவானது என்று தீர்மானிப்பது இயலாததா

யிற்று. அதன் விளைவுகள்தான் பற்பல சமயங்கள் என்ற வித்தியாசங்கள். ஆனால் அவை யாவும், சமூகப் பாதுகாப்பு என்ற உரிமையை விடாது பிடித்துக்கொண்டு இருந்தன. மேல்நாட்டிலும் ஏற்பட்ட சரித்திர காலத்திற்குட்பட்ட சமயங்கள் எல்லாம் இதன் விளைவுகளே. மற்றவை வீர வழிபாட்டைக் கருவாகக்கொண்டு புதிய எண்ணங்களைத் தாங்கி நின்றவை.

சமயத்துக்கும், அறிவுத் தெளிவுக்கும் ஏற்பட்ட தொடர்பு, பௌதிக உண்மைகளைக் கண்டு மேலை நாடுகளில் பயப்பட ஆரம்பித்தது. பௌதிக உண்மைகளின் பலிபீடங்களாகவே, மேலைநாட்டு விஞ்ஞானிகள் சென்ற நூற்றாண்டுவரை இருந்துவந்தார்கள். காரணம், பழைய பயந்தான். இந்த நூற்றாண்டு பயத்தைத் தெளிவித்தது என்று கூற வேண்டும். காரணம் சமயம் சமூகத்தின் போலீஸ்காரனாக இருக்க வேண்டிய அவசியம் குறைந்து, அரசியலே அந்த வேலையைச் சரிவர நடத்த முடியும் என்ற கொள்கை பலத்ததுதான். இப்பொழுது, சமயம் சித்தத்தைக் கட்டுவதற்குப் பதிலாக அரசியலே அதைக் கட்டுப்படுத்த முயல்கின்றது. இருந்துவரும் அமைப்புக்கு எந்த எந்த அரசியல் தத்துவங்கள் புறம்பானவையோ அல்லது புதியவையோ, அவை தனிமனிதர்களை அரசியல் நரகத்தில் தள்ளுகின்றன. அடிப்படையான காரணம், ஜீவனாசமாகி, வாழ்க்கை தடைப்படும் என்ற வெறும் மிருக பயந்தான்.

இந்திய நாகரிகத்தின் வளர்ச்சியும் ஏறக்குறைய இதே மாதிரிதான். என்றாலும், சமூக சமயங்களுக்கும், அவற்றிலிருந்து உண்மைகளை விடுவிக்க முயலும் பெரியார்களின் கோட்பாடுகளுக்கும் ஒரு சமரசம் ஏற்பட்டது. ஹிந்து மதம் என்று ஒன்று இல்லையாயினும், அது எல்லா வித்தியாசங்களையும் தன்னுள் அடக்கும் சமரசமுள்ள ஒரு சமய சமஷ்டியாயிற்று. வெறும் காட்டுமிராண்டித்தனமாகப் பொங்கலிட்டுப் பூசையிடும் தெய்வங்கள் முதல், உபநிஷத்துக்களின் லட்சியங்கள்வரை, எல்லாம் அதில் இடம்பெற்றன. இந்தச் சமயச் சமஷ்டியை எவ்வளவு கஷ்டப்பட்டுப் பெற்றோம் என்பதை இதிகாச, புராண, இலக்கிய சரித்திரங்களில் உள்ள எதிரொலிகளிலிருந்து காணலாம். இம்மாதிரியான ஓர் உயர்ந்த கோட்பாடே ஹிந்து நாகரிகத்தின் உயிர்த் தத்துவத்துக்குச் சாவுமணியோ என்று சந்தேகிக்கும்படியாக இருக்கிறது.

மனித வளர்ச்சியின் பாதை கரடுமுரடானது. துன்பமும் கஷ்டமும் சூழ்ந்த இடத்தில்தான் மனிதன் தனது அரிய சக்தியைக் காண்பிக்கிறான் என்று கீத் என்பவர் சொல்லுவது வெறும் மிருக உலகத்தின் விதியல்ல. நாகரிகமும், லட்சியங்களும் அதே பாதையில்தான் செல்லுகின்றன. எந்தச் சமயத்தில் பிரச்னை என்ற ஒன்று இல்லாமல் போய்விடுகிறதோ, அந்த நிமிஷத்திலிருந்தே நாகரிகத்தின் ஜீவத் துடிதுடிப்பு நின்று போகிறது. பழைய லட்சியங்கள் அவற்றை அடைந்த மக்களுக்கே நாசகாரியாக இருந்து, அவர்களை அமுக்கிக் கொன்றுவிடுகின்றன என்று கூறவேண்டும்.

மனிதன், சண்டையில், துன்பத்தில், செழித்து ஓங்கும் ஜீவராசி. நாகரிகத்தினுடைய அழிவின் உற்பாதம் அமைதி. சண்டை என்பது வெட்டும் குத்துமாக இருக்க வேண்டும் என்பதல்ல. மானத உலகத்தைச் சேர்ந்ததாகவும் இருக்கலாம். இரண்டும் நின்றால், மனித வம்சம் பூண்டு அற்றுப்போவதில் ஐயமில்லை.

.5.

மனிதன் ஓர் அபூர்வப் பிராணி. அவன் போரிலே வளர்ந்து, போரிலே வாழ்ந்து, போரிலே ஓங்குகின்றவன். மது குடித்த குரங்கு களைப் போல் பேய்க் கூட்டங்களாக உலகத்தில் முதல்முதல் நரகத்தை ஸ்தாபித்த மனித வர்க்கம், இவ்வளவு தூரம் உயர்ந்து வந்ததே ஆச்சரியம். காரணம் போர்தான். மனிதன், காட்டிலே கஷ்டத்தை எதிர்த்துப் போராடி வளரும் முட்செடியைப் போன்றவன். நாகரிகத்தின் அடிப்படை போர் — அதாவது இயக்கம்.

மனித வர்க்கம் உண்மையில் ஓங்குகிறது என்கிறார்கள். மனிதன் உண்மையை நாடலாம். ஆனால் அவனுடைய வளர்ச்சிக்கு வெறும் பிரமைகளே போதும். மனித வர்க்கம் முன்னேறிச் செல்வதற்காக நடந்த இயக்கங்களின் ஆதிப் பிரச்னைகள் எல்லாம் வெறும் பிரமைகள்தான்.

மனிதன் ஓர் அபூர்வப் பிராணி. கால நதியில் அவன் வாழ்வின் யாத்திரை வெகு அற்புதமானது. மனித வர்க்கம் இந்த நாகரிகத் தினால் நசித்துப் போகும் என்று எத்தனையோ அறிஞர்கள் வலிய வந்து சாவு மணியடிக்கிறார்கள். பிரமைகளும் அசட்டுத்தனங்களும் இருக்கும்வரை அந்தக் கவலை உலகுக்கு ஏற்பட வேண்டிய அவசி யமே இல்லை.

மகாவிஷ்ணு விஸ்வரூபம் எடுத்து, வானத்தைத் தொட்டது பழைய கதை. அதன் உண்மையைப் பற்றி இங்கு ஆராய்ச்சியில்லை. இன்று மனிதன்தான் வானத்தைத் தன் லட்சியங்களால் அளக்கிறான். அவன் கால்கள் புழுதி படிந்திருந்தாலும் பூமியில் நன்றாக ஊன்றப் பட்டிருக்கின்றன. அவன் காலைத் தடுமாறாமல் நிலைபெற வைத்தி ருக்கிறவரையில் மனித வர்க்கம் நசித்துப் போகாது. வானத்து லட்சியங்கள் மனிதனைப் பூமியில் தாங்கவில்லை. உயிர்வாழ்தல் என்ற பாதந்தான் அவனை நிறுத்திவைத்திருக்கிறது. பிரமை என்ற புழுதி படிந்திருந்தால் என்ன? உண்மை மங்கினாலும் வாழ்க்கை நின்றுவிடாது.

தினமணி, பாரதி மலர், 1935;
சக்தி, ஜூன் 1946

கலை என்றால் என்ன?

ஏன் சொல்ல வேண்டும்?

கலையைப் பற்றி அபிப்பிராயம் சொல்லுவதற்கு ஒன்றும் இல்லை. ஏன் சொல்லவேண்டும்?

ஏனென்றால் சொல்லுதல் யார்க்கும் எளிது.

எது கலை என்பதைவிட, உபநிஷதக்காரர் பிடித்த வழியில் எது கலையல்ல என்பதை ஓரளவு சொல்லலாம்.

கலை ஒழுக்கத்தின் சுமைதாங்கி அல்ல. அத்துடன் மனசில் எழும் காம விகாரங்களை போக்கிக்கொள்ளும் கருவியும் அல்ல.

கலை ஈரிரண்டு நாலு என்று 'உள்ளதை உள்ளபடி' சொல்லும் பெருக்கல் வாய்ப்பாடு அல்ல.

உள்ளதை ஏன் சொல்ல வேண்டும்? கலைஞன் அநுபவம் போதாதா?

தினமணி வருஷ மலர், 1936

யாத்ரா மார்க்கம்

சமீபத்தில் 'பம்பாய் கிரானிக்கல்' பத்திரிகையைப் புரட்டிக் கொண் டிருந்தபொழுது, பிரிட்டிஷ் நாவலாசிரியர்களைப் பற்றி அமெரிக்க பிரசுரகர்த்தர் சொல்லிய அபிப்பிராயம் என் கவனத்தை இழுத்தது. அந்த பிரசுரகர்த்தர் பெயர் பெரிஸ் கிரீன்ஸ்லெட். அவர் சொல்லுகிறார் :

உங்கள் நாவலாசிரியர்கள் (பிரிட்டிஷ்) திறமைசாலிகள். தங்கள் இஷ்டப்படிக்கெல்லாம் பேனாவை வளையவைக்கும் சக்தி பெற்றவர்கள் என்பதில் சந்தேகம் இல்லை. ஆனால் அவர்கள் புல் மேயும் ஆசாமிகளாயிருக்கிறார்கள்; அடிப்படையான விஷயங்களைப் பற்றி சிந்திக்கிறதில்லை.

இதற்கு இவர் கூறும் காரணம் விசித்திரமாக இருக்கிறது; ஆனாலும் அது அவ்வளவும் உண்மை என்பதை ஒப்புக்கொள்ள வேண்டும். அவர் கூறுவதாவது :

பிரிட்டிஷ் விமர்சகர்கள்தான் இந்த நிலைக்குக் காரணம். அவர்கள் வெகு விரைவில் திருப்தியடைந்து புகழ ஆரம்பித்து விடுகின்றனர்.

பிரிட்டிஷ் விமர்சகர்கள் உயர்வு நவிர்ச்சிகளையிட்டு அபிப் பிராயம் கொடுத்த சில நாவல்களைக் கண்ணுற்றேன். அவற்றை என்னால் வாசிக்க முடியவில்லை.

இதை வாசித்தவுடன் நமது புத்தகங்களைப் பற்றி வெளிவரும் 'மதிப்புரைகள்' என் நினைவிற்கு வந்தன. தமிழில் வாசிக்கும் பழக்கம் மிகவும் குறைவு. அதிலும் மதிப்புரை வாசிக்கும் பழக்கம், அம்மதிப்புரைகளில் குறிப்பிட்ட புத்தக ஆசிரிய - பிரசுரகர்த்தர் களைத் தவிர வேறு யாரும் கிடையாது என்றால், உயர்வு நவிர்ச்சி யில்லா மதிப்புரையின் தூண்டுதலால் புத்தகம் வாங்கும் பழக்கம் எவ்வளவு அளவில் இருக்கிறது என்பதை நான் திட்டமாகக் கூற முடியாது. ஆனால் ஒன்று. அவற்றின் உதவியை நாடுகிறவர்களை 'நமது' மதிப்புரைகள் தவறான வழியில் செலுத்தும் 'ஓர் மகத்தான' தொண்டு புரிந்துவருகின்றன.

புதுமைப்பித்தன்

நான் இவ்விஷயத்தைப் பற்றி எனது நண்பர் ஒருவரிடம் குறிப்பிட்டேன். 'புஸ்தகப் பிரசுரமே சிசுப் பருவத்தில் இருந்துவருகிறது; நாம் கொஞ்சம் அப்படி இப்படித்தான் இருக்க வேண்டும்' என்றார்.

புஸ்தகம் விலை கொடுத்து வாங்கிப் படிக்கும் பழக்கம் இப்பொழுதுதான் சிறிது சிறிதாக வளர்ந்துவருகிறது. இச்சமயத்தில், இப்படிப்பட்ட மதிப்புரைகள் ஓர் தவறான அல்லது போலி ரசனையை ஏற்படுத்தி வருகின்றன. அதுமட்டுமல்ல. போலி மதிப்புரை இரு பக்கங்களிலும் கூரான கத்தி. தானே நிர்ணயித்துக்கொள்ளும் வாசகரை நிரந்தரமாக அசட்டுத்தனத்துக்கு உள்ளாக்குவதுடன், எழுதிய ஆசிரியரையும், ஒரு போலித் தன்னம்பிக்கையுடன் கூடிய அகந்தையைக் கொடுத்துப் பாழாக்கிவிடுகிறது. கீழே இரண்டொரு உதாரணங்கள் தருகிறேன்.

1. தமிழ் மக்கள் ஒவ்வொருவரும் படித்தறிய வேண்டியதவசியமாகும். மாணவரும் மாணாக்கியரும் படித்துத் தீர வேண்டிய புத்தகம் இது.

2. சரித்திரங்கள் எழுதக்கூடிய நடை அவர் பாஷையில் இருக்கிறது. . . எல்லாரும் அவருடைய சரிதையை அறிந்துகொள்வதற்கு இப்பிரசுரத்தின் மூலம் கிடைத்துள்ள சந்தர்ப்பத்தைப் பயன்படுத்திக் கொள்ளுவார்களென்று நாம் நம்புகின்றோம்.

3. இனிமையான எளிய நடையில் எழுதியுள்ளார். தமிழர் ஒவ்வொருவர் கையிலும் இப்புத்தகம் அவசியம் இருக்க வேண்டும்.

4. இத்தகைய நூல்களை நமது ஜனங்கள் படித்து, இதுபோன்ற முயற்சிகள் மேன்மேலும் பெருகி, தமிழ் இலக்கணம் விஸ்தரித்து வளர உதவி புரிதல் வேண்டும்.

5. இப்புத்தகம் மூலத்தின் ஜீவசக்தி பெற்றிருக்கிறது; மூலத்தைவிட நடைநயம் பெற்று வசீகரிக்கிறது.

மேல் காட்டியிருக்கும் உதாரணங்கள் தமிழ் மதிப்புரையின் தன்மையை நன்றாக விளக்குகின்றன. முதலாவதும் இரண்டாவதும் படிப்பதற்கு ஒரு சிறிதும் லாயக்கற்ற ஒரு கந்தலின் மதிப்புரைகள். மூன்றாவது உண்மையிலேயே நல்ல புத்தகம். நான்கும் ஐந்தும், தமிழ் வசனத்தின் நயம் தெரியாத ஒருவரால் எழுதப்பட்ட மொழி பெயர்ப்பு பற்றியது.

ஐந்தாவது மதிப்புரை ஒரு ஆங்கிலப் பத்திரிகை அந்த மொழி பெயர்ப்புப் பற்றி எழுதிய அபிப்பிராயம். அதில் ஒன்று மட்டும் திட்டமாக விளங்குகிறது. அது அவருக்குத் தமிழ் தெரியாது என்பது தான். அதைவிட விபரீதம் என்னவெனில், அவர் தமக்கு எது தெரியும் என்று கற்பனை பண்ணிக்கொண்டிருக்கிறாரோ அந்த விஷயமே அவருக்குப் புரியவில்லை என்பதுதான். அன்னிய பாஷைப் பயிற்சி மட்டிலும் இருந்தால் ஒருவரது நிலை எவ்வாறு திரிசங்குத் தன்மையை அடைகிறது என்பதற்கு இது ஓர் உதாரணம்.

நிற்க. மதிப்புரைகள் விஷயத்தில் இப்படிப்பட்ட 'அபேதவாதம்' ஒரு நிரந்தரமான கெடுதலை விளைவிக்கிறது. இப்பொழுதுதான் புஸ்தகம் வாங்கிப் படிக்கும் பழக்கம் ஏற்பட்டு வருகிறது. இப்பழக்கம் பெற்றவர்கள் மிகுந்த உற்சாகமுள்ள சிலர். இவர்கள் அடிக்கடி ஏமாற்றப்பட்டால் அவர்களுக்கு உற்சாகம் குன்றிவிடும்; அல்லது அவர்களது உற்சாகம் எல்லாம் அசட்டுத்தனங்களைக் கட்டி மாரடிக்கும் ஓர் விபரீத நிலையில் அவர்களைப் புகுத்திவிடும்.

மதிப்புரை எழுதுவோர் கொஞ்சம் ரணவைத்தியரின் மனப்பான்மையைக் கொண்டிருப்பதால் உண்மையிலேயே சக்திபெற்ற இலக்கிய கர்த்தர்களை சாகடித்துவிட முடியாது. இதற்கு பாரதியார் ஓர் சிறந்த உதாரணம். மேலும் பாரதியார் அசட்டை செய்யப்பட்டதற்கும் இந்தப் போலி மதிப்புரைதான் காரணம்.

○

தமிழ்நாட்டு மக்கள் கொஞ்சம் பெருமையைக் கொள்ளும்படியான விஷயத்தை ஸ்ரீ ஆர்.கே.நாராயணன் சாதித்திருக்கிறார். அவர் 'பட்டதாரி' என்ற நாவல் ஒன்று ஆங்கிலத்தில் எழுதியிருக்கிறார். சீமையில் அது பிரமாதப்படுகிறது. ஸ்ரீ இ. எம். பாரஸ்டர் முதலிய பிரபல பிரிட்டிஷ் 'எழுத்தாளர் - விமர்சகர்கள்' சிலாகித்துப் பேசும்படியான ஒரு கிரந்தகர்த்தா, தமிழ்நாட்டிற்கு ஒரு அன்னியர்தான் என்று நினைக்க மிகவும் வருத்தத்தைத்தான் தருகிறது. அன்னிய பாஷை ஒன்றை லாவகமாக உபயோகிப்பதும் ஓர் திறமை என்பதை ஒப்புக்கொள்ளுகிறேன்; ஆனால் அது சதாவதானம், சர்க்கஸ் வித்தை போல் ஒரு திறமை தவிர வேறு ஒன்றும் இல்லை. ஒரு நாட்டு மக்களின் சதையோடு ஒட்டிய எண்ணங்களை அவர்களுக்கு அந்தரங்கமான பாஷையில்தான் சொல்ல முடியும். அதுதான் இலக்கியம். ஸ்ரீ நாராயணனின் திறமைக்குச் சான்றாக 'பட்டதாரி' எவ்வளவுதான் உயர்ந்து இருப்பினும், அது ஒரு போலிக் கலைதான். அதாவது வெள்ளைக்காரன் கண்ணை வைத்துக்கொண்டு நமது நாட்டைப் பார்க்கும் முயற்சிதான் ஸ்ரீ நாராயணன் செய்திருப்பது. நான் இவ்வளவு தூரம் வழியைவிட்டுச் செல்ல வேண்டிய காரணம் ஸ்ரீ நாராயணன் இனியாவது தம்மைத் தான் எழுதும் தமிழ்நாட்டு மக்களிடம் அறிமுகப்படுத்திக்கொள்ள முயற்சிப்பார் என்ற நம்பிக்கையில் பிறந்ததே தவிர வேறு ஒன்றுமில்லை.

'லண்டன் மெர்குரி'யென்ற பிரிட்டிஷ் இலக்கியப் பத்திரிகையின் கிறிஸ்துமஸ் இதழில் வங்க கவி ரவீந்திரநாத தாகூரின் கவிதைகளின் ஆங்கில மொழிபெயர்ப்பு விமர்சனம் செய்யப்பட்டிருக்கிறது. அதை வாசிப்பவர்களுக்கு எனது கட்சி நன்கு புலப்படும். இரண்டு பத்திகளுக்கு தாம் எவ்வளவு தூரம் வங்கக் கவிதையைத் தப்பிதமாக ஆராய்ந்துகொண்டிருக்கிறோம் என்பதைக் கோடுபோட்டு காண்பித்துவிட்டுக் கடைசியாக, வங்க கவிக்கு இங்கிலீஷ் பாஷை எழுத நன்றாக வருகிறது என்று சொல்லி முடிக்கிறார். தமது சொந்த

பாஷையில் அழியாத கனவுகளைச் சிருஷ்டிக்கும் ஒரு மகாகவியின் கதி இது என்றால், மற்றவர்களுக்கு என்னவென்பதை நாம் சிறிது யோசிக்க வேண்டும். மேலும் உலகப் பிரபலமோ, சர்வதேசப் பிரபலமோ பெறும் எழுத்தாளர் முதலில் தம் நாட்டு மக்களின் இதயத்தில்தான் இடம்பெற வேண்டும்.

மணிக்கொடி, 15.8.1937

தழுவலும் மொழிபெயர்ப்பும்; பாரதி பிரசுரங்கள்; மதிப்புரைகள்

அன்று நானும், எனது நண்பர் சிலரும் வம்பளந்துகொண்டிருந்தோம். பேச்சு சீனத்திலிருந்து சிவபிரானுக்குத் தாவி, அதிலிருந்து தனித்தமிழில் குதித்து, 'ஆனந்த விகடன்' தீபாவளி மலரில் போய்ச் சரணாகதியடைந்தது.

'எங்கள் மலர் பார்த்தீர்களா?' என்றார் ஒரு நண்பர்.

'பார்க்கவில்லை...' என்றேன் நான்.

'ஸ்ரீ ஸ்வாமிநாதன்கூட என்னமோ எழுதியிருக்கிறாரே' என்றார் இன்னொரு நண்பர்.

'அது ஒரு அடாப்டேஷன் (*adaptation*). ஆனால் ரொம்ப நன்னாச் செய்திருக்கார்' என்றார் முதலில் பேசியவர்.

'இந்தத் "தழுவல்" வியாபாரமே ரொம்ப மோசம் — இந்த மாதிரி நாலு விஷயமும் தெரிந்திருக்கவேண்டிய ஆசிரியர்களே இப்படிச் செய்ய ஆரம்பித்தால், வயிற்றுக் கொடுமைக்காக, எப்பொழுதும் பொதுஜன நன்மதிப்பையே பெற முயலும், சில பத்திரிகையாசிரியர்களுக்கும் அது ஆதரவு கொடுப்பது போலாகிறது...' என்றேன்.

'நீங்கள் என்னமோ ரொம்ப ஜாஸ்தியாக ஸ்ரீ ஸ்வாமிநாதனிடம் எதிர்பார்க்கிறீர்களே! அவர் என்றைக்குத்தான் சொந்தமாக ஒரு கதை எழுதியிருக்கிறார்?' என்றார் வெற்றிலையை வெளியில் சென்று துப்பிவிட்டு வந்த மற்றொரு நண்பர்.

'நீங்கள் சொல்லுவது ரொம்பத் தப்பு; அடாப்டேஷன் செய்யலாம்; செய்யத்தான் வேணும் — அதனால் குற்றமில்லை' என்றார் மலரை அறிமுகப்படுத்தியவர்.

அயல்நாட்டுக் கதைகளைத் தமிழில் கொடுக்கும்பொழுது அதை மொழிபெயர்ப்பது நல்லதா அல்லது தழுவி எழுதுவது நல்லதா?

இதுதான் கேள்வி.

சந்தர்ப்பம் கிடைத்தபொழுது எனது அபிப்பிராயத்தைத் தொடுத்து விளக்க வேண்டும் என்ற ஆசை கொஞ்சம் தட்டியது.

எனது நண்பர் ஸ்ரீ க.நா.சுப்பிரமணியமும் 'தழுவல்' கட்சியை ஆதரிப்பவர்.

முன்பொரு தடவை பத்திரிகைகளில் விவாதித்துக்கொள்ளு வோமே என்றிருந்தார். அவரும் இதற்கென்ன சொல்லுகிறார் என்பதைத் தெரிந்துகொள்ளவே நான் எழுதவேண்டும் என்று நிச்சயித்தேன்.

இந்த விஷயத்தைப் பற்றி எனது அபிப்பிராயத்தைச் சொல்லுமுன் பூர்வாங்கமாக இரண்டொரு வார்த்தைகளுக்கு அர்த்தத்தைத் தெரிந்து கொள்ளுவது நல்லது.

மொழிபெயர்ப்பு : கதைகளை மொழிபெயர்ப்பது என்றால் கூடிய வரை, பாஷை வளைந்து கொடுக்கக்கூடியவரை, ஓர் குறிப்பிட்ட அன்னிய நாட்டுச் சரக்கை அதன் சாரம் கெடாமல் எடுத்துத் தருதல்.

தழுவல் : அதாவது ஒரு குறிப்பிட்ட அன்னிய நாட்டுக் கதையின் முக்கிய சம்பவங்களை வைத்துக்கொண்டு ஏறக்குறைய அதைப் போல் — ஆனால் அதன் அழகுகள் அவ்வளவும் இருக்க வேண்டியத வசியமில்லை — ஒரு கதை ஜோடித்தல். சமீபத்தில் சிலர் சூரியனைத் தூக்கி சட்டைப்பையில் போட்டுக்கொள்ளும் முயற்சியை — தழுவல் என்கின்றனர்; அது வெறும் திருட்டு.

கதையை தழுவித்தான் எழுத வேண்டும் என்று வாதிக்கிறவர்கள் ஒரு கட்சி. தமிழ் மக்கள், விதேசி ஆசாரங்களை — ஒன்றும் புரியாது என்பதால் — ரஸிக்க மாட்டார்கள் என்பது அவர்கள் கூற்று. அந்தக் கூற்று உண்மையானால் அயல்நாட்டுக் கதைகளைப் பற்றியே சிந்திக்க வேண்டாம். இந்த வாதத்தின் கிளையாக, தமிழ்நாட்டில் ஆசிரியனுக்கு உகந்த சம்பவக் கோவை கிடைப்பது அரிது என்று கூறப்படுகிறது. இவ்வாதம் இவ்வாறு கூறுகிறவர்களின் (கதை எழுத) லாயக்கற்ற தன்மையை அளவிடும் அளவுகோல். இக்கட்சி பேசுகிறவர் கள் தம்மையே தம் வாதத்தால் அளந்துகொள்ளுகின்றனர்.

'ஏன் சார், ஷேக்ஸ்பியர் மாத்திரம் சொந்தமாக ஒரு கதையும் எழுதலையே — அவனும் அங்கே அங்கே இருந்து எடுத்துத்தானே தழுவியிருக்கிறான் ஸார் — பெரியவன் செய்தால் போற்றவேணும் போலும்?' என்கிறது ஒரு கோஷ்டி.

முன்பும் திருட்டுப் பழக்கம் இருந்துவந்திருக்கிறது என்பதற்காக இப்பொழுதும் அனுமதிப்பது என்றால் சிறைச்சாலைகளை மூடிவிட வேண்டியதுதான். ஆனால் இந்தக் கட்சிக்காரர் சொல்லுகிறபடி — அதாவது இவர்கள் 'தழுவல்' என்ற பதத்திற்கு கொடுக்கிற அர்த்தப் படி — திருடவில்லை. ஹாம்லெத் கதையை எடுத்திருந்தால் அதி லுள்ள கதாபாத்திரங்களை ஒளிவு மறைவில்லாமல் பகிரங்கமாக எடுத்திருக்கிறான். நம்மவர் முயற்சிபோல 'பெர்ட்ரானட்' பெரியசாமி நாடாராகி விடவில்லை. நாடகங்களில் ஜெர்மன் ஹாம்லெத்துக்கள் இங்கிலீஷ் ஹாம்லெத்துக்களாகிறார்கள் என்பது உண்மை; எப்படி யிருந்தாலும் ஹாம்லெத்துகள்தான் என்பதை மறந்துவிடலாகாது.

‘ஏன் ஸார், ஈசாப்பு எழுதிய கதைகள் இருக்கிறதே; அவைகளையும் மொழிபெயர்க்கத்தான் வேண்டுமா’ என்று சில படித்த மேதாவிகள் கேட்கிறார்கள். ஈசாப்பு கதையில் வரும் பூனைகளும் குரங்குகளும் ரோம சாம்ராஜ்யத்தின் வாசனை பெற்றிருக்க வேண்டும் என்று நான் சொல்ல வரவில்லை. (ஈசாப்பு ரோமாபுரியில் வாழ்ந்த கிரேக்க அடிமை. அந்தக் காலத்து ரோமர்கள் கிரேக்க பண்டிதர்களை அடிமைகளாக வைத்திருப்பதில் உத்சாகங்கொண்டிருந்தனர் (இப்பொழுது சிலர் பாஷனுக்காக ஸ்டாம்புகள், சிகரெட் படங்கள் சேர்ப்பது போல). இந்தக் கதைகள் யாவும் பூர்வீகத்தில் இந்தியாவி லிருந்து (நம்முடைய சோமசன்மாவின் நெற்றியில் உதித்தவை) சென்றவை என்று கருதப்படுகிறது. அதனால் இந்தக் கிண்டல். உலகத்தின் பொது பாஷை என்று சொல்லக்கூடியதாக இருக்கும் அவற்றைப் பற்றி இங்கு பேச்சே கிடையாது. சமுத்திரத்தையும் வானத்தையும் போல அது எல்லாருக்கும் பொது. ஆனால் வானமும் கடலும் சுற்றுப்புற சீதோஷ்ண அமைதிகளால் வர்ணக் கலவைகளை மாற்றிக் காண்பிப்பது போல இந்தக் கதைகளும் பல நிறங்களில் ஒளி வீசுகின்றன. பொதுக்கதையையும் குறிப்பிட்ட நாகரீகக் கலவை யால் பெற்றிருக்கும் உருவை அதே அழகுடன் எடுத்துத் தருவது ஒரு பிட்ஸ்ஜெரால்ட் போன்ற நிபுணனால்தான் முடியும். ஒரு விதேச இலக்கியத்தை அதன் மணம் குன்றாது கொடுப்பவன் என்ற ஹோதா வில் பிட்ஸ்ஜெரால்டை உதாரணம் காட்டுகிறேன்.

இந்த சந்தர்ப்பத்தில்தான் ஸ்ரீ சுவாமிநாதன் கதைகளைப் பற்றிக் குறிப்பிட வேண்டும் என்று நான் நினைத்தது. அவர் சமீபத்தில் வெளியிட்டிருக்கும் நாடகம் இந்தியாவிலிருந்து சென்றது என்ற விஷயம் புராதன ஆராய்ச்சிக்காரர்களுக்கு மட்டிலும் தெரிந்த விஷயம். அடிக்கடி நம்மிடை அடிபடும் கதையல்ல.

கல்பனையுடன் ஒரு விதேச இலக்கியத்தைக் கற்று, ரஸனை குன்றாமல் போதிக்கத் திறமை வாய்ந்தவர்களுள் ஒருவர் என்று ஸ்ரீ சுவாமிநாதன் பாராட்டப்படுகிறார். குறிப்பிட்ட கதை, ஆங்கில இலக்கியத்திலேயே கதை சொல்லுகிறவர்களின் தந்தை என்று புகழப்படும் சாஸர் என்பவனால் இயற்றப்பட்ட காவியத்தின் ஒரு பகுதியாம். சாஸர் கதை சொல்லும் அழகைத் தமிழர்களுக்கு எடுத்துக் காட்ட தமக்கிருந்த அரிய சந்தர்ப்பத்தை இழந்துவிட்ட தோடு, வெறும் காபிரைட் திருட்டுக்களைத் தழுவல் என்று சொல்லித் திரியும் ஒரு கும்பலுக்கு, ‘செய்வது சரி’ என்ற திட நிச்சயம் ஏற் படும் அந்தஸ்து கொடுத்திருக்கிறார் அவர். இது அறியாமற் செய்த பிசகோ அல்லது அறிந்து செய்த குற்றமோ — இனியாவது திருத்திக் கொண்டால் போதும்.

நிற்க. அயல் நாட்டுக் கதையைச் சொல்வதின் விசேஷ நோக்கம் என்ன? சரித்திர சம்பந்தமான நாவல் எழுதும் கிரந்தகர்த்தனின் தொழிலையே மொழிபெயர்ப்பவனும் செய்கிறான். சரித்திரக் கதாசிரி யன் காலத்தில் உலாவுகிறான்; மொழிபெயர்ப்பவனும் காலத்தில்தான்

உலாவுகிறான். (சமகாலத்துக் கதைகளை மொழிபெயர்ப்பதைக் குறிக்கிறேன்.) இதுதான் வித்தியாசம். வெறும் செப்பேட்டு சாசனங்களாகவும், சரிந்து கிடக்கும் ஜயஸ்தம்பங்களாகவும் இருந்துவரும் புராதன காலத்தவரை, நம்மைப் போல் சதையும் ரத்த ஓட்டமும் உணர்வும் கொடுத்து நம்முடன் பேச வைக்கிறான் சரித்திரக் கதாசிரியன்.

அதைப் போலவேதான் மொழிபெயர்ப்பாளனும். விசித்திர விபரீத உடையுடன், பாஷையுடன் காணப்பட்டாலும் அதற்கும் அப்புறத்திலிருந்து துடிதுடிக்கும் மனித இயற்கையைக் காண்பிக்க முயற்சிக்கிறான்.

இந்தத் தழுவல் வியாபாரத்திற்கு நியாயமே கிடையாது என்பது என் கொள்கை.

○

வியாபாரம் என்றதும் பாரதி பிரசுராலயத்தினரின் ஞாபகம் வருகிறது. ஜப்பான்காரன் நம்மிடை திணிக்க முயலும் துணிக்கும் பாரதியாருக்கும் ஒரு சிறிதும் வித்யாசமில்லை என்று கருதுகின்றனர் இந்த பா. பி. நிலையத்தினர். பாரதியாரும் பருத்தித் துணியும் ஒன்றல்ல. இலக்கியத்தை பிரசுரிக்க முயலும் முறை வேறு. இவர்கள் இதைத் தெரிந்துகொள்ள மறுத்தார்களானால் பெரிய விக்கிரமாதித்தன் கதையையும், பெருக்கல் வாய்ப்பாட்டையும் பிரசுரிக்க முயலட்டும்; நான் ஆட்சேபணை சொல்லவில்லை.

பிழைகளோடு பிரசுரமாவது ஒருபுறமிருக்கட்டும்; அது அவர்கள் உடன்பிறந்த வியாதி. பாட்டுகளை சரியான பாடங்களுடன் ஏன் பிரசுரிக்கலாகாது என்று கேட்கிறேன். புஸ்தகம் வாங்குகிறவர்கள் சார்பாக நான் கேட்கும் நியாயமான கேள்வி. ஒரு உதாரணம் சொல்லுகிறேன். பாரதியார் எழுதிய பாப்பா பாட்டை எடுத்துக் கொள்ளுவோம்.

12. பாட்டு. பா. பி. வாசகம்

சொல்லில் உயர்வு தமிழ்ச்சொல்லே — அதைத்
தொழுது படித்திடடி பாப்பா
செல்வம் நிறைந்த ஹிந்துஸ்தானம் — அதைத்
தினமும் புகழ்ந்திடடி பாப்பா.

12. பாட்டு. ஞானபானு, வால்யூம் 2:12

சொல்லில் இனிது தமிழ்ச்சொல்லே — அதைத்
தொழுது படித்திடடி பாப்பா
செல்வம் நிறைந்த ஹிந்துஸ்தானம் — அதைத்
தெய்வமென்று கொண்டாடு பாப்பா!

15. பாட்டு. பா. பி. வாசகம்

சாதிகள் இல்லையடி பாப்பா — குலத்
தாழ்ச்சி உயர்ச்சி சொல்லல் பாவம்
நீதி, உயர்ந்தமதி, கல்வி — அன்பு
நிறைய உடையவர்கள் மேலோர்.

ஞானபானு 2:12

சாதிப் பெருமையில்லை பாப்பா — அதில்
தாழ்ச்சி, உயர்ச்சி செய்தல் பாவம்
நீதி, தெளிந்தமதி, கல்வி — அன்பு
நிறைய உடையவர்கள் மேலோர்.

இவ்வளவு அடிப்படையான மாறுதல்கள்! பாரதியார் பாட்டுக்கு வந்திருக்கும் கோளாறுகளைப் பற்றி ஒரு நீண்ட கட்டுரையே எழுதலாம். பாரதியார் பெயரை வைத்துக்கொண்டு என்ன வேண்டு மானாலும் செய்யலாம் என்ற ஸ்தாபனத்தினரின் மனப்பான்மை விரைவில் மாறிவிடும் என்று நம்புவோமாக.

○

பாரதியார் நினைவு இன்னும் மாறவில்லை. அவருக்கு அதற்குள் எத்தனை எதிரிகள் பாருங்கள். 'தமிழை அதன் எதிரிகளிடத்திலிருந்து காப்பாற்றுவது போல, அதன் அன்பர்களிடத்திலிருந்தும் காப்பாற்று' என்று என் நண்பர் ஒருவர் சமீபத்தில் எழுதியிருக்கிறார். பாரதி யாரைக் குறித்தும் நாம் அவ்வாறுதான் பிரார்த்திக்க வேண்டும். ஸ்ரீ பெ. கோ. சு. 'ஸ்வசரிதையும் பிற பாடல்களும்' என்ற சமீபத்திய பா. பி. பிரசுரத்தை 'மணிக்கொடி'யில் விமர்சனம் செய்யும்பொழுது 'இந்தப் புத்தகத்தில் இரண்டு வள்ளிப் பாட்டுக்களைச் சேர்த்ததற்காக நாம் நன்றி செலுத்த வேண்டும். அவையிரண்டும் பாரதியின் கற்பனையின் உச்ச நிலையைக் காட்டும் சின்னங்கள்' என்கிறார்.

கலவியை, வெறும் சதையுணர்ச்சியை இலட்சியமாக்க முயலும் இப்பாட்டுகளுக்கும் 'விறலிவிடு தூது', பால்ஜாக் கதைகளில் சில, 'லேடி சாட்டர்லியின் புருஷன்' ரகத்தைச் சேர்ந்த வெறும் காம நூல்களுக்கும் வித்தியாசமேயில்லை.

'மனோபாவத்திலும் உணர்ச்சியிலும் அவையிரண்டும் ஸ்காட்லந்து கவி ராபர்ட் பர்ன்ஸின் காதற் பாட்டுகளை நினைவூட்டுகின்றன' என்று கூறுகிறார்.

வேறு என்ன சொல்வது!... சௌகரியமான உண்மைகளைக் காணக்கூடிய தாராள மனம் படைத்தவர்களுக்கு என்னதான் முடியாது! இந்த வீண் பிதற்றல் விமர்சனங்களுக்கு ஒரு முடிவு கண்டால்தான் உருப்படியான வேலைக்கு வழியுண்டு.

மணிக்கொடி, 15.11.1937

சந்தேகத் தெளிவு

சென்ற இதழ் மணிக்கொடி யாத்ரா மார்க்கத்தில் மூன்று விஷயங்கள் பற்றிக் குறிப்பிட்டிருந்தேன். அவை வருமாறு :

1. மொழிபெயர்ப்பு — தழுவல் பிரச்னை.

2. பாரதி பிரசுரத்தில் காணும் அடிப்படையான வேறுபாடுகள்.

3. பாரதியார் வள்ளிப்பாட்டுப் பற்றி ஸ்ரீ பெ. கோ. சு. அபிப்பிராயம்.

ஸ்ரீமான்கள் கு. ப. ராவும் என். சிதம்பர சுப்ரமண்யனும் எனது இதழ் யாத்ரா மார்க்க ருசிப்பிசகைக் கண்டு மறுப்பு எழுதியிருக்கிறார்கள். நண்பர்கள் இருவருக்கும் ஏற்பட்டிருக்கும் சந்தேகங்களைத் தீர்த்து வைப்பது கடமை என்பதற்காக இதை எழுதுகிறேன்.

நண்பர்கள் இருவருடைய கட்சிகளையும் ஒவ்வொன்றாக எடுத்துக் கொண்டு, விவாதத்திற்கு அவசியமான பகுதிகளை மட்டும் மேற்கோள்கள் காட்டி அவர்களது சந்தேகங்களைத் தெளிவாக்க முயலுகிறேன்.

1. இந்த விவகாரங்கள் எல்லாம் கொஞ்சம்கூட அறியாதவர் ஸ்ரீ தேசிகன் என்று நிச்சயமாகச் சொல்வேன்.

2. தழுவி எழுதுவது என்றால் என்னவென்று தெரியாமலே அவர்கள் செய்கிறார்கள்.

3. இந்த வீண் பிதற்றல் விமர்சனங்களுக்கு ஓர் முடிவுகண்டால் தான் உருப்படியான வேலைக்கு வழியுண்டு.

4. நீங்கள் என்னமோ ரொம்ப ஜாஸ்தியாக எதிர்பார்க்கிறீர்களே! அவர் என்றைக்குத்தான் சொந்தமாக ஒரு கதை எழுதி வெளியிட்டிருக்கிறார்?

முன்னது இரண்டும் நண்பர் கி. ரா. எழுதிய விமர்சனங்களிலிருந்து எடுத்தவை. பின்னது இரண்டும் யாத்ரா மார்க்கத்தில் நான் எழுதியவை.

முன்னதிரண்டிற்கும் கி. ரா. தாமே பதிலளித்துவிடுவார் என்றாலும், பிரஸ்தாப புத்தகங்கள் இரண்டும் என் பார்வைக்கும் வந்திருக்

கின்றன. அதனால் அவருக்குச் சிரமத்தைக் கொடாமல் நானே விளக்கிவிடலாம் என்பது என் நினைப்பு. முதலாவது நாடகம் என்று சொல்லப்படும் 'குழந்தை ராமு' என்ற புஸ்தகத்தைப் பற்றியது. அதன் ஆசிரியர் ஸ்ரீ தேசிகன், ஓர் எம். ஏ.

பிரஸ்தாப புஸ்தகத்தின் கட்டுக்கோப்பும் அமைப்பும் ஆசிரியரே, தமக்கிருக்கும் உயர்தரக் கல்விப் பாண்டித்திய வசதியால் வெறும் சோடை என்று தெரிந்துகொள்ளக்கூடியது. இருந்தும் பிரசுரிக்கத் தகுதியுடையது என்று அவர் கருதியிருப்பதால் நாம் வேறு என்ன முடிவிற்கு வருவது?

இரண்டாவது மேற்கோள் 'மதுவிலக்கு மங்கை' என்ற ஒரு தழுவல் கதையைப் பற்றியது. அதிலும் இதே விசித்திர வாதந்தான். எழுதுகிறவன் வேறு, எழுதப்படும் புஸ்தகம் வேறு என்று பிரித்துப் பிரித்து, கவனிக்க வேண்டுமென்ற கட்சிதான். ருசிப்பிசகை உண்டு பண்ணக்கூடிய கதையை எழுதிப் பிரசுரிக்கலாமாம்; இப்படிச் செய்யலாமா என்று கேட்பது குற்றமாம். இதுவும் நல்ல வேடிக்கை தான்.

3. மேற்கோள் : ஸ்ரீ பெ. கோ. சு. 'ஸ்வசரிதை' பற்றி எழுதிய விமர்சனம் சம்பந்தமாக நான் எழுதியது. அவர் எழுதியது 'பிதற்றல் விமர்சனந்தான்', வேறு ஒன்றுமில்லை. வெறும் சதையுணர்ச்சியை பிரமாதப்படுத்தும் பாட்டை நமக்குப் பிரியமானவர் என்பதற்காக, சராசரித் தமிழ் வாசகனுக்குத் தெரியாத ஒரு கவிஞனுக்கு ஒப்பிட்டு, அதனால்தான் அவர் பெரியவர் என்று நிரூபிக்க முயல்வது வேறு என்ன?

4. நான்காவது மேற்கோள், தழுவல் பிரச்னை விஷயமாக நான் எழுதியது. அதைப் பற்றி ஸ்ரீ சிதம்பர சுப்ரமண்யன் மறுப்புக்குப் பதிலளிக்கையில் விஸ்தாரமாகக் கூறவேண்டியிருப்பதால் காரணங் களை அனாவசியமாக இரட்டிக்க நான் விரும்பவில்லை.

நிற்க. 'வாழ்க்கையின் வெறுப்பு' என்ற நாவல் விமர்சனத்தைப் பற்றி எழுதும்போது ஸ்ரீ கு. ப. ரா., பொருத்திப் பார்க்க முயலும் கலை சித்தாந்தந்தான் விசித்திரமாக இருக்கிறது.

குறிப்பிட்ட நாவலை நானும் வாசித்தேன்.

ஸ்ரீ கு. ப. ரா. கூறுகிறார் . . .

நடந்திருக்குமா, நடந்திருக்கிறதா, நடக்குமா என்பது ஒருபுறமிருக் கட்டும். நடந்திருக்கவேண்டியது அவசியமா? கலையில், இலக் கியத்தில், நடந்ததை மட்டுந்தான் சித்திரிக்கிறோமா என்பது பிரச்னை. இலக்கிய சிருஷ்டிகளுக்கு வாழ்க்கையில் 'நடந்தது' என்ற ஆதாரம், அத்தாட்சி தேவையில்லை என்பது இலக்கிய விமர்சனத்தில் அநேக மாக ஒப்புக்கொள்ளப்பட்ட சித்தாந்தம். அப்படிப்பட்ட சித்திரிப்பில் எவ்வளவு தூரம் கற்பனையை உருவாக்கி, 'இது ஒரு சிருஷ்டி' என்கிற நம்பிக்கையை ஊட்டுகிறான் என்பதில்தான் இருக்கிறது அவனது மேதையின் சிறப்பு; அதாவது சித்திரிப்பு, (வாழ்க்கையில்,

அல்ல) இலக்கியத்தில் நடக்கக் கூடியதா என்பதுதான் நிர்ணயிக்க வேண்டிய விஷயம்.

'வாழ்க்கையின் வெறுப்பு' என்ற நாவல் சம்பந்தமாக இந்தச் சித்தாந்தத்தை எடுத்துக் கூறுகிறார்.

முதலில் இந்தச் சித்தாந்தத்தை விளக்கிக்கொள்வோம்; பிறகு அதை மேற்படி நாவலுடன் பொருத்திக் கவனிப்போம்.

நடைமுறை உலகத்தில் நாம் பார்க்கக் கூடியதைத்தான் கலையிலும், இலக்கியத்திலும் எதிர்பார்க்க வேண்டும் என்பது தவறு; இலக்கியத்தின் எல்லை இன்னும் விரிவானது.

யதார்த்தம் என்று நாம் ஒப்புக்கொள்ளும் விஷயங்களோடு இலக்கியத்தின் எல்லை முடிவடைந்துவிடவில்லை; அதற்கும் அதீதமானது என்பதுதான் இந்தச் சித்தாந்தம். நமது அனுபவத்திற்கு அதீதமான, ஏன், புத்திக்கும், யுக்திக்கும் மாறான ஒரு விஷயத்தைப் பற்றி ஒரு ஆசிரியன் எழுத முயலுகிறான் என்று வைத்துக்கொள்வோம். அதை 'அவன்' சங்கல்ப்பித்துக்கொண்டபடி பரிபூர்ணமாக எழுதினால் அதில் ரசனைக் குறைவு ஏற்படாது.

உதாரணமாக, பத்துத்தலை ராவணன் என்ற இயற்கைக்கு அதீதமான (ஓர் உருவகமான) சிருஷ்டியை, எழுத்தோவியமாகத் தீட்டுகிறான். அதோடு அதற்கு மனித இதயத்தையும் 'பெய்து' சோகத்தின் சிகரத்தை நமக்குக் காட்டுகிறான்.

'அய்யனே!' யெனும் ஓர்சிரம், 'யானினம்
செய்வனோ அரசு!' என்னும் அங்கோர்சிரம்
'கய்யனே யுனைக் காட்டிக் கொடுத்தநான்
உய்வனோ' என்று உரைக்கும் அங்கோர்சிரம்

'எழூவிற் கோலம் எழுதிய தோள்களால்
தழுவிக் கொள்கலை' என்னுமங் கோர்தலை,
'உழுவைப் போத்தை உழைஉயிர் உண்பதோ
செழுவிற் சேவகனே' எனும் ஓர்சிரம்

தமிழிலக்கியத்தில் ஓரிடத்தில் இப்படியாகப் பத்துத் தலைகள் வாய்விட்டு அரற்றுகின்றன.

இதை யாராவது, 'நடக்காத சமாசாரம் சார், சவத்தை விட்டுத் தள்ளுங்கள்' என்று சொல்லுகிறோமா? இப்படி ஓர் விபரீத சித்திரத்தை எடுத்துக்கொண்டு 'அதையும் அனுபவி' என்று சொல்லிவிட்டு எந்த நூற்றாண்டிலோ இறந்துபோன ஒருவனுடன், இன்னும் தலைவிரித்து நின்று ஆடுகிறோமே. இப்படிப்பட்ட இலக்கியச் சித்திரங்களுக்குத்தான் ஸ்ரீ கு. ப. ரா. கூறும் சித்தாந்தம்.

'வாழ்க்கையின் வெறுப்பை' எடுத்துக்கொள்வோம். அதன் படுதா, அதில் காணப்படும் கதாபாத்திரங்கள் யாவரும் தமிழர்களின் பெயர் கொண்டவர்கள். ஸ்ரீமான் பச்சையப்பன் என்று சொல்லும்

பொழுதோ ஸ்ரீ விருத்தாச்சலம், ஸ்ரீ ராமச்சந்திரன் என்று பெயரிட்ட ழைக்கும் பொழுதோ ஒரு குறிப்பிட்ட நாகரிக, சமுதாய மனோபவத் தன்மைகளுக்கடங்கிய, குறிப்பிட்ட நடையுடை பாவனைகள், விருப்பு வெறுப்புக்கள் கொண்ட ஒரு மனிதன்தான் நம் கற்பனையில் எழுகிறது — எழ முடியும்.

அவர்கள் ஒரு குறிப்பிட்ட 'சம்பவக் கோப்பில்' அவர்களது தனித்தன்மைகளான குணோபாவ முத்திரைகளோடு, ஒரு குறிப்பிட்ட மாதிரியில்தான் — தமிழனாகத்தான் — நடக்க முடியும். குறிப்பிட்ட ஆசிரியரின் கதாபாத்திரங்கள், இந்தத் தமிழ்த் தன்மைக்கு விபரீதமாக நடந்துகொண்டால், முறையில் ஏதோ கோளாறு இருக்கிறது என்று தான் சொல்ல வேண்டும். ஆசிரியர் இலட்சியம் 'யதார்த்த பாவ சித்திரம்' என்பதை அதை வாசிக்கும்பொழுது ஒரு கணமேனும் மறந்துவிடக் கூடாது. அப்படி வைத்துப் பார்த்தால்தான் கோளாற் றின் காரணம், தன்மை தெரியும். இக்கோளாற்றைப் பற்றி ஸ்ரீ சிதம்பர சுப்பிரமண்யன் சந்தேகங்களைத் தெளிவிக்க முயலும்போது விளக்குகிறேன்.

○

நிற்க. ஸ்ரீ கு. ப. ரா.வின் இரண்டு சந்தேகங்களைக் கூடியவரை சுருக்கமாகத் தெளிவாக்க முயலுகிறேன்.

நான் 'ஞானபானு'வில் பார்த்துக் குறிப்பிட்ட பாட வேறுபாடுகள் தான் திருத்தப் பதிப்பு என்று நான் நினைக்க இரண்டு காரணங்கள். ஒன்று, பா. பி. பிரசுரத்தில் உள்ள 13, 14 செய்யுள்கள் (பூகோள சாஸ்திரம் கற்பிக்க முயலும் பகுதி) அதில் கிடையாது. அதில்லாமல், 'ஞானபானு'வில் கண்ட மாறுபாடான பிரயோகங்கள், அர்த்த புஷ்டியுள்ளவை என்று நினைக்கிறேன். உதாரணமாக

ஜாதிப் *பெருமை*யில்லை பாப்பா — அதில்
தாழ்ச்சி உயர்ச்சி *செய்தல்* பாவம்
நீதி *தெளிந்த* மதி கல்வி — அன்பு
நிறைய உடையவர்கள் மேலோர்

சாதிகள் என்ற பிரிவினை தொழில் பற்றி வந்தவையாகையால் அதில் பெருமை அதாவது உயர்வு தாழ்வு கற்பித்து நடத்தல் பாபம் என்பது நேரிய சித்தாந்தம். சாதிகளை அழித்தாலும், அவை புதுப் பெயருடன் நிலவும். அபேதவாதிகள் சொல்லும் வர்க்கப் போராட்டம் என்ன? தொழில் பற்றி கட்டிவைக்கப்பட்ட ஏற்றத் தாழ்வால் வந்த கோளாறுதானே? அதைத்தான் கவி சொல்லுகிறார்.

'உயர்ந்த மதி'க்கும் 'தெளிந்த மதி'க்கும் அடிப்படையான வித்தியா சம் இருக்கிறது. *உயர்வு* மதியின் நுண்மையை, திறமையைக் குறிக்கிறது. கெட்டிக்காரன் ஒரு நாளும் பெரிய மனிதனாகிவிட மாட்டான். அதனால்தான் *தெளிந்த* மதி, ஒரு விஷயத்தை மனக்குழப்பம்

இல்லாமல், சிக்கல் இல்லாமல் ஆராயும் தன்மை வேண்டும் என்பது கவிஞனின் அவா. மகாத்மாவின் தன்மையை மனதில் பதிய வைத்துக்கொண்டால், அவ்விடத்தில் 'தெளிந்த மதி' ஏன் என்ற அவசியம் தெரியும்.

'சொல்லில் *இனிது* தமிழ்ச் சொல்லே.' இதிலும் 'உயர்வு' என்று பா. பி. பிரசுரத்தில் காணப்படும் வார்த்தையைவிட நயமானதும், அந்தரங்க பாவமானதுமாகும் *இனிது* என்ற பதம். என்னதான் விதேசி இலக்கியத்தின் அழகுகள் நம்மைப் பிரமிக்க வைத்தாலும், நம் வீட்டுக் குத்துவிளக்கு, நாம் பேசும் பேச்சு இவற்றின் குழைவை நாம் மறக்க முடியாது. இது ஓர் இயற்கையான மனோபாவம். இதைத்தான் கவி கூற முயலுகிறார்.

இன்னும் ஓர் இடத்தில் (யாத்ரா மார்க்கத்தில், சோம்பலால் குறிப்பிடவில்லை.)

வண்டி இழுக்கும் நல்ல குதிரை — நெல்லு
வயலில் உழுது வரும் மாடு (பா. பி.)

என்றிருக்கிறது. முதல் வரி ஓர் சித்திரம்; அதைப் போலவே பின்னதும் இருக்க வேண்டாமா? பாட்டுக்களில் வரும் தனிச்சீரில், ஒலி அழுத்தம் மிக அதிகமாக விழும். வாசிக்கும்பொழுதே செவிகொடுத்து வாசித்தால் அறிந்துகொள்ளலாம். இரண்டாவது வரியை அவ்வழுத்தத்துடன் வாசித்துப் பாருங்கள். 'நெல் வயலில் உழுது வரும் மாடு' — கம்பங் கொல்லையல்ல; கேப்பை விதைத்த இடமல்ல; நெல் வயலில் உழுதுவிட்டு வரும் மாடு என்று பொருள் தொனிக்கிறது.

வண்டி இழுக்கும் நல்ல குதிரை — ஊர்
வயலில் உழுது வரும் மாடு (ஞா. பா.)

ஊருக்கு வெளியே வயல்கள்; உழுதுவிட்டு வருகின்றன. சகதி சொட்டச் சொட்ட, வரப்பு வழியாக ஊர்க்குடியானத் தெருவிற்குள் சதங்கை கலகலக்க வரும் காட்சியையே உருவகப்படுத்திவிடும் போல் இருக்கிறது இந்த வரிகள்.

'பாப்பா பாட்டு' மட்டிலும் பிரசுரகர்த்தர்களின் 'கஜினி-வேலைக்கு' ஆளாகவில்லை. இதற்குத் தனியாகக் கட்டுரைத் தொகுதி ஒன்றே எழுதவேண்டியிருக்கிறது. வேலை முடியவில்லையாதலால் தான் பிரசுரிக்க நான் முன்வரவில்லை. அடுத்தபடியாக 'வள்ளிப் பாட்டு'. அதில் எங்கு சதையுணர்ச்சியிருக்கிறது என்று கேட்கிறார் ஸ்ரீ கு. ப. ரா. இக்கேள்வியை நான் இவரிடம் எதிர்பார்க்கவில்லை.

அதில் வேறு என்ன இருக்கிறது என்ற கேள்வியைத் திருப்பிப் போட்டு பேசாதிருந்துவிடலாம். நான் அப்படிச் செய்ய விரும்பவில்லை.

'வள்ளிப் பாட்டின்' போக்கு என்ன? ஒரு காதலன் தன் காதலியிடம் எதிர்பார்க்கும் கலவி விருப்பம்.

பாட்டில், அவசியமான பாகங்களை நான் எடுத்துக் காட்டுகிறேன். நீங்களே முடிவுகட்டிக்கொள்ளுங்கள்.

... குழல்
பாரத்திலே, இதழீரத்திலே, முலையோரத்திலே
அன்புசூடி — நெஞ்சம்
ஆரத்தழுவி அமரநிலை பெற்றதன்
பயனை இன்று காண்பேன் 1

... ஒளிக்
கொள்ளையிலே உனைக் கூடிமுயங்கிக்
குறிப்பினிலே ஒன்றுபட்டுத்
தெள்ளிய ஞானப் பெருஞ்செல்வமே
நினைச்சேர விரும்பினேன் கண்டாய்! 2

வட்டமிட்டுக் குளமகலாத மணிப்பெரும்
தெப்பத்தைப்போலே — நினை
விட்டுவிட்டுப் பல லீலைகள் செய்துநின்
மேனிதனை விடலின்றி முத்த
மிட்டுப் பலமுத்த மிட்டுப் பலமுத்தமிட்டுனைச்
சேர்ந்திட வந்தேன். 3

மேலே காட்டிய மேற்கோள்களே எனக்குப் பதிலாகப் பேசுகின்றன என்று நினைக்கிறேன். இது வேறு என்ன? இது பற்றி எழுந்த ஸ்ரீ பெ.கோ. சு. வார்த்தைகளைப் பிதற்றல் - விமர்சனம் என்று கூறுவதே சரியான பிரயோகமல்லவா!

ஸ்ரீ என். சிதம்பர சுப்ரமண்யன் :

நண்பரவர்கள் என்மீது போடும் குற்றச்சாட்டு இரண்டு.

1. கண்யமான கனவானைத் தாக்கியது.

2. தழுவலே கட்டோடு கூடாது என்று கூறுவது.

முதல் குற்றச்சாட்டுக்கு என் அபிப்பிராயத்தைக் கொஞ்சம் தெளிவுபடுத்திக் கூறினால் தாக்கினேனா, அவர் செய்வதைக் கண்டித்தேனா என்று தெளிந்துவிடும்.

குறிப்பிட்டவர் கண்யமான கனவான் மட்டுமல்ல; பொறுப்பு, ஒரு துறையில் 'முடிவு கூறத்தக்க' செல்வாக்கு வகிக்கும் கனவான். அதனால்தான் அவரைப் பற்றிப் பேச்சே எழுந்தது. காரியத்தின் தன்மை செய்கிறவர்களைப் பொறுத்திருக்கிறது. செய்யும் விஷயத்தைப் பொறுத்ததல்ல. தினசரி கதைகளாகக் கக்கித் தள்ளிக்கொண்டிருந்த, கொண்டிருக்கும் முனுசாமி, ராமசாமிகளையும், சக்கிமுக்கிகளையும் ஒரு பொருட்படுத்திச் சொல்லுகிறேனா? ருசிப்பிசகையே ஊட்டிக்

கொண்டிருப்பது சாதாரண சம்பவங்களாகிக்கொண்டிருக்கும் பொழுது, கண்யமும் செல்வாக்கும் நிறைந்த கனவான் அதே தொழிலைச் செய்தால், அதற்கு ஆதரவு கொடுப்பது போல்தான். அதனால் ஏற்படும் விளைவுகள் என்ன? அதை நீங்கள் கவனிக்க மறுக்கலாம்; ஆனால் மறக்கலாமா?

'தழுவல் அவசியந்தான்' என்கிறீர்களே — தாங்கள் சொல்லி யிருக்கும் அபிப்பிராயத்தின் முழு எல்லையையும் கவனித்தீர்களா?

நான் தழுவலுக்குத் தப்பர்த்தம் கற்பித்ததாகச் சொல்லுகிறீர்கள். அதைத் தாங்கள் கோடிட்டபடியே மேற்கோள் காட்டுகிறேன். கோடிட்டதற்காக வந்தனம். அதுதான் முழு அர்த்தத்தையும் கொடுக் கிறது.

தழுவல் : அதாவது ஒரு குறிப்பிட்ட அன்னிய நாட்டுக் கதையின், முக்கிய சம்பவங்களை வைத்துக்கொண்டு, ஏறக்குறைய *அதைப் போல் — ஆனால் அதன் அழகுகள் இருக்க வேண்டியதவசிய மில்லை —* ஒரு கதை ஜோடித்தல்.

நீங்கள் சொல்லுவதென்ன?

'தழுவல்' செய்பவர் கதாபாத்திரங்களையும், தேசகால வர்த்த மானங்களையும், நடை உடை பாவனைகளையும் மாற்றி... அமைக்க வேண்டும் என்கிறீர்கள். இவ்வளவு மாறுதல்களுக்குப் பிறகு மிஞ்சுவ தென்ன? கதையா, கதைத் தன்மையா? வெறும் எலும்புக்கூடு.

'பெர்ட்டிராண்டு'க்கும் பெரியசாமிக்கும் பொருத்தம் காண முயலும் நீங்கள், பெர்ட்டிராண்டும் சாப்பிடுகிறான், பிள்ளை பெறுகிறான், பிறரைத் துன்புறுத்துகிறான், உச்சுவாச நிச்சுவாச மிருக்கிறது, மரணமென்ற முடிவு இருக்கிறது, இப்படிப்பட்ட தன்மை கள் யாவும் மூட்டைப்பூச்சிக்கும் இருக்கிறது. ஏன் நீங்கள் பெரிய சாமியோடு நின்றுவிட வேண்டும்? அவனை மூட்டைப் பூச்சி யாக்கியே கதைகளை நடத்தலாமே!

நான் ஒன்று சொல்லுகிறேன், ஒற்றுமை வேற்றுமைகளைத் தர்க்கரீதியாக ஒப்பிட்டுக்கொண்டுபோனால், மூட்டைக்கும் ராட்டுக்கும் சிலேடை பாடிக்கொண்டிருந்த பண்டிதர்கள் நிலை மைக்குத்தான் போகவேண்டியிருக்கும்.

காதல், அன்பு, ஆசை, கோபம், வெறுப்பு, சோகம் யாவும் மனிதன் என்ற பொதுப் பிரயோகத்தில் பிரிக்கப்படும் பிராணியின் குணங்கள்தான். ஆனால் மனிதன் கும்பலில் பிறந்தவன், வளர்ந்தவன். அவன் வாசனா காரியாதிகள் யாவும் கும்பல் இல்லாவிட்டால் இல்லை. கும்பலை வைத்துத்தான் மனிதன். அவன் வாழ்வே கும்பலைப் பொறுத்திருக்கிறது. அப்படியிருக்கையில் அவனது பொதுக் குணங்கள் யாவும் அந்தப் பொதுக் கலவையின் தன்மை பெற்றே இருக்கும்.

மதம், சமுதாயப் பழக்கவழக்கங்கள், அதன் மூலமாக ஏற்படும் விருப்பு வெறுப்புக்கள் பற்றி எழுதப்படாத, வெறும் தனி உணர்ச்சி

களை மட்டும் உருவகப்படுத்திய, நமக்குச் சௌகரியமாக இருக்கக் கூடிய நாவல்கள் எங்கு இருக்கின்றன? அவையும் ஒரு குறிப்பிட்ட சமுதாயத்தின் அம்சமான ஒருவனின் எண்ணக் கோவைகள்தானே?

அதன் சாரத்தைப் பிழிந்துகொள்ளலாமே என்கிறீர்கள்! இலக்கியத்தில் விபரீதவசமாக, நாம் பிழிந்து உதறித் தள்ளும் சக்கைகளில் தானே சாரமே இருக்கிறது! எடுக்கப்படுவது சக்கைதானே! வெளி நாட்டு எலும்புக் கூட்டை வைத்து அதற்குச் சதையும் உடையும் அணிவிக்கும் வேண்டாத சிரமம் எதற்கு?

பொதுவாக நாம் காணும் 'தழுவல்'களில் ருசிப்பிசகு இல்லை என்று சொல்ல முடியுமா?

நிற்க. 'நீங்கள் கூறும் வியாக்கியானத்திற்கு ஆதரவு கொடுக்கும் மேற்கோள்கள் என்ன?' என்று கேட்கிறீர்கள். கண்ணுக்கு முன் காணும் கோரங்களைவிட வேறு என்னைவிடப் பெரியவன் என்று சொல்லப்பட்ட, அல்லது இறந்துபோன, அத்தாட்சிச் சூத்திரம் எதற்கு? இலக்கியம் கண்டதற்குத்தானே இலக்கணம். ருசிப்பிசகான முறையில் நம் இலக்கியம் செல்வதைத் தடுப்பதே என் நோக்கம். இதற்குமேல் என்ன வேண்டும்?

மணிக்கொடி, 1.12.1937

‘காற்றாடி’யின் இலக்கிய சந்தேகங்கள்

விதிவிலக்காக ‘காற்றாடி’ நேற்று இலக்கிய சேவையில் புகுந்ததும் ஓர் நல்ல காரியந்தான்; கட்டுரையைப் படித்த பின்பு அதன் ‘நல்ல தன்மை’ ஓர் முக்கிய பிரச்னையை தன் கவனத்திற்கு எடுத்துக் கொள்வதோடு முடிவடைந்துவிட்டதுதான் எனக்கு வருத்தம்.

கட்டுரையின் தோரணை முழுவதுமே ஏதோ தன் செவிக்கு எட்டின அரைகுறை விஷயங்களைக் கொண்டு மேலோட்டாக கட்சிப் பெயர் சூடி வாதித்துக்கொண்டு செல்வதாக இருக்கிறது.

> ‘தழுவல் கூடாது’ என்ற கக்ஷியின் தலைவரை நேற்று சந்தித்து இதைப் பற்றி பேசிக்கொண்டிருந்தேன். ஏன் தழுவல் கூடாது என்று கேட்டேன்....

என்று தமது வாதத்தின் ஒரு பகுதியை ஆரம்பிக்கிறார் ‘காற்றாடி’ நண்பர்.

எனக்குத் தெரிந்த விஷயம் இதுதான்.

சென்ற இரண்டு ‘மணிக்கொடி’ இதழ்களில், தழுவல் - மொழி பெயர்ப்பு பிரச்னை பற்றி என் சொந்த ஹோதாவில் சில அபிப்பி ராயங்களை எழுதியிருந்தேன். அதாவது நான் முதல் ‘மணிக்கொடி’ இதழில் எழுதியிருந்த என் அபிப்பிராயத்தை மறுத்து ஸ்ரீ என். சிதம்பர சுப்ரஹ்மண்யன் ‘தழுவல் அவசியந்தான்’ என்றும், ஸ்ரீ கு. ப. ரா. ‘தழுவல் பாதகமல்ல’ என்ற விதத்திலும் எழுதியிருந்ததற்கு நான் மறுபடியும் என் அபிப்பிராயத்தை வற்புறுத்தி அவர்கள் சந்தேகங் களைத் தெளிவுபடுத்த முயன்றேன். எனக்கு ‘த. கூ.’ கட்சி, ‘த. வே.’ கட்சி என்று இரண்டு இருப்பதாகவும், ‘த. கூ.’ கட்சிக்கு ஒரு தலைவர் வேறு இருப்பதாகவும் எனக்குத் தெரியாது. கூடிய சீக்கிரம் ‘த. கூ.’ கட்சித் தலைவரை எனக்கு அறிமுகம் செய்துவைக்கும்படி நான் ‘காற்றாடி’யை கேட்டுக்கொள்ளுகிறேன்.

வியாக்கியானம்

நிற்க. 'தழுவல்' என்பதற்கு 'காற்றாடி'யின் வியாக்கியானம் வருமாறு :

> அன்னிய பாஷையில் எழுதப்பட்டுள்ள நூல்களை ஆதார மாகக் கொண்டு, அதையொட்டி தமிழிலோ, இதரப் பாஷை களிலோ எழுதுவதற்கு 'தழுவல்' என்று பெயர்.

மேலோட்டாகப் பார்ப்பதற்கு இதில் என்ன ஆட்சேபணை இருக்கிறது என்று புலப்படலாம். முதலில் நண்பர் தமது சூத்திரத்தில் 'நூல்கள்' என்று எதைக் குறிப்பிடுகிறார் என்பதை தெளிவுபடுத்த வேண்டும். அவரது வியாக்கியானத்தில் வரும் கருத்துக்கேற்ப, சிறுகதைகள், நாவல்கள், நாடகங்கள் இவை யாவும் 'நூல்கள்' என்று அவர் உபயோகிக்கும் பிரயோகத்தில் வரும் சில அம்சங்கள்.

'காற்றாடி'யின் வாதம் முழுவதையும் ஆராய்ந்தால், இந்த நூல்கள் என்ற பதத்திற்கு தாராள வியாக்கியானம் கொடுத்திருப்பதினால்தான் என்று எனக்கும் புலப்படுகிறது. அதாவது இலக்கிய அம்சங்களான கதை, நாடகம், நாவல்களுடன், தத்துவம், விஞ்ஞானம் முதலிய துறை கிரந்தங்களையும் சேர்த்துக்கொண்டு தழுவல் கூடாது என்று சொல்கிறவர்கள் புது சிந்தனைகள் ஏற்படாதவாறு வேலி போடுகிறார் கள் என்ற அனாவசியமான முடிவுக்கு வருகிறார்.

ஷேக்ஸ்பியர் நாடகத்தைத் தழுவி எழுதுகிறேன் என்று ஒப்புக் கொண்டுவிட்டால் ஏற்படும் விளைவு குற்றமற்றதல்ல என்ற முடி வுக்கு வருகிறார். அத்துடன் அவர் கொடுக்கும் இன்னும் ஒரு உதாரணமும் அதைவிட விசித்திரமாக இருக்கிறது. வெள்ளைக் காரர்கள் இரவுச் சாப்பாட்டை முடித்துக்கொண்டு, ஒயின் சாப்பிடு கிறார்கள் என்பதை, 'இரவுச் சாப்பாட்டை முடித்துக்கொண்டு தாம்பூலம் தரித்துக்கொண்டார்கள்' என்று சொல்லிவிடுவதால் வெள்ளைக்காரத் தன்மையை மாற்றிவிட முடியும் என்கிறார். வெற்றிலை போட வைப்பதால் ஒரு வெள்ளைக்காரனைத் தமிழ னாக்கிவிட முடியுமா? அவ்வளவு இலகுவான காரியமல்ல என்று நான் நினைக்கிறேன்.

சில உதாரணங்கள்

நான் ஒரு உதாரணம் கொடுக்கிறேன். நண்பா இரட்சண்ய சேனை என்ற ஒரு ஸ்தாபனத்தைப் பார்த்திருக்கிறாரா? அதில் வரும் ஐரோப்பிய ஸ்திரி புருஷர்கள் நாம் அணியும் வேட்டி, சட்டை, புடவைகளை உடுத்துத்தானே வருகிறார்கள். அதனால் அவர்கள் நம்மவராகிவிட முடியுமா?

இன்னும் ஒரு உதாரணம் கொடுத்துப் பார்க்கிறேன். அப்பொழு தாவது இந்த விபரீதவாதம் தெளிவுபடுகிறதா என்று பார்ப்போம்.

ராமாயணத்தை நாம் யாவரும் — மத சம்பந்தமான பக்தி ஒரு புறம் இருக்கட்டும் — சாகாவரம் பெற்ற உலகத்தின் பொது இலக்கியம்

என்று சொல்லக்கூடிய தன்மை வாய்ந்தது என்று ஒப்புக்கொள்ளு கிறோமே. அதை ஒரு இங்கிலீஷ்காரன் 'தழுவி' — இவர் வியாக்கியானத்தின் படி — எழுதுகிறான் என்று கற்பனை செய்துகொள்ளுங்கள். அந்தக் கற்பனைத் தழுவலை இங்கிலீஷிலிருந்து தர்ஜமா செய்தால் எப்படி யிருக்கும் என்று பாருங்கள்.

ராமாயணம் இங்கிலீஷில் 'தழுவ'ப்பட்டால் ...

முன்னொரு காலத்திலே, அல்பனி என்று இங்கிலாந்தில் ஒரு நாடு இருந்தது. அங்கு டைய்மன் என்ற அரசன் நெறிமுறை தவறாது கிறிஸ்துவ தர்மத்தின் இலட்சியமாக ஆட்சி செய்து வந்தான். பிரஜைகள் மிகவும் சந்தோஷமாகவும் சுபிட்சமாகவும் வாழ்க்கை நடத்தினார்கள். மன்னனைத் தங்கள் தந்தையைப் போல பாவித்து வாழ்க்கை நடத்தினார்கள்.

அந்தக் காலத்தில் கான்டர்பரி ஆர்ச்பிஷப் வாஸிவஸ் என்பவர் மன்னனுக்குக் குலகுருவாகவும், ரோமாபுரி கிறிஸ்துவ மத சாம்ராஜ்யத்தின் பிரதிநிதியாகவும் இருந்தார்.

(மன்னனுக்கு... இவ்விடத்தில் சிறிது சிரமம் ஏற்படுகிறது. கிறிஸ்துவ மதாசாரத்தின்படி ஒருவன் ஏககாலத்தில் ஒரு மனைவிக்கு மேல் கலியாணம் செய்துகொள்ளக் கூடாது. மனைவிகளை மக்களாக்கி வைத்துப் பார்ப்போம்.)

மன்னனுக்கு மூன்று புத்திரிகள் உண்டு. தனக்குப் பின் ஆட்சி நடத்த வாரிசில்லாமல் போய்விடுமே என்றஞ்சி, ரோமாபுரிக்குக் காணிக்கைகள் பல அனுப்பினான். ஜெருஸலத்தை சாரஸன் ஜாதியினர் கையிலிருந்து மீட்க மூன்றுமுறை குருஸேதுகள் (மதப்போர்) நடத்தினான். கான்டர்பரி மடாலயத்தை புதுப்பித்தான். அதிலும் பயனில்லை. பரமண்டலங்களில் உள்ள பிதாவின்மீதும், ஆர்ச்பிஷப் வாஸிவஸ்மீதும் அசையாத நம்பிக்கை வைத்த மன்னன், தன் மூன்று புத்திரிகளான காதரீன், கிளரிஸல், ஸீலியா என்பவர்களுக்குக் கலியாணம் செய்து வைத்தான். அப்படியும் புத்திரப் பேறு ஏற்படவில்லை. இப்படி அறுபதினாயிரம் வருஷங்கள் கழிந்தன. இத்யாதி ... இத்யாதி ....

எனக்கே இந்தக் கோரத்தை நீடித்துக்கொண்டு போக மனம் வரவில்லை.

மேற்கண்ட தழுவல்-ராமாயணத்தின் கோரத்தைப் பார்த்தீர்களா? அது ராமாயணமா அல்லது தனிப்பட்ட இங்கிலீஷ் நிலத்தில் விளைந்த சரக்கா? இரண்டுமல்ல.

இந்த மாதிரி எழுதுவதினால் வால்மீகியின் கதை அழகை எடுத்துக்காட்டிவிட முடியும் என்று ஒரு வெள்ளைக்காரன் நம்பினால், அவனைப் பற்றி நாம் என்ன முடிவுக்கு வரமுடியும், வரவேண்டும்?

இதே மாதிரி ஷேக்ஸ்பியர் நாடகங்களை ஒரு தமிழன் தழுவி எழுதுகிறான் என்று வைத்துக்கொள்ளுங்கள். அதில் ஷேக்ஸ்பியர்

கலையழகைக் காட்டிவிட முடியுமா? ஷேக்ஸ்பியர் ஒரு புறமிருக் கட்டும். சாதாரண நாவலாசிரியன் ஒருவனை எடுத்துக்கொள்ளுங்கள். அவன் கதைகளைத் தழுவி, தமிழர்களான கதாபாத்திரங்கள் நடமாடும் கதைகள் ஆக்குவதால் விளையும் பயன் விசுவாமித்திர-சிருஷ்டிதானே?

போலிக் கலை

தழுவி எழுதுவதின் மூல நோக்கம் பிற நாட்டு இலக்கியங்களின் அழகை எடுத்துக் காண்பிப்பதுதான் என்றால், அது வெறும் கஜனி வேலைதான். திறமைசாலி ஒருவன் அப்படியே தமிழ் சம்பிர தாயங்கள் நிறைந்த ஒரு புஸ்தகமாக ஒரு விதேசி நூலைக் கொண்டு வந்துவிட்டால் அவனைப் போற்ற வேண்டாமா என்கிறார். நிஜமான கதர்தானோ என்று சாதாரண மனிதனை மருளவைக்கும்படி இருக்கிறது போலிக் கதர். அந்த மாதிரி தயாரித்துவிட்டதற்காக ஒருவனைப் போற்றுகிறோமா? அனுபவம் உள்ளவனுக்குப் போலி எது, சுத்தம் எது என்று தெரிந்துவிடவில்லையா? என்னதான் தமிழன் வேஷம் போட வைத்தாலும் அந்தத் திறமை, போலிக் கலைதான். நமது இலக்கியத்தை ஓர் தவறான 'ருசிப்பிச'கான பாதையில் செலுத்துகிறது இந்தப் போலிக் கலை. இதைத் தடுப்பதுதான் என் நோக்கம்.

'காற்றாடி'யின் முடிவுரை விசேஷமானது, விசித்திரமானது. யாரோ பிற நாட்டு விஷயங்கள் புகுவதைத் தடுக்க முயற்சித்து வேலி போடுவதாகக் கற்பனை பண்ணிக்கொள்ளுகிறது.

இலக்கியம் என்பது பாசிபிடித்த குட்டையல்ல. மதம், இலக்கியம், கலை, விஞ்ஞானம் முதலியவைகள் அவ்வப்போது வளர்ந்து கொண்டே இருக்கும் ஜீவப் பொருள்கள். ஜான் ஸ்ட்ராஷி சொல்வது போல் இலக்கியம் என்பது ஓர் மகா சமுத்திரம். மனித வர்க்கத்தின் சிந்தனைகள், ஸ்வப்பனங்கள், மனோபாவங்கள், உருவாவதற்கு ஒரு சாதனம் வேண்டியதுதானே. அதுதான் இலக்கியம். இலக்கியம் மகா விஸ்தாரமான சாகரமென்று சொன்னேன். பல நாடுகளிலும் உள்ள உற்பத்திகளும் தாயிடமான சாகரத்தை வந்தடைகின்றன. இதை நான்கெல்லை கட்டி வேலிபோட முயற்சிப்பது அசட்டுத் தனமான காரியமாகும்.

இது அவ்வளவையும் நான் ஒப்புக்கொள்ளுகிறேன். இந்த சமுத்திர உருவகத்தையே கொஞ்சம் நெருக்கிப் பிடித்துப் பார்ப்போம். உலகமெங்கணும் அதாவது பலவித சீதோஷ்ண விகற்பங்கள் உள்ள பூப்பிரதேசப் பகுதி எல்லாவற்றிலும் பரந்து கிடக்கிறது சமுத்திரம். சீதோஷ்ண விகற்பங்களுக்கேற்ப ஜீவராசித் தன்மைகள் மாறிக் காணப்படும் என்பதை அவர் ஒப்புக்கொள்ளுவார் என்று நினைக் கிறேன். அதாவது பொதுவாக உஷ்ணப் பிரதேச சமுத்திரங்களில் காணப்படும் ஜீவராசிகள் அதற்கு மாறுபட்ட பிரதேசங்களில்

உயிர் வாழாது; காணப்படாது. இருந்தாலும் பொதுப் பிரயோகமான சமுத்திரம் என்ற பதம் குறிக்கும் பகுதியில்தான் அவை வாழுகின்றன: அதற்காக ஆர்ட்டிக் குளிர் பகுதியில் உள்ள மீனும், இந்து மகா சமுத்திரத்தில் காணப்படும் மீனும் ஒன்றுதான் என்றால் விபரீதம் வேறு என்ன? ஆர்ட்டிக் குளிர்ப் பகுதியில் உள்ள மீனைப் பற்றி தெரிந்துகொள்ள வேண்டுமென்றால் அதன் சுற்றுப்புற அமைதிகளோடு வைத்துத்தானே பார்க்க வேண்டும்.

நோக்கம்

சுனையில் உள்ளதும் கிணற்றில் காணப்படுவதும் ஆற்றில் ஓடுவதும் சமுத்திரத்தில் தென்படுவதும் வித்தியாசமாக மேல் பார்வைக்குத் தென்பட்டாலும் தண்ணீர்தான் என்பதை யார் மறுப்பார்கள்? இவ்வளவு பேதத்திலும் ஐக்கியத்தைக் காண்பதுதானே தெளிவு. ஜெர்மனியன் ஆனாலும் புஷ்டு அல்லது நீக்ரோ ஜாதியன் ஆனாலும் அவனும் மனிதன்தான் என்று மனதை விசாலப்படுத்துவதுதானே பிற இலக்கியங்களை ஆராய்வதின் நோக்கம்.

என்னிடம் இருப்பது 'தமிழன் - தமிழச்சி' அளவுகோல்தான்; நீ எவனானாலும் சரி, இந்த வேஷம் கட்டிவந்தால்தான் உன்னோடு அளவளாவ முயலுவேன் என்று முரண்டிக்கொண்டிருப்பது 'இலக்கியத்திற்கு நான்கெல்லை கட்டி வேலி போட முயற்சிக்கும் அசட்டுத் தனமான காரியமா' அல்லது பிறநாட்டு இலக்கியத்தை அதன் சுற்றுப்புற அமைதிகளோடு எடுத்துக்காட்ட முயற்சிப்பது அசட்டுத் தனமா?

தினமணி, 8.12.1937

சினிமா உலகம்

சலனப் படங்களின் காட்சிகள் அபிவிருத்தியடைந்துள்ள இந்நாட்களில் அதைப் பற்றி அதிக முகவுரை எதுவும் வேண்டியதில்லையென்று நினைக்கிறேன். 'சினிமா' என்ற ஆங்கில பதம் இக்காலத்தில் தமிழ்நாடு முழுவதும் மிகவும் சாதாரண வழக்கில் வந்துவிட்டதனாலேயே 'சினிமா உலகம்' என இக்கட்டுரையை ஆரம்பித்திருக்கிறேன். சிலகாலத்துக்கு முன்னர் 'பயஸ்கோப்' என வழங்கிய சலனப் படக்காட்சி பேசும் படமாக விருத்தியடைந்தபின் 'சினிமா'வெனப் பெயர் பெற்றது.

நாம் ஒரு கதையைப் புத்தகத்தில் படிக்கும்போது அதன் தத்துவங்களை அனுபவிக்கின்றோம். அதே கதையை நாடக மேடையிற் காணும்போது இன்னும் அதிகமாக அனுபவிக்கின்றோம். ஆனால் மின்சார அபிவிருத்தியடைந்த இக்காலத்தில் நாடக மேடையின் செல்வாக்குக் குறைந்துவிட்டது. சகல புராணக் கதைகளும் மற்றைய நாடகங்களும் படக்காட்சிகள் மூலம் நடிக்கப்பட்டு உலகிலுள்ளோர் அனுபவிக்கத் தக்கனவாய் வந்துவிட்டன.

நாம் எமது முன்னோரினது வாழ்க்கை முறைகளையும் புராதன சிற்பங்களையும், பண்டைக்கால வாழ்க்கையின் அடிப்படையான தத்துவங்களையும், அரும்பெரும் நீதிகள் கொண்ட சீரிய கதைகளையும் படக்காட்சிகளின் மூலம் இலகுவிற் தெரிந்துகொள்ளுகின்றோம். பொருட் செலவுசெய்து அயற் தேசங்களுக்குச் சென்று அங்குள்ள சிறந்த நகரங்களையும், வனப்பமைந்த கட்டிடங்களையும், சிற்ப வேலைகளினழகையும், உலகத்தின் பல பாகங்களில் வசிக்கும் விதம்விதமான பறவைகள், விலங்கினங்கள், பனிப்பிரதேசங்கள், வனாந்தரங்கள் முதலிய அற்புத காட்சிகளெல்லாவற்றையும் கண்டு களிப்பதற்குச் சினிமா சிறந்த உபகரணமாக உதவுகின்றது.

மேல்நாட்டினர் இச்சினிமாக் கலையின் மேன்மையையுணர்ந்து அதன்மூலம் மனித சமூகத்தின் முன்னேற்றத்துக்குரிய சில உயரிய படங்களைத் தயாரித்து வருகின்றனர். படத்தொழில் மிகவும் அபிவிருத்தியடைந்த தேசம் அமெரிக்காவாகும். அமெரிக்காவில் ஹொலி

வூட் என்ற பகுதி படக்காட்சிகளமைப்பதற்கென்றே உண்டாகிய பிரதேசமென்னலாம். பிரபல சினிமா நடிகர் நடிகைகளெல்லாம் ஹொலிவூட்டிலேயே வாசஞ் செய்கின்றனர். இங்கிலாந்தும் படத் தொழிலில் அமெரிக்காவிற்குப் பிந்தியதல்ல. ஆனால் கண்ட வாழ்க்கை முறைகளையெல்லாம் அமெரிக்கரைப் போல் மனம்போன போக்கில் படம் பிடிக்காமல் சீரிய வாழ்க்கையையே அடிப்படை யாகக் கொண்டு இங்கிலீஷ்காரர் சினிமாவை விருத்திசெய்து வரு கின்றனர். ஜேர்மனி, இத்தாலி, ரூஷியா முதலிய நாடுகளில் அரசியல் பிரசாரத்துக்குச் சினிமா உபயோகப் படுத்தப்படுகின்றது.

இந்தியாவிலும் வட இந்தியர் சினிமாக் கலையில் மிகவும் சிரத்தையெடுத்து அதைச் சிறிது காலவெல்லையிலேயே நல்ல முறையிற் கொண்டுவந்துவிட்டனர். ஹிந்தி பேசும் படங்கள் இப்போது அமெரிக்க படங்களின் ஸ்தானத்துக்கு வந்துவிட்டன. நடிப்பும், சங்கீதமும், கதையின் இலக்ஷணமுமே இதற்குக் காரண மாகும். இன்னும் ஹொலிவூட்டிலிருந்து வரும் பிரபல பட முதலாளி களும் சினிமா நிபுணர்களும் ஹிந்தி பேசும் படங்களின் கதைப் போக்கைப் புகழ்ந்து பேசியிருக்கின்றனர். வருடத்திலொருமுறை வியன்னா நகரில் உலகின் பல பாகங்களிலிருந்து வெளியாகும் படக்காட்சிச் சுருளைகள் காட்சிக்கு வைக்கப்படும். அந்தப் பந்தயக் காட்சியில் அநேகமாக அமெரிக்க, இங்கிலீஷ் படங்களே வெற்றி பெறும். இருந்தும் ஹிந்தி பேசும் படங்களும் பரிசு பெற உரிமையுள்ள னவாக இப்பொழுது இரண்டு வருட காலமாகத் தேர்ந்தெடுக்கப் படுவது ஹிந்திப் படங்களின் அபிவிருத்தியைப் பற்றிப் பேசுகின்றது. இங்ஙனம் பரிசு பெற்ற படங்கள் மகாத்மா துக்காராம் முதலியன. பிரபல படத் தொழிலாளர்களாகிய பிரபாத் கம்பெனியாரே மேற்படி படங்களைத் தயாரித்தவர்கள்.

இன்னும் வட இந்திய நடிகர் நடிகைகள் மிகவும் தேர்ச்சிபெற்றவர் களென்பதற்கையமில்லை. தேவிகா ராணி, சபிதாதேவி, உமாதேவி, ஷாந்தா ஆப்தே முதலிய பெண் நடிகைகளும், சைகால், சன்யால், அசோககுமார் முதலிய ஆண் நடிகர்களும் மிகவும் பிரபலமடைந்தவர் களாகும்.

இனி நம் தமிழ்நாட்டிலும் சினிமா வரவர மேம்பட்ட நிலையை யேயடைந்துவருகின்றதென்பது எமக்கு உற்சாகத்தையளிக்கின்றது.

ஆரம்பத்தில் வள்ளி திருமணம், சாவித்திரி சத்தியவான், அல்லி அர்ச்சுனா முதலிய புராண சம்பந்தமான நாடக மேடையில் யுகக் கணக்காக நடிக்கப்பெற்ற படங்களையே தயார்செய்து வந்தனர். இவை, பேசும் படங்கள் தமிழில் முதல்முதல் வந்த காலத்தில் நல்ல செல்வாக்கைப் பெற்றேயிருந்தன. ஆனால் ஆங்கிலம், ஹிந்தி பேசும் படங்களின் முன்மாதிரி, தமிழ்ப் படங்களிலும் சமூக சம்பந்தமான கதைகளை நடிக்கவேண்டிய சந்தர்ப்பத்தையளித்தது. இதன் காரணமாக நவயுவன், இரு சகோதரர்கள், சதி லீலாவதி முதலிய படங்கள் வெளிவந்தன. எனினும் ஆங்கிலம், ஹிந்திப்

கட்டுரைகள் ♦ 177

படங்களின் நிலைக்கு வர முடியவில்லை. இதன் காரணம் பழைய நாடக மேடையிலேயே பழகி அதே தொழிலாகக்கொண்ட நடிகர் நடிகைகளைக் கொண்டு சமூகப் படங்களைத் தயாரித்தமையே. பண்டை நாடக மேடைக்கும் தற்காலச் சினிமா மேடைக்கும் எவ்வளவோ வித்தியாசமுண்டு. சினிமாவில் அனுமானித்துக் கொள்ளும் சந்தர்ப்பம் ஏற்படுத்தாதிருத்தல் வேண்டும். உதாரணமாக அரிச்சந்திர புராணம் மயான காண்டம் காட்டப்படுகிறதென்று வைத்துக்கொள்வோம். நாடக மேடையிலானால் அக்கினிச் சுவாலை, குறங்கொள்ளி முதலிய பொருள்கள் அப்படியே காட்டப்படுதல் சுலபமானதல்ல. சினிமாவில் தத்ரூபமாகக் காட்டுதல் முடியும். இனி நினைத்தல், இரங்கல் முதலிய குறிப்புக்கள் முகபாவத்தினா லேயே காட்டப்படுதல் வேண்டும். பழைய நாடக மேடை மாதிரி யெங்ஙனமெனில் ஒருவர் யோசிக்கும்போது என்ன யோசிக்கிறா ரென்பதைச் சபையோர்க்காக வாய்விட்டுச் சொல்லுவார். ஆனால் அக்காலம் போய்விட்டது. இப்போது சினிமாவில் நடிக்க வரும் நாடக மேடை நடிகர்கள் இதேவிதமாகப் பழைய கொள்கைகளை யனுட்டிப்பதால் படக்காட்சிகள் சில சோபிப்பதில்லை.

நந்தனார் படம் வெளிவந்தது. அழகிய காட்சிகளும் காதுக்கினிய சங்கீதமும் அமைந்திருந்தனதான். பாரிய பொருளைச் செலவு செய்து படத்தைத் தயாரித்தனர். எனினும் நந்தன் படம் சிறப்புப் பெறவில்லை. காரணமென்னவெனில் பெண்பாலாகிய சுந்தராம்பாள் ஆண் வேஷம் தரித்ததினாலேயே. நாடக மேடையிலெனின் வேஷக் கலை, சங்கீதம் முதலியவற்றையே குறிப்பாய்க் கவனிப்போமாதலால் அனுபவிக்க முடிகிறது. ஆனால் சினிமாவில் உள்ளபடி நந்தன் கதை நடப்பதாகவே காட்டப்படல் வேண்டும். எவ்வளவு இயன்ற வரையும் சுந்தராம்பாளை நந்தனாக அனுமானித்துப் பார்த்தும், அவர் நந்தன்தான் என்று மனதில் படம்போட முடியவில்லை. இங்ஙனமாயின் சுந்தராம்பாளை நினைத்துக்கொண்டிருப்போமேயல் லாது நந்தன் கதையை அவதானிக்க முடியாதிருக்க, படம் நல்லதாகப் பெயர் பெற முடியாது.

இதுவரை வெளிவந்துள்ள சுமார் எண்பது தமிழ்ப் படங்களில் மிகவும் முதன்மையானதெனக் கருதப்பட்டது சிந்தாமணியாகும். கதைப்போக்கு, நடிப்புத் திறமை, சங்கீதம், சம்பாஷணை, படப்பதிவு, ஒலிப்பதிவு யாவும் இப்படத்தில் சிறந்த அம்சங்களாகும். இதற்குக் காரண பூதராயுள்ள திருவாளர் Y.V. றாவோ என்பவரே படத்தில் மனோகரனாக நடித்திருக்கிறார். இவரது சாதாரண கஷ்டமற்ற, நடிப்பின் திறமை படக்காட்சி பார்க்கச் செல்வோர் யாவர் மனதை யும் வசீகரித்து விட்டதென்று சொல்லலாம். தமிழ் சினிமாக் கொட்ட கைகளில் இதுவரையில் கூடிய நாட்கள் காண்பிக்கப்பட்ட படம் சிந்தாமணியேயாகும். படத்தின் கதாநாயகியாக வரும் ஸ்ரீமதி அசுவத்தம்மா பெங்களூர்வாசி. கன்னட பாஷைக்காரி. ஆனால் சிந்தாமணியாக நடிக்கும்போது அவர் பேசிய மழலைத் தமிழ்

தமிழர் யாவராலும் விரும்பி அனுபவிக்கப்பட்டது. பில்வமங்களாக நடித்த தியாகராஜ பாகவதரும் பழைய நாடக மேடை நடிகர்தான். ஆனால் புதுமைவிரும்பி. இவரொருவரே சமூகப் படத்தில் தன் திறமையைக் காட்டியிருக்கிறார். சாரீர இனிமையும், நடிப்புத் தன்மையும் இவரிடமுண்டு.

தமிழ்ப் படங்களில் ஒரு குறை யென்னவெனின் பொருந்தாத விடத்தில் ஹாஸ்யக் காட்சிகளைக் கொண்டுவந்து செலுத்துவது. பழைய புராணக் கதைகளில் குறவன் குறத்தியின் காட்சியையுங் கொண்டுவந்து செலுத்துவது ஒரு சம்பிரதாயம். இந்த வழக்கம் சமூகக் கதைகளிலும் புகுந்துகொண்டது. சிந்தாமணியில் வரும் ஆழ்வார் செட்டியின் ஹாஸ்யம் மிக உயர்தரமானது. ஆங்கிலப் படங்களைத் தழுவியது. ஒரு பிரபல ஹொலிவூட் படக்காரர் ஒரு நாள் கொழும்பில் சிந்தாமணியைப் பார்த்துவிட்டு ஆழ்வார் செட்டியைப் புகழ்ந்து பேசினாராம். அம்பிகாபதியில் வரும் ஹாஸ்யக் காட்சி மிகவும் பொருத்தமற்றது. இங்ஙனம் ஹாஸ்யக் காட்சிகளை மற்றெல்லாப் படங்களிலும் புகுத்திவைத்தால் கீழ்த்தர சமூகத்தின் வசூல் பெறலாமென்பது படமுதலாளிகளினெண்ணம். இது மிகவும் பிழையான அபிப்பிராயம். எப்பொழுதும் மேன்மையானவைகளைப் பொறுக்கி எடுத்துக் காட்டினால் சினிமாக் கலை உயர்ச்சியடையும். இது விஷயத்தில் வட இந்தியாவையும் மேனாடுகளையும் நோக்க வேண்டும்.

இப்போது தமிழ்ப் படங்களில் பல குடும்பப் பெண்கள் கலந்து நடித்து வருகின்றனர். நாட்டியக் கலை, நாடகக் கலை ஒரு தனிப்பட்ட சமூகத்தினரிடமிருந்து வந்தது. குடும்பப் பெண்களும் ஆண்களும் நடிக்கப் புறப்பட்டதால் சகல மக்களும் இந்நுண்கலைகளை யனுப விக்க ஏற்றதாயிருக்கின்றது.

இலங்கையிலிருந்தும் திருமதி தவமணிதேவி, சதி அகல்யா என்ற படத்தில் தோற்றியிருந்தார். இதுவே இவரின் முதல் தடவையாதலால் அவ்வளவு சிறந்ததாகச் சொல்லவியலாது. இப்பெண்மணி இன்னு மொரு படத்தில் தோற்றுவதற்காக இந்தியாவுக்குப் போவதாகக் கேள்வி. இப்படத்தில் வெற்றி பெறுவாரென்பது திண்ணம்.

இலங்கையின் இயற்கை வனப்பும் சீதோஷ்ண நிலையும் படக் காட்சித் தொழிலுக்கு மிகவும் ஏற்றதெனப் பலர் கூறக் கேட்டிருக்கின் றோம். எத்தனையோ அமெரிக்கரும் ஆங்கிலேயரும் சில்லறை சில்லறையான படங்களைப் பிடித்துச் சென்றிருக்கின்றனர். இப் பொழுது திருவாங்கூரிலிருந்து வந்திருக்கும் ஒருவர் சிங்களப் படமொன்று தயாரிக்க ஏற்பாடுகள் செய்து வருகின்றாரெனக் கேள்வி.

ஈழகேசரி, ஆண்டு மடல், ஏப்ரல் 1938

என் கதைகளும் நானும்

'**தன்** பலம் தனக்குத் தெரியாது' என்பது வெகுஜன வாக்கு; அதே மாதிரி தன் பலவீனமும், விசித்திர பேதங்களும் பிறர் கண்ணுக்குத் தெரிவதுபோலத் தனக்குத் தெரியாதென்பதையும் வெகுஜன வாக்காகக் கொள்ள வேண்டும். ஏனென்றால், முந்திய வசனத்தின் உட்கிடை பிந்திய வியாக்கியானம். நல்லதும் சோடையு மாகச் சுமார் இருநூறு கதைகள் எழுதிவிட்டு, அப்புறம் அவற்றின் தரா தரத்தைப் பற்றிக் கவனிப்பது எழுதினவருக்கு ஒரு ரசமான பொழுதுபோக்கு. என்னுடைய கதைகளைப் பொறுத்தவரை அமித மான பாராட்டும் பரவசமும் ஒரு சார்; மற்றொருபுறம் பலத்த மனப்பூர்வமான கண்டனம். இந்த இரண்டும் என்னுடைய கதைகள் பெற்றுள்ள கவர்ச்சிகள். ஒரு பரம ரசிகர் என்னுடைய கதைப் புஸ்தகத்தைக் கண்டவுடன், 'இந்த மனிதன் எப்பொழுது கதை எழுதுகிறதை நிறுத்திக்கொள்ளுவான்?' என்று ஆவலுடன் கேட்டார். அந்தப் பரமரசிகருக்குத்தான் என்னுடைய அடுத்த புஸ்தகத்தை – அவருடைய கொய்னா மாத்திரையை – ஸமர்ப்பிக்கப் போகிறேன். மற்றொரு கலைநுணுக்கவாதி, 'இவர் என்ன சூனா மானாவா?' என்று கேட்டார். என் கட்சி பேச ஆசைப்பட்ட ஒருவர் 'அவரும் நம்மைப் போல ஒரு மனிதர்தான்' என்று தெளிவுபடுத்திக் கொடுத் தார். இதே மாதிரிதான் பரவசமும் பாராட்டுதலும். அவையும் தன்னை மறந்த 'சாமியாட்ட'மாக இருக்கிறது.

என் கதைகளில் உள்ள கவர்ச்சிக்கு ஓரளவு காரணம் நான் புனைந்துகொண்ட புனைபெயராகும். அது அமெரிக்க விளம்பரத் தன்மை வாய்ந்திருக்கிறது என்பதை இப்போது அறிகிறேன். பிறகு நான் எடுத்தாளும் விவகாரங்கள் : பலர் வெறுப்பது; சிலர் விரும்புவது. நிற்கட்டும்.

என்னுடைய கதைகளை நான் எப்படி எழுதுகிறேன்? மற்ற எல்லோரையும் போலத்தான் பேனாவும் பென்சிலும் உபயோகித்து எழுதுகிறேன். வாரத்துக்கு ஐந்து ஆறு கதைகளிலிருந்து வருஷத்துக்கு ஒன்று என்ற திருமூலர் அந்தஸ்தை எட்டியிருக்கிறேன். பரிணாமவாத நியதிப்படி வளர்ச்சிதான். ஆனால் என் கதை இனிமேலும் இந்த

புதுமைப்பித்தன்

நியதிப்படியே பிறக்க ஆரம்பித்தால் பொருளாதார வகையில் எனக்கு நஷ்டக் கணக்குத்தான்.

என் கதைகளில் எது நல்ல கதை? எனக்குத் தெரியவில்லை. ஒவ்வொன்றும் நல்ல கதையாகத்தான் இருக்கிறது. இப்பொழுது படித்துப் பார்க்கும்போதும் எனக்கு வாசிக்கப் பரமசுகமாக இருக் கிறது. எல்லோரும் 'சில்பியின் நரகம்' நல்ல கதை என்கிறார்கள். அது 'மணிக்கொடி' நடக்கும்போது அந்தக் காரியாலயத்தில் சாயங் காலம் சிக்கிக்கொண்டு, விளாசிக் கிறுக்கிவிட்டு, வீட்டுக்குத் தப்பிவந்த கதை. சிலர் 'நினைவுப் பாதை' நல்ல கதை என்று சொன்னார்கள். 'தினமணி' வருஷ மலரில்தான் அந்தக் கதை முதல்முதலில் வெளியா யிற்று. அப்போது வருஷ மலரைப் பதிப்பிக்கும் பொறுப்பு என்வசம் அளிக்கப்பட்டிருந்தது. ஒரு நாள் ராத்திரி எட்டுப் பக்கங்களுக்கு என்று விஷயங்களை எடுத்துக்கொடுத்துவிட்டுப் 'புரூப்' வரும் என்று எதிர்பார்த்துக் கொண்டிருந்தேன். ராத்திரி பதினொரு மணி இருக்கும். அப்பொழுது அச்சு இலாகா 'போர்மன்' என்னிடம் வந்து, 'ஸார், இரண்டு பக்கங்களுக்கு விஷயம் தேவை' என்றார். படம் செய்து கொடுப்பவர் குறித்த காலத்தில் 'பிளாக்கு'களை அனுப்பாததனால் அந்தச் சங்கடம். அந்தப் பக்கங்களில் வரவேண் டிய கட்டுரைகளை மாற்றிவிட்டு, வேறு கட்டுரைகளைக் கொடுத் தேன். அது இரண்டு பக்கங்களில் வந்து உதைத்துக்கொண்டது. வேறு ஏதோ கதை ஒன்று எழுதி அதற்காகச் செய்துவைத்த பிளாக்குகளை உபயோகித்து, இரண்டு பக்கங்களுக்கு என்று ஒரு கதை எழுதிப் பக்கத்தை நிரப்பினேன். நிரப்பினேன் என்று சொல்லு வது பிசகு; 'ரொப்பினேன்' என்று கிராம்யமாகச் சொன்னால்தான் பொருந்தும்.

நான் தினசரிப் பத்திரிகைக்கு வருமுன் ஒரு வாரப்பத்திரிகையில் போய் உதவி ஆசிரியனாக அமர்ந்திருந்தேன். இந்த ஆசிரியர் வீணாகப் பொருள் விரயம் செய்பவரல்ல; ஒரு நாள் என்னிடம் வந்து ஒரு பிளாக்கைக் கொடுத்து, 'இந்தப் படத்துக்காக வைத்திருந்த கதை கைதவறிவிட்டது. நீங்கள் இதற்குப் பொருந்துவது போல ஒரு கதை எழுதுங்கள்' என்றார். உருவப்படத்தை எழுதி வைத்துக் கொண்டு, அந்த முகஜாடை உள்ளவர் ஒருவரைத் தேடி அதை அவரிடம் விற்பதுபோல, நானும் ஒரு கதை எழுதிக் கொடுத்தேன். அதுதான் 'கோபாலபுரம்'. இன்றும் அதை வாசிக்கும்போது எனக்கு நன்றாக இருப்பதுபோலத்தான் தெரிகிறது.

இந்தக் கதை எழுதுகிறதிலேயே வேடிக்கையான அனுபவம் எனக்குத்தான் ஏற்பட்டிருக்கிறது என்று சொல்லவேண்டும். கதை தருவதாக வாக்குக் கொடுத்துவிட்டு, கடைசி நிமிஷம்வரை போக்குக் காட்டி, சாத்தியமானால் அந்தக் குறிப்பிட்ட இதழுக்குத் தப்பிவிடு வதில் நான் கைதேர்ந்த நிபுணன். இது என்னுடைய நண்பர்களான பத்திரிகை நிர்வாகிகளுக்கு நன்றாகத் தெரியும். *Stay-in-strike* போல, பக்கத்தில் ஆளை உட்கார்த்தி வாங்கிக்கொண்டு போய்விடுவார்கள்.

கோபாலபுரம்
(சோ. வி.)

ஊழியன், 25.1.1935

ஒரு வாரப்பத்திரிகையில்... உதவி ஆசிரியனாக அமர்ந் திருந்தேன். இந்த ஆசிரியர் வீணாகப் பொருள் விரயம் செய்பவரல்ல; ஒரு நாள் என்னிடம் வந்து ஒரு பிளாக்கைக் கொடுத்து, 'இந்தப் படத்துக்காக வைத்திருந்த கதை கை தவறிவிட்டது. நீங்கள் இதற்குப் பொருந்துவது போல ஒரு கதை எழுதுங்கள்' என்றார்.... நானும் ஒரு கதை எழுதிக் கொடுத்தேன். அதுதான் 'கோபாலபுரம்'.

இது வழக்கப்படி அவர்கள் அனுஷ்டிக்கும் முறை. ஒரு முறை, 'அடுத்த இதழுக்கு என்ன கதை?' என்று கேட்டார்கள். 'சரி, தருகிறேன்' என்றேன். ஒரு நாள் திடீரென்று வந்து 'அடுத்த இதழுக்கு முன்விளம் பரம் கொடுக்கப்போகிறேன். கதையைக் கொடுங்கள்' என்று கெடுபிடி செய்துவிட்டார்கள். 'ரொம்ப நீளமான கதை; பாதிதான் எழுதியிருக் கிறேன்; பூர்த்திசெய்து கொடுக்கிறேன்' என்று சொன்னேன். அப் பொழுது, 'கதையின் பெயரையாவது சொல்லுங்கள்' என்றார்கள்.

அப்பொழுது மத்திய அசெம்பிளித் தேர்தல் போலிருக்கிறது. காங்கிரஸ் போட்டியிடும் காலம். ஸ்ரீ சங்கு சுப்பிரமணியன் 'தின மணி'யில் எங்களுடன் சக ஆசிரியராகத் தந்தி மொழிபெயர்த்துக் கொண்டிருந்தார். அவர் தேர்தல் பாட்டு ஒன்று எழுதி அன்றைத் 'தினமணி'யில் பிரசுரமாகி இருந்தது. 'நாட்டினுக்கு நலம் கெடுக்கும் நாசகாரக் கும்பல்' என்பது அந்தப் பாட்டில் ஒரு வரி. 'நாசகாரக் கும்பல்' என்ற வார்த்தைச் சேர்க்கை எனக்குப் பிடித்திருந்தது. அடிக்கடி என் வாய் அதை அலப்பிக்கொண்டிருந்தது. கதையின் பெயர் கேட்ட நண்பர்களிடம், 'நாசகாரக் கும்பல்' என்று சொல்லி விட்டேன். நான் சொல்லப்போகும் அந்த நாசகாரக் கும்பல் யார் என்பது எனக்குச் சற்றும் தெரியாது. முப்பத்து முக்கோடி தேவர்களா அல்லது அதற்கும் சிறிது எண்ணிக்கை குறைவான சிறு தேவதைகளா அல்லது 1935ஆம் வருஷ இந்திய சர்க்கார் சட்டப்படி நடக்கும் பிரிட்டிஷ் ஆளுகைக்கு உட்பட்டவர்களா என்பது எனக்குத் தெரியாது. ஏதோ சொல்லிவிட்டேன். பிறகு என் வழக்கப்படி விவகாரத்தை அடியோடு மறந்துவிட்டேன். பத்திரிகைக்குக் கதை கொடுக்க வேண்டிய நாள் நெருங்க நெருங்க, மனசு 'கெதக், கெதக்' என்று அடித்துக்கொள்ள ஆரம்பித்தது. வாக்குறுதியை நிறைவேற்றாத கடைசிக் கெடுவும் வந்தது. நண்பர்கள் வந்து உட்கார்ந்துவிட்டார்கள். நானும் பேனாவை எடுத்துக்கொண்டு ஓட்டினேன். எழுத்து பக்கம் பக்கமாகக் குவிந்துகொண்டு செல்லு கிறது; வசமான பிடிப்பு கைக்குள் சிக்கவில்லை. அவர்களும் பொறுத்துப் பொறுத்துப் பார்த்துவிட்டு, 'மீதியை நாளைக்கு முடித்து அனுப்புங்கள்' என்று கைவசமிருந்த கடுதாசிகளையும் எடுத்துக் கொண்டு போய்விட்டார்கள். அந்தச் சமயம் தப்பித்துக்கொண்டோம் என்ற பிரக்ஞை இருந்ததே ஒழிய, கதை எப்படி முடியுமோ என்ற பிரக்ஞை சற்றும் இல்லை. மறுநாள் எப்படியோ அதை முடித்துக் கொடுத்தேன். கதையும் வெளிவந்தது.

அச்சுப்பிழை பார்க்கிறவர்களை ஒதுக்கிவிட்டால் என் கதையின் முதல் வாசகன் நான்தான். அவ்வளவு ரசித்துப் படிப்பேன். வேகமாக எழுதிக்கொண்டு போவதனால், எழுதியதில் அங்கொன்றும் இங் கொன்றும்தான் என் ஞாபகத்தில் இருக்கும். கோவையாக எழுத்து ரூபத்தில் என் கதைகளை நான் அச்சில்தான் பார்த்துவருகிறேன். அந்தப்படிப் படித்துவரும்போது முதலில் 'இலங்கையிலிருந்து திரும் பிய மருத்துவனாருக்கு மனைவி காலமாகிவிட்டார்' என்று இரண்

டாம் பக்கத்தில் எழுதிவிட்டு, முடிப்பதற்கு முன் பக்கத்தில், 'அடி பட்ட மருத்துவனார் தம் மனைவியின் கைத்தாங்கலில் தள்ளாடி வந்த'தாக எழுதியிருந்தேன்! இந்த மாதிரி மாண்டவர் மீண்ட விந்தை, துப்பறியும் திறமை காட்டாத இந்தக் கதையில் வந்திருப் பதைப் பத்திரிகை ஆசிரியருக்கு நாசூக்காக அறிவித்தேன். நான் எடுத்துக்காட்டிய பிறகுதான் அவர் கண்ணுக்கும் அது தென்பட்டது. பிறகு இனிமேல் செத்தவர்களை இந்த ரீதியில் உயிர்ப்பிப்பதில்லை என நானும் அந்த ஆசிரியரும் சேர்ந்து வாசகர்களுக்கு உத்திரவாதம் அளித்தோம் என்று வையுங்கள். அந்தக் கதையைச் சமீபத்தில் ஒரு முறை படிக்க நேர்ந்தது. நன்றாகத்தான் இருக்கிறது.

நான் கதை எழுதுகிற சீர்சிறப்பு எல்லாம் இந்த மாதிரிதான் என்று வைத்துக்கொள்ள வேண்டாம். அதாவது நான் எழுதவேண்டி யதுதான் பாக்கி; அது நேராகப் பத்திரிகையின் பக்கங்களில் போய் உட்கார்ந்துகொள்வது நிச்சயம் என்று கருத வேண்டாம். அப்படி ஒன்றும் இல்லை. ஒரு காலத்தில் என் கதைகளைப் போல் பத்திரிகைகளில் நுழைய அனுமதி மறுக்கப்பட்டவை வேறு இருக்கவே முடியாது. நான் இப்பொழுது பிரசுரித்துள்ளவற்றின் அளவுக்கு ஏறக்குறையச் சமமான எண்ணிக்கையுள்ள கதைகள், அவை எழுதப்பட்ட காலத்திலிருந்த பத்திரிகைக் காரியாலயங்கள் எல்லாவற்றையும் க்ஷேத்திர தரிசனம் செய்துவிட்டுத் திரும்பியவை யாகும். தவிரவும், பிரசுரிக்கும் நோக்கமே இல்லாமல் நான் எழுதிக் கிழித்துப்போட்ட கதைகள் எத்தனையோ! எழுத்துக்குக் கைப்பழக்கம் மிகவும் அவசியம். முடுக்கிவிட்ட யந்திரம் மாதிரி தானே ஓர் இடத்தில் வந்து நிற்கும். இது என் அனுபவம். இதுவரை நான் கையாண்டுவரும் இந்த முறை பிசகியதே இல்லை. என் கதைகளிலே ஏற்றத்தாழ்வு உண்டு. அவற்றிற்குக் காரணம் வார்ப்புப் பிசகு அல்ல; அதை எழுதத் தூண்டிய மன அவசத்தின் உத்வேகத்தைப் பொறுத்தது கதையின் கவர்ச்சியில் காணும் ஏற்றத்தாழ்வு.

நான் கதை எழுதுவதற்காக நிஷ்டையில் உட்கார்ந்து யோசித்து எழுதும் வழக்கம் இல்லை. இதை நான் ஸ்பஷ்டமாகச் சொல்ல வேண்டியதில்லை. நான் முன் விசாரித்த உதாரணங்களே போதும். என் கதைகளில் நூற்றுக்குத் தொண்ணூறு எடுத்த எடுப்பில் எழுதியும், வெற்றி காணுவதற்குக் காரணம் என் நெஞ்சில் எழுதாக் கதைகளாகப் பல எப்பொழுதும் கிடந்துகொண்டே இருக்கும். அந்தக் கிடங்கிலி ருந்து நான் எப்பொழுதும் எடுத்துக்கொள்ளுவேன்; கதை எழுதும் சிலர் இவற்றை விவரப்பட்டியல் எழுதி ஒரு மூலையில் போட்டு வைப்பார்கள்; நான் அப்படியல்ல. ஞாபகமறதிக்கு அரிய வசதி அளிப்பேன்; அதையும் தப்பி வந்ததவைதாம் 'புதுமைப்பித்தன் கதைகள்' என்ற கோவையும் பிறவும். ஆனால் ஒன்று: எழுத்து ரூபத்தில் அமையும்வரை மனசில் உறுத்திக்கொண்டு கிடக்கும் நிலையில் இந்தக் கதைகள் யாவும் இவற்றைவிடச் சிறந்த ரூபத்தில் இருந்தன என்பது என் நம்பிக்கை. எழுதி முடித்த பிறகு அவை

சற்று ஏமாற்றத்தையே அளித்துவந்திருக்கின்றன. ஆனால் ஏமாற்றம் வெகு நேரம் நீடிப்பதில்லை.

என் கதைகளில் எதையாவது ஒன்றைக் குறிப்பிட்டு அது பிறந்த விதத்தைச் சொல்லுவதென்றால் ரிஷிமூலம் நதிமூலம் காணுகிற மாதிரிதான். சில ஆபாச வேட்கையில் பிறந்திருக்கலாம்; சில குரோத புத்தியின் விளைவாகப் பிறந்திருக்கலாம்; வேறு சில அவை சுமக்கும் பொருளுக்குச் சற்றும் சம்பந்தமே இல்லாத ஒரு காரியம் கைகூடாதபோது எழுதப்பட்டிருக்கலாம். இதனால், சுயமாகக் கற்பனை பண்ணிக்கொண்டிருக்கிறவனுக்கு இன்னதுதான் இந்தக் கதையைத் தூண்டியது என்று சொல்லுவது எளிதல்ல. கேட்டால், "என்னமோ தோணித்து, எழுதினேன்" என்றுதான் சொல்லவேண்டியிருக்கும்.

என் கதைகளின் தராதரத்தைப் பற்றி 'எரிந்த கட்சி, எரியாத கட்சி' ஆடுகிறார்கள். அதற்குக் காரணம், பலர் இலக்கியத்தில் இன்னதுதான் சொல்ல வேண்டும், இன்னது சொல்லக் கூடாது என ஒரு தத்துவம் இருப்பதாகவும், அதை ஆதரித்துப் பேசுவதாகவும் மனப்பால் குடித்துக்கொண்டிருக்கலாம். உண்மை அதுவல்ல; சுமார் இருநூறு வருஷங்களாக ஒருவிதமான சீலைப்பேன் வாழ்வு நடத்தி விட்டோம். சில விஷயங்களை நேர் நோக்கிப் பார்க்கவும் கூசுகிறோம். அதனால்தான் இப்படிச் சக்கரவட்டமாகச் சுற்றி வளைத்துச் சப்பைக்கட்டு கட்டுகிறோம். குரூரமே அவதாரமான ராவணனையும், ரத்தக் களறியையும், மனக் குரூபங்களையும், விகற்பங்களையும் உண்டாக்க இடமிருக்குமேயானால், ஏழை விபசாரியின் ஜீவனோ பாயத்தை வர்ணிப்பதாலா சமூகத்தின் தெம்பு இற்றுப்போகப் போகிறது? இற்றுப்போனது எப்படிப் பாதுகாத்தாலும் நிற்கப் போகிறதா? மேலும், இலக்கியம் என்பது மன அவசத்தின் எழுச்சி தானே? நாலு திசையிலும் ஸ்டோர் குமாஸ்தா ராமன், ஸினிமா நடிகை சீதம்மாள், பேரம் பேசும் பிரமநாயகம் – இத்யாதி நபர்களை நாள் தவறாமல் பார்த்துக்கொண்டிருந்துவிட்டு, இவர்களது வாழ்வுக்கு இடமளிக்காமல் காதல் கத்திரிக்காய் பண்ணிக்கொண்டிருப்பது போன்ற, அனுபவத்துக்கு நேர் முரணான விவகாரம் வேறு ஒன்றும் இல்லை. நடைமுறை விவகாரங்களைப் பற்றி எழுதுவதில் கௌரவக் குறைச்சல் எதுவும் இல்லை.

நீளமாகத் தலை கத்தரித்துவிட்டுக்கொண்டு, அடையாறு ஜிப்பா போட்டுக்கொண்டு, பங்கியடித்த மாதிரி கண்களை ஏறச்சொருக வைத்துக்கொண்டிருக்கும் படங்கள், அவை போன்ற கதைகள், நாசூக்கான கட்டம்வரை, அதாவது உடை குலையாத கட்டம்வரை எழுதிக்கொண்டிருப்பதே கலையல்ல; அவைகளே, 'அப்புறம்' என்ற நினைப்பைத் தட்டிவிட்டு ஆபாச வேட்கைகளைக் கிளப்புகின்றன. இலக்கியத்தில் கலையம்சம் என்பது ஜீவத் துடிதுடிப்பில்தான் இருக்கிறது. ராமாயணத்தில் விபசாரம் இல்லையா? தற்காலப் புஸ்தகத் தணிக்கை போர்டார், இப்பொழுது எழுதினால் 'ஆபாசம்'

என்ற தலைப்பில் தடை விதிக்கக்கூடிய வேறு விவகாரங்கள் இல்லையா? ஒரு பெரிய மாளிகை மாதிரி ராமாயணம் அகண்டாகாரமாக இருப்பதால் அவை பலர் கண்களுக்குத் தென்படுவதில்லை. கோவில் கோபுரச் சிற்பங்கள் போல என் கதைகள் அப்படிப்பட்டவையென்று நாமகரணம் சூட்டப்பட்டிருப்பதற்காக நான் தாக்குப் பிடித்துப் பேசவில்லை. என்னுடைய கதைகளில் அப்படிப்பட்டவை விலக்கு அல்ல என்று கூறுவது பொருந்தும்; ஏனென்றால் என் கதைகளில் ஒவ்வொன்றும் ஒரு விவகாரத்தைப் பற்றியதாக இருக்கும். ஆனால், என் கதைகளின் பொதுத்தன்மை நம்பிக்கை வரட்சி. 'எதிர்மறையான குணங்கள் இலக்கியத்துக்கு வலுக்கொடுக்குமா?' என்று கேட்கலாம். அது ஏற்பவர்களின் மனப்பக்குவத்தைப் பொறுத்ததேயொழிய எதிர்மறை பாவத்தின் 'விஷ'த் தன்மையைப் பற்றிய தல்ல.

ஒருவர் என்னுடைய புனைபெயரை வைத்துக்கொண்டு என் கதையை விமர்சனம் செய்தார். 'பித்தமும் இடையிடையே புதுமையும் காணப்படும்' என்றார். வாஸ்தவம்தான். 'பித்தா பிறைசூடி பெருமானே' என்ற உருவகத்தில் பொதிந்துள்ள உன்மத்த விகற்பங்களை அவர் குறிப்பிடுகிறார் என்று பொருள் கொண்டு, அவ்வளவும் நமக்கு உண்டு என ஒப்புக்கொள்ளுகிறேன். அவரவர் மனசுக்கு உகந்தரீதியில் இருப்பவைகளே புதுமை எனக் கொள்ளப்படுகின்றன. நான் பொருள் கொடுக்கும் பித்தம்தான் அதில் புதுமை. என் கதைகளின் புதுமை அதுதான்.

கலைமகள், ஆகஸ்ட் 1942

கல்கி பற்றி . . .

(i)

'கல்கி'யின் மட்டரகம்

பிலிம் இறக்குமதி சங்கடத்தை முன்னிட்டு, வினியோக விகிதாசார கட்டுப்பாடு அவசியம் என்று ஏற்பட்டுள்ள நிலையில் சாதாரணமாக சுமார் 12,000 அடி நீளத்துக்குள் படம் எடுத்து வருவதை வழக்கமாகக் கொண்டிருக்கும் ஹிந்தி பட முதலாளிகளுக்கு சர்க்கார் வகுத்துள்ள வரம்பான 11,000 அடிக்குள் படம் எடுப்பது சுளுவு; தென்னிந்தியப் பட முதலாளிகள் எடுக்கும் படத்தின் சராசரி நீளம் 18,000 அடியாக இருக்கும்பொழுது திடுதிடுவென்று 11,000 அடிக்குள் பட உற்பத்தியை வரம்புபடுத்திக்கொள்ளுவது கஷ்டமான காரியம்; 14,000 என்று வரம்புபடுத்துவது நலம் என்று நம் நாட்டு பட முதலாளிகள் தொழில் சங்கடங்களை விளக்கும்போது சொல்லுகிறார்கள். இது, 'கல்கி' பத்திரிகையின் 'கல்கி' ஆசிரியருக்கோ, அல்லது 'கல்கி' ஆசிரியரின் 'கல்கி' பத்திரிகைக்கோ புரியவில்லை. அவர் வழக்கம் போல் கலை, கதை, கவிதை, இசை, இலக்கியம் முதலிய விவகாரங்களில் காலை விட்டுக்கொள்வது போல, இதிலும் தமது கருத்தைச் சொல்லித்தான் தீர வேண்டுமென்று நினைத்துவிட்டார்.

சமீபத்தில் ஸ்ரீ வாஸன், தென்னிந்தியப் பட உற்பத்தியில் ஏற்பட்டுள்ள இந்த அவஸ்தையை பத்திரிகை பிரமுகர்கள் முன் விளக்கியுள்ளதில் 'கல்கி'க்குப் புரிந்ததெல்லாம் இவ்வளவுதான்: 'மட்டரகமான படம் பிடிப்பதுதான் தமிழ் சினிமாத் தொழில்' என ஸ்ரீ வாஸன் கூறுகிறாராம். ஸ்ரீ வாஸன் பட முதலாளி; தம்முடைய படத்தைப் பார்க்க வரவேண்டிய சமுதாயமான வாடிக்கைகாரர்களை ஏன் அவர் வைய வேண்டும்! ஸ்ரீ கல்கி, பிரபல ராமாயண ரசிகரல்லவா? ராமாயணங் கேட்ட கதையாக இது முடிந்ததில் அதிசயமென்ன?

ஸ்ரீ வாஸன் சொன்னதெல்லாம் இவ்வளவுதான்: 'தெரிந்த கதையைப் புரியும் மாதிரியில் படம்பிடிப்பதைத்தான் ஜனங்கள் விரும்புகிறார்கள்.'

'மட்டரகமான படங்களை, மட்டரகமான மக்களுக்கு தயாரித்து வருகிறோம்' என்று ஸ்ரீ வாஸன் சொல்வதாக, தமிழ் மக்களின் உயர்வைத் தாங்கிப் பிடிக்க முன்வருகிறார் கல்கி.

பட உற்பத்தி வரம்பு சர்ச்சை ஏற்பட்டபொழுது, 'ஹிந்து' பத்திரிகை, 14,000 அடி வரம்பை ஆதரித்து எழுதியுள்ளது எப்பொழுது என்பது பற்றி 'ஞாபக மறதி' வேறு. ஜூன் 9-ம் தேதி குறிப்பை 19-ம் தேதிக்குப் பின் தள்ளி வைத்துப் பார்த்தால்தான் அதை விபரீத நிலைக்கு உள்ளாக்க முடியும். இந்த 'ஞாபக மறதி' அவருக்கு இந்த கைங்கரியம் செய்து வைக்கிறது.

இப்பொழுது எழுந்துள்ள சர்ச்சை வர்த்தக நிலவரங்களை ஆதாரமாகக் கொண்டது. 'கல்கியார்' காண்பித்துக்கொள்ள முயலும் ரசிகத் தன்மையைப் பற்றியதல்ல. கச்சா பிலிம் விகிதாசார வரம்பை சற்று கூட்டினால்தான் படம் பிடிப்பவர்களுக்குச் சொற்ப சௌகரியமுண்டு. இதை விவாதித்துக்கொண்டிருக்கும்போது, 'கல்கியார்' ஏன் தமது ரசிகப் பட்டறையைத் திறந்துவைக்க வேண்டும்? 'மட்டரக' மூளைகளுக்கு உதயமாகும் அக்குத் தொக்கற்ற வார்த்தைக் குப்பை எதற்கு? 'ககர வர்க்கத்துக்குள்ளாகவே தமிழ் மேதை ஒடுங்கிக் கிடக்கிறது' என்று கோழிக்கனவு கண்டுகொண்டிருக்கும் இவரது துணை ரசிகரைப்போல, இவரும் ஏன் ஸ்ரீ வாஸன் பேச்சில் தம்முடைய விசேஷ வியாக்யானத்தை சொருக முயல வேண்டும்? 'அரிசிக்கே பஞ்சமடா' என்று சொல்ல வரும்போது, 'உனக்குத்தான் சர்க்கரைப் பொங்கல் செய்யத் தெரியாதே, நீ அப்படிச் சொல்லக் கூடாது' என்பதுதான் 'கல்கி'யின் வாதக்குப்பை. அவர் வேண்டுமானால் தமது இரவல்-இலக்கியங்களையும், இரவல்-ரசனைகளையும், இரவல்-அபிப்பிராயங்களையும், 'தமிழ் உலகின் கலை புனருத்தாரணத்துக்காக' பஜனை பண்ணிக்கொண்டிருக்கும் கும்பல்களிடம் போய் வேண்டுமானால் விற்றுக்கொண்டிருக்கட்டும். இங்கு குளறுபடி செய்துகொண்டிருக்க வேண்டாம்.

தினமணி, 4.7.1943

(ii)

எர்ஸாட்ஸ் :
கலை சிகாமணிகள் வண்டவாளம்

பட உற்பத்தி விகிதாசார நிர்ணயம் சம்பந்தமாக எழுந்துள்ள விவாதம், வழி மாறிப்போய் 'தமிழ் மக்கள் கலையுணர்ச்சிப் பாதுகாப்பு' யுத்தம் போன்ற ஒரு பகட்டினடியாக, குறிப்பிட்ட

இரு பத்திரிகை ஸ்தாபனங்கள் தத்தம் மனக் கோளாறுகளைக் கொட்டி அளந்து தம்மைப் பரிகசிப்புக்கு ஆளாக்கிக்கொள்ளும் அரங்கமாகி விட்டது. 'கல்கி' பத்திரிகைக்கு உண்மையிலேயே 11,000 அடி அளவில் தான் படம் எடுப்பதில்தான் அக்கறை உண்டு என்றால், தமிழ் மக்களுக்காகப் பரிந்து பேச வரும் அது, இந்தப் பிரசாரத்தை சினிமா விமர்சனம் செய்ய பேனாப் பிடித்த நாள் முதலே ஆரம் பித்திருக்கலாமே. தமிழ்ப் பட முதலாளிகள் நீளமாகப் படம் எடுத்து தமிழ் மக்களின் பொறுமையைச் சோதித்து வருவதாக 'கல்கி' அங்கலாய்க்கிறதே, அது இன்று நேற்று முதல் நடைபெறுகிற காரியமா? சர்க்காருடன் விகிதாசார அளவு நிர்ணயம் சம்பந்தமாக பேச்சுவார்த்தை நடத்தும்போது கூடுதல் வசதி பெற முயற்சிப்பதை ஸ்ரீ வாஸன் சொல்லிவிட்டதற்காக, கலை என்று கூவி தமிழ் மக்கள் பெயரில் பாரத்தைப் போட்டு, இப்போது ஏன் விஷயத்தைக் குளறுபடி செய்ய வேண்டும்? 'கல்கி' பத்திரிகை தமிழ் இசையை ஆதரிக்கிறதாக பாவனை செய்கிறது என்பதால் அது பேசுவதெல்லாம் சரியான வாதம் என்றாகிவிடுமா; அல்லது ஸ்ரீ வாஸன் அவ்வாறு செய்யாமையால் அவரது சொல் அடிபட்டுப் போகிறது என்று ஆகிவிடுமா? தமிழ் மக்கள் அவ்வளவு ஏமாந்தவர்கள் அல்ல.

விகிதாசார நிர்ணயத்தில் உயர்ந்தபட்ச வசதிக்கு ஏற்பாடு செய்து கொள்ளத்தானே முயற்சிக்கப்படுகிறது. அப்படிக் கேட்பதினால் 11,000 அடி படம் எடுக்கக் கூடாது எனத் தடை செய்வதாக எப்படி அர்த்தமாகும். 14,000 அடிக்குக் குறைவாக படம் எடுக்கவே கூடாது என்று சர்க்கார் பாதுகாப்பு தடை விதித்துவிடப் போகிறார்களோ என்ற பயமோ? கலை உத்தாரணத்துக்காக சாமியாடும் நீங்கள் 8,000 அடியிலோ அல்லது இரண்டே அடியிலோ படம் எடுப்பதை யாரும் தடை செய்யப் போவதில்லை; இஷ்டமிருந்தால் குஷாலாய்ச் செய்யுங்களேன்!

'கல்கி' பத்திரிகை, போட்டிப் பந்தயம், போனஸ் பரிசு என்றெல் லாம் தர்மாவேசத்தோடு பேச ஆரம்பித்துவிட்டதுதான் கலியுக அதிசயம்! இந்த ஞானோதயம் எத்தனை நாளாக! அப்பத்திரிகை ஆசிரியரின் பூர்வாசிரமத்தை அவ்வளவு லேசில் 'தமிழ் மகன்' மறந்துவிடுவது போல, தமிழ் மக்கள் மறந்துவிட மாட்டார்கள். தமிழ்நாடே ஏகோபித்து தனது அழுத்தமான கண்டனத்தை அறிவித்த பொழுது 'ஆனந்த விகடன்' ஆபீஸ் நாற்காலியை இறுகப் பிடித்துக் கொண்டு, 'விடமாட்டேன்' என்று பிடிவாதம் பண்ணின அந்த வைராக்கிய சிகாமணிக்கு பின்புறத்தில் போதிமரம் எந்தத் தேதியில் முளைத்தது? தம்முடைய திருச்சாயை அந்தக் காரியாலயத்தில் படிந்திருந்த வரைதான் ஸ்ரீ வாஸன் செய்துவந்த காரியாதிகள் யாவும் புனிதமானதோ? முதலாளியின் செக்குப் புஸ்தகத்தில் 'காதல் கொண்டு' மனசை விற்ற பேனா கூலிதானே, உமக்கென்ன இன்று திடீரென்று ரோஷம் பொத்துக்கொண்டு வரவேண்டும்.

ஸ்ரீ வாஸன், தமது படங்களில் எல்லாம் ரசாபாசமான காட்சி களைப் படம் எடுத்து, கலையுணர்ச்சியை எல்லாம் புண்படுத்தி விடுவதாக எல்லாம் கச்சை கட்டிக்கொண்டு வரும் 'தமிழ் மகனார்' கல்கிப் பெரியார் தமது பூர்வாசிரமத்தில் 'ஆனந்த விகடன்' நிழலிலே எழுந்தருளியிருந்த காலத்திலே, 'தமிழ் நாட்டார் வாழ்க்கை சார மற்றது; கதை புனைவதற்கு ஏற்ற லாயக்கற்றது' என்று எழுதிய தோடல்லாமல் அவர் பேனா பிடித்த காலத்திலிருந்து இன்றுவரை வெள்ளைக்கார கதாபாத்திரங்களுக்கு வேஷ்டியும் சேலையும் கட்டி விட்டு 'ரக்ஷண்ய சேனை'ச் சிங்காரத்தோடு உலாவவிட்டுவரும் கலை யோக்கியதைக்கு எந்த விதத்திலும் மட்டமாகிவிடாது எனத் தெரிந்துகொள்ளட்டும். வங்காளிகள் திருடிய ஜப்பானியக் கதையை தமிழில் திருடி தன் பெயரில் போட்டுக்கொள்ளுவதுதான் தமிழர் கலையுத்தாரணமோ? தவிரவும் கலை வளர்ச்சி, கலை உத்தாரணம் என்றெல்லாம் அவர் நடத்திய கதைப் போட்டிகளின் வண்ட வாளத்தைத் தமிழர்கள் மறந்துவிடவில்லை. சிறந்த கதை எழுதி நூறு ரூபாய் பரிசு பெற்றவருடைய சுய எழுத்துக்கும் அவர் பரிசு பெறு வதற்கும் சம்பந்தம் எப்பொழுதுமே இருந்து வந்ததில்லை என்பதை நாம் நிரூபிக்க முடியும். உம்முடைய கல்கியாரின் வண்டவாளம் இந்த மாதிரி இருக்க, தமிழர் கலையுணர்ச்சிக்கு கொடி பிடித்து வருவதற்காக எந்த முகத்துடன் முன் வந்தீர்? ஒழுக்கம் தர்மம் என்ற உங்கள் பேச்சு, மூன்று நாள் மழையில் நனைந்த பண்ருட்டி பொம்மை மாதிரி சாயம் கரைகிறது. இந்த வேஷம் உங்களுக்கு லாயக்கில்லை. பெரியார்கள் பெயரை இதில் இழுத்து அவர்களையும் கேவலத்துக்கு உள்ளாக்க வேண்டாம்.

காடாறு மாதம் நாடாறு மாதம் மாதிரி ஆனந்த விகடன் பத்திரிகைக்கும் கல்கி பத்திரிகைக்கும் நடைபோட்டுக்கொண்டிருக் கும் மாஜி-ஆனந்த விகடக் கும்பல்தானே நீங்கள். உங்களுக்கு துவேஷம் எதுவும் ஸ்ரீ வாஸன்மீது இருக்குமாகில் அது முதலாளி - சிப்பந்திக் காய்ச்சலாகத்தானே இருக்க வேண்டும். அதை நீங்கள் வேறு ஹோதாவில் பார்த்துக்கொள்ளுங்களேன். பட நீள நிர்ணய விவாதத்தில், ஏன் தமிழ் மக்கள், கலை, கத்தரிக்காய் என்று வேஷம் போட்டுக்கொண்டு வரவேண்டும்?

ஸ்ரீ வாஸன் சொல்லிவிட்டதனால் 11,000 அடி கூடாது என்று தமிழ் மக்களின் பொறுமைக்காகத் தாங்கிப் பிடித்துவரும் தமிழ்ச் சிகாமணியே, 'அதிக அடி வேண்டும் என்று சர்க்கார் அதிகாரிகளிடம் காவடி தூக்கிக்கொண்டு போவதைப் போன்ற பைத்தியக்காரத்தனம் வேறில்லை' என்று சொல்லி ஊருக்கு உபதேசம் பண்ணிவிட்டு 'மீரா பாய்'க்கு அடி போதாதென்று சர்க்கார் அதிகாரிகளிடம் காவடி தூக்கும் வயணம் என்ன?

தமிழ் இசை, கலை என்ற பெயரில் எல்லாம் தமிழரை ஏமாற்றிப் பிழைக்கும் இந்த 'எர்ஸாட்ஸ்' கும்பல்கள் தமிழரின் சகிப்புத்

தன்மையையே சோதித்து வருகிறார்கள், ஜனங்கள் அவர்களது செல்லாக் காசுகளை ஏற்று ஒருநாளும் ஏமாறப் போவதில்லை.

தினமணி, 11.7.1943

(iii)

பத்தாயிரம் அடியில் பரமபதம்!

படத்தின் தன்மையை நிர்ணயிப்பதற்குப் படத்தின் நீளமே பிரதானம் என்று விவாதித்து வந்தவர்களுக்கு சர்க்கார் அவர்கள் விரும்பிய வரத்தை அளித்துவிட்டது. பிலிம் கட்டுப்பாடு உத்தரவு பிரகாரம் இனிமேல் படத்தின் நீளம் 11,000 அடிக்கு மேல் போகக் கூடாது; பத்தாயிரம் அடி கட்சியை ஆதரித்து வந்தவர்களைப் பொறுத்தவரை சர்க்காரின் சிக்கன நிர்வாக உத்தரவுமூலம் தமிழ் சினிமாப் படங்கள் எல்லாம் சிறந்தவையாக, கலையின் உச்சாணிக்கோப்பில் அமர்ந் திருக்கும் 'ஒய்யாரங்களாக' ஆக்கப்பட்டுவிட்டன. இனிமேல் யார் படம், என்ன படம் என்பது கவலைப்பட வேண்டியதில்லை. படத்தின் நீளம் பத்தாயிரம் அடியானால் அதுவே அவர்களுக்கு பரமபதம்.

நிர்ப்பந்த சீர்திருத்தமா?

படத்தின் நீளத்துக்கும் அதன் உயர்வுக்கும் ஏதாவது சம்பந்தமிருக்கு மானால் கதையின் தன்மையைத்தானே பொறுத்திருக்க முடியும்? ஒன்றுமில்லாக் கதையைத் தட்டி நீட்டிக்கொண்டே போக முடியுமா; அல்லது தலையணைக்குப் பஞ்சடைப்பது மாதிரி ஒரு குறிப்பிட்ட அளவுக்குள் திணித்து வைத்துவிட முடியுமா? பத்தாயிரம் அடியிலும் அபத்தக் குப்பைகளைப் படம் எடுக்க முடியும் என்பதை எத்த னையோ பிறநாட்டுப் படங்கள் தினசரி நிரூபித்து வரும்போது, பத்தாயிரம் அடியே பரம கலை என்று ஏன் வாதித்துக்கொண்டிருக்க வேண்டுமோ புரியவில்லை. படத்தின் நீள நிர்ணயத்தில் எழுந்த சர்ச்சைக்கும், படத்தின் உயர்வுக்கும் ஏதாவது சம்பந்தமிருக்க முடியுமானால், அது 'தமிழ் மகனின்' வாதச் சிறப்புகளின் பொருத்தத் தையே ஒக்கும். விகிதாசார கட்டுப்பாடு நிர்ணயத்துக்கு சர்க்காரோடு பேரம் பேசி உயர்ந்தபட்ச எல்லையை சற்று அதிகமாகவே நிர்ண யித்துக்கொண்டால், உண்மையிலேயே பத்தாயிரம் அடிதான் படத் தின் நீளம் இருக்க வேண்டும் என்ற ஆசை இருக்குமானால், நம் இஷ்டப்படி அந்த மாதிரி சீர்திருத்திக்கொள்ளலாமே! கழுத்தை இறுக்கி சர்க்கார் பிடிப்பதை சீர்திருத்தம் என்று கதறுவதுதான் விபரீதமாக இருக்கிறது. 'தமிழ் மகனின்' சீர்திருத்த வேட்கை சர்க்காரின் வேலி இல்லாமல் கைகூடாக் காரியம் போலும். சர்க் காரின் நிர்ப்பந்தத்தின்கீழ்தான் உங்களுடைய சினிமா சீர்திருத்தம்

ஏற்பட்டு ஆக வேண்டுமானால், அது எந்த மாதிரி அலங்கோலத்தில் இருக்கும் என்பது சொல்லித் தெரிய வேண்டுமா? வெகுகாலமாகவே படத்தின் சீர்திருத்தத்தைப் பற்றி பேசிவருவதாக சொல்லுகிறாரே 'தமிழ் மகன்', அவருக்கு 'கல்கி' என்பவர் 'தியாக பூமி' என்ற புஸ்தகத்தை எழுதியது தெரியுமா? அவரைக் கதை எழுதுகிறவர் என்பதை நம்பிய பட முதலாளி தலையில் அதை சுமத்தி, அந்தக் காலத்தில் படம் பிடிப்பதில் பிரக்யாதி பெற்றிருந்த டைரக்டர் ஒருவரையும், நடிப்பில் பெயர் வாங்கி இருந்த ஒரு நட்சத்திரத்தையும் அஸ்தமிக்க வைத்த கதை தெரியுமா?

'அரைச்சேர் இலக்கியம்'

தமிழ்ப் படத்தை கெஜக்கோல் வைத்து அளந்து அதன் உயர்வை நிர்த்தாரணம் செய்ய விரும்பும் தமிழ் மகனே 'அரைச்சேர் இலக்கியம் போடு' என்று கேட்பதற்கும் உம்முடைய வாதத்துக்கும் ஏதாவது வித்தியாசம் இருக்கிறதா? படத்தின் நீளம் யுத்தகாலத்தை முன்னிட்டு சுருக்க வேண்டும் என்று சர்க்கார் சொல்லும்போது, பட உற்பத்திக்காரர்கள் ஜாஸ்தி வசதி கேட்டுப் பேரம் செய்வதற்கும் படத்தின் தன்மைக்கும் எந்த விதத்தில் சம்பந்தம் இருக்கிறது?

நிற்கட்டும். சமீபத்தில், 'பொது விஷயத்தைப் பற்றி அழுத்தமாக எழுதுவதற்கும், விஷயத்துக்கு கொஞ்சமும் சம்பந்தமில்லாமல் துவேஷத்தினால் தாக்குவதற்கும் வித்தியாசம்' என்பதை சக்கர வட்டமாக சொல்லும் 'தமிழ் மகன்', சென்ற இரண்டு இதழ்களாக 'கல்கி' இதழ்களில் செய்துவரும் திருத்தொண்டின் பெயர் என்னவோ? படத்தின் நீளத்துக்கும் தமிழ் இசைக்கும் போட்டிப் பந்தயத்துக்கும் அங்கே இடம் ஏது? படத்தை முழம் போட்டு அதற்கு 'பரமபதம்' அருளும் 'கல்கி'ப் பத்திரிகை ரக 'தமிழ் மகனே', ஸ்ரீ வாஸன்மீது 'திக்(கு) விஜயம்' நடத்தும் தீர சிகாமணியே, உமது வாதத்துக்கும் அழுத்தத்துடன் நீர் எழுதுவதாக நினைத்துக்கொண்டிருப்பதற்கும் சம்பந்தம் உண்டா? நீர் திரித்துக் கூறியதை எடுத்துக்காட்டிய 'நண்பர் ரா. நா.வுக்குப் படிக்கும் சக்தியை அருளுமாறு ஆண்டவனை' பிரார்த்திக்க வக்காலத்து வாங்கும் அன்பரே, உமது அந்தர் (அடிக்கும்) ஆத்மாவை பூர்வாசிரமத்தை நோக்கி அந்தரடிக்கும்படி செய்து பாரும்; அப்பொழுது தெரியும் நீர் போட்டிப் பரிசு, புனைசுருட்டு என்று எல்லாம் பேசுவதற்கு லாயக்கா என்று. 'போட்டியும் பொறாமையும்' என்ற தலைப்பில் போட்டிப் பரிசுக்கு வக்காலத்து வாங்கிக் கொண்டு நின்றீரே அந்தத் திசையை சற்று திரும்பிப் பாரும், அப்பொழுது தெரியும் பொருத்தம்.

சமய சஞ்சீவி நாடகம்

வடநாட்டில் பிறந்து வளர்ந்த ஒருவர் ஒரு தமிழ் தினசரியை நடத்தி வருவதாக 'தமிழ் மகன்' சொல்லுகிறாரே, அது ஒரு அயோக்கியத்தனமான பொய். பத்திரிகையை நடத்துவது ஒரு தமிழர்தான்.

பத்திரிகையின் சொந்தக்காரர்கள் ஒரு லிமிட்டெட் கம்பெனி. அதில் தமிழர்கள் பங்காளிகளாக இருக்கிறார்களா இல்லையா என்பதை 'தமிழ் மகனி'டம் பணம் சேர்ந்து பங்குகள் வாங்குகிற காலத்தில் மனு போட்டுப் பார்த்துக்கொள்ளட்டும். மேலும் விவாதத் திற்கும் இதற்கும் சம்பந்தமில்லை. பத்திரிகையை எந்த தேசத்து காகிதத்தில் அச்சடித்தாலென்ன? எந்த நாட்டு இயந்திரத்தை உபயோகித்தாலென்ன? அதைப் போல யார் பங்காளிகளாய் இருந்தாலென்ன? பத்திரிகையை நடத்துகிறவர் ஒரே கொள்கையில் இருக்கிறாரா அல்லது முதலாளி விட்டு முதலாளி மாறும்போது கொள்கையும் மாறுகிறதா என்பதுதான் முக்கியம். போட்டிப் பந்தய பத்திரிகையில் இருக்கும்போது அதை ஆதரிப்பதும் இன் னொரு பத்திரிகைக்குப் போனவுடன் அதை எதிர்ப்பதுமான சமய சஞ்சீவி கொள்கை தான் முதல் நெம்பர் அயோக்கியத்தனமானது. அம்மாதிரி அயோக்கியத்தனங்களை வெளிப்படுத்துவதே 'தமிழ் மகன்' குறிப்பிடும் தமிழ் தினசரியின் வேலை.

போலி விலாசம்

'ரசமட்டத்துக்கு' எழுத்தாளிக் காய்ச்சலோ, கதைப் போட்டியில் பரிசு பெறாத காரணமோ என்று காரணம் கண்டுபிடிக்க முயலும் 'தமிழ் மகனாரின்' கண்களுக்கு அவர் மனப் பக்குவப்படிதான் விஷயம் புரியப்போகிறது. ஆரணி ஸ்ரீ.குப்புசாமி முதலியாரும், வடுவூர் கே.துரைசாமி ஐயங்காரும் செய்துவந்த காரியங்களை 'கல்கி' கொஞ்சம் சுத்தமாக செய்து வருகிறார். அதை இலக்கிய வளர்ச்சி என்று வெகு காலமாக தம்பட்டமும் அடித்து வருகிறார். அது 'போலி', 'போலி' என்று சொல்லுவதால், எழுத்தாளிக் காய்ச்சல் வந்துவிடுமா? உம்முடைய கதைகளையும் அதன் போட்டிகளையும் மெச்சும் அந்த மட்டமான எல்லைக்கு வருவதற்கு இங்கு யாரும் கிடையாது. வியாபார நோக்கத்துடனும், வயிற்றுப் பிழைப்புக்கும் செய்யப்பட்டுவரும் காரியங்களைப் போலி விலாசம் போட்டு விற் பனை செய்ய வேண்டாம் என்று சொல்லுவதில் எழுத்தாளிக் காய்ச்சல் எங்கிருந்து வந்தது?

தவிரவும் 'கல்கி' பத்திரிகை ஆரம்பித்து எத்தனை நாட்களா கின்றன? அது எத்தனை சிறுகதைப் போட்டிகள் நடத்தி இருக்கிறது? அதிலே இந்த தமிழ்ச் சிகாமணி சுத்த கலப்படமில்லாத கல்கி-ரக தமிழ் இலக்கிய விபசாரத்துக்கு எத்தனை பரிசு வழங்கி இருக்கி றார் என்பதையும் அவருடைய சாங்கோபாங்கமான பிதற்றல்களி டையே தெரிவித்தால் நலமாக இருக்கும்.

தமிழில் இருக்கிற எழுத்தாளர்கள் ஒரு சிலர்தான்; அதிலும் ஒரு கிளை கும்பல் இலக்கிய விபசாரம் செய்ய ஆரம்பித்தால் வளர்ச்சிக்கு அடுக்காது என்பதுதானே பேச்சு. 'கல்கியாரிடம்' எழுத்தாளிக் காய்ச்சல் வர வேண்டுமானால் மட்டரகமான இலக்

கியத் திருட்டுகளில் ஈடுபட்டு அல்லவா போட்டி போட வேண்டும்? பிறர் எழுத்தில் துவேஷமும் தன் எழுத்தில் அழுத்தமும் இருப்பதாக மனப்பால் குடிக்கும் 'கல்கி' - ரக 'தமிழ் மகனே', பட நிர்ணயப் பேச்சை வேறு திசையில் திருப்பிவிட்டு தமிழ் முதலாளிகளைக் கூட்டு பேரத்தில் தோற்கவைத்த கலைச் சிகாமணியே, 'ரசமட்ட'த்தின் எழுத்துக்களை இனியாவது புரட்டிப் பார்த்துவிட்டு, யார் சம்பந்தா சம்பந்தமில்லாமல் உளறிக் கொட்டிக்கொண்டிருக்கிறார் என்பதைத் தெரிந்துகொள்ளும்.

உம்முடைய வாதங்களில், 'ஸ்ரீ வாஸன் வசை புராண'த்தைத் தவிர வேறு என்ன இருக்கிறது?

எது பொய்?

'கல்கி' பத்திரிகையில் வட்டமேஜை என்ற பெயரில் அர்ச்சனை மண்டபம் கட்டி வைத்திருக்கிறீரே, அதில் மீராபாய் 'அடிக்காவடி' விவகாரத்தைக் குறிப்பிட்டு அன்பர் எழுதியுள்ள கடிதத்துக்கு ஒரு பதில் வேறு கொடுக்கப்பட்டிருக்கிறது. யோக்கியத்தனமாக 'இலக்கிய விபசாரம்' செய்துவரும் அந்தக் குப்பைகூள ஆசிரியர், 'அயோக்கியத்தனமான பொய்; நானும் போகவில்லை, மீராபாய் படம் எடுப்பவர்களும் போகவில்லை' என்று எழுதி அச்சும் போட்டுக்கொண்டுவிட்டார். பிலிம் சேம்பர் நிர்வாகிகளைக் கேட்டால் குட்டு வெளியாகிறது. கையில் எழுத்து வாசனையும் அச்சுக் கோப்பதற்கு ஆளும் இருக்கும்வரை அது எளிது. 'தமிழ் மகன்' தமிழ் இசை இயக்கத்தை ஒரு வியாபாரமாகக் கருதி அதில் சேர்ந்திருக்கிறார் என்பதற்கு அடி அளவுக் காவடியில் எவ்வளவு தூரம் அவர் கூறுவதில் பொய் இருக்கிறது என்பதை நிரூபிப்போம். அது 'இன்று நாளை இடை காணலாம்.'

அர்ச்சனை மண்டபம்

நிற்க. கல்கிப் பத்திரிகையின் அர்ச்சனை மண்டபத்துக்கு வரும் பக்த திருக்கூட்டத்தில் பலருக்கே உம்முடைய பேச்சுகள் எல்லாம் ஸ்ரீ வாஸன்மீது வசைமாரி அத்யாயமாகத்தானே படுகிறது? அர்த்தமில்லாமல் அழுத்தம், தூஷணை என்ற வார்த்தைகளை உபயோகித்துக்கொண்டிருப்பதால் என்ன பயன்? சொந்தமுறையில் ஸ்ரீ வாஸனைத் தாக்கவில்லை, தூஷிக்கவில்லை என்று சொல்லிவிட்டு, போட்டிப் பந்தயம், புனைசுருட்டு என்ற வார்த்தைகள் 'தமிழ் மகன்' கட்டுரைகளுக்குள் கூடாரம் அடிப்பது மறைந்து போகுமா? வாய்க்கு வந்தபடி எல்லாம் நீர் எழுதுவதை ரொம்பவும் அழுத்தமாக எழுதுவதாக நினைத்துக்கொண்டிருப்பீராகில் அது உம்முடைய மனக் கோளாறுதான். 'தமிழ் மகன்' எழுதுவது அழுத்தமாக இருக்க வேண்டுமானால், அவர்தான் அதன்மீது ஏறி உட்கார்ந்து கொள்ள வேண்டும்.

குப்பைகூள வாதம்

'தமிழ் மகன்' பத்தாயிரம் அடி பரமபதத்தைக் கைகூட வைக்கும் கருத்து வெறியிலேயே, ஏதோ ஒன்றுக்கொன்று சம்பந்தா சம்பந்தமில் லாமல் மங்கம்மா படம் சுத்த குப்பை என்று விட்டார்; படம் வருவதற்குள்ளாகவே 'முன் தீர்ப்பு'ச் சொல்லுகிறீரே இதுதான் கல்கி-ரக விமர்சனமா என்று கேட்கப் புகுந்தால், 'நான் படத்தைச் சொல்லவில்லை; கதையைத்தான் சொன்னேன்' என்று உளறிக் கொண்டு ஓடுகிறார். அவர் படத்தைச் சொன்னது வாஸ்தவம் என்பது ஒருபுறம் இருக்க, மங்கம்மா கதை குப்பைக் கதை என்று சொல்லும் தமிழ்ச் சிகாமணியே, அறுபத்தி நாலு பதுமைகள் சொல்லிய 'பெரிய எழுத்து விக்கிரமார்க்கன் கதை' என்ற தமிழ்ப் புஸ்தகம் ஒன்று இருக்கிறது என்பதை நீர் கேள்விப்பட்டது உண்டா? அந்தக் கதைப் புஸ்தகம் உலக இலக்கியத்திலேயே சிறந்த அந்தஸ்து வகித்துவரும் ஒன்று. கல்கி ரக தமிழ் மகன் இனிமேலாவது அது உள்ளூர்க் கதையாக இருந்தாலும் உயர்ந்ததுதான் என்பதைத் தெரிந்துகொள்ளட்டும். கல்கி ரக தமிழ் இலக்கியம் இந்தக் கூத்தில் இருக்கும்போது கல்கி ரக தமிழ் இசையும் எப்படி எனக்குப் புரியவில்லை. ஊரை ஏமாற்றிப் பிழைக்கலாம்; இலக்கிய சேவையோ சினிமா சீர்திருத்தமோ செய்ய முடியாது. இதை மட்டுமாவது 'தமிழ் மகன்' தெரிந்துகொள்ளட்டும்.

தினமணி, 21.7.1943

(iv)

களவாணி-இலக்கியம்

'கல்கி' பத்திரிகையின் மாஜி 'ஆனந்த விகடன்' துணை ஆசிரியருக்கு திடீரென்று, உபதேச வைராக்கியமும், கற்றது கைம்மண்ணளவு என்ற ஒரு அடக்க புத்தியும் தோன்றிவிட்டது. 'தமிழ் மகன்' அந்தர்த்தானமாகி, விவாதம் அந்தப் பத்திரிகையின் அர்ச்சனை மண்டபத்து 'குசுகுசுப்' பேச்சாக மாறிவிட்டது.

'ஆனந்த விகடன்' மாஜி துணை ஆசிரியருக்கு ஜப்பான் பாஷையி லாவது, வங்காளி பாஷையிலாவது ஒரு எழுத்துகூடத் தெரியாதாம். அவர் கையில்தான் இங்கிலீஷ் பாஷை இருக்கும்போது இந்த அங்கலாய்ப்பு எதற்கு? லக்வாடியோ ஹெர்ண் என்பவர் ஒரு ஜப்பானியர். அவர் ஆக்ஸ்போர்ட் சர்வகலாசாலையில் புரொபெஸ ராக இருந்தார். அப்பொழுது அவர் இங்கிலீஷில் சில சிறுகதைகளை எழுதி ... பிரசுரித்தார். 'மாடர்ன் ரிவ்யூ' ஆசிரியர் ஸ்ரீ ராமானந்த சாட்டர்ஜி குமாரத்தி ஸ்ரீமதி காந்தா தேவி, வங்காளி பாஷையில் பிரசுரமாகும் 'பிரபாசி' பத்திரிகையில் அந்த ஜப்பான் கதையை

வங்காளியாக ஜோடனை செய்து எழுதினார். பிறகு, அந்தக் கதையை இங்கிலீஷில் தர்ஜுமா செய்து 'மாடர்ன் ரிவ்யூ' பத்திரிகையில் பிரசுரித்தார். அதைத்தான் 'ஆனந்த விகடனி'ன் மாஜி துணை ஆசிரியர் தமது பூர்வாசிரமத்திலே தமிழில் தர்ஜுமா செய்து தம் பெயரில் போட்டுக்கொண்டார். இந்தக் கதை அவர் பிரசுரித்திருக்கும் 'கணையாழியின் கனவு' முதலிய கதைகளில் ஒன்று. 'கடிதமும் கண்ணீரும்' என்று இவர் பெயர் கொடுத்திருப்பதாக ஞாபகம்.

'வீணை பவானி'

நிற்க. ஸ்ரீ டி. எஸ். சொக்கலிங்கம், ('தினமணி' ஆசிரியர்) "சென்ற வருஷத்து 'கல்கி'யில் வெளியான 'வீணை பவானி' என்ற தங்கள் கதையைப் பற்றி பாராட்டி எழுதியிருக்கிறார். மட்டமான மொழிபெயர்ப்புக் கதையைப் பற்றி 'தினமணி' ஆசிரியர் அவ்விதம் எழுதி இருப்பாரா?" என்று அர்ச்சனை மண்டபத்து பக்தர் ஒருவருக்கு சந்தேகம் தோன்றிவிட்டது. அதற்கு நேர்மையான முறையில் 'கல்கி' பதில் எழுத வேண்டும் என்றால் பின்வருமாறு எழுத வேண்டும். 'ஹோனோர் டி பால்ஜாக் என்ற பிரெஞ்சு கதாசிரியன் ஆப்பர-ஸிங்கர் (பாடகி) என்ற கதை எழுதியிருக்கிறார்; அது இங்கிலீஷில் மொழிபெயர்க்கப்பட்டிருக்கிறது; அதாவது பிரெஞ்சு ஆசார ஜோடனையோடு எழுதப்பட்டிருக்கிறது; அதைப் படித்ததும் நான் சொக்கிப் போனேன்; தமிழிலும் அப்படி ஒரு கதை ஜோடனை செய்ய வேண்டும் என்று ஆசை தோன்றியது; நான் என்ன செய்வது? சொந்தமாக எனக்கு கற்பனை கொஞ்சம்கூட வராது; 'கொள்ளிடத்து முதலை' என்று சொந்தமாக ஒரு கதை எழுதினேன். அப்பொழுதிலிருந்தே சொந்தக் கிணறு மண்பாய்ந்து கிடக்கிறது என்று தெரிந்து கொண்டேன்; ஆனால் தமிழ்ப் பணியில் எனக்கு அபார மோகம், அதனால் ஆபத்துக்குப் பாபமில்லை என்று திருடினேன். அது முதல் அப்படியே செய்து வருகிறேன்; வீணை பவானியும் அதில் ஒன்று; பாரதியார்தான், 'எட்டுத் திசையிலும் சென்று கலைச் செல்வங்கள் யாவும் கொணர்ந்திங்கு சேர்ப்பீர்' என்று சொல்லி இருக்கிறாரே!'

இம்மாதிரி அவர் எழுதியிருந்தாரானால் அது பொருத்தமாக இருந்திருக்கும். 'தினமணி' ஆசிரியர் பாராட்டு அளித்தது உம்முடைய வசன நடைக்கும், அந்த பிரெஞ்சு ஆசிரியரின் கற்பனைக்குந்தான்; உம்முடைய யோக்யதைக்கும் கற்பனைத் திறமைக்குமல்ல.

குல்மால் வேலை

நிற்க. 'கல்கி'யின் கதைகளை மொழிபெயர்ப்பு, மொழிபெயர்ப்பு என்று பக்த திருக்கூட்டம் உச்சரிக்கிறது. மொழிபெயர்ப்பு என்பது பிறநாட்டு இலக்கியத்தின் ரசனையையும், அது கற்பனை செய்துள்ள

சூழ்நிலையையும் நம் நாட்டு பாஷையில் எடுத்துத் தர முயல்வதே யாகும். ஊரையும் பேரையும் மாற்றி 'தன் பெயரில்' சொந்தமாக்கிக் கொள்ளும் 'குல்மால்' வேலை அல்ல குமாரத்தி மொழிபெயர்ப்பு. மனுஷ வர்க்க உறவுப் பரிச்சயத்தை விருத்தி செய்து, பாசத்தை வளர்ப்பது. இந்த 'குல்மால் வேலை' கபந்த உபாசனைக்காக செய்யப்படும் மோசடி.

'ஆனந்த விகடன்' மாஜி துணை ஆசிரியர் செய்துள்ள இலக்கிய சேவையை, பல்லாயிரக்கணக்கான வாசகர்களும் கல்வியறிவிற் சிறந்த பெரியோர்களும் பாராட்டி வருகிறார்களாமே; அவற்றின் வண்டவாளம் வருமாறு :

'சாரதையின் தந்திரம்' என்ற விலாசத்தில் பிரசுரமாகியுள்ள கதைகளில் பெரும்பாலானவை 'அம்ருத பஜார் பத்திரிகை'யின் பிரபல ஆசிரியராக, கர்ஸான் பிரபுவுக்கு சூடு கொடுத்த ஸ்ரீ பாபு சிசிரி குமார் கோஷ் இங்கிலீஷில் எழுதிய 'கிளிம்ஸஸ் பிரம் இந்தியன் லைப்' (இந்திய வாழ்க்கை சித்திரங்கள்) என்ற புஸ்தகத்தி லிருந்து திருடப்பட்டவை. தவிரவும் 'தந்திர'த்திலுள்ள 'புது ஓவர்ஸீர்' என்ற கதை பிரேம்சந்த் எழுதின ஸால்ட் இன்ஸ்பெக்டர் என்பது. 'காங்கிரஸ் ஸ்பெஷலில் கோர சம்பவம்' என்பது அமெரிக்காவில் ஹாஸ்ய சக்கரவர்த்தி என்று சொல்லப்பட்ட மார்க் ட்வெய்ன் எழுதிய 'கானிபலிஸம் இன் ஏ கார்' (ரயில் வண்டியில் நரமாம்ச பட்சணி) என்ற கதையின் திருட்டு நகல். இவை தவிர, இவரது 'ஏட்டிக்குப் போட்டி'யில் பெரும்பாலான கதைகள் ஜெரோம் கே. ஜெரோம் எழுதிய 'திரீ மென் இன் எ போட்' என்ற புஸ்தகத் திலிருந்து வந்த 'களவாணி இலக்கியம்.'

திருட்டுத் தொழில் சாதாரணம்; போலி கவுரவத்துக்காக அதைச் செய்ய ஒரு மனிதன் துணியும்போது அதைப் பாராட்டும் சமுதா யத்தைப் பற்றித்தான் வருந்த வேண்டியிருக்கிறது. ஆனால் நாட்டின் க்ஷீணம் அதன் வர்மத்தையே தொட்டுவிடுமானால்தான் இலக்கியத் திலும் இந்தப் பொய்மை புகுந்துவிடும்.

காமாலை இலக்கியம்

நாகரிக வாழ்வுக்குக் கண்ணாக அமைந்த இலக்கியம், காமாலை பூத்துப் போனால் தேசத்துக்கே அவக்கேட்டை உண்டாக்கிவிடும். பிறநாட்டில் சிறந்த எழுத்தாளர்கள் இல்லையா? அற்புதமான கனவுகளை எல்லாம் எழுப்பவில்லையா? அதை எல்லாம் புறக் கணித்துவிட்டு, ஏதோ ஒரு துடப்பக் கட்டையைத் திருடிக்கொண்டு வந்து, அதையும் தன்னுடையது என்று பகட்டிக்கொண்டு திரிவது; அதற்குப் பக்கபாட்டுப் பாட ஒரு பஜனைக் கும்பல்; இது உருப் படுகிறதற்கு ஏற்ற சேவை?

ஏதோ விவாதத்தில் தோற்றுவிட்டதாகவும், அதனால் ரசமட்டக் கும்பல் வசைத் தமிழில் இந்தப் பூச்சாண்டி காட்டுவதாக அங்க லாய்க்கும் 'ஆனந்த விகட'னின் மாஜி துணை ஆசிரியரே, குறிப்பிட்ட

விவாதத்தைவிட்டு ஓடிப்போனதுடன் விவகாரத்தைக் குளறுபடி செய்து திமிர்த் தாண்டவமாடியது யார்? உண்மையைச் சொல்லு வதில் தோல்வியென்ன, ஜெயமென்ன? ரசமட்டக் கும்பல், ஆறு வருஷங்கள் அல்ல அறுநூறு வருஷங்களானாலும் உம்முடைய கபட நாடகத்தை வேட்டையாடிக்கொண்டுதானிருக்கும்.

பத்திரிகை அதர்மம்

போட்டிப் பந்தயம், புனைசுருட்டு என்றெல்லாம் எழுதிவிட்டு பத்திரிகை தர்மத்தைப் பற்றி உபதேசிக்கப் புகுந்துவிட்டீரே; நீர் இந்த இதழ் 'கல்கி'யில் பத்திரிகை அதர்மம் என்ற தலைப்பில் குறிப்பிடுகிறீரே கீழ்க்கண்ட காரியங்கள்:

பத்திரிகைகள் செய்யக்கூடாத காரியங்கள் சிலவும் இருக்கின்றன. வாதங்களுக்குப் பதிலாக வசைமொழிகளை உபயோகிக்கக் கூடாது. மனிதர்களைச் சொந்தமுறையில் தாக்கக்கூடாது. முக்கியமாக, யாருடைய ஒழுக்கத்துக்கும் மாசு கற்பிக்கும்படியாக ஒன்றும் சொல்லக்கூடாது. இப்படியெல்லாம் செய்யும் பத்திரிகைகள் சில இருக்கத்தான் செய்கின்றன. மனுஷ்யர்களுடைய பொதுக் காரியங் களைக் கண்டிப்பதற்கும் அவர்களுடைய ஒழுக்கத்தைத் தாக்கு வதற்கும் உள்ள வித்தியாசத்தை அறியாமல் மனம் போனபடியெல் லாம் எழுதும் பத்திரிகைக்காரர்கள் சிலர் இருக்கிறார்கள். இவர் களால் பத்திரிகைத் தொழிலே அவமானத்தை அடைகிறது.

இந்தக் காரியங்களை நீர் விட்டொழித்துவிட்டால், உம்மை யாரும் எதுவும் சொல்லமாட்டார்கள். யோக்கியமாக நடந்துகொள்ளு வதில் கவுரவக் குறைச்சல் ஒன்றுமில்லை. உமது உபதேசத்தை நீரே அனுஷ்டித்துப் பாரும், பலன் உண்டு.

தினமணி, 1.8.1943

(V)

இல்லையெனில் திருடு இல்லையாகுமா?

கல்கியாருக்கு இப்பொழுதுதான் சுயரூபத்தில் வெளியில் வர திருவுள சம்மதம் ஏற்பட்டு இருக்கிறது. ஆனால், நேரில் பேச ரொம்பவும் அச்சம்; எந்த முகத்தைக் கொண்டு மனம் ஒப்பி, நேருக்கு நேர் பதில் சொல்ல முடியும்? அதனால் அர்ச்சனை மண்டபத்துக்கு வந்து ஆராதனை செய்யும் பக்த திருக்கூட்டத்துக்கு உபதேசிக்கும் முறையில், பதில் சொல்லும் பாவனையில் இன்னும் ஒரு மூட்டைப் பொய் அளக்கிறார். தமக்குக் கற்பனை இருக்கிறது என்று காட்டிக் கொள்வதற்கு இந்த 'சந்தேக நிவர்த்தி சர்க்கம்' ரொம்பவும் உபயோகப்படும் என்று நினைத்துக்கொண்டிருக்கிறார்.

இலக்கிய வாதனை

கல்கியாருக்கு திரு ஏடு சமர்ப்பிக்கும் பக்த சிகாமணி ஒன்றுக்குப் பச்சைத் தமிழ் தெரியவில்லை. மங்கம்மா கதை விக்கிரமார்க்கன் கதையில் இல்லையே என்று இலக்கிய வாதனைப் படுகிறது. மங்கம்மா கதை, விக்கிரமார்க்கன் கதை வார்ப்பை அனுசரித்த ஒரு சிருஷ்டி; அது நம்ம சொந்தவூர் கற்பனைதான்; வார்ப்பு, அமைப்பு, எல்லாம் அந்த ரகத்தைச் சேர்ந்தது என்று எழுதினோம். 'மதன காமராஜன் கதையில் அல்லவா இருக்கிறது. ரசமட்டத்துக்கு (கல்கியைப் போல) தப்பாகவும் எழுதவும் தெரியும்; பிடிகொடுத்துவிட்டான்' என்று நினைத்துக்கொண்டு இரைச்சல் போட்டுக்கொண்டு ஓடிவருகிறது அந்த பக்த ஜந்து. அர்ச்சனை மண்டபத்து மூலவர் தன் கனிந்த கருத்துக்களை உதிர்க்கிறது. 'ரஸமட்டத்தில் பொருத்தம் காணுவது தவறு அப்பா, மகனே!' என்று சொல்லுகிறது. ஏனென்றால், கல்கியாருக்கு தம்முடைய பத்திரிகையின் தலையங்கத்தைப் பற்றிய நினைப்பு. அதில் அவரே பொருத்தம் காண முடியாது தவிக்கிறார். இப்படி இருக்க, மற்றவர்கள் எழுதுவதில் எப்படி பொருத்தம் காண முடியும்? அவர் விக்கிரமார்க்கன் கதை படித்திருக்கிறாராம்; உலக இலக்கியம் என்று சொல்லப்படும் விக்கிரமார்க்கன் கதை அது அல்லவாம். முஸ்லிம் எழுதிய தமிழ் தர்ஜுமாவாம். தம்முடைய கதைகளோடு தோழமை கொள்ளுபவைகளாம்.

நொள்ளை திருடு

கல்கியாருக்கு கம்பனைத் தவிர தமிழில் வேறு உலக இலக்கியம் இருக்க முடியாது என்ற நினைப்பு. தமிழில் முஸ்லிம் பிரமுகர் எழுதினால் உலக இலக்கியமாகிவிடுமா என்ற சந்தேகம். ஏனென்றால், அவருடைய குரு மகராஜ் அப்படி இதுவரை ஒன்றும் சொல்ல வில்லை போலிருக்கிறது. அடுத்த இதழில் பதில் எழுதாமல் போனாலும் பரவாயில்லை; இன்னும் ஒரு பத்து நாள் சாவகாசத்தோடு ஆற அமர உட்கார்ந்து சொல்லுவதை அபத்தமில்லாமலாவது சொல்லும்; உம்முடைய அபத்த சுய ஞானக் களஞ்சியத்தைத் திறந்து காட்டி உம்முடைய பக்த திருக்கூட்டத்தின் கேலியையும் அவர்களுடைய காசோடு வாங்கிக் கட்டிக்கொள்ளாதீர். விக்கிரமார்க்கன் கதையும் உலக இலக்கியந்தான்; நீர் படிக்காத மதன காமராஜன் கதையும் அந்த கவுரவத்தை வகிக்கத் தகுந்ததுதான். உமது நொள்ளைத் திருடுகள் போல குப்பைக் கதைகள் அல்ல; விக்கிரமார்க்கன் விக்கிரமார்க்கனாகத்தான் வருகிறான்; ராவன்னா கிருஷ்ணமூர்த்தியாகவோ அல்லது அஞ்சலையம்மாளாகவோ உருமாறி, திருட்டுத்தனமாகத் தமிழ் இலக்கியத்துக்குள் புகவில்லை.

உள்ளூர் கதையாப் போச்சே

'மங்கம்மா என்ற குப்பைக் கதை' உம்முடைய சரக்குகளைப் போல, சட்ட வரம்புக்குள்ளாக, பவுடர் நலுங்காமல் காமவிகாரங்

காட்டும் 'காதல்' கதையல்ல. வாழ்வை நேர்நோக்கி எழுதப்பட்டது அது. விக்கிரமார்க்கன் கதையிலே பல பிரச்னைகளை எழுப்பி ஒவ்வொன்றுக்கும் ஒரு கற்பனை செய்து வைத்துக்கொண்டு போவது அந்த முஸ்லிம் எழுத்தாளரின் நோக்கம். கதைகளின் அடிப்படைச் சரடு போல இறுகிப்போன சமுதாயத்தின் நம்பிக்கை வரட்சியின் நாதம் அமைவாகச் செல்லுகிறது. அதிலே வாணிபப் பெண் கதை யெனவோ வைசியப் பெண் கதையெனவோ ஒன்று உண்டு. பெண் குலத்தின்மீது பரம துவேஷம் காட்டும் ஒரு மனோநிலையை விளக்கிக் காட்டுவது அது. ஏமாற்றத்தின் நிலைக்களம், பொய்மை, சூது, வஞ்சகம் ஆகியவை நிறைந்த காம விகாரிகள் பெண்கள். அவர்கள் நினைத்தால் நினைத்ததை முடிப்பார்கள் என்று சர்வ தூஷணையாக அமைந்திருக்கிறது அந்தக் கதை. அதற்குப் பதிலாக வார்க்கப்பட்டதுதான் மதன காமராஜன் கதைக் கோவையில் இருக்கும் இந்த மங்கம்மா. 'உனக்கு அப்படிப்பட்ட புருஷனல்லவோ வாய்க்கவேணும்' என்ற பல்லவியை வற்புறுத்திக்கொண்டு பெண் குலத்துக்குப் புகழ் மாலை சூடும் மதன காமராஜன் கதையிலே சோபிக்கும் இந்தக் கதை, பெண் குலத்தின் உறுதியும் சாதுர்யமும் சமுதாயத்திற்கு உற்ற துணையாகவும் அரணாகவும் அமையும் என்பதையே விவரிக்கிறது. போக போக்கியத்தினாலே ஒருவழி நில்லாத மனத்தனான ஒரு இளவரசனுடைய வாழ்வைப் பண்படுத்த வருகிறாள், ஏதோ ஒரு குப்பை மேட்டில் உதித்த மங்கம்மா. எங்கு பிறந்தாலும் குணசவுந்தரியம்தானே வேண்டும்? எது வசையாக விக்கிமார்க்கன் கதையில் அமைக்கப்பட்டதோ அதே உறுதி, சாதுர்யம் ஆகியவை யாவும் ஒருவனுடைய மனப்பண்பாடுக்கு உற்ற விவேகமாக அமைத்துக் காட்டப்பட்டிருக்கிறது. இது கல்கியாருக்கு குப்பைக் கதையாகத் தோற்றுகிறது. என்ன செய்யலாம்! உள்ளூர்க் கதையாகப் போச்சு; அதன் உயர்வு புரியாது கிணற்றுத் தவளை கல்கிக்கு. 'கொட்டி அளந்தாலும் குறுணி பதக்கு ஆகுமா?' கங்கையில் உள்ள மீனுக்கு அதன் தன்மை தெரியப் போகிறதா?

உலக இலக்கியத்திலே சிறந்த அந்தஸ்து வகித்துவரும் விக்கிர மார்க்கன் கதையானது தமிழ்நாட்டுக் கதையன்று. விக்கிரமார்க் கன் தமிழ்நாட்டு அரசன் அல்ல; விக்கிரமார்க்கன் கதையில் வரும் பழக்கவழக்கங்கள் எல்லாம் தமிழ்நாட்டு பழக்கவழக்கங் கள் அல்ல.

விக்கிரமார்க்கன் வடநாட்டில் உஜ்ஜயினியில் இரண்டாயிரம் ஆண்டுகளுக்கு முன் வாழ்ந்தவன். அந்த அரசனைப் பற்றிய கதைகள் வடநாட்டில் வெகு காலமாக வழங்கி வந்தன.

ஒரு முஸல்மான் தமிழர் மேற்படிக் கதைகளை சம்ஸ்கிருத பாஷையிலிருந்து எடுத்து தமது சொந்தத் தமிழ் நடையில் எழுதினார். ரசமட்டத்தின் தூய தமிழ் நடையில் இதைத்தான் 'தர்ஜுமா' அல்லது 'இலக்கிய விபசாரம்' அல்லது 'களவாணித் தனம்' என்று சொல்ல வேண்டும்.

இலக்கிய விசாரம்

இதுதான் கல்கியார் கண்ட இலக்கிய விசாரம். இருக்கட்டும். கல்கிப் பத்திரிகையிலே வியாக்கியானம் செய்யப்பட்டுவரும் கம்ப ராமாயணம் தமிழ்நாட்டு இலக்கியந்தானே? இதில் வரும் கற்பனை கள் யாவும் தமிழ்நாட்டின் இதயப்பண்போடு ஒட்டிச் செல்லுபவை தானே? அப்படிப்பட்ட இலக்கிய சிகரத்தை வனைந்த 'அபிநவ கவிநாதன்' என்ன சொல்லுகிறான்?

வாங்கரும் பாதம் நான்கும் வகுத்த வான்மீகி யென்பான்
தீங்கவி செவிகளாரத் தேவர்க்கும் பருகச் செய்தான்;
ஆங்கவன் புகழ்ந்த நாட்டை, அன்பெனும் நறவம் மாந்தி
மூங்கையான் பேசலுற்றான் என்ன யான் மொழியலுற்றேன்

என்றுதான் சொல்லிக்கொண்டு ஆரம்பிக்கிறான். ஆனால், வால்மீகி வகுத்த பாதையிலிருந்து விலகுகிறான்; புதுப் பாதைகளை வகுக்கி றான். 'செவ்விய உள்ளம் செப்பச் செப்பினம்' என்று கம்பீரமாகத் தனது கற்பனை தெய்வத்துக்கு 'பராக்கு' கொடுக்கிறான். அவன் சொல்லும் நாடும் நதியும் எல்லாம் கோசலமும் கங்கையும் சரயுவுமே; ஆனால், சோழ நாடும் காவேரிப் பாசானமும்தான் கம்பராமாயணத் தில் கண்டுகொள்ளுகிறோம். அங்கு வரும் அரசர்கள், தெய்வங்கள், தேவதைகள், கற்பனைகள் யாவும் தமிழ்நாட்டுச் சரக்கு.

இதே மாதிரிதான் 'உச்சினி மாகாளிப் பட்டணத்து ராசாவான விக்கிரமார்க்கனும்.' முஸல்மான் தமிழர் அற்புதமான கற்பனைக் களஞ்சியம் என்று சொல்ல வேண்டும். அவர் கூறும் பண்பாடு யாவும் தமிழ்நாட்டார் நாளங்களில் ரத்தத்துடன் கலந்து ஓடுபவை தான். கல்கியாருக்கு அவரது குரு மகராஜ் சொல்லாதவரை இதெல் லாம் எப்படித் தெரியும்? ஏனென்றால், இவர் செய்கிற தொழிலைத் தான் அவர்கள் இருவரும் செய்கிறார்கள் என்று மனப்பால் குடிக் கிறார்.

அவர்கள் பின்னால் ஒளியாதே

அவர்கள் எல்லோரும் ஊரையும் பேரையும் மாற்றவில்லை. விலா சத்தை அழித்து, தன் விலாசத்தை அதன்மேல் தீட்டி வைக்கவில்லை. தம்முடைய அந்தராத்மாவிலிருந்தே உதித்தது என்று பகட்டு செய்து கொண்டு ஊரை ஏமாற்ற வரவில்லை. அவர்கள் செய்வது திருட்டு என்று நினைத்துக்கொண்டு அவர்கள் பின்புறம் போய் ஒளிய வேண்டாம். அவர்கள் செய்தது இலக்கிய சிருஷ்டி; நீர் செய்துவருவது இலக்கிய விபசாரம். அறியாமையையும் அயோக்கியத்தனத்தையும் நடைபாவாடையாக விரித்து அதன் மேல் நடந்துவந்து ஊரை ஏமாற்றவில்லை அவர்கள்.

எத்தனை ஜென்மம் எடுத்தாலும். . .

திருடிவிட்டு இல்லையென்றால் இல்லையாகிவிடுமா? ஒரு பி. ஏ. ஆனர்ஸ் பிரகிருதி, நீர் இன்னும் களவாணித்தனமே செய்ய

வேண்டும் என்று உமது அர்ச்சனை மண்டபத்தில் வரங்கிடந்து உயிரை விடுகிறதே அதற்கு நீர் அபயஸ்தம் அளித்து குஷாலாக நீர் கதைத் திருட்டு உத்யோகத்தைத் தங்குதடை இல்லாமல் நடத்தி வாரும். நீர் மாத்திரம்தான் படித்திருக்கிறீர், உலகம் முழுவதும் படியாமையில் ஆழ்ந்து கிடக்கிறது என்று கண்ணை மூடிக்கொள்ள வேண்டாம். நான்தான் எந்த எந்த இடத்திலிருந்து திருட்டு என்று குறிப்பிட்டிருக்கிறேனே, அதை விருப்பமுள்ளவர்கள் படித்துத் தெரிந்துகொள்ளுகிறார்கள். பத்து வருஷங்களாக இடித்துக்காட்டிய பிறகு பத்துக் கதைதான் திருடினேன் என்கிறீர். இந்த ரீதியில் கணக்குப் போட்டால், உம்முடைய குட்டுகளை நீர் ஒப்புக்கொள்ளுவ தென்றால் எத்தனையோ ஜென்மங்கள் எடுத்தாக வேண்டும். தமிழ்நாட்டு மக்களுக்கு உமது அற்பத் திருட்டுகளைத் தோண்டிப் பார்த்துக்கொண்டிருக்க இப்போது அவகாசமில்லை. அவர்களுக்கு அவகாசம் ஏற்படும்போது தாமே பார்த்துக்கொள்வார்கள். உமது சத்தியத்தை நிரூபிக்க ரொம்பவும் ஆசை இருக்கிறதென்றால், நீர் 'பரிசிலோட்டி' என்ற கதை ஒன்று எழுதி இருப்பது ஞாபகமி ருக்கும் என்று நினைக்கிறேன். அதன் மூலக் கதையை (பியோர்ண்ஸன் எழுதிய கதை; அதற்கு இங்கிலீஷில் வ்யூரி என்ற தலைப்பில் இருக்கிறது) 'செம்படவச் சிறுமி' என்று தமிழ் பெயர் இட்டு 'இலக்கிய நண்பர்' ஒருவர் எழுதி வைத்திருக்கிறார். கையெழுத்துப் பிரதி வேண்டுமானாலும் வாங்கி அனுப்பிவைக்கிறேன். உமது பிரசுராலயத்தில் கொடுத்து சாயத்தை வெளுத்துக்கொள்ளும். 'சுமார் அறுபது சிறுகதைகளும், நாலு பெரிய நாவல்களும்' எழுதி இருப்பதாக நினைத்துக்கொண்டிருக்கிறீரே அது அவ்வளவும் ஒரு குடம் வெந்நீர் போடுவதற்கு லாயக்கான காகிதக் குப்பை; அவற்றில் ஏழெட்டு உம்முடைய சொந்தச் சரக்காக இருக்கக்கூடும். நீர் கண்ணை மூடிக்கொண்டால் உலகத்துக்கே 'இருட்டடிப்பு' ஏற்பட்டுவிடுமா? மஞ்சள் கண்ணாடி மாட்டிக்கொண்டு லோகத்துக் கெல்லாம் காமாலைக் கண் என்று சொல்லிக்கொண்டிருக்க வேண்டாம். உம்முடைய வாசகர்களுக்கு ஜாப்தா தேவையிருக்கும் பட்சத்தில் எழுதித் தருகிறேன்.

கற்பனை வறட்சியைக் கோடுபோட்டுக் காட்டி 600 வருஷங்கள் பேயாகத் திரியப்போகிறேன் என்று இரங்குகிறீரே; அப்படி உமது இரக்கத்தை வீணாக்கிக்கொள்ள வேண்டாம்; பயமாக இருந்தால் ஏதாவது ஒரு மந்திரவாதியைப் பார்த்து தாயத்து வாங்கிக் கட்டிக் கொள்ளும். அயோக்கியத்தனம் அகலாது போனாலும் உமது மனசுக்காவது நிம்மதி ஏற்படும்.

பஞ்சபாண்டவர்கள் கட்டில்கால் போலே...

ஈசனாட்டுக் குறவன் மாதிரி இல்லை இல்லை என்பதை விட்டுவிட்டு, இதுவரை நீர் தமிழ் நாட்டார் தலையில் சுமடேற்றியுள்ள குப்பை களை வெந்நீர் போட்டு அதிலேயே ஒரு முழுக்குப் போட்டு

விட்டு, இனிமேலாவது ஒழுங்காக நடந்துகொள்ளும். உமக்கு இருக்கும் திறமையை வீணடித்துக்கொள்ள வேண்டாம். போலி கவுரவம் வெகுநாள் நீடிக்காது.

இனிமேலாவது இலக்கிய விசாரத்தில் காலை விடும்போது, ஆற அமர உட்கார்ந்து, தெரியாவிட்டால் நாலு பேரையாவது கேட்டு தெரிந்துகொண்டு பதில் எழுத முயலும்; அவசரப்பட்டு, 'பஞ்ச பாண்டவர்கள் கட்டில்கால் மாதிரி. . .' என்று பிரசங்கம் பண்ணாதீர். உமக்குப் பத்து நாள் அவகாசம் போதாது என்றால் இன்னும் ஒரு பத்து நாட்கள் எடுத்துக்கொள்ளும். உம்முடைய விவகாரத்தை எல்லாம் வெட்டவெளிச்சமாக்க நான் காத்திருக்கி றேன். திருவுளச் சம்மதந்தான் தெரிய வேண்டும்.

தினமணி, 11.8.1943

தமிழர் நாகரிகத்தில் கிராம வாழ்க்கை

நாகரிகம் என்பது என்ன? பிராதஸ்னானம், திருநீற்றுச் சம்புடம் ஆகியவற்றை வைத்துச் சிலர் நாகரிகத்தை அளக்கிறார்கள். வேறு சிலர் ஒரு வெடிகுண்டுக்கு இருக்கும் நாச சக்தியையும், மின்சார விளக்கின் வெளிச்ச உக்கிரத்தையும் கொண்டு கணிக்கிறார்கள். இன்னும் சிலருக்கு — ஏன் — இப்படியே எத்தனை விதமானாலும் அடுக்கிக்கொண்டே போகலாம். நாகரிகம் என்ற கருத்து ஓரளவு மேற்சொன்னவற்றின் களையுடன் சோபிக்கும் ஒரு தன்மை என்பதுடன் அதற்கு அதீதமானதுமாகும். நாகரிகம் என்பது சமுதாயம் இற்றுப்போகாமல் எடுத்துக் கட்டிய ஞாபகச் சரடு; நினைவுப் பாதை; சமுதாயம், எறும்புச் சாரை போல் ஊர்ந்து ஊர்ந்து, பழக்கப்பட்டு, போன பாதை; அது இருந்து வருவதற்கு உயிர்கொடுத்து வருவது. இந்த ரீதியில் கவனித்தால், நாகரிகம் என்பது வெறும் பிழைப்புக்கும், பிறகு சுகானுபவத்துக்கும், அதன் பிறகு உள்ளத்தில் உடைந்து மசியும் நினைவுக் கோயில்களுக்கும் ஆதார பீடமாக அமைந்திருப்பதாகும். நாகரிகத்தை அமைக்கிறதற்கு கிராமம் என்ன செய்கிறது?

கிராம வாழ்க்கை என்பது கிராம்யமான ஒரு காரியம் அல்ல. ஏதோ வன போஜனத்துக்காகப் போகிறவர்கள் வழக்கமாக உட்காரும் ஸோபாவை இழப்பதால் தமக்குக் கிடைப்பதாகக் கருதிக்கொள்ளும் சுகானுபவம் போன்றதல்ல. "கிராமத்துக்குப் போங்கள்" என்று உருக்கமான பிரசங்கங்கள் பட்டணத்துக்காரர்களை நெட்டி நெட்டித் தள்ளுகின்றன. "சார், நான் ரிட்டயரானதும் ஏதாவது சுகமா ஒரு கிராமத்திலே போய் கழிக்கலாம்னு ப்ளான் போட்டிருக்கேன், நீங்க என்ன நினைக்கிறியள்?" என்கிறார் ஒருவர். இருபத்தியைந்து வருஷ உழைப்பால் உடலைக் கெடுத்துக்கொண்டதுடன், நேர்ச்சைக் கடனுக்காகக் கைகளைக் கும்பிட்டபடி உயரத் தூக்கி சூம்பவைத்துக் கொண்ட பைராகி மாதிரி காலை பத்து மணி முதல் மாலை 5 மணி வரை மூளையை ஒரே திசையில் விரட்டி விரட்டி இற்றுப்

204 ◆ புதுமைப்பித்தன்

போக வைத்துக்கொண்ட ஒருவருக்கு தாம் எரிந்து சாம்பலாக வேண்டிய சுடுகாட்டுக்கும், தம்முடைய மிச்ச வாழ்வுக்கும் இடையில் கிடக்கும் ரேழியாக கிராமம் தென்படுவதில் அதிசயமில்லை. அது அவர் பண்ணின புண்ணியம். டில்லி சர்க்கார் காரியாலயத்தில் ஒரு மகன், என்ஜினியரிங் கம்பெனியில் ஒரு மகன், ஒரு அட்வகேட் ஜெனரலின் மகனுக்கு சகதர்மிணியாக ஒரு மகள், காலேஜுக்கு ஐம்பது மைல் வேகத்தில் மோட்டார் சைக்கிலில் போவதுதான் மோட்ச சாம்ராஜ்யம் என்று நினைக்கும் சுந்தா, இவ்வாறு ஒரு படியாக தமது வாரிஸ் வர்க்கத்தைப் பங்கீடு செய்துவிட்டு, தம் முடைய அஜீர்ணம், 1936 வருஷ மோட்டார் கார், தொய்ந்துபோன காதில் வைத்து உசாவாடும் வைரக் கம்மல் மனைவி, விட்டமின் விசாரம், திருக்குறள் உபாசனை ஆகியவற்றுடன் இவர் போய் ஒரு கிராமத்தில் குடியேறுகிறார் என்று வைத்துக்கொள்ளுவோம். பத்திரிகையும், பழக் கூடையும், பட்டணத்திலிருந்து வந்துகொண்டே இருக்கும். ஆறு நிறையத் தண்ணீர் போனாலும் வென்னீரில்தான் குளிப்பார்; உடம்புக்குள் உயிர் பெய்வது போல் தென்றல் இழைந்தாலும் பிளானல் சட்டை போட்டுக்கொண்டு, வெள்ளிப் பூண் தடியோடு உலாவ, அதாவது வாக்கிங், போவார். எதிரே உட்கார்ந்திருக்கும் வெட்டியான் கைகட்டி வாய் புதைத்து, "எச்மான் புத்தி" என்று சொல்லிக்கொண்டு எழுந்திருப்பான். அவ்வளவுதான் அவர் கிராமத்தில் அனுபவிக்கப்போகிறதும், அனுபவிக்கிறதும். ராவணன், மண்ணோடு பெயர்த்து சீதையைத் தூக்கிக்கொண்டுபோய், அசோக வனத்தில் சிறை வைத்தானாம். அது நிஜமோ பொய்யோ எனக்குத் தெரியாது. ஆனால் நான் சொன்னேனே, இந்த மாஜி உத்யோக வர்க்கம், அது, பட்டணத்தில் கொஞ்சம் பெயர்த்துக்கொண்டு போய், கிராமத்தில் போட்டு, அதன்மேல் உட்கார்ந்துகொண்டுதான் கிராமத்தைப் பார்க்கிறார்கள்; கிராமத்தை அனுபவிக்கிறார்கள். இவர்களுக்கு கிராமம் தென்படாது; அனுபவத்துக்கும் கிட்டாது. இவர்களது இந்த ராவண கைங்கரியத்துக்குள் அகப்படாத கிராமம் என்பது என்ன என்று கேட்கிறீர்களா? அப்படிக் கேளுங்கள்.

நீங்கள் நெல்லுக் காய்ச்சி மரம் என்று கேள்விப்பட்டிருக்கிறீர்களா? உணவு வகையில் ஒன்றைக் கொடுக்கும் புல் வகையில் ஒன்றல்லவா என்று தாவர நிபுணர் உறுமுகிறார். ஆமாம். அப்படியும் சொல்லுவார்கள். நெல்லுக் காய்ச்சி மரம் என்றால் பட்டணத்துக்காரனைப் பற்றி கிராமவாசி செய்யும் கிண்டல் என்று அர்த்தம். உங்கள் மோட்டார் காரை அவன் உன்னிப்பாகப் பார்த்தால், நீர் அவனை உதாசீனமாகப் பார்க்கிறீர் அல்லவா? அதற்கு அவனுடைய பதில் அது.

கிராமத்தில் சினிமா இருக்காது; ஷேவிங் ஸோப் கிடைக்காது; சிகரட் அகப்படாது; ஆனால் சுகம் உண்டு; அதாவது வாழத் தெரிந்தவர்களுக்கு.

எனக்குத் தெரிந்த கிராமத்தைக் கொஞ்சம் வர்ணிக்கிறேன். அதற்கு ஒரே ஒரு தெருதான் உண்டு. அக்கிரஹாரம் இல்லை.

தெருவின் ஒரு கோடியில் கிராம முனிஸீபும் மறு கோடியில் கணக்கப்பிள்ளையும் இருக்கிறார்கள். இருவர் கோபத்துக்கும் ஆளா காமல் பிழைத்துக்கொள்ளத் தெரிந்த தலையாரி, இந்தத் தெருவுக்குக் கூப்பிடு தூரத்தில் உள்ள மறவர் தெருவில் இருக்கிறான். இன்னும் பத்துப்பதினைந்து வீடுகள் இந்த வீர மறக் குலத்துக்கு நிழல் தரு கிறது. இவர்கள் வாளையும் வேல்கம்பையும் விட்டெறிந்து ரொம்ப காலமாச்சு. "சாதியிலே மறவனாக்கும்" என்று அதட்டிக்கொண்டு, ஏர் பிடித்து உழுகிறார்கள். இவர்களுக்கும் எட்டாத் தொலைவில் பள்ளர்கள் சேரி. நாம் நினைவைவிட்டு விரட்ட முயலும் கெட்ட நினைப்பைப் போல அவர்கள் அங்கு அக்ஞாதவாசம் பண்ணு கிறார்கள். ஊருக்கு ஒரு மைதானம் உண்டு. சாதாரணமாக மாடு படுத்திருக்கும்; ஊர்த் தேவதை திருவிழாவில், வானத்தையே கூரை யாகக் கொண்ட கலைமண்டபமாகும். சாணி தட்டவும், நெல் உலர்த்தவும் ஏற்றவையானது. இந்த ஊரிலே சைவச் சாப்பாட்டை சமயா சமயத்தில் நிவேதனமாகவும் பொதுவாக அந்தக் கிராமத்தான் வணக்கத்தையும் பார்த்துப் பசியாறும் பிள்ளையாருடைய கோவில் உண்டு.

ஊர் எல்லையிலே ஊரின் காவல் தேவதை பேராய்ச்சி கோவில் உண்டு. கோவில் — கோவில் என்றதும் பிரமாதமான கற்கனவுகள் என்று நினைத்துவிட வேண்டாம். கிராம முனிசிபு பிள்ளையவர்கள் வீட்டைப் போல அடக்கமானதுதான்; அவரது மன இருட்டைப் போல இங்கே கர்ப்பக்கிரகமும் இருட்டிக் கிடக்கும். கலசம் மட்டும் பேராய்ச்சி கோவிலை, கோவிலென்று வேறுபடுத்திக் காட்டும்; மற்றபடி ஒன்றுதான். இந்தத் தேவதை அசைவம். வருஷத்துக்கு ஒரு தடவையாவது ரத்தம் காணவேணும், இல்லாவிட்டால் குடியே முழுகிப் போச்சு.

பட்டப்பகலானாலும் கர்ப்பக்கிரகத்தில் கும்மிருட்டு. கூர்மையாகக் கவனித்தால் வெள்ளையும் அதற்கப்புறம் அதன் மையத்தில் ஒரு கறுப்பு. இன்னும் பார்த்தால், விறைத்துப் பார்க்கும் கண்கள், பிறகு இருட்டு திரண்டு திரண்டு பத்தாயிரம் கைகளில் வேலும் சூலமும் தாங்கி எல்லையையே இமை கொட்டாமல் காத்து நிற் பது தெரியவரும். பட்டப்பகலானாலும், அதைக் கண்டு பயப்படு வோரைக் கண்டால் நாம் அவர்களைக் கேலி செய்யக் கூடாது. நாகரிகப்பட்டுப்போன பிறகு மனித வர்க்கம், ஏதோ எப்போதோ ஒரு காலத்தில், எது பயத்துக்கு வித்தாக இருந்ததோ, அதைப் பயம் போக்கும் மருந்தாக வசக்கிக்கொள்ள முற்பட்ட ஒரு சாத னத்தைக் கண்டு மிரளாமலிருப்பது பிசகு. இருட்டிலே, காட்டிலே மின்னுகிற புலிக் கண்ணைப் பார்த்து அதில் அன்புபெய்து வைத்துக் கற்பனை பண்ணின காரியம் இந்தப் பேராய்ச்சி. இந்தத் தாயின் மகத்துவத்தைப் பற்றிக் கிராமத்துப் புலவர் பாடுவதைக் கேட்டால், ஆஸ்பத்திரி எதற்கு, மலேரியா, மகமாரி எதிர்ப்பு மருந்துவகை ஊசிகுத்துமுறை எல்லாம் எதற்கு என்றெல்லாம் படும். அந்தவூரில்

நிஜமான ஆட்சி பேராய்ச்சியின் ஆட்சிதான். அந்த ஊர்க்காரர்கள் பயப்படுகிறது போல அவ்வளவு கொடுமைக்காரி அல்ல அவள். மகா கண்டிப்புக்காரி.

அந்தவூர்க்காரர்கள் மனப்பண்பாடு நீங்கள் எதிர்பார்க்கிற மாதிரி அவ்வளவு நாஸூக்காக இருக்காது. மிஞ்சி மிஞ்சிப் போனாலும் அவர்கள் கற்பனையெல்லாம்,

சோளப் பொறி மத்தியிலே
சுட்டுவச்ச தோசையைப் போல்
சுட்டுவச்ச தோசையைப் போல்
தோணுமிந்தச் சோதி நிலா

என்றுதான் அவர்கள் பாடுவார்கள்.

அருந்த அமரர் கலக்கியநாள்
அமுதம்நிறைந்த பாற்கலசம்
இருந்த திடைவந்து எழுந்ததென
எழுந்த தாழி வெண்திங்கள்

என்று ஒரு சந்திரோதயத்தில் இதிகாச நாடகத்தைப் பார்க்கும் மனப்பண்பு அவர்களிடம் தென்படாது. நெஞ்சிலும் தோளிலும் உரம் உண்டு. உள்ளத்திலே பரிவு உண்டு.

மேழி பிடிக்குங்கை, வேல்வேந்தர் நோக்குங்கை
ஆழி பிடித்தே அருளுங்கை

என்று அவ்வைக் கிழவி சொன்னது போல, ரொம்பவும் பின்னிப் பிணைந்த கைத்தொழில் நாகரிகமாக இருந்தாலும், சமுதாயத்தின் ஸ்திரத் தன்மைக்கு அவசியமும் ஆதாரமுமானது விவசாயம்; பலர் எண்ணுகிறது போல மட்டம் அல்ல.

தமிழ் இலக்கியத்திலே ஒரு கிழவி திரிந்து வருகிறாள். அவளுக்குப் பட்டணத்து நாகரிகத்தின் நெடி பிடிக்காது. எடுத்தெறிந்து பேசி உதறியடித்துவிடுவாள். கிராமவாசிகள் உள்ளப் பண்பைக் காண்பதற்கு செய்துவைத்தது போல இருக்கிறது அவளுடைய பாட்டு.

— அண்டி

நெருக்குண்டேன், தள்ளுண்டேன் நீள்பசி யினாலே
சுருக்குண்டேன் சோறுண் டிலேன்

என்று சுருக்கமாகச் சொல்லுகிறாள். இது எங்கே என்று கேட்டால் அதைவிட வினோதமாக இருக்கும்.

வண்தமிழைத் தேர்ந்த வழுதி கலியாணத்தில்
உண்ட பெருக்கம் உரைக்கக்கேள்

என்று பொக்கை வாயைக் காட்டிக் கேலிசெய்கிறாள் கிழவி. அவள் பார்த்தது எல்லாம், ‘நான்மாடக் கூடல் கல்வலிது’ என்பதுதான்.

வெய்தாய் நறுவிதாய் வேண்டளவும் தின்பதாய்
நெய்தான் அளாவி நிறம்பசந்து — பொய்யாய்
அடகென்று சொல்லி அமுதத்தை ஈந்தாள்
கடகம் செறிந்த கையாள்

என்று பெண்ணின் வளை போட்ட கை இலக்கியத்தில் ஒலித்துக் கொண்டே இருக்கிறது. அவள் கண்ட கைகள்தான் அது.

இன்னொருவன்; அவன் பேர் பூதன். பெயர்தான் ஆளை மிரட்டு கிற மாதிரி.

வரகரிசிச் சோறும் வழுதுணங்காய் வாட்டும்
முறமுறெனவே புளித்த மோரும்

அவ்வைக் கிழவியின் பசியை ஆற்றுகிறது.

கிராமங்கள், இந்த மாதிரி திசை மாறித் திரிவோருக்கு மட்டும் அன்ன சத்திரமல்ல; நாகரிகத்தின் முதல் படி அன்னவிசாரம், பசிப் பகையை விரட்டும் முதல் மதிள் கிராமங்கள். சமுதாயத்தின் சித்தம் அல்லது விவேகம் மாதிரி நகரங்கள் இருக்கலாம்; இருக்க வேண்டும்; ஆனால் அவற்றின் உயிர்ப்புக்கும் தெம்புக்கும் தெளிவுக்கும் அவசியமான ரத்தத்தைத் தருபவை கிராமங்களேயாகும். கிராமம் தூர்ந்துவிட்டால் நகரம் பாழ். இது பொது நியதி. மிகவும் பின்னிப் போன யந்திர நாகரிகம் வந்துவிட்டாலும் அந்த அடிப்படைக்கு வாய்ப்பான கிராமங்கள் இருந்துதான் தீரும். எல்லாம் பட்டணங்களாகி விட முடியாது. பட்டணங்கள் என்றால் சிந்தனையின் பயனால் இயற்கையின் கை பார்க்காமல் வாழ மனிதன் வகுத்துக்கொள்ளும் ஏற்பாடு என்பதுதான் பொருள்.

கன்னலென்ற சிறுகுருவி ககனமழைக் காற்றாமல்
மின்னலெனும் புழுவெடுத்து விளக்கேற்றும் கார்காலம்

என்று பட்டணத்துக் கவிராயர் சமத்காரமாகப் பாடிவிடுவார்கள்; ஆனால் உடை முள்ளையும் இண்டஞ் செடியையும் சுள்ளென்று அடிக்கும் வெயிலையும் ஆற்று வெள்ளத்தையும் கொடுங்காற்றையும் சகாக்களாகப் பாவித்து, அவற்றுடன் சேர்ந்து அவற்றையும் வசக்கி வயலில் வளத்தைப் பார்க்கிறவன் வாழுமிடந்தான் கிராமம்.

வரப்பு உயர நீருயரும்
நீருயர நெல்லுயரும்

இதுதான் சமுதாய வளர்ச்சியின் ஆதார சக்தி. பட்டணத்தில் பிழைக்கலாம், வாழ முடியாது. தனிமையாக நடமாட பட்டணம் வாக்கானது. ஆனால் கிராமத்தில் ஒதுங்கி வாழ உங்களை விடமாட்டார்கள். யாராவது புதிதாக வந்துவிட்டால் போதும், "யாரைத் தேடுதிய? ஓ! அவுகளா; ஏலே காத்தான், நாவன்னா வீட்டுக்குக் கூட்டிக்கிட்டு போ" என்று வீட்டுவரைக்கும் கொண்டு போய்விட்டுத் திரும்புவார்கள். மறு நாள் விடியற்காலம் பார்த்துவிட்

டால் நீங்கள் ஒதுங்கி ஒதுங்கிப் போனாலும் உங்களை வாயைத் திறந்து நாலு வார்த்தையாவது பேசவைத்துவிடுவார்கள். அவர்களுக்கு நேரம், அவகாசம் பார்க்காமல் வந்து உட்கார்ந்து பேசுவதற்குத் தெரியும். கிராமத்துக்காரன் ஒவ்வொருவனும் அந்த ஊர் சரித்திர ஆசிரியன். அந்த ஊர்ப் பிள்ளையார் பிரதிஷ்டை பண்ணினது, ஆலடி வயலில் வெள்ளம் மண்ணடித்துவிட்டது, மூக்கன் மதகை திறக்காது போயிருந்தால் கரையே உடைத்துக்கொண்டு ஊர் அழிந்து போயிருக்கக்கூடிய ஆபத்து, நல்ல பாம்பை மண்வெட்டியினால் ஒரே வெட்டில் இரண்டு துண்டாக்கிப் போட்ட செம்பிலி, நடுச் சாமத்தில் பேராய்ச்சி ஊர்பார்த்து வருவதைப் பார்த்து ரெத்தம் கக்கிச் செத்துப்போன தொப்ளான் ஆகிய எல்லோரையும் நீங்கள் வெகுசீக்கிரத்தில் பரிச்சயம் செய்துகொள்ள முடியும். அச்சடித்த புஸ்தகங்களைப் போல இவர்களுடைய சரித்திரங்களும் கொஞ்சம் அமிதமான புளுகுகள் நிறைந்திருக்கும். சமூக நலத்துக்காக அங்கீ கரிக்கப்பட வேண்டிய சில பொய்களை சரித்திர சித்தாந்தம் அமைக்கிற மாதிரி இந்தக் கிராமத்து மனிதக் கும்பலும் தன்னுடைய வம்ச பரம்பரை இற்றுப்போகாமல் இருக்கக் கட்டிவைக்கும் ஞாபகக் கோவைதான் இவையும். சிறிது மட்டரகமான பொய்களாக இருந்தாலும் சரித்திரமென்றே மதிப்போம்.

ஆற்றங்கரை மரமும், அரசவையில்
வீற்றிருந்த வாழ்வும் விழுமன்றே

என்று பயப்படுகிறான் கிராமத்துக்காரன். கிராமத்துக்காரனுக்குத் தன்னிச்சையாக நடமாடித் திரிவதற்கு இடவசதி வேண்டும். அவன் சிந்தனை சொற்பமாக இருந்தாலும், அது பறந்து திரிந்துவர விசால மான இடம் வேண்டும் என்று ஆசைப்படுகிறான். பட்டணத்திலே தென்படும் குறிப்பிட்ட ஒழுங்கு முறை, ஜன நெருக்கத்தினால் எடுத்துக் கூட்டி அமைத்துக்கொண்ட ஏற்பாடுகள் எல்லாம் அவ னுக்குக் கட்டோடு பிடிக்காது. அவன் பசி வந்தபோதுதான் சாப்பிட ஆசைப்படுவான்; ஆனால் உங்கள் ஹோட்டல்களில் பத்து மணிக்குப் போனால் மோரும் சாதமும் கிடைத்தால் உங்கள் அதிர்ஷ்டம். பட்டணத்துக்கு வந்தால், முங்கி முழுகிக் குளிக்க அவனுக்குக் குழாய்த் தண்ணீர் போதாது. இரண்டாவது நாள், 'அய்யா நான் போய்விட்டு வருகிறேன்' என்று மூட்டை கட்டிவிடுவான். நீங்கள் அங்கே போன இரண்டாவது நாளே 'ரொம்ப டல்லா இருக்கு சார்' என்று சொல்லிவிட்டுப் புறப்பட்டுவிடவில்லையா?

வானொலி உரை, 1.10.1943

பாரதிதாஸன்

(i)

பாரதியார் இன்று நமக்கு வைத்துவிட்டுப்போன சொத்துக்கள் பல. இவற்றில் முக்கியமானவற்றைக் குறிப்பிட வேண்டின் ஞானரதம், குயில் பாட்டு, பாஞ்சாலி சபதம், கனக சுப்புரத்தினம் என்ற பாரதிதாஸன் என்று சொல்ல வேண்டும்.

எங்கெங்குக் காணினும் சக்தியடா! — ஏழுகடல்
அவள் வண்ணமடா

என ஸ்ரீ கனக சுப்புரத்தினம் தமது கன்னிக் கவிதையைக் கொணர்ந்து சமர்ப்பித்தபொழுது, பாரதியாரின் 'தராசு' "எழுக புலவன்" என ஆசீர்வதித்தது. அன்று முதல் பாரதிதாஸனாகிவிட்ட ஸ்ரீ கனக சுப்புரத்தினம் பாரதி வகுத்த பாதையிலே பல அழகுக் கனவுகளை நிர்மாணித்துத் தந்திருக்கிறார். பாரிச வாய்வும், பக்கவாதமும் போட்டலைக்கும் இன்றைய கவிதையுலகிலே, அவருடைய பாட்டுக் கள்தான் நிமிர்ந்து நடக்கின்றன. நண்பர் ஸ்ரீ கனக சுப்புரத்தினம் நம்மிடையே வாழ்பவர்; நம்மைப் போல, கருத்து விசித்திரங்களும் கருத்து விருப்பு வெறுப்புக்களும் ஆணித்தரமான அபிப்பிராயங்களும் கொண்டவர். பாரதிதாஸன் கவி; கனவுக் கோயில்களைக் கட்டி நம்மை அதில் குடியேற்றி மகிழ்கிறவர். 'குள்ளச் சிறு மனிதர்களின்' எத்து நூல் வைத்து அவரது காவிய மாளிகைகளை முழம்போட முயலுகிறவர்களுக்கு ஸ்ரீ கனக சுப்புரத்தினம் இடைமறித்து நின்று தம் கருத்துக்களைக் காட்டி மிரட்டி ஓட்டிவிடுவார். பாரதிதாஸனைப் பழகி அனுபவிக்க வேண்டுமெனில் ஸ்ரீ கனக சுப்புரத்தினத்தின் கருத்துக்களைக் கண்டு பயப்படுவது விவேகமல்ல; 'நட்ட கல்லும் பேசுமோ' என்று பாடியவரைவிட இவர் பிரமாதமான தவறு எதுவும் செய்துவிடவில்லை. அவருடைய காவியங்களில், ராமாயணம் என்னும் பெரும் புளுகும், 'எங்கள் மடாதிபதி' 'சைவத்தை ஆரம்பித்த' விமரிசையும் இருந்தால் என்ன குற்றம்? அவர் கவி.

கோட்டைப் பவுன் உருக்கிச் — செய்த
குத்து விளக்கினைப் போன்ற குழந்தைகளைப்

பார்க்கத் தெரியாத ரஸிகர்களைக் 'குருடேயும் அன்று நின் குற்றம்' என்று அவ்வையுடன் சேர்ந்தே ஆசீர்வதிக்க வேண்டியிருக்கிறது.

பாரதிதாஸன் கட்டிவைத்துள்ள கவிதைக் கோயிலிலே எத்தனையோ பிராகாரங்கள் உண்டு; எத்தனையோ ஆயிரக்கால் மண்டபங்கள் உண்டு. அவற்றில் நடுநாயகமாக விளங்குவது என நான் கருதுவது 'புரட்சிக் கவி' என்ற அவரது பாட்டு. கதை எல்லாம் பழைய கதைதான்; ஆனால் பழசு என்று சொல்லிவிட்டால் போதுமா? முன்னைப் பழைமைக்கும் முன்னைப் பழம்பொருளாய், பின்னைப் புதுமைக்கும் பெயர்த்தும் பெற்றியதாக உள்ள மனுஷ இதிகாசக் கருத்து. விஷயம் தெரிந்த விவேகிகள், பில்ஹணீயத்தின் கருத்துத் தானே என்று அதைத் தாண்டிச் சென்றுவிடுவார்கள். அரசன், கவி என்னதான் கவிராயர்கள் தம்மைப் புவியரசர்களுக்கு மேல் எனக் கற்பனை பண்ணிக்கொண்டிருப்பதை, அந்தப் புவியரசர்கள் புன் சிரிப்புடன் சகித்துக்கொண்டிருந்தாலும், தம் நெஞ்சை, அந்தஸ்தைத் தொடும் காரியத்துக்குள் கவிராயர்கள் பிரவேசித்துவிட்டால், தமது சுய உருவைக் காட்டிவிடுவார்கள் என்பதுதான் ஆதாரக் கருத்து.

பழைய பில்ஹணீயம் உருவாகும் காலத்திலே பிராம்மணர்கள், பூலோகப் பிரமர்கள் எனப் பிரவிக்கப்பட்டு வந்தார்கள். பிராம்ம ணனைக் கொல்வது பஞ்சமா பாதகங்களில் ஒன்று என்று நம்பப் பட்ட காலம். தன் அந்தஸ்துக்காக ஆசைக் குமாரியின் வாழ்வையே பாழ்படுத்திவிடத் துணிந்த மன்னனைப் பிரம்மஹத்தி தோஷம் என்ற பயந்தான் தடுக்கிறது. அந்த நாகரிகம் இன்று நாம் ஏட்டில் பார்த்து நுகரும் ஒரு விவகாரம். இன்றைய நாகரிகத்தில் பிராம்ம ணர்களும் மன்னர்களும் தம் பழைய அந்தஸ்துகளை இழந்துவிட்டார் கள். தன்னுடைய அந்தஸ்துக்காக ஒருவனை உயிர்வதை செய்யத் துணியும் மன்னனுக்கு ராஜ்யத்தில் இடமில்லை என்பதுதான் இந்தப் புதிய புரட்சிக் கவியின் ஆதாரக் கருத்து. களவையும் நிலவையும் பற்றிப் பாடிக்கொண்டிருந்த கவிஞன், பிரஞ்சுப் புரட்சிக்கு உதயகீதம் பாடிய ரூஸோவைப் போலக் கனல்விடுகிறான். 'அன்னையிட்ட தீ அடிவயிற்றிலே' என்றுகொண்டு பட்டினத்தார் தம் வீட்டுக்குத்தான் நெருப்பு வைக்கப் பார்க்கிறார். புரட்சிக் கவியான உதாரனது பேச்சு, வீண் கருவம், டம்பம், வரம்பற்ற தன்னிச்சை, கொலை வெறி, அந்தஸ்து என்ற உச்சாணிக் கொப்பு என்ற உளுத்துப்போன கருத்துக்களைச் சுட்டுச் சாம்பலாக்குகிறது. கூளங்கள் கொதித்தெ ழுந்து உயிர் வதைக்குத் துணிந்திட்ட மன்னனைத் தேடி வரும்போது, மன்னன், இன்றைய வளமுறைப்படி, நாட்டைவிட்டு வெளியேறிவிடு கிறான். ஓடிப்போன ராஜா மான்டி கார்லோவில் பந்தயக்குதிரை வளர்க்கிறாரா அல்லது ஹாலிவுட் அழகியை மணக்கிறாரா என்று நாம் தேடிச் சென்றுகொண்டிருக்க வேண்டாம். ஓடிப்போகிற ராஜாக்கள் அப்படித்தான் செய்வார்கள். பழைய பில்ஹணீயத்துக் கும், இந்தப் புதிய புரட்சிக் கவிக்கும் இவ்வளவுதான் ஒற்றுமை; இவ்வளவே வேற்றுமை. இவை இரண்டும் இரண்டு விதமான மனப் பக்குவங்களைக் காண்பிக்கின்றன. நாம் வெகு நேரமாகப் புரட்சிக் கவியின் முற்றத்தில் நின்றே பேசிக்கொண்டிருந்துவிட்டோம். காவியத்தைப் பார்ப்போம். அதிலே வரும் ஒவ்வொரு பாத்திரமும்

பச்சைத் தமிழன்; சாயச்சரக்கல்ல; மழை பெய்த மூன்றாம் நாள் சாயம் விட்டுப்போகும் பண்ருட்டிப் பொம்மை அல்ல.

(ii)

அரசன் தனது மகளான அமுதவல்லிக்கு, அகத்தில் எழுந்த கவிதையை, புறத்தில் பிறர்க்குப் புலப்படுத்தற்கு செய்யுள் இலக்கணம் கற்பித்துக் கொடுக்க நல்லதொரு ஆசான் வேண்டும் என அறிவிக்கிறான். அமைச்சனின் சிபார்சுப்படி உதாரன் என்ற உயர் கவிஞன் அமர்த்தப்படுகிறான். கவியின் வாலிபத்தையும் கன்னியின் மனசையும் சேரவொட்டாமல் தடைசெய்துவிட அமைச்சனுடைய குள்ளத்தனமான யோசனை கையாளப்படுகிறது. உதாரன் குருடனெனவும், அமுதவல்லி பெருநோய் கண்டவள் எனவும் சொல்லி இடையில் ஒரு திரையிடுகிறார்கள்.

மன்னவன் ஆணைப்படி — கன்னி
மாடத்தைச் சேர்ந்ததொரு
பன்னரும் பூஞ்சோலை — நடுப்
பாங்கிலோர் பொன்மேடை!
அன்னதோர் மேடையிலே — திரை
ஆர்ந்த மறைவினிலே
மின்னொளி கேட்டிருப்பாள் — கவி
வேந்தன் உரைத்திடுவான்.

இவ்வாறு யாப்பிலக்கணம் கேட்டு வரலானாள் அமுதவல்லி. விழி அற்றவனைப் பார்ப்பது அபசகுனம் என்றிருந்தாள் அவள்; பெருநோயை நினைத்து உதாரனும் பார்க்கவில்லை. இவ்வாறிருக்கையிலே இவர்களிடையே கிடந்த திரைச்சீலையைக் கிழித்தெறிந்தது பௌர்ணமி நிலா. நிலாவைக் கண்டு பாடினான் உதாரன். திரைச் சீலைக்குள் நிற்கும் தன்னை உவமித்தது போல அமுதவல்லி நினைத்துக்கொள்ளும்படி இருந்தது அந்தப் பாட்டு.

நீலவான் ஆடைக்குள் உடல்மறைத்து
நிலாவென்று காட்டுகிறாய் ஒளிமுகத்தைக்
கோலமுழுதும் காட்டிவிட்டால் காதல்
கொள்ளையிலே இவ்வுலகம் சாமோ? வானச்
சோலையிலே பூத்ததனிப் பூவோநீதான்
சொக்கவெள்ளிப் பாற்குடமோ, அமுதவூற்றோ
காலைவந்த செம்பரிதி கடலில் மூழ்கிக்
கனல்மாறிக் குளிரடைந்த ஒளிப்பிழம்போ!

அந்திஇருளாற் கருகும் உலகுகண்டேன்
அவ்வாறே வான்கண்டேன்; திசைகள் கண்டேன்;
பிந்தியந்தக் காரிருள்தான் சிரித்ததுண்டோ
பெரும்சிரிப்பின் ஒளிமுத்தோ நிலவேநீதான்

சிந்தாமல் சிதறாமல் அழகை எல்லாம்
சேகரித்துக் குளிரேற்றி ஒளியும்ஊட்டி
'இந்தா'வென்றே இயற்கை அன்னைவானில்
எழில்வாழ்வைச் சித்திரித்த வண்ணந்தானோ

என்று சாதகப்புள் மாதிரி உதாரன் தன்னை மறந்து பாடுகிறான். 'ஏதடா குருடனாச்சே' என்று பிரமிக்கிறாள் அமுதவல்லி. திரைச் சீலை விலகுகிறது. பயமறியாது சிரிக்கின்றன இரண்டு இளம் நெஞ்சுகள். உதாரன் முதலில் தடுத்துத்தான் பார்க்கிறான். ஆனால் அது தனது நெஞ்சத்தையே பொய்த்துப் பேசும் சமத்காரம். அவன் சொல்லுகிறான்:

நன்று மடமயிலே, நான்பசியால் வாடுகிறேன்;
குன்றுபோ லன்னம் குவிந்திருக்கு தென்னெதிரில்!

உண்ண முடியாதே ஊராள்வோன் கூர்வாளும்
வண்ணமுடிச் செல்வாக்கும் வந்து மறிக்குதடி!

வேல்விழியாள் என்னை விலாப்புறத்தில் கொத்தாதே!
பால்போல் மொழியால் பதைக்க உயிர்வாங்காதே!

காதல் நெருப்பால் கடலுன்மேல் தாவிடுவேன்,
சாதிஎனும் சங்கிலி என்தாளைப் பிணிக்குதடி!

பாளைச் சிரிப்பில்நான் இன்று பதறிவிட்டால்
நாளைக்கு வேந்தன் எனும் நச்சரவுக்கென் செய்வேன்?

என்று சொல்லித் தடுக்கிறான். அதற்கு அமுதவல்லி சொல்லுகிறாள்:

வாளை உருவிவந்து மன்னன் எனதுடலை
நாளையே வெட்டி நடுக்கடலில் போடட்டும்

வேறு கதியறியேன், வேந்தன் சதுர்வருணம்
சீறும்எனில் இந்தவுடல் தீர்ந்தபின்னும் சீறிடுமோ

பிறகு,

இன்ப வுலகில் இருவர்களும் நாள்கழித்தார்
பின்பொருநாள் அந்தப் பெருமாட்டி அங்கமெலாம்

மாறுபடக் கண்டு மனம்பதறித் தோழியர்கள்
வேறு வழியின்றி வேந்தனிடம் ஓடி

அறிவிக்கிறார்கள்.

அரசனே நேராக வந்து ஒளிந்திருந்து பார்க்கிறான். மண்டையிலே ஆயிரந்தேள் மாட்டியது போல மனமுளைந்தான். உதாரனைக் கைபிடியாகப் பிடித்துவரும்படி காவலரை ஏவுகிறான். கடுஞ் சினத்துடன்,

வாள்பிடித்தே புவி ஆளுமரசர் என்
　　தாள்பிடித்தே கிடப்பார்! — அட
ஆள்பிடித்தால் பிடி ஒன்றிருப்பாய், என்ன
　　ஆணவமோ உனக்கு?
மீள்வதற்கோ இந்தத் தீமை புரிந்தனை
　　வெல்லத் தகுந்தவனோ? — இல்லை
மாள்வதற்கே இன்று மாள்வதற்கே

என்று மன்னன் கர்ஜிக்கிறான்.

அதற்கு உதாரன் தனது குற்றத்தை சமத்காரமாக ஒப்புக் கொள்ளுகிறான்.

மாமயில் கண்டு மகிழ்ந்தாடும் முகில்
　　வார்க்கும் மலைநாடா — குற்றம்
ஆம்என்று நீயுரைத்தால் குற்றமே! குற்றம்
　　அன்றெனில் அவ்விதமே!
கோமகள் என்னைக் குறைஇரந்தாள் அவள்
　　கொள்ளை வனப்பினிலே — எனைக்
காமனும் தள்ளிடக் கால்இடறிற்று
　　கவிழ்ந்த வண்ணம் விழுந்தேன்!

இவன் பேச்சு அரசனது கோபத்தை இன்னும் அதிகப்படுத்துகிறது. சேதி கேட்டு அமுதவல்லி ஓடி வருகிறாள். 'சாதி வருணக்கரிசனம் இருந்தால், இலக்கணம் சொல்லிக் கொடுக்க அவனை அமர்த்துவதேன்?' என்று கேட்கிறாள். கவிஞன் பக்கத்தில் சென்று நிற்கிறாள். அவளை இழுத்துத் தள்ளிவிட்டு, உதாரனை அழைத்துச் செல்லக் கட்டளை இடுகிறான். அதிலும் என்ன சமத்காரம் பாருங்கள் :

— அயல்
நின்றகொலைஞர் உதாரனையும் 'நட
நீ' என்றதட்டினர்...

அச்சமயம் மந்திரி ஒருவன் மகளை மட்டுமாவது கொல்ல வேண்டாம் என்கிறான். 'நீதி நன்று மந்திரியே' என்று சிரிக்கிறாள் அமுதவல்லி. மன்னன் கர்ஜிக்கிறான்:

என்ஆணை மறுப்பீரோ சபையில் உள்ளீர்!
　　இசைகிடைந்த என்செங்கோல் தன்னை வேற்றார்
பின்நாணும் படிசும்மா இருப்பதுண்டோ?
　　பிழைபுரிந்தால் சகியேன்நான்! உறுதி கண்டீர்
என்ஆணை! என்ஆணை! உதாரனோடே
　　எதிரிலுறும் அமுதவல்லி இருவர் தம்மைக்
கல்மீதிலே கிடத்திக் கொலைசெய்வீர்கள்
　　கடிதுசெல்வீர்! கடிதுசெல்வீர்...

அவையினிலே அசைவில்லை பேச்சு மில்லை
அச்சடித்த பதுமைகள்போல் இருந்தார் யாரும்...

அமுதவல்லியும் சொல்லுகிறாள்:

இருந்திங்கே அநீதியிடை வாழ வேண்டாம்
இறப்புலகில் இடையறா இன்பம் கொள்வோம்!
பருந்தும் கண்மூடாத நரியும் நாயும்
பலிபீட வரிசைகளும் கொடி வாள்கட்குப்
பொருந்தட்டும், கொலைசெய்யும் எதேச்சை மன்னன்
பொருந்தட்டும், பொதுமக்கள் ரத்தச் சேற்றை
அருந்தட்டும்...

கொலைக்களத்துக்கு உதாரனும் அமுதவல்லியும் இழுத்துவரப் படுகிறார்கள். வேடிக்கை பார்ப்பதற்காக நாட்டு மக்கள் வீடு பூட்டி வந்திருக்கிறார்கள். தலைப்பாகை அதிகாரி கொடுத்த வசதியை உபயோகித்து, உதாரன் பேசுகிறான். அவன் மனசு எரிமலைபோல் கொப்புளிக்கிறது. புரட்சிக்கனலை அவன் நினைவறிந்து ஏற்றினானோ என்பது சந்தேகம். அவன் பேச்சு ஊரைச் சுட்டது! ஊரில் உள்ள உளுத்த கருத்துக்களைச் சுட்டது. அவனுடைய பேச்சே, தமிழ் இலக்கிய வரிசையிலே உயர்ந்த ஸ்தானம் வகிக்கிறது. முதலிலே ஜனங்களுக்கு அவர்களது திறமையை எடுத்துச் சொல்லுகிறான்.

(iii) 'அழகின் சிரிப்பு'

தமிழ்நாட்டின் பாரதீய பரம்பரை
அதன் ஏகப்பிரதிநிதி பாரதிதாசனே

'ஆயிரம் உண்டிங்கு ஜாதி – எனில் அந்நியர் வந்து புகல் என்ன நீதி' என்று அதட்டிக் கேட்ட குரல் ஒடுங்கி சுமார் இருபது வருடங்கள் கழிந்த பிறகு, பாரதீய பரம்பரை ஒன்று இருப்பதாகத் தெரிவித்துக் கொள்ளப்பட்டது. பாரதீய பரம்பரை என்று காவியத்துறையில் இருப்பதை ஒப்புக்கொள்வது அவசியமாயின், அதன் ஏகப்பிரதிநிதி பாரதிதாசனே என்பதற்கு முல்லைப் பதிப்பக வெளியீடான 'அழகின் சிரிப்பு' ஓர் அத்தாட்சி.

ஆற்றொழுக்குப் போன்ற நடை, சிற்றோடையின் ஆழமும் வேகமும் தெளிவும் பெற்ற கற்பனை. யாரையும் சட்டை செய்யா, எவருக்கும் பணியாத கருத்தமைதி – இவைதான் பாரதிதாசன்.

திருவிளக்கிற் சிரிக்கின்றாள்
நா ரெடுத்து
நறுமலரைத் தொடுப்பவளின்
விரல் வளையில்
நாடகத்தைச் செய்கின்றாள்;
அடடே, செந்தோள்
புறத்தினிலே கலப் பையுடன்
உழவன் செல்லும்
புது நடையில் பூரிக்கின்றாள்

என வர்ணிக்கப்படும் அழகுத் தெய்வத்தின் பாதாதி கேசம் இப்பாடல தொகுதி என்று சொன்னால் முழுதும் பொருந்தும். . . .

ஒரே நிலையில், ஒரே அமைதியுடன், கவித்துவ சக்தி தள்ளாடாமல் செல்லும் பாட்டுத் தொகுதி இந்த 'அழகின் சிரிப்பு'

இந்தத் தொகுதியில் 'தாசன்' ஒரு புதிய சம்பிரதாயத்தைப் புகுத்தியுள்ளது குறிப்பிடத்தக்கது. பொதுவாக இதுவரை பாடல்களில், பெண்கள் அல்லது அரசர்கள் ஆகியோருக்கே உலகின் அழகுச் சுமைகளை யெல்லாம் காணிக்கையாக வைத்து வழுத்துவது மரபு. இங்கு இவர், தம் கற்றுச்சொல்லியிடம் உலகின் அழகுகளை எடுத்துக்காட்டி வருவது போலவே பாடல்கள் அமைக்கப்பட்டுள்ளன. இதுவரை இல்லாத புது சம்பிரதாயம் இது.

(iv) புரட்சிக் கவிதை

கடவுள், காதல், யுத்தம், புகழ்ச்சி, நீதி என்ற பாதையில் நெடுங்கால மாக ஓடிய தமிழ்க் கவிதை, பாரதி யுகத்தில் ஒரு புதிய நோக்கைப் பெற்றது. பாரதியார் பழைய லட்சியப் பாதையினின்று விலகிச் செல்லவில்லை; விலகவும் முயலவில்லை.

கம்பீரமான கோவில்களும் கம்பீரமான விருத்தங்களும் தமிழ்ப் பண்பை எவ்வளவு உயர்வுபடுத்துகிறதோ, அவ்வளவு, லகுவான பண்களும் சிறு சிறு சந்தங்களும் அழகு செய்ய முடியும் என்பதைக் காட்டிவிட்டார். அவருடைய காதலியான கண்ணம்மாவுக்கு, 'பாலத்துச் சோசியனும் கிரகம் படுத்தும் என்று' சொல்வான்; அவருடைய தெருவிலேயே விளையாட்டுப் பிள்ளையாகத் திரியும் கண்ணன், பெண்களுக்கு ஓயாத தொல்லையாகக் கொம்மாளம் அடிப்பான். அவருடைய இதயபீடத்தில் அமர்ந்த கடவுள்கள், எங்கோ, எப்போதோ என்று சொல்லும்படியான எட்டாப் பொருள் கள் அன்று; சித்தாந்தம் படைத்த உருவமன்று; தூரத்திலே நின்று கும்பிட்டு மட்டும் வழிபடும் தெய்வங்களன்று. நம்முடன் சதையும் ரத்தமுமாய் உறவு கலந்து, நம்முடன் ஒன்றாக, நம் தோள்மீது கைபோட்டு உலாவும் தெய்வங்கள். பாரதியாருடன் சென்றால் கடவுள்களின் உண்மை நமக்குத் தெரியவரும்; நம் மன்னிப்புக்கும் அன்புக்கும் உரியவர்களாகத் தென்படுகிறார்கள். பாரதியின் பாணி அது.

ஆனால், 'எழுக புலவன்' என பாரதியாரின் *(தராசு)* ஆசியைப் பெற்ற பாரதிதாஸன் நோக்கத்தில் முற்றிலும் மாறானவர்.

> பரமசிவன் வந்துவந்து வரம்கொடுத்துப் போவார்
> பதிவிரதைக் கின்னல்வரும் பழையபடி தீரும்

என சினிமாப் படங்களையே வியாஜமாகக்கொண்டு கடவுள், சமயம் முதலிய அங்கீகரிக்கப்பட்ட சகல கருத்துக்களையும் தாக்கு பவர். தாக்குவதில் விசேஷ ருசியுடன் (திருப்பணி செய்யும் பக்தர் கூட்டத்தைப் போலல்லாமல்) சாக்கிய நாயனாராக நின்று கல்லா

லடிப்பவர். காவியமுறை, கட்டுக்கோப்பு, உவமை சமத்காரங்கள் ஆகியவற்றில் இவர் பாரதியாருக்குச் சற்றும் சளைத்தவரல்ல.

அவருடைய புதிய உவமை நயங்களை மட்டும் தொகுப்பது என்றாலே ஒரு தனிப் பிரசுரம் வெளியிட முடியும். இன்று கவிஞர் என்று பெயரெடுத்து உலாவும் பெரியார்களில் இவரது உவமையும் நண்பர் ச. து. சு. யோகியாரின் வாக்கு தாட்டியுமே எனது மனசைக் கவர்ந்துள்ளன. மற்றவர்கள் அப்பபடியப்பபடித்தான்.

பாரதியாரின் 'பாஞ்சாலி சபதம்' ஒரு எரிமலை. நம் நாகரிகம் நோக்கு இழந்து, நெறி தவறி, கால் தள்ளாடிவிட்டதே என்ற கொதிப்பில் பிறந்தது. அந்த ஆவேசத்தை பாரதிதாஸனிடம் பார்க்க வேண்டுமாகில் 'புரட்சிக் கவி'யில் ஓரளவு காண முடியும். ஓரளவு எனக் கூறுவதற்குக் காரணமுண்டு. சூதின் வெறியால் மனைவியைத் தோற்று, அவள் மானபங்கப்படுத்தப்படுவதை, மதோன்மத்தமாக திக்குத் திசை தெரியாமல் கூத்தடிக்கும் வெற்றி வெறியை, தோற்றவர்களின் கொதிப்பை, பகடைக்காயாகச் சீரழியும் பாவையின் வேகின்ற நெஞ்சை, சூழ்நிலையாகக் கொண்டு தீட்டப்பட்ட ஒரு ஓவியம் 'பாஞ்சாலி சபதம்'. 'புரட்சிக் கவி' அப்படிப்பட்டதல்ல. நீதியென்றும், ராஜவம்சம் என்றும் சொல்லிக்கொண்டு, காதலை வாளுக்கிரையாக்க முயலும் ஒரு மன்னனுடைய முயற்சியைக் குலைத்துவிடும் சமத்காரப் பெருமைக்குக் கொண்டுவிடும் நேர் ஒழுக்கான கதைப் போக்கு. உதாரன் தேச மகாஜனங்களிடை மன்னனுக்கும் தனக்கும் நேர்ந்த வழக்கை எடுத்துச் சொல்லுகிறான். உதாரன் நாடியது ஒன்று; நடந்தது வேறு. ஜனங்களுடைய மனசை உருக்கவைப்பதற்காக அவன் பேசினான்; அது ஜனங்களின் மனசில் கொந்தளிப்பை ஏற்படுத்துகிறது. வீராப்பு பேசிய மன்னன் ஜனங்களுடைய கோபாவேசம் கொதித்து பாயு முன்பே ஓட்டமெடுத்துவிட்டான்.

'பில்ஹணன்' ('புரட்சிக் கவி') கதை பழைய கதை. அந்தப் பழைய கதையிலே பட்டமஹிஷி, பிராமணனைக் கொல்லக்கூடாது என்ற நியாயத்தை எடுத்துச்சொல்லி, அவனது மனசைத் திருப்புவதாக முடிகிறது. ஆனால் புதிய கற்பனையோ எனின்,

> சிரம்அறுத்தல் வேந்தனுக்குப் பொழுது போக்கும்
> சிறியகதை, நமக்கெல்லாம் உயிரின் வாதை

என்ற அடிப்படையில், உடல், பொருள், மூச்சைத் தந்து நாட்டைக் கட்டிய மக்களுக்கு உரிமையா, அல்லது ஏமாந்த காலத்தில் ஏற்றங் கொண்டோன் அதிகாரமே சரியா என்ற கேள்வியாக முடிவடைகிறது. பாரதிதாஸனின் கற்பனை காலதேச வர்த்தமானங்களுக்கேற்ப, இன்றைய மக்களின் கேள்வியாக, பரிணமிக்கிறது. 'புரட்சிக் கவி'யில் கதாபாத்திர சிருஷ்டி அற்புதமானது; அமுதவல்லி என்ன, உதாரன் என்ன, மன்னன்தான் என்ன — உயிருடன் நடமாடும் சித்திரங்கள்.

இதில் பாரதியாருக்குச் சமதையாக இருப்பவர்கள் இன்றைய கவிஞர்களில் பாரதிதாஸன் ஒருவர்தான் என்பது எனது அபிப்ராயம்.

பாரதிதாஸனுடைய நீண்ட காவியங்களிலே தலைசிறந்தது 'புரட்சிக் கவி' என லகுவாகச் சொல்லிவிடலாம். அடுத்தபடியாகக் குறிப்பிட வேண்டியது 'பாண்டியன் பரிசு' என சமீபத்தில் அவர் எழுதியுள்ள நீண்ட காவியம். இது ஒரு நேர்த்தியான கதை. காவியச் சுவையுடன் கதைச் சுவையும் போட்டி போடுகிறது. ராஜீய சூழ்ச்சி, சிங்காதன வேட்கை, யுத்தம், பூதப் பீதி, காதல் யாவும் நிறைந்த ஒரு நயமான சொற்சித்திரம். போர்க்களக் குமைச்சலிலே ஒரு காட்சி:

...சாவு
கொற்றவர்கள் இருவர்பால் மாறி மாறி
நொடிக்குநொடி நெருங்கிற்று! வெற்றி மங்கை
நூறுமுறை ஏமாந்தாள் ஆளைத் தேடி!

இந்தக் காவியத்திலே நரிக்கண்ணன் என்றொரு நயவஞ்சகத் துரோகி வருகிறான்; அவனைத் துரோகி என்று சொல்லக் கூடாது. அவனை சுயகாரிய 'வீடணப்பசு' என்று கூற வேண்டும். தங்கையின் கணவனைக் கொல்லுகிறான். தங்கையைக் கொல்லுகிறான். தனக்கே முடிகவித்துக்கொள்ள மாய்மாலக் கண்ணீர் விடுகிறான். எதையும் நம்பும் வேழநாட்டு மன்னனையும் ஊரையும் ஏமாற்றுகிறான். முடிவில் தான் வெட்டிய குழியிலேயே விழுந்து மடிகிறான். பாரதி தாஸனுக்கும் ஏனைய கவிஞர்களைப் போல, முடிவில் தர்மந்தான் வெற்றி பெறுகிறது. உலகியலில் அப்படியா? பிரபஞ்ச நியதியிலே தர்மத்துக்கும் நியாயத்துக்கும் இடம் இருக்க முடியுமா? அப்படியே இடம் கிடைத்தாலும் சந்தர்ப்ப விகாரந்தானே என சந்தேகங் கொள்ளுகிறவர்கள் அங்கீகரிக்கப்பட்டுவரும் தர்மாதர்மப் பிரச்சினை களில் இன்னும் ஆழமான ஆணிவேர்களை எட்டிப் பிடிக்க வேண்டும் எனவே விரும்புகிறார்கள்.

பாரதிதாஸனின் இன்னும் இரண்டொரு விசேஷ அம்சங்களைப் பற்றி குறிப்பிட விரும்புகிறேன். அவர் ஏதோ சுயமரியாதைக் கொள்கைகளுக்கு அடிமையானவர், அதனால் அவரிடம் தேசபக்திப் பாட்டுகளைப் பார்க்க முடியாது; அந்தமட்டில் அவர் மட்டமான கவிஞரென சிலர் சித்தாந்தம் பண்ணுகிறார்கள். அப்படிப்பட்டவர் களுக்கு 'உன்னை விற்காதே' என்ற பாட்டை ஞாபகப்படுத்த விரும்புகிறேன்.

இன்பம் வந்து நெருங்கிடு நேரத்தில்
ஈனர் அஞ்சிக் கிடக்கிற நேரத்தில்
ஒன்றி லாயிரம் தர்க்கம் புரிந்துபின்
உரிமைத் தாய்தனைப் போவென்று சொல்வதால்
என்னை யீன்ற நறுந்தாய் நாட்டினை
எண்ணுந் தோறும் உளம்பற்றி வேகுதே!
அன்பி ருந்திடில் நாட்டின் சுகத்திலே
ஆயிரம் கதை ஏன் வளர்க்கின்றனர்?

இப்படிப் பாடுவோரைத் தேசப்பற்று இல்லாதவர் என்று குற்றம் சாட்ட வேண்டும் என்னில், பாரதியார் தொடுத்துவைத்த பாணியில், அவர் கற்பனையை அவலமாக்கி, உயிரற்ற கொடிப்பாட்டு, நாட்டுப் பாட்டு என்ற எதிரொலிச்சான் கோவில்களைப் பிறர் போல அவரும் கட்டவில்லை என வேண்டுமானால் சொல்லிக்கொள்ளலாம். அதெல்லாம் மறைவாக நமக்குள்ளே பேசிக்கொள்கிற கதைகளாக இருக்க முடியுமே தவிர, மேடை ஏறாது.

இரண்டாவதாக இவர் காதல் துறையில் பாடும் பாட்டுகள் யாவும் உடம்பு விகாரங்களைத் தட்டியெழுப்பும் பாட்டுகளே தவிர, உள்ளத்தின் போக்கைக் காட்டுவன அல்ல; புலன் நுகர்ச்சியில் சந்துஷ்டியேற்பட்டுவிட்டால் போதும் எனச் சொல்லுவதைப் போல் இருக்கிறது என்று சிலர் அளக்கிறார்கள்.

அவரது பாடல்கள் உடம்பை மறந்துவிட்டு, நெறி திறம்பாக் காதல்துறை காட்டும் வெறும் சொப்பனாவஸ்தைகள் அல்ல என்பது உண்மை. உடம்பை மறந்த காதலைப் பாடுகிறவன்தான், தான் கற்பனா லோகத்தில் நடப்பதாக நினைத்துக்கொண்டு, உளைச்சேற்றில் மிதிக்கிறவன்.

நேரான குங்குமக் கொங்கை
காட்டிச் சிரித்தொருபெண்
போராள் பிடிபிடி யென்றே
நிலவு புறப்பட்டதே

(அவ்வை : அசதிக் கோவை)

எனவும்,

கொங்கைகளும் கொன்றைகளும்
பொன்சொரியும் காலம்

(நந்திக் கலம்பகம்)

எனவும், மனம்விட்டுப் பாடிய கவிஞர் பரம்பரையைச் சேர்ந்தவர் தான் அவரும். தமிழ்ப் பண்புக்குப் புறம்பானவர் அல்ல. ஏதோ பத்தொன்பதாம் நூற்றாண்டு இங்கிலீஷ் இலக்கியத்தின் போலி மூடாக்குகளை வைத்து எதையெடுத்தாலும் விரசம் விரசம் எனத் திரைபோடும் ரசனோபாக்கியான கர்த்தர்களுக்கு இது புரியாம லிருந்தால் பாரதிதாஸன் எப்படிப் பொறுப்பாளியாக முடியும்? இன்று, இலக்கியத்தை இங்கிலீஷ் கண்ணாடி கொண்டு சோதனை செய்து, அந்தச் சங்கப் பலகையின் அங்கீகாரம் பெற்றதே கவிதை என நாம் ஒப்புக்கொள்ள வேண்டும் என்றால், அதைவிட தமிழ்க் காவியத்துக்கே சந்தனக் கட்டையில் சிதைவைத்து சந்துஷ்டி யடையலாம்.

1944–1946

இந்தக் கோபம் இலக்கிய சேவையா?

சமீபத்தில் ஸ்ரீ க. நா. சு. ஏழடுக்கு மாடியில் உட்கார்ந்துகொண்டு உலகத்தை உய்விக்கும் 'நோக்கத்துடன்' வெளியிட்டுள்ள சில அபூர்வ கருத்துக்களைக் கண்டு திடுக்கிட நேர்ந்தது. 'போரும் அமைதியும்' என்ற டால்ஸ்டாய் நாவலை வியாஜமாக வைத்துக்கொண்டு, விமர்சன வியாக்கிரமாக, இன்று ஏதோ கருவேப்பிலைக் கொழுந்து போல துளிர்க்கும் இரண்டொரு ராஜீய நூல்களைக் கண்டு மிரண்டு அவற்றின்மீது விழுந்து மிதிப்பது, இலக்கியத்துக்கோ அல்லது மற்றும் அவர் சொல்ல விரும்பியதாக நினைத்துக்கொண்ட கருத்துக்களுக்கோ துணை செய்வனவாக இல்லை. சகோதர எழுத்தாளன் என்ற முறையில் இலக்கியப் பணிக்கு அபக்கியாதி வந்துவிடாமலிருக்க அவரைக் கண்டிப்பது அவசியமாகும். முறையாக அவரது கட்டுரை யில் கண்டுள்ள கருத்துக்களை ஒவ்வொன்றாக மேற்கோள் காட்டி அவற்றிற்குத் தக்க பதில் அளிப்பதே என் உத்தேசம்.

> (1) காலையில் பேப்பர் கையில் கிடைத்தவுடன் அடியிலிருந்து நுனி வரையில், பெயரிலிருந்து பிரசுராலயம் வரையில், சில நாள் ஆறு பக்கங்கள், சில நாள் ஆறு, எட்டு பக்கங்களை யும் எழுத்து விடாமல் படிப்பார்கள். மிகவும் அவசியமான காரியந்தான் அல்லவா?

பத்திரிகை படிப்பதற்கும் இலக்கியத்துக்கும் என்ன சம்பந்தம்? இலக்கிய ஆர்வமுள்ளவர்கள் பத்திரிகையைப் படிக்கவே கூடாதா? இதென்ன நல்ல வேடிக்கையாக இருக்கிறதே. காயகல்பம் சாப்பிடு கிறவன் உடம்பு தேய்த்துக் குளிக்கக் கூடாது என்று சொல்லுவதற்கும் இதற்கும் என்ன வித்தியாசம்? மேலும் ஜனங்களுக்கு பத்திரிகை படிப்பதில் ஆசை இருப்பது கெட்ட அறிகுறி என்று எப்படிச் சொல்ல முடியும். ஒன்றும் வேண்டாம். உங்களைப் போன்றவர்களது கட்டுரைகளையும் கதைகளையும் பிரசுரிக்க முடியாமல் பத்திரிகைகள் வாமனாவதாரம் எடுத்திருப்பதற்கு நீங்களோ அல்லது உங்கள் வாசகர்களோ எவ்விதத்திலும் சம்பந்தப்படாத ஒரு உலக வியாபக

மான கொந்தளிப்பால்தான் அந்த இலக்கிய துர்பாக்கியம் நேர்ந்திருக்கிறது என்பதையாவது தெரிந்துகொள்ள முடியுமே! அதை ஏன் தடுக்கிறீர்கள்? ராமன் ஆண்டால் என்ன? ராவணேசுவரன் ஆண்டால் என்ன? என்ற நிர்விகற்ப சமாதியிலிருப்பவர்களுக்குப் பத்திரிகைகள் வேலை செய்யவில்லை. வாழ்வோடு கிடந்து மோதி, கடவுள் இருப்பாரானால் அவர் கொடுக்கும் நாலணாவும் கிடைக்க முடியாமல் போவதற்குக் காரணம் என்னவென்பதைத் தெரிந்து கொள்ள ஏழடுக்கு மாடியில் உட்கார்ந்து கொண்டிருப்பவர்களுக்கு அக்கறை இல்லாமல் இருக்கலாம். பசிக்கிறவன் அதைத் தெரிந்து கொள்ளத்தான் நாடுவான். நிற்கட்டும். பத்திரிகைகள் தோன்றாதிருந்தால் தமிழ் பாஷையின் வளம் இவ்வளவு பெருகி இருக்க முடியுமா? தமிழ் வாக்கில் வார்த்தைச் செழுமை எவ்வளவு ஜாஸ்தி என்பது பக்கத்து மாகாண பத்திரிகைகளைப் பார்த்தால்தான் தெரியும். பிறநாட்டு ராஜீய வார்த்தைகளை அப்படியே தம் சொந்த லிபியில் எழுதிக்கொண்டு அவை உட்கார்ந்திருப்பது தங்களுக்குத் தெரிந்திருந்தால், இலக்கியத்தைப் பாதுகாக்க சரக்கூடம் போடுவதற்கு நீங்கள் புறப்பட்டிருக்க மாட்டீர்கள். இலக்கியம் என்ன புடலங்காயா புஸ்வாணமா, மண்ணுடன் சற்றும் தொடர்பில்லாமல் அந்தரத்தில் தொங்கிக்கொண்டிருக்க. மேலும் உலகத்திலே தெரிந்து கொள்ள வேண்டிய விஷயங்களும் உண்டு; ரசிக்க வேண்டிய விஷயங்களும் உண்டு. இந்த பேதத்தை மறந்தால்தான் மனசில் இந்த மாதிரிக் கோளாறுகள் எல்லாம் பிறக்கும்.

> (2) இந்த நட்சத்திரங்களைக் கொண்டுவந்து நகரத்து வீதிகளிலே நிறுத்தி வைத்தால் எவ்வளவோ லாபகரமாக இருக்கும் என்று கூடச் சொல்லிவிடுவார்கள் போலிருக்கிறது இந்த அறிவியல்வாதிகள். இந்த அறிவியல்வாதிகளின் அறியாமையைக் கண்டு . . . இத்யாதி.

இந்த வரிகளைக் கண்டு நான் பிரமித்துவிட்டேன். இலக்கிய சேவை செய்கிறோம் என்று சொல்லிக்கொள்ளுகிறவர்களிடையே இவ்வளவு மவுட்டியம் புகுந்துவிட்டால், பிறகு சமுதாயத்துக்கு கதி மோட்சமேது? சமுதாய ஜீவனின் நமன் அதன் அழிவின் வித்துக்களை சிரசில் இடுகிறான் என்பது வெறும் உபமான சமத்காரமல்ல போலும்! காட்டிலே விழுந்து குமுறும் நீர்வீழ்ச்சியைக் கண்டு இவ்வளவு சக்தியும் வீணாகிறதே என அதிலிருந்து மின்சார சக்தியைப் பெற்று, ஆலை களை ஓட்டி, வரிசையாக வீதி லாந்தர்களில் அவற்றின் சக்திகொண்டு, வெளிச்சமிட கற்பனை செய்யும் அறிவியல்வாதியின் அறியாமையைக் கண்டு எள்ளி நகையாடுவதற்குத் தங்களுக்கு தைரியம் உண்டா? உங்களுடைய கற்பனையைத் தான் வேறு முறையில் எடுத்துக் காண்பித்திருக்கிறேன். உங்கள் இலக்கியத்திலே 'காலன் வந்து நாள் கடிகை கூறவே' என்று கற்பனை பண்ணுவது மட்டும் விகாரமாகப்படவில் லையோ? அக்கரை தேசத்து உங்கள் இலக்கிய சகாவான அல்டூவேஸ் ஹக்ஸ்லி உங்களுக்கு

விருப்பமான இலக்கிய சேவைக்குள்தான் 'டெஸ்ட் டியூபில்' (சோதனை குழாய்) குழந்தை வளர்க்கிறாரே, அவரை உங்கள் வர்க்கத்தின் விபீஷணர் என்று உதறித் தள்ளிவிடுவீர்களா? வாஸ்தவத் திலேயே தாங்களும் பயன் கருதா நிஷ்காம்ய இலக்கியத்தின் அடியார்க்குமடியார்தான் எனில், அறிவியல்வாதிகளுக்கு இந்த ரீதியில் 'புத்தி புகட்ட' ஏன் புறப்பட வேண்டும்? இலக்கியவாதி சீர்திருத்தவாதியாவது, ஆடத் தெரியாதவன் புலி வேஷம் போடுகிற மாதிரிதான்.

(3) ரஷ்யாவில் 1917-ம் வருஷத்திலும் பின்னரும் நடந்த காரியங்களுக்கு அடிப்படையான சில கொள்கைகளை பள்ளிப் பாடமாக நெட்டுருப் போட்டுக்கொண்ட சிலர்... ஸ்டாலி னுக்கு இலவசமாக புத்திமதி கூறிக்கொண்டிருக்கிறார்கள். ஒரு சிலர் சென்னையிலிருந்தபடியே ஆத்திரத்துடன் ஸ்டாலி னுக்கும் மற்றவர்களுக்கும் சவால் விடுகிறார்கள்.

ராஜீய விவகாரங்களில் ஆனா ஆவன்னாக்கூட தெரியாதவர்கள் தான் இந்த வரிகளை எழுத முடியும். கார்ல் மார்க்ஸ் சோதனை செய்து கட்டிவைத்துப்போன சித்தாந்தக் கோவில் அன்றாட ராஜீயத் துக்கு அடிப்படை பீடமாக மாற்றி அமைத்து ஒரு ராஜாங்கத்தைக் கட்ட முயன்றவன் ஸ்டாலின். அவன் இன்று ராஜீய அரங்கத்தில் குதித்து ராஜதந்திர சொக்கட்டான் ஆடுகிறான். ஒரு புதுவிதமான ஆதிபத்திய முறையை வியாபிக்க முற்பட்டிருக்கிறான். கார்ல் மார்க்ஸ் சித்தாந்தி, முதலாளித்துவத்தின் பேய்ச் சக்திகளை ஒடுக்கி வைக்க அதன் சாதனங்கள் தனிமனிதன் சொத்தாக இல்லாமல் பொதுச் சொத்தாக இருக்க வேண்டும் என்றான். தமக்குள் பேதா பேதச் சர்ச்சைகளை ஒடுக்கிக்கொண்டு ஒரு சமாஜம் முழுவதுமே அயல் சமாஜங்கள்மீது வியாபித்து ஆதிக்கம் செலுத்துவதற்கு வகை செய்கிறான். ஸ்டாலின் கோட்பாடுகளுக்கும் ராஜதந்திரத்துக்குமிடை யில் உள்ள முரண்பாட்டைக் கண்டு கொதிப்படைவதில் என்ன தப்பு? தங்களது ராஜீய ஞான சூன்யத்துக்கு கொதிப்படைகிறவர்கள் தானா பழி? சென்னையிலிருந்துகொண்டே ஒரு சிலர் ஸ்டாலினுக் கும் மற்றவர்களுக்கும் சவால் விடுவது கண்டு உங்களுக்கு ஆச்சரிய மாக இருப்பதற்குக் காரணம் நீங்கள் பேப்பர் படிக்காமல் இருப்பது தான். இனி மேலாவது சற்று ஒழுங்காகப் படித்து சர்வதேச வர்த்தமானங்களைப் புரிந்துகொண்டு சீர்திருத்த சர்ச்சை செய்வதற்கு புறப்படுங்கள்.

(4) ரஷ்ய கொள்கைகள் பலவற்றை நாலணா புஸ்தகங்களில் திணித்து தமிழர் தலைமேல் சும்மாடு கட்டி சுமத்திக் கொண் டிருக்கும்...

ஒரு நண்பரின் அங்கலாய்ப்பைக் கண்டு தாங்கள் ஏன் பிரமிக்க வேண்டும் என்று புலப்படவில்லை. 'ஐயோ பசிக்கிறதே' என்ற குரல் காதில் விழாமல் இலக்கிய சேவை செய்துகொண்டிருக்கிறோம் என்று சொல்லுகிறவர்களுக்கு சமாஜத்தில் இடம் கொடுப்பதே

பிசகு. பசித்து வந்தவனை உட்கார வைத்து இலை போட்டு அதில் ஒரு கம்ப ராமாயணம் புஸ்தகத்தையும் விரித்து வைத்து, அதைப் பாராயணம் பண்ணு பசி தீர்ந்துவிடும் என்று சொல்லுவதற் கும் தங்களது வாதத்திற்கும் வித்தியாசமிருப்பதாகத் தெரியவில்லை. 'செவிக்கினிய இல்லாதபோது சற்று வயிற்றுக்கும் ஈயப்படும்' என்று உபதேசித்த வள்ளுவனாரின் 'குறள் வித்தை' தங்களது விவேகத்தை பேதலிக்கச் செய்துவிட்டது போலும். அன்று சுதந்திரமான தமிழ்நாட் டில் உணவு நிச்சயம் உண்டு என்ற தெம்புடன் நிமிர்ந்து நின்ற தமிழ்நாட்டில் இலக்கியந்தான் பிரதானம் என்று துணிந்து சொல்ல முடிந்தது. அந்த நிலை கண்டு ரசித்துக் கேட்டார்கள் அக்காலத்து இலக்கிய ரசிகர்கள். உங்கள் கடவுள்களே ரேஷன் கார்டுகள் வைத்துக்கொண்டு அல்லாடிக்கொண் டிருக்கும் இந்தக் காலத்திலே, அதற்குக் காரணம் இன்னதென்பதைத் தெரிந்துகொள்ளுவது அசட்டுத்தனம் என்று சொல்லுவதை வக்ர புத்தி என்று கூறுவதா, தேசத் துரோகம் என்று கூறுவதா?

> *(5) அறிவியல் இயக்கத்தின் தூண்களில் ஒருவர் ... ஒரு கட்டுரை எழுதுகிறார்: 'கார்லைல் என்ற பிரெஞ்சு ஞானியைப் பற்றி' ... ஆனால் அவன் ஆங்கிலேயன் — ஆங்கிலத்தில் எழுதிய வன் என்பது பற்றி விவாதிக்க இடம் உண்டோ? எப்பொழுது அவன் எப்படி பிரெஞ்சுக்காரன் ஆனான் என்பது பற்றி, கார்லைல் பற்றி சிறிது அறிந்தவர்கள்கூட ஆச்சரியப்படுவார் கள் இல்லையா?*

இந்தக் கட்டுரையிலே மிகவும் ரசித்து அனுபவித்த கட்டம், இதைப் போல வேறு எதுவும் இல்லை. அக்கரை இலக்கிய ஞான பண்டிதரே, ஆங்கிலத்தில் எழுதி ஆங்கில இலக்கியத்தில் இடம் பெற்றுவிட்டதினால் ஒருவர் ஆங்கிலேயனாகிவிடுவானா? ரவீந்திர நாதரும் என் நண்பர் மஞ்சேரி ஈசுவரனும் ஆங்கிலத்தில் எழுதியதற் காக ஆங்கிலேயர்களாகிவிடுவார்களா? ஸ்காட்லாந்து தேசத்து ஒற்றைத் தெரு சம்பிரம எக்கிள் பக்கான குக்கிராமத்து வயிற்றுவலிக் காரன் என்று ஆங்கிலேயனாகப் பரிணமித்தானோ அன்றுதான் அவன் பிரெஞ்சு அரசியல் ஞானி ஆனான். தாங்கள் எழுதினால் மட்டும் 'ஆனைக்கும் அடி சறுக்கும்', மற்றவர்கள் எழுதினால் எழுதியவர் அவிவேகபூர்ண குருவோ? நல்ல நியாயம். பச்சோலை, பட்டோலையை நையாண்டி பண்ணுவது போல விவகாரம் பண்ணிக்கொண்டிருப்பது இலக்கிய சேவை அல்ல.

> *(6) பிற நாடுகளின் சித்திரத்தையும் அரசியல் வரலாறுகளையும் எழுதி இருக்கிறார்களே ஒரு சிலர் — இந்த நூல்களை எல்லாம் படிக்கும்போதுதான் இந்த அறிவியல் இயக்கத்தின் அடிப்படை யில் உள்ள பிசகுகள் எல்லாம் தெரிகின்றன.*

இந்த வாக்கியத்தைப் படித்த பிறகுதான் தங்கள் மனசில் இந்த நூல்களைப் பற்றி பிறந்துள்ள பிசகுகள் எல்லாம் எனக்குத் தெரிகின் றன. ஸோவியத் ராஜாங்கம் எப்படி வேலை செய்கிறது என்பதைத்

தெரிந்து கொள்ளுவதற்கு வெப் தம்பதிகளின் சோவியத் அரசியலமைப்பை நாடுவதா அல்லது மைக்கேல் சோலக்காவ் எழுதிய 'இப்படியாக டான் நதியும் ஓடுகிறது' என்ற இலக்கிய பொக்கிஷத்தை (போக் கணத்தை?) நாடுவதா? தெரியாமல்தான் கேட்கிறேன். தேவையைத் தெரியாமல் வேதாந்தம் கதைத்துக்கொண்டிருப்பது வாழையடி வாழையாக வந்த நோயா? நிற்க. இன்று நார்வேயில் யார் பெயரைக் கேட்டதும் தமிழ்நாட்டார்கள் புரிந்து கொள்ளுகிறார்கள். குஸ்லிங் என்ற நாமம் இன்று உலக வியாபகமாக (தமிழ் அகராதி உட்பட) விபீஷண வாரிசு என்ற பொருள் கொண்டுவிட்டதே. இதையறிந்தும் வாழ்வில் ராஜீயத்தின் ஆதிக்கம் எவ்வளவு ஜாஸ்தி இருக்கிறது என்பது புரியாமல் ஏழடுக்கு மாடிக்குள் ஓடி ஒளிந்துகொள்ளலாமா?

> *(7) எழுதி முடிந்தவுடன் மறைந்துவிடும் என்றாலும்... இந்தப் புஸ்தகத்தை எழுதிவிட்ட பெருமை ஆசிரியனுக்குத் தாங்க முடியவில்லை. ஷேக்ஸ்பியர் 'ரோமியோ அன்ட் ஜூலியட்' எழுதிய பிறகு இவ்வளவு பெருமையடித்துக்கொண்டிருக்க மாட்டான்.*

பெருமையடித்துக்கொள்ளுவதில் என்ன தவறு? அவர்கள் சாகா வரம் பெற்ற இலக்கிய சிருஷ்டிகள் பண்ணிவிட்டதாகப் பெருமையடித்துக்கொள்ளவில்லை. எழுதியவை இரண்டாவது பதிப்பைக்கூட எட்டிப் பார்க்க முடியாது என்பது தெரிந்தே பெருமைப்படுகிறார்கள். உபயோகமுள்ள வேலையைச் செய்வதாக பெருமைப்படுகிறார்கள். கல்லில் காலத்தை எதிர்த்து நிற்கும் கோவிலைக் கட்டுகிறான் ஒரு சிற்பி. இன்னொருவன் கத்தரித் தோட்டம் போடுகிறான். கத்தரிக் காய் வாடிப் போகும்; ஆனால் கற்கோவிலைப் போல் காலத்தை எதிர்த்து நின்று வௌவாலுக்கும் இருட்டுக்கும் தாயகமாக நிற்கவில்லையே. கத்தரித் தோட்டம் போடுகிறவன் பெருமைகொள்ளுவது தப்பா? நிற்கட்டும். பிற நாட்டுக் கதைகளை விலாசம் மாற்றி தர்ஜுமா செய்துகொண்டு இலக்கிய மார்க்கண்டத்துவம் கொண்டாடி, இலக்கியத்துக்குள் புரையோடும்படி செய்கிறவர்களைக் கண்டிப்பதை மறந்து உங்களுடன் போட்டிக்கு வருவதை சொப்பனத்தில்கூட நினைக்காதவர்களிடம் ஏன் துவஜம் கட்டுகிறீர்கள்?

நிற்கட்டும். உங்களது இனங்கண்டுகொள்ள முடியாத டிம்பக்டூவைப் பற்றி ஒரு வார்த்தை. டிம்பக்டூவுக்கு நேரில் போனால்தான் டிம்பக்டூவைப் பற்றி எழுதுவதற்குத் தகுதி உண்டு என்று சொல்லுகிறீர்கள். நீங்கள் சொல்லும் வாதம் க்ஷண சர்ச்சைக்குக் கூட நிற்காது என்பதைத் தமிழ் புஸ்தகங்களிலிருந்தே எடுத்துக் காட்டுகிறேன். ஒருவர் ஜப்பானுக்குப் போய்விட்டு வந்தார். ஒரு புஸ்தகம் எழுதிப் பிரசுரித்தார். இன்னொருவர் சீனாவுக்குப் போகவேயில்லை. பூகோளப் படத்தில்தான் சீனாவைப் பார்த்திருக்கிறார். அவர் 'புதிய சீனா' என்று ஒரு புஸ்தகம் எழுதி இருக்கிறார். 'ஜப்பான்' என்ற புஸ்தகத்தையும் படித்திருக்கிறேன்; 'புதிய சீனா' என்ற

புஸ்தகத்தையும் படித்திருக்கிறேன். முதல் புஸ்தகத்தில் கண்டுள்ள விவரங்களை பி. அன்ட் ஓ. யாத்திரைக் கப்பல் கம்பெனியின் யாத்திரை விளக்க பிரசுரங்களிலிருந்தே தெரிந்து கொள்ளலாம். ஜப்பானுக்குப் பணத்தைச் செலவு செய்துகொண்டு போய், முடிவில் லபிக்கும் புஸ்தகம் இப்படி விடிந்தால் என்ன செய்வது? புஸ்தகமும் போகிறவரைப் பொறுத்தது. அதனுடன் ஒப்பிட்டால் 'புதிய சீனா'வில் தெரிந்துகொள்ள வேண்டிய பல விவரங்கள் உண்டு. எழுதியவர் சீனாவுக்குப் போகவில்லை என்பதற்காக அதைப் படிப்பது பேதமை என்பதுதான் பேதமை. சரட் வழக்கு பேசிக்கொண்டு போகிறவர்களிடம் விவாதம் செய்வது தவறு.

ஏதோ எப்போதோ 'குமரி மலர்' எனவும் 'கிழவி நரை' எனவும் பெயர் வைத்து உலாவிய பத்திரிகைகள் இலக்கிய சேவையைத் தாக்கின என்பதற்காக எதிர் மண் தூவப் புறப்படுவது விவேகமும் அல்ல; இலக்கிய சேவையும் அல்ல. 'நொந்தது சாகும்.' இது இலக்கியத்திலும் நியதி. இதற்கேன் பயப்பட வேண்டும்? இந்தத் தாக்குதல்களினால் தங்கள் சேவை மாய்ந்துவிடுமாகில் அதை நிறுத்திக்கொள்ளுவதுதான் அழகு. இன்று நம் இலக்கியம் நமது வாழ்வை பிரதிபலிக்கிறதா? இல்லை என்று சொன்னால், வெறும் சாதாரண உண்மை. அதை மாற்றுவதை விட்டுவிட்டு, மற்றவன் கையில் உள்ள மண்வெட்டியை ஏன் பிடுங்கி எறிய வேண்டும்?

தினசரி, 17.1.1945

அடுத்த யுத்தத்தின் தர்மகர்த்தர்கள்

ஸான்பிரான்ஸிஸ்கோவில் வந்து கூடிய 50 ஐக்கிய தேசங்களின் சமாதான மகாநாடு முடிவடைந்துவிட்டது. மகாநாடு பிரஸிடென்ட் ட்ருமன் மங்களம்பாடி முடித்துவிட்டார். உலகத்திலிருந்து சமாதானம் தப்பித்துக்கொண்டு ஓடிப்போய்விடாமலிருப்பதற்காக திசைக்காவல் போடுவதற்கு எத்தனையோ யோசனைகளை அலசி அலசிப் பேசி முடித்தார்கள் கூடியிருந்த நேசநாட்டுப் பெரியவர்கள்.

உலகத்திலே யுத்தங்கள் ஏற்படுவதற்குக் காரணம் ஏகாதிபத்திய வேட்கையும் காலனி ஆதிக்கமும் என்பது சாதாரணமாக புஸ்தகங்கள் எழுதுவோர் சொல்லும் காரணம். 'உடையவர்கள்', 'இல்லாதவர்கள்' என்ற இருபெரும் பிளவு இருப்பதினால்தான் யுத்தம் என்ற இந்தத் தணல் கனிந்துகொண்டிருக்கிறது என்று சொல்லுகிறார்கள். நேச நாட்டுப் பிரமுகர்களும் இனிமேல் இந்த யுத்தம் என்ற வியவகாரம் தலை தூக்காதபடி அடித்துவிட வேண்டும் என்றுதான் சொல்லிக் கொண்டு வந்தார்கள்; இப்போதும் சொல்லிக்கொண்டு வருகிறார்கள்.

காலனிகளுக்கு சுதந்திரம் வாய்க்கக்கூடிய யோசனையொன்றை ரஷ்யா, தனது தூதர் மூலம் வெளியிட்டது. காலனிகளாகவோ அல்லது சர்வதேச சங்க கவனன்ட்படி மான்டேட் நாடுகளாகவோ இருந்துவரும் சகல நாடுகளிலும் அவை தவிர புதிதாக வகுக்கப்படும் தர்மகர்த்த பகுதிகளிலும் வாழும் அடிமைப்பட்ட மக்கள் பற்றி ரஷ்யா தனது கருத்தை வெளியிட்டது. பிறர் ஆளுகைக்குட்பட்ட நாடுகளில் சுயாட்சி ஏற்படுவதைத் துரிதப்படுத்துவதற்குத் தனியாக ஒரு ஸ்தாபனம் அமைக்க வேண்டும் என்பது ரஷ்யாவின் கருத்து.

பிறர் ஆளுகைக்குட்பட்ட பிராந்தியங்களை அதனதன் ராஜீய அந்தஸ்துக்கு ஏற்ப, டொமினியன்கள், காலனிகள், ஏகாதிபத்திய சொத்துக்கள் என மூன்று விதமாகப் பிரித்திருக்கிறார்கள். சென்ற யுத்தத்துக்கு முன் ஏகாதிபத்திய நாடுகள் தமது ராணுவ பலத்தால் உலகத்தின் பல பகுதிகளைப் பிடித்தன. இதுதவிர ஐரோப்பாவில் அதற்கு முன்னர் ஏற்பட்ட சமய, பொருளாதார மாறுதல்களின் விளைவாக ஐரோப்பிய நாட்டினர்கள் பலர் உலகத்தின் பல்வேறு

பிராந்தியங்களில் சென்று குடியேறினார்கள். இம்மாதிரி குடியேறி யவர்களைவிட ஜாஸ்தியாக இருந்து, குடியேறியவர்களின் வாழ்வுக்கு ஏதாவது ஒரு சமயத்தில் ஆபத்துத் தரக்கூடியதாக இருக்குமாகில், இம்மாதிரி குடியேறியுள்ளவர்கள் தமது பூர்வ தேசத்தின் பந்தத்தை பெரிதும் விரும்புவது இயல்பு. இப்படிப்பட்ட தேசங்களின்மீது 'தாய்நாட்டினரின்' ஆதிக்கமும், அதற்கு 'குடிபுகுந்தோரின்' இஷ்ட பூர்வமான சம்மதமும் பெயரளவு இருந்துவரும். இந்தத் தேசங்களில் குடிபுகுந்தோர் வசமே அரசியல் அதிகாரம் இருந்துவருவதால், அவர்கள் தம்முடைய நலனுக்காக வகுத்துக்கொள்ளும் ராஜீய சட்ட திட்டங்கள்தான் அத்தேசத்தில் வாழும் பூர்வீக குடிகள் உட்பட, சகலருக்கும் பொதுவான நலம் விளைப்பவை எனச் சொல்லி ஆதிக்கம் செலுத்தி வருவார்கள். இப்படிப்பட்ட நாடுகள் தான் காலனிகள். இம்மாதிரியான குடியேற்றங்களில் மற்றொரு வகையுண்டு. குறிப்பிட்ட தேசத்தினர் குடியேறியுள்ள பிராந்தியத்தில், அவர்களது சேவையாலோ பிற காரணங்களாலோ பூர்வீக குடிகள் யாவருமே அழிந்துபோய்விட்டிருந்தால், அதில் வாழுகிறவர்களின் நலன்களுக் காக வகுக்கப்படும் சட்டதிட்டங்கள் நிஜமாகவே அவர்களது நலன்களுக்கு முற்றும் பொருந்துவனவாகையால், இம்மாதிரியான குடியேற்ற நாடுகளுக்கும் தாய்நாடுகளுக்கும் இடையில் பந்தம் அவ்வளவு நெருக்கமாக உள்ளதைப் போல் இருக்காது. தாய் நாடு தன் நலனைப் பிரதானமாகக் கருதியே தனது ஆதிக்கத்தை செலுத்த முற்படும்; குடியேற்ற நாடும் தனது நலனைப் பிரதானமாகக் கருதியே தாய்நாட்டின் ஆதிக்க வரம்பை தனது ராஜீய பொருளாதார ராணுவ பலத்துக்கு ஏற்ற எல்லையிட விரும்பும். இப்படிப்பட்ட மோதலின் விளைவாக ஏற்படும் சங்கேதபூர்வமான ஆதிக்க சம்மதத் துக்குத்தான் குடியேற்ற நாட்டு அந்தஸ்து எனப் பெயர்.

இவை தவிர ஏகாதிபத்திய சொத்துக்கள் என்று சொல்லப்படு பவை பெரும்பான்மையாக ராணுவ பலத்தின் விளைவாக பிற நாட்டினர்மீது செலுத்தப்படும் ஆதிக்கங்கள். குறிப்பிட்ட நாடுகள் பூர்வத்தில் தமக்கிருந்த ஆதிபத்திய உரிமையை பரிபூரணமாக இழந்து ஏகாதிபத்தியத்தின் அப்பட்டமான அடிமைகளாக இருந்து வருகின்றன. இவற்றை ஏகாதிபத்திய நாடுகள் தம்முடைய சொத்துக் கள் என பட்டவர்த்தமாகச் சொல்லிக்கொள்ளும். இதிலேயும் 'தம் கைபார்த்து வாழும் நாடுகள்' எனவும் ஒரு நயமான உட்பிரிவு ஒன்றை ஏகாதிபத்திய நாடுகள் வகுத்துக்கொண்டுள்ளன.

இவை அல்லாமல் மான்டெட் நாடுகள் என ஒரு ரகம் உண்டு. சென்ற யுத்தம் முடிவடைந்தவுடன், எதிரிகள் வசம் இருந்த காலனி களையும் பிடுங்கி வெர்ஸெல்ஸ் உடன்படிக்கையின் விளைவாக ஸ்தாபிக்கப்பட்ட சர்வதேச சங்கத்தின் கவனன்ட் (ஒப்பந்தம்) பிரகாரம், வெற்றிபெற்ற நாடுகள் அவற்றைத் தம் சகாக்களிடை பிரித்துக்கொண்டன. சர்வதேச சங்கத்தின் ஆக்ஞைப் பிரகாரம் அந்த நாடுகள்மீது ஆதிக்கம் செலுத்தப்படுவதாக சம்பிரதாயம்.

இப்படிப்பட்டதொரு பிரிவினைதான் தேசத்தின் பெரிய வல்லரசுகளிடை போட்டியையும் போரையும் வளர்க்கின்றன என்று அவற்றை நீக்குவதற்கு ஸான்பிரான்ஸிஸ்கோ மகாநாடு ஒரு வழிகோலியது. இப்படி பிறர் ஆளுகைக்குட்பட்ட நாடுகளை சுயேச்சை நாடாக்கி அவை தன் சொந்த பலத்தில் நிற்பதற்கு ஒத்தாசை செய்வதற்காக தர்மகர்த்தப் பொறுப்பு வகிக்கும் ஒரு ஸ்தாபனம் ஏற்படுத்துவது என ஒரு திட்டம் வகுத்தது. ஸ்டாலினும் காலஞ்சென்ற ரூஸ்வெல்டும் கால வரம்பு அறிவித்து இப்பிராந்தியங்களில் சுயேச்சை ஏற்படுவதை ஆதரித்தனர். ஏகாதிபத்தியத்தைப் பாதுகாக்க 'ரத்தமும் கண்ணீரும் வியர்வையும்' சிந்துவதற்குத்தான் வந்திருக்கிறேனே ஒழிய ஏகாதிபத்தியக் கடையைக் கட்ட வரவில்லை எனச் சொல்லிவிட்ட சர்ச்சில் இம்மாதிரியான ஏற்பாட்டுக்கு சம்மதிப்பாரா? பிரிட்டிஷ் தூதரான லார்ட் கிரான்போர்ண் பிரிட்டிஷ் நலன்களுக்குப் பழுது வராமல் பார்த்துக்கொண்டார்.

இந்த தர்மகர்த்த உத்யோகத்தின் பிரதான நோக்கம் இன்னதென்பதை விவாத ஆரம்பத்தில் தர்மகர்த்த பரிசீலனைக் கமிட்டி கீழ்க்கண்டவாறு வகுத்துக்கொண்டது :

> இவ்வாறு ஒப்படைக்கப்படும் பிராந்தியங்களிலும் அதில் வாழும் மக்களிடையிலும் ராஜீய, பொருளாதார, சமூக அபிவிருத்தியை வளர்ப்பதும், அந்த மக்கள், அந்தக் குறிப்பிட்ட பிராந்தியம் இருந்துவரும் நிலைகளுக்கேற்ப படிப்படியாக சுயேச்சையையோ அல்லது சுயாட்சியையோ நோக்கி கிரமமாகவும் படிப்படியாகவும் வளர்ச்சி அடைவதற்கும் ஒத்தாசை செய்வதே தர்மகர்த்தப் பொறுப்பு வகிப்பதின் ஆதார நோக்கங்களில் ஒன்றாகும்.

விவாதத்தின் பிறகு இத்தீர்மானம் கீழ்க்கண்ட ரூபத்தைப் பெற்றது:

> பிற நாடுகளுக்கு அடிமைப்பட்டுள்ள நாடுகளின் நோக்கம் வருமாறு : சுயாட்சியை அபிவிருத்தி செய்தல், அந்த நாட்டு மக்களின் ராஜீய அபிலாஷைகளைக் கவனித்து, அந்தந்தப் பிராந்தியங்கள், மக்கள் இருந்துவரும் நிலைமைகளுக்கு ஏற்ப கிரமமாகவும் படிப்படியாகவும் அவர்களுடைய சுதந்திரமான ராஜீய ஸ்தாபனங்களை வளர்ப்பது கடமையாகும்.

இம்மாதிரி முடிவாக அங்கீகரிக்கப்பட்ட வாசகத்தில் சுயேச்சை என்ற வார்த்தை அந்தர்த்தானமாகிவிட்டது. விவாதத்தில் கலந்துகொண்டவர்கள் சுயேச்சையும், சுயாட்சியும் ஒன்றுதான் என்று பரிமாறிக்கொண்டார்கள். விவாதத்தின்போது இந்தப் பவித்திரமான தர்மகர்த்த கைங்கரியத்துக்கு ஆட்படுத்தப்படும் மக்களின் கருத்து முன்னதாக கலந்துகொள்ளப்படுவதற்கு வகை செய்ய வேண்டும் என்று எகிப்து சொல்லிய யோசனைகளைக் கேட்பாரில்லை.

இனி இந்த தர்மகர்த்த கைங்கரியம் எந்தெந்த 'அடிமைப்பட்ட நாடுகள்' தழைப்பதற்கு ஏதுவாக இருக்கும் என்பது கோரமான ஹாஸ்யமாக மிளிர்கிறது.

இந்த தர்மகர்த்த முறையின்கீழ் வரும் பிராந்தியங்கள் வருமாறு: பழைய மான்டேட் நாடுகள்; இந்த யுத்தத்தின் விளைவாக எதிரிகளிடமிருந்து பிடுங்கப்படும் பிரதேசங்கள்; இப்பொழுது ஆதிக்கத்தையும் நிர்வாகத்தையும் தம் வசம் வகித்துவரும் ராஜ்யங்கள் இஷ்டபூர்வமாக விட்டுக்கொடுக்கும் பிரதேசங்கள்.

இதிலிருந்து கவனித்தால் பழைய ஏகாதிபத்தியங்கள் குசாலாகத் தம் ஆதிக்க வேட்டையை நடத்தவும், இந்த யுத்தத்தில் கிடைக்கும் நாடுகளையும் பழைய மான்டேட் நாடுகளையும் தர்மகர்த்தப் பொறுப்பு — பெயரில் என்னவிருக்கிறது? — தம்முள் பங்குபோட்டுக் கொள்ளவும் செய்துகொள்ளப்படும் ஏற்பாடுதான் இந்தப் புதிய முறை. இந்த ஏற்பாட்டினால் யுத்தத்தைத் தவிர்த்துவிட முடியும் என நம்புவதற்கும், அடிமைப்பட்ட நாடுகளுக்கு கதிமோட்சம் ஏற்பட்டுவிடப் போகிறது என்பதற்கும் வெண்ணையைத் தலையில் வைத்துவிட்டால், கொக்கு நமக்குத்தான் என்று முடிவு கட்டுவதற்கும் பிரமாத வித்தியாசம் கிடையாது.

இந்தச் சீரில் அமெரிக்காவுக்கு துர்க்கப் பிராந்தியங்களும் தர்மகர்த்த கைங்கரியத்துக்கு ஆளாகிவிடக் கூடாதே என்ற கவலை (லட்சியவாதி அல்லவா!).

விவாதத்தின்போது அமெரிக்க தூதுகோஷ்டி மெம்பரான கமாண்டர் ஸ்டாஸன், இந்த மகாநாட்டுக்குப் பிரதிநிதியாக வந்துள்ள 37 நாட்டின்மீதும் 'தர்மகர்த்த தணிக்கை ஏற்படுத்தப்படலாகாது' என்று சொன்னதும் வந்திருந்த மெம்பர்கள் திடுக்கிட்டு வாயடைத்துப் போனார்களாம்!

கமாண்டர் ஸ்டாஸன், தான் சொன்னதை மேலும் விளக்குவது போல, 'நான் சொல்லியதை இன்னும் சிறிது தெளிவாகச் சொல்ல விரும்புகிறேன்; நான் ஸிரியாவையும் லெபனானையும் குறிப்பிடுகிறேன்' என்றார். இதைக் கேட்ட பிற்பாடும் மெம்பர்களின் மௌனம் கலையவில்லை. பிறகு வேறு கதை பேச ஆரம்பித்தார்கள். ஆதிக்க வேட்டை ஆரம்பித்துவிட்டது என்பதற்கு லெபனானில் வாஸ்தவமாகவே நடந்துவரும் வியவகாரங்களைவிட, இது தெளிவான அத்தாட்சியல்லவா?

சந்திரோதயம், 30.6.1945

மதிப்புரை

மதிப்பு என்ற வார்த்தைக்குப் பெறுமானம் அல்லது தகுதி என்ற பொருள் உண்டு. அதனடியாக உயர்வான தகுதிக்கு உரிய என்ற பொருளும் ஏற்பட்டிருக்கிறது. உதாரணத்தின்மூலம் இதைச் சற்று தெளிவாக்கிக்கொள்ளுவோம்: 'இந்த வீட்டுக்கு என்ன மதிப்புப் போடுகிறாய்?', 'இன்றைக்கு ராமன் வந்திருந்தபோது மதிப்பாக நடந்துகொண்டான்.' இவ்விரண்டு வாக்கியங்களிலும் மதிப்பு தனித் தனி தொனிப்புப் பெறுவது போல, புத்தக உலகத்திலும் ஒரு பொருள் கொடுக்கப்படுகிறது. மதிப்பு என்ற வார்த்தை மதிப்புரை என்ற தொடரில் அமைந்து பத்திரிகைகளில் புதிது புதிதாக வெளி வரும் புத்தகங்களை வாசித்து, பிறகு இவற்றைக் குறிப்பிட்டு இவற்றி னடியில் எழுதப்படும் சில வாக்கியங்களுக்குத் தலைப்பாகக் கொடுக்கப்படுகிறது. புத்தகத்தைப் பொறுத்தவரை பத்திரிகைகளைத் தவிர அதனுடன் சம்பந்தப்படுகிறவர் மூவர். அவர்கள் முறையே, அதை எழுதுகிறவர், அச்சடிப்பவர், வாசிப்பவர் என்ற விலாசத்துக் குள் அடங்குகிறவர்களாகும். புத்தகத்தை எழுதுகிறவருக்கு மதிப்புரை என்றால் அதன் தகுதியை நிர்ணயமாகச் சொல்லும் ஒரு அங்கமாக இருக்க வேண்டும் என்ற ஆசை இருக்கும். புத்தகத்தை அச்சடிப்பவர் அது அப்புத்தகத்தை வாசிக்கிறவன் என்றிருக்கிறானே அந்த ஜந்து தனது பார்வையைத் திறக்கும்படி செய்விக்கும் சாதனமாக இருக்க வேண்டும் என்று ஆசைப்படுகிறார். மூன்றாவதான வாசகன் இருக் கிறானே, அவன் குறிப்பிடப்பட்டுள்ள புத்தகத்தைப் பற்றித் தெரிந்து கொள்ள விரும்புவது இயல்பு; அப்புத்தகத்தைப் பற்றி எழுதப்படும் வாக்கியங்கள் வாசிக்கத் தகுந்தவையாக இருக்க வேண்டும் என எதிர்பார்ப்பது இயல்பு; ஆனால் முக்கியமாக அவன் எதிர்பார்ப்பது ஒன்றுதான்; மதிப்புரை எழுதியவன் அப்புத்தகத்தைப் பற்றித் தான் கண்டுள்ள அபிப்பிராயத்தை வகிக்கிறானா, அல்லவா என்பது தான். சார்பான அபிப்பிராயம் எழுதியவனாக இருந்தால், மதிப்புரை எழுதியவன் புலி, சிங்கக் குட்டி என்று முதுகில் தட்டிக் கொடுப்பான்; இல்லாவிட்டால், 'அவனுக்கென்னடா தெரியும்? என்னமோ பேத்த ரான்' என்று சொல்லிவிட்டு விலகுவான். பத்திரிகையில் தொடர்பு கொண்டு புத்தகத்தைப் பற்றி எழுதுகிறவனுக்கோ, அது தனது

பார்வைக்கு வந்துகொண்டிருக்கும் கோடானுகோடி 'கழுத்தறுப்பு களில்' ஒன்று; அவற்றின் விதியை நிர்ணயிக்கும் சக்தி படைத்தவன் தானே என்பது தீர்மானம்.

தமிழில் இருக்கும் நிலையைக் கவனித்தாலோ, எழுதுகிறவர்களைக் கேட்டால், நம்முடைய இன்றைய சாதனையை மேல்நாட்டு இலக் கியங்களுடன் தைரியமாக ஒப்பிடலாம் என மார்தட்டுவார்கள். ஏன் மேல்நாட்டுடன் அது ஒப்பிட வேண்டிய காரியமோ தெரிய வில்லை. நம்மூர் நாயர் ஓட்டல் இட்டலியையும் பரமசிவம் பிள்ளை ஓட்டல் தோசையையும் ஹட்லின் பாமர்ஸ் பிஸ்கோத்துடன் வெற்றி கரமாக ஒப்பிட்டு வெளிவரும் கருத்துக்களைக் காணப்பெறும் பாக்கியம் எனக்கு இதுவரை சித்திக்கவில்லை — இலக்கியத்துக்குள் தான் இக்கோளாறு — புத்தகத்தின் முன்னுரை ஆசிரியரைத் தமிழ் நாட்டு பெர்னாட் ஷா என்று பறைசாற்றும்; புத்தகத்தை அச்சடித்த வர் மதிப்புரைக்காகப் புத்தகங்களை அனுப்பிவிட்டு 'தமிழ்நாட்டில் இலக்கியம் ஆரம்ப நிலையில் இருக்கிறது; கொஞ்சம் பார்த்துச் செய்யுங்கோ' என்று சொல்லிவிட்டு ஒவ்வொரு காரியாலயமாக ஏறி இறங்குவார்; இது தவறினால், சில பத்திரிகைகளிடம் தொடர்பு ஏற்படுத்திக்கொண்டு "மதிப்புரை" என்ற சில வாக்கியங்களையும் கொண்டுபோய் அனுப்பிப் பிரசுரிக்கச் செய்வார். இவ்வளவு நெளிவு சுளுவுகள் தெரியாத பிரசுரகர்த்தரானால், விதியின் பேரிலும் விளம்பரத்தின் பேரிலும் பாரத்தைப் போடுவார். இவைதான் இன்று மதிப்புரை என்ற வார்த்தையைச் சூழ்ந்து நிற்கும் ரசாபாச மான வாழ்த்துக்கள். ஆனால் உண்மையில் மதிப்புரை தான் என்ன? அது பொதுவாக இலக்கிய விசாரமான ஆராய்ச்சி அல்ல; ஒரு புதுப் புத்தகம் வந்திருக்கிறது, இது என்ன விஷயத்தைப் பற்றியது; இன்னமாதிரி எழுதப்பட்டிருக்கிறது என்பது கண்டிருந்தால் போதும். ஆனால் இன்று வெளிவரும் புத்தகங்களில் சித்த வைத்தியம், சோதிடம், சிற்றின்பம் பற்றியவை தவிர மற்றவெல்லாம் தம்மை ஒரு இலக்கிய மைல்கல் என மார்தட்டிக்கொண்டு வருகின்றன. இப்படிப்பட்டதொரு மயக்க நிலையைப் போக்கச் சற்று காரமான கருத்துக்கள் வெளியிடப்படுவது குற்றமல்ல. நல்ல இலக்கியமென்றால், எத்தனை நந்திகள் வழிமறித்துப் படுத்துக்கொண்டாலும், இவை உரிய ஸ்தானத்தை அடைந்தே தீரும். பனைமரத்தில் ஊசியைச் சொருகிக்கொண்டு சுமந்து நடந்த பரமார்த்த குருவின் சீடர்கள் போல, எத்தனை பேர் சுமந்து வந்தாலும், பரங்கிக்காய் குதிரை முட்டையாகிவிடாது. மதிப்புரை எழுதுகிறவனிடம் எதிர்பார்க்க வேண்டியது ஒன்றுதான். நல்ல இலக்கியத்தைக் காணும்பொழுது, அதைத் தெரிந்துகொள்ளவும் பரிச்சயம் செய்துவைக்கவும் அவனிடம் திராணி வேண்டும்; அப்படியே போலியைக் காணும்போது யார் வந்து நெற்றிக் கண்ணைத் திறந்தாலும் அது போலி என்று சொல்லு வதற்கு நெஞ்சு அழுத்தம் கொண்டிருக்க வேண்டும்; இது போதும்.

முல்லை 1 (1946)

இலக்கிய மரபு

வாழ்வுக்கு வழிகாட்டியாக — வாழ்வுப் பாதையின் கட்டுக்கோப்பு உலைந்துவிடாதிருப்பதற்காக நாம் சில கற்பனைகளை, நினைப்பு களை — ஏன்? — பிரமைகளையுங்கூட ஒப்புக்கொண்டு, அதன்பின் ஒண்டி நடந்து செல்லுகிறோம். இம்மாதிரி 'மனுஷ சாரைகள்' ஊர்ந்து ஊர்ந்து தேய்ந்துபோன பாதைகள்தான் வழக்காறு — சம்பிரதாயம் — சட்டம் என நாம் குறிப்பிடுவது. வரம்பு — பரப்பு இரண்டுந் தெரிந்துகொண்டு காட்டுக்குள் காலடி வைத்தவுடன் 'தடந்' தெரியாமல் திகைப்பவர்களாகிய நாம், பின்னால் என்ன வரும் — என்னவாகும் என்பதற்கு வெறும் கற்பனை ஒன்றையே ஊன்றுகோலாக வைத்திருப்பதால் நியதி — சம்பிரதாயம் என்ற இவற்றில் சற்று பிசகு ஏற்படுமோ என்ற பயம் அடிக்கடி தோன்றுவது இயல்பு. வரம்புக்கு உட்படுத்தப்பட்ட சிந்தனைகளினால்தான் இலக்கிய மரபுகள், சமூகத்தின் நிலையான தன்மைக்கு அனுசரணை யாக இருந்துவருகின்றன; இவ்வாறு இருந்து நம்மை 'மகிழ்விக்க' வேண்டியதாயிற்று.

சமூகம் அடிமாண்டுபோய், போன இடம் புல் முளைத்து, தடந்தெரியாதும் மறைந்து விடாதிருக்க ஏற்றிவைக்கப்பட்ட சிந்தனை விளக்குகளில் ஒன்று இலக்கியம் என்பதற்காக ஒரு வார்த்தைக்கு இடங்கொடுத்து அதற்கு வணங்கி வழிபட்டு வருகிறோம். அதற்கு நாம் இட்ட பெயர் மரபு என்பது. இலக்கியத்தின் மரபு என்றால் அதில் இன்னின்ன விஷயங்களைத்தான் சொல்ல வேண்டும் என ஒரு கோட்பாடு வகுப்பதாகும். ஆதி சமூகங்கள் யாவும் அதிகார மோக சமுதாயங்கள். அவை மனிதனுடைய ஆதி பருவத்தில் அவன் மனதைப் பக்குவப்படுத்தின. இன்று அதிகாரத்தை அடிப் படையாகக்கொண்ட சமுதாயப் பரிசீலனைகூட கல்விக்கு நிர்ப்பந் தத்தைச் சாதனமாக வைத்திருக்கிறது. அதேமாதிரிதான் இலக்கியமும் மனித நலத்திற்குத் 'தொண்டு' புரிய வேண்டும் என்ற நியதி மர பின் அடியாக, இலக்கியத்தில் சில காரியங்களைத்தான் சொல்ல லாம் — சொல்ல வேண்டும் என்பது ஒப்புக்கொள்ளப்பட்டது. ஆதிகாலத்து இலக்கிய 'செய்வினைஞர்கள்' 'காலத்தேவதையின்

முன்பு நாம் நமது எண்ணங்களை — வேட்கைகளைப் பாதகாணிக்கையாகச் சமர்ப்பிக்கிறோம். ஆகையால் அவை மாசு மறுவற்றிருக்க வேண்டும்' என நினைத்தார்கள். அதாவது சமூகத்தின் உயிர்த் தெம்புக்கு பலக்குறைவு தரக்கூடியது எனச் சிறு ஐயத்திற்கு இடங் கொடுக்கக்கூடிய கருத்தாக இருந்தாலும் அவை ஒதுக்கப்பட வேண்டியது எனக் கருதப்பட்டது.

அக்காலத்தில் சமூகத்தின் தேவைகள் சொற்பம்; வசதிகள் அதைவிடச் சொற்பம். அதனால் மனிதனுடைய வேட்கைகளானது அவனிட்ட வரம்புகளுக்குள்ளாகவே கிடக்கக்கூடிய தன்மை வாய்ந்திருந்தது. அந்த எளிதான அமைப்பு, எளிதில் குலைந்து விடாமல் கட்டப்பட்ட வேலி மதிலாக மாறி, இன்று மலையாகச் சூழ்ந்து மனித சிந்தனையை அமுக்க ஆரம்பித்துவிட்டது.

தெரியாத அபாயத்தைவிட தெரிந்துள்ள தொந்தரவு சகித்துக் கொள்ளக்கூடியது என நினைப்பது மனித இயல்பு.

ஆதியில் மனிதன் விளையாட்டுப் பொம்மையாக வைத்து விளையாடி வந்த அறிவு என்ற ஒன்று இன்று ஒரு கோர சக்தியாக உருவெடுத்து அவனையே ஆட்படுத்தி அவனது பற்றுக்கோல் இற்று ஒடிந்து போகும்படி செய்துவந்தது. அந்தப் பற்றுக்கோலை அனுசரித்து ஒழுகிவந்த இலக்கிய மரபுகள் அதனுடன் குடியோடிப் போயிற்று. கடவுளர்கள் எப்படி மண் தொடர்பு அற்று மனிதத் தோழமையை இழந்தார்களோ, அதே மாதிரி இலக்கிய மரபும் ஏகாங்கியாயிற்று. இன்று வாழ்வு செல்லுகிற கோரக் கதியிலே பற்றுக்கோலை ஒட்டிச் செல்வதற்கு நேரமில்லை. ஆனால், வாழ்வின் வரம்பும் அடிப்பீடமும் நமக்கு உறுதிபெற்றுவிட்டதால் சொல்வது வலுவுள்ளதாக மட்டும் இருந்தாற்போதும்; கோர உண்மையாக இருந்தாலும் அவை மண் தொடர்பு பூண்டு — மனிதத் தோழமையைப் பூண்டு அங்கேயும் உலாவுகின்றன; ஜீவித்திருக்கின்றன. நமக்கு நாமறிந்த பொருள்கள் காட்டுகின்றன. ஆகையாற்றான், இன்று இலக்கிய மரபு மனித சகவாசத்தை அவனுடைய பலவீனங்களால் விரும்பித் தோழமை கொள்ளுகிறது. அந்தரத்து வானதேவர்களைத் தேடித் திரிந்து கால் சலித்த இலக்கியம் இன்று வாழ்வின் பாதையில் மனிதனுடன் சமமாக — அவனோடவனாகப் பொருந்திச் செல்கிறது.

முல்லை 3 (1946)

சிறுகதை

மறுமலர்ச்சிக் காலம்

சமீபத்தில் என்னுடைய நண்பர் ஒருவர் ரசமான சம்பவம் ஒன்றைச் சொன்னார். அது நம்மவரிடைக் கதையைப் பற்றி எவ்விதமான அபிப்பிராயம் இருக்கிறது என்பதைக் காட்டுவதுடன், கதையின் தத்துவத்தையே விளக்குகிறது. என்னுடைய நண்பரின் நண்பர் ஒரு இலக்கிய ரசிகர். பாவம், பண்பாடு, மரபு முதலிய சொல்லடுக்கு களைக் கொண்டு அம்மானையாடுபவர். 'நாங்கள் வெளியிட இருக்கும் விசேஷ மலருக்கு ஒரு அரிய கட்டுரையாவது, கதையாவது அனுப்பித் தரவேண்டும் எனக் கோருகிறோம்' என அவருக்கு வந்திருந்த கடுதாசியைக் காண்பித்து, 'கட்டுரை எழுதுவதென்றால் சிந்திப்பதற்கு அவகாசமே இல்லை. ஒரு கதையாவது எழுதியனுப்பி விடலாமா என்று நினைக்கிறேன்' எனத் தமது சங்கடத்தை என்னு டைய நண்பரிடம் பகிர்ந்துகொண்டார். எனது நண்பரும் சிரித்துக் கொண்டே, 'அப்படியானால் இராத்திரியே ஒன்றை எழுதி நாளைத் தபாலில் அனுப்பிவிடுங்கள்' என்று யோசனை சொல்லிவிட்டுப் போனார். மறுநாள் காலையிலும் அந்த ரசிகரின் கண்ணில் பட வேண்டியேற்பட்டது, என் நண்பருக்கு. 'என்ன சார், கதை எழுதி அனுப்பிவிட்டீர்களா?' என்று மரியாதைக்காகக் கேட்டார். அந்த ரசிகர் பொதுவாக நல்ல மனுஷர்; மனசில் உள்ளதை ஒளிக்கமாட் டார். 'ஒட்டிப்புளுகுவதற்கு எவனுக்கு வருகிறது சார்? நேற்று ராத்திரி "ராமசாமி எழுந்து நின்று அந்தச் சன்னலையே பார்த்துக் கொண்டிருந்தான்" என்று ஆரம்பித்து, முதல் வாக்கியத்தை எழுதி னேன். ராத்திரி இரண்டு மணியடிக்கிறவரைக்கும் ராமசாமி சன்ன லையேதான் பார்த்துக்கொண்டிருந்தான். இன்னும் அப்படித்தான் திண்டாடிக்கொண்டிருக்கிறான். மேலே கதை ஓடவில்லை' என்று சொன்னார்.

இந்தச் சம்பவத்தில் ஒரு ரசமான ஆழ்ந்த உண்மையிருக்கிறது. கதை நன்றாக, வாய்ப்பாக, கவர்ச்சியாக அமைந்திருந்தால், நம்மாலும் எழுத முடியாதா என்ற மயக்க உணர்ச்சி தோன்றும்படி அவ்வளவு

சுளுவாகத் தென்படும். தரை தெரியும்படியாக அவ்வளவு சுத்தமாக இருந்தால் ஆழம் புலப்படாதல்லவா? அது மாதிரிதான் இந்தக் கலை விவகாரம் எல்லாம். 'பெண்ணிலா ஊரில் பிறந்தாரைப் போல வரும் வெண்ணிலாவே இந்த வேகமுனக்காகாதே!', 'விதியே கொடியாய் விளையாடுதியோ?' என்று வரும் அடிகளில் லகுவாக அமைந்திருக்கும் இயல்பு நம்மையும் பாட்டெழுத வைத்து, கேலிக்கு இடமாக்குகிறதல்லவா? இதுதான் கலையின் இயல்பு. வலிந்து கட்டிப் பேசுவது மாதிரி இருக்காது. சொல்லப்படும் விஷயம் எதுவாக இருந்தாலும், நம்மை அதில் ஒன்றவைப்பதுடன், நாமும் செய்திருக்க லாமே என்ற மயக்கவுணர்ச்சியை ஏற்படுத்துகிறது. பயன் கருதாது, தன்மயமாகி, லயித்து, ஒட்டிப்புளுகுவதுதான் கதை.

இந்தக் கதை விவகாரத்திலே, சமீப காலமாக சிறுகதை என்ற சொல்லாட்சி ஒன்று அடிபட்டு வருகிறது. அந்தப் பதச்சேர்க்கையே நமக்குப் புதிது. விக்கிரமாதித்தனின் அறுபத்திநாலு பதுமைகள் சொல்லிய சின்னக் கதைகளும், கதைகள்தான்; ராமாயணமும் கதைதான். சிறுகதை என்பது நம்மைப் பொறுத்தவரை அளவைத் தான் குறிப்பிட்டுக் காட்டி வந்தது. இப்பொழுது கொடுக்கும் விசேஷ அர்த்தத்தை அல்ல. இந்தப் பதச்சேர்க்கை வெளிநாட்டுச் சரக்கு. நமக்கு இந்தப் பதம் இங்கிலீஷிலிருந்து கிடைத்தது. இங்கிலீஷில் *short story* என்ற பதத்திற்கு வார்த்தைக்கு வார்த்தை மொழி பெயர்ப்புத்தான் சிறுகதை என்ற வார்த்தையும். இங்கிலீஷிலும் அந்தப் பதச்சேர்க்கை சமீபகால விவகாரந்தான். அளவைப் பிரதான மாகக் கொள்ளாது, அங்கும் அதற்கு விசேஷார்த்தம் கற்பிக்கப்படு கிறது. அவர்கள் வலிந்து அப்பதச்சேர்க்கைமீது ஏற்றியுள்ள அர்த்தத் தைத்தான் நாமும் சிறு கதை என்ற பதத்திற்குக் கொடுத்துவருகிறோம். இலக்கியத்தில் இது ஒரு துறை. இந்த முயற்சி வெளிநாட்டுச் சரக்காக இருப்பதனால்தான் சாதாரணமான ரசிகர்கள் இது புரியாது என்று சொல்லி, மரபுக்குப் பொருந்தாது என முடிவு கட்டுகிறார்கள். மரபை ஒட்டிய கதைகளை மட்டுமே படித்தவர்கள், இதென்ன இடையிலே எங்கோ ஆரம்பித்து எங்கோ முடிக்கிறான், எனக்குப் புரியவில்லையே எனச் சொல்வது இயல்பு. ஆனால் அகப்பொருள் துறைகளிலும் புறப்பொருள் துறைகளிலும் பல்வேறு மனஅவசங்களைக் காட்டி ஒரு காட்சியை, ஒரு கதையைக் கண்முன் கொண்டுவந்து நிறுத்தும் அற்புதமான பாட்டுகளை நுகர்ந்தவர்கள் கூட, இது புரியவில்லை என்று சொல்லும்போதுதான் விசித்திரமாக இருக்கிறது. சிறந்த சிறுகதைகளுக்கு இலக்கணமாக யாப்பில் எத்த னையோ உண்டு; வசனத்தில் தோன்றியுள்ள இன்றைய சிறுகதை களைப் புரிந்துகொள்ளாதவர்கள் பழைய காவிய நுகர்ச்சியிலும் அதே நிலையில்தான் இருக்கிறார்கள்.

தமிழில் சிறுகதை என்பது சுமார் ஐம்பது வருஷத்து விவகாரந் தான். செல்வகேசவராய முதலியார் எழுதியுள்ள 'அபிநவக் கதைகள்' என்ற சிறு தொகுதியை ஆரம்பமாக வைத்துக்கொண்டு கவனித்தால்,

இன்று நம்முடைய சாதனை பெருமைப் பட்டுக்கொள்ளக் கூடியதுதான்.

சிறுகதைகள் பிறந்து வளர்ந்த காலத்தை மூன்று பகுதியாகப் பிரிக்கலாம். செல்வகேசவராய முதலியாரிலிருந்து வ. வெ. சு. ஐயர் காலம்வரை ஒரு பகுதி. இதை வெறும் சோதனைக் காலம் என்று சொல்ல வேண்டும். குறிப்பிடத்தக்க கதைகள் எதுவும் கிடையாது என்று பொதுவாகச் சொல்லலாம். இக்காலத்தில் பிற நாட்டுக் கதைகள், வாய்மொழியாக உலாவி வந்தவைகள், எழுத்தில் அமைந் தன. அவற்றில் பெரும்பான்மையாக ஒரு கதையிருக்கும்; அவற்றில் நடமாடும் பாத்திரங்கள் உயிர் பெற்று இயங்காது. ஆசிரியர் அவற்றை இயக்குவதற்காக, சூத்திரக்கயிறைப் பிடித்து இழுப்பதுங்கூட நமக்குத் தெரியும்.

இதற்கடுத்தபடியாக வ. வெ. சு. ஐயர் யுகம் என்று சொல்ல வேண்டும். தமிழில் சிறுகதைக்கு உருவும் உயிரும் கொடுத்தவர் அவர்தான். ஒருவிதத்தில் இவரை 'சிறுகதையின் பிதா' என்று ஆங்கில மரபையொட்டிக் குறிப்பிடலாம். இவரது கதைத் தொகுதி யான 'மங்கையர்க்கரசியின் காதல் முதலிய கதைகள்' என்பதிலும் அவர் நடத்திய 'பாலபாரதி' என்ற பத்திரிகையில் எழுதிய ராஜ கோபாலன் கடிதங்கள் என்பவற்றிலும் அபூர்வமான கதைகள் பல உண்டு. குளத்தங்கரை அரச மரத்தை யார்தான் மறக்க முடியும்? அவருடைய கதைகளில் பாலையின் வெக்கை நம்மைப் பொசுக்கும். முகலாய அந்தப்புரத்து நந்தவனங்களின் வைபவம் நம்மைக் களிப்பூட்டும். கிரேக்க தேசத்துக் கடவுளர் நம்முடன் உறவாடுவர். பிரெஞ்சு போர்க்கள ரத்தபயங்கரம் நம்மை மிரட்டும். பிற நாட்டு மரபுகளையும் பெயர்களையும் நம்மால் ரசிக்க முடியாது என இன்றைய விமர்சகர்கள் சிலர் சொல்லிக்கொண்டிருப்பதற்குத் தகுந்த பதில் அவரது கதைகள். இவர் காலத்தில், மாதவையா, சுப்பிரமணிய பாரதியார், ராமாநுஜலு நாயுடு ஆகியோர்கள் கதைகள் எழுதி வந்தார்கள். மாதவையா, உலகத்தைச் சீர்திருத்தும் நோக்கத்துட னேயே பார்த்ததனால், அவர் விரும்பும் கருத்துக்களை வற்புறுத்து வதற்கு சவுக்கியமாக அமைந்த சாதனங்களாகவே கொண்டதால், கதைகள் உயிர்த் தத்துவம் இழந்த வெறும் உபாக்கியானங்களாக அமைந்துவிட்டன. அவர் பதிப்பித்த 'பஞ்சாமிருதம்' என்ற பத்திரிகை யில் சில சிறந்த சிறுகதைகள் வெளிவந்துள்ளன. 'மூன்றில் எது?' என்று வெளிவந்தது இன்றும் ஞாபகமிருக்கிறது. டாக்டர் சிகிச்சை, நாட்டு வைத்தியம், கோயில் பிரசாதம் இம்மூன்றில் எது சாகக்கிடந்த குழந்தையைப் பிழைக்க வைத்தது என்பதுதான் கதையின் ஆதாரக் கேள்வி. அதிலே ஒரு தாயின் பரிதவிப்பு வெகு அழகாக விழுந்திருக் கிறது. எழுதியவரின் பெயர் எனக்கு நினைவில் இல்லை. ஸ்ரீ மாதவையா திடீரென்று காலமானார். கடைசியாக அவர் பதிப்பித்த இதழில் 'கண்ணன் பெருந்தூது' என்ற கதை பிரசுரிக்கப்பட்டுள்ளது – உருவ வார்ப்புக்குச் சிறந்த உதாரணமாக அதைத்தான் சொல்ல

வேண்டும். கதைப் பாத்திரங்களின் குண விஸ்தாரமும் கதையின் போக்கும் பிரமாதம். அதில் எழுதியவர் யார் என்று குறிப்பிடப்பட வில்லை. நடையைக் கவனித்தால் மாதவையாவே எழுதி இருக்கக் கூடும் என ஊகிக்க இடமிருக்கிறது. ஸ்ரீ ராமாநுஜலு நாயுடு கதை சொல்லுவதில் சமர்த்தர். பாத்திரங்கள் உயிர்த்தன்மையுடன் இயங்கு பவை. பெண்களைப் பற்றி அவர் கொண்டிருந்த கருத்துக்கள் விபரீதமானவை. கலையைப் பற்றியும் பெண்மையைப் பற்றியும் டால்ஸ்டாய் விசித்திரமான அபிப்பிராயங்களைத்தான் கொண்டிருந் தார். அதற்காக அவர் சிறந்த கலைஞன் என்பதை நாம் மறந்துவிடு கிறோமா? அம்மாதிரியே ராமாநுஜலு நாயுடுவை நாம் பாவிக்க வேண்டும்.

இதற்கு அடுத்தபடியாக 1930-ம் வருஷத்துக்குப்பின் உப்பு சத்தியாக் கிரகத்தின் இலக்கிய அலையாக ஒரு புது வேகம் இலக்கியத்தில் ஏற்பட்டது. அதாவது எதையும் சிரிக்கச் சிரிக்க எழுத வேண்டும் என்று ஒரு பாணியை வகுத்து அந்தத் துறையில் சிலர் இறங்கித் திறமைகளைக் காட்ட முயன்றார்கள். இவர்களுள் பிரதானஸ்தர் கல்கி. இவர்களுக்குச் சிரிப்பு மூட்டக்கூடிய தன்மையில் எழுத வேண்டும் என்பதே பிரதான லட்சியம். ஹாஸ்யச் சுவை என்பது இயல்பாக அமையவேண்டிய விவகாரமாதலால், வலிந்து கட்டிக் கொண்டு சிரிக்கவைக்க முயலுவது போட்டோவுக்காக சிரித்த மாதிரியாகத்தான் அமையும். கல்கியும், பிறரும் மேல்நாட்டு ஹாஸ்ய சாம்ராட்டுகளை மொழிபெயர்த்துத் தந்தார்கள். அவற்றை அனுசரித் தும் ஒட்டியும் பெயர்த்தும் எழுதினார்கள். கல்கி பிராபல்யத்துக்கு வந்தது அவர் சிரிக்கச் சிரிக்க எழுதுவார் என்பதிலிருந்துதான். ஆனால் பிற்காலத்தில் அவர் சிறுகதைத் துறையில் இறங்கியபொழுது அவரது எழுத்துக்களில் மருந்துக்குக்கூட சிரிப்பு இல்லாமல் போன தற்குக் காரணம், ஹாஸ்யம் இவருக்கு இயல்பான குணம் அல்ல என்பதுதான். ஆனால் ஹாஸ்யமாக கதை எழுதக்கூடியவர்கள் தமிழில் உண்டு. அவர்களிருவர்: எஸ். வி. வி. யும் கொனஷ்டையும். எஸ். வி. வி.யைவிட கொனஷ்டையில் கலையம்சம் ரொம்பவும் நயமாக இருக்கும்; கதைப் பாணி புதிதாக இருக்கும். இந்த ஹாஸ்ய யுகத்தின் வேகம் ஒடுங்கும் நிலையில்தான் இன்னும் ஒரு பேரலை எழுந்தது. அதில்தான் சிறுகதை தமிழில் பூரண வடிவம் பெற்றது. இதைச் சிறப்பாக மணிக்கொடி யுகம் என்று சொல்ல வேண்டும். இக்காலத்தில்தான் சிறுகதைக்கு இலக்கிய அந்தஸ்து ஏற்பட்டது. பிச்சமூர்த்தி, கு. ப. ரா., பி. எஸ். ராமையா, சிதம்பர சுப்பிரமணியன் முதலியவர்களும் நானும் கதைகள் எழுத ஆரம்பித்தோம். வாழ்வுக்குப் பொருள் கொடுப்பதுதான் கலை. சிறுகதை வாழ்வின் பல சூட்சுமங் களையும் எழுத்தில் நிர்மாணித்துக் காண்பித்தது. 'பரமசிவன் வந்து வந்து வரங்கொடுத்துப் போவார், பதிவிரதைக் கின்னல் வரும் பழையபடி தீரும்' என்றிருந்த நிலைமை மாறி நிலாவும் காதலும் கதாநாயகனுமாக சோபித்த சிறுகதைகள் வாழ்வை, உண்மையை நேர்நின்று நோக்க ஆரம்பித்தன.

தமிழ் மரபுக்கும் போக்குக்கும் புதிதாகவும் சிறப்பாகவும் வழிவகுத்தவர் ஒருவரைச் சொல்ல வேண்டும் என்றால், 'மௌனி' என்ற புனைபெயரில் எழுதி வருபவரைத்தான் குறிப்பிட வேண்டும். அவரைத் தமிழ்ச் சிறுகதையின் திருமூலர் என்று சொல்ல வேண்டும். அவர் மொத்தத்தில் இதுவரை பத்துக் கதைகள்தான் எழுதியிருப்பார். கற்பனையின் எல்லைக்கோட்டில் நின்று வார்த்தைக்குள் அடைபட மறுக்கும் கருத்துக்களையும் மடக்கிக்கொண்டு வரக்கூடியவர் அவர் ஒருவரே. தமிழிலே 'நட்சத்திரக் குழந்தைகள்', 'சிவசைலம்', 'எங்கிருந்தோ வந்தான்', 'கடவுளும் கந்தசாமி பிள்ளையும்' என்ற தலைப்பில் வெளிவந்துள்ள கதைகள் ஒப்புயர்வற்றவை. இன்று சிறுகதைகள் வளர்ந்துவரும் லட்சியம். அதன் வரம்புகளையும் சாதனைகளையும் நிர்ணயிப்பது கடினம். இன்று கதைக்கெனவே தமிழில் பல பத்திரிகைகள் வெளிவருகின்றன. அவை ஒவ்வொன்றும் ஒவ்வொரு பாணியைப் பின்பற்றி அற்புதமான பயன்களை அளித்து வருகின்றன. இவற்றில் சிறப்பாக 'கலைமக'ளைக் குறிப்பிட வேண்டும். பிரதானமானவை எனச் சொல்லத்தக்கவை பல அதில்தான் வெளிவந்துள்ளன. இவை தவிர சாதனையை அளவிட்டுக் காட்டுவது போல, கோவையாக சிறுகதைகள் ஏராளமாக வெளிவந்துள்ளன. அவை இன்றைய நிலைமையை ஓரளவு தெளிவாகப் பிரதிபலிக்கும்.

முல்லை 10 (1946)

பாட்டும் அதன் பாதையும்

ஐந்து குருடர்கள் ஒரு சமயத்தில் யானை என்பது எப்படிப்பட்ட மிருகம் என்பதை முடிவாகக் கண்டு தெளிந்துவிட வேண்டும் என்ற ஆசை மேலீட்டால், ஆனைக்கவுனியொன்றுக்குச் சென்று அங்குள்ள மாவுத்தன் ஒருவனிடம் கெஞ்சிக் கூத்தாடி அனுமதி பெற்றுத் தத்தம் சுயபிரக்ஞையை மட்டும் உபயோகித்து, யானை என்பது முறம், உலக்கை, உரல், துடப்பம், குதிர் என முறையே ஐந்து விதமான அபிப்பிராயமுடன் வெளிவந்து பிறகு சாகுமட்டும் தமக்குள் சண்டையிட்டுக்கொண்டிருந்ததாக ஒரு கதையுண்டு. அக்கதையை யாவரும் படித்ததும் உண்டு. படித்துச் சிரித்ததும் உண்டு. அதைப் பழமொழியாக உபயோகித்துப் பேசுவதும் உண்டு. இப்படிப் பேசுகிறவர்கள் கவிதை அல்லது பாட்டு என்ற பொருள் பற்றித் தமக்குள் விவாதம் தொடங்கிவிட்டால் வெட்டுப்பழி குத்துப் பழி வரைக்கும் போய் நிற்பார்களேயொழிய தாமும் குருடர்கள் யானை பார்த்த கதையாகக் கவிதையைப் பார்க்கிறோம் என்பதை உணரமாட்டார்கள். இயல்பாக விவேகத்துடன் பேசுகிறவர்கள் இந்தக் கவிதையென்ற பொருள் பற்றி விவாதம் தொடங்கும் பொழுது ஏன் தம் இயல்பை அறவே மறந்துவிடுகிறார்கள்? கவிதை யென்ன அத்தனை வசீகரம் பொருந்தி அவரவர் பக்குவத்திற்கேற்ப அவரவர்க்குத் தெரியும் அல்லது அவரவர் உணரக்கூடிய அழகுகளை மட்டும் காண்பிக்கும் மோகினியா?

கவிதை உண்மையில் ஒரு மோகினிதான். அதாவது மோகினி என்பதற்கு நாம் கொடுக்கும் விகல்பமான, மட்டமான பொருள் இல்லாமல், வசீகரத்தன்மை வாய்ந்த என்ற பொருளை மட்டும் கொண்டால் கவிதை மோகினி என்பது பொருந்தும். எடுத்த எடுப்பில் கவிதையில் நம்மைக் கவரும் விஷயம் என்ன? அது இதுவரை இசையில் பொருந்தி வருகிறது என்பது மட்டுமா? இசை மட்டும்தான் அதன் பிரதான கவர்ச்சியா? இசையில்லாவிடில் கவிதை சோபிக்காதா? இது இன்று பெருத்த சர்ச்சைக்கு ஆதாரமாக இருந்துவரும் கேள்விகள். 'ராமன் காப்பி சாப்பிட்டான்' என்ற வார்த்தைத் தொடர்பு குறிப்பிட்ட செயலை விவரிக்க மனிதர்கள்

சங்கேதமாக வகைப்படுத்திக்கொண்ட ஒலித் தொடர்பின் வடிவம். செயலைக் குறிப்பிடுவது போல மனிதன் தனது ஆத்திரத்தையும் குறிப்பிடுகிறான். 'ராமன் காப்பி சாப்பிட்டுத் தொலைஞ்சானா?' என்று சொல்லும்போது, ராமன் போய்விட்டது மட்டும் தொனிக்க வில்லை. ராமன் போய்விட்டதினால் ஏற்பட்ட சிக்கல்கள், அதனால் ஒரு மனிதனுக்குண்டான ஆத்திரம் ஆகியவை அந்த வார்த்தை களுக்குப் பின்னிருந்து குமுறுகின்றன. இதே மாதிரி உணர்ச்சியை உபமான சித்திரங்களாலும் சொல்லுகிறோம். 'பிள்ளையைப் பூப் போல எடு' என்று நாம் சொல்லும்பொழுது 'பூ' எவ்வளவு மென்மை யான பொருள், அதைப் போல குழந்தையும் மென்மையானது என்பதைப் பேச்சளவிலேயே நாம் சொல்லத்தான் செய்கிறோம். இது புறப்பொருள் ஒன்றை நமது இதயபாவத்திற்கு உபமானமாகக் கொண்டு நாம் உபயோகிப்பது சர்வ சாதாரணம். 'முத்துப் போல் பல் வரிசை', 'பஞ்சுப் பெட்டி போல் நரைத்த தலை' என்று நாம் உபயோகிக்கும்போது ஒரு காரியத்தை மனதில் நன்றாகப் பதிவதற்காக, புரியும் சித்திரங்களாகச் சொல்லுகிறோம். இம்மாதிரி யாகச் சொல்லும்பொழுது இருக்கும் சோபை, பட்டம் தீட்டாத வைரங்கள் போல் பேச்சு என்ற கானகத்திலே சிதறிக்கிடக்கின்றன. இவை நிலையான உருவம் பெறுவது அவையென்றும் மனதையும் மனித வம்ச நினைவுச்சரட்டையும் பற்றிக்கொண்டு நிலையாக நிற்கும்படி செய்விக்கும் ஒரு காரியம்தான் கவிதை.

சாதாரணமாக நாம் வார்த்தைகளைக் குறிப்பிட்ட பொருளையோ, செயலையோ குறிப்பிட உபயோகிப்பது போல் கவிஞன் உணர்ச்சி களை வார்த்தைகளின் ஸ்தானங்களில் வைத்து அவைகள் மூலமாக மனித இயல்பின் அடித்தளத்தில் உள்ள நிலையான உண்மைகளைத் தொட முயற்சிக்கிறான். அதனால்தான் கவிதையில் கவர்ச்சி, மோகனத்தன்மை அமைந்துகிடக்கிறது. சிலர், கவிதை அல்லது பாட்டு, தலைகீழ் நடப்பது, நெருப்புத் தின்பது, கத்தி விழுங்குவது போன்ற இயல்புக்கு மாறான செயல் எனக் கருதி கவியின் இயல்பே, இயல்புக்கு விரோதமாக அமைந்துகிடப்பது என்ற பொருள் கண்டு இடர்ப்படுகிறார்கள். இயல்புக்கு விரோதமான எந்தச் செயலிலும் கவர்ச்சி காணமுடிவது துர்லபம். அதைக் கண்டு நாம் பிரமிக்கலாம். நம்மால் செய்ய முடியாத காரியம் என்று அதற்கு ஒரு உயர்ந்த ஸ்தானம் கொடுக்கவும் இணங்கக்கூடும். கத்தி விழுங்குபவனும் கவிராயனும் ஒன்றல்ல. கவிராயன் நாம் செய்யக்கூடிய காரியத்தைத் தான், நாம் எப்படிச் செய்ய விரும்புகிறோமோ அந்த அளவு ஆணித்தரமான அழுத்தத்துடன் செய்கிறான் என்பதைத் தவிர நாம் செய்ய முடியாத காரியத்தை அவன் செய்கிறான் என்பதல்ல.

கவிராயன் உணர்ச்சிகளை வார்த்தைகளின் ஸ்தானத்தில் உப யோகிக்கும்பொழுதுதான் வார்த்தைகளுக்குப் பொருளாழமும் வேக மும் ஏற்படுகிறது. உணர்ச்சி வெற்றுணர்ச்சியாக இல்லாமல் ஓர் கருத்தின் அடியாகப் பிறந்த வேகமாக இருந்தால் பாட்டுக்கு

ஒரு ஸ்திரத் தன்மை அமைந்துவிடுகிறது. அதனால்தான் பாட்டு அழியாத வஸ்துவாக இருக்கிறது. பிலாக்கணமும் உணர்ச்சியின் வெளியீடுதான். ராமாயணமும் உணர்ச்சியின் வெளியீடுதான். ஆனால் ராமாயணத்திற்குள்ளமைந்த நிலையான தன்மை பிலாக் கணத்தில் விழாததற்குக் காரணம் ஒன்று வெற்றுணர்ச்சியின் வெளி யீடாகவும், மற்றொன்று கருத்தினுடைய வேகத்தின் வெளியீடாகவும் அமைந்துகிடப்பதுதான்.

யாப்பு முறையானது பேச்சு அமைதியின் வேகத்திற்கு அழுத்தம் கொடுக்கும் ஒரு ரூபமேயொழிய பேச்சு முறைக்குப் புறம்பான ஒரு தன்மையைப் பின்பற்றி வார்த்தைகளைக் கோப்பதல்ல. வசனம் சமயத்தில் பேச்சுமுறைக்குச் சற்று முரணான வகையில் கர்த்தாவைக் குறிப்பிடுவதற்குப் பதிலாக, செயலை விளக்கும் நிலை அவசியமாகும் பொழுது பின்னிக்கிடந்து வார்த்தைகளை அதன் பொருள் இன்னது என்று விலங்கிட்டு நிறுத்தும். அதாவது சட்டரீதியான, தத்துவரீதி யான நியாயங்களைப் பற்றி விவாதங்கள் நடத்தும்பொழுது வார்த்தை களின் பொருட் திட்பம் இம்மியளவேனும் விலகாது இருப்பதற்காக, இன்ன வார்த்தைக்கு இன்ன பொருள்தான் என்று வரையறுத்துக் கொண்டு அவற்றின் மூலமாகச் செயல் நுட்பங்களை நிர்த்தாரணம் செய்து, மனித வம்சம் நிலையாக வாழ்வதற்குப் பூப்பரப்பின் ஒவ் வொரு பகுதியிலும் அமைந்து வாழையடி வாழையாகப் பின்பற்றப் பட்டுவரும் செயல் வகுப்பு, வசனத்தினால்தான் இயலும். இந்த விதமான வாக்கிய அமைப்புகளை மட்டுமே நாம் வசனமெனக் கொள்ளலாமேயொழிய குறிப்பிட்ட, நாமறிந்த யாப்பு அமைதி களுக்குப் புறம்பான யாவும் வசனம் என நினைத்துவிடக் கூடாது. யாப்பு விலங்கல்ல. வேகத்தின் ஸ்தாயிகளை வடித்துக் காட்டும் ரூபங்கள். குறிப்பிட்ட யாப்பமைதி, பழக்கத்தினாலும், வகையறியா உபயோகத்தினாலும் மலினப்பட்டுவிடும்பொழுது ரூபத்தின்மீது வெறுப்பு ஏற்படுவது இயல்பு. ரூபமில்லாமல் கவிதையிருக்காது. கவிதையுள்ளதெல்லாம் ரூபம் உள்ளது என்றும் கொள்ள வேண்டும். வெண்பாவும், விருத்தமும், கண்ணிகளும் ஒரு விஸ்தாரமான அடித் தளமே ஒழிய வெண்பாவிலேயே ஆயிரமாயிரமான ரூப வேறுபாடுகள் பார்க்கலாம். இன்று ரூபமற்ற கவிதையென சிலர் எழுதி வருவது, இன்று எவற்றையெல்லாம் ரூபம் எனப் பெரும்பாலோர் ஒப்புக் கொள்ளுகிறார்களோ, அவற்றிற்குப் புறம்பான ரூபத்தை யமைக்க முயலுகிறார்கள் எனக் கொள்ள வேண்டுமேயொழிய அவர்கள் வசனத்தில் கவிதை எழுதுகிறார்கள் என்று நினைக்கக்கூடாது. அவர்கள் எழுதுவது கவிதையா இல்லையாயென்பது வேறு பிரச்னை. இன்று வசன கவிதை என்ற தலைப்பில் வெளிவரும் வார்த்தைச் சேர்க்கைகள் வசனமுமல்ல, கவிதையுமல்ல. தமிழில் புதிய கற்பனை என்பது சற்று கடினமான விஷயம். ஆனால் பாட்டு எழுதுவது லகுவான விஷயம். காரணம் நமது இலக்கியமானது நெடுநாள்பட்ட வளர்ச்சி கண்டது. அதன் வார்த்தை அமைதிகளே கவிதைப் பண்பு கொண்டு, நடை பயிலும் சிறு குழந்தைக்கு நடைவண்டிபோல

அமைந்துகிடப்பதால் பேரிகை கொட்டிப் பிழைப்பதைவிட, கவிதை கட்டிப் பிழைப்பது இலகுவான காரியமாகிவிட்டது. இன்று உள்ள நிலைமையில் தமிழ்ப் பாட்டு சீர்பெற வேண்டுமெனில், அதாவது இன்று பாட்டு எழுத வேண்டுமெனில், பாஷையின் வளத்தையறிந்து அதைச் சாகசமாக உதறித் தள்ளவும், ஏற்றுப் பயன்படுத்தவும், தகுதிவாய்ந்த பயிற்சியும் உணர்ச்சியின் வேகத்தை அநுபவித்து அறிய, அறிவிக்கக் கூடியவர்களாலேயே இயலும். இன்று அப்படிப் பட்டவர்கள் யாருமே கிடையாது என்பது என் கட்சி. இனி, வருங்காலத்தில் வரட்சியா, வளமா என்பது இன்றைய நிலையில் ஊகிக்க முடியாத விஷயம். ஒற்றை பாரதியை வைத்துக்கொண்டு உடுக்கடித்துக் காலந்தள்ளியது நமக்குப் பெருமை தரும் காரியம் அல்ல. ஆனால் கடையில் 'பிஸ்கோத்து' வாங்குவது போலவே, கவர்மெண்ட் அதிகாரம் செய்வது போலவே கவிராயருக்கு 'ஆர்டர்' கொடுக்க முடியாது. அவன் பிறப்பது பாஷையின் அதிருஷ்டம். அவனுக்கு உபயோகமாகும் பாஷையை மலினப்படுத்தாமலிருப்பது நமது கடமை.

கவிக்குயில் (இரண்டாம் மலர்), 1947

கைவண்டிச் சரக்கு

உடம்புக்கு நம்மை அடிமைப்படுத்திக்கொள்ளுவதை நாம் எல்லோரும் வெறுக்கிறோம்; உணர்ச்சிக்கு அடிமைப்படுத்திக் கொள்ளுவதைக் கண்டிக்கிறோம்; ஆனால் ஒரு கொள்கை நம்மைத் தனக்கு அடிமைப்படுத்திக்கொள்ளுவதைப் பற்றிக் கவனிக்கிறோமில்லை.

முன்னிரண்டையும் 'மகான்கள்' என்பவர்கள் 'புலனடக்கம்' என்ற முத்திரைக்குட்படுத்தி நமது மரியாதைக்கு உரியனவாகச் செய்துவிட்டார்கள். கொள்கைக்கு, அதைப் பிறப்பிக்கும் அறிவுக்கு, அடிமைப்படுத்திக்கொள்ளுவதும் இந்த ரகத்தில் ஒன்றுதான் என்பதை அவர்கள் கூறவில்லை; ஆனால் நாம் மறுக்கப் பயப்படுகிறோம். ஏனென்றால் கொள்கைதான் மனித வர்க்கத்திற்கு வழிகாட்டியாக, அறிவு தாங்கும் தீப்பந்தமாகக் கருதப்படுகிறது. கொள்கை என்பது உயரத் தூரத்தில் தூக்கிப் பிடித்த தீப்பந்தம் போல் எட்ட இருப்பதாலேயே வெளிச்சம் நன்றாக விழுகிறது. அது எட்ட இருப்பது அவசியம். இந்தக் கொள்கை என்பது நாம் ஏற்றிய பந்தம் என்பதை மறக்கும்படி செய்து நமக்கு அது கொடுக்கும் வெளிச்சத்தினாலேயே நமது கவனத்தைக் கவித்து அது நம்மைத் தாங்குகிறது என்ற மனப்பான்மையை ஏற்படுத்தி நமக்கு வழிகாட்டியாக இருக்க முயலுகிறது. நமது கவனம் அதன் வெளிச்சத்தில் கவிவதால் அது நம் கையில் உள்ள, நாம் ஏற்றிவைத்த தீப்பந்தம்தான் என்பதை மறக்கும்படி செய்விக்கிறது. வெளிச்சத்தால் அதற்கு ஏற்படும் கௌரவம் அது ஏற்றப்படுவதற்குக் கருவியாக இருந்த அறிவையே மங்கவைத்துவிடுகிறது: இவ்வாறு அறிவு மங்கும் நிலையில்தான் 'முன்னேற்றம்' என்ற தோற்றப் பிரமை சாத்தியம்.

கொள்கைக்கு அடிமைப்படுவது யாக குண்டத்தில் எழுப்பிய விசுவரூபத்திற்கு (அசுரனானாலும் அமரனானாலும் ஒன்றுதான். நமது நோக்க வேறுபாடு தவிர இவர்களிடையே பேதம் கிடையாது) தானே அடிமைப்படுவது போலத்தான். தனது இந்த விசுவ சிருஷ்டியைத் தான் கருதிய தேவை என்ற பிரமை தீர்ந்தவுடன் கொன்றுவிடுவதே சரியான மார்க்கம். ஆனால் நமது 'யாக குண்டத்தில்'

பிறப்பவைகளை அவ்வளவு எளிதில் கொன்றுவிட முடியாது. தேவைப் பிரமை தீர்ந்த பின்பும் அது நம்மை ஆட்டிவைத்துக் கொண்டிருக்கிறது. அதாவது நாம் இதுபோல வேறு ஒன்றை சிருஷ்டித்து இதைக் கொல்லும்வரை, யாக குண்டத்தில் பிறப்பவைகளுக்குச் சாவு ஏற்பட வேண்டுமானால், குண்டம் எப்பொழுதும் கொழுந்துவிட்டு எரிந்து கொண்டே இருக்க வேண்டும். யாக குண்டங்களின் தன்மையும் அமைப்பும் அப்படியில்லாவிடில் எரிய வைத்துக் கொண்டிருப்பதற்கு நமக்குச் சக்தி கிடையாது. சில சமயம் கொழுந்து விடும்; சில சமயம் கனிந்து எரிந்துகொண்டிருக்கும் — அப்பொழுது மெல்லிய பூம்பனி போன்ற சாம்பல் அதை மூடிப் போர்த்து அது எரிவதை 'வெக்கை'யில் மட்டிலும் காட்டிக்கொண்டிருக்கும். சில சமயம் புகைந்து எரியும். புகைச்சலுக்கு விறகு ஈரமாய் இருப்பதோ அல்லது குண்டத்தில் அளவுக்கு மிஞ்சிய விறகுகள் அடுக்கப்படுவதோ காரண மாக இருக்கலாம். ஆனால் இம்முயற்சியின் காரணமாகப் பழைய அனலும் அவிந்துபோகக்கூடிய சந்தர்ப்பமும் உண்டு.

யாக குண்டத்தின் தன்மை அதில் தீயுடன் பிறக்கும் விசுவரூபத் தின் தன்மையைப் பாதிக்கும். மறுபடியும் மறுபடியும் உபயோகிக்கப் படும் யாக குண்டத்தில் எத்தனையோ விதமான புதுப்புது விதமான விறகுகள் போட்டாலும் பழைய சாம்பல்கள், கரித் துண்டுகள் இவற்றின் ஆதிக்கமும் போய்விடுவதில்லை. அதனால் குடும்பத்தின் வாரிசு மாதிரி தாய் வழியாக வெளி ரத்தம் புகுவதற்குச் சந்தர்ப்பம் இருந்தாலும் 'குடும்ப முத்திரை'யைத் தாங்காத விசுவரூபம் பிறக்காது.

மனித வர்க்கம் தனது பிரமைகளைச் சாந்தி செய்துகொள்வதற்குப் புதிய யாக குண்டம் அமைக்கும் வழக்கம் கொண்டதே கிடையாது. அவ்வாறு செய்தால் அது மனிதத் தன்மையை இழந்துவிடும் என்பதில் சந்தேகமில்லை. மேலும் இயற்கை தனது பழைய யாக குண்டத்தில் உண்டாக்கிய கடைசி (?) உருவந்தானே மனிதனும். இயற்கையே பழமையில் இவ்வளவு தூரம் நம்பிக்கை வைத்திருக்கும் பொழுது புது யாக குண்டம் அமைப்பதற்கு மனிதன் சிரமப்படுவதில், பயப் படுவதில்(?) அதிசயமேது!

புதியவை என்று ஒன்றும் கிடையாது. ஏனென்றால் பழயவை என்று பிரித்துவைக்க வேண்டியவையே கிடையாது. பெயர் மாற்றமும் உபயோக மாறுதலும் சந்தர்ப்பங்களுக்குக் கட்டுப்பட்டிருப்பதால் வேறு வேறு ரூபத்தில் வேறு வேறு கோணத்திலிருந்து பார்க்கப்படும் ஒரே தன்மைதான் இருந்துவருகிறது. இந்த நிலையில் புதிதேது, பழசேது, யாக குண்டந்தான் ஏது?

இவை யாவும் அறிவு எழுப்பும், அதாவது தன்னை மங்கவைத்துக் கொள்ள எழுப்பும் பிரமைகள். அது விளையாட்டா, அசட்டுத்தனமா அல்லது எப்பொழுதும் சலித்துக்கொண்டிருப்பதால் ஏற்படும் அதன் அசைவா?

அறிவு அடங்கவேணும்; மங்கலாகாது. அதற்குக் கொள்கை துணை செய்யாது. பந்தத்தை அணைத்துவைக்கும்வரை, யாக குண்டத்தை இடித்து மூடும்வரை அறிவு அடங்காது. அறிவு அடங் கினால்தான் அவனுக்குக் கண் திறக்கிறது. அறிவின் தன்மை அறிவுக்குத் தெரிய அதுதான் வழி.

(காலம் தெரியவில்லை)

நாட்டுப் பாடல்கள்

கிராமத்துக்காரனுக்குப் பட்டணம், பூலோக கைலாசம்; செத்தால் சிவலோகம், கெட்டாலும் பட்டணம் என்பது அவன் கனவு. பட்டணத்து அங்காடியிலே காதடைத்துப் போனவனுக்கு, "அப்பாடி" என்று தலை சாய்க்க அரசமரத்து நிழல் பரமபதம். இது மனநிலை — இல்லாமையை நாடித் தவிக்கும் மனநிலை. பட்டணத்துக் கிறுகிறுப்பு பட்டைச் சாராயம் போல் கிறங்கவைக்கும் பட்டிக்காட்டானுக்கு. அவன் மண்ணோடு மோதி வியர்வையைப் பெருக்கி ஏற்றமிறைத்தால் தான் பட்டணத்துப் பசி, நாற்றமடித்துப் போகாது. பட்டணம் தேச வளத்தை வெளி ஊரானுக்குக் கொட்டிக் கொடுக்கவோ, ஊரான் கண்ணில் படாமல் ஒதுக்கிவைக்கவோ வாய்ந்த கருவூலம். நாட்டு வளப்பம் பட்டிணத்துச் சந்தையிலே கப்பலேறும். பட்டணத்துப் புழுதியும் புனுகும் ஆலடி மோகினிப் பிசாசு மாதிரி தொட்டிழுத்து, உயிரை உறிஞ்சிவிடும் என்று பயப்படுகிறான் பட்டிக்காட்டான். ஆனால் பட்டணத்துச் சங்கப் பலகையிலே, யாப்புத் திரியாமல், வார்ப்புக் கோணாமல் வரும் சரக்குகள் எல்லாம் பகட்டுக் காட்டி அவனை ஏமாற்றிவிட முடியாது. யாப்பும் வார்ப்பும் கிராமத்துக் காரன், அதாவது நெஞ்சு செத்துப் போகாதவன், மனசிலே இன்பமும் துன்பமும் எழுப்பிய எதிரொலிப்பு என்ற கருவின் பூர்ண வடிவமாகும்.

ஆகையால்தான் இன்று பட்டணத்துக்காரன் மனசு, கிராமத்துப் பிள்ளையாரோடு பக்கத்தில் உட்கார்ந்துகொள்ளுமானால் உள்ளம் நிறைவு கொண்டுவிடுகிறது. அவரைப் போலவே அருகிலிருக்கும் ஓடைக் கரையில் உறுமீன் வருமளவும் வாடியிருக்கிறது கொக்கு. கொக்குக்கு மீன் கிடைத்தாலும், பிள்ளையாருக்குப் பெண் கிடைக்க வில்லை. அரசு சுற்ற ஆயிரமாயிரமாகக் காலம் என்ற ராஜபாதையில் வந்து வந்து சென்றுகொண்டுதானிருக்கிறார்கள் பெண்கள். அவருக்கு என்று ஒரு பெண் இதுவரை வரவில்லை. கொக்கும் பிள்ளையாரும் பெற்றுவிட்ட மனநிலை, அதாவது காத்திருக்கும் மனப்பான்மையைக்

கொஞ்சம் நாமும் கடன்வாங்கிக்கொள்ளுவோம். அதோ காற்றோடு காற்றாக மிதந்து வந்து சேர்கிறதே அது என்ன என்று சற்றுக் காது கொடுத்துக் கேட்போமா?

வேலமரப் பாதையிலே — வேலையா
வேலையிலே கண்ணிருக்கு — சுப்பையா
வேலிஓரம் போகுதுபார் — வேலையா
வேட்டிதுணி போட்டிருக்கோ — சுப்பையா
சித்தாடை கட்டியிருக்கு — வேலையா
சின்னக் குட்டி போலிருக்கு — சுப்பையா

சீ! என்ன காத்து; இப்படிக் காதையடைக்கிறது. ஊறுகாய்க்கு உப்புச் செலுத்தினது போலல்லவா புழுதி மண் கப்புகிறது. முகத்தைத் துடைத்துக்கொள்ளவும் சூறாவளி நிற்கவும், வேலையாவும் சுப்பையா வும் பாடிப் பேசும் வியவகாரம் மறுபடியும் காதில் கேட்கிறது.

கஞ்சிகொண்டு வாராளோடா — சுப்பையா?
கதிரருவாள் இருக்குதடா — வேலையா
கதிரறுக்கும் காலமல்ல — சுப்பையா
ஆட்டுத்தழை அறுப்பாளடா — வேலையா
அண்டையிலே வந்துட்டாளோ — சுப்பையா
அன்னம்போலே முன்னே வாரா — வேலையா
அவ அத்தெமவ ரத்தினண்டா — சுப்பையா
அவ அருமைப் புருசனோ நீ — வேலையா
அடுத்த மாசம் பரிசம் வைப்பேன் — சுப்பையா

என்று நாணிக் கோணுகிறான் வேலையா. வேலையிலே கண்ணிருக் கும் வேலையன் காதல் இப்படி இருக்கட்டும். ஏற்றம் இறைத்தால்தான் கட்டுக் கலங்காணும், கதிருழக்கு நெற்காணும்; வயலுக்குள் விழுந்து சகதியைப் பூசிக்கொள்ள நமக்கு ஆகாது. கொஞ்சம் ஒதுக்கமாக ஊருக்குள் புகுந்துவிடுவோம். பரிசப் பணம் கொடுத்துக் கலியாணம் செய்துகொள்ள ஆசைப்படும் வேலையாவோடு ஒரு மாசம் காத்தி ருக்க முடியுமோ. தெருவிலே ஒரு குழந்தை சிற்றாடை இடற அதையும் பொருட்படுத்தாமல் ஓடிவருகிறது.

சும்மா இருக்கிற சிட்டுக்குருவிக்கு
சோற்றை வைப்பானேன்—அது
கொண்டையை கொண்டையை—ஆட்டிக்கிட்டு
கொத்த வருவானேன்.

என்று குதிபோட்டுப் பாடிக்கொண்டு நம்மையும் தாண்டி ஓடிவிடுகிறது. அதைத் தொடர்ந்து, பிசைந்த சோற்றைக் கையிலேந்தி, “ஏ, வள்ளி, வள்ளி” என்று தொடரும் தாயாருக்கு அது உபதேசம் செய்கிறது போலும்.

கிராமத்திலே உட்கார்ந்தால் பாட்டு, எழுந்திருந்தால் பாட்டு, கழலாடப் பாட்டு, உழவுக்குப் பாட்டு, சாவுக்குப் பாட்டு, சம்மந்தியை ஏசுவதற்குப் பாட்டு, எல்லாம் பாட்டு மயம். கருத்தும் உணர்வும் அனுபவமும் லயித்த இடத்திலேதான் பாட்டு அரசி பிறக்கிறாள். அவள் அங்கே வேதத்தைப் போல எழுதாக் கிளவி. நாட்டின் நாவிலே சஞ்சரிக்கும் சரசுவதிதான் கிராமத்துப் பாட்டு.

குப்பத்து ராணியானாலும், கும்பேனிப் பட்டாளமானாலும் குப்புகுப்பென்று தீயெரிய குப்பண்ணசாமி கொலுவிருக்கும் அந்த சன்னதிமுன் தலைவணங்கித் தொழ வேண்டும். கிராமத்துக் கடவுள்கள் சிவலோகம் வைகுந்தத்தில் அமர்ந்தபடி கண்பார்த்து நின்றால் போதாது. கூடவந்து நின்று கலப்பை பிடிக்க வேண்டும், கதிரறுக்க வேணும், சூடடித்து நெல்லை, சேருக்குச் சுமந்து சேர்ப்பிக்க வேண்டும். துரிய, துரியாதிர்த விவகாரங்களில் எல்லாம் நிர்க்குண னாய் நிராமயனாய் அமர்ந்துகொண்டால் கதை நடக்காது; உழவர்கள் கருத்துக்கிசைய, கூடநின்று களங்காக்க வேணும்; கதிருழக்குக் காணும்படி செய்விக்க வேண்டும். கடவுள்களுடன் தோழமை பூண்டவர்கள் கிராமவாசிகள்.

கிராமத்துச் சரக்கு இவ்வளவு மட்டோடு இல்லை. விலாவெடிக்கச் சிரிப்பு மூட்டும் சுண்டெலி ராஜாக்கள், கொசுவனார், ஆஷாடபூதிப் பூனையார் எல்லாம் உண்டு.

சுண்டெலி ராசாவுக்குக் கலியாணமாம்!
சோளத்தட்டைப் பல்லாக்கில் ஊர்கோலமாம்!
ஒரு எலி ஓடிப்போய் ஊருக்கெல்லாம் சொன்னதாம்!
நான்கெலி சேர்ந்துகொண்டு நாகசுரம் வாசித்ததாம்!
அஞ்செலி சேர்ந்துகொண்டு பஞ்சாங்கம் பார்த்ததாம்!
பத்தெலி சேர்ந்துகொண்டு பல்லாக்கு தூக்கித்தாம்!

இப்படி நடக்கிறது சுண்டெலி ராஜா கலியாணம். ஆனால் கொசுவனாருக்கு அமுத்தல் அதிகம்.

அடுக்கு மோதிரமாம் — கொசுவுக்கு
ஆனந்தக் கைவீச்சாம்!
ஆனை குதிரைகளாம் — கொசுவுக்கு
ஆயிரம் வண்டிகளாம்!
பாகவதம் பாட — கொசுவுக்கு
பிராமணர் நாலு பேராம்!
பச்சைப் பல்லாக்கில் ஏறி — கொசுவனார்
பார்வேட்டை போனாராம்
பல்லாக்கைக் கண்டவுடன் — பாளையக்காரன்
சலாம் போட்டானாம்!

வாரும் வாரும் காணும் — கொசுவனார்
இருந்து பேசுங் காணும்!
இருந்து பேசினாக்கால் — பாளையக்காரா
எந்த ராஜ்யம் தருவாய்?

ராஜதந்திர உறவுகளை நடத்தும் கொசுவனாரைவிட்டு, மேலும் கொஞ்சம் நடந்து பார்ப்போம்.

மண்டபத்திலே ஏதோ பாட்டுச் சத்தம் கேட்கிறதே. அதையும் அருகிலிருந்து கேட்டுவிடுவோம்.

நெல்லிக்கு நெல்லி நேரே திருநவேலி
நெல்லையப்பர் கோயிலிலே நிற்குமாம் கல்லெருது
கல்லெருது புல்மேயக் காண்பாளாம் காந்திமதி.

காந்திமதியம்மனுக்குக் கிடைத்த பாக்கியம் இருக்கட்டும். அம்பிகைக்குத்தான் என்ன கரிசனை.

மாலை கொடுத்தக்கால் வாடிப்போம் என்று சொல்லி
திருநீறுதந்த கோயில் சிந்திப்போம் என்று சொல்லி
திருக்காதுக் கொப்பை சிறப்பாகத் தந்தாளே.

அம்பிகை அருள்வரம் கொடுத்ததோடு நிற்காமல்,

பார்காத்து பாலிக்க
வெள்ளி விளக்கெரிய வெண்கலிர்கள் ஓசையிட
தங்க விளக்கெரியும் சாதிலிங்கக் கோட்டையிலே
ஒப்பனையும் பால்வணனும் ஊர்வழியே போகையிலே
பழுதுபடா ஒப்பனையை பாங்கியென்று சொன்னாரே
கட்டைதட்டிக் கல்லிடறி கடையாலும் பால்கவிழ்ந்து
வெட்ட வெட்டப் பாலூறும் வெற்றியுள்ள பால்வணரே.

தல விசேஷத்தில் தோய்ந்து மெல்லிய நறுமணம் போல் காற்றோடு இழையும் இந்தக் கனவுகள் ஒரு பக்கம் இருக்கட்டும். கம்பர் ராமாயணம் கேட்டிருப்பீர்கள். அது இப்பொழுதைய ரசிகத் தன்மைக்கு ஒரு அறிகுறியாகிவிட்டது. கம்பன் இசைகளைச் சற்று மறந்து இந்த இராமாயணத்தைப் பாருங்கள்.

ஏதுடா ராவணா இறங்கடா மேடைவிட்டு
பாரடா ராவணா ராமர் படைபொருதும் பாவனையை
வாளி தொடுத்து அனுமாரைத் தூதுவிட்டு
திரு ஆழிகை கொடுத்து சீதை சிறைமீட்டாரே.

காதல் பாட்டுதானே நாட்டின் கனிவையும் நாகரிக உயர்வையும் இதயப் பண்பையும் காட்டுவதாக விவரிக்கிறார்கள். கிராமத்துக் காதலி "முயல்கறை பயிலாத் திங்கள் முகத்தியர்" போல சந்திரகாந்தக் கல்மண்டபத்திலிருந்து, "பெண்ணிலா வூரில் பிறந்தாரைப் போலவரும்

வெண்ணிலாவே இந்த வேகமுனக்காகாதே" என்று பாடமாட்டார் கள். "செந்தழலின் சாற்றைப் பிழிந்து செழுஞ்சீதச் சந்தனம் என்றாரோ தடவினார்" என்று சமத்காரமாகச் சொல்லத் தெரியாது. நிலவைத் துகிலாக எடுத்து உடுத்திருக்கும் சித்திராங்கிகள் அல்ல அவர்கள். அவர்களது காதலிலே ஸ்படிகமான இச்சை தெறிக்கும்; திரைபோட்டு மறைக்காத சிற்றம்பலம் அவர்கள் மன அரங்கு. மனசில் உள்ள இச்சை வடுப்படாமல் வார்த்தையில் துள்ளாடவிடுவதுதானே கவிதை. கிராமத்து ஜூலியட்டுகள் மனப்பண்பைச் சற்று பார்ப்போம்.

கதிர் விளைந்த கொல்லையிலே கதிர் மயங்கும் எல்லையிலே
காத்திருந்த காளையவன் கண்ணடித்துப் போய் மறைந்தான்

என்று ஏங்குகிறாள் ஒரு வள்ளி.

இன்னும் ஒரு சின்னிக்கு ஏன் இன்னும் தாய் படுத்துத் தூங்க வில்லை என்று கோபம் கோபமாக வருகிறது. நிலாவில் காதலன் வந்து காத்திருப்பானாம். அவள் கண்ட நிலா வெண்ணிற நரை நிறைவெள்ளமென்ன பரந்து கிடக்கவில்லை. ஆனால், சோளப் பொறி மத்தியிலே சுட்டுவச்ச தோசையைப் போலத்தானிருந்தது!

சோளப் பொறி மத்தியிலே
சுட்டுவச்ச தோசையைப்போல்
தோன்றுமிந்தச் சோதிநிலா
சோதிநிலா மறையுமட்டும்
தாய் படுத்துத் தூங்குமட்டும்
சொன்னகுறி பார்த்து வந்து
சோர்ந்திருப்பான் என் துரையே!

"கண்டாங்கிச்சேலை காதோலை பாடகம்" என்று சொல்லி ஒரு வருஷம் பேச்சிமுத்து ஏமாற்றிய பெண்ணின் கோபத்துக்குள் அகப்பட்டுக்கொள்ளாமல் தப்பிவந்துவிடுவோம். இன்னும் ஒன்று தான் கேட்கவில்லை. அதாவது அழுகைச் சத்தம். காதலுக்குப் பிறகு பிலாக்கணம் என்றால் பலருக்கு ரசனைக் குழப்பம் தென்படும். நாம் ஏன் அவர்களது அழுகையைக் கிளப்பிவிட வேண்டும். "எழுத்தாணியை மடக்கி வையடா தம்பி, நாம் பாட்டு எழுதினது போதும்" என கம்பர் தம் கற்றுச்சொல்லியைப் பார்த்துச் சொல்லு வதற்குக் காரணமாக இருந்தது வேதனையில் உதித்த பாட்டுதானே.

சில்லென்று பூத்த சிறுநெருஞ்சிக் காட்டினிலே
நில்லென்று சொல்ல

நின்று அழுத பெண்ணின் ஏக்கந்தானே, சீதையின் வேதனைக்கும் மண்டோதரியின் புலம்பலுக்கும் ஆதாரக் கருவாக இருந்ததாம். தெரிந்த அழுகையைவிட்டு, இத்தனை நேரம் நாம் கேட்டுவந்ததைக் கோவைப்படுத்திப் பார்ப்போம். சுப்பிரமணிய பாரதியாரின் சின்னக் குயிலி,

வட்டமிட்டுப் பெண்கள் வளைக்கரங்கள் தாமொலிக்கக்
கொட்டி இசைத்திடுமோர் கூட்டமுதப் பாட்டினிலும்
சுண்ண மிடிப்பார்தம் சுவைமிகுந்த பண்களிலும்
பண்ணை மடவார் பழகுபல பாடலிலும்
ஏற்றநீர்ப் பாட்டின் இசையினிலும்

கேட்டதுதான் தமிழ்ப்பாட்டிசைக்கும் தாமரையாள் வாக்குக்கு ஆதார சக்தி. இலக்கியத்தைப் புரிந்துகொள்ள நாட்டின் இதயபாவம் தெரியவேணும். கிராமத்துப் பாட்டுக்களே அதற்குச் சாதனங்கள்.

(காலம் தெரியவில்லை)

ரேடியோ

நான் இன்று ஏதோ பிரமாதமாக ரேடியோ நுட்பங்களைப் பற்றிப் பக்கத்து வீட்டுக்காரர் என்ன நினைக்கிறார் என்பதை விஸ்தாரமாகவும் நுணுக்கமாகவும் பேசப்போகிறேன் என்று நீங்கள் எதிர்பார்த்துக்கொண்டிருப்பதாக இருந்தால், ஏமாந்துபோவதற்கு ஒவ்வொரு தனிமனிதனுக்கும் உள்ள உரிமையை உபயோகித்துக் கொள்ளுவதற்கு உங்களுக்கு ஓர் அரிய சந்தர்ப்பம் அளிக்கப் போகிறேன். ரேடியோ செட் வைத்துக்கொண்டிருப்பவர்களை அவர்களுடைய பக்கத்து வீட்டுக்காரர்கள் என்னவென்று நினைக் கிறார்கள்? இதைத்தான் உங்களிடம் வம்பளந்துகொண்டிருக்கப் போகிறேன்; வம்பளப்பது பேசிக்கொண்டிருப்பவருக்கு சுவாரஸ்ய மான விஷயமல்லவா?

தற்காலத்தை அரசியல் யுகம் என்பார்கள். எல்லா விஷயங்களை யும் உரிமை, சலுகை, வோட்டு மூலம் நிர்ணயிப்பது தான் ஒப்புக் கொள்ளப்பட்ட சம்பிரதாயம். இந்த மூன்றையும் வைத்துக்கொண்டு ரேடியோ வைத்திருப்பவர்களை நான் அளக்கப் போவதாக நினைத்துக்கொள்ள வேண்டாம். அப்படியும் செய்யப் போவ தில்லை. ரேடியோ செட் வைத்திருப்பவர் வீட்டுக்குப் பக்கத்து வீட்டுக்காரர்தான் என் குறி; அவரைப் பற்றித்தான் பேசிக்கொண்டி ருக்கப்போகிறேன்.

பழைய காலத்தில் ஔவைக் கிழவி உலகத்தை இரண்டு ஜாதி யாகப் பிரித்தார்: பிச்சை போடுகிறவர்கள், பிச்சை போடாதவர்கள் என்று. அவள் சௌகரியமாக மூன்றாவது ஜாதியை மறந்துவிட்டாள்; அதாவது பிச்சை வாங்குகிறவர்கள். அவ்வையாரின் ஜாப்தா மாதிரி ரேடியோ செட்டை வைத்துக்கொண்டும் லோகத்தை மூன்று ஜாதிகளாகப் பிரிக்கலாம். ஒன்று ரேடியோ கேட்க சொந்தமாக சௌகரியம் படைத்தவர்கள்; இரண்டாவது அவ்வாறு கேட்காதிருக்க சௌகரியம் படைத்தவர்கள்; மூன்றாவதாக கேட்காதிருக்க சௌகரி யம் படைக்காதவர்கள்.

முதல் வகுப்பு இஷ்டப்பட்ட நேரத்தில் செட்டைத் திருப்பி வைத்துக்கொண்டு கேட்டுக்கொண்டிருப்பார்கள். இரண்டாவது

வர்க்கம் கேட்கப் பிரியமில்லாவிட்டால் எழுந்துபோய்விடுவார்கள். அவ்வாறு அவர்களால் தப்பித்துக்கொள்ள முடியும். இந்த மூன்றாவது வர்க்கம் இருக்கிறதே அதனால் கேட்காதிருக்க முடியவே முடியாது. அதற்குத்தான் பக்கத்து வீட்டுக்காரர்கள் என்று பெயர். இவர்களுக்கு பூர்வீகத்தில் பிரிட்டிஷ் காமன்ஸ் சபைக்கு இருந்த உரிமைதான் — அதாவது முறையிட்டுக்கொள்ளும் உரிமை. செட் வைத்திருப்பவரிடம் என்றா நினைக்கிறீர்கள்? இல்லவே இல்லை. 'படமுடியா தினித்துயரம் பட்டதெல்லாம் போதும்...' என்று மனித வர்க்கம் தொன்றுதொட்டு இதுவரை முறையிட்டுக்கொண்டு வந்தவரிடத்திலோ அல்லது இப்பொழுது என் குரலை ஏற்றிவரும் ஈதர் என்ற ஆகாசத்தினிடத்திலோதான் முறையிட்டுக்கொள்ள வேண்டும்.

'இந்த இரகசியங்களை எல்லாம் எப்படிக் கண்டுபிடித்தீர்?' என்று துப்பறிவோனிடம் பதினான்காம் அத்தியாயத்தில் கதாநாயகன் கேட்கிற மாதிரி நீங்கள் என்னைக் கேட்க விரும்புகிறீர்கள்; உங்கள் ஆசையையும் திருப்தி செய்துவிடுகிறேன்.

எனக்கு ஒரு காலத்தில் ரேடியோ செட் வைத்திருக்கிறவர் வீட்டுக்குப் பக்கத்து வீட்டுக்காரனாக இருக்க வேண்டும் என்பதில் அபார ஆசையிருந்தது. அந்த ஆசையை அனுபவித்ததின் பயன் இது. நான் இப்பொழுது மாஜி—பக்கத்து வீட்டுக்காரன் என்று தெரிவித்துக் கொள்ளுகிறேன். என்னை ரேடியோ செட்காரர்கள் ஒன்றும் செய்து விட முடியாது.

எனது பூர்வாசிரமத்தை அதாவது ரேடியோ செட் வைத்திருந்தவரின் பக்கத்து வீட்டுக்காரராக இருந்த அந்தக் காலத்துக் கதையைக் கேளுங்கள். அது எனது சுயசரித்திரத்தின் கிருஷ்ண பட்சம்.

ஸ்ரீமான் பிள்ளை ரேடியோ செட் வாங்கினார்; செட் வந்த தினத்திலேயே அதனுடன் சண்டமாருதமும் வந்தது. திடீரென்று துத்தநாகத் தகட்டில் ஆணி வைத்துக் கிழிப்பதுடன் மரம் அறுக்கும் சப்தமும் கலந்து உறவாடினால் என்ன கேட்குமோ அது கேட்டது. அதை சப்தம் என்று இப்பொழுது சொல்வதற்குக்கூட பயமாக இருக்கிறது. சப்தம் என்ற வார்த்தையின் அந்தஸ்தை மீறியது அது. அதெல்லாம் ஒடுங்கும்வரை அவர் செட்டைத் திருகிக் கொண்டே இருந்தார். யுகம் கழித்து பாட்டு மாதிரி ஒன்று கேட்டது. 'பாட்டுதான் சார்' என்று அவர் திடசித்தத்துடன் நிர்த்தாரணம் செய்தார். நான் நம்பினேன். கண் இமைக்குமுன் மறுபடியும் பூத கர்ஜனை கேட்க ஆரம்பித்துவிட்டது. இப்பொழுது விறகு வெட்டும் சப்தம், வீடு இடிந்துவிழும் சப்தம் எல்லாம்கூட புரியும்படியாகக் கேட்க ஆரம்பித்துவிட்டன. கவனித்துப் பார்த்தால் அவரது விரல்கள் மறுபடியும் அப்பொத்தான்களைத் திருகிக் கொண்டிருந்தன. ஏன் என்று கேட்டேன். வேறு ஒரு ஸ்டேஷனைக் கேட்பதற்கு முயற்சித்துக்கொண்டிருப்பதாகத் தெளிவுபடுத்தினார். கல்கத்தா

சங்கீதம் ஐந்து நிமிஷத்தில் பம்பாய்க்குத் தாவியது; அப்புறம் இரண்டே நிமிஷம். ஒரே பாய்ச்சலில் டில்லி. டில்லியா என்று கேட்குமுன் கொளும்பு, பிஷாவர், மைசூர்... இவ்வளவுதானே என்று நினைத்துக்கொண்டிருக்கிறீர்கள்? உங்களுக்குத் தெரிந்தது அவ்வளவுதான். அவர் கையில் ரேடியோ புரோகிராம் புஸ்தகம் ஒன்றிருந்தது. ஒரு மணி நேரத்திற்கு அவர் தமது 38 நெ. வீட்டுக்குள் இருந்துகொண்டே ஓர் அகில இந்திய சுற்றுப்பிரயாணம் செய்துவிட்டார். உண்மையில் அவர் ஒரு அடிகூடக் காலை எட்டி எடுத்து வைக்கவில்லை. ரேடியோ க்ஷேத்திரங்கள் யாவும் இடிமுழக்கத்துடன் கர்ஜனை செய்துகொண்டு அவரை நோக்கிப் பாய்ந்து ஓடிவந்தன. "சார்! நேரமாயிட்டுது, ஆபீஸுக்குப் போகணும்" என்று சாதுரிய வசனத்தைப் பிரயோகித்துத் தப்பினேன். அதாவது தப்பினதாக நினைத்தேன். எங்கெங்கோ சுற்றி வந்தேன். பிரளய முழக்கம் கேட்கவில்லை. அவ்வளவுதான் என்று நினைத்துவிடாதீர்கள்; ஏமாந்துபோவீர்கள்.

சாதாரணமாக எல்லோரும் பீச்சான்கரைக்குப் போகிற நேரத்தில் தான் நான் ஒரு டோஸ் வெற்றிலை போட்டுக்கொண்ட தெம்பில் குடும்பத்து நிதி மந்திரி சமர்ப்பிக்கும் பட்ஜெட் திட்டத்தைப் பரிசீலனை செய்வேன். சப்ளிமென்டரி மான்யம் கோரப்படும் என்று தெரிந்திருந்தால் கத்திரிக்காய் இனத்தில் ஏற்பட்டிருக்கும் அநேக செலவின்மீது ஒரு கண்டனத் தீர்மானம் கொண்டுவந்து தீவிரமாகப் போராடுவேன். எங்கள் குடும்ப சர்க்கார் ஓர் அபூர்வ மான இரட்டை ஆட்சி. ஆதிபத்திய உரிமை எந்த இலாகாவில் இருக்கிறது என்று நிர்ணயிப்பது சாத்தியமற்ற காரியம். ஆகையால் சர்க்கார் பெஞ்சுகளுக்குள்ளாகவே வாதப்பிரதிவாதங்கள் நடை பெறும். பொக்கிஷ அதிகாரி ஒருவர். செலவு இனத்தைக் கவனிக்கும் நிதி மந்திரி ஒருவர். பொக்கிஷ அதிகாரிகளுக்கு ஒரு வோட்டு. நிதி மந்திரிக்கு இரண்டு வோட்டு. இரண்டாவது வோட்டுக்கு கண்ணீர் என்று பெயர். இதனால்தான் வெற்றி யாருக்கு என்பதை நான் உங்களுக்கு வியாக்கியானம் செய்யவில்லை. இந்த அபூர்வ விவகாரங்களுக்கு முட்டுக்கட்டை போடுகிறவர்கள் என்றால், இவ்வுலக வாழ்வில் இரண்டு வருஷ அனுபவம் உள்ளவர்கள் என்று அதுவரை நினைத்திருந்தேன். அவர்கள் ஆர்ப்பாட்டங்கள் யாவும் வார்த்தைக்கு மீறியது; வார்த்தைக்குள் அடைபடாதது; மனித வர்க்கத்தின் சிந்தனைக் கொழுந்து போல.

திடீர் திடீரென்று பிரளய எச்சரிக்கைகள் போல முழக்கங்கள் பக்கத்து வீட்டிலிருந்து வருவதைக் கேட்ட பிற்பாடுதான், இந்த லோகத்தில் 'இல்லாதன இல்லை இளங்குமரா' என்ற கம்பன் வாக்கு எனக்கு அர்த்தமாயிற்று.

பக்கத்து வீட்டுக்காரர்கள் இருக்கிறார்களே அவர்கள் மிகுந்த பொறுமைசாலிகள்; அவர்களுக்குக் கோவில் கட்டிவைக்க வேண்டும்; நல்ல புரோகிராம் என்றால் நேராக வீட்டுக்குள் வந்து கேட்கத்

தயங்குவதில்லை. அப்படியல்லவென்றால் சகித்துக்கொண்டிருப்ப திலும் பொறுமையை இழப்பதில்லை. 'நண்பனைச் சொல்; அவன் குணத்தைத் தெரிவிக்கிறேன்' என்பது ஒரு இங்கிலீஷ் பழமொழி. அதைப் போல ஒருவன் பொறுமைசாலியா அல்லவா என்பதை நிர்ணயிக்க அவன் எப்பொழுதாவது ரேடியோ செட் இருந்த வீட்டுக்குப் பக்கத்து வீட்டில் வசித்தானா என்பதைக் கண்டுபிடித் தால் போதும். 'துள்ளித் திரிகின்ற காலத்துத் துடுக்கு அடக்க, பள்ளிக்கு வைக்காமல் பக்கத்து வீட்டில் ரேடியோ வைத்திடுமே!' என்று யாப்பு இலக்கணத்தையும் உடைத்துக்கொண்டு புதுக்கவி பாடுகிறான். 'வேறு என்ன வேண்டும்! ரேடியோ வேண்டும்.'

வைராக்கியம் வந்தால் விரக்தி ஏற்படுவது நிச்சயம். இப்பொழுது இன்னொரு டிவிஷனில் வேறு ஒரு 38ம் நம்பர் வீட்டில் குடியிருக் கிறேன். எனக்கு போதி மரமாக இருந்த அந்த ரேடியோ, ரேடியோ வாகவே இருக்கட்டுமாக!

பொதுவாக செட் வாங்குகிறவர்கள் வாங்குவதைத் தேர்த் திரு விழா பார்க்கப் போவதுபோல் என்று நினைத்துக்கொள்ளுகிறார்கள். 24 மணி நேரமும் (நான்ஸ்டாப்) ரேடியோ இருந்தால் நிசப்தத்திற்கு அல்லவா தவங்கிடக்க வேண்டும். குழலிலிருப்பதை எல்லாம் கொடுத்த காசுக்கு ஊதித் தள்ளிவிடு என்பது மாதிரி ஓயாது ஒழியாது செட்டை நோண்டிக்கொண்டிருப்பது புதுமாதிரி விளை யாட்டாக இருக்கலாம். ஆனால் பக்கத்து வீட்டுக்காரர்களுக்கு சித்ரவதை. பொதுவாக அவர்களும் ஒரு ஜதை காதுள்ளவர்கள். படிக்காமல் தெருச் சுற்றிவிட்டு வந்த மகனை கோபித்துக்கொள்ளும் பொழுது 'திருவே என் செல்வமே' என்ற பக்கப் பாட்டு இருந்தால் சாத்யமா? அல்லது காலர் பொத்தானைப் பெட்டியடியில் தேடிக் கொண்டிருக்கும்பொழுது மாட்டு உடம்பில் உண்ணியைப் போக்கு வது எப்படி என்பதை புஷ்டு பாஷையில் கேட்டு ரசித்துக் கொண்டி ருக்க முடியுமா? 'பேயும் உறங்கும் நள்ளிரவு' என்று சொல்லுகிறார் களே, அதெல்லாம் புதிதாக செட் வாங்கியிருப்பவர்கள் நம்பாத கதைகள். பேய்களும் உறங்கும் தாலாட்டுகளை, மனிதர்கள் கேட்க விரும்புவதை அல்ல, ரேடியோ செட்டுகளிலிருந்து எழுப்புவதில் இவர்கள் நிபுணர்கள். நான் புல்லாங்குழலை உபயோகித்து வருகிற மாதிரி அவர்கள் செட்டை உபயோகிக்கிறார்களோ என்ற சந்தேகம் கூடத் தோன்றியதுண்டு. பக்கத்துவீட்டுக்காரர்கள் போடும் கூச்சலின் மீதுள்ள அதிருப்தியைக் காட்ட நான் புல்லாங்குழலை உபயோகிக் கிறேன். இந்தப் புல்லாங்குழல் என்ற விசேஷாதிகாரத்தை செட் வைத்திருப்பவர்கள்மீது பிரயோகிக்க முடியாது. அவர்களது அசுர சக்தியின்முன் இந்த நாணல் தட்டை என்ன செய்துவிட முடியும்? அதனால்தான் இப்பொழுது வேறு ஒரு 38ம் நம்பர் வீட்டு வாசம்.

வைராக்கியம் ஏற்பட்ட பின்பு பூர்வாசிரமத்தின்மீது ஆசை விழக் கூடாது என்பார்கள். எதிர்பாராதவிதமாக ஆசை விழுந்தது.

நான் பழைய வீட்டு வழியாகச் சென்றேன். ஆனால் அங்கு மௌனம், எல்லையற்ற மௌனம்.

காரணம் அவர் செட்டை விற்றுவிட்டார் என்றா நினைக்கிறீர்? அதோ அவர் வீட்டு மாடியின்மேல் கயிற்றுக் கொடி மாதிரி ஏரியல் கட்டப்பட்டிருக்கிறதே. இப்பொழுது அவர் அந்த செட் இருந்த பக்கத்தில் போவதுகூடக் கிடையாதாம். முன்னிருந்த ரேடியோ பக்தி அவரிடை காணவில்லை. காரணம் என்னவாக இருக்கலாம் என்று நினைக்கிறீர்கள்? அவருக்கு ரேடியோமீது இருந்த பிரியம் எல்லாம் குழந்தைக்குப் புது பொம்மைமீது இருந்த மோகம் மாதிரிதான். ரேடியோ, புஸ்தகம் மாதிரி; ஒரே மூச்சில் கண்டபடி புரட்டிக்கொண்டிருப்பதினால் விரக்திதான் ஏற்படும். நான் ரேடியோவின் சித்ரவதையால் விரக்தியடைந்தேன். அவர் அதை ஒரே மூச்சில் ரஸித்துவிட முயற்சித்ததில் சோர்வடைந்து விரக்தியடைந்துவிட்டார். தானும் விரக்தியடைந்து பக்கத்து வீட்டுக் காரனையும் சித்ரவதை செய்வதற்காகவா பணத்தைக் கொடுத்து ரேடியோ செட் வாங்க வேண்டும்? அதைவிட செலவில்லாமல் பக்கத்து வீட்டுக்காரனிடம் போய் உட்கார்ந்து கொண்டு பெருக்கல் வாய்ப்பாட்டைப் படித்துக் காட்டிக்கொண்டிருக்கலாமே! சுருக்க மான செலவில் அதே பயனை அடைந்து விடலாமே!

(காலம் தெரியவில்லை)

முடிவில் எதற்கு வெற்றி?

தர்மம் அதர்மம் என்று இரண்டு கட்சிகள் ஒப்புக்கொள்ளப் படுகின்றன. முடிவில் தர்மத்துக்கு வெற்றி கொடுக்க வேண்டியது கலைத் தொழிலில் ஈடுபடுகிறவனுடைய கடமை என்பது இதனடி யாகப் பிறந்த ஒரு நியதி. உண்மையில் தர்மத்துக்கு வெற்றியைச் சம்பாதித்துக் கொடுக்கும் ஒரு உபாசகனுடைய கிரந்தத்தைப் படித்து முடிந்ததும்,

  வானிலே தெய்வமுண்டு —
  வையம் தழைப்பதுண்மை

எனப் பாடித் திரியும் அந்தச் சிறுமியின் அனாவசியமான நிம் மதியுடன்தான் கண்களை மூடிக் கொட்டாவிவிட்டு விரல்களைச் சுடக்கு முறித்து, மனமறிந்து பொய் விவரித்து பிசகான காரியத்துக்குச் சப்பைகட்ட முயலுகிறோம். தர்மம் இலக்கியத்தில் மட்டும் வெற்றி பெற்றுக்கொண்டிருப்பதால் வாழ்வு அப்படியேயாகிவிடுமோ? ராமராஜ்யத்தைக் கனவு கண்டவனும், 18 நாள் போரிடை சித்தாந்த சிகரத்தை சிருஷ்டித்தவனும் இந்த மாதிரி மனம் ஒப்ப பொய்யைத் தான் சொல்கிறார்களா? சற்று கவனமாகப் பார்த்தால் அவர்கள் கட்டின கனவுகள் எல்லாம் நம் விருப்பத்துக்குக் கொத்தடிமைகள் அல்ல. ராவணனைக் கொன்ற வீர புருஷனுடைய ராமராஜ்யத்தில் தான் சீதைக்கு அசோகவனங்கூட கிடைக்காமல் போய்விடுகிறது! சிருஷ்டியின் சகல அம்சங்களையும் தன்னுள் காட்டி, சங்கரனும் சாணக்கியனும் மதனும் பொய்யனுமாக நின்று, ஐந்து பேர் கட்சியை ஜெயிக்க வைத்த கிருஷ்ணனுடைய சாவு வீர மரணம் அல்ல. பாண்டவர்கள் வாகைசூடி குடிபுகுந்த அத்தி நகரில் பிணவாடையும் பிலாக்கணமும் கமறுகிறது.

  தன்னுடைய சீடப்பிள்ளைகள் யாருக்கும் 'தோற்றான்' என்ற பெயர் வந்துவிடக் கூடாது என்று சர்வ ஜாக்கிரதையுடன் ஏகலைவ னுடைய கைக்கட்டை விரல்களைக் குருதட்சிணையாக வாங்கிய துரோணர்தான், பாண்டவ வியூகங்களுக்கு எதிராக வந்து நிற்கிறார். மனம், பாண்டவர் கட்சியில்தான் இருந்திருந்திருக்கக்கூடும். ஆனால், நிலைமையில் மாறுதலை விரும்பாமையினால் வில்லேந்தி வந்து நிற்கிறார். பிராணன் போகும் கடைசி நிமிஷம்வரை பிராமணனா கவே இருந்து உயிர் நீத்த துரோணன் சாதித்தது என்ன? அப்பிராமண

வியவகாரங்களை பிராமணத்துவம் குன்றாமல் நடத்திக் காட்டிய மகாபிராமணன் துரோணன். இது மட்டுமா? ஊர்வசி மோகித்து நாடிய அர்ச்சுனன், சேடிப்பெண் காலடியே சதம் என்கிறான். துரியோதனன் எல்லோருடைய வெறுப்புக்கும் பாத்திரமாக வேண்டி யவன். அவனுடைய வார்ப்பு அதிஅற்புதமானது. தாயாதிச் சண் டையை ஒரு ராஜீயப் போராட்டமாக, இரண்டுவிதமான மனப் போக்குகளின் போராட்டமாக மாற்றிவிட்ட மகானுபாவன். அவனுக் கும் பாண்டவரோடு ரத்தபந்தம் உள்ள ஒருவனுக்கும் விளைந்த நட்பும் அன்னியோன்னியமும் அவனிடமும் நம் மனசை இளக வைக்கிறது. பொறாமைத் தீதான் அவன்; ஆனால் கடைசி நிமிஷம் வரை, 18 நாள் சண்டை மூளும்வரை, ரத்தம் சிந்துதலை நடக்காத காரியமாக்கி, தன் காரியத்தை சாதித்துக்கொண்டவன்தானே அவன். அவனுடைய ஆசை நாம் ஒப்புக்கொள்ளக் கூடாது என்று விவரிக் கப்பட்ட ஒரு காரியமாக இருக்கலாம். பாண்டவர்கள் போர்க்கோலம் பூண்டு, "அடுபோர் வேண்டு" என்று திரண்டு நின்று ஆள் விடும்வரை ரத்தம் சிந்துவதைத் தவிர்த்து, சமுதாய பங்கம் ஏற்படாமல் காரிய சாதனை செய்துகொள்ள முயன்றவன் அவன்தானே. அதுவும் போகட்டும். அவன் சார்பில் நின்றவர்கள் யாவரும், அவனும் அவன் சகோதரர்களும் போல, நம்முடைய வெறுப்புக்குப் பாத்திர மாக வேண்டியவர்களா? துரோணன் என்ன, கர்ணன் என்ன? இப்போர்க்கொத்த நம் விருப்பத்துக்கு உவப்பாக வேண்டிய வீரர்கள் பலர் அவன் சார்பில் ரத்தத்தையும் உயிரையும் ஏன் சிந்துகிறார்கள்? பாண்டவர்கள் கட்சியில் இருக்கும் நியாயத்தையும் சற்று அலசிப் பார்த்தால் சாயம் இளகுகிறது. துரியோதனன் தன் வம்சத்தாருக்கு சிங்காதனம் கிடைப்பிக்க, அதைச் சுற்றி வேலிபோட முயன்றான். பாண்டவர்கள் உயிர் வாழும் வசதி என்ற கோஷத்துடன் அந்த வேலியை அப்புறப்படுத்த முயன்றார்கள். அம்முயற்சியில் சமுதாயமே அழிந்துவிடுகிறது. பாண்டவர்கள் பெற்ற வெற்றி யாருடைய ஆத்ம திருப்திக்கு? நிற்கட்டும்.

தர்மனுக்கும் சகுனிக்கும் சூதாட்ட மோகம் ஒரே மாதிரிதானே; திறமையில் இரண்டு பேரும் சளைத்தவர்களா? சகுனி, தன்னுடைய மருமகனுக்கு லேசாக நாடு பிடித்துக் கொடுக்க அதை உபயோகிக் கிறான். தருமனோ தனது சிந்தனை ஓட்டத்துக்குத் துணைபுரியும் சாதனமாக, பகடைக்காயை உருட்டுகிறான். தருமனும் சகல பிரக்ஞை களையும் இழந்து, தோல்விக்குமேல் தோல்வி வரும்படியும் மறந்து, காயுருட்டிக்கொண்டு உட்கார்ந்திருப்பதைக் காண அவன்மீது யாருக்குத்தான் அனுதாபம் தோன்ற முடியும்?

வாழ்வின் ரகசியம் இதுதான். மகா இலக்கியங்கள், பலவித கோணங்களிலிருந்தும் வாழ்வை நோக்குவதைத் தடை செய்வதற்காகச் சட்டம் போட்டு மாட்டப்பட்ட படங்கள் அல்ல.

(காலம் தெரியவில்லை)

கலையும் இலக்கியமும்

*(ஆபர் கிராம்பி எழுதிய வியாசத்தில்
ஒரு பகுதியின் மொழிபெயர்ப்பு)*

பாஷையினுடைய கலைப் பெருக்கின் வெளியீடுதான் இலக்கியம். தற்காலிகமாக இதை இலக்கியத்தின் விளக்கமாகக் கொள்ளலாம். ஆனால் இலக்கியம் என்றால் என்னவென்பதற்கு இதைச் சூத்திரமாக வைத்துக்கொள்ள முடியாது; இந்த விளக்கத்திற்கு உள்ளடங்கியவெல்லாம் இலக்கியம் என்றும் கூறிவிட முடியாது. இலக்கியம் என்ற பதம் சரியான அர்த்தத்துடன் இருக்க வேண்டுமானால் இதை முடிவான சூத்திரமாகக் கொள்ளக் கூடாது. சம்பாஷணை இலக்கியமல்ல. சம்பாஷணையும் கலை என்று கூறுகிறோம். இதேமாதிரி பாக சாஸ்திரத்தின் கலை, யுத்த சாஸ்திரத்தின் கலை என்றெல்லாம் கூறுகிறோம். இக்கலை என்ற பதம் இவ்வளவு பதப் பிரயோகத்திலும் ஒரு அடிப்படையான அர்த்தத்தைப் பெற்றுத்தான் இருக்கிறது. கலை என்றால் திறமை. எதிர்பார்க்கும் முடிவைப் பூரணமாகச் செய்ய உபயோகப்படுத்தும் திறமை. இதனால் இலக்கியத்தைப் பற்றிக் கூறும்பொழுது கலை என்பதைச் சரியான பதப் பிரயோகம் என்று கொள்ள முடியாது. அப்படி உபயோகித்தால் சொன்னதையேதான் திரும்பக் கூறுவோம். இலக்கியத்தை உற்பத்தி செய்யும் திறமை என்றால் ஏதாவது விளங்குகிறதா? நாம் இலக்கியம் என்பது என்னவென்பதைத் தெரிந்துகொண்டால், கலை என்பது என்னவென்று அறிந்துகொள்ளுவோம். திறமையில் எவ்வளவோ வித்தியாசங்கள் இருக்கின்றன. இலக்கியத்தில், வெறும் சம்பாஷணையில் இருப்பதைவிட அதிகமாகப் பாஷைப் பயிற்சியும் திறமையும் இருக்கிறது என்பது சாதாரண உண்மை. இலக்கியத்தில் இத்திறமை வார்த்தைகளைப் பொறுத்தமட்டில்தான். ஆனால் சம்பாஷணையில் ஒருவருடைய மனிதத்துவத்தின் திறமும் கலந்திருக்கிறது. சில சமயங்களில் இதுதான் பேச்சில் வார்த்தைகளைவிட முக்கியமாக இருக்கிறது. கவிதைகள் பாடப்படலாம். நாடகங்கள் நடிக்கப்படலாம். வாய்விட்டுப் பாடப்பட்டாலும், மௌனமாக வாசிக்கப்பட்டாலும் இலக்கியத்தின் கலைத் தத்துவம் வித்தியாசப்படுவதில்லை.

ஆகையினால் நாம் இலக்கியத்தைப் பற்றி விளக்கும்பொழுது அச்சடிக்கப்பட்ட வார்த்தைகளை நினைவில் வைத்துக்கொண்டிருக்கக் கூடாது. கண்ணால் பார்த்தாலும் வார்த்தைகள் எப்பொழுதும் (மானஸீகமாகவாவது) கேட்கப்படுவது என்று அறிய வேண்டும். இதனால் இலக்கியத்தில் வார்த்தைகள் பளிச்சென்று கேட்கப்படுபவையாக இருக்க வேண்டும்.

இதனால் இலக்கியத்தின் கலை என்னும்பொழுது என்னவென்பது, இலக்கியம் என்றால் என்னவென்ற விவாதமாகக் குறுகிவிடுகிறது. இலக்கியம் உள்ளத்தின் வெளியீடு என்று முன்பு கூறி இருக்கிறோம். அது இலக்கியத்தின் ஒரு பகுதிதான். இலக்கியம் உள்ளத்தின் வெளியீட்டை மட்டும் குறிக்கவில்லை. அந்த வெளியீட்டிலிருந்து ஒருவர் பெறும் அனுபவத்தையும் குறிக்கிறது. நான் எனது அனுபவத்தைக் கூறும்பொழுது, அது எனது உள்ளத்தின் வெளியீட்டைக் குறிக்கிறது. இதனால் இலக்கியம் உள்ளத்தின் வெளியீடு என்பதைப் போல் அனுபவத்தைக் குறிப்பது என்றும் கூறலாம். இலக்கியத்தை இவ்விரு விதத்தினாலும் ஆராய்வதனால் இலக்கியத்தின் விமர்சனத்தை மட்டுமல்லாமல் இலக்கியத்தையே பாதிக்கும் ஒரு தத்துவம் பிறக்கிறது என்று கூற வேண்டியிருக்கிறது. இலக்கியம், ஆசிரியனின் உள்ளத்தின் போக்கைத்தான் வெளியிடுகிறது என்று கூறுவது இலக்கியத்தின் அகப் பகுதியைக் குறிக்கிறது. இதுதான் ரோமான்டிஸிஸம் என்ற மேனாட்டு இலக்கியத் தத்துவத்தில் கொண்டுபோய் விடுகிறது. ஆசிரியரின் உள்ள நெகிழ்ச்சியும் அனுபவமும்தான் இலக்கியத்தில் பிரதானம் என்பது அக்கொள்கையின் சாரம். இதற்கு எதிராக இலக்கியத்தைக் கவனிப்பது புறப்பகுதி என்றும் கூறலாம். இது வாசகர்களின் நிலையில் இருந்து இலக்கியத்தை விளக்குவது. இத்தத்துவம் உள்ளதை உள்ளபடியே சொல்ல வேண்டும் என்னும் எதார்த்த வாதம் (*realism*) என்ற கொள்கையில் கொண்டுவிடுகிறது. இதில் சொல்லப்படும் விஷயந்தான் பிரதானம். இரண்டுவிதமான பகுதிகளும் ஓரளவு உண்மைதான்; ஆனால் முழு உண்மையல்ல. இவ்விரண்டு வித நிலைகளையும் ஒருங்கே கவனித்தால்தான் இலக்கியம் என்றால் என்னவென்பது பூரணமாக விளங்கும். இதை ஆங்கிலத்தில் *communication* என்று கூறுகிறார்கள். அதை உணர்த்தும் திறன் என்று நாம் கூறலாம். இவ்விதமான உணர்த்தும் திறன் இல்லாவிட்டால் இலக்கியம் கிடையாது. இலக்கியத்தில் இவ்விதமான உணர்த்தும் திறமையைத்தான் கலை என்கிறோம்.

நாம் இலக்கியத்தின் கலை என்று குறிப்பிடும்பொழுது மூன்று விஷயங்கள் இருப்பதைக் குறிக்கிறோம். முதலில் ஆசிரியன், இரண்டாவதாக வாசகன், இவர்களுக்கிடையில் முக்கியமானதாகவிருக்கும் மூன்றாவதான பாஷை. இலக்கியமே, உணர்த்தும் சம்பந்தம் என்று கூறும்பொழுது இதைத்தான் குறிப்பிடுகிறோம். ஆசிரியன் வாசகனுக்கு எப்படி உணர்த்துகிறான், இவ்விருவரிடையிலும் எப்படி சம்பந்தம் ஏற்படுகிறது என்று கவனிக்கும்பொழுது, அனுபவத்தின் வெளியீட்

டில் அது பெறும் உருவத்தைப் பொருத்திருக்கிறது என்ற முடிவிற்கு வருகிறோம். வாசகனுக்கும் ஆசிரியனுக்கும் நீண்டகாலமாகப் பழக்கப் பட்ட ரூபத்தின் மூலம்தான் இலக்கியத்தை உணர்த்த முடியும். இவ்விதமான உணர்த்தும் சக்தி அதன் உருவத்தைப் பொருத்துதான் இருக்கிறது.

ஊழியன், 1.2.1935

அரிஸ்டாட்டில் கண்ட ராஜீயப் பிராணி

அரிஸ்டாட்டில் என்பவர் மேல்நாட்டில் சகல சாஸ்திரங்களுக்கும் பிதா என்று கருதப்படுகிறார். அவர் எழுதிய கிரந்தங்கள் பலவற்றுள் பாலிடிக்ஸ் என்பது மேல்நாட்டு அரசியல் சாஸ்திரம் என்ற ஆயிரக்கால் மண்டபத்தின் கேந்திரத் தூண் என்று கூற வேண்டும். இவர் மாஸிடோன் அரசனான அலெக்ஸாண்டரின் குரு. சிந்து நதி தீரம்வரை கீழ்த்திசையில் திக்விஜயம் செய்து ஒரு பெரிய சாம்ராஜ்யத்தை ஸ்தாபித்த அலெக்ஸாண்டர் காலத்து ராஜீய போக்குகள், மோதல்கள், உருக்குலைவுகள் முதலியவற்றிலிருந்து பிறந்தது அரிஸ்டாட்டிலின் சித்தாந்தம். தவிரவும் பிளேட்டோவின் சீடர் இவர். அதாவது அறிவுக் கோவில் வழிபாடு உரிமையையே பிரதானமாக மதித்து, அதற்காகப் பெற்ற மரணதண்டனையை ஏற்று பிரயோபவேசம் செய்து விட்ட ஸாக்ரட்டீஸ் ஏற்றிய தீபச் சுடரின் இரண்டாவது விளக்கு அரிஸ்டாட்டில். இவர் ஏதன்ஸ் நகரில் சிறிது காலம், அதாவது அலெக்ஸாண்டரைப் பிரிந்த பின்பு, ஒரு குருகுலம் நடத்திவந்தார். அவருடைய ஜீவிய காலம் கி. மு. 384 முதல் 322 வரை. அரிஸ்டாட்டில் தாம் எழுதியுள்ள பாலிடிக்ஸ் என்ற அரசியல் சாஸ்திரத்தில் ராஜ்யத்தின் தன்மை என்ன என்பது பற்றி விவரித்துள்ள பகுதி கீழே மொழிபெயர்த்துத் தரப்பட்டுள்ளது.

ஒவ்வொரு ராஜ்யமும் ஏதோ ஒரு மாதிரியான சமாஜமேயாகும். ஒவ்வொரு சமாஜமும் ஏதோ ஒரு நலத்தை முன்னிட்டே ஸ்தாபிக்கப்பட்டிருக்கிறது. ஏனெனில் மனுஷ வர்க்கம், எப்பொழுதும், தாம் எதை நலம் பயக்கும் ஒன்று எனக் கருதுகிறதோ அதைப் பெறுவதற்கு இயங்குகிறது. சமாஜங்கள் யாவுமே ஏதாவது ஒரு நலத்தை நாடுவதாக இருப்பின், சமாஜங்கள் எல்லாவற்றிலுமே மிகவும் சிறந்ததும், எல்லா வற்றையுமே தன்னுள் கொண்டதுமான ராஜ்யம் என்ற அரசியல் சமாஜம், மற்றவை எல்லாவற்றையும்விட மிகவும் அதிகமாக நலத்தை நாடுகிறது; அதாவது தலைசிறந்த நலத்தையே நாடுகிறது.

புதுமைப்பித்தன்

ராஜ்ய புருஷன், அரசன், குடும்பத் தலைவன், எஜமான் முதலிய பலரகப்பட்டோரின் தன்மை ஒன்றுதான்; வேறுபாடு ரகத்தில் அல்ல, அவர்களடியில் உள்ளோரின் எண்ணிக்கையைப் பொறுத்ததே யாகும் என்று சிலர் கருதுகிறார்கள். உதாரணமாக சிலர்மீது ஆட்சி நடத்துபவனை எஜமான் என்கிறோம். தொகை இன்னும் சற்று அதிகமானால் குடும்ப நிர்வாகி என்கிறோம். இப்படியாகவே தொகையானது இன்னும் சற்று பெருகிவிட்டால் ராஜ்ய-புருஷன் எனவோ அரசன் எனவோ கூறுகிறோம். இம்மாதிரி விவரித்துச் சொல்லுவது பெரிய குடும்பத் தலைவன் ஒருவனுக்கும் சிறு ராஜ்யத் தின் தலைவனுக்கும் வித்தியாசமே கிடையாது என்பது போலக் காட்டப்படுகிறது. அரசனுக்கும் ராஜ்ய புருஷனுக்கும் கீழ்க்கண்ட வாறு வேறுபாடு கூறப்படுகிறது. ஆட்சியானது சொந்த நிர்வாகமாக இருந்தால் ஆட்சி நடத்துவோன் மன்னன்; ராஜீய சாஸ்திர சட்ட திட்டங்களின் பிரகாரம், பிரஜைகள் ஆட்சி நடத்தி, ஆட்சிக்கும் உட்பட்டால் அங்கு தலைவனை ராஜ்ய-புருஷன் என்று சொல்ல வேண்டும்.

ஆனால், இவ்வாறு கூறுவது எல்லாம் பிசகாகும். ஏனெனில், சர்க்கார்கள் ரகத்தில் வேறுபாடுடையவை; நம்மை இதுவரை வழிகாட்டி நடத்திவந்த தர்க்க முறையின்படி, இவ்வியவகாரத்தைப் பரிசோதனை செய்வோருக்கு இது புலனாகும். இதர சாஸ்திர துறைகளில் இருப்பது போல ராஜீயத்திலும் கதம்பப் பிண்டங்கள் யாவும் தனி இனங்களாகவோ அல்லது ஒரு முழுப்பிண்டத்தின் உட்பகுதிகளாகவோ சோதித்துப் பார்க்க வேண்டும். இப்படி ஆட்சி யின் ரக வேறுபாடு எதனால் என்பதைப் பார்க்க முடியுமா, அவை ஒவ்வொன்றைப் பற்றியும் சாஸ்திரீயமாக ஏதாவது முடிவு பெறுவதற்கு இடமுண்டா என்பதைத் தெரிந்துகொள்ள நாம் ராஜ்யத்தை உருவாக் கும் தனி இனங்களைக் கவனித்தாக வேண்டும்.

இவ்வாறாக, யாரொருவன் ராஜ்யத்தைப் பற்றியோ அல்லது வேறு எதையுமோ, அதன் உற்பவத்தையும் வளர்ச்சியையும் கவனிப்பா னாகில், அவை பற்றித் தெளிவாகத் தெரிந்துகொள்ளுவான். முதல் முதலாக, வேறு ஒன்றின் துணை இல்லாமல் வாழ முடியாத சேர்க்கைப்பாடு; அதாவது, வர்க்கம் நசித்துப் போகாதிருக்க ஆண், பெண் சேர்க்கைப்பாடு. இந்த சேர்க்கைப்பாடானது ஜாக்கிரதா வஸ்தையில் விளைந்த ஒரு அமைப்பு அல்ல; தாவர ஜங்கம ஜீவவர்க்கத்தைப் போல மனுஷவர்க்கத்துக்கும் தம்மைப் போன்ற ரூபங்களைவிட்டுப் போகப் பொதுவான வேட்கை ஒன்று இருந்து வருகிறது. இயல்பாக ஆளுவோனும் ஆளப்படுவோனும் நசித்துப் போகாமல் இருக்க வேண்டும் எனத் தோன்றும் வேட்கையும் இதில் அடங்கியுள்ளது. மானஸீகமாக முன்கூட்டி எதிர்பார்க்கும் இயல்பு உள்ளவன் எஜமான், தலைவன்; முன்கூட்டி எதிர்பார்க்கும் காரியத்துக்காக உடம்பைக் கொடுக்கும் இயல்பு உள்ளவன் ஆளப்படுவோன்; அதாவது அடிமை. ஆகையால்தான் எஜமானுக்கும்

அடிமைக்கும் நோக்கம் ஒன்றாக இருக்கிறது. ஆனால் இயற்கையானது பெண்ணுக்கும் அடிமைக்கும் வேறுபாட்டை அமைத்திருக்கிறது. இயற்கை லுப்தன் அல்ல; பல காரியங்களுக்கும் உபயோகப்படுவதற்கு டெல்பிய கத்தியைச் சமைக்கும் கருமான் அல்ல. ஒவ்வொரு பயனை நாடி அதற்கு எனத் தனியாக ஒரு காரியத்தைச் செய்கிறது. பல காரியங்களைச் செய்வதற்கு அல்லாமல் குறிப்பிட்ட ஒரு காரியத்துக்காகச் செய்யப்படுவதே சிறந்த சாதனம் என்று கொள்ள வேண்டும். ஆனால் கிரேக்கர் அல்லாதோரிடை பெண்ணுக்கும் அடிமைக்கும் வித்தியாசம் கிடையாது; ஏனெனில் ஆளும் இயல்பு படைத்தவன் அவர்களிடை கிடையாது. அவர்கள் ஆண் பெண் அடங்கலும் அடிமை சமாஜமே. 'ஹெலனியர், பார்பேரியர்கள்* மீது ஆட்சி புரிவது பொருத்தமான காரியம்' என்று கவிகள் சொல்லுகிறார்கள்; பார்பேரியர்களும் அடிமைகளும் ஒன்று என அவர்கள் கருதுவது போலவே தெரிகிறது,

ஆணுக்கும் பெண்ணுக்கும், ஆண்டைக்கும் அடிமைக்கும் இடையில் ஏற்படும் இவ்விரண்டு விதமான உறவு முறைகளிலிருந்து முதல்முதலில் எழும் வியவகாரம் குடும்பமாகும். ஆகையால்தான் கவி ஹெஸியாட், 'முதலில் மனையும் மனைவியும், பிறகு காளையும் கலப்பையும்' என்று சொல்லுவது முற்றிலும் பொருந்தும். ஏனெனில் ஏழையின் அடிமைதான் எருது. மனிதனுடைய அன்றாட வேலைகளைத் தீர்க்க இயல்பாக அமைந்த ஏற்பாடே குடும்பம்.

சாரன்டாஸ் என்பவன் குடும்ப அங்கத்தினரை 'சமபந்தி சகாக்கள்' என்கிறான். கிரீட் தேசத்து எப்பிமெனிடிஸ் 'ஒற்றைத் தொழுவத்து சகாக்கள்' என்கிறான். பல குடும்பங்கள் ஐக்கியப்படும்போது சேர்க்கையின் நோக்கம் அன்றாடத் தேவைகளைத் திருப்தி செய்து கொள்ளுவது என்பதற்கு சற்று மேம்படுகிறது. முதல்முதலாக உருவாகும் சமாஜம் கிராமமே. கிராமத்தின் இயல்பான தன்மை, 'ஸ்தன்யபந்தத்தில்' படர்ந்த ஒற்றைக் குடும்ப ராசிகள் கொழுந்தோடிப் படர்ந்து வேரூன்றுவது எனச் சொல்லலாம். இதனால்தான் ஹெலனிய ராஜ்யங்கள் பூர்வத்தில் மன்னராட்சியின் கீழிருந்தன. பார்பேரியர்கள் இப்பொழுதும் இருந்துவருவதைப் போல, ஹெலனியர்கள் ஒன்றுபடுவதற்கு முன்பு மன்னன் ஆளுகைக்கு உட்பட்டிருந்தார்கள். ஒவ்வொரு குடும்பத்தையும் மூத்தவன் ஆண்டான். ஆகையால்தான் குடும்பங்கள் நிறைந்த குடியேற்றங்களில் மன்னர் ஆட்சி இருந்து வந்தது; இதன் அடிச்சரடு ரத்த பந்தம் ஒன்றேயாகும். ஹோமர் கூறுவது போல் 'ஒவ்வொருவனும் தனது குழந்தைகளுக்கும் மனைவிகளுக்கும் சட்டத்தை வகுத்துத் தருகிறான்.' அவர்கள் சிதறி வாழ்ந்தார்கள்; புராதன பழக்கம் அப்படி. மனிதர்கள் இன்றோ முற்காலத்திலோ

---

* பார்பேரியர்: கிரேக்கர்கள், தம் நாட்டினர் அல்லாதோரைக் குறிப்பிடும் பதம். ஆரியர், மிலேச்சர் என இதரர்களைக் குறிப்பிடுவது போல.

மன்னராளுகைக்கு உட்பட்டிருந்ததினால்தான் தெய்வங்களுக்குள்ளும் அரசன் உண்டு என்று சொல்லுகிறார்கள். தெய்வங்களின் ரூபங் களைப் போல அவற்றின் வாழ்வும் வழியும் தம் போன்றதே என இவர்கள் கற்பனை செய்கிறார்கள்.

பல கிராமங்கள் பரிபூர்ணமான ஐக்கியப்பாடு கொண்ட சமாஜ மாகி, தன் தேவைகளைத் தானே பூர்த்தி செய்துகொள்ள அல்லது சுமாராக நிறைவேற்றிக்கொள்ளத் தகுந்த ரீதியில் படரும்பொழுது ராஜ்யம் உருவாகிறது. அதன் பூர்வமானது ஜீவியத்தின் சாதாரண அவசியங்களைத் திருப்தி செய்வதற்காக எழுந்து நல்வாழ்வு என்ற நோக்கத்துடன் பிறகு இயங்கிவருகிறது. மனித சமூகங்களின் ஆரம்ப ரூபங்கள் இயல்பானவை எனின், ராஜ்யமும் இயல்பானதேயாகும். ஏனெனில் அதுவே அதன் முடிவான வடிவம்; அதாவது இயல்புதான் அதன் வடிவம். ஏனெனில் எது ஒன்று, அது இயல்பாகப் பெற வேண்டிய பூர்ண வடிவம் பெற்றதோ அதைத்தான் அதன் இயல்பு என்கிறோம். மனிதனாகிலும் குதிரையாகிலும் குடும்பமாகிலும் எதுவாகிலும் அப்படித்தான். மேலும், முடிவான காரணமும், ஒன்றின் முடிவான தன்மையுமே சிறந்ததாகும். தன் தேவைகளைப் பூர்த்தி செய்துகொள்ளுவதுதான் முடிவான, சிறந்த நோக்கமாகும்.

ஆகையால், ராஜ்யம் என்பது இயற்கையின் சிருஷ்டியாகும்; மனிதன் இயல்பிலேயே ராஜீயப் பிராணி. சந்தர்ப்ப விகாப்பத்தால் அவ்வாறு இயல்பாகவே ராஜ்யம் இல்லாதவன் கெட்டவனாக இருக்க வேண்டும் அல்லது மனித வர்க்கத்துக்கு மேம்பட்டவனாக இருக்க வேண்டும்.

ஹோமர் 'இனம் இல்லாத, சட்டமில்லாத, வீடுவாசலில்லாத ஒருவன்' என்று கண்டிக்கும் ஒருவனே அவன். இயல்பிலேயே புறம்பாக்கப்பட்டவன் உடனே போரில் ஆசைகொண்டுவிடுகிறான். தன்னந்தனியாகச் சிதறிக்கிடக்கும் பகடைக்காய்க்கு அவனை ஒப்பிட லாம். தேனீ முதலிய இதர ஜீவராசிகளைவிட மனிதன் ராஜீயப் பிராணி என்பது கண்கூடான விஷயமாகும். இயற்கை வீணாக ஒரு காரியத்தைச் செய்கிறதில்லை என்று நாம் அடிக்கடி சொல்லு கிறோம். பேசும் திறமையை இயற்கை அவனுக்கு மட்டுமே அளித்தி ருக்கிறது. இன்பத்துக்கும் வலிக்கும் அறிகுறியாகவே குரல் இருக்கிறது. ஆகையால்தான் இதர பிராணிகளிடம் அது காணப்படுகிறது. (அவற்றின் இயல்பு இன்பத்தையும் வலியையும் உணர்ந்து தன்னொத்த மற்றோருக்குக் குரல் கொடுப்பதுடன் அது நின்றுவிடுகிறது.) எது சாத்தியமானது, எது சாத்தியமற்றது என்பதைச் சொல்லுவதற்கு — ஆகையால் நீதி, அநீதி என்பதைச் சொல்லுவதற்கு — பேச்சு ஏற் பட்டுள்ளது. மேலும் மனுஷன் ஒருவனுக்குத்தான் நன்மை, தீமை, நீதி, அநீதி என்பவை பற்றி உணர்வு எதுவும் ஏற்பட்டிருக்கிறது. இந்த உணர்வு படைத்தவர்களின் சேர்க்கையில்தான் குடும்பம், ராஜ்யம் என்பவை உதிக்கின்றன.

மேலும் ராஜ்யம் என்பது இயல்பில் குடும்பம் என்பதற்கும் தனிமனிதன் என்ற பாவத்துக்கும் முந்தியது; ஏனெனில் முழுமை என்பது ஒன்று இருந்தால்தானே உட்பிரிவு, பகுதி என ஒன்று இருக்க முடியும். உதாரணமாக முழு உடம்பும் அழிந்துவிட்டால் கை, கால் என்பவை தன்மை இழந்து வெற்று, அர்த்தமற்ற பொரு ளாகவே உறுப்புக்கள் இருக்க முடியும். அழிந்துபோன பிற்பாடு கல்லில் அடித்துவைத்த கைக்கும், கூறுபட்டுக் கிடக்கும் கைக்கும் வித்தியாசம் கிடையாது. ஒவ்வொரு விஷயமும் அதன் இயக்கத்தையும் சக்தியையும் வைத்தே விவகரிக்கப்படுகின்றன. அவற்றிற்கேற்ற குணத்தை இழந்து பெயரை மட்டும் தாங்கி இருப்பதினால் அவை ஒன்றே என நாம் கூறக் கூடாது. ராஜ்யம் என்பது இயற்கையின் சிருஷ்டி; தனிமனிதனுக்கு முன் பிறந்தது என்பதற்கு அத்தாட்சி. தனிமனிதன், தனிமைப்படுத்தப்பட்டவுடன் தன் தேவைகளைத் தானே பூர்த்தி செய்துகொள்ள முடியாதவனாக இருக்கிறான் என்பதே போதுமானது. முழுமையுடன் தொடர்புகொண்ட அதன் ஒரு பகுதியே தனிமனிதன். சமூகத்துள் வாழ இயலாத மனிதன் அல்லது வேறு தேவைகளற்றுத் தானே தனக்காக உள்ள மனிதன் மிருகமோ, தெய்வமோ என்றுதான் சொல்ல வேண்டும். அவன் ராஜ்யத்தின் ஒரு பகுதி அல்ல. கூடிவாழும் உணர்வு சகல மனிதர் உள்ளத்திலும் இயல்பாக இருந்துவருகிறது. இருந்தாலும் ராஜ்யத்துக்கு அடிகோலியவன்தான் நலமியற்றியோருள் மிகவும் சிறந்தவனாகும். ஏனெனில் மனிதன் பண்படுத்தப்பட்டால் பிராணி வர்க்கத்தில் மிகவும் சிறந்தவனாகிறான். ஆனால் சட்டத்துக்கும் நீதிக்கும் புறம்பாக்கப்படும்பொழுது, அவனைவிட மோசமான மிருகம் கிடையாது. ஆயுதம் பூண்ட அநீதம் அபாயத்தன்மை மிக்கதாகையால், புத்தியையும் விவேகத்தையும் உபயோகித்து இயங்குவதற்காகப் பிறப்பில் கரங்கள் மட்டும் அளிக்கப்பட்டிருக்கிறான் மனிதன். அக்கரங்களை மிகவும் மோசமான நோக்கங்களுக்கு உபயோகப்படுத்த வும் முடியும். சீலம் படைத்திராவிட்டால், பவித்திரமற்றதும் மிகவும் பேய்த்தன்மை வாய்ந்ததுமான மிருகம் மனிதனேயாகும். காமமும் வயிற்றுத் தேட்டமும் எல்லையில்லாமல் பெற்றுவிடுகிறான் அவன். ஆனால் ராஜ்யங்களிலே நீதிதான் மனிதர்களிடையே உள்ள பந்தம். நீதி நிர்வாகம் என்பது எது நீதி என்பதை நிர்ணயிப்பதாகும். அதுவே ராஜீய சமாஜத்தின் பிரதான ஒழுக்கமாகும்.

தமிழ்மணி (பொங்கல் மலர்), 1944

மதிப்புரைகள்

1. பாரதியின் கட்டுரைகள் / கானவித்யா பிரகாசினி — 271
2. மாதர் — 273
3. சாந்த சொரூபன் ராஜேந்திரப் பிரஸாத் — 274
*4. ஸில்வர் ஸ்கிரீன் — 276
*5. மூன்று நாடகங்கள் / ஸ்ரீ ஆண்டாள் வைபவம் / அகில இந்திய கதர் சுதேசி பொருட்காட்சி... — 277
*6. ஸ்ரீ கந்தப் பெருமானார் கோவில் — 280
7. தாகூர் சிறுகதைகள் / ஆதிபாண்டியன் / யுகசந்தி / குப்பன் பித்தலாட்டங்கள் / ஜவஹர்லால் நேரு — 281
8. மாயா பஜார் — 284
9. நல்லுரைக் கோவை / கமலாம்பாள் சரித்திரம் / தாஜ்மஹால் / ரமணி பி.ஏ. / இந்துபலா / மாதர் மறுமணப் பாடல் திரட்டு / உபதேச சாரம் / ஆரோக்கியமும் தீர்க்காயுளும் / உடல் பயிற்சி / பெண்கள் உடற்பயிற்சி — 286
10. ராஜாஜி குட்டிக் கதைகள் — 290
11. சங்கு கணேசன் மலிவுப் பிரசுரங்கள் / *ஸ்ரீ ரமண மகரிஷி / நீதி நூல்கள் பத்து — 293
12. தேய்ந்த கனவு — 298
13. நீதி வினோதக் கதைகள் / சர் ஸி.வி. இராமன் — 300
14. பிரதம மந்திரியின் குரல் மொழிபெயர்ப்பு / அருமலர்க் கொத்து / வழிகாட்டும் வான்பொருள் — 302
15. பகவான் அரவிந்தர் பத்தினியாருக்கு எழுதிய முதல் கடிதம் / டால்ஸ்டாய் கதைகள் / ஹோமியோபதி / பயோ-கெமிஸ்ட்ரி / கலைமகள் / நியூஹெல்த் — 307
16. கட்டை வண்டி / கங்கை கொண்ட சோழன் / இந்தியக் கைத்தொழில் அபிவிருத்தி / குயத்தொழில் — 311
17. இஸ்லாம் தர்மத்தின் ஸ்தானம் / தமிழ் நேசன் / தமிழ் - இங்கிலீஷ் காலண்டர் — 314
18. சுபாஷ் போஸ் / பண்டித ஜவாஹர்லால் நேரு / தேசபந்து சித்தரஞ்சன் தாஸ் / சர்மா காலெண்டர் — 318

மதிப்புரைகள்

19.	கடன் நிவாரண நூல்கள் / ராஜலெக்ஷ்மி அல்லது சுதேசி ராணி	320
20.	மைக்கேல் காலின்ஸ்	322
21.	திருமுருகாற்றுப்படை / இராஜாஜி சரிதம் / காதலின் வெற்றி / சென்னை விவசாயிகள் கடன் நிவாரணச் சட்டம் / கிராமச் சீர்திருத்தம் / இந்திராணி / காதலா? கடமையா? / ஜனாப் முகமதலி ஜின்னா	324
22.	தமிழில் முடியுமா? / உடலுறுதி / எல்லோரும் ஓர் குலம் / மதுவிலக்கு / ஸ்கிரிப்ட் பிராப்ளம் / புதுமையும் பழைமையும் / மறந்தது / மாளவிகாக்னி மித்ரம் / மனிதன்	327
*23.	இரவல் விசிறி மடிப்பு	333
24.	நீலமாளிகை	342
*25.	முல்லை	344

*உடுக்குறியிட்டவை முதன்முறையாக நூலாக்கம் பெறுகின்றன.

1. பாரதியின் கட்டுரைகள்: தத்துவம்
2. கானவித்யா பிரகாசினி (இரண்டாம் தொகுதி)

இரண்டும் முதல் பார்வைக்கு இரண்டு விதமாக — ஒன்று சாகா வரம்பெற்ற கவிதை புனைந்த ஒரு கவிஞனின் எழுத்துக்களாகவும், மற்றது பொழுதுபோக்கையும் சங்கீத வளர்ச்சியையும் நோக்கமாகக் கொண்டு, சிறிது போழ்து மகிழ்ச்சியையும் அறிவு வளர்ச்சியையும் தர முயலும் பத்திரிகையாகவும் — தோன்றினாலும், ஊன்றிப்பார்த்தால் இரண்டும் ஒரே ரகந்தான். பாரதியின் கட்டுரைகளும் அவ்வப்போது பத்திரிகைக்கு எழுதப்பட்டவை. துரிதத்தில் பிறந்ததானாலும் தெய்வம் என்றால் என்ன என்பது முதல், மூடக்கொள்கைகள் ஈறாக நானாவிதமான விஷயங்களைப் பற்றிய ஒரு கவிஞனின் அபிப்பிராயங்கள், முடிவுகள். மத ஸ்தாபகர்கள், விஞ்ஞான சாஸ்திரிகள் — ஏன் — தெய்வங்கள் வரை இவரது அபிப்பிராயத்தைப் பெறுகின்றனர். நடை சரஸமானது — பாரதிக்குக் கேட்க வேண்டுமா? — தென்றல் தூவினாப் போல் சிற்சிறு கனவு பொதிந்த வாக்கியங்கள், அவர் கவிஞன் என்பதை அடிக்கடி ஞாபகப்படுத்துகின்றன. சிதம்பர ரகஸ்யத்தைப் பற்றிய வியாசத்தில்,

> ஜன்னலுக்கெதிரே வானந் தெரிகிறது, இளவெயிலடிக்கிறது. வெயிற் பட்ட மேகம் பகற் சந்திரன் நிறங்கொண்டு முதலையைப் போலும், ஏரிக்கரை போலும் நானாவிதமாகப் படுத்துக் கிடக்கிறது. . . .

என்ற வாக்கியங்கள் அவரது கவிதா நெஞ்சத்தின் குரல்கள்.

வியாசங்களில் பல சுவாரஸ்யமான விஷயங்கள் விவாதிக்கப் படுகின்றன. அதில் கவிதை, நடை, சங்கீதம் இவற்றைப் பற்றிய அபிப்பிராயங்கள் ஆணித்தரமானவை. கலைகளின் க்ஷீணத்தின் அடிப்படையான காரணங்கள்,

> நமது கவிதையிலே ஆனந்தம் குறையத் தொடங்கியது. கரடு முரடான, கல்லும் கள்ளிமுள்ளும் போன்ற பாதை நமது கவிகளுக்கு நல்ல பாதையாகத் தோன்றலாயிற்று. கவிராயர் ‘கண்’ என்பதை ‘சக்கு’ என்று சொல்லத் தொடங்கினார்கள். ரஸம் குறைந்தது; சக்கை அதிகப்பட்டது. . . .

என்றும்,

> அருமையான உள்ளக் காட்சிகளை எளிமைகொண்ட நடையிலே எழுதுவது நல்ல கவிதை. ஆனால் சென்ற சில நூற்றாண்டுகளாகப் புலவர்களும், சாமியார்களும் சேர்ந்து வெகு

சாதாரண விஷயங்களை அஸாதாரண அலௌகீக அந்தகார நடையில் எழுதுவதுதான் உயர்ந்த கல்வித் திறமை என்று தீர்மானம் செய்துகொண்டார்கள்.

என்றும் கூறுகிறார்.

சங்கீதத்திற்கும் இந்தக் கதிதானாம். அவர் சொல்வதைக் கேளுங்கள்.

பாட்டுக்கிசைந்தபடி தாளம் என்பது மாறிப்போய், தாளத்துக் கிசைந்தபடி பாட்டாகிவிட்டது. 'இன்பத்தைக் காட்டிலும் கணக்கே பிரதானம்' என்று முடிவு செய்துகொண்டார்கள். இன்பமும் கணக்கும் சேர்ந்திருக்க வேண்டும். இன்பமில்லாமல் கணக்கு மாத்திரமிருந்தால் அது பாட்டாகாது . . . .

இக்கட்டுரைத் தொகுதிகள் இரண்டு விஷயங்களில் விமர்சனக் காரருக்கு உதவி புரிகின்றன. இரண்டு பாட்டுக்கள் எக்காலத்தில் எழுதப்பட்டன என்பதற்கு ஆதாரம் கிடைத்திருக்கின்றன. இவ்விதம் குறிப்புக்கள் கிடைப்பது விமர்சனத்திற்குப் பெரிதும் உபயோகப்படக் கூடியவை. இப்பொழுது வெளிவரும் பிரசுரங்களின் பாகுபாடுகள் விஷய ஒற்றுமையை நோக்கமாகக் கொண்டு பிரசுரிக்கப்படுகின்றன. ஆனால் இதைவிட காலவரிசையை அனுசரித்து அவரது எழுத்துக் களைப் பிரசுரிப்பதினால், அவரது வாக்கு சக்தியும் கவிதையுள்ளமும் படிப்படியாக வளருவதை இலகுவில் தொடருவதற்குச் சாத்தியமாகும் என்று நினைக்கிறோம்.

'கானவித்யா பிரகாசினி' ஸ்ரீவைகுண்டத்திலிருந்து வந்த பத்திரிகை. சங்கீத வளர்ச்சியைத் தன் நோக்கமாகக் கொண்டு வெளிவரும் பத்திரிகை. கலை வளர்ச்சியிலும் பங்கெடுத்துக்கொள்ள முயன்றிருக் கிறது. விமர்சனத்திற்கு வந்திருக்கும் இரண்டாம் தொகுதியில் உள்ள நல்ல கட்டுரைகள், சுவாரஸ்யமான கதைகள், பாட்டுக்கள் முதலியவை பத்திரிகையின் இலட்சியங்களைக் காண்பிக்கின்றன. தமிழ் கவி செத்துவிடவில்லை என்பதை நினைவூட்ட இருந்துவரும் இரண்டு மூன்று கவிஞர்களில் ஒருவரான தேசிகவினாயகம் பிள்ளை யின் பாடல்கள் சில இதில் வெளிவந்திருக்கின்றன. மொத்தத்தில் இரண்டு வருஷ சேவையேயானாலும் தனது லட்சியத்தில் ஓரளவு வெற்றிபெற்ற ஒரு பத்திரிகையின் தொகுதி இது என்று படிப்பவர் களுக்குத் தோன்றாமல் இராது. இது பத்திரிகை யுகம். இலக்கியமும் அதில்தான் உருவெடுக்க வேண்டியிருக்கிறது. ஆனால் அதன் உயர்வு பத்திரிகையின் இலட்சியத்தைப் பொறுத்தது. 'கான வித்யா பிரகா சினி'யின் இலட்சியம் உயர்ந்ததென்றே கூறவேண்டும்.

மணிக்கொடி, 26.5.1935

மாதர் (கட்டுரைகள் 2)

ஸி. சுப்பிரமணிய பாரதி

கட்டுரைத் தொகுதிகளைப் பிரசுரிப்பதில் மிகவும் சிரமமான வேலை பொறுக்கி எடுப்பது. எதைச் சேர்ப்பது என்பதைவிட எதைத் தள்ளுவது என்பதுதான் பெரிய பிரச்னை. பாரதி பிரசுராலயத்தார் இத்தொகுதியில் ஓரளவு வெற்றிபெற்று இருக்கிறார்கள் என்றே கூறவேண்டும். கவிஞன் உணர்ச்சிவசப்பட்டவன். அவன் எழுத்துக் களும் அப்படியே. விதியின் சூழ்ச்சியினால் எழுதிக் குவிப்பதே குறிக்கோளாக இருக்கும் பத்திரிகை உலகத்திற்கு வர நேர்ந்தால், அவனுடைய எழுத்துக்களில் ஏற்றத் தாழ்வுகள் காணப்படுவது அதிசயமல்ல. இந்த விதிக்கு ஸ்ரீ ஸி. சுப்பிரமணிய பாரதியாரும் விதிவிலக்கல்ல. இக்கட்டுரைத் தொகுதி பிரமராய அய்யரின் இடிப்பள்ளிக்கூடத்தில் ஆரம்பித்து, பதிவிரதை, ரயில்வே ஸ்தானம் முதலிய கட்டுரை கதைகளை உள்ளடக்கியிருக்கிறது. அவை மிகவும் அற்புதமானவை. 'தரா'சிலும் 'கதைக் கொத்'திலும் நமக்கறிமுகமான நமது பிரமராய அய்யரின் 'சத் சங்கத்தை'ப் பற்றிய வர்ணனை, தென்காசி ரயில்வே ஸ்தானத்தின் வர்ணனை மறக்கக்கூடாதவை. பதிவிரதை என்ற கட்டுரை உணர்ச்சிப் பெருக்கு.

கட்டுரைகளைத் தொகுத்தவர்களுக்கு ஒரு வார்த்தை. ஒரே கட்டுரை பல பெயரில் ஒரே தொகுதியில் வராமல் இருக்கக் கவனிக்க வேண்டும். உதாரணமாக பாரதியாரின் குழந்தை பேசியதாக ஒரு கட்டுரை 'பெண் விடுதலைக்கு தமிழ்ப் பெண்கள் செய்யத்தக்கது யாது?' என்பது. இதை அவர் குழந்தையின் பேரில் இருந்த பிரியத்தால் எழுதிக் கொடுத்திருக்கலாம். அதையே, அவர் விரிவாக 36 பக்கத்தில் ஆரம்பிக்கும் அதே கட்டுரையில் எழுதியிருக்கும்பொழுது முன்னதை வெளியிடாது இருந்திருப்பது நலம். இதே மாதிரியாக பாரதியாரின் கவிதைத் தொகுதியிலிருப்பதையும் பிரசுராலயத்தார் இனியாவது கவனிப்பார்கள் என்று நம்புகிறேன். கட்டுரை எழுதுபவர்கள் சில சமயம் நிருபராகவும் பத்திரிகைக்கு சமாசாரங்கள் அனுப்பியிருக் கலாம். உதாரணமாக 83 பக்கத்திலிருக்கும் திருவிளக்கு என்ற கட்டுரை அப்படிப்பட்டது. இம்மாதிரியானவற்றை தொகுப்பதினால் தொகுப்பவர்களின் ரசனைத் திறத்திற்குப் பங்கம் வரும் என்றஞ்சு கிறேன். பிரசுரகர்த்தர்கள் இச்சிறு விஷயங்களை மனதில் வைத்துக் கொண்டால்தான் வாசகர்களின் மகிழ்ச்சிக்குரியவர்களாவார்கள்.

மணிக்கொடி, 8.9.1935

சாந்த சொரூபன் ராஜேந்திரப் பிரஸாத்

எம். எஸ். சுப்ரமண்ய அய்யர்

ஸ்ரீ எம்.எஸ்.சுப்ரமணிய அய்யரை தமிழ் வாசகர்களுக்கு அறிமுகப்படுத்த முற்படுவது அதிகப் பிரசங்கித்தனம் அல்லது அசட்டுத்தனமான வேலையாகும். சரித்திரத்தின் சலனப்படங்களை மிகுந்த உணர்ச்சி ததும்பும் சித்திரங்களாக பொது மக்களுக்கு எழுதிக் கொடுத்த ஸ்ரீ அய்யரவர்கள், தலைவர் ராஜேந்திரருடைய வாழ்க்கை வரலாற்றையும் அவரது வேலையையும் விஸ்தரிக்கும் ஓர் சிறு புத்தகத்தை வெளியிட்டிருக்கிறார். பாபுவின் வாழ்க்கை சாரமற்ற வெறும் அரசியல்வாதியின் சிறுமைச் சாயை கவிந்த ஜீவிய சரித்திரமல்ல.

> ஆனந்தம், பரமானந்தம், பிரம்மானந்தம் என்பர். இந்த ஆனந்தத்தை அடைவது எப்படி? மன அமைதியில்லை, நிம்மதி பிறக்கவில்லை, என்ன செய்வது என்பர் சிலர். மனவமைதியை அடைவது எங்ஙனம்? உண்மையில் ஊருக்கு உழைத்தால் ஆனந்தம் எய்தலாம், மன அமைதியும் பெறலாம். உள்ளங்கலந்த உண்மை ஊழியத்தினும் உயர்வுடைய ஆனந்தம் ஒன்று உண்டோ?
>
> உண்மையான உழைப்பில் ஆசை பறக்கும்; சுயநலம் தலை காட்டாது; சித்தசுத்தி பிறக்கும்; சிறப்பெல்லாம் வந்து காலடியில் குவிந்து கிடக்கும். உலகோரின் உள்ளக் கோவிலிலே குடி கொள்ளலாம்.

இதுதான் கர்ம வீரனின் வாழ்க்கையின் சாரம். பாபு ராஜேந்திரரின் வாழ்க்கையின் சுருக்கமும் இதுவே. ஸ்ரீ அய்யரவர்கள் இதையே கருவாகக்கொண்டு பாபுவின் சரித்திரத்தை பின்னியிருக்கிறார்.

ஸ்ரீ அய்யரவர்களின் நடை சரித்திரத்தின் மகத்தான வேலைகளை மறுபடியும் ஓவியங்களாக சிருஷ்டிக்க ஏற்றது. சிற்சில சமயம் வாக்கியங்களில் காணப்படும் அனாவசியமான மோனையும் பிராசமும் வேகத்தைக் கெடுக்கின்றன. அது அய்யரவர்களின் குற்றமல்ல. தமிழ் நடை செய்த பாவம். வெறும் கவிதையிலேயே தன்னை மறந்த தமிழரசிக்கு பழைய பண்டிதர்கள் ஏற்றிவைத்த சுமை. வசனத்தை இவ்விரண்டிலிருந்தும் தப்புவிப்பது சிறப்பாக அய்யரவர்களின் கடமை; அவருக்குத்தான் பழமையின் சிறப்பும் புதுமையின் அழகும் நயமாகத் தெரியும்.

நான்கணாவிற்கு இவ்வளவு அழகான புஸ்தகத்தை விற்க முடியும் என்று நம்ப முடியவில்லை. உருப்படியான பொழுதுபோக்கை விரும்புவோருக்கு ஸ்ரீ அய்யரவர்களின் ஸ்ரீ ராஜேந்திரப் பிரஸாத் உற்ற துணைவன் என்பதில் சந்தேகமில்லை.

மணிக்கொடி, 10.11.1935

ஸில்வர் ஸ்கிரீன்

இது, ஸினிமா தொழிலைப் பற்றிய மாதமிருமுறை வெளிவரும் ஓர் புதிய ஆங்கிலப் பத்திரிகை. ஸ்ரீ என். கிருஷ்ணசாமி என்பவரால் பதிப்பிக்கப்படுகிறது. ஸினிமா செல்லும் பொதுமக்களுக்கு ஓர் வழிகாட்டியாகவும், அத்தொழிலின் வளர்ச்சிக்காக ஓர் உற்ற துணை வனாக இருப்பது இப்பத்திரிகையின் இலட்சியம். குறிப்பாகத் தென்னிந்திய ஸினிமா தொழில் வளர்ச்சியில் இது முக்கியமாக கவலை எடுத்துக்கொள்ளும் பத்திரிகை. மிகவும் அழகாகப் பதிப்பிக்கப்பட்டிருக்கிறது.

தினமணி, 15.11.1935

மூன்று நாடகங்கள்

1. விரத வைராக்யம்

சுவாமி சுத்தானந்த பாரதியார்

2. தேசபக்தி

எஸ். எம். சச்சிதானந்தம் பிள்ளை

3. கண்ணப்பர்

என். விஸ்வநாதன்

மேற்கண்ட மூன்று நாடகங்களும், நாடகக் கலையை அபிவிருத்தி செய்ய முயலும் மூன்று கூட்டத்தினரின் முயற்சிகள். இலக்கியத்தையே பிரதானமான நோக்கமாகக்கொண்ட சுவாமி சுத்தானந்த பாரதியார், நாடகத் தொழிலை பிரதான வாழ்க்கையாகக்கொண்ட ஒரிஜினல் பாய்ஸ் கம்பெனி சொந்தக்காரர் ஸ்ரீ சச்சிதானந்தம் பிள்ளை, நாடக சாலை அபிவிருத்தியையே பிரதான ஆசையாகக் கொண்ட ஸ்ரீ என். விஸ்வநாதன் — இம்மூவரும் நாடகத்துறையில் ஈடுபடும் மூன்று தொகுதியினரின் பிரதிநிதிகள் என்று கூறலாம். இம்மூவர் முயற்சியிலும் நாடகக் கலையின் ஜீவ நாடிதான் இல்லை. ஸ்ரீ சுவாமிஜீயின் நாடகம் படிப்பதற்கு இன்பமளிக்கலாம். ஆனால் . . . 'விரத வைராக்கியம்' அழகான பாட்டுகள், இலட்சியப் பேச்சுகள் இவற்றின் தொகுதி.

'கண்ணப்பர்', பெரிய புராணக் கதை; தமிழ்நாட்டு அழகான கதைகளில் ஒன்று எனலாம். இதன் மூல ஆசிரியர், மேல்நாட்டு கவி பிரௌனிங் எழுதியிருக்கும் 'காலிபன் ஆன் ஸெடிபாஸ்' என்ற ஓர் அற்புதமான தனிமொழி கவிதையைப் போல், ஆனால் அதைவிட ஒரு படி உயர்ந்த கதையை தமிழருக்குத் தந்திருக்கிறார். மேல்நாட்டுக் கவிஞன், வெறும் காட்டுமிராண்டியின் மனதை மட்டிலும் படம் பிடித்திருக்கிறான். ஆனால் பெரிய புராணக் கதையின் — மூலக்கதையின் — ஆசிரியர், குழந்தை மனமுள்ள ஒரு காட்டுமிராண்டியின் மனதில் வைகறை போன்ற பக்தி உணர்ச்சியைச் சித்திரிக்கிறார். ஸ்ரீ விஸ்வநாதன் பெரிய புராணக் கதையின் மேலோட்டை மாத்திரம் வைத்துக்கொண்டு ரசனையற்ற கரடுமுரடான தமிழில் பேசும் வேடர்களையும், ஜடத்தின் பலவீனங்கள் வீசும் சிவபிரானையும்தான் நமக்குத் தர முயல்கிறார்.

'தேசபக்தி' : மக்கள் பொழுதுபோக்கிற்கு எதை விரும்புகிறார்கள் என்பதை, பிரதானமான நோக்கமாகக் கொண்டே எழுதப்பட்ட ஆசிரியரின் சொந்தக் கதை. மேலட்டையில் சரித்திரக் கதையோ என்ற பிரமையை உண்டுபண்ணும் சிவாஜியின் பெயரும் சேர்க்கப் பட்டிருந்தாலும், இதற்கும் சரித்திரத்திற்கும் ஒரு சம்பந்தமும் கிடையாது. கதையின் சம்பவங்கள் மனதைக் கவர்ச்சிக்கக்கூடியதாக இருந்தாலும், கட்டுக்கோப்பைப் பற்றி அவ்வளவாகச் சொல்ல முடியாது. சீக்கிரத்தில் பார்க்கிறவர்களுக்கு சோர்வை யுண்டுபண்ணி விடுமோ என்று ஐயுற வேண்டியிருக்கிறது.

தமிழில் நாடகம் எழுத முயலுகிறவர்கள் ஹிந்தி நாடகங்களின் கட்டுக்கோப்பையும் சம்பாஷணை உத்வேகத்தையும் பார்த்தாவது பின்பற்றினால்தான் உருப்படியான மறக்க முடியாத நாடகம் ஏதாவது இயற்ற முடியும்.

○

ஸ்ரீ ஆண்டாள் வைபவம்
பி. ஸ்ரீ.

தமிழ்நாட்டு பக்திக் கதைகளில், ஏன் காதல் கதைகளில் மிகவும் நயமானது வைணவக் கதைகளில் ஒன்றான ஸ்ரீ ஆண்டாள் வாழ்க்கைச் சரித்திரம். மிகவும் உன்னதமான குழந்தைக் கதையாக ஆரம்பித்து, படிப்படியாக காதல் கதையாகி, பின்னர் பக்திக் கதையாக மாறுகிறது கோதையின் வாழ்க்கை. கோதை மனித இலட்சியத்தை காதலித்தாள். அதன் கரு, குழந்தையின் களங்கமற்ற விளையாட்டிலிருந்து படிப்படியாக வளருகிறது. தெய்வக் காதல் கொள்ளுபவர்களுக்கு ஏற்படும் ஒரு பெருத்த அபாயம், அவர்களு டைய ஆத்ம தேட்டத்தை — வெறியை எல்லாம் மடக்கிப் பிடித்து ஒரு குறிப்பிட்ட உருவத்தில், தெய்வத்தன்மையை அதிகப்படுத்துவதற் காக — மத சம்பிரதாயம் அடைத்துவிடுகிறது. இந்தக் கதி கோதையின் ஜீவியத்திற்கும் ஏற்பட்டது. ஸ்ரீ பி. ஸ்ரீ. ஆச்சாரியார், வைணவ சம்பிரதாயக் கதையைப் பின்பற்றி ஒரு அணுவும் வழுவாது, பழைய மோஸ்தரிலேயே அந்தக் கதையை மறுபடியும் அச்சுவார்த்து இருக் கிறார். வைணவ பக்தர்களுக்கு மகிழ்ச்சியளிக்கும் முறையில் கதை யமைந்திருக்கிறது. கதையின் பின்பகுதியாக ஸ்ரீ ஆண்டாள் கவிதை யின் ஆராய்ச்சிக் குறிப்பு சேர்க்கப்பட்டிருக்கிறது; ஆனால், அதில் ஆண்டாளின் கவிதையழகு காணப்படவில்லை.

○

அகில இந்திய கதர் சுதேதி பொருட்காட்சி விழா, 1935-36 கைட் அண்ட் டைரக்டரி

அகில இந்திய கதர் சுதேசிப் பொருட்காட்சி விழாவைப் பற்றிய குறிப்புகள் அடங்கிய ஆங்கிலப் புத்தகம் ஒன்று வரப் பெற்றோம். நல்ல அழகான படங்களும், சுவாரஸ்யமான புள்ளி விவரங்களும் அடங்கியது. ஸ்ரீ ஜே. ஸி. குமரப்பா கிராமக் கைத்தொழில் புனருத்தாரண சங்கத்தைப் பற்றிய ஒரு கட்டுரை எழுதியிருக்கிறார். இந்தியக் கைத்தொழில் வளர்ச்சியைப் பற்றியும் கலையைப் பற்றியும் கட்டுரைகள் அடங்கியிருக்கின்றன. கதர் அபிவிருத்தியைக் காட்டும் புள்ளி விவரங்கள் மிகவும் உபயோகமானவை என்பதில் ஐயமில்லை. தென்னிந்திய சிற்பத்தின் நயத்தைக் காட்டும் பல படங்களும் இதில் இருக்கின்றன.

தினமணி, 4.1.1936

ஸ்ரீ கந்தப் பெருமானார் கோவில்
நமச்சிவாய ராஜயோகி

சென்னை கந்தசாமி கோவில் சரித்திரத்தைப் பற்றியும், அதைக் கட்டுவதில் பேரிச் செட்டிகள் எவ்வளவு பங்கெடுத்துக்கொண்டனர் என்பதைப் பற்றியும் இப்புத்தகம் விவரிக்கிறது. சென்னையைப் பற்றி அரைகுறை சரித்திர விவரங்களும், கோவில்களுக்கு சூட்டப்படும் சம்பிரதாயக் கதைகளும் இப்புத்தகத்தில் கந்தப் பெருமானார் கோவில் பெருமைகளைப் பற்றி விளக்குகின்றன.

தினமணி, 8.2.1936

1. தாகூர் சிறுகதைகள்

பாரதியார், வ. வெ. சு. அய்யர் மொழிபெயர்ப்பு

2. தாகூர் சிறுகதைகள்

ஸ்ரீ. ஸ்ரீ. ஆச்சாரியார் மொழிபெயர்ப்பு

ரவீந்திரநாத தாகூரின் கவிதை எவ்வளவோ அதைவிட ஒருபடி உயர்வு அவரது கதைகளைச் சொல்ல வேண்டும். அவை ஒவ்வொன் றையும் ஒவ்வொரு வசனகாவியம் என்று சொல்லிவிடலாம். மனித இதயத்தை அப்படியே பிட்டுவைக்கிறது போல் மட்டுமல்லாது, ஓர் தனி உலகத்தையே சிருஷ்டித்துவிடுகிறார். கதை அமைப்பைப் பற்றியே தனி பாரதம் எழுதலாம். அதை எழுதுகிறவனுக்குத்தான் அமைப்பழகும் நயமும் இலகுவில் புரியும். ஆனால் அதன் விளைவு ஒவ்வொரு கதாரஸிகனுக்கும் பெருவிருந்து.

பாம்பறியும் பாம்பின் கால் என்பார்கள். கதையை மொழிபெயர்த் திருப்பவர்களுள் ஒருவர் கவி. மற்றொருவர் நல்ல தேர்ந்த விமர்சகர்; அதாவது கவிதையின் நெளிவுசுளுவுகள் தெரிந்த ஊமைக்கவி. இன்னொருவரை பரமரஸிகர் என்று சொல்ல வேண்டும்; அதாவது கவிஞனின் இதயத்துடன் ஒன்றுபட்டவர். மூவரும் மூலபாஷையான வங்காளியில் இருந்து மொழிபெயர்த்திருக்கின்றனர்.

இம்மூவரும் தமிழ் மறுமலர்ச்சியின் வைகறையிலே தொண்டாற்றி யவர்கள். முதல் புத்தகத்தில் பாரதியார் நான்கு கதைகளையும், ஸ்ரீ வ. வெ. சு. அய்யர் ஒரு கதையையும் மொழிபெயர்த்திருக்கிறார்கள். இரண்டாவது புத்தகத்தில் ஸ்ரீ. ஸ்ரீ. ஆச்சாரியார் ஐந்து கதைகளை மொழிபெயர்த்திருக்கிறார்.

தமிழில் நல்ல கதைகள் — அவை மிகவும் கொஞ்சம் — வாசிக்க வேண்டும் என்று விரும்புகிறவர்கள் இவ்விரண்டு புஸ்தகங்களையும் அவசியம் வாங்க வேண்டும் என்றே சிபார்சு செய்கிறேன்.

○

ஆதிபாண்டியன்

கதையின் கற்பனை மிகவும் ரஸமாக இருக்கிறது. ஸ்ரீராமன் பிறக்கு முன்பு கதை ஆரம்பிக்கிறது. தர்மம் என்பது என்ன? என்பதைக் கருவாகக் கொண்டு மிகவும் அலங்காரமாக ஜோடிக்கப்பட்ட ஓர் கிரந்தம். வலிமை தர்மத்தின் கையாள் என்ற உண்மை யுத்த

ஜுரம் பீடிக்கப்பட்ட தற்கால நாகரீகத்திற்கு சரியான மருந்து. நம்பிக்கை இழந்தோர்களுக்கு ஓரளவு ஆறுதல் அளிக்கும் புத்தகம்.

○

யுகசந்தி

பகவத் கீதையை அடிப்படையாகக் கொண்டு எழுந்த கிரந்தங்கள் பல. அவை யாவும் தத்துவத்தின் போக்கையே அடிப்படையாகக் கொண்டு எழுதப்பட்டு வந்திருக்கின்றன. பார்வைக்கு வந்திருக்கும் புத்தகமும் பகவத் கீதையை அடிப்படையாகக் கொண்டதுதான். ஆனால் இதன் நோக்கம் அர்ச்சுனன் மனநிலையை விளக்கி அதன் மூலம் பகவத் கீதை உண்மைகளை எடுத்துக் காண்பிப்பதே.

போர்க்களத்தில் எதிரிகள் இருவரும் அணிவகுத்து நிற்பதை ஆசிரியர் மிகவும் அற்புதமாகக் கற்பனை செய்திருக்கிறார். புஸ்தகத்தின் மோஸ்தர் ரொம்பப் புதிது.

○

குப்பன் பித்தலாட்டங்கள்

இச்சிறு நாடகம் பிரபல பிரஞ்சு ஆசிரியரான மோலீயேரின் பிரஹசனத்தின் மொழிபெயர்ப்பு.

ஸ்ரீ வ. வெ. சு. அய்யர் அன்னிய கிரந்தங்களை மொழிபெயர்க்கும் பொழுது, வெளிநாட்டுப் பெயர்களை தமிழில் எழுதுவதற்கு ஓர் முறை வகுத்துக்கொண்டிருந்தார். அந்த முறை இதிலும் பின்பற்றப் படுகிறது. ஆனால் ஒரு குறை மட்டிலும் சொல்ல வேண்டியிருக்கிறது. ஸில்வஸ்தனும் ஒக்தவனும் நடமாடும் இடத்தில் தமிழ்நாட்டுக் குப்பனுக்கு என்ன வேலை என்று எண்ணும்படியாக ஸ்கேப்பின் என்ற பெயரை குப்பன் என்று மொழிபெயர்த்திருக்கிறார். இதில் சிறிது ரசனைக் குறைவு இருக்கிறது.

கதையின் போக்கு மிகவும் ரசமாக இருப்பினும், ஆசிரியரின் நடை ஹாஸ்யத்திற்குப் பொருந்தியதல்ல. மேலும் மொழிபெயர்ப் பாசிரியர் வார்த்தைக்கு வார்த்தை போட முயன்றிருப்பதால் சிறிது அழகு குறைகிறது.

○

ஜவஹர்லால் நேரு
டி. எஸ். சொக்கலிங்கம்

குறிப்பிட்ட ஒருவனது மனுஷ்ய சுபாவத்திற்கும் அவனது குண விசேஷத்திற்கும் உள்ள தொடர்பை எடுத்துக்காண்பிப்பதே ஜீவிய சரித்திரங்களின் இலட்சியம். பண்டித ஜவஹர்லால் வெறும் அபேத வாதி மட்டுமல்ல; ஓர் பெரும் சிந்தனைவாதி. இதற்கும் இதன் பிறப்புக்குக் காரணமான அவரது சுற்றுப்புற பழக்க வாசனைக் கும் என்ன தொடர்பு இருக்கிறது? இதை 'தினமணி' ஆசிரியர் ஸ்ரீ டி. எஸ். சொக்கலிங்கம் தமது கிரந்தத்தில் வெகுநயமாக எடுத்துக் காண்பித்துக் கொண்டுவந்திருக்கிறார். ஓர் மனிதனின் குண விசேஷங் களை, அவனது மனுஷ்ய சுபாவத்தை விளக்க, சிறு சம்பவங்களைப் போல் வேறு ஒன்றும் கிடையாது. ஆசிரியர் கூறும் சிறு சம்பவங்கள் தான் எடுத்துச்சொல்ல வந்ததை நன்றாக விளக்குகின்றன. சரிதம் 1936வரை கொண்டுவரப்பட்டிருக்கிறது. தமிழில் ஜீவிய சரித்திர கிரந்தங்கள் மிகவும் குறைவு. மிகவும் நயமாக எழுதப்படுபவை என்னவென்றால் விரல்விட்டு எண்ணி விடலாம். அவற்றில் ஓர் முக்கிய ஸ்தானம் வகிப்பது ஜவஹர் லாலின் இச்சிறு ஜீவிய சரிதம்.

மணிக்கொடி, 15.10.1936

மாயா பஜார்

வேல் பிக்சர்ஸ் கம்பெனியால் தயாரிக்கப்பட்ட 'மாயா பஜார்' என்ற தெலுங்கு பேசும்படம் பிராட்வே டாக்கீஸில் நடக்கிறது.

'மாயா பஜார்' என்ற பேசும்படம் பழைய புராண சம்பந்தமான கதையாகவே இருந்தாலும் பல அம்சங்களில் கச்சிதமாகவும் விரச மற்றும் இருக்கிறது. அதை சினிமா என்று சொல்லக் கூடாது; அது படமாக தயாரிக்கப்பட்ட நாடகம்.

காட்சி அமைப்பு

புராணத்திற்கு ஏற்ற கற்பனை எல்லையை எட்டும் படாடோபமான காட்சியமைப்பிற்கு முயற்சி எடுத்துக்கொள்ளா விட்டாலும், தம் வசம் உள்ள சௌகரியங்களை நன்றாக, குற்றமில்லாமல் பயன் படுத்தியிருக்கின்றனர். காட்சிகளில் நம் கவனத்தைக் கவருவது துரியோதனன்(?) துயிலெழும் பகுதி. அதில் சூரிய கிரணங்கள் வந்து மன்னனை எழுப்புகிறதாம். கன்னியர்கள் சூரிய கிரணங்கள் போல் தலையணி சூடி நாட்டியமாடி பூபாள ராகத்தில் திருப்பள்ளி எழுச்சி பாடிக்கொண்டுவந்து அவனை எழுப்புகின்றனர். இக்காட்சி பொருத்தமாகவும் ரசனையுடனும் அமைக்கப்பட்டிருக்கிறது.

அடுத்தபடியாக டிரிக் ஸீன் அமைப்புகள் குற்றமில்லை. கடோத்கஜன் வானத்தில் நடப்பது, வானத்தில் நின்று யுத்தம் புரிவது, பாத்திரங்கள், சாமான்கள் தானே ஓடுவது முதலியன கதையின் அவசியத்திற்கு ஏற்ப அமைந்திருக்கின்றன.

வேஷப் பொருத்தம்

கடோத்கஜன் சம்பந்தப்பட்டவரை வேஷம் சரியாகப் பொருந்தி யிருக்கிறது. சரியான ஆஜானுபாகுவான ஆசாமி. அவரை ராக்ஷஸன் என்று நம்மால் நம்ப முடியாவிட்டாலும் ராக்ஷஸன் இப்படி இருந்திருக்கலாம் என்று உயரம் பருமன் முதலியவற்றிற்கு பரிசு அளிக்கலாம். கடோத்கஜனின் ராக்ஷஸ பரிவாரந்தான் பட்டினித் தெய்வத்தின் நேர் வாரிஸுகளாக இருக்கின்றன. இதரர்களைப் பொறுத்தவரை வேஷம் பொருத்தமாயில்லை. கிருஷ்ணன் இப்படிப் பட்ட சுடுமூஞ்சியாகத்தான் இருக்க வேண்டுமா? அபிமன்யு, பாவம் வெகு சாதுப் பிள்ளை; புராண அபிமன்யுவிற்கும் இவனுக்கும் வெகுதூரம். நல்ல பிள்ளை. செர்வீஸ் கமிஷன் பரிட்சைக்குச் சென்றால் ஒருவேளை பாஸ்கூட ஆகிவிடுவான். சகுனி — ஐயோ பாவம்! இவனை சூழ்ச்சிக்காரன் என்று சொல்லுகிறவர்களை

கன்னத்தில் அடிக்க வேண்டும் என்ற கோபம் நமக்கு வரும். அவ்வளவு பரிதாபமாக இருக்கிறது பார்ப்பதற்கு. நடிகைகள் — சகுனிகளும் கிருஷ்ணர்களும் இப்படி இருக்கும்போது சுபத்திரைகளும் வத்சலைகளும் தேவலோக ரம்பைகளாகத்தான் இருப்பார்கள் என்று எதிர்பார்ப்பது தவறு.

நடிப்பு சம்பாஷணை

பொதுவாக ஒருவருமே நடிக்க முயற்சிக்கவில்லை. கோபத்தைக் காண்பிக்க வேண்டுமானால், 'கசடதபற' வர்க்கத்தை அள்ளி வீசிய பாட்டு ஒன்றைப் பாடிவிட்டால் போதும் என்று நினைக்கிறார் துரியோதனன். பொதுவாக சம்பாஷணை யாவும் பரம்பரையாக ஒட்டுத் திண்ணையில் பட்டினி கிடப்பவர் கனவு காணக்கூடிய ராஜ சம்பாஷணைகள். அதில் எந்த சமயத்தில் பாட்டு வரும் என்பதை யாரும் எதிர்பார்க்க முடியாது; அப்படி திடீர் திடீர் என்று பாட்டுக்கள் பொத்துக்கொண்டு வரும்.

பொதுவாக படம் குற்றமில்லை என்று கூற வேண்டும்: ஏனெனில் படம் தயாரித்தவர்கள் தங்களுக்குள்ள வசதி இன்னதென்பதை பூரணமாக உணர்ந்து முழுதும் பயன்படுத்திக்கொண்டிருக்கின்றனர். இரண்டாவதாக தென்னாட்டுப் படங்களுக்கு — முக்கியமாகத் தமிழ் படங்களுக்கு — பீடித்திருக்கும் விரச வியாதி இதைத் தொத்திக் கொள்ளவில்லை.

தினமணி, 8.1.1937

நல்லுரைக் கோவை
(முதல் இரண்டு பாகங்கள்)
உ. வே. சுவாமிநாதய்யர்

டாக்டர் உ. வே. சுவாமிநாதய்யரவர்கள் தம் பெரு உழைப்புக்களி டையே அவ்வப்போது தமிழர்களை தம் 'நினைவு ரதத்தில்' ஏற்றிச் சிறிது பழைமையின் திரையை விலக்கிக் காண்பித்துவருவது யாவரும் அறிந்ததே. இம்முயற்சிகள் பலவும் ஒருங்கே கோவை செய்யப்பட்டது இவ்விரண்டு புத்தகங்களும்.

புத்தகங்கள் மூலமாகவோ அல்லது நேரடியாகவோ அறிமுக மாகும் ஒவ்வொருவரையும் (கற்க வரும் மாணவர்கள் உட்பட) தம் எதிரிகளாகக் கொண்டு, அவர்களை மலைக்க வைப்பதே சாதுரிய மென நினைத்துவரும் வித்துவான்களும் பண்டிதர்களும் இக்காலத் தில் அய்யரவர்களின் அளவளாவும் எளிய, ஆனால் அர்த்தபுஷ்டி மிகுந்த நடை, பாலைவனங்களுக்கிடையிலும் பசும் பொழில்கள் இருக்கத்தான் செய்கின்றன என்பதையே உணர்த்துகிறது.

அய்யரவர்கள் தமிழ் இலக்கியத்தின் மெய்க்காப்பாளர் மட்டுமல்ல; பழைய சம்பிரதாயங்கள், பழைய மனப்பான்மைகள் இவற்றின் பிரதிநிதி. அரசியல் நிலைமையாலும் மற்றும் இதர சந்தர்ப்ப விசேஷங்களாலும் வேகத்தை அடிப்படையாகக்கொண்ட நாகரிகப் போக்கின் தன்மை பெற்ற தீவிர மனப்பான்மை கொண்டவர்களுக்கு பொறுமையும், ஸ்ரீ அய்யரவர்களுக்கு அவகாசமும் இணைவது துர்லபம். ஆனால் இச்சிறு கோவைகளான 'நினைவுச் சாளரங்கள்' இவ்விருவர்களிடையிலும் ஓர் தொடர்பை ஏற்படுத்த ஓர் சிறந்த சாதனமாகும் என்று கருதுகிறேன்.

○

கமலாம்பாள் சரித்திரம்
பி. ஆர். ராஜமய்யர்

இச்சமயத்தில் காலஞ்சென்ற ராஜமய்யரவர்களின் 'கமலாம்பாள் சரித்திர'த்தை தமிழ் மக்களுக்கு அறிமுகப்படுத்த நினைப்பது வெறும் அசட்டுத்தனம்; அல்ல அதிகப் பிரசங்கித்தனம். ஆடுசாப்பட்டி அம்மையப்ப பிள்ளையையும், பாப்பாபட்டி வெட்டறிவாளையும் அறியாதார் யார்? அழுவதில் நிபுணனான ஸ்ரீனிவாசனும், இலட்சிய வாதியான முத்துசுவாமி அய்யரும் தமிழ்நாட்டுக் கிராமங்களில்

இன்னுமிருக்கின்றனர். அவர்களைப் பார்க்கும்பொழுது நமக்கு எங்கேயோ பார்த்ததாக ஞாபகம் வருகிறது. எங்கே? ‘கமலாம்பாள் சரித்திர’த்தில்தான். இதைவிட இப்புத்தகத்திற்கு வேறு ஒரு சிபாரிசு வேண்டுமா? தமிழ் மக்கள் ஒவ்வொருவர் கையிலும் இது அவசியம் இருக்க வேண்டும். விவேக சிந்தாமணி பிரசுரகர்த்தர்களின் 1930 வருஷத்துப் பதிப்பு ஒன்று எம் பார்வைக்கு வந்திருக்கிறது. மிகவும் சுத்தமான பதிப்பு. வாங்குவதால் இலக்கிய ரசிகர்களுக்குப் பயன் உண்டு.

○

தாஜ்மஹால்

அல்ஹாஜ் பா. தாவுத் ஷா

ஆசிரியர் தாஜ்மஹாலைக் கண்டு தாம் அடைந்த மகிழ்ச்சியை நாமும் அனுபவிக்க வேண்டும் என்ற நல்ல நோக்கத்துடனேயே இப்புத்தகத்தை எழுத ஆரம்பித்திருக்க வேண்டும். ஏனெனில், அவர் சிரமப்பட்டுத் தொகுத்திருக்கும் மூன்று அனுபவங்களில் அவரது ஆர்வம் வெளியாகிறது.

○

ரமணி, பி.ஏ.

எம். ராமநாதன்

இச்சிறு புத்தகம் ஆசிரியரின் இரண்டாவது முயற்சியாயினும், நாடகம் எழுதுவதில் கைப்பழக்கம் போதாது என்று தெரிகிறது. எடுப்பின் ஜோர் போகப் போகக் குறைந்துகொண்டு செல்லுகிறது. ஆசிரியர் பொதுக் கூட்டங்களுக்குச் சென்று அங்கு காணப்படும் சில உருப்படிகளை தத்ரூபமாக சித்திரித்திருக்கிறார். ரமணி என்பவள் தனவணிக சமூகத்தில் முதல்முதலாக பி.ஏ. பட்டம் பெற்ற பெண். அவளைக் கேந்திரமாக வைத்து எழுப்பப்பட்ட இந்நாடகத்தில் அவளது சித்திரிப்புதான் மிகவும் பழுதுபட்டுவிட்டது. மேலும் காட்சிகள் மிகமிகச் சிறியன. ஸீன் அமைக்கச் செல்லும் நேரத்தில் கால் பங்குகூட அவை நடிப்பதற்குச் செல்லாது. பெரும்பான்மையாக எல்லா ஸீன்களும் அப்படியே இருக்கின்றன.

ரமணி - தியாகராஜன் (கதாநாயகன்) காதல் காட்சி மிக மோசமாக அமைந்திருக்கிறது. மேல்நாட்டு மோஸ்தர்படி (அதுவும் 19 நூற்றாண்டுக்கு முற்பட்ட சம்பிரதாய மோஸ்தர்படி) முழந்தாள் படியிட்டு முத்தமிடும் கதாநாயகன், காதலியிடம் விவாகத்தைப் பற்றித் தத்துவம் பேசத்தான் தகுதியுள்ளவன் என்று நமக்குப் படுகிறது. அதைவிட

உண்மையில் அவன் ரமணிக்காக அவளைக் காதலிக்கிறானா, அவளது பட்டத்தைக் காதலிக்கிறானா என்ற சந்தேகம் வருகிறது.

இக்குறைகளும், இதுபோன்ற பல குறைகளும் இருந்தாலும் ஆசிரியர் சிறிது கைபழகினால் உருப்படியான நாடகங்கள் எழுத முடியும் என்று நம்புகிறேன்.

○

இந்துபலா
கே. குப்புசாமி அய்யர்

ஆசிரியர் இந்நாடகத்தை பிரசுரித்த நோக்கம் விற்பனைக்கல்ல என்று அட்டையிலேயே குறிப்பிடுகிறார். இவரது நோக்கம் தமிழ் நாடக, சினிமா மேடைகளை சீர்திருத்துவது என்று தெரிகிறது. ஆசிரியர் தமது முன்னுரையில் இந்த நாடகம், அவர் பார்த்த 'அமரஜோதி', அவர் அனுபவித்த 'தியாகம்' என்ற வங்க கவி தாகூரின் நாடகம் இவற்றின் அம்சங்கள் சில கலந்த கதம்பம் என்கிறார். அவரது இலட்சியத்திற்கேற்றபடியே அது அமைந்திருக் கிறது.

○

மாதர் மறுமணப் பாடல் திரட்டு

இச்சிறு திரட்டில் பாரதிதாஸர், சுத்தானந்த பாரதி முதலியோர் முதல் சாமி சிதம்பரனார், குலாலன் முதலிய அனாமதேயங்கள் ஈறாக பலர் ஒரு குறிப்பிட்ட இலட்சியத்திற்காக பாடப்பட்ட செய்யுள் குவியல்கள் காணப்படுகின்றன.

○

உபதேச சாரம் (ஆங்கிலப் பிரசுரம்)
மொழிபெயர்ப்பு : பி. வி. நரஸிம்மஸ்வாமி

ரமண மகரிஷியையும் ரமணாச்சரமத்தையும் சிறிதளவாவது ஒருவருக் கும் தெரியாமலிராது. அவரது உபதேசங்களை ஸ்ரீ நரஸிம்மஸ்வாமி ஆங்கிலத்தில் மொழிபெயர்த்திருக்கிறார். மகரிஷியின் உபதேசம் அவரது அனுபவத்திற்கு ஒரு எடுத்துக்காட்டாக இருக்கலாம். ஏட்டுச் சுரைக்காயுடன் திருப்தியடைகிறவர்களுக்கு அது ஒன்றும் புதிதல்ல. மொழிபெயர்ப்பில் பிழைகள் இல்லை; ஆனால் தெளிவும் இல்லை.

○

ஆரோக்கியமும் தீர்க்காயுளும்

எம். கே. பாண்டுரங்கம்

யாருக்கும் பொறுமையுடன் சிறிது நகைச்சுவையும் இருந்தால்தான் இச்சிறு புத்தகத்தை வாசிப்பதற்கு இயலும். ஆரோக்கியத்திற்கு முதற் பீடிகையாக உலக உற்பத்தியில் இருந்து கடலால் கொள்ளப் பட்ட லமூரியா என்ற தமிழகம், கபாடபுரம் முதலிய விபத்துக்கள் எல்லாம் எதிர்ப்படுகின்றன. அதற்கப்புறம் அரிசியின் மான்மியம், வெளிநாட்டு சாஸ்திர விற்பன்னர்களின் சர்ட்டிபிகேட்டுகளுடன். இவற்றுடன் சைவ சித்தாந்த ஆராய்ச்சிப்படி மூல வஸ்து, அதிலிருந்து பஞ்ச பூத உற்பத்தி, பிரபஞ்ச உற்பத்தி இத்யாதி விஷயங்களையும் சேர்த்துக்கொண்டாரானால், ஆரோக்கியமும் நீண்ட ஆயுளும், மேளதாள சம்பிரமத்துடன் ஊர்வலம் புறப்படுவது தேஜோமயானந்த மான காட்சியாக இருக்கும் என்று இவ்வாசிரியருக்கு நான் சிபாரிசு செய்கிறேன்.

○

1. உடல் பயிற்சி *(முதற் பாடம்)*
2. பெண்கள் உடற்பயிற்சி

லெ. சோமசுந்தரன்

ஆசிரியர் ஸ்ரீ லெ. சோமசுந்தரம் செட்டியார் தேகப்பயிற்சி அப்பி யாசங்கள் பலவற்றைத் தொகுத்து, பழகுகிறவர்களுக்கு உபயோக மாகும்படி பிரசுரித்திருக்கிறார். ஆசிரியரின் தேகக்கட்டைப் பார்த்த அளவில், அதுவே அவர் சிறந்த முறை என்று நமக்கு சிபாரிசு செய்யும் அப்பியாசங்களுக்கு நற்சாட்சியாக இருக்கிறது. ஆசிரியர் பெண்களுக்கு என்று பிரத்தியேகமாக வகுத்திருக்கும் உடற்பயிற்சி அப்பியாசங்களில் பிரத்தியேக வித்தியாசம் ஒன்றும் காணோம். பெண்கள் நன்மைக்கு ஏற்றவையா என்பதே அப்பியசித்துப் பார்த்த ஸ்திரிகள்தான் சொல்ல முடியும். இப்புத்தகத்தின் படங்களைப் பற்றி ஒரு வார்த்தை — அவை படங்கள் அல்ல.

தினமணி, 19.7.1937

ராஜாஜி குட்டிக் கதைகள்

எனக்கு ஒரு சப்-ரெஜிஸ்திராரைக் கண்டால் எப்பொழுதும் பயம். அவருக்கு வயதும், அனுபவ முதிர்ச்சியின் எல்லையைக் காண்பிப்பது. அவர் 'காம்பு' செய்யும் இடங்களில் எல்லாம் தமது ரெஜிஸ்திரார் உத்தியோகத்தின் செல்வாக்கை உபயோகித்து, கம்பராமாயணப் பிரசங்கம் செய்து வருவார். அந்த நண்பரின் பிரசங்கங்களைக் கேட்டிருக்கும் அனுபவமும் எனக்கு உண்டு. அதிலிருந்துதான் எப்பொழுதும் இந்தப் பயம். அதிலிருந்து குறிப்பிட்ட ஒரு துறையில் பிரபலமோ அதிகாரமோ பெற்றிருக்கும் ஒருவர் வேறு ஒன்றில் ஈடுபட்டு நமது மதிப்பைப் பெற வேண்டும் என்று முயற்சித்தால், அவரைவிட்டு ஒரு காத வழி விலகிச் செல்வதே எனது பழக்கம்.

அதற்கு ஒரு விதிவிலக்கு ஸ்ரீ சக்கரவர்த்தி ராஜகோபாலாச்சாரியார்.

ராஜாஜியின் கதைகளைப் பொறுத்த வகையில், அவை யாவும் பிரசாரக் கதைகள் என்று ஒரேயடியாகச் சொல்லிவிடலாம். ஆனால் பிரசாரப் போக்கினால் அவற்றின் நயம் ஒரு சிறிதும் குறைந்துவிட வில்லை. நான் சொல்லுவதற்கு விதிவிலக்காக இரண்டொரு உதாரணங்களும் இருக்கின்றன. ஆனால் பொதுவாக அவரது கதை நயம் பிரசாரத்தினால் சுவை குறைந்துவிடவில்லை.

தேவானை : கதை அமைப்பு ரொம்ப நயமாக விழுந்திருக்கிறது. 'அப்பா! தருமங்கொடுங்கள்! பச்சைக் குழந்தையைப் பார் அம்மா!' இம்மாதிரி பிச்சை கேட்டுத் திரியும் ஸ்திரீகளுள் எத்தனை தேவானைகள் ஒளிந்து கிடக்கிறார்களோ! இவ்வொலி கடைசிவரை கதையில் கேட்டுக்கொண்டிருக்கிறது. ஆனால் அவள் எங்கு சென்றாளோ? இராமநாதய்யரும் சீதாலக்ஷ்மியும் அதைச் சிறிது கேட்கிறார்கள். தேவானையின் குணவருணனை எவ்வளவு குற்றமில்லாமல் விழுந்திருக்கிறதோ, அவ்வளவு அழகாக சீதாலக்ஷ்மியின் மனோநிலையும் விஸ்தரிக்கப்பட்டிருக்கிறது. சீதாலக்ஷ்மி மனப்பூர்வமாக கெட்ட குணமுள்ளவளல்ல. தேவானையும், அவளது ஸ்தானத்தில் இருந்தால், அவ்வாறுதான் நடந்துகொண்டிருந்திருப்பாள். பிரசாரத்திற்கு சந்தர்ப்ப விசேஷத்தை வலியுறுத்துவதுதான் முக்கியம். அந்த விஷயத்தில் கதாபாத்திரங்களைப் பற்றி சிறிதும் குறைகூறயியலாது. தேவானை ஒரு இலட்சியச் சிறுகதை என்று சொல்ல வேண்டும்.

அன்னையும் பிதாவும் : இது ஒரு பிரசாரக் கதை அல்ல; ஏனெனில் இது சந்தர்ப்ப விசேஷம் எப்படி மனிதனை அடிமைப்படுத்துகிறது

என்பதற்குப் பதிலாக, மனிதனின் உள்ளத்தின் போக்கைத் துருவ முயற்சிக்கிறது. அர்த்தநாரி ஹரிஜன வாலிபன் மட்டுமல்ல; மனச் சாட்சி என்ற குறுகுறுப்பும், ஆசை என்ற பலவீனமும் கொண்டவன். கடைசியில் அவன் மாரியம்மன் கோயில் முன்பு பாடசாலை நடத்துவதில் ஆச்சரியம் ஒன்றும் இல்லை. ஆனால் இப்படிப்பட்டவர் கள் பங்கஜங்களைக் கலியாணம் செய்துகொள்வதும் இயற்கை. ஆகையால்தான் அர்த்தநாரி 'கதை'யில் இடம் பெறக்கூடிய ஓர் விதிவிலக்கு.

திக்கற்ற பார்வதி : சந்தர்ப்ப விசேஷங்கள், நடைமுறை உலகத்தில் இவ்வளவு தூரம் அசுரத் தன்மை பொருந்தியவைகளா; பார்வதியைப் போன்றவர்கள் மலை உச்சியில் இருந்து குதிக்கும்வரை இவ்வளவு கொடூர வேகத்துடன் துரத்திச் செல்லுமா என்று பலர் கேட்கலாம். பார்வதியைப் போன்ற மனம் படைத்தவர்கள் இந்த உலகத்தில் மட்டுமல்ல, எந்த உலகத்திலும் விதிவிலக்காக சமூகச் சக்கரத்தின் பற்களில் சிதையுண்டே வருவார்கள். ஏனெனில் தவறை மன்னிக்கக் கூடியவன் மனிதன்; சமூகமோ சட்டமோ அல்ல.

முகுந்தன் பறையனான கதை : முகுந்தன் என்று பெயரைக் குறுக்குவதைவிட அதற்கு முதலில் கொடுக்கப்பட்ட மேற்கண்ட பெயரே அதன் தன்மையை நன்றாக எடுத்துக் காட்டுகிறது. இது சிறுகதையல்ல; நாவலும் அல்ல. இரண்டின் தன்மையையும் பெற்ற ஒரு கதம்பம். இதில் ஆசிரியர் ஒரு நடைமுறை உண்மையின் அசந்தர்ப்பத்தை, விபரீதத்தை எடுத்துக் காண்பிக்க புத்த ஜாதகக் கதையின் சூட்சுமத்தை எடுத்தாண்டிருக்கிறார். அதனால்தான் இக்கதையில் சிறுகதை இலட்சணத்தை மிஞ்சிய ஒரு தனியழகு காணப்படுகிறது. அமைப்பைப் பொறுத்தவரை, ஒரு எண்ணத்தை உருவகம் செய்ய, வடிவ இலட்சணம் புறக்கணிக்கப்பட்ட வங்காள ஓவியம் போல இருக்கிறது.

வேணுகானம் : கன்னட இலக்கியத்திலிருந்து ஒரு மொழிபெயர்ப்பு. ஆசிரியர் அதைக் கலைக்கதை என்று சொல்லுகிறார். அதில் உள்ள வெறும் பிரசார முயற்சிதான் என் கண்களில் படுகிறது. பார்க்கு ஹாரும் எமிலியும் இந்தியாவுக்கு வந்திருக்கும் வெள்ளைக்காரர் களின் பிரதிநிதிகளா என்பது சந்தேகம்தான். கன்னட சிறுகதை ஆசிரியர் இலட்சியவாதி போல் இருக்கிறது. அதனால்தான் அவரால் இப்படிப்பட்ட ஒரு வெள்ளைக்காரரை சிருஷ்டிக்க முடிந்தது.

பொதுவாக பார்க்கப்போனால் ஒரு விஷயம்தான் எனக்குப் புலப்படவில்லை. 'குட்டிக் கதைகள்' என்றால் அர்த்தம் என்ன? 'சிறுகதை' என்ற பதப்பிரயோகம், வசனத்தில் வாழ்க்கை வழக்கின் ஒரு அம்சத்தை விவரிக்கும் பகுதியைக் குறிப்பிடுகிறது. அதுதான் 'குட்டிக் கதையா?' அப்படியாயின் ஏன் இந்த நூதனப் பெயர்? மாதவையா 'குசிகரின் குட்டிக் கதைகள்' என்று ஒரு திரட்டு வெளியிட்டிருந்தார். அவற்றில் பல சிறுகதை ரூபத்தைப் பெற முயற்சிக்கும் பிரசாரத் துணுக்குகள். மதிப்புரைக்கு வந்திருப்பது

அப்படிப்பட்ட கோவையல்ல. அவை சிறுகதை என்பதில் சந்தேகம் இல்லை. பின், குட்டிக் கதை என்ற விசித்திரப் பெயர் ஏனோ?

பிரசுரகர்த்தர்கள், கண்ணுக்கு எதிர்ப்படும் தவறுகளை நிவர்த்திக் கவும் கூடாதபடி இவ்வளவு அவசரப்பட்டு இருக்க வேண்டாம்.

மணிக்கொடி, 15.8.1937

சங்கு கணேசன் மலிவுப் பிரசுரங்கள்

1. கண்ணன் என் கவி
2. குழந்தை ராமு
3. உத்தம வாழ்க்கை
4. வாழ்க்கையின் வெறுப்பு
5. மதுவிலக்கு மங்கை

ஸ்ரீ கணேசனது மலிவுப் பிரசுரங்கள் தமிழ் நாட்டவர்களின் இலக்கியத் தேவைகளை ஒரே மூச்சில் பூர்த்தி செய்ய முயலுகின்றன போலும். 'சரக்குகளின்' தன்மை அவ்வளவு நம்பிக்கையளிப்பனவாக வில்லை. கிடைக்கப்பெற்ற தொகுதியில் ஒரு விமர்சனம், ஒரு நாடகம், இரண்டு நாவல்கள், ஒழுக்கத்தைப் பற்றிய கிரந்தம் ஒன்று — ஆக ஐந்து புத்தகங்கள். ஐந்தில் மூன்று விதேசி மொழிபெயர்ப்பு; இரண்டு சுத்தத் தமிழ் முயற்சி.

பிரசுரங்களின் மேலட்டைகள் ஜப்பான் சீட்டித் துணிகளின் வர்ண விஸ்தார அலங்காரங்களுடன் கிரந்தத் தலைப்பை ஒளித்து வைத்துக்கொண்டிருக்கின்றன. 'முயற்சி திருவினையாக்கும்' என்ற தொரு கொள்கையில் நம்பிக்கையுள்ளவர்கள் கிரந்தங்களின் பெயர் களை மட்டுமல்ல, ஆசிரியர் பெயரையும் (வேறு ஒரு பக்கத்திலாவது) கண்டுபிடித்துவிடலாம். புத்தகங்களை ஒவ்வொன்றாக ஆராய்வோம்.

கண்ணன் என் கவி : இதை இயற்றியவர்கள் இரட்டை ஆசிரியர்கள்; அதாவது ஒவ்வொருவரும் ஒரு பகுதியாக நிரப்பியிருக்கின்றனர்.

இப்புத்தகத்திற்கு மூலகாரணமான இக்கட்டுரைத் தொகுதிகள் தோன்றியதே ஒரு கதை.

1935ஆம் வருஷ 'தினமணி' வருஷ மலர் பிரசுரத்தில் ஸ்ரீ பி. ஸ்ரீ. ஆச்சார்யார் அவர்கள் பாரதியாரைப் பற்றி ஒரு கட்டுரை எழுதியிருந்தார். அதில் 'பாரதியார் ஒரு நல்ல கவி' என்று எழுதி யிருந்தார். அதன் விளைவாக பாரதியார் ஒரு நல்ல கவியா, மகாகவியா என்ற விஷயம் பத்திரிகைகளில் வெகு தீவிரமாக விவாதிக்கப்பட்டது. விவாதத்தில் பாரதியாரும் அவரது இலக்கியத் தன்மையும் மூலையில் தூக்கி எறியப்பட்டு வேறு 'பரஸ்பர' ஆராய்ச்சி கள் நடந்தன.

விவாதத்தின் தொடர்ச்சியாக ஸ்ரீ கு. ப. ராஜகோபாலனும், ஸ்ரீ பி. சுந்தரராஜனும் பாரதியாரைத் தமது கட்டுரைகள் மூலமாக மகாகவியாக்க முனைந்தார்கள். அக்கட்டுரைத் தொகுதிகளே இந்த சிறு நூல்.

அக்கட்டுரைத் தொகுதிகள் 'கண்ணன் - என் கவி' என்ற பெயரில் தற்போது புஸ்தகமாக வெளிவந்திருக்கிறது.

பாரதி மகாகவி மட்டுமல்ல — கண்ணனது நாம் இதுவரை தெரிந்துகொண்டிராத ஒரு புது அவதாரமே பாரதி என்று தொனிக்கும் இத்தலைப்பைப் பார்த்தவுடன் காலஞ்சென்ற ஸ்ரீமதி அனி பெஸன்ட் அம்மையாரைப் பற்றி என் மனதில் ஓர் அனாவசிய நினைவு எழுகிறது.

ஸ்ரீ கு. ப. ராஜகோபாலன் மகாகாவியக் கொள்கை என்பது என்னதென்பது பற்றி தமது கட்டுரைத் தொகுதியில் நிர்ணயிக்கிறார். அதில் அவர் கூறுவது ஒரே வாதம்; அதாவது, ஒருவன் நீண்டதொரு செய்யுள் குவியலை ஆக்கிக் கொட்டியதால் மகாகவியாகிவிட மாட்டான். இன்னும் அவர் கூறுவது என்னவெனில் ஒரு ரஸப் போக்கோ ஆவேசமோ அல்லது நிலையோ நீடித்திருக்க முடியாது என்பதும் அவர் கட்சி. இவ்விரண்டு கொள்கைகளின் வியாக்கியானங்களாக, உதாரணங்களாக பாரதியார் பாட்டுகள் இருக்கின்றன என்கிறார்.

தன் ஜீவியத்தில் எப்பொழுதாவது 'ஒரு சிறு ரஸப்பெருக்கான ஆவேச நிலையை காவியரூபத்தில் அமைத்துவிட்டால்' அவன் மகாகவியாகிவிட மாட்டான் என்பது என் கொள்கை.

ஓர் கவிஞனது எழுத்துக்களில் இவ்விதமான ஆவேச நிலைகள் பொதுவாக எந்த எல்லையில் தேங்குகிறது என்பதைப் பொறுத்தே அவனது மதிப்பு. கவிதையின் ஓர் அமானுஷ்ய எல்லைக் கோடான 'ஊழிக்கூத்'தைப் பற்றி கருதும்பொழுது அவரது 'அறுபத்தாறு', 'விநாயகர் நான்மணி மாலை', 'குரு கோவிந்த சிங்கன்', தற்போது வெளியாகியிருக்கும் 'ஸ்வ சரிதை', இன்னும் அவரது பல சக்திப் பாடல்கள் யாவையும் நாம் மறந்துவிடலாகாது.

அதோடு மட்டுமல்ல காவியத்தின் ரூப லக்ஷணங்களின் நெளிவு சுளுவுகளை, ரூபத்தின் பொதுவான இசையுடன் அர்த்தமும் இணைந்து செல்வதை, வார்த்தையின் முழு அர்த்த புஷ்டியை உணர்ந்து தேச இலட்சியத்தின் சிகரமான, கால தேச வர்த்தமானங்களால் பாதிக்கப்படாத உருவமாக இலங்குபவனே மகாகவி.

இன்னம் 'கவிதா சன்னதம்' — அதாவது ஆவேச நிலையின் நீடிப்பு, மூர்ச்சனைக்கு மேல் மூர்ச்சனையாக 'ஸ்தாயியிக்கு மேல் ஸ்தாயியாக' இசை உலகில் இலகுவாக உலாவிவரும் சக்தி— தெளிந்த ஞானம், விசாலமான இதயம் இவை யாவும் மகாகவியிடம் காணப்படும் தன்மைகள். தறிகெட்டு ஓடும் ஆவேசத்தின் நிலைக்களமில்லை அவன்; உணர்ச்சியற்ற விவேகத்தின் பிண்டம் அல்ல அவன். இரண்டும் சம அளவில் லயிக்கும் இடந்தான் மகாகவி. இவை நாம் பொதுவாக இதுவரை மகாகவி என்று ஒப்புக்கொண்டு வந்தவர்களிடம் காணப்படும் தன்மைகள்.

நிற்க, ஒருவனை மகாகவியா அல்லவா என்று தராசில் போட்டு எடைபார்த்து கட்சி பேசிக்கொண்டிருப்பதைவிட, அவனது காவிய ரஸனையை அவனோடு ஒன்றுபட்டு உணர முயற்சிப்பதே உண்மை யான விமர்சனம் என்று நினைக்கிறேன்.

உயர்வு நவிற்சிகளினாலும் மேல்நாட்டு அளவுகோல்களினாலும் பாரதியாரைச் சிங்காசனத்தில் தூக்கிவைக்க முயன்றுகொண்டி ருக்கையில் நண்பர்கள் இருவரும் அவரது அருமையான, மனோகரக் கனவுகளான விசேஷ கவிதைகளை அனுபவிக்க மறந்துவிட்டார்கள்.

குயில் பாட்டு, கண்ணன் தொகுதி, பாஞ்சாலி சபதம் மூன்றும் பாரதியாரின் எழுத்துக்களின் அளவினாலும், இன்னும் விசேஷ குணங்களினாலும் முக்கியத்துவம் வகிப்பவை!

பாரதியாரிடம் சக்திக் கொள்கையையே காண முயலும் ஸ்ரீ கு. ப. ரா., இவை பற்றி எழுதுபவை யாவும் விளக்கமாகவும், போது மான அளவு விஸ்தாரமாக அவற்றின் விசேஷ அம்சங்களை எல்லை கட்டக்கூடிய அளவும் எழுதப்படவில்லை. ஸ்ரீ கு. ப. ரா. தமது அவசரக் கட்டுரைகளை மறுமுறை கவனித்துப் பதிப்பித்திருந் தால் ஒருதலைக் கட்சிவாதம் செய்பவையாயினும் பூரணமாகவாவது இருந்திருக்கும்.

அடுத்தபடியாக ஸ்ரீ பெ. கோ. சுந்தரராஜன் முயற்சியைச் சிறிது கவனிப்போம்.

ஸ்ரீ கு. ப. ரா. எழுதியிருக்கும் தன்மைக்கு முற்றிலும் மாறானது பெ. கோ. சு.வின் முயற்சி; முன்னவரின் கட்சி வாதத்தில் அவரது 'முடிவான' அபிப்பிராயம் சிறிதும் தயக்கமில்லாமல் வாதிக்கப் படுகிறது.

நம்பிக்கையும் தெளிவும் அற்ற, 'கோமுட்டி கண்ட குதிரை போன்றது' ஸ்ரீ பெ. கோ. சு.வின் முயற்சி. எல்லோரையும் பிரமிக்க வைக்கும் முயற்சியில், ஏதோ பரிட்சை பாஸ் பண்ணிவிட்டு மறந்து விடுவதற்காக கலாசாலை ஆசிரியர்கள் சொல்லிக்கொடுக்கும் அர்த்தமற்ற வார்த்தைச் செப்படி வித்தைகளை கொண்டு பாரதி யாரை அளந்து காட்ட முயற்சிக்கிறார் ஸ்ரீ பெ. கோ. சு. எனக்கும் முஸோலினிக்கும் எவ்வளவு பரிச்சயமுண்டோ அவ்வளவு அவருக் கும் அவர் பிரமாதமாக ஒப்பிட்டு எல்லை கட்ட முயலும் தாந்தே எழுதிய இத்தாலிய பாஷைக்கும். அவரது சம்ஸ்கிருதப் பரிச்சயம் இதனுடன் போட்டி போடுகிறது. இப்படி தமக்குத் தெரியாத பாஷைகளில் எழுதியிருக்கும் கவிகளைப் பற்றிய இரவல் அபிப் பிராயங்களைக் கொண்டு 'யானை பார்க்க' முயலுவது மிகவும் பரிதபிக்கத் தகுந்ததாக இருக்கிறது.

இன்னும் நமது நாட்டில் ஓர் விசித்திர நிலை ஏற்பட்டிருக்கிறது. வயிற்றுக் கொடுமையால் விதேசியக் கல்வி மோகம் முற்றியதின் விளைவு இது. ஓர் அன்னிய நாட்டு இலக்கியத்தை, முக்கியமாக கவிதையை அந்த நாட்டான் போல் அந்தரங்க பாவத்தோடு

அதாவது அது எழுப்பக்கூடிய இசையுடன் லயித்த சிந்தனைக் கனவுகளை அப்படியே அவனைப் போல் அனுபவிப்பது நம்மால் முடியவே முடியாது. அந்த இலக்கியம் 'விளைந்த' தேசத்தோடு அளவளாவி யிருந்தால்தான் ஓரளவாவது அது சாத்தியம். அன்னிய இலக்கியத்தில் நாம் காண்பது அவர்கள் எட்டிய சிந்தனைச் சிகரங்கள்தான். அதன் ரூப லாவண்யங்கள் நமக்கு அர்த்தமாகாத புதிர்; நம் மனக்கண்ணுக்கும் உணர்ச்சிக்கும் புலப்படாத கனவு லோகங்கள்.

வெறும் அர்த்தமற்ற எதிரொலிகளைக் கொட்டி நிரப்பும் ஸ்ரீ பெ. கோ. சு., ஸிவில் கோர்ட் அட்வகேட்டின் இருதயபாவத்துடன் தாம் எழுதும் ஒவ்வொரு வரியிலும் தமது முந்திய கூற்றுக்களை, மறுத்துக்கொண்டே செல்லுகிறார். இத்துடன் அவரது தமிழ் இலக்கியப் பரிச்சயமும் விசித்திரமானதாக இருக்கிறது. அவர் பக்கம் 83இல் பட்டினத்தார் பாடலை மேற்கோள் காட்டும் அர்த்தம்தான் எனக்குப் புலப்படவில்லை. இன்னும் இதுபோல் எத்தனையோ.

பொதுவாக இக்கட்டுரைத் தொகுதிக்கு அவர் தமது பிரபல புனைபெயரான 'சிட்டி' என்பதை உபயோகித்திருந்தாரானால் இக்கட்டுரைத் தொகுதிகள் வெளிவர ஒரு சிறிதாவது நியாயமுண்டு.

மலிவு பிரசுரங்களின் இதர புஸ்தகங்களை விமர்சனம் செய்வது மணல் சோற்றில் கல் பொறுக்குவது ஒக்கும்.

○

ஸ்ரீ ரமண மகரிஷி

ஸ்ரீ ரமண மகரிஷிகளின் ஜீவிய சரித்திரம் இது. நன்றாக ஆர்ட் கடுதாசியில் பிரசுரிக்கப்பட்டிருக்கிறது.

○

நீதி நூல்கள் பத்து

மொழிபெயர்ப்பு : டி. பி. கிருஷ்ணசாமி

ஸ்ரீ டி. பி. கிருஷ்ணசாமி ஓர் ஆங்கில இலக்கிய போதகாசிரியர்; ஒரு கலாசாலைப் பிரின்ஸ்பாலுங்கூட. அவர் ஆத்திசூடி, கொன்றை வேந்தன், உலக நீதி, வெற்றி வேற்கை, மூதுரை, நல்வழி, நன்னெறி, நீதி விளக்கம், நீதி வெண்பா, அறநெறிச்சாரம் என்ற பத்து தமிழ் நீதி நூல்களை ஆங்கிலத்தில் மொழிபெயர்த்திருக்கிறார். ஒரு பக்கத்தில் தமிழும் அதற்கு அடுத்தாற் போல் அடுத்த பக்கத்தில் ஆங்கில மொழிபெயர்ப்பும் கொடுக்கப்பட்டிருக்கிறது.

இந்த மொழிபெயர்ப்பில் தமிழ்ப் பண்டிதர்களைக் கேலிசெய்யும் நாம் இங்கிலீஷ் பண்டிதர்களின் பெருமையை அறிந்துகொள்ள இப்புத்தகம் பெரிய வசதியளிக்கிறது.

ஆசிரியர் தமது முன்னுரையில் 'ஒருவனது குழந்தைப் பருவத்திலிருந்து முதுமைவரை இன்பமளிப்பதே உயர்ந்த இலக்கியம்' என்ற நியுமனது கொள்கைக்கு அவர் பொறுக்கி மொழிபெயர்த்திருக்கும் கிரந்தங்களை உதாரணங்களாகக் கருதுகிறார். விசித்திர அபிப்பிராயங்கள் ஒளிந்துகிடக்கும் இடங்களை யாரறிய முடியும்!

'சனி நீராடு, அரவமாட்டேல், இலவம் பஞ்சிற்றுயில்' என்ற தவளை ஒழுக்க சாஸ்திரங்களை இனியாவது மறக்க வேண்டும் என்று முயன்றுகொண்டிருக்கும் இக்காலத்தில் அதை இங்கிலீஷிலும் மொழிபெயர்த்து சந்தி சிரிக்க வேண்டுமா என்பதுதான் எனக்குப் புலப்படவில்லை. 'சேமம் புகினும் யாமத்துறங்கு' — 'ஜெயிலுக்குப் போனாலும் 9 மணிக்குள் தூங்கிவிடு' என்ற கும்பகரண உபதேசங்களை மொண்ணைப் பாடமாக உருப்போட்டுக்கொண்டிருந்த காலம் மலையேறிவிட்டது.

மற்றவை கோழைத்தனத்தையும் மரணத்திற்கஞ்சி சன்யாசத்தில் ஒளிந்துகொண்ட ஜைன, சைவ துறவி கசப்பிலும் பயத்திலும் தோய்ந்த ஒழுக்க சாஸ்திரங்கள்; இன்னும் அவற்றுடன் ஒட்டிக் கொண்டிருக்க வேண்டுமா?

'கொம்புள்ளதற்கைந்து முழம், குதிரைக்கு பத்து முழம்'. இந்தப் பாட்டைச் சொல்லிக்கொடுத்து சிறுவர்களை மாட்டுக்கும் குதிரைக்கும் பயப்பட வைத்துக்கொண்டிருக்கும்வரை வெள்ளைக்காரன் பாடு கொண்டாட்டந்தான். மனிதர்களை நபும்சகர்களாக்கும் இந்த ஒழுக்க சாஸ்திரங்களைப் பறிமுதல் செய்தாலும் பலன் உண்டு.

மொழிபெயர்ப்பும் பல இடங்களில் பிழைகள் மலிந்து வெறும் சக்கைகளாக இருக்கின்றன. 'அற்ற பொழுதே அறநினைந்தி' என்ற பாட்டில் அறம் என்ற பதம் வெறும் தானம் செய்தலை உணர்த்தவில்லை; தர்மம் (சம்ஸ்கிருத அர்த்தம்) என்று பொருள்பட நிற்கிறது. 'பல் எலும்பு' என்று (63வது பாட்டில்) கூறப்படுவது பல்லும் எலும்பும் என்றர்த்தமல்ல; பல எலும்புகள், அதாவது எலும்பு மாலை.

இவ்வளவு பார்ப்பதற்கழகான பிரசுரம் பயனற்ற வேலையாய் முடிந்திருப்பது கண்டு மிகவும் வருந்துகிறேன்.

தினமணி, 30.10.1937

தேய்ந்த கனவு

சார்லஸ் டிக்கன்ஸ்

மொழிபெயர்ப்பு : கி. ரா.

நவயுகப் பிரசுரத்தின் இரண்டாவது புஸ்தகம், தமிழ் பிரசுரங்களில் ஓர் புதிய சகாப்தத்தை ஆரம்பிக்கிறது.

'கையில் என்ன புஸ்தகம்?' என்று கேட்பவர்களுக்கு, கிரந்தம் எவ்வளவு உயரியதாக இருந்தாலும் அதன் கட்டட அமைப்பின் விபரீதத்தால் கேட்பவரின் மன்னிப்பைக் கோருவதைப் போல, 'தமிழ்' என்று சொல்லிவந்த காலத்திற்கு முற்றுப்புள்ளி இட்டு விட்டதோடு, சராசரி தமிழ் வாசகனின் பண வசதிக்கு ஏற்ப அமைத்திருப்பதற்காக, பிரசுரகர்த்தர்களுக்கு வந்தனம் கூற வேண்டும்.

நிற்க. சார்லஸ் டிக்கன்ஸ் சென்ற நூற்றாண்டில், அதாவது நோபல் பரிசுகள் என்ற அளவுகோல்கள் தோன்றுமுன்பு, இங்கிலாந்தில் இருந்த பிரபல நாவலாசிரியர். சிரிக்கச் சிரிக்க எழுதும் தன்மை அவருக்குண்டு. அதற்காக அவரை 'காக்னி ஷேக்ஸ்பியர்' என்று இங்கிலீஷ்காரர்கள் பாராட்டுகிறார்கள்.

மேற்படி ஆசிரியர் ஆங்கிலத்தில் 'இரு நகரக் கதை' என்று ஒரு நாவல் எழுதியிருக்கிறார். அதன் மொழிபெயர்ப்பு இத்'தேய்ந்த கனவு'. 'இரு நகரக் கதை' சார்லஸ் டிக்கன்ஸ் நாவல்களிலே விதிவிலக்கு. அவர் தமது முகவுரையில் குறிப்பிட்டிருக்கிறபடி, திடீரென்று தோன்றிய உத்சாகத்தின் விளைவு. தம் திறமைக்கு மீறிய ஒரு முயற்சியின் மைல்கல்தான் அந்த நாவல்.

18ஆம் நூற்றாண்டில் பெரும் சண்டமாருதமாக, மனித உரிமைகள் ஸ்தாபிதத்துக்காக, தோன்றி, கெடுபிடியாக பிரஞ்சு மன்னன் கொலையில் கண்மூடித்தனமாக கோர நர்த்தனமாடி, நெப்போலியனது ஏதேச்சாதிகாரத்தில் சரணாகதியடைந்து, பின்னர் ஐரோப்பாவுக்கே அவனது விலங்கைப் பூட்ட முயன்ற பிரஞ்சுப் புரட்சி என்ற படுதா இக்கதையின் பின்னணி என்று சார்லஸ் டிக்கன்ஸ் சொல்லுகிறார். கார்லைலின் 'கனல் - சித்திரங்க'ளைப் படித்தவர்களுக்கு இவரது நாவல் ஆங்கிலத்தில் தென்றலின் எதிரொலியாக இருக்கும். ஆனால் கதை சுவாரஸ்யமான கதை. இது பிரஞ்சுப் புரட்சியில்தான் நடந்திருக்க வேண்டும் என்பதில்லை. இன்னும் இந்த நாவலின் முதல் நூலில் வரும் பிரஞ்சு கதாபாத்திரங்கள் யாவும், பிரஞ்சுப் பெயர் கொண்ட இங்கிலீஷ் ஆசாமிகள்தான். மொத்தத்தில் இது ஒரு சாதாரண இங்கிலீஷ்காரன், பிரஞ்சுக்காரனைப் பற்றிக் கொண்டிருக்கும் கற்பனைகளே. முதல் நூலின் தன்மை இது.

இனி மொழிபெயர்ப்பைச் சிறிது கவனிப்போம்.

'விதேசி இலக்கியத்தை மொழிபெயர்த்தால் தமிழனுக்கு ரஸிக்காது ஸார், புரியாது ஸார்' என்று மேலோட்டமாக விமர்சனம் செய்து கொண்டிருப்பவர்கள் இப்புஸ்தகத்தை ஒரு முறை படிக்கும்படி கேட்டுக்கொள்ளுகிறேன்.

கதை சுவாரஸ்யமாக இருந்தால் சராசரி வாசகனுக்கு எதுவும் புரியும் என்பது நான் அனுபவத்தில் அறிந்தது. இதற்கு இந்தப் புத்தகமே அத்தாட்சி.

மொழிபெயர்ப்பு ஆசிரியர் கி. ரா. 'கலாரசிகனை' அறிந்த 'மணிக் கொடி' வாசகர்களுக்கு இவரை அறிமுகம் செய்துவைக்கத் தேவை யில்லை. சரக்கை நல்ல மாதிரியில் பழுதுபடாமல் கொடுப்பார் என்பதை அவர்கள் அறிவார்கள். அவரைப் புதிதாக அறிந்துகொள்ள முயலுகிறவர்களுக்கு 'தேய்ந்த கனவு' ஓர் சிறந்த சாதனம்.

ஸ்ரீ கி. ரா. மொழிபெயர்ப்பு வேலையோடு இன்னும் ஒன்றையும் திறமையாகச் செய்திருக்கிறார். நவயுகத்தின் 'இருநூற்றுச் சில்லறைப் பக்க' அளவுகோலுக்கு ஏற்றபடி ரசனைக் குறைவு சிறிதும் ஏற்படாமல் கதையை எழுதியிருக்கிறார்.

உதாரணமாக நான்காவது அத்தியாய ஆரம்பத்தில் 'டிக்கன்ஸ் தன்மை'யை அப்படியே தமிழில் அழகாகக் கொண்டுவந்திருக்கிறார். டாக்டர் மானட், ஸ்டிவர், ஸிட்னி கார்டன் குணோபாவங்கள் நன்றாக விழுந்திருக்கின்றன. சிட்னி கார்டனின் மொழிபெயர்ப்பு ஆசிரியருக்குப் பூரண வெற்றி.

(இவ்வார்த்தைகளை எழுதிய பின்பு தற்செயலாக மொழிபெயர்ப்பு ஆசிரியரின் முன்னுரையைப் புரட்டினேன். அதில் அவர் சிட்னி கார்டனிடம் தம்மை ஈடுபடுத்திக்கொண்டதைப் பற்றி வெளியிடு கிறார். அவனைப் போலவே மற்ற கதாபாத்திரங்களையும் பாரபட்ச மின்றி அவர் நடத்தியிருக்க வேண்டும். அது அவர் குற்றமல்ல. முதல் நூலிலேயே அவர்கள் எதிரொலிகள்; அதற்கென்ன செய்வது?)

கதையின் தராதரத்தைப் பற்றியோ அதன் சுருக்கத்தையோ நான் இங்கு கூறப்போவதில்லை. அவற்றை வாசகர்கள் மதிப்பிற்கே விட்டுவிடுகிறேன்.

எழுத்துப் பிழைகள் கண்களை உறுத்தாதிருக்கும்படி பிரசுரகர்த் தர்கள் கவனித்துக்கொள்ள வேண்டும். புஸ்தகத்தில் மன்னிக்க முடியாத பெரும் பிழை ஒன்று காணப்படுகிறது. அதுதான் பிர்ம்மச் சரியம் என்ற வார்த்தை. அது தமிழுமல்ல, சம்ஸ்கிருத தத்துவமுமல்ல. பிரமன் என்பது தமிழ் வழக்கு. சம்ஸ்கிருத முறை வேண்டுமெனில் ப்ரும்மம். இவ்வித விசித்திர பிரயோகங்கள் கிரந்தத்தின் அந்தஸ்தைக் கெடுத்துவிடுகிறது.

பொதுவாக, இது ஒவ்வொரு தமிழன் கையிலும் இருக்க வேண்டிய புஸ்தகம்.

தினமணி, 20.11.1937

நீதி வினோதக் கதைகள்

டி. கே. ராமபத்திர சர்மா

நீதிகள் வினோத முறையில் பொருத்தப்படுகின்றன. சமயா சமயங்களில் சம்பந்தா சம்பந்தமற்ற விஷயங்கள், ரசமான நடையில் குவித்து வைக்கப்பட்டிருக்கின்றன. வியவகார அறிவுக் குறைவால் ஏற்பட்ட 'அசந்தர்ப்பங்கள்' பல, வாசகனின் பொறுமைக்கு எல்லை கண்டு பிடிக்கிறதானாலும், ஆசிரியரின் ரம்மியமான நடைதான் அவரைக் காப்பாற்றுகிறது.

○

சர் ஸி. வி. இராமன்

எஸ். இராமசந்திரன்

தமிழ் புஸ்தகத்தை வாங்கிப் படிக்கக் கூடியவன் தமிழன்தான், இங்கிலீஷ்காரனல்ல என்ற உண்மையை தென்னிந்திய சைவ சித்தாந்த நூற்பதிப்புக் கழகத்தார் தங்களது நீண்ட இலக்கிய பிரசுர அனுபவத்தின்பேரிலும் தெரிந்துகொள்ளவில்லை என்றால் அது பரிதபிக்கத் தகுந்த விஷயம்தான். இவர்கள் என்னதான் அழகான பதிப்புக்களை இந்த ரீதியில் (தலைப்பை இங்கிலீஷில் அச்சிடும் சம்பிரதாயம்) வெளியிட்டாலும், அவை தமிழனுக்கல்ல என்பது நிச்சயம்.

நிற்க, இப்புஸ்தகத்தை எழுதும் ஆசிரியரின் நோக்கம் வருமாறு:

> இக்காலத்தில் பலரும் படித்தறியக்கூடியன உரைநடை நூல்களே. கற்றோரிலும் சிலரே செய்யுள் நடை நூல்களைப் படித்தறியக் கூடியவர்களாக இருக்கின்றனர். ஒருவர் வாழ்நாளில் நிகழ்ந்தவற்றை விரித்து எழுதுவதற்கு உரைநடையே ஏற்றதென்பது ஒருபுடை ஒப்ப முடிந்ததாகும். இவை பற்றியே மேனாட்டினரால் வரையப்படும் வாழ்க்கை வரலாறுகள் அனைத்தும் உரைநடையிலேயே அமைக்கப்பட்டுள்ளன. இவை கருதியே இந்நூலும் உரைநடையிலேயே எழுதப்பட் டுள்ளது.

நல்லகாலம் தமிழரின் நல்லதிர்ஷ்டந்தான் 'உறையிட்ட' செய்யுள் நடையால் இப்புஸ்தகம் நிரப்பப்படவில்லை. 'தனித் தமிழர்கள்' வசனத்திற்குக் கொடுத்திருக்கும் பெயர் கவிதை பற்றி அவர்கள் கொண்டிருக்கும் அபிப்பிராயத்தை எதிர்மறையாகத் தெரிவிக்கிறது.

உரைநடை என்றால் அர்த்தம் (வியாக்கியானம்) தெளிவாகத் தெரியும் நடை என்பது பொருள். வசனம் என்பது 'சமுக்கிருதமாம்'; அதற்காக இவ்வளவு விலகிச் செல்லுகிறார்கள். பேச்சு நடை என்றாவது சொல்லிவிட்டுப் போங்கள்; இந்த மாதிரி 'புரிந்துகொள்ளாத பாஷையில் எழுதப்படுவது கவிதை' என்று தொனிக்கும் இப் பதப் பிரயோகத்தை விட்டொழியுங்கள்.

இப்புத்தகத்தில் சர் ஸி. வி. ராமனைப் பற்றிக் காணப்படும் இரண்டே கால் சில்லரைக் குறிப்புகள், அவரது வாழ்க்கையின் முழு அம்சங்களைக் காட்டவில்லை. ஆசிரியர் உபயோகிக்கும் சயன்ஸ் பதங்கள் தமிழ் மட்டும் தெரிந்தவர்களுக்கு புரியாது; இங்கிலீஷ் தெரிந்தவர்களுக்கு தெரியாது.

இதைப் பாடப் புத்தகங்களாக வைக்கலாம்; ஏனென்றால் கற்றுக் கொடுப்பவருக்கும் கற்றுக்கொள்ளுகிறவர்களுக்கும் பரஸ்பரம் புரிந்து கொள்ளாமல் பேசிக்கொண்டிருப்பதற்கு ஏற்றதொரு சாதனமாகத் தானே பாட புஸ்தகம் உபயோகிக்கப்பட்டு வருகிறது.

தினமணி, 17.1.1938

பிரதம மந்திரியின் குறள் மொழிபெயர்ப்பு

பொருட்பால் (ஆங்கிலம்)

சக்கரவர்த்தி ராஜகோபாலாச்சாரியார்

திருக்குறள் தமிழ்ப் பண்பின் ஜீவநாடி. தமிழன் அதை அதற்கு வைத்திருக்கும் ஸ்தானம், நமது பாரத சமுதாயம் வேதத்திற்கு அளித்திருக்கும் உயர்வே. வேதம் 'செய்யா மொழி'; இது வள்ளுவர் செய்த மொழி; இவ்வளவுதான் வித்தியாசமாம்.

அக்காலத்திலே, தமிழ் சமுதாயம் ஒரு புதிய 'வளமுறை'யில் காலடி எடுத்துவைக்கும் சந்தர்ப்பத்தில் இக்குறள் பிறந்தது என்னலாம். அதை இப்பொழுது, தமிழன், ஓர் புதிய வாழ்வு நோக்கி காலடி எடுத்துவைக்கும் இச்சமயத்தில், அவனது சிந்தனைக் கொழுந்திற்குப் பிரதிநிதியாக உள்ள ஒருவரது அனுபவம் என்ற உரைகல்லில் அது தேய்க்கப்படுகிறது. அது காலத்தின் சாயை பட்டு நசியும் தன்மை வாய்ந்ததா அல்லவா என்பதைப் பார்ப்போம்.

ஸ்ரீ சக்கரவர்த்தி ராஜகோபாலாச்சாரியாரை உரையாசிரியர் என்ற ஸ்தானத்தில் வைத்து, அவரது அளவுகோல்கள், வள்ளுவனார் சிந்தனைகட்கு என்ன புதிய மெருகிடுகின்றது என்று கவனிப்போம்.

திருக்குறள் பிற பாஷைகளில் இதற்கு முன் எத்தனையோ முறை மொழிபெயர்க்கப்பட்டிருக்கின்றது. அவற்றில் பெரும்பான்மை நம்மிடை என்ன இருக்கிறது என்பதைத் தெரிந்துகொள்ளவிருக்கும் அயல்நாட்டு அறிஞர் சிலரின் ஆசை, 'நம்மிலக்கியமும் சளைத்ததல்ல' என்பதை நிரூபிக்க முற்பட்டவர் சிலரின் மனப்பான்மை, இவற்றை அடிப்படையாகக் கொண்டது.

தமிழருக்கே

மொழிபெயர்ப்பாசிரியரின் நோக்கம் இரண்டுமல்ல. பின்வருவது காரணமாக இருக்கலாம் என்பது என் அனுமானம்.

நம்மவரில் பலர், நமது இலக்கியங்கள் புதைபொருள் ஆராய்ச்சி சாலையில் வைக்கவேண்டியவை, காலத்தின் எல்லையான பழைய பஞ்சாங்கங்கள் என்று கருதுகின்றனர். காரணம், பதப் பிரயோகங்களின் எல்லைகளை ஒரு குறிப்பிட்ட வகுப்பினரின் தெளிவற்ற கதைப்புக்கு சரண்புக விட்டுவிட்டு, தமிழர்கள் தங்கள் பாஷா விலாஸத்தை 'உரல் - உலக்கை வியவகாராதிகளோடு' கட்டுப்படும்படி செய்துவிட்டதால் இலக்கியங்களின் மதிப்புகள், அளவைகள் யாவும் மங்கிவிட்டன.

உரை ஆசிரியரே

மொழிபெயர்ப்பு பிற பாஷையில் செய்யப்பட்டிருந்தாலும் ஆசிரியர் மனதிற் கொண்டிருக்கும் வாசகர்கள் தமிழர்கள்தான். கால, அரசியல் சந்தர்ப்ப விபரீத வேறுபாட்டால் ஆசிரியருக்கு தமிழனை பிற பாஷை மூலம் சந்திக்க வேண்டியதாகிறது. தமிழரின் பார்வை வேறுபட்டிருப்பதால், அந்தக் கோணத்தில் நின்றே நமது இலக்கியத்தை நாம் பார்த்துக்கொள்ள ஆசிரியர் சந்தர்ப்பம் அளிக்கிறார். இந்த ரீதியில் பார்க்கப் புகுந்தால் ஸ்ரீ சக்கரவர்த்தி ராஜகோபாலாச்சாரியார் உரை ஆசிரியரே.

மொழிபெயர்ப்பில் ஆங்காங்கு தாம் பரிமேலழகர் — திருக்குறள் உரையாசிரியர்களுள் தலைசிறந்தவராக கருதப்படும் ஒருவர்; வள்ளுவரைச் சம்பிரதாயச் சடங்குகளின் பிரதிநிதியாக்கியவர் (சைவர்?) என்பது என் அபிப்பிராயம் — உரையைப் பின்பற்றிச் செல்லுவதாகக் கூறிச் சென்றாலும், அவ்வுரையின் குறுகிய எல்லைக்குட்பட்டதல்ல இம்மொழிபெயர்ப்பு; அதற்கும் இதற்கும் சம்பந்தமேயில்லை என்று கூடச் சொல்லுவேன்.

வைப்புமுறை

அதிகார அமைப்பும் வைப்புமுறையும் ஓர் தனிக் கட்டுக்கோப்பாக இருக்கிறது. 'பொருட்பால்' இலட்சியத்தை ஒரு தனிப்படமாக அமைத்துக்காட்ட சில அதிகாரங்கள் முறை மாற்றியும் சுருக்கியும் மொழிபெயர்த்துச் சொல்லப்படுகின்றன.

தமிழனுக்குத் தெரிந்தது மன்னராட்சி; அதாவது தனிப்பட்ட நபரின் பொறுப்பில் ஒரு சமுதாயத்தின் 'நல்வாழ்வு' ஒப்படைக்கப் படுவது. தமிழன் இந்த முறையில் எதை இலட்சியம் என்று கருதுகிறான் என்பதை திருவள்ளுவர் வாயிலாக ஆசிரியர் விளக்கிக் கொண்டு போகிறார். மன்னராட்சியின்பாற்பட்ட தமிழ் சமுதாயத்தின் பல அம்சங்களின் சம்பந்தா சம்பந்தங்கள், தமிழனது அரசியல் விவகார ஞானம், இவற்றை நமக்கு இம்மொழிபெயர்ப்பு அழகாகப் புலப்படுத்துகிறது. அதிகார வரிசைமுறை மாறுவதால் அர்த்த புஷ்டியும் அதிகமாகிறது.

இன்னும் மொழிபெயர்ப்பு வைப்புமுறை நயமானது. முதலில் இங்கிலீஷில் அர்த்தம்; அதன்கீழ் குறள் வாசகம். ஆசிரியரின் விரிந்த வியாக்கியானத்திற்கு மனதைப் பண்படுத்திவிட்டு அதன் பிறகு குறளை வாசிக்கவிடுவது சரியான முறை என்றே நினைக்கிறேன். ஆசிரியர் வற்புறுத்த விரும்பும் விளக்கம் நமக்கு சரி என்று தெரிகிறது.

மொழிபெயர்ப்பு பொதுவாக திருக்குறள் பொருட்பால் தத்துவத்தை தெளிவாக விளக்குவதாக இருந்தாலும் சிற்சில இடங்களில் வியாக்கியான எல்லை குறுக்கப்படுகிறதன் காரணம்தான் தெரியவில்லை.

வியாக்கியான எல்லை

உதாரணமாக, கேள்வி என்ற அதிகாரத்தின் போக்கு யாவும், எழுத்தறிவு இல்லாதவர்கள், வாய்ப்பாடம் கேட்டு ஓரளவு தம்மைப் பண்படுத்திக்கொள்வதோடு மட்டிலும் குறுக்கப்பட்டிருக்கிறது. தமிழில் கேள்வி என்பது ஒரு செல்வமாகக் கருதப்படுகிறது. அதில் நேரடி அனுபவத்தை வலியுறுத்தும் பகுதி யாவும் விடப்பட்டதன் நோக்கம், தற்போதைய வேகத்தை அடிப்படையாகக் கொண்ட யந்திர உலகத்தில் அவற்றின் அனாவசியத் தன்மையை உணர்த்தும் நோக்கம் போலும்.

மெல்லிய ஆதாரங்கள்

செவியுணவின் கேள்வி உடையார் அவியுணவின்
ஆன்றாரோடு ஒப்பர் நிலத்து

என்ற குறளுக்கு பொருள் கூறிக்கொண்டு செல்லுகையில், வள்ளுவர் சம்பிரதாய சடங்குகளை ஏற்பவர் என்று அனாவசியமாக வலிந்து பொருள் கொடுக்கப்படுகிறது. வள்ளுவர், கவிஞன் என்ற ஹோதாவில், எடுத்த விஷயத்திற்கு பொருத்தமுடைய உவமைகளை, அர்த்த புஷ்டியளிக்கும் உவமைகளை, எடுக்க எந்த இடத்திலும் தம் கற்பனையைச் செலுத்துவது இயற்கை. 'கேள்விச் செல்வத்தைப் பெற அரிய வசதி பெற்றவர்கள், நம்மைப் போல மண்ணில் நடப்பவர்களானாலும் சிரமம் இல்லாது உயர சஞ்சரித்தே உணவு உண்டு மகிழும் தெய்வங்களுக்கு ஒப்பானவர்கள்' என்பதுதான் பொருள். குசாலாக இருந்த இடத்திலிருந்தே (கல்வி கற்பதில் உள்ள கஷ்டங்கள் அற்று) மிகமிக நல்ல விஷயங்களையே கேட்கும் அரிய வசதி பெற்றவர்கள் — தெய்வங்களுக்கு ஹவிஸ் கிடைப்பது போல — கேள்விச் செல்வம் பெறுபவர்கள் என்பதை வற்புறுத்தவந்த உவமை தவிர வேறு இல்லை. இங்கு மன்னர்கள் நடத்திய கலைக் கழகங்கள், கலை சல்லாப மன்றங்கள், இவற்றை நம் நினைவுக்கு கொண்டு வருகின்றன. உயிரற்ற இறுகிப்போன சடங்குகளுக்கு மனிதன் அடிமையாவதை எதிர்ப்பதே வள்ளுவர் இலட்சியம். 'தனித் தமிழர்கள்' அவர் வேதத்தைப் புறக்கணிப்பதாக வாதிப்பதற்கு உபயோகிக்கும் தாழ்ந்த ரக வார்த்தைச் செப்படி வித்தைகளை ஆசிரியரும் உபயோகிக்கப் புகுந்ததுதான் வருந்தத்தக்கது. வேதம் யாவருக்கும் பொதுவாக, சிகர ஆதாரமாக இருந்துவந்த நூல். எந்த தத்துவவாதியும் தனது கொள்கையை வலியுறுத்த அதை வைத்து ஆராய்ந்து பார்ப்பது அதிசயமல்ல. பௌத்த ஜைன தர்மங்களும் வேதத்தை ஆதாரமாகக் கொண்டு தனித்தனி சித்தாந்தத்தைக் கட்டி வைத்தன. வேதம் பொதுப்பொருளாக, உரைகல்லாக இருந்து வருகிறது. 'தனித் தமிழர்' அதை நிராகரிக்க முயலுதற்கு கொள்ளும் மெல்லிய ஆதாரங்களைப் போன்று இருக்கிறது, ஆசிரியர், வள்ளுவரிடம் சம்பிரதாய ஆதரவு காண்பிக்க இதை உதாரணம் கூறுவது.

நிற்க, மொழிபெயர்ப்பில் பொருட்சுவை குறைவுபட்டும் சில இடங்கள் காணப்படுகின்றன. உதாரணமாக,

'அறிவிலார்...'

அறிவுடையார் எல்லாம் உடையார் அறிவிலார்
என்னுடைய ரேனும் இலர்.

இக்குறளுக்கு பொருளுரைக்குமிடத்து, அறிவில்லாதவர்களிடம் செல்வமிருந்தாலும் அவன் வறிஞன்தான் என்று மொழிபெயர்க்கிறார். செல்வம் மட்டும் இங்கு வற்புறுத்தப்படவில்லை. அறிவில்லாதவனிடம் பொருள்வசதி மட்டுமல்ல, குணோபாவங்கள், தன்மைகள், ஒழுக்கம், சீலம் எவைதான் இருப்பினும் அவன் வெறும் பிண்டம், உயிர் இயங்கும் அமைப்பு. இக்குறள் வியாக்கியானத்தை பொருள் வசதியுடன் மட்டும் எல்லைப்படுத்தியதுதான், இதர பகுதிகளில் உள்ள மொழிபெயர்ப்பின் தோரணைக்கே குறைவு ஏற்படுத்துகிறது.

பொதுவாக மொழிபெயர்ப்புகள் யாவும் உயர்ந்த ரகமானவை. தமிழன் கொண்டிருந்த அரசியல் கருத்துகள் இன்னவென்பதை தெளிவாக்கும் படச் சீலை எனலாம் இம்மொழிபெயர்ப்பை. இதை தமிழ்ப்படுத்துவது ஆசிரியர் முதல் கடமையாகும்.

○

அருமலர்க் கொத்து

தொகுப்பு: கோவை சி. கு. நாராயணசாமி முதலியார்

'திருக்குறள் பற்றி அறிஞர் ஆராய்ந்து கண்ட அருமலர்க் கொத்து' என்பது இப்புத்தகத்தின் முழுப் பெயர். 'எட்டு அறிஞர்கள்' — அதில் ஒருவர் தமிழ் எழுதக்கூடிய இங்கிலீஷ்காரர், ஸ்ரீ பாப்புலி — வள்ளுவர் மாண்பை அளந்து அறுதியிடுகின்றனர்.

1. திருவள்ளுவர் தமிழர். இவர் தமிழில் இயற்றிய நூல் திருக்குறள். அத்திருக்குறளைப் பற்றி ஆங்கிலங் கற்ற தமிழர் கூறுவதாவது....

2. திருவள்ளுவர் நூல் தென்மொழியாம் தமிழ் மொழியில் எழுந்ததேயாயினும், இவ்வுலகில் வழங்கும் செம்மொழிகளில் அமைந்த சீரிய நூல்களுள் ஒன்றாக வைத்து எண்ணத்தக்கதாகும் என்பது காய்தல், உவத்தல் அகற்றி ஆயும் அறிஞர் கருத்தாகும்.

3. என்னை, 'வள் + உ + அர் — வள்ளுவர்' எனவே உலகத்தின் கண்ணுள்ள பல அரிய பெரிய பொருள்களையும் அளிக்கும் பெரியார் எனப் பொருள் உடைமையின் என்க.

4. தெய்வப் புலமை திருவள்ளுவரது திருக்குறளை அவ்வாறே பெயர்த்தெடுத்து தமது காவியத்தில் அமைத்தும், ஆழ்ந்த பொருள் அமைந்த அருங் குறள்களை நன்கு குழைத்து அதன் தெள்ளிய

மணங் கமழுமாறு கவி இயற்றியும், 'கடுகைத் துளைத்து ஏழ் கடலைப் புகட்டி குறுகத்தறித்த குறள்' விளங்கும் அழகிய அடிகளுக்கு விரிவுரை நிகழ்த்துவான் போன்று.... இத்யாதி இத்யாதி.

இவைதான் குறள் பற்றிய ஆராய்ச்சி ரகங்கள், தொகுப்பாசிரி யரின் ஆர்வமிகுதியால் திரண்ட குப்பைகூளங்கள்.

O

வழிகாட்டும் வான்பொருள்
கீ. இராமலிங்க முதலியார்

சமீபத்தில் வாழ்ந்த இரெட்டியாபட்டி சுவாமிகள் என்ற அடியார் ஒருவரின் வரலாறு. ஸ்ரீ சுவாமிகளின் பூர்வாசிரமத்தைப் பற்றி இதில் காணப்படும் சுருக்கமான குறிப்புகளிலிருந்து அவர் ஓர் ஆச்சர்யகர மான புருஷர் என்று கூறலாம்.

பாலப் பருவத்தில் இருந்த வறுமையின் சங்கடம், தேர்ந்த கல்வி பெற வசதியின்மை என்ற சுற்றுப்புற அமைதிகளை மீறி தனித்தன்மை பெற்ற, இறுதியில் ஓரளவு செய்யுள் இயற்றவும் திறமை பெற்ற மனிதர்.

இந்தப் புஸ்தகம் முழுவதும் பக்தி முலாம் பூசப்பெற்றிருப்பதால் அவரது பூர்வாசிரமத்தைப் பற்றிய போதுமான விபரங்கள் இல்லை. இவர் பெற்றிருந்த வசதிகளிலிருந்து நாம் எதிர்பார்க்க முடியாத கொள்கைகளை இவர் உபதேசித்து வந்திருக்கிறார் எனில் அது இன்னும் தெளிவாக எழுதப்பட வேண்டிய விஷயந்தானே. சுவாமி களை பக்தராகவும் சித்தராகவும் மதித்து மயங்குவதைக் காட்டிலும், வேறு முறையைக் கையாண்டு அவரது வாழ்க்கையை முழுவதும் ஆராய்ந்து ஆசிரியர் எழுதியிருந்தார் எனில் அது ஒவ்வொருவரும் அவசியம் தெரிந்துகொள்ள வேண்டியதொன்றே.

நம் நாட்டில் வறுமைத் தாண்டவம் அதிசயமல்ல. அதிலும் ரெட்டியாப்பட்டி ஸ்வாமிகள் போன்ற புருஷர்கள் தோன்றுவதே ஆச்சர்யம்.

தினமணி, 24.1.1938

பகவான் அரவிந்தர்
பத்தினியாருக்கு எழுதிய முதல் கடிதம்
மொழிபெயர்ப்பு : பரலி சு. நெல்லையப்ப பிள்ளை

பகவான் அரவிந்தர் புதுவையில் ஓர் புனிதமான, விசேஷத் தன்மை வாய்ந்த வாழ்க்கை நடத்துகிறார். வங்காளிகள் உபசாரமாக 'குரு தேவர்' என வழங்கும் கவி தாகூர் அவர் தரிசனத்திற்குச் சென்று திரும்பி எழுதிய கட்டுரையில் மாதா காளியின் தெய்வத் தன்மை அங்கு பொலிவதாகக் குறிப்பிடுகிறார்.

மேல்நாட்டுக் கல்வி பயின்று, சாதாரண குடும்ப விவகாரங்களுக் குட்பட்டு, அதி தீவிர தேசபக்தியுடன் அரசியல் விவகாரங்களில் ஈடுபட்டு, பின்னர் இவை யாவற்றையும் உடையைக் களைந்து எறிவது போல் அறவே அப்புறப்படுத்தி ஒருவர் மாறுவதெனில், பூர்வாசிரமத்தில் அன்னாருடைய எண்ண வித்துக்கள் இருந்த நிலையை அறிவது பரம ஸ்வாரஸ்யமான விஷயம். அரசியல் விவகார விளைவால், மிகவும் அந்தரங்கமாகக் கருதப்பட்ட அவர் மனைவிக்கு எழுதிய கடிதம் பகிரங்கமாகிவிட்டது. பகவான் அரவிந்தரின் மனக் கோணத்தில் அக்காலத்தில் தோன்றிய இல்வாழ்வின் வைகறையை அதில் காணலாம்.

பாரதியாரின் நெருங்கிய நண்பரான பரலி சு. நெல்லையப்பரை தமிழருக்கு அறிமுகப்படுத்துவது அனாவசியமான காரியம். அவரது குற்றமற்ற மொழிபெயர்ப்பு, தமிழருக்கு அரவிந்தரின் பூர்வாசிரம அந்தரங்க சிந்தனைகளை தெரிந்துகொள்ள சிறந்த சாதனம்.

○

டால்ஸ்டாய் கதைகள்
மொழிபெயர்ப்பு : எம். எஸ். சுப்பிரமணியம்

மகாத்மா காந்தியைத் தெரிந்துகொண்டிருக்கும் தமிழர்களுக்கு, அவரது குரு என்று சொல்லிக்கொள்ளப்படும் டால்ஸ்டாய் பற்றி விரிவுரை நிகழ்த்த வேண்டியதில்லை என்று நினைக்கிறேன். அவர் சோவியத் காலத்திற்கு முந்திய ருஷ்ய இலக்கியத்தில் விசேஷ ஸ்தானம் பெற்றவர். ருஷ்ய வாழ்க்கையின் பிரத்தியேக அழகுகளை வருணித்துவிட்டு, பின்பு தம் முதுமைப் பருவத்து தத்துவத்தால் மாறிய லட்சியங்களுக்கு ஏற்ப உலகத்தின் பொதுத் தன்மைகளை அடிப்படையாகக்கொண்ட கதைகளை சிருஷ்டிப்பதில் முனைந்தார்.

நாகரிக சமுதாய அமைப்பு நயங்கள், கதையின் உள்ளடக்கத்தை மறைத்துவிடாதிருப்பதற்காக அவர் செய்த பரீட்சை. அதை உதவி ஆசிரியர் எம். எஸ். சுப்பிரமணியம் தமிழில் மொழிபெயர்த்திருக்கிறார். அதோடு அந்தக் கதாபாத்திரங்களை நம் நாட்டு நாராயண சாமி, குமாரசாமிகளாக்கி விட்டிருக்கிறார். இப்படிப்பட்ட முயற்சிகளுக்குப் பயந்த டால்ஸ்டாயே தப்பவில்லை என்றால் தழுவல் நண்பர்களிடம் மற்ற ஆசிரியர்கள் சிண்டு அகப்பட்டால் விடுவார்களா? மொழி பெயர்ப்பு ஆசிரியரின் நோக்கம் சிறுவர்களுக்கு பயன்படும்படியான நூல் தயாரிப்பது. அந்த நோக்கத்திற்கு வெறும் தர்ஜமாச் செய்வதினால் அதன் அழகு எந்த விதத்திலும் குறைந்து விடப் போகிறதுமில்லை; இப்படி 'ஸ்தலபேத வர்ணங்கள்' தீட்டுவதால் உயர்ந்துவிடப் போவதுமில்லை. மேலும் மொழிபெயர்ப் பாசிரியரின் ஸ்வய கற்பனை (உதாரணம் முதல் கதை 3 பகுதி) வெகுவாக நீளுவதால் கதைக் கட்டிட அமைப்பின் நயம் தொலைந்து போகிறது.

இது சிறுவர்களுக்காக எழுதப்பட்டது.

ஆஹா குழந்தைகளின் குதூகலமே குதூகலம்! அவர்கள் சிரிப்பில் ஒரு அற்புதம் தோன்றுகிறது. அவர்கள் விளையாட்டில் ஒரு தெய்வீகம் விளங்குகிறது.

குழந்தைகளிடமா இப்படி 'லெக்சர்' அடித்துக்கொண்டிருப்பது?

இது பாடபுத்தகமாக இருக்கவேண்டின் இதில் உள்ள 'குருவித் தலை, பனங்காய்'தன்மை வாய்ந்த வார்த்தைகளை களைய வேண்டும்.

○

1. ஹோமியோபதி

எம். பால், எச்.எம்.பி.

2. பயோ-கெமிஸ்ட்ரி

டாக்டர் என். கொண்டா, எம்.டி.எச்.எஸ்.

ஹோமியோபதி சிகிச்சை முறையையும், வைத்தியம் என்ற அந்தஸ் தளித்து சர்க்கார் ஏற்றுக்கொள்ள வேண்டும் என்று கிளர்ச்சி செய்யப்பட்டு வருகிறது. அது வேறு விஷயம். இந்த நிலையில் பர்மாவிலிருந்தும் மதுரையிலிருந்தும் இந்த முறையில் பழகிய இரு டாக்டர்கள் இது சம்பந்தமாக இரு புஸ்தகங்கள் வெளியிட்டிருக்கிறார்கள். தற்போதைய நிலையில் இவை இரண்டும் தமிழன் கையில் கொடுப்பதற்கு மிகவும் அபாயகரமானவை என்பது என் கருத்து. இதில் சொல்லப்படும் மருந்துகள் யாவும் ரஸாயன சாஸ்திரத்தை ஆழ்ந்து படித்து அதில் பண்பட்ட ஆசாமிகளுக்கே விளங்கும். ஒரு அணாவை உள்ளே தள்ளி பிளாட்பாரம் டிக்கட் வாங்கும் 'ஸ்லாட் யந்திரம்' அல்ல அந்த அனுபவம். ரசாயன சாஸ்திரம்

தெளிவாக அறிந்திருந்தால்தான் என்ன சேர்த்தால் என்னவாகும் என்றாவது ஒருவாறு பிடிபடும். லத்தின் கடபுடாக்களான பெயர்கள் முழங்கும் தெளிவற்ற இப்புத்தகத்தை வைத்து தமிழன் ஹோமியோபதி கற்க முயல்வது அபாயகரமான வேலை. போலீஸ் கோர்ட்டுக்கு இழுத்துக்கொண்டு விட்டாலும் விட்டுவிடும்.

○

பத்திரிகைகள்

கலைமகள் (தை இதழ்)

இத்துடன் 'கலைமக'ளுக்கு ஏழாவது வயது ஆரம்பமாகிறது. இவ்விதழில் முதன்மை ஸ்தானம் வகிப்பது, ஸ்ரீ என். சிதம்பர சுப்ரமணியன் எழுதியிருக்கும் 'சக்ரவாகம்' என்ற கதை. தமிழ் சிறுகதை வளர்ச்சியில் இதை ஓர் மைல்கல் என்றே கூற வேண்டும். மஹாமஹோபாத்யாய ஸ்வாமிநாதய்யரவர்களின் 'நினைவுச் சுடர்கள்' எப்பொழுதும் போல் ரஸமாகவும் சரளமாகவும் செல்லுகின்றதெனினும், இந்தக் கட்டுரைக்கு ஓர் தனி விசேஷம் இருக்கிறது. ஸ்ரீ அய்யரவர்கள் சமீபத்தில் சங்க இலக்கியங்களில் ஒன்றான குறுந்தொகைக்கு ஓர் புதிய பதிப்பு ஒன்று வெளியிட்டிருக்கிறார்கள். அதன் பதிப்பு கட்டிட வேலை முதலியவற்றை விஸ்தாரமாக சிலாகித்துக்கொண்டிருப்பவர்கள், சிறிது பேசாதிருந்துகொண்டு 'குறுந்தொகை' நூலையே (விக்கிரமாதித்தப் பதுமைகள் போல) கதை சொல்லும்படி விட்டால் அதன் விளைவு இக்கட்டுரை. தமிழ் சரித்திரம் ஒருபுறம் இருக்கட்டும், இலக்கியப் பிரசுரத்திற்கும் புராதன ஆராய்ச்சிக்கு வேண்டிய விசேஷப் பயிற்சி தேவையாக இருக்கும் நிலையில், அய்யரவர்களின் இக்கட்டுரை, அவர்களது சிரமப் பாதையில் ஓர் மைல்கல்.

'கும்பன்' எழுதிய சிறுகதையின் அமைப்பு நயமாக இருக்கிறது. இன்னும் குறிப்பிடத்தக்கவை எஸ். ஜி. எஸ்., ஸ்ரீ வையாபுரிப் பிள்ளையின் ஆராய்ச்சி முதலியவைதான்.

அரசியல் விஷயங்களும் இத்தனை காலம் போல் பகிஷ்கரிக்கப்படாமல் உள்ளே நுழைய அனுமதிக்கப்பட்டால், பத்திரிகையின் வருங்கால வளர்ச்சி ஒருவிதத்திலும் குறைவுபடாது.

○

நியூ ஹெல்த்

'நியூ ஹெல்த்' என்று நாகர்கோவிலிலிருந்து வெளிவரும் முப்பாஷை சுகாதாரப் பத்திரிகையின் வருஷமலர் ஒன்று வரப்பெற்றோம். அதில் ஆங்கிலம், மலையாளம், தமிழ் முதலிய மூன்று பாஷைகளிலும்

வைத்யம், தேகாரோக்யம் முதலியன பற்றி பல கட்டுரைகள் காணப்படுகின்றன. ஆயுள்வேத வைத்யத்திற்கு விசேஷ ஆதரவு கொடுக்கப்படுவது போற்றத்தக்கது.

கேரளத்தில் பிரபல வைத்யர்கள் என்று கூறப்படுபவர்களது கட்டுரை சில காணப்படுகின்றன. நாகர்கோவிலிலிருந்து வெளிவரும் பத்திரிகையில் ஸ்ரீ தேசிக விநாயகம் பிள்ளையவர்கள் பாடல் பிரசுரமாகாமல் இருக்குமா? அவர்களது பெயர் குறிப்பிடப்படா விட்டாலும், பாட்டு ஒன்று இருப்பது மகிழ்ச்சியை ஊட்டுகிறது. தமிழிலும், மலையாளத்திலும் உள்ள கட்டுரைத் தொகுதிகளைப் பெருக்குவதால் பத்திரிகைக்குப் பலன் உண்டு. அதன் சேவை பலனளிக்குமென்று கருதுகிறேன்.

தினமணி, 31.1.1938

கட்டை வண்டி

கே. ஸ்வாமிநாதன்

ஸ்ரீ ஸ்வாமிநாதன், 'கட்டை வண்டி' நமது நாடக மேடையை நையாண்டி செய்து, பார்க்கிறவர்களுக்கு சுமார் 3 மணி நேரம் சிரிப்பு மூட்ட, மேலெழுந்தவாரியான விபரீதங்களையே மேல் பூச்சாகக் கொண்டிருப்பதால் அதை மூன்று நான்கு முறை பார்ப்ப வர்களுக்கு அல்லது அதன் விஷயத்தை ஊன்றிப் படிப்பவர்களுக்கு இக்கிண்டலின் எல்லை தெரியவரும். கதையின் கட்டுக்கோப்பு யாவும் இங்கிலீஷ் நாடக மேடையில் காணப்படும் 'ஸாப்-ஸ்டப்', அதாவது பரிகசிப்புக்கிடமான சோகரசத்தைப் பிரமாதப்படுத்தும் நாடோடி நாடக ரகத்தைக் கிண்டல் செய்வது. கதையும் அங்கு ஸ்ரீமான் பொதுஜனத்தின் ஆதரவைப் பெற்ற 'சரித்திர' முலாம் பூசிய ரகத்தைக் கேலி செய்வது. அதனால்தான் இந்த நையாண்டி நாடகம் தமிழின் பரிபூர்ண பிரதிபலிப்பல்ல. ஸ்ரீ பெ. நா. அப்புஸ்வாமியய்யர் 'ஹிந்து' பத்திரிகையில் குறிப்பிட்டது போல, கொண்டோலியரை அதாவது படகுக்காரரை கட்டை வண்டி ஓட்டுபவனாக்கிவிட்டது மூலம் ஆசிரியர் நோக்கம் (தமிழ் நாடக மேடையை கிண்டல் செய்வது எனில்) பூர்த்தியடைந்து விடவில்லை. சிறு தூறலில் கிடந்த பண்ருட்டி பொம்மை மாதிரி இந்த நாடகம் இருப்பதற்குக் காரணம், வேறு ஒரு விஷயத்தைக் கேலி செய்வதற்காக தயாரிக்கப்பட்ட பிளானை வைத்துக்கொண்டு தமிழில் கட்டிடம் எழுப்பியதே. இந்த நாடகத்தின் ஹாஸ்ய பாகங்கள் என்னப்படுபவை சிரிக்க வேண்டும் என்ற கட்டாயத்திற்காக, நோயல் கவர்ட் சரக்குகள் போல் அர்த்தமற்ற கதைப்பு. சிரிக்க வேண்டும் என்ற கட்டாயம் இருந்தால் இதைவிட பரஸ்பரம் 'கிச்சுக்கிச்சு' மூட்டிக்கொள்வது சுலபமான வழி.

இதை வாசிக்க விரும்பும் நேயர்களுக்கு ஆசிரியர் கூறும் எச் சரிக்கை நடிப்பைப் பிரதானமாகக்கொண்ட எல்லா கதைகளுக்கும் பொருந்தும். அவர் எச்சரிக்கிறார்....

> ஜன நெருக்கம், சங்கீதம், வெளிச்சம், வர்ணக்காட்சி, நடிகரின் தோற்றம், குரல், நடிப்பு எல்லாம் சேர்ந்து உண்டாக்கும் மயக்கத்திலேதான் இந்த நாடகத்தை ரஸிக்க முடியும். இவை வென்னீர், பால், சர்க்கரை; இந்த நூலோ வெறும் காப்பிப் பொடி; கசக்கும்!

நான் சொல்லுகிறேன்....

இது காப்பிப் பொடி அல்ல; வெறும் சிக்கரிப் பவுடர் என்று.

○

கங்கைகொண்ட சோழன்
தி. நா. சுப்பிரமணியன்

தமிழர் சரித்திரம் சிதைந்துபோன சித்திரமாக, மங்கியும் மறைந்தும் தெரிந்தும் வரையறுக்கப்படாமல் கிடக்கிறது. கதையும் யதார்த்தமும் குழம்பிக் கிடக்கும் ஒருநிலையிலே செப்பேடுகள், சாசனங்கள், இலக்கியம் இவற்றின் வாயிலாக சரித்திரம் தெளிவுபட்டு வருகிறது. 'கலைமகள்' வாசகர்களுக்கு ஸ்ரீ தி. நா. சுப்பிரமணியத்தை அறிமுகப் படுத்துவது அனாவசியம். கங்கைகொண்ட சோழனைப் பற்றிய இந்நூல் பழமையை ரஸிப்பவர்களுக்கு மிகவும் பயன்படுவதாகும்.

○

இந்தியக் கைத்தொழில் அபிவிருத்தி
டி. எம். தெய்வசிகாமணி ஆச்சாரியார்

'இந்தியக் கைத்தொழில் அபிவிருத்தி' என்ற இச்சிறு நூல் மகத்தான ஆசைகளை உள்ளடக்கியிருக்கிறது; அத்துடன் விபரமற்ற பயனங் களையும் கொண்டதாக இருக்கிறது. மேலும் இதோடு குறிப்பிட்ட வகுப்பினரின் நலத்தையே கவனிக்கும் குறுகிய நோக்கம் கொண்ட தாகவும் இருக்கிறது. ஆசிரியரின் வீண் பயத்திற்கு ஓர் உதாரணம் :

> தாழ்ந்த வகுப்பாரின் ஆலயப் பிரவேசம் அரசாங்க ஆதரவை யும் பொது மக்களின் பிரீதியையும் பெற்றுவரும் இந்நாளில் பண்டைச் சிற்பத் தொழில் நம் நாட்டில் இனி முன்போல் பரிமளிக்கும் என்று எண்ணுவது வீணாகும்.

இந்த மனநிலை பரிதபிக்கத் தகுந்த விஷயமாகும். தேசம் செல்லும் திசையை உணர்ந்து மனதைப் பண்படுத்திக்கொள்வதுதான் புத்தி சாலித்தனம்.

ஆசிரியருக்கு குடிசைத் தொழில் மூலம் எதுதான் சாத்தியம் என்பதுகூட தெரியவில்லை. தெரிந்துகொண்டு அபிவிருத்தித் திட்டங் கள் அமைக்க முற்பட்டிருக்கலாம். காகிதத்தில் திட்டம் வகுப்பது எளிது. அதனால் பயன் ஏற்பட வேண்டும் எனில் விஷயங்களைத் தெளிவாகப் புரிந்துகொள்ள வேண்டும்.

○

குயத்தொழில் (ஆங்கிலப் பிரசுரம்)
ஆர். வி. லக்ஷ்மீரதன் (ஸீனியர்)

'பாண்டம் வனையும் தொழிலும் சுகாதாரமும்' என்ற பொருள் பற்றிய இச்சிறு நூல் தமிழில் எழுதப்பட்டிருந்தால் மிகுந்த பயனை

அளிக்கும் என்று கருதுகிறேன். குடிசைத் தொழிலைப் பற்றி தெரிந்து கொள்ளாவிட்டாலும் உலோகப் பாத்திரங்களில் எவற்றால் தேகத்திற்கு கெடுதல்கள் விளைகின்றன என்பது பலருக்குத் தெளிவாகும். இப்புத்தகத்தின் விலை குறிப்பிடப்படவில்லை.

தினமணி, 7.2.1938

இஸ்லாம் தர்மத்தின் ஸ்தானம்
தி ஹிஸ்டாரிகல் ரோல் ஆஃப் இஸ்லாம்
எம். என். ராய்

ஹிந்து - முஸ்லிம் பிரச்சினையை நேர்மையாக ஆராய்வதற்கு சாதனமான பின்னணிப் படுதாவாக இஸ்லாம் தர்மத்தைப் பற்றியும் அதன் உயர்வையும் உலக சரித்திரத்தில் அதன் ஸ்தானத்தையும் விளக்க ஓர் புஸ்தகம் எழுதுவது ஸ்ரீ எம்.என்.ராய் நோக்கம்.

ஹிந்து நாகரிகப் பண்புகளை உணர்ந்து அனுபவிக்க அதன் தற்போதைய பிரதிநிதிகளை மறந்தால்தான் இயலும்; அதைப் போல முஸ்லிம் நாகரிகத்தை இந்தியர் ரஸிக்க வேண்டுமெனில் அதன் தீவிர குரல்களான நமது மௌல்விகளையும் மௌலானாக்களையும் மறந்தால்தான் சாத்தியம்.

ஹிந்து - முஸ்லிம் பிரச்சினைக்கு அடிப்படைக் காரணம், முஸ்லிம்களது இலட்சியப் பார்வை இந்தியாவிற்கு (அப்பாற்பட்டதாக) இருப்பதே.

தாங்கள் இந்தியர் என்பது தெரியாதவர்கள் ஆங்கிலோ - இந்தியர்; நினைக்க மறுப்பவர்கள் இஸ்லாமியர்கள் பிரதிநிதிகள் அல்ல; அவர்கள் பிரதிநிதி என்று சொல்லிக்கொள்ளுபவர்கள்.

அயல்நாடுகளில் இறக்குமதி செய்வதற்காக உற்பத்தி செய்யப்படும் பண்டங்களில் ஒன்றாகக் கருதப்படும் மதங்களின் தன்மையே அது புகும் நாட்டில் பிளவை ஏற்படுத்துவது. ஏதோ சரித்திரத்தின் கால பேதத்தால் இவை இந்தியாவிற்கு சம்பவித்திருக்கிறது. இதற்குச் சரியான மாற்று, இந்திய அரசியல் சமூக வாழ்வில் மதத்திற்கு அதன் யதாஸ்தானத்தை அளிப்பதனாலேயே சாத்தியம். அதாவது மதம் ஒரு தனிப்பட்ட நபரின் ஆத்ம திருப்திக்காக ஏற்பட்டது என்பதை முஸ்லிம்களும் ஹிந்துக்களும் உணரும்படிச் செய்விக்க வேண்டுவது அவசியமாகும்.

ஸ்ரீ ராயின் புஸ்தகம் செல்லும் தோரணை, இஸ்லாம் தர்ம ஸ்தாபகரின் தாராள நோக்கத்தை, அவர்கள் இலட்சியமாகக் கொண்ட சமூக (அபேதவாத வித்துக்கள் போல் அவருக்குத் தோற்றும்) கட்டுக்கோப்பையும் உயர்வுபடுத்திச் சொல்லிக்கொண்டு போவதோடு இடையிடையே ஹிந்து தர்மத்தின் கதைகளை மட்டும் எடுத்துக்காட்டி, அவரது அபேதவாதத்திற்கும் இஸ்லாத்திற்கும் உள்ள நெருங்கிய தொடர்பை(!)க் காட்ட முயலுவதே. நபிகள் நாயகத்தின் மதக் கோட்பாடுகளைவிட அவர் எழுப்பிய சமூக

அமைப்பே பூர்வ (அதாவது அராபிய) இஸ்லாமியருக்கு பிரனீஸ் மலைத்தொடர் முதல் ஆக்ஸஸ் நதிவரை விரிந்துகிடந்த சாம் ராஜ்யத்தை எழுப்ப சாதகமாக இருந்தது என்று கூறுகிறார். சாம் ராஜ்ய ஸ்தாபகத்திற்கு அது மட்டும் போதாது.

கிப்பன் முதலிய மேல்நாட்டுச் சரித்திரப் பேராசிரியர்கள் பலர் அக்காலத்திலிருந்த கிறிஸ்துவ ராஜ்யங்களைவிட இஸ்லாமியர் கண்ட ஆட்சிமுறை விரிந்த தாராள நோக்கமுடையது என்று ஒரேவிதமான அபிப்பிராயங்கள் கூறியிருக்கின்றனர். எனினும் ஸ்ரீ ராய் வற்புறுத்த விரும்புவது போல் அவர்கள் சாம்ராஜ்யம் பரந்து வளர்வுற்றதற்குக் காரணம் பல்வேறு இடங்களிலுள்ள பொது மக்கள் இஸ்லாம் தர்மத்தைக் கண்டு அபார காதல் கொண்டு அதை எதிர்கொண்டு அழைத்ததால் அல்ல. அவர்களது சாம்ராஜ்யம் இரத்தக்கறை பட்டுத்தான் வளர்ந்தது.

கிரேக்கர்கள் ஏற்றிய அறிவுத் தீபத்தை அணையாமல் காத்தவர்கள் அராபியர்கள்; அவர்களது மதம் ஒன்றுதான் பரமார்த்திக நோக்கத்தை தாங்கியிருந்ததுடன் வர்த்தகத்தையும் உழைப்பையும் சமூக சமத்துவத்தையும் வற்புறுத்திய விசேஷத் தன்மை கொண்ட ஒரு தர்மமாகும் என்று ஸ்ரீ ராய் விஸ்தரிக்கிறார். ரோமாபுரியில் சிங்காதனம் காலியான சந்தர்ப்பத்தை உபயோகித்து கிறிஸ்துவ மதப் பூசாரிகள் மனிதனின் மனதையும் உடலையும் மோட்ச லோகத்தில் சிறையிட்டு அறிவு வளர்ச்சிக்குச் சாவுமணி அடித்ததைப் பார்க்கும் மேல்நாட்டுச் சரித்திராசிரியர்கள் தங்கள் மறுமலர்ச் சிக்கு உபகரணங்களாக, அறிவுச் சுடரை ஏந்திப் பிடித்து வற்றாது எண்ணை வார்த்துவந்த பண்டை நாகரிகத்தை தாராள நோக்கத் துடன் மதிப்பிடுவது இயற்கை.

இஸ்லாம் தர்மத்தின் விசேஷத் தன்மை அதிலும் அல்ல; உழைப் பையும் சமூக சமத்துவத்தையும் வற்புறுத்தியதிலும் அல்ல; முஹம்மது நபி, நாடோடியாகத் திரிந்த, ஏற்றத்தாழ்வு விசேஷமாக இல்லாத ஒரு ஜாதியாரிடை தமது தர்மத்தை உபதேசித்தார். சமத்துவம் அவர் களிடை ஏற்கெனவேயிருந்தது. அவர் அதை குலைக்கவில்லை. உழைப்பை வற்புறுத்தியதற்கு பெடூன் ஜாதியினர் உழைப்பை விட வழிப்பறியில் அபார மோகம்கொண்டிருந்ததே காரணம். இஸ்லாம் தர்மம் அக்காலத்தில் அரேபியாவில் பேய்க் கூட்டமாக அலைந்து திரிந்தவர்களை மனிதர்களாக்கியது. அந்த உத்சாகத்தில் அவர்கள் வீரர்களாகப் பரிணமித்து ஒரு சாம்ராஜ்யத்தை ஸ்தாபித் தனர். இதில் ஒன்றும் அதிசயமில்லை. இவர்கள் வர்த்தகத்தை வளர்த்த விசித்திரந்தான், அலக்ஸாந்திரியா துறைமுகம் இவர்கள் கைக்குக் கிட்டிய பின் ஐரோப்பிய வர்த்தகர்கள், கீழைப் பிரதேசங் களில் தமக்கிருந்த வியாபார சம்பந்தங்களை தடைபடாமல் நடத்த வேறு மார்க்கங்களைத் தேடும்படி தூண்டியது போலும்!

ஸ்ரீ எம். என். ராய் பொதுவுடைமைவாதி. அதிலும் தீவிர நாஸ்திகர் — அதாவது மேல்நாட்டு மோஸ்தர் நாஸ்திகத்தில்

உயர்வைக் கண்டவர். நம் சித்தாந்தக் கட்டுக்கோப்பில் நாஸ்திகத்திற்கும் ஸ்தானம் உண்டு; நமது தர்மம் அதைக் கண்டு அஞ்சி ஓடவில்லை என்பது தெரியாதவர். இஸ்லாமிய சமுதாயத்தில் காணப்படும் தமக்குச் சௌகரியமான சில அம்சங்களை வைத்துக்கொண்டு அதற்காக ஹிந்துக்கள் அம்மதத்தவரை வெறுத்துத் தள்ளுவது பெருந்தவறாகும் என்று ஹிந்துக்களிடம் பரிந்துகொண்டு வருகிறார். அனாவசியமான கனவுகள் வியர்த்தமான விளைவுகளை புகுத்தி சிக்கலைப் பெருக்கிக்கொண்டுதான் போகும். ஸ்ரீ ராயின் முயற்சியும் அப்படிப்பட்டதொன்று. முஸ்லிம்கள், தாங்கள் இந்தியாவிலுள்ளவர்களுடன் இரத்த சம்பந்தமுள்ளவர்கள், புராதன காலத்தில் மதத்திற்கு இருந்த சர்வாதிகாரம் தற்போது அனாவசியம் என்பதை உணர்ந்து கொண்டால், இனி நாம் அமைக்கவிருக்கும் கட்டுப்பாடான ஆட்சி முறையில் நியாயமும் நேர்மையும் அவர்களுக்கு கிடைக்காது போய் விடாது; ஸ்ரீ ராயின் இப்படிப்பட்ட பிரசாரமும் அனாவசியம்.

○

தமிழ் நேசன் (விசேஷ மலர் 1937)

மலாய் நாட்டு தமிழ் தினசரியான 'தமிழ் நேச'னின் 1937ஆம் வருஷ விசேஷ மலரின் பிரதி ஒன்று கிடைக்கப் பெற்றோம். வருஷ மலர்களுக்கென்ற பிரத்யேக உரிமை கொண்டாடும் சில பத்திரிகை அம்சங்களான வாழ்த்துச் செய்திகள், ஆசிச் செய்திகள், கவிதை, கட்டுரை, கதை, கலை, சினிமா, நாட்டியம் — யாவும் இதில் இடம் பெற்றிருக்கின்றன.

ஸ்ரீ சுத்தானந்த பாரதியார் மலர் என்று கூறத்தக்க இப்பிரசுரத்தால் மலாய் நாட்டு அன்பர்கள் தமிழ் ஆர்வம் விளங்குகிறது. பதிப்பில் சிறிது கவனம் செலுத்தியிருந்தால் நலம். சமீபத்தில் இதன் ஆசிரியர் காலமானது வருந்தத்தக்க விஷயம்.

○

தமிழ் - இங்கிலீஷ் காலண்டர்

வி. ராமசாமி அய்யர்

பலமுறையில் மிகவும் உபயோகமாகத்தக்க, 'கம்பாரட்டிவ்' காலண்டர் என்ற தமிழ்-இங்கிலீஷ் காலண்டர் ஒன்று வரப்பெற்றோம். கி.பி. 1869 முதல் 2000 வரை அதற்குச் சரியான தமிழ் தேதிகள் இதில் அளிக்கப்பட்டிருக்கின்றன. ஜோதிஷம் முதலிய நுணுக்க கணித சாஸ்திரங்களுக்கும் பயனாகும் இந்நூலில் பிழை திருத்தமும் இடம் பெற்றிருப்பது வருந்தற்குரிய விஷயமாகும்.

தேதிகள் தவிர வட்டி விகிதங்கள், ஸிவில் பிரோஸிஜர் கோட் ஷரத்துகள் முதலியன இதில் இடம்பெற்றிருக்கின்றன. ஆசிரியரின் முயற்சியைப் பாராட்ட வேண்டும்.

தினமணி, 14.2.1938

அல்லயன்ஸ்: சுபாஷ் போஸ்
டி. எஸ். சொக்கலிங்கம்

நாளாவிருத்தி அரசியல் விவகாரங்களைப் படித்து ரசிப்பவர்களுக்கு இவ்வருஷ ராஷ்ட்ரபதியைப் பற்றி சில முக்கியமான குறிப்புகளை விவரிக்கும் இச்சிறு நூல் பெரிதும் பயன்படும் என்று நினைக்கிறேன். அரசியல் துறையில் அவரது சேவைக் குறிப்புகளடங்கிய இந்நூல் அவரை அளந்து அறிந்துகொள்வதற்கு ஏற்ற சாதனமாகும்.

○

லோகசக்தி: சுபாஷ் போஸ்
கே. ராமநாதன்

ஆசிரியர் ஸ்ரீ திரு. வி. கலியாணசுந்தர முதலியாரவர்களின் அணிந் துரையுடன் கூடிய இச்சிறுநூல், சிறிது நெரடான நடையில் ராஷ்டிர பதியைப் பற்றி விவரிக்கிறது.

○

பண்டித ஜவாஹர்லால் நேரு
கே. ஜி. ராஜு

பண்டித நேருவின் வாழ்க்கைச் சுருக்கத்தை எழுதப் புகுந்த இவ் வன்பர் சாதாரணமாக பழக்கத்தில் வந்துவிட்ட விதேசிப் பதங்களை அப்படியே உபயோகிக்க முயன்றிருந்தால், அவர் தற்போது செய்தி ருக்கிறபடி இதன் மூலமாகவே தமக்கு இங்கிலீஷ் தெரியாது என்பதை யும் நிரூபித்துக்கொண்டிருக்க வேண்டியிராது.

○

தேசபந்து சித்தரஞ்சன் தாஸ்
ஆர். சேதுராம்

தேசபந்து ஸி. ஆர். தாஸ் வாழ்க்கையைப் பற்றி சுருக்கமாக விவ ரிப்பது இந்த நூலின் நோக்கம்.

○

சர்மா காலெண்டர் 1938

சினிமாத் துறையில் ஆர்ட் டைரக்டராக உழைத்துவரும் சைத்திரிகர் ஸ்ரீ கே. ஆர். சர்மாவின் சித்திரக் காலண்டர் ஒன்று வரப்பெற்றோம். கந்தன் வள்ளி தினைப்புனக் காதல் காட்சியைச் சித்திரிக்கும் இக் காலண்டர் ஆசிரியரின் கைத்திறமைக்கு சிறந்த உதாரணமாக இருக்கிறது.

தினமணி, 21.2.1938

கடன் நிவாரண நூல்கள்

1. இந்திய விவசாயிகளின் கடன்
2. கடன் நிவாரணச் சட்டமும், அதைப் பற்றிய முழு விவரங்களும்
3. அயல் நாடுகளில் கடன் ஒழிப்பு

இம்மூன்று புத்தகங்களையும், சென்னை பச்சையப்பன் கல்லூரி பொருளாதார உதவிப் பேராசிரியர் ஸ்ரீ அ. முத்தையா, எம். ஏ. எழுதியிருக்கிறார்.

ஸ்ரீ முத்தையா எழுதிய முதல் புத்தகத்தைப் பற்றி முன்பே எழுதியிருக்கிறோம். முதல் பதிப்பு செலவாகி இரண்டாம் பதிப்பு வெளி வந்திருப்பதைக் கண்டு சந்தோஷிக்கிறோம். இந்த இரண்டாவது பதிப்பில் பல புதிய விஷயங்களை சேர்த்திருக்கிறார். ஸ்ரீ முத்தையாவின் இரண்டாவது புத்தகம் புதிதாய் எழுதப்பட்டது. இதில் விவசாயிகளின் கடனை குறைக்க வேண்டிய அவசியத்தைப் பற்றி அவர் விளக்கிவிட்டு, பல பொருளாதாரக் கொள்கைகளை எடுத்துக் காட்டுகிறார். இதிலும் புள்ளி விவரங்கள் ஏராளமாய் சேர்க்கப் பட்டிருக்கின்றன. சென்னை சர்க்கார் இயற்றிய கடன் நிவாரணச் சட்டம், தமிழிலும் ஆங்கிலத்திலும் இதில் காணப்படுவது பலருக்கு உபயோகமாயிருக்கும். மூன்றாவது புத்தகத்தில் உலகிலுள்ள மற்ற நாடுகளில் கடன் நிவாரணத்திற்காக எம்மாதிரி வேலை செய்திருக்கிறார்கள் என்பதை ஆசிரியர் எழுதியிருக்கிறார். ஆசிரியரின் தமிழ் நடை எல்லாருக்கும் புரியக்கூடிய நடை. ஆங்கிலமறியாத தமிழர்களுக்கு கடன் நிவாரண பிரச்னை விஷயமாக அறிவுச் சுடர் ஏற்படுவதற்காக ஆசிரியர் எழுதியிருக்கிறார். அவர் முயற்சியை பாராட்டுகிறோம். இம்மூன்று புத்தகங்களையும் நன்றாய் படித்து விட்டால் கடன் நிவாரண விஷயத்தில் பெரிய அறிவாளியாய் விடலாம். புத்தகங்கள் நல்ல காகிதத்தில் அழகாய் அச்சிடப்பட்டிருக் கின்றன. வர்ணப் படங்களுடன்கூடிய அட்டை கண்ணை கவரத் தக்கதாயிருக்கிறது.

கடன்காரர்களுக்கு பாதுகாப்பும் நிவாரணமும்

கே. வி. ராமசுப்பிரமணியம்

இப்புத்தகம் ஆங்கிலத்தில் எழுதப்பட்டது. முன்னுரையில் கடன் நிவாரண சட்டங்களைப் பற்றி ஆசிரியர் விளக்கம் செய்திருக்கிறார். பின்னால், அநியாய வட்டி சட்டம், சென்னை கடன்காரர் பாது காப்புச் சட்டம், கடன் சமரஸ சட்டம் ஆகியவைகளை பிரசுரித்து, அங்கங்கே அவசியமான வியாக்கியானங்களும் உதாரணமாக வழக்குகளும் சேர்க்கப்பட்டிருக்கின்றன. இவற்றைத் தவிர, இந்த பிரச்னையை படிப்பவர்களுக்கு உபயோகமாயிருக்கும்படியாக பிரிட்டிஷ் லேவா தேவிக்காரர் சட்டம், பிரிட்டிஷ் அடகு கடன் கொடுப்போர் சட்டம், சென்னை விவசாயிகள் கடன் சட்டம், வங்காள கடன் சட்டம், மத்திய மாகாண கடன் சமரஸ சட்டம், மத்திய மாகாண லேவாதேவிக்காரர் சட்டம், ஸி. பி. ஸி. யில் சம்பந்தப்பட்ட பிரிவுகள், இன்ஸால்வென்ஸி சட்டங்கள், வட்டி சம்பந்தமாக செய்துள்ள பல சட்டங்கள் ஆகியவைகளும் சேர்க்கப் பட்டிருக்கின்றன. உதாரண வழக்குகளையோ சட்டங்களையோ எந்தப் பக்கத்திலிருக்கிறதென்பதைக் கண்டுபிடிக்க உபயோகமுள்ள அட்டவணையும் தொகுக்கப்பட்டிருக்கிறது. இப்புத்தகம் வக்கீல் களுக்கு மட்டுமல்ல, பொது ஜன வேலையில் ஈடுபட்டிருக்கும் ஒவ்வொருவருக்கும் மிகவும் உபயோகமாயிருக்கும்.

○

ராஜலெக்ஷ்மி அல்லது சுதேசி ராணி

ஆர். வி. சுப்பிரமணியன்

சுதேசித் துணி, சுதேசி பவுண்டன் பேனா, இத்யாதி இந்திய மறுமலர்ச்சியின் உதாரணங்களாக இருக்கலாம்; நல்ல, கலப்பட மில்லாத 'சுதேசி' ராணிகளும் இவ்வாறு தயாரிக்கப்படுகிறார்கள் என்பது பாராட்டுக்குரிய விஷயமல்ல. ஆசிரியர் சுதேசி சமஸ்தான சட்டசபையில் சுதேசித் தொண்டு புரிந்திருக்கலாம். அதை வியாஜ மாக வைத்துக்கொண்டு சினிமா முதலாளிகளை, ஸ்ரீ பாபனாசம் சிவன் உட்பட, துன்பப்படுத்துவது சரியல்ல. ஆசிரியர் கதை எழுத ஆரம்பிக்குமுன் ஒரு குறிப்பிட்ட பெண்ணை எவனாவது ஒருவன் கலியாணம் செய்துகொள்ள விரும்புகிறான் என்றால் அந்தப் பெண்ணை அவன் பார்க்காமல் அந்த முடிவுக்கு வந்திருக்க மாட் டான் என்பதைத் தெரிந்துகொள்ள வேண்டும். விலை இரண்டணா வானாலும் ஆசிரியரின் 'நன்முயற்சியைக் கண்டு' சிறிது விலகியே யிருக்க வேண்டியிருக்கிறது.

தினமணி, 14.3.1938

மைக்கேல் காலின்ஸ்
ப. ராமசாமி

ஆறாவது ஜார்ஜ் சிம்மாசனம் ஏறியபொழுது 'கிரேட் பிரிட்டனுக்கும் வடக்கு அயர்லாந்திற்கும் டொமினியன்களுக்கும்' மன்னன் என்று பிரகடனம் செய்யப்பட்டது. பதப்பிரயோகம் 'வடக்கு அயர்லாந்திற்கு' என்று மாறியதின் சரித்திரந்தான் ஐரிஷ் சுதந்திர இயக்கத்தின் சரித்திரத்தின் பெரும் பகுதி; ஐரிஷ் போராட்டம் இன்னும் முடிவடைந்துவிடவில்லை.

லண்டனில் டி'வாலராவும் சேம்பர்லினும் என்ன பேசிக்கொண்டிருக்கிறார்கள் என்பதைப் புரிந்துகொள்வதற்கு ஸ்ரீ ப. ராமசாமி அவர்களின் 'மைக்கேல் காலின்ஸ்' ஓரளவு உபயோகமாக இருக்கும். மைக்கேல் காலின்ஸ், அயர்லாந்துக்காக பிரிட்டிஷ் ஏகாதிபத்தியத்துடன் போராடி உயிர்விட்டவன். சாதாரணமாக, மேடைப் பிரசங்கிகளாலும் மேலெழுந்தவாரியாக கதை பண்ணும் சரித்திராசிரியர்களாலும் நைந்து, அர்த்தமற்றுப்போன 'மகத்தான தியாகி' என்ற வார்த்தையில் இன்னும் பொருள் ஏதாவது ஒட்டிக்கொண்டிருந்தால் மைக்கேல் காலின்ஸ் ஜீவிய சரித்திரத்திற்குப் பொருந்தும்.

ஆசிரியரின் நோக்கம் தமிழ் மட்டிலும் எழுத வாசிக்கப் பழக்கமுள்ளவர்களுக்கு அயல் நாட்டு சுதந்திர வீரர்கள் சரித்திரத்தை எடுத்துச் சொல்லுவதே. 'தமிழ் மட்டிலும் படித்தவர்கள்' என்று ஆசிரியர் குறிப்பிடும் பகுதியினரின் விஷய ஞானப் பரிச்சயத்திற்கு தேவையான அளவு சுற்றுப்புற ஜோடனை போதாது என்பது என் கருத்து. ஆசிரியர் இரண்டொரு பாராக்களில் 'டிஸ்மிஸ்' செய்துவிட்டுச் செல்லும் 'பூர்வ கதை' இன்னும் சிறிது சவிஸ்தாரமாகக் கூறப்பட்டால்தான் 'தமிழ் மட்டும்' தெரிந்தவன் புரிந்துகொள்ள முடியும்.

பிரிட்டிஷ் ஏகாதிபத்தியத்திற்கு 'பஞ்ச்' பத்திரிகை பிறக்கு முன்பே சிரிப்புமூட்ட இருந்துவரும் கோமாளி ஐரிஷ்காரன். அதாவது [ஐரிஷ்] காரன் என்றால் பிரிட்டிஷ் திமிருக்கு அவ்வளவு 'எளப்பம்'. அதை ஷேக்ஸ்பியர் நாடகத்திலேயே பார்க்கலாம்.

அயர்லாந்தின் சரித்திரமே துன்பக் கதை; ஏறக்குறைய ஓராயிர வருஷம் அன்னியனைச் சுமந்துவந்த 'பாக்கியம்' அதற்குண்டு. பிரிட்டன் அதைத் தன் கொல்லைப்புறமாக மதித்து கத்திரித் தோட்டம் இடுவதில் தனக்கிருக்கும் உரிமையை தன் ஆயுத பலத்தால் ஸ்தாபித்து 'ஐரிஷ் குமுறல்' வெளிவிடாமல் அமுக்கிவிடலாம் என்று இருந்தது. 'கொல்லைப்புறவாசிக'ளின் விடாப்பிடியான தெம்பு 'ஐரிஷ் சுதந்திர நாடுகளை' ஸ்தாபித்தது.

அயர்லாந்து பல அம்சங்களிலும் தனி நாடு. பிரிட்டனுக்கும் அதற்கும் தொடர்பு கற்பிக்க முடியாது. பாஷை தனி; பின்பற்றும் சமயமும் தனி; நடை நொடி பாவனைகளும் தனி. பிரான்ஸிற்கும் பிரிட்டனுக்கும் நாகரிக அம்சங்களில் எவ்வளவு ஒற்றுமையிருக் கிறதோ அதைவிட குறைந்த அளவிலேயே அயர்லாந்திற்கும் அதற்கும் இருக்கிறது. ஸ்காட்லாந்தும் அப்படித்தானே, அதுமட்டும் பிரிட்டிஷ் சம்பந்தத்தில் வெறுப்பு ஏற்படவில்லையா என்று கேட்கலாம். வெறுப்பு இருக்கத்தான் செய்கிறது. அது குறைந்த அளவில்தான் இருக்கிறது. காரணம், பிரிட்டிஷ் ராஜகுடும்பத்தின் 'பிரெஞ்சு' சம்பந்தத்தால் வெஸ்ட்மினிஸ்டரில் முடிசூடிக்கொண்ட வாரிசுகள் இங்கிலீஷ் அரசியல் கோபதாபங்களுக்கு தலைகளைப் பறிகொடுத் திருக்கின்றனர். இம்மாதிரியான இரத்த சம்பந்தத்தால்(!) பிணிக்கப் பட்ட ஸ்காட்லாந்தின் கதை வேறு.

சென்ற நூற்றாண்டில் ஓ'கானல் முதலியவர்கள் அயர்லாந்திற்காக பார்லிமெண்டில் சண்டை போட்டார்கள். அப்புறம் மாக்ஸ்வினி முதலியவர்கள் உண்ணாவிரதம் இருந்து உயிரிழந்தனர்.

அதற்கப்புறம் ஸீன்பின் இயக்கம் தோன்றியது. டி'வாலரா, காஸ்கிரேவ் ஜேம்ஸ், கானலி ரெட்மனட் முதலிய பெயர்கள் ஐரிஷ் சுதந்திர நாதத்துடன் சேர்ந்து தொனிக்க ஆரம்பித்தது. ஜெர்மன் சண்டை வந்தது. ஐரிஷ் போர் தீவிரமாகத் துணை செய்தது. முடிவில் பிரிட்டன் அயர்லாந்துடன் உடன்படிக்கை செய்துகொண்டது. அதன் விளைவாகப் பிறந்த ஐரிஷ் குடியரசு இன்று பிரிட்டனுக்கு நிபந்தனைகள் போட்டுப் பேசும் தெம்பு பெற்றுவிட்டது.

இந்தப் பகைப்புலத்தில் ஐரிஷ் இலட்சியத்தைக் கெடுபிடியாக செலுத்திச் சென்ற படைவீரர்களுள் குறைந்த வயதுள்ளவன் மைக் கேல் காலின்ஸ்; அவனது வாழ்க்கையும் இறுதியும் 'திடுக்கிடும் சம்பவங்களையே' பிரதான ருசியாகக் கொண்டும் புஸ்தகம் வாசிக்க முயலும் 'அன்பர்கள்' முதல் விஷய அறிவு விருத்திக்கு அந்தரங்க சுத்தியுடன் தேடிச் செல்லும் அறிவுத் தேட்டமுள்ளவர்கள்வரை யாவருக்கும் ரஸமாக இருக்கும்.

ஸ்ரீ ப. ரா.வின் 'மைக்கேல் காலின்ஸ்' ஐரிஷ் பிரச்னையை தெரிந்து கொள்ள முயலுகிறவர்களுக்கு ஓர் முன்வாயில் பூஞ்சோலை.

தினமணி, 21 .3.1938

திருமுருகாற்றுப்படை

உரை: ந. சே. ராமச்சந்திரய்யர்

திருமுருகாற்றுப்படையைப் பற்றி தமிழருக்கு அறிமுகப்படுத்தல் அனாவசியம். தமிழர்களின் 'முருக-பாசத்தால்' உயர்ந்த இலக்கியம் என்ற ஸ்தானத்தை பெற்ற இந்த நூலுக்கு உரையாசிரியர் வியாக் கியானம் இருப்பினும், பக்திப் பரவசத்தால் ஏற்படும் புதுவுரைகளில் இதுவும் ஒன்று.

'திருமுருகாற்றுப்படையை எவர் பாராயணம் செய்யினும், அவர் வியாதி, கவலை, வறுமை, மகப்பேறின்மை முதலிய துன்பம் நீங்கி வேண்டிய வேண்டியாங்கு எய்துவர் என்பது அத்தொண்டர்களது துணிந்த கொள்கையும் அனுபவமும் ஆகும்' என்று ஸ்ரீ ராமச்சந்திரய் யர் கூறுகிறார். பக்தி எல்லையை இவ்வளவு குறுகலாக வைத்துக் கொள்ள வேண்டாம் என்பதை தெய்வ கட்சியைச் சார்ந்தவர்கள்கூட ஒப்புக்கொள்ளுவார்கள். தெய்வ பக்தி, பிள்ளை பெறுவதற்கு உபயோகப்படும் சிட்டுக்குருவி லேகியம் அல்ல. ஸ்ரீ அய்யர் தமது முன்னுரைக் குறிப்பில், ரமண மகரிஷியின் பார்வையில் இவ்வுரை சமர்ப்பிக்கப்பட்டதாகக் கூறுகிறார். எக்காரணத்தைக் கொண்டும் ஆசிரியர்கள் தமது முன்னுரைப் பகுதிகளை பிற பாஷைகளில் முக்கியமாக இங்கிலீஷில் எழுதவேண்டிய அவசியமே கிடையாது.

❍

இராஜாஜி சரிதம்

நாரண. துரைக்கண்ணன்

ஸ்ரீயுத சக்ரவர்த்தி ராஜகோபாலாச்சாரியார் இவ்வாசிரியரை மன்னிப்பார் என்று நம்புகிறோம். பக்தி பரவசத்தால் ஏற்பட்ட விபரீதம். புத்தகத்தை எழுதி முடித்ததும், யாரைப் பற்றி எழுதினாரோ, அவர் அருகிலேயே இருக்கிறார், அவர் பார்வைக்குச் சமர்ப்பித் திருக்கலாம். அவர் அப்படிச் செய்யவில்லையென்பது இது வெளி வந்திருப்பதிலேயே நிச்சயம். இன்னும் சிறப்புரை அணிந்துரை எழுதிக்கொடுக்க முன்வரும் பெரியவர்களுக்கு ஒரு எச்சரிக்கை. புஸ்தகத்தைப் படித்துவிட்டு அபிப்பிராயம் எழுதுவது நலம். அப்படிச் செய்ததாகக் கூறிக்கொள்வது தங்களையே அளந்து கொள்வதாகும்.

❍

காதலின் வெற்றி
ம. கி. திருவேங்கிடம்

இது நாவலல்ல; பள்ளிக்கூட மாணவன் 'காம்போஸிஷன்'.

○

சென்னை விவசாயிகள் கடன் நிவாரணச் சட்டம்
வக்கீல் கே. அனந்தாச்சாரி

1938 சென்னை விவசாயிகள் கடன் நிவாரணச் சட்டத்தை விளக்குவது ஆசிரியரின் நோக்கம். புஸ்தகத்தை இவ்வளவு மோசமான கடுதாசியில் பிரசுரித்து ஆறு அணா வரி விதிக்க வேண்டாம்.

○

கிராமச் சீர்திருத்தம்
முத்தையா

கிராமச் சீர்திருத்தத்தில் உருப்படியான ஆலோசனை சொல்ல வேண்டும் என்றால் வெள்ளைக்காரக் கண்களை வைத்துக்கொண்டு வெறும் புகைப்படங்களின் மூலம் கிராமத்தைப் பார்ப்பது மட்டிலும் போதாது. கிராமத் தொடர்பிருந்தால்தான் சாத்தியம். தமிழ் புஸ்தகங்களின் முகப்பை எவ்வளவு அழகாகத்தான் இருந்தாலும், இங்கிலீஷில் அச்சிடுவது, வெறுக்கத்தக்க கோரம்.

○

இந்திராணி
எம். எடி. என். சிவன், டி. வேலன்

இதர நாடக பாத்திரங்கள் போல கதாநாயகனையும் நாயகியையும் மனிதர்கள் போல் சம்பாஷிக்கவிட்டிருந்தால் நன்றாக இருந்திருக்கும்; மற்ற பாத்திரங்களிடம் காணப்படும் பேச்சுத்திடம் அவர்களிடம் இல்லை. அதற்குக் காரணம் கதாநாயகர் தலைவர் முதலியோர் சம்ஸ்கிருதத்திலும் மற்றவர்கள் பிராகிருதத்திலும் பேச வேண்டும் என்ற நாடக விதி தமிழில் அனுசரிக்கப்பட்டு வருவதே. நாடகத்தின் முக்கிய பாத்திரங்களுக்கும் நம் போன்ற மனிதர்களாகவே பேச விட வேண்டும். அதில்தான் அழகுண்டு.

○

காதலா? கடமையா?

சித்தி ஜுனைதா பீகம்

முஸ்லிம் ஸ்திரிகளும் எழுத முன்வருவதை வரவேற்கிறோம். நடை நெரடாக இருக்கிறது; தளர்த்துவது அவசியம். கதை ஆன்டனி ஹோப் எழுதிய 'ஜென்டாக் கைதி', 'ஹென்ட்ஜா ரூப்பட்' என்பவர்களின் சுருக்கமான தழுவல் என்பதை ஒப்புக்கொண்டிருக்கலாம்.

○

ஜனாப் முகமதலி ஜின்னா

எல். எம். ஜி.

மிகவும் தாராளமாக வியாக்கியானம் செய்துபார்த்தாலும் முகமதலி ஜின்னாவின் ஜீவிய சரிதம் என்று இந்தப் புஸ்தகத்தை கூற இயலாது. அவர் பெயரை வியாஜமாக வைத்து தொகுக்கப்பட்ட முஸ்லிம் லீக் கொள்கை பற்றிய பத்திரிகை துணுக்குகள்.

தினமணி, 2.5.1938

தமிழில் சாத்தியமா?

1. தமிழில் முடியுமா?

சக்கரவர்த்தி ராஜகோபாலாச்சாரியார்

2. உடலுறுதி

சுத்தானந்த பாரதியார்

3. எல்லோரும் ஓர் குலம்

ப. ராமசாமி

தமிழின் புது வளர்ச்சிக்கு இம்மூன்றும் நல்ல அறிகுறி என்னலாம். மூன்று புஸ்தகங்களும் மூன்று துறைகளில் தமிழை 'வளைந்து' கொடுக்கும்படி செய்விக்க ஓர் முயற்சி. தராதரத்தை அளவிட்டால் வெற்றி ஸ்ரீ சுத்தானந்த பாரதியாருக்கே. உடல் நூல் எழுதுவதற்கு தமிழில் ஓரளவு பதங்கள் இருக்கிறது என்பது வைத்தியமோ, அதைவிட நிச்சயமான ஹடயோக சாஸ்திரமோ, இவற்றில் நேரடியான அனுபவம் உள்ளவர்களுக்கே தெரியும். ஸ்ரீ பாரதியார் தமது முழு அனுபவத்தையும் நன்றாக உபயோகித்திருக்கிறார் என்றே எண்ணுகிறேன். ஏனென்றால் எனக்கு ஹடயோக சாதனம் இல்லை. வெறும் உடல் கூறுகளை மட்டிலும் விஸ்தரிக்கும் பகுதி மட்டிலும் தெளிவாக இருக்கிறது. உடம்புக்குள் என்ன இருக்கிறது என்பதை தெரிந்துகொள்ள விரும்புகிறவர்களுக்கு இது மிகவும் பயன்படும். ஒவ்வொரு தமிழனும் இதை வாசிக்க வேண்டும் என்பது என் ஆசை.

பிரதம மந்திரியின் 'பொருள் நூல்' தமிழிலேயே எழுத வேண்டும் என்ற உறுதியின்பேரில் எழுதப்பட்டது போலும்! அதனால் ஏற்படும் 'இடர்பாடுகள்' ஒருபுறம் இருக்க, சோதனைக் கூடத்தில் குருமுகமாகக் கற்க வசதியளிப்பதற்காக இது பாட புத்தகமாகத் தயாரிக்கப்பட்டிருக்கிறது. எவ்வளவு கடினமான விஷயங்களையும் இலகுவில் விளக்குவதற்கு ஆசிரியருக்கு இருக்கும் திறமையை அறிந்தவர்களுக்கு இப்புத்தகம் ஏமாற்றத்தை அளிப்பது போலத் தோன்றும். இது யாருக்காக எழுதப்பட்டது, எந்த நிலையில் இதை கற்க வேண்டும் (வாசிப்பதல்ல) என்பதை நினைவுபடுத்திக்கொண்டால் புத்தகம் எழுதப்பட்டிருக்கும் ரீதி புலப்படும்.

நிற்க, ஏற்ற பதங்கள் கண்டுபிடிப்பது சம்பந்தமாக ஒரு வார்த்தை. மேல் நாடுகளில் எல்லாம் 'பரிபாஷை'ப் பதங்கள் யாவும் எல்லா பாஷைகளிலும் ஒன்றே; அவை ஒரு பாஷையிலிருந்து எடுக்கப்பட்ட

வையாகும். அவர்கள் பொதுவாக லத்தீன் பாஷையையோ அல்லது அதன் பகுதியடியாகப் பிறந்த திரிபு அல்லது திசைச் சொற்களையோ உபயோகிக்கின்றனர். அதேமாதிரி இங்கும் அகில இந்திய பாஷையின் தொடர்பு பெற்ற பதப் பிரயோகமாக இருந்தால்தான் குறிப்பிட்ட சாஸ்திரம் வளர்வதற்கு மார்க்கம் உண்டு. வெறும் தனித் தமிழில் தொங்க முயலுகிறவர்களுக்கு காளமேகத்தின் பாட்டையும் பேபல் கோபுரம் பற்றிய விவிலிய நூல் கதையையும் ஞாபகப்படுத்த விரும்புகிறேன். இன்னும் பிரசுரகர்த்தர்களுக்கு ஒரு வார்த்தை. புஸ்தகத்தை இப்படி பெரிய எழுத்து 'கொட்டி எஞ்சொவடி' மாதிரி பிரசுரித்திருக்க வேண்டாம். பிரசுர அமைப்பு, முக்கியமாக படங்கள், விகாரமாக இருக்கின்றன. அவசியமானால் புஸ்தகத்தின் விலையை உயர்த்தி, படங்கள் கணக்குப் பிசகாமல் இருக்கும்படி பதிப்பித்தல் நலம். இது பாட புஸ்தகம், நாவல் அல்ல. அதனால் விலை சிறிது உயர்வதால் குற்றமில்லை.

அரசியல் துறையில் வார்த்தைகளுக்குப் பஞ்சமில்லை; ஆனால் நிர்ணயமாக அர்த்தம் வகுக்கப்பட்ட வார்த்தைகள் கிடையாது என்பது தொழிலில் பழகுகிறவர்களுக்குத் தெரியும். தெளிவுக்காக அர்த்த நுணுக்கத்தை தற்சமயம் கைவிட்டுத்தான் செல்ல வேண்டி யிருக்கிறது. இருந்தாலும் அடிப்படையில் தெளிவு அவசியம் என்பது யாவரும் ஒப்புக்கொள்ள வேண்டியதுதான். நிற்க. ஆசிரியர், அபேத வாதத்திற்கு இடும் புகழ் மாலைகள், அதுதான் வேண்டாம் என்று நிராகரிக்கத் தக்கனவாக இருக்கின்றன. உதாரணமாக,

> இப்பொழுது உள்ள உற்பத்தி பன்மடங்கு அதிகரிக்கும், உற்பத்திக்கு இப்பொழுதுள்ள தடைகள் நீங்கிவிடுமாதலால் அது கரை பொங்கி யெழும் வெள்ளம் போல எங்கும் பண்டங்களை நிரப்பிவிடும். உற்பத்தி அதிகரிக்காமல் பழைய கர்நாடக கருவிகளால் குறுகிய அளவில் பண்டங்கள் செய்யப் படுமானால் அபேதவாதம் நிலைக்காது. போதுமான அளவு பண்டங்கள் இருந்தால்தான் யாவரும் பகிர்ந்துகொண்டு திருப்தியடைய முடியும். தேவைக்குக் குறைவாகப் பண்டங்கள் உற்பத்தியானால் வலிமையுள்ள சிலருக்கு அவற்றில் பெரும் பாகமும், மெலிந்தவர்கள் சிறு பாகமும் பெற நேரும். ஆதலால் அபேதவாதத்தில் அவசியமான சகல பொருள்களும் ஏராள மாக உற்பத்தி செய்யப்படும்.

இது முற்றிலும் தவறு. அபேதவாதத்தின் அடிப்படையான முக்கியமான அம்சம் பொருள் உற்பத்தியல்ல, வினியோகம். பொருள் உற்பத்தி எந்த அளவில் இருந்தாலும் — அந்த அளவைப் பற்றிக் கவலை கிடையாது; அவை எந்த சாதனத்தின்மூலம் செய்யப்படுகின் றன என்பதும் அவசியமல்ல — அது சரியாக வினியோகிக்கப்படும்படி யாக கவனித்துக்கொள்வதே அபேதவாதத்தின் லட்சியம். மேல்நாட் டின் பொருளாதார சாஸ்திரங்களில் மூட நம்பிக்கையான 'தேவை களின் வளர்ச்சி, நாகரீகத்தின் அளவுகோல்' என்பது முற்றிலும்

தவறு. தேவைகள் அதிகரிப்பதனால் பொருள் உற்பத்தி அதிகமாக லாம். ஆனால் அவை சரியாக விநியோகிக்கப்படுமா என்பதை நிர்ணயிப்பதற்கும் அதற்கும் சம்பந்தமில்லை. இன்னும் ஒன்று. ஆசிரியர், தேவை குறைவாகப் பண்டங்கள் தயாரிக்கப்பட்டால் வலிமையுள்ள சிலருக்கு அவற்றில் பெரும் பாகமும் மெலிந்தவர்கள் சிறு பாகமும் பெற நேருமென்றும் சொல்கிறார். ஏராளமான பொருள் உற்பத்தியால் மட்டும் இக்கோளாறு தவிர்க்கப்பட்டுவிடுமா? அப்படியானால் அபேதவாத சமுதாயத்திலும் ஏற்ற தாழ்வு இருக் கிறதா? அபேதவாதிகள் இலட்சியத்தில் வலியவர்கள் மெலிந்தவர்கள் என்ற வித்தியாசம் கிடையாதே. வித்தியாசம் ஏற்படும்போதுதான் பொருள் வினியோகத்தில் கோளாறு ஏற்படுகிறது. அதைத்தான் நாம் முதலாளித்துவம் என்கிறோம். இன்னும்,

> அறியாமையும் குருட்டு வழக்கங்களும் ஒழிந்து சமூக சாஸ்திர மும் சரித்திரமும் பிரசித்தமடைந்து மக்கள் அவற்றிற்குத் தக்கபடி ஆராய்ச்சியுடனும் முன்யோசனையுடனும் வாழ்க்கை நடத்துவார்கள்.
>
> இப்பொழுது முதலாளித்துவத்தின் பெருந்தீமைகளில் ஒன்றான விபசார விடுதிகள் அக்காலத்தில் அழிந்துவிடும். கூலிக்காகக் கற்பை விற்கும் கொடுமை மறைந்தொழியும்.

இவ்விரண்டு கட்சிகளும் அபேதவாதத்தின் செல்லாக் காசுகள். அறியாமையும் குருட்டு வழக்கங்களும் ஒரு குறிப்பிட்ட சமுதாயத்தின் பிதுரார்ஜிதமல்ல; தனிப்பட்ட உரிமையுமல்ல. முதலாளித்துவ முட்டாள்களும் ஈடு சொல்லக்கூடிய, சரிநிகர் சமானமாக மார்தட்டக் கூடிய அபேதவாத முட்டாள்களும் இருக்கக்கூடும், இருக்க வேண்டும். இது மனித நீதி.

விபசாரமென்பது முதலாளித்துவத்தில் மட்டுமே இருக்கும் என்பது அவசியமில்லை; அபேதவாத சமுதாயத்தில் யாரும் யாவர்க்கும் பொது என்ற கொள்கை ஸ்தாபிக்கப்படாதிருக்கும்வரை கூலி எத்தனையோ விதத்தில் பெறலாம். அபேதவாத சமுதாயத்தில் விபசார விடுதிகளும் இருந்துதான் தீர வேண்டும், ராணுவப் பாசறைகள் இருந்து தீரும்வரை. மேலும் விபசார விஷயம் —அது ஒரு பெரிய சாஸ்திரம்; அதன் ஒரு கலை மட்டும் பொருளாதார துறையில் முடிச்சுப் போடப்பட்டிருக்கிறதானாலும் அபேதவாதம் அதன் நிவர்த்தியை எளிதில் கண்டுவிட முடியாது.

ஸ்ரீ ப. ராமஸ்வாமியவர்களின் 'எல்லோரும் ஓர் குலம்' மேல் நாட்டு முதலாளித்துவம் என்ற யானைக்கால் வியாதியைக் கண்டு பயந்து அதிலிருந்து அவர்கள் விடுபடக் கனவு காணும் புதிய சமுதாயக் கட்டுக்கோப்பின்மீது நம்பிக்கை வைக்கிறது. அபேதவாத சமுதாயத்தால் நன்மையேற்பட வேண்டுமென்றால் மனிதர்கள் முற்றும் துறந்த முனிவர்களாகவோ அல்லது ஆசையும் ஊக்கமும்கூட இல்லாத நபும்ஸகர்களாகவோ இருக்க வேண்டும். ஏனென்றால்

அது மனிதர்களின் மனிதத்தன்மையை மறந்து அவர்களை செங்கல் கூட்டங்களாகப் பாவித்து அதற்குத் தக்கபடி சட்டமும் திட்டமும் கோல முயலுகிறது. அபேதவாத தத்துவம் ஆபத்தானதல்ல; அசட்டுத் தனமானது. ஏனென்றால் அதற்கு மனித வம்சத்தின்மீது அபார நம்பிக்கை இருக்கின்றது. நம்பிக்கை உள்ளவர்கள் ஏமாற்றமடைவது சகஜம்தானே.

○

மது விலக்கு

மொழிபெயர்ப்பு : ஸ்ரீ வத்ஸன்

ஸ்ரீ ஆத்ரேயன் என்பவர் ஆங்கிலத்தில் எழுதியதைத் தழுவி இப்புத்தகம் தமிழில் எழுதப்பட்டிருக்கிறதாம். மதுவிலக்கு ஒரு ஸ்வாரயமான பிரச்னை. இந்தியர்களுக்கு, முக்கியமாகத் தமிழர் களுக்கு, அது புதிதல்ல.

ஆசிரியர் உலகம் பூராவும் சுற்றி மதுவிலக்கு விவரங்களைத் திரட்டி குமித்திருக்கிறார். அவருக்கு தமிழிலும் மதுவிலக்குப் பற்றி ஆணித் தரமான பிரசாரங்கள் ஒரு காலத்திலாவது நடந்து ஓரளவு வெற்றி யாவது பெற்றிருக்கிறது என்பது தெரியாது போலும். அடுத்த பதிப்பில் இக்கும்பலோடு கும்பலாக தமிழ்ப் பிரசாரகர்களையும் நிறுத்தி வைப்பார் என்று நம்புகிறேன். இப்புத்தகத்தில் மதுவிலக்குச் சட்டம் சேர்க்கப்பட்டிருக்கிறது. பொதுவாக புத்தகம் பிரசாரகர் களுக்குப் பயன்படக்கூடிய நூல். ஆசிரியர் முதல் அத்தியாயத்தில் குறளுக்குக் கூறும் பொருள் விபரீதமான மூடநம்பிக்கையூட்டுவதாக இருக்கிறது. வள்ளுவர் அக்குற்றம் செய்யத்தக்கவர் அல்ல. ஆசிரியர் இதற்கு எழுதும் விளக்க உரையில் உள்ள இரண்டாவது வாக்கியத்தை அகற்றிவிடுவதால் குறளாசிரியரின் நோக்கம் கெட்டுவிடவில்லை.

○

ஸ்கிரிப்ட் பிராப்ளம்

என். ஆர். சுப்ரமண்யன்

பொது லிபி பிரச்னை என்ற இச்சிறு ஆங்கில நூல் வரப்பெற்றோம். ஆசிரியரின் ஆசை பாராட்டத்தக்கதுதான். அந்தக் காலத்திலே 'ஊசி முறி' என்ற ஒரு லிபி இருந்ததாம். அதன்மூலம் கழுதை கத்துவது முதல் ஜெர்மனியன் பேசுவதுவரை எழுதிவிட முடியுமாம். ஆசிரியர் இம்முயற்சியை விட்டுவிட்டு அம்மறைந்துபோன லிபியைத் தேடிக்கொண்டு வந்தாரானால் எறும்பு முதல் யானை ஈறாகவுள்ள (மனிதன் உள்பட) அனந்த கோடி ஜீவராசிகளுக்கும் பெரிய புண்ணியத்தைச் செய்தவராவார்.

○

புதுமையும் பழைமையும்

ஸ்வாமி சுத்தானந்த பாரதியார்

புதிய கொள்கைகளின் அவசியத்தை ஸ்தாபிப்பதற்காக மனிதர்களை பிரசாரகர்களாகவும் பிரசங்கிகளாகவும் ஆக்க முயலும் ஓர் சம்பாஷணைக் கோவை; நாடகமல்ல.

○

மறந்தது

எஸ். கணபதியப்ப பிள்ளை

வார்தா கல்வித்திட்டம் அமுலுக்கு வருமுன் ஆசிரியர்கள் அதற்கு உபயோகமாகக்கூடிய புத்தகங்களைத் தயாரிக்க முன்வந்திருப்பது அவர்களது ஊக்கத்தையா அல்லது புத்தக வியாபாரிகளின் பொருளாதார அவசியத்தையா என்பதை ஆராய்வது இங்கு உசிதமில்லையாயினும் நூல் நூற்பதைப் பற்றி ஏதாவது ஒரு புஸ்தகம் அவசியமென்பதை யாவரும் ஒப்புக்கொள்வார்கள். இப்புத்தகம் நூல் நூற்பது பற்றி தெரிந்துகொள்வதற்கு சிறந்த சாதனமாகும்.

○

மாளவிகாக்னிமித்ரம்

எஸ். எஸ். தேசிகன்

'வடமொழியில் பயிற்சி இல்லாத, தென்மொழியறிந்த தமிழன்பர்களும் இன்புறுமாறு . . .! சொற்பொருளுக்குச் சரியாக, தமிழில் மொழிபெயர்த்துள்ளேன்' என்று ஆசிரியர் தமது முன்னுரையில் இப்புத்தகத்தின் நடை விசேஷத்தைப் பற்றிக் குறிப்பிடுகிறார். வார்த்தைக்கு வார்த்தை பெயர்த்து எழுதுவது மொழிபெயர்ப்பாகாது என்பதை, பின்வரும் வாக்கியம் ஆசிரியருக்கு தெளிவாக எடுத்துக் காட்டும் என்று நினைக்கிறேன்.

> பகுளாவளிகா : ஆம்! சித்திரத்தில் தேவியாரது பக்கத்தில், அவள், அரசனால் பார்க்கப்பட்டாள்.

இது தமிழ் அல்ல என்பது மட்டிலும் நிச்சயம். சிறப்புரை ஆங்கிலத்தில் எழுதும் சம்ஸ்கிருத பண்டிதருக்கு குறிப்பிட்ட ஸ்லோகங்கள் நினைவுக்கு வருவதால், தமிழில் ஆசிரியர் என்ன எழுதுகிறார் என்பதை புரிந்துகொள்ள முடிந்தது போலிருக்கிறது. நிற்க. தமிழ்ப் புத்தகங்களுக்கு மேலட்டைகளை ஆங்கிலத்தில் அச்சடிப்பதும் புஷ்டு பாஷையில் அச்சடிப்பதும் ஒன்றுதான். தமிழர்களுக்காக என்று கங்கணம் கட்டிக்கொண்டுவரும் புத்தகங்கள் தமிழர்களை

மறந்துவிடலாகாது; சிறப்புரை எழுதிய சம்ஸ்கிருத பண்டிதரும் இதை நினைவில் வைத்துக்கொள்வது நலம்.

○

மனிதன்

எம். நாகசுப்பிரமணிய பிள்ளை

பதினோரு பக்கங்களில் அணிந்துரையாளர்கள் தூக்கி நிறுத்த முயலும் 54 பக்கம் கொண்ட 'ஜேம்ஸ் அல்லன்' கட்டுரைகளின் மொழிபெயர்ப்புக்கு எட்டணா விலை என்று சொல்வதைவிட 'அபராதம்' என்று கூறுவதே பொருத்தம்; ஆசிரியர்தான் தம் புத்தகத்தின் வெளி அட்டையிலேயே தமிழருக்கும் இதற்கும் சம்பந்த மில்லை என்பதை இங்கிலீஷில் அச்சடிப்பதன்மூலம் ருசிபிக்கிறார்.

தினமணி, 25.6.1938

இரவல் விசிறி-மடிப்பு

பில்கணன்

ஏ. எஸ். ஏ.சாமி

வானொலியின் வாயிலாக அறிமுகமானார் ஆசிரியர்; நாடகத் துறைக்கு அழைத்தோம்; வந்தார்; இன்று பேசும் படவுலகில் சஞ்சரிக்கின்றார்.

ஆசிரியரின் இந்த வளர்ச்சிக்கு காரணமாய் நின்றது 'பில் ஹணன்'. ஆகவே, பில்ஹணனுக்குப் புகழுரை வேண்டிய தில்லை.

கேட்டோம்; ரஸித்தோம்; நடித்தோம்; வழக்கம் போல அச்சிட்டோம்.

ஸ்ரீ டி.கே.எஸ். சகோதரர்கள் நாடகபாணியில் ஸ்ரீ சாமியை அறிமுகம் செய்துவைக்கிறார்கள். ஆகவே, நாடக அரங்கத்தின் நெளிவுசுளுவுகளும், வரம்புகளும், அன்றாட உழைப்பினால் கட்டாயம் தெரிந்து கொண்டிருக்க வேண்டிய நண்பர்கள் சொல்லும்போது சிறந்த நாடக மாகத்தானிருக்க வேண்டும் என்று நினைத்து மதிப்புரைக்கென வந்து குவியும் புஸ்தகக் குவியல்களுள் இதை மட்டும் பொறுக்கி எடுத்து, முழுவதும் படித்து ரஸித்து எழுதுவது என்று தீர்மானித்தேன்.

தமிழுக்கு இயல்பாக முத்துறைகள் சொல்லி வருகிறார்கள்; இயல், இசை, நாடகம் என்ற இவற்றில் இது மூன்றாவது பத்திக்கு என பிரித்துவைக்கக் கூடியது ஒரு பிள்ளையார் சுழிதான். இனிமேல் ஒன்று என்றாவது போட முடியுமே என்று ஆசைப்பட்டேன்.

முதலில் என் நிலையை விளக்கிக்கொள்ள விரும்புகிறேன். எனக்கு சமஸ்கிருதம் தெரியாது; சமஸ்கிருதத்திலே பில்ஹணீயம் என்பதாக ஒரு காவியம் இருக்கிறதாகக் கேள்வி ஞானம். தவிரவும் சமஸ்கிருத இலக்கியங்களைத் தமிழ்ப்படுத்துகிறவர்கள் தமிழ்நாட்டின் தவப்பய னாக, தமிழ் பாஷை தெறிந்தவர்கள் ஏளனம் பண்ணக்கூடிய வகை யில் "சேவை" செய்துவருகிறதினாலே, எனக்கு சமஸ்கிருதத்திலிருந்து மொழிபெயர்ப்பு என்றாலே சற்று பயம். வெறுப்பும்கூட வுண்டு. இந்த நிலையில் ஸ்ரீ ஏ.எஸ்.ஏ. சாமியின் 'பில்ஹணன்' மூலத்தினின்றும் வேறு பட்டதா, சொந்த மனோதர்மமா, அப்படியானால் மூலத்தைவிட உயர்வான கனவா என்று சொல்லக்கூடாத வகையிலிருக்கிறேன். நான் பில்ஹணன் கதை பற்றி அறிந்ததெல்லாம், அதனுடன் ஒட்டி, கம்ப னுக்குப் பிள்ளை கற்பிக்கும் முயற்சியில் எழுந்த அந்த அம்பிகாபதி

யின் கனவுதான்: “வரியரவ நஞ்சிலே தோய்த்த, நளின விழிப்பெண் பெருமாள் நெஞ்சிலே இட்ட நெருப்பு”த்தான். அதன் பிறகு நந்தலால் வசுவின் கோட்டுச் சித்திரங்களை நினைவூட்டுவது போலெழுந்த, என் நண்பர் ஸ்ரீ ந. பிச்சமூர்த்தியின் பில்ஹணன், அமரர் கு. ப. ரா. எழுதிய ‘திரைக்குப் பின்’ என்ற பில்ஹண்ய கதை. பிறகு படிக்கும் ஒவ்வொரு வரியும் பாரதீய பண்பை இன்றும் நினைவூட்டிவரும் கவிஞர் பாரதிதாஸனுடைய ‘புரட்சிக்கவி.’ தம்முடைய மனோதர்மம் கொண்டு சமைக்கப்பட்ட கனவுக்கோயில் என்பதை, குறிப்பாக பில் ஹணீயத்தின் தழுவல் எனக் குறிப்பிட்டிருக்கிறார்கள். அதில் ஒவ் வொரு வரியும் குமுறுகிறது; கொஞ்சுகிறது; கொடுவாள் கொண்டு வெட்டுகிறது; ஜன சமுத்திரத்தின் பேரிரைச்சலையும் உதாரன் மூலம் கவிஞனது மனோவுலகையும் காண முடிகிறது. ‘பில்ஹணீயம்’ பாரத சமுதாயத்தின் பொதுச் சொத்து. கம்பன், வான்மீகனது கனவை எடுத் தாண்டது போல, கவிஞனுக்குரிய பூர்ண உரிமையுடன் பாரதிதாஸன் அதை மீண்டும் வனைந்திருக்கிறார்.

ஸ்ரீ சாமியின் பில்ஹணன் உண்மையில் இரண்டு ஆசாமிகள். சம்பூர்ண கோவலன் என்ற பழைய நாளைய சகிப்புச் சோதனை விவகாரங்களில் முன் பாதியில் ஒரு செட் நடிகர்களும், பின் பாதியில் வேறு செட் நடிகர்களும் வருவார்கள். முன்கர்ணகை (கண்ணகியின் மரூஉ) ஒரு நடிகராகவும் பின்கர்ணகை வேறு நடிகராகவும் இருப்பது அந்த நாளைய சம்பிரதாயம். அந்த நயமான சூட்சுமத்தை ஸ்ரீ சாமி தமது மனோதர்ம பேரத்தில் கையாண்டிருப்பது, கற்பனை வியாபாரி களுக்கே ஒரு எடுத்துக்காட்டு. இந்த நூதன முறையை நாம் இன்னும் இரண்டொரு ‘சிரஞ்சீவி இலக்கியங்களில்’ கையாளுவோமாகில், தமிழ் இலக்கியத்துக்கு நல்ல சமாதி கட்டி குருபூஜை நடத்துவதற்கு சவுகரிய மாக இருக்கும். முன் பகுதியில் காதல் பேச்சுப் பேசும் பில்ஹணன் அமரர் கு. ப. ரா. வின் சொந்த மனோதர்மம். பின் பகுதியில் வருகிற பில்ஹணன், பாரதிதாஸனுடைய உதாரன்.

ஸ்ரீ கு. ப. ரா. வின் கற்பனை சிறுகதை ரூபத்தில், அதிலும் இருவரு டைய ஆத்மகதமாக அமைந்திருப்பது ஸ்ரீ சாமிக்குச் சற்று சிரமமாகவே இருந்திருப்பதாகத் தெரிகிறது. இருந்தாலும் லாயக்காக எடுத்து அபூர்வ மாக உபயோகித்திருக்கிறார். அந்தத் திறமையைப் பாராட்டத்தான் வேண்டும். சிற்சில உதாரணம் தர வேண்டும் போலிருக்கிறது. அவ் வளவு அரிய சேவை குடத்து விளக்கே போல மூடிவைத்திருக்க எனக்கு மனம் ஒப்பவில்லை.

முதலில் கு. ப. ரா. வின் கதையை எடுத்துக்கொள்ளுகிறேன். அதில் அவர், பில்ஹணனது ஆத்மகதமாகப் பின்வருமாறு சொல்லியிருக்கிறார்:

> “அன்று பெண் உள்ளம் வெண்மை போன்று தூயது” என்று சொன்னேன்.
>
> அவள் அதை உடனே விளக்கி “ஏழு வர்ணங்களை அடக்கிக் கொண்டிருக்கிற வெண்மை போன்றது பெண் உள்ளம் என்றுதானே சொல்லுகிறீர்கள்?” என்று கேட்டாள்.

திடீரென்று எனக்குத் தெளிவு ஏற்பட்டது. பெண்களிடமிருந்தே பெண் உள்ளத்தைப் பற்றி அறிந்தேன். "அச்சம், பயிர்ப்பு, நாணம், மடமை என்ற குணங்கள் பெண்களுக்கு இயற்கை அணிவித்த ஆபரணங்கள்" என்றேன்.

"இயற்கை என்று எப்படிச் சொல்லுகிறீர்கள்?" என்று கேட்டாள்.

"பெண் இயற்கை" என்றேன்.

"பெண் இயற்கை பெண்ணுக்கு அந்த ஆபரணத்தை அளித்திருக்கிறது என்பதை நான் உண்மையாக நம்புகிறேனா?" என்றாள்.

"சந்தேகமென்ன?" என்றேன்.

"ஆபரணம் என்ற செயற்கையைக் கொண்டு இல்லாததை இருப்பது போல் காட்டும் கருவிதானே அது?" என்று கேட்டாள்.

நான் "ஆமாம்" என்று ஒப்புக்கொள்ள வேண்டியதாயிற்று.

ஸ்ரீ சாமியின் பில்ஹணனிலிருந்து சில உதாரணங்கள் கொடுக்கிறேன்.

பில்ஹணன்: ... அச்சமும் மடமும் நாணமும் பயிர்ப்பும்தான் அவள் பூண்ட அணிகள்.

யாமினி: என்ன, அச்சம், மடம், நாணம், பயிர்ப்பு இவைகள் அணிகளா?

பில்ஹணன்: ஆம்.

யாமினி: இல்லாததை இருப்பது போலும், இருப்பதை மிகைப்படுத்தியும், குறையை நிறைவு படுத்துவதற்குமல்லவா அணிகள்? அச்சம், மடம், நாணம், பயிர்ப்பு — இவைகள் பெண் பிறப்பில் உடன் பிறப்பவையாயிற்றே? பின் ஏன் இவற்றை ஆபரணங்கள் என்றீர்கள்?

பில்ஹணன்: இயற்கை ஆபரணங்கள் என்றுதானே சொன்னேன்.

யாமினி: அப்படி என்றால்?

பில்ஹணன்: இவைகள் கருத்தைக் கவர்வன; மற்றவை கண் களை மட்டும் க்வர்வன. ஒன்று இயற்கையைப் போல நிலை பெற்றது; மற்றது செயற்கையைப் போல நிலையற்றது.

ஸ்ரீ. சாமியின் மற்றொரு மனோதர்ம சாதுர்யம் வருமாறு:

பில்ஹணன்: நாணத்தினால் சிவக்கும் வெண்மையான பெண் களின் முகம் போல.

யாமினி: வெண்மையான பெண்கள் என்றால்?

பில்ஹணன்: வெண்மையான உள்ளம் படைத்த பெண்கள் என்று வைத்துக்கொள்ளேன்.

யாமினி: ஆனால் வெண்மையில் ஏழு நிறங்களல்லவா கலந் திருக்கின்றன?

பில்ஹணன்: அது போலத்தான் பெண்மையிலும் பல எண்ணங் கள் கலந்திருக்கும் என்கிறாயா? பெண் உள்ளத்தைப் பெண்ணே சொல்லும்போது ஒப்புக்கொள்ள வேண்டியது தானே.

இது தவிரவும் இடந்தவறியும் அமரர் கு. ப. ரா. வின் கற்பனையை ரஸ பங்கம் விளைக்கும்படியாக சிதைத்தும் பிய்த்தும் இடம்பெயர்த் தும் கத்தரித்து ஒட்டியிருக்கும் விகாரங்களுக்கு இரண்டோரிடங்களிலி ருந்து ஒரு உதாரணம் தருகிறேன்:

கு. ப. ரா. பில்ஹணன், "இனி இந்தத் திரை இருக்கத் தேவை இல்லை; அரசனுடைய மதியின்மை போல இது இங்கே நிற்கிறது..." என்று சொல்லுகிறான்

ஸ்ரீ சாமி யாமினி, "திரை! திரை! திரையல்ல இது! என் தந்தையின் மதியீனத்தை உலகுக்கு சாற்றும் பறை."

அமரர் கு. ப. ரா.வின் நினைவுக்கு மரியாதை செலுத்துவதற்காகத் தமிழ்நாட்டில் ஒரு பக்கம் நிதி திரட்டப்படுகிறது; மற்றொருபுறம் இந்த மகத்துவமான "இலக்கிய சேவை" நடைபெறுகிறது. இப்படிப் பட்ட நிலையில் மேற்கொண்டு விவரிப்பது எதற்கு?

கதை காதல் கதை. கவிஞர்களுக்கு "வெண்பாப் புலி" என்பது போல நாடகமும், நாவலும், சிறுகதையும் எழுதுகிறவர்களுக்குக் காதல் கதைதான் புலியென்று எனக்குத் தோன்றுகிறது. வெகு எளிதில் ரச பேதம் நிகழ்ந்துவிடக்கூடிய விஷயம் அது. விரசம் தட்டாதபடி எழுது வதற்கு, உடம்பின் வேகம் ஒடுங்கி, கையில் அனுபவ முத்திரை விழ வேண்டும்; அல்லது பிறப்பிலேயே, அதிமேதாவியாக மனப்பாங்கு சூட்சுமங்களை அறிந்தவனாக இருக்க வேண்டும். அப்பொழுதுதான் இரண்டுள்ளங்களின் பரஸ்பர கவர்ச்சியை எழுத்தில் தீட்டிக் காட்ட முடியும். ஆனால் எழுத முயலுகிறவர்கள் அனாயாசமாகத் தொடங்கு வது காதல் கதைகள்தான். அவை யாவும் வெறும் மனோவிகாரங் களாக விழுவதில் அதிசயமில்லை. காதல் நயத்தைக் கம்ப நாடகத்தி லும் ஷேக்ஸ்பியரின் 'ரோமியோ அன்ட் ஜூலியத்'திலுமே ஓரளவு பார்க்க முடியும். பில்ஹணன் கதை அடிப்படையில் 'ரோமியோவும் ஜூலியத்தும்' என்ற கதைச் சாயையை ஒட்டியது. பயமறியா இளங் கன்றுகள் சூழ்நிலையை மறந்து ஒன்றுபட்டு விடுவதால் நிகழும் விபரீ தமே கதையின் கரு. மேல்நாட்டு சம்பிரதாயப் பண்புக்கு ஒத்தபடி ஷேக்ஸ்பியர் நாடகத்தை தீராத்துயரத்தில் முடிக்கிறார். இங்கே பிச்ச மூர்த்தியும், கு. ப. ரா.வும், பாரதிதாஸனும், சாமியும் கதையை மங்கள மாக முடிக்கிறார்கள். பிச்சமூர்த்தியின் பில்ஹணன், யாமினிக்கு அலங்கார சாஸ்திரம் கற்பிக்கிறான். அவனைக் குருடன் என

நினைத்துக்கொண்டு ஏடுகளையும் உபமான விஸ்தாரங்களையும் திரைக்குப் பின்னிருந்து, தன்னை மறந்த லயத்திலே கேட்டுக்கொண்டி ருக்கிறாள். சரத்கால சந்திரன் உதயமாகிறது. குருவாக அமர்ந்த பில்ஹ ணன் கவியாக மாறுகிறான். உள்ளத்திலிருந்து குதித்தெழுந்த பாட்டு, ஏட்டில் எப்படி இருக்கும். இந்த நாடகபாணியிலே, முறுக்கிவிட்ட கட்டத்திலே, பிச்சமூர்த்தியின் கதை ஆரம்பமாகிறது. 'புரட்சிக் கவி'யில் உதாரனை அமுதவல்லி காண்பதும், கவிஞன் தன்னை மறந்து சந்திரி கையைப் பாட ஆரம்பித்ததினால்தான். ஆனால் இங்கே கவி, இள வரசிக்கு யாப்பு முறை சொல்லிவைப்பது போல் செய்திருக்கும் கற் பனை இயல்பானது; உத்தமமானது. ஆனால் ஸ்ரீ சாமியின் நாடகத்தில் ஆணும் பெண்ணுமாக இரண்டு பேர் திரைக்கு அப்புறம் இப்புறமு மாக அமர்ந்துகொண்டு, நைடதத்தையும் திருக்குறளையும் வியாஜ மாக வைத்துக்கொண்டு காமப் பேச்சு பேசும் விவகாரமாகவே இருக் கிறது. இந்தப் பேச்சு வெகுகாலம் நீடிக்குமாகில், சந்திரன் உதயமும் கவிஞன் பாட்டும் அவசியமே இல்லை. கும்மிருட்டு குருட்டுக் காம மாக நடந்துவிட்டிருக்க வேண்டிய விவகாரம் அது. தவிரவும், சந்திரோதய கட்டத்தை விவரிக்கும் காட்சியில் ஆரோகணக்கிரமமே இல்லை. பேச்சு ஆரம்பமே, அவர்கள் மனசின் ஆழத்திலே, குரலினி மையாலும் ஒருவரிடம் சொல்வன்மையாலும் மற்றவரிடம் புரிந்து கொள்ளும் சக்தி தென்படுவதாலும் ஏற்பட்ட ஒட்டு காதல் என்ற பிரக்ஞையில்லாமலே ஊசலாடி, சந்திரோதயத்தின்போது திடீரெனக் கொப்பளித்து வருகிறது என்பதைக் காட்டுவதற்கு பதிலாக, பேச்சு ஆரம்பமே சந்திரோதயத்தை எதிர்பார்த்து, அது நிகழும்போது பிரமிப்புடன்கூடிய லயம் தோன்றாது அடித்துவிடுகிறது. அந்தக் காட்சியில் சந்திரன் உதயமாகிறதை இரண்டாவது சந்திரோதயம் என்றுதான் சொல்ல வேண்டும். ஆணும் பெண்ணும் எதிரும் புதிரு மாக உட்கார்ந்து இடையிலே திரையைத் தொங்கப் போட்டுக் கொண்டு காதலுக்கு அவசியமான "சாமக்கிரியை"களைப் பற்றி சம்பாஷித்து (சல்லாபித்து?) கொண்டிருக்கிறார்கள். இந்தக் காட்சியை வாசிக்கும்போது உளைச் சேற்றில் நடப்பது போல இருக்கிறது. இந்தக் கட்டத்தில் முதலில் சந்திரனைப் பற்றிப் பாடும்போது தோன்றாத சந்தேகம், இரண்டாவதாக "பின் - கர்ணகி" மாதிரி வரும் நகல் சந்தி ரோதயத்தின் போது ஏன் தோன்ற வேண்டும் என்பதுதான் புரிய வில்லை. நாடகம் 'பில்ஹணன்' அல்லவா? நேரத்துக்கு முந்தி உதய மானாலும் ஓடி அஸ்தமித்துவிட்டு மறுபடியும் உதயமானால்தானே கதை மேலே நடக்கும்.

பாரதிதாஸனுடைய கற்பனைக் கோயிலிலே, அமுதவல்லியைக் கண்ட உதாரன் பின்வருமாறு வருணிக்கிறான்:

என்ன வியப்பிது வானிலே — இருந்
திட்டதோர் மாமதி மங்கையாய்
என்னெதிரே வந்து வாய்த்ததோ? — புவிக்
கேதிது போலொரு தண்ஒளி!

மின்னற் குலத்தில் விளைந்ததோ — வான்
வில்லின் குலத்தில் பிறந்ததோ?
கன்னல் தமிழ்க்கவி வாணரின் — உளக்
கற்பனையே உருப்பெற்றதோ?
பொன்னின் உருக்கிற் பொலிந்ததோ — ஒரு
பூங்கொடியோ மலர்க் கூட்டமோ?

இனி ஸ்ரீ சாமியின் பில்ஹணன் யாமினியை எப்படிப் பார்க்கிறான் என்று சற்று கவனிப்போம்:

> நான் காண்பது வெண்மதிக்குப் போட்டியாக தோன்றிய புது மதியோ... மின் வெட்டில் பிறந்த பொற் பதுமையோ; ஓவிய னின் கற்பனை உயிர் பெற்ற உருவோ! வானவில்லின் மறுதோற் றமோ! மலர்க்கூட்டமோ; தெள்ளமுதோ; தேன்திரளோ!

காதல் கதை இவ்வாறு: மன்னன் விசாரணையும் கெடுபிடியும் பாரதிதாஸனில் இருப்பது போல் இல்லை; நைந்து நொய்ந்து நெளி கிறது:

மாமயில் கண்டு மகிழ்ந்தாடும் முகில்
வார்க்கும் மழைநாடா — குற்றம்
ஆம்என்று நீயுரைத்தால் குற்றமே! குற்றம்
அன்றெனில் அவ்விதமே!

என்பதை நினைவூட்டும்படியாக, "தாங்கள் பார்த்துக் குற்றம் என்றால் குற்றம்; இல்லை என்றால் இல்லை" என பில்ஹணன் "இரவல்" பேச்சு களைக் கதைக்கிறான். இந்தக் கட்டத்திலே உதாரணம் கொடுக்கப் போனால், இடம் பிசகியும் மூர்ச்சனை பிசகியும் "மொழிபெயர்க்கப் பட்ட" கட்டங்கள் பல. பாரதிதாஸனது கவிநயம், இங்கே வசனப் போர்வையிலே நொண்டுகிறது; விராட பர்வம் நடத்துகின்றது.

நிற்க. கவிஞன் ஊர்மக்களிடை முறையிடும் கட்டம், அப்படியே தர்ஜுமா. இரண்டொரு உதாரணங்கள் கொடுக்கிறேன்.

பேரன்பு கொண்டவரே, பெரியோரே என்
பெற்ற தாய்மாரே நல், இளஞ் சிங்கங்காள்,
நீரோடை நிலங்கிழிக்க, நெடுமரங்கள்
நிறைந்துபெருங் காடாக்கப் பெரு விலங்கு
நேரோடி வாழ்ந்திருக்கப் பருக்கைக் கல்லின்
நெடுங்குன்றில் பிலஞ்சேரப் பாம்புக் கூட்டம்
போராடும் பாழ்நிலத்தை அந்த நாளில்
புதுக்கியவர் யார்? அழகு நகருண்டாக்கி?

சிற்றூரும், வரப்பெடுத்த வயலும் ஆறு
தேக்கியநல் வாய்க்காலும் வகைப்படுத்தி

நெற்சேர உழுதுழுது பயன் விளைக்கும்
நிறையுழைப்புத் தோள்கள் எலாம்எவரின் தோள்கள்?
கற்பிளந்து மலைபிளந்து கனிகள் வெட்டிக்
கருவியெலாம் செய்துதந்த கைதான் யார்கை?
பொற்றுகளை, கடல்முத்தை மணிக் குலத்தைப்
போய்எடுக்க அடக்கிய மூச்செவரின் மூச்சு?

அக்கால உலகிருட்டைத் தலை கீழாக்கி
அழகியதாய் வசதியதாய் செய்து தந்தார்!
இக்கால நால்வருணம் அன்றிருந்தால்,
இருட்டுக்கு முன்னேற்றம் ஆவதன்றிப்
புக்கபயன் உண்டாமோ? பொழுது தோறும்
புனலுக்கும் அனலுக்கும் சேற்றினுக்கும்
கக்கும் விஷப் பாம்பினுக்கும் பிலத்தி னுக்கும்
கடும்பசிக்கும் இடையறா நோய்களுக்கும்

பலியாகிக் கை கால்கள் உடல்கள் சிந்தும்
பச்சை ரத்தம் பரிமாறி இந்த நாட்டைச்
சலியாத வருவாயும் உடையதாகத்
தந்ததெவர்? அவரெல்லாம் இந்த நேரம்
எலியாக முயலாக இருக்கின்றார்கள்!
ஏமாந்த காலத்தில் ஏற்றங் கொண்டோன்
புலிவேஷம் போடுகிறான்; பொதுமக் கட்குப்
புல்லளவு மதிப்பேனும் தருகின்றானா?

இது உதாரன் மனம் கொதித்து, திக்குத் தெரியாமல், வேடிக்கை பார்க்க நின்றிருந்த ஜனங்களிடை கொதிப்பைத் தூண்டிவிட்டு, ஆவேசம் தலைவிரித்தாடும்படி செய்யும் முயற்சி.

நிற்க. ஸ்ரீ ஏ. எஸ். ஏ. சாமியின் பில்ஹணன் அதே கட்டத்தில் என்ன செய்கின்றான் என்று பார்ப்போம்.

இளஞ்சிங்கங்காள்! இன்று பொன்கொழிக்கும் இந்த நாடு முன் மண்மூடிப் போயிருந்தது; இன்று பச்சையும் பசுமையுமாக இருக்கும் வயல்கள் முன் காடடர்ந்த மலையாக இருந்தன; இன்று அரசன் வாழும் அழகு மாளிகை கொடும் புலிகள் வாழ்ந்த கானகமாயிருந்தது. இச்சிற்றூரையும், சிற்றூருக்கு உண வளிக்கும் வயல்களையும், வயல்களுக்கு நீரளிக்கும் கால்வாய் களையும் வகைப்படுத்தினவர்கள் நமது முன்னோர்கள். மரம் வெட்டி, கல் பிளந்து, மலை பிளந்து, கருவி செய்தவர்களும் நம் முன்னோர்கள். புனலுக்கும் அனலுக்கும் பாம்புக்கும் வேங் கைக்கும் பசிக்கும் தீராத பிணிக்கும் பலியாகி, காலுடைந்து, கையுடைந்து, எலும்புடைந்து, ரத்தம் சிந்தி நம் முன்னோர்கள்

உயிர்கொடுத்து உழைப்புக் கொடுத்து நாட்டைச் சீரும் சிறப்பும் உடையதாகச் செய்தார்கள் நம் முன்னோர்கள்.

இத்தனையும் எதற்காகச் செய்தார்கள்? யாருக்காகச் செய்தார்கள்? நாம் நல்லாயிருப்பதற்காகவா? தனி ஒருவன் நல்லாயிருப்பதற்காகவா? நாட்டின் நலமடைய வேண்டியவர்கள் நீங்கள் உங்கள் தலைவனாக இல்லை; உங்கள் பிரதிநிதியாக நின்று நீங்கள் இதை அடையச் செய்வது அரசன். அரசன் வழங்கும் நீதி உங்கள் நீதி. அரசன் செலுத்தும் அதிகாரம் உங்கள் அதிகாரம். காலத்தின் கொடுமையினால் சூழ்ச்சியின் பயனால் உங்கள் ஏமாந்த தன்மையினால் நீங்கள் சக்தியற்ற எலியாகிவிட்டீர்கள். அரசன் பொறுப்பற்ற புலியாகிவிட்டான். கடமை மறந்துவிட்டான் . . . .

இப்படியாக ஸ்ரீ சாமி, தம்முடைய பில்ஹணன் வாயில் உதாரனுடைய வார்த்தைகளைத் திருடிக் கொடுத்துவிடுகிறார். பில்ஹணனுடைய இரவல் ஆவேசம் முழுவதுமே உதாரனுடைய கொதிப்பின் தர்ஜுமா. பாரதிதாஸனுடைய சம்மதத்துடனோ, சம்மதமில்லாமலோ இந்த விவகாரம் நடைபெற்றிருக்கிறது. இது வெறும் மட்டரகமான திருட்டா அல்லது சம்மதத்தின் பேரில் நடைபெற்ற வியவகாரமா என்பது என் கவலையல்ல.

'பில்ஹண'னில் இந்தப் பேச்சு எவ்வளவு பொருத்தமற்று தென்படுகிறது என்பதை விளக்குவதே எனது நோக்கம். பாரதி தாஸனது காவியத்தில் ஜனங்களைக் கொதிப்பூட்டுவதற்கும் முடியரசின் வரம்பை, விகாரத் தன்மையை எடுத்துக்காட்டுவதற்குமே ஒரு வியாஜமாக உதாரன் - அமுதவல்லி காதல் அமைந்திருக்கிறது. உதாரனது காதல், கொலைக்களத்துக்கு இழுத்துச் சென்றது. கொலைக்களம் கொப்புளித்த உணர்ச்சிக் கனல் அரசனைக் குடியோடிப் போகும்படி விரட்டிவிடுகிறது. உதாரனது பேச்சுக்குப் பிறகு அந்த ராஜ்யத்திலே மன்னனுக்கு இடம் இல்லை. பாரதி தாஸனும் கதையை அப்படியே நடத்துகிறார். அதனால்தான் அவரது காவியத்துக்கு 'புரட்சிக் கவி' என்று பெயர்.

ஸ்ரீ சாமியின் பிரதான நோக்கம் புரட்சி கிரட்சி என்ற ஆபத்தான விவகாரம் எதுவும் இல்லை. அகில இந்திய ரேடியோ மூலம் சட்டத்தையும் ஒழுங்கையும் அடிப்படையாகக் கொண்ட மன்னராட்சியிலே நிகழ்ந்த ரசமான காதல் சம்பவத்தை ஜோடித்து நிலா வெளிச்சத்திலே சுகுமார சரச சல்லாபத்தையும், சில நிமிஷங்களுக்கு மனத் திவக்கத்தையும் காட்டி மறுபடியும் கதையை மங்களமாக முடிப்பதையே பிரதான நோக்கமாகக் கொண்டுள்ள ஸ்ரீ சாமி, உதாரனுடைய பேச்சை எடுத்தாண்டிருப்பது சூரியன் குஞ்சை எடுத்து மோட்டுவளையில் சொருகும் விவகாரமாக அமைந்திருக்கிறது. பில்ஹணனுடைய இந்த இரவல் ஆவேசம் எல்லாம் யார் காதில் விழுகிறது தெரியுமா? மனு செய்து, மனு செய்து அரசியலமைப்பு வரம்புக்குள்ளாகவே நின்று, படிதாண்டாப் பத்தினி மாதிரி கீறின கோட்டைத் தாண்டாத மிதவாதக்

கும்பலை நினைவூட்டும் இரண்டு குடியானவர்களின் காதில் விழுகிறது. 'மவராசா கிட்ட நாயம் கேக்கப் போவதாக மந்திரி ஐயா கிட்ட' சொல்லி வைத்துவிட்டுக் கூச்சல் போடாமல் கலைந்து போகிறார்கள்.

> காவலன்பால் தூதொன்று போகச் சொன்னார்;
> புவிஆட்சி தனி உனக்குத் தாரோம் என்று
> போயுரைப்பாய் என்றார்கள் போகா முன்பே,
> செவியினிலே ஏறிற்று போனான் வேந்தன்

என்பது பாரதிதாசனின் தோரணை.

ஆனால் தமது அபத்தக் கலையின் சிகரமாக ஸ்ரீ சாமி இதன் பிறகு ஒரு காட்சி கற்பனை பண்ணியிருக்கிறார்.

தம்முடைய ஆட்சிகளுக்கும் ராஜ்யத்துக்கும் வம்சத்துக்கும் அப கீர்த்தி வந்துவிட்டதாக நினைத்துக்கொண்டு கத்தியை ஏவிவிட்ட மன்னனுக்கு அந்தப்புரம் போனதும் மனமாறி விடுகிறதாம். மன்னன் மதனனும் பட்ட மகிஷியும் முந்திய உத்தரவை ரத்து செய்துவிடுவது என்று தீர்மானித்து, தம்மிருவருடைய ஆராத் துயரத்தை விவரித்துக் கொண்டு பொழுதைப் போக்கிக் கொண்டிருக்கும்போது, இரண்டு குடியானவர்கள் "நாயம் கேட்டு" புறப்பட்ட விவகாரத்தை ஊரே திரண்டுவிட்டது என்று மந்திரியார் மதுசூதனர் அறிவிப்பதுடன், பில்ஹணனுடைய புரட்சிப் பேச்சை சாங்கோபாங்கமாக விவரிக்கிறார். இந்தச் செய்தி மன்னனுக்கு ஆத்திரமூட்டவில்லை. இங்கு மன்னவன் மக்களது முன்னின்ற தன்னை அவர்களது பிரதிநிதி என்று பறைசாற்றிக்கொள்ளுவது, கையாலாகாதவன் அஹிம்சை பேசுவதை ஒத்திருக்கிறது. சாமியின் நாடகப் பாங்கில் இந்தக் காட்சிக்கே இட மில்லை. இதற்கு இடமிருக்குமாகில், இது நாடகமில்லை. நாலைந்து பேரை சுமார் ஒன்றரை மணி சாவகாசம் பேச வைப்பதற்கு அமைக்கப்பட்ட சாதனமாகவே இருக்க முடியும். இருக்கிறது. நோய் வருவித்துக் கொள்ளுவதற்காக நாடகம் மங்களமாகத்தான் முடி வடைந்திருக்கிறது என்பதைக் கையடித்துக் கொடுப்பது போல அமைக்கப்பட்ட காதல் காட்சி ஒன்றிருக்கிறது. இதிலே சம்பிரதாய முறைப்படி சாரமற்ற பாட்டுக்குப் பின், எண்ணி இருவருமாக சேர்ந்து ஒரு டஜன் வரிகள் பேசுகிறார்கள். இதற்காக ஒரு காட்சி. வெள்ளைக் கார ஸினிமாவில் இடத்தைவிட்டு எழுந்திருந்த பிறகும் வழி மறிக்கும் சாதனமாக அமைந்துள்ள ராஜவிசுவாசப் பாட்டு மாதிரி இருக்கிறது.

தினசரி, 11.11.1944

நீல மாளிகை

கா. ஸ்ரீ. ஸ்ரீ. என்றவுடன் 'கருகிய மொட்டு' முதலிய மராட்டி நாவல்கள் ஞாபகம் வரும். தமிழர்களுக்கு மராட்டி நாவல்களை முதல்முதல் பரிசயம் செய்துவைக்கும் கைங்கரியத்தில் ஆவேசத்துடன் ஈடுபடும் இந்த மனிதர் என் நண்பர். வெறும் பரிசயத்தைப் பற்றி மட்டும் குறிப்பிடவில்லை. மனப் பக்குவம் ஏறக்குறைய ஒரே வார்ப்புத்தான்.

இவருடைய சொந்தக் கற்பனைகள் எல்லாம் முக்கால்வாசிப் பேர் திரைபோட்டு மறைத்துவைக்க வேண்டியவை என்று சொல்லும் வியவகாரங்களைப் பற்றி. அவைகளைப் பற்றி இவர் தெம்பு குன்றா மல், கை தழுதழுக்காமல் எழுதக்கூடியவர் என்பதை இவர் கதைகளே சொல்லும். இவருடைய கதைகள் யாவும் கருத்தமைதியையே பிரதானமாகக்கொண்டிருப்பதனால், குணசித்திரங்கள் அவ்வளவு வாய்ப்பாக இல்லை. இவரது கதாபாத்திரங்கள் யாவும் இவர் கொண்ட கருத்தைக் கோலமிட்டுக் காட்ட உபயோகிக்கும் கோலப் பொடி.

அமுதம் பெறத் தேவர்களின் பகீரத முயற்சி எல்லாருக்கும் தெரிந்ததே. வடவரையை மத்தாகவும் வாசுகியை நாணாகவும் இட்டுக் கடைந்து பெற்ற அமுதத்தைத் தேடிச் சென்ற மனிதராசியைக் காட்டுகிறார் கா. ஸ்ரீ. ஸ்ரீ. தேடிக்கொணர்ந்த அமுதம் மார்வாடிக் கடையில் அடகு வைக்கப்படுகிறது! உலகத்துப் பெரியவர்கள் கருத்துக்கள் யாவும் தகுதி தெரியாத மாக்களிடை வக்கரித்த நிலையில் கிடப்பதுதான் கா. ஸ்ரீ. ஸ்ரீ. காட்டும் இந்த மனித முயற்சி.

'நீல மாளிகை' சென்னை ஹோட்டல்களில் நடக்கும் சாதாரண வியவகாரம். ஆனால் இவர் புனைந்திருக்கும் மாதிரி, இவரது இதயம் இன்னும் கடினப்படவில்லை என்பதையே காட்டுகிறது. சாதாரண வியபசாரத்தில் கனவுச் சோலை ஒன்று குறுக்கிடுகிறது. முட்டி நிற்கும் குருட்டுக் காமத்துக்கோ, அக்காமத்தின் ஆவேசத்துக்கு இடமளித்து இடமளித்து மரத்துப் போனவர்களுக்குக் கனவுச் சோலையில் தங்கவோ, களையாறவோ அவகாசம் கிடையாது. ஜனக்கூட்டம் நெருங்கிய ஜவுளிக்கடையில் ஒரு கஜம் மல்துணி வாங்குவது மாதிரிதான். இதில் பரிதபிக்கப்பட வேண்டியவர் காசைக் கொடுப்பவனா அல்லது காசை வாங்கச் சம்மதிப்பவளா என்பதை நிர்ணயமாகக் கூற யாரால் முடியும்?

நிற்க, 'ஆணின் பங்கு' என்பது ரசமான மனத் தத்துவம். இம்மாதிரி மனவேதனையைப் பட, தம்பதிகள் பொருளிலக்கணக் காதல்வாய்ப் பட்டோராக இருக்க வேண்டும் என்றல்ல. குறத்தி பிரசவிக்கக் குறவன் மருந்து சாப்பிடுவது என்பது, குழந்தைப் பேறு வாய்ப்பதில் இருவருக்கும் வேதனையிலும் இன்பத்தைப் போலப் பங்கு உண்டு என்பதைக் குறிக்க அநாதிகாலந்தொட்டு மனிதவம்சம் நடத்திவரும் சடங்குதான். பூர்விக, நாகரிகவாய்ப்படாத மக்கள் பலரிடை சூலுற்ற மனைவியின் தேக உபாதைகளைக் கணவனும் மானஸிகமாக அனுபவிப்பதாகக் காட்டும் சடங்குகள் பல உண்டு. மன வேதனை யைக் காட்டும் இக்கதை ஒரு ரசமான மனத்தத்துவம்.

இம்மாதிரி பதினாறு கதைகளைக் கோவை செய்து உங்கள் பார்வைக்கு விடுகிறார். வாசித்துப் பார்ப்பதுதானே? எனக்கு அவை யாவும் பிடித்தன. நடை, சாதாரணமாக ஹிந்தி முதலிய பிற பாஷை மொழிபெயர்ப்பில் ஈடுபடும் தமிழ் எழுத்தாளர்களிடம் காணுவது போல அல்லாமல் சரளமாக வாய்த்திருப்பது அருமை யான காரியமாகும்.

கா. ஸ்ரீ. ஸ்ரீ., நீலமாளிகை, 1946

முல்லை

'முல்லை'யில் நம் கவிஞரைப் [பாரதிதாசன்] பற்றிய கருத்துக்கள் நிறைய வரும். அனைவரும் கவனமாகச் சேர்த்து வைத்துக்கொள் வார்கள்.

(1946)

○

அதிகாரம் யாருக்கு?

குவளைக் கண்ணகி

முகப்புச் சாவி

இது அரசியல் சாஸ்திரத்தின் சகல அம்சங்களையும் பரிபூர்ண மாக விவாதிக்கும் புஸ்தகம் அல்ல. இதில் விடப்பட்ட விஷயங்கள் பல. சொல்லப்பட்டவற்றில், பாஷைத் தெளிவே பிரதான நோக்கமாக கொண்ட ஒரு முயற்சியே இது. சாத்திய மான வரை எதிர்மறை ரூபத்தில் சூத்திரபூர்வமாக லட்சண வரம்புகளை விவரித்துக்கொண்டு போவதே நோக்கம்.

அரசியல் கட்டுக்கோப்பு சோதனையில் லட்சியப் பேச்சுக்கு இடம் இல்லை.

கருணை என்ற வார்த்தையின் பொருள் இப்பொழுது கிழங்கு வர்க்கத்தில் அடங்கிவிட்டது. அரசியல் மண்ணில் அது முளைக்காவிட்டால் அதிசயம் இல்லை. முளைக்குமாகில், அதற்குக் காரணம் அரசியலின் தன்மை அல்ல. ஆகையால் தான் சாத்தியமானவரை கட்டுக் கோப்பின் அமைப்பு விவரத் தையும் அதன் திரிபுகளையும் மட்டும் விவரிக்க முயற்சி செய்யப்பட்டுள்ளது.

பரிபாஷை என்பது முதல் அதிகாரணமாக இருக்க வேண்டும் என்பதற்காக, வசனப்போக்கில் பின்னல்முறை அனுஷ்டிக்கப்பட்டிருக்கிறது.

பரிபூர்ணமான அரசியல் நூல் ஒன்று சமைப்பதற்கு இரண்டு வகையில் இது வழிகாட்டி. ஒன்று, இதில் சாதிக்க முயன்ற பரிசிலனைகள் யாவும் பூர்ண ஆராய்ச்சிக்கு பீடிகை கள் என்று கருதுகிறேன். இரண்டு: தர்க்க நியாயத்தின் போக்கை விரும்பாதவர்கள், வேறு முறைகளை சோதனை செய்து பார்க்க இது எதிர்மறையில் உதவி செய்யும்.

சிறு வீடுகட்டி விளையாடுவதுபோல, நாம் ஜன நாயக விளையாட்டு விளையாடுவதை நிறுத்தி, பூர்ண ஆதிபத்திய முள்ள சர்க்காரை ஸ்தாபிக்க வகை செய்யும்வரை, மனிதன் இரண்டு காலால் நடப்பவன் என்று சொல்லுவதற்கு சமமாக வுள்ள சாதாரண அரசியல் கருத்துக்களைக்கூட தர்க்க நியாயத் தின் அந்தம்வரை சோதித்துச் செல்லமுடியாது. சோதித்துச் சென்றாலும், மனிதன் இரண்டு காலில் நடக்கும் பிராணி தானா என்று அதிசயப்பட்டு கேட்டுக் கொண்டிருப்பதற்கு கும்பல் கூடிவிடும்.

புதுமைப்பித்தன்

அரசியல் சாஸ்திரப் பயிற்சியினால் ஒருவன் அரசியல்வாதியாகிவிட முடியாது; அரசியல்வாதியின் வேட்கைகளைப் பூர்த்திசெய்யும், அல்லது அவ்வாறு செய்யத் தவறும் சாதனங்களின் நுட்ப திட்பங் களையும், அவற்றின் வலுவையும் வசதியையும் புரிந்துகொள்ளுவதற்கு அரசியல் நூல் ஒருவாறு பயன்படலாம். புகுந்துள்ள காரியம் பயன்தரத்தக்க வகையில் நடைபெற உபயோகமாகக்கூடிய சாதனம் எது என்பதைத் தெரிந்துகொள்ளுவதற்கு, அதன், அதாவது அக் கருவியின் பல்வேறு உறுப்புகளையும் அதன் சேர்க்கை வகைகளையும் பரிசோதிக்க வேண்டும். அதுவே அரசியல் சாஸ்திர நோக்கம்.

அரசியல் நூல் என்பது அரசின் அல்லது ஆட்சியின் தன்மையை அல்லது இயல்பை வகுத்துக்காட்டும் நூல். அரசு என்பது அரசன், ராஜன் என்ற பாரம்பரிய வாரிசாக வரும் ஒருவனது பொதுச் சேவையைத் தன்மையைக் குறிக்கும் ஒரு பதம்; அதாவது அரசனது நிர்வாகம், அதிகாரம், அதிகாரவரம்புகள், அந்த அதிகாரத்துக்குரிய துணைக் கரணங்கள் ஆகிய எல்லாவற்றையும் உள்ளடக்கும் ஒரு பதம். இப்பொழுது இவ்வார்த்தைப் பிரயோகம், அரசனுடன் பூர்வத்தில் கொண்ட தொடர்பை அறுத்துக்கொண்டு ஆட்சி உட்பட மேலே குறிப்பிட்ட சகல அம்சங்களை மட்டும் குறிக்கிறது. இதனால் தான் நாம் முடியரசு, குடியரசு, தனியரசு என்றெல்லாம் அரசு என்ற பதத்தை இணைத்து பலவிதப்பட்ட தன்மைவாய்ந்த நிர்வாக வர்க்கங்களை விவரிக்கிறோம்.

திருவள்ளுவர் மன்னராட்சிக்கு படை, குடி, கூழ், அமைச்சு என நான்கு உபலட்சணங்களை விவரிக்கிறார். அதுபோலவே அரசியல் சாஸ்திரத்திலும் அரசு என்பதற்கு உபலட்சணங்கள் விவரிக்கப்படு கின்றன. அவை தேசம், சமுதாயம், ஆதிபத்திய உரிமை உள்ள ராஜாங்கம், சர்க்கார் என்பவையாகும். சர்க்கார் என்றால் சட்டம் இயற்றும் ஸ்தாபனம், அதை நிர்வகிக்கும் ஸ்தாபனம், அவ்வாறு எழும் சட்டங்களிடையே தோன்றக்கூடிய கலக்கங்களைத் தெளிவு படுத்தி இன்னதற்குப் பொருள் இன்னதுதான் என்று நிர்த்தாரணம் செய்யும் ஸ்தாபனம் என்று பொருள். இவ்வுப லட்சணங்களின் உட்கிடைகளையும் சற்று தெளிவு படுத்திக்கொண்டால் பூர்வாங்க மாக பரிபாஷை இன்னது என்பதைத் தெளிவுபடுத்திக்கொள்ள முடியும்.

தேசம்

தேசமாவது என்ன? நீர்மேல் எழுத்துப்போல எல்லைவரம்புகள் உதாசீனம் செய்யப்படும் இக்காலத்தில், சர்வே உத்யோகஸ்தர்

மாதிரி பிளான் போட்டுக்காட்ட முடியாது. அரசியல் சாஸ்திரத்தின் முடிபுகளுக்கு ஆதார விவகாரமான ஐரோப்பிய சரித்திரத்தைச் சற்றுக் கவனித்தால் இதன் உண்மை விளங்கும். உதாரணமாக போலந்து, செக்கோஸ்லாவாகியா முதலிய நாடுகளை எடுத்துக்கொள் ளுவோம். பிறநாட்டு அரசியல்வாதிகளின் வெறிகளும் அபிலாஷை களுமே அவற்றின் வரம்பை இதுவரை நிர்ணயித்து வந்துள்ளன. அவ்வையார் முற்காலத்தில் சர்வே செய்தது மாதிரியாக நிர்ணய மாகச் சொல்லியதுபோல, குறிப்பிட்ட எல்லையடக்கும் நிலப்பரப்பை வைத்து தேசம் என்ற பதத்துக்கு உள்ள பொருட் பொதிவு முழுவதை யும் சொல்லுவதென்றால், அது பிசகான வழியிலேயே கொண்டுபோய் விடும். குறிப்பிட்ட ஆசாரம், பழக்க வழக்கங்கள், சமய வழிபாடு, பண்பு முதலியவற்றை வைத்து நிர்ணயிப்பது பொருந்தும் என மேலோட்டாகப் பார்த்தால் தெரிகிறது. குறிப்பிட்ட நிலப்பரப்புக்குள் குறிப்பிட்ட ஆசார அனுஷ்டானங்களை மட்டும் கொண்டவர்கள் வாழையடி வாழையாக வாழ்ந்து வருகிறார்களா என்று பார்த்தால், அவ்வளவு எளிமையான கட்டுக்கோப்பு எங்குமே கிடையாது. இதை நாம் தேசம் என்ன என்பதை நிர்ணயிக்கும் குறியீடாக வகுத்துக்கொண்டால், பூப்பரப்பில் உள்ள சகல தேசங்களும் இதற்கு விதிவிலக்காகவே அமையும்! அரபுகள் வாழ்வது அரேபியா என்று நாம் சொல்லிவிட்டால், அங்கு அவர்களுடைய விதியோடு அறுத்துக் கொள்ள முடியாதபடி தம்மை பந்தகப்படுத்திக்கொண்டுள்ள யூதர் களும் கிருஸ்துவர்களும் அவ்வாறு பாத்யதை கொண்டாடுகிறார் களே? நிற்க, வேறு என்னவிதமாக வகுக்கலாம்? சந்தர்ப்ப விகாரங் களாலும், வாழையடி வாழையாகவும் தம்முடைய பரஸ்பர நல்வாழ் வையே பரம நலமாகக் கொண்டு, ஒத்த ஜீவன வசதியைப் பெற்று லட்சிய வேட்கைகளைப் பூர்த்தி செய்துகொள்ள சம்மதித்து, அவற்றை நடத்த பூர்ண உரிமை வகித்துவரும் ஒரு சமாஜத்தின் நிலைக்களமே தேசம். இவ்வுரிமை பறிமுதல் செய்யப்படலாம், உதாசீனம் செய்யப் படலாம் அல்லது அடைமானம்கூடச் செய்யப்படலாம்; ஆனால் அந்த தேசவாசிகளின் அழியாத உயிர்நாடி அது. ரோம் சாம்ராஜ்யம் ஒரு குறிப்பிட்ட பூபகுதியில் உள்ள சமுதாயத்தை வேருடன் கெல்லிக் களைந்துவிட செய்த முயற்சியே ஐரோப்பிய நாகரிகத்தின் பாரம்பரிய சங்கடமாக யூதப் பிரச்னை என்ற ரூபத்தில், மேல் நாடுகளிலே இருந்துவருகிறது; அங்கு காணும் பல தேசங்களின் நிர்வாகிகளுடைய கோபாவேசத்துக்கும் முதலைக் கண்ணீருக்கும் இலக்காக அமைந்த இந்த யூதப் புதிர், உயிர்வாழ்வு வேட்கை எவ்வளவு விடாப்பிடியாக வேலை செய்கிறது என்பதைக் காட்டு கிறது.

சமுதாயம்

அடுத்த உறுப்பான சமுதாயம் என்றால் என்ன? மனிதன் மந்தை மந்தையாக வாழும் பிராணி. இயற்கையின் சிருஷ்டியிலே புறப்பாது

காப்புகள் சற்றும் இல்லாத ஜீவன் மனிதன்தான். குளம்போ, நகமோ, கோரப்பற்களோ, விஷமோ, வேஷமோ அல்லது ஓடோ, செதிலோ, ஓட்டமோ, வர்ணமோ சற்றும் கிடையாது. ஆனால் அவ்வளவு வசதிகளையும் இயற்கை, உயிர்வாழ்வுக்கு அவசியமான மாகினோ அரண்களாக மற்றப் பிராணிகளுக்குக் கொடுத்திருக்கிறது. (அல்லது, அம்மாதிரி வேறுபாடுகளைப் பரிணாம நியதிப்படி வாழ்க்கைப் போரில் வகுத்துக்கொள்ள சந்தர்ப்பம் அளித்துள்ளது என்று வேண்டுமானாலும் ஒப்புக்கொள்ளுவோம்.) ஆனால் மனிதனோ அவ்வளவு வசதிகளையும் தனது மனசையும் புத்தியையும் கொண்டு அமைத்துக்கொண்டால்தான் உயிர்வாழ்வது சாத்தியம்.

மனம் உள்ள பிராணி மனிதன். அதை உபயோகித்து ஆதியிலிருந்தே மனிதன் கும்பலாக வசிக்கப் பழகிக்கொண்டான். இந்தக் குணம் இவனுக்கு எப்பொழுது ஏற்பட்டுப் படிந்தது, மிருகப் பிராயத்திலிருக்கும்போதே இந்தப் பழக்கம் படிந்ததா என்பதெல்லாம் மானுஷ வரலாற்று நுணுக்கங்களில் கண்டுகொள்ளலாம். கூடி வாழ்வது என்பது பூப்பரப்பு முழுவதிலுமே மனிதக் கும்பலின் குணம். கூடி வாழ்வது என்றால் பக்கத்தில் வாழ்பவனும் தன்னைப் போல் வாழ்வதற்கு சம்மதித்தல் என்கிற அர்த்தம். அதாவது பொதுவாக எந்த அளவுவரை இருந்தால் தன் உயிருக்கு ஆபத்து வருவித்துவிடாதோ அந்த அளவுவரை பரஸ்பரம் தம்மிடையே அபிலாஷைகளில் உள்ள அற்ப வேறுபாடுகளை விட்டுக்கொடுத்து, அதற்குப் பர்த்தியாக, தன்னுடன் ஒத்துவாழ சம்மதித்தவனுடன், பாதுகாப்பு, பசியாற்றிக்கொள்ளுதல் முதலிய விவகாரங்களில் இணைந்து வேலை செய்ய முற்படுதலேயாகும்.

இந்த ஒரு சம்மதம் குறிப்பிட்ட ஒவ்வொரு மனிதக் கும்பலிடையே குறிப்பிட்ட ஒவ்வொருவித ஒருமைப்பாட்டையும் அனுஷ்டான வளமுறைகளையும் வளர்க்கிறது. இவைகளைக் கலாசாரம் எனவும் பண்பு எனவும் இரு கூறாகப் பிரித்துக் கூறலாம். கலாசாரம், புற அமைதியையும் ஒழுக்கங்களையும் எடுத்துக்காட்டுவதாகவும், பண்பு என்பது அவற்றிற்கு ஸூட்சுமமான மன நிலைகளையும், போக்குகளையும் குறிப்பிடுகிறது எனவும் நாம் பிரித்துக்கொள்ளுவதால் சவுகரியம் உண்டு. இப்படிப்பட்ட தன்மைகள் கொண்டதுதான் ஒரு சமாஜம். உதாரணமாக ஹிந்துக்கள் என்று அன்னியர் நமக்கு இட்டுள்ள ஒரு விலாசத்தின்கீழ், மூலாதாரம் ஒன்றாகவும் கிளைகள் பலவாகவும் பெற்ற ஆசார அனுஷ்டானங்களையும் கொண்ட உட்பிரிவுகள் பல இருந்தாலும் இமயம் முதல் குமரி வரை காணப்படும் ஒருமைப்பாடும் ஆசார ஆதாரங்களும் நம்மை ஒரு சமாஜமாக்குகிறது. இதேபோல இங்குள்ள முஸ்லிம்களும் இமயம் முதல் குமரி வரையில் ஒரே தன்மையுடனேயே காணப்படுகிறார்கள். ஹிந்து தர்மம் என்பதின் தொலைதூரக் கிளைகளான பௌத்தம், ஜைனம் ஆகியவையும் அப்படியே. இவ்வாறே நாம் எவ்வளவோ உதாரணங்களைப் பெருக்கிக்கொண்டு போகலாம். இவ்வளவு

சமாஜங்களும் தம்முடைய அபிலாஷைகள், நலபூர்த்திகள் ஆகியவற்றின் நிலக்களமாகக் கொண்டுள்ள பூப்பரப்புதான் இந்தியா தேசம்.

ராஜாங்கம்

மூன்றாவது உறுப்பு ஆதிக்க உரிமையுள்ள ராஜாங்கம். மேலே நாம் குறிப்பிட்ட பூப்பரப்புக்குள் வாழும் சமாஜம் அழிந்துபோகாமல் வாழ ஆசைப்படுவது இயல்பு. மனிதனுடைய உயிர் வாழும் வேட்கையே அது. அதற்கு உரியதான சாதனம் ஒன்றை அவன் ஏற்படுத்திக் கொண்டான். குறிப்பிட்ட சமாஜம் அல்லது சமாஜங்களிடையே தனிமனிதர்களின் விவகாரங்களை முறைப்படுத்தவும், வெளி ஆக்கிரமிப்புகளிலிருந்து அகல அல்லது அவற்றைப் பாதுகாத்து நிற்கவும் அமைக்கப்பட்ட சாதனமே ராஜாங்கம். குறிப்பிட்ட சமாஜம் அல்லது சமாஜங்கள் சம்மதித்துக் கொடுத்த அல்லது சம்மதிக்காமல் இழந்த அதிகாரத்தைப் பெற்று, அது அல்லது அவற்றினிடையே உள்ள ஒவ்வொரு மனிதனுடைய வாழ்வையும் சாவையும் நிர்ணயிக்கும் அதிகாரம் படைத்திருக்கும் சாதனம் ராஜாங்கம். பூர்ண ஆதிபத்தியம் என்பது குறிப்பிட்ட பூப்பரப்பின்மீதும் அதில் வாழும் சமாஜத்தினர்மீதும் வடுப்படாத அதிகாரம் பெற்றிருப்பதேயாகும். பிறநாட்டுத் தலையீடோ, அதிகாரமோ அதைப் பாதிக்காது. ஆதிபத்தியத்துக்கு வரம்புகள் உண்டா, அப்படி இருக்குமாகில் அதன் தன்மைகளை, வயணங்கள் என்ன என்பது பற்றிய சூட்சுமங்களை ஆராயப் புகுந்தால் சோதனை பெரிது பட்டுவிடும்.

சர்க்கார்

தற்போது அதை நிறுத்தி வைத்துக்கொண்டு சர்க்கார் என்ற பதத்தை எவ்வாறு, எந்தப் பொருளில் உபயோகித்து வருகிறோம் என்பதையும் பரிசீலனை செய்துகொள்ளுவது அவசியம். "பிரிட்டிஷ் சர்க்கார்", "இந்தியா சர்க்கார்", "சர்க்கார் உத்தரவு", "சர்க்கார் கட்சி ஜெயித்தது" என்ற பிரயோகங்களில் சர்க்கார் என்ற வார்த்தை ஒரே பொருளில் தான் வருகிறதா? கவனித்துப் பார்ப்போம். ஒரு தேசத்திலே அதன் கட்டுக்கோப்பு குலைந்து விடாமலிருப்பதற்காக ஆட்சி நடத்தும் ஸ்தாபனம் அல்லது யந்திரத்தைத்தான் நாம் சர்க்கார் என்று குறிப்பிடுகிறோம். சர்க்கார் என்பது நாட்டின் மக்களுடன் தொடர்பு கொண்டிருப்பது, பிறநாட்டு ராஜாங்கங்களுடன் உறவு வகிப்பது. வரிவசூல் செய்தல் முதல் விவசாய அபிவிருத்தி, பரிசோதனைக் கூடங்கள் வகுத்து நடத்துவதுவரை ஒரு குறிப்பிட்ட எல்லைக்குள் ஆதிபத்தியமுள்ள ராஜாங்க அந்தஸ்து வகிக்கும் அரசின் சார்பாக நிர்வாகம் நடத்தும் யந்திரமே சர்க்கார். ஏதாவது ஒரு ஆட்சி இருந்துதான் ஆகவேண்டும். ஆட்சி மனித பலவீனத்தின் புறச்சின்னம். ஆனால் சர்க்கார் இருக்கிறது என்பதால் அந்த நாட்டுக்கு ஆதிபத்தியமுள்ள ராஜாங்க அந்தஸ்து இருக்க வேண்டும் என்பதில்லை.

சர்க்கார் ஆதிபத்தியத்தின் அறிகுறி அல்ல; அன்னிய நாட்டு நலங்கள் வாய் வைத்து உறிஞ்சும் குழாய்களாக உபயோகித்துக்கொள்ளுவதற்கு வாய்ப்பாக அது அகப்பட்டுக் கிடக்கலாம். அப்படியாயின் அதன்வசம் ஆதிபத்திய உரிமை என்பது எப்படி இருக்கப்போகிறது? ஆதிபத்தியமானது அடைமானம் செய்யப்பட்டோ அல்லது திவாலாகியோ செல்லுக் கணக்கில் ஏறியிருக்கும். இதுவே வேண்டாம். ஸ்தல ஸ்தாபன ஆட்சி என்று ஒரு விலாசத்தை நாம் காண்கிறோம். அதுவும் வரி விதிக்கிறது; குறிப்பிட்ட வரம்புக்குள்ளாக அதுவும் குறிப்பிட்ட சில காரியங்களைச் செய்ய அதிகாரம் பெற்றிருக்கிறது. அந்த ஸ்தலத்தில் ஓரளவு ஆட்சி நடத்துகிறது எனவே சொல்ல வேண்டும். அதுவும் சர்க்கார்தான். ஆனால் அதன்வசம் ஆதிபத்திய உரிமை கிடையாது. அதற்கு மீறிய அதிகாரம் பெற்ற ஸ்தாபனம் அந்த எல்லைமீதே உண்டு. அதாவது, அது ஆட்சி நடத்தும் வட்டாரத்துக்குள் வேறு ஒரு ஸ்தாபனமும் ஏககாலத்தில் ஆட்சி நடத்துகிறது. அதாவது, அது அமைந்துள்ள நாட்டின் ஆதிபத்திய உரிமையுள்ள அரசின் யந்திரமும் அதே வட்டாரத்துக்குள் அதிகாரம் செலுத்துகிறது.

○

2. சர்க்காரின் வேலைகள்

சர்க்காரின் வேலை என்ன? இவற்றைப் பொதுப்படையாக மூன்று கூறாகப் பிரிக்கலாம். சட்டம் இயற்றுதல், இயற்றிய சட்டத்தை நடத்திவைத்தல், சட்ட நிர்வாகத்திலே தோன்றக்கூடிய கலக்கங்களைத் தெளிவுபடுத்தல். சர்க்காரும் தெய்வத்தைப் போல முத்தொழில் இயற்றும் ரூப அமைப்புதான். சங்காரம் என்ற மூன்றாவது அம்சம் எதிர்மறையாகக் கிடக்கிறது என்று சொல்லவேண்டும். நிற்க, சட்டங்களை இயற்றும் ஸ்தாபனத்துக்கு சட்டசபை எனவும் சட்டநிரூபண மன்றம் என்றும் சொல்லுவார்கள். அசெம்பிளி, கவுன்ஸில் என்பது தெரிந்த பதங்கள். அவற்றை உபயோகிப்பதனால் பாதகம் இல்லை. சட்டம் இயற்றும் ஸ்தாபனம் ஜனங்களின் கட்டுக்குள் அடங்கியதாக இருந்தால்தான் அசெம்பிளி, கவுன்ஸில் என்ற பெயர்கள் அர்த்தபூர்வமாகப் பொருந்தும். சட்டம் இயற்றும் ஸ்தாபனம் என்றே இப்பொழுது நாம் குறிப்பிட்டு வருவோம். பின்னர் அதன் சூட்சுமங்களை சந்தர்ப்பம் வரும்போது பார்ப்போம். சட்டம் என்றால் என்ன? குறிப்பிட்ட தேசமக்களிடையே ஆட்சி நடத்தும் ஸ்தாபனமானது அவர்களது விவகாரங்களிடையே ஒருமைப்பாடு ஏற்படுத்தும் நோக்கத்துடன், வாழையடி வாழையாக வரும் வளமுறைகளைத் திரட்டியோ, குறிப்பிட்ட கட்டத்தில் குறிப்பிட்ட காரியத்தை நடத்தவோ தடுக்கவோ, அம்மக்களின்

சம்மதத்துடனோ அல்லது அது அல்லாமலோ தனது அதிகாரத்தைப் பிரயோகித்து அமுலுக்குக் கொண்டுவருவதற்காகப் பிறப்பிக்கும் ஒரு ஏற்பாடு அல்லது ஒரு அனுஷ்டானம் என சட்டத்தை ஒருவாறு நிர்ணயிக்கலாம்.

சட்டம் பிறந்தவுடன் குறிப்பிட்ட பலன் கைகூடும் என்று நினைப்பது பிசகு. அதை நடத்திவைக்க ஒரு ஸ்தாபனம் வேண்டும். அதுதான் நிர்வாக இலாகா. இது படிப்படியாக, சிகரத்தில் இலாகா தலைவர் எனவும் பிறகு அவருக்குக் கீழ் பல சிப்பந்திகள் எனவும் தேசத்தின் சகல பகுதிகளிலும் நின்று, சட்டம் வகுத்துவைக்கும் முறையை நடத்திவைக்க வசதி செய்யும்.

மூன்றாவதாக சட்டத்தெளிவு இலாகா. பொதுவாக இதை நீதி இலாகா எனக் கூறுவார்கள். நீதி இலாகா பொதுவாக சட்டத்தின் வரம்பை வகுத்து நிர்த்தாரணம் செய்து, அது பிறப்பிக்கப்படும் பொழுது எதிர்பார்க்கப்படாத சில கட்டங்கள் ஏதாவது ஏற்படும் பட்சத்தில், சட்டத்தை வகுத்தவர்கள் தம் கருத்தில் கொண்டிருந்த நோக்கத்துக்கு அனுசரணையாக சட்டத்தின் வாக்கு அமைதி இருக்கிறதா என்பதை நிர்த்தாரணம் செய்து தெளிவுபடுத்தும் அதிகாரம் வகித்திருக்கிறது. எந்தக் கட்டுக்கோப்புக்கும் லட்சியம் கிடையாது. கட்டுக்கோப்புக்குள் லட்சிய சாதனை சாத்தியம். ஆகையினால்தான் சட்டத்தெளிவு இலாகாவை நீதி இலாகா என்பது உபசார அணி. சட்டத்தெளிவு இலாகாவுக்கு ஒரு குறிப்பிட்ட காரியம் எந்தச் சட்டத்துடன் பொருந்துகிறது, அல்லது பொருந்தத் தவறுகிறது, அல்லது இன்ன சட்டத்துடன் பொருந்துவதினால் மற்ற சட்டங்களுக்கு சாதகமாகவோ பாதகமாகவோ இருக்கிறது என்பதை விளக்கும் நோக்கத்தைக் கொண்டதாகும். சமாஜ லட்சியமான நல்வாழ்வு என்ற பெருநோக்கத்துக்கு உகந்தவையாக சட்டம் அமைந்திருக்கிறதா அல்லவா என்பதை சட்டை செய்யவேண்டிய பொறுப்பு அதற்குக் கிடையாது. ஆனால் கூடியவரை இந்த நல்வாழ்வு லட்சியத்துக்கு உகந்தவையாகத் தோற்றும்படியாக சட்டங்களை அவை வியாக்கியானம் செய்துகொண்டுபோனால், அம்முயற்சி அந்த ஸ்தாபனத்தின் சாதுர்யத்தைக் காட்டுகிறதே ஒழிய லட்சியத்தைக் காட்டவில்லை. ஒரு கருத்து சட்டத்தின் ரூபத்தில் வராத வரைதான் வளர்ச்சித்தன்மை பெற்றிருக்கிறது. எப்பொழுது அக்கருத்து சட்டமாகிவிட்டதோ அப்பொழுதே அந்தக் கருத்து வளர்ச்சிக்கு வேலி போட்டாகிவிட்டது என்று நாம் கொள்ள வேண்டும். இந்த ரீதியில் கவனித்தால், சட்டங்களை மனித வளர்ச்சியின் வேலிகள் என்றுதான் கருத வேண்டும். சட்டம் குறிப்பிட்ட சமாஜத்தின் ஸ்திரத்தன்மையைக் காப்பாற்ற முற்பட்ட வரம்புகள். அது இல்லாவிட்டால் சமூகம் இருக்காது. ஆனால் அதன் ஆதிக்கம் நல்லதற்காயினும் கெட்டதற்காயினும் வரம்பு மீறியிருந்தால் வளர்ச்சிக்கு வகையில்லை என்பது நிச்சயம். நிற்க, சட்டத்தைக் கிரிமினல் சட்டம், ஸிவில் சட்டம் என்று இரண்டு வகையாகப் பிரிவுபடுத்துகிறார்கள்.

முதலாவது பிரிவு, குறிப்பிட்ட அரசின்கீழ் வாழும் யாவருமே செய்யக்கூடாதது என்று ஒதுக்கித் தள்ளிய காரியங்களில் ஈடுபடு கிறவர்களைக் கட்டுப்படுத்தும் அல்லது தண்டிக்கும் நோக்கம் உடையது. அடுத்தது, குறிப்பிட்ட சமாஜத்தினில் நிகழும் காரியங் களில் அதன் கட்டுக்கோப்புக்கு அனுசரணையாக இருப்பதற்காக வகுக்கப்பட்ட முறைகளை நிர்த்தாரணம் செய்து தெளிவுபடுத்தும் சூத்திரங்களாகும். முதல் பிரிவு குறிப்பிட்ட சமாஜமானது தனது நல்வாழ்வு நோக்கத்துக்கு உகந்தவை என எவற்றைக் கருதுகிறதோ அவற்றைத் தம்மிடையே பெரும்பாலும் இளமையிலேயே போதிப்ப தற்கு உபயோகிக்கும் சாதனமான கல்வியின் வரம்பைக் காட்டுவது; அதாவது அது எவ்வளவு தூரம் பலனளிக்கத் தவறியது அல்லது லாயக்கற்றது என்பதைக் காட்டும் அளவுகோல் கிரிமினல் சட்டம். கிரிமினல் சட்டம் ஒரு குறிப்பிட்ட சமாஜத்தில் கல்வியானது இயற்றத் தவறிய காரியங்களின் அறிகுறி. ஸிவில் சட்டம் என்பது ஒரு சமுதாயத்தின் ஸ்திரத்தன்மைக்கு அனுசரணையாக சட்டங்கள் இருந்துவருகின்றனவா அல்லது மாறுபாடாக இருந்துவருகின்றனவா என்பதைப் பேரளவுக்கு எடுத்துக்காட்டும் தன்மை வாய்ந்தவை. சமாஜ ஸ்திரத்தன்மையின் வரம்பு ஸிவில் சட்டம் என்று சொல் லலாம்.

○

3. சமனிடை சேர்க்கை

சர்க்காரின் இந்த முத்தொழில்களும் நேரிய முறையில் நடக்க வேண்டும் என்றால் இவற்றிடையே தொடர்பும் ஒத்துழைப்பும் இருக்க வேண்டும். சொல்லுவதற்கு எளிதானாலும் நேரிய என்ற பதத்துக்குப்பொருள் நடைமுறையில் காண்பதுதான் மகா சங்கடமான காரியம்.

வைத்தியத்திலே சுக்கு, மிளகு, திப்பிலி சமனிடை சேர்த்து உபயோகிக்கப் பழகிக்கொண்டால் வைத்திய கிரந்தங்களையே கிழித்துப் போட்டுவிடலாம் என்பார்கள். அதேமாதிரி பிரெஞ்சு சித்தாந்தி ஒருவர் (மான்டெஸ்கு) சர்க்காரின் இம்முத்தொழில்களை யும் சமனிடை சேர்த்துப் பிரயோகித்தால் லட்சிய அரசியல் உருவாகிவிடும் என்று அதற்கெனத்தத்துவம் ஒன்றைக் கற்பனை பண்ணினார். சமத்தன்மையும் இலாகாத் தனித்துவமுமே பிரதானம் என்பது அவருடைய கருத்தின் சுருக்கம். மூன்றும் சேர்ந்த ஒரே பிண்டமானதாக இருந்தால் ஒவ்வொரு தொழிலும் தன் எல்லைமீறி, மற்றிரண்டின் நிழலிலே நின்று கொடுமைப்படுத்தும் என்பது சொல்லாமலே விளங்கும். உதாரணமாக முதல் இரண்டின் சேர்க் கையை மட்டும் வைத்துக் கவனிப்போம். சட்டம் இயற்றும் ஸ்தாபன

மும், அதை நிர்வகிக்கும் ஸ்தாபனமும் கூடிக்கொண்டால் நிர்வாக ஸ்தாபனத்தின் பிழைகளை எல்லாம் சரிப்படுத்த சட்டம் இயற்று வதற்கு சவுகரியம் ஏற்படுமல்லவா. இது தவிர, சட்டத் தெளிவு ஸ்தாபனமும் நிர்வாகமும் கூடிக்கொண்டால் நல்நோக்கத்துடன் இயற்றப்படும் சட்டங்களையே ஒன்றுமில்லாமலடித்துவிட முடியு மல்லவா. இது தவிர சட்டமியற்றும் ஸ்தாபனமும் சட்டத்தெளிவு ஸ்தாபனமும் கூடிக்கொண்டால், நிர்வாகத்தை ஒரு காரியமும் செய்யவிடாமல் கட்டிப்போட்டுவிடுவது எளிதல்லவா. முன்னிரண் டுக்கும் இந்திய சர்க்கார் ஆட்சியும் மூன்றாவதற்கு அமெரிக்க சர்க்கார் விவகாரமும் சமீப காலத்தில் தினசரி உதாரணமளித்து வருகின்றன. மான்டெஸ்கு கற்பனை செய்த சமத்தன்மை நிலவ வேண்டும் என்ற கருத்தைப் பிரதான நோக்கமாகக் கொண்டு வகுக்கப்பட்டதே அமெரிக்க அரசியலமைப்பு. எடுத்துக் கோத்த கட்டுப்பாடு, ஜாபிதாக் கோவையாக இருப்பதினால்தான் அமெரிக்க ரகம் வளைந்துகொடுக்க லாயக்கற்றதாக இருக்கிறது. பெரிதும் அதற்கு மாறாக, பிரிட்டிஷ் ராஜாங்க அரசியலமைப்போ எனின் கால, சந்தர்ப்ப அவசியங்களுக்கு ஏற்ப உருத்திரிந்து வளர்ந்துவந்த ஒன்றாதலால், சகல சந்தர்ப்பங்களையும் சமாளிக்கும் லாகவம் வாய்ந்தது என்று அரசியல் சித்தாந்திகள் கூறுகிறார்கள். இது ஓரளவு உண்மையே. அரசியலமைப்பு என்பது எலும்புக்கூடு போல குணோபாவம் காட்டாதது. சகல சந்தர்ப்பங்களையும் தீர்க்க திருஷ்டியுடன் எதிர்பார்த்து, ஒரு ராஜாங்கமானது தனது சரித்திரத் தின் ஒரு கட்டத்திலிருந்துகொண்டு திரிகால நியாயம் வகுக்கப் புகுவது என்பது அபத்தமான தர்க்க நிலையாகும். அதிகார மூலாதா ரம் எந்த இடத்தில் அமைந்திருந்தாலும் அதை துர்வினியோகம் செய்வது பிரமாதமான காரியமல்ல என்பதை சமீபத்திய அரசியல் களின் ஜீவியமே எடுத்துக்காட்டி வருகின்றன. ஆனால் லட்சியமான அரசியல் அமைப்பு அல்லது சர்க்கார் என்பது கூடுமானவரை, முடிவான ஆதிக்க உரிமையை அது ஆளும் வரம்புக்குட்பட்ட மக்களிடமிருந்து பெற்று, எந்த நெருக்கடியையும் சமாளிக்க எந்த விதமான முறையையும் கையாளும் அதிகார லாகவம் வாய்ந்திருக்கும் ஒரு ராஜாங்கமேயாகும். இந்தத் தன்மை பேரளவுக்குப் பெற்றிருப்பது பிரிட்டிஷ் அரசியலமைப்பு. இப்படிச் சொல்லுவதனால் பிரிட்டன் தான் அரசியலில் ராமராஜ்யம் என்று கொண்டுவிடக் கூடாது. அப்படிப்பட்ட வசதியுள்ள ராஜாங்கத்தை உபயோகித்து, பொதுஜன அதிருப்தியை எந்த எல்லைவரை உதாசீனம்செய்து, குறிப்பிட்ட வமிசங்கள் தம் இனவளர்ச்சிக்கு வசதி செய்துகொள்ள முடியும் என்பதை எடுத்துக்காட்டுவது போலவே பிரிட்டிஷ் அரசியலின் நிர்வாகமுறை இதுவரை இருந்து வருகிறது. அரசியல் கட்டுக்கோப்பு நுட்பதிட்பங்களை பீஜ கணிதம்போல பரிசோதித்தால்தான் அவற் றின் தராதரம் தெரியவரும். சரித்திர உதாரணங்களில் உலாவ ஆரம்பித்தால் அது ஒரு பெரும் கானகம். குறிப்பிட்ட ஒரு கோலத்துக் குள் அமைத்துப் பார்க்க உதாரணங்களைத் தெரிந்தெடுப்பது

என்பதே அவற்றை அவற்றின் சூழ்நிலைகளிலிருந்து பெயர்த்து, குறிப்பிட்ட லட்சணங்களுடன் பொருத்திக் காட்டும் முயற்சியாகவே முடியும் விஷயமாகையால், கூடியவரை உதாரணங்களைவிட்டு விலகியே செல்லுவோம்.

○

4. ராஜாங்க லட்சணம்

பிரிட்டிஷ் அரசியல் சித்தாந்தி ஒருவர், பிரிட்டிஷ் ராஜாங்கத்தின் ஆதிபத்திய உரிமையை வகிக்கும் ஸ்தாபனத்தின் (பார்லிமெண்டின்) ஆதிக்க வரம்பைப் பற்றி விவரித்து வருகையில், "ஆணைப் பெண் ணாக்கி பெண்ணை ஆணாக்குவது தவிர மற்ற எல்லாக் காரியங் களையும் சாதிக்க வல்லது" என்று கூறி இருக்கிறார். அதாவது பரிபூர்ண ஆதிக்க உரிமை அங்கு ஒப்புக்கொள்ளப்படுகிறது. இந்த ஆதிக்க உரிமையானது எந்த ஸ்தானத்தில் இருக்கிறதோ அதற்கேற் பவே ராஜாங்கத்தின் தன்மை அமைந்திருக்கும். உதாரணமாக இந்த உரிமை ஒருவனிடம் வாழையடி வாழையாக வருமேயாகில் அந்த ஆட்சிக்கு மன்னராட்சி என்று குறிப்பிடுகிறோம். இவ்வாறல் லாமல், அதாவது பாரம்பரிய வளமுறையாக அல்லாது ஒற்றை மனிதனிடம் சிக்கியிருக்குமாகில் தனியரசு என்கிறோம். இதல்லாமல் ஒரு சில குடும்பத்தின் பாரம்பரிய "சொத்தாக" இருக்குமாகில் பிரபுக்கள் ஆட்சி என்று குறிப்பிடப்படுகிறது. இது அவ்வாறு பாரம்பரிய விவகாரமாக அல்லாமல் சந்தர்ப்ப சேர்க்கைகளாக இருந்தால் சிறுகும்பலாட்சி என்று குறிப்பிடலாம். தவிர ஆதிக்க உரிமையானது குறிப்பிட்ட சமுதாயத்தின் அங்கத்தினர்கள், அதாவது பிரஜைகள் என்ற மக்கள் கூட்டத்திடம் நிலவுமாகில் மக்களாட்சி எனவோ ஜனநாயகம் எனவோ குறிப்பிடலாம். மக்கள் என்ற பதம் இன்னாரைக் குறிப்பிடுகிறது என்ற நிர்ணயம் நிலைகுலைந்த கட்டத்திலே ஜனக் கூட்டம் முழுமையுமே, தம்மிடம் சர்க்காரின் முத்தொழிலும் இருப்பதாகக் கருதி, நேரடியாக ஏகோபித்துக் காரியம் நடத்துவதற்குப் பெருங்கும்பலாட்சி என்று பெயர் கொடுக்கலாம். நாடு நிலை தவறி, ஸ்திரத்தன்மைக்கு அவசியமான பாதுகாப்பு மதில்கள் இற்று விழுந்த நிலையில்தான் இந்தப் பெருங்கும்பலாட்சி ஏற்படும். இந்தப் பெருங்கும்பலாட்சிதான் குறிப்பிட்ட ராஜாங்கத் திடம் அதன் எல்லைக்குட்பட்டு வாழ்ந்த சமுதாயம் காட்டும் சகிப்பு வரம்பு பால் பொங்குவது போல் கொந்தளித்து ஒடுங்கிவிடும். இந்த மாதிரியான கோளாறுகள் இயற்கையாக எழும் கொதிப்பாலோ அல்லது சிலருடைய முயற்சியின் விளைவாகவோ அடிக்கடி தோன் றாமலும், தோற்றுவிக்க இடம் கொடாமலும் அமைந்திருக்கும் ராஜாங்கந்தான் நல்லரசு எனச் சொல்ல முடியும். ஆதிக்க வரம்புதான்

மக்கள் கூட்டத்தின் பாதுகாப்பு மதில். எனினும் அது எந்தவிதமான பீடத்தில் அமைந்திருந்தாலும் துர்வினியோக வசதிகள் இருக்கத்தான் செய்கின்றன. இவ்வசதிகள் பயன்படுத்திக்கொள்ளப்படும் நிலையில் தான் ஆட்சி திரிந்து வக்கரிக்கிறது. அதற்குத்தான் கொடுங்கோன்மை என்று பெயர். கொடுங்கோன்மை என்பது நல்லது கெட்டது என்ற வர்ஜா வர்ஜமின்றி கெட்டதைப் போல நல்லதையும் பலவந்தப் படுத்தும் ஒரு விவகாரமேயாகும். ஒற்றை மனிதனோ ஒரு சிறுகும் பலோ அல்லது ஒரு மக்கள் கூட்டமோ இம்மாதிரியான விவகாரங் களில் ஈடுபட்டு பிரவேசிக்காத முறையில் தடை செய்ய அரசியல் கட்டுக்கோப்பில் வேலிபோடுவது என்பது முடியாத காரியம் என்பதையே சரித்திரம் இன்றுவரை நிரூபித்து வருகிறது. இன்று நாம் பிரிட்டனில் மன்னராட்சியும் தனிமனித ஆட்சியும் மக்களாட்சி யும் கலந்த ஒரு கதம்பத்தைப் பார்க்கிறோம்; அதற்குத்தான் பிரிட்டிஷ் ராஜாங்கம் என்று பெயர். தனியரசும் மக்களாட்சியும் கலந்தது எனவே இன்றைய நிலையில் அமெரிக்க ராஜாங்கத்தைச் சொல்ல லாம். தன்னந்தனியரசாக எந்த இடத்திலும் கிடையாது. தன்னந்தனி யான சிறுகும்பலாட்சியாகவோ அல்லது மக்களாட்சியாகவோ எந்த இடத்திலும் கிடையாது.

பிரஜா உரிமை நிர்ணயத்தில் அளவுகோல்களை அடியோடு மாற்றியமைத்து, குறிப்பிட்ட வரம்புக்குட்பட்ட, மக்கள் கூட்டத்தின் சம்மதம் பெற்ற வடுப்படாத பூர்ண ஆதிக்க உரிமை கொண்ட ஒரு ராஜாங்கத்துடன் தனியரசுக் கலையையும் பெற்று சோபிப்பது தான் ஸோவியத் ரஷ்யா. மன்னராட்சியும், ஒரு சிலர் ஆளுகையும், மக்களின் பலவந்த சம்மதமும் பெற்று நிலவுவது ஜப்பானிய சர்க்கார். இன்று சீனாவில் தென்படுவது மக்களாட்சியைக் கொள்கையில் மதிக்கும் ராணுவ சர்க்கார் என்று சொல்லவேண்டும். இப்பொழுது தென்படுவது யாவுமே கதம்ப ரூபங்கள்தான். இந்தக் கதம்ப ரூபத்தில் எது பிரதான அம்சம் என்பது புலப்படுமாகில் அதுவே அவ்வரசின் தன்மையை நிர்ணயிக்கும் விலாசம் என்று கொள்ள வேண்டும்.

ஆட்சிமுறையின் கட்டுக்கோப்பு பற்றி ஆராய்ந்து வருகையில் ஆதிக்க உரிமையின் ஆதார பீடம் மக்கள் அல்லது பிரஜைகளாகவும் இருக்கலாம் என்றோம். மக்கள் என்ற பதத்துக்கு அரசியல் பரி பாஷையில் உரிமை உள்ளவர்கள் என்பதுதான் பொருள். நாட்டி லுள்ள அரசியல் கட்டுக்கோப்பைப் பற்றி கவனிக்க அல்லது உதாசீனம் செய்ய உரிமை பெற்றுள்ளவர்களே மக்கள். உயிர் வாழ்வுக்கு அனுசரணையாகவுள்ள வசதிக்காகவும் குறிப்பிட்ட ஆளுகையின்கீழ் வாழ்ந்து வருவதால் குறிப்பிட்ட நலத்தை அனுப வித்து வருகிறவர்கள் அல்லது அனுபவிக்கத் தகுதியுடையவர்கள் என்று மதிக்கப்பெறுகிறவர்கள் இவர்கள். இந்த உரிமையை நிர்த்தார ணம் செய்ய ஒவ்வொரு நாடும் தனது மனப்போக்குக்கும், தன் ஆசைப்போக்குக்கும் ஏற்றவாறு வரம்பு ஏற்படுத்திக்கொண்டிருக்கிறது. சொத்து, படிப்பு, தொழில் முதலிய சில அளவுகோல்களை வைத்து

அவ்வுரிமை மதிக்கப்படுகிறது. அவ்வுரிமைதான் வோட்டு. வோட்டுள்ளவன்தான் பிரஜை. அதாவது குறிப்பிட்ட சமுதாயத்தின் போக்கு இன்னமாதிரி அமைந்திருப்பது அவசியம் என்பதை நிர்ணயிப்போருடன் சம்மதித்து ஒத்துப்போக இன்னின்னார்கள்தான் தேவை என்று வரம்புபடுத்தப்பட்டு, அவ்வரம்புக்குள் அமையும் சமாஜ அங்கத்தினன் ஒவ்வொருவனும் பிரஜை என்ற அந்தஸ்து பெறுகிறான். வோட்டுரிமை ஒவ்வொருவனுக்கும் தனது நாட்டின் நிர்வாகத்தை நடத்துவதில் தனக்கிருக்கும் பாத்தியதையைக் குறிப்பிடும் அம்சம். கீரல் ராமசாமி, சொத்தை அனுபவிக்கவும், அதைப் பந்தகப்படுத்தவும் உரிமை பெற்றிருப்பது போல, வோட்டுள்ள ராமசாமி, தனக்கு ஆளத் திறமை இல்லாவிட்டாலும் இன்னொருவர் அவ்வாறு செய்வதற்குச் சம்மதிக்க அதிகாரம் பெற்றிருக்கிறான்.

குறிப்பிட்ட சிறு வரம்புக்குட்பட்டு, குறிப்பிட்ட சில காரியங்களை மட்டும், அதாவது வோட்டுள்ள ராமசாமி புரிந்துகொள்ளக்கூடிய விஷயங்களை மட்டும் செய்யும் தொழில்தான் அரசாட்சி என அமைந்திருந்தால், ராமசாமியே நேராகப்போய் தன்னுடன் அவ்வாறு சமமாக வோட்டுப் பெற்ற பலருடன் சேர்ந்து பரிசோதித்து நிர்வாகத்தை நடத்த முடியும். ஆனால் ராஜ்ய விஸ்தீர்ணம் பெரிதுபடுவதுடன், ராஜ்ய சிரத்தைக்குரிய காரியங்கள் சிக்கல் பட்டதாகவும் சூட்சுமமானதாகவும் ஆகிவிட்டதால் "இந்தச் சள்ளை நமக்கெதற்கு" என்று போடுகிற வோட்டோடு பொறுப்புக்கும் அவன் ஒரு முழுக்குப் போட்டுவிடுகிறான். பொறுப்பு ஒப்படைக்கப்பட்டவன் செய்யும் காரியங்கள் சகிக்க முடியாதபடி அதாவது காலைக் கடிப்பதாக இருந்தால் அடுத்த முறை வரும்போது சற்று உஷாராக இருக்க முற்பட்டு "மற்றொரு காலில் கடிபடுவதற்கும்" சந்தர்ப்பத்தை ஏற்படுத்திக்கொள்ளுவதற்கு உரிமை பெற்றிருக்கிறான். இதற்குத்தான் பிரஜையின் மறைமுக நிர்வாகம் அல்லது மக்களின் சம்மதம் பெற்ற ஆட்சி என்று பெயர். இந்த சம்மதம், சகிப்புத்தன்மையாக அல்லாது சுமக்கும் தன்மையாக மாறும்போதுதான் ஆளுகையில் வக்கரிப்பு ஏற்படுகிறது. மக்களாட்சியில் ஜனங்கள் வோட்டுப் போடுகிறார்கள். எதேச்சாதிகாரத்தில் ஜனங்கள் வோட்டைக் "கக்குகிறார்கள்". பூர்ண ஆதிபத்தியமுள்ள சமூகம் ஒன்று அசாதாரணமான சந்தர்ப்பங்களில், அதாவது யுத்தம், உள்நாட்டுச் சீர்குலைவு, பொருளாதார நெருக்கடி போன்றவற்றில் தற்காலிகமாக ஒவ்வொரு பிரஜையிடமிருந்தும் பிடுங்கிவிடும் உரிமையை அவன் சமாதான காலத்திலும் அம்மாதிரியே ஸ்திரமாக இழக்க வைக்கும் ஒரு ஆளுகை யந்திரத்தைத்தான் எதேச்சாதிகார அரசு என்று குறிப்பிடுகிறோம். மேலும் மக்களாட்சி என்பதுதான் என்ன? பூர்ண ஆதிபத்தியமுள்ள மக்கள் கொண்ட ஒரு சமுதாயத்தில் வாழும் பிரஜைகள், தம்முடைய சம்மதத்தின் பேரில், தம்மீது ஆதிக்கம் செலுத்த அனுமதிக்கப்பட்ட சிலர் அனுஷ்டிக்கும் முறைகளையும் நடத்தும் காரியங்களையும் எந்த அளவுவரை தாம் சம்மதிக்கத் தயார் என்பதைப்

புலப்படுத்துவதற்கு வசதி தரும் கட்டுக்கோப்பு உள்ள சர்க்காருக்குத் தான் மக்கள் ஆட்சி என்று சொல்லுவது பொருந்தும். மக்கள் வகிக்கும் சம்மத வரம்பைக் காட்டும் சர்க்கார் எனவும் இதைச் சுருக்கமாகக் கூறலாம். சம்மத வரம்பு என்பது சகிப்புத்தன்மை. உத்தேசித்த பலன் காரியாம்சத்தில் கைகூடுமோ என்னவோ என்பதை நிச்சயமாகத் தொடக்கத்தில் நிர்ணயிக்க முடியாது போகும்போதுகூட, ஒரு குறிப்பிட்ட முறையை அனுஷ்டிப்பதற்குத் தமக்கு இருப்பதாகப் பாவிக்கும் ஒரு உரிமையை இவர்கள், தம்மைப் போல் சம அந்தஸ்தும் வசதியும் உள்ள இதரர்களுக்கும் வழங்குவதற்கு சம்மதிக்கும் ஒரு மனநிலைதான் சகிப்புத்தன்மை. சுருங்கக் கூறினால் ஆழம் தெரியாமல் காலைவிட்டுக் கொள்ளுவது என்பது தமக்கு மட்டுமே பிரத்தியேக உரிமையல்ல என்பதை மனமுவந்து பகிர்ந்துகொள்ள முற்படும் சமநிலைதான் சகிப்புத்தன்மை. மேலே விவரித்ததை அலங்காரமான முறையில் கூறுவது என்றால் அதை சமரச மனப்பான்மை என்று சொல்லுவார்கள். கூட்டமாகக் கூடிவாழுவதற்கு முற்பட்டுவிட்டால், பேரளவு நபர்களின் சம்மதம் என்பது அவசியம். இந்த அளவு பெருகப்பெருக லட்சிய வரம்பு தாழ்ந்தே வருவதற்கு வசதி உண்டு; ஆனால் குறுகிக்கொண்டுபோவதனால், லட்சிய நோக்கம் உயர்வடைய வேண்டும் என்பதும் அவசியமில்லை.

○

5. ஆதார பீடம்

குறிப்பிட்ட வட்டாரத்தில் நிலவும் சமாஜ வாழ்வுக்கு ஸ்திரத்தன்மை தரும் சாதனத்தை, சுமக்க சம்மதிப்பவர்கள், அந்த வட்டாரத்தின் வளர்ச்சி வீழ்ச்சிகளுடன் தம் வாழ்வும் பின்னிக் கிடக்கிறது என்பதை உணர்ந்தவர்களாக இருக்கவேண்டும் என்பது வெளிப்படை. சொத்து, உறவு, பழக்கவழக்க ஒருமைப்பாடு, ரத்தபந்தம், பாசம் முதலியவை குறிப்பிட்ட நபரை குறிப்பிட்ட வட்டாரத்துக்குள் வேரூன்ற வைக்கிறது. அன்ன விசாரத்தினடியாகப் பிறந்த சொத்து விசாரந்தான், குறிப்பிட்ட நபரை, நேரடியாக, வாழும் மண்ணோடு கட்டிப்போடுகிறது; அதனால் முக்கியமாக அதையும், பிறகு அதற்கு அனுசரணையாகவுள்ள கல்வி, தொழில் முதலியவற்றையும் உரிமையின் அளவுகோல்களாக நிர்ணயித்திருக்கிறார்கள். இப்படி சம்மத வரம்பு நிர்ணயிக்கப்படுவது, சமுதாயக் கட்டுக்கோப்பின் தன்மையையும் அதைப் பாதுகாப்பதே தனது நோக்கம் என்று கொண்ட அரசின் ரீதியையும் பேரளவுக்கு நிர்ணயிக்கிறது. பிரஜைகளின் நலங்களே அரசின் பிரதான லட்சியம் என்று கூறப்படுவதால் ஒரு சமுதாயத்தில் வாழுகிறவர்களில் இன்னின்னார் நலங்களுக்கே சர்க்கார் ஏற்படுகிறது என்பதை இது குறிப்பாக வரம்புபடுத்துகிறது. கூன், குருடு, சப்பாணி

முதலிய உடல் ஊனங்களும், மூடம், மந்தம், பித்துக்குளி போன்ற மன ஊனங்களும், பிச்சைக்காரன், சோமாரி போன்ற சொத்து ஊனங்களும் பட்ட ஜனக்கும்பல் சமுதாயத்தின் அங்கத்தினர்கள் தாமா அல்லவா? இது தவிர சமூகத்துக்காக அல்லும் பகலும் அதன் நலத்தையே, சந்தர்ப்ப நிலைமையாலோ மற்றும் சுதாவாக சிந்தனை செய்யத் திராணி இல்லாததினாலோ, கரிசனையுடன் பாதுகாக்க வேறு விதியின்றி உழைத்துவரும் கும்பலும் ஒன்று உண்டு. இதுவும் வோட்டுப் பெற்றும், தேச நிர்வாகம் இன்னமாதிரி யில்தான் இருக்க வேண்டும் என்பதை நிர்ணயிக்கும் உரிமை பெற் றும் அதை உபயோகிக்கும் விதம் தெரியாமல் இருந்தும் வருகிறது. இவர்களது நலத்தையும், அதாவது இவர்கள் இவ்வாறே இருந்து வருவதற்கு அவசியமான காரியங்களையும் செய்துவருவது வோட்டுள் ளவர்களை நடத்தும் கூட்டம் இப்போது கவனித்துவரும் காரியம். சர்வஜன வோட்டுரிமை, அதாவது ஒரு சமாஜத்தில் இருந்துவரும் சகல மனித ராசிகளுக்கும், மனிதனாகப் பிறந்த காரணத்திற்காக அந்த சமாஜ நலத்தில் சிரத்தை கொள்ள உரிமை கொடுப்பது நியாயமானதுதான். ஆனால் பொதுவாக மனித சரித்திரத்தை, அதாவது வோட்டுப் பிரக்ஞையுடன் வாழும் சமுதாய சரித்திரங் களைப் பார்க்கப் புகுந்தால், நிர்வாகம் நடத்தும் அரசின் பொறுப்பு கள் பெருகப் பெருக வோட்டுரிமையும் பெருகுகிறது என்பதைப் பார்க்கிறோம். சமாஜத்தின் எந்த உறுப்புகள் திருப்தி செய்விக்கப்படா விட்டால் அதன் ஸ்திரத்தன்மைக்கு ஆபத்து என்ற நிலை ஏற்படு கிறதோ அப்போது அவற்றிற்கெல்லாம் அப்படிப்பட்ட பிரக்ஞை ஏற்படும்போதிலிருந்து, வோட்டுரிமை, அதாவது நிர்வாகப் போக்கை நிர்ணயிக்கும் உரிமை, கொடுக்கப்படுகிறது. குறிப்பிட்ட ஒரு சமுதாயத் தில் வோட்டுப் பெற்றிருப்பவர்களுக்கும் அதன்மீது நிர்வாகம் நடத்து வோருக்குமிடையேயுள்ள விகிதாசாரத்துடன், வோட்டுப் பெற்றிருப் போருக்கும், வோட்டற்ற ஜனக் கும்பலுக்கும் விகிதாசாரம், நிர்வாகத் துக்கு உள்ள திருப்தி செய்விக்கும் தன்மையைக் காட்டுகிறதா அல்லது பிரதிநிதித்துவத்தைக் காட்டுகிறதா என்பது சர்ச்சைக்கு உரிய விஷயம்; குறிப்பிட்ட ஒரு சமுதாயத்தின் தேவைகள் பெருகப் பெருக, நிர்வாகத்தின் பொறுப்புகள் அதிகமாகித்தான் தீரும். அவற்றைச் சமாளிக்க அப்போதைக்கப்போது பிறக்கும் சட்டங்கள், மேலுக்குமேல் படிந்து உறையும் பாசியின் தன்மையைப் பெறுவது சகஜம். குறிக்கோள் என்பது கோணம் திரியும்; அதாவது பிரக்ஞை யில்லாமலே திரியும்; ஆனால் ஸ்திரத்தன்மையை முன்னிட்டு ஆதியில் கோலிய அஸ்திவாரங்கள் விலகி, புதிய கோணத்துக்கு ஏற்ப அவை வாய்ப்பாக நின்றுகொள்ளுகின்றனவா எனில், லட்சியப் பார்வை மாறுபட்டதும் உடனே அதனோடு சேர்ந்தாற் போல அஸ்திவார மாறுதலும் ஏக காலத்திலும் ஏற்படுவதில்லை; ஏற்படு வதும் கஷ்டம். இதுவே சமாஜத்தில் எப்பொழுதும் ஒரு கரகரப்பைத் தந்துகொண்டிருக்கும். இது சகிப்பு வரம்பை மீறும்போதுதான் ஸ்திரத்தன்மைக்கு ஆபத்து ஏற்படுகிறது.

வோட்டு என்பது திருநீறு போல ஒரு சின்னம். ஏனென்றால், குறிப்பிட்ட ஒரு சமுதாயத்தில் இன்னின்னார்தான் அதன் நலத்தைக் கவனித்து நடத்தும் ஸ்தாபனத்தின் தன்மையை நிர்ணயிக்கும் உரிமை பெற்றவர்கள் என்பதைக் காட்டுகிறது. குறிப்பிட்ட ஒரு சமுதாயத்தில் வோட்டுள்ளவர்களின் வேட்கைகளும் நலங்களும் ஒரே திசையில் அமைந்திருக்க வேண்டும் என்பது இல்லை. உதாரண மாக ஒரு சமாஜத்தின் பிரதான தேட்டம் விவசாயத்தோடு பின்னிக் கிடக்கிறது என்றால், நிலம் விளைத்த பொருள்களைக் கொண்டு வெளிநாட்டு வர்த்தகத்தில் தேசம் ஈடுபடுவதை ஆதரிக்கும். குறிப் பிட்ட அதே சமாஜத்தில் யந்திர உபயோகத்தால் பெரு உற்பத்தியில் ஈடுபடுவதற்கு வசதி இருக்குமாகில், விவசாய நலங்களும் உற்பத்தி மோகத்திலீடுபட்டவர்களும் எதிரெதிரான ஆசைகளை வகிக்க இடமுண்டு. உள்நாட்டு யந்திரங்களின் தேவைக்குப் போக மீதமாக வுள்ள சரக்குகளை வெளிநாடுகளுக்கு அனுப்பும்போது, அவற்றை வாங்கிய நாடுகள், தம் தேசத்தில் கொண்டுபோய் உற்பத்திச் சரக்குகளாக மாற்றி, விற்ற நாட்டின் அங்காடியிலேயே வந்து போட்டி போட முடியும். இந்த மாதிரியான நிலை சம்பவிக்கும்போது நாட்டின் பொருள் உற்பத்தி நலங்களுக்கும் சாகுபடி நலங்களுக்கு மிடையே முரண்பாடு ஏற்படுகிறது. இவ்விரண்டு நலங்களும் ஓட்டுப் பெற்ற பிரஜைகளைக் கொண்டிருத்தலால் இரு வர்க்கமும் தத்தம் நலபூர்த்திக்கான வகையில் சட்டம் வகுத்துக்கொள்ள ஆசைப்படு கிறது. யந்திர முதலாளித்துவ ஆதிக்கமே சட்டமியற்றும் ஸ்தாபனத்தில் பேரளவு இடம் பிடித்துக்கொள்ள சவுகரியம் இருக்குமாகில், விவசாய நலங்களின் கை தாழ்ந்தது என்றுதான் சொல்லவேண்டும்.

இதற்காக சட்டம் இயற்றும் ஸ்தாபனமானது, மக்களாட்சி கொண்ட ஒரு சமாஜத்தில் இரண்டு அரங்குகளைக் கொண்டிருக்க வேண்டும் என சிபார்சு செய்யப்படுகிறது. ஒவ்வொரு அரங்கும், அதில் பிரதிநிதியாக வர பாத்யதை உடையவனுடைய சொத்தின் தராதரத்தை அடிப்படையாகக் கொண்டிருக்க வேண்டும். அப் பொழுது இவ்விரண்டு அரங்கங்களும், தத்தம் தனித்தனி விவாதத்தின் முடிவில் சட்டமாக்கும் ஒரு ஏற்பாடு, சமாஜத்தின் சம்மதத்தின் பிரதிநிதித்துவம் பெற்றிருக்கிறது என்று எடுத்துச் சொல்லப்படுகிறது. குறிப்பிட்ட ஒரு காரியமானது, ஒரு அரங்கில் நிராகரிக்கப்பட்டு, மற்றொரு அரங்கு அப்படி நடத்தியே தீர்வது என்று முரண்டும் பட்சத்தில் எழும் நெருக்கடியை நிவர்த்தி செய்ய, அப்பிரச்னையையே, அதாவது சர்ச்சைக்கு ஆதாரமாக முளைத்த காரியத்தையே, தம் பிரதிநிதித்துவத்தின் தன்மையை சோதிக்கும் ஒரு விஷயமாகக் கொண்டு, வோட்டுள்ளவர்களின் சம்மதத்தைப் பெறவோ அல்லது பெறத் தவறவோ ஏற்பாடு செய்யவேண்டியது மக்களாட்சியின் பாற்பட்ட சமாஜத்தின் வேலையாகும்.

நிற்க, குறிப்பிட்ட ஒரு கருத்து அல்லது ஒரு நலம் அல்லது ஒரு ஏற்பாடு சர்வ சம்மதம் பெற்றிருப்பது என்பது ஏற்றத்தாழ்வை

இயல்பாகக் கொண்ட சொத்துரிமை சமாஜத்தில் சாத்தியமற்ற காரியம். இதிலே குறிப்பிட்ட ஒரு ஏற்பாட்டை விரும்பும் அல்லது விரும்பத் தவறும் மனிதர் இருக்கத்தான் செய்வார்கள். இவர்களது எண்ணிக்கைக் குறைவு இவர்களது ஆசைக்குத் தடையாக இருக்கக் கூடும். இப்படிப்பட்டவர்களின் ஆசைகளை மதிப்பது அவசியமா என்பதைச் சற்று கவனித்துப் பார்ப்போம். குறிப்பிட்ட கருத்துக்கு ஆதரவு கொடுத்து, எண்ணிக்கைக் குறைவினால் அதை நடத்திக் கொள்ள சாத்தியமற்றிருப்பவர்களும் மனிதர்கள்தான். அதாவது, குறிப்பிட்ட சமாஜத்தின் ஸ்திரத்தன்மைக்கு அவசியமான இதரக் கட்டுப்பாடுகளை ஏற்க சம்மதிப்பவர்கள்தான்; ஆகையினால், அவர்களது ஆசைகளை உதாசீனம் செய்யாது, சமாஜத்தின் ஸ்திரத் தன்மைக்கு ஆபத்து விளையாத வகையில் அவர்கள் தமது ஆசை களின்படி நடந்துகொள்ள சம்மதிப்பதே விவேகம் உள்ள மக்களாட்சி யின் தன்மையாக இருக்கவேண்டும். சமாஜ நலத்தைப் பெருக்கிக் கொண்டு போவதுதான் லட்சியம் என்று அமையுமாகில் விவேகத்தை விட ராணுவம் உபயோகமாகும் என்று சில அரசியல் சித்தாந்திகள் கருதுகிறார்கள். இவர்கள் நாட்டின் நிர்வாகத்தைக் கைப்பற்றிக் கொள்ளும்போது தனிமனித உரிமைகளை மதிப்பதுகூட அனாவசி யம் என்று கருதுகிறார்கள். வோட்டுள்ள சமுதாயம் இவர்கள் கைவசம் சிக்கும்போது, கட்டு ஜனநாயக ரீதியில் அமைந்திருக்குமா கில், அவர்களுக்கு அதனால் பெருத்த இடையூறு எதுவும் ஏற்படுகிற தில்லை. இந்தமாதிரி கும்பல்கள் நாட்டின் வர்ம நாடியான அதி காரத்தைக் கைப்பற்றுவதற்கு ஓரளவு ராணுவமும், பேரளவு அந் நாட்டு முதலாளி வர்க்கமுமே துணைபுரிகின்றனர். இவர்களது உதவியினால் நிலவும் ஆட்சிதான் பாஸிஸம் என்று கூறப்படுகிறது. மக்கள் ஆட்சியில் நிர்வாக யந்திரமானது, உறுதி சற்றும் இல்லாத பதவி வேட்டை உடும்புகளிடம் அகப்பட்டு, சமாஜத் தொடர்பை இழந்து நிர்வாகத்தை, நல பங்கீடு அங்காடியாக ஆக்கிவிடும்பொழுது, இந்த பாஸிஸம் என்ற முதலாளித்துவ சமாஜத்தின் வக்கரித்த ஆட்சி உதயமாகிறது. தொற்றுநோய்கள் போல இந்த ஆட்சியும் ஒரு தற்காலிகமான சாகைதான். சித்த வைத்தியத்தின் பாஷாண சிகிச்சை மாதிரி இற்றுப்போன சமாஜத்தை உயிர்ப்பிக்க இந்த சர்வ — தாண்டவம் அவசியம் என வாதிக்கிறவர்கள் உண்டு. இந்த மாதிரியான சித்தாந்தம் எல்லாம் தர்க்க சோதனைகளாக வைத்துக்கொள்ள வேண்டுமே ஒழிய, மனித வம்சத்தின் அந்தராத்மா வான சமாஜ ரூபத்தின்மீது பிரயோகித்துப் பார்க்கவேண்டிய விஷப் பரிட்சைகள் என்று கருதக் கூடாது. அரசியல் கட்டுக்கோப் புக்கு குணம் கிடையாது. ஆனால், இணைப்புநீபிணைப்புகளில் எளிமை வேண்டும். கூடுமானவரை எந்த சந்தர்ப்பத்திலும், எந்த அவசரத்துக்கும் ஏற்ப மாறிக்கொள்ளக்கூடிய லாகவம் வாய்ந்ததாக இருக்கவேண்டும்.

○

6. ராஜாங்கமும் தனிமனிதனும்

ஒரு சமுதாயம் உள்பகையினால் அதாவது தன்னிடையே உள்ள மனித ராசிகளிடையே ஒருமைப்பாடு இல்லாததினால் நசித்துப் போகாமல் குறிப்பிட்ட ஒரு ஒழுங்குமுறையை வகுத்து அதை நடத்துவதற்கு சட்டத்தையும், வெளியிலிருந்து நிகழக்கூடிய ஆபத்து களைத் தடுத்துக்கொள்ள ராணுவத்தையும் துணையாகக் கொண்ட ஒரு ஸ்தாபனம் ராஜாங்கம். இந்த ராஜாங்கத்தின் உருவத்தை, கட்டுக்கோப்பை சர்க்கார் என்கிறோம். இது தனிமனிதனுடைய வாழ்வில் எந்த அளவுவரை தலையிடுவது நல்லது, எந்த அளவுவரை தலையிடலாம் என்பது நாம் இனிமேல் ஆராய வேண்டிய பிரச்னை.

மனிதன் கூட்டம் கூட்டமாகக் கூடிவாழும் பிராணி. பாதுகாப்பு என்பது கூட்டத்தில்தான் இருக்கிறது. இந்த நிலையில், பரஸ்பரம் ஒவ்வொருவரும் தமக்கு இஷ்டமானபடி எல்லாம் நடந்துகொள்ளு வதற்கு வகித்துவரும் உரிமையில் ஒரு சில பகுதியை விட்டுக்கொடுத் தால்தான் பாதுகாப்பு சாத்தியம். இவ்வாறு மனிதர்கள் விட்டுக் கொடுக்கும் உரிமையை அவர்கள் இழந்துவிடவில்லை. அதை எதிர்மறையாக உபயோகிக்கிறார்கள். பாதுகாப்பை முன்னிட்டு அவ்வுரிமையை உபயோகிக்காதிருக்க சம்மதிக்கிறார்கள். இதற்குப் பதிலாக ஒவ்வொரு தனிமனிதனும் தனக்கு அவசியமான பாது காப்பை சமுதாயத்திடமிருந்து எதிர்பார்க்கிறான். பாதுகாப்பு என்பது இரண்டுவிதப்பட்டது. ஒன்று, சமுதாயத்துக்குள்ளாகவே யாதொருவித மான ஒருமைப்பாடோ ஒழுங்கோ இல்லாது போவதினால் அது நசித்துப் போவதற்கு ஏதுவான காரணங்களைத் தவிர்த்தல்; இரண் டாவது, வெளியிலிருந்து வரக்கூடிய ஆபத்தைத் தடைசெய்தல். இவ்விரண்டு காரியங்களையும் சர்க்கார் கவனித்து வருகிறது. பிரதான மாக உள் பாதுகாப்பைக் கவனிப்பதற்கு நிர்வாக இலாகா என்று குறிப்பிடலாம்; வெளிப் பாதுகாப்பைக் கவனிப்பது ராணுவம் எனப் பொதுப்படையாகச் சொல்ல வேண்டும். தவிரவும் உள் பாதுகாப்புக்குப் பின்பலமாக நின்று அதை ஸ்திரப்படுத்துவதற்கும் ராணுவம், அடிக்கடி தலையிடாவிட்டாலும், அவசியமாகத்தான் இருக்கிறது. ஒரு சமூகம் நிலைத்து நிற்பதற்கு பலம் அவசியமாக இருப்பதுபோலவே ஒரு ஆட்சி நிலைத்து நிற்பதற்கு அதிகாரம் இருக்கவேண்டும். அதைத் தந்து உதவுவதுதான் ராணுவம். எவ்வளவு தான் ஜனங்களின் பூர்ண பிரக்ஞையில் எழுந்த சர்க்காராக இருந் தாலும், ஒரு குறிப்பிட்ட விவகாரத்தில் இன்னமாதிரிதான் நடந்து கொள்ள வேண்டும் என்று நிரத்தாரணம் செய்து அதை நடத்துவதற்கு பலம் அவசியம். தனிமனிதனுடைய நோக்க வரம்புகள் விசாலமான வையல்ல. அவன் இதைப் புரிந்துகொள்ளும்படி செய்விப்பது அவசியம். ஏனென்றால் குறிப்பிட்ட சர்க்காரின் நிழலில் தங்கி வாழுபவர்களுக்குக் கடமைகளை இளவயசிலிருந்தே பூர்ணமாகப் போதிப்பதோ அதை அவர்கள் பூர்ண பிரக்ஞையுடன் ஏற்று ஒழுகு

வதோ பேரளவில் காரியசாத்தியமல்ல. தனிமனிதனுக்கு சொத்து உண்டு; அதை அவன் வளர்க்க, அதாவது தனது ரத்தபந்த உறவின் முறையினர் ஸ்திரத்தன்மைக்கு அவசியமான துணைக்கரணங்களைத் தேடிக்கொள்ள, அவனுக்குப் பூர்ண உரிமை உண்டு என்பது ஒப்புக் கொள்ளப்பட்ட ஒரு சமுதாயத்தில் அந்த உரிமை, பொதுநலத்துக்கு ஆபத்து விளைவிக்காதபடி பார்த்துக்கொள்ளுவது சர்க்காரின் வேலை. அதை நடத்துவதற்கு திடம் வேண்டும். அதனால்தான் ஒவ்வொரு சர்க்காரும் சட்டத்தின்மேல் எழுந்தவை என்பது சம் மதிக்கப்பட்ட விவகாரமாயினும், சட்டத்துக்குப் பின்புறமாகக் கத்தி கப்டா ஒளிந்து நிற்பது அவசியமாகிறது.

குறிப்பிட்ட சர்க்கார் தனிமனிதன் வாழ்வில் தலையிடுவது தனிமனிதனுக்கு சொத்துரிமையை அளிக்கும் ஒரு சமுதாயத்தில் மிகவும் அவசியம். சொத்துரிமையைத் தனிமனிதனுக்கு வழங்கும் சமுதாயத்தில் வாழும் மனிதர்களில் பெரும் பகுதியினர் அன்ன விசாரத்தில் ஈடுபடுவதையே பிரதான காரியமாக நடத்திவரவேண்டி யிருக்கிறது. இந்தத் தொந்திரவு தனிமனிதனுடைய தோளிலிருந்து அகற்றப்பட்டுவிட்டால், அவனுடைய மனோசக்திகள் யாவும் பிரயோஜனப்படக்கூடிய வேறு எத்தனையோ காரியங்களில் ஈடு படுத்தப்பட முடியும். இது ஓரளவு சாத்தியம் என்பதை நிரூபித்துவிட் டது ஸோவியத் ரஷ்யா. ஆனால் ஹாடன் என்ற மனித வரலாற்று நூல் சாஸ்திரி அபாயமும் பசியுமே மனிதனுடைய தீட்சண்யத்துக்கு அவசியமான சாணைக்கல் என்று சொல்லுகிறார். உண்மையில் ஆபத்து இல்லாவிட்டால் மூளை மந்தித்துப் போகாது; பசித் தேவைகளைப் போல வேறு எத்தனையோ தேவைகள் உண்டு.

நிற்க, தற்காலத்தில், வாழ்வில் யந்திரம் புகுந்துவிட்டது. அதனால் சர்க்காரின் பொறுப்புகள் யாவும் பெருகி வருகின்றன. சுகாதார நிர்வாகம் முதல் சுங்கவரி விதிப்புவரை பல வேலைகளைச் செய்ய வேண்டியிருக்கிறது. தவிர சம்பள வரம்பு, வேலை நேரம், தனிமனிதன் சுயமாக நீதி வழங்கும் முறையில் கொலைத் தொழிலில் ஈடுபடாது தடுத்தல், அவசியமானபோது புதுத் தொழில்களுக்குக் கைகொடுத்து வளர்த்தல், கடைசியாக ஒரு சமுதாயத்தில் வாழும் மனிதனுடைய செல்வ வரம்பை அதிகமாக வளரவிடாமல் பார்த்துக்கொள்ளுதல் முதலிய காரியங்களையும் செய்கிறது. இது தவிர நாணய பரிவர்த் தனை, அயல்நாட்டுச் சரக்குகள் வரவுக்கு வசதிசெய்தல், தடுத்தல் முதலிய வேலைகளையும் கவனித்துக்கொள்ள வேண்டும் என்ற பொறுப்பு ஏற்படுகிறது. இந்த நிலையில்தான் தனிமனிதன் செய்யும் பல காரியங்கள் சர்க்காரின் நேர்முகமான வரம்புக்குள்ளாக வேண்டி யிருக்கிறது. தனிமனிதனுக்கு சொத்துரிமை தந்து யந்திர வசதியில் அகப்பட்டுக்கொண்டு அதில் ஒருமைப்பாடு காணும்படி அதை உபயோகிக்க வகை தெரியாமல் தவிக்கும் சமுதாயமே முதலாளித்துவ சமுதாயம் என்று சொல்லவேண்டும். யந்திரத்தை உபயோகித்து, சர்க்காருக்கு சமமாக செல்வம் பெற்று அதைத் தன் வசப்படி

ஆட்ட தனிமனிதனுக்கு வசதியளிப்பது இதுதான். இது ஜனங்களின் சம்மதத்தின்பேரில் எழுந்த ஆட்சியாக இருக்குமாகில் அமெரிக்க ரக ஜனநாயகமாக இருக்கும்; ஜனங்களின் சம்மதிப்பு உதாசீனம் செய்யும் ஒன்றாக இருந்தால், ஜெர்மன் இத்தாலிய ஏக தர்பாராக விடியும். ஒன்றில் அடிமை வரம்பில் நின்று மேலெவ்வவொட்டாத சம்பள வாழ்வு சம்பவிக்கும்; மற்றொன்றில் அடிமைத்தனம் சம்பவிக்கும். சர்க்காரை இவ்வாறு கவந்த ராசியாகவே வைத்திருப்பதினால் தான் தனிமனித வாழ்வு திரணமாக மதிக்கப்படுகிறது.

தனிமனிதனுக்குடைய சமாஜ பந்தத்தை சொத்துரிமையைக் கொண்டு கணிக்காமல், அன்ன விசாரத்தைப் போக்கிவிடும் ஒரு சமுதாயக் கோப்பானது, ஆளும் ஸ்தாபனத்துக்கு வரம்பற்ற அதிகாரத்தை அளித்துவிடுகிறது. ஆதிக்க உரிமை, மக்களிடமிருந்து அகற்றப்பட்டு சமாஜம் முழுவதுமே ஏக குடும்பம் மாதிரி பாவிக்கப் படுவதினால், ஒரு விவகாரம் பற்றி இரண்டுவிதமான நிலைகள் ஏற்படாதபடி போக்கில் மாறுதலையே அசாத்தியமாக்குகிறது; ஆகையால், சில குறிப்பிட்ட பெரிய தொழில்களை மட்டும் சர்க்கார் வசம் விட்டுவிட்டு, சமுதாயத்தின் ஸ்திரத்தன்மைக்கு ஆபத்து விளைவிக்காத ரீதியில் மற்றவற்றில் ஈடுபட தனிமனிதனுக்குக் கொடுக்கலாம். அதன்மூலம் முதலாளித்துவம் என்ற "சொத்துரிமை மகோதரம்" தோன்றாமல் தடுத்துக்கொள்ளுவதுடன், தனிமனித இச்சா உரிமையின் மூலம் கிடைக்கும் நற்பலன்களையும் பெற்று அனுபவிக்க வசதியுண்டு எனவும் ஒரு நிலை வாதிக்கப்படுகிறது. ஏற்றத்தாழ்வு என்பது சாதாரண உரிமைகளில் இல்லாதபடி பார்த்துக்கொண்டால்தான் மனிதவம்சம் விருத்தியடைய வகையுண்டு. அரசியல் கட்டுக்கோப்பு சாஸ்திரத்தில் லட்சியத்துக்கு இடமே கிடையாது என்றாலும் குறிப்பிட்ட நோக்கத்தைக் கொண்டு ஒரு கட்டுக்கோப்பை வகுக்குமுன் அதன் வரம்புகளுக்கு அப்பாற் பட்டுள்ள காரியங்களையும் கவனிப்பது அவசியம்.

தனிமனிதனைப் பிரஜையாக்குவது அதாவது அரசியல் பிராணியாக்குவது அவசியம். அதற்கு சாதனமாகக் கல்வித்துறை உபயோகப் படுத்தப்பட வேண்டும். உரிமைகளின் பிரக்ஞை ஏற்படுவதுடன் கடமை என்ற மனப் பக்குவமும் சமமாக வளர வகைசெய்யும் சாதனமே கல்வி. இதற்குப் புறம்பாக, மனிதனை ஒரேயடியாக ஆளும் யந்திரத்தின் சூத்திரப்பாவையாக்குவதோ அல்லது சுயநிர்ணய உரிமையை மட்டும் கொடுத்துவிட்டு அவனிடம் எதிர்பார்க்கப்படும் பொறுப்புகள் கற்பிக்கப்படாதிருப்பதோ குறிப்பிட்ட சமாஜத்தை அரசியல் விகாரங்களில்தான் கொண்டுபோய்விடும்.

மக்களின் சம்மதத்தில் அமைந்த சர்க்கார் எதிரெதிராக இரண்டு விதமான போக்குகளை இயங்கவிட்டு, அவற்றின் மோதலில் விளையும் ஒருமைத்தன்மையை லட்சியத்தின் திசைநோக்கியாக ஆக்கி, அதில் பிரஜைகளை ஈடுபடுத்த முயலுகிறார்கள். அதாவது ஆளும் ஸ்தாபனம் கட்டுப்பாட்டையும், தனிமனிதன் இச்சா கிரியை

களையும் தன் தன் போக்காகக் கொண்டு இயங்குகையில் நிகழும் மோதல், லட்சியம் என்று சம்மதிக்கப்படும் ஒன்றின் திசையில் அமையவேண்டும் என்பது மக்களாட்சியின் பெருநோக்கு.

இதற்கு மாறாக, தனிமனிதனை சிந்தனை செய்யாப் பாவையாக்கி, சமாஜம் செல்லும் திசையிலேயே தனிமனித மனப்போக்கையும் கட்டிப்போட்டுவிடுவதுதான் எதேச்சாதிகார ஆட்சி. இவ்விரண்டு வகையான பரிசீலனைகளும் இதுவரை மனித நலத்துக்குப் பூர்ண பொருத்தத்துடன் வேலைசெய்தே வந்திருக்கின்றன என்று சொல்ல முடியாது.

○

7. ஏகாதிபத்தியம் : சர்வதேசீயம்

ஜீவராசிகளிலே, தன் ஜீவியத்துக்காக, மற்றொன்றின்மீது பற்றிக் கொண்டு அதன் வலுவை உறிஞ்சிப் பிழைக்கும் ரகம் ஒன்று உண்டு. அதற்குப் புல்லுருவி என்பார்கள். மனித வம்சத்திலும் அதைப் போலவே பிற சமுதாயத்தின் வளத்தை உண்டு அதன் விளைவாக ஒரு குறிப்பிட்ட சமுதாயம் தனது ஸ்திரத்தன்மைக்கு வகைதேடிக்கொள்ள வகுத்துக்கொள்ளும் ஒரு ஏற்பாடே இந்தப் புல்லுருவி ராசி. இதற்கு ஏகாதிபத்தியம் என்று பெயர். குறிப்பிட்ட ஒரு சமுதாயமானது தன்வசம் உள்ள ராணுவ பலத்தாலோ அல்லது செல்வ வசதியினாலோ அல்லது பொருள் உற்பத்திச் சாதன வசதி யாலோ தன்னுடைய ஆதிக்கத்தின்கீழ் தனது எல்லைக்கு அப்பாற் பட்ட பல பிராந்தியங்களை சிக்க வைத்துக்கொண்டு அவற்றின்மீது ஜீவிக்கும்போது, தனிமனிதனுடைய உரிமை எவ்வாறு மக்கள் ஆட்சியின்கீழ் அல்லாத ஒரு சமுதாயத்தில் பறிபோகிறதோ, அதே மாதிரி சிக்கிய பிறநாட்டுக்கு உள்ள ஆதிபத்திய உரிமையும் பறி போகிறது. ஏகாதிபத்தியம் என்பது குறிப்பிட்ட சமுதாயமானது தனது நலத்தையே பிரதானமாகக் கருதி பிறநாடுகளின் பாதுகாப்பு நிர்வாக விஷயங்களில் தலையிட்டு, அவை வரம்பு மீறித் தொய்ந்து விழுந்துவிடாமலும், தன்னால் சமாளிக்க முடியாத சக்தி பெறும்படி வளர்ந்துவிடும்படி அனுமதியாமலும் சாக்கிரதையாகக் குறிப்பிட்ட தெம்புடன் சாசுவதமாக தான் வசம் "உறவு" கொண்டிருக்க வைக் கிறது. இம்மாதிரியான ஆட்சி வகையை மேற்கொண்ட சமுதாய மானது தன் வரம்புக்குள் தனியரசாக இருப்பது பழைய வழக்கம். மக்களரசாக இருப்பது இன்று நாம் பார்க்கும் காரியம். விழுந்த பிரான்ஸ் விடாப்பிடியாகத் தன் காலனிகளைத் தன் வசமே பற்றிப் பிடிக்க பாத்யதை கொண்டாடி வருவதைப் பார்த்தால், தனியாட்சியுள்ள ஏகாதிபத்தியத்தைவிட இது கடுமையானது என்று படுகிறது. ஆனால் இதைவிடப் படுமோசமானது தனது அணுக்களின்

முழுச் சேர்க்கையுடன் பரிணமித்து, ஒரு சமாஜம் முழுவதுமே, ஒரு பெரிய ஜீவராசி மாதிரி, மற்ற நாடுகளின்மீது படர்ந்து, அவற்றை உறிஞ்ச ஆரம்பிக்குமாகில், அது இன்னும் பெரிய கோர நோயாகத் தலைதூக்கக் கூடும். ஏகாதிபத்தியம் என்பது குறிப்பிட்ட சமுதாயத்தின் பேய்ப்பசியைத்தான் காட்டுகிறது. தன் நாளங்களில் ரத்தம் ஓடுவதற்காக, வெளி ரத்தத்தை உண்டு வாழ்வதையே பிரதான கருத்தாக ஒரு சமாஜம் கொண்டிருந்தால் ஆதிக்க வேட்டை என்ற அங்காடியில் ஏற்படும் அடிதடி இரைச்சல், சரித்திரத்தை, அவ்விரைச்சலின் எதிரொலிச்சான் கோயிலாக ஆக்கிவிடுவது நிச்சயம்.

இதற்கு மாற்றாக சிலர் ஒரு சிகிச்சை கூறுகிறார்கள். இன்றைய தேதி வரை மனித சமூகம், குறிப்பிட்ட வட்டாரங்களுக்குள் ஸ்திரத் தன்மைக்கு அவசியமான அளவு அமைதியையும் ஒழுங்கையும் நிலைநாட்டிக்கொண்ட ஆட்சித் திடல் மிகுந்த, ஆனால் பரஸ்பர இணைப்பு அற்ற கானகமாகவே பூப்பரப்பு அமைந்திருக்கிறது; தனிமனிதன் எவ்வாறு தனது உரிமையைத் 'தியாகம்' செய்து தன்னின வகைக்குள் ஒழுங்கை நிலைநாட்டிக்கொண்டானோ அதேமாதிரி ராஜாங்கங்களும் தம் பூர்ண ஆதிபத்திய உரிமையில் ஒரு சிறு பகுதியை திரஸ்காரம் செய்து உலகப் பொது ஒழுங்கை வகைசெய்ய வேண்டும் என இவர்கள் சொல்லுகிறார்கள். இது வட்டாரரீதியாக ராஜாங்க கூட்டுறவுகளாகவும், பிறகு அவற்றிற் கிடையே தோன்றும் ஒருமைப்பாடாகவும் அமைக்கக்கூடிய தீர்க்க புத்தி ஏற்பட்டு வரும்போதுதான் ஆதிக்க வேட்டையின் மாறுபெய ரான யுத்தம் ஓயும். யுத்தம் நிற்பது என்பதின் தெளிவான பொருள் என்னவென்றால், தனிமனிதன் தன்னிடம் எவ்வாறெல்லாம் நடந்து கொள்ளக் கூடாது என்று ஒரு சமாஜத்தின் நிர்வாகம் கருதுகிறதோ அவ்வாறெல்லாம் தானும் பிறநாட்டு ராஜாங்க ஸ்தாபனங்களுடன் எல்லாம் நடந்துகொள்ளுவதில்லை என்று சம்மதித்து வடுப்படாத தனது ஆதிபத்திய உரிமையில் ஒரு பகுதியை இழக்கத் தயாராக இருக்கவேண்டும் என்பதேயாகும். அவ்வாறு செய்வதால் நாட்டில் உள்ள செலவு இனத்தில் பெரும்பகுதி குறைந்துவிடும். இவ்வாறு மனித சமூகத்தின் கழுத்தில் உள்ள பளு குறைவதால் மனித வம்சம் நசித்துப் போகாதிருக்க, அது செய்யவேண்டிய, இன்னும் கவனிக்கப்படாதிருந்துவரும் பல காரியங்களுக்கு அவகாசமும் வசதியும் கிடைக்கும். ஆனால் யுத்தத்தின் மூலம் உலக வம்ச ஒழுங்கை நிலைநாட்டிக்கொள்ளுவது என்பது பிராந்தி மயக்கம் தீர மீண்டும் பிராந்தி குடிப்பதுதான்.

1944

○

பேஸிஸ்ட் ஜடாமுனி

1. பெனிட்டோ அமில்கேர் முஸொலீனி

கிறிஸ்து முனி பிறந்த பின் 1936 வருஷங்கள் கழித்து மே மாதம் 5-ந் தேதி மாலை 7.30 மணிக்கு....

அதாவது, அந்த மகானின் உபதேசங்கள் யாவும் வேரூன்றி, பரந்து, தழைத்து — ஆனால், மனித நினைவைவிட்டு அகன்றுபோகப் போதிய காலம் கடந்து....

அந்த மகானின் சீடன் பேதுரு — 'காலதேவனின் பார்வையால் சலியாத குன்று' என்று பரிவுடன் அழைக்கப்பட்ட பேதுரு — நம்பிக்கையின் அஸ்திவாரத்தையிட்ட அந்த நகரத்திலேயே... அதே ரோமாபுரியிலே....

மனித வம்சத்தின் அதிகார உன்மத்தத்தையும், தியாகத்தின் வரம்பையும், குறுகிய நோக்கத்தின் குரூரத்தையும், பூசாரித்துவத்தின் சேவையையும், கொலை வெறியையும், சிறப்பையும் சிறுமையையும் கண்டு சகித்துச் சகித்து, ஆயிரக்கணக்கான வருஷ அளவுள்ள மனித நாடகத்தின் படுதாவாக விளங்கும் அந்த நகரத்திலே....

சர்வாதிகாரியின் 'பலாஜா வெனிஜியா' என்ற அரசாங்க மாளிகையில்....

மேடையில் பேஸிஸ்ட் துவஜம் — கண்ணைப் பறிக்கும் மின்சார விளக்குகள்....

கீழே சதுக்கத்திலும், வீதியிலும் ஜன சமுத்திரம் — உற்சாக வெறியில் தலைதெறிக்கக் கோஷமிடும் மனிதக் கும்பல்... தூரத்திலே தெரியும் கொலீஸியம் வரை இப்படித்தான்.

கூட்டத்தில் குழந்தைகள் நசுங்குகின்றன. போலீஸார் பாய்ந்து மீட்கின்றனர். கூட்டத்தைச் சமாளிக்க முயலுகின்றனர். மக்கள் அரசாங்கத்துடன் ஆனந்தத்தில் லயிக்கும்பொழுது 'அதிகார'த்திற்கு அதிகாரமேது?

கீழ்க்கோடியிலே, தேன் துளும்பும் கிண்ணம் போல் சந்திரன் உதயமாகிறது.

மாடியில் அமைந்துள்ள முகப்பு மேடையில் பெனிட்டோ தோன்றுகிறான்!

"இல் தூஸே! இல் தூஸே!" என்ற கோஷம் வானைப் பிளக்கிறது.

பேஸிஸ்ட் வணக்க முறைப்படி அவன் கையமர்த்துகிறான்.

உடனே நிசப்தம்.

"இன்று மாலை நான்கு மணிக்கு வெற்றிவாகை சூடிய நம் படைகள் அடிஸ் அபாபாவில் பிரவேசித்தன. யுத்தம் முடிந்துவிட்டது என்பதை இத்தாலிய மக்களுக்கும் உலகிற்கும் அறிவிக்கிறேன். எதியோபியா இத்தாலிய தேசமாகிவிட்டது!"

சர்வாதிகாரி உள்ளே சென்றுவிட்டான்.

உள்ளே....

பேஸிஸ்ட் அதிகாரிகளும், பேஸிஸ்ட் உலகப் பிரபலஸ்தர்களும் கைதட்டி, "தூஸே! தூஸே!" என்று வரவேற்கின்றனர்.

"போதுமே!..." என்கிறான் முஸொலீனி சடக்கென்று.

இவன்தான் சர்வாதிகாரி பெனிட்டோ முஸொலீனி. நெப்போலியனைப் போல ஐந்தடி ஆறு அங்குல உயரம். ஆனால் முரட்டு ஆசாமி. பரந்து விரிந்த மார்பு, ஊடுருவிப் பாயும் கண்கள், கத்தி வெட்டு வடுப்போல இறுக மூடப்பட்ட உதடு, முன்னே தள்ளிய முகவாய்க்கட்டை. ஐந்து குழந்தைகள் பெற்றவன். வயது ஐம்பதுக்கு மேலாகியும் மார்க்கண்ட வாலிபம் — சிறிது அசுர மோஸ்தரில்!

'பலாஜா வெனிஜியா' அவனுடைய பிரத்தியேகக் காரியாலயம்; 'வில்லா டொரோலினியா' அவன் வாசஸ்தலம். இந்த மாளிகையை இளவரசன் அவனுக்குப் பரிசளித்தான். ஏனென்றால், அவனுக்கு அதை வைத்து நடத்த முடியவில்லை. இப்போது திரும்பப் பெற்றுக் கொள்ள ஆசைதான். ஆனால் முஸொலீனிதான் அதன்மீது காதல் கொண்டுவிட்டானே! மேலும் அது காரியாலயத்திற்கு வெகு சமீபத்தில் இருக்கிறது.

முஸொலீனி உணவிலே சுத்த சைவம். அதுவும் ஒரு சமயம் வயிற்றுக்கோளாறு வந்தபின் ரொம்ப ஜாக்கிரதை. ஒரு அமெரிக்க நிருபருக்குப் பேட்டியளித்தபொழுது சொல்லுகிறான் :

"எப்போதும் நான் ஆரோக்கியமாக இருப்பதன் ரகசியம் இதுதான்: பழங்கள், பழங்கள், பழங்கள்...!"

மேஜையின் மேலிருந்த பழக்கூடையைக் காட்டிவிட்டு, "அதுதான் என் உணவு. காலையில் ஒரு கப் காப்பி, பழம்; மத்தியானம் கொஞ்சம் கஞ்சி, பழம்; இராத்திரியிலும் பழந்தான். நான் மாமி சத்தைத் தொடவே மாட்டேன்; சமயா சமயத்தில் கொஞ்சம் மீன்" என்று சொல்லி முடிக்கிறான்.

அவனுக்குத் தேகப் பயிற்சியில் அபார மோகம். குதிரை சவாரி, கத்திச் சண்டை, நீச்சல், நடத்தல், தலை தெறிக்கும் வேகத்தில் நீண்ட மோட்டார் பிரயாணம், விமான யாத்திரை — ஏதாவது ஒன்று செய்துகொண்டேயிருப்பான். அரசாங்கக் காரியாலயத்திலும் மூளை வேலை அதிகரித்துவிட்டால் இடையில் கத்திச் சண்டை பழக ஆரம்பித்துவிடுவான்.

வாலிபத்திலேயே பெண்கள் என்றால் அர்ஜுன-ரசனை. இப் பொழுது ரொம்ப ஜாக்கிரதையாக வாழ்கிறான்.

சாதாரணமாக முஸொலீனி ஆறு மணி நேரம் சர்க்கார் காரியங்களைக் கவனிப்பான். அப்புறம் ஓய்வு. அதாவது வாசித்தல், சிந்தனை அல்லது தேகப்பயிற்சி ஏதாவது ஒன்று இருந்துகொண்டேயிருக்கும்.

"உமக்கு என்ன சம்பளம் கொடுக்கிறார்கள்? மேல்வரும்படி உண்டா?" என்ற கேள்வியை முஸொலீனியிடம் கேட்டால், அதற்கு அவன் பதில் சொன்னால் இப்படியிருக்கும் :

"மாசம் 3000 லையர் (135 பவுன்) சம்பளம். அப்போதைக்கப்போது தேவையானதை எடுத்துக்கொள்ள சர்க்கார் கஜானாவில் வசதி செய்துகொண்டிருக்கிறேன்."

இவன்தான் முஸொலீனி. இவன் ஆளும் நாடு? பூகோளப் படத்தைப் பார்க்கச் சாவகாசப்பட்டால், ஐரோப்பா கண்டத்தில் மத்யதரைக்கடல் என்று குறிப்பிடப்பட்ட பகுதியில் ஏறக்குறைய பூட்ஸ் கால் மாதிரி ஒரு தீபகற்பம் கடலுக்குள் நீண்டு கிடப்பதைப் பார்க்கலாம். அதுவும் அதைச் சுற்றிய இரண்டொரு தீவுகளும் சேர்ந்தது இத்தாலி. இத்தீபகற்பத்தின் வட எல்லை ஆல்ப்ஸ் மலையுடன் முடிகிறது. அதற்கப்புறம் ஸ்விட்ஸர்லாந்து. சர்வதேச சங்கம் என்ற நைந்து தேய்ந்த சோனியின் பீடம் அங்கேதான் இருக்கிறது. இத்தாலியில் போ, அடிஜ், டைபர் என்ற நதிகள் பாய்கின்றன. டைபர் நதிக்கரையில்தான் ரோமாபுரி. முன்னால் இத்தாலி திராட்சை ரசத்திற்கும், கலைக்கும், பூசாரித்துவத்துக்கும் பெயர் பெற்றது — இப்பொழுது சர்வாதிகாரத்திற்கும்.

பலாஜா வெனிஜியா முன்னால் வானைப் பிளக்க எழும் கோஷம், இத்தாலிய மக்களுக்கு பேஸிஸத்தின் மீதிருக்கும் அபார பற்றுதலைக் காட்டுவது போலிருக்கும். அங்குதான் விவசாயிகள், தொழிலாளர் கலகங்கள் யாவும் அப்படியே அமுக்கப்பட்டு, அரசாங்க ரகசியமாகக் காப்பாற்றப்படுகின்றன.

தொழிற்சாலையில் வேலை செய்கிறவர்கள் நிலைமைக்கு ஒரு காட்சி காட்டுகிறேன்:

ஸ்ரீ ஸ்பிவட் என்ற ஒரு அமெரிக்கர், சர்வாதிகாரத்துவத்தின் 'குட்டுகளை' உடைத்து ஒரு புஸ்தகம் எழுதியிருக்கிறார். அதில் முதல் பகுதி இத்தாலியைப் பற்றி. தொழிற்சாலையில் பதிநான்கு வயதிற்குக் கீழ்ப்பட்ட குழந்தைகள் வேலை செய்வதை வர்ணிக்கிறார். கண்ணாடித் தொழிற்சாலையில் வேலை செய்கிறவர்களுக்கு 'குளோவ்ஸ்' என்ற கை உறைகள்கூடக் கொடுக்க மாட்டார்களாம். சிறுவனுக்குக் கையில் கண்ணாடித் தூள்கள் குத்திவிடுகின்றன. தினசரி அவற்றை எடுப்பதுதான் அவனுக்கு வேலை. அவனும் அவன் பெற்றோரும் வாழும் பொந்திற்குச் சென்று பார்க்கிறார். அங்கு அவன் தகப்பனார், கண்ணாடித் தொழிற்சாலையில் வேலை செய்ததற்குப் பலியாக, உழைக்கச் சக்தியற்றுக் கிடக்கிறார். அவர்கள் மனது இடிந்து கிடக்கின்றது — அவர்கள் குடியிருக்கும் இடத்தைப் போல.

பட்டினி கிடப்பவர்களுக்குத் தலைவன் தோன்றுவான் என்ற நம்பிக்கை ஒன்றுதான் ஒட்டிக்கொண்டிருக்கிறது.

அப்படியானால் முஸொலீனியைத் தலைவன் என்று யார் ஒப்புக்கொள்ளுகிறார்கள்? அந்தச் சிறுவனின் இள வயதைப் பற்றிக் கூடச் சிரத்தைகொள்ளாத "உடையவர்'கள்தான்.

○

2. கர்த்தர் ஓய்வெடுத்த அன்று

சர்வாதிகாரி, நவீன இத்தாலியின் சிருஷ்டிகர்த்தன், நாவலாசிரியன், கவிஞன், பத்திரிகாசிரியன், நாடகாசிரியன், அபேதவாதி, நாள் வேலைக் கூலிக்காரன், இத்யாதி, இத்யாதி நாமவிகற்பாதிகளுக்குள் அடங்கும் பெனிட்டோ முஸொலீனி என்ற நபர், இத்தாலி தேசத்திலுள்ள வரானோ டி காஸ்டா என்ற கிராமத்தில், 1883-ம் வருஷம், ஜுலை 29-ந் தேதி பிறந்தான்.

அன்று ஞாயிற்றுக்கிழமை. அதாவது, கிறிஸ்தவ மதத்தைப் பின்பற்றுகிற அநந்த கோடி மக்களுக்கும் ஓய்வு நாள். தெய்வம், தன் சிருஷ்டித் தொழிலை முடித்துவிட்டு, சிரமபரிகாரம் செய்துகொண்டதாக விவிலியம் கூறுகிறது. தெய்வங்களே ஓய்வெடுத்துக்கொண்ட அப்புனித தினத்தில் என்றும் அமைதியாயிருக்கும் இச்சிறு கிராமத்தில் சிறிது பரபரப்பு — ஒரு ஆண் குழந்தை பிறந்துவிட்டதற்காக அல்ல! — காமினேட் மடாலய பக்தர் ஒருவரின் குருபூஜை தினம் அன்று. அந்த ஊர், குன்றின் சரிவில், ராஜாளிக்கூடு போல அமைந்த சிறு கிராமம். வீடுகளும் அவைகளின் ஓடுகளுங்கூடக் கருங்கல்லால் அமைந்தவை. மலைச்சிகரத்திலே, காலத்தின் முத்திரை தாங்கிய காமினேட் மடாலயம், இடிந்தும் தகர்ந்துமுள்ள நிலையில், ஆசியளித்து வருகிறது.

ஒரு காட்டாறு. அதற்குச் சிறிது தூரம் தள்ளி ஒரு சிற்றோடை. அதன் அருகில் ஒரு கொல்லன் பட்டடையும் அதனுடன் சேர்ந்த வீடும்.

அன்று உலைக்கூடத்தில் தணல் இல்லை. தன் எண்ணப்படி இரும்பை வளைத்துக்கொடுக்கும்படி செய்வதற்கேற்ற முறுக்கேறிய தசைக் கைகளால் கன்னத்தை ஏந்தியவண்ணம் உட்கார்ந்திருக்கிறான் அலிஸான்ட்ரோ முஸொலீனி. கறுத்த தலைமயிர், கண்ணிலே நல்ல குணம், கையிலே நல்ல பலம், உதட்டின் கோணத்திலே எப்பொழுதும் மறைந்துகிடக்கும் புன்சிரிப்பு. அன்று அவன் கண்களில் நினைவு தேங்குகிறது. உள்ளே டாக்டர் போகிறார்; ஸ்திரீகள்

---

* உடையவர்கள் — செல்வமுடையவர்கள்

போகிறார்கள்; அலிஸான்ட்ரோவின் நினைவும் அவர்களைத் தொடர்கிறது.

பிற்பகல் இரண்டு மணி. வீட்டினுள், "குவா! குவா!" என்று ஒரு மனிதன் தான் இவ்வுலகில் வந்துவிட்டதை முதன்முதலாகப் பறைசாற்றுகிறான். . . பராக்! பேஸிஸம் பிறந்துவிட்டது!

அலிஸான்ட்ரோவின் முகம் புன்சிரிப்பால் மலர்கிறது. அவன் அபேதவாதி; மெக்ஸிகோ புரட்சியில் விழுந்த பெனிட்டோ ஜாரஸின் ஞாபகச்சின்னமாகத் தன் மகனை ஆக்கிவிட வேண்டுமென்று உறுதி கொண்டுவிடுகிறான். பெனிட்டோ ஜாரஸ்—பெனிட்டோ முஸொலீனி—என்ன வித்தியாசம்!

அலிஸான்ட்ரோ கொல்லன் மட்டுமல்லன். அவன் கைகள்தான் இரும்புடன் மல்லுக்கட்டிக்கொண்டிருந்தன. அவன் மனம் இவ்வுலகத்தையே மோட்ச சாம்ராஜ்யமாக்க வேண்டும் என்று கனவு கண்ட சகாக்களுடன் உறவாடிக்கொண்டிருந்தது.

ருஷிய 'முதல் இன்டர்நாஷன'லில் அவனுக்குச் சம்பந்தமுண்டு. ஆன்ட்ரியா காஸ்டா, பால்டுச்சி, அமில்கேர், கிப்ரியானி என்ற இத்தாலியப் பொதுவுடைமைச் சுடர்கள் யாவரும் இவனது நெருங்கிய நண்பர்கள். கவிதையுள்ளம் படைத்த கியாவோனி பாஸ்கோலியும் இவர்களுடைய கோஷ்டிக்கு விதிவிலக்கல்லர். அவர்களுக்கு ஒவ்வொரு மகாநாடும் உலகத்தின் விதியையே எட்டிப்பிடிக்கும்; ஒவ்வொரு கொள்கையும் நித்தியத்துவத்தையே அளிப்பதாகப் புலப்படும்.

இப்படி இவர்கள் கனவு கண்டதன் காரணம் என்ன? இத்தாலியின் சரித்திரம் அதற்குப் பதிலளிக்கும்.

நம்மவருக்கு காசித் தலம் எப்படியோ அப்படி வெள்ளைக்காரருக்கு ரோமாபுரி. காரணம் கிறிஸ்தவ மதத்தினரில் ஒரு பகுதியாருக்கு அது ஒரு க்ஷேத்திரம். அங்கு ஆலயம் ஒன்றும் இல்லை; மடாலயம் இருக்கிறது. அந்த மடாலயம் ஐரோப்பியச் சிந்தனைகளில் குடியேறி, கட்டுப்பாடான ஆட்சி புரிந்தது. அதன் விளைவாக இத்தாலியின் சரித்திரம் சென்ற கதை ஒரு தனிப் பெரும் பாரதம்.

கிறிஸ்து பிறப்பதற்கு முன், ரோம சாம்ராஜ்யம் கிரீஸ் தேசத்தின் வாரிசாக வந்து மனிதனின் சுதந்திரத்தை நிர்த்தூளியாக்கியது. அதன் சக்தி க்ஷீணித்த சமயத்தில், நாகரிகத்தின் தாழ்ந்த படிக்கட்டில் இருந்தவர்களாகக் கருதப்பட்ட வான்டல்கள், காத், விஸிகாத் என்ற சாதியினர் அதைத் தாக்கி சிம்மாசனத்தில் ஏறி உட்கார்ந்து கொண்டனர்; யூதர்கள் கிறிஸ்து முனியின் கற்பனையைக் கசக்கி முகர்ந்தனர். புரட்சிக்காரனுக்கும், 'அமைதிக்குப் பங்கம் விளைப்பவ'னுக்கும் அக்காலத்தவர்கள் விதித்த தண்டனையை அவருக்கும் அளித்துவிட்டனர். திசைக்கொருவராக ஓடிய சிஷ்யர்களுள், 'கால தேவனால் அசைக்க முடியாத குன்று' என்று உபசாரமாகக் கூறப்

பட்ட பேதுரு *(Peter)* என்ற அப்போஸ்தலர் (சீடர்) ரோமாபுரியில் கிறிஸ்துவின் பெயரால் மடாலயத்தை ஸ்தாபித்தார்.

உலகத்தவர் நன்மையைக் கருதி அமைக்கப்படும் ஸ்தாபனங்களும், வகுக்கப்படும் சித்தாந்தக் கோவில்களும் அசுரத் தன்மை பெறும்படி வரமளிப்பது காலதேவன் இதுவரை செய்துவரும் கைங்கரியம். பேதுரு அமைத்த மடாலயமும் இதற்கு விதிவிலக்கன்று. ரோமாபுரி யிலிருந்தே மத சாம்ராஜ்யம் ஒன்றை எழுப்பி, அதனுள் ஐரோப்பா முழுவதையுமே அடைத்துவைக்க விரும்பினார்கள்; அடைத்துவைக்க வும் செய்தார்கள். பக்கபலமாக 'புனித ரோம் சாம்ராஜ்யம்' என்ற அரசியல் கட்டுக்கோப்பு ஒன்றையும் வகுக்க முயன்றார்கள். பழைய ரோம சிங்காதனத்தைக் கைப்பற்றியவர்களுடைய பூர்வீக ஸ்தலம் மத்ய ஐரோப்பா. மற்றும் அக்காலத்தில் ஜெர்மனி, ஆஸ்திரியா, பிரான்ஸ் என்று மூன்று கூறாகப் பிரிக்கப்பட்டிருக்கும் நிலப்பரப்புக்கு 'பிராங்க் ராஜ்யம்' என்று பெயர். பின்னர் பிராங்க் மன்னர்களின் இரு வாரீசுகளுள் பங்கிட்டுக்கொள்ளப்பட்ட நாடுகள் பிரான்ஸும் ஜெர்மனியும். பூர்பன், ஹாப்ஸ்பர்க் ராஜ குடும்பங்களின் வளர்ச்சியு டன் இவை ஒன்றுபட்டன.

இக்காரணத்தால், புனித ரோம் சாம்ராஜ்யத்தின் கேந்திர ஸ்தானம் ரோமாபுரியை விட்டு மத்ய ஐரோப்பாவில் மாறிவிட, இத்தாலியின் சரித்திரமும் ஜெர்மன் பிரெஞ்சு சரித்திரங்களின் அனுபந்தக் குறிப்புக் களாக மாறியது. பாரமார்த்திக விவகாரங்களின் மூலம் ஐரோப்பாவை ஆட்சி புரிய முயன்ற ரோமாபுரி, மற்றப் பகுதிகளிடம் நெருங்கிய அரசியல் பிணிப்பைவிட்டு, ஒற்றைக் காலில் நிற்க வேண்டியதாயிற்று.

அரசியல் பிணிப்பு ஒழிந்துவிட்டால் குழப்பதைக் காசு கொடுத்தா விலைக்கு வாங்கவேண்டும்? ஆமாம். இத்தாலியில் வாழ்ந்தவர்களும் மனிதர்கள்தான்; 'நாம் உண்டு நம் ஊர் உண்டு' என்று தங்கள் தங்கள் நகரத்தைப் பார்த்துக்கொள்ள முற்பட்டனர். இதனால்தான் இத்தாலியில் 13, 14-ம் நூற்றாண்டுகளில் நகரத்தையே தம் இலட்சியப் பூர்த்தியின் எல்லையாகக்கொண்ட அரசியலமைப்புகள் பிறந்தன. கடற்கரையையடுத்த, வர்த்தகப் பாதைகளில் அமைந்த வெனிஸ், ஜெனோவா போன்ற நகர ராஜ்யங்கள் செழித்தோங்கி, பக்கத்து நகரங்களுடன் நிரந்தரமாகச் சண்டையிடுவதையும், வர்த்தகம் செய்வதையும் தங்கள் தர்மமாகக் கொண்டன.

இப்படியாக, ஒரு காலத்தில் நீல நதியின் வளம் கொழிக்கும் எகிப்தில் கண் வைத்து, கிளியோபாத்ராவின் ஆசை முகத்திற்காக உயிரையும் பதவியையும் இழந்த அகஸ்தஸ்களும், அந்தோனிகளும் திகழ்ந்த சாம்ராஜ்யத்தின் நிலைக்களனான இத்தாலி தேசம், பூர்பன், ஹாப்ஸ்பர்க் ராஜ குடும்பங்கள், மடாலயம் என்ற முக்காலியில் கட்டப்பட்டு, பல நூற்றாண்டுகள் சரித்திரத்தின் சவுக்கடிகளைப் பெற்றுவந்தது.

'இத்தாலியக் கம்பன்' என்று சொல்லவேண்டிய தாந்தே பிறந்தான்; தேச ஐக்கியத்தைப் பற்றிப் பாடிவிட்டுச் சென்றான். அவன் கவிஞன்

தானே! பின்னர் மாஜினிகளும், கவூர்களும், கரிபால்டிகளும் படிப் படியாக வளர்த்த ஐக்கியக் கோயில் இப்பொழுது முஸொலீனியால் முற்றும் அமைக்கப்பட்டு, கும்பாபிஷேகம் நடத்தப்பட்டிருக்கிறது. ஆனால், அவன், அதனுள்ளிருந்த 'தேசமாதா' என்ற தெய்வத்தைப் பிடுங்கி எறிந்துவிட்டு, 'ஏகாதிபத்தியம்' என்ற பேயைக் குடியேற்றி வழிபட்டு வருகிறான்....

பெனிட்டோ முஸொலீனி பிறப்பதற்குச் சரியாக இருபத்திரண்டு வருஷங்களுக்கு முன், பீட்மான்ட் சிற்றரசன் விக்டர் இமானுவல் தலையில் கிரீடம் ஏறியது. இத்தாலியில் மூன்றில் இரண்டு பங்கு அதன் எல்லைக்குட்பட்டது. இந்நிலைமை ஏற்படுவதற்குக் காரணம் வருமாறு: பிரெஞ்சுப் புரட்சியின் பின்னணியில் ஏற்பட்ட நெப் போலியனுடைய ஏகாதிபத்தியம் இத்தாலிக்குச் சாதகமாக இருந்தது. நெப்போலியன் இத்தாலிய கிரீடத்தை ஏற்றான். அவனுடைய 'இத்தாலிய நட்பு' 1811-ம் வருஷத்தில் அதன் வடக்கெல்லையை மெரானோ வரையில் விஸ்தரித்தது. பின், நெப்போலியன் சிறைப் பட்டு ஹெலினா தீவில் குடிபுகுந்தான்; இத்தாலியும் பழையபடி முக்காலியில் கட்டப்பட்டது.

பின்னர் மாஜினியும் கரிபால்டியும் அரங்கத்தில் தோன்றிவிட்ட னர். சுதந்திர இயக்கம் பிரிட்டிஷ் அனுதாபத்துடன் கனிந்தது. இத்தாலியத் தலைவர்கள் இத்தாலியின் மோட்ச சாம்ராஜயம் குடியாட்சியே என்று கண்டனர். மறுமலர்ச்சி இயக்கம் நாடெங்கும் பரந்தது. புரட்சிகள், கலகங்கள், எழுச்சிகள் யாவும் தினசரிச் சம்பவங்களாயின. பிரிட்டிஷ் லிபரல் கட்சியினர் தங்கள் நாட்டி லிருந்து செய்திகள் விடுத்து ஊக்கமூட்டினர். வெற்றிப் பாதையிலே சென்ற மறுமலர்ச்சி, கட்சித் தலைவர்களிடையே தோன்றிய வேறு பாடுகளால், தேசத்தை அந்நிய சந்தர்ப்பவாதிகளின் கையில் சிக்க வைத்துவிடும் போலிருந்தது.

விடுதலை வீரன் கரிபால்டி எழுப்பிய முடியாட்சியின் ஆவேசம் விக்டர் இமானுவல் பக்கம் சார்ந்தது; 1861-ம் வருஷம் மன்னர் ஆட்சியை ஏற்படுத்தியது. டூரின் தலைநகராயிற்று. வெனிஸ் போன்ற நகரங்களும், ரோம் மடாதிபதியான போப்பின் சமஸ்தானங்களும் கைப்பற்றப்படாமல் இருந்தன.

இந்த அரைகுறையான வெற்றிக்கப்புறம் நாடு விஸ்தரிப்பு என்ற சதுரங்கத்தில் புதிய இத்தாலி மட்டுமின்றி பிரான்ஸ், ஆஸ்திரியா, பிரஷ்யா தேசங்களும், போப்பும் காயை உருட்டி விளையாடவே, மண்ணில் தலைகள் உருண்டன. முடிவில் 1870-ம் வருஷம், செப்டம் பர் 20-ந் தேதி விக்டர் இமானுவலின் படைகள் இத்தாலியின் தலைநகரான ரோமாபுரிக்குள் புகுந்தன. 1872-ல் ஆல்ப்ஸ் மலை எல்லை தவிர மற்றப் பகுதிகளின்மீது இமானுவல் ஆட்சி புரிய லானான்.

புதிதாக ஐக்கியப்படுத்தப்பட்ட இத்தாலியின் அரசியலமைப்பு, சவாய் வம்சத்தைச் சார்ந்த சார்லஸ் ஆல்பர்ட் என்ற மன்னன்

பீட்மான்ட் வாசிகளுக்கு அளித்த தானம். அது பிரதிநிதித்துவம் வாய்ந்த அரசியல் நிர்ணய சபை விவாதித்து வகுத்த அரசியலமைப்பு அன்று. ஆஸ்திரியாவை இத்தாலியைவிட்டுத் தொலைப்பதற்காக அவன் பீட்மான்ட் வாசிகளுக்கு அளித்த லஞ்சம் என்றே கருத வேண்டும். படிப்படியாக இத்தாலி முழுவதும், மறுமலர்ச்சியின் பயனாக, அதன் ஆட்சிக்கு உட்படுத்தப்பட்டது. அந்த அரசியல் முறை இங்கிலீஷ் அமைப்பைப் போன்றது. பிரதிநிதிகளின் சபைக்கு மன்னன் சட்ட பூர்வமாகவும், யதார்த்தமாகவும் கட்டுப்பட்டவன். பிரதிநிதிகள் சபைக்கு சட்டம் அமைக்கவும், நிர்வாக இயந்திரத்தைக் கட்டுப்படுத்தவும் அதிகாரம் உண்டு.

இங்கிலீஷ் பிரபுக்கள் சபையைப் போல் 'செனட்' என்ற மேல் சபை ஒன்றும் உண்டு. பண விஷயங்கள் தவிர மற்றவற்றில் பிரதி நிதிகள் சபைக்குச் சமானமான அதிகாரம் உண்டு. இப்படிப்பட்ட முறை சரியாக வேலை செய்வது கட்சிகளின் திறமையையும் தன்மையையுமே பொறுத்தது.

அப்பொழுதுதான் மழை பெய்து ஓய்ந்தது. கொல்லன் அலி ஸான்ட்ரோ வீட்டுக்கருகில் உள்ள சிற்றோடையில் வெள்ளம் துள்ளித் ததும்பிக் கொந்தளித்து ஓடுகிறது. கிழிந்துபோன, ஆனால் தையலுக்கு மேல் தையல் போடப்பட்ட உடைகளை அணிந்த இரு சிறுவர்கள் ஓடி வருகிறார்கள். கட்டை குட்டையான மூத்த பையன் முதலில் ஓடிச்சென்று முழங்காலளவு தண்ணீரில் இறங்கிவிடு கிறான். பக்கத்திலிருந்த கல்லையும் கட்டியையும் ஓடையில் போட்டு அணை கட்டுகிறான். அவன் கையருகிலிருந்த கற்கள் யாவும் காலியாகிவிட்டன. தம்பிக்கு உத்தரவு போடுகிறான். அவன் தூரத்தில் கிடப்பவைகளை எல்லாம் தூக்க முடியாமல் தூக்கி முக்கி முனகிக் கொண்டு வருகிறான். சுமை தாங்க முடியவில்லை. வழியில் பொத் தென்று போட்டுவிடுகிறான்.

"முட்டாள்!" என்று கத்திக்கொண்டு, மூத்தவன் கரையில் குதித் தேறி, அவனை நோக்கி ஓடிவருகிறான். கல்லைத் தூக்கி வீசுகிறான். ஏற்கெனவே கட்டப்பட்ட கற்குவியல் அணைக்கட்டுச் சிதைந்து உருண்டுவிடுகிறது. மறுபடியும் தண்ணீரில் குதிக்கிறான்....

அச்சமயம் அலிஸான்ட்ரோவின் வீட்டினுள்ளிருந்து நடையில் வந்து நின்ற ஸ்திரீ, "பெனிட்டோ! ஆர்னால்டோ!" என்று உரத்த குரலில் கூப்பிடுகிறாள். அவள்தான் அவர்களுடைய தாயார் ரோஸா மல்டோனி. குழந்தைகள் இரண்டும் கொச்சையான பாஷையில், "இதோ வருகிறோம்!" என்று சொல்லிக்கொண்டு அவளிடம் ஓடு கின்றன.

"சுத்தமான இத்தாலிய பாஷையில் பேச வேண்டும்" என்று இதமாகப் புத்திமதி சொல்லுகிறாள் அன்னை. அவள் ஆரம்பப் பாடசாலை உபாத்தியாயினி.

அலிஸான்ட்ரோ உலையில் எதையோ காயவைத்து உருக்கிக் கொண்டிருக்கிறான். பற்றுக்கோலைத் திருப்பிக் கொடுத்துக்கொண்டே, "பெனிட்டோ, அந்தச் சுத்தியலை எடு!" என்கிறான்.

வேலை முடிந்தது. குடும்பம் சாப்பிட உட்கார்ந்துவிட்டது. உணவு பசியின் கூர்மையை அதிகப்படுத்துவதற்கு மட்டுமே காணும். உழைப்பின் மிகுதியால் தட்டில் கவனத்தைச் செலுத்தினான் அலி ஸான்ட்ரோ. ரோஸா தனது தேவையைக் காட்டாது, அவனுடைய தட்டிலும், குழந்தைகள் தட்டிலும் உணவைப் பரிமாறி விடுகிறாள்.

அவர்கள் பணப் பை நிரந்தரமாகக் காலியாகவே கிடக்கும். எண்ணி வைத்ததற்கு மேல் சாப்பிடப்படும் ஒவ்வொரு உருளைக் கிழங்குத் துண்டும் பெருத்த பொருளாதார நெருக்கடியை உண்டு பண்ணும் என்பது வறுமையில் சுருண்டு துடிப்பவர்களுக்குத்தான் தெரியும். இவர்களுக்குச் சமூக ஏற்றத்தாழ்வின் காரணஸ்தர்கள்மீது சீற்றமும், பொதுவுடைமைக் கனவும் ஏற்படுவது அதிசயமன்று. 1874-ம் வருஷம் போர்லியில் ஆன்ட்ரியா காஸ்டா ஆரம்பித்த முதல் இன்டர்நாஷனலின் கிளையில் அலிஸான்ட்ரோ சேர்ந்ததும் அதிசயமன்று.

சாப்பாடானதும் குழந்தைகள் படுக்கச் சென்றுவிடுகின்றன. படுக்கை என்று விசேஷமாக ஒன்றுமில்லை. மூலையில் விரிக்கப்பட்ட வைக்கோல்மீது ஒரு துணி. அதுதான் குழந்தைகளின் படுக்கை.

குழந்தைகள் தூங்கிவிடுகின்றன.

"பையனைப் படிக்க அனுப்ப வேண்டாமா?" என்கிறாள் ரோஸா.

அவன் தாடியை மெதுவாக நெருடிவிட்டுக்கொண்டு, மற்றொரு கையால் பல்லைக் குத்திக்கொண்டே, "மரானியிடந்தான் போய்ப் படித்துவிட்டு வருகிறானே!" என்கிறான். அவன் மனது ஸ்தல நிர்வாக ஊழலில் குமைந்துகொண்டு கிடக்கிறது.

"அது போதுமா? பாஸாகிவிட்டானே!" என்கிறாள் ரோஸா.

"பீயன்ஸாவுக்கு வேண்டுமானால் அனுப்புகிறது!" என்று விஷயத்தை முடிவு கட்டுகிறான் அலிஸான்ட்ரோ.

மறுநாள் காலை. பக்கத்து வீட்டுக்காரன் கழுதையை இரவல் வாங்கி வண்டியில் பூட்டுகிறான் அலிஸான்ட்ரோ. சின்ன மூட்டை, பழைய பாடப்புஸ்தகம், புதிதாகத் துவைத்து ஒட்டுப்போட்டுத் தைத்த சாயம்போன பட்டுச்சட்டை முதலிய அலங்காரங்களுடன் வண்டியில் வந்து ஏறிக்கொள்ளுகிறான் பெனிட்டோ. வாசல்படியில் நின்று அம்மாவும் தம்பி ஆர்னால்டோவும் இவனை வழியனுப்பு கின்றனர்.

பீயன்ஸாவுக்கு வண்டியை ஓட்டிக்கொண்டு போகிறான் அலி ஸான்ட்ரோ. கழுதையும் ரொம்பச் சுறுசுறுப்பாகப் புறப்படுகிறது. 20 கஜம்கூடப் போகவில்லை — அடடா! என்ன? கழுதையாருக்குத் திடீரென்று படுத்துக்கொள்ள வேண்டும் என்ற ஆசை வந்துவிட்டது.

ஓடும் வழியில் சடக்கென்று படுத்துக்கொள்ளுகிறார். இந்த அதிர்ச்சி யில் வண்டி, அப்பா, மகன் — எல்லாம் அபேதமாகக் குழம்ப வேண்டியதாயிற்று.

பிறகு, வெகு சிரமப்பட்டதற்கப்புறம், கழுதையாருக்கு என்ன தோன்றியதோ, எழுந்து சாதுவாக நடக்க ஆரம்பிக்கிறார்.

பையனை பீயன்ஸாவிலுள்ள சாமியார் பள்ளிக்கூடத்தில் சேர்த்து விட்டுத் திரும்புகிறான் அலிஸான்ட்ரோ.

பெனிட்டோவின் பள்ளிக்கூட வாசம் நெடுநாள் நீடிக்கவில்லை. தன் வயதுக்கு மிஞ்சிய ஒரு பையனை ஒரு மொண்ணைக் கத்தி கொண்டு குத்திவிடுகிறான். சாமியார்கள் இவனுடைய படிப்புக்குச் சீட்டுக் கொடுத்துவிடுகிறார்கள். திடீரென்று மகன் புஸ்தக மூட்டை வகையறாக்களுடன் வருவதைக் கண்ட அலிஸான்ட்ரோ விசாரிக் கிறான். சமாசாரம் தெரிகிறது.

"அன்றைக்குக் கழுதை படுத்துக்கொண்டபோதே எனக்குத் தெரியுமே!" என்கிறான் தகப்பன்.

தனிக்காட்டு ராஜாவாகக் குருவிக் கூடுகளைப் பிய்த்தெறிந்து கொண்டிருந்த பெனிட்டோவுக்குப் பள்ளிக்கூட வாசம் ஒத்து வரவில்லை. ஆனால் படிப்பில் ஆசை இல்லாமல் இல்லை.

பீயன்ஸா சம்பவத்துக்கப்புறம் வீட்டில் கொஞ்ச நாள் இருந்து ஒரு காட்டு வாத்தைப் பழக்க ஆர்னால்டோவுடன் சிரமப்பட்டுக் கொண்டிருக்கிறான் பெனிட்டோ.

அப்பொழுதுதான் நூதன தினுசான கதிரடிக்கும் யந்திரம் பழக்கத்திற்கு வந்துகொண்டிருந்தது. அலிஸான்ட்ரோ அதன் நுணுக் கத்தைக் கற்றுக்கொள்ள முயன்றான். கொல்லுலையில் தகப்பனாருக்கு உதவியாக நின்றுகொண்டிருந்த பெனிட்டோவுக்கும் அதில் நாட்டம் சென்றது. எத்தனை காலந்தான் இரும்புடன் மல்லுக்கட்டிக்கொண்டி ருப்பது?

பிரக்யாதி பெறவேண்டிய மனிதர்களின் தாயார் போன்றவள் ரோஸா. பிள்ளையிடம் பெரிய திறமைகள் மறைந்து கிடப்பதைக் கண்டாள். திறமைகள் என்ன? வாத்தியாராவதற்குத்தான்! பார்லிம் போப்போலி என்ற ஊரில் உள்ள டிரெயினிங் ஸ்கூலுக்கு பெனிட்டோ அனுப்பப்பட்டான். அந்தப் பாடசாலையை நடத்திய வர் கார்டூச்சி என்பவர். அவருடைய சகோதரர் ஒரு கவிஞர்.

உபாத்தியாயராகப் பரிணமிக்குமுன் ஆறு வருஷங்கள் புஸ்தகங் கள், பென்ஸில், இங்கி, காகிதம் — இவற்றுடன் இடைவிடாது மல்லாடவேண்டியிருந்தது.

கடைசியாக யோக்கியதா பத்திரமும் கிடைத்தது. ஊருக்கு அருகிலுள்ள முனிஸிபாலிடியில் குமாஸ்தா வேலைக்கு மனுப் போட்டு முயற்சி செய்தான் பெனிட்டோ. அப்பா அபேதவாதியாயி ருந்தது வேலைக்குக் குறுக்கே வந்து நின்றது.

ஆனால், வேறொரு மாகாணத்தில் குவால்டீரி என்ற ஊரில் வேலை கிடைத்தது. வாத்தியாரானான் பெனிட்டோ. ஒரு நாள் மத்தியானம், "நீங்கள் முயற்சி செய்தால்..." என்ற தலைப்பில் ஒரு வியாசத்தை அவன் மாணவர்களுக்கு எழுதிக்கொடுக்கும்வரை அந்த உத்தியோகம் நிலைத்தது. பெனிட்டோ மாணவர்களுக்கு உப்புச்சப்பில்லாமல் இருக்கும் வியாசத்தை எழுதிப்போட்டுப் பொழுதைக் கழிக்கவில்லை. அதற்கு மாறாக அவனுடைய வியாசம் மேலதிகாரிகளுக்கு அஜீரணத்தை உண்டுபண்ணியது. பள்ளிக்கூடத்தையே மூடிவிட்டார்கள்.

அப்பொழுது முஸோலீனிக்கு வயது பத்தொன்பது.

வேலையோ போய்விட்டது. வீட்டிலோ அடுப்பில் பூனை படுத்திருக்கிறது. வெளியிலோ, பொது மக்களில் பெரும்பாலோர் பொதுவுடைமைவாதிகளாயில்லாவிட்டாலும், அலிஸான்ட்ரோவின் மனநிலை கொண்டிருந்தனர். நாட்டிலோ மத்ய சர்க்கார், பிரான்ஸிஸ்கோ கிரிஸ்பி என்ற பிரதம மந்திரியின் கீழ், அடக்குமுறைப் பாணத்தைத் தொடுத்து வந்தது.

பெனிட்டோவின் உத்தியோகப் பருவத்தில் நடந்த 'ரொட்டிப் புரட்சி' இதற்குச் சரியான உதாரணம். நிலச்சுவான்தார், பணக்காரர்கள் கொடுமை தாங்கமாட்டாமல், அபேதவாதிகள், அராஜகர்கள் தலைமையில் தொழிலாளர்கள் திரண்டனர். கலகங்கள், சூறை, சிறைகளைத் திறந்து கைதிகளை வெளிவிடல் முதலிய திருவிளையாடல்கள் எங்கும் எழலாயின. இவற்றிடையே உள்நாட்டுக் கலகங்கள் என்று சொல்லக்கூடிய தன்மையில் தேர்தல்களும் நடைபெறும். வெற்றி பெற்றவர்கள் — ஜனநாயகம் விவரிக்கும் மக்களின் பிரதிநிதிகளோ என்னவோ — ஆட்சி நடத்தலாயினர். மந்திரிசபை அடக்குமுறைப் பாணத்தைத் தொடுத்தது. 1894 ஜனவரியில் ஆயிரக்கணக்கான தொழிலாளர்கள் சிறை சென்றனர். தலைவர்கள் பலர் இரவோடிரவாக சர்க்காரால் கைது செய்யப்பட்டுக் கடத்தப்பட்டனர். இத்தாலியே கொந்தளித்துவிட்டது. இது அபேதவாத இயக்கத்திற்குப் புதிய உத்வேகம் அளித்தது. 1895-ம் வருஷப் பொதுத் தேர்தலில் 12 அபேதவாதிகள் வெற்றி பெற்றனர்.

சர்வசந்தேகமும், குருட்டுப் பிடிவாதமும் கொண்ட கிரிஸ்பி, முந்திய வருஷம் அக்டோபரில்தான் அபேதவாத ஸ்தாபனங்கள்மீது தடை விதித்துவிட்டான். இதனுடன் கலகம் அமுங்கிவிடவில்லை. 'உணவுப் புரட்சி' என்று பொதுவாகக் கூறப்படும் பெருங்கலகம் 1898-ம் வருஷம் தோன்றியது. மிலான் நகரில் மட்டும் 400 பேர் மாண்டனர். 828 பேர் கைது செய்யப்பட்டனர். 688 பேருக்கு ஈவிரக்க மற்ற தண்டனை. அபேதவாதத் தலைவனான துராட்டிக்கு 12 வருஷம் கடுங்காவல். புரட்சி—சமாதானம், புரட்சி—ராணுவச் சட்டம்: இதுதான் 1914-ம் வருஷத்திய ஜெர்மன் சண்டை வரை இத்தாலி சென்ற பாதை. கிரிஸ்பியின் வளர்ச்சி, வீழ்ச்சி, அவனுடைய முயற்சி எல்லாவற்றையும் கண்டான் முஸோலீனி. அப்பொழுது

அவன் அபேதவாதி. என்ன அபிப்பிராயம் கொண்டிருந்தானோ? ஆனால் இன்று முஸொலீனியின் ஆட்சியில் கிரிஸ்பிக்கு ஓர் உன்னத ஸ்தானம் அளிக்கப்பட்டிருக்கிறது.

நாட்டிலே அராஜகர்களும் அபேதவாதிகளும் ஒருபுறம்; விவஸ்தை யில்லாத கட்சி வகுப்புகள் பல மற்றொரு புறம். இத்தாலியப் பார்லிமெண்டைச் சந்தி சிரித்தது. கட்சிப் போராட்டத்தை மறந்து சட்டசபையில் இலட்சியம் வைத்தனர் அரசியல் சந்தர்ப்பவாதிகள். புது வருஷக் காலண்டர் மாதிரி, சராசரி வருஷத்திற்கு ஒரு மந்திரி சபை உற்பத்தி செய்யப்பட்டது. 1848-ல் புது அரசியல் அமுலுக்கு வந்ததிலிருந்து 1922-ல் முஸொலீனி பதவிக்கு வந்ததுவரை 74 வருஷத்தில் 67 மந்திரிசபைகள்! முழங்கால் சகதி நிறைந்த பாதை வழியாகத் திருடனைத் துரத்திக்கொண்டு ஓடும் போலீஸ்காரன் போல, தட்டுத் தடுமாறி ஆட்சி நடந்தது. மறுமலர்ச்சியில் பிறந்த பார்லிமெண்ட் சந்தர்ப்பவாதிகள் வசம் சிக்கியது; வெற்றி தோல்விகள், இலட்சியங்கள் யாவும் அவர்களுடைய தந்திரவாதங்களுள் ஒடுங்கின. சட்டத்திற்குக் கட்டுப்பட்ட மன்னன், பேசாமல் சட்டத்திற்குக் கட்டுப்பட்டே இருந்தான். மதகுரு போப், பாரமார்த்திக வழிகளில் சிந்தையைச் செலுத்திவிட்டு வாட்டிக்கன் அரண்மனையில் அடங்கியிருந்தார்.

இந்த நிலையில் முஸொலீனி ஊருக்குப் போய் என்ன செய்ய? நாட்டில் இருக்கவே அவனுக்குப் பிடிக்கவில்லை. அமெரிக்காவுக்குப் போக வேண்டியதுதான் பாக்கி — உடனே லட்சாதிபதியாக ஆகிவிட லாம் என்று இத்தாலியர்களுக்கு ஒரு நம்பிக்கை உண்டு. வயிறு பட்டினியாயிருக்கையில் தர்க்கவாதத்தை மீறும் எந்த நம்பிக்கையும் உண்டாவது சகஜந்தானே! "அமெரிக்காவுக்குப் போகப் போகிறேன்; பணம் அனுப்ப முடியுமா?" என்று வீட்டுக்குக் கடிதம் எழுதினான் பெனிட்டோ.

○

3. ஒரு ஷில்லிங் ஆறு பென்ஸ்

ஊரில் தாயாரிடமிருந்து கடிதம் வந்தது: "உன்னை அமெரிக்காவுக்கு அனுப்ப எனக்கும் ஆசைதான். அதற்குக் கையில்தான் பணமில்லை. இருக்கிறதை அனுப்பிவைத்திருக்கிறேன்."

இருக்கிற பணம், வயிற்றைக் கட்டிக்கொண்டு நடந்தால், ஸ்விட் ஸர்லாந்து வரை செல்லுவதற்குப் போதும். அதற்கப்புறம்? இப் பொழுது இருக்கிறதைவிட அப்பொழுது என்ன மோசமாகிவிடப் போகிறது? கையில் சின்ன மூட்டை, மனத்தில் கசப்பு, வயிற்றில் பசி — இந்த மூலதனத்தை வைத்துக்கொண்டு புரட்சிக்காரர், தேசப் பிரஷ்டர்கள் முதலியோர் தலைமறைவாக வசிக்கும் ஸ்விட்ஸர்

லாந்தை நோக்கி நடந்தான் பெனிட்டோ.

இந்த இடத்தில் இத்தாலியின் அயல்நாட்டுத் தொடர்பையும் சற்று கவனித்துக்கொள்வோம். இத்தாலிய மறுமலர்ச்சிப் போராட்டத்தில் பிரெஞ்சுச் சதி வெனிஷியாவை இழக்க வைத்தது. அதாவது, 1858 - ல் வெனிஷியா, கியூலியா, லொம்பார்டி என்ற மூன்று பிரதேசங் களிலிருந்தும் ஆஸ்திரியாவை விரட்ட, இரண்டாவது விக்டர் இமானுவல் மூன்றாவது நெப்போலியனுடன் ஒப்பந்தம் செய்து கொண்டு போர் தொடுத்தான். லொம்பார்டி கைவசமாயிற்று. ஆனால் திடீரென்று நெப்போலியன் ஆஸ்திரியாவுடன் சேர்ந்து கொண்டான். 1859 - ல் வில்லா பிராங்காவில் நிறைவேற்றப்பட்ட ஒப்பந்தம் இத்தாலியர்களுக்குப் பெருத்த ஏமாற்றம். இந்த ராஜதந்திரச் சூழ்ச்சிகளைப் பின்னணிப் படுதாவாக வைத்து பெனிட்டோ முஸொலீனி எழுதியிருக்கும் நாடகம் இத்தாலியர்களுக்குப் பிரெஞ்சுக் காரர்கள்மீதிருந்த கசப்பைத் தெளிவாகக் காட்டுகிறது.

இத்தாலி கவூர் தலைமையில் ஐக்கியப்பட்டு வந்தது போல ஜெர்மனியும் பிஸ்மார்க் தலைமையில் ஒன்றுபட்டு வந்தது. தெற்கே ஆஸ்திரியாவுக்குப் போட்டியாக ஒரு ராஜ்யம் தலையெடுப்பதின் நன்மையை உணர்ந்த பிஸ்மார்க் இத்தாலிக்கு ஒத்தாசை செய்தான். ஆஸ்திரியர் வெனிஷியாவிலிருந்து விரட்டப்பட்டனர். ஆல்ப்ஸ் மலைத்தொடரின் அருகில் உள்ள பிரதேசங்களான டிரன்டினோ, டிரிஸ்டி, டல்மாஷியா இன்னும் இத்தாலியர் வசமாகவில்லை. இம்மூன்று நாடுகளும் பாஷை, பழக்க வழக்கங்கள் யாவற்றிலும் இத்தாலியின் ஒரு பகுதிதான். ஆனால் அவை ஆஸ்திரியாவின் ஆதிக்கத்திற்கு உட்பட்டுக் கிடந்தன.

1870-ல் பிரஷ்யா பிரான்ஸின்மீது படையெடுத்தது; அதைத் தடுப்பதற்காக ரோமாபுரியில் நிறுத்தப்பட்டிருந்த பிரெஞ்சுப் படை கள் திரும்ப அழைக்கப்பட்டன. இந்தச் சமயம் பார்த்துத்தான் விக்டர் இமானுவல் ரோமாபுரியுள் பிரவேசித்து அதைக் கைப்பற்றிக் கொண்டான். விக்டர் இமானுவல் ஐக்கிய இத்தாலியின் மன்னன் ஆனான். ஹோஹன்ஜல்லார்ன் வம்சத்தார் (கெய்ஸரின் முன்னோர் கள்) இம்பீரியல் ஜெர்மன் கிரீடத்தை வகித்தனர்.

இத்தாலியின் மத்யதரைக் கடல் கொள்கை, மறுபடியும் இத்தாலி - பிரெஞ்சு - ஜெர்மனி முக்கோணச் சண்டையைக் கிளப்புகிறது.

இத்தாலியர் ஏற்கெனவே டூனிஸில் குடியேறியிருக்கின்றனர். பிரெஞ்சுத் துருப்புகள் திடீரென்று பிரவேசித்து 1881-ல் டுனிஸைத் தங்கள் பாதுகாப்புக்குள்ளடக்கிய நாடாக்கிக்கொண்டன. இத்தாலி, பழைய நண்பன் பிரஷ்யாவின் (அதாவது ஜெர்மனியின்) உதவியை எதிர்பார்த்தது. ஆனால் பிரஷ்யாவின் நிலைமை வேறு மாதிரியாய் விட்டது. அது ஆஸ்திரியாவுடன் புதிய உடன்படிக்கை வைத்துக் கொண்டிருந்தது. ஆஸ்திரியா இத்தாலியின் பழைய விரோதி. ரோம் -

பெர்லின் உறவு ஏற்படுவது என்றால் அது ரோம் - வியன்னா சம்பந்தத்தின் ஒரு அம்சமாகவே இருக்கும் என்பதைத் தெளிவாக்கி விட்டான் ஜெர்மன் பிரதம மந்திரி பிஸ்மார்க். வேறு விதியில்லாமல் இத்தாலி கையைக் கட்டிக்கொண்டிருந்தது. 1882-ம் வருஷம் இத்தாலி, ஜெர்மனி, ஆஸ்திரியா மூன்றும் ஓர் உடன்படிக்கை செய்துகொண் டன. இந்தச் சம்பந்தம் 1914-ம் வருஷம் ஜெர்மன் யுத்தம் ஆரம்பித்த பொழுதுதான் முறிந்தது. அதை மீறியதும் இத்தாலிதான்; மீறியதற்குக் காரணமானவன் முஸொலீனி.

பெரிய மனிதனுடைய வாலைப் பிடிப்பவனுடைய அந்தஸ்தைப் போல ஐரோப்பிய அரசியல் அரங்கத்தில் இத்தாலியின் செல்வாக்கும் உயர்ந்தது. ஆனால் டூனிஸ் விஷயம் அப்படி அப்படித்தான். ஸிவில் கோர்ட் வியாஜ்யம் மாதிரி முடிவில்லாமல் நீண்டுகொண்டே கிடந்தது. ஆனால் இத்தாலி சும்மா இருந்துவிடவில்லை. டிரிப்போலி, ஸிரானியாக்கா, சோமாலிலாந்து முதலிய பிரதேசங்களில், பல முயற்சிகளுக்கப்புறம், காலனிகளை அமைத்தது.

வில்லா பிராங்கா, டூனிஸ் இரண்டு சம்பவத்திலும் பிரெஞ்சு ராஜதந்திரம் இத்தாலிக்குப் பட்டை நாமம் சாத்தியது. ஆஸ்திரியாவும் ஜெர்மனியும் வேறு ஒரு தினுசாக இத்தாலியின் கண்ணில் மண்ணைப் போட்டு வந்தன. பிரெஞ்சுச் சூழ்ச்சி ஆளைத் திடீரென்று கவிழ்க்கும் 'கேப் மாறி' வேலை. ஆனால் ஆஸ்திரிய ஜெர்மன் ரகம் 'உறவு உறவு' என்று சொல்லியே கழுத்தில் கயிற்றை மாட்டும் தந்திரம். இதனால்தான் மெதுவாகப் படிப்படியாக ஏமாற்றியவன்மீது பொங் கிய சீற்றம் வெஸூவியஸ் எரிமலையின் அக்னிப் பிழம்பு போல் அடிவயிற்றிலிருந்து புறப்பட்டது. ஜெர்மனி, மெதுவாக, அமைதியாக, வடக்கு இத்தாலிக்குச் செழிப்பை ஏற்படுத்துவது போல் அதன்மீது உட்கார்ந்து, அதன் வளங்களை உறிஞ்ச ஆரம்பித்தது. 1895-ம் வருஷம் 'பாங்கா கமர்ஸியேல்' என்ற வர்த்தக பாங்கி ஒன்று அமைக்கப்பட்டது. ஜெர்மன் மூலதனம். கேட்கவா வேண்டும்? இத்தாலியின் கழுத்து ஜெர்மனியின் கையில்; ஆஸ்திரியாவின் காலும் அதன்மேல் ஏறிக்கொண்டது. 1914-ம் வருஷம் ஜெர்மன் சண்டை ஆரம்பிக்கும்பொழுது இத்தாலியின் நிலை இதுதான்.

ஸ்விட்ஸர்லாந்துப் பயணம் தடைப்படச் சாதாரணக் காரணங்கள் எத்தனையோ இருக்கின்றன. உதாரணமாக, கால் வலித்தால் உட்கார்ந்துகொள்ளலாம். இதோடு, ஊரிலிருந்து ஒரு கடிதம் வேறு வந்திருந்தது.

போர்லியிலே தேர்தல் நடைபெற்றதாம். ஊரிலுள்ள நிலச்சுவான் தார்கள் தேர்தல் ரிஜீஸ்தரைத் தங்கள் சௌகரியப்படி அமைத்துக் கொண்டார்கள். அலிஸான்ட்ரோ, எலக்ஷன் நடைபெற்ற இடத்திற் குள் நுழைந்து, பாலட் பெட்டியை உடைத்தெறிந்துவிட்டான். போலீஸார் அவனைக் கைது செய்துவிட்டார்கள். இதுதான் தகவல்.

"நான் அங்கு வரவேண்டுமா? — பெனிட்டோ" என்று தந்தியடித்துக் கேட்டான். அவனுக்குப் பொதுக் கூட்டத்தில் பேசுவதில் கொஞ்சம் பேருண்டு. தகப்பனார் சார்பில் கிளர்ச்சி நடத்தவேண்டும் என்று அவனுக்கு உத்தேசம்.

"அவசியமில்லை. நேரே ஸ்விட்ஸர்லாந்திற்குப் போகவும்" என்று பதில் தந்தி வந்தது.

அவசியமில்லையாமே! பின் அங்கென்ன வேலை? யாத்திரை மறுபடியும் தொடங்கியது.

அவன் ஸ்விட்ஸர்லாந்து எல்லைக்குள் பிரவேசிக்கும்பொழுது ஒரு ஷில்லிங்கும் ஒன்பது பென்ஸுᵒம்தான் மிச்சம்.

நடந்தே லாஸேனுக்குச் செல்லுகிறான். வயிற்றுப் பசி சகிக்க முடியவில்லை. காலும் தள்ளாடுகிறது. சோர்ந்து உட்கார்ந்துவிடுகிறான். பக்கத்தில் ஒரு மைதான வெளி. அதில் இரண்டு ஸ்திரீகள் உட்கார்ந்து 'வனபோஜனம்' சாப்பிட்டுக்கொண்டிருக்கிறார்கள். பார்வைக்கு ஆங்கிலேயர் மாதிரி இருக்கிறது. யாராயிருந்தால் என்ன? எழுந்திருக்கிறான். திடுதிடுவென்று அவர்கள் முன் செல்லுகிறான். பரப்பி வைத்திருந்த சாப்பாட்டு வகைகளைப் பேசாமல் எடுத்துக்கொள்ளுகிறான்.

"ஏ! யார்? கொள்ளை! தீ! கொலை!" என்று ஸ்திரீகள் கூச்சலிடுகின்றனர்.

அவன் பிடிபடுவதற்காக அதுவரை மூலையில் காத்து நிற்பானா?

கூப்பிடு தூரத்திற்கப்பால், ஒரு வாய்க்காலுக்கருகில், ஒருவன் உட்கார்ந்து சாப்பிட்டுக்கொண்டிருக்கிறான். "*பூர்ஷுᵒவா, பிசாசு!" என்ற சாபத்தை வாய் முணுமுணுத்துக்கொண்டிருக்கிறது. +கார்ல் மார்க்ஸின் பொருளாதாரக் கொள்கைகளை வயிற்றுக்குள் செல்லும் ஒவ்வொரு உருண்டையும் தெளிவாக்குகிறது. வாயைத் துடைத்துக்கொண்டு அந்த மனிதன் — பெனிட்டோ — எழுந்து நடக்கிறான். லாஸேன் வந்துசேரும் சமயம் பொழுது இருட்டிவிட்டது. மறுபடியும் உணவுப் பிரச்னைதான். இந்தத் தடவை யாரும் 'வனபோஜனம்' நடத்திக்கொண்டிருக்கவில்லை. ஒரு குதிரை லாயத்தில் கிடந்த காய்ந்து உலர்ந்த புல்லுக் கட்டின் மேல் படுத்துக்கொள்ளுகிறான் பெனிட்டோ.

மறுநாள் காலை. குளிர் தாங்காமல் கால்சட்டைப் பைக்குள் கைகளை நுழைத்துக்கொண்டு, ஏதாவது வேலை கிடைக்குமாவென்று பார்க்கப் புறப்படுகிறான்.

ஒரு தெருவில் கட்டட வேலை நடந்துகொண்டிருக்கிறது. "நானும் வேலை செய்யட்டுமா?" என்று கேட்டான் மேஸ்திரியிடம்.

---

*பூர்ஷுᵒவா — பிறர் உழைப்பால் வாழ்பவர்; செல்வர்

+கார்ல் மார்க்ஸ் — பொது உடைமைக் கொள்கையின் பிதா; அபேதவாதிகளின் ஆசாரியன்.

மேஸ்திரி அவனை உச்சி முதல் உள்ளங்கால் வரை ஒரு தடவை முறைத்துப் பார்த்தான். "இந்தச் செங்கல்களை எடுத்துக் கொடுக்க வேண்டும். ஒரு நாளைக்குப் பதினெட்டுப் பென்ஸ் சம்பளம்!" என்றான் மேஸ்திரி.

பெனிட்டோ பதில் பேசவில்லை. பேசாமல் மேல்சட்டையைக் கழற்றினான்.

அன்று மாலை நெற்றியிலிருந்த வியர்வையைப் புறங்கையால் துடைத்துக்கொண்டு, கூலியை வாங்கிப் பையில் போட்டுக்கொண்டு நடந்தான். ஊரைச் சுற்றிப் பார்த்தான்.

வழியிலே, ஒரு கட்டடத்தில் ஒரு பலகை தொங்கிக்கொண்டிருந்தது. அதில், லாஸேன் சர்வகலாசாலை புரொபஸர் வில்பிரடோ பேரட்டோ சமூக சாஸ்திரத்தைப் பற்றி மாலை நேரங்களில் வகுப்புக்கள் நடத்துகிறார் என்று கண்டிருந்தது. சுற்றுமுற்றும் திரும்பிப் பார்க்கையில் கட்டடத்தினுள்ளிருந்து ஒருவர் வந்தார். பார்வைக்கு இத்தாலி தேசத்தார் மாதிரி இருந்தது.

"புரொபஸர் எங்கேயிருக்கிறார்?" என்று அவரிடம் இத்தாலிய பாஷையில் கேட்டான் பெனிட்டோ.

"யார்? புரொபஸர் பேரட்டோவா? நீ யார்? இத்தாலியில் எந்த மாகாணம்?" என்றார் அந்த மனிதர்.

"என் பேர் பெனிட்டோ முஸொலீனி. என்னமோ ஸ்பெஷல் வகுப்பு நடத்துவதாகப் போட்டிருக்கிறதே — சம்பளம் என்னவிருக்கும் என்று கேட்க நினைத்தேன் — என் ஊர் பிரடாப்பியோ. ரோமாக்னாவைச் சேர்ந்தது."

அந்த மனிதரின் முகம் மலருகிறது. "என் பேர் பானி ஸெக்னி; நானும் லாஸேனில் புரொபஸராகத்தான் இருக்கிறேன்; உன் தகப்பனார் யார்?" என்றார் ரோமாக்னா பாஷையில்.

அதுவும் நல்ல காலந்தான் என்று பெனிட்டோ எண்ணினான். புரொபஸர் பேரட்டோவுக்கு அறிமுகம் செய்துவைக்கப்பட்டான். மாலை நேரங்களில் சமூக சாஸ்திரப் பயிற்சி; பகல் முழுதும் செங்கல் சுமக்கும் வேலை. இது ஒத்து வரவில்லை. சாயங்காலம் ஆறு ஏழு மணி வரை சக்கை பிழிந்துவிடுவான் மேஸ்திரி. வேறு வேலை பார்த்தால் தேவலை என்று நினைத்தான் முஸொலீனி.

முஸொலீனியே தனது ஆசிரியர்கள் என்று ஒப்புக்கொள்ளும் வெகு சிலரில் வில்பிரெடோ பேரட்டோவும் ஒருவர். பெனிட்டோவின் மனத்தில் ஒரு நிரந்தரமான, ஆழ்ந்த பக்தி சிரத்தையுள்ள ஸ்தானத்தை வகிப்பவர் அவர் எனில் பொருந்தும்.

இந்நிலையில், பேரட்டோ யார், அவருடைய கொள்கைகள் என்ன என்று தெரிந்துகொள்வதால் கெடுதல் ஒன்றுமில்லை. அவர் ஒரு எஞ்சினீயர். பேஸிஸத்திற்கு அவர்தான் சங்கராசாரியர். பேஸிஸ்ட் கொள்கைமீது அவருக்கு விருப்பு வெறுப்பற்ற மரியாதை

இருந்தது என்பதை 1923-ம் வருஷத்தில் அவர் எழுதிய கட்டுரைகளும், 1916-ம் வருஷம் கலகக்காரர்களைப் பற்றிய அவருடைய அபிப் பிராயங்களும் எடுத்துக்காட்டும்.

பேரட்டோவின் சித்தாந்தம் வருமாறு :

ஆட்சி வர்க்கம் என்பது தனித்தன்மை வாய்ந்த ஒரு சிலரின் கூட்டம். யாரும் நிர்வாகத்தை நடத்த முடியும் என்பது கவைக்கு உதவாத பேச்சு. மனித வர்க்கத்தின் நிரந்தரமான நலன்கள், தன்மை கள், மனப்பான்மைகள் நியாயமானவையென்று நிரூபித்து வளர்க்கச் சித்தாந்தங்களும் வியாக்கியானங்களும் வேண்டியிருக்கின்றன. முன் னவை இடம், பொருள் பேதங்களால் மாறுபடாமல் எப்பொழுதும் ஒரே மாதிரியிருப்பவை. பின்னவை கால இட பேதங்களுக்குட்பட்டு மாறுபவை. முன்னவை மூல சக்திகள். பின்னவை அவற்றின்மீதுள்ள போர்வைகள், அலங்காராதிகள்.

சமூக விஷயங்களில் ஏற்படும் சட்டதிட்டங்கள் இதயத்தைத் தொடக்கூடிய உணர்ச்சி பாவங்களை ஊட்டக் கூடியவையாக இருந்தால், மத பக்தியைப் போல் உயரக் கூடியவையாக இருந்தால், அவற்றை யாவரும் இலகுவில் ஏற்றுக்கொள்வார்கள். சட்டதிட்டங்கள் குறிப்பிட்ட நோக்கத்தைப் பூர்த்தி செய்யக்கூடிய சக்தி வாய்ந்தவையா என்பதுகூட அவசியமில்லை. ஒரு குறிப்பிட்ட சமூக லட்சியத்தை யடையவேண்டும் எனில், மக்களை அதற்கப்பாலும் முடுக்கிச் செல்லவேண்டியது அவசியம். அதற்குப் புராணங்களும், கற்பனைக் கதைகளும், பலாத்காரமும் அவசியம். புராணக் கதைகள் போன்ற உணர்ச்சி வெறியூட்டக்கூடிய விஷயங்களுக்கு நடைமுறை வாழ்க்கை பெருத்த முட்டுக்கட்டையாக இருக்கும். நாம் கொண்ட நோக்கத்தின் அளவிலேயே செயலும் அடங்கும்படி அது தடை செய்யும். பொது மக்களைப் பண்படுத்தினால் மட்டும் — அதாவது நமது சித்தாந்தத் தின் தர்க்க அம்சங்களைப் புரிந்துகொள்ளும்படி செய்துவிட்டால் மட்டும் — அவர்கள் நாம் சொன்னபடி நடப்பார்கள் என்று நம்புவது தவறு. வெறும் தர்க்கத்தையே ஆதாரமாகக் கொண்டு விஷயங்களை முடிவுகட்டும் சித்தாந்திகளுக்குக்கூடக் கதைகளும் கற்பனைகளும் அவசியமாக இருக்கின்றன.

சமயம், ஒழுக்கம், தேசீயம், தயாளம், கட்சி அல்லது வர்க்க நேர்மை போன்ற காரண சக்திகள் ஜனங்களுக்குத் தூண்டுதல் அளிக்க வேண்டியிருக்கின்றன. நன்மை, தீமை இவற்றினிடையே ஏற்படும் நிரந்தரமான போராட்டம், மதச் சண்டைகள், துறவு, லெளகிகம், முன்னேற்றம், சமாதான நிலை, சத்தியம், நியாயம், இவற்றின் எதிர்மறைகள் ஆகிய இவை யாவும் மக்களுக்கு அவசியம். சில சித்தாந்தங்கள், உண்மையில் அநுபவத்திற்கு ஒத்தனவாயில்லா விட்டாலும் அநுபவத்தின் விளைவு என்று மனிதன் நம்புவதால் பயனிருக்கிறது. ஒவ்வொருவனும் விஷயங்களின் உண்மைத் தன் மையை அறிந்துகொள்ளுவது அவனுக்கும் அவன் வாழும் சமூகத்திற்

கும் நன்மை என்று கூறும்பொழுது, 'உண்மை' எது, 'உபயோகம்' எது என்ற வித்தியாசம் தெரியாமல் அர்த்தம் குழப்பப்படுகிறது. இப்படித் தன்னையே தான் ஏமாற்றிக்கொள்ளும் ஒரு வித்தையை அநுஷ்டிக்கிறதனால் ஒழுக்கத்தைக் கடைப்பிடிப்பதாக மனிதன் பாவித்துக்கொள்ளுகிறான்.

பேரட்டோவின் கொள்கைப்படி, ஆட்சி புரியக்கூடிய தனிச் சக்தி வாய்ந்தவர்கள் யாரெனில் புத்தி சாதுரியம், குணம், வாக்குச் சாதுரியம், திறமை இவற்றையுடையவர்களே. வாழ்க்கையின் இதர துறைகளில் இருப்பது போல் ஆட்சி நடத்தும் விஷயங்களிலும் தனித்தன்மை வாய்ந்தவர்கள் இருக்கின்றார்கள். அரசியல் விஷயங்களில் விசேஷத் திறமை படைத்தவர்கள், இதர துறைகளில் அம்மாதிரியே உயர்ந்ததன்மை வாய்ந்தவர்கள் என்ற இந்த இரண்டு ரகங்களுக்கும் அடுத்தபடியாகச் சாதாரண மக்கள் என்று சொல்லப் படுகிறவர்கள் — அதாவது, ஸ்ரீமான் பொதுஜனம் — இருக்கின்றனராம். விசேஷத் தன்மை வாய்ந்த பெரியோர்களுள்ளும் நிர்வாகத்தை வகிக்கக்கூடியவர்கள் என்று வடிகட்ட முடியுமாம். எப்படியென்றால், அவர்களுக்குள்ளேயும் ஆட்சிபுரியும் பெரியார்களின் குண விசேஷம் படையாமல், செல்வம், உயர்குடிப் பிறப்பு என்ற பின்வாசல் கதவுகளைத் திறந்துகொண்டு நுழையும் பேர்வழிகளும் அதிகமாக இருக்கின்றனராம். விசேஷ சக்தி வாய்ந்தவர்கள் கீழ்ப்படிகளிலிருந்து மெல்ல மெல்ல இடைவிடாமல் உயரே வந்துகொண்டேயிருக்கின்றனர். இவர்களைச் சமூகத்தின் மேல் வகுப்பார், மேல் ஜாதியார் என்றுகூடச் சொல்லலாம். இவர்களுக்கும் மற்ற சாதாரணமான தாழ்ந்த வகுப்பாருக்கும் என்ன வித்தியாசம்? இரு வகுப்பாரின் அபிலாஷைகள், விருப்பு வெறுப்புகள், நம்பிக்கைகள் ஆகியவை மாறுபட்டிருக்கின்றன. இந்த மாறுபாடே அவர்களுக்குள் வேற்றுமைக்குக் காரணம். சக்தி பொருந்திய சில நம்பிக்கைகள் தாழ்ந்த வகுப்பாரிடத்தினின்றும் எழுகின்றன; பொது மக்கள் மேல் ஜாதியினரின்மீது தங்கள் பலத்தை உபயோகிக்கின்றனர்; உயர்ந்த வர்க்கத்தினரின் பிடிப்பற்ற மனப் போக்குகளை ஒரேயடியாகச் சிதற அடித்துவிடுகின்றனர்.

மேல் ஜாதியினர், தங்கள் வீரத்தாலோ அல்லது வர்த்தக ஆதிக்கத்தாலோ அல்லது வெறும் குபேர சம்பத்தின் பலத்தாலோ சில காலம் ஆட்சி புரிகின்றனர். காலம் அவர்களுடைய சக்திகளை க்ஷீணிக்க வைக்கிறது. இதரர்கள் உயர்ந்து வந்து அந்த ஸ்தானத்தைப் பிடித்துக் கொள்ளுகின்றனர். நதியின் நீரோட்டம் போலப் படிப்படியான மாறுதல் இருந்தே தீரும். ஆனால், சில சமயங்களில், ஆற்றில் திடீரென்று வரும் வெள்ளம் போன்ற மாறுதல் ஆட்சி வர்க்கத்திலும் ஏற்படுகிறது. அதுதான் புரட்சி. தகுதியற்ற பலவீனர்கள் உயர்ந்த அந்தஸ்துடன் ஒட்டிக்கொண்டிருப்பதே புரட்சிக்குக் காரணம். ஆனால், தாழ்ந்த படிக்கட்டுகளில் அதிகார வெறிகொண்ட ஈவிரக்க மற்ற அபேட்சகர் பலர் இருக்கின்றனர்; அவர்கள் எண்ணிக்கை

வளருகிறது; உயர்ந்த வகுப்பார் எதிரிகளை விலைக்கு வாங்கி அடக்கிவிட முயற்சிக்கின்றனர். ஒருபுறம் புகழ், அந்தஸ்து; மறுபுறம் மோதிவரும் அதிகார வெறி! திடீரென்று அணை உடைந்துபோக நேருகிறது. அதுதான் புரட்சி!

ஆட்சி முறையில் பலாத்காரத்தின் அவசியத்தைப் பற்றி பேரட்டோ விரிவாக ஒரு கிரந்தம் எழுதியிருக்கிறார். அதன் தர்க்க வாதங்களையே பெனிட்டோ பிற்காலத்தில் உபயோகித்து ஒரு பிரபலமான கட்டுரை எழுதியிருக்கிறான்.

பேரட்டோ ஒரு பொருளாதார சாஸ்திரி. இவருடைய பொருளாதார சித்தாந்தம் முதலாளிகளுக்கு லட்டு மிட்டாய் போன்றது. இதற்கு அத்தாட்சி போன்று, எர்னஸ்ட் பென் என்ற ஆங்கில முதலாளி ஒருவர், தமது மனோநிலையைத் தெரிவிக்கும் பாவனையில் ஒரு புஸ்தகம் எழுதியிருக்கிறார். அதிலே அவர் சொல்லுகிறதாவது:

"தெரிந்தோ தெரியாமலோ பேரட்டோவின் கொள்கைகளை அப்படியே அமுக்கி மறைத்துவிடச் சதி செய்யப்பட்டதுபோல் காணப்படுகிறது. உண்மையான கொள்கை ஒன்றின் அருகில் அவர் நெருங்கிவிட்டார் என்பதை நாம் ஒப்புக்கொண்டால், அபேத வாதத்தை அடிப்படையாகக்கொண்ட எந்தச் சமூக அமைப்பும் ஏற்பட முடியாதென்பது நமக்குத் தெளிவாகத் தெரியும். ஆனால் நாம் யாவரும், பழுத்து முதிர்ந்த கன்ஸர்வேடிவ் கட்சியினர் முதல் தீவிரவாதிகள் வரை, அபேதவாதத்தினிடம் அந்தரங்கத்திலாவது இளகிய மனம் படைத்திருக்கிறோம். அது நமது 'செல்லப் பிள்ளை' மாதிரி இருக்கிறது. அது ஒரு வழியில் நமக்குப் பெருமை தருகிறது என்பதில் சந்தேகமில்லை. அதனால்தான் பேரட்டோவைப் பற்றி ஒரு வார்த்தை சொல்லுவதுகூட அவசியமில்லை என்று நினைத்து விட்டார்கள். நமது தேசீயப் பொருளாதார சாஸ்திரத்திலே பேரட்டோவின் நியதியை அனுதாபத்துடன் வியாக்கியானம் செய்தவர்கள் ஒருவருமேயில்லை. தற்செயலாகத்தான் நான் பேரட்டோவைக் கண்டுபிடித்தேன்...."

இவ்வாறு அங்கலாய்த்துக்கொண்டு போகிறார் ஸர் பென். இதற்குக் காரணம் பேரட்டோவின் தத்துவம் முதலாளிகளுக்குத் தாங்கள் செய்வது பாவமில்லையென்ற மனச்சாந்தியை அளிக்கிறது!

பேரட்டோவின் நியதி உண்மையாயின், செல்வம் என்பது மாறுதலை அடிப்படையாகக்கொண்டது. ஆயிரம் பதினாயிரம் ரூபாய் ஆஸ்திக்காரன், லட்சாதிபதி, கோடீசுவரன் என்பதெல்லாம் செல்வத்தின் வளர்ச்சி, தேய்வைக் காட்டும் அளவுகள். செல்வம் படிப்படியாக உயர்ந்துகொண்டே போகும் அல்லது படிப்படியாகக் குறைந்துகொண்டே வரும். அதாவது, செல்வ வளர்ச்சியானது, பலரிடையில், அவரவர் முதலுக்கும் திறமைக்கும் ஏற்ப, பலவிதத்தில் மாறுதல் அடைந்து வந்தாலும், ஒன்று அது ஒருமித்து உயர்ந்து கொண்டே செல்லும்; அல்லது ஒருமித்துக் குறைந்து கொண்டே வரும். சாஸ்திர ரீதியாக ஆராய்ந்தால் பொருளாதார சமத்துவம்

சாத்தியமாகாத காரியம். தாழ்ந்த வகுப்புக்களை உயர்த்தவேண்டுமெனில் உயர்ந்த வகுப்புக்களையும் உயர்த்தாமல் அது சாத்தியமாகாது. உயர்ந்த வகுப்புக்களை நாசம் செய்தால், தாழ்ந்த வகுப்புக்களிலும் நாசம் ஏற்படாமல் தடுக்க முடியாது. பழைய அநுபவம் இதற்கு ஒத்து வருகிறது. முதலாளிகள் கட்சி இதுதான்.

இதுதான் முஸொலீனியின் குரு வகுத்த சித்தாந்தமும். வெவ்வேறு காலத்தில் வசித்தவர்களான நீஷே, ஷோப்பனார், ஜார்ஜ் ஸோரல், மாக்கியவில்லி, கார்ல் மார்க்ஸ் என்பவர்களின் எழுத்துக்களையும் கற்றுக் கற்று முஸொலீனி இப்படி ஒரு சித்தாந்தத்தை உருவாக்கிக் கொண்டான்.

நீஷே பத்தொன்பதாம் நூற்றாண்டின் நடுத்தர வகுப்பார்களின் இலட்சியங்களைக் கட்டோடு வெறுத்தவன். கிறிஸ்தவ மதம், சமத்துவம், சமாதான வாழ்க்கை, அண்டை அயலாரிடம் நேசப்பான்மை, ஜனநாயகம் என்பவை யாவும் பலவீனர்கள், கோழைகள், சுகவாசிகள் யாவரும் சேர்ந்து கட்டிவைத்த இலட்சியங்கள்; பலமும், புதியவற்றைச் சிருஷ்டி செய்யும் திறமையும் படைத்தவர்களை அமுக்கி வைக்க வேண்டுமென்றே கட்டி எழுப்பப்பட்ட கோட்டைச் சுவர்கள் இவை என்பது அவனுடைய சித்தாந்தம். மனித சுபாவம் சிறிதளவாவது அபிவிருத்தியடையும் என்ற நம்பிக்கை கொஞ்சம்கூடக் கிடையாது. மனுஷ்யத் தன்மைக்கு அதீத சக்தி படைத்த *'அதி-மானுஷ்யன்' பிறப்பதாலேயே உலகம் அபிவிருத்தியடைய வழி இருக்கிறது என்று அவன் நம்பினான். அவன் இப்படி. ஷோப்பனாரோ அவனைவிடப் பெரிய அழுகுணிச் சித்தன்.

ஸோரல் என்பவனோ ஒழுக்க-வைராக்கியம் படைத்தவன். பொருளாதார அமைப்பில் மாறுதல் ஏற்படுத்துவது அவனுடைய முக்கிய நோக்கமன்று. அதன் மூலமாக, அதற்கு மேற்பட்ட மனித சமுதாயத்தில் ஒழுக்க உயர்வைக் கொண்டுவருவதே அவன் லட்சியம். "வருங்காலத்தை நோக்கிச் செல்லுவதே போதும்; அதைப் பற்றிக் கற்பனை பண்ணிக்கொண்டிருப்பது அவசியமில்லை. மேலும், வருங்காலத்தைப் பற்றித் தெரிந்துகொள்வதே தப்பு!" என்று வற்புறுத்துகிறான் ஸோரல். வளர்ச்சிப் பாதையில் செல்ல 'உள்-மனம்' (அதாவது காரண காரிய வாதங்களுக்குக் கட்டுப்படாத அந்தக்கரணம்) போகும் வழியைப் பின்பற்ற வேண்டும் என்று வேறொரு அறிஞன் கூறுகிறான்.

நான்கு நூற்றாண்டுகளுக்கு முன் பிளாரன்ஸ் நகரத்தில் மந்திரி வேலை பார்த்த மாக்கியவில்லியின் அரசியல் கொள்கை எப்படி முஸொலீனியின் மனத்தில் பதிந்திருக்கிறது என்பது பின்வரும் சிறு சம்பவத்தால் நன்கு புலனாகும். அவன் சர்வாதிகாரியான பின் பொலொனா சர்வகலாசாலை அவனுக்கு ஒரு கௌரவப்பட்டம் வழங்க முன்வருகிறது. ஆனால் அவன் அதை மறுத்துவிட்டு, மாக்கிய

---

*அதி-மானுஷ்யன் — *super-man*

வில்லியின் சித்தாந்தத்தைப் பற்றித் தனி ஆராய்ச்சிக் கட்டுரை எழுதிப் பட்டம் பெறுவதாகக் கூறி, நான்கு அத்தியாயங்கள்கூட எழுதிவிடுகிறான்.

மனிதன் மிகவும் கேவலமான ஐந்து, ஆளப்படுவதற்காகவே சிருஷ்டிக்கப்பட்ட ஒரு பிராணி என்ற அடிப்படையின்மேல் இளவரசன் ஒருவனுக்கு ஆட்சி ரகசியங்களைப் போதிக்கும் முறையில் ஒரு சித்தாந்தம் கட்டிவிட்டுப் போயிருக்கிறான் அந்த மாக்கியவில்லி.

இந்த ரகத்தைச் சேர்ந்த அழுகுணிச் சித்தர்கள் பலர் முஸொலீனியின் மனப்பீடத்தில் ஏறியிருக்கின்றனர். அவனுடைய வறுமையும் ஆசையும் இவர்களுடைய கொள்கைகள் நன்றாய்ப் பதியும்படி மனத்தைப் பண்படுத்தியிருந்தன.

பேரட்டோ பிரசங்கங்களை எத்தனை காலம் முஸொலீனி தொடர்ந்து கேட்டான் என்று கிடைக்கும் ஆதாரங்களிலிருந்து கூறுவது கடினம். ஆனால் அது வெகு காலமாக இருந்திருக்க முடியாது என்பது பலருடைய அபிப்பிராயம். மொத்தம் இரண்டு வருஷங்கள்தான் முஸொலீனியின் ஸ்விட்ஸர்லாந்து வாழ்க்கை. அதிலும் ஒரு குறிப்பிட்ட மாகாணத்தில் இரண்டு மூன்று மாதத்திற்கு மேல் இருக்கவில்லை.

லாஸேனில் நாட்கூலியாக இருந்து வேறு வேலை பார்த்துக்கொண்டிருக்கும்பொழுது, ஒரு நாள் மாலை, பெனிட்டோ ஒரு தெரு வழியாகப் போய்க்கொண்டிருக்கிறான். மூலையில் ஒரு பாதிரியார், அங்கு கூடியிருந்த சிறிய கும்பலுக்கு, கிறிஸ்தவ சித்தாந்தத்தை உபதேசித்துக்கொண்டிருந்தார். "தெய்வம் எங்கும் இருக்கிறது; யாவற்றிலும் இருக்கிறது..." என்று அடுக்கிக்கொண்டே போனார் பாதிரியார். "அப்படியா?" என்றான் பெனிட்டோ, கூட்டத்தின் ஓரிடத்தில் நின்றுகொண்டு. பாதிரியார் புரொட்டஸ்டாண்ட் வர்க்கத்தைச் சேர்ந்தவர். அதிலும் வீர வைராக்கியப் பற்றுதலுடைய 'ப்யூரிடன்' போலும். பாதிரியாருக்கு மூக்குக்குமேல் கோபம் வந்துவிட்டது. "பின்னாலே போ சாத்தானே!" என்ற விலிலிய வாக்கியத்தை அஸ்திரமாக உபயோகித்தார்.

கூட்டத்தை விலக்கிக்கொண்டு பெனிட்டோ பாதிரியாரிடம் சாவதானமாகப் போனான். பக்கத்தில் போய் நின்றுகொண்டு பையில் கையைப் போட்டுக் கடிகாரம் ஒன்றை எடுத்து நீட்டிப் பிடித்துக்கொண்டு, கடிகார முட்களைப் பார்த்துக்கொண்டே, "ஓய், பாதிரியாரே! உம்முடைய தெய்வம் சர்வ சக்தியுள்ளதானால், எங்கும் இருக்கிறதானால், நான் நிற்கும் இந்த இடத்திலேயே என்னைச் சாக அடிக்கட்டும் பார்க்கலாம்!" என்றான்.

ஐந்து நிமிஷமாயிற்று. ஒன்றும் நடக்கவில்லை. கும்பல் சிரிக்க ஆரம்பித்தது. நாக்கைச் 'சூள்' தட்டிக்கொண்டு கடிகாரத்தைப் பையில் போட்டுக்கொண்டான் பெனிட்டோ. "நீர் ஒரு பொய்யர்; கடவுளே கிடையாது!" என்று சொல்லிவிட்டு வெளியேறினான்.

மறுநாள் காலை செங்கல் தூக்கப் போய் நிற்கிறான். "அப்பா! உனக்கும் நமக்கும் ஒத்து வராது!" என்றான் தலைமை மேஸ்திரி.

அதுவும் நல்ல காலத்துக்குத்தான் என்று வெளியேறினான் பெனிட்டோ.

அவனுடைய தீவிரவாத நண்பர்களின் உதவியால் டெடிச்சி என்ற ஓர் இத்தாலியன் வைத்திருந்த ஒயின் கடையில் வேலை கிடைக்கிறது. வாடிக்கைக்காரர்களுக்கெல்லாம் சரக்குப் போட்டு விட்டு வரவேண்டியது பெனிட்டோவின் வேலை. இதில் பேரட்டோ பிரசங்கங்களைக் கேட்கப் போதிய அவகாசம் கிடைத்ததாம். இப்போது டெடிச்சி காலமாகிவிட்டான். அவனுடைய மகனும் மகளுந்தான் கடையை நடத்துகிறார்கள். அவர்களுக்கு அந்தக் காலத்தில் பெனிட்டோவைப் பார்த்தது இன்னும் நினைவிலிருக்கிற தாம். எப்பொழுதும் தடபுடவென்று வந்து, சாமான்களை எடுத்துக் கொண்டு, வேலையை அவசர அவசரமாக முடித்துக்கொண்டு போய்விடுவானாம். 1922-ம் வருஷம் முஸோலீனி பிரதம மந்திரி என்ற ஹோதாவில் லாஸேனுக்கு வந்தபொழுது, தனது காரியதரிசி களை அனுப்பி டெடிச்சி ஒயின் கடையைப் புகைப்படம் எடுக்கச் சொன்னானாம்.

அந்தக் காலத்தில் இவனுக்கு போல்ஷிவிக்கர்களுடன் நெருங்கிய பழக்கம். லெனினைக்கூடச் சந்தித்திருப்பதாகத் தெரிகிறது. தீவிரவாதி கள் ஏற்பாடு செய்யும் பொதுக்கூட்டங்களில் எல்லாம் வாய்த்துடுக் காகப் பிரசங்கம் செய்து அவன் அதிகாரிகளின் கவனத்தைத் தன்மீது வருவித்துக்கொண்டான். இந்தச் சமயத்தில்தான் கள்ளப் பிரயாணச்சீட்டு (பாஸ்போர்ட்) தயாரித்தான். ஸ்விட்ஸர்லாந்துப் போலீஸார் இவனை நாட்டைவிட்டுக் கடத்தியதோடு கைவிரல் அடையாளத்தையும் பதிவு செய்துகொண்டுவிட்டனர். பின்னர் தலைமறைவாக ஒவ்வொரு மாகாணமாகச் செல்லுவது, அங்கிருந்து துரத்தப்படுவது என்று இப்படியாக ஸ்விட்ஸர்லாந்தையும் கடந்து பாரிஸ் வரை கால்நடையாகவே அவன் சென்றதாகத் தெரிகிறது. பாரிஸில் பிச்சை எடுக்கும் நாடோடி என்று அவனைச் சிறையில் அடைத்துவைத்தார்கள். போகும் வழியெல்லாம் போல்ஷிவிக் சகாக்களின் உதவி. இப்படிப்பட்ட கால்நடை அநுபவத்தில் திடீ ரென்று ஊர் ஆசை வந்துவிட்டது! நேரே இத்தாலி வந்து சேர்ந்தான்.

4. போன மச்சான்...

ஸ்விட்ஸர்லாந்துக்கு அவனைக் கொண்டுசென்ற கால்கள், பிரடாப் பியோவுக்குத் திரும்ப அழைத்து வந்துவிட்டன. ஆதியில் காய்ந்த

வயிறு, கசந்த மனசு இவற்றுடன் வெளியே சென்றான். இப்பொழுதும் அவற்றை இழந்துவிடாமல் பத்திரமாகத் திருப்பி வீட்டுக்குக் கொண்டு வந்து சேர்த்துவிட்டான். வார்னோ டி காஸ்டாவிலும் அதே நிலைமைதான்.

வீட்டுக்கு மூத்த பிள்ளை திரும்பி வந்துவிட்டான். விருந்து பண்ணவேண்டும். அம்மாவுக்கும் அப்பாவுக்கும் ஆசையிருக்கத்தான் செய்கிறது. ஆசை மட்டும் இருந்துவிட்டால் போதுமா? விடிய விடிய இரும்புடன் மோதிக்கொண்டாலும், அந்தக் குக்கிராமத்தில் என்ன செய்ய முடியும்? எப்போதாவது ஒருநாள் குதிரைக்கு லாடம் அடிக்கலாம்; சம்மட்டி, மண்வெட்டி திருத்திக் கொடுக்கலாம்; இதைத் தவிர வேறு என்ன இருக்கிறது! இந்தச் சம்பிரமத்தில் அலிஸான்ட்ரோவின் அரசியல் விவகாரங்கள் ஜீவனத் தொழிலுக்கு உலை வைத்துவிட்டன. இந்த நிலையில் அவனது மனைவி ரோஸா மல்டோனி உபாத்திமைத் தொழிலின் மூலம் மாதா மாதம் சம் பாதித்த இரண்டு பவுன் (சுமார் முப்பது ரூபாய்) தான் அடுப்பில் சமயா சமயங்களிலாவது பூனை படுக்காமல் பார்த்துக்கொண்டது. இதல்லாமல் வயதுவந்த பிள்ளைகள் வேறு! பெனிட்டோவின் தம்பி ஆர்னால்டோவும் தங்கை எட்ரிஜூம் உடன் வசித்துவந்தனர்.

பெனிட்டோவும் வீடு திரும்பிவிட்டான். இன்னொரு வயிற்றை நிரப்பும் கடமையும் ரோஸாவுக்குச் சேர்ந்தது.

அலிஸான்ட்ரோ அபேதவாதி. அதாவது, வருங்காலத்தின் கற் பனை வாழ்க்கையில் மனத்தைச் செல்லவிட்டு, நாளாவிருத்தி அநுபவங்களைப் பொருட்படுத்தாதவன். ‘லோகம் தெரியாதவன்’ என்று குறிப்பிடுவார்களே, அந்த ரகத்தைச் சேர்ந்தவன் அவன். நடைமுறை அநுபவங்கள் மனத்தில் கசப்பேற்றியிருந்ததால் புத்தகத் தில் மனஓய்வு பெற முயற்சிப்பவன். மகனின் வெளியூர் அநுபவங் களையும் அவனுடைய தீவிரவாதிகளின் தொடர்பையும் பற்றி ரஸித்துக் கேட்டுக்கொண்டிருப்பான். தன்னைப் போலவே மகனும் ‘தற்புத்தி’யாவதில் அவனுக்குப் பெருமகிழ்ச்சி.

மாலை நேரம். பொழுது மங்கிவிட்டது. விளக்குக்கூட ஏற்றவில்லை. உலையில் கனியும் தீ வெளிச்சத்தில் தகப்பனும் மகனும் பேசிக்கொண் டிருக்கிறார்கள். கையிலே ஒரு புஸ்தகம்; பெனிட்டோ கண்ணுக்கரு கில் பிடித்துக்கொண்டு வாசிக்கிறான்....

“ஏன் கவசமும் ஆயுதமும் தாங்கிய தீர்க்கதரிசிகள் எப்பொழுதும் வெற்றி பெறுகிறார்கள்; ஆயுத பலத்தைத் துணைகொள்ளாத மகான் கள் தோல்வியடைகின்றனர்...?” என்று பெனிட்டோ வாசித்துவிட்டு நிறுத்துகிறான்; தலையை நிமிர்ந்து தகப்பனார் கண்களுக்குள் பார்க்கிறான்.

தகப்பன் தாடியைத் தடவிக்கொண்டே புன்சிரிப்புச் சிரிக் கிறான்....

"மாக்கியவில்லிதான் என்ன சொல்லுகிறான் பார்ப்போம்! வாசி!..." என்கிறான் அலிஸான்ட்ரோ.

பெனிட்டோ மேலும் வாசிக்கிறான்....

"ஆகையால் ஜனங்கள் ஒரு குறிப்பிட்ட விஷயத்தில் நம்பிக்கையை இழந்துவிட்டால், பலாத்காரத்தை உபயோகித்து நம்பவைத்து விஷயங் களைக் கட்டுப்படுத்துவது சரிதான். மோசே, ஸைரஸ், தீஸியூஸ், ரோமுலஸ் முதலியோர் நெடுங்காலம் நிராயுதபாணிகளாக இருந் திருந்தால், தங்கள் தங்கள் அரசியல் அமைப்புகள்மீது பொதுமக்கள் வைத்திருந்த மதிப்பு அகன்றுவிட்டதைப் பார்த்திருப்பார்கள். தங்கள் அரசியலமைப்புகளுக்கு மரியாதை செய்யும்படி மக்களைத் தூண்டி யிருக்க முடியாது."

"அதெப்படிச் சொல்ல முடியும்?" என்கிறான் அலிஸான்ட்ரோ.

"பொதுமக்களின் குணம் அடிக்கடி மாறக்கூடியது. ஒரு விஷயத்தை நம்பும்படி இலகுவில் செய்துவிடலாம்; ஆனால் அத்தூண்டுதல் நிலைத்திருக்கும்படி செய்வதுதான் கஷ்டம்!" என்று வியாக்கியானம் செய்கிறான் பெனிட்டோ.

"சபாஷ்!..." என்று முதுகைத் தட்டிக்கொடுக்கிறான் அலி ஸான்ட்ரோ. "அப்பொழுது, பட்டாளத்தில் சேரப் போகிறாயாக்கும்!" என்கிறான் கிண்டலாக. அபேதவாதிகள் என்ற ஹோதாவில் தகப்ப னும் மகனும் ராணுவத்தை வெறுக்கிறார்கள்.

பெனிட்டோ மனத்தில் ஏதோ யோசனை தோன்றுகிறது. "ஏன்... ஏன்... ஏன்?" என்ற கேள்விகள் அவன் மனத்தில் படிப்படியாக எழுகின்றன.

"நான் நாளைக்குப் போகப் போகிறேன்... ராணுவப் பயிற்சி வேண்டும் என்று எனக்குப் படுகிறது... நான் போகத்தான் போகிறேன்...."

வெரோனா நகரம். சரித்திரப் பிரசித்தி பெற்ற புராதன நகரம்.

ராணுவக் கொத்தளம். அதில்தான் இத்தாலியின் புகழ் பெற்ற பெர்ஸாக்ளீரி ரெஜிமென்ட் இருக்கிறது. தொப்பியில் பச்சை வர்ணம் தோய்ந்த கோழி இறகுகள்தான் இந்த ரெஜிமென்டின் தனிச்சின்னம். இத்தாலியிலேயே ஒழுக்கமும் கட்டுப்பாடும் மிகுந்த படை இதுதான்; மிகவும் வேகமாக இடம் பெயரக்கூடியது. ஓட்டம் — நடை, ஓட்டம் — நடை : இவ்வாறு சளைக்காமல் நெடுந்தூரம் செல்லப் பழக்குகிறார் களாம். அதுதான் இப்படையின் தனிச்சிறப்பு.

கன்டோன்மென்ட் மைதானத்தில் டிரில் நடக்கிறது. ஸார்ஜன்ட், பிளாட்டூன் முன் நின்றுகொண்டு, நெற்றி வேர்வையைக் கைக்குட்டை யால் துடைத்தவண்ணம், இத்தாலிய பாஷையில் 'லெப்ட்-ரைட்' (நடைப் பழக்கம்) உத்தரவு போட்டுக் கொண்டிருக்கிறான். தளம், லொங்குலொங்கென்று மைதானத்தைச் சுற்றிச் சுற்றி இரு கூறாகவும்

முக்கூறாகவும் பிரிந்தும், மறுபடியும் பழைய வரிசையில் சேர்ந்தும் ஓடிவருகிறது. படையின் கடைக் கோடியில் நிற்கும் குட்டையன் யார்? பெனிட்டோதான்!

மைதானத்தில் எதிரிலிருந்த கட்டடத்திலிருந்து படையின் காப்டன் சாவதானமாக நடந்துவருகிறான். மறுபடியும் நடை பழக ஆரம்பித்த படையை நிறுத்தி, ராணுவ 'ஸலூட்' கொடுக்கும்படி உத்தரவிடுகிறான் ஸார்ஜன்ட். மரியாதையை ஏற்று ராணுவ சம்பிரதாயத்தை முடித்துவிட்டு ஸார்ஜன்ட் முஸொலீனி காதருகில் ஏதோ சொல்லுகிறான்.

"பெனிட்டோ முஸொலீனி!"

பெனிட்டோ தளத்திலிருந்து இரண்டடி முன்னுக்கு எட்டிவைத்து ஸலூட் செய்கிறான்.

"காப்டன் உன்னை யழைக்கிறார்!" என்பது ஸார்ஜன்ட் உத்தரவு.

காப்டன் அருகில் ஓடிவந்து அவனுடன் சேர்ந்து நடக்கிறான்.

"உனக்கு ஊரிலிருந்து எப்பொழுது கடிதம் வந்தது?" என்கிறான் காப்டன்.

தூரத்தில் டிரில் ஸார்ஜன்ட் உத்தரவும், லொங்குலொங்கென்று ஓடும் படையின் பூட்ஸ் கால் சப்தமும் கேட்கின்றன.

"எதற்கு? நான்தான் சமீபத்தில் எழுதினேன்!" என்கிறான் பெனிட்டோ.

அப்புறம் இருவரும் பேசவில்லை. கட்டடத்தினுள் நுழைகின்றனர். மௌனமாக மேஜையிலிருந்த கடுதாசியை எடுத்து அவனிடம் கொடுக்கிறான் காப்டன்.

அது ஒரு தந்தி: "உன் அம்மாவுக்கு அபாயகரமாக இருக்கிறது. உடனே புறப்பட்டு வரவும். — அலிஸான்ட்ரோ"

அவசர அவசரமாக மூட்டையைக் கட்டிக்கொண்டு ரயிலுக்கு ஓடினான் பெனிட்டோ.

வரானோவுக்கு வருகையில் அவனது தாயார் பிரக்ஞை இழக்கும் தருணம். அவன் வந்துவிட்டான் என்று உணர்ந்துகொண்டாள். வரவேற்பது போல் தலை சிறிது அசைந்தது. சிரிக்க முயன்றாள். தலையும் மெதுவாகச் சாய்ந்தது.

அலிஸான்ட்ரோவின் குடும்ப பாரத்தைச் சுமந்த பொறுமையுருவம், கடைசியாகப் பொதியை இறக்கிவைத்துவிட்டு, அகன்றுவிட்டது.

ரோஸா உயிரை இழந்தாள்; பெனிட்டோ மன நிதானத்தையே இழந்துவிட்டான். நண்பர்கள் தேற்றினார்கள்; சுற்றத்தார் தேற்றினார்கள். தேறுதல் என்ற பதந்தான் அவன் அகராதியிலேயே இல்லை.

எப்படியோ, மறுபடியும் ரெஜிமென்டுக்குத் திரும்பினான்; கட்டாய ராணுவ சேவையின் கடைசி மாதத்தையும் கழித்தான். பிறகு...

மறுபடியும் அந்த வாத்தியார் வேலைதான். இப்பொழுது ஓபக்ளி யாவில்; மிடில் ஸ்கூலில் பிரெஞ்சு பாஷை சொல்லிக்கொடுக்கும் வாத்தியார். ஆனால் மனம் அதில் லயிக்கவில்லை; மறுபடியும் பெனிட்டோ நாடோடியானான்.

மறுபடியும் ஸ்விட்ஸர்லாந்துக்குப் போக முடியாது. டிரன்டினோ நோக்கி நடக்கலானான். டிரன்டினோ, பேச்சிலும் பழக்க வழக்கங் களிலும் இத்தாலியப் பிராந்தியம். ஆனால் அது ஆஸ்திரியா — ஹங்கேரியின் ஆதிக்கத்திற்குட்பட்டுக் கிடந்தது.

1909-ம் வருஷம்.

பெனிட்டோவின் வாழ்க்கையிலேயே ஒரு முக்கிய, விசேஷத் தன்மை வாய்ந்த வருஷம். சர்வதேசக் கனவில் மிதந்துகொண்டிருந்த அவனுக்கு, அபேதவாதத்திலும் இரண்டு ரகம் இருக்கிறது என்பது தென்படலாயிற்று.

அவன் டிரன்டினோ தொழிலாளர் ஸ்தாபனத்தின் காரியதரிசியா னான். அங்கு இரண்டு அபேதவாதப் பத்திரிகைகள்; ஒன்று ஆஸ்திரி யாவின் நலன்களையே ஆதரிப்பது; மற்றொன்று இத்தாலிய அபேத வாதிகளால் நடத்தப்படுவது; அதன் பிரதம ஆசிரியன் ஸிஸேர் பாட்டிஸ்டி. அவன் (ஆஸ்திரிய) வியன்னா பார்லிமெண்டில் ஒரு அங்கத்தினன்.

பாட்டிஸ்டி ஒரு 'இரிடென்டிஸ்ட்'. அதாவது, இத்தாலிய நாகரிகப் போக்கில் அமைந்த, ஆனால் அந்நிய ஆட்சிகளுக்குட்பட்ட மாகா ணங்கள் யாவும் இத்தாலிக்குச் சொந்தமானவையே; எவ்விதத்திலா வது அவை இத்தாலிய அதிகாரத்தின் கீழே கொண்டுவரப்பட வேண்டும் என்பதைக் கொள்கையாகக்கொண்ட கட்சிக்காரருக்கு 'இரிடென்டிஸ்ட்' என்று பெயர்.

'போப்போலோ' என்ற அவனது பத்திரிகையில் ஆசிரியனானான் பெனிட்டோ. பத்திரிகைத் தொழில் அவனைப் பற்றிக்கொண்டது. பத்திரிகைத் தொழிலே ஒரு வெறி; அதிலும் அதிகார வெறி கொண்டவர்களுக்குப் பத்திரிகை அளிக்கும் வசதி கொஞ்சநஞ்ச மல்ல. எழுதி எழுதியே சர்வாதிகாரியானான் பெனிட்டோ என்பர். பத்திரிகை சமயா சமயங்களில் நல்லவர்களை முன்னணிக்குக் கொண்டுவருவதுபோல், அசுரரை வளர்ப்பதிலும் திறமை படைத்தது. பத்திரிகையின் சக்திக்கு பெனிட்டோ ஓர் உதாரணம். 'போப்போலோ' அவனுக்குக் கதவைத் திறந்து கொடுத்தது.

முஸொலீனி பிற்காலத்தில் சர்வாதிகாரியானதும் ஜனசங்கியை எடுக்கப்பட்டபொழுது, நபர் விபர நமூனாவைத் தானே பூர்த்திசெய் தான். அதில் தொழில் என்ற பிரிவின்கீழ், 'ஜெர்னலிஸ்ட்' (பத்திரிகை தொழில் பார்ப்பவன்) என்று எழுதியிருந்தான். நாம் அவனுக்காகப் பூர்த்தி செய்திருந்தால், 'சர்வாதிகாரியாயிருந்து மனித சுதந்திரத்தைப்

பறிப்பது' என்று எழுதியிருப்போம். ஆனால் நம்மை யாரும் பூர்த்தி செய்யச் சொல்லவில்லையே!

பாட்டிஸ்டியின் அபேதவாதம், அவனது தேசீயம், சுற்றுப்புற வசதிகள் யாவும் அவனை முன்னணிக்குக் கொண்டுவந்துவிட்டன. இத்தாலிய அபேதவாதிகள் 'அவன் தேசீயம் பேசுகிறான்' என்றனர். வர்க்கப் போராட்டத்தை மூட்டப் புறப்பட்டு, 'சர்வதேசீயம் பேசும்' ஆஸ்திரிய சகாக்கள் அவர்களைக் கைவிட்டனர். அவர்கள், ஆட்சி நடத்தும் தேசத்தைச் சேர்ந்த அபேதவாதிகள் அல்லவா? அடிமைப் பட்டுக் கிடக்கும் அபேதவாதிகளை மதிக்க அவர்களால் இயலுமா? வேண்டுமென்றால் இத்தாலிய அபேதவாத இலட்சியத்தில் அநுதாபம் காட்டலாம். அதற்கு மேல் அவர்களிடம் வேறு என்ன எதிர்பார்க்க இருக்கிறது! எல்லோரையும் சேர்த்துவைத்து ஒரு வாங்கு வாங்கினான் முஸொலீனி. டிரன்டினோவில் உள்ள இத்தாலிய கன்ஸர்வேடிவ் கட்சி, அதாவது நிலபுலம் உள்ள பணக்கார வகுப்பு, 'ஆஸ்திரியாவுக்கு ஜே!' போட்டுக்கொண்டு, தன் பொருளாதார சமூக நலன்களுக்குப் பழுது வந்துவிடாமல், அந்நிய நுகத்தடியைக் களிப்புடன் சுமந்து கொண்டிருந்தது. "தொழிலாளர்கள் கஷ்டமா படுகிறார்கள்? அதற் கென்ன, நல்லதுதானே! இந்த உலகத்தில் கஷ்டப்படுகிறவர்களுக்குக் கட்டாயம் பரலோக ராஜ்யத்தில் இடம் போட்டு வைத்திருக்குமே!" என்பது அக்கட்சியின் பிரசாரம்.

வந்து சில மாதங்கள் முடிவதற்குள் ஆஸ்திரிய சர்க்கார் கண் பார்வையில் சிக்கிவிட்டான் பெனிட்டோ. ஆனால் அவன் அதைக் கவனிக்கவில்லை.

"இத்தாலிய எல்லை ஆலாவுடன் முடிவடையவில்லை" என்று தலையங்கத்தில் எழுதினான்.

ஆஸ்திரிய சர்க்கார் கை அவன்மீது விழுந்துவிட்டது. பிடித்துச் சிறையில் அடைக்கப்பட்டான். ஆனால் அவன் இத்தாலிய பிரஜை அல்லவா? பழையபடி மூட்டை கட்டி அனுப்பிவிட்டார்கள்.

வரும்போது பாட்டிஸ்டிக்கும் முஸொலீனிக்குமிடையில் சிறிது கசப்பு என்று சொல்லுவார்கள். முஸொலீனியின் அகம்பாவம், எதையும் எடுத்தெறிந்து பேசும் குணம் காரணமாக இருக்கலாம் என்று கூறப்படுகிறது.

டிரன்டினோ அநுபவம் முஸொலீனியின் மனத்தில் ஒரு விதையை ஊன்றிவிட்டது. மத்திய ஐரோப்பா முழுவதிலுமே படர்ந்து வளர்ந்து கவிய முயலும் பிரம்மாண்டமான மரத்திற்கு வித்திடப்பட்டது என்று அப்பொழுது யார் கண்டார்கள்! இத்தாலி என்றால் சந்தி சிரிக்கும் நிலைமை. மறுமலர்ச்சியின் விளைவுகளான ராணுவ எதிர்ப்பு மனப் பான்மையும், அன்பால் ஒற்றுமைப்படும் கொள்கையும் பின்வாங்கும் காலம். எல்லோரும் இத்தாலியைக் கிழட்டுப் பிணம் என்று நினைத்தார் கள். அப்பொழுது அவர்கள் அப்படி நினைத்ததில் பிசகொன்றுமில்லை.

5. 'அமைதிக்குப் பங்கம் விளைத்ததாக'

ரோஸா இருந்தவரை, உலைக்கூடத்தில் தீ கனியாவிட்டாலும் அடுப்பு மூட்டுவதற்கு அவளது உபாத்திமைத் தொழிலாவது பக்க பலமாக இருந்தது. அவளும் இறந்துவிட்டாள். இனி நாலு காசு சம்பாதித்தால்தான் உண்டு. வரோனோவில் கொல்லப் பட்டறை கிராக்கி அதிகமுள்ள தொழிலல்ல.

போர்லியில் குடியேறி புதிய தொழில் ஒன்று ஆரம்பிப்பது என்று முடிவு கட்டினான் அலிஸான்ட்ரோ.

'லா அக்னல்லோ' என்ற ஒயின் ஷாப் ஒன்று போர்லியில் புதிதாகத் திறக்கப்பட்டது. அதன் முதலாளி அலிஸான்ட்ரோ. கடையில் ஒயின் விற்பனையுடன் தொழில் முடிவடைந்துவிடவில்லை. அங்கெல்லாம் ஒயின் கடை என்றால் சாப்பாட்டுக்கும் அதில் வழியுண்டு; சின்ன ஹோட்டல் மாதிரி. அங்கே 'மக்கரோனி' என்ற உணவு முறை தமிழ்நாட்டாருக்கு இட்டலி, தோசை மாதிரி. இத்தாலியர் பிரியமாகச் சாப்பிடும் உணவு அது. உதவிக்குக் கையாளாக, அன்னா அகாஸ்டினி அமர்த்தப்பட்டாள். அவள் தனியாக வரவில்லை — தன் மகள் ரஷேல் என்பவளுடன் வந்து குடியேறினாள். வரும்போது மகளுக்கு வயது பத்தொன்பது.

இந்த நிலையில்தான் பெனிட்டோவை ஆஸ்திரிய சர்க்கார் திரும்ப அனுப்பியது. போர்லிக்குத் திரும்பி வரும்பொழுது அவனுக்கு வயது இருபத்தாறு.

மனத்தின் கசப்பைப் பிரதிபலிக்கும் சிடுசிடுத்த முகம், எடுத்தெறிந்த பேச்சு, நாலு பேருடன் பழகாமல் தனியாக மிடுக்காக நடப்பது, ஆஸ்திரியாவில் போன இடத்திலெல்லாம் அதிகார சக்திகளுடன் தன் திறமையைச் சோதித்துப் பார்த்தது — எல்லாம் சேர்ந்து அவனுக்கு 'புரொபஸர்' என்ற பெயரை அளித்தன. ஊர்க்காரர்கள் அவனை, 'புரொபஸர் வந்தாரா?' 'புரொபஸரை அங்கே பார்த்தேனே!' என்றுதான் பேசிக்கொள்வார்கள். இது மட்டுமா? ஊர்க்காரரிடம் லேசில் புரிந்துகொள்ள முடியாத நுணுக்கங்கள் பேசுவான்; அதுவும் நாலைந்து அந்நிய பாஷைகளில் — கேட்கவா வேண்டும் பெருமைக்கு!

பெனிட்டோ வந்தபின் 'லா அக்னல்லோ' ஒரு ஸோஷலிஸ்ட் கிளப்பாக மாறிவிட்டது. வியாபாரம் இரண்டாம் பட்சம். 'அபேத வாத விருந்தினர்' வருவது போவது, கலந்து பேசுவது, திட்டம் வகுப்பது அதிகமாகிவிட்டது.

ரஷேல் அழகுப் போட்டியில் நின்று பரிசு பெறவேண்டியவளோ என்னவோ! வாலிபமும், வறுமையின் விளைவான உழைப்பினால் ஏற்பட்ட மினுக்கும் அவளுக்கு மிகுந்த கவர்ச்சியைக் கொடுத்தன. ரஷேல் 'புரொபஸர்' கண்ணில் பட்டது அதிசயமில்லை; இந்த

ரதியை நினைத்து உருகும் போர்லி வாலிபர்கள் புரொபஸர் போட்டியில் இறங்கியதும் வழிவிட்டு விலகியதுதான் வியப்பு. காதலைப் போலவே கலியாணமும் வெகு சுருக்கமாக முடிவுற்றது. வேலைக்காரியாக வந்த அன்னாள் பெனிட்டோவுக்கு மாமி யாரானாள்.

பெனிட்டோ, போர்லி அபேதவாதிகள் சங்கத்தின் காரியதரிசியா னான். சம்பளம் ஐந்து பவுன். 'லாலோட்டா டி கிளாஸ்ஸே' என்ற பத்திரிகையை பெனிட்டோ ஆரம்பித்தான். தமிழில் அதன் பெயர் 'வர்க்கப் போராட்டம்' என்பது.

முஸொலீனி அதன் முதல் இதழில் எழுதிய தலையங்கத்தில் பின்வருமாறு தன் அரசியல் அபிப்பிராயத்தை விளக்குகிறான்:

"அந்தரங்க சுத்தியோடு தாங்கப்படும் கொள்கைகளுக்கும் எண் ணங்களுக்கும் மதிப்பு வைத்தே நமது தர்க்கங்களும் விமர்சனங்களும் இருக்கும் என்று நமது எதிரிகளுக்கு நாம் உறுதி கூறுகிறோம். தற்காலத்திய 'சிவப்பர்களின்' (அபேதவாதிகளின்) குறுகிய, சகிப்புத் தன்மையற்ற மனப்பான்மைக்குக் காரணமான வர்க்கத்தன்மை, முரட்டு வெறி முதலியவற்றை விலக்க நாம் முயற்சிப்போம்.

"பலரது புகழ்ச்சியையும் மான்யத்தையும் பரிசுகளையும் விரும்பும் ஏமாற்றுக்காரர்கள் எந்தக் கட்சியினராயினும் சரி, அவர்களை லேசில் விட்டுவைக்க மாட்டோம்.

"அபேதவாதம் பிறரைப் பயமுறுத்திக் கொள்ளையடிக்கும் திட்ட மன்று; அரசியல் சதுரங்கமன்று; ஸ்வாரஸ்யமான கனவுமன்று; கடைசியாக, அது வெறும் விளையாட்டும் அன்று — தனிநபர், சமூகம் இரண்டையும் ஒழுக்க விஷயங்களிலும் லௌகிக விஷயங்களி லும் ஒருங்கே உயர்த்துவதற்கு எடுத்துக்கொள்ளும் முயற்சியே அபேதவாதம்."

சொந்தப் பொறுப்புள்ள ஸ்தானத்திலிருந்துகொண்டு முதல் முதலாக அவன் எழுதிய அரசியல் கட்டுரை இதுவே. இதற்கு முன் பாட்டிஸ்டியின் கையாளாகவே அங்கு பத்திரிகை நடத்தினான். அதாவது ஆசிரியர் ஸ்தானத்தை உபயோகித்து அதிகாரத்தைப் பெருக்கிக்கொள்ளச் செய்த முயற்சியே அது. அப்போதைக்கப்போது பத்திரிகைகளுக்குக் கட்டுரைகள் எழுதிய பழக்கமும் அவனுக்குண்டு. பிளாரன்ஸ் நகரிலிருந்து வெளிவரும் பத்திரிகையான 'லாவோஸி' என்பதில் டிரன்டினோவைப் பற்றி 'ஓர் அபேதவாதியின் அநுபவம்' என்று முன்னால் எழுதியிருந்தான். அதில் அவன் இரண்டுங்கெட் டான் 'பூர்ஷுவாக்க'ளையும், இத்தாலிய மக்களின் சர்வ சாசுவதமான அதிகாரிகளாக இருக்க வேண்டும் என்ற ஜெர்மன் அகந்தையையும் திட்டுகிறான். அத்துடன் டிரன்டினோ அரசியல் விஷயங்களில் வர்க்கப் போராட்டத்தைவிடத் தேசீயப் போராட்டந்தான் முக்கியம் என்றும் அங்குள்ள இத்தாலியர்களுக்கு இத்தாலிய பாஷை பேசுவதே தர்மம் என்றும் வற்புறுத்துகிறான்.

முஸோலினி இத்தாலிய அபேதவாத அரங்கத்திற்குப் புரியாத பாஷைகளில் பேசினான்; எழுதினான். சர்வதேச வர்க்கப் போராட்டம் என்ற அடிவானத்தையே இமை கொட்டாமல் பார்த்துக் கொண்டு, அத்திசையிலேயே இலட்சிய ரதத்தைச் செலுத்திவந்த அபேதவாதச் சிசுக்களுக்கு அவன் கூற்று விளங்காததில் வியப்பில்லை. இப்படிப்பட்ட கொள்கைகளை வைத்துக்கொண்டு அபேதவாதிகளின் கட்சிச் சிகரத்தைக் கைப்பற்றவேண்டுமென்ற அதிகார வெறி — ஜுரம் என்றும் சொல்லலாம் — இல்லாவிடில், ஆரம்பத்திலேயே அவனைப் பிறர் கிள்ளி எறிந்திருப்பார்கள். ஓங்கியடிக்கும் வழி, விவகார அறிவுக்குக் குமட்டலை ஏற்படுத்தினாலும், சமயா சமயங்களில் அதுவும் வேண்டித்தான் இருக்கிறது.

பெனிட்டோ இத்தாலிய அரசியல் அரங்கத்தில் குதித்துவிட்டான். எனவே, தேசத்தின் அப்போதைய சமூக அரசியல் நிலைகளைச் சிறிது கவனிப்போம்.

முதலாம் விக்டர் இமானுவல் ரோமாபுரியுள் பிரவேசித்து 'ஐக்கிய இத்தாலி பிறந்துவிட்டது!' என்று முரசறைந்தபொழுது ஓர் அரசியல் வகுக்கப்பட்டதல்லவா? அது ஒரு குடுகுடுப்பைக்காரன் சட்டை போன்ற அமைப்பேயாகும். அது மிகுந்த அவசரத்தில் ஒட்டுப்போட்டுத் தைக்கப்பட்டதுதான். ஆங்கில லிபரல் கட்சியைப் பார்த்து இத்தாலிய சுதந்திர லிபரல்கள் சேர்ந்து தயாரித்த அரசியல் ஆதலால், அது 'இமிட்டேஷன்' சரக்காகவே இருந்தது. அதாவது இங்கிலாந்தில் இருப்பது போல, 'சட்ட (அதிகார) வரம்புக்குட்பட்ட மன்னருடன் அமைந்த பிரதிநிதித்துவ ஆட்சி முறை'. பிரிட்டிஷ் அரசியலமைப்பில் ஒரு விசேஷமுண்டு. கட்சிகளின் போராட்டங்கள், தேர்தல் ஆவேசங்கள் முதலியவற்றிலிருந்து பிரிட்டிஷ் மன்னர்களும், பிரிட்டிஷ் ஜனநாயகமும் அந்த அரசியலால் இன்றுவரை காப்பாற்றப்படுவதே அந்த விசேஷமாகும். எனினும் அந்த அரசியல் இத்தாலிக்கு விதேசிச் சரக்குத்தானே!

இத்தாலிய நாகரிகம், அதன் சரித்திர விசேஷத்திற்கு ஒத்தபடி நகரத்தின் குறுகிய எல்லைக்குட்பட்டதாகவே இருந்து வந்தது. புராதன ரோம சாம்ராஜ்யம் (கிறிஸ்து பிறப்பதற்கு முன்) எப்படி நகரக் கட்டுக்கோப்பைவிட்டு வெளியேறி, அக்காலத்தில் ஐரோப்பாவுக்குத் தெரிந்த நாடுகள் முழுவதும் படர்ந்ததோ அப்படியே பின்பு படிப்படியாக அந்தப் பழைய நகர எல்லைக்குள் வந்தடைந்தது. மறுமலர்ச்சிக்குப் பின்பு தேசீயம் நகரத்தின் மதில் சுவர்களுக்கு அப்பால் எட்டிப் படர்வது வெகு கடினமாக இருந்தது. இதற்கும் மேலாக, வடக்குத் தெற்குப் பகுதிகளுக்குள் சண்டை வேறு. இத்தாலியின் தென் பகுதி அதாவது நேப்பில்ஸ் நகரத்துக்குத் தென்புறம் மிகவும் பிற்போக்கானது; கத்தோலிக் பூசாரித்துவத்திற்கு நிரந்தர அடிமையாயுள்ளது. வடக்குப் பகுதி அப்படியல்ல. இம்மாதிரியான

ஒரு 'சமன்-குலைவு' ஏற்பட்டதற்குக் காரணம், ரோமாபுரியிலுள்ள கத்தோலிக் பீடம் நடத்திய ஆட்சி இவ்விரண்டையும் இடையில் நின்று பிரித்ததே. மறுமலர்ச்சியின் மூல காரணனான கவூரே, "வடக்கையும் தெற்கையும் ஒன்றுபடுத்துவதா! அப்பப்பா! ஆஸ்திரியா வுடனும் சர்ச்சுடனும் (கத்தோலிக் குரு பீடம்) போராடுவது போல் அவ்வளவு கஷ்டமான காரியமாயிற்றே!" என்று ஓரிடத்தில் குறிப்பிட்டிருக்கிறான்.

இத்தாலியிலே, ஜனநாயகத்தின் திருகாணியான ஸ்ரீமான் பொது ஜனம் கிடையாது; 'தேடிச் சோறு நிதம் தின்று, சின்னஞ் சிறு கதைகள் பேசி, வாடித் துன்பமிக உழன்று, பிறர் வாடப் பல செயல்கள் செய்து' வாழும் இத்தாலியர் பலர் உண்டு. அவ்வளவுதான். வடக்கத்தியர்களிடம் பணம், சொத்து, சுகம் யாவும்; தெற்கே வரண்ட நிலத்தில், இன்னதென்று தம் விருப்பு வெறுப்புக்களைச் சொல்லக்கூடத் தெரியாத ஊமைகளாக, பசியால் துடிதுடிக்கும் ஜீவன்கள். இதர மேல்நாடுகளைவிட இந்தத் தென் பகுதியில் ஜனங்களுக்குக் குடும்பப் பற்று அதிகம். க்ஷீணித்துப்போன நாகரிகத் திலே சிறிது விசாலமான நோக்கம் என்ற சிறு துளி நீராவது புக வொட்டாமல், தம் வீடு, தம் குடும்பம் என்ற ஆசாபாசம் தடைசெய்து வந்தது. பொதுவாகக் கூறுமிடத்து, அந்நிய ஆட்சி என்ற சந்நிதியின் முன்பு பொட்டுக் கட்டிக்கொண்டு அடிமைத்தாஸர்களாக இத்தாலி யர் வாழாவிட்டாலும், நெடுங்காலமாக அந்நியப் புல்லுருவி பாய்ந்து சோர்ந்து சக்கையாகப்போன ஒரு சமுதாயமாக இருந்தனர். ஸ்ரீமான் பொதுஜனத்திற்கு வோட்டு என்றால் கையில் சில்லறை ஏறுவது என்றே பொருள். இந்த நிலையில் பொதுஜன அபிலாஷையின் பேரில் நிர்வாகம் நடத்தும் முறையான ஜனநாயகம் எப்படி ஏற்படும்? பார்லிமென்ட் சபைகளில் சிண்டுகளைப் பிய்த்துக்கொண்டு வாய்ப் போர் செய்யச் செல்லும் சில கூட்டத்தாரின் நிரந்தரமான ஆட்சிக்குச் சாதகமாகவே விபரந் தெரியாத ஸ்ரீமான் பொதுஜனத்தின் கீறல் - வோட்டுகள் பிரயோஜனமாயின. பாக்கூனின் என்ற அபேதவாதி, "இத்தாலி ஒரு தேசம் அல்ல; அது ஐந்து பிண்டங்கள் சேர்ந்தது; சர்ச்சு, பூசாரிக்கேற்ற பணக்காரர், நடுத்தர வகுப்பினர், தொழிலாளர், குடியானவர்கள் என்பவை அந்த ஐந்தும்," என்று சொல்லியிருக்கிறார்.

கட்சிகள் மூலம் பார்லிமெண்ட் நிர்வாகம் நடத்துவது அவசியம் என்பர் அரசியல் விஷயம் தெரிந்தவர்கள்; இரட்டைக் கட்சி முறைதான் சிலாக்கியமானது என்பர் பிரிட்டிஷ் அரசியல் சாஸ்திரி கள். இத்தாலியில் கட்சி என்று பெயர் சூட்டக்கூடிய ஒரு ஸ்தாபன மும் கிடையாது. தேசீயவாதிகள், லிபரல்கள், அராஜகர்கள், அபேத வாதிகள் என்ற பெயர்களைக் கேட்கலாம். ஆனால் இவை எதிலும் நியதி என்பது கிடையாது. பார்லிமென்ட் அங்கத்தினர்கள், எப்பொழு தும் சர்க்கார் தரப்பிலேயே இருப்பதற்காக, கூடுவிட்டுக் கூடு பாயும் முறை ஒன்றைக் கண்டுபிடித்தார்கள். இந்த நிலையில் ஆட்சி என்பது ஏறியவன் காலைப் பிடித்திழுக்கும் 'சறுக்குமர

வியாபார'மாகவே முடிந்தது. ஐக்கிய இத்தாலியின் 'சட்ட வரம்புக்குட்பட்ட மன்னராட்சியுடன்கூடிய ஜனநாயக அரசியலமைப்பு' பிரகடனம் செய்யப்பட்டதிலிருந்து முஸொலீனி 1922-ம் வருஷம் ஆட்சியைத் தன்வசம் கொண்டுவரும்வரை, அதாவது 74 வருஷங்களில் 67 மந்திரிசபை மாறுதல்கள் ஏற்பட்டன என்று முன்னரே சொல்லியிருக்கிறோம். அதாவது, 67 புதிய சர்க்கார்கள் ஏற்பட்டிருக்கின்றன! இம்மாதிரியான பார்லிமென்டரி நெருக்கடிகளின் எண்ணிக்கை விருத்தியில் இத்தாலிதான் உலகத்தில் உச்ச ஸ்தானம் வகிக்குமென்று தோன்றுகிறது. இந்தக் கூடுவிட்டுக் கூடு பாயும் வித்தை, விசேஷத் திறமை படைத்த சிலரை எப்பொழுதும் பதவியில் வைத்திருப்பதற்குச் சாதகமாக இருந்தது.

குடியாட்சி இலட்சியத்தைத் தாங்கிய லிபரல்கள், மன்னர் ஆட்சி ஏற்பட்ட பின்பு, தேசத்திற்குத் தேவையில்லாத பண்டங்களாகி விட்டனர். ஆனால் அவர்கள், மட்டு மரியாதையுள்ள பார்லிமென்டின் கடிவாளத்திலேயே கண்ணும் கருத்தும் வைத்து, சாதுப்பிராணிகளாகத் தங்கள் இலட்சியத்தைச் சுருக்கிக்கொண்டு வாழ்ந்தார்கள்.

முதல் இமானுவலுக்கு அடுத்த மன்னன் ஹம்போல்ட். அவன் பகிரங்கமாகக் கொலை செய்யப்பட்டிறந்தான். அதன் பிறகு தேசத்திலிருந்த அராஜகர்கள் அபேதவாதிகளுக்கு வால் பிடிக்க ஆரம்பித்து விட்டனர். அராஜகர்கள் செய்த சேவை இரண்டாவது விக்டர் இமானுவலின் ஆட்சி வருகையைத் துரிதப்படுத்தியதுதான் மிச்சம். இந்த விக்டர் இமானுவல்தான் இப்போது முஸொலீனியின் கைப்பதுமையாக இருப்பவர்.

அபேதவாதிகளைப் பற்றிச் சிறிது கவனிப்போம். இத்தாலிய அபேதவாதம் பக்கூனின் ஆரம்பித்துவைத்தது. அவன் வர்க்கப் போராட்டத்தையும் புரட்சிப் பாதையையும் பிரசாரம் செய்தான். ஐக்கிய இத்தாலி தோன்றுவதற்கு ஜீவநாடியாய் விளங்கிய மாஜினியின் தேசியமும், புகழ்பெற்ற வீரனான கரிபால்டியின் படையெடுப்புப் படாடோபமும் அவனுடைய சர்வதேச அபேதவாத மாத்திரையில் கலந்திருந்ததால், அவன் பிரசாரம் ஸ்ரீமான் பொதுஜனத்தின் கற்பனையைத் தட்டி எழுப்பியது. இதற்கு மேல்பூச்சாக, வர்க்கப் போராட்டம் இல்லாத ஓர் அபேதவாதத் திட்டத்தைத் தயாரித்த 'பெரியார்கள்' தோன்றினர். கிளாடியோ ட்வ்ரீஸ், பிலிப்பினோ தூராட்டி, இவானோ போனோமி, லியோனிடா பியோலிட்டி என்பவர்களும் 'தோழர்கள்' என்று பட்டம் பெற்றிருந்தாலும், தொழிலாளருக்கும் அவர்களுக்கும் சம்பந்தமே கிடையாது. இவர்களில் பலர் கொஞ்சம் பணம் படைத்த புத்திசாலிகளும் வக்கீல்களுமாயிருந்தனர். இவர்களுடைய ஆதரவில் வளர்ந்த வடிகட்டின அபேதவாதம், பார்லிமென்ட் சபையில் இரண்டொரு ஸ்தானத்தைக் கைப்பற்றுவதே வர்க்கமற்ற மோட்ச சாம்ராஜ்யத்தைப் பூலோகத்தில் ஸ்தாபிக்க இறுதியான மார்க்கம் என்று கடைப்பிடித்து வந்தது. இப்படியாகப் பிறந்த அபேதவாதக் கொள்கை ரொம்ப சாதுவாகி பார்லிமென்ட சபைக்குள்

வோட்டுக்காகத் தாளம் போட்டுக்கொண்டிருக்கும் நிலையில்தான் பெனிட்டோ அரசியல் அரங்கத்தில் குதித்தான்.

இத்தாலோ பால்போ அந்தக் காலத்தில் ஒரு மாணவனாக இருந்தான். அவன் அப்பொழுது சொன்னதாவது:

"தற்போதைய அரசியலமைப்பு தகர்ந்து வருகிறது. கிழடு தட்டிப் போன ஓர் அரசியல் கும்பல் மட்டுமே இருந்துகொண்டு, தனது பக்கவாத இழுப்புக்களை, பார்லிமென்டிலும் ராஜாங்கத்தின் இதர அம்சங்களிலும் புகுத்திக்கொண்டிருக்கின்றது. ஒரு காலத்தில் கட்சிகள் யாவுமே பார்லிமென்டின் நெருக்கடிகளில் கவலைகொண்டு கவனத்தைச் செலுத்தின; இப்பொழுது பார்லிமென்டின் நெருக்கடிகளில் கவலைகொள்வது கூலிக்கு மாரடிக்கும் ஒரு சில அரசியல் கும்பல்களேயாகும்."

அபேதவாதிகள் கட்சிக் காரியதரிசியும், வர்க்கப் போராட்டத்தின் தலைமை ஆசிரியருமான பெனிட்டோ, பொதுஜனத் தொடர்பு ஏற்படுத்துவதன் சௌகரியத்தை உணர்ந்தான். இத்தாலிய நகர அமைப்பில் பையாஜா என்பது நம் நாட்டு மந்தைவெளி மாதிரி. நமது பக்கங்களில் மந்தைவெளி ஊருக்குப் புறம்பாக இருக்கும். பையாஜா ஊருக்கு நடுமையத்தில் இருக்கும். சந்தைக் கூட்டம் முதல் திருநாள் வரை எல்லாக் கும்பலுக்கும் அதுதான் கொம்மாள மடிப்பதற்கு ஏற்ற இடம். எப்பொழுதும் அங்கு ஜன நடமாட்டம் இருந்துகொண்டேயிருக்கும். நெருப்புக் கக்கும் தீவிரவாதிகள் முதல் பரலோக சாம்ராஜ்யத்தின் சாவிக் கொத்துக்களைக் கையில் ஏந்திவரும் சாமியார்கள் வரை பொதுமக்களுக்கு வெறியூட்டுவதற்குப் பையாஜா வெகு சாதகமாக இருந்தது. பெனிட்டோவும் அதை முழுதும் பயன்படுத்திக்கொண்டான்.

பெனிட்டோ உள்ளூர் விவகாரங்களில் தீவிரமாகத் தலையிடலானான். நகரத்தில் பால் விலை ஒரேயடியாக உயர்ந்துவிட்டது. விலையைக் குறைக்காமல் விடுவதில்லை என்று முடிவு பண்ணிக் கொண்டான் பெனிட்டோ.

டவுன் ஹால் (முனிசிபல் சபை) முன் ஏராளமான ஜனக் கூட்டம். ஏக இரைச்சல்! ஒரே அமளி! ஸ்தல போலீஸ் படை ஓரத்தில் நின்று ஈ விரட்டுகிறது!

"பால் விலையைக் குறைக்க வேண்டும்!"

"குறைத்தால்தான் ஆச்சு!"

என்ற கோஷங்கள் வானத்தைப் பிளக்கின்றன. உள்ளே மேயர் முன்பு பெனிட்டோ நின்றுகொண்டு அதட்டுகிறான். "பால் விலையைக் குறைக்க ஏற்பாடு செய்யவேண்டும்!" என்று அரற்றுகிறான்.

மேயர் தம் அந்தஸ்திற்குப் பங்கம் வராமல் புன்சிரிப்புச் சிரிக்கிறார். கும்பல் எங்கே உள்ளே புகுந்துவிடுகிறதோ என்று அவருக்குப் பயந்தான்.

அவருடைய சிரிப்பு பெனிட்டோவுக்கு இன்னும் அதிகக் கோபத்தைக் கிளப்புகிறது. அவரை அப்படியே செந்தூக்காகத் தூக்கி, ஜன்னல் அருகில் பிடித்துக்கொண்டு வெளியே எறிந்துவிடுவதாகப் பயமுறுத்துகிறான்.

ஸ்ரீமான் மேயர், அந்தஸ்தையெல்லாம் பின்னால் பார்த்துக்கொள்ளலாம் என்று கருதி, பால் விலை குறைக்கும் ஏற்பாட்டிற்கு ஒப்புக்கொண்டு நடுங்கிய கையால் கையெழுத்துப் போடுகிறார்.

வெளியே, "முஸொலீனிக்கு ஜே!" "பாலுக்கு ஜே!" போட்டுக் கொண்டு கூட்டம் கலைந்து செல்லுகிறது. ஸ்ரீமான் அபேதவாதியைப் பலர் தோளில் தாங்கிச் செல்லுகிறார்கள்.

போர்லி பையாஜாவில் ஒரு தூண். அது இடத்தை அடைத்துக் கொண்டிருக்கிறது என்பதாலோ அல்லது வேறு எந்தக் காரணத்தாலோ அதை இடித்துத் தரைமட்டமாக்கிவிட வேண்டுமென்று ஒரு கட்சி. இடிக்கக்கூடாது, இடித்தால் இத்தாலிய நாகரிகமே அழிந்துவிடும் என்று இன்னொரு கட்சி.

இடிக்கும் கட்சியில் சேர்ந்தான் முஸொலீனி. "ஜே! ஜே!" என்று கும்பல் கூடித் தூணைத் தரைமட்டமாக்கிவிட்டது.

1910-ல் பொதுஜன அமைதிக்குப் பங்கம் விளைவித்ததாக இரண்டு முறை சிறை சென்று திரும்பிவிட்டான் முஸொலீனி. 1911-ம் வருஷம் அவன் எழுதிய ராணுவ பகிஷ்காரக் கட்டுரைகள் மறுபடியும் அவன் சிறையை எட்டிப் பார்க்கும்படி செய்தன.

வர்க்கப் போராட்டத்தின் அனல் கக்கும் தலையங்கங்கள் நாலு பக்கத்திலும் தாக்கின. முனிஸிபல் சீர்திருத்தம்கூடச் செய்யாத சர்க்காரை முஸொலீனி சபித்தான்; அத்துடன் அபேதவாதக் கட்சியையும் சபித்தான்; வாயை மூடிச் சகித்துக்கொண்டிருப்பதற்காகத் துன்பப் பிண்டங்களான பொதுமக்களையும் சபித்தான். இது போதாது, வாசகசாலைகள் அமைக்க வேண்டும் என்றெண்ணினான். ஒரு புதிய சமுதாயத்திற்காக ஒரு புதிய நாகரிகத்தை ஏற்படுத்த இலட்சியங்களைத் தேடினான். "மக்களுக்கும் மாக்களுக்கும் உள்ள வித்தியாசம் சரித்திரத்திற்கும் அதன் எல்லைக்கு அப்பாற்பட்ட பழங்கால சம்பவக் கோவைகளுக்குமுள்ள வித்தியாசம். வாழ்க்கைப் போராட்டத்திலிருந்து தப்ப, வாழ்க்கையின் சார்பாக ஒரு புதிய பாலம் அமைக்கப்படும்!" என்று எழுதினான். கட்சியின் நிர்வாக அம்சம் நித்திய மோனத்திலாழ்ந்திருக்கும்பொழுது, என்ன எழுதி, என்ன செய்ய!

"நாங்கள் களங்கமற்றிருப்பதனால் எங்கள் பலத்தை நாங்கள் உணருகிறோம். எங்கள் பலத்திற்குக் காரணம் எங்கள் நண்பர்கள் குறைவு; பரிச்சயமான நண்பர்களை நாங்கள் அதிகப்படுத்த விரும்ப

வில்லை. நாங்கள் பொதுஜன ஆதரவு கேட்கவில்லை; வாடிக்கைக் காரர்களை விரும்பவில்லை; வோட்டுக்களுக்குக் கெஞ்சவில்லை. எங்களைப் பின்பற்றுகிறவர்கள் முகத்திலும் முரட்டுத்தனமாக உண்மையை எடுத்தெறிய நாங்கள் தயாராக இருக்கிறோம்!

"நாங்கள் எண்ணிக்கையை விரும்பவில்லை; குணத்தை மதிக்கிறோம். மெல்ல மெல்ல ஒழுங்காக இடையன் பின் செல்லும்—ஆனால் ஓநாயின் முதல் உறுமலைக் கேட்டதுமே சிதறி ஓடும்—ஆட்டு மந்தை எங்களுக்கு வேண்டாம். தங்கள் லட்சியம் இன்னதென்பதை உணர்ந்து அதை நோக்கி நடக்கும் நெஞ்சழுத்தமுள்ள ஒரு சிலர் எங்களுக்குப் போதும். இத்தாலி புனர் ஜன்மம் எடுக்க வேண்டும் அல்லது சாக வேண்டும்!"

இப்படியாகப் பெரிய வித்து முளைவிட ஆரம்பித்தது.

அலிஸான்ட்ரோவின் மனப்போக்கை அபேதவாதத்தின திசையில் செலுத்திய ஆன்ட்ரியா டெல்காஸ்டா காலமானார். 'வர்க்கப் போராட்டத்'தில் பின்வரும் தலையங்கம் பிரசுரமாயிற்று:

"இன்று ஆன்ட்ரியா டெல்காஸ்டா பிடி சாம்பலாகிவிட்டான்: ஆனால் நினைவு, எண்ணம் நம்மிடை இருக்கிறது. ஒரு மனிதனின் மறைவோடு அவனது எண்ணங்களும் மடிந்துவிடவில்லை. அவை தெய்விகமானவை. அவை சாகா வரம் பெற்றவை. ஆகையால் நாம் நம்மைப் பரிசுத்தப்படுத்திக்கொண்டு செயலில் இறங்க வேண்டும்."

இத்தாலி தேசத்தின் பிரபல அபேதவாதிகள் பத்திரிகையான 'அவாந்தி' (முன்னேற்றம்) இக்கட்டுரையைப் பிரசுரித்தது. 1910-ம் வருஷம் அக்டோபரில் மிலான் நகரில் கூடிய அபேதவாதிகள் காங்கிரஸிற்கு பெனிட்டோ சென்றிருந்தான். அபேதவாதிகளும் தீவிர ஜனநாயகக் கட்சிகளும் கட்டிப் புரண்டுகொண்டிருப்பதைக் கண்டித்தான்.

ரோடாக்னா (முஸோலீனியின் சொந்த மாகாணம்) குடியாட்சிக் கட்சியின் அரண். அங்கு அபேதவாதக் கொள்கைகளுக்கும் அதன் கொள்கைகளுக்கும் உள்ள பேதத்தை விளக்கிப் பக்கபலம் தேடித் தீவிரமாகப் போராடி வந்தான் பெனிட்டோ.

1910-ம் வருஷம் நவம்பரில் முதல் இன்டர்நாஷனலில் கலந்துகொண்டவனும், பள்ளிக்கூடப் படிப்பில்லாத அபேதவாதியுமான அலிஸான்ட்ரோ காலமானான். பிரபல அபேதவாதியின் சடலம் ஏற்ற மரியாதையோடு அடக்கம் செய்யப்பட்டது. கல்லறை வரை ஏராளமான கூட்டம்; பெருத்த ஊர்வலம்.

அன்று 'வர்க்கப் போராட்ட'த்தில் பின்வரும் தலையங்கம் பிரசுரமாயிற்று:

"அவர் தம் நண்பர்களுக்கும் எதிரிகளுக்கும் நன்மையே செய்து வந்தார். அவரது வாழ்க்கை பல அம்சங்களிலும் துன்பம் நிறைந்தது. அவரது முடிவும் சீக்கிரம் வந்துவிட்டது. அவர் சொத்து சுகம்

வைத்துவிட்டுச் செல்லவில்லை. அவர் ஓர் ஆத்மார்த்தமான பொக்கிஷத்தை வைத்துச்சென்றிருக்கிறார் — சிந்தனைப் பொக்கிஷம்! துக்கம் கொண்டாட வேண்டிய காலம் முடிவடைந்துவிட்டது. இனி மறுபடியும் வாழ்க்கை தன் கடமைகளை மேற்கொள்ள வேண்டும்."

இத்தாலி தேசத்து அபேதவாதிகள் மற்றக் கட்சிகளுடன் சேர்ந்து குட்டையைக் கலக்கிவிட்டுக்கொண்டிருப்பதை வெறுத்தான் பெனிட்டோ. மிலான் காங்கிரஸில்தான் அவன் பிஸோலிட்டி, பொனாமி முதலியோருடன் நேரடியாக மோதிக்கொண்டது. காங்கிரஸில் அந்தப் பழுத்த அபேதவாதிகள், பெனிட்டோவைக் கூப்பாடு போடும் ஏதோ ஒரு சில்லறைப் பதர் என்றே மதித்து வந்தனர்.

அப்பொழுதெல்லாம் 'இவன் கோஷ்டி' என்று பிரமாதமாக ஒன்றும் இல்லை. அதனால் காங்கிரஸில் போட்ட கூச்சல் ஏதும் பயன் விளைவிக்கவில்லை.

மறுபடியும் திரும்பிய முஸொலீனி, போர்லியில் தொழிலாளரிடையே விழிப்பை உண்டுபண்ண வெகு தீவிரமாக உழைத்தான்.

அப்பொழுது இத்தாலியில் விவசாயிகள் வர்க்கம் மூன்று கொலைகாரக் கும்பலாக இருந்தது. நாள் கூலிக்காரன், குடிவாரக் குத்தகைக்காரன், ஜமீன்தார் இந்த மூன்று கட்சிகள்தான் விவசாயிகளுக்குள்.

குடியாட்சிக் கட்சியை ஆதரிக்கும் லிபரல் பத்திரிகைகள் பெனிட்டோவின் முயற்சிகளைக் கண்டிக்க நன்றாகப் பொறுக்கி எடுத்த வசைமாரி பொழிந்தன. "அற்பன்; மட்டு மரியாதை தெரியாதவன்; உணர்ச்சியற்ற ஜடம்; யூத சங்கங்களிடம் கூலி வாங்கித் திரியும் நாடோடி; வெறும் பகட்டு ஆசாமி; மனச்சாட்சியில்லாதவன்; மற்றவர்களைக் கோபமூட்டுவதிலேயே தன்னை மறந்தாடும் தறுதலை; போலீஸ் கையாள்; வடிகட்டின முட்டாள்; அபாயகரமான பைத்தியக்காரன்; அபேதவாதி என்று சொல்லிக்கொள்ளும் நெஞ்சழுத்தமுள்ள பொய்யன்; வெறுப்பையும் சச்சரவையும் சாகுபடி செய்பவன்; ஒரு கௌரவமான மனிதனின் அவமதிப்பைக்கூட ஏற்கத் தகுதியற்ற எழுத்துக்கூலி; வெறுப்பையூட்டும் விரியன் பாம்புக்குட்டி!" — இவையெல்லாம் வசை புராணங்களில் அடிக்கடி விரவிவரும் பல்லவிகள்.

சண்டைகள் நடந்தன; கொலைகளும் நிகழ்ந்தன. இவற்றையெல்லாம் முஸொலீனி பிரமாதமாகக் கருதவில்லை. "கிணற்றுத் தவளையின் படபடப்பு" என்று விட்டுவிடுகிறான்.

போர்லி அபேதவாதக் கட்சி அவனுடைய சேவையைப் பாராட்டி, சம்பளத்தை ஐந்து பவுனிலிருந்து ஆறு பவுனாக உயர்த்துகிறது. பெனிட்டோ இந்தச் சம்பள உயர்வை ஏற்க மறுத்துவிடுகிறான்.

வடக்கே குடுமி அந்நியன் கையிலிருந்தாலும் இத்தாலி ஏகாதிபத்தியக் கனவு காண ஆரம்பித்தது.

இந்தச் சந்தர்ப்பத்தில் சர்வதேச நிலையைக் கொஞ்சம் கவனிப்போம்.

1908-ம் வருஷம் துருக்கியில் மறுமலர்ச்சி. அமெரிக்க மிஷனரியும், பிரெஞ்சு நாவலாசிரியர்களும், பாரிஸ், பெர்லின் சர்வகலாசாலைகளும் துருக்கியரிடையே புதிய விழிப்பை உண்டுபண்ணிவிட்டனர். 'அநாகரிகத்திலும் அறியாமையிலும் மூழ்கிக் கிடக்கும் தேசம்' என்று மற்ற ஐரோப்பியரால் வருணிக்கப்பட்ட துருக்கியில் கொடுங்கோன்மை முடிவடைந்தது. துருக்கியர் வெற்றி பெற்றனர்.

திடுக்கிட்டுப்போன சுல்தானான ஹமீது அனுதாபம் காட்டுவது போல வேஷமிட்டு, அரசியலமைப்பை ஏற்று, பார்லிமென்ட் சபை கூட்டி, இரகசிய ஒற்றர் இலாகாவைக் கலைத்து, சுதந்திரத்தையும் சமத்துவத்தையும் பிரகடனம் செய்தான்.

ஆனால் அடுத்த வருஷம் அதாவது, 1909 ஏப்ரல் 27-ல் தன் முற்போக்குக் கொள்கைகளைக் கைவிட்டு, பின்புறமாக அந்தரடித்தான். அந்தரடித்த வேகத்தில் சிரசிலிருந்த கிரீடம் பறிபோயிற்று.

சுல்தான் முகம்மது, ஐந்தாவது முகம்மது என்ற பெயரில் சிங்காதனத்தில் இருத்தப்பட்டான். துருக்கியின் நல்வாழ்வு நிரந்தரமாகவும், தொடர்ச்சியாகவும் சட்டபூர்வமான ஆட்சி நிலவுவதைப் பொறுத்திருக்கிறது என்று அவனுக்கு வற்புறுத்தப்பட்டது.

'துருக்கியில் புது யுகம் பிறந்துவிட்டது!' என்று, தம் கையிற் சுடாதவரை அனுதாபம் காட்டும் இங்கிலீஷ் லட்சியவாதிகள் உற்சாகப்பட்டனர். துருக்கிக்குப் புது யுகம் பிறந்தது வாஸ்தவந்தான்; அதனால், அதன் காலடியில் கிடக்கும் கிறிஸ்தவ கிரீஸுக்கு விடிவு காலம் ஏற்பட்டுவிட்டது என்பதில்லையே! முன்பு ஹமீது ஆட்சியில் பலவீனமான கொடுங்கோன்மை இருந்ததால், இப்பொழுது நன்றாக அமைக்கப்பட்ட மத்ய சர்க்கார் பால்கன் பகுதியில் உள்ள பலவித ஜாதியினரையும் (பல்கேரியர், கிரேக்கர், செர்பியர், அல்பேனியர் ஆகியோர்) நன்றாக நசுக்க முடிந்தது. இரண்டு வருஷங்களுக்குள் துருக்கி சர்க்கார் மாஸிடனில் ஆட்சியைக் கெடுபிடி பண்ணிவிட்டனர். இதனால் ஒரு நன்மை ஏற்பட்டது என்று சொல்லவேண்டும். பால்கன் தீபகற்பத்தில் உள்ள குட்டி ராஜ்யங்கள் யாவும் ஓர் ஐக்கிய ராணுவ சங்கம் ஏற்படுத்திக்கொண்டன.

இத்தாலி, தன் பிற்கால வளர்ச்சிக்கு டிரிபோலி தன் கைவசம் இருக்கவேண்டுமென்று வெகு நாளாகவே கருதி வந்தது. எவ்வளவு பலஹீனமாயிருந்தாலும் ஏகாதிபத்தியக் கனவையும் அது மறந்துவிடவில்லை. எனவே, டிரிபோலியைக் கைப்பற்ற ஜெர்மனி முயற்சி செய்வதற்கு முன், தான் முந்திக்கொள்ள வேண்டுமென்று அது கருதியதில் வியப்பில்லை.

அப்போது கியோலிட்டி சர்க்கார் பதவியிலிருந்தது. இடையே விட்டுவிட்டு சுமார் இருபத்திரண்டு வருஷம் இத்தாலியப் பிரதம மந்திரியாக இருந்தவன் கியோலிட்டி. இத்தாலியப் பார்லிமென்டரி அரங்கத்தில் கியோலிட்டிதான் நிரந்தரமான கதாநாயகனாக, தமக்குத் தாமே பிரதிநிதிகளான கேலிக்கூத்தின் சரியான பிரதிநிதியாக

இருந்தான். தன்மேல் அழுக்கு ஒட்டிக்கொள்ளாமல் தந்திரமாக அங்கு ஒரு கயிற்றை இழுத்து, இங்கொன்றை முடிச்சுப் போட்டு, எல்லோரையும் சமய சந்தர்ப்பங்களுக்கு ஏற்றபடி சமாதானம் செய்து, அப்படியும் இப்படியுமாகக் கிடைப்பதைத் தட்டிக்கொண்டு போகும் சந்தர்ப்பவாதி அவன். அவன் பார்லிமென்டுக்கு வந்த காரணம் மகத்தான பிரச்னைகளைத் தீர்த்துவைப்பதற்காகஅல்ல; பளிச்சென்று சுடர்விடும் கெட்டிக்காரத்தனம் அவனைப் பார்லி மென்டில் கொண்டுவந்து இருத்திவிடவில்லை. அவன் சரியான பட்டணத்து வக்கீல்; கெட்டிக்காரத் தரகன்; பிறப்பிலேயே கிழடு தட்டிப் போனவன்; கிழட்டுத்தனமே உருவாக நிற்கும் இத்தாலியப் பார்லிமென்டுக்கு அவன்தானே சரியான பிரதிநிதி!

அவனுக்கு இத்தாலிய மக்களின் பலவீனங்கள் நன்றாகத் தெரியும். எந்த வர்மத்தில் தட்டினால் எந்த மாதிரிக் கைவசப்படுத்தலாம் என் பது மனப்பாடம். சிரிப்பு கேலியாகவும், கேலி சச்சரவாகவும், சச்சரவு அடியாகவும், அடி கத்திக் குத்தாகவும் மடமடவென்று மாறும் குணம் பொருந்திய இத்தாலியருக்கு, பண்டைக்காலத்தில் மனிதன்மேல் சிங்கத்தையும் புலியையும் ஏவிவிட்டு, அந்த ரத்த போதைக் காட்சிகளில் களித்துவந்த இத்தாலியருக்கு, லிபியப் படையெடுப்பு சுவாரஸ்யமாக இருக்கும், உள்ளூர்த் தொந்தரவுகளை வேறு பக்கம் திருப்பலாம் என்று நினைத்தான் கியோலிட்டி. காரியத்தை ஆரம்பித்தால், பிரதம மந்திரித் தொழிலில் ஊறிப்போன ஒருவனுக்கு, காரணம் காட்டுவதா கடினம்? “இத்தாலியில் ஜன நெருக்கம் அதிகமாகிவிட்டதே! அதற்குக் குடியேற்ற நாடு வேண் டாமா? ஏற்கனவே, வடக்கு ஆப்பிரிகாவில் துருக்கியின் ஆதிக்கத்தி லுள்ள டியுனிஸ் முதலிய நாடுகளில் நம்மவர் அதிகமாகக் குடியேறி வசிக்கவில்லையா?” என்றான்.

வர்க்கப் போராட்டம் ஏற்படாமல் முதலாளித்துவம் இல்லாத சமுதாயமொன்றை அமைக்க விரும்பும் அபேதவாதிகள், “ஆம்! ஆம்!” என்று தலையை அசைத்து ஆதரவு கொடுத்தனர். அபேதவாதக் கட்சியின் சிகரத்திலிருந்த பொனாமியும், பிஸோலிட்டியும் ஆதரவு காட்டுவதில் முன்னேறி நின்றனர்.

தூராட்டியும், அப்பொழுது ‘அவாந்தி’ பத்திரிகையின் ஆசிரியராக இருந்த ட்ரீவ்ஸும் உள்ளுக்குள் ஆதரித்தனராயினும், இத்தாலிய அபேதவாத அரங்கத்தின் பின்னணியில் கவர்ச்சிப் பீடமாக இருந்த ஸ்ரீமதி அன்னா கூலிஸியாப் என்ற ருஷிய அபேதவாதி அவர்களை வழிக்குக் கொண்டுவந்துவிட்டாள்.

டிரிபோலி படையெடுப்பை எதிர்த்து ‘அவாந்தி’ப் பத்திரிகையில் தலையங்கம் பிரசுரமாவதற்கு முந்திய நாள் இரவு, மிலானிலுள்ள ஸ்ரீமதி கூலிஸியாப் வீட்டில் பெருத்த விவாதம் நடந்தது.

“கியோலிட்டியை ஆதரித்துத்தான் ஆகவேணும்” என்றான் ட்ரீவ்ஸ். எப்பொழுதும் தட்டுமறித்துத் தர்க்கித்துக்கொண்டிருப்பதில் அவ னுக்கு சுவாரஸ்யம்; மேலும் அதில் நிபுணன். கியோலிட்டியை

சேர்ந்ததல்ல; இந்த வற்புறுத்தல் முறை பயத்தை அடிப்படையாகக் கொண்டிருக்க வேண்டும் என்பது என் கொள்கை.

"ஸ்டேஷனில் ஜனக்கும்பல் தந்தியாபீஸினுள் புகுவதைக் தடுக்க நான் முயற்சித்தேன்.

"கத்தி வெட்டினால் நான் காயமடைந்து கீழே விழுந்துவிட்டேன். போலீஸ் படையின் அதிக்ரமத்தினாலேயே ஜனக்கும்பல் பலாத்கார முறையில் இறங்கியது.

"நான் செப்டம்பர் 25-ந் தேதி செய்த பிரசங்கம் சரித்திர சம் பந்தமானது; பூகோள சாஸ்திரத்தைப் பற்றியது; உதாரண பூர்வமாக விஷயத்தை விளங்கவைக்க முயல்வது. அபேதவாதிகளுக்கும் தேசீய வாதிகளுக்கும் அபிப்பிராயத்தில் பின்வரும் வித்தியாசமிருந்து வருகிறது. அவர்கள் இத்தாலியை விஸ்தாரமான நாடாக்க முயலு கின்றனர். நான் இத்தாலியில் செழிப்பும் செல்வமும் சுதந்திரமும் பெருக வேண்டும் என்று விரும்புகிறேன். சீனா தேசத்தில் உரிமை ஒன்றுமற்ற மனிதனாக வாழ்வதைவிட, டென்மார்க்கில் ஒரு பிரஜை யாக வாழ விரும்புகிறேன். தேசப் பற்றுதலின்மீதே நான் போராடி னேன். பிரசங்கத்தில் குழப்பம் இருப்பது போல் தோன்றும். நான் தேசீயத்திற்கு அனுதாபம் காண்பித்ததாக (எனது சர்க்காரால்) குற்றம் சாட்டப்படுகிறேன். இவ்விஷயத்தில் நான் ஒரு புரட்சிகரமான சர்வதேசக் கொள்கையைக் கடைப்பிடிக்க எண்ணியிருந்தால், புராதன ரோம ஏகாதிபத்தியம் விழுந்தபொழுது கிறிஸ்தவர்கள் குதூகலமடைந்து, 'ஏகாதிபத்தியம் சிதைகிறதென்றால் எனக்கென்ன? அதன் சிதைவிலிருந்து கிறிஸ்துவின் சிலுவை உதிக்கப் போகிறது!' என்று கூறியதுபோல, லிபியப் படையெடுப்பைப் பற்றி நானும் மகிழ்ச்சியடைந்திருக்க வேண்டும். பணத்தையும் இரத்தத்தையும் வீணாக்குவது என்று இத்தாலிய சர்க்கார் முடிவு கட்டிவிட்டால், நமது எண்ணங்களைப் பரப்பவும், புரட்சியால் கொடுக்கப்படும் அடிகளைத் தடுக்கவும் இயலாதபடி அதன் பலம் குறையத்தான் போகிறது. அதனால் நல்லதுதானே!' என்று சந்தோஷப்பட்டிருக்க வேண்டும். ஆனால் நான் ஒரு இத்தாலியன்; நான் பிறந்த மண்ணைக் காதலிக்கிறேன். அதன் பாஷையைப் பேசுகிறேன். ஆகையால் நேர் மையான இத்தாலியப் பிரஜை என்ற ஹோதாவில், பொருளாதார, பூகோள விபரங்களை ஆதாரமாகக்கொண்டு, இப்படையெடுப்பு தேசத்தின் நலன்களுக்கும், அதனுடன் பிணிக்கப்பட்டிருக்கும் ஏழை மக்களின் நலன்களுக்கும் பெரிய கேட்டை விளைவிக்கும் என்ற என் அபிப்பிராயத்தைக் கூறினேன். இதுவரை நான் எழுதியும் பேசியும் வந்த விஷயங்களையே இப்பொழுதும் எழுதினேன், சொன்னேன்.

"ஏனெனில், நான் காதலிக்கும் இத்தாலி இப்போது கடைசியாக ஒப்புக்கொண்டிருக்கும் கடமையை நிறைவேற்ற முயற்சிக்கும்; அக்கடமை தன் மக்களின்மீது சுமத்தப்பட்டிருக்கும் பொருளாதாரத் துறையிலும் ஒழுக்கத் துறையிலும் இருந்துவரும் வறுமையை நீக்கு வதேயாகும்.

“கும்பல் செய்த அட்டூழியங்களுக்கு நானும் ஜவாப்தாரி என்ற குற்றச்சாட்டை நிராகரிக்கிறேன்.

“ ‘உள்ளே நுழைகிறவன் எனக்கு மகிழ்ச்சியளிக்கிறான்; நுழையாதவன் என்னைக் கௌரவிக்கிறான்’ என்று தன் வீட்டு வாசல் தலைப்பில் எழுதிவைத்த சித்தாந்தியைப் போல் நானும் என் பேச்சை முடித்துக்கொள்ளுகிறேன்.

“கௌரவம் வாய்ந்த நீதிபதிகளே! எனக்கு விடுதலையளித்தால் எனக்கு மகிழ்ச்சியளிக்கிறீர்கள்; ஏனெனில் என் வேலையைச் செய்ய என்னைச் சமூகத்தினிடம் அனுப்புகிறீர்கள். நீங்கள் என்னைத் தண்டித்தாலோ என்னைக் கௌரவித்தவர்களாவீர்கள். ஒரு குற்றவாளியின் முன்பு நீங்கள் அமர்ந்திருக்கவில்லை; தன் எண்ணங்களை வற்புறுத்தும் ஒரு மனிதன் முன்பு வீற்றிருக்கிறீர்கள்; மனச்சாட்சிக்காகக் கிளர்ச்சி செய்பவன் முன் இருக்கிறீர்கள்; ஒரு கொள்கையைத் தாங்கும் படைவீரன் முன் அமர்ந்திருக்கிறீர்கள். வருங்கால பலத்தையும் சத்தியத்தையும் தாங்கும் அக்கொள்கைக்கு மரியாதை செலுத்துங்கள்!”

நீதிபதிகள் நீண்ட தீர்ப்பெழுதினார்கள். “ஐந்து வருஷம் கடுங்காவல் தண்டனை!” என்றார்கள்.

ஆனால், ஐந்து மாதங்களுக்கப்புறம் விடுதலை செய்யப்பட்டு வெளியே வந்தான் பெனிட்டோ.

○

6. அவாந்தி

பெனிட்டோ சிறையிலிருந்து வெளிவரும்பொழுது தேசப் பிரபலம் ஏற்பட்டுவிட்டது. ‘மகத்தான வீர’னாகிவிட்டான்.

1912-ம் வருஷம் ரீஜியோ எமிலியாவில் அபேதவாதிகள் காங்கிரஸ் கூடிற்று. பெனிட்டோ அதற்குப் பிரதிநிதியாகச் சென்றான். புகழ் பெரிதாயிருந்தாலும் பலருக்கு அவனை நேரில் தெரியாது.

“லிபிய யுத்தத்தில் பூர்ஷுவாக்களுடன் ஒத்துழைத்ததற்காகவும், சமீபத்தில் இத்தாலிய மன்னனான விக்டர் இமானுவல், சதிகாரன் வெடிகுண்டிற்குத் தப்பித்துக்கொண்டதற்காக அவனை நேரில் சென்று பாராட்டியதற்காகவும், லியோனிடோ பிஸோலிட்டியும் அவரது சகாக்களும் கட்சியிலிருந்து விலக்கப்படவேண்டும்” என்று ஒரு தீர்மானம் கொண்டுவரப்பட்டது. தீர்மானத்தைக் கொண்டு வந்தவன் பெனிட்டோதான்.

"மன்னர் தொழிலை ஏற்று வேலை பார்க்கிறவர்களுக்கு உயிருக்கு ஆபத்தை விளைக்கும் சங்கடங்கள் ஏற்படுவது சகஜந்தான்" என்று அந்தத் தீர்மானத்தை விளக்கிப் பேசுகையில் கூறினான்.

புது வெள்ளம் போல் பாய்ந்து, உலர்ந்த சருகுகளை ஒதுக்கித் தள்ளிவிட்டு, கட்சிச் சிகரத்தை முற்றுகையிட்டான் பெனிட்டோ.

பிஸோலிட்டியும் அவனுடைய சகாக்களும் தோல்வியுற்று வெளியேற்றப்பட்டனர்.

அந்தக் காங்கிரஸுக்கு வந்திருந்த இருவர் பெனிட்டோவை முதலில் சந்தித்துவிட்டு பின்வருமாறு தங்கள் அபிப்பிராயங்களை எழுதியிருக்கின்றனர்.

அவர்களில் ஒருவர் ஸினோர் செராட்டி—அவர் தமது மனைவிக்குப் பின்வருமாறு கடிதம் எழுதியிருந்தார்: "அற்புதமான வாலிபன்; ஒற்றை நாடியான தேகம்; கடுகடுப்பும் ஆவேசமும் பொருந்தியவன்; ரொம்பவும் திறமையாகப் புது மாதிரியில் விஷயங்களை விளக்கக் கூடியவன். வருங்காலத்தில் அவன் பிரபலத்திற்கு வருவது நிச்சயம். நீ வேண்டுமானாலும் பார்!—அவன் நமது கட்சியைக் கட்டி ஆளுவான்; சந்தேகமில்லை."

மற்றொருவரான ஸ்ரீமதி அன்னா கூலிஸியாப், ஸ்ரீமதி செராட்டிக்கு எழுதியதாவது: "அவன் மார்க்ஸ் கொள்கையைப் பின்பற்றுபவன் அல்லன்; அவன் உண்மையில் அபேதவாதியே அல்லன்; சாஸ்திரீக அபேதவாதியின் மனப்பான்மை அவனிடம் கிடையாது. அவன் அரசியல்வாதிகூட அல்லன். நீஷேயைப் படித்த அரைகுறைக் கவிராயன்."

அந்தக் காங்கிரஸில் அடித்துக்கொண்டு போகப்பட்ட சருகுகளில் 'அவாந்தி'ப் பத்திராதிபன் கிளாடியோ ட்ரீவ்ஸும் ஒருவன். அவனுடைய ஸ்தானத்தில் கியவானி பாக்கி என்ற புரட்சிக்கார அபேதவாதி நியமிக்கப்பட்டான். அவன் நெருப்புக் கக்குவது போல வெளுத்து வாங்குவான்; ஆனால் அவ்வளவும் வார்த்தையோடு சரி.

1912-ம் வருஷம் டிஸம்பரில் பெனிட்டோ அந்த ஸ்தானத்தில் நியமிக்கப்பட்டான். அவன் குடும்பத்துடன் மிலானுக்கு வரவேண்டியதாயிற்று.

மிலான், தொழிற்சாலைகள் அதிகமாக உள்ள ஒரு நகரம். அங்கு தொழிலாளர் அதிகமாயிருந்ததால் அதை அபேதவாதிகளின் கொத்தளம் என்றே சொல்லவேண்டும். பூர்வீகத்திலிருந்தே புகழ் வாய்ந்த அந்நகரம் இத்தாலியின் வடபாகத்திலிருக்கிறது. இத்தாலிய அபேதவாத முரசான 'அவாந்தி'ப் பத்திரிகை அங்கிருந்துதான் வெளிவருகிறது.

1895-ம் வருஷம் அப்பத்திரிகையை லியோனிடோ பிஸோலிட்டி சிறு துண்டுப் பிரசுரமாக ஆரம்பித்தான். 1898-ம் வருஷத்து விசேஷ

அடக்குமுறைச் சட்டங்கள் அதற்குச் சக்தியும் புகழும் அளித்தன. என்ரிக்கோ பெரி, ராக்பாஸ், ட்ரீவ்ஸ் என்பவர்கள் அதன் ஆசிரியர் பீடத்தில் அமர்ந்து அதை வளர்த்து வந்தனர்.

பத்திரிகை பெனிட்டோவின் பொறுப்பில் விடப்பட்டதிலிருந்து அதன் தோரணையே அடியோடு மாறியது. முன்பு ட்ரீவஸ், 'ஒரு வேளை', 'அப்படியும் இருக்கலாம்' என்று வழவழப்பாக எழுதிய இடங்களிலெல்லாம், 'இதுதான் சரி', 'இப்படித்தான் நடக்கவேண்டும்' என்ற உறுதியான வாசகங்கள் தொனித்தன. பத்திரிகையில் 'சர்வமும் தீவிர மயம்.' பிரசுரம் 40,000-த்திலிருந்து ஒரே குதியில் ஒரு லட்சத்திற்கு எட்டியதாம். சுருக்கமான, ஆனால் ஓங்கியடிக்கும் தலையங்கங்களும், கண்ணைத் தாக்கும் தலைப்புக்களும், பையாஜா மைதானத்தின் ராஜீயக் கிளர்ச்சிக்காரர்களின் பிரசங்க இடி முழக்கம் போலிருந்தன.

'அவாந்தி'யில் பெனிட்டோவின் அதிகாரம் அசுர கதியில் வளர்ந்து உயர்ந்தது. பத்திரிகையைத் தன் இஷ்டப்பிரகாரம் நடத்த ஆரம்பித்தான். சகாக்கள், கட்சி நிர்வாகஸ்தர்கள் தலையிடுவதை அவன் விரும்பவில்லை. அவர்களுடைய செல்வாக்கை மிகக் குறைந்த அளவுக்குக் கொண்டுவந்துவிட்டான். ஆனால் அஞ்சலா பால்பனாப் (ருஷிய அபேதவாதி) உதவி மட்டும் அவனுக்கு ஏராளமாகக் கிடைத்து வந்தது. இந்தச் சமயத்தில், அதாவது 1913-ம் வருஷம், 'ஸின்டிகல்' அபேதவாதிகளுக்கும் அசல் அபேதவாதிகளுக்குமிடையில் சண்டை மூட்டிவிட அவன் முயற்சித்தான்.

'பிரீ மேஸன்'களுக்கும் பெனிட்டோவுக்கும் நெடுங்காலமாக ஒத்து வரவில்லை. நடுத்தரச் செல்வம் படைத்தவர்கள் பலர் 'பிரீ மேஸன்'கள்; இவர்கள் இத்தாலியப் பார்லிமென்டைத் தங்களுக்குச் சாதகமாக உபயோகித்து வந்தார்கள் என்பதனால் பெனிட்டோவுக்கு இவர்கள்மீது கோபம் என்று பெனிட்டோ கட்சியைச் சேர்ந்த சரித்திராசிரியர்கள் கூறுவார்கள். வேறு சிலர், அதாவது முஸோலீனியை எதிர்ப்பவர்கள், 'பிரீ மேஸன்' ஸ்தானத்தில் இவன் சேர முயன்றபொழுது இவனைக் கௌரவக் குறைவாக நடத்திச் சேர்த்துக் கொள்ள மறுத்தார்கள்; அதனால் அவர்களைக் கருவறுத்துவிட வேண்டும் என்று கங்கணம் கட்டிக்கொண்டான் என்று சொல்வார்கள்.

அன்கோனாவில் 1913-ம் ௵ அபேதவாதிகள் காங்கிரஸ் கூடியது. முஸோலீனி அதில், "அபேதவாதமும் ஸிண்டிகலிஸமும் பொருந்தாத விஷயங்கள்" என்று ஒரு தீர்மானத்தை நிறைவேற்றி, 'ஸின்டிகல்' அபேதவாதிகளைக் கத்தரித்துவிட்டான்.

"காலமும் ஜனங்களும் தயாராக இருக்கும்பொழுது பையாஜா மைதானத்தில் தான் —வேறு இடத்தில் அல்ல—முடிவான போராட்டங்கள் நடக்கும் என்று நாங்கள் உறுதியாக நம்புகிறோம்."

'அவாந்தி'யின் தலையங்கம் இந்தத் தோரணையில் பொதுமக்களைத் தட்டி எழுப்பியது.

ரோக்கோ கார்க்கா என்பது ஒரு சிறு நகரம். அங்கே மேய்ச்சல் தரைமீதுள்ள உரிமை ரத்துச் செய்யப்பட்டதற்காகவும், நகரத்தில் சுகாதார வசதிகள் செய்ய வேண்டும் என்பதற்காகவும் அவ்வூர்வாசிகள் கிளர்ச்சி செய்தனர். சர்க்கார், ராணுவத்தை அனுப்பி, இரத்தம் சிந்தி, அவர்கள் வாயை அடைத்தது. வெறும் சீர்திருத்தங்களில் மட்டும் திருப்தியடையும் அபேதவாதத்தில் பெனிட்டோவுக்குப் பற்றுதல் கிடையாது. எனினும் இரத்தத்தைக் கண்ணால் கண்டவுடன் அதில் குதித்துவிட்டான்.

1913-ம் வருஷம் ஜனவரி மீ 'அவாந்தி'ப் பத்திரிகையில் பெனிட்டோ பின்வருமாறு எழுதினான்:

"நாகரிகத்தின் சிகரமாகக் கருதுகிறோமே இந்த இத்தாலியில், ஆயுதம் வைத்திராத கிழவர்கள், கர்ப்பிணிகள், குழந்தைகள் யாவரும் துப்பாக்கி கொண்டு சுடப்படுகிறார்களே, அது சாத்தியமில்லை என்று நினைக்கிறீர்களா? ரோக்கோ கார்க்காவிலுள்ள ஏழை மக்கள், நகரத்தில் சாக்கடை அமைக்கவேண்டும், வைத்தியத்திற்கு டாக்டர்களை நியமிக்கவேண்டும், தண்ணீர், விளக்கு வசதிகள் வேண்டும் என்று மனுச் செய்துகொண்டனர். அதற்குச் செலவழிக்கப் பணமற்ற சர்க்கார் ராணுவத்தை அனுப்பி மக்களின் கிளர்ச்சியை இரத்தத்தில் அமுக்கி அடைத்தார்கள். பொதுமக்களே இவற்றிற்கு முடிவுகட்டும் காலம் வந்துவிடும். அவர்களுடைய விழிப்புக்கு சர்க்காரின் இந்தக் கொலை முயற்சிகளே போதும். அவர்களது வஞ்சம் சாதாரணமானதல்ல. கொன்று குவிக்கப்படும் தம்மவருக்காக இந்த வோட்டுக் கடுதாசிகள்மீதும், பித்தலாட்டமான சர்க்கார்மீதும், அதற்கேற்றபடி தாளம் போடும் நீதிமன்றத்தின்மீதும் அது வஞ்சம் தீர்த்துக் கொள்ளும்."

'அவாந்தி' தீவிரமாகப் பிரசாரம் நடத்திக் கிளர்ச்சி செய்தது.

பத்திரிகையின்மீது அடக்குமுறைப் பாணம் விழுந்தது. பெனிட்டோவும், அவன் சகாக்களும் கைது செய்யப்பட்டனர்.

1914-ம் வருஷம் வசந்த ருதுவில் அவனும், அவனுடைய சகாக்களும் ரோக்கோ கார்க்கா கலகத்தைத் தூண்டியதாகக் குற்றம் சாட்டப்பட்டு விசாரிக்கப்பட்டனர்.

மிலான் நகரத்திற்கு 'இத்தாலியின் மூளை' என்று ஒரு சிறப்புப் பெயர் உண்டு. இருபது வருஷங்களுக்கு முன் "மிருகத்தனமான அநாகரிகத்தில் ஆழ்ந்த இத்தாலி இன்னும் இருந்து வருகிறது" என்று ஆல்பிரடோ நிஸீபோரோ என்பவன் சொன்னான்; அவ்வார்த்தைகளைப் பொய்ப்பிக்கவாவது விசாரணை அங்கு நடக்க வேண்டும் என்று விரும்பினான் பெனிட்டோ. விசாரணை அங்கேயே நடைபெற்றது.

கோர்ட்டில் பெனிட்டோவே தன் கட்சியை வாதித்துக் கொண்டான்:

"தந்தி மூலம் இச்செய்திகள் தெரிந்தபின் இக்கட்டுரைகள் எழுதி னேன்; எழுதியதற்காக இப்பொழுதும் வருந்தவில்லை. இனியும் வருந்தப்போவதில்லை. ரோக்கோ கார்க்காவின் மக்களும் அவர் களைப் போல அதே நிலையில் உள்ள இதர இத்தாலியப் பொதுமக்க ளும் தங்கள் கஷ்டங்களை உணர வேண்டும் என்பதே என் ஆசை. ஆட்சி செய்கிறவர்களும் ஆட்சி செய்யப்படுகிறவர்களும் இந்தப் பிரச்னையின் சமூக சம்பந்தமான அம்சத்தை நன்றாக உணர்ந்து கொள்ள வேண்டும் என்பது என் ஆசை.

" 'அவாந்தி'ப் பத்திரிகை மானேஜரை விடுதலை செய்யவேண்டும் என்று கேட்டுக்கொள்கிறேன். சட்டத்தின் பேரிடிகள் என் தலையில் விழவேண்டும்; நான் குற்றம் செய்யாதவன் அல்ல; விடுதலை செய்யப்பட்டால் மறுபடியும் முன் போலவே செய்வேன்; மேலும், எனது கௌரவம் என்னை அப்படிச் செய்யும்படித் தூண்டும்; மேலும் எனக்குச் சிறை வாழ்க்கை அவ்வளவு கஷ்டமாகத் தோன்ற வில்லை. 'நாலு வருஷம் பள்ளிக்கூடத்திலும், ஒரு வருஷம் சர்வகலா சாலையிலும், இரண்டு வருஷம் சிறையிலும் கழித்தால் ஒருவன் சரியான மனிதனாகத் தேறிவிடுவான்' என்று ஒரு ருஷியப் பழமொழி சொல்லுகிறது.

"நான் உங்களுக்கு (ஜூரர்களுக்கு) ஓர் ஆலோசனை சொல்ல விரும்புகிறேன். நீதிபதிகளின் ஆடை அலங்காராதிகளுடன் விளங்கும் மாஜிஸ்திரேட்டுகளிடம் நான் இதைக் கூறமாட்டேன். ஒரு புதிர் போலக் காணப்படும் இந்த விஷயத்தின் அமைப்பைப் பூரணமாக உணர்ந்துகொள்ளப் போதுமான புத்திசாலித்தனமோ அல்லது பாரபட்சமற்ற தன்மையோ அவர்களுக்குக் கிடையாது. நீங்கள் எங்களை விடுதலை செய்யவேண்டும் என்று உங்களுக்குச் சொல்லு கிறேன். நாங்கள் இக்குற்றத்தைச் செய்யாததற்காக அல்ல. நாங்கள் இதைச் செய்ததற்காக, இனியும் செய்வோம் என்று உங்களுக்கு வாக்குறுதி கொடுப்பதற்காக! மூன்று கோடி அறுபது லக்ஷம் ஜனங்கள் ஒரே மாதிரியாகச் சிந்திக்கின்றனர்—அவர்களுடைய மூளையெல்லாம் ஒரே வார்ப்பிலிட்டு எடுத்தது போன்றது—என்று வைத்துக்கொண்டு அப்படிப்பட்ட ஓர் இத்தாலி தேசத்தைச் சிறிது கற்பனை செய்து பாருங்கள். அங்கே என்ன இருக்கும் — அசட்டுத் தனத்தைத் தவிர? மன்னர் கட்சியைச் சேர்ந்த இந்த மூன்று கோடி அறுபது லட்சம் ஜனங்களைப் பார்த்துப் பார்த்துச் சலித்துப் போன அரசனே குடியாட்சிக் கட்சியைச் சேர்ந்த ஒருவன் இருக்க வேண்டும் என்பதை வற்புறுத்துவான்....

"ஆகையால் நாம் வேண்டுவது சர்ச்சைகள், மாறுபட்ட அபிப் பிராய மோதல்கள், போர்! ஏகோபித்த மனப்போக்கும், ஒரே தன்மையும் மௌட்டியத்தைக் கொண்டுவரும். மரணத்தைக் கொண்டு தரும். ஆகையால் ஜூரர்களே, போரில்தான் யாவும் பிறக்கின்றன என்று கூறும் புராதன தத்துவவாதியான ஹெராக்ளி டஸை வணங்குங்கள். போரை நடத்த எங்களுக்கு விடுதலை

அளியுங்கள்! அப்பொழுது நீங்கள் சுதந்திரத்தைக் கௌரவிப்பவரா வீர்கள்."

○

7. *1914*

இருபதாம் நூற்றாண்டு ஆரம்பமானதிலிருந்து 1914-ம் வருஷத்தில் தான் ஒரு புதிய சகாப்தத்தில் காலடி வைத்தது! வெள்ளைக்காரர்கள் பொதுவாக உலகம் என்று குறிப்பிடும் பிரதேசங்கள் யாவும் தமது பழைய உளுத்துப்போன அளவு கோல்களை வைத்துக்கொண்டு பூகோளப் படத்தில் வர்ணத்தையும் வரம்புகளையும் மாற்ற உத் தேசித்தன. அளவுகோல்கள் உளுத்துப்போனவையென்று அவை களுக்குத் தெரியாது. தேசங்களின் எல்லைகளை மாற்றியமைக்கத் தோன்றிய இந்த முயற்சிக்குத்தான் யுத்தத்தைக் கொல்ல வந்த யுத்தம், ஜெர்மன் சண்டை, உலக மகாயுத்தம் என்ற பல பெயர்கள் இடப்பட்டன. இந்த யுத்தம் மூலகாரணங்களைக் கண்டுபிடிக்கும் சரித்திர ஆசிரியர்களுக்கு வற்றாத சுரங்கமாக இருந்துவருகிறது.

மற்ற உலகம் சென்ற வழியில்தான் இத்தாலியும் சென்றது; ஆனால் பிறவிடங்களில் ஏற்பட்ட குழப்பத்தின்மூலம் தன் வீட்டைச் சரிப்படுத்திவைக்கக் கற்றுக்கொண்டது. படிப்படியாக, மற்றவர்கள் வீட்டில் விளக்கேற்றியிருப்பதையும் அணைத்து வைத்துப் பார்க்க முயன்றது. ஐக்கிய இத்தாலி என்ற குடுகுடுப்பைக்காரனின் சட்டை இன்று ரோம ஏகாதிபத்திய அங்கியாகக் காட்சியளிக்கிறது. ஆஸ்திரி யாவின் பட்டத்திளவரசன் கொலையுண்டதே இதற்குப் பாதை திருத்திக் கொடுத்தது.

இந்தப் பெரிய சண்டையைக் கவனிக்கும் முன் இத்தாலியின் சிறிய கலாட்டாவைப் பற்றிக் கொஞ்சம் கூற வேண்டும்.

மூன்றாவது 'இன்டர்நாஷனல்' லெனின் போட்ட பிளான்படி, தொழிலாளர் வேலைநிறுத்தத்தின் மூலம் பூலோகத்தில் மோட்ச சாம்ராஜ்யத்தை ஸ்தாபிக்க, அதாவது எல்லோருடைய வயிற்றுக்கும் சோறு கிடைக்கும்படி வசதி செய்ய முயலும் ஒரு திட்டத்தை அமைக்க எண்ணியது. லெனினுக்கு மேல் வரப்போகும் அரசியல் சண்டமாருதத்தைப் பற்றி முன் எச்சரிக்கை உண்டோ என்னவோ? வர்க்க பேதமற்ற தன் இலட்சியத்தை ஸ்தாபிக்க, அவன் ஐரோப்பிய நாடுகளில் வேலைநிறுத்தங்கள் செய்யத் தூண்டினான். பிரான்ஸில் ஒரு அரைகுறை வேலைநிறுத்தம் நடந்தது. இத்தாலியும் அதில் ஈடுபட்டது. வர்க்கப் போராட்டத்தை மூளவிட்ட பெனிட்டோவும் இத்தாலியில் அதற்கு எரியிட்டு வளர்த்தான்.

ரோக்கோ கார்க்கா சம்பவத்தின் தொடர்ச்சியாக இத்தாலி இரத்த வெள்ளத்தில் மூழ்கிக் குளித்தது. 1914 ஜூன் 7-ம் தேதி

முதல் 14-ம் தேதி வரை நடைபெற்ற விஷயங்களைச் சிவப்பு வார நிகழ்ச்சிகள் என்பர். ஜூன் மாதம் 8-ந் தேதி சர்க்கார் ராணுவ எதிர்ப்புக் கூட்டம் நடத்தலாகாது என்று விதித்திருந்த உத்தரவை மீறிக் கூட்டம் நடத்துவது என்பது அபேதவாதிகள் உத்தேசம். கூட்டம் நடைபெறுகையில் போலீஸ் படை வந்தது. உடனே கலகம்! 'புரட்சி நீடூழி வாழ்க!' 'அடி! உதை! சுடு!' என்ற கோஷங்கள். மூன்று தொழிலாளர் செத்து விழுந்தனர். கலகம் அகில இத்தாலியக் கிளர்ச்சியாக மாறியது.

அராஜகனான மால்டஸ்டாவும் 'அவாந்தி'ப் பத்திரிகாசிரியனான முஸொலீனியும் கிளர்ச்சியை வளர்த்தனர். மிலான், டூரின், பொலோனா முதலிய தொழில் மிகுந்த நகரங்களில் வேலைநிறுத்தம் நடந்தது. இத்தாலியின் புரட்சித்தளம் என்று கூறத்தக்க அன்கோனா, ரிமினி, போர்லி, ராவென்னா முதலிய பகுதிகளில் 'புரட்சிக் கமிட்டிகள்' அதிகாரத்தையே கைப்பற்றிக்கொண்டன. இத்தனைக்கும் காரணமாகத் திரை மறைவில் நின்றவன் மால்டஸ்டா; பத்திரிகைத் தலையங்கம் எழுதினவன் முஸொலீனி!

காரியக் கமிட்டிகள் சில சிறிய படைகளைக் கைதுசெய்தன; முனிஸிபல் அதிகாரத்தைக் கைப்பற்றின; சில பால் பண்ணைகள் சூறையாடப்பட்டன. சில மாதா கோயில்களின் கதவுகள் மட்டிலும் தீயாலெரிக்கப்பட்டன. ஓரிடத்தில் கோழிக் குஞ்சுகளை மட்டும் களவாடிச் சென்றனர் புரட்சியின் தூண்களாக விளங்கிய சிலர். மற்றோரிடத்தில் புரட்சிப்படை சர்க்கார் துருப்பின் ஜெனரலைக் கைப்பற்றியது. அவ்வூரில் சிறைச்சாலையில்லை. அதனால், 'மேற்கொண்டு' உத்தரவு போடப்படும்வரை அந்த ஜெனரல் ஒரு ஹோட்டலில் சிறைவைக்கப்பட்டான்.

நகரங்களைக் கைப்பற்ற வேண்டியதுதான் பாக்கி — இத்தாலியில் குடியாட்சி ஸ்தாபிக்கப்பட்டுவிடும் என்று எதிர்பார்த்தனர் புரட்சிக்காரர்; ஓரிடத்தில் பெர்ஸாக்ளீரி படை சிரித்துக்கொண்டு வேடிக்கை பார்த்துக்கொண்டிருக்க, கலகக் கூட்டம் நகரத்தில் குடியாட்சி ஏற்பட்டுவிட்டதாக முரசறைந்துவிட்டது! ரோமாபுரியிலும், மிலானிலும் குடியாட்சி ஸ்தாபிக்கப்படவில்லை என்பது நிச்சயமான பின்பே, புரட்சிக் கூட்டம் தான் கைதுசெய்த ஜெனரலை விடுதலை செய்தது. வண்ணாத்தி ஒருத்தி, இந்தத் தற்காலிக அவசரச் சிறைக்கூடத்தின் சாவித்தொளையின் வழியாக ஜெனரலை மனமாரத் திட்டிக்கொண்டிருந்தாள்! விடுதலை பெறும்வரை அவன் பட்ட துன்பம் இந்த ஏச்சைக் கேட்டுச் சகித்துக்கொண்டிருந்ததுதான்.

மிலானில் முஸொலீனியும் கலகத்தை நடத்தினான். "மிலான்வாசிகளே, சந்தையிடத்தை, கடைகளைக் கைப்பற்றுங்கள்! அபேதவாதிகளே, பையாஜா டெல்குவோமோவுக்குச் செல்லுங்கள்!" என்று கோஷித்துக்கொண்டு முன்னேறினான். நகரமே ஒரு பாசறை. குதிரைப் படைகளின் தாக்குதல்களை அவன் கவனிக்கவில்லை. புஸ்தகங்களுட

418 ◆ புதுமைப்பித்தன்

னும் கமிட்டிகளுடனும் தங்கள் சேவையை நிறுத்திக் கொண்ட அபேத வாதத் தலைவர்களுக்கு இவனுடைய போக்கே ஒத்து வரவில்லை.

சர்க்காரும் இந்த நிலையில் கைகட்டிச் சும்மா இராதல்லவா! அது கலகக்காரர்களை அடக்கப் படைகளை அனுப்பி வைத்தது. ஆனால் இதற்குள் அநேக நகரங்கள் அபேதவாத ஜனநாயகக் கட்சியினர், புரட்சிக்காரர் முதலியோர் வசமாயின. அவர்களுடைய அனுமதிச் சீட்டில்லாமல் பிடிபட்ட நகரங்களில் பிரவேசிக்க முடியாது. இதே சமயத்தில் தன் அதிகாரம் நிலைத்துள்ள இடங்களிலெல்லாம் சர்க்கார் பலரைக் கைதுசெய்ய முயன்றது.

'புரட்சியே ஏற்பட்டுவிட்டது' என்று உறுதியாக நம்பியிருந்த முஸொலீனியைத் தூக்கிவாரிப் போடும்படி, சீர்திருத்தவாதிகள் சமரசம் பேச ஆரம்பித்தனர்; பல இடங்களில் தங்கள் சகபாடிகளின் உத்தரவுகளை அவர்களே ரத்துச் செய்தனர்.

முடிவாகத் தேசீயக் கட்சியினர் கோராடினி, பெடர்ஜானி, ரோக்கோ என்ற மூவர் தலைமையில் திரண்டு நின்று, சர்க்காருடன் ஒத்துழைத்து, கலகத்தை அடக்கினர். பல்லாயிரக்கணக்கானவர்கள் கைது செய்யப்பட்டனர். அராஜகனான மால்டஸ்டா, சர்க்காருடைய வலைவீச்சுக்குத் தப்பி, லண்டனுக்கு ஓடிப்போனான்.

சமுத்திரம் பொங்கியது போல் எழுந்த புரட்சி, பயங்கொள்ளிகளான சீர்திருத்தவாதிகளின் சமாதானத்தால் வெறுங்கேலிக்கூத்தாக முடிந்தது. முஸொலீனி தோல்வி என்பது என்னவென்பதை அப்பொழுதுதான் படித்துக்கொண்டான். புரட்சி ஏழுநாள் விந்தையாக மறைந்தது.

1906-ம் வருஷம் ரோமாபுரியில் அமெரிக்க ஸ்தானீகராக இருந்தவர் ஹென்றி ஒயிட் என்பவர். அவருக்கு 'கோல்ப்' பந்து விளையாட்டு என்றால் அபார மோகம். ஆனால் அவரிடம் ராஜதந்திர விஷயங்களில் நெளிவுசுளுவுகளைத் தெரிந்துகொள்ள வந்த கவுண்ட் கார்லோ ஸ்போர்ஸா வாலிபர். 'கோல்ப்' விளையாடுவதில் அவருக்கு நல்ல தேர்ச்சியுண்டு. விளையாட்டுப் போக்கில் ராஜீயமும் கொஞ்சம் கலந்துகொண்டது.

காலடியிலிருந்த பந்தை ஓங்கியடிக்கிறார் ஸ்ரீ ஒயிட். குறி தவறுகிறது. மட்டை வந்த வேகத்தில், பக்கத்தில் ஆள் நெருங்காமல் சுற்றிச் சுழலுகிறது. மறுபடியும் குறி வைக்கிறார். பந்து சிட்டாய்ப் பறக்கிறது. வியர்வையைத் துடைத்துக்கொண்டு இருவரும் நடக்கின்றனர். பந்து மட்டைகள் சுமப்பவன் பின்னால் தொடருகிறான்.

"சமீபத்தில் பால்போர் (பிரிட்டிஷ் பிரதம மந்திரி) கூடப் பேசிக் கொண்டிருந்தேன். அவர் என்ன சொன்னார் தெரியுமா? 'ஜெர்மனி தன் கப்பல் படையையும் வர்த்தகத்தையும் இனியும் இதற்குமேல் வளர்த்துக்கொள்ளுமுன், அதனுடன் சண்டை போடாமல் இருக்கிறது முட்டாள்தனந்தான்!' என்றார். நான் திடுக்கிட்டுப் போனேன்.

'என்ன மிஸ்டர் பால்போர், தாங்களுமா, கொள்கை உறுதியுடைய தத்துவவாதியான தாங்களுமா? தாங்கள் ஜெர்மன் வர்க்கத்தின்மீது வெற்றிபெற வேண்டுமானால் இன்னும் அதிகமாக உழைக்க வேண்டும்!' என்றேன். அவர் பதில் என்னை மேலும் தூக்கிவாரிப்போட்டது. 'என்ன ஒயிட், இப்படிச் சொல்லுகிறீர்? ஜீவனோபாயச் செலவைக் குறைப்பதற்கு வழி என்ன? இதையெல்லாம்விட, சண்டைக்குப் போவது இலேசில்லையா? நமது அதிகாரத்தையும் உயர்ந்த செல்வாக்கையும் காப்பாற்றிக்கொள்ள அதுதான் ஒரே வழி என்று நினைக்கிறேன்' " என்று சொன்னார்.

இது எப்போதோ 1906-ம் வருஷம், சரஜீவோ சம்பவத்தை யாரும் கற்பனைகூடச் செய்ய முடியாத காலத்தில் நடந்தது.

உலக மகா யுத்தம், நாடி அதிர்ச்சியால் ஏற்பட்ட திடீர் சம்பவம் அன்று. நெடுங்காலக் கொந்தளிப்பின்பேரில் கக்கப்பட்ட விஷம். வல்லரசுகள் யாவும் முட்டிக்கொள்ளச் சமயம் பார்த்திருந்தன; காரணம் ஜெர்மனி, அதன் பிரபல பிரதம மந்திரி பிஸ்மார்க்கின் கீழும், அதற்கப்புறம் கெய்ஸர் வில்லியத்தின் ஆட்சியிலும், இதர நாடுகள் திகிலடையத் தக்கபடி வளர்ந்துவிட்டது. மேலும் தனது தேவைக்கு மிஞ்சிய பொருள்களையும் மக்களையும் திணிக்க வேறு நாடு தேடியது. இந்த நிலையில் 1914-ம் ஷூ ஜூன் மீ 28-ம் உ ஆஸ்திரிய பட்டத்திளவரசனான ஆர்ச்டியூக் பிரான்ஸிஸ் பெர்டினான்ட் சரஜீவோவில் காப்ரில்லோ பிரின்ஸிப் என்ற அரசியல் வெறியனால் சுட்டுக் கொல்லப்பட்டான். ஆஸ்திரிய ஏஜெண்டுகள் ஸ்தலத்தில் விசாரணை நடத்தினர். செர்பிய சர்க்கார் இந்தச் சதிக் கொலையில் நேரடியாகச் சம்பந்தப்பட்டிருந்ததற்கு ஆதரவாக ருஜுக்கள் இல்லையாயினும், அதற்கு இப்படிப்பட்டதொரு சம்பவம் நடைபெறும் என்று தெரியும். பொதுத் தேர்தல் வருவதை உத்தேசித்து, தகவலை வியன்னாவுக்கு அறிவிக்கத் தவறியது. இதனால் ஆஸ்திரியா சீறியது; ஜெர்மனி அதை ஆதரித்தது. ஜூலை 2-ம் உ செர்பியாவின் மீது போர் தொடுப்பதென்று நிபந்தனை விடுக்கப்பட்டது. செர்பியா அந்த நிபந்தனைகளை ஏற்றால் தன் சுதந்திரத்தையே இழக்கவேண்டியதுதான். நிபந்தனை விடுக்கப்பட்ட சந்தர்ப்பமும் ஒரு மாதிரியானதுதான். பிரெஞ்சுப் பிரதம மந்திரியான பாயின்கரேயும் (இத்தாலியப்) பிரதம மந்திரி விவியானியும் ருஷிய மன்னன் ஜார் விருந்தினராக இருந்துவிட்டு, கடல் மார்க்கமாகத் திரும்பிக்கொண்டிருந்தனர். செர்பிய யுத்தத்தை வைத்துக்கொண்டு பிரான்ஸ், ருஷியா இரண்டு நாடுகளின்மீதிலும் யுத்தத்தைச் சுமத்தவே இந்தச் சந்தர்ப்பம் உபயோகித்துக்கொள்ளப்பட்டது. செர்பியா அழித்துவிடப்படுவதை ருஷியா கைகட்டிப் பார்த்துக்கொண்டிராது. செர்பியா போனால் ஹாம்பர்க் முதல் பாக்தாத் வரை ஜெர்மன் ஆட்சி ஏற்படும். 1849-ம் ஷூ, ஆஸ்திரிய சிங்காதனத்தில் ஏற பிரான்ஸிஸ் ஜோஸப்புக்கு ருஷியா ஆயுத பலமளித்ததெனினும், அதன் அபிலாஷைகளில் அடிக்கடி குறுக்கிட்டது ஆஸ்திரியாவே. ஆகையால் பெல்கிரேட்

மீது குண்டு விழுந்தது என்ற செய்தி கிடைத்ததும் ருஷியா படை திரட்ட ஆரம்பித்ததில் அதிசயமொன்றுமில்லை. இந்தக் கொந்தளிப் பான நிலையில் ஆஸ்திரியாவைச் சமாதானப்படுத்தக்கூடிய நிலையில் இருந்தது ஜெர்மனிதான். அந்தச் சந்தர்ப்பத்தை நழுவவிட்டதற்கு ஜெர்மனிக்கு காலனிகள் மேலிருந்த மோகமும், கெய்ஸருக்குத் தம் ஆப்த நண்பனின் கொலையினால் ஏற்பட்ட சீற்றமுமே காரணமாகும்.

ஐரோப்பியக் கொள்கைகளே அமைதியில் பிறந்தவையல்ல; ஒவ்வொரு அந்நிய நாட்டுக் காரியாலயமும் தன் அபிலாஷைகளை யுத்தத்தின்மூலம் நிறைவேற்றிக்கொள்ளக் கனவு கண்டுகொண்டிருந் தது. பிரான்ஸுக்கு அல்ஸேஸ் லொரெயின் வேண்டும் என்று பிரியம்; ஜெர்மனி காலனிகளையும், பெரிய கடற்படையையும், மத்திய கிழக்குப் பகுதியில் ஆதிக்கத்தையும் வேண்டுமென்று விரும்பியது. ஆஸ்திரியா செர்பியாவை நசுக்கிவிடவும், ஸலோனிகா துறை முகத்தைக் கைப்பற்றிவிடவும் ஆசைப்பட்டது. ருஷியருக்கு பாஸ்பரஸ், டார்டனல்ஸ்மீது கண். செர்பியாவுக்கு பாஸ்னியா, ஹெர்ஸ்கோவினா இவற்றின்மீது நாட்டம். ருமேனியாவுக்கு டிரான் ஸில்வேனியாவின் மீது விருப்பம். இத்தாலி டிரன்டினோ, டிரிஸ்டி வரை தன் எல்லைப் புறத்தை விஸ்தரிக்க விரும்பியது. இதுதான் போர் தொடுக்கும்பொழுது பல நாடுகளுக்கும் ஏற்பட்டிருந்த ஆசைகளும் எண்ணங்களும்.

○

8. மாஜி அபேதவாதி

யுத்த எச்சரிக்கைத் தந்திகள் ஐரோப்பாவின் ஒரு முனையிலிருந்து மற்றொரு முனைக்கு மின்னொளி போல் பாய்கின்றன. தேசங்கள் யுத்தத்திற்குப் படை திரட்டுகின்றன. இத்தாலிய தேசீயவாதிகள் தங்கள் தேசமும் உடனே யுத்தத்தில் கலந்துகொள்ள வேண்டுமென்று விரும்பினார்கள். இதற்குக் காரணம் நிர்ணயமான ஒரு அந்நிய நாட்டுக் கொள்கையன்று; பொதுவாக இதர தேசங்களில் காணப் பட்ட யுத்த வெறியின் பிரதிபலிப்பேயாகும். தேசீயவாதிகள் முதலில் நேச தேசக் கட்சியினரை எதிர்த்துப் போராட வேண்டுமென்று விரும்பினர். ஆனால் மறுகணம் ஆஸ்திரியாவுடன் செய்துகொண்ட முக்கட்சி ஒப்பந்தத்தை ரத்துச் செய்துவிட்டு, அதன்மீது போர் தொடுக்க வேண்டுமென்று விரும்பினர். இத்தாலி எந்தக் கட்சியிலும் சேராது நடுநிலைமை வகிப்பதை அவர்கள் விரும்பவில்லை. மத்தியக் கட்சிகள், லிபரல் கட்சித் தலைவனான கியோலிட்டி வார்த்தை களுக்குச் செவி சாய்த்து, நடுநிலைமையை ஆதரித்தன. அந்நிய நாடுகள் பெரிய யுத்த நெருக்கடியில் சிக்கியிருக்கும் சமயத்தில் தேசத்தின் போக்கை உணராத கியோலிட்டி தன் குறுகிய நோக்கத் திற்குத் தானே பலியானான். இத்தாலிய சர்க்கார் தேசத்தின்

போக்கை உணர்ந்து ஆஸ்திரியாவை உதறித் தள்ளிவிட்டு நேச தேசத்தாரோடு சேர்ந்துவிட்டது. பெர்லின் காட்டும் ஆசை வார்த்தை களுக்கு இணங்கி இத்தாலியை நடுநிலைமை வகிக்கும்படி செய்விக்க, சலாந்த்ரா என்ற பிரதம மந்திரியைப் பதவியிலிருந்து விலக்குவதற்குச் சூழ்ச்சி செய்ததாக கியோலிட்டி குற்றம் சாட்டப்பட்டான். சண்டை போடாமலே ஆஸ்திரியாவிடமிருந்து எதையோ நிறையப் பறிக்கலா மென்று அவன் சொன்ன வார்த்தைகளே அவனுக்கு எதிராக வந்தன. செல்வாக்கு (மறைமுகமான சர்வாதிகாரம்) தொலைந்தது. ரோமாபுரியை விட்டு அவன் அகன்றான். தேசீயக் கட்சிகள் யுத்தத்தின் சார்பாகப் பொதுமக்களிடையே பிரசாரம் செய்தன.

இன்னொரு விசித்திரம். தீவிர அபேதவாதிகளான முஸொலீனியும், அவன் சகாக்களும் அவர்களுடன் ஒத்துழைக்க முனைந்தார்கள். 'இன்று யுத்தம்; நாளைப் புரட்சி!' என்று கோஷித்தான் முஸொலீனி. 'யுத்தத்தினால் இத்தாலிய சமூகம் அதிரடித்துப்போகும்! தொழிலாள ரின் புரட்சி மூலம் அபேதவாத சாம்ராஜ்ய சர்க்காரை ஸ்தாபித்துவிட லாம்' என்றெல்லாம் வாதித்தான். 'இன்று சரித்திரம் யுத்த முனை யிலுள்ள பாசறைகளிலே சிருஷ்டிக்கப்படுகிறது. நாளைக்கு நாம் அதை நம் தெருக்களிலேயே ஏற்படுத்துவோம்!' என்று கோஷம் செய்தான். 'இதை அபேதவாதி என்ற நோக்கத்தோடு பார்க்கலாகாது; இத்தாலியன் என்ற நோக்கத்தோடு பார்க்க வேண்டும்' என்றான். 'யுத்தம் புரட்சியானால் ஒவ்வொரு புரட்சிக்காரனும் அதில் பங்கெ டுத்துக்கொள்ள வேண்டும். தேசீய உணர்ச்சியும் வர்க்க உணர்ச்சியும் எதிரெதிரான உணர்ச்சிகளா? இவ்விரண்டையும் ஒன்றாக இணைக்க முடியுமா என்று நாம் ஏன் முயற்சிக்கலாகாது?' இப்படிப்பட்ட வாதங்கள் 'அவாந்தி'ப் பத்திரிகையின் தலையங்கங்களாக வெளிவந் தன. இவைதான் அவன் அப்பத்திரிகையின் ஆசிரியப் பதவியிலிருந்து நீக்கப்படுவதற்குக் காரணம். பத்திரிகையில் அவனுக்கு ஆசிரியப் பதவியளித்த கான்ஸ்டாண்டினோ லஜாரியோவே அவனை அப்பதவியைவிட்டு நீக்குவதற்கு முயன்றான்.

மிலான் முனிஸிபல் கூட்டம் நடக்கிறது. அங்கே மேயர் ஒரு 'ஸிண்டிகலிஸ்ட்' அபேதவாதி. அவருக்கு ஒரு தந்தி வருகிறது. பிரித்து வாசிக்கிறார். முகம் சடக்கென்று மாறுகிறது! "அவருக்குப் பதிலாக யார்?" என்ற வார்த்தைகளைத் தம்மையறியாது வாய்விட்டுச் சொல்லுகிறார்....

"நான் 'அவாந்தி'ப் பத்திரிகையை நடத்தும் பொறுப்பை ராஜிநாமா செய்கிறேன். கடைசியில் விடுதலை! ஆசி! — முஸொலீனி"

என்ன செய்வது....

பொலோனாவில் அபேதவாதிகள் கட்சிக் கூட்டம். கூட்டத்திலே பெனிட்டோவுக்கு அபார எதிர்ப்பு. அபேதவாதிகள் பின்பற்றினாலும்

பின்பற்றாவிட்டாலும் யுத்தத்தில் தலையிடுவது என்று அவன் தீர்மானித்துவிட்டான்.

'யுத்தம், யுத்தம்! இதுவே இத்தாலியின் அரிய சந்தர்ப்பம்!' என்று நினைக்கலானான் முஸொலீனி.

கூட்டத்தில் ஏக இரைச்சல், கூப்பாடு. அதில் ஓங்கி எழுகிறது பெனிட்டோவின் குரல்.

"நீங்கள் இப்போது வெறுப்பதற்குக் காரணம் உங்களுக்கு என் மீதிருக்கும் அபார அன்பே!

"நீங்கள் என்னை அரசியல் வாழ்விலிருந்து இன்று விரட்டிவிடலாம் என்று நினைக்கிறீர்கள். அது உங்களால் முடியாது. இனியும் நீங்கள் என்னை எதிர்த்துத்தான் ஆக வேண்டும். அப்போது எனது பலத்தை உணர்வீர்கள்!"

சடக்கென்று கீழே இறங்கி வெளியேறினான் பெனிட்டோ. "ஹாய்! ஊய்!" என்ற ஊளையும் கேலியும் பின்புறமிருந்து வழியனுப்புகின்றன. அபேதவாதக் குழந்தைகள் தங்களது தற்காலிக வெற்றியில் தங்களைத் தாங்களே போற்றிக்கொள்கின்றன!

மிலானில் போரோ போனபார்ட்டே என்று ஓரிடம். அதில் மூன்றாவது மாடியில் முஸொலீனியின் குடித்தனம். அதில் அவனும் அவன் சகாக்களும் கூடுகின்றனர். அவனோடு 'அவாந்தி'ப் பத்திரிகையில் வேலைசெய்த அலிஸான்ட்ரோ கியோவானி, மார்கரட்டா, ஸர் பாட்டி முதலியோரே அந்த நண்பர்கள். இனி என்ன செய்வது? புதிய பத்திரிகை வேண்டும். புதிய கட்சி வேண்டும்! பணத்திற்கு பிரெஞ்சு மூலதனம் கிடைக்கிறது. இத்தாலிய தேசீயவாதிகளான கவிஞன் டீ அனன்ஸியோ, மார்ட்டினெட்டி, காரிடோனி இவர்களது ஒத்தாசை கிட்டுகிறது.

1914-ம் வருஷம் நவம்பர் 15-ம் தேதி 'போபோலோ டி' இத்தாலியா' பத்திரிகை உதயமாகிறது. பத்திரிகைத் தலைப்பின்கீழ், 'ஒரு அபேதவாத தினசரிப் பத்திரிகை; பொருள் உற்பத்தி செய்வோர், போர் வீரர்கள் இவர்களது சார்பாகப் பிரசாரம் செய்யும் பத்திரிகை' என்று ஒரு வியாக்கியானம் வெளிவருகிறது.

வர்க்கப் போராட்டத்தையும் தேசீயப் போராட்டத்தையும் இணைத்து, புரட்சியின் மூலம் குடியாட்சியை ஸ்தாபிப்பது என்பது இலட்சியம். அதாவது, யுத்தம் முடிந்த பிறகு ஆஸ்திரிய அதிகாரத்தின் கீழ்ச் சிக்கிக்கிடக்கும் இத்தாலிய மைனாரிட்டிகளையும் தாய் நாட்டுடன் இணைத்து இந்த இலட்சியத்தைப் பூர்த்தி செய்வதாக உத்தேசம். அந்தக் கொள்கைகள் அபேதவாதிகளுக்கு வெறுப்பையூட்டின. 1914-ம் ஷு நவம்பர் 24-ம் தேதி அபேதவாதக் கட்சி முஸொலீனியைக் கட்சியிலிருந்து விலக்கியது. அவ்வாறு விலக்கிய தீர்மானம்

வருமாறு: 'பெனிட்டோ முஸொலீனி, 'போபோலோ டி' இத்தாலியா' என்ற பத்திரிகையைப் பிரசுரித்து, அதில் கட்சியின் தீர்மானங்களுக்கு எதிராக எழுதுவதின் மூலம் கட்சியின் ஒழுக்கத்தை மீறியதற்காக அவனையும் அவன் சகாக்களையும் கட்சியினின்றும் இச்சபை நீக்குகிறது. அபேதவாதம் நீடூழி வாழ்க! யுத்தம் ஒழிக!"

மறுநாள் 'போபோலோ டி' இத்தாலியா'வில் முஸொலீனி பின்வருமாறு எழுதுகிறான்:

"நான் பின்னர் என் வஞ்சத்தைத் தீர்த்துக்கொள்வேன். இன்று என்னை விரட்டியவர்கள் இன்னும் என்னை நேசிக்கிறார்கள். என்னைப் புரிந்துகொள்ளாததினால் அவர்கள் என்னை நசுக்கி விட்டார்கள். 'முன்னோக்கிச் சென்ற வீரன் நீதான்!' என்று அவர்களும் என்னைப் பாராட்டும் காலம் வரும். அதுதான் எனது வஞ்சம் தீர்க்கும் காலம்; அதுவே எனது நீதி!"

பத்து நாட்களுக்குள் பேஸிஸ்ட் கட்சி ஸ்தாபிதமாயிற்று. அதன் நோக்கம் தீவிரவாதிகள், அபேதவாதிகள், அராஜகர்கள் முதலியோரிடையே தேசீயக் கொள்கையைப் பரப்புவது! இரண்டு மாதங்களுக்குள் 9,000 அங்கத்தினர்கள் சேர்க்கப்பட்டனர். மத்தியக் கட்சிகள் நடுநிலைமைக் கொள்கையை ஆதரித்த காரணம் என்னவெனில் அக்கட்சியைச் சேர்ந்தவர்களிற் பலர் அந்நாட்டு ஆஸ்திரிய ஜெர்மன் மக்களோடு வர்த்தக சம்பந்தம் வைத்துக்கொண்டிருந்தார்கள். இந்த நிலையில் முஸொலீனி பின்வருமாறு தன் புதிய பத்திரிகையில் எழுதுகிறான் : "நடுநிலைமைக் கொள்கை நீடிக்கப்பட்டால் இத்தாலி நாளைத் தலைகுனிந்து நிற்கவேண்டியிருக்கும். அதன் சுயாட்சியை இழக்கும்; வருங்காலத்தின்மீதுள்ள நம்பிக்கையை இழக்கும். நம் சமுதாயத்திலே ஹோட்டல்காரர், நாட்டிய வாத்தியார்கள், பூட்ஸ் துடைப்பவர்கள் ஆகியோர்களே இத்தாலியின் பிரதிநிதிகளாக இருப்பார்கள்! உலகம் நம்மைக் கேலி செய்யும், மதிக்காது! போர் செய்யாமலே நாட்டை இழப்போம்! இழக்கு முன்னே செத்துக் கிடப்போம்!"

1915-ம் ௵ மே மாதம் பிரதம மந்திரி சலாந்த்ரா, வியன்னாவுக்கு யுத்த எச்சரிக்கை விடுத்தார். 'போபோலோ டி' இத்தாலியா' சர்க்காரின் தீர்மானத்தைப் பின்வருமாறு வரவேற்கிறது: "இன்று முதல் நமது தேசம் யுத்தத்தில் ஆயுதம் தாங்கிவிட்டது. இன்று முதல் நாம் எல்லோரும் இத்தாலியரே! இனி இரும்பு இரும்பைத் தாக்கும். ஆயிரம் ஆயிரம் குரல்களில் 'வாழ்க இத்தாலியா! இத்தாலியா வாழ்க!' என்ற கோஷம் பறக்கும். இதற்குமுன், நாம் நமது தந்தையர் நாடு என்று ஒன்று இருக்கிறது என்பதை இவ்வளவு ஆவேசத்துடன் உணர்ந்ததே கிடையாது. இவ்வுணர்ச்சி இயற்கை என்பதையும் நினைத்தது கிடையாது. இன்று இத்தாலி அதன் புராதனப் பெருமைகளுக்கேற்ப யுத்த சன்னதமாகிவிட்டது. அந்தப் பலம் நம் நரம்புகளிலே ஓடுகிறது.

"இத்தாலி அன்னையே! எங்கள் வாழ்க்கைகளை உனக்கு அர்ப்பணம் செய்கிறோம். பயமற்று, வருத்தமற்று, எங்கள் வாழ்வையும் சாவையும் உனது காலடியில் வைத்து வணங்குகிறோம்!"

○

9. கார்ப்பொரல்* பெனிட்டோ

அபாஸோ லா' ஆஸ்திரியா
ஏ லா ஜெர்மானியா
கான் லா துர்ச்சியா
இன் கம்பாக்னியா!

அணி அணியாக வாலிபர்கள் ஆயுதம் தாங்கி மேற்கூறிய பாட்டைப் பாடிக்கொண்டு யுத்தமுனைக்குச் செல்லுகிறார்கள். தொண்டர் படையில் வாலிபர்கள், உழைப்பாளிகள், சர்வகலாசாலை மாணவர்கள், கடைக் குமாஸ்தாக்கள் முஸொலீனியின் பிரசார மோகத்தில் அடிபட்டு, பீரங்கி வாயின் உணவுகளாகச் செல்லுகின்றனர். 'லெப்ட் - ரைட் - லெப்ட் - ரைட்' இப்படி ராணுவ நடை போடுகிறார்கள்.

இரண்டு லட்சம் படைவீரர்கள்! அத்தனை பேரும் வாலிபர்கள். யுத்தமுனைக்குச் சென்றுவிட்டார்கள்! இத்தாலிய சர்க்கார் இதைப் பிரமாதமாகக் கருதவில்லை. 1916-ம் வருஷம் வரை அது அசட்டையாகவேயிருந்து வந்தது. காரணம், அதிகாரம் யாவும் அபேதவாதிகள் கையிலிருந்ததே. 'அவாந்தி'ப் பத்திரிகை கிண்டல் செய்கிறது: "பிறருக்கு உபதேசம் செய்வதே தலைவருக்கு வழக்கம் போலும்!" என்று கேட்கிறது.

இந்த நிலையில் 'போபோலோ டி இத்தாலியா' பத்திரிகையின் ஆசிரியர் யுத்தமுனைக்குச் செல்வதற்காகத் தம் வாசகர்களிடையே பின்வருமாறு விடைபெற்றுக்கொள்ளுகிறார்:

"நண்பர்களே,

"நான் யுத்தமுனைக்குச் செல்லுகிறேன். அந்நிய நாட்டார் குரோத எண்ணத்துடன் நமக்கு வகுத்திருக்கும் எல்லைகளைத் தாண்டி யுத்தமுனைக்குச் செல்லுகிறேன். நீங்கள் என் தோழர்களாக, என் வருகைக்காகக் காத்திருப்பீர்கள். 1884-ம் வருஷம் பொதுமக்களிடையே தோன்றிய உற்சாகம் இன்று உங்களிடையே காணப்படுவது கண்டு மகிழ்ச்சியடைகிறேன். பொதுமக்களது மனம் உறுதியாகத்தான் இருக்கிறது. பீரங்கிப் புகை அருகில் நின்று சேவைசெய்யும் எனது சகாக்களான படைவீரர்கள் யாவரும் எந்தத் தியாகத்திற்கும் தயா

---

* கார்ப்பொரல் — ஒரு ராணுவ அதிகாரம்; ஸார்ஜண்டுக்கு அடுத்த படியிலுள்ளது.

ராகவே இருக்கிறார்கள் என்று நம்புகிறேன். அவர்கள் பலசாலிகள். அவர்களை நம்பலாம்.

"இத்தாலி நிச்சயமான வெற்றியை எதிர்நோக்கித் தன் படையை அனுப்பிவிட்டது. நிச்சயம், நிச்சயம்!

"நாம் போராடுவோம்! நீங்களும் அப்படியே! ஆயுதப் பரிகரணமே வேண்டாம் என்பதே எங்கள் மூலமந்திரம்."

பெர்சாக்ளீரிப் படை: அதில்தான் முன்பு அவன் பயிற்சி பெற்றான். அதனுடன் சேர்ந்தே யுத்தமுனைக்குச் சென்றான். கொஞ்ச நாள் விசேஷ வேலைகளுக்காகப் பல இடங்களுக்கு அனுப்பப்பட்ட பிறகு, நவம்பர் மாதம் யுத்தமுனைக்குப் படை சென்றது. இனி, தன் சேவையைப் பற்றி முஸோலீனியே கூறியவற்றைக் கவனிப்போம்:

"முதலில் சில மாதங்கள் ஆல்ட்டோ இஸோன்ஸோ எல்லையில் சேவை. கணவாய்கள் வழியாகப் பலத்த சேதத்துடன் யாத்திரை. கார்னியா தளத்தில் கொஞ்சம் அமைதி. செப்டம்பர் 20 - ம் தேதி — பனி இன்னும் விழுந்துகொண்டிருக்கிறது. சேவையின் முதல் பாகம் முடிவடைந்துவிட்டது.

"இள வெய்யில். மலைச்சரிவில் ஒரு டிரெஞ்ச் (பாசறை). குண்டு மாரி பொழிந்துகொண்டிருக்கிறது. வேறு வேலையில்லை. காய மடைந்தவர்கள் ஒவ்வொருவராகப் போய்க்கொண்டிருக்கிறார்கள். 'எங்களுக்கு இரண்டு பக்கத்திலும் குதிரைப்படை!' என்று சிரிக்கிறான் ஒருவன்.

"மத்தியானம். வானத்தில் மேகம் கவிகிறது. திடீர் திடீர் என்று மழை. என் பக்கத்தில் ரிசார்ட்டி, மசாரி முதலிய நான்கு சோல்ஜர்கள். நால்வரும் பிரார என்ற இடத்திலிருந்து வந்தவர்கள். ஊரிலிருக்கும் சணல், பீட்ரூட் மார்க்கெட் நிலவரங்களைப் பற்றிப் பேசிக்கொண் டிருக்கிறார்கள்.

"டிரெஞ்சுக்குப் போகும் வழி. ஒரு தொழிற்சாலையின் முன் உட்கார்ந்து இதை எழுதுகிறேன். எனது சகாக்களில் ஒருவன் தூங்குகிறான். மற்றொருவன் கடுதாசி எழுதுகிறான். தூரத்திலே பீரங்கிச் சத்தம். எனக்கு இந்த வாழ்க்கை ரொம்பப் பிடித்திருக்கிறது. கொஞ்ச நேரம் கழித்து எங்கு பார்த்தாலும் பீரங்கிப் பிரயோகம். தூங்குகிறவர்கள் தூங்கத்தான் செய்கிறார்கள். வெடி வெடிக்கும் பொழுது நாங்கள் ஓசைகளை எண்ணிக்கொண்டிருக்கிறோம். சாப் பாடு, போதை உபகரணங்கள் இவற்றைப் பரிமாறிக்கொள்ளுவதுதான் எங்கள் பொழுதுபோக்கு.

"அக்டோபர் 14-ம் தேதி. இரவு மப்பு மந்தாரம் இல்லை. நட்சத்திரங் கள் தெளிவாகத் தெரிகின்றன. அதுவும் நடுநிசி வரைதான். அதற்கப் புறம் உறைபனி பெய்ய ஆரம்பிக்கிறது. பொழுதுபோக்காக வெடி குண்டு எறிந்து பழகுகிறோம். மலைச்சரிவில் யுத்தம் எப்படி நடக்கிறது, தெரியுமா? இத்தாலியில் வீடுகளில் சௌகரியமாக உட்கார்ந்து

கொண்டு டிரெஞ்சு யுத்த முறைகளைப் பற்றி சுவாரஸ்யமாகப் பேசிக்கொண்டிருக்கிறவர்கள், பிளாண்டர்ஸ் (பிரெஞ்சு முனை) களங்களில் இங்கிலீஷ்காரர்களுக்கு தெர்மாஸ் பிளாஸ்க், கம்பளிப் போர்வை முதலியன கொடுக்கப்படுவதை வைத்துக்கொண்டு, குஷியான வாழ்க்கைதான் என்று நினைப்பார்கள். இங்கே அப்படி ஒன்றுமில்லை. சமுத்திர மட்டத்திற்கு 2000 அடிகளுக்கு மேல், பாறைகளில் குடைந்த குழிகளில் இருப்பது வேறு ஒரு தினுசு. இங்கே சீதோஷ்ணத்தின் கஷ்டங்கள் எல்லாம் அநுபவித்துத்தான் தீரவேண்டும். பனி பெய்தால் பாறையும் விறைக்கும். இங்கு எதிரி களைக் கோட்டைகளைவிட்டு விரட்டுவதில்லை. அவர்களை மலையைவிட்டே ஓடும்படி செய்வதுதான் இங்கு யுத்தம். இப் பிரதேசங்களில் பீரங்கியைப் போல் பாறாங்கற்களும் சரியான ஆயுதம்.

"மார்ச் 2-ம் தேதி : இன்று இராத்திரிக் காவல் எனக்கு. எங்கு பார்த்தாலும் பனிக்கட்டி, பனிக்கட்டி, பனிக்கட்டி! வெள்ளை வெளேரென்று ஒரே உறைபனி மயம்!

"மார்ச் 3-ம் தேதி: அவ்வளவு பனிக்கப்புறம் மனத்தை மகிழ்விக்கும் சூரியோதயம். தூரத்திலே மரங்களில் ஜிகினா வேலை செய்த மாதிரி பனிக்கட்டிகள் சூரியோதயத்தில் பல்வேறு வர்ணங்களோடு பளிச்சென்று மின்னுகின்றன. தூரத்திலே காடோர் தெரிகிறது. வேலை, வேலை! பொதி சுமக்கும் கோவேறு கழுதைகள் மேலும் உறைபனி. முகாமில் நடந்து போக வர வழியில்லாமல் பனிக்கட்டி.

"நவம்பர் மாதத்திலே ஒரு நாள் படை மலை உச்சியிலே செல்லு கிறது. ஆறு மணி நேரம் விடா மழை. அப்புறம் உறைபனி பெய்ய ஆரம்பித்துவிட்டது. முழங்காலளவு சகதி. தொப்பலாக நனைந்து விட்டோம். 'கால் இருக்கிறதே தெரியவில்லையே!' என்கிறான் பக்கத்திலிருக்கிற சிமோனி. உறைபனி பஞ்சு போல மெதுவாக விழுந்துகொண்டிருக்கிறது. விடாமல் விழுந்துகொண்டிருக்கிறது. எலும்பைக் குடைகிறது குளிர். ஒருவருக்கும் நடக்க முடியவில்லை. அசைந்தால் எதிரிலிருக்கும் ஆஸ்திரியத் துப்பாக்கிகள் குண்டுகளைக் கக்க ஆரம்பித்துவிடும். பக்கத்திலிருக்கும் மற்றொருவன் முனகுகிறான். லெப்டினன்டுக்கு இது பிடிக்கவில்லை. கப்சிப்! மறுபடியும் ஒருவன், பொறுக்க முடியாமல், 'மேலெல்லாம் விறைத்துப் போச்சே!' என் கிறான். இப்படிப் பதினான்கு மணி நேரம் நிற்க முடியுமா? என்னையும் சிமோனியையும் காப்டனிடம் அனுப்பினார்கள். காப் டனைப் பார்த்தோம். அவன் அமைதியாகச் சுருட்டுப் பிடித்துக் கொண்டிருக்கிறான். 'ஆறு மணி நேரம் மழையிலும், அப்புறம் நான்கு மணி நேரம் உறைபனியிலும் நின்றுவிட்டு, அதற்கப்புறமும் அங்கிருப்பதென்றால் படை நசித்துவிடும் என்று லெப்டினன்ட் சொல்லச் சொன்னார், ஸார்!' என்று அறிவித்தோம்....

"டிஸம்பர் 25-ந் தேதி : பின்னும் ஒரு மாதமாக மழை. இன்று கிறிஸ்மஸ். அதாவது யுத்தம் ஆரம்பித்து மூன்றாவது கிறிஸ்மஸ்.

கிறிஸ்மஸ் கார்டு எனக்கு, ஊர் நினைவுகளையெல்லாம், குழந்தைப் பருவ நினைவுகளையெல்லாம் கொண்டுவந்திருக்கிறது. 25 வருஷத்திற்கு முன்னே... இராத்திரி பகல் என்றில்லாமல் குருவிக் கூண்டுகளைப் பிய்த்துக்கொண்டு திரிந்தேன்... பிரார்த்தனை நடக்கிறது... கூப்பிடு தூரத்திலே எமன் நிற்கிறான்... விடியற்காலம் ரொம்பக் குளிர்தான். யுத்த சமயத்தில் கிறிஸ்மஸ், ஊர் நினைவைத்தான் கொண்டுவருகிறது. டிரெஞ்சுகளில் ஒரே மௌனம், நிசப்தம்....

"எனக்காக ஒருவன் ஒரு கோழிக் குஞ்சைப் பொரித்துக்கொண்டு துப்பாக்கிப் பிரயோகத்திடையில் வருகிறான். அவன் 'போபோலோ' பத்திரிகையில் சிப்பந்தி... டிரெஞ்சுகளில் ராத்திரி என்றால் நரகந்தான்.

"1917 பிப்ரவரி 23-ந் தேதி : குண்டு மழை. குண்டுகள் வெடிப்பதே ஒரு தினுசு. சில, பாதி வழியில் உயர வரும்பொழுதே வெடிக்கும்; சில வந்து விழுந்ததும் வெடிக்கும்; மற்றும் சில விழுந்து சில நிமிஷ நேரம் கழித்து வெடிக்கும்; விழுந்தும் வெடிக்காதவற்றை எடுத்து மீண்டும் எதிரி பக்கமாக வீசிவிடுவதால் ஓரளவு அபாயத்தைக் குறைக்க முடியும். இந்த வேலை எனக்கு... பிற்பகல். மேலெல்லாம் வேர்க்கிறது. வீசி வீசிக் கை ஓய்கிறது. நாங்கள் குண்டு மாரி பொழிந்துகொண்டிருக்கிறோம். பீரங்கிக் குழாய் சூடேறிவிட்டது. இனி அதை உபயோகித்தால் அபாயம். இருந்தாலும் காப்டன் நெருக்குகிறான். 'ஸினோர் டெனன்ட், குழாய் ஓரிடத்தில் கீறிவிட்டது! நாம் நிறுத்திக்கொள்ள வேண்டும். இல்லாவிட்டால் அபாயம்!' என்றேன்.

"'இன்னும் ஒரே ஒரு தடவை சார்ஜென்ட்!' என்கிறான் லெப்டினென்ட்.

"டபார்...!"

லெப்டினென்டும் பக்கத்தில் சூழ்ந்திருந்த சோல்ஜர்களும் காலும் கையும் இழந்து கிடக்கிறார்கள். குண்டு, வெளியேறுவதற்குப் பதிலாக உள்ளிருந்தே வெடித்துவிட்டது. முஸொலீனிக்கு நாற்பது இடங்களில் காயம். தூக்கி எறியப்பட்டான். டோபர்டோவில்தான் ராணுவத்தின் வைத்தியப் பகுதி; அவன் அங்கு எடுத்துச் செல்லப்படுகிறான்.

"மார்ச் 18. காலை எட்டு மணி. உயர விமானம் பறக்கும் சப்தம் கேட்கிறது. ஆஸ்பத்திரிக்கருகில் ஒரு வெடிகுண்டு விழுகிறது. அப்புறம் ஒன்று; பிறகு மூன்றாவது. பக்கத்திலிருந்த நர்ஸ் அமைதியாகத்தானிருக்கிறாள். 'ஆஸ்பத்திரியின் மேல் பறக்கும் சிவப்புக் கொடியை அவர்கள் பார்க்கவில்லை போலிருக்கிறது!' என்கிறாள்.

"மற்றொன்று... ஆபரேஷனும் சிகிச்சையும் நடந்துகொண்டுதானிருக்கின்றன. இன்னொரு வெடிகுண்டு ரொம்பச் சமீபத்தில் விழுகிறது. வெள்ளையாகத் தூசி அறை பூராவும் நிரம்புகிறது. படுத்திருந்தவன் ஒருவனுக்குக் காயம். கட்டுப் போட்டுக்கொண்டு வரிசையாகப் படுத்துக் கிடந்தவர்களுக்குள் ஒரே பீதி. அவர்கள் ஒரேயடியாகக்

கூப்பாடு போடுகின்றனர். பக்கத்தறையிலிருந்து காயமடைந்த வேறு சிலர் இங்கு கொண்டுவரப்படுகிறார்கள். டாக்டர் ஒருவர் உள்ளே வந்து எல்லோரையும் சமாதானப்படுத்த முயல்கிறார். வெடிகுண்டுகள் சரமாரியாக விழுந்துகொண்டிருக்கின்றன. பிறகு ஒரு பெரிய வெடிப்பு. நிசப்தம். டாக்டர் ஒருவர் உள்ளே வருகிறார். காயமடைந்தவர்கள் எல்லாரையும் வேறு இடத்திற்கு எடுத்துச் செல்லப் போவதாக அறிவிக்கிறார். நான் மட்டும் இங்கிருக்க வேண்டுமாம். என்னைத் தூக்கினால் அபாயமாம். டாக்டர்களும் நர்ஸ்களும் மட்டும் இருக் கிறார்கள். காயமடைந்தவர்களில் என்னைத் தவிர யாவரும் வேறி டத்திற்கு எடுத்துச்செல்லப்பட்டுவிட்டனர். நிசப்தம்! இருட்டு!"

இத்தாலிய ராணுவம் எவ்வளவு கஷ்டத்திற்குள்ளாயிற்று என்பதை அறிந்துகொள்ள வேண்டுமானால் அது போர் தொடுத்த முனை களைத் தெரிந்துகொள்ள வேண்டும். அந்த இடங்களில் ஏற்கனவே ஜெர்மன், ஆஸ்திரிய ஆதிக்கம் இருந்ததால் அவைகளுக்குச் சாதக மான இடமாகவிருந்தது. வடக்கே வேநட்டோ சமவெளி. அதன் வட பாகத்திலும் கீழ் மேல் பாகங்களிலும் மலைகள். பயேவ், டாக்ளியா மெண்டோ, இஸோன்ஜோ என்ற மூன்று நதிகள் தென் திசை நோக்கி ஓடுகின்றன. ஆல்ப்ஸ் மலைப் பிரதேசத்தின் டிரன்டினோச் சரிவு யுத்த களத்தின் வடமேற்கு மதிலாக இருக்கிறது. சமவெளியின் கீழ் முனையில் செங்குத்தான கார்ஸோ பீடபூமி. யுத்தத்துக்கு முன் ஆஸ்திரியாவின் எல்லைப்புறம், சமவெளியின் கிழக்குப் பகுதியையும், வடக்கு, வடமேற்குப் பகுதிகளில் டிரன்டினோ வையும் தன்னுள் அடக்கியிருந்தது. ஆஸ்திரியப் படை இத்தாலியப் பிரதேசத்தில் அணிவகுத்து முதலில் நிறுத்தப்பட்டாலும், யுத்தம் ஆரம்பித்தவுடன் கார்ஸோ, டிரன்டினோ கணவாய்களின் துர்க்கங் களில் நின்றுகொண்டது. 1915 முதல் 1916 வரை கார்ஸோ முனையைக் கைப்பற்றி டிரன்டினோ வழியாக ஆஸ்திரியர் வராமல் தடுப்பதே இத்தாலியர் நோக்கம். இம்முயற்சி தவறினால் கிட்டியிலகப்பட்ட மாதிரி இரு புறமும் முன்னேறும் ஆஸ்திரியப் படைகளுக்குள் இத்தாலியப் படைகள் அகப்பட்டுக் கொள்ளும். 1917 அக்டோபர் வரை இக்கொத்தளங்களை இத்தாலியர் கைப்பற்றியிருந்தனர். ஆனால் கார்ப்பெரெட்டோ வழியாக ஆஸ்திரியர் முன்னேறிவிட இத்தாலியர் கார்ஸோவைக் கைவிட வேண்டியதாயிற்று.

இத்தாலியர் பின்னுக்கு வாங்கி, பயேவ் நதிக்கரையில் உறுதியாக நின்றனர். 1918-ம் வருஷம் அக்டோபர் மீ விடோரியோ வினேடோ வில் இத்தாலியருக்குப் பெரிய வெற்றி. அவர்கள் ஆஸ்திரியர்களை விரட்டி, கார்ஸோ எல்லையையும் பீட பூமியையும் கைப்பற்றினர். இதே சமயத்தில் ஆஸ்திரியர்கள் டிரன்டினோ வழியாக நாட்டுக்குள் பாய்ந்துவிடாதபடி தடுத்துக்கொண்டிருக்க வேண்டியிருந்தது. யுத்தம் யாவும் ஆல்ப்ஸ் மலைப் பனிச் சிகரங்களில். 1916-ம் வருஷத்தில் இத்தாலியர் படை கோரீஸியா நகரம் வழியாக முன்னேறி, சான்மக் கேல், ஸவோடினோ சிகரங்களைக் கைப்பற்றியது. இப்பொழுது

இச்சிகரங்களை பேஸிஸ்ட் சர்க்கார் புனித ஸ்தலமாக எல்லை கோலியிருக்கிறார்கள். இவை சென்ற யுத்தத்தின் குருக்ஷேத்திரங் களாகப் போற்றப்பட்டு வருகின்றன. கடைசி முனையில் ஜெனரல் டயாஸ் சேனாதிபதி. ஜெனரல் டயாஸ் தலைமையில் 51 டிவிஷன்கள் (தளங்கள்), 63 ஆஸ்திரிய - ஜெர்மன் தளங்களை எதிர்த்து விரட்டின. இதில் மூன்று லட்சம் பேர் சிறை செய்யப்பட்டனர். கடைசிப் போராட்டத்தில் இத்தாலியர் முப்பத்து மூவாயிரம் பேரை இழந்தனர்.

மொத்தம் 59,03,000 பேர் திரட்டப்பட்டனர். யுத்தம் முடியும் சமயத்தில் 19,87,000 இத்தாலிய ஸோல்ஜர்கள் போர்முனைகளில் நின்றனர். 6,80,000 ஸோல்ஜர்கள் களத்தில் மடிந்தனர். 10,50,000 ஸோல்ஜர்கள் காயமடைந்தார்கள்.

யுத்தத்திலே முஸொலீனியின் சகாக்கள் பலர் உயிரிழந்தனர். ஸிஸேர் பாட்டிஸ்டி இத்தாலியின் சார்பாக ஆஸ்திரியாவுடன் போராட வந்துவிட்டான். அவனை ஆஸ்திரியர்கள் 1916-ம் வருஷம் மானிடே கிராப்பாவில் சிறைப் பிடித்தனர். ஆஸ்திரிய ராணுவக் கோர்ட்டு, 'ராணுவத்திலிருந்து தப்பி ஓடியதாக' அவன்மீது குற்றம் சாட்டி, அவனை ஒரு தூணில் கட்டிக் கழுத்தை நசுக்கிக் கொன்றது. தேசத்திற்காக உயிர்விட்ட தியாகிகளில் பாட்டிஸ்டியும் ஒருவனாகக் கௌரவிக்கப்பட்டு வருகிறான். மார்ட்டிநெட்டியும், காலிடோனியும் யுத்தமுனையில் உயிரிழந்தார்கள். கவிஞன் டி' அனன்ஸியோவுக்கு ஒற்றைக் கண் போயிற்று.

காயமடைந்த முஸொலீனி முதல் ராணுவ முகாமுக்குக் கொண்டு வரப்பட்டான். அங்கு, இத்தாலிய மன்னன் விக்டர் இமானுவல், காயமடைந்த முஸொலீனியைப் பார்த்து, "உம்மைப் பாராட்டுகிறேன், கார்ப்பொரல்!" என்று கூறினார். பூரண சௌக்கியமடைந்தபின் கார்ப்பொரல் மறுபடியும் பத்திரிகை ஆசிரியனானான்.

○

10. விஸிட்டர் நாற்காலி; வெடிகுண்டு

முஸொலீனி மறுபடியும் பத்திரிகைப் பொறுப்பை வகிக்க வந்து விட்டான். உடலில் காயம். ஊரில் ஒரு பக்கம் புகழ்; மறுபுறம் ஜன்மப் பகை. இத்தாலிய ராணுவம் போர்க்களத்தில் 50 மைல் பின்வாங்குவதற்குக் காரணமான ருஷியப் புரட்சி, நாட்டிலும் கொந்தளிப்பை ஏற்படுத்திவிட்டது. ருஷியப் பொதுவுடைமைக்காரர் களின் மாதிரியைப் பின்பற்றி, இத்தாலியத் தொழிலாளர்களும் பொதுவுடைமைவாதிகளும் உழைத்தனர். நாட்டின் நிலைமை இரண்டுங்கெட்டானாக இருந்தது. ஒருபுறத்தில் ஆள் திரட்டும் அபேதவாதம்; மறுபுறத்தில் அதே மாதிரித் தன் சார்பில் கட்சி சேர்க்க முயலும் முஸொலீனியும் தேசியவாதிகளும்.

'போபோலோ' பத்திரிகாலயம் மிலான் சேரிகளில் ஒன்றில் இருந்தது. பத்திரிகாசிரியர் அறை சிறிய குகை என்றே சொல்ல வேண்டும். அதிலே ஒட்டடையும் புகையும். சுவர்ப் பக்கத்திலிருக்கும் அலமாரிகளில் புஸ்தகங்களைவிட வெடிகுண்டுகள்தான் அதிகம். சிறிதளவு வெளிச்சங்கூட இல்லை. சில சமயங்களில் திடீரென்று வெடிகுண்டுகளைக் குளிர் காய்வதற்காக அருகில் வைக்கப்பட்டிருக்கும் கணப்பு அடுப்புக்குள் ஒளித்து வைக்கவேண்டியிருக்கும். ஒரு நாள் ஆபீஸ் பையன் அடுப்பைப் பற்றவைக்கப் போகிறான். அங்குள்ள உப ஆசிரியர்கள் பார்த்து விடுகிறார்கள். "அடேடே, நிறுத்து! நெருப்பு ஒன்றும் பற்றவைக்க வேண்டாம்! உன் வேலையைப் பார்த்துக்கொண்டு வெளியே போ!" என்று உத்தரவிடுகிறார்கள்.

முஸோலினியின் மேஜையில் என்னதான் இருக்கும் என்று கிடையாது. விஸிட்டிங் கார்டு, கடிதங்கள், கடுதாசிகள், அரைகுறையாக எழுதின கட்டுரைகள், குத்தீட்டி, இரண்டு ரிவால்வர், ஹீன்ஸ் கவிதைகள் — எல்லாம் தலைமாறிக் கிடக்கும். இதல்லாமல் மேஜையின்மேல் எப்போதும் ஒரு 'கப்' பால் இருந்துகொண்டேயிருக்கும். அதுதான் அவனது சிற்றுண்டி. சுவரில் அர்திதி துவஜம் : அதாவது முஸோலினியின் பேஸிஸ்ட் படைவீரர்களின் கொடி. முஸோலினி விமான ஏற்றம் பழகுகையில் போட்டுக்கொண்டிருந்த மஞ்சள் தோல்சட்டை ஒரு மூலையில் தொங்கும். தரையில் என்ன பத்திரிகைதான் என்று கிடையாது; எது வேண்டுமானாலும் காணப்படும். மூலையிலே புது ரகமான அமெரிக்க வெடிகுண்டுகள். திடீரென்று எதிரிகள் வந்து தாக்கிவிட்டால் என்ன செய்வது? எதிரிகள் வேறு யாருமில்லை. 'அவாந்தி'ப் பத்திரிகை நிர்வாகிகளும் தொழிலாளிகளுந்தான். ஆசிரியர் அறையில் இன்னொரு ஒற்றைக் காலில்லா நாற்காலி உண்டு. அதற்குத்தான் விஸிட்டர் நாற்காலி என்று பெயர். அது ஆசிரியனின் மனநிலையைக் காட்டும் அளவுகோல் என்று சொல்லலாம். மனசு சரியாயிருந்தால் அது தாங்க முடியாமல் சுமந்துகொண்டிருக்கும் புஸ்தகங்களை ஒரு தள்ளுத்தள்ளிவிட்டு, அங்கு வருகிறவரை அதில் உட்காரச் சொல்லுவான். ஆனால், முக்கால்வாசி வருகிறவர்கள் எல்லாரும் கால் கடுக்க நின்றுதான் பேசிவிட்டுப் போவார்கள். வருகிறவர்களை நிற்கவைத்தால் வழவழ என்று பேசி நேரத்தை வீணாக்கமாட்டார்கள். அவர்களை ஜல்தியாக விரட்டிவிடலாம் அல்லவா! முஸோலினி தேர்தலுக்கு நின்ற சமயத்தில் அந்த நாற்காலியையே அறையைவிட்டு எடுக்க வேண்டியதாயிற்று. கண்ட இடத்திலுள்ள கழிசடையெல்லாம் அபேட்சகர்களாக நின்றுகொண்டு, பத்திரிகாசிரியனின் உயிரை வாங்க வந்துவிடும். ஆசிரியன் அறைக்கு வெளியிலே நோட்டீஸ் ஒன்றைத் தொங்கப் போட்டான்.

"உள்ளே வருகிறவர்கள் என்னைக் கௌரவிக்கிறார்கள்; வராமலிருக்கிறவர்கள் எனக்கு மகிழ்ச்சியைத் தருகிறார்கள்."

முஸோலினி வேலை செய்கிற மாதிரியே ஒரு தினுசு. சோர்வு ஏற்படாமலிருப்பதற்காக, ஓய்வு எடுத்துக்கொள்வதற்குப் பதிலாக

வேலையை மாற்றிக்கொண்டிருப்பான். சில சமயங்களில் ஓய்வு எடுத்துக்கொள்வதற்காகக் கத்திச் சண்டையில் ஈடுபடுவான். அதில் அவனுக்கு அபார பிரேமை. சில சமயத்தில், குஷி பிறந்துவிட்டால் உதவி ஆசிரியர்கள் இருக்கும் அறைக்குள் வந்து ஏதாவது ஒரு விஷயத்தைப் பற்றி விவாதம் தொடங்கிவிடுவான். ஆசிரியர்களும், பக்கத்து வீட்டு மாடியிலிருக்கும் பெண்ணும், குழந்தையும், குட்டி களுமே சபையினர். ஆசிரியர் அறையில் அவதூறு போஸ்ட்டர் என்று ஒன்றை ஒட்டிவைப்பார்கள். அதில் அவர்களுக்கு இஷ்ட மானதையெல்லாம், வேடிக்கையானதையெல்லாம் எழுதி வைப் பார்கள். இதை முஸொலீனிதான் ஆரம்பித்து வைத்தான்.

அவன் முதல்முதலாக, "சிப்பந்திகள் வருமுன் போய்விடக் கூடாது. அல்லது — வந்த பின்தான் போகவேண்டும்!" என்று எழுதி வைத்தான். அப்புறம் சகாக்களைப் போல் கார்ட்டூன் போடுவது, கிண்டல் எழுதுவது — இப்படி இந்தப் பத்தி வளர ஆரம்பித்துவிட்டது. இடையிடையே ஆபீஸ் கவிராயர்கள் பாட்டுக்கூடப் பாட ஆரம் பித்துவிடுவார்கள்.

'அவாந்தி'ப் பத்திரிகை ஆபீஸ் அடிக்கடி இந்தப் பத்திக்குச் சமாசாரம் அதிகமாகத் திரட்டிக் கொடுக்கும். 1914 நவம்பர் 19-ம் தேதி அவன் அந்தப் பத்திரிகையைவிட்டு விலகியதிலிருந்து அது அவனுடைய பேரைக்கூட எவ்விடத்திலும் பிரசுரிக்காது. 1919 நவம்பர் 18-ம் தேதி தேர்தல் முடிந்தது. அதில் பேஸிஸ்ட்களுக்குப் பெருத்த தோல்வி. இந்த அபேதவாதப் பத்திரிகை பின்வரும் செய்தி ஒன்றைப் பிரசுரித்தது.

"நேற்று நாவிக்ளோ என்றவிடத்தில் மிகவும் அழுகிப்போன பிரேதம் ஒன்று கண்டுபிடிக்கப்பட்டது. அதை பெனிட்டோ முஸொ லீனி என்று அடையாளம் கண்டுபிடித்துச் சொன்னார்கள்."

அபேதவாதிகளும் தேசீயவாதிகளும் மோதிக்கொள்வது சகஜம். நாடு யார் கையில் சிக்கும் என்பதை நிச்சயிக்க முடியாதபடி அவ்வளவு சரிசமானமான போராட்டம்.

ஞாயிற்றுக்கிழமை. ஹங்கேரியில் பொதுவுடைமை இயக்கம் வெற்றி பெற்றதற்காகக் கொண்டாட்டம் நடைபெறுகிறது. அதிலே, மனங்கசிந்த மாஜி ஸோல்ஜர்கள், கால் கை ஊனமானவர்கள் ஊர்வலம். "யுத்தத்தை ஒழியுங்கள்!" என்ற கோஷம்! பாண்டு வாத்தியம் இண்டர்நாஷனல் கீதம் இசைக்கிறது. ஆர்ப்பாட்டம் நடத்துகிறவர்களும் பாட ஆரம்பித்துவிடுகிறார்கள். ஊர்வலம், அணிவகுப்பு ஒன்றுமின்றி, வெறும் ஜனக் கும்பலாக, சிவப்புக் கொடியைப் பிடித்துக்கொண்டு "ருஷியா நீடூழி வாழ்க! புரட்சி நீடூழி வாழ்க! ஹங்கேரி நீடூழி வாழ்க! சோவியத்துகள் நீடூழி வாழ்க!" என்ற கோஷத்துடன் செல்கிறது. அரைகுறையான திரிசங்குச் செல்வம் படைத்தவர்கள் (நடுத்தர வகுப்பினர்) வீட்டுக் கதவை அடைத்துக்கொண்டு, கோபத்தில் பொங்கிக்கொண்டிருக்கிறார்கள். "போலீஸையே காணவில்லையே! அந்தப் பயல்களெல்லாம் எங்கே

போய்விட்டான்கள்? தெருவெல்லாம் காலிப்பயல்கள் கூட்டமாயி ருக்கே!" என்று வைகிறார்கள். ஆனால், ஜனக் கும்பல் குஷியாகவே கூடுகிறது. "இந்தப் பூர்ஷுவாக்கள் வேலை செய்யப் பழகட்டும்!" என்று கொக்கரிக்கிறது. எல்லோரும் சிரிக்கிறார்கள். ஊர்வலத்தின் முன்னணியில் செராட்டி செல்கிறான்.

"ஹங்கேரிப் பொதுவுடைமை ஸ்தாபனம் வாழ்க!
புரட்சி நீடூழி வாழ்க!"

ஊர்வலம் முன்னேறிச் செல்கிறது. மாதாகோவில் முன்னே மைதானத்தில் கூடுகிறது. எங்கு பார்த்தாலும் சிவப்புக் கொடி.

இந்தக் கூட்டங்கள் சில சமயங்களில் தேசீய ஊர்வலங்களோடு மோதிக்கொள்ளும். இவைகளைக் காக்க பேஸிஸ்ட் படைகள் ஆங்காங்கு நிறுத்தப்பட்டிருக்கும். அதாவது சமயம் வாய்த்தால் நன்றாகப் பூசைக்காப்புக் கொடுக்க முஸொலீனியின் காலாடிகள் நிறுத்தி வைக்கப்பட்டிருப்பார்கள். அபேதவாதிகளும் பூர்ண யோக் கியர்கள் அல்லர். வசமாக மாட்டிக்கொண்டால் முதுகைப் 'பிடித்து'த் தான் விடுவார்கள்.

யுத்தத்திலிருந்து இத்தாலி வெற்றியோடு விலகிக்கொண்டது. ஆனால் யுத்தத்தின் விளைவுகள், அதாவது பலன்கள் இன்னும் கிட்டவில்லை. இத்தாலியின் இரகசிய லண்டன் உடன்படிக்கை எதிர்பாராத காரணங்களால் பாதிக்கப்பட்டது: (1) அமெரிக்க ஐக்கிய நாடுகள் யுத்தத்தில் கலந்துகொண்டது (2) தோல்வியடைந்த மத்திய வல்லரசுகளிலிருந்து தனித் தனியாகப் புதிய நாடுகள் பிறக்கப் போவது (3) கிரீஸின் திரிசங்கு நிலை (4) ருஷியாவில் ஜார் ஆட்சி கவிழ்ந்தது (5) துருக்கி சாம்ராஜ்யம் தோல்வியுற்று இனிப் பங்கிடப்படுவது. இந்தச் சங்கடங்கள் சமாதான உடன் படிக்கைப் பிரதிநிதிகளின் அபிப்பிராயங்களை மிகவும் பாதித்தன. அந்தச் சமாதான மகாநாட்டையே பாதித்தன என்று சொல்லலாம். இவை யாவும் இத்தாலியின் நன்மைக்குப் பாதகமாகயிருந்த காரணம் முஸொலீனி அங்கு பேஸிஸ்ட் இயக்கத்தை ஆரம்பித்ததே. நேசக் கட்சியினர் அவனது இயக்கத்தை விரும்பவில்லை. மேற்கூறப்பட்ட நிலைமைகளின் விளைவாகப் பின்வரும் புதிய காரணங்களும் சேர்ந்துகொண்டன.

1. அமெரிக்கப் பிரசிடெண்ட் வில்ஸனது சுயநிர்ணயக் கொள்கை என்ற லட்சிய வார்த்தை (பகட்டுவார்த்தை என்று வேண்டுமானாலும் சொல்லலாம்) ஐரோப்பிய ராஜதந்திர முறைகளில் புகுந்தது. மக்களிடையே சுதந்திரத்தை ஏற்படுத்துவதற்காக அமெரிக்கா யுத்தத்தில் இறங்கியதாம். இரகசிய ஒப்பந்தங்கள் நிராகரிக்கப்பட்டன.

2. நேசக் கட்சிகளில் ஒன்றான செர்பியா தனி நாடாகலாம் என்ற ஆசை வைத்துக்கொண்டிருந்தது. 1915-ம் வருஷத்து ரகசிய ஒப்பந்தத்தால் ஏட்ரியாடிக் கடற்கரையை அடுத்த பிரதேசத்தில் அரசியல் நிலைமை எப்படி மாறக்கூடும் என்பதைத் தெரிந்துகொண்

டது. 1917-ம் வருஷம் அந்த ரகசிய ஒப்பந்தத்தின் ஷரத்துக்களைக் குறைத்துவிட யூகோஸ்லேவியக் கமிட்டியுடன் செர்பிய சர்க்கார் ஜூலை மாதம் ஒரு உடன்படிக்கை செய்துகொண்டது. அதற்கு கார்பூ உடன்படிக்கை என்று பெயர். அந்த ஒப்பந்தத்தின் விளைவு தான் யூகோஸ்லேவியா. அதுதான் இனி ஹாப்ஸ்பர்க் ஆஸ்திரியா வுக்குப் பதிலாக ஸ்தானத்தை வகிக்கப் போகிறது. ரோமாபுரியில் இத்தாலிய, யூகோஸ்லேவியப் பிரதிநிதிகள் இன்னொரு இரகசிய ஒப்பந்தம் செய்துகொண்டார்கள். அதன்படி தேசியக் கொள்கையின் அஸ்திவாரத்தின்மீதும், பொதுமக்களின் தீர்மானத்தின்மீதும், தேச எல்லைகளை வகுத்துக்கொள்வது என்பது ஷரத்து. கிரீஸின் திரிசங்கு நிலையும், ருஷிய முடியாட்சி வீழ்ச்சியும், துருக்கி ஏகாதிபத்தியத்தின் வீழ்ச்சியும், 1915-ம் வருஷத்து லண்டன் ஒப்பந்தத்தில் எதிர்பார்க்கப் படவேயில்லை. ஜெர்மனியின் பூப்பிரதேசங்களைக் கைப்பற்றுவதே அதன் ஷரத்துக்களின் நோக்கம். பிரிட்டனும் பிரான்சும் 1916-ம் வருஷம் துருக்கியை எப்படிப் பிடித்துக்கொள்வது என்ற ஒப்பந்தம் செய்துகொண்டன. இத்தாலி பங்கு கேட்டுப் புறப்படவே, 1917-ம் வருஷம் ஏப்ரலில் ஸெயின் டேமாரின் ஒப்பந்தம் கையெழுத்திடப் பட்டது. ஆசியா மைனரில் உள்ள ஸ்மிர்னா, அடிரியா பிரதேசங் களை ருஷியாவின் அபிப்பிராயத்தின் பேரில் இத்தாலிக்குக் கொடுப் பது என்பதுதான் ஒப்பந்தத்தின் சாராம்சம்.

○

11. 'பேஸிஸ் டி கம்பாட்டிமென்டோ'*

முஸொலீனி தன் யுத்த டயரியில் 1915-ம் வருஷம் அக்டோபர் மாதம், "இங்கு களத்திலிருக்கிறவர்கள் எல்லோரும் 'என் ஊருக்குப் போகிறேன்!' என்று சொல்வதில்லை, 'இத்தாலிக்குப் போகிறேன்!' என்றுதான் சொல்லுகிறார்கள்" என்று குறித்துவைத்திருக்கிறான். இது கொழும்பு, சிங்கப்பூர் சென்ற நம்மவர்கள் 'இந்தியாவுக்குப் போகிறேன்!' என்று சொல்லுகிற மாதிரி. சமாதானம் ஏற்பட்டதும் தேசத்தில் இந்த உணர்ச்சி குறைந்துவிட்டது. அபேதவாதிகள் கூக்குரல் எழுந்தது. ருஷியா, ஜெர்மனி, ஹங்கேரி முதலிய இடங்களில் தீவிரவாதிகளுக்கு ஏற்பட்ட வெற்றி இவர்களுக்கு அதிக நம்பிக்கையை உண்டுபண்ணியது. சர்க்காரும், அதன் யதார்த்த பலவீனத்தைக் காட்டியது; அசட்டையாகவும் இருந்தது.

இத்தாலியெங்கும் ஒரே கோஷம்! "தொழிற்சாலைகளெல்லாம் தொழிலாளர்களுக்கே! நிலங்களெல்லாம் விவசாயிகளுக்கே!"

---

* பேஸிஸத்தின் போர்த்திட்டம் *(Fasci di Combattimento)*

இத்தாலிய டெலிகேட்டுகள் பாரிஸ் சமாதான மகாநாட்டுக்குச் செல்லுமுன் மந்திரி சபையில் பிளவு ஏற்பட்டது. அபேதவாதிகள் அதைப் பூரணமாக உபயோகப்படுத்திக்கொண்டனர். பாங்கி நெருக்கடியின் விளைவு மாதிரி நகரத்தில் எங்கும் ஒரே பீதி. மாஸ்கோ நகரத்திலிருந்து அபேதவாதிகளுக்கு உதவி வர ஆரம்பித்தது. இத்தாலிய அபேதவாதிகள் தைரியமாக வெளியில் இறங்கினர். எங்கு பார்த்தாலும் மாஜி ஸோல்ஜர்கள் பாடு ஆபத்து! அபேதவாத முத்தாய்ப்புகள் அவர்களுடைய நெற்றியிலில்லாவிட்டாலும் முதுகில் கொடுக்கப்பட்டன. 'ஸ்டிரைக்' மும்முரம் சொல்லி முடியாது; காட்டுத் தீ போல் தொழிற்சாலைக்குத் தொழிற்சாலை பரவியது. "எல்லாம் நமக்குத்தாண்டா!" என்று நினைக்க ஆரம்பித்துவிட்டனர் தொழிலாளர்கள் யாவரும். முதலாளிகள் அப்படி நினைக்கவில்லை. முஸொலீனி, அவன் பத்திரிகை, அணிவகுப்புச் சிதறிய ஸோல்ஜர்களின் கும்பல் எல்லாம் இருக்கும்பொழுது அவர்களுக்கு என்ன பயம்? பத்திரிகை உறுதியான ஸ்தாபனமாயிற்று. அதைச் சுற்றித் தேசீயவாதிகள், வருங்காலவாதிகள்(!), 'டி அனன்ஸியோ' கட்சியினர் யாவரும் ஒன்றாகக் கூடினர்.

1919 - ம் வருஷம் இத்தாலிய யூனிடேரியன் அபேதவாதிகள் ருஷியத் தீவிரவாதிகளுடன் உடன்படிக்கை செய்துகொண்டனர். இத்தாலியப் பொதுவுடைமைக் கட்சி ஸ்தாபிதமாயிற்று. மிலானில் 'சிவப்புத் தினம்' கொண்டாடினார்கள். அபேதவாத இலட்சியப்படி, தேசீயக் கொடி கிழித்து அவமதிக்கப்பட்டது. மாஜி ஸோல்ஜர்கள் வாய்க்கு வந்தபடி ஏசினார்கள். நெடுங்காலத் தவிப்புக்கப்புறம் கைப்பற்றப்பட்ட தேச எல்லைகள் திருப்பிக் கொடுக்கப்படவேண்டும் என்று வற்புறுத்தப்பட்டது. இதன் எதிரொலி எல்லா நகரங்களிலும் கேட்கலாயிற்று.

மிலானில் ஸெப்போலெரோ மைதானம். 1919 மார்ச் 23-ம் தேதி பெனிட்டோ முஸொலீனி தனது இருநூறு சகாக்களையும் கூட்டினான். 'பேஸிஸ் டி கம்பாட்டிமென்டோ' ஸ்தாபிக்கப்பட்டது. கட்சியின் சின்னம் ஈஸாப் கதையின் ஐக்கியத்தால் ஏற்படும் பலத்திற்கு உதாரணமாகக் குறிப்பிடப்பட்டிருக்கும் விறகுக் கட்டு. பெனிட்டோ பூர்வத்தில் எலிமென்டரி பாடசாலை உபாத்தியாயரல்லவா? விறகுக் கட்டுக் கதைகூட ஞாபகமில்லாமலா போகும்! மற்றும் கட்சியின் திட்டம் வருமாறு:

1. யுத்தத்தில் தலையிட விரும்பியவர்களையும், யுத்தத்தில் வெற்றி கொடுத்தவர்களையும் ஒன்று கூட்டிச் சமாதானத்திற்கு ஏற்பட்டுவரும் அபாயத்தைத் தொலைப்பது.

2. பேஸிஸ்ட் ஸ்தாபனங்களை நாடெங்கும் ஆரம்பித்தல். யுத்தத்தில் தலையிட விரும்பியோர் நடத்தும் மகாநாட்டிற்கு அவை பிரதிநிதிகளை அனுப்பும்.

3. அந்த மகாநாடு தேசத்தின் அடிப்படைப் பிரச்னைகளை ஆராயும்.

4. அந்த மகாநாட்டின் விளைவாக ஓர் எதிர்ப்புக் கட்சி (பேஸிஸ்ட் கட்சி) ஆரம்பிக்கப்படும். அது இப்பொழுதுள்ள கட்சிகளின் கொள்கைகள், மனப்போக்குகள், நம்பிக்கைகள், சித்தாந்தங்கள், விருப்பு வெறுப்புக்கள் எல்லாவற்றையும் எதிர்க்கும்.

5. இந்த பேஸிஸ்டுகளின் ஸ்தாபனம் இத்தாலிய தேச மக்களின் ஸ்தாபனம் ஒன்றை ஆரம்பிக்கப் பூர்வாங்க முயற்சியாக இருக்கும். இதில் மாஜி ஸோல்ஜர்களை ஏராளமாகச் சேர்த்துக் கொள்ள வேண்டும். பழைய கட்சிகள் யாவும் செத்துவிட்டன; அவைகளைப் புதைப்பது கஷ்டமில்லை.

முடிவாக. . .

பிரச்னைகளை எழுப்புவது எங்கள் நோக்கமல்ல; அவற்றைத் தீர்த்துவைப்பதே எங்கள் வேலை.

இப்பிரச்னைகளைக் கிளர்ச்சி மூலம் முடிவுகட்டும் ஸ்தாபனம் எங்களுடையதுதான்.

கிளர்ச்சி மட்டிலும் போதாதென்றால் சந்தர்ப்பங்களும் சம்பவங்களும் எங்கள் விருப்பமும் முடிவு கட்டுகிற பிரகாரம் இப்பிரச்னைகளைத் தீர்த்துவைக்கும் ஸ்தாபனமாக இதை மாற்றுவோம்.

பேஸிஸ்ட் ஸ்தாபனம் நீடூழி வாழ்க! சீக்கிரம் காரியத்திலிறங்கி விடுவோம்.

23 நவ. 1918 முஸொலீனி.

முஸொலீனி, முதன்முதலில் தொழிற்சாலைகளில் தன் வேலையை ஆரம்பித்தான். யுத்தம் நின்றதும் கலைக்கப்பட்ட படைவீரர்கள் ஏகமேனியாகத் தொழிற்சாலைகளில் நுழைந்திருந்தனர். இத்தாலியில் மூன்று விதமான தொழிலாளர் சங்கங்களுண்டு. 1. தொழிலாளர் சம்மேளனம் 2. இத்தாலிய ஸின்டிக்கல் சங்கம் 3. இத்தாலியத் தொழிலாளர் சங்கம். மூன்றாவது ஸ்தாபனம் யுத்தத்தில் தலையிட வேண்டுமென்று கிளர்ச்சி செய்தவர்கள் நிறைந்தது. யுத்த காலத்தில் இருந்த அதன் தேசீய உணர்ச்சி பின்னர் ஏற்பட்ட ஏமாற்றத்தில் மறைந்தது. 1919-ம் வருஷத்திலிருந்து ஸின்டிக்கல் தொழில் ஸ்தாபனங்கள் 'ஸ்டிரைக்' நடத்துவதில் முனைந்தன. அவற்றின் நோக்கங்கள் யாவும் அரசியல் விஷயங்களில் கலந்தவை. வேலை நேரப் பிரச்னைகள் யாவும் காற்றோடு பறந்தன. தொழிலாளர் சம்மேளனத்திலிருப்பவர்கள் யாவரும் மாஜி ஸின்டிக்கல்-வாதிகள். இவர்களும் மாஜி ஸோல்ஜர்களும்தான் பூர்வத்தில் பேஸிஸத்திற்குப் பலம்

கொடுத்தவர்கள். இந்த நிலையில் கீரைக்கடைக்கு எதிர்க்கடை போட்டார்கள் அபேதவாதிகள்.

1919 ஜனவரி மத்தி. லியோனிடா பிஸோலிட்டி, தான் மந்திரி சபையைவிட்டு ராஜினாமாச் செய்த காரணத்தையும் யுத்தத்திற்கப் புறம் சர்க்கார் கைக்கொண்டிருக்கும் கொள்கையையும் விளக்க, மிலானில் 'ஸ்காலா' கொட்டகையில் பேசப் போகிறான். எங்கு பார்த்தாலும் ஒரே கும்பல். லியோனிடாவைத் தொடர்ந்து என்ன பேசுகிறான் என்பதைக் குறிப்பெடுக்க நிருபர்களும் வந்திருக்கிறார்கள். கூட்டத்தில் 'தால்மேஷியா வாழ்க!', 'சமாதானம், சமாதானம்! சமாதானம் நீடூழி வாழ்க!' என்ற கூக்குரல். கூட்டத்திற்கு வந்து திரண்ட பெண்களும் அதே பல்லவிகளைப் பாடுகிறார்கள்.

பின், சிறிது அமைதி. பிஸோலிட்டியும் அவனைச் சூழ்ந்து, யுத்தத்தில் காலும் கையும் போன, மெடல்களைத் தாங்கிய படை வீரர்களும் மேடைக்கு வருகிறார்கள். ஒருபுறம் ஆரவாரமான வரவேற்பு! மற்றொரு புறம் ஊளையும் உறுமலும்!

முஸோலீனியும் சகாக்களும் தடிக்கம்பு சகிதம் சண்டை போடு வதற்குத் தயாராக ஒரு பக்கத்தில் நிற்கிறார்கள். மண்டபத்திற்கு வெளியே தேசியவாதிகள், மாஜி அர்திதிப் படையினர் — யாவரும் கறுப்புக்கொடி தாங்கி, கூப்பாடு போட்டுக்கொண்டிருக்கிறார்கள்.

முஸோலீனி ஒரு பெஞ்சியின்மீது ஏறிக்கொண்டு "அவன் பேசக்கூடாது, அவன் பேசவே கூடாது!" என்று கூப்பாடு போடு கிறான். ஏதோ ஒரு மாதிரியாகக் கூச்சல் ஓய்வதற்கு அரைமணி நேரமாயிற்று. அந்த அமைதியும் ஐந்து நிமிஷந்தான். பிஸோலிட்டி பேசுவதற்காக வாயைத் திறந்தான். உடனே இரைச்சல் ஆரம்பித்து விட்டது. அந்தக் கூப்பாட்டுக்கிடையே அவனது பேச்சும் அரை குறையாகக் கேட்டது : "யுத்தம் இத்தாலியின் பலத்தைப் பெருக்கியது; பியூம் இத்தாலிக்குச் சொந்தமென்பது நியாயந்தான்; ஆனால் தால்மேஷியாவை இத்தாலிய தேசம் என்று கருதுவது சரியல்ல. வடக்கு டைரால் பிரதேசத்தை இத்தாலி சேர்த்துக் கொள்வதும் விவேகம் என்று கருத முடியாது" — என்றெல்லாம் அடுக்கிக்கொண்டு போனான். அப்புறம், அமெரிக்கப் பிரஸிடெண்டு வில்ஸனையும், அவரது லட்சியக் குழந்தையான சர்வதேச சங்கத்தையும் வான மளாவப் புகழ ஆரம்பித்தான். ஆஸ்திரிய ஏகாதிபத்திய வரம்புக்குள் புதிதாக உருவெடுத்திருக்கும் தேசங்களுக்கு நியாயமும் நேர்மையும் வழங்கவேண்டுமென்ற தன் கொள்கையை விரிக்க ஆரம்பித்தான். உடனே கூப்பாடு எல்லை கடந்தது!

"அவன் தன்னை விற்றுக்கொண்டான்!"

"துரோகி, துரோகி!"

என்ற ஆரவாரம்! தேசியவாதிகளும் முஸோலீனியின் சகாக்களும் மேடைமீது பாய்ந்துவிட்டனர். பிரசங்கியார் மேடையைவிட்டு

ஓடிப் போகவேண்டியதாயிற்று. விளக்கு அணைந்தது. அடிதடி! இருட்டோடு இருட்டாக ஊர்வலங்கள்! யுத்த கீதங்கள்! வெளியே ஹோட்டல்களில் கலகக்காரர்களின் கூட்டங்கள்!

வில்ஸனை ரோமாபுரி வரவேற்கிறது! அதே தினத்தில் 'போபோலோ டி' இத்தாலியா' பத்திரிகையின் தலையங்கம் அதிதியைப் பின்வருமாறு வரவேற்றது:

"வீரர்களே, அஞ்சாதீர்கள்! அவசியமானால் நமது நகரத்துப் பையாஜாக்களிலும் தெருக்களிலும் டிரெஞ்சுகள் (பாசறைகள்) வெட்டி, உங்களைப் பாதுகாப்போம். நான்கு வருஷங்களாகப் போராடி உலகத்திற்கு வெற்றி தந்த மக்களுக்குப் போதகாசிரியர்கள் தேவையில்லை. கௌரவ போஷகர்களை அவர்கள் ஏற்க மாட்டார்கள். வேண்டுமானால் வில்ஸன் அமெரிக்காவுக்குப் பிரசங்கம் செய்யட்டும்! அங்கு அவரைச் சட்டை செய்கிறவர்கள் ஒருவருமில்லை. இங்கு வந்து அவருடைய கேவலமான மோசடிகளை நம் ரத்தத்தில் ஏற்ற வேண்டாம்!"

இந்தத் தலையங்கம் வெளிவந்த அன்றுதான் ரோமாபுரி வில்ஸனைக் கௌரவப் பிரஜையாக ஏற்றுக்கொண்டது! தேசீய அபேதவாத சித்தாந்தங்களை ஒட்டவைத்து நெட்டுருப்பண்ணிய அறியாத கிராமவாசிகளிடையே முஸொலீனியின் திட்டம் காட்டுத் தீ போல் பரந்தது. அவனுடைய அகண்டாகாரமான கனவின் வித்து இத்தாலிய நாட்டில் எப்படி முளைக்க ஆரம்பித்தது என்பதற்கு டஸ்கனி மாகாணத்திலுள்ள ஒரு பேஸிஸ்ட் 'சர்க்கா'ரின் அறிக்கையைக் கீழே குறிப்பிடுவோம்.

"பேஸிஸ்ட் இலட்சியம் யுத்தத்தில் மாண்டவர், காயமடைந்தவர் பேரால் பிறந்தது. நாங்கள் உழைப்பவர்களை எதிர்த்துப் போராடவில்லை. ஆனால், புனிதமான சிந்தனைகள் என்ற பெயரால் பொதுமக்களிடை வெறுப்பைச் சாகுபடி செய்பவர்கள்மீதே போர் தொடுத்திருக்கிறோம். மற்றவரைப் பிடுங்கித் தின்னும் பூர்ஷுவாக்களை எதிர்க்கிறோம். ஆனால் பொருளுற்பத்திக்கு ஆதாரமான பூர்ஷுவாக்களைப் பாதுகாப்போம். ஆட்சி எந்த விதமானதாயிருந்தாலும் பிடுங்கித் தின்பவர்கள்தான் அதிருப்தி வித்துக்கள்.

"தொழிலாளர் விஷயம், கைத்தொழில், போக்குவரவு, சுகாதாரம் இவற்றின் தேசீய நிபுணர் கௌன்ஸில் அமைக்க நாங்கள் விரும்புகிறோம். அவ்வத் தொழில்களில் ஈடுபட்டிருப்போர் பிரதிநிதிகள் யாவரையும், எஜமானர்கள் உள்பட கூட்டி வைத்துச் சட்டம் அமைக்க அதிகாரம் கொடுக்க விரும்புகிறோம். யார் ஆளுகிறது என்பது தற்கால, வருங்காலத் தர்ம ஒழுக்க நியதிக்கும், பொருளாதார நலன்களுக்கும் கீழ்ப்பட்டது. அதாவது, சரித்திரத்தின் தொடர்பையும் யதார்த்த நிலைமையையும் உணர்ந்த தேசமக்களின் கூட்டுறவு இது. ஆகையால், நாங்கள் இதை ஆதரித்து தற்போது இருந்துவரும் அமைப்பை எதிர்க்கிறோம்.

“புதிய தேவைகளுக்கு ஏற்ப, முக்கியமாக வயது முதிர்ந்த தொழிலாளர் அல்லது விவசாயிகள் அல்லது வேலை செய்ய முடியாதவர்கள் முதலியோருக்கு வசதி செய்வதற்காகச் சமூக சட்டங்கள் ஏற்படுத்த விரும்புகிறோம்.

“மாஜி ஸோல்ஜர்கள், யுத்தத்தில் காயமடைந்தவர்கள் முதலியோருக்கு நாம் காட்டும் நன்றியறிதலுக்கு அறிகுறியாக அவர்கள் சங்கங்கள் யாவற்றையும் ஒன்றுபடுத்த விரும்புகிறோம்.

“மூலதனத்தின்மீது அதன் அளவிற்கேற்ப விகிதம் உயரும் வரித்திட்டம் ஒன்றை அமுலுக்குக் கொண்டுவர விரும்புகிறோம்.

“யுத்த ஆயுதக் குத்தகைகளையெல்லாம் மறுபடி பரிசீலனை செய்து, யுத்தத்தில் கிடைத்த லாபங்களைப் பகிர்ந்து கொடுக்க வேண்டும்.

“அந்நிய நாட்டு விவகாரங்களில் பின்வரும் விஷயங்களை நாங்கள் விரும்புகிறோம். வெர்ஸேல்ஸ் உடன்படிக்கை மீண்டும் பரிசீலனை செய்து மாற்றியமைக்கப்பட வேண்டும். அதாவது பெரிய துவேஷங்களையும் புதிய யுத்தங்களையும் ஏற்படுத்தக்கூடிய அதன் ஷரத்துக்களை மாற்ற வேண்டும். லண்டன் உடன்படிக்கை அமுலுக்குக் கொண்டுவரப்பட வேண்டும். பியூம் இத்தாலியோடு சேர்க்கப்பட வேண்டும். லண்டன் உடன்படிக்கையில் சேர்க்கப்பட்டுள்ள இத்தாலியின் நலன்கள் காப்பாற்றப்பட வேண்டும். இத்தாலி தேசத்தை மேற்கத்தி முதலாளித்துவ தேசங்களின் பிடிப்பிலிருந்து, நமது சர்வ தேசப் பொருளாதார உற்பத்திச் சக்திகளை வளர்ப்பதின் மூலம், படிப்படியாக விடுதலை செய்ய வேண்டும். நமது வடக்கு, கிழக்கு எல்லைகளை வற்புறுத்துவதன் மூலம் பகைத் தேசங்களான ஆஸ்திரியா, ஜெர்மனி, பல்கேரியா, துருக்கி ஆகியவற்றை ஒரே சமமாக, ஏற்றத் தாழ்வில்லாமல், கௌரவமாக நடத்துதல்; சோவியத் தென் கிழக்கு ஐரோப்பிய சர்க்கார்களும் உள்பட கீழ்ப்பிரதேசத்து மக்களுடன் உறவை வளர்த்தல்; காலனி உரிமைகளையும் தேசத்தின் தேவைகளையும் மீண்டும் வற்புறுத்துதல் — இவையே வேலைத் திட்டம்.”

தேசத்தின் பொருளாதார நிலைமையைச் சிறிது கவனித்தால் தேசத்தின் குழப்பத்திற்குக் காரணம் தெரியும். இத்தாலி யுத்தத்தில் ஈடுபட்டபொழுது வாட்டிகன் (ரோமாபுரி குருபீடம்) இடைவிடாது எதிர்த்தது. யுத்தத்தின் வசதியால் ஆரம்பித்த ஆயுதத் தொழிற்சாலைகள் ஏராளமான லாபத்தையடைந்தன. ஆனால் அதைத் தொடர்ந்தாற்போல் ‘ஸ்டிரைக்’குகளும் கலகங்களும் நடந்தன. யுத்தத்தினால் சர்க்கார் செலவு அதிகமாயிற்று. யுத்தம் முடிந்தும் செலவு குறையவில்லை. கைத்தொழில்களுக்கும், ஏழைகள் உணவிற்காகவும் ஏராளமான மானியம் கொடுக்க வேண்டி வந்தது. பொதுமக்களின் செலவு, விலைவாசி உயர்ந்தமையால், அதிகரித்தது. அதன் விளைவாக

எங்கும் தொழிலாளர் சச்சரவுகள். 1917-18-ம் வருஷத்தில் சர்க்கார் செலவில் ஒரு கோடியே ஐம்பது லட்சம் லையர் துண்டு விழுந்தது. பொதுமக்கள் கஷ்டமும் குழப்பமான நிலைமைக்குச் சாதகமாக வேயிருந்தது.

முஸொலீனி அபேதவாதிகளுடன் போர் தொடுத்துவிட்டான். அதற்கு 'போபோலோ டி' இத்தாலியா' பத்திரிகையின் பைண்டு வால்யூம்களே அத்தாட்சி!

1919-ம் ஷூ வசந்த காலத்தில் இத்தாலி முழுவதும் பொது 'ஸ்டிரைக்'. சர்க்கார் லெனினைக் கௌரவிக்கக் கூடாது என்று விடுத்த உத்தரவிற்குப் பொதுவுடைமைவாதிகள் அளித்த பதில்தான் நாடெங்கும் 'ஸ்டிரைக்கு'கள்! போலீஸார் பொதுவுடைமைவாதி களைத் தாக்கினர். போலீஸ் கொடுமையை எதிர்த்தும் 'ஸ்டிரைக்கு'கள் வளர்ந்தன. மிலான், டூரின், பாரி, மெஸினா, ஜெனோவா, பைஸா, நேபிள்ஸ், பெருகியா முதலிய இடங்களில் கடைகள் சூறையாடப்பட் டன. பிஸன்ஸியோ பள்ளத்தாக்குக்கருகில், 1919- ம் வருஷம் ஜூலை மாதம் அபேதவாதக் குடியாட்சி ஸ்தாபிக்கப்பட்டது. இரத்தம் சிந்திய பின், உணவுப் பொருள்களின் விலையை 50% குறைப்பதாகச் சொல்லிக் கிளர்ச்சிக்காரர்களைச் சமாதானப்படுத்த வேண்டியதா யிற்று. இது எங்காவது நீடித்திருக்க முடியுமா? இந்த ஏற்பாட்டை ரத்துச் செய்ததினால் மறுபடியும் கலகம். ஆகஸ்டு மாதம் அராஜகர் கள் வெடிகுண்டு வீச்சில் இறங்கினார்கள். பொதுவுடைமைப் பிரசாரம், யுத்தத்தில் பின்வாங்கிய துரோகிகளுக்கு மன்னிப்பு, இத்தாலிய ராணுவம் கலைக்கப்பட்டது - இவை யாவும் குழப்பத் திற்குப் பன்மடங்கு பலம் அளித்தன.

1919-ம் வருஷம் அக்டோபர் மாதம் முதலாவது பேஸிஸ்ட் காங்கிரஸ் பிளாரன்ஸில் கூடியது. தேசத்திலுள்ள பொதுவுடைமைப் பிரசாரத்தைத் தொலைத்து, மாஜி ஸோல்ஜர்களுக்கும், வெற்றி தந்த வீரர்களுக்கும் அவர்களது தியாகத்தை மதித்து உரிய ஸ்தா னத்தை அளிப்பது என்பதுதான் முஸொலீனியின் தலைமைப் பிரசங்கத் திட்டம். காங்கிரஸுக்கு 45,000 பிரதிநிதிகள் வந்திருந்தார் கள். பொதுவுடைமைவாதிகள் திட்டத்தைத் தாக்கினார்கள். காங் கிரஸ் ரிவால்வர் யுத்தத்தில் முடிந்தது.

காங்கிரஸ் நடைபெறும் சமயத்தில்தான் பொதுத் தேர்தல் ஆரம்பமாயிற்று. பேஸிஸ்டுகளும் தங்கள் திட்டத்தைச் செயலில் நடத்திக்காட்ட அபேட்சகர் பத்தொன்பது பேரை நிறுத்தினார்கள். முஸொலீனி பிரடாப்பியோ தொகுதியில் நின்றான். ஐயாயிரம் வோட்டுக்கூட அவனுக்குக் கிடைக்கவில்லை. மற்றப் பதினெட்டுப் பேரும் தேர்ந்தெடுக்கப்பட்டார்கள். பொதுவாக, அபேதவாதிகளுக்குத் தான் வெற்றி. மிலான் பேஸிஸ்டுகள் ஊர்வலமாக வந்து 'போபோலோ டி' இத்தாலியா' பத்திரிகை நிலையத்தைத் தாக்கினார்

கள். ஒரு வெடிகுண்டு வீசப்பட்டது. 12 பேருக்குக் காயம். போலீஸார் 30 பேஸிஸ்டுகளைக் கைது செய்தார்கள். முஸோலீனியும் கைது செய்யப்பட்டான். கைகளில் விலங்குகள் போடப்பட்டு, காவலில் வைக்கப்பட்டான். அபேதவாதிகள் தூண்டுதலில் பிரதம மந்திரி நிட்டி இந்த வேலை செய்ததாகப் பொதுஜனங்கள் ஆட்சேபித்தனர். 24 மணி நேரத்திற்கப்புறம் முஸோலீனி விடுதலை செய்யப்பட்டான். சட்டசபைக்குச் சென்ற அபேதவாதிகள் மன்னர் ஆட்சியை எதிர்த்து ஆர்ப்பாட்டம் செய்தார்கள். டிசம்பர் மீ விக்டர் இமானுவல் பார்லிமெண்டைத் திறக்கச் சபைக்குள் பிரவேசித்தபொழுது அவர் கள் யாவரும் ஒரேயடியாக வெளியேறினார்கள்.

அடுத்த வருஷமும் ஸ்டிரைக் - தொத்து வியாதி பற்றிக்கொண்டது. ரயில்வே, தபால் தொழிலாளர்கள், பொது சர்வீஸ்களிலிருக்கும் சிப்பந்திகள் யாவரும் 'ஸ்டிரைக்' செய்து நெருக்கடியை ஏற்படுத்தி னார்கள். கராராவில் கல் உடைக்கும் தொழிலாளர், பெஸாராவில் அச்சுத் தொழிலாளர், வெரோனாவில் டிராம்வே தொழிலாளர், புரோனாவில் பாங்குச் சிப்பந்திகள், மிலான் போலா என்றவிடங் களில் இரும்புத் தொழிலாளர் — எங்கும், யாவரும் 'ஸ்டிரைக்' செய்தனர். இத்தாலியப் பொதுவுடைமைக் கட்சி, அதன் தேசீயக் கௌன்ஸில் கூட்டத்தின்போது, ஸோவியத் அமைப்பைப் போல் கட்சியை மாற்ற வேண்டுமென்று தீர்மானித்தது.

மிலான், அரிஸோ, அங்கோனா முதலிய இடங்களில் ரயில்வே பாதைகளில் வெடிகுண்டுகள் வைக்கப்பட்டன. பேஸிஸ்டுகள் கிரிமோனாவில் 'சிவப்பு' ஊர்வலத்தைக் கலைத்தார்கள். பிளாரன் ஸில் அவர்கள் தோற்கடிக்கப்பட்டார்கள். நிட்டி (பிரதம மந்திரி)யின் சர்க்கார், ஒழுக்கத்தையும் அமைதியையும் நிலைநாட்டத் தவறியது. ஆனால் பழியெல்லாம் பேஸிஸ்டுகள்மீது! சர்க்காரின் விசித்திரப் போக்கே போக்கு! 'ஸ்டிரைக்'கின்போது மிலான் பகுதியில் பேஸிஸ்ட் தொழிலாளர்கள் வேலையைவிட்டு விலகாமலிருந்தது ஒரு குற்றமாம். பைஸா நகரத்தில் பொதுவுடைமைவாதிகளே நியாயத்தின் காப்பா ளர்களாக நின்று, வேலையைவிட்டு நீங்காதவர்களைச் சுட்டுக் கொன்றனர். பிப்ரவரி மீ 'ஸ்டிரைக்'குகள் வளர்ந்தனவேயொழியக் குறையவில்லை. ரசாயனத் தொழிற்சாலையில் வேலை செய்த இரண்டு லட்சம் தொழிலாளர்கள் 'ஸ்டிரைக்' செய்தனர். மார்ச் மாதம் பொது ஸ்தாபன சிப்பந்திகள் வேலைக்குச் செல்லவில்லை. பீட்மண்டிலும், நேபிள்ஸிலும் பொதுவுடைமைவாதிகள் தொழிற் சாலைகளைக் கைப்பற்றினர். நிட்டி சர்க்கார் குப்புறக் கவிழ்ந்தது; மறுபடியும் அதைத் தூக்கி நிறுத்தவேண்டியதாயிற்று! சர்க்கார் இலாகாவில் ஒவ்வொரு இனத்திலும் துண்டு விழுந்தது. மிலான் மேயர் அபேதவாதி; அப்படியிருந்தும் அவர் தேசீயக் கொடியை உயர்த்தியதால் அவருக்கு வேலை போயிற்று. இப்படியாக அபேதவாத வெறியாட்டம் எல்லை கடந்தது. முஸோலீனியின் கட்சியினரும்

சாதுக்களல்லர். அவர்களும், அவர்களைப் போன்ற எதிர்ப்புக் கட்சியினரும் சர்க்காரின் வேலைகளைத் தாமே செய்ய ஆரம்பித்தார் கள். அதாவது, சொந்த ஹோதாவில் ஆயுதம் தாங்கிப் பொது வுடைமைவாதிகளோடு சண்டையிட்டார்கள். இவ்வளவும் இத்தாலிய சர்க்காரின் பலவீனத்தையும், செத்தும் சாகாத அதன் தன்மையையுமே காண்பித்தது. தேசம் யார் கையில் சிக்குகிறதோ அவர்தான் இனிமேல் ராஜா!

1920 மே மாதம், நிட்டி, பிரதம மந்திரிப் பதவியை ராஜிநாமாச் செய்தார். ஜூன் மாதம் அவரது மந்திரி சபை குடி ஓடிப்போயிற்று. அப்பொழுது தேசீய வரவு செலவுத் திட்டத்தில் 140 கோடி லையர் துண்டு விழுந்தது. பேஸிஸ்டுகள் நிட்டியை எதிர்த்துத் தேசமெங்கும் போராடினார்கள். நிட்டியின் போலீஸ் படை, நிராயுதபாணிகளான மாணவர்கள் தேசீய கீதம் பாடிய குற்றத்திற் காக, அவர்களைச் சுட்டது.

1919-ம் வருஷம் 'ஆம்ஸ்டர்டாம் இண்டர்நேஷனல்' ஓர் அகில ஐரோப்பிய 'ஸ்டிரைக்' நடத்தித் தொழிலாளர் யாவரும் ருஷியாவை ஆதரிப்பதைக் காட்டிக்கொள்ள விரும்பியது. பிரிட்டிஷ் தொழிலாளர் அதற்கு இணங்கவில்லை. பிரெஞ்சுக்காரர் ஓர் அரைகுறை 'ஸ்டிரைக்' நடத்தினர். ஆனால், அந்த வேலை நிறுத்தத்தில் தலை குப்புறக் குதித்தது இத்தாலி தேசமே! இத்தாலியத் தொழிலாளர்கள் தங்கள் ஐக்கியத்தை நிரூபித்து, தேசத்தைப் படுகுழியில் ஆழ்த்திவிட்டார்கள்.

இந்தக் குழப்பத்திலே இன்னொரு நபர் வந்து சேர்ந்தான். அவன்தான் 1915-ம் ௵ விரட்டப்பட்ட கியோலிட்டி. இத்தாலியின் குணாகுணங்களுக்கு அவன் நல்ல பிரதிநிதி. அதன் பலவீனத்தையும் அதன் வார்த்தை மாறும் தன்மையையும் அவனும் ஒருங்கே பெற்றி ருந்தான். 1920-ம் ௵ ஜூலை மாதம் மறுபடியும் அவன் அரசியலில் புகுந்தான். அவனுடைய வருகை குழப்ப நெருப்பிற்குப் பெட்ரோல் ஊற்றியது. கட்சியோடு கட்சியை முட்டவிட்டு, ஆட்சியைப் பலப் படுத்த அவன் முயன்றான். அபேதவாதிகளைத் தொலைக்க பேஸிஸ்டுகள் உதவியைக் கோரினான். சில சந்தர்ப்பங்களில் அவர்கள் உதவி கிடைத்தது; சில சந்தர்ப்பங்களில் உதவி மறுக்கப்பட்டது.

பேஸிஸ்டுகள் பலம் அதிகரித்தது. அபேதவாதிகள் மேலும் ஐக்கியப்பட்டு, நெருங்கி, அணிவகுத்துப் போராடத் தயாரானார்கள். காட்டுமிருகங்களின் தன்மையையும், மதுவுண்ட வெறியனின் குரூர உன்மத்தத்தையும் ஒருங்கே பெற்றது இந்த பேஸிஸ்ட் - அபேதவாதச் சண்டை. மிருகத் தன்மையும், குரூரமும், கொலை வெறியும் இத்தாலிய சமூக சரித்திரத்தின் பக்கங்களைக் கறைப்படுத்தின. வேனிற் காலம் முழுமையும் பெராராவும், பொலோனாவும் யுத்தப் பாசறைகளாகவே விளங்கின. இத்தாலிய தேசீயக் கொடி மண்ணில் புரண்டது; காலித்தனம் ஆரம்பித்தது! கடைகள், தொழிற்சாலைகள், துறைமுகங் கள், கிடங்குகள் எல்லாவற்றின்மீதும் வெடிகுண்டு வீச்சு! வேலைநிறுத்

தங்கள் வேறு! தொழிலாளர்களுக்கு 70 லட்சம் லையர் நஷ்டம்; ஐந்து கோடி லையர் மதிப்புள்ள பொருள் உற்பத்தி வீணாயிற்று!

○

12. இத்தாலிய டெபுடி பெனிட்டோ

1920-ம் ஞூ ஜனவரி மீ 10-ம் தேதி வெர்ஸேல்ஸ் உடன்படிக்கை அமலுக்கு வந்தது. அன்றுதான் சர்வதேசப் பலவீனம் என்று சொல்ல வேண்டிய — ஆனால் அப்போது சர்வதேச நம்பிக்கை என்று கருதப்பட்ட — சர்வதேச சங்கம் பிறந்தது. ஒருபுறம் உடன்படிக்கையும், அதனடியாகப் பிறந்த மூன்று கிளை உடன்படிக்கைகளும் ஐரோப்பிய தேச எல்லைகளை மாற்றியமைக்க வசதி செய்தன. மாஜிப் பகை வல்லரசுகளின் ஆயுத பலத்தை ஒன்றுமில்லாமலாக்கவும், அக்கரைக் காலனிகளின் ஸ்தானத்தையும் நிர்வாகத்தையும் மாற்றுவதற்கும் நஷ்ட ஈடு வஸூலித்து, சர்வதேச சங்கத்தின்மூலம் கூட்டுப் பாதுகாப்பு முறையை அமுலுக்குக் கொண்டுவரவும் முயற்சிக்கப்பட்டது.

இத்தாலியப் பார்லிமெண்டு சபையில் 1921 ஜூன் 21 உ தேர்தல், 33 தடியர்களைக் கொண்டுவந்து உட்கார வைத்திருக்கிறது. அதன் தலைவன் பெனிட்டோ முஸொலீனி. அப்போது அவனுக்கு 38 வயது. சாதாரணமாக அவன் சகாக்களுக்கும் அதே வயதுதான். அவனுடைய கட்சிக்கு அடுத்தாற்போல் தேசீயக் கட்சியில் 17 பிரதிநிதிகள். இந்த 49 நபர்களும் கியோலிட்டி தலைமையில் அணிவகுத்து உட்கார்ந்திருக்கும் 400 பிரதிநிதிகளையும் எதிர்த்து எப்போது சண்டை வரும் என்று உட்கார்ந்திருக்கின்றனர். மத்தியில் கியோலிட்டியும் அவனது பாபுலர் கட்சி சகாக்களும். அவர்களுக்கு அடுத்தாற்போல் அபேதவாதக் கட்சி; அதன் வாலான பொது வுடைமைக் கட்சி அடங்கிச் சுருண்டு பேஸிஸ்டுகளுக்கு நேர் எதிராக உட்கார்ந்திருக்கிறது.

பிரதம மந்திரி கியோலிட்டி சர்க்கார் சார்பில் பேசிவிட்டு உட்கார்ந்தார். சபையில் எல்லாப் பிரதிநிதிகளும் வந்திருந்தனர். கூட்டம் ஜாஸ்தி. புழுக்கமும் அதிகம். வெளியே கடுமையான வெய்யில். கியோலிட்டி உட்கார்ந்ததுதான் தாமதம். பெனிட்டோ எழுந்து நிற்கிறான். பையில் கையைப் போட்டுக்கொண்டு சபையைச் சுற்றி உருட்டி விழிக்கிறான்:

“நான் பேசப்போவது ஜனநாயகத்திற்கு எதிரிடையானது. அபேத வாதத்திற்கும் எதிரிடையானது. அபேதவாதத்திற்கு எதிரிடையாக இருப்பதால் கியோலிட்டி கொள்கைகளுக்கும் எதிரானது. பிரதம மந்திரி, ஆல்ப்ஸ் மலை நமது தேசத்தின் எல்லையாகிவிட்டது என்று கூறுவதன் அர்த்தம்தான் நமக்குப் புரியவில்லை. நான் நேரடியாக அங்கு சென்று ஆல்டோ அடிஜ் பிரச்னையை விசாரணை

செய்ததில் அவ்வாறு இருப்பதாக நான் காணவில்லை. அங்கே இத்தாலிய இயக்கத்திற்கெதிராக டூஷர் வெர்பாண்ட் என்ற இயக்கம் மூனிக்கிலிருந்து நடத்தப்பட்டு வருகிறது. அது அன்றியாஸ் ஆபர் பண்ட் இயக்கத்தின் கிளையாகும். இந்தச் சங்கம் வெரோனா எல்லைவரையுள்ள பிரதேசங்கள் தனக்குச் சொந்தம் என்று உரிமை கொண்டாடி வருகின்றது. அங்கு நிறுத்தப்பட்ட இத்தாலியத் துருப்புக் கள் கலைக்கப்பட்டவுடன் அந்த நாட்டை இத்தாலி கைப்பற்றவே யில்லை என்று அங்குள்ளவர்கள் உரிமை ஸ்தாபிக்கிறார்கள். அங்கு நடைபெற்ற பொல்ஸானோ பொருட்காட்சி விழாவில் இத்தாலிய பாஷையும் இத்தாலியக் கடைகளும் பகிஷ்கரிக்கப்பட்டன. அகில ஜெர்மன் பிரசாரம் அங்கு எல்லையற்றுப் பரவுகிறது. மெரானோவில் இருந்த ஆஸ்திரிய மேயரை வேலையைவிட்டுத் தள்ளக் கூடாது என்று அமுல் நடத்துகிறது. இத்தாலிய மன்னரையும் இத்தாலிய அரசியலமைப்பையும் கண்டபடி அவதூறு செய்து கேவலப்படுத்து கிறார்கள். ஆல்டோ அடிஜ் வரை ஜெர்மனிக்குத்தான் சொந்தம் என்ற கொள்கையை ஸ்தாபிப்பதற்காக நான்கு ஜெர்மன் பிரதிநிதி களைத் தேர்ந்தெடுத்து அனுப்பியிருக்கிறார்கள். இந்த ஜெர்மானிய ஸ்தாபனத்தை உடனே கலைக்கவேண்டும். அங்குள்ள ஜெர்மானிய உத்தியோகஸ்தரை உடனே வேலையைவிட்டு நிறுத்த வேண்டும். பொதுநிர்வாக முறைகளில் இரட்டைப் பாஷை முறையை அமு லுக்குக் கொண்டுவர வேண்டும். இந்த நான்கு ஜெர்மன் பிரதிநிதி களுக்கும் நான் ஒன்று சொல்லுகிறேன்: எவ்வளவு கஷ்டம் நேரிட்டா லும் நாங்கள் பிரென்னர் எல்லையை விட்டுக் கொடுத்துவிடமாட் டோம். இதை உங்கள் சகாக்களுக்குச் சொல்லுங்கள்....”

இந்த நேரடியான எதிர்ப்புப் பிரசங்கத்தைக் கேட்டதும் சர்க்கார் கட்சியும் கை தட்டியது. பிரதம மந்திரி கியோலிட்டி குறுக்கிட்டு, “இதையெல்லாம் நாங்கள் முன்னமேதான் ஒப்புக்கொண்டிருக் கிறோமே!” என்றார்.

“அட்ரியாடிக் கடற்கரை எல்லையில் பிரதம மந்திரி கியோலிட்டி யூகோஸ்லேவியாவிடம் உடன்படிக்கை செய்துகொண்டு, பியூம் நகரைத் தாக்கியதை அழுத்தமாகக் கண்டிக்கிறேன். வெர்ஸேல்ஸ் சமாதான உடன்படிக்கையின் ஷரத்துக்களை மாற்ற வேண்டியது அவசியம் என்பதை யாரும் மறுக்கவில்லை. பேஸிஸ்ட் கட்சி அமைக்கப்பட்டபொழுதே அதன் அவசியம் ஒப்புக்கொள்ளப்பட்டது. சமாதான உடன்படிக்கையும் அதன் கிளைகளும் உலகத்தின் எல்லாப் பகுதிகளிலும் அதிருப்தியைக் கொழுந்துவிட்டெரியும்படி செய்துவிட் டன. இந்தச் சமயத்தில் நமது அந்நிய நாட்டுக் கொள்கைகளில் செய்யப்பட்டிருக்கும் மாறுதல்கள் பரிகசிப்புக்கு இடமாக இருக்கின் றன. மாண்டநீக்ரோவை சர்க்கார் ஸெர்பியாவின் கையில் பறிகொடுத் தது. பாலஸ்தீனத்தில் பிரிட்டிஷ் சர்க்கார் யூதர்களைக் குடியேற்றி வருவதைப் பார்த்துக்கொண்டிருக்கிறது. நான் இவ்வாறு சொல்லுவதி லிருந்து இத்தாலிய யூதர்களின் தியாகத்தை மறந்துவிட்டேன் என்று

444 ◆ புதுமைப்பித்தன்

நினைக்கலாகாது. யுத்தத்திற்கு அவர்கள் செய்த சேவை மகத்தானது, தாராளமானது."

அப்புறம் பொதுவுடைமைவாதிகளைக் கண்டித்துப் பின்வருமாறு பேச ஆரம்பித்தான்:

"வறுமை, துன்பம் இவற்றின் எல்லையில் முளைக்கிறது பொது வுடைமைக் கொள்கை. சொத்தும் சுகமும் அழிந்துவரும் சமயத்தில் எல்லாவற்றையும் பொதுவாகப் பங்கிட்டுக்கொள்ள வேண்டுமென்ற ஆசை மனித இதயத்தில் பிறப்பது சர்வ சாதாரணம். அதுதான் பொதுவுடைமையின் முதல் அம்சம்; அதாவது, விநியோக அம்சம். அதற்கு அடுத்தபடியாகப் பொருள் உற்பத்தி; அது மிகவும் சிக்கலான பிரச்னை. விலாடிமிர் உலியனோவ் லெனின் என்ற பெயருக்கு ஆஜர் சொல்லும் நபர் இவ்விஷயங்களில் நிபுணர் என்று கூறப்பட்டாலும் பொருள் உற்பத்தியில் அவனே தடுமாறுகிறான். வெண் கலத்தையும் பளிங்குக் கல்லையும் நம்மிஷ்டம் போல் வனைந்துக் கொள்ளலாம். மனித இதயத்தை நம் இஷ்டப்படி செய்துகொள்வது அவ்வளவு எளிதல்ல.

"இத்தாலியப் பொதுவுடைமைவாதிகளாகிய உங்களில் பலர் எனது லட்சியக் குழந்தைகள். அந்தரங்க பாவத்தோடு உங்களை எனக்குத் தெரியும். இத்தாலியப் பொதுவுடைமைக் கொள்கையில் சிறிதளவு பெர்க்ஸனின் சித்தாந்தமும் பிளாங்கியின் தத்துவமும் கலந்து உங்களுக்குப் புகட்டியவன் நான்தான். புதிய ஆத்மார்த்த சித்தாந்தங்களும் அவற்றின் கவிதா ரஸம் ததும்பிய உச்ச எல்லைகளும் சின்ன மூளைகளுக்குத் தாங்கமாட்டா. இந்தத் தத்துவங்கள் ருசியாக இருக்கலாம். ஆனால் இவற்றை ஜீரணிக்கும் சக்தி வேண்டும். இப்படி எனது நண்பர்கள்... அல்லது பகைவர்கள் ('பகைவர்கள், பகைவர்கள்' என்ற கூக்குரல்) அந்த மட்டுமாவது தெளிவாகிவிட்டதே, சரி! — இப்படி 25 வயதில் பெர்க்ஸனை விழுங்கிய பகைவர்கள் இன்னும் அவனை ஜீரணிக்கவில்லை. பொதுவுடைமைவாதிகள், பொதுமக்களின் சர்வாதிகாரத்தைப் பற்றியோ அல்லது அதைப் போல் அசட்டுத்தனமான குடியாட்சித் தத்துவத்தைப் பற்றியோ கதைத்துக்கொண்டிருக்கும்வரை நம்மிடையில் போராட்டத்தைத் தவிர வேறு ஒன்றையும் காண முடியாது. இரண்டு வர்க்கங்கள் இருக்கின்றனவென்பதை நாங்கள் நிராகரிக்கிறோம். ஏனென்றால் வர்க்கங்கள் இரண்டு மட்டுமல்ல, எத்தனையோ! பொருளாதார சாஸ்திரத்தின்மூலம் மனித சரித்திரம் முழுவதையும் வியாக்கியானம் செய்யலாம் என்பதை நிராகரிக்கிறோம். உங்கள் சர்வதேசியத் தன்மையையும் நிராகரிக்கிறோம். சர்வதேசீயத் தன்மையை அநு பவத்திற்குக் கொண்டுவருவது ஒரு சிலருக்குத்தான் முடியும். அக் கொள்கையைப் போக வஸ்து என்றுதான் சொல்லவேண்டும். ஏனென்றால், பொதுமக்கள் அவர்கள் பிறந்த மண்ணோடு ஒட்டிக் கொண்டிருக்கிறார்கள். இனிதான் முதலாளித்துவத்தின் உண்மைக் கதை ஆரம்பமாகிறது. ஏனென்றால் முதலாளித்துவம் மக்களை

நசுக்கும் அமைப்புமட்டுமல்ல! மதிப்புக்களையும் தன்மைகளையும் தெரிந்தெடுத்து, படிப்படியாக அணிவகுத்து, தனிநபரின் பொறுப்புத் தன்மையை அபிவிருத்தி செய்வதே முதலாளித்துவம்.

"பிரதம மந்திரி கியோலிட்டி, 'சர்க்காரின் அதிகாரத்தை மறுபடியும் ஸ்தாபிக்க விரும்புகிறேன்' என்று சொல்லிக்கொள்வதில் பயனே கிடையாது. அந்த வேலை மிகவும் கடினமானது. ஏனென்றால், மூன்று அல்லது நான்கு சர்க்கார்கள் அதிகாரத்தை உபயோகிப்பதற்காகக் காத்துக்கொண்டிருக்கின்றன. சர்க்காரைப் பாதுகாப்பதற்கு ரண சிகிச்சை அவசியம். பேஸிஸ்டுகள் ஹிம்சை முறை கொண்டிருப்பதாகக் குறை கூறப்படுகிறது. இதர கட்சிகள் அம்முறையை விட்டுவிட்டால் நாங்களும் அப்படியே செய்யத் தயாராக இருக்கிறோம். இதர கட்சிகளுக்கு நான் ஒன்று சொல்ல விரும்புகிறேன். சமாதானத்திற்காக உங்களது ஹிம்சை மனப்பான்மையை ஒழித்துவிடுங்கள்!

"ஹிம்சை முறை நாங்கள் கடைப்பிடிக்கும் கொள்கையுமல்ல; எங்கள் அமைப்பு விதியின் முறையும் அல்ல; இன்னும் விளையாட்டிற்காக அதைக் கைக்கொள்ளவுமில்லை. அவசியம் அவ்வாறு எங்களைத் தூண்டுகிறது. இது நெருக்கடியான காலம். விசுவாசத்திற்கு விசுவாசமளிக்கத் தயாராக இருக்கிறோம். நாங்கள் ஆயுதங்களைக் கீழே வைக்குமுன் உங்கள் மனத்திலுள்ள குரோதத் தன்மையை அகற்றி வைத்துவிடுங்கள்!"

இந்தப் பிரசங்கம் இத்தாலிச் சட்டசபையில் பெருத்த பரபரப்பை ஏற்படுத்தியது. அதன் தன்மை சட்டசபையின் சம்பிரதாயத்திற்கே புறம்பானது. அது சட்டசபைக் கட்சிகளையெல்லாம் மூக்கில் குத்தும் நேரடியான பிரசங்கம்.

தேசத்தின் பொருளாதார நிலை தலைகுப்புறக் கிடந்தது. யந்திர, ஆயுத உற்பத்தித் தொழிற்சாலைகளான இல்வா டிரஸ்ட், ஆன் ஸால்டோ டிரஸ்ட் என்ற இரண்டு பெரிய ஸ்தாபனங்கள் முறிந்தன. இவற்றின் வீழ்ச்சியோடு, இவற்றோடு தொடர்பு பெற்றிருந்த கப்பல் கம்பெனிகள், பத்திரிகைக் கம்பெனிகள் முதலியனவும் முறிந்து போயின. இவற்றின் முடிவால் பாங்குகள் பலவற்றையும் மூட வேண்டியதாயிற்று. இத்தாலிய நாணயமான லைராவின் மதிப்பு தொடர்ச்சியாக விழுந்துகொண்டேயிருந்தது. இதுதான் தேசத்தின் நிலை.

○

13. கட்சி நாடு பிடிக்கிறது

பாரிஸ் உடன்படிக்கை மகாநாடு இத்தாலிக்குப் பெருத்த ஏமாற்றத்தையளித்தது. விட்டோரியோ வினோடோ யுத்தகளத்தில் வான்

நோக்கி உயர்ந்த வெற்றி, சிறகிழந்து தரையில் விழுந்தது என்று சொல்ல வேண்டும்.

மத்திய வல்லரசுகளின் தோல்விக்குத் தன் வெற்றியே காரணம் என்று தெரிந்துகொண்ட இத்தாலி, 1915-ம் வருஷத்து லண்டன் உடன்படிக்கை ஷரத்துக்களை நிறைவேற்ற வேண்டுமென்று, அதாவது தன் பங்கை மடியில் போட்டுவிட வேண்டுமென்று கும்மாளமடித்துக் கொண்டு நின்றது. யுத்தங்களை நிறுத்துவதற்காகக் கப்பலேறி வந்த அவதார புருஷர் என்று கருதப்பட்ட வில்ஸன், வெற்றிவாகை சூடியவர்களுக்குத் தெவிட்டும்வரை நாடுகளைப் பங்கு போட்டுக் கொடுத்து, தோற்றவர்களைத் தோல்வி என்ற நிரந்தரமான படுகுழி யில் ஆழ்த்திவிடுவார் என்று எதிர்பார்க்கப்பட்டது. இத்தாலியைப் பொறுத்தவரை ஏமாற்றம் சீக்கிரத்தில் ஏற்பட்டது. வில்ஸனின் கௌரவம், ஏழு நாள் உபசாரமாக எல்லை கடந்த வசைமாரியில் போய்ச் சேர்ந்தது. காரணம், அவர் லண்டன் உடன்படிக்கையை ஏற்றுக்கொள்ளவில்லை. அமெரிக்கா நேசக் கட்சியினர் சார்பில் யுத்தத்தில் இறங்கியபோது இந்த ஷரத்துக்கள் உத்தியோக முறையில் அறிவிக்கப்படவில்லை என்பது அவர் கட்சி. இம்மாதிரியாக ஓர் உடன்படிக்கை இருக்கிறதென்பதே பிரிட்டிஷ் பொதுமக்களுக்குத் தெரியாது. வில்ஸன் இதை எதிர்த்தார். ருஷியப் புரட்சிக்காரர்கள் இதை நிராகரித்தார்கள். பிரிட்டிஷ், பிரெஞ்சு ராஜதந்திரிகள் 'முன்பு ஒப்புக்கொண்ட' கொள்கைகளை ஏற்றுக்கொள்வதன் அவசியத்தை மட்டிலும் ஏற்றுக்கொண்டார்கள்.

பாரிஸில் இத்தாலிய சமாதானப் பிரதிநிதிகள் நால்வருடன் (நான்கு வல்லரசுகளுடன்) சேர்ந்து சமாதான ஷரத்துக்களை வாசித்துக்கொண்டிருக்கும்போது இத்தாலியர் குழப்பம் எல்லை கடந்து நின்றது. நேசக் கட்சியினர் இத்தாலியப் பிரச்னைகளைப் பற்றி நீளநீளமாக விவாதித்தார்கள். வில்ஸன் முனகினார். லாயிட் ஜார்ஜ் சந்தர்ப்பத்தை உபயோகித்தார். கிளமென்கியோ உறுமினார். அர்லாண்டோ (இத்தாலியப் பிரதிநிதி) ஆட்சேபித்தார்; அழுதார்; அவ்வளவுதான் மிச்சம். வில்ஸன் ஒவ்வொரு நாடும் தன் கதியை ஸ்வயமாக நிர்ணயித்துக்கொள்ள வேண்டுமென்று உபதேசித்த கொள்கையையே அட்ரியாடிக் கடற்கரைத் துறைமுகமான பியூம் பிரச்னையில் இத்தாலியர் உபயோகித்தனர். பியூம்வாசிகளே சர்வஜன ஓட்டின் மூலம் தாங்கள் இத்தாலியுடன் சேர்ந்து இருக்க விரும்பு கிறார்களா இல்லையாவென்பதை அறிவிக்கட்டும் என்றனர்.

இத்தாலியக் கோரிக்கைகள் வருமாறு:

(1) 1915-ம் ௵ லண்டன் உடன்படிக்கைப் பிரகாரம் மனிதன் உழைப்பால் பண்படாத பிரதேசங்கள் (2) ஜெர்மனி இழந்ததிலிருந்து நஷ்ட ஈடாகக் காலனிகள் (3) உப உடன்படிக்கை, அதாவது ஸெண்ட் ஜீன் உடன்படிக்கைப் பிரகாரம் துருக்கி இழந்த காலனி களில் நஷ்ட ஈடு (4) யுத்தச் செலவு நஷ்ட ஈடு (5) வில்ஸன் விரும்பிய சுய நிர்ணயக் கொள்கைப்படி பியூம் சர்வஜன ஓட்டுரிமை.

இவற்றில் முதல் கோரிக்கைப் பிரகாரம், ஆல்ப்ஸ் மலைத்தொடரில் வடக்கே பிரன்னர் கணவாய் முதல் ஜூலியன் கணவாய், இஸ்திரியா தீபகற்பம் வரை உள்ள பிரதேசத்தைப் பெற்றது. இரண்டாவது கோரிக்கைக்கு உத்தர ஜுபாலாந்தைக் கொடுப்பதாக இத்தாலிக்கு உறுதியளிக்கப்பட்டது. துருக்கியிடமிருந்து ஸமிர்னா இத்தாலியருக்குக் கொடுக்கப்படாமல் கிரீஸுக்கு அளிக்கப்பட்டது. இதன் விளைவாக ஏற்பட்ட கிரேக்க - துருக்கி யுத்தம் மீண்டும் கிரீஸுக்குக் கஷ்டத்தை விளைவித்தது. நஷ்ட ஈடாக ஜார்ஜியா பிரதேசத்தின்மீது இத்தாலிக்கு மாண்டேட் அதிகாரம் அளிக்கப்பட்டது. வடக்கு ஆப்பிரிக்காவில் சிரேங்யாகாவுக்கும் எகிப்துக்கும் நடுவிலுள்ள எல்லையைச் சரிப்படுத்திக் கொடுப்பதாகப் பிரிட்டன் இத்தாலிக்கு உறுதியளித்தது. உறுதி 1925-ம் ஆண்டு நிறைவேறியது. இதே மாதிரியாக பிரான்ஸும் டிரிபொலி டீனியா — டூனிசியா — சஹாரா எல்லைகளைச் சரிசெய்து கொடுப்பதாக வாக்களித்தது. இதில் ஒன்றும் பிரமாதமில்லை. இத்தாலி லிபிய எல்லையில் சாத் ஏரிக்கரையின்மீது கொண்டாடிய உரிமை நிராகரிக்கப்பட்டது.

யுத்த நஷ்ட ஈடாக இத்தாலியின் பங்கும் கிடைத்தது. பியூம் பிரச்னையில்தான் நல்ல லாபத்தோடு இத்தாலியர் காரியத்தை முடித்துக்கொண்டார்கள்.

பியூம் துறைமுகத்தைக் கைப்பற்றுவதற்காக இத்தாலியில் வெகு மும்முரமான தேசீயப் பிரசாரம் நடந்தது. 'போபோலோ டி' இத்தாலியா' பத்திரிகை பியூம் ஆக்ரமிப்புக்காகப் பண வசூல் செய்ய ஆரம்பித்தது. தேசீய ஸ்தாபனங்கள் ஆங்காங்கு முளைத்தன. இத்தாலிய சர்க்காரின் ஏகாதிபத்திய ஆசைகளெல்லாம் மேடைப் பிரசங்கத்தோடும், துணிவும் தெம்புமற்ற ராஜதந்திர சம்பாஷணைகளோடும் முடிவுபெற்றன. ஏனென்றால் சர்க்காரின் வாழ்வே தேர்தல் என்ற தற்காலிகப் பொதுஜன உற்சாகங்களின் போக்கைப் பொறுத்ததாக இருந்தது. இத்தாலிய சர்க்கார் முதலில் சட்டத்தைத் தன் சார்பில் ஆக்கிக்கொள்வதற்காக, சமாதான உடன்படிக்கை, ரகசிய லண்டன் உடன்படிக்கை இவற்றின் ஷரத்துக்கள் பிரகாரம் ஆங்காங்கு முதலில் தன் படைகளை நிறுத்தினாலும், புதிதாக முளைத்த யூகோஸ்லேவிய அரசின் மனுப்பிரகாரம் இத்தாலிய ராணுவத்திற்குப் பதிலாக நேசக் கட்சியின் படைகள் அவ்விடங்களில் நிறுத்தப்பட்டன. இதன் விளைவாக முக்கியமாக பியூமில் பிரெஞ்சுத் துருப்புக்களும் இத்தாலியப் படைகளும் மோதிக்கொண்டன. நெருக்கடியான நிலை. 1919 - ம் வருஷம் மே மாதம், வெர்ஸேல்ஸ் உடன்படிக்கை கையெழுத்திடப்படுவதற்கு ஒரு மாதத்திற்கு முன், முஸொலீனி பியூம் நகருக்கு வந்து டியாற்றோ வெர்டி என்றவிடத்தில் பின்வருமாறு பிரசங்கம் செய்தான்:

"இத்தாலி தனக்கு நியாயமாகக் கிடைக்க வேண்டிய நன்மைகளை இழப்பதற்குக் காரணமான பிரான்ஸின் நம்பிக்கைத் துரோகத்தையும்

வில்ஸனின் மோசமான தீர்க்க தரிசனத்தையும், ஆங்கிலோ - ஸாக்ஸன், கிரேக்க அரசுகளின் ஏகாதிபத்திய ஆசைகளையும் நான் கண்டிக்கிறேன். மத்தியதரைக் கடலிலிருந்து இந்த அந்நியர்களை விரட்ட வேண்டும். முதன்முதலில் இந்த இங்கிலீஷ்காரர்களை விரட்ட வேண்டும். இத்தாலியின் புராதனக் காலனியும், களஞ்சியமுமான எகிப்து தேசத்தின் கிளர்ச்சியை நாம் ஆதரிக்க வேண்டும். அத்தேசத்தில் இரண்டு லக்ஷம் இத்தாலியர்களிருக்கிறார்கள். மால்டாவில் உள்ள இத்தாலியர்கள் அதை இத்தாலியுடன் சேர்க்க வேண்டுமென்று இயக்கம் ஆரம்பித்திருக்கிறார்கள். பிரான்ஸைப் பொறுத்தவரை அது தன் மத்தியதரைக் கடல் ஏகாதிபத்தியத்தை, அதாவது காலனிகளை இழக்க வேண்டும். பியூமின் விதிதான் என்ன? அந்தப் பிரச்னை தீர்ந்துவிட்டது. இத்தாலி நிமிர்ந்து நின்ற மாதிரி பியூமும் தன் பிரச்னைகளைத் தானே தீர்த்துக்கொள்ள வேண்டும். இத்தாலிய மக்களின் புனிதமான அங்கீகாரத்தின் முன் பாரிஸில் ராஜதந்திரம் பேசிக்கொண்டிருக்கும் நான்கு கிழட்டு முட்டாள்களின் தீர்ப்புக்கள் எதிர்த்து நிற்க முடியுமா?

"அன்று 1915-ம் ௵ வருஷம் இத்தாலி 'யுத்தம் அல்லது குடியாட்சி!' என்ற கோஷத்துடன் போருக்கு இறங்கியது. இன்று 'பியூம் அல்லது மரணம்!' என்று தேசம் கோஷிக்கிறது."

இப்பிரசங்கம் அங்குள்ள தேசீயவாதிகளுக்கு உன்மத்தமூட்டியது. அன்று மாலை நகரத்தைக் கைப்பற்றுவதற்காகத் தொண்டர் படை திரட்டப்பட்டது. இந்தப் படைகளுக்குப் பயிற்சியளித்தது, சட்டப் பிரகாரம் ஏற்கெனவே இத்தாலிய சர்க்கார் நிறுவியிருந்த ராணுவம், நேசக்கட்சித் துருப்புக்கள் இவற்றின் நிலைமையைத் திரிசங்கு சொர்க்கமாக்கியது. தறிகெட்டு ஓடும் இத்தாலிய சமூகத்தில், 'பியூம் அல்லது மரணம்!' என்ற ஒரே கூக்குரல்.

இத்தாலிய பாரதி என்று சொல்லத்தக்க தேசீய வீரக்கவிஞன் கபிரியேல் டி அனன்ஸியோ புகழின் முன்னணிக்கு வந்துவிட்டான். கபிரியேல் பூர்வத்தில் இத்தாலியின் தேசீய இயக்கத்தில் பங்கெடுத்துக்கொண்டு, போர்முனைகளில் வீரங்காட்டியவன். மின்வெட்டுப் போன்ற பேச்சும் கவியும் அவனை இயற்கையாக இந்த அசாதாரண முயற்சிக்குத் தலைமை ஸ்தானத்தில் கொண்டுவந்து நிறுத்தின. அவன் ரோமிலிருந்து டோகியோவிற்கு விமானத்தில் பறந்துசெல்ல எண்ணிக்கொண்டிருந்தான். இதில் தலைமை வகிப்பதற்காக அதை நிறுத்திக்கொண்டான். டிரிஸ்டி என்ற துறைமுகத்திற்கருகிலுள்ள ரோன்சியில் தன் சகாக்களை ஒரு படையாகத் திரட்டினான். படை பெருக ஆரம்பித்தது. 'போபோலோ டி' இத்தாலியா'வின் பணமும் முஸொலீனியின் கறுப்புச் சட்டைத் தொண்டர்களும் படைக்குத் துணை.

அக்டோபர் ௴ 9 ௳ பிளாரன்சில் நடந்த பேஸிஸ்ட் கூட்டத்தில் முஸொலீனி பியூம் பிரச்னையைப் பற்றிப் பின்வருமாறு பிரசங்கம் செய்தான்:

“உங்கள் முன் விஸ்தாரமாகப் பேசிக்கொண்டிருக்க எனக்கு நேரமில்லை. நான் இப்போதுதான் பியூமிலிருந்து வந்தேன். அங்கு டி அனன்ஸியோவைச் சந்தித்துப் பேசினேன்.

“மகாஜனங்களே, உங்களைக் கடவுளர் என்று நான் புகழ வரவில்லை. உங்கள்மீது அன்பு இருக்கத்தான் செய்கிறது. உங்கள் மனமும் உடலும் அழுக்கேறியிருக்கிறது. அதை நீங்கள் சுத்தம் செய்யவேண்டும். நீங்கள் அறிவிலிகள். அதனால் நான் சொல்வதைக் கேட்க வேண்டும். காய்ப்பு ஏறிய கைகள் வேலை செய்வதற்கு உபயோகமாகவிருக்கலாம். ஆனால் ராஜ்யத்தை நடத்த அவை மட்டுமிருந்தால் ஒருவனுக்குத் திறமை ஏற்பட்டுவிடாது. நீங்கள் 24 மணி நேரத்திற்குள் ஒரு புரட்சி நடத்திவிடலாம். ஆனால் அதே நேரத்தில் ஒரு புதிய சமூகத்தை, அதாவது உலகக் கட்டுக் கோப்பிற்குள் அமைந்த தேச மக்களை, உங்களால் சிருஷ்டிக்க முடியாது. ஆகையால் நீங்கள் எங்களைப் பூர்ஷுவாக்களின் காவலாட்கள் என்று தப்பிதமாக நினைத்துக்கொள்ளக் கூடாது. இப்பொழுதுள்ள பூர்ஷுவாக்கள் யாவரும் மகா கேவலமானவர்கள். மோசடிக்காரர்கள். இவர்கள் தங்களைத் தாங்களேதான் காப்பாற்றிக் கொள்ள வேண்டும். நாங்கள் அவர்களைக் காப்பாற்றப் போவதில்லை.

“நாங்கள் தேசத்தைப் பாதுகாப்போம்; அதாவது, தேச மக்கள் யாவரையும் பாதுகாப்போம். மக்களின் லௌகிகப் பொருளாதார நலத்தையும், அவர்களுடைய ஒழுக்கத்தையும் வளர்க்க வேலை செய்வோம். இந்தக் கொள்கையை வைத்து இப்போது ஒற்றுமையற்றுத் தவிக்கும் மனிதக் கும்பலை ஒரு சக்தி வாய்ந்த தேசமாக்க முடியும் என்று நான் நம்புகிறேன்.”

1919-ம் ௵ செப்டம்பர் ௴ 12 உ டி அனன்ஸியோ தன் படையுடன் சென்று நகரத்தைக் கைப்பற்றினான். அவனது படையில் நடுத்தர வகுப்புக் குடும்பங்களின் வாலிபப் பிரதிநிதிகள், தேசீய உணர்ச்சி ‘பீடித்த’ மாணவர்கள், வேலையில் அதிருப்தி கொண்ட குமாஸ்தாக்கள், வேலையில்லாமல் தவித்துக்கொண்டிருந்த பட்டினிப் பட்டாளம் — இத்தகைய கும்பல் உண்டு. கவிராயர் பந்தாவாக நகரத்திற்குள் பிரவேசித்தார். ஒரு தேசீயக் கௌன்சில் அமைக்கப்பட்டது. அமைப்பு விஸ்தாரம் யாவும் நாடகாலங்கார படாடோபங்களோடு! பொம்மை விளையாட்டுக்கு நிஜமான வெடிகுண்டுகளும் தோட்டாக்களும் உபயோகமானதுதான் விசித்திரம்! பியூம் நகருக்குத் தற்காலிக அரசியலமைப்பை வகுத்துக்கொடுத்த பிஅம்பிரிஸ் அன்று கட்சியிலிருந்து துரத்தப்பட்டு அந்நிய நாட்டில் தவியாய்த் தவித்து உயிர் விட்டான். ‘போபோலோ டி’ இத்தாலியா’வில் வசூலான பணத்தையெல்லாம் இத்தொண்டர் படை அங்கத்தினர்கள் சாப்பிட்டு ஏப்பம்விட்டார்கள்.

நகரத்திற்குள் பிரவேசித்த காபிரியேல் தனது வசைமொழி நிபுணத்வத்தை விஸ்தாரமாகக் காண்பிக்க ஆரம்பித்தான். அவன்

வெள்ளைக்காரருக்குத் தன் வசையில் தனி ஸ்தானம் கொடுத்திருக்கிறான். அது வருமாறு:

"இன்று பியூம் நகரை யாரும் தோற்கடிக்க முடியாது. அன்றும் அப்படித்தான்; இன்றும் அப்படியே. அதன் இடிந்த மதில்களின்கீழ் நாம் ஒருவேளை விழுந்து சாகலாம். ஆனால் அந்தச் சிதைவிலிருந்து எழும் ஓர் அற்புதச் சக்தியின் பலத்திற்கு யாராலும் எல்லை வகுக்க முடியுமா? அயர்லாந்தின் ஸின்பீனர்கள் முதல் எகிப்தின் சிவப்புக் கொடி இயக்கத்தினர் வரை நிராயுதபாணிகளான தேசங்களை நசுக்குபவர்களையும், பச்சை மாமிசத்தைத் தின்கிறவர்களையும் எதிர்த்துக் காட்டுத் தீ போல ஒரே புரட்சி ஓங்கி நிமிரும். பாரசீகத்தையும், மெஸபொடேமியாவையும், புதிய அரேபியாவையும், ஆப்பிரிக்காவில் பெரும் பகுதியையும் விழுங்கி ஏப்பம் விட்டும், இன்னும் பசி ஓயாத ஏகாதிபத்திய விருப்பினால் தனது விமானக் கொலைகாரர்களை நம்மீது அனுப்பி, எகிப்தில் அன்று வெட்கமில்லாமல் கொன்று குவித்தது போல் நம்மையும் இன்று கொன்று குவிக்கட்டும்!"

இம்மாதிரியாகத் தனது வாக்குவன்மை என்ற வசையால் மக்களின் மனசைக் கவர்ச்சித்துக்கொண்டிருந்தான்.

இத்தாலியப் பிரதிநிதித்வ சட்டசபையில் இச்சம்பவத்தைப் பற்றிப் பிரதம மந்திரி ஸினோர் நிட்டி, "முதல் முறையாக ராணுவத்தில் ராஜத்துவேஷம் ஆரம்பித்துவிட்டது!" என்று தமது நிர்வாக பலவீனத்தைக் கோடு போட்டுக் காண்பித்துக்கொண்டார்.

"இம்மாதிரிச் சம்பவங்கள்தான் நீர் பயந்து நடுங்கிக்கொண்டிருக்கும் போல்ஷிவிஸத்திற்குக் கதவைத் திறந்து கொடுக்கிறது!" என்று எதிர்க்கட்சியில் இருந்த அபேதவாதி பிலிப்பினோ தூராட்டி ஒத்துப் பாடினான்.

பேஸிஸ்ட் கொள்கையைக் கிரியாம்சையில் பரிசோதித்தது இதுதான் முதல் தடவை. இதில்தான் முதல்முதலாக முதலாளி, நிலச்சுவான்தார் வகுப்புக்கள் பார்லிமெண்டுக்கு எதிராகப் போராட ஆரம்பித்தன.

இன்னும் பேஸிஸ்ட் கட்சியினுடைய சம்பிரதாயச் சின்னங்கள் யாவும் டி' அனன்ஸியோ வகுத்தவையே. அதாவது, அவன் தன் தொண்டர் படைக்குக் கொடுத்தவையெல்லாம் பேஸிஸ்ட் கட்சியின் சின்னங்களாயின. முஸொலீனியின் புயல்-படைகள் அதுவரை கறுப்புத் துணிகளைச் சிறு துண்டுகளாகக் கத்தரித்துக் காலரில் வைத்துக்கொண்டு வந்தன. ஒவ்வொரு தளத்திற்கும் ஒவ்வொரு விதமான வர்ணம் இடையில் இருக்கும். இவற்றிற்குக் கறுப்புக் கனல்கள் என்று பெயர். அர்திதிப் படையின் மண்டையோட்டுச் சின்னம் பேஸிஸ்ட் கட்சியின் சின்னமாயிற்று. அடுத்தபடியாகக் கழுத்தில் கறுப்புத் துண்டுகளைப் பட்டி மாதிரிக் கட்டிக்கொள்வது சம்பிரதாயமாயிற்று. முடிவாகக் கறுப்புத் துண்டு கறுப்புச் சட்டையாயிற்று. இதுதான் கறுப்புச் சட்டை (பேஸிஸ்ட் யுனிபாரம்) வளர்ந்த விதம்.

இந்தச் சமயத்தில்தான் முஸொலீனிக்குத் தேர்தலில் தோல்வி. தேர்தல் முடிந்து இரண்டாவது நாள். பெனிட்டோ பத்திரிகாலயத்தில் தன் அறையில் உட்கார்ந்துகொண்டிருக்கிறான். பக்கத்தில் மார்கரெட்டா சர்பாட்டி இருக்கிறாள். எங்கு பார்த்தாலும் போலீஸார் சோதனையிட்டு ஆட்களைக் கைதுசெய்து வருகின்றனர். முஸொலீனியின் சகாக்கள் பலர் அவனைத் தலைமறைவாக ஓடிப்போகும்படி ஆலோசனை சொல்லுகிறார்கள். "நான் எங்கிருக்கிறேன் என்பது எனக்குத் தெரியும். வேண்டுமானால் அவர்கள் வந்து பிடித்துக் கொண்டு போகட்டும். நான் ஓடிப்போக மாட்டேன்!" என்று சொல்லிவிட்டான். திடீரென்று போலீஸ் கமிஷனர் உள்ளே பிரவேசித்தார். சர்க்கார் உத்தரவு ஒன்றை அவன் கையில் கொடுத்தார். அதை வாசித்துவிட்டு, பக்கத்திலிருந்த ஸ்ரீமதி சர்பாட்டியிடம் "என்னைக் கைது செய்துவிட்டார்கள். நான் போய் வருகிறேன்!" என்று சொன்னான்.

'இத்தாலியைக் காப்பாற்றியவனை இப்படியா நடத்துவது?' என்று பத்திரிகையின் பிரதம நிருபர் அங்கலாய்த்தார்.

பேஸிஸ்ட் காரியாலயங்கள் சோதனையிடப்பட்டன. அதில் பலர் கைது செய்யப்பட்டனர். கவிஞன் மார்ட்டினெட்டியும் அவர்களில் ஒருவன். பியூம் சம்பவத்தில் கலந்துகொண்டதற்காகவும், ராஜாங்கத்தின் அமைதிக்குப் பங்கம் வரும்படியாக ஆயுதந் தாங்கிச் சதி செய்ததாகவும் குற்றம் சாட்டப்பட்டான்.

மறுநாள்....

இத்தாலியைப் பாதுகாத்ததற்காக
பெனிட்டோ முஸொலீனி கைது!
சிறையில் தள்ளப்பட்டார்!!

இவ்வாறு படாடோபமான தலைப்புக்களுடன் 'போபோலோ டி' இத்தாலியா' செய்தியைப் பிரமாதப்படுத்தியது. பிரதம மந்திரி நிட்டிக்கு நெஞ்சில் தென்பில்லாததனால் மேற்கொண்டு நடவடிக்கை எடுத்துக்கொள்ளாது அதிரடித்துப் போனான். 24 மணி நேரத்திற்கப்புறம் முஸொலீனிக்கு விடுதலை கிடைத்தது. அப்பொழுதுதான் முஸொலீனி மோட்டார் ஓட்டுவதற்கு லைசென்ஸ் வாங்கிக் கற்றுக் கொள்ள ஆரம்பித்தான். அந்தக் காலத்தில்தான் விமானம் ஏறப் பயிற்சிபெற்று, 'பைலட்' லைசென்ஸ் பெற்றது.

பியூம் ஆதிக்கம் பதினாறு மாத வாழ்வே. அதாவது 1919 செப்டம்பரிலிருந்து 1920-ம் வருஷம் கிறிஸ்மஸ் வரை. அதற்குள் இத்தாலிய சர்க்காரில் மாறுதல் ஏற்பட்டு, நிட்டி போய், கியோலிட்டி வந்துவிட்டான். நிட்டியின் உள்நாட்டுக் கொள்கையும், சமாதானக் கொள்கையும் அவனது ஆட்சிக்கு உலை வைத்தன. அவனை அடித்துச் சென்ற தேர்தல் வெள்ளம், அதே மூச்சில் கியோலிட்டியைச் சபையுள் கொண்டுவந்து ஒதுக்கியது. அவனும், அவன் மந்திரி

சபையில் அந்நிய நாட்டு மந்திரியான கவுண்ட் ஸ்போர்ட்ஜாவும் 1920-ம் வருஷம் நவம்பர் 12-ந் தேதி யூகோஸ்லேவியாவிடம் உடன் படிக்கை செய்துகொண்டார்கள். அதன்படி பியூம் ஒரு தனி இத்தாலிய நாடாயிற்று. ஜெனரல் கவிக்ளியா தலைமையில் அனுப்பப்பட்ட கப்பல் படை, 1920-ம் ௵ கிறிஸ்மஸ் இரவன்று பியூம் நகரை முற்றுகையிட்டது. டி' அனன்ஸியோ அடிபணிந்தான். ஏனென்றால் அவன் கட்சியிலிருந்த இத்தாலிய சர்க்கார் ராணுவம் கவிக்ளியா படையுடன் சேர்ந்துவிட்டது. அவன் நகரத்தைப் படைகளின் வசம் ஒப்புவித்துவிட்டு, வெளியேறுவதற்குத் தடை ஏதும் செய்யப்படவில்லை.

"இறந்த என் சகாக்களையும், எனது வருத்தத்தையும், எனது வெற்றியையும் உங்கள் வசம் ஒப்படைக்கிறேன்!" என்று சொல்லிவிட்டு, தான் ஆக்ரமித்துக்கொண்ட அதிகாரத்தைப் பிரதம மாஜிஸ்திரேட் முன்னிலையில் எதிரிகள்வசம் ஒப்புவித்துவிட்டு, அவன் வெளியேறினான்.

மான்டெனவேஸோ, இளவரசர் என்ற பட்டம் பெற்று, கார்டா ஏரிக் கரையிலுள்ள விசித்திர மாளிகையில் சமீப காலம்வரை வாழ்ந்து வந்தான். சமீபத்தில் அவனது மரணத்தை இத்தாலியரும் முஸொலீனியும் படாடோபப்படுத்திக் கொண்டாடினர்.

14. தடிக் கம்பு ஆட்சி

முஸொலீனியின் வெடிகுண்டுப் பேச்சு, கியோலிட்டியின் ராஜிநாமாவுக்குக் காரணமாயிற்று. காரணம், முஸொலீனியின் கண்டனமன்று; சர்க்கார் கட்சியில் நெருக்கடி ஏற்படும் என்று தோன்றியதால், அவன் மந்திரி சபையைக் கலைத்துத் தனக்குச் சௌகரியமான ஒன்றைக் கூட்டுவதற்காக முயற்சித்தான். சர்க்கார் உத்தியோகஸ்தர்கள் இந்தச் சமயம் பார்த்து ஸ்டிரைக் செய்ய ஆரம்பித்தார்கள். இத்தாலி முழுவதும் கலகங்களும் குழப்பங்களும் மறுபடியும் ஆரம்பித்தன. தெருக்களில் பேஸிஸ்டுகள், அபேதவாதிகளுடனும் பொதுவுடைமைவாதிகளுடனும் தீவிரமாகச் சண்டை போட்டார்கள். 1921-ம் வருஷம் வேனிற்காலத்தில் கியோலிட்டிக்குப் பதில் பொனாமி பிரதம மந்திரியானான். இவன் அபேதவாதத்தில் மிதமான நம்பிக்கை கொண்டவன். நிர்வாக விஷயங்களில் நல்ல திறமை வாய்ந்தவன் என்றும் சொல்வார்கள். கியோலிட்டி, பேஸிஸ்டுகளை ஒரு சமயம் எதிர்த்து, மறுதடவை தழுவிக்கொள்வான். அதுதான் அவனது ராஜதந்திர முறை. ஆனால் பொனாமி விஷயத்தில் அப்படியில்லை. வெட்டு ஒன்று, துண்டு இரண்டு. ஒன்று நண்பனாக இருப்பான். அல்லது எதிரியாக இருப்பான். பேஸிஸ்டுகளின் கும்மாளம்

அதிகமாயிற்று; உக்ரமாயிற்று. ரோமாபுரியிலும் இத்தாலிய எல்லைப் புறமான டிரிஸ்டியிலும் ஒரேவிதமான சண்டைதான். ராவன்னா என்ற இடத்தில் அபேதவாதிகளின் பலம் அதிகம். 6000 கறுப்புச் சட்டைத் தொண்டர்கள் அவர்களைத் தாக்கினார்கள். ஸால்ஸானா என்ற இடத்தில் இதே மாதிரி அபேதவாதத் தாக்குதல் நடத்திச்சென்ற படையை சர்க்கார் துருப்புகள் வழிமறித்தன. கறுப்புச் சட்டைத் தொண்டர்கள்மீது துப்பாக்கிப் பிரயோகம் செய்யப்பட்டது. பலர் களத்தில் மடிந்தனர். அநேகருக்குக் காயம். இந்தச் சமயத்தில் பதுங்கிக் கிடந்த பொதுவுடைமைவாதிகள், சிதறி ஓடும் கறுப்புச் சட்டைத் தொண்டர்கள்மீது பாய்ந்து, சின்னாபின்னப்படுத்தினர். அன்று 18 பேஸிஸ்டுகள் கொல்லப்பட்டனர். 35 பேருக்குப் படு காயம். ஜூலை மாதத்தில் குரோஸெட்டோ என்ற இடத்தில் பதிநான்கு பொதுவுடைமைவாதிகள் கொல்லப்பட்டார்கள்.

போ நதிக்கரை. அமைதியான கிராமம். தூரத்தில் நாய் குலைக்கும் சப்தமும், கோழி கூவும் சப்தமும் தவிர வேறு ஒன்றும் கேட்காது. கிராமவாசிகளுக்கு நல்ல தூக்கம். இன்னும் நன்றாக விடியவில்லை.

பின்காரா என்ற இச்சிறு கிராமத்தில் ஒரு மாதா கோயிலும் அதைச் சுற்றியிருக்கும் நாலைந்து குடியானவர் குடிசைகளும்தான். மாதா கோயிலுக்கு எதிரிலுள்ள ஒரு சிறு குடிசையில்தான் விவசாயிகள் சங்கத்துத் தலைவனான ஓர் ஏழைத் தொழிலாளி வசித்து வருகிறான். அவனுடைய வீட்டைச் சுற்றிச் சில கறுப்பு உருவங்கள் நெருங்கி வருகின்றன. அப்போதுதான் மணி நான்கு அடிக்கிறது. வந்தவர்களில் இரண்டு பேர் கதவைத் தட்டுகிறார்கள்.

"கிரார்டீனி?"

ஒரு ஸ்திரீயின் தலை, ஜன்னல் வழியாகத் தெரிகிறது.

"யார் அது?" என்று கேட்கிறாள்.

"நண்பர்கள்தான். உன் புருஷனைக் கண்டு பேச வேண்டும்!"

"அவர் இரண்டு நிமிஷத்தில் வருவார். சிறிது காத்திருங்கள்!"

வேலி ஓரத்தில் குசுகுசுவென்ற சப்தம். தொழிலாளி, சட்டையைப் போட்டுக்கொண்டு, மெத்தைப் படியில் இறங்கிவரும் சப்தம் கேட்கிறது. கதவைத் திறக்கிறான்.

"என்னப்பா, என்ன வேண்டும்!"

"என்ன வேண்டுமா!"

முதலில் இரண்டு பேர் அவன்மீது பாய்கிறார்கள்; அப்புறம் ஐந்து, அப்புறம் பத்து, அப்புறம் இருபது பேர்! அவனும் தைரியசாலிதான். கதவண்டையிலிருந்து அவ்வளவு பேருக்கும் ஜவாப் சொல்லுகிறான். "இங்கே வேண்டாம்; குழந்தைகள் இருக்கின்றன!" என்று மட்டும் சொல்கிறான். இந்தச் சத்தத்தைக் கேட்டு, மனைவியும் இறங்கிவந்து சண்டையில் கலந்துகொள்கிறாள். இரண்டு குழந்தைகள் மாடிப் படியின் உயர இருந்துகொண்டு அழுதுகொண்டிருக்கின்றன.

"நீதானேடா விவசாயிகள் சங்கத் தலைவன்?" என்கிறான் ஒருவன்.

"போடுடா அவன் மண்டையில்!" என்கிறான் மற்றொருவன்.

விவசாயத் தொழிலாளியின் மண்டையிலிருந்து ரத்தம் பிரவாகமாக ஓடி, முகத்தை நனைக்கிறது.

"குழந்தைகளை மட்டும் விட்டுவிடுங்கள்!" என்று கெஞ்சுகிறான் விவசாயி.

தடியர்கள் அவனையும் அவன் மனைவியையும் நையப் புடைக்கிறார்கள். விவசாயியின் மண்டை நொறுங்கிவிடுகிறது. அவன் பிரேதமாகி விழுகிறான். தலை இருந்த இடம் தெரியாமல் ஆகிவிட்டது. எதிரிகள் ஓடிவிடுகிறார்கள். மனைவி பக்கத்தூருக்கு உதவி கோரி ஓடுகிறாள். காரியம் மிஞ்சிய பிறகு, உதவி வந்து என்ன பயன்?

"நேற்றிரவு சான் ஜியார்ஜியோவில் விவசாயிகள் தலைவன் ஒருவனைக் கல்லால் அடித்துக் கொன்றுவிட்டார்கள். பிரேதத்தைக் கல்லைக் கட்டித் தண்ணீருக்குள் இறக்கிவிட்டார்கள்!" என்று வதந்தி பரவுகிறது.

ரோஸ் கிராஸ்டாடா என்பது டஸ்கனியில் ஓர் ஊர். அவ்வூர் மேயருக்குப் பின்வரும் கடிதம் கிடைத்தது:

"ஐயா, இத்தாலி, இத்தாலிய மக்களுக்குத்தான் சொந்தம். ஆகையால் உம்மைப் போன்ற நபர்களிடம் நிர்வாகம் இருக்கலாகாது. 1921-ம் வருஷம் ஏப்ரல் 17 தேதிக்கு முன், நீர் உமது மேயர் பதவியை ராஜிநாமா செய்துவிடுவதால் உமக்குத்தான் நன்மை என்று சொல்லுகிறேன். நீர் இந்தப் புத்திமதியைக் கேட்காமல் இருந்துவிட்டால் விபரீதம் ஏதும் நடக்கலாம். அதற்கு நீர்தான் ஜவாப்தாரியாவீர். உமக்கு நான் கொடுத்திருக்கும் ஆலோசனையைப் பற்றிச் சர்க்காருக்குத் தெரிவித்தால் 13-ந் தேதி புதன்கிழமை நீர் சொர்க்க லோகம் செல்ல வேண்டியிருக்கும்.

(ஒப்பம்) டினோ பெரோன் கம்பாக்னி,
நெ. 1, பையாஜா அக்டேவியானி, பிளாரென்ஸ்."

கையெழுத்திட்ட இந்தப் பேர்வழியின் பெயரைக் கேட்டாலே டஸ்கனி முழுவதும் நடுங்கும். அவனது குடும்பமே புராதன காலத்திலிருந்து இன்றுவரை கூலிக்காகக் கொலை பாதகம் செய்துவந்திருக்கிறது. இன்று அவன் பேஸிஸ்ட் கட்சிக்கு ஊழியம் பண்ணுகிறான்!

பேஸிஸ்ட் சகாக்கள் வசம் மோட்டார் லாரிகள் உண்டு. ஆயுதங்கள் உண்டு. நிமிஷத்திற்குள் டஸ்கனி முழுவதையுமே சுட்டுப் பரப்பிவிடுவார்கள். இந்த உண்மையை அந்த ஊர் பரிபூரணமாக அறிந்துகொண்டது. தவணைக் காலம் முடியும் சமயத்தில் பேஸிஸ்டுகளுடைய மோட்டார் லாரிகள் நகரைச் சூழ்ந்துகொண்டன. முதலில் மேயர் வீடும் நகரப் பிரதிநிதி வீடும் தீக்கிரையாயின. விவசாயிகள் வயலில் போய் ஒளிந்துகொண்டார்கள். கொள்ளையிடப்பட்ட வீடுகளுக்கெல்லாம் கறுப்புச் சிலுவைக் குறியிடப்பட்டது.

பேஸிஸ்ட் ஜடாமுனி

நடுத்தெருவில் மிஷின் கன் நிறுத்தப்பட்டது. கிராமத்து ஹோட்டலை இந்தக் காலிகள் சூறையிடும்போது போலீஸ்காரர்கள் கையைக் கட்டிக்கொண்டு நின்றார்கள். மணி ஒன்பது ஆகுமுன் காலிக்கூட்டம் லாரிகளில் ஏறிச் சிட்டாய்ப் பறந்து ஓடிவிட்டது. பத்து நிமிஷ வேலைதான். ஆனால் 10 பேர் கொல்லப்பட்டனர், 30 பேருக்குக் காயம், 15 வீடுகள் தீக்கிரையாயின! வெகு நேரம் கழித்து, போலீஸ் படை தலையை நீட்டியது. ஒருவரையும் கைது செய்ய அதற்குத் தைரியமில்லை. மோட்டார் லாரி ஒன்றில் ஒருவன் செத்துக் கிடக்கிறான். இரண்டு கிழட்டுக் குடியானவர்கள் வீட்டு வாசலில் கொல்லப்பட்டுக் கிடக்கின்றனர். ஒரு தாயின் கையிலிருந்த குழந்தையைப் பிடுங்கிக் காலிகள் கொன்றார்களாம். இத்தாலி முழுவதிலும் இதே நிலைதான்!

○

15. இல்தூஸே ஆகிறான்

முஸொலீனியும் பொனாமியும் சளைக்காமல் சண்டை போட்டார்கள். ஒருவன், 'பொதுவுடைமைக் காலித்தனத்திலிருந்து தேசத்தை விடுதலை செய்வதாக'ச் சொல்லிக்கொண்டு கொன்று குவித்தான். மற்றவன், 'அமைதியையும் ஒழுங்கையும் நிலைநாட்டுவதற்காக'ச் சட்டத்தின் சார்பில் நின்றுகொண்டு, அதே சேவையைச் செய்து முடித்தான். எல்லையில்லாமல் எத்தனை நாள்தான் இந்தச் சேவையில் ஈடுபடுவது?

1921-ம் வருஷம் ஆகஸ்ட் மாதம் 3-ந் தேதி முஸொலீனியும் பொனாமியும் சமாதானமாகப் போவதென்று உடன்படிக்கை ஒன்று செய்துகொண்டார்கள். இத்தாலியப் பிரதிநிதித்வ சபைத் தலைவர் முன்னிலையில், இந்த உடன்படிக்கையில், முஸொலீனி பேஸிஸ்ட் கட்சியின் சார்பாகக் கையெழுத்திட்டான்.

தலைவர்கள் நினைத்த நேரத்தில் சமரசம் பேசி, சமாதான உடன்படிக்கையில் கையெழுத்திட்டுவிடலாம்; கட்சி அங்கத்தினர்கள் அந்த முடிவை ஏற்க வேண்டும் என்பது அவசியமன்று என்ற உண்மையை முஸொலீனி உடனே தெரிந்துகொண்டான். மற்றக் கட்சிகள் சிறிது ஒடுங்கினாலும், பேஸிஸ்டுகள் குருவுக்கு மிஞ்சிய சீடர்களாகிவிட்டார்கள். எதற்கெடுத்தாலும் *லாட்டியை விளையாடவிட்ட கட்சி அங்கத்தினர்களுக்கு, அதைக் கீழே வைத்துவிடுவதற்குப் பிரியமில்லை. பல இடங்களில் மாகாணத் தலைவர்கள், முஸொலீனி கையெழுத்திட்ட சமாதான ஒப்பந்தத்தை ஏற்க மறுத்துவிட்டார்கள்.

*லாட்டி — குறுந்தடி

முஸோலீனியின் சொந்த மாகாணமான ரோமாக்னா, ரீஜியோ எமிலியோ, வினட்டோ முதலியவற்றிலும் ஒப்பந்தமாவது மண்ணாங் கட்டியாவது என்று தள்ளிவிட்டார்கள்.

கறுப்புச் சட்டைத் தொண்டர்கள், ஸினோர் கிராண்டி தலைமை யில், இந்த ஒப்பந்தத்தை மீறுவதற்காகவே விசேஷ சிரத்தை எடுத்துக் கொண்டு, தொண்டாற்றினார்கள்.

வேறு வழியில்லை. அதிகாரத்தைப் பலப்படுத்திக்கொள்வதென் றால் அவர்களே ஒப்புக்கொண்டு தலை வணங்கும்படி செய்ய வேண்டும்.

1921 ஆகஸ்ட் 19-ந் தேதி கட்சியின் நிர்வாகக் கமிட்டிக்கு முஸோ லீனியின் ராஜிநாமாக் கடிதம் கிடைத்தது. 19-ந் தேதி நடந்த கமிட்டி கௌன்ஸில் கூட்டம், "அது பெரிய விஷயம்; காங்கிரஸ்தான் முடிவுகட்ட வேண்டும்" என்று ராஜினாமாவை ஏற்க மறுத்தது.

1921 நவம்பர் 6—ந் தேதி ரோமில் அகஸ்டியோ கன்ஷர்ட் ஹாலில் கறுப்புச் சட்டைத் தொண்டர்களின் மாபெரும் தேசீயக் காங்கிரஸ் கூடியது. முஸோலீனி கூட்டத்திற்கு வந்திருந்தான். ஆனால், அதன் நடவடிக்கைகளில் கலந்துகொள்ளவில்லை.

ஆட்களை ஏவி வலையை விரித்தாய்விட்டதே! எல்லோரும் வந்து கண்ணியில் மாட்டிக்கொள்ளும்வரை பொறுமையை இழப்பது சாதுரியமல்ல, அல்லவா?

ஒரு பேஸிஸ்ட் பிரதிநிதி எழுந்தான். பேஸிஸ்டுகளின் சேவையைப் புகழ்ந்தான்; கட்சி, ஒன்றிலிருந்து பத்தாகி, நூறாகி, ஆயிரம் பதினா யிரமாக வளர்ந்த கதையை விரித்தான். 'வளர்த்தவன் அதோ தனியாக உட்கார்ந்திருக்கிறானே!' என்று சுட்டிக்காட்டி ஏங்கினான்.

கறுப்புச் சட்டைத் தொண்டர்களும் மனிதர்கள்தானே! பிர சங்கத்தில் மயங்கினார்கள். முஸோலீனியைப் பேசும்படி கேட்டுக் கொண்டார்கள். கொள்கைக்கும் நடத்தைக்கும் வித்தியாசம் ஏற்பட்டு விட்டதால், இனி தன்னால் நடத்த முடியாது என்றும், "ஆனால் நான் சொல்லுகிறபடி, நான் செல்லும் திசையில், என்னைப் பின்பற்றி வருவதற்குத் தயாராக ஐக்கியப்பட்டால் தலைமைப் பதவி வகிக்க முடியும்!" என்று 'கண்டிஷன்' பேசினான் முஸோலீனி.

கிராண்டி எழுந்து நின்றான். "இனிமேல், ஒற்றைப் பாறாங்கல் மாதிரியாகக் கட்சியின் ஐக்கியம் இருக்கும்" என்று உறுதி கூறினான்.

கிராண்டியும் முஸோலீனியும் இத்தாலிய சம்பிரதாயப்படி தழுவி முத்தமிட்டுக்கொண்டனர்.

முஸோலீனி 'இல்தூஸே' ஆனான்; அதாவது, அவன் விதித்த உத்தரவுக்கு அடிபணிவது தவிர, கறுப்புச் சட்டைத் தொண்டர் களுக்கு வேறு தர்மம் கிடையாது. இதற்கு முன்பு வெறும் கலகக்காரக் கும்பலாக — பேஸிஸ் டி' கம்பாட்டிமென்டோ என்று — இருந்தது, இப்போது ஒன்றாகப் பிணிக்கப்பட்டு, பேஸிஸ்ட் தேசீயக் கட்சி யாயிற்று.

பெனிட்டோவின் கொள்கையில் — அதாவது, அவன் பட்டவர்த்தன மாகப் பேசிவந்த கொள்கையில் — ஒரு புது மாறுதல் ஏற்பட்டது. மாஜி-அபேதவாதியாக இருப்பதற்கும், மன்னராட்சியில் அசையாத நம்பிக்கை வைப்பதற்கும் நெடுந்தூரமிருந்தாலும், பெனிட்டோ அந்தரடிப்பதில் நிபுணன்; மேலும் அவன் ஆஸ்பத்திரியில் படுத்துக் கிடக்கும்பொழுது, ராஜாவே நேரில் வந்து, “கார்ப்பொரல் பெனிட்டோ, உம்மைப் பாராட்டுகிறேன்!” என்று சொல்ல வில்லையா?

மாஜினி போன்று மூன்றாவது மறுமலர்ச்சி உண்டுபண்ணப் போவதாகச் சொல்லிக்கொண்டான் முஸொலீனி. 1922-ம் வருஷம் செப்டம்பர் 20-ந் தேதி, உன்னாதன் என்ற மாகாணத் தலைநகரில், தானும் மாஜினியின் வாரீசு என்பதை விளக்கி விரிவாகப் பிரசங்கம் செய்தான்.

அதற்கப்புறம் ‘போபோலோ டி’ இத்தாலியா’ இந்தக் கொள்கை யைப் படிப்படியாக, பேஸிஸ்டுகளிடையே உருவேற்ற ஆரம்பித்தது.

இந்தச் சமயத்தில்தான் லிபரல் கட்சித் தலைவனும் ‘கொரீயர் டெல்லா ஸெரா’ என்ற பத்திரிகையின் சொந்தக்காரனும், செனட் (மேல் சபை) பிரதிநிதியுமான அல்பர்டினி கூட்டுக் கட்சி ஸ்தாபித்து, மந்திரி சபையைக் கைப்பற்ற முஸொலீனியுடன் பேச்சு ஆரம்பித்தான். எல்லாம் பேச்சோடு நின்றது.

கையில் ராணுவ வேலை செய்யக்கூடிய கட்சி இருக்கிறது; சர்க்காரின் ராணுவத்தையும், ராஜாவையும் பயப்படுத்தாத புதிய ராஜாங்கக் கொள்கையால் நம்பிக்கை அதிகரிக்கிறது. மிரட்டியே மந்திரிப் பதவியைக் கைப்பற்ற வசதியிருக்கும்பொழுது, சமரசம் என்ன வேண்டியிருக்கிறது?

அபேதவாத - பொதுவுடைமைக் கட்சிகள், சமரசம் என்பது நிராகரிப்பதற்காகவே செய்துகொள்ளப்படுகிறதென்பதைப் பின் னால்தான் தெரிந்துகொண்டன. எப்பொழுதும் பின்னால் வருகிற வர்கள் பாடு கொஞ்சம் இரண்டாம் பட்சந்தானே! ‘தொழிலாளர் ஐக்கிய ஸ்தாபனம்’ ஒரு பொது ஸ்டிரைக்கை ஆரம்பித்தது. வெட்டிச் சாய்க்கும் வேலையை ரொம்ப மும்முரமாகவே நடத்தியது. ஆனால் நான்கு லட்சம் கறுப்புச் சட்டைத் தொண்டர்கள் சேவை செய்து வரும்பொழுது, எதிராக என்ன செய்ய முடியும்? இருபத்துநான்கு மணி நேர நோட்டீஸ் கொடுத்து வேலை ஆரம்பித்தார்கள் பேஸிஸ்டுகள்.

மிலானிலும் ஜினோவாவிலும் அபேதவாத முனிஸிபல் அங்கத்தி னர்கள் உதைத்து விரட்டப்பட்டார்கள். முனிஸிபல் ஸ்தாபனங்கள் பலவற்றை பேஸிஸ்ட் தொண்டர் படை ஆக்கிரமித்துக்கொண்டது.

“பொது ஸ்டிரைக்கைத் தொலைத்ததுடன், பேஸிஸம் தனது சரித்திரத்தில் இரத்தம் தோய்ந்த மகத்தான பக்கத்தை எழுதியது. எதிரிகளை அவர்களது கடைசிக் குகையிலிருந்து விரட்டியதே அது. சர்க்கார் ஸ்தானத்தை வகித்து, அமைதியையும் நல்வாழ்வையும்

நிலைநாட்ட முடியும் என்பதை அதன்மூலம் இத்தாலிய மக்களுக்கு பேஸிஸம் நிரூபித்திருக்கிறது. 1922 ஆகஸ்ட்டில் தொழிலாளர் ஐக்கிய ஸ்தாபனம் தோற்றுவிட்டது. இப்பொழுது அரசியல் அரங்கத்தில் ஜனநாயக - லிபரல் அரசாங்கமும் ஆயுதம் தாங்கிய பேஸிஸமுமே நிற்கிறது."

இவ்வாறு முஸோலீனி பத்திரிகையில் எழுதினான்.

1922-ம் வருஷம், சர்க்கார், நெருக்கடியிலிருந்து நெருக்கடிக்குத் தாவிச் சென்றது. பொனாமி மந்திரி சபை மூன்று தடவை மாறி, அப்புறம் ஓட்டமெடுத்தது. அதற்கப்புறம் கியோலிட்டியின் சீடன் என்று சொல்லத்தக்க ஸினோர் பாக்டா பிரதம மந்திரியானான். 1922-ம் வருஷம் வேனிற் காலத்திற்குள், அவனும் இரண்டு மூன்று மந்திரி சபை கூட்டிவிட்டான்.

இந்தச் சமயத்தில்தான் பாங்கா டி ஸ்கோன்டோ என்ற சர்க்கார் பாங்கி முறிந்துபோயிற்று.

இத்தாலியின் அயல்நாட்டுக் கொள்கையோ, கையாலாகாதவன் கட்சி பேசுவது போல் இருந்தது. சமாதான மகாநாட்டில் இத்தாலியைச் சௌகரியமாக — மறந்துவிடாமல் — அசட்டை செய்தார்கள்.

இந்தச் சந்தர்ப்பத்தில்தான் மற்றொரு சம்பவம் நடந்தது.

1922 பிப்ரவரி 6-ந் தேதி, அச்சிலிராட்டி பதினோராவது போப் என்ற பெயரில் பேதுரு குருபீடத்தில் அமர்ந்தார். அவர் 1921-ம் வருஷத்தில் மிலான் ஆர்ச் பிஷப்பாக இருந்தவர். முஸோலீனி போல்ஷிவிஸத்தின் எதிரி என்று அப்பொழுதே அவருக்குத் தெரியும்.

பூஜ்யர் பதினோராவது போப்பரசருக்கும் போல்ஷிவிஸம் தெரியும். அவரும் அதன் எதிரிதான்.

எனவே, அரசியல் காரணங்களுக்காக முஸோலீனியைப் பக்தனாக்கிய பெருமை அவருக்கே உரியது.

○

16. சிம்மாசனத்தை ஒதுக்கிப் போடு!

மூன்றாவது விக்டர் இமானுவல் 1869-ம் வருஷம் பிறந்த ஐரோப்பிய மன்னர்களுள் ஒருவன். சதிகாரனின் கோபாவேசத்திற்குப் பலியான தன் தகப்பனாருக்குப் பின் சிம்மாசனம் ஏறினான். அன்று முதல் இன்றளவும் சௌகரியமாக வாழ்ந்து வருவதில் அவன் தனிச் சிறப்புப் பெற்றவன். வாலிபத்தில் அவனுக்கு ராணுவ சேவையு முண்டு. மாண்ட்ஜெனெரியின் இளவரசியான எலினா அவன் மனைவி. இவன் தன் வாழ்க்கையிலேயே இரண்டு தடவைதான் மன்னனாக நடந்துகொண்டான்: அதாவது, மன்னனின் அதிகார ஆதிக்கத்தை வகித்தது இருமுறைதான். 1915-ம் ஷு பிரதம மந்திரி கியோலிட்டியை டிஸ்மிஸ் செய்தது முதல் முறையாகும்.

தடிக் கம்பு அமுல் மூலம் நாட்டைக் கலக்கிய கறுப்புச் சட்டைத் தலைவனான பெனிட்டோ, முடியரசின்மீது புதிதாக அபார நம்பிக்கைகொண்ட மாஜி-அபேதவாதியான பெனிட்டோ, மன்னனின் பின்னணியில் நின்று அவனைச் சூத்திரப் பாவையாகப் பொம்மலாட்டங் காட்டி, நிர்வாகத்தை நடத்துவதற்கு வசதியுண்டு என்று கண்டுகொண்டான். அதிகாரக் கைலையங்கிரி கைக்கு வாக்காக இருந்தது. இலகுவில் தூக்கித் தோளில் வைத்துக்கொள்ளலாம் என்று நினைத்தான். நாட்டைக் கலக்கிய தடிக்கம்பு, சர்க்கார் நிர்வாகத்தையும் மண்டையிலடித்துக் காலின்கீழ்க் கொண்டுவந்து போடாதா என்று அவனுக்கு நம்பிக்கை. வடக்கு இத்தாலியில் கட்சியைப் பலப்படுத்திக்கொண்ட முஸொலீனி, தென்திசை திரும்பினான். அக்டோபர் 24-ந் தேதி நேபிள்ஸ் நகரில் நடந்த பேஸிஸ்ட் காங்கிரஸுக்கு ஆயுதபாணிகளான தொண்டர்கள் 35,000க்குமேல் வந்திருந்தனர். கட்சி பலம் தகுதியாக இருக்கிறதென்பதை பேஸிஸ்ட் காங்கிரஸ் எடுத்துக் காட்டியது.

நேபிள்ஸ் திரும்பிய பெனிட்டோ, தனது புரட்சிகரமான திட்டத்தை நடத்த ஆரம்பித்தான். நேபிள்ஸ் மகாநாடு நடைபெறுவதற்கு இரண்டு நாட்களுக்கு முன்பு, ஒரு நடுநிசியில் இரகசியக் கூட்டத்தில் ரோமாபுரிப் படையெடுப்பு ஏற்கெனவே வகுக்கப்பட்டுவிட்டது. யுத்தரங்கத் தளகர்த்தர்களாகப் பின்வரும் நால்வர் தெரிந்தெடுக்கப்பட்டனர்: பால்போ, டீவெச்சி, டிபோனோ, மைக்கேல் பயாங்கி.

இந்நால்வர்களும் நான்கு திசைகளிலிருந்து கறுப்புத் தொண்டர் படையை ரோமாபுரி நோக்கி நடத்திச் செல்வது என்று தீர்மானிக்கப்பட்டது. முற்றுகைத் திட்டம் வருமாறு :

1. முதலில் முக்கியத் தலைநகரங்களிலுள்ள சர்க்கார் காரியாலயங்களைக் கைப்பற்றிவிடுதல்.

2. பேஸிஸ்ட் துருப்புக்களைத் தலைநகருக்கு 50 மைல் வடமேற்கிலுள்ள ஸாந்தாமெரிநல்லாவிலும், கிழக்குத் திசையில் 26 மைல் தூரத்திலுள்ள டிவோலியிலும், டைபர் நதி தீரத்தில் ரோமாபுரிக்கு 16 மைல் தூரத்திலுள்ள மாண்டர் ரோடோண்டோ என்ற இடத்திலும் ஏராளமாகத் திரட்டுவது.

3. யுத்தத் தொண்டர் படைகளுக்குத் தலைமை ஸ்தலம் பெருகியாவில் அமைப்பது.

4. போலிக்னோவில் மூலபலத்தை நிறுத்துவது.

5. மந்திரி சபையை டிஸ்மிஸ் செய்ய வேண்டுமென்று சர்க்காருக்கு எச்சரிக்கை கொடுப்பது.

6. மூன்று தளங்களை ரோமாபுரிக்கு அனுப்பி எந்த விதத்திலும் சர்க்கார் காரியாலயங்களைக் கைப்பற்றுவது.

7. இம்மாதிரி முன்னேறிச் செல்லும் படைகளுக்குப் பாதுகாப்பிற்காகத் தென்பகுதி பேஸிஸ்டுகள் காவல் அமைப்பார்கள்.

தோற்றுப்போனால். . . .

அதற்குத் திட்டம் வருமாறு:

1. கறுப்புச் சட்டைத் துருப்புக்கள் வடகிழக்காக அம்ரியாவுக்குப் பின்வாங்கிச் செல்லும். போலிக்னோ மூலபலம் அதற்குப் பாதுகாப்பாகச் செல்லும்.

2. மத்திய இத்தாலியிலுள்ள ஏதாவது ஒரு நகரத்தில் பேஸிஸ்ட் ஆட்சியை ஏற்படுத்துதல்.

3. மான்ட்வா, பிரிமோனா, எமெலியா, ரோமாக்னா முதலிய இடங்களில் கறுப்புச் சட்டைத் தொண்டர்களை ஏராளமாகத் திரட்டி நிறுத்துதல்.

4. மீண்டும் ரோமாபுரியைத் தாக்க முயல்வது.

அக்டோபர் 27ந் தேதி இரகசியமாகப் படை திரட்டுவது என்று யுத்த கௌன்ஸில் நால்வர் கமிட்டி (க்வாட்ரம் வெரேட்) நிர்ணயித்தது. 24ந் தேதியே பெருகியாவில் ராணுவத் தலைமைக் காரியாலயம் அமைக்கப்பட்டு, நிர்வாகப் பொறுப்பு ஜெனரல் டிபோனோ வசம் ஒப்புவிக்கப்பட்டது. பால்போ முன்னேறிச் செல்லும் படைகளுக்குத் தலைமை வகித்தான். பயாங்கி ஒற்றுவேலை இலாகாவை நிர்வகித்தான். டீவெச்சி கிராண்டியின் ஒத்தாசையால் மிகவும் நுட்பமான ராஜதந்திர வேலையை ஏற்றுக்கொண்டான். இவ்வாறு, முஸொலீனி மந்திரிசபை அமைப்பதற்கு, அரசனையும் சர்க்காரையும் இணங்கவைக்கும் நயமான சூழ்ச்சிகளுக்குள் இறங்கினார்கள். பேஸிஸ்டுகளின் இந்த ரகசிய முயற்சி கத்தோலிக் சர்ச்சுக்கு எப்படியோ தெரிந்துவிட்டது. பாதிரிகள், முற்றும் துறந்தவர்களானாலும், முன் ஜாக்கிரதையுள்ளவர்களல்லவா? மத சம்பந்தமாக, முக்கியமாகக் கத்தோலிக் சர்ச் சம்பந்தமாக, பேஸிஸ்டுகள் எவ்வித நோக்கம் கொண்டிருக்கிறார்கள் என்பதை அவசர அவசரமாகப் பெருகியாவிலிருக்கும் பேஸிஸ்ட் தலைமைக் காரியாலயத்திற்கு ஆள்விட்டுக் கேட்டார்கள். 'சர்ச்சுகள் பாதுகாக்கப்படும், கௌரவிக்கப்படும்' என்ற பதில் வந்தது.

அக்டோபர் 25ந் தேதி முஸொலீனியிடமிருந்து முடிவான உத்தரவு புறப்பட்டது. அன்றைய தினமே டீவெச்சியும் கிராண்டியும் ரோமாபுரிக்குப் பிரயாணமானார்கள். மிதவாதப் பூனைகளான சலாந்த்ரா, ஆர்லாண்டோ என்ற தலைவர்களுடன் சமரசம் பேச ஆரம்பித்தார்கள். பேஸிஸ்டுகளின் தேசீய 'நன்னோக்கத்தை' மகா ராஜாவுக்கு எடுத்துச்சொல்லி, பிரதம மந்திரி பாக்டாவிடம் ராஜி நாமாக் கடிதம் வாங்கிவிட வேண்டுமென்று அவரைத் தூண்டும்படி ஆலோசனை சொன்னார்கள்.

அக்டோபர் 27ந் தேதி பேஸிஸ்டுகள் படை திரட்ட ஒரு பிரகடனம் வெளியிட்டார்கள். அதன் விவரமாவது :

"பேஸிஸ்டுகளே! இத்தாலியர்களே!

"போர் தொடங்கும் நேரம் பிறந்துவிட்டது! நான்கு வருஷங்களுக்கு முன் இதே நேரத்தில் நமது தேச ராணுவம், பகைவர்களின் மூல

பலத்தைச் சிதற அடித்து, வெற்றியின் பாதையைச் செப்பனிட்டது. இன்று கறுப்புச் சட்டை ராணுவம் சிதைந்து சின்னாபின்னப் படுத்தப்பட்ட அவ்வெற்றியை மறுபடியும் ஊர்ஜிதம் செய்து, புகழ் வாய்ந்த தலைநகரமான ரோமாபுரிக்கு அதை அழைத்துச் செல்லு கிறது. தூஸேயின் உத்தரவின் பேரில் கட்சியின் ராணுவ, அரசியல், நிர்வாக அதிகாரங்கள் எல்லாவற்றையும் இரகசிய நால்வர் கௌன் ஸில் வகிக்கிறது. அதன் உத்தரவுக்கு எதிராக ஒன்றும் கிடையாது.

"தேசத்தின் மூலபலமான ராணுவம் இப்போராட்டத்தில் கலந்து கொள்ளக் கூடாது. விட்டோரியோ வெனிடோவில் வாகை சூடிய படையை பேஸிஸம் மறுபடியும் பாராட்டுகிறது. பொதுஜன அமைதி யையும் ஒழுங்கையும் பாதுகாக்கும் சக்திகளின்மீது பேஸிஸம் போர் தொடுக்கவில்லை. சென்ற நான்கு வருஷங்களாகத் தேசத்தை ஆளத் தெரியாது பதவியில் ஒட்டிக்கொண்டிருந்த கோழைகள்மீதும் திறமையற்றவர்கள்மீதும் பேஸிஸம் போர் தொடுத்திருக்கிறது.

"செழிப்பையும் பொருளாதார நலன்களையும் வளர்க்கும் சக்தி களுக்குத் துணைபுரிந்து பலப்படுத்தவே தேசத்தின்மீது ஒழுங்கையும் அமைதியையும் பேஸிஸம் சுமத்த விரும்புகிறது என்பதைப் பொரு ளுற்பத்தி செய்யும் நடுத்தர வகுப்பினர் யாவரும் அறிவர்.

"வயற் புறங்களிலும், தொழிற்சாலைகளிலும், ஆபீஸ்களிலும் உழைக்கும் தொழிலாளர்கள், பேஸிஸத்தைக் கண்டு அஞ்ச வேண்டிய தில்லை. நியாயமான உரிமைகள் விசுவாசத்துடன் கவனிக்கப்படும். நிராயுதபாணிகளான எதிரிகளிடம் தாராளமாக நடந்துகொள்வோம்; இதரர்களிடம் தாட்சண்யமே காட்டப்படமாட்டாது.

"இத்தாலிய வாழ்வை இறுகப் பிணித்து வளர்ச்சியைத் தடுக்கும் சிக்கல் கயிற்றை அறுத்தெறியவே பேஸிஸம் வாளை உருவுகிறது! எங்கள் ஆசை ஒன்றுதான், எங்கள் உறுதி ஒன்றுதான், எங்கள் இதயத்தில் கனிந்து கொழுந்துவிடும் இலட்சியமும் ஒன்றுதான் என்பதற்குத் தெய்வமும், அன்று வெனிடோ களத்தில் மடிந்த ஐந்து லட்சம் வீரருமே சாட்சி. எங்கள் தேசத்தின் புகழை வளர்ப்பதே எங்கள் ஆசை.

"இத்தாலிய பேஸிஸ்டுகளே!

"புராதன ரோமாபுரி வீரர் போல் உங்கள் சக்தியையும் பலத்தையும் காப்பாற்றுங்கள். நாம் வெற்றி பெற வேண்டும்! நாம் வெற்றி பெறுவோம்! இத்தாலி வாழ்க! வாழ்க பேஸிஸம்!

(ஒப்பம்) நால்வர் கௌன்ஸில்"

சமரசப் பேச்சு ஒருபுறம்; படை திரட்டும் பிரகடனம் மறுபுறம். பேஸிஸ்டுகள் ரோமாபுரியைச் சூழ்ந்து முற்றுகையிட்டனர். பிரதம மந்திரி ஸினோர் பாக்டாவும், கோட்டைக் கதவுகளை மூடி, அலங் கத்தில் பீரங்கி ஏற்றி, பதில் சவால் கொடுத்தான்.

இச்சந்தர்ப்பத்தில் இத்தாலிய மன்னன், டஸ்கனியிலுள்ள ஸான்ர ஸோர் என்ற இடத்திற்குச் சுக வாசத்திற்காகச் சென்றிருந்தான்.

'நெருக்கடி, உடனே வந்தால் நலம்!' என்று ஆலோசனை கூறி, பாக்டா மன்னனுக்குத் தந்தியடித்தான். மன்னன் அவன் ராஜினாமாச் செய்தால் நன்மை ஏற்படுமா என்பது பற்றி ஆராயும்படி பதிலளித்தான். பாக்டா அப்படிச் செய்யவில்லை. தான் பிறப்பித்த ராணுவ உத்தரவை ஊர்ஜிதம் செய்யும்படி மன்னனைக் கேட்டுக் கொண்டான். மன்னன் அதற்கு இணங்கவில்லை. நிலைமை எப்படியெல்லாம் மாறும் என்பதைக் கவனிப்பதற்காக ஒன்றிலும் பட்டுக் கொள்ளாமல் இருந்தான் மன்னன். சர்க்கார் அமுல், நின்றுபோனது போலாயிற்று. வேறு வழியில்லாமல் பாக்டா ராஜினாமாச் செய்தான். பிறகு, விக்டர் இமானுவல், டீவெச்சிக்கு அழைப்பு அனுப்பினான். கிராண்டியும் டீவெச்சியும் மன்னனைப் பேட்டி கண்டார்கள்.

மன்னன் எடுத்த எடுப்பிலேயே, "இம்மாதிரி நகரத்தை முற்றுகை போடுமாறு நான் உத்தரவு போடும்படி அறிவிக்கவில்லையென்பதை இத்தாலிய மக்கள் யாவரும் தெரிந்துகொள்ள வேண்டுமென்பது என் விருப்பம்" என்று கூறினான். "இந்த உத்தரவு நான் இங்கு இல்லாமலிருந்தபொழுது, எனக்குச் சமர்ப்பிக்கப்படாமலே பிறப்பிக்கப்பட்டது. ஆனால், நான் அதைப் பார்த்த பிறகு கையெழுத்திட மறுத்தேன். அதனால் வேறு வழியில்லாமல் பாக்டா அதை ரத்துச் செய்தான்!" என்றான்.

பிறகு மன்னன், சலாந்த்ராவை அழைத்து, பேஸிஸ்டுகளுடன் சேர்ந்துகொண்டு ஒரு கூட்டு மந்திரிசபை அமைக்குமாறு கேட்டுக் கொண்டான்.

அன்று மாலை 'போபோலோ டி' இத்தாலியா' காரியாலயத்திலிருந்த முஸொலீனிக்கு கிராண்டியும் டீவெச்சியும் நிலைமையை டெலிபோன் செய்தனர். மந்திரி சபை அமைக்க விரும்பும் சலாந்த்ரா, முஸொலீனியையும் சேர்த்துக்கொள்ளத் தயாரென்று கூறினான்.

"கூட்டு மந்திரி சபையில் பங்கெடுத்துக்கொள்வதாக ஒப்புக் கொள்ள வேண்டாம். பேஸிஸ்டு வெற்றி சிதைக்கப்படுவதை நான் விரும்பவில்லை" என்று மறு டெலிபோன் செய்தான் முஸொலீனி. சலாந்த்ரா, தன் கோரிக்கைகளை இறக்கிக்கொண்டு, முஸொலீனிக்குப் பிரதம மந்திரிப் பதவி கொடுக்கத் தயார் என்பதையும் கூறினான்.

இந்தச் சமயத்தில் ரோமாபுரியைச் சுற்றிக் காவலிருக்கும் பேஸிஸ்ட் படைகள் ஆவேசத்தால் துடித்துக்கொண்டிருந்தன.

மிலானில் பேஸிஸ்ட் பத்திரிகை ஆபீஸ். விசேஷப் பதிப்பு வெகு வேகமாகத் தயாராகிக்கொண்டிருக்கிறது. முஸொலீனியின் தம்பி ஆர்னால்டோ, 'ஸ்டோன்' அருகில் நின்று பக்கம் போடுவதை மேற்பார்வை செய்துகொண்டிருக்கிறான். பத்திரிகை வெளிவரும் சமயம். காரியாலயத்தில் எங்கும் பரபரப்பு. உதவி ஆசிரியர்கள்,

கடைசித் தந்திகளைக் கன வேகமாக எழுதிக்கொண்டிருக்கிறார்கள். 'ஸ்டோன்' அருகில் நின்ற ஆர்னால்டோ ஏழு காலம் தலைப்பை அடுக்கும்படி உத்தரவிட்டுக்கொண்டு தற்காலிகமாகப் பாரசீகம் படிப்பதுபோல் ஈய எழுத்துக்களைத் தலைகீழாக வாசித்துக்கொண்டிருக்கிறான். அப்போது முஸோலீனி கையில் ஒரு தந்தியை வைத்துக்கொண்டு வெகுவேகமாக ஆர்னால்டோவிடம் வந்து, "முதல் பக்கம் போட்டாய்விட்டதா?" என்கிறான். ஆர்னால்டோ, "ஆமாம், ஆய்விட்டது. இதோ இரண்டு நிமிஷத்தில் பக்கத்தை முடுக்கிவிடலாம்!" என்கிறான்.

"முடுக்க வேண்டாம். வேறு ஓர் ஏழு காலம் தலைப்பு அடுக்கிக்கொண்டு வரச்சொல்லு. 'பேஸிஸ்டுகளுக்கு மகத்தான வெற்றி!' 'ரோமாபுரி அடிபணிகிறது!' 'இல்தூஸேக்கு மன்னர் அழைப்பு!' என்று அடுக்கிவரச் சொல்லு. இதோ இந்தத் தந்தியைக் கம்போஸ் செய்து போடச்சொல்லு!" என்று கூறிவிட்டு நிற்கிறான். அப்போது தான் ஆர்னால்டோவுக்குத் தகவல் என்ன என்று தெரிய வந்தது. சகோதரர்கள் இருவரும் ஜன்னலண்டை வந்து நிற்கிறார்கள். வெளியில் ஒன்றிலும் லயிக்காமல் பார்த்துக்கொண்டிருந்த பெனிட்டோ, "இப்போது நமது தாயார் இருந்தால்!..." என்று மெதுவாகச் சொல்லுகிறான்.

மௌனம். குரல் மாறுகிறது. "நான் இன்றைக்குச் சாயங்காலம் ரோமாபுரிக்குப் புறப்படுகிறேன். நீதான் இனிமேல் பத்திரிகை நடத்தவேணும்!" என்று கூறிவிட்டுத் தன் அறைக்கு வந்துவிடுகிறான்.

அன்று மாலை மிலானிலிருந்து புறப்பட்ட ரயில்வண்டி முஸோலீனியையும் அவனுடைய சகபாடிகளையும் ஏற்றிச் சென்றது. நண்பர்களில் ஒருவன், "இந்தச் செய்தியைக் கேட்டதும் உமது மனைவி என்ன சொன்னாள்?" என்று கேட்டான் முஸோலீனியைப் பார்த்து.

"அவள் ஒன்றும் சொல்லவில்லை. பேசாமல் மௌனமாக முத்தமிட்டுவிட்டு, சீக்கிரம் வந்துவிடும்படி மெதுவாகச் சொன்னாள்!" என்றான் முஸோலீனி.

"குழந்தைகள்?" என்று கேட்டான் அந்த நண்பன் — மீண்டும்.

"இரண்டு பையன்களும் ஒன்றும் சொல்லவில்லை. பேசாமலிருந்தார்கள். 'ரோமில் படிக்க உனக்கு ஆசையா?' என்று எட்டாவைக் கேட்டேன். 'எனக்கு இங்கேயே இருக்கத்தான் பிரியம்' என்று அவள் சொன்னாள்" என்றான் முஸோலீனி.

முஸோலீனி நேராக ரோமாபுரிக்கு வரவில்லை. சான்டாமரினல்லாவில் இறங்கி பேஸிஸ்ட் அணிவகுப்பைப் பார்வையிட்டான். 1922 - ம் ௵ அக்டோபர் 22-ம௳ காலை 11 மணிக்கு முஸோலீனி, மன்னனைப் பேட்டி கண்டான். தனது கட்சி உடையான பேஸிஸ்ட் கறுப்புச் சட்டையுடனேயே மன்னனைச் சந்தித்தான். மன்னன் அவனைச் சந்தித்ததும் சுமுகமாக வரவேற்றான். அதற்கு முஸோலீனி,

“இத்தாலியின் வெனிடோ வெற்றியை ஒரு புதிய வெற்றியால் மெருகிட்டு, தங்கள் சந்நிதானத்தில் சமர்ப்பிக்கிறேன்!” என்றான். ராஜ மாளிகைக்கு வெளியிலே பேஸிஸ்டுப் படைகள் திரண்டிருந்தன. இல்தூஸேயாக உள்ளே சென்ற முஸொலீனி, இத்தாலியப் பிரதம மந்திரியாக வெளியே வந்தான். உற்சாக ஆரவாரம் சிறிது ஓய்ந்ததும், இருபத்து நான்கு மணி நேரத்திற்குள் கறுப்புச் சட்டைப் படைகள் எல்லாம் வெளியேறிவிட வேண்டுமென்று உத்தரவிட்டான். அப்ப டியே நடைபெற்றது.

17. சர்வாதிகாரி பேசுகிறான்!

1922-ம் ௵ நவம்பர் ௴ 16-௳ சர்வாதிகாரி முஸொலீனி, பிரதம மந்திரி என்ற ஹோதாவில், செனெட், கீழச்சபை இரண்டையும் ஒன்றாகக் கூட்டிவைத்துத் தனது முதற் பிரசங்கம் என்ற வெடி குண்டை எறிந்தான்:

“எனது தாராளச் சிந்தைக்காக, இவ்விரண்டு சபைகளும், தேர்ந் தெடுக்கப்பட்ட பிரதிநிதிகளும் என்னை வாழ்த்த வேண்டும். புரட் சிக்கு உரிமை உண்டு. கறுப்புச் சட்டைத் தொண்டர்களின் புரட் சியைப் பாதுகாத்து, அதை வளர்க்கவே நான் இங்கு வந்திருக்கிறேன். நான் விரும்பியிருந்தால் என் எதிரில் இருப்பவை எல்லாவற்றையும் நிர்த்தூளியாக்கியிருக்க முடியும். ஆனால், நான் அப்படிச் செய்ய விரும்பவில்லை. எனது நடவடிக்கைகளுக்கு ஒரு எல்லை வகுத்துக் கொண்டேன். எனது வார்த்தையை மந்திரோச்சாடனமாக ஏற்று, எதற்கும் துணிந்து தயாராக இருக்கும் 30 லக்ஷம் படைவீரர்களையும் திரட்டி பேஸிஸத்தின் பெயரை அவமதித்தவர்களைத் தண்டித்திருப் பேன். இந்த மண்டபத்தை எனது படைத் தளங்களின் பாசறையாக்கி யிருப்பேன். இந்தப் பார்லிமெண்ட்டை ஒரேயடியாக மூடிவிட்டுத் தன்னந்தனியாகப் பேஸிஸ்ட் ஆட்சியை ஏற்படுத்தியிருப்பேன். இவற்றையெல்லாம் நான் செய்திருக்க முடியும். ஆனால், தற்போ தைக்கு அவ்வாறு செய்யவேண்டா மென்று உத்தேசித்திருக்கிறேன்.

“பார்லிமென்டரி மெஜாரிடி இல்லாதவருக்காக நான் இன்று கூட்டு மந்திரி சபையை அமைக்கவில்லை. இன்று, மெஜாரிடியின் உதவியில்லாமலே நான் என் காரியங்களைச் செய்துகொள்ள எனக்குச் சக்தியிருக்கிறது. ஆனால் இன்று தவித்துக்கொண்டிருக்கும் மக்களின் உதவிக்காகச் சேவை செய்ய விரும்பும், ஆனால் கட்சி மனப்பான்மையே சிறிதும் இல்லாதவர்களின் ஒத்துழைப்பையும் நான் நாடுவதால் அவ்வாறு செய்தேன்.”

பிறகு, கட்சிக் கொள்கையையும் திட்டத்தையும் விளக்க ஆரம்பித்து அந்நிய நாட்டுக் கொள்கையை முதன்முதலாக எடுத்துக்கொண்டான்.

“நமது அந்நிய நாட்டுக் கொள்கையில் பின்வரும் அடிப்படையான மாறுதல்கள் ஏற்படும். சமாதான உடன்படிக்கைகள், அவை நல்லவை யானாலும் கெட்டவையானாலும் கையெழுத்திடப்பட்டு ஒப்புக் கொள்ளப்பட்டனவாயின், அவற்றின் ஷரத்துக்கள் ஏற்று நடத்தப் படும். ஆனால், உடன்படிக்கைகள் சாகா வரம் பெற்ற நித்திய வஸ்துக்களல்ல. அவை மாற்றியமைக்க முடியாதவையல்ல. அவை சரித்திரத்தின் அத்தியாயங்கள்; சரித்திரத்தின் முடிவுரையல்ல. அவற்றின்படி நடப்பதென்றால், அவற்றைப் பரீட்சிப்பதென்றே அர்த்தம். ஷரத்துக்களின்படி நடவடிக்கை எடுத்துக்கொள்ளப்படும் போது, உடன்படிக்கைகளின் அசந்தர்ப்பங்கள் தெளிவானால், மீண்டும் அவை பரீட்சிக்கப்படுவதற்காகப் புதிய வசதியை அளிக்கின்றன.

“இரண்டு வல்லரசுகளிடையில் செய்துகொள்ளப்படும் வர்த்தக ஒப்பந்தங்கள் ஐரோப்பியப் பொருளாதாரச் சீர்திருத்தத்திற்கே மிகவும் உபயோகமுள்ளவையாயிருக்கும். இவ் உடன்படிக்கைகள் குழப்பமும் சிக்கலுமான தோல்வியின் பாதையில் செல்லும் மகா நாடுகளின் விளைவுகள் அல்ல.

“தேச கௌவரத்தையும், தேசத்தின் நலத்தையும் ஒருங்கே வளர்க் கும் கொள்கையையே நாம் பின்பற்றப்போகிறோம்.

“புத்தியீனமாக, தியாகம் என்ற போக வஸ்துவையோ அல்லது மற்றவர்களின் சூழ்ச்சிகளுக்குத் தலைவணங்கும் அறியாமையையோ சுமந்துகொண்டு பேசாதிருப்பதற்கு இப்போது நமக்குச் சாத்தியமு மில்லை, வசதியுமில்லை. இன்று இத்தாலி ஒவ்வொன்றையும் கணக் கெடுக்கிறது. அது அவ்வாறு செய்தே ஆக வேண்டும்.

“எனது திட்டம் இதுதான். பொருளாதார, அரசியல் சம்பந்தமான ஒழுக்கத்திற்கிணங்கி பல காரணங்களினால் யுத்தத்தில் தன்னோ டிருந்த சகாக்களை இத்தாலி கைவிட விரும்பவில்லை. ஆனால் இத்தாலி தன்னைத் தீர ஆராய்ந்துகொள்ள வேண்டும். அதன் சகாக்களும் அப்படியே தங்கள் உள்மனங்களைச் சோதித்துக்கொள்ள வேண்டும். இந்த ஆத்ம சோதனையை உடன்படிக்கை ஏற்பட்டது முதல் இன்றுவரை யாரும் செய்துகொள்ளவில்லை.

“இன்று ரோமாபுரி பாரிஸுடனும் லண்டனுடனுமே இருக்கிறது. இன்று நேசக் கட்சி எந்த நிலையிலிருக்கிறது? ஜெர்மனியைப் பொறுத்தவரை இந்த நேசக் கட்சியின் ஸ்தானந்தான் என்ன? ருஷியாவைப் பொறுத்தவரை அதன் நிலைமைதான் என்ன? ருஷிய - ஜெர்மன் ஒப்பந்தம் ஒன்று ஏற்பட்டால் அப்போது அதன் நிலைமை எவ்வாறு இருக்கும்?

“நேசக் கட்சியில் இத்தாலியின் ஸ்தானம் என்ன? அதனோடு சேர்ந்ததின் விளைவாகவே — அதன் சர்க்காரின் பலவீனத்தாலல்ல — அது அட்ரியாடிக் கடலிலும் மத்தியதரைக் கடலிலும் தனது முக்கியக் கொத்தளங்களை இழந்தது. அதன் அடிப்படை உரிமைகளே இப்

போது விவாதிக்கப்படும் நிலைமையில் வந்துவிட்டன. காலனிகளோ அல்லது மூலப் பொருள்களோ இல்லாத இத்தாலி, நேசக் கட்சியின் பொதுவான வெற்றிக்காக ஏற்ற கடன் சுமையால் நசுக்கப்படுவதா?

"பிரான்ஸ், பிரிட்டன் இவற்றின் பிரதம மந்திரிகளை நான் சந்தித்துப் பேசுவேன். அப்பொழுது இப்பிரச்னைகளையெல்லாம், அவற்றின் சிக்கல்களையெல்லாம், அவர்களுக்கு எடுத்துக்காட்டி, அவர்களோடு ஆலோசனை செய்வேன்.

"இந்தப் பரிசோதனையினால் இப்படிப்பட்ட நிலைமை ஏற்படக் கூடும் (1) இத்தாலி சமமான அந்தஸ்தும், உரிமையும், கடமையும் உள்ள நேசக் கட்சியினருடன் சேர்ந்த ஒரு வல்லரசாகும். அல்லது தனது சொந்த இஷ்டப்படி நடந்துகொள்ளும். சௌகரியம் வாய்த்த வுடன், வேறு ஒரு கொள்கையின்மூலம், தன் நலன்களைப் பாது காத்துக்கொள்ள இத்தாலி நடவடிக்கை எடுத்துக்கொள்ளும். நான் முதலில் கூறிய முடிவு காலா காலத்திலாவது ஏற்படுமென்று நம்புகிறேன்.

"நாம் சமாதானக் கொள்கையொன்றைப் பின்பற்ற விரும்புகிறோம்; ஆனால், தற்கொலை செய்துகொள்ள விரும்பவில்லை. ஆஸ்திரியா வுக்குத் தான் உதவி புரிவதாகக் கொடுத்த வாக்குறுதிகளை இத்தாலி கடைப்பிடிக்கும். ஆனால், அதைப் போலவே, ஹங்கேரியிலும் பல்கேரியாவிலும் பொருளாதார சம்பந்தமுள்ள சில நடவடிக்கைகள் எடுத்துக்கொள்ளாமல் அசிரத்தையாக இருக்காது.

"தனக்குச் சேரவேண்டியவைகளைத் துருக்கி பெற்றுக்கொண்ட பின், மேலும் மேலும் கேட்டு, தாவாச் செய்துகொண்டிருக்கக் கூடாது. துருக்கி அத்துமீறினால் 'இதற்கு மேல் ஒன்றும் கிடையாது, ஜாக்கி ரதை!' என்று சொல்ல வேண்டிய அவசியமேற்படும்."

பிறகு, முஸொலீனி தனது உள்நாட்டுக் கொள்கையை விளக்கினான்.

"பிரஜைகள் எந்தக் கட்சியினரானாலும் சுதந்திரமாக நடமாட லாம். எல்லாவிதமான மதங்களும் கௌரவிக்கப்படும். ஆனால், குறிப்பாக யாவரும் பின்பற்றும் கத்தோலிக் மதத்திற்கு விசேஷ கௌரவம் அளிக்கப்படும். சட்டப்படியுள்ள உரிமைகள் எதுவும் பாதிக்கப்படமாட்டாது. எந்தவிதமான முறையையும் கையாண்டு, சட்டத்தின் கௌரவம் காப்பாற்றப்படும்.

"சர்க்கார்தான் மிக்க பலமுள்ளது. அதன் பலத்தை அது ஒவ் வொருவர்மீதும் காட்டும்; பேஸிஸ்டுகள் சட்டவிரோதமாக நடந்து கொண்டால் அவர்கள்மீதும் காட்டும். யாருக்காயினும், எவர் முன்பாயினும், சர்க்கார் தலைவணங்கத் தயாரில்லை. சர்க்காருக்கு எதிராக எழுகிறவர்கள் யாவரும் தண்டிக்கப்படுவார்கள்.

"இச்சபையின் அபிப்பிராயத்திற்கு விரோதமாக ஆட்சி நடத்த, அவ்வாறு செய்யாதிருப்பது சாத்தியமானால் நான் விரும்பவில்லை. ஆனால் இந்தச் சபை தனக்கு இரண்டு அல்லது மூன்று வருஷ ஆயுள்தான் உண்டு என்பதை உணர வேண்டும்.

"நாங்கள் முழு அதிகாரத்தையும் கேட்கிறோம். ஏனென்றால், எல்லாப் பொறுப்புக்களையும் ஏற்க விரும்புகிறோம். முழு அதிகார மும் இல்லாவிட்டால் ஒரு லைராவைக்கூட மிச்சம் பிடிக்க முடியாது.

"உங்களுடைய ஒத்துழைப்பு கிடைக்காது போய்விடும் என்று நாங்கள் நம்பவில்லை. கிடைத்தால் அதை மகிழ்ச்சியோடு ஏற்றுக் கொள்ளுகிறோம். நாம் யாவரும் நமது வேலையின் கஷ்டத்தை வெகுவாக உணர்கிறோம். தேசம் எங்களுக்கு ஊக்கமளித்து எங்களுக் காகக் காத்திருக்கிறது. இனி நாங்கள் வெற்று வார்த்தைகள் வீசிக் கொண்டிருக்கமாட்டோம். எங்கள் விருப்பத்தைச் செய்கையின் மூலம் காட்டுவோம். சர்க்காரின் வரவு செலவு கணக்கை சமன் செய்வோம் என்று வாக்குறுதி கொடுக்கிறோம். அந்நிய நாட்டுக் கொள்கைகள் சம்பந்தப்பட்ட வரையில் சமாதானத்தையே பின்பற்று வோம். ஆனால், கௌரவமும் உறுதியுமே அவசியம் என்று ஏற்படும் சந்தர்ப்பங்களில், அவ்வாறு நடந்துகொள்வோம். தேசத்திற்கு உத்தரவு கொடுப்பது என்ற பொறுப்பை நாங்கள் ஏற்றுக்கொண்டோம். அவ்வாறே கொடுப்போம்!"

முஸொலீனி அமைத்த மந்திரி சபையில் 15 பேர் பேஸிஸ்டுகள்; மூன்று பேர் தேசீயவாதிகள்; மூன்று பேர் மிதவாதிகள்; ஆறு பேர் பாபுலர் கட்சியைச் சேர்ந்தவர்கள்; இன்னும் மூன்று பேர் ஜனநாயகக் கட்சி. உள்நாட்டிலாகாவும், அந்நிய நாட்டிலாகாவும் பிரதம மந்திரி வசம். மந்திரி வேலை ஏற்ற தினத்தன்று உத்தியோக முறையில் தனது பத்திரிகாசிரியர் பதவியை ராஜிநாமாச் செய்து, ஆர்னால்டோவை அந்த ஸ்தானத்திற்கு நியமித்தான் முஸொலீனி. பிறகு, தன் குடும்பத்தை மிலானிலிருந்து ரோமாபுரிக்கு மாற்றினான். பதவி ஏற்றதும் அவன் 'ஸவாய்' ஹோட்டலில் தற்காலிகமாகத் தங்கியிருந்தான். பிறகு சில நாள் வேறோர் வீட்டிலிருந்துவிட்டு, அதிகாரமும் செல்வாக்கும் அதிகமானதும், வில்லா டோரோலினியா என்ற மாளிகையில் குடியேறினான். பலாஜா வெனிஜியா அவனது அரசாங்கக் காரியாலயமாயிற்று. வில்லா டோரோலினியா இளவர சரின் நன்கொடை; அந்த இடத்தின்மேல் முஸொலீனி ஆசை வைத்ததனால் இளவரசர் அதை 'நன்கொடை'யளித்துத் தீரவேண்டிய தாயிற்று. நிற்க. . . .

ரோமாபுரிப் படையெடுப்பின்போது பிரான்ஸில் தூதராயிருந்த கௌன்ட் ஸ்போர்ஸா தமது ஸ்தானத்தை ராஜிநாமாச் செய்திருப் பதாகத் தந்தியடித்தார். இந்த ராஜதந்திரியின் அந்நிய நாட்டுக் கொள்கை விவகாரங்களே முஸொலீனிக்குப் பிடிக்காது. 'ஏற்றுக் கொள்ள முடியாது' என்று பதில் உத்தரவு போட்டான் முஸொலீனி. இரண்டு நாள் கழித்து கௌன்ட் ஸ்போர்ஸாவுக்கு டிஸ்மிஸ் உத்தரவு ஒன்று வந்தது. ஸிவில் சர்விஸிலும் இம்மாதிரி 'முக்கியமான சில மாறுதல்கள்' ஏற்பட்டன. ஜெனரல் டயாஸை யுத்த மந்திரியாக்கி

னான். அட்மிரல் தயாம் டி ரெவெல் என்பவரைக் கடற்படை மந்திரியாக்கினான்.

முஸொலீனி கூட்டுச் சபைகளின் முன் பேசி ஒரு வாரத்திற்கப்புறம் பார்லிமெண்டு அவனுக்குச் சர்வாதிகாரத்தையும் கொடுத்திருப்பதாக ஒரு தீர்மானத்தை நிறைவேற்றியது. பிறகு பேஸிஸ்ட் சர்க்கார் நிதி, விவசாய, கைத்தொழில் விஷயங்களில் சிரத்தை கொண்டு பொருள் உற்பத்தியை வளர்க்கத் தீவிரமாக முயற்சி எடுத்துக் கொண்டது. 1923ம் ௵ ஜனவரி ௴ பேஸிஸ்ட் தொண்டர் படை, ராஜாங்கத்தைப் பாதுகாக்கும் பேஸிஸ்ட் ராணுவ ஸ்தாபனமாக்கப் பட்டது. பிறகு கிராண்டு பேஸிஸ்ட் கௌன்ஸில் ஒன்று முஸொலீனி யின் அதிகாரத்தின்கீழ் அமைக்கப்பட்டது. அதற்குப் பார்லிமெண டின்மீதும் அதிகாரம் உண்டு. இன்று அது உத்தேசிப்பதை நாளை பார்லிமெண்டு சிரமேல் தாங்கிச் செய்யும்.

முஸொலீனி, தான் வகுத்த அந்நிய நாட்டுக் கொள்கையின்படி நடக்க, நடவடிக்கை எடுத்துக்கொள்ள ஆரம்பித்துவிட்டான். ஸ்விட் ஸர்லாந்து, பால்டிக் ராஜ்யங்கள், கானடா, தென் அமெரிக்கா இவற்றுடன் வர்த்தக ஒப்பந்தங்கள் செய்துகொள்ளப்பட்டன. ருஷியா, துருக்கி உடன்படிக்கையைப் பரிசீலனை செய்வதற்காக லாஸேனில் நேசக் கட்சியினரின் மகாநாடு ஒன்று 1922-ம் ௵ நவம்பர் ௴ கூடியது. அப்பொழுது ஸினோர் முஸொலீனி இத்தாலிய சர்வாதி காரியாக அங்கு சென்றான். 10 வருஷங்களுக்கு முன் தன்னால் நாடு கடத்தப்பட்ட ஒருவன், தன் நாட்டுக்குள்ளே, தனக்குச் சமமான அந்தஸ்துள்ளவனாக வருவதைக் கண்ட ஸ்விட்ஸர்லாந்து சர்க்கார் கொஞ்சம் 'தடுமாறியது'. மகாநாட்டுக்குப் பாயிங்கரேயும், பல காலம் இந்தியாவில் வைஸ்ராயாக இருந்து அமுல் நடத்திய, கீல்வாதப் பிடிப்புள்ள லார்டு கர்ஸனும் பிரதிநிதிகள். இரண்டு பேரும் பழைய மோஸ்தர் படாடோபவாதிகள். மிகவும் முறுக்கான வர்கள். இந்த மனிதர்களிடையே சமமாக நடந்துகொள்ளுவதற்கு என்ன செய்வது என்று யோசித்து ஒரு தந்திரம் செய்தான் முஸொலீனி.

ஹோட்டல் பெவிரிட்ஜில் சர்க்கார் விருந்து. சாயங்கால வண்டி யில் பாயிங்கரேயும், லார்டு கர்ஸனும் வந்து சேர்ந்தார்கள். முஸொ லீனி வரவில்லை. அவனுக்குப் பதிலாக காரியதரிசி மாஸிக்ளி மாத்திரம் வந்திருந்தான். இவர்களிருவரும் முதலில் தன்னை வந்து பேட்டி கண்டால்தான் விருந்துக்கு வர முடியும், இல்லாவிட்டால் வர முடியாது என்று முஸொலீனி திட்டமாக அறிவித்துவிட்டதாக மாஸிக்ளி சொன்னான். பாயிங்கரே தமது பாரிஸ் நாகரிகத்தையும் குடியாட்சிக் கௌவரத்தையும் மறந்து, 'அந்தப் பயல் எங்கே?' என்றார். லாஸேனுக்குப் பத்து மைல் தூரத்திலுள்ள ஒரு ஹோட்ட லில் முஸொலீனி தங்கியிருக்கிறான் என்று தெரியவந்தது. நிலைமை

தர்மசங்கடம். ஒப்பந்தமோ துருக்கி - ருஷியாவைப் பற்றியது. அதாவது ஜெர்மனியின் சார்பில் சண்டை போட்ட இரு சர்க்கார்களின் சம்பந்தத்தைப் பற்றியது. இதைப் பரிசீலனை செய்யவந்த நேசக் கட்சி வல்லரசுகளும் ஒன்றுக்கொன்று யார் முதலில் வந்து சந்திப்பது என்கிற காரணத்திற்காகச் சண்டைபோட்டுக்கொண்டன என்று வெளிவந்தால், மானம் போய்விடுமே என்று, ஒரு ஸ்பெஷல் வண்டியில் ஏறி, பத்து மைல் தூரத்திலுள்ள அந்த கிராண்டு ஹோட்டலுக்குப் போய்ச் சேர்ந்தார்கள். முஸொலீனி, தன் கையில் குண்டாந்தடியும் பின்னே பேஸிஸ்ட் பரிவாரமும் அலங்காரம் செய்ய, பேஸிஸ்ட் உடையணிந்து, அந்த ஹோட்டல் ஹாலில் நின்றுகொண்டு இவ்விரண்டு அரசியல்வாதிகளையும் வரவேற்றான். "ஏது, விருந்து சாப்பிடலாமே!" என்று அழைத்தான். அரசியல்வாதி களானாலும் பசியில்லாமலா இருக்கும்? நன்றாக வெளுத்து வாங்கி விட்டார்கள். லார்டு கர்ஸன் தமது கீல்வாதக் காலை ஒரு முக்காலி யில் வைத்துக்கொண்டு முஸொலீனிக்கு முதுகைக் காட்டிக்கொண்டு பிரெஞ்சுப் பிரதம மந்திரியுடனேயே சம்பாஷித்துக்கொண்டிருந்தார். விருந்து முடிந்ததும் முஸொலீனி அவர்கள்கூட வரச் சம்மதித்தான். ஹோட்டலுக்கும் ரயில் நின்ற இடத்திற்கும் நூறு கெஜ தூரம்தான். ஆனால், எங்கிருந்தோ ஒரு பேஸிஸ்ட் பட்டாளம் வந்து பாண்ட் வாத்தியம் முழங்க பேஸிஸ்ட் கீதங்களைப் பாடிக்கொண்டு இவர் களை ஊர்வலமாக ஸ்டேஷனுக்கு அழைத்துச் சென்றது. இந்த அரசியல் கிழங்களும் வேறு வழியில்லாமல் பின்தொடர்ந்தன.

அந்த வருஷம் டிஸம்பர் மீ யுத்தப் பொறுப்புக்களையும் கடன் சுமைகளையும் பற்றி, பிரிட்டிஷ் பிரதம மந்திரி போனர்லாவையும், பாயிங்கரேயையும், டானிஸையும் கலந்து பேசுவதற்காக முஸொலீனி லண்டனுக்குச் சென்றான்.

இத்தாலிய சர்வாதிகாரியை அழைத்துவந்த டோவர் மெயில், வாட்டர்லூ ஸ்டேஷனில் வந்து நின்றது. வழக்கம் போல் முஸொலீனி குண்டாந்தடியை எடுத்துக் கக்கத்தில் வைத்துக்கொண்டான். இந்த விசேஷமான சந்தர்ப்பத்தில், சர்வாதிகாரி தனது குண்டாந்தடி அதிகாரத்தின் மகிமை மூலம் அசந்தர்ப்பமான நிலைமை ஏற்படுத்தி விடக் கூடாதே என்று நினைத்து, முஸொலீனியின் பரிவாரத்தின் பிரதம தலைவனான பேரன் ரோஸோ, "இந்த விசேஷ சந்தர்ப்பத்தை நான் என்றும் மனத்தில் வைத்திருக்கும்படியாகத் தங்கள் குண்டாந்தடியை ஏந்தி நிற்கும் பணியை எனக்கு அருள வேண்டும்!" என்று கேட்டுக்கொண்டானாம்.

பிரிட்டிஷ் - இத்தாலிய உறவைப் பலப்படுத்துவதற்காக ஐந்தாவது ஜார்ஜூம், மேரி ராணியும் 1923-ம் ஹு மே மாதம் ராஜாங்க விருந்தினராக இத்தாலிக்கு வந்துவிட்டுப் போனார்கள்.

பியூம், அட்ரியாடிக் பிரச்னைகள் தீர்ந்தபாடில்லை. யூகோஸ்லேவிய மனம் கசந்திருந்தது. முஸொலீனி பதவி வகித்த உடனேயே ரப்போலோ உடன்படிக்கையை எவ்வளவு சீர்திருத்த முடியுமோ அவ்வளவும் செய்தான். ஸான்டா மார்கரிட்டா கன்வென்ஷன்படி பெல்கிரேடில் ஓர் ஒப்பந்தம் செய்துகொள்ளப்பட்டது. அதன் ஷரத்துப்படி இத்தாலியர் பின்வாங்கிய பியூம் பகுதி 'சுதந்திரம்' உள்ள பியூம் ஆயிற்று. யூகோஸ்லேவியாவுக்கு கவுன்ட் ஸ்போர்ஸா வழங்கிய டெல்டாவும் பாராஸ் துறைமுகமும் சுதந்திர பியூமுக்குள் அடக்கம். தால்மாஷியக் கடற்கரையில் ஸாரா துறைமுகம் தவிர மற்ற இடங்களிலுள்ள இத்தாலியப் படைகள் வாபஸ் வாங்கிக் கொள்ளப்பட்டன. இந்த ஒப்பந்தம் இத்தாலிக்கும், யூகோஸ்லேவியாவுக்கும், 'சுதந்திர' நாடாக்கப்பட்ட பியூமுக்கும் திருப்தி அளிக்கவில்லையென்றாலும் ஏதோ ஒருவிதமான போலி மனச்சாந்தியையாவது அளித்தது. இதன்மூலமாக பியூம் பிரச்னை ஒருவாறு தீர்க்கப்பட்டது. பிரான்ஸ், ஆஸ்திரியா, ஹங்கேரி, செக்கோஸ்லவேகியா, போலந்து, ஸ்பெயின் இவற்றுடனும் முஸொலீனி வர்த்தக ஒப்பந்தங்கள் செய்துகொண்டான். வாஷிங்டன் மகாநாட்டில் கடற்படைகளைக் குறைத்துக்கொள்வது என்று செய்துகொள்ளப்பட்ட தீர்மானத்தையும் சர்வாதிகாரியின் சர்க்கார் அங்கீகரித்தது. இந்த நிலையிலே. . . .

○

18.மிஷின் துப்பாக்கி விவாதிக்கிறது

1923-ம் ஷூ ஆகஸ்டு மாதத்திலே மகாநாட்டுத் தூதர்கள் கீரிஸ்-அல்பேனிய எல்லைப்புறத்தில் வரம்பு வகுத்து சர்வே செய்வதற்காக இத்தாலிய ராணுவத் தூதுக் கோஷ்டியொன்றை அனுப்பினார்கள். கார்பூ கடற்கரைகளில் சர்வே கணக்குத் தவறுவதால் தங்களுக்கு இருக்கும் ஆதிக்கம் போய்விடக் கூடாது என்று கிரேக்கர்கள் கவலை கொண்டார்கள். இவர்களுடைய நலன்களைப் பாதிக்கும் பகுதிகளில் தூதுக் கோஷ்டி சர்வே செய்ய ஆரம்பித்ததும், கிரேக்கப் பொதுமக்களின் கொந்தளிப்பு அதிகமாயிற்று. "இந்தத் தூதுக் கோஷ்டியே ஒரு பெரும் மோசடி. இங்கு வந்து சர்வே செய்து இங்குள்ள நிலைமைகளை இத்தாலிய சர்க்காருக்கு இரகசியமாக அறிவிக்கவே இந்தக் கும்பல் வந்திருக்கிறது!" என்று கிரேக்கப் பத்திரிகைகள் கண்டித்தன. ஆகஸ்ட் 27-ம் ஷ கிரேக்க ராணுவ உடையணிந்த சிலர் (அவர்கள் கொள்ளைக் கூட்டத்தினர் என்று சிலர் கருதுகிறார்கள்) யானினா என்ற இடத்தருகில் இத்தாலிய சர்வே தூதுக் கோஷ்டியின் மோட்டார் காரை மறித்து அந்தத் தூதுக் கோஷ்டி முழுவதையுமே கொன்றுவிட்டனர். அந்தத் தூதுக்

கோஷ்டியில் ஒரு ஜெனரல், ஒரு வைத்திய இலாகா மேஜர், ஒரு லெப்டினென்ட், மோட்டாரை ஓட்டிவந்த ஒரு சிப்பாய், ஓர் அல்பேனிய துவிபாஷி — இவர்களே அந்த இடத்தில் மாண்டவர்கள். இந்தச் செய்தி ஆகஸ்ட் 28 உ ரோமாபுரிக்கு எட்டியது. முஸொலீனி, அன்றிரவே டரென்டோவிலிருந்த இத்தாலியக் கடற்படையைத் திரட்டி ஏதென்ஸ் சர்க்காருக்கு ஓர் எச்சரிக்கை கொடுத்தான்: "கிரேக்க சர்க்காருடன் ஒத்துழைத்து வேலை செய்துவந்த ராணுவத் தூதுக் கோஷ்டிக்குப் பாதுகாப்பளிக்க கிரேக்க சர்க்கார் தவறியது. அந்த சர்க்கார், பத்திரிகைகளின் ஆத்திரமூட்டத்தக்க பிரசாரங்களைக் கண்டித்துக் கட்டுப்படுத்தவும் தவறியது. இதற்காகக் கிரேக்க சர்க்கார் பட்டவர்த்தனமாக மன்னிப்புக் கேட்டுக்கொண்டு, கண்டிப்பான விசாரணைக் கோர்ட்டு ஒன்று ஏற்படுத்தி, இவ்விஷயத்தைக் கட்டுப் பாடாக ஆராய்ந்து, ஏதென்ஸ் மாதா கோவிலில் மன்னிப்புச் சடங்கு நடத்த வேண்டும். அதில் இத்தாலியத் துவஜத்திற்கு விசேஷ கௌர வம் அளிக்கப்பட வேண்டும். சதிக் கொலைக்காரர்கள் உடனே கைது செய்யப்பட்டு மரண தண்டனை விதிக்கப்பட வேண்டும். ஐந்து கோடி லையர் நஷ்ட ஈடு கொடுக்கப்பட வேண்டும். இந்நிபந்தனை களுக்கு கிரீஸ் சம்மதிக்கிறதா இல்லையா என்பதை முடிவாகக் கூற 24 மணி நேர அவகாசம் கொடுக்கப்பட்டிருக்கிறது."

ஐரோப்பிய சமாதானத்தை நிலைநிறுத்துவதற்காகவே சர்வதேச சங்கம் அவதரித்திருக்கிறது என்று நம்பியவர்களுக்கு இது தூக்கிவாரிப் போட்டது போலிருந்தது.

கிரேக்க சர்க்கார் எச்சரிக்கையை நிராகரித்தது. ஆனால் ஜெனிவா கோர்ட்டில் இவ்விஷயத்தைச் சமர்ப்பிக்கத் தயாராயிருப்பதாக அறிவித்தது. இதற்குப் பதிலாக 24 மணி நேரத்தில் கார்பூ துறை முகத்தில் இத்தாலியக் கடற்படை வெடிகுண்டு வீச ஆரம்பித்தது.

ஆகஸ்ட் 31 உ இத்தாலியக் கடற்படை ஒன்று அந்தத் தீவுக்கு வந்தது. அந்தத் தீவின்மீது ஆக்கிரமிக்கப் போவதாக அறிவித்தது. இத்தீவு தனது கொடியை இறக்க மறுத்ததால் சண்டைக் கப்பல்கள் வெடி தீர்க்க ஆரம்பித்தன. குண்டுகளில் சில கோட்டைமீது விழுந்தன. துருக்கிப் பிரதேசத்திலிருந்து தப்பியோடிவந்த சிலர் அந்தக் கோட்டைக்குள் இருந்தனர். வெடிகுண்டு வீச்சின் விளைவாக 20 பேர் கொல்லப்பட்டனர். அவர்களில் குழந்தைகள் 16. 80 பேருக்குக் காயம். உடனே இத்தாலியக் கடற்படை கார்பூ தீவை லேசாகப் பிடித்துக்கொண்டு அதில் பிரவேசித்துவிட்டது. உடனே கிரீஸ் சர்வதேச சங்கத்திற்கு மனுச் செய்துகொண்டது. இதர நாடுகளிலுள்ள லிபரல்கள் எல்லாரும் 'இந்தப் பேஸிஸ்ட் அக்கிர மத்தை'க் கண்டித்தனர். ஜெனிவாவில் லார்ட் ராபர்ட் ஸெஸில் கிரேக்க சர்க்கார் ஆட்சேபணையை அங்கீகரித்தார். லார்ட் கர்ஸன் அதை ஆதரித்தார். கார்பூ ஆக்கிரமிப்பு இத்தாலிய ராணுவத் தூதுக் கோஷ்டியின் சதிக் கொலையை அறவே மறைத்துவிட்டது. யாவரும் கிரீஸுக்குப் பரிந்து இத்தாலியைக் கண்டித்தார்கள்.

ராஜதந்திரிகளின் மகாநாட்டின் உத்தரவுப்படி நடந்துகொண்டுவந்த ராணுவத் தூதுக் கோஷ்டியின் கொலையைப் பற்றிப் பரிசீலனை செய்யலாம் என்று கிரீஸ் அனுமதிக்கிறது என்று கூறிக்கொண்டே இத்தாலியின் விஷயத்தில் ஜெனிவா தலையிட்டால் அது சர்வதேச சங்கத்தைவிட்டு விலகிவிடும் என்பதைத் திட்டமாக அறிவித்துவிடும் படி சலாந்த்ராவுக்கு உத்தரவு கொடுத்தான் முஸொலீனி. இந்த உத்தரவு சர்வதேச சங்கத்தைப் பின்வாங்கச் செய்தது. இதன் விளைவாக பியூம் பிரச்னையின் அபாயங்களை எடுத்துச் சொல்ல யூகோஸ்லேவியா முன்வந்தது. ராஜதந்திரிகள் மகாநாடு கட்சி பிரதிகட்சிகளின் ஆவேசங்களுக்கு ஆட்படாமல் இத்தாலியின் நிபந்தனைகளைக் கிரீஸுக்கு அறிவித்தது. கடைசியாக கிரேக்க சர்க்கார் அவைகளை ஏற்றுக்கொள்வதாக ஒப்புக்கொண்டது. நிபந் தனைகளின்படி கிரீஸ் நடந்தவுடன் கார்பூவிலிருந்த படைகள் வாபஸ் வாங்கப்பட்டன. ஐந்து கோடி லையரையும் நஷ்ட ஈடாக வாங்கிய இத்தாலிய சர்க்கார், புதிதாகப் பிறந்த ஐரோப்பிய லட்சியத்தின் விதியை அதன் தலையில் பச்சை குத்தியதோடு கார்பூவில் தங்கியிருந்து கஷ்டப்பட்ட ஆர்மீனியர்களிடையே விநி யோகிக்கும் படியாக அந்தப் பணத்தைக் கொடுத்துவிட்டது. கடைசி யாக, பியூம் பிரச்னை 1924-ம் ௵ முடிவு கட்டப்பட்டது. இத் தாலியர்கள் போர்ட்டோபராஸையும் டெல்டாவையும் யூகோஸ்லே வியாவுக்குக் கொடுத்தார்கள். பியூமிலுள்ள ஸஸ்ஸாக் பகுதியின்மீது தனக்குள்ள அதிகாரத்தை வாபஸ் வாங்கிக்கொண்டு அதை இத்தாலி யர் வசம் ஒப்படைத்தது யூகோஸ்லேவியா. 1924 மார்ச்சு ௴ பியூம் நகர் இத்தாலிய தேசத்தோடு சேர்க்கப்பட்ட வைபவம், அங்கு வந்திருந்த இத்தாலிய மன்னன் முன்னிலையில் கோலாகலமாகக் கொண்டாடப் பட்டது.

○

19. அரசியல் மாந்தமும் விளக்கெண்ணெய் சிகிச்சையும்

வெற்றி வெறி தலைக்கேறிவிட்டது. சாதாரணமாகவே அபேதவாதத் தின்மீது சீறி விழுகிறவர்களுக்கு அதிகாரத்தையும் கட்டிக்கொடுத்தால் கேட்க வேண்டுமா? ‘ஊருக்கிளைத்தவன் பிள்ளையார் கோயில் ஆண்டி’ என்பார்கள் நம் கிராமங்களில். இத்தாலியிலே முஸொலீனி யின் அமுலிலே, அவாந்திப் பத்திரிகை, பிள்ளையார் கோயில் ஆண்டியின் ஸ்தானத்தை வகித்தது. பேஸிஸ்ட் சீற்றம் ஏற்பட்டால் அதுதான் முதல் களப்பலி; பேஸிஸ்ட் உற்சாகத்திற்கும் அதுதான் பலி. முஸொலீனியின் ரோமாபுரி ஆரோகணிப்பின் படை தலை மறையவில்லை. அவாந்தி, மான்டோவெர்ஸி, ரிபப்ளிக்கானா முதலிய

பத்திரிகைகள் தீ நாக்குகளை நீட்டிக் கருகிச் சுருள ஆரம்பித்தன. கார்ல் மார்க்ஸ், லெனின் பொம்மைகள் அந்த ஓம குண்டத்தில் ஆகுதிகளாகப் போடப்பட்டன.

வயது வந்தோர் ஓட்டுரிமை மசோதா 1923-ம் வருஷம் ஜூலை மாதம் பிரேரிக்கப்படும்பொழுது, அந்தரங்கத்தில் பேஸிஸ்ட் பார்லிமெண்டை அமைப்பதே நோக்கம் என்றாலும், தர்மம், சட்டம் எல்லாம் அவனுடைய பக்திக்குரிய வார்த்தைகளாகக் கொட்டிப் பகட்டப்படுகின்றன. பேச்சு முடிந்ததும் தனது அந்தரங்க அறைக்குச் செல்லுகிறான் முஸொலீனி. அவாந்தி, கியூடிஜியா பத்திரிகைகளின் சந்தாதார்கள் பட்டியலை எடுத்துச் சிவப்புப் பென்ஸிலால் குறி போடுகிறான். பட்டியல் ஓரத்தில் 'பேஸிஸம் தூங்கிவிட்டதா?' என்ற கேள்வியும் குறிக்கப்படுகின்றது.

(அரசியல் மாந்தத்தைப் போக்க நவீன எதேச்சாதிகாரிகள் உபயோகிக்கும் மருந்து விளக்கெண்ணெய். ஒரு பாட்டிலை உள்ளே தள்ளினால் உடம்பில் துளிகூட அபேதவாதமாவது ஒட்டுமா?— இது பேஸிஸ்ட் 'வைத்தியர்கள்' நம்பிக்கை. இதற்கு மேல் ஸ்தாயி சிகிச்சையாகக் குண்டாந்தடி வைத்தியம். மூன்றாவது டிகிரி, நேரடியாக வான்லோகத்திற்கு வழி திறந்துவிடும் அரிய சேவை.)

எதிர்க்கட்சியாடுபவர்கள் — அபேதவாதிகள் — பேஸிஸ்ட் ராணுவக் கொட்டடிகளுக்குள் அழைத்துச் செல்லப்படுவார்கள். அக, புறச் சிகிச்சைகள் செய்யப்பட்டு வெளியே அனுப்பப்படுவார்கள்; அல்லது போன வழி பெரிய வழியாகிவிடும்.

ஸ்ரீமான் பொதுஜனம் எப்பொழுதும் நல்லவர்; தனியாக இருக்கும் பொழுதெல்லாம் தம்முடன் எதிர்க்கட்சியாட முயலுகிறவர் கட்சியையே அநாவசியமான உற்சாகத்துடன் ஆதரிப்பார். கூட்டத்தில் தான் அவருக்குப் பலம்; ஜனநாயகத்திலும், சர்வதேச கூட்டுப் பாதுகாப்பிலும், ஆயுதப் பரிகரணத்திலும் ஆணித்தரமான அபிப்பிராயங்கள் ஏற்படும்.

"ஆமாம் ஸார்! ரொம்ப மோசமாத்தான் இருக்கு; முஸொலீனி இல்லாவிட்டால் இதைவிட மோசமாகத்தானே இருக்கும்!" என்று கதைக்கிறார் இத்தாலிய ஸ்ரீமான் பொதுஜனம்.

டூரின் என்ற இடத்தில் இரண்டு பேஸிஸ்ட் தளங்களுக்குப் படுகாயம் — தெருச் சண்டையில் அமுல் நடத்தியதால், நகரத்தில் ஏழைகள் - அபேதவாதமும், பணக்கார - மிதவாதமும் மிக மலிவு. இவர்களைக் கண்டாலே பேஸிஸ்டுகளுக்குப் பிடிக்காது. நகரத்திற்குப் புத்தி கற்பிக்க வேண்டாமா?

மறுநாள் காலையிலேயே பேஸிஸ்டு தளம் நகரத்திற்குள் புகுந்துவிடுகிறது; களப்பலி பொதுவுடைமைக்கார கார்லோ பெர்ரூட்டி வீட்டிலேயே கைது செய்யப்பட்டான். அவனை மோட்டாரில் பிடித்துத் தள்ளிக் கோட்டையை நோக்கிச் சென்றார்கள், கறுப்புச் சட்டைக்காரர்கள். கோட்டை அருகில் ஒரு பொட்டல்.

வண்டியிலிருந்து இறங்கி நடக்கும்படி உத்தரவு.

'நட!'

பெர்ரூட்டி நடந்தான். ஆறு ரிவால்வர்கள் வெடித்தன; பெர்ரூட்டியின் உடல் மண்ணைக் கவ்வியது; அவனும் வேறு ரூபத்தில் நடையைக் கட்டினான்.

மத்தியானம். வயாபாலங்கேரி மூன்றாவது நம்பர் வீட்டின்முன் ஒரு மோட்டார் வந்து நின்றது.

இரண்டு பிரஜைகள். அப்பாவிகள். போ நதிக் கரைக்கு அழைத்துச் செல்லப்படுகின்றனர். அவர்களுக்கு ஒன்றும் புரியவில்லை. இறங்கி நடக்க உத்தரவு.

எட்டு ரிவால்வர்கள் வெடிக்கின்றன.

இருவரில், ஸிஸேர் பொச்சினெட்டோ மாண்டு விழுகிறான்; ஜூரி லெட்டி மாண்டு போனதாகக் கருதப்பட்டு விட்டுச் செல்லப்படுகிறான்.

அதே நேரத்தில், இதர துருப்புக்கள், வேறு இடங்களில் அபேதவாதத் 'துருவை'ப் போக்கி ரத்தத்தால் மெருகிடுகின்றன.

டிராம் கண்டக்டர் மாட்டியோ சியொலீரோ அப்பொழுதுதான் சாப்பிட உட்காருகிறான். இளம் மனைவியும் புதுக் குழந்தையும் இருக்கின்றனர்.

வெளியிலே கதவு தட்டும் சப்தம்.

"யாரது? உள்ளே வரலாம்!"

உள்ளே வருகிறவர்கள் ஆயுதபாணிகள்!

"யாரைப் பார்க்க வேண்டும்?"

"மாட்டியோ சியொலீரோ!

"நான்தான்!"

அவன் மேற்கொண்டு வேறு வார்த்தை சொல்ல அவகாசம் அளிக்கப்படவில்லை.

இளம் மனைவி, புதுக் குழந்தையின் தகப்பனார் பிரேதத்தின்மீது விழுந்து அழுதுகொண்டிருக்கிறாள்.

ஆயுதபாணிகள் சென்றுவிட்டார்கள்.

இதுதான் ஆரம்பம்....

சாயங்காலம் பேஸிஸ்ட் துருப்புக்கள் காஸா டெல்பொ பொலோவைச் சூழ்ந்துவிட்டன. சர்க்கார் துருப்பு — அதாவது மன்னர் படை என்ற விசேஷப் பெயர் பூண்டது — துரத்தப்படுகிறது.

கறுப்புச் சட்டைக்காரர்கள் ஸ்தலத்திற்கு வருகின்றனர். கதவைத் திறக்க வெடிகுண்டு வீச்சு. காரியாலயத்தில் உள்ள சிப்பந்திகளில்

பாதிப் பேர் கொல்லப்பட்டனர். அப்புறம் கட்டிடம் தீப்பற்றிக் கொள்ளுகிறது. அதைச் சுற்றிலும் பேஸிஸ்ட் வெறிக் கூத்து. வெற்றியைப் போல — தற்காலிகமானாலும் — போதையூட்டும் மது, உலகத்தில் ஏது?

துரதிர்ஷ்டம்! பியட்ரோ பெராரோ அங்கு ஏன் வர வேண்டும்? கும்பல் சூழ்ந்துகொண்டு அவனைத் தாக்குகிறது.

கீழே விழுந்துவிடுகிறான்.

“பயலைப் பிடித்து லாந்தல் கம்பத்தில் கட்டுங்கள்!” என்ற கூக்குரல்.

ஆனால் கும்பலில் சில ரஸிக சிகாமணிகளும் உண்டு. அவன் கால்கள் இரண்டையும் சேர்த்து இறுக்கி, மோட்டார் லாரிக்குப் பின்னால் கட்டிவிடுகிறார்கள். பியட்ரோ இன்னும் சாகவில்லை.

லாரி புறப்படுகிறது....

கார்ஸோ நகரத்தின் தெருக்கள் முழுதும், கிழிந்து தொங்கும் சதைக் குப்பை இழுத்துச் செல்லப்படுகிறது. அவனது தங்கையால்கூட அவன் உடலை அடையாளம் கண்டுபிடிக்க முடியவில்லை.

பியட்ரோ பெராரோ உலோக வேலைத் தொழிலாளர் யூனியன் காரியதரிசி, அராஜகன். அவனது ஒரே ஆசை தனக்கும் தன் சகாக்களுக்கும் போதுமான கல்வியறிவு தேடிக்கொள்ளுவதே.

டிஸம்பரில் யமன் பட்டியல் கொஞ்சம் ஜாஸ்திதான்.

ஆன்ட்ரியே சியோலோவை அவனது பாட்டியார் முன்னிலையில் தூக்கிலிட்டுக் கொன்றார்கள்; அதனால் அவளுக்குப் பீதியில் மூளை கலங்கியது....

டார்ஜியோ, பெக்கியோ, மஜொலா, மஸாரொ.... இப்படி எத்தனையோ பேர்....

விசாரணை நடைபெற்றது. குற்றவாளிகள் இன்னார் என்று கண்டுபிடிக்கப்படவில்லை என்ற தீர்ப்பு.

டூரின் பேஸிஸ்ட் தலைவருக்கு ‘நைட்’ பட்டம் அளிக்கப்படுகிறது.

ஸினோர் டீவெச்சி அப்பொழுது பென்ஷன் இலாகா மந்திரி; இப்பொழுது வாட்டிகனுக்கு ராஜாங்க தூதர் — அவர்தான் கொலைக்கெல்லாம் காரணம்....

மாலினெல்லா.

கும்மிருட்டு....

அடித்தொண்டையில் பேசும் சப்தம் — ஆண் குரல், பெண் குரலும்கூட.

காட்டுப் பொட்டலில் இடிந்த குடிசை. பணக்காரர்கள் வேட்டைக்கு வந்தால் பகலில் அங்கு தங்குவார்கள்.

முன்னால் வந்திருக்கிறவர்கள் தரையில் உட்கார்ந்திருக்கிறார்கள்.

"கிழவன் எப்படியிருக்கிறான்?"

"இன்னும் திடமாகத்தான் இருக்கிறான். உங்கள்மீது ரொம்பப் பெருமை அவனுக்கு; கடைசிவரை நீங்கள் போராடவேணும் என்கிறான்."

"நாங்கள் போராடத்தான் போகிறோம்!"

"கடைசிவரை போராடுவோம் என்று அவருக்குச் சொல்லும். பேஸிஸ்டுகள், சர்க்கார், நிலச்சுவான்தார் (ஜமீன்தார்கள்) எல்லாரோடும் கடைசிவரை போராடுவோம்... கடைசிவரை!"

தலைவன் பேசுகிறான்....

"பொலோனாவில் உள்ள என் நண்பரிடம் (எனக்கு வக்கீலும் அவர்தான்) கலந்து பேசினேன்; நம் யூனியனைக் கலைத்ததைப் பற்றி *பெர்பெக்டிடம் சென்று ஆட்சேபித்தார். நமது கிளர்ச்சி அவருக்கு மகா கேவலமாக இருக்கிறதாம்; சர்க்கார் இதை அடக்கித் தான் தீருமாம்... அப்படி என் நண்பரிடம் சொல்லிவிட்டார். இன்னும் தெரியுமா? பேஸிஸ்ட் சங்கத்தில் சேராத தொழிலாளிக்கு வேலை கொடுக்கக் கூடாது என்று பேஸிஸ்ட் கட்சி உத்தரவு போட்டிருக்கிறதாம்...."

"நிஜமாகவா?"

"நிஜமாகத்தான்! எதிர்த்துத்தான் ஆக வேண்டும். இவர் ரோமிலிருந்து நமக்கு உதவி கொண்டுவந்திருக்கிறார்.... யாருக்குப் பணம் ரொம்ப அவசியம் என்பதைக் கணக்குப் பார்ப்போம்!"

"ஸ்ரீ எம். — இருக்கிறாரே, அவர் வீட்டில் இரண்டு நாள் பட்டினி, குழந்தைகளுக்கும் உடம்புக்குக் குணமில்லை.... ஸ்ரீ எஸ்.— வீட்டிலே ரொம்பத் தொல்லை. தாத்தா ஆஸ்பத்திரியில் இருக்கிறார். தாயார் இரத்தம் கக்குகிறாள்... நேற்று அவளை பேஸிஸ்டுகள் அடித்துப் போட்டுவிட்டார்கள்...."

புதியவன் ஏதோ பேச ஆரம்பிக்கிறான். வெளியே சீட்டிச் சப்தம் கேட்கிறது.

ஆபத்து....

கூட்டம் கலைந்துவிடுகிறது....

மறுநாள் மத்தியானம்.

ரகாஸிதான் எதிர்க்கட்சித் தலைவன். இவர்களைக் கேவலப் படுத்துவது என்று தீர்மானித்துவிட்டான்.

வயதுவந்த பெண்களை நிர்வாணமாக்கி, மேலே சிவப்புச் சாயத்தைப் பூசி, பட்டப் பகலில் நடுத்தெரு வழியாக அழைத்துச் செல்லுகிறார்கள்.

---

*மாஜிஸ்திரேட் அதிகாரம் உள்ளவர்.

பின்பக்கம் கறுப்புச் சட்டைக் கும்பல்....

“அபேதவாதம் சிவப்பாய்த்தானே இருக்கும்!” என்று கிண்டல் செய்கிறது அந்தக் கும்பல்.

இத்தனையும் மோனாலில்லாவில் நடந்தது. அதற்கப்புறம் கொலைத் தொழில்.

○

20. மாட்டியோட்டி அதிர்ச்சி

1924 மே மாதம் 30-ந் தேதி.

புதிதாகத் தேர்ந்தெடுக்கப்பட்ட சட்டசபை, சென்ற 24-ந் தேதியிலிருந்து நடந்துவருகிறது.

ஆரம்பத்தில் 30 பேர் பேஸிஸ்டுப் பிரதிநிதிகள்; இப்பொழுது 350. இவர்களுடைய தேர்தல் நேரிய முறையில் நடைபெற்றது என்று ஊர்ஜிதம் செய்வதே விவாதத்திலிருக்கும் தீர்மானத்தின் நோக்கம். சபைத் தலைவர் முன் அது சமர்ப்பிக்கப்பட்டிருக்கிறது.

மாட்டியோட்டி, கையில் குறிப்புத் தாள்களுடன், பேசுவதற்கு எழுந்து நிற்கிறான். மாட்டியோட்டிதான் யூனிடேரியன் அபேதவாதிகளின் அரசியல் காரியதரிசி. தேர்தல் நடைபெற்றபொழுது பேஸிஸ்டுகள் அவனைப் பிடித்துக்கொண்டு போய் ஆள் நடமாட்டமில்லாத காட்டில் விட்டுவிட்டு வந்தார்கள். அப்படியிருந்தும் சட்டசபைக்குள் நுழைந்துவிட்டான். அவன் பணக்காரன். பேஸிஸ்ட் நிர்வாகத்தையும் நிர்வாகிகளையும் கண்டிப்பவன். சமீபத் தேர்தலில் அவனுடைய சகா பிக்கினின்னி கொல்லப்பட்டான். குழந்தைகளுக்குத் தெரியக் கூடாது என்பதற்காக வீட்டுக்கு வெகுதூரம் தள்ளிச்சென்று எதிரிகளுக்குத் தன் உடம்பை அவன் ஒப்புவித்தானாம்.

எதிர்க் கட்சியில் பல பகுதிகள்: பாப்புலர்கள், அபேதவாதிகள், பொதுவுடைமைவாதிகள், ஜனநாயக அபேதவாதிகள்... இத்யாதி, இத்யாதி. பழைய சலாந்த்ரா, கியோலிட்டி, ஆர்லான்டோ யாவரும் வந்திருக்கிறார்கள்.

பேஸிஸ்ட் மந்திரி சபை உண்மையில் பேஸிஸ்ட் தேசியக் கூட்டு மந்திரி சபை. ஆனால் முக்கிய இலாகாக்கள் யாவும் முஸொலீனி வசம். அடிப்படையில் இரண்டு கட்சிதான்: ஒன்று பேஸிஸ்ட்; மற்றது பேஸிஸ்ட் எதிர்ப்பு. ஆனால் சட்டசபையே பேஸிஸ்ட் முகாம்.

மாட்டியோட்டி எழுந்ததும் ஒரே கூப்பாடு....

ஓயட்டும் என்று மார்பில் கையைக் கட்டிக்கொண்டு அவன் நிற்கிறான். நான்கு வருஷங்களாக இவ்வாறு காத்திருந்து காத்திருந்து அவனுக்குப் பழக்கம்....

"மெஜாரிட்டியை ஊர்ஜிதம் செய்வதற்காக இம்மசோதா கொண்டுவரப்பட்டிருக்கிறது; நாங்கள் இதை ஆட்சேபிக்கிறோம்...."

"என்னடா அலட்டுகிறாய்!" — என்று ஒரு குரல்.

"....மெஜாரிட்டிக் கட்சி ஏகதேசமாக 40 லட்சம் வோட்டுகள் பெற்றிருக்கலாம்; ஆனால் அவை ரத்தம் சிந்தியதன்மூலம் கிடைத்தவை...."

இது சர்க்கார் கட்சிக்குக் கோபமூட்டியதில் அதிசயமில்லை. பலர் மூக்கை உடைப்பது போலக் கைகளை ஆட்டினார்கள்; சில உற்சாகிகள் மேலே பாய்ந்து விழுவதற்காக எழுந்துவிட்டார்கள். முஸொலீனியின் முகத்தில் எள்ளும் கொள்ளும் வெடிக்கிறது.

மாட்டியோட்டி மேலும் பேசுகிறான்....

"தேர்தலின் தீர்ப்பை சர்க்கார் எதிர்பார்க்கவில்லை என்று பேஸிஸ்ட் கட்சித் தலைவர் பட்டவர்த்தனமாகக் கூறியிருக்கிறார். சிறுபான்மைக் கட்சியாக இருந்திருந்தாலும் அது அதிகாரத்தை வகித்திருக்கும்...."

பாரினாஸி: ஏன், புரட்சி நடத்திப் பார்க்கிறதுதானே!

ஸ்டாரெஸ்: அப்படித்தான்; நாங்கள்தான் அதிகாரத்தை வகிக்கிறோம்; இனியும் வகித்துத்தான் வருவதாக உத்தேசம்!

சபையில் ஏக அமளி. "பயலுக்கு முதுகில் குண்டு போட்டால் மரியாதையாகப் பேசுவான்! நீங்களெல்லாம் பயங்கொள்ளிக் கும்பல்!" என்ற பேஸிஸ்ட் உறுமல்கள்!

மாட்டியோட்டி கூச்சல் தானே ஓயட்டும் என்று பேசாது இருந்துவிடுகிறான்....

பிறகு, "சர்க்காரின் உத்தேசங்களை நிறைவேற்ற ஆயுதம் தாங்கிய படை இருக்கிறது..." என்கிறான்.

"படை நீடூழி வாழ்க!"

"...ஆனால், அப்படை சர்க்காரின் — தேசத்தின் — அதிகாரத்தின்கீழ் இல்லை... ஒரு கட்சியின் அதிகாரத்தின் கீழ்இருக்கிறது."

டெரூஜி: "போதும்! போதும்!"

சர்க்கார் கட்சி, பேச்சு காதில் விழாதபடி மேஜையில் தட்டுகிறது.

"...எனது அபிப்பிராயத்தைச் சொல்லுமுன் நான் மேடையை விட்டு இறங்கமாட்டேன்..."

அமளி உச்ச நிலையை எட்டிவிட்டது. மாட்டியோட்டி மார்பில் கைகளைக் கட்டிக்கொண்டு காத்து நிற்கிறான்.

"ஒருவேளை வெடிகுண்டுகளின் உதவியால் தேர்தல் நடத்தும் மெக்ஸிகோவில்...."

மறுபடியும் கூச்சல்....

"இப்படிப்பட்ட அவமானகரமான உதாரணமாக மெக்ஸிகோவைக் குறிப்பிட்டதற்கு அதனிடம் நான் மன்னிப்புக் கேட்டுக் கொள்ள வேண்டும்."

"போதும் போதும்! — பயலை மேடையைவிட்டு இழுத்துத் தள்ளுங்கள்!"

பிறகு மாட்டியோட்டி எதிரிகளின் அட்டூழியங்களைப் படலம் படலமாக வருணிக்க ஆரம்பித்தான். பத்திரிகைகளுக்கு வாய்ப்பூட்டுப் போடப்பட்டதைக் கண்டித்தான்....

"நீ ஏன் பயந்து நடுங்குகிறாய்!" என்று ஒரு குரல்.

"தூராட்டியைக் கேள்!" என்று மற்றொரு குரல்.

தூராட்டி: பேசுவதற்கு வசதி பெறுவதற்காக உங்களது பாது காப்பைப் பெற்று வருகிறேன் என்பதை ஒப்புக்கொள்கிறேன்.

எதிர்க்கட்சியின் ஆரவாரிப்பு.

இந்தக் குழப்பத்தை உபயோகித்து வேறு ஒருவரைப் பேசும்படி தலைவர் உத்தரவிட்டார்.

மாட்டியோட்டி: எனக்குப் பேச இருக்கும் உரிமைக்கு மதிப்புக் கொடுங்கள்! மகா கேவலமாக இருக்கிறது!

"பேசாதே! பேசாமல் இருக்கக் கற்றுக்கொடுக்க வேண்டுமா?" - என்று ஒரு குரல்.

மாட்டியோட்டி: ஒரு அபேட்சகர் அந்த வார்த்தைக்கு அர்த் தத்தைத் தெரிந்துகொண்டார். பிக்கினின்னி, வீட்டருகில் வைத்துக் கொல்லப்பட்டான். தேர்தலுக்கு நின்றதும் குற்றம். அவனது நினை வுக்கு மரியாதை செலுத்துகிறேன்!

"உனக்கும் அந்தக் கதிதான்!"

"நீ சிறையில் இருக்க வேண்டியவன். பார்லிமெண்ட் வேறா உனக்கு!"

அவதூறு! வசை!

இவ்வளவுக்கும் முஸோலீனி பேசாமல் உட்கார்ந்திருக்கிறான். கைகளில் கன்னத்தை ஊன்றி, குனிந்து, ஒரே பார்வையாகப் பார்க்கிறான் — அர்த்தம் புரிந்துகொள்ள முடியாத பார்வை!

மாட்டியோட்டி: சுதந்திரம் தவறுகள் செய்யலாம்; மக்கள் அவற்றை நிராகரிப்பார்கள். ஆனால் கொடுங்கோன்மை ஒரு தேசத்தின் சாவுமணி! இதை நிச்சயமாக நம்புங்கள்!

சபை குழப்பத்தில் முடிகிறது....

சர்க்கார் காரியாலயம்.

முஸோலீனி தன் அந்தரங்க அறையில் கைகளைப் பின்னுக்குக் கட்டிக்கொண்டு வெகு வேகமாக நடக்கிறான்.

மூலையில் அவனது கறுப்புச்சட்டை சகாக்கள் சிலர்....

"அந்தப் பயல் என்ன தொந்தரவு கொடுக்கிறான் — சீ!"

1924 ஜூன் மாதம் 10-ந் தேதி... பிற்பகல்.

வியா பிஸானல்லியில் உள்ள 40-ம் நெம்பர் வீட்டிலிருந்து மாட்டியோட்டி வெளியே வருகிறான். பார்லிமெண்டுக்குப் போகத் தான் புறப்பட்டிருக்கிறான்....

சில நாட்களாகவே பேஸிஸ்ட் பத்திரிகைகள் அபேதவாதிகளைத் தாக்கி வருகின்றன. மாட்டியோட்டிமீது போலீஸ் கண்காணிப்பு — பாதுகாப்புக்காகவாம்!

லுங்கோ டிவேரி என்ற இடம்வரை அவன் செல்லுகிறான்....

மறுநாள்.

அவனது மனைவி, தனது புருஷனைக் காணவில்லையென்று போலீஸாருக்குத் தகவல் அறிவித்தாள்.

அவனை வீட்டுக்கு அருகில் யாரோ சிலர் பிடித்து மோட்டாரில் ஏற்றிச் செல்வதைக் கண்டதாகப் பலர் வந்து சாட்சியமளித்தனர்.

மாட்டியோட்டி கடத்தப்பட்ட செய்தி, பெட்ரோல் பற்றிக் கொண்ட மாதிரி எங்கும் பரவியது.

ஒரே பீதி. அவன் கொல்லப்பட்டிருப்பான் என்ற நம்பிக்கை. பேஸிஸ்டுகள்தான் அவனைக் கொன்றிருக்க வேண்டும் என்பது எதிர்க் கட்சியினரின் உறுதியான நம்பிக்கை.

ஜூன் மாதம் 12-ந் தேதி, காணாமற்போன சட்டசபைப் பிரதிநிதியைக் கண்டுபிடிக்கும்படியாகத் தானே நேரில் போலீசாருக்கு உத்தரவிட்டிருப்பதாக பெனிட்டோ அறிவித்தான்.

"இவ்விஷயத்தைத் தெளிவுபடுத்திக் குற்றவாளிகளைப் பிடிப்பதற்கு எல்லாவிதமான முயற்சிகளும் எடுத்துக்கொள்ளப்படும்" என்பது அறிக்கையின் சாரம்.

இருபத்திநான்கு மணி நேரத்தில் மாட்டியோட்டி கடத்திச் செல்லப்பட்ட மோட்டார் கார் கண்டுபிடிக்கப்பட்டது. அவனுடன் அதில் சென்ற மூவர் கைது செய்யப்பட்டனர்.

மிலான் பேஸிஸ்ட் படையைச் சேர்ந்த அவனுடைய சகாக்கள் சிலரும் கைது.... பேஸிஸ்ட் பிரபலஸ்தர்கள்மீது வாரண்டு. குற்றத் திற்கு உடந்தையாக இருந்ததாக அவர்கள்மேல் சந்தேகம். விளம்பர இலாகா மந்திரி ஸிஸேர் ரோஸி, பேஸிஸ்ட் கட்சித் தலைமைக் காரியதரிசி மாரினல்லி, பேஸிஸ்ட் பத்திரிகாசிரியர் பிலிப்பில்லி முதலியோர் சந்தேகிக்கப்பட்டனர்.

ஸிஸேர் ரோஸி பிரான்ஸுக்கு ஓடிவிட்டான். ...பின்னர் பிடிபட்டான்.

நாடெங்கும் ஒரே பீதி. சட்டசபையில் பேஸிஸ்ட் பிரதிநிதிகள் ஒவ்வொருவரும் இச்சம்பவத்தைக் கண்டித்தனர். "எங்கள் சீற்றம் பெரிதா, அவமானம் பெரிதா என்பதுதான் தெரியவில்லை!" என்றார் ஒரு பிரதிநிதி.

“இரவு பகலாக என்னைக் கவிழ்ப்பதற்குச் சதிசெய்த பகைவன் ஒருவன்தான் இவ்வட்டூழியத்தை நடத்தியிருக்க முடியும்!” என்றான் முஸொலீனி.

இப்படிப்பட்ட அரசியல் ‘சம்பவங்களில்’ குற்ற அம்சம் காற்றோடு கலப்பது விசித்திரமன்று. எதிர்க்கட்சி சட்டசபையைவிட்டு வெளியேறியது.

முஸொலீனியைத் துரத்திவிடுவது என்று அரசியல் சட்ட வரம்புக்குட்பட்ட மன்னன் ‘துணிச்சல்’ கொண்டுவிட்டான் என்ற வதந்தி.

ஜனங்களும் மிரண்டுவிட்டனர். பேஸிஸ்டுகளும், குருவுக்கு மிஞ்சிய சீடர்களாக, பேஸிஸ உபாசனையில் இறங்கிவிட்டார்கள். முஸொலீனியின் அமுலுக்கே திரை விழுந்துவிடும் போலிருந்தது. பலாஜா சிக்கியிலிருந்து தவறினால் சிறைக் கிடங்குதான்! கரணம் தப்பினால்?

“நெருக்கடியான சந்தர்ப்பத்தில்தான் அரசியல் வரம்புக்குட்பட்ட மன்னன் தலையிடலாம்; சட்டசபை, செனெட் அங்கத்தினர்கள்தான் முதலில் வேலையை ஆரம்பிக்க வேணும்” என்று வியாக்கியானம் செய்கிறான் விக்டர் இமானுவல்.

“பொதுஜன உரிமைகளும் அரசியலமைப்பும் பட்டவர்த்தனமாகத் தகர்த்தெறியப்பட்டபொழுது வரம்புக்குட்பட்ட மன்னன் தலையிடுகிறான்!” என்கிறது எதிர்க்கட்சி.

“காத்திருங்கள்!” என்கிறான் மன்னன்.

காத்திருந்தார்கள். . . .

முஸொலீனி செனெட் சபையைக் கூட்டினான். எதிர்க்கட்சியின் முகத்தில் மிதிப்பது போலத் தனது சீர்திருத்தத் திட்டங்களைச் சமர்ப்பிக்க ஆரம்பித்தான்.

செனெட்டில் நடுநிலைமை வகிக்கும் அங்கத்தினர்கள் இருப்பார்கள் என்பது சம்பிரதாயம். அங்கே பழைய உளுத்துப்போன ஜனநாயக மிதவாதக் கும்பல்தான் உட்கார்ந்திருந்தது.

முஸொலீனி பேசியதாவது. . . .

“எனது கட்சி புரட்சிகரமானது என்பதை உங்களுக்கு ஞாபகப்படுத்த விரும்புகிறேன். பெரிய இயக்கங்களில் நல்லவர்களும் பொல்லாதவர்களும், துறவிகளும் போக்கிரிகளும், இலட்சியவாதிகளும் திருடர்களும் சேர்ந்துவிடுவது இயற்கை. சிலர் தங்கள் இலட்சிய உத்வேகத்தால் முரட்டுத்தனத்தில் இறங்குகிறார்கள். வேறு சிலர் லாபத்திற்காக இறங்குகிறார்கள். சாதாரணக் காலங்களிலேயே சரியான நபர்களைத் தேர்ந்தெடுப்பது கஷ்டம்; நெருக்கடியான காலங்களில் அது மிக மிகக் கஷ்டமான வேலை. எதிர்பாராத குற்றங்கள் அபாய அறிவிப்பாக மாறுதலின் அவசியத்தை அறி விக்கின்றன.

“எனது சர்க்கார் கொள்கையின் பொதுவான இலட்சியம் மாறவில்லை. அரசியல் விவகாரங்களிலும் தேசத்திலும் சமாதானத்தை

எந்தவிதத்திலும் நிறைவேற்றப் போகிறேன். தினசரி கண்காணிப்பின் மூலம் கட்சியில் உள்ள விஷக் கிருமிகளை ஒழிப்பேன். சட்ட விரோதமான நடத்தைகள் ஏற்படாதபடி கட்டுப்படுத்திவிடுவேன்."

பேச்சு அவனுக்குப் பலனளித்தது. செனெட்டர்கள் 252 பேரில் 225 பேர் முஸொலீனிமீது தமக்கிருக்கும் அபார நம்பிக்கையை வோட்டுமூலம் காண்பித்தனர்....

இந்தச் சமயத்தில் ரோமாபுரிக்கு 12 மைல் தூரத்தில் மாட்டி யோட்டியின் பிரேதம் கண்டுபிடிக்கப்பட்டது. ஒரு குப்பைக் குழியில் புதைக்கப்பட்டுக் கிடந்தது....

மாட்டியோட்டி சம்பவத்தை பேஸிஸ்ட் பிரபலஸ்தன் ஒருவனுடைய தலையில் சுமத்திவிடுவதே எதிர்க்கட்சியின் நோக்கம். போலீஸ் இலாகா தலைவர் டிபோனோவுக்கு விஷயம் தெரியும் என்பது அவர்களது குற்றச்சாட்டு.

1924-ம் வருஷம் வேனிற்கால ஆரம்பம். பேஸிஸ்ட் கட்சிக்குள்ளாகவே எதிர்ப்பு. மாகாணத் தலைவர்கள் மீண்டும் நகரத்தைக் 'கைப்பற்றி' அட்டூழியத்தைப் போக்குவது என்று புறப்பட்டனர். பெலோனா, டூரின், வெனிஸ், பிளாரன்ஸ் முதலிய இடங்களில் மறுபடியும் குண்டாந்தடி - விளக்கெண்ணெய்ப் பிரயோகம். 'அப் பழுக்குக் கூற முடியாத' பாரினாஸி என்பவன் மாகாணத் தலைவனாக எதிர்க்க ஆரம்பித்தான். எதிர்க் கட்சிகளும் இச்சந்தர்ப்பத்தைச் சாதுரியமாக உபயோகித்து முஸொலீனியைத் தூக்கியெறிய முயற்சித்தன.

இந்த நிலையில், சர்க்கார் வரவு செலவு கணக்கில் 417 லையர் மிச்சம் என்ற போலிக் கணக்கு வெளியிடப்பட்டது. நிரந்திரமாகத் துண்டுவிழும் சர்க்கார் கணக்கு விபரங்களையே பார்த்துவந்த இத்தாலியப் பிரஜைகளுக்கு அபார நம்பிக்கை ஏற்பட்டுவிட்டதாம். பணம் அல்லவா? குண்டாந்தடியும் விளக்கெண்ணெயும் பிரமாதமாகத் தெரியவில்லை போலும்!

1924 டிசம்பர் 28-ந் தேதி, ஓடிப்போன ரோஸி, பிரான்ஸிலிருந்து ஓர் அறிக்கை வெளியிட்டான்; அதன்மூலம் மாட்டியோட்டி கொலையில் முஸொலீனியின் பங்கு வெளியாயிற்று. எதிர்க்கட்சிப் பத்திரிகை அதைப் பிரசுரித்தது.

1925-ம் வருஷப் பிறப்பு.

எதிரிகளை மடக்கத் திடீரென்று சபை கூட்டினான் முஸொலீனி. ராஜிநாமாச் செய்யப் போகிறான் என்று எதிர்பார்த்தார்கள். ஆனால் எதிரிகளைத் தாக்கிப் பேசிக் கலங்க வைத்துவிட்டான்.

மாகாண பேஸிஸ்ட் படையெடுப்பு பிசுபிசுத்துவிட்டது. பாரினாஸி பேஸிஸ்ட் கட்சிக் காரியதரிசியாக நியமிக்கப்பட்டான். குண்டாந்தடி - விளக்கெண்ணெய்ப் பிரயோகத்தில் தனக்கிருக்கும்

அபூர்வத் திறமையை நிரூபித்துவிட்டான் முஸொலீனி. அவ்வளவு தானே வேண்டும்....

பேஸிஸ்ட் எதிர்ப்புப் பத்திரிகை ஒன்று, முஸொலீனியையும் அவனது மந்திரி சபையையும், அரசியலமைப்பை மீறியதாகத் தண்டிக்க வேண்டும் என்று எழுதியது....

ஜனவரி மூன்றாம் தேதி மறுபடியும் கூட்டப்பட்ட சபை முன் பேசலானான் முஸொலீனி:

"அரசியலமைப்புச் சட்டத்தின் 47வது ஷரத்து கூறுவதாவது: 'மன்னரின் மந்திரிகள்மீது குற்றம் சாட்டி ஹைக் கோர்ட்டில் வழக்குத் தொடர சட்டசபைக்கு உரிமை இருக்கிறது.' இந்த 47வது ஷரத்தின்படி என்னைக் குற்றம் சாட்ட இச்சபையிலோ அல்லது இதற்கு வெளியிலோ விரும்புகிறவர்கள் யாராவது இருந்தால் முன்வரட்டும். சென்ற மூன்று மாதங்களாக பேஸிஸ்ட் எதிர்ப்புக் கட்சிகள் இத்தாலியை மகாகேவலமான நிலைமைக்குள்ளாக்கி வருகின்றன. சட்ட விரோதமான நடத்தைகள் அடக்கப்பட்டு வருகின்றன; அதன் விளைவாக நூற்றுக்கணக்கான பேஸிஸ்டுகள் இன்று சிறையிலிருந்து வருகிறார்கள்.

"இந்தச் சபைக்கும் இத்தாலிய மக்களுக்கும் நான் ஒன்று கூற விரும்புகிறேன். இதுவரை நடந்த சம்பவங்களில், அரசியல், ஒழுக்க, சரித்திரப் பொறுப்புக்களுக்கு நானே ஜவாப்தாரி. ஒருவனைத் தூக்கில் போடுவதற்கு ஏதோ அரைகுறை வார்த்தைகள் போதும் என்றால், தூக்கு மரத்தை நட்டு, கயிற்றை மாட்டுங்கள்! பேஸிஸம் இத்தாலிய யுவர்கள் பெருமைகொள்ளும் இலட்சியமாக அல்லாது வெறும் குண்டாந்தடி விளக்கெண்ணெய்ப் பிரயோகமாய் மட்டிலும் இருந்தால் அக்குற்றம் என்னைச் சார்ந்தது. பேஸிஸம் வெறும் அயோக்கியக் கும்பலாக இருந்தால் பலாத்காரம், குறிப்பிட்ட சரித்திர, அரசியல், ஒழுக்க சந்தர்ப்பங்களின் விளைவாக இருந்தால், அதற்கும் நானே ஜவாப்தாரி. அந்தச் சரித்திர, அரசியல், ஒழுக்க சந்தர்ப்ப விசேஷத்திற்கு ஜெர்மன் யுத்தம் ஆரம்பித்ததிலிருந்து இன்றுவரை நான்தான் பிரசாரம் செய்து வந்தேன்.

"ஸினேடர்களே! இத்தாலி அமைதியை, சாந்தியை, உழைப்பதற்கு வசதியைப் பெற விரும்புகிறது. இந்த விஷயங்களை **சாத்தியமானால்** அன்பின்மூலம் அளிப்போம். **அவசியமானால்** பலாத்காரத்தின்மூலம் அளிப்போம். இந்தப் பேச்சுக்கு 48 மணி நேரத்திற்கப்புறம் நிலைமை தெளிவுபட்டுவிடும். இது தற்பெருமைக்கு என்று சொல்லப்படவில்லை. சர்க்காரின் திமிர்ப் பேச்சும் அன்று. இத்தாலிமீதுள்ள எல்லை கடந்த அன்பின் விளைவே இந்தப் பேச்சு!"

நாற்பத்தெட்டு மணி நேரத்திற்கப்புறம் பத்திரிகைகளுக்கு வாய்ப் பூட்டு; அடக்குமுறைச் சட்டங்கள் பிறந்தன.

பதினைந்து தினங்களில் எதிர்க்கட்சிப் பத்திரிகைகள் ஏழு நிறுத்தப் பட்டன.

மாட்டியோட்டி கொலை வழக்கு வீணாக நீண்டுகொண்டு சென்றது.

கடைசியாக 1926-ம் ஆண்டு மார்ச் மாதம் வழக்கு முடிவடைந்தது. எதிரிகள் யாவரும் விடுதலை செய்யப்பட்டனர்; அல்லது லேசான தண்டனை பெற்றனர். விசாரணை எல்லைப்புறத்தில் உள்ள சீயட்டி என்ற ஏதோ ஒரு கண்ணற்ற கிராமத்தில் நடைபெற்றது.

வழக்கின் போக்கு, மாட்டியோட்டியின் மனைவி வீலியாவுக்குப் பெருத்த ஏமாற்றத்தை அளித்தது....

சீயட்டியில் விசாரணை நடத்திய நீதிபதிகளுக்கு அவள் பின்வருமாறு எழுதினாள்:

"கியகோமோ மாட்டியோட்டியின் கொலை எனக்கும் என் குழந்தைகளுக்கும் ஒரு பெருத்த துன்பம் என்பது மட்டுமல்ல; இத்தாலிய சுதந்திரத்திற்கும் மனித நாகரிகத்திற்குமே ஒரு பெரிய துன்பம். நீதி பெறலாம் என்பதே எனது ஒரே நம்பிக்கையாக இருந்தது. அதனால்தான் வாதியாக ஆஜரானேன்.

"விசாரணையின் போக்கினாலும், சமீபத்திய மன்னிப்பினாலும் உண்மை வழக்கு மறைந்துவிட்டது.

"நான் குறையிரந்து வரவில்லை; நியாயம் கிடைக்க வேண்டும் என்றுதான் கேட்டுக்கொண்டேன். மனிதன் மறுத்துவிட்டான்; தெய்வமும் சரித்திரமும் அதை எனக்கு அளிக்கும்.

"ஆகையால் வழக்கிலிருந்து விலகிக்கொள்ள அனுமதிக்கும்படி கேட்டுக்கொள்ளுகிறேன்.

"எனது வக்கீலும் இதே அபிப்பிராயம் கொண்டிருக்கிறார். அவர் சட்ட ரீதியில் இம்மனுவைத் தயாரிப்பார். விசாரணைக்கு ஆஜராகும் சித்திரவதைக்கு ஆளாகாதபடி என்னை அனுமதிக்கும்படி கேட்டுக்கொள்ளுகிறேன். ஆஜராவது கியகோமோ மாட்டியோட்டியின் நினைவுக்கு அவமரியாதை செலுத்துவது போலாகும். அவரது நினைவிற்காகவும், அவரது இலட்சியத்தின்படி குழந்தைகளை வளர்ப்பதற்காகவும் வாழும்,

வீலியா மாட்டியோட்டி"

வழக்கு பின் எவ்வாறு முடிவு கட்டப்பட வேண்டும் என்பதை முஸொலீனியே தன் கையெழுத்திட்ட கட்டுரைமூலம் அறிவிக்கிறான்:

"குற்றம் தற்செயலாகச் சம்பவித்தது என்பது சரித்திர பூர்வமாகவும் சட்ட ரீதியாகவும் நிரூபிக்கப்பட்டுவிட்டது. உண்மை என்னவெனில் ஜூன் மாதக் கேலிக்கூத்து, அதை நடத்தியவர்கள் எதிர்பாராத விபரீத சம்பவமாக முடிந்தது...."

கொலை நடத்தியவர்கள் என்று நிரூபிக்கப்பட்டவர்களுக்கு மட்டிலும் தண்டனை. சதிகாரர்கள் தப்பினார்கள்....

கொலையும் குண்டாந்தடியும் ஓய்ந்துவிடவில்லை....

○

21. பன்னிரண்டு வருஷக் கொடுமை

மனிதர்களுடைய அபிப்பிராயத்தை வோட்டைக் கொண்டு அளப்பார்கள். மனிதன் பரிபூரண சுதந்திரமுள்ள ஐந்து. சமூக நல்வாழ்வின் தன்மையை நிர்ணயிக்கத் தனிமனிதர்களின் அபிப்பிராயச் சேர்க்கைக்கே, அதாவது — பல பேருடைய ஏகோபித்த அபிப்பிராயத்திற்கே — உரிமையுண்டு என்பார்கள். ஒத்த அபிப்பிராயம் கொண்டிருந்தாலும் வோட்டுப் போடாமல் சும்மா இருப்பதா என்பர் பிரிட்டிஷ்காரார். 'மேல்வீட்டுப் பெரியவர் சொன்னால் போதும்' என்பதும் ஒருவிதமான அரசியல் மனநிலையைக் காண்பிக்கிறது. பழைய காலத்து அரசர்கள், தம்மையே தெய்வாம்சமாகக் கருதி, ஏன், தெய்வமாகவே கருதி, மனித சமூகத்தின் சர்வாம்சங்களிலும் தலையிட முயன்றது போல, சர்வாதிகாரி தனது பயனற்றுக் கிடக்கும் புத்திசாலித்தனத்தை வைத்துச் 'சமூக நல்வாழ்வை' ஸ்தாபிக்க முயலுகிறான். பெனிட்டோ பிரதம மந்திரி வேஷத்தில் வந்தாலும் சர்வாதிகாரிதான். சர்வாதிகாரிகளுக்கு வோட்டு என்றால் வேப்பங்காய். அவர்களுக்கு மற்றவர்கள் புத்திசாலித்தனத்தில் நம்பிக்கையே இருப்பதில்லை.

முஸொலீனியின் ஆட்சியின் முதல் பத்து வருஷத்தில் இத்தாலிய அரசியல் அமைப்பு என்ற கட்டை வண்டி, பிய்த்து எறியப்பட்டு, பீரங்கியேற்றிச் செல்லும் கவச மோட்டாராக ஆக்கப்பட்டது. பேஸிஸ்ட் சித்தாந்தம் என்று ஒன்று கிடையாது. முஸொலீனி அப்போதைக்கப்போது விதித்த அடக்குமுறைச் சட்டங்களின் குப்பையிலிருந்து பேஸிஸ்ட் அரசியல் சித்தாந்தம் ஒன்றைச் சிருஷ்டிக்க முயலுகிறார்கள் இப்போது. 1925-ம் ௵ ஜனவரி ௴ முஸொலீனியுடன் ஒத்துழைத்துவந்த கட்சிகளெல்லாம் உதைத்து விரட்டப்பட்டன. 'பேஸிஸ்ட் கார்ப்பொரேட் ராஜாங்க'த்தின் அஸ்திவாரம் பலப்பட்டது என்று சொல்லலாம். 1927-ம் ௵ ஏப்ரல் ௴ தொழிலாளர் உரிமைகளை ஒன்றுமில்லாதடிக்கும் தொழிலாளர் விசேஷச் சட்டம் பிறப்பிக்கப்பட்டது.

இவ்விரண்டு வருஷங்களுக்கிடையில் வெகு துரிதமாக நிறைவேற்றப்பட்ட சட்டங்களைப் பத்துப் பகுதிகளாகப் பிரிக்கலாம். இவை, சட்டசபையில் விவாதமோ, எதிர்ப்போ இன்றி வெகு கெடுபிடியாக நிறைவேற்றப்பட்டன.

(1) பெபோடெல் சுவர்னோ என்ற ஹோதாவில் முஸொலீனியின் நிர்வாக அதிகாரத்தைப் பலப்படுத்தி விரிவுபடுத்திய சட்டங்கள் (1925 டிசம்பர் 24; 1926 ஜனவரி 31 - சட்டங்கள்).

(2) மாகாணங்களில் பேஸிஸ்ட் ஆட்சியைப் பலப்படுத்தி மத்திய சர்க்காரின் ஆட்சியை விரிவுபடுத்தியவை (1925 டிசம்பர் 24, 26; 1926 பிப்ரவரி 4; 1926 செப்டம்பர் 2; 1926 ஏப்ரல் 3 - சட்டங்கள்).

(3) தேசத்தில் தோல்வி மனப்பான்மையோ ஒழுக்க ஹீனமோ ஏற்படாது தடுக்கும் சட்டங்கள். அவையே பத்திரிகைகள்மீது பாணங்கள் (1925 டிசம்பர் 31 சட்டம்).

(4) தேசீயப் பொருளாதார நிதி நலன்களைப் பாதுகாக்கும் சட்டங்கள். அதாவது நோட்டின் மதிப்பு குறைந்து வருவதைத் தடுப் பதற்கும், 1925-ல் பாங்க் ஆப் இத்தாலி முறிந்துபோகாமல் பாது காப்பதற்கும், மாகாணப் பொருளாதார கௌன்சில்கள் காரியாலயங் கள் ஏற்படுத்தவும், தேசீய ஏற்றுமதிக் காரியாலயம் ஏற்படுத்தவும், விவசாயக் கடன் திட்டங்கள் அமைக்கவும் பிறப்பிக்கப்பட்ட சட்டங்கள்.

முஸொலீனி இத்தாலிய நாணயமான லைராவைப் பாதுகாக்கப் போவதாக 1926-ம் ௵ ஆகஸ்ட் 18௳ பெஸாரோ நகரத்தில் செய்த பிரசங்கமெல்லாம் வெறும் பேச்சு. யுத்தத்தின் விளைவாக இதர தேசங்களின் நாணய மதிப்பு குறைந்துகொண்டே வந்தது. அதாவது நோட்டின் எண்ணிக்கையை அதிகரித்து நாணயச் செலாவணியைக் கட்டுப்படுத்த முயற்சி செய்யப்பட்டது. இதர தேசங்களின் பொரு ளாதாரப் போக்கின் விளைவாக லைராவும் மதிப்பை இழந்து கொண்டே வந்தது. 1925-ம் ௵ மாட்டியோட்டி சம்பவத்திற்கப்புறம் அதன் விளைவாகப் பவுனுக்கு 180 லையர் ஆயிற்று. ஸினோர் பிரலி என்ற ரப்பர் முதலாளி பேஸிஸ்ட் கௌன்ஸிலில் அங்கத்தின ராக்கப்பட்டார். கௌன்ட் வோல்பி நிதி மந்திரியாக்கப்பட்டார். 1925-ம் ௵ நவம்பரில் அமெரிக்காவுடன் யுத்தக்கடன் ஒருவாறு சமரசம் செய்துகொள்ளப்பட்டது. அமெரிக்கா, மொத்தக் கடனில் 85% ரத்துச் செய்ததோடு, மார்கன்ஸ் ஏஜென்ஸி மூலம் 45 கோடி டாலர் மேற்கொண்டு கடன் கொடுத்தது. இத்தாலி பெற்ற இக்கட னுக்கு ‘இத்தாலியப் பொது மராமத்துக் கடன்’ என்று பெயர். இவ்வளவு தூரம் அமெரிக்கா ஏன் தாராளமாக இருந்தது என்று கேட்டால், இத்தாலிய மின்சார, தண்ணீர், கைத்தொழில் திட்டங் களிலும், இத்தாலிய டெலிபோன் சர்விஸிலும் அமெரிக்கா புகுவதற்கு இடம் கொடுக்கப்பட்டது. இதன் விளைவாகவே லைராவின் மதிப்பைக் காப்பாற்ற முடியும் என்று முஸொலீனி ஜம்பம் பேசிக் கொண்டிருந்தான். 1926 ஜூன் ௴ பவுனுக்கு 145 ஆக இருந்தது 1927-ல் பவுனுக்கு 92.6 லையராக ஆயிற்று.

(5) தொழில், வேலை, தொழிலாளர் ஸின்டிகேட்டுகள், கடன், போக்குவரவு — இவை சம்பந்தமான ஸ்தாபனங்களை ஒன்றாக இணைக்க 1925-27 வரை சட்டங்கள் இயற்றப்பட்டன.

(6) ராஜாங்கத்தின் யுத்தப் பாதுகாப்பு முறைகளைப் பலப்படுத்தும் சட்டங்கள்.

(7) சுகாதாரம், சமூகம், ஸ்திரீகள், சிசுக்கள் சம்ரக்ஷணை, பிரம்மசரிய வரி, 'பைலில்லா' என்ற சிறுவர்கள் ஸ்தாபன அமைப்பு, நோய் எதிர்ப்பு முதலியவற்றிற்கான சட்டங்கள்.

(8) இத்தாலியின் செல்வாக்கை வெளிநாடுகளிலும் காலனிகளிலும் அதிகரிக்கச் செய்யும் சட்டங்கள். அதாவது ராஜதந்திர ஸ்தானீகக் காரியாலய அமைப்புச் சட்டங்கள். இதுவரை கூலி வேலைக்காக ஏற்றுமதியாகிக்கொண்டிருந்த இத்தாலியர்கள் இனி பேஸிஸ்ட் பிரஜைகளாக அயல் நாடுகளில் பிரயாணம் செய்வார்களாம். இது, அயல் நாடுகளில் பேஸிஸ்ட் ஸ்தாபனங்களை ஏற்படுத்தும் முயற்சி.

(9) டிரிப்போலிட்டானியா ஸிரனைகா என்ற வடக்கு ஆப்பிரிக்காவிலுள்ள இத்தாலியக் காலனிகளின் நிர்வாகத்தைப் பற்றிய சட்டங்கள்.

(10) 'கார்ப்பொரேட் ராஜாங்க' விஸ்தரிப்பு சம்பந்தமான சட்டங்கள். அதாவது நாளுக்கு நாள் இத்தாலியில் தனிமனித சுதந்திரத்தை ஒன்றுமில்லாததாக்கும் தடை விதிகள்.

1927ம் ௵ தொழிலாளர் பிரகடனம் என்ற சட்டம் பிறப்பிக்கப்பட்ட பின், பேஸிஸத்தை இத்தாலியில் பரிபூர்ணமாக அமுலுக்குக் கொண்டுவந்த சில சட்டங்கள் பிறந்தன. 1928ம் வருஷத்தில் தேர்தல் சீர்திருத்த மசோதா சட்டமாக நிறைவேறியது. 1929ம் ௵ பிப்ரவரி ௴, ரோமன் கத்தோலிக் மதத் தலைவரான போப் சாமியாருக்கும் இத்தாலிய சர்க்காருக்கும் நெடுங்காலமாக இருந்து வந்த சர்ச்சை தீர்த்துவைக்கப்பட்டு, ஒரு முடிவுக்குக் கொண்டு வரப்பட்டது. இதிலிருந்து முஸொலீனி வாழ்வில் ஒரு பெருத்த மாறுதல் ஏற்பட்டது. நாஸ்திகம் பறந்தது. கத்தோலிக் மதத்தில் அவன் அபார அழகுகளைக் கண்டதோடு, தினசரி பிரார்த்தனை செய்யவும் ஆரம்பித்துவிட்டான். தன்னுடைய அரண்மனையில் பிரார்த்தனை மண்டபமொன்று தனக்காகவே அமைத்துக்கொண்டான். இவ்வளவையும் செய்துவைத்த பதினோராவது போப் அச்சிலிராட்டி என்பவர் முஸொலீனியை முன்பே பரிச்சயம் செய்துகொண்டவர். மிலானில் அவர் கார்டினலாக இருக்கும்போது இவன் பத்திரிகாசிரியனாக இருந்தான். இந்தச் சமரசத்திற்கு 'லேட்டரன் கன்கார்டட்' (ஒப்பந்தங்கள்) என்று பெயர். இதன் சாராம்சம் வருமாறு:

(1) கத்தோலிக் மத நிர்வாகிகள் அரசியலில் கலந்துகொள்ளக் கூடாது. அவர்கள் இத்தாலிய தேசீயக் கொடியைத் தங்கள் துவஜமாக ஏற்றுக்கொள்ள வேண்டும்.

(2) கத்தோலிக் மத ஸ்தாபகர்கள் சொந்தத்தில், பேஸிஸ்ட் ஸ்தாபனத்திற்கு மாறாக, வேறு எந்தத் தொழில் ஸ்தாபனங்களையும் வகுக்கலாகாது. தேசத்திலுள்ள பேஸிஸ்ட் ஸின்டிகேட்டுகளுடன்தான் அவர்கள் ஒத்துழைக்க வேண்டும்.

(3) கத்தோலிக் நிர்வாக இலாகா டைரக்டர் காரியாலயத்தில் நியமிக்கப்படுபவர்கள் யாவரும் பேஸிஸ்டுகளாக இருக்க வேண்டும்.

(4) கத்தோலிக் வாலிப இயக்கங்கள் யாவும் தங்கள் பெயரையும் தன்மையையும் மாற்றிக்கொள்ள வேண்டும். அதாவது, அவை யாவும் மத சம்பந்தமான சேவைகளிலேயே ஈடுபட வேண்டும்.

இந்த ஒப்பந்தம் 1931-ம் ௵ செப்டம்பர் மாதத்தில் நிறைவேறியது.

பேஸிஸமும் அதன் பார்லிமெண்டரி முறைகளும் என்னவென்று சிறிது கவனிப்போம்:

(1) தனிப்பட்ட நபர், சமூக நலன்களுக்கு ஏற்பத் தன் சொந்த நன்மைகளை இணைப்பதற்காக இயற்ற வேண்டிய கடமைகளை விவரிப்பதுதான் பேஸிஸம். ஒரு குறிப்பிட்ட நபர் இன்னதைச் செய்கிறானா இல்லையா என்பதை நடுநிலைமை வகித்து நிர்ணயிக்கும் அதிகாரம் ராஜாங்கத்திற்குத்தான் உண்டு. ஒருவனுடைய காரியாதிகள் திருப்திகரமாக இல்லையென்று சர்க்கார் கருதினால், அவற்றில் தலையிட அதற்கு அதிகாரம் உண்டு.

(2) பொருள் உற்பத்தியில் தனிப்பட்ட நபரின் முயற்சி அவசியம் என்று கருதப்படுவதால், தனிச்சொத்து உரிமையும் குடும்ப வாழ்வும் வற்புறுத்தப்படுகின்றன.

(3) தனிப்பட்ட சொத்து என்பதும், சமூகம் ஒரு மனிதனிடம் ஒப்படைத்த சொத்துத்தான். அதன் தன்மையைப் பற்றி அவன் சமூகத்திற்கு ஜவாப்தாரி. அவன் தன் நிர்வாக உரிமைகளைத் துர்விநியோகம் செய்தால், அவற்றைக் குறைக்கச் சமுதாயத்திற்கு அதிகாரம் உண்டு. ஆகையால், குடும்ப வாழ்வையோ ராஜாங்கத்தையோ தொலைக்க முயலும் பிரசாரத்திற்கு அது இடம் கொடாது.

(4) ராஜாங்கத்தின் அபிலாஷைகள் எத்திசையிலிருக்கின்றனவோ அத்திசையிலேயே தனிமனிதனும் தன் காரியாதிகளை நடத்த வேண்டும்.

(5) ஒருவன் இரண்டு எஜமானர்களிடம் சேவை செய்ய முடியாது. அதாவது, ஒரு மனிதன் ஒரு ராஜாங்கத்திற்கும் அதற்குப் புறம்பான ஓர் அரசியல் ஸ்தாபனத்திற்கும் ஒரே சமயத்தில் சேவை செய்ய முடியாது. ஆகையால், சர்வதேச போல்ஷிவிக் அபேதவாத ஸ்தாபனங்களில் ஈடுபட்டிருப்பவர்கள் அந்நியராகக் கருதப்படுவார்கள்.

(6) வர்க்கப் போராட்டம் குறிப்பிட்ட சந்தர்ப்பத்தில் ஏற்படலாம்; ஆனால் அவசியமன்று. ஆகையால் அது ஏற்பட வேண்டுமென்பவர்களின் அரசியல் உரிமைகளையெல்லாம் பறித்துவிடுவது நியாயமே.

(7) தனிப்பட்ட நபர்கள், தனிப்பட்ட ஸ்தாபனங்கள் — இவற்றின் விவகாரங்களைத் தீர்த்துவைக்கும் பொறுப்பும் தன் தீர்ப்பை வற்புறுத்தி நடத்தும் அதிகாரமும் சர்க்காருக்கு உண்டு.

(8) பார்லிமெண்டரி சம்பிரதாயமான கட்சி சர்க்கார் அவசியமில்லை. நேர்மையான ஆட்சிக்கு உபயோகமுள்ள ஆலோசனைகள் மட்டுமே போதும்.

(9) பொதுஜன ஆதரவும் சர்க்காருக்கு அவசியம்தான். ஆனால் அது ஆட்சியின் உயர்வை அளந்துகாட்டும் அளவுகோலாக இருக்க வேண்டிய அவசியமில்லை. இன்னும் மெஜாரிட்டியினர் ஒரு சர்க்கார் சட்டத்தை ஆதரிப்பதால் அது சரி என்று ஆகாது. மெஜாரிட்டியினர் அபிப்பிராயம் சரியான அபிப்பிராயமாக இருந்தால்தான் அந்த ஆதரவுக்கு அர்த்தமுண்டு.

(10) மத்திய சர்க்கார் பொதுமக்களின் தேவைகளை அறிந்துகொள் வதற்காக முறைகள் வகுக்கப்பட வேண்டியதும் அவசியம்.

(11) நிர்வாக இலாகா, பலமுள்ளதாகவும் தீவிரமாக வேலை செய்யக்கூடியதாகவும் இருக்க வேண்டும்; அத்துடன் சட்டசபைக்குக் கட்டுப்பட்டதாக இருக்கலாகாது.

(12) மனிதன் தன் இஷ்டப்படி நடந்துகொள்ள உரிமை அளிக்கப் பட வேண்டும். அவனுடைய அந்தரங்கக் காரியாதிகளில் சர்க்கார் தலையிடலாகாது. குறைந்தபட்ச அளவிலேயே சர்க்கார் அதிகாரங்கள் இருக்க வேண்டுமென்பது செத்துப்போன உளுத்துப்போன சித்தாந்தம்.

முஸொலீனி பதவிக்கு வருமுன் மத்திய சர்க்காரின் ஆட்சி இத்தாலி யில் இல்லாமலேயிருந்தது என்றுகூடச் சொல்லலாம். ஸ்தல ஸ்தா பனங்கள் தனித்தனிச் சிற்றரசுகள் போல் அதிகாரம் செலுத்தி மத்திய சர்க்காரை எதிர்க்கத் தைரியமும் படைத்திருந்தன. இதனாலேயே இத்தாலியப் பார்லிமெண்டைச் சந்தி சிரித்தது. முஸொலீனி, அவ்வள வையும் தொலைத்துவிட்டு, மத்திய சர்க்காரின் நேரடியான அதிகாரத் தின்கீழ் நியமிக்கப்பட்ட பொடஸ்டா என்ற மாஜிஸ்திரேட்மூலம் அவற்றையெல்லாம் ஒன்றாக இணைத்தான். மாகாண மாஜிஸ்திரேட் தான் ஸ்தல விவகாரங்களில் முடிவான அதிகாரம் படைத்தவர். பொதுஜன அமைதியைப் பாதுகாத்து நிர்வாக இலாகாக்களை இணைப்பதும் அவர் பொறுப்பே. அவர் உள்நாட்டு மந்திரிக்கே ஜவாப்தாரி.

பேஸிஸ்ட் சர்க்காரில் அரசன்தான் பிரதம நிர்வாக அதிகாரி. பிரதம மந்திரி, நிர்வாகம் நடத்தும் சர்க்காரின் அதிகாரி. இதர மந்திரிகள் யாவரும் தனித் தனியாகப் பிரதம மந்திரிக்கு உட் பட்டவர்கள். அவன் மூலமாகவே அரசனுக்குக் கட்டுப்பட்டவர்கள். அதாவது இதர மந்திரிகளுக்கும் மன்னனுக்கும் நேரடியான சம்பந்தம் கிடையாது. மேலும், பிரதம மந்திரி அவர்கள்மீது அதிகாரம் செலுத்த உரிமையுள்ளவனே தவிர, மன்னனிடம் அவர்களின் பிரதிநிதி என்ற ஹோதாவில் செல்வதில்லை. ஆகையால் பிரதம மந்திரிதான் எல்லாம். அவனுக்கு மேல் பெயரளவில்தான் அரசன் அதிகாரி. இன்னும், பிரதம மந்திரி மன்னனுக்குக் கட்டுப்பட்டவனே தவிர, பார்லிமெண்டுக்குக் கட்டுப்பட்டவனில்லை. இதல்லாமல், பிரதம மந்திரிக்கு வேறு அதிகாரங்களும் உண்டு. மன்னன் மைனராக இருக்கும்பட்சத்தில், நிர்வாகத்தை நடத்த நியமிக்கப்படும் ரீஜென்ஸி

கௌன்ஸிலில் நியமனம் பெறாமலே அவன் அங்கத்தினனாயிருப்பான். அதிலுள்ள ராஜ குடும்பத்தைச் சேர்ந்த அங்கத்தினரைத் தவிர மற்றவர்களில் முதன்மை வகிப்பவன் அவனே. பிரதம மந்திரியின் உயிருக்கு ஹானி தேடுபவனுக்குக் கடுந்தண்டனை விதிக்கும்படி சட்டமுண்டு.

இத்தாலியப் பார்லிமெண்டில் இரண்டு சபைகள் உண்டு. ஒன்று செனெட்; மற்றொன்று பிரதிநிதித்வ சபை அல்லது கீழ்ச் சபை. இந்தக் கீழ்ச் சபையில் தேசத்தில் பொருள் உற்பத்தி செய்யும் சக்திகளைப் பிரதிநிதிகளாக்குவதே முஸொலீனியின் நோக்கம். அதாவது, அதை முதலாளிகளின் கிடங்காக்குவது. மேல் சபையில் ராஜ குடும்ப அங்கத்தினர்கள், பிரபலஸ்தர்கள், குறிப்பிட்ட அளவு வரி செலுத்துபவர்கள் முதலியோர் பிரதிநிதிகள்; அதாவது, அது முதலாளிகளுக்கு வால் பிடிப்பவர்களின் கூடாரம்.

முஸொலீனி, தேசத்திலுள்ள பொருளுற்பத்தி ஸ்தாபனங்களையெல்லாம் பேஸிஸ்ட் அணுக்களாக வகுத்து, அவற்றிலிருந்து கீழ்ச் சபைக்குப் பிரதிநிதிகளைத் திரட்டுகிறான். அதனால் எதிர்க்கட்சி என்பதற்கே அங்கு இடம் கிடையாது.

நாட்டிலே இவ்வாறு பேஸிஸ்டுகள் எதிரிகளையெல்லாம் துவம்சம் செய்துவிடவே, இத்தாலியின் புதிய ஆட்டத்தை அதிர வைக்க அந்நிய நாடுகளில் ரகசியக் கூட்டங்கள் பலாத்கார முறைகளை அந்தரங்கத்தில் வகுக்க ஆரம்பித்துவிட்டன. 1927-ம் ஸு ஏப்ரல் மாதம் இத்தாலிய மன்னன்மீது வெடிகுண்டு வீசப்பட்டது. ஆனால், மாண்டவர்கள் சுற்றியிருந்த 16 பேர்கள். இதன் விளைவாகப் பொதுவுடைமை வாதிகள் யாவரும் சந்தேகத்தின் பேரில் கைது செய்யப்பட்டுக் கடுந்தண்டனை விதிக்கப்பட்டார்கள். அயல் நாடுகளில் உள்ள ஸ்தானீகர் காரியாலயங்கள் எல்லாம் வெடிகுண்டு விபத்துக்களுக்கு உள்ளாக ஆரம்பித்தன. நான்கு வருஷங்களில் 27 முறை ஏற்பட்ட இவ்விபரீத நிகழ்ச்சிகளால் சிறை சென்றவர்கள் அனந்தம் பேர். நான்ஸி, பியூனாஸ் அயர்ஸ், லீஜ், தூனிஸ், லூஸம்பர்க், பிரஸெல்ஸ், பேயன்ஸா, கர்டோவா, பாரிஸ், லுபானோ, கிரனோபிள், பிட்ஸ்பர்க், டின் முதலிய இடங்களில் வெடித்த வெடிகுண்டுகள் சில பேஸிஸ்ட் அதிகாரிகளைக் காயப்படுத்தியதுதான் மிச்சம். 1932-ம் ஸு ஸ்பார்டோலோட்டோ என்ற அராஜகன், முஸொலீனிக்கு எதிராகச் சதி செய்ததாகக் கைதுசெய்யப்பட்டு விசேஷக் கோர்ட்டு மூலம் மரணதண்டனை அளிக்கப்பட்டான். இந்த நிகழ்ச்சிகளைக் கண்ட முஸொலீனி, 'போபோலோ டி' இத்தாலியா' பத்திரிகையில், இக்குற்றங்கள் அடிக்கடி நிகழ்வதிலிருந்து வெள்ளை நாகரிகம் க்ஷீணித்துவிட்டது என்றே உணரவேண்டியிருக்கிறது என்று எழுதினான். இக்காலத்தில் தான் புரோருஸிட்டி என்ற பேஸிஸ்ட் எதிர்ப்புக் கட்சி ஒன்று தலைநிமிர்ந்து அட்டகாசம் செய்துகொண்டிருந்தது.

இதல்லாமல் பன்னிரண்டு முறை பேஸிஸ்ட் எதிரிகள் முஸோலீனி மீது தம் கைவரிசைகளைக் காண்பித்துத் தோல்வியுற்றார்கள். 1924-ம் ௵ ஆகஸ்ட் 31 ௨ ரிவால்வர் குண்டு அவனைத் தாண்டிப் பின்புறத்திலிருந்த காரில் பாய்ந்தது. 1925-ம் ௵ நவம்பர் ௴ 4௨ இத்தாலிய யுத்த சமாதான தினம் கொண்டாடப்பட்டபோது, பலாஜா சிக்கியில் நின்ற முஸோலீனியைக் கொலை செய்யச் சதிசெய்த மாஜி ராணுவ உத்தியோகஸ்தனான ஜானிபோனி கைது செய்யப்பட்டான். இதன் விளைவாகப் பேஸிஸ்டுகளுக்கு எதிராகப் பிரசாரம் செய்ய முயலும் பத்திரிகை ஆபீசுகள் தீக்கிரையாயின.

1926-ம் ௵ ஏப்ரல் 7-ம் ௨ சர்வதேச ரண வைத்தியர்கள் மகா நாடு ரோமாபுரியின் புராதனப் பகுதியான காபிடோலில் ஆரம்ப மாயிற்று. அதற்கு ஊர்வலமாகச் சென்ற முஸோலீனியின்மீது குமாரி வைலட் கிப்ஸன் என்பவள் துப்பாக்கி கொண்டு சுட்டாள். குண்டு மூக்கின் மேல் உராய்ந்துகொண்டு சென்றது. லேசாகத் தலையசைத்த தினால் தலை தப்பியது. இதைப் பார்த்துப், பெண்தான் என்று அவன் கண்டதும், "சீ, பொட்டச்சியா!" என்றானாம். ரண வைத்திய மகாநாடு ஆரம்பிக்குமுன் முஸொலீனிக்கு வைத்தியம் செய்யும் கௌரவம் புரொபஸர் பாஸ்டியா நெல்லி என்பவருக்குக் கிட்டியது. பிறகு அன்று அவன் பலாஜா சிக்கி என்ற மாளிகை முன் நின்றிருந்த கூட்டத்தினிடையே மூக்கில் பாண்டேஜுடன் பேசும்போது, "நீங்கள் இன்று என் முகத்தைப் பார்க்க முடியாது. ஆனால் என் குரலைக் கேட்க முடியும். நான் ஒரு சிறிதும் மாறவில்லையென்பது உங்களுக்குத் தெரியும்!" என்றான். குமாரி வைலட் கிப்ஸன் முஸொலீனிக்குப் பிரதம அந்தரங்கக் காரியதரிசியாகக் கொஞ்சநாள் இருந்தாள். இச்சம்பவம் நிகழ்வதற்கு 15 நாட்களுக்கு முன்புதான் அவளுடைய தாயார் இறந்துபோனாள். அவளைப் பைத்தியம் என்று சிறைக்கு அனுப்பிவிட்டார்கள். இந்தச் சம்பவத்தின்போதுதான் முஸோலீனி வேறோர் இடத்தில் செய்த பிரசங்கத்தில், "குண்டுகள் பறக்கின்றன. ஆனால் எனக்கு ஆபத்து ஏற்படுவதில்லை. நான் முன்னேறிச் சென் றால் என்னைப் பின்பற்றுங்கள்! நான் பின்னடைந்தால் என்னைக் கொன்றுவிடுங்கள்! நான் கொல்லப்பட்டால் என்மீது வஞ்சந் தீருங்கள்!" என்று பிரசங்கம் செய்தான்.

இதல்லாமல், செப்டம்பர் 11-ந் தேதியும் லூஸெட்டி என்ற அராஜகன் அவன்மீது வெடிகுண்டு எறிந்தான். பிரயோசனமில்லை. அதற்கு ஆறு வாரம் கழித்து பேஸிஸ்ட் ராஜாங்க ஊர்வலத்தில் செல்லும் முஸொலீனிமீது ஜாம்போனி என்ற அராஜகன் ரிவால்வர் கொண்டு சுட்டான். குண்டு பெல்ட்டின் பொத்தான்மீது பட்டுத் தெறித்தது. முஸொலீனி தப்பினான். பக்கத்திலிருந்தவர்கள் ஜாம்போனியை ஸ்தலத்திலேயே குத்திக் கொன்றனர். அவனுடைய சிதைந்த உடலின்மீது 40 கட்டாரிக் குத்துகள் காணப்பட்டன.

இதன் விளைவாக எதிர்ப்புப் புகை பலமாவது கண்ட முஸொலீனி ராஜாங்கப் பாதுகாப்புக்கென்று ஒரு விசேஷக் கோர்ட்டு அமைத்

தான். அது ஆயிரக்கணக்கானவர்களைத் தண்டித்துக் கண்ணற்ற தீவுகளில் அடைத்துச் சித்திரவதை செய்தது.

22. மாட்டியோட்டிகளும் கிரமேஷிகளும்

பேஸிஸ்ட் அதிகாரம் வேரூன்றுவதற்காக இத்தாலியில் செய்யப் பட்ட கொடுமைகள் யாரையும் திடுக்கிடச் செய்வன. குண்டுகளால் மரித்தவர் எத்தனை பேர்! தீவுகளிலும் சிறைக்கூடங்களிலும் வருஷக் கணக்காக மரித்துக்கொண்டேயிருப்பவர் எத்தனை பேர்! துன்பத்தால் பைத்தியம் பிடித்தவர் எத்தனை பேர்! இவற்றிற்கெல்லாம் காரணந் தான் என்ன? புகழ்பெற்ற எழுத்தாளரும் பிரெஞ்சு அறிஞருமான ஸ்ரீ ரொமெய்ன் ரோலண்டு இக்காரணத்தை அலசியெடுத்துக் காண்பித்திருக்கிறார். ஒருவனுடைய அசட்டுத்தனம் மற்றெல்லாரு டைய விதிகளையும் நாசப்படுத்துகிறதென்று அவர் கூறுகிறார். பேஸிஸ்ட் ஆட்சி, மனித வர்க்கத்தின் மனச்சாட்சியையே தலைகுப் புறத் தள்ளுகிறதென்று அவர் எடுத்துக் காட்டியிருக்கிறார். கொலை களிலெல்லாம் பெருங்கொலை சுதந்திரத்தை வதைப்பது என்று துடித்திருக்கிறார். இத்தாலி முன்னால் நெடுங்காலம் அந்நியருக்கு அடிமைப்பட்டுக் கிடந்ததன் பின்பு, இப்பொழுது, மிகுந்த அறிவும் உறுதியும் கொண்ட ஒரு சுதேசிக் கொடுங்கோலனிடம் அகப்பட்டுத் தவிக்கிறதே என்று அவர் ஏங்கியிருக்கிறார். ஆனால், சிறைக்கூடங் களுக்குள்ளேதான் புதிய லட்சியப் பயிர் உண்டாகிறதென்றும், சோகத்தால் துடிக்கும் ஆயிரக்கணக்கான லட்சியவாதிகளின் கண் ணீரே அப்பயிரை வளர்க்கிறதென்றும், அந்தப் பயிரை யாராலும் அழிக்க முடியாதென்றும் அவர் தெரிவித்திருக்கிறார். அவர் கூறியுள்ள விஷயங்கள் வருமாறு:

19 ஏப்ரல் 1926

"அடுத்த புதிய யுத்தம் வந்தால் ஐரோப்பா அழிந்துவிடும் என்பது நிச்சயம். நமது ஐரோப்பா அந்த அதிர்ச்சியிலிருந்து எழுந்திருக்க முடியாது. மேல்நாடுகள் முழுவதும் ஒரேயடியாக இருளடைந்துவிடும்.

"யுத்தத்தைத் தூண்டுவது அல்லது அதைத் தடுப்பதற்கு எல்லா விதத்திலும் முயற்சிக்காமல் இருப்பது, பிரான்ஸையும் மேல்நாட்டு நாகரிகத்தையும் ஐரோப்பிய ஜீவசக்தியையும் எதிர்த்து மன்னிக்க முடியாத குற்றமிழைப்பதாகும்.

"நாம் இதை உரக்கக் கூறி வற்புறுத்திப் பறைசாற்ற வேண்டும். குற்றம் இழைப்பதற்குத் தயார் செய்யப்படுகிறது. குற்றவாளிகள் எங்கும் இருக்கிறார்கள். ஐரோப்பாவிலுள்ள ஒவ்வொரு தேசத்திலும்

பொதுமக்களிடையே அவர்கள் வசிக்கிறார்கள். நமக்குப் பக்கத்திலிருக்கும் ஒரு ராஜ்ஜியத்தில் ஒருவன் தலைமை வகிக்கிறான். அவன் சமாதானத்தைப் பட்டவர்த்தனமாகக் கேலி செய்து, அதைக் கொலை செய்ய முயற்சிக்கிறான்....

"ஒருவனுடைய அசட்டுத்தனம் மற்ற எல்லாருடைய விதிகளையும் நாசப்படுத்தும் துரதிர்ஷ்டமான நிலையில் ஐரோப்பா இருக்கிறது. ஆகையால் ஐரோப்பா சாந்தியைக் காப்பாற்றுவாளாக. அதுதான் அவளுக்கு இருக்கும் சொற்பப் பொக்கிஷம். இருந்தாலும் அதுதான் அவள் வசம் பெரிய சொத்தாக இருக்கிறது. அது அவள் ஜீவன். எந்தத் தேசமோ, எந்தத் தனிமனிதனோ அதைப் பறிக்க முயல்வானாயின் அவன் நாசமடையக் கடவதாக! ஐரோப்பாவின் ரத்தக் கறை அவன் தலையில் படிந்து, அதன் பலனை அவன் அனுபவிப்பானாக!"

23 ஏப்ரல் 1926

"இத்தாலிய பேஸிஸத்தை அடிப்படையாகக் கொண்டு எழுந்த ஆட்சி, மனித வர்க்கத்தின் மனச்சாட்சியைத் தலைகுப்புறத் தள்ளுகிறது. பொய்யையும் பயத்தையும் சுமத்திப் புனிதமான சுதந்திரத்தைக் கேவலப்படுத்துவதின்மூலம் அது ஆட்சி நடத்துகிறது.

"அதை பிரான்ஸில் கொண்டுவர முயல்வதே ஒரு பெருங்குற்றம்; சிந்தனைச் சுதந்திரமுள்ள பிரான்ஸின்மீது ஒரு பெரும் குற்றம் இழைப்பதாகும். புரட்சியை நடத்திய ஒரு மகத்தான சுதந்திர தேசத்தின்மீது குற்றமிழைப்பதாகும். சுதந்திர ஜீவாத்மாக்களின்மீது குற்றமிழைப்பதாகும்.

"நான் கொலையை மன்னிக்க மாட்டேன். நான் எல்லாக் கொலைகளையும் கண்டிக்கிறேன். சுதந்திரத்தைக் கொலை செய்பவனே பெரும் குற்றவாளி."

11 மே 1927

"அன்பார்ந்த பிலிப்போ தூராட்டி,

"எங்கள் அன்புக்குப் பாத்திரமான, மகத்தான இத்தாலியின், சுதந்திர இத்தாலியின், சித்திரவதை செய்யப்பட்ட உங்களையும் உங்கள் பிரதிநிதிகளையும் நாங்கள் பாராட்டுகிறோம்.

"ஐயோ, துரதிர்ஷ்டமுள்ள இத்தாலியே! தியாகிகளின் தேசமே! வருங்கால மனித வர்க்கத்தையும், சாகா வரம் பெற்ற தர்மத்தையும், நீதியையும் பாதுகாப்பதற்காக எத்தனையோ நூற்றாண்டுகளாக ரத்தத்தையும் கண்ணீரையும் கொட்டியிருக்கிறார்கள். அயலான் ஒவ்வொருவனுடைய நுகத்தடியும் உன் கழுத்தை அமுக்கியிருக்கிறது. ஆனால், இப்பொழுது சுதந்திரமடைந்த உடனேயே அதனினும் கொடுமையான விதி உன்னை ஆட்டிவைக்கிறது. உன் கொடுங்

கோலன் ஒருவனே உனக்கு விலங்கிட்டுவிட்டான். இப்படியாகத் தொழிற் சுறுசுறுப்பும் செழிப்புமுள்ள இத்தாலி, பூகம்பங்களாலும் அக்கினி ஆறுகளைக் கக்கும் எரிமலைகளாலும் அழிக்கப்பட்டு வருகிறது.

"பஞ்ச பூதங்களின் எதிராக அறிவு எதிர்த்துப் போராடுமாக! அடிமைப்பட்டுக் கிடக்கும், அவமானப்படுத்தப்படும் மகாஜனங்களின் சுதந்திரத்திற்காக நீங்கள் போராட வேண்டும். நீங்கள் உலக மகா சுதந்திரத்திற்காகவே போராடுகிறீர்கள்.

"பிரச்னை இதுதான். யார் முடிவில் வெற்றி பெறுவார்கள்? மனித வர்க்கத்தை அடிமைப்படுத்தும் மிருக பலமா? அல்லது விலங்குகள் தாமே கழன்று விழும்படி செய்யும் அறிவுச் சுடரா?"

செப்டம்பர் 1934

"முஸொலீனியின் சிறையில் மாளும் அண்டோனினோ கிரமேஷி முதலியோருக்கு. . . .

"ஹிட்லரின் துர்நடத்தைகளில் ஒன்று முஸொலீனியை இருட்டுக்குள் தள்ளிவிட்டது. மகா காவிய பந்தாவில் எரியூட்டுவதும், சித்ரவதை, சர்வ சம்ஹாரம் முதலியன செய்வதும், மெஷின் கன்னும் விளக்கெண்ணெயும் வைத்து மகா வீரியவானுடைய பிரபலத்தை ஒளிகுன்ற வைத்துவிட்டன. அடோல்புக்கு (ஹிட்லர்) அருகில் பெனிட்டோ அவன் பெயருக்கேற்பச் சாதுவாகிவிட்டான். கிழடுதட்டும் ஜடாமுனி அந்தஸ்துள்ள மனிதனாகிவிட்டான். தொந்தி வைத்துவிட்டது. சமீபத்தில் நம் பார்வைக்கு வரும் அவனது புகைப் படங்களில் கிண்டல் கலந்த தாராளச் சிரிப்புடன் தோன்றுகிறான். பிரெஞ்சு - இத்தாலிய ஒப்பந்தத்தின் அவசியங்களினால், அதை இழந்தால் ஹிட்லர் காலில் விழ வேண்டியிருக்கும் என்ற ஒரு கட்சியை இடைவிடாமல் பிரசாரம் செய்வதின்மூலம், கட்சிப் பிணக்குகள் சூழ்ந்த ரோமாபுரிக்கும் அமைதியும் சாந்தியும் நிறுவுவதாக நமக்கு இடைவிடாமல் எடுத்துக் கூறப்படுகிறது. அவன் பெரிய மனுஷன். பூர்ஷ்வா மனத்திற்கேற்றவன். அவனுடைய கதை குழந்தைகளின் 'நன்மை'க்காக 'யோக்கியமான' சாறில்லாத சக்கை நடையில் எழுதப்படுகிறது.

"இந்தக் கோலாகலங்களை நாம் கலைக்க வேண்டாம். ஆனால் நாம் வேறு ஒரு ராகத்தில் பாடவேண்டியிருக்கிறது. ஜெர்மனியில் கொலைகள் நடைபெறுவதால் மாட்டியோட்டியை நம்மால் மறக்க முடியாது. தேல்மனுடைய 18 மீ சிறை, கிரமேஷியின் 7 வருஷச் சிறை அனுபவங்களை மறைத்துவிடாது. . . . உங்கள் தூஸேக்கு அருகில் பூஹ்ரருக்கு (ஹிட்லர்) இடவசதி செய்யுங்கள். ஏன், உயர்ந்த இடத்தில் அவன் இருப்பதுதான் சரி. அவன் குரு, இவன் சிஷ்யன்.

"இவ்விருவரையும் ஒரே ஸ்தானத்தில் வைத்து அவனை அவமதிப்பது என் நோக்கமன்று. ஆரிய நாகரிகம் என்று கூக்குரலிட்டுக்கொண்

டிருப்பவனிடம் அறியாமையே குற்றத்தின் தந்தை. மார்க்ஸுடம், மாக்கியவில்லியும் பயின்றவனுக்கு (முஸோலீனிக்கு) எல்லாவற்றையும் தூண்டுவதும், தீமையையும் நன்மையையும் தூண்டுவதும் அறிவுதான். ஆனால் சீற்றம், பெருமை, வெறுப்பு இவையெல்லாம் அவனுடைய காதலிகள். என்ன செய்கிறோம் என்று அவனுக்குத் தெரியும். ஹிட்லரைப் போல், தன் வெறுப்புக்கள் இழுத்த திசையில் செல்லும் வெறியனல்லன் அவன். எந்தக் காலத்திலும் சிந்தனைகள் அவனைத் தூண்டவில்லை; அவனே சிந்தனைகளைத் தூண்டுகிறான். அவன் அவற்றின்படி நடப்பதில்லை; அவற்றை அவன் இஷ்டப்படி நடப்பிக்கிறான். அவை என்னவென்று அவனுக்குத் தெரியும். அவைகளின் அர்த்தம் என்னவென்பதும் அவனுக்குத் தெரியும். அவை எவற்றைக் கண்டிக்கின்றனவென்பதும் அவனுக்குத் தெரியும். ஏனென்றால் அவற்றைக் காட்டிக் கொடுத்தவன் அவனே! இன்று அவன் சித்திர வதை செய்பவைகளில் சிந்தனையும் ஒன்று. அவனுக்குப் புத்தியில்லையென்று நாம் அவனைக் குற்றம் கூற முடியாது. அவனுடைய பகைவர்கள் அவனை வெறுக்கும் காரணம் என்னவென்பதை அறிந்து கொள்ள மற்றவர்களிடம் போய் ஆலோசனை கேட்கும் அவசியமில்லை அவனுக்கு. அக்காரணங்களை அவன் பார்க்காதிருப்பதன் காரணம், அவற்றை அழிக்கும்போது மனத் தொந்தரவு ஏற்படக் கூடாது என்பதே. அதனால்தான் அக்காரணங்கள் இல்லையென்றே அவன் நிராகரித்துவிடுகிறான். தான் மறுப்பது இருக்கிறது என்பது அவனுக்கு நன்றாகத் தெரியும். அவன் போர் தொடுத்துவருவது இணங்கவில்லையென்பதும் அவனுக்குத் தெரியும். தேசப் பிரஷ்டத்திலும் சிறைக் கோட்டங்களிலும் அவன் சட்ட விரோதமாக்கிய (அவனே பயிர்செய்த) எண்ணங்கள், குறுகுறுக்கும் மனச்சாட்சி போல இருந்து வருகின்றனவென்பதும் அவனுக்குத் தெரியும். அவனுடைய நம்பிக்கைக்குப் பாத்திரமான, அவன் கட்டளைகளை மிருத்யுவின் ஆலய வாசல்வரை ஏற்றுச் செல்லக்கூடிய பணியாட்கள் மீது அவன் கசந்துபோயிருப்பதற்குக் காரணம் இதுதானா? அவனது அறிவே ஹிட்லர் அடைய முடியாத ஒரு கௌரவத்தை அளிக்கிறது. அவன் கையில் சிக்குண்டவர்களை அவன்முன் நிறுத்திக் காரணம் கேட்போம். அவன் அறிவு மிகுந்த கொடுங்கோலன். சோனிகள் விதியென்று சொல்லிக்கொண்டிருக்கும் சந்தர்ப்பத்திற்கு அவன் ஒன்றையும் விட்டுவிடுவதில்லை. செய்வதையெல்லாம் மனஉறுதியுடனேயே செய்கிறான். அவனுடைய அறிவே அவனுக்கு ஒரு தனிக் கௌரவம் அளிக்கிறது. அதைப் பெற ஹிட்லருக்கு அருகதை கிடையாது.”

“இத்தாலியில் சுற்றுப் பிரயாணம் செய்துவிட்டுப் பாரிஸுக்குத் திரும்பிய சில நல்ல மனிதர்கள் பேஸிஸத்தின் அபார அழகுகளை மூட்டை கட்டி வந்திருக்கிறார்கள். அங்கே கொடுமையின் சாயையே விழுவதில்லையாம். எதிர்ப்பு என்ற பேச்சே மருந்துக்குக்கூடக்

கிடையாதாம். சிறைக் கிடங்குகளிலும் அப்படித்தானாம். அங்கிருந்து நாடு கடத்தப்பட்டவர்களையும் கேட்டுக்கொள்ளலாமாம். அவர்கள் பின்வரும் குறிப்புக்களைத் தருகிறார்கள்: 1932-ம் ஷு வரை இத்தாலிய விசேஷக் கோர்ட்டுமுன் 3500 பேர் விசாரணை செய்யப்பட்டனர்.

“2000 பேர் தண்டிக்கப்பட்டனர்.

“1926-ம் வருஷத்திற்கப்புறம் மொத்தம் 3000 பேர் நாடு கடத்தப்பட்டனர். 1932-ம் வருஷத்தில் சந்தேகத்தின் பேரில் 276 பேர் விசாரணையின்றிக் கோர்ட்டின்முன் ஆஜர் செய்யப்பட்டனர். 220 பேர் தண்டிக்கப்பட்டனர். அவர்களில் இருவர் சுட்டுக் கொல்லப் பட்டனர். 700 பேர் நாடு கடத்தப்பட்டனர். 10,000 பேர் கைது செய்யப்பட்டு, சிறிதுகாலம் காவலில் வைக்கப்பட்டு, பிறகு விடுதலை செய்யப்பட்டனர்.

“1933-ம் வருஷத்தில் 61 பேர் தண்டிக்கப்பட்டனர். 600 பேர் நாடு கடத்தப்பட்டனர். 500 பேர் விசாரணைக்கு முன் சிறையில் கிடக்கின்றனர். சந்தேகத்தின் பேரில் கைது செய்யப்பட்டு, பிறகு சிறிது காலம் காவலில் வைக்கப்பட்டு விடுதலை செய்யப்பட்டவர்கள் 13,000 பேர்.

“1926-ம் ஷு நவம்பர் மாதத்திற்கப்புறம், அதாவது ராஜாங்கத்தைப் ‘பாதுகாப்பதற்காக’ விசேஷ பேஸிஸ்ட் சட்டங்கள் பிறப்பிக்கப்பட்ட தும், ஆயிரக்கணக்கான ஸ்திரீகள் கைது செய்யப்பட்டனர். அவர் களில் பலருக்கு 17 அல்லது 18 வருஷம் தண்டனை. பெரும்பான்மை யோர் டிரானி சிறையிலோ அல்லது போன்ஸா தீவிலோ காவல் வைக்கப்பட்டிருக்கின்றனர். சிறையில் சுகாதார நிலை எவ்வளவு கேவலமாயிருக்கிறது என்பதைச் சொல்லி முடியாது. டூரின் பள்ளிக் கூட உபாத்தினியான காமில்லா ரவேரா, பொலோனா ஆசிரியை யான லியா கியாகாக்லியா போன்ற பலருக்கு இரத்தாசய காச நோய் வியாதிகள். இவர்கள் யாவரும் தனிச் சிறையில் அடைக்கப் பட்டுக் கிடக்கின்றனர். பலர் புத்தி ஸ்வாதீனத்தையே இழந்துவிட்ட னர். உதாரணமாக, ஜியார்ஜினா ராஸெட்டி என்ற யுவதி மான் கிராண்டோ பருத்திச் சாலையில் வேலை செய்துகொண்டிருந்தவள். அவளுடைய ஒரே குற்றமென்னவென்றால் அவளுடைய காதலன் சிறை செய்யப்பட்டிருந்ததே.

“கைது செய்யப்பட்டவர்களின் குழந்தைகள் ரோம், மிலான், டிரிஸ்டி முதலிய இடங்களில் காவலில் வைக்கப்பட்டிருக்கின்றனர். பியானோஸா, ஸிவிட்டா வெச்சியா என்ற இருளடைந்த சிறைக்கூடங் களில் தவித்து மடியும் தியாகிகளின் சரித்திரம் இனிதான் எழுதப்பட வேண்டும்.

“அம்பர்டோ டெராஸினி என்ற வக்கீல் ஸிவிட்டா வெச்சியா சிறையில் 20 வருஷத் தண்டனை அனுபவித்து வருகிறார். காச நோய் அவரைக் கொன்று வருகிறது. கிரோலாமோ லிகாஸி என்ற ரோமன் கத்தோலிக் பாதிரியாரின் நிலைமை ரொம்ப மோசமாக இருக்கிறது. ஆனால் தண்டனை 20 வருஷம், ஒன்பது மாதம். அபேதவாதியான

தூராட்டியின் நண்பன் ஸான்ரோ பெர்ட்டின், பியானோஸா சிறையில் வாடுகிறான். சிற்பியான பெரார் கினோ லூஸெட்டி என்பவனுக்கு 30 வருஷம் தண்டனை. கண் குருடாகி வருகிறது. இஸிடோரோ அஸாரியோ என்ற ஸ்டேஷன் மாஸ்டருக்கு 10 வருஷம் தண்டனை. அவருக்குப் பைத்தியம் பிடித்து பைத்தியக்கார ஆஸ்பத்திரியில் காவல் வைக்கப்பட்டிருக்கிறார். மாஜி பார்லிமெண்ட் டெபுடியான டோமெனிக்கோ மார்ஷியோரோ என்ற பொதுவுடை மைவாதிக்கு 17 வருஷம் தண்டனை. வயிற்றில் பெருவியாதி. இவர்கள் எல்லோரிலும் முக்கியஸ்தனும் பிரபலஸ்தனுமான அண்டோனினோ கிரமேஷியும் சிறையில் வாடுகிறான்.

"அவன் வீரன். அவனுடைய கஷ்டங்கள் அவனுடைய விசேஷத் திறமைகளைக் காண்பிக்கின்றன. இத்தாலியின் சரித்திரத்தில் மாட்டியோட்டியின் அருகில் அவன் பெயரும் செதுக்கப்படும். அவன் தாராளமான இதயம் படைத்தவன். விசாலமான அறிவு படைத்தவன். இத்தாலியில் புதிய சமூகத்தைச் சிருஷ்டிக்க முனைந்தவர்களில் அவன் ஒருவன்....

"அவனும் இறந்துவிடுவான். இத்தாலியப் பொதுவுடைமை இயக்க மும் ஒரு பெரிய தியாகியைப் பெறும். வருங்காலப் போராட்டத்தில் இந்த வீரச்சுடரே அவர்களை முன்னழைத்துச் செல்லும். அதுதான் முஸொலீனியின் எண்ணமா? சமீபத்திலே புராதன ரோமன் போரத் தில் (அரங்கு - *forum*) 'கார்னியில்' என்ற நாடகம் நடிக்கப்படுவதைப் பார்க்கச் சென்றான். நெப்போலியன் போலக் காப்பி அடிப்பதில் ஆசை போலும்! ஆனால் நெப்போலியன் தனது டில்ஸிட் வெற்றியின் போது ஸின்னா என்ற நாடகத்தை நடிக்கும்படி ஏவினான். முஸொ லீனியும் அதை வாசித்தால் நலம்தான். தன்னிடம் எது இல்லையென் பதை அவன் கண்டு கொள்ளலாம். அதுதான் தாராளத்தன்மை."

4 நவம்பர் 1934

"பார்ஸலோனா, ஓவிடோ யுத்த வீரர்களுக்குப் புகழ் உண்டாவதாக! 1871-ம் வருஷத்திற்கப்புறம் மேற்கு ஐரோப்பாவில் ஏற்பட்ட பொதுஜன உழைப்புத் தொண்டர்களுக்கு வெற்றி உண்டாவதாக! அவர்களது தோல்வியே ஸோவியத் புரட்சி வெற்றிக்குக் காரணம். ரத்தக் கறை படிந்த அஸ்தூரிய மலைச்சாரல்களிலிருந்தும் வெற்றியென்னும் ஜீவநதி ஐரோப்பாவெங்குமே பாயும்! உலகம் முழுவதுமே அதன் பாசனத்தில் செழிக்கும். இதுவரை தோற்கடிக்கப்படாத ஸ்பானியப் புரட்சியுடன் நமக்குள்ள ஐக்கியத்தைப் பறைசாற்றுவோம். அதன் தியாகத்திற்காக நாம் பெரிதும் கடமைப்பட்டிருக்கிறோம். அதன் காயங்களை ஆற்ற முயல்வோம். அதன் கொலையாளிகளிடமிருந்து அவர்களைத் தப்ப வைப்போம்."

10 ஜூன் 1934

"இன்று உலகத்தில் மூன்றில் இரண்டு பங்கு முதலாளித்வ அமைப்பின் கீழ் இருக்கிறது. அதன் விளைவே ஏகாதிபத்திய யுத்தம் என்று

சொல்லலாம். யுத்த ஆயுதங்கள், உற்பத்தியாளர்கள், யுத்த தளவாடங்கள், இரும்பு, பெட்ரோல், ரஸாயனப் பொருள்கள் இவற்றை உற்பத்தி செய்பவர்கள் முதலாளிகள். இவர்கள்தான் எல்லா சர்க்கார்களிலும் பின்புறமிருந்து அவைகளை ஆட்டிவைத்து வருகின்றனர். கையில் ஆயுதம் தாங்கிய கம்பெனி ஏஜெண்டுதான் தோற்கடிக்கப் பட்ட தேசங்களில் வெற்றி வாகை சூடிய முதலாளித்வத்தின் பொருள்களைக் கொண்டு திணிக்கிறான். சமூக அதிருப்தியைப் போக்கடிப்பதற்கு இதுதான் எப்பொழுதும் செய்யப்படும் சூழ்ச்சி. 'தேசத்திற்கு ஆபத்து!' என்று கூப்பாடு போட்டு ராணுவச் சட்டம் பிறப்பித்து, புரட்சிகளை நசுக்கிவிடுவார்கள். ருஷியாவைப் போல் யுத்தத்தில் ஈடுபட்ட பொது மக்களின் கஷ்டத்தையும் தோல்விகளையும் உபயோகித்து முதலாளித்வ முறையை ஒழித்து, புதிய சமூக அமைப்பைப் புரட்சியின்மூலம் ஏற்படுத்துவது கடினம். பெரும்பான்மையாக யுத்தம், பொது மக்களை ராணுவ அடிமைகளாக்கி, தாங்களே தங்களுக்கு வேண்டியவற்றைச் சிந்திக்கும் சிரமம் ஏற்படாத வாறு செய்துவிடுகிறது. மனித வர்க்கத்தின் ஜீவ சக்தியைத் தேசியத் தற்பெருமை என்ற கோர ஸ்வரூபத்தால் கொன்றுவிடுகிறது. அப் பாதையில் சென்றால் சர்வாதிகாரத்துவமும் பேஸிஸமுமே ஏற்படும். நாம் உயிரைக் கொடுத்து அது ஏற்படாதவாறு போராட வேண்டும். ஐரோப்பிய மக்களில் ஆயிரக்கணக்கானவர்கள் இந்த அபாயத்தை உணர்ந்து இதைத் தடுப்பதற்கு ஐக்கியமாக அணிவகுத்து நிற்க ஆரம்பித்துவிட்டனர். . . .

"புதிய பொதுவுடைமைச் சமூகம் தங்களது ஆத்மார்த்த உரிமைகளைப் பாதிக்கிறது என்று ஏன் பயப்பட வேண்டும்? உண்மையில் அது விஸ்தாரமான, ஆழ்ந்த, நிரந்தரமான அபிவிருத்தியின் அறிகுறியாக அல்லவோ இருக்கிறது! கொப்பர் நிகஸ்ஸூம், கலிலியோவும் சொல்லிய உண்மைகள் பூலோகம் என்ற இந்தக் கிரக மண்டலத்தின் தனி விசேஷத்தை நாசப்படுத்திவிட்டது என்றல்லவோ பயந்தனர். பூமண்டலத்துக்கப்பால் எல்லையும் வரம்புமில்லாத வான்வெளி இருக்கிறது என்ற அறிவு தங்களையே நசிக்கச் செய்துவிட்டது என்று பயந்தார்கள்.

"அப்படியே இன்றும் போலித் தனிமனித சுதந்திரம் என்னும் தத்துவம் உண்மைக்கு மாறாகத் தனக்குள்ளேயே தன்னைக் கட்டிக் கொண்டு, யாவரிடமும் இருக்கும் மனிதத் தன்மையை மறக்க முயலுகிறது. அன்று உலகம் சூரியனைச் சுற்றி வருகிறது என்று சொன்னதற்காகத் தண்டித்த பிற்போக்காளர்களான 'அறிவாளி'களின் இரத்த சகோதரர்கள்தாம் இன்று காணப்படும் இந்த நபர்களும். அன்று அவர்கள் கலிலியோவைத் தண்டிப்பதன் மூலம் உலகம் சுற்றுவதைத் தடுத்துவிட நினைத்தார்கள். இன்று பிரெஞ்சு அறிவாளிகளும் தங்களது அதிகாரத்தைக் காப்பாற்றிக்கொள்வதற்காக மனித வளர்ச்சியின் அபூர்வ விதிகள் வேலை செய்வதை முட்டுக் கட்டை போட்டுத் தடுக்க முயற்சிக்கின்றனர். இந்தத் தலைகீழ்ப் புரட்சியின் மறைமுகமான காரணம் இதுதான். அவர்களுடைய

ஆத்மார்த்தப் புரட்சி ஒரு ஜாதிக் கட்டுப்பாடு. அது அந்த ஜாதியின் நன்மைக்குத் தவிர வேறு யாருக்குமில்லை.

"இன்னும் அவர்களுக்கு அரசியல் விஷயங்களின் நுணுக்கம், அதன் ரகசிய மறைகள், திருகாணிகள் இவைகளைப் பற்றி ஒன்றும் தெரியாது. அவர்களது தற்பெருமை அவர்களை மறைமுகமாக அதிகாரம் வகிக்கும் நபர்கள் பக்கம் கொண்டுபோய்த் தள்ளுகிறது. அவர்கள், இந்தக் கண்மூடி 'பூர்ஷுவா'க்களின் பயங்களை எழுப்பு வதற்கு, அதாவது பேஸிஸ்ட் மாத்திரைகளில் சர்க்கரை தடவுவதற்கு, இவர்களை உபயோகிக்கிறார்கள். ஐரோப்பாவில் எல்லா இடங்களி லும் பேஸிஸத்தின் ஆட்சியே அமுலுக்கு வந்துவிட்டது. ஒன்று, அது கண்டகோடரி தாங்கிப் பட்டவர்த்தனமாக அமுல் நடக்கிறது; அல்லது கொடியில் மறைந்த பச்சைப் பாம்பு மாதிரி மறைமுகமாகப் பின்னுக்கு வேலை செய்கிறது. இத்தாலியிலும் ஜெர்மனியிலும் அது என்ன ரூபம் எடுத்ததோ அதே ரூபம்தான் பிரான்ஸிலும் ஏற்பட வேண்டும் என்பது கட்டாயமில்லை. ஜெர்மனியின் கட்டுப்பாடான ஜாதீய ஐக்கியம் பிரான்ஸுக்கு ஏற்காது. ஏனென்றால் இது பத்து ஜாதிகளின் கதம்பம். இத்தாலிய தூஸேயின் அபார சாமர்த்தியம் சந்தைக் கடையில் விற்கும் சரக்கன்று. அதை ஏற்றுமதியும் செய்ய முடியாது. பிரான்ஸிலே பூர்ஷுவாக் கும்பலும், உத்தியோகஸ்தர் கூட்டமுந்தான் ஒன்றுகூடி பேஸிஸத்தை அமைக்க முயலும். தலை கொழுத்துப்போன அறிவாளிகள், திமிர் பிடித்துப்போன நபர்கள் அதற்கு உடுக்கடிப்பார்கள். ராணுவமும் இதற்குத் தகுந்தாற்போல் களை பிடுங்கி வளர்க்கப்படுகிறது. பாங்கியிலும் பொருளுற்பத்தியி லும் ஈடுபட்டிருக்கும் ஒரு சுயநலக் கும்பல் பிரான்ஸில் பேஸிஸ்ட் பொம்மலாட்டம் காட்ட முயலும் — அதாவது வியாபார வெறி பிடித்த புராதன ரோம சாம்ராஜ்யக் கம்பெனி தளகர்த்தர் காலம் மாதிரி. இந்த அபாயத்தை எதிர்க்கவே நாம் வாலிபர்களைத் தட்டியெழுப்ப வேண்டும். வாலிபர்களோ எந்த வலையிலும் சிக்கக் கூடியபடி அனுபவமற்று இருக்கின்றனர். பார்லிமெண்டின்மீதிலும் கெட்டுப்போன ஆட்சியின்மீதிலும் பொதுஜன வெறுப்பு ஏற்படுத்தப் பட்டிருக்கிறது. பார்லிமெண்டைத் தொட்டால் நொறுங்கிவிடும். ஆனால், வாலிபர்களும் பொதுமக்களும் அணிவகுப்புப் பட்டாளம். இவர்கள்மீது பேஸிஸக் கொடுங்கோலன் சவாரி செய்கிறான். அவன்தான் உண்மையான பகைவன். அவனை நசுக்க வேண்டும்!"

○

23. பேஸிஸ்ட் ரதம் புறப்படுகிறது

மெஷின் - கன், தற்காலிகப் பரீட்சார்த்தக் கலியாணம், விவாகரத்து, விஷவாயு இவற்றைப் போன்ற விஷயங்களை வைத்து நாகரிகத்

தன்மையைக் கணிப்பது ஒருமுறை. இவற்றைப் போல விபூதிச் சம்புடம், பிராத ஸ்நானம், சதி, வேதம் சாஸ்திரங்கள் ஆகியவற்றின் உண்மைகளைக் கண்டுபிடித்து, அவற்றின்மூலம் நாகரிகத்தின் உயர்வை அளப்பதும் ஒருமுறை. இவ்விரண்டிலும் எது உயர்வு எது தாழ்வு என்பது விவாதத்திற்கு அநாவசியமாயினும், இன்று உயிருக்கு — பொதுவாழ்வுக்கு — அபாயத்தை விளைவிப்பது முன்னதாகும். ஐரோப்பிய அரசியல் அரங்கத்தில் காயுருட்டி விளையாடுவதற்கு ஒழுக்கமும் தர்மமும் துணைசெய்வதைவிட, வெடிகுண்டுகள் விஷவாயுக்கள் இவற்றின் ஒத்தாசைகள் மிகவும் அவசியம். இதை ஞாபகத்தில் வைத்துக்கொண்டு இத்தாலியைக் கவனிப்போம். நாட்டிலே வறட்சி; பொக்கிஷமோ காலி; செலவோ தலைக்கு மேல். இந்த நிலையில் பேஸிஸ்ட் சர்க்கார் நிலைத்திருக்க வேண்டுமெனில் பொதுமக்களின் கவனம் அல்லது ரத்தம் வேறு திசையில் சிந்தப்பட வேண்டும். முஸொலீனி, இத்தாலியின் ஏமாற்றங்களுக்கு எரியூட்டி வளர்த்து, புராதனப் பெருமைகள்மூலம் ஏகாதிபத்திய ஆசைகளைக் கிளப்பினான். ஆனால், இவை யாவும் பக்கமேளமே. முஸொலீனியின் கண் இத்தாலிய சோமாலிலாந்துக்கு அருகிலுள்ள அபிசீனியாமீது விழுந்தது. அபிசீனியாவுக்கருகில் பிரிட்டிஷ் சோமாலிலாந்தும் பிரெஞ்சு காலனியின் ஒரு பகுதியும் இருக்கிறது. முஸொலீனியின் கவனம் இதில் விழுந்தால், பிரிட்டனும் பிரான்ஸும் சும்மா இருக்கமாட்டா. 1925-ம் வருஷத்திலேயே அபிசீனியாவில் தங்கள் தங்கள் செல்வாக்குள்ள பகுதிகள் எவையெவையென்பதைப் பாகுபடுத்தும் ஓர் உடன்படிக்கையை ஸர் ஆஸ்டின் சேம்பர்லினும் முஸொலீனியும் செய்துகொண்டனர். அபிசீனியா 1923-ம் ஷு சர்வதேச சங்கத்தில் சேர்ந்திருந்தது. அவ்வாறு சேர்ந்ததன் மூலம் தன்னைக் காப்பாற்றிக்கொள்ளலாமென்று நம்பியது. 1935-ம் ஷு செப்டம்பரில் முஸொலீனி தனது பழைய ஒப்பந்தத்தைக் குறிப்பிட்டு, அது அபிசீனியாவை இரண்டு துண்டாகப் பிரித்துவிடுகிறதே என்று சீறினானாம். பிரிட்டிஷார் தானா ஏரியருகில் ஒரு அணை கட்ட விரும்பினார்கள். அதற்குப் பதிலாக அபிசீனியாவுக்கு மேற்கிலுள்ள பகுதிகளில் இத்தாலிய 'செல்வாக்கை'க் காப்பாற்றவும், அபிசீனியா வழியாக எரிட்ரியாவையும் சோமாலிலாந்தையும் இணைக்கும் ஒரு ரயில்வே பாதை அமைப்பதை ஆதரிக்கவும் ஒப்புக் கொண்டார்கள் பிரிட்டிஷார். ஆனால் அபிசீனிய மன்னரான ஹெயிலி ஸெலாஸி ஜெனிவாவில் செய்த கிளர்ச்சியின் பயனாக அம்முயற்சி கைவிடப்பட்டது. 1928-ம் ஷு இத்தாலி அபிசீனியாவுடன் ஒரு நேச உடன்படிக்கை செய்திருந்தது. அச்சமயத்தில்தான் அபிசீனியச் சக்கரவர்த்தி இத்தாலிக்கு வந்து ராஜாங்க விருந்தினராக இருந்தார். அப்பொழுது பரஸ்பர சந்தேகமும் வெறுப்புமே பிந்திய விளைவுகளுக்குப் பக்கபலமாக இருந்தன. முஸொலீனி இந்தச் சம்பவத்தைப் பற்றி ஓரிடத்தில் குறிப்பிடுகையில், "நான் அவரிடம் நேசமாக இருக்க முயன்றேன். அவர் என்னை விரோதியாகப் பாவிக்கிறார்!' என்று தன் பொறுப்பைத் தட்டிக் கழிக்கிறான்.

1934-ம் ஆு டிசம்பர் மீ 5 உ உவால் உவால் என்ற இடத்தில் 'எல்லைப்புறச் சம்பவம்' ஒன்று நிகழ்ந்தது. அதாவது இத்தாலியர் அபிசீனிய எல்லைப்புறத்தில் கலகம் விளைத்தனர். 32 இத்தாலியர் களும் 110 அபிசீனியர்களும் அந்தக் களத்தில் மாண்டனர். சண்டை எப்பொழுது ஏற்படுமென்று காரணம் தேடிக்கொண்டிருந்த முஸொ லீனி, மூன்று கோடி 30 லட்சம் லையர் செலவில் தயாரித்த யுத்த முஸ்தீப்புகளை அபிசீனியத் தலைநகரான அடிஸ் அபாபா நோக்கித் திருப்பிவிட்டான்.

இந்தச் சமயம், பிரிட்டன் தன்மீது காயம்படாமல் 'சர்வதேச கௌரவத்தைக் காப்பாற்ற' முனைந்தது. பிரிட்டிஷ் ராஜதூதராக ஸ்ரீ அந்தோனி ஈடன் இத்தாலிக்கு வந்தார். 1935-ம் ஆு ஜூன் 25 உ ரோமாபுரியில் அந்தோனி ஈடனும் ஸினோர் கிராண்டியும், பரஸ்பரம் கௌரவத்தை விட்டுக்கொடுக்காமல் இருவருமாகச் சேர்ந்து அபிசீனியாவைக் கற்பழிப்பது என்று வெகுநேரம் சம்பா ஷணை நடத்தினர். பேச்சுக்கள் பயனற்றுப் போகவே ஈடன், பலாஜா சிக்கியிலிருந்து திரும்பினார். திரும்பிய சிறிது நேரத்திற் கெல்லாம் அவருடைய அறையின் டெலிபோன் மணியடித்தது. அது பலாஜாவிலிருந்து வந்த செய்திதான். "இவ்வளவு நேர சம்பாஷணை யில் பிரிட்டிஷ் சர்க்கார் முடிவான வார்த்தையைச் சொல்லிவிட் டதா?" என்ற குரல். ஸ்ரீ அந்தோனி ஈடன், "ஆம்!" என்றார். பேசி யது முஸொலீனிதான்.

முஸொலீனி: இப்போது என்னால் பின்வாங்க முடியாதே!

ஸ்ரீ ஈடன்: இந்த முடிவுக்காக நான் வருந்துகிறேன். ஆனால், தங்கள் தைரியத்திற்காகவும் உறுதிக்காகவும் உங்களைப் பாராட்டு கிறேன்.

முஸொலீனி : ராஜதந்திரியான ஈடன் பேசுகிறாரா? அல்லது பிரிட்டிஷ் சிப்பாய்களில் ஒருவரான காப்டன் ஈடன் பேசுகிறாரா என்பதுதான் ஆச்சரியம்!

இவ்வாறு ஈடன் தூது ஒன்றுமில்லாது போயிற்று. இச்சம்பவம் நிகழ்ந்த சில தினங்கள் கழித்து முஸொலீனி ஒரு பிரிட்டிஷ் நிரு பருக்குப் பேட்டியளித்தான். அதில் அவன் கூறியதாவது:

"நான் எப்படிப் பின்வாங்குவது? இரண்டு லட்சம் துருப்புக்களை அபிசீனிய எல்லைப்புறத்திற்கு அனுப்பிவிட்டு, 'சும்மா விளையாட் டுக்குத்தான் உங்களை அங்கே போகச் சொன்னேன்!' என்றால் கேட்டுக்கொண்டு பேசாமல் இருப்பார்களா? சர்வதேச சங்கம் தன் வேலை இன்னது என்று தெரியாமல் குழம்பிக் கொண்டிருக்கிறது. இதில் பிரிட்டிஷ்காரருக்கு என்ன இவ்வளவு ஆத்திரம்?

"இப்போது நாங்கள் ஹெய்லி ஸெலாஸியின் ராஜ்யத்தைத்தான் தாக்குகிறோம்; ஐந்தாவது ஜார்ஜ் மன்னரின் ஏகாதிபத்தியத்தை அன்று.

"இவர்கள் சமரசப் பேச்சுக்களும் ஒரே கேலிக்கூத்தாக இருக்கின் றன. இன்னம் இரண்டு பாலைவனங்களை எனக்குத் தருகிறார்களாம்.

ஒன்று வெறும் கல்லும் கட்டியும் நிறைந்தது; இன்னொன்று உப்பு மண். அங்கு ஒரு அபிசீனியனால்கூடக் குடித்தனம் பண்ண முடியாது. ட்யூனிஸ் எல்லைப்புறம் சம்பந்தமாக பிரெஞ்சுக்காரருடன் ஒப்பந்தம் செய்துகொண்டபொழுது ஒரு லட்சம் மைல் விஸ்தீரணத்திற்கு சஹாரா பாலைவனத்தில் எனக்குப் பங்கு கொடுத்தார்கள். அதில் எத்தனை பேர் வசிக்கிறார்கள் தெரியுமா? 62 பேர்! எனக்கு இம்மாதிரிப் பாலைவனம் சேகரித்துக்கொண்டிருப்பதில் அபாரப் பிரியம் இருப்பதாகச் சர்வதேச சங்கம் நினைத்துக்கொண்டிருக்கிறது போலும்!"

ஈடன், ரோமாபுரிக்கு வந்து சமரசப் பேச்சு நடத்தியது சம்பந்தமாக இத்தாலியில் இத்தாலியர் பின்வருமாறு சொல்லிக்கொள்கிறார்கள்:

"ஸ்ரீ ஈடன் இல்லாவிட்டால் முஸோலீனி அபிசீனியாவில் வெற்றி யடைந்திருக்க முடியாது. முஸோலீனி இல்லாமல் ஸ்ரீ ஈடனும் பிரிட்டிஷ் அந்நிய நாட்டு மந்திரியாகியிருக்க முடியாது!"

தர்மத்தையும் நியாயத்தையும் பற்றி வெகுவாகப் பேசும் சர்வதேச சங்கம், எண்ணெய் நிர்ப்பந்தத்தின்மூலம், அதாவது யுத்தத்திற்கு அத்தியாவசியமான பெட்ரோல் விற்பனையைத் தடுப்பதின்மூலம் இத்தாலியை மடக்கிவிடலாம் என்று ஒரு பிளான் போட்டது. திட்டத்தில் பழுது ஒன்றும் இல்லை. அதைப் பந்தாவாக, அறிக்கை, மேலறிக்கை, விவாத நிபுணர் ஆராய்ச்சி இத்யாதி வகையறாக்கள் மூலம் ஒரு வழிக்குக் கொண்டுவருமுன், இன்னும் மூன்று வருஷங் கள்வரை தனக்குத் தேவையான தளவாடங்களை இத்தாலி முன்ன தாகவே வாங்கிச் சேகரித்துக்கொண்டு தன் காரியத்தில் ஈடுபட்டது.

கூட்டத்தில் தர்மத்தையும் நியாயத்தையும் பற்றிப் பேசினாலும், சர்வதேச சங்கத்தின் தனிப்பட்ட நபர்கள் தங்கள் தங்கள்மீது அடி விழாமல் காப்பாற்றிக்கொள்வதிலேயே கண்ணுங் கருத்துமாக இருந்தனர். வெர்ஸேல்ஸ் உடன்படிக்கை ஊசிமேல் ஒற்றைக் காலில் நிற்கும் கழைக்கூத்து வித்தை; அதன்மூலம் ஏராளமாக நன்மையை அடைந்த நியாயத்தின் மெய்க்காப்பாளர் போன்ற தேசங்கள் அச்சமயத்தில் பயப்பட்டதில் ஆச்சரியம் ஒன்றுமில்லை.

ஸ்ரீ ஈடனின் முயற்சி இவ்வாறு பிசுபிசுத்துவிடவே பிரஞ்சுக்காரர் வேறுவிதமாக முயன்றனர். பிரிட்டிஷ் அந்நிய நாட்டு மந்திரி ஸர் ஸாமுவேல் ஹோரும், பிரெஞ்சு தரப்பில் ஸ்ரீ லவாலும் சேர்ந்து முஸோலீனியைச் சமாதானம் செய்து எப்படியாவது யுத்தத்தை நிறுத்த ஒரு திட்டம் வகுத்தார்கள். கெட்டிக்காரப் பத்திரிகை நிருபர் ஒருவர் இந்தச் சதியை வெளிக்குக் கொண்டுவரவே, அப்பொழுது ஏற்பட்ட பொதுஜனக் கொந்தளிப்பில் ஹோரும் லவாலும் பதவியை விட்டு விழுந்தார்கள். ஸ்ரீ ஈடன் அந்நியநாட்டு மந்திரியானார்.

வெற்று நிர்ப்பந்தப் பேச்சுக்களும் இந்த வல்லரசுகளின் சூழ்ச்சி களும் போகிறபோக்கைக் கண்ட முஸோலீனி, எது எந்த நிமிஷத்தில் மாறுமோ என்பதை நிச்சயிக்க முடியாமல் காரியத்தைச் சீக்கிரம் முடிக்க விஷவாயு யுக்தியைக் கைக்கொண்டான்.

1936 மே மாதம் 5-ந் தேதி மாலை நான்கு மணிக்கு இத்தாலியப் படைகள் அடிஸ் அபாபாவில் நுழைந்தன. அதற்கு முன்பே ஹெய்லி ஸெலாஸி, அபயக் குரல்களால் பயனில்லை என்று தெரிந்துகொண்டு, பரிவாரத்தோடு பிரிட்டனில் குடிபுகுந்தார்.

ஒரு வருஷம் கழிந்தது; முஸொலீனியும் அபிசீனிய வெற்றி வருஷோற்சவம் கொண்டாடிவிட்டான்.

நியாயத்தின் கௌரவத்தை நிலைநாட்டும் பிரிட்டனும் பிரான்ஸூம் வெற்றியை ஏற்றுக்கொண்டுவிட்டன. மன்னர் ஹெய்லி ஸெலாஸி வெறும் ஸ்ரீமான் ஹெய்லி ஸெலாஸி ஆனார்.

24. ரோம் - பெர்லின் தட்டாமாலை

1933-ம் ஹூ ஹிட்லர் ஜெர்மனியில் அதிகாரத்தைக் கைப்பற்றினான். அதிலிருந்து, இத்தாலிய மிருக சம்பிரதாயத்தைப் பின்பற்றி, ஜெர்மனியில் நாஜிகளை வைத்து அதிகார சிகரத்தை அடைந்தான். விழித்தெழுந்த ஜெர்மனி, பிரான்ஸூக்கு நிரந்தர ஆபத்தாயிற்று. பிரான்ஸின் நண்பனான பிரிட்டனுக்கும் அது வினையாயிற்று. பிரிட்டன் தன் ஏகாதிபத்தியச் செல்வாக்கைப் பணமூட்டைகளின்மீது கட்டியிருந்தது. அந்தப் பணமூட்டைகளை ராணுவக் கொத்தளங்கள் தாங்கி நின்றன. இந்த நிலையிலே, வளரும் இத்தாலி வழி செய்துகொள்ள வேண்டுமானால் மத்தியதரைக் கடலில் அது செல்வாக்கு வகிக்க வேண்டும். அதற்கு வழியென்ன? தன்னைப் போன்ற சர்வாதிகார நாட்டின் உதவியைப் பெறுவதுதான் சரி என்று முஸொலீனி நினைத்தான். 1934-ம் ஹூ ஜூன் மீ 11வ ஹிட்லரை முஸொலீனி வெனிஸ் நகரத்தில் சந்தித்தான். அதன் விளைவு சந்தேகமும் நம்பிக்கையற்ற தன்மையுமே தவிர வேறு ஒன்றுமில்லை. முஸொலீனி படாடோபமான வரவேற்பு அளித்தான். அவனுடைய பத்திரிகைகள் ஹிட்லரைப் பிரமாதமாகப் புகழ்ந்தன. ஆனால் முதல் சந்திப்பு தோல்வியுற்றதின் காரணம் ஹிட்லர் புது ஆள்தானே என்று முஸொலீனி கருதியதுதான். 'நாம் சொன்னபடியெல்லாம் கேட்பான்' என்று எதிர்பார்த்திருந்த ஆசாமி, தன்னைப் போல் சக்தி படைத்தவனாக இருக்கக் கண்டதில் சிறிது ஏமாற்றம். முதல் சந்திப்பினால் முஸொலீனி ஜெர்மனிக்கெதிராக ஆஸ்திரியா பக்கம் சேர்ந்துகொண்டான். ஏனெனில், அப்போது இத்தாலி அபிசீனியாவில் கால்வைக்கும் சமயம். நிற்க.

1934-ம் வருஷத்திலேயே இவ்விரண்டு சர்வாதிகாரிகளும் ஸ்பெயினில் தங்கள் கவனத்தைச் செலுத்தப் பல காரணங்கள் தூண்டுதலாக இருந்தன. பிரிட்டிஷ் அந்நிய நாட்டுக் காரியாலயம் வெகுகாலமாகப் பிரனீஸ் மலைத்தொடர் எல்லையுடனேயே ஐரோப்பா முடிவடைந்து

விடுகிறது என்பது போல ஸ்பெயினைப் பற்றி அசிரத்தையாக இருந்தது. ஸ்பானியப் புரட்சிகள் எல்லாம் எப்போதோ எங்கோ நடைபெறும் கண்ணற்ற பிரதேசச் 'செய்தி'களாகவே அது கருதிவந்தது. ஸ்பெயினிலே பிற்போக்கான முதலாளித்துவமும் ராணுவமும் மதமும் ஒரு கட்சியாக நின்றுகொண்டு, தேச வளர்ச்சிக்குப் பாடுபடும் மக்களின் வளர்ச்சிக்கும் முட்டுக்கட்டை போட்டுக்கொண்டிருந்தன. மேலும் சப்மரைனும், வெடிகுண்டு எறியும் விமானமும் கண்டு பிடிக்கப்பட்டபின் பிரிட்டனையும் பிரான்ஸையும் நெருக்க ஸ்பெயின் தான் சரியான இடம். அதனருகில் உள்ள பல்யாரிக் தீவுகள் பிரான்ஸுக்கும் வடக்கு ஆப்பிரிக்கக் காலனிகளுக்குமிடையில் இருக்கின்றன. பொதுவாகப் படை திரட்ட ஆரம்பித்தால் ஆப்பிரிக்கக் காலனிகளிலுள்ள துருப்புக்கள் முதலில் காலடி எடுத்துவைக்க வேண்டிய இடம் அவைதான். இன்னும் வடக்கு ஸ்பெயினிலிருந்து கொண்டு விமானமூலம் மார்ஸேல்ஸையும் மற்றுமுள்ள பொருளுற் பத்தி செய்யும் நகரங்களையும் லகுவாகத் தாக்கலாம். ஸ்பானிய மொராக்கோவையும் அண்டுலேஷ்யாவையும் கைப்பற்றிவிட்டாலோ, ஜிப்ரால்டரைக் கலக்குவதன்மூலம் பிரிட்டன் கண்ணில் விரலை விட்டு ஆட்டிவிடலாம். இதனால் இத்தாலிக்கு ஸ்பெயினில் தலையிடு வதன்மூலம் மத்தியதரைக் கடலில் ஏராளமாக வசதி இருந்தது. 1923-ம் வருஷத்திலேயே பிரிமோ டிரிவரா ஸ்பெயினில் அதிகாரம் வகித்திருக்கும்போது, பிரான்ஸைப் பயங்காட்டுவதற்காக லேசாக ஓர் உடன்படிக்கை செய்துகொண்டான் முஸொலீனி. அப்போது அதை ஒருவரும் அவ்வளவு பிரமாதமாகக் கருதவில்லை. அந்தச் சமயத்தில் ஒரு ரஸமான சம்பவம் நடந்ததாகச் சொல்லுவார்கள்.

இத்தாலிய மன்னனும் முஸொலீனியும் ஸ்பெயினுக்கு விருந்தின ராகச் சென்றிருந்தபோது, 13-வது அல்பான்ஸோ என்ற ஸ்பானிய மன்னன் இத்தாலிய விக்டர் இமானுவலிடம் பிரிமோ டிரிவராவை அறிமுகம் செய்துவைக்கும்பொழுது, "இந்தாருங்கள், நமது முஸொ லீனியை உமக்கு அறிமுகம் செய்துவைக்கிறேன்!" என்றானாம். இது முஸொலீனிக்குப் பிடிக்கவில்லை. இன்னும், பிரிமோ டிரிவரா வும், போப்பிடம் ஸ்பானியரைக் கார்டினல் ஆக (கத்தோலிக் மத நிர்வாகிகளில் ஓர் அந்தஸ்து) நியமிக்காதிருப்பது குறித்துக் குறைப் பட்டுக்கொண்டானாம். அப்போது தெய்வ சன்னதத்தின்மூலமே இந்த உத்தியோகத்திற்கு ஆட்கள் நியமிக்கப்படுவதாகப் பதிலளித்த போப், சிறிது காலங் கழித்து இத்தாலியர் பலரைக் கார்டினல்களாக நியமித்தார். 1924-ம் ௵ இத்தாலிய மன்னன் ஸ்பானிய மன்னனைச் சந்திக்கச் சென்றான். அச்சமயத்தில் மாட்டியோட்டி சம்பவம் அவனை அவசர அவசரமாக இத்தாலிக்குத் திரும்பும்படி செய்தது. அப்புறம் பிரிமோ டிரிவரா அமைத்திருந்த சர்க்கார் கவிழ்ந்துவிட்டது.

இது இவ்வாறிருக்க, முஸொலீனி நம்பிக்கையை இழந்துவிட வில்லை. 1934-ம் ௵ மார்ச் மாதம் ஸ்பானிய மன்னனின் கட்சித் தலைவர்கள் சிலர், முஸொலீனியிடம் உதவிவேண்டி வந்தார்கள்.

அச்சந்தர்ப்பத்தில் நிகழ்ந்தவைகள் பற்றிய தஸ்தாவேஜு சமீபத்தில் வெளியாயிற்று. அது வருமாறு:

"கீழே கையெழுத்திட்டிருக்கும் நாங்கள் – லெப்டினென்ட் ஜென ரல் எமிலியோ பெரைரா (சொந்த ஹோதாவில்); டான்ரபேல் ஓலாஸாபால், ஸெனர்லெஸாரா (கம்யூனியான் ரெடிஷனலிஸ்டா கட்சிச் சார்பாக); டான் அந்தோனியோ கயோகீகியா (ஸ்பானிய மறுமலர்ச்சிக் கட்சித் தலைவர் என்ற ஹோதாவில்) – 1934ம் ௵ மார்ச் மீ 31 உ பிற்பகல் 4 மணிக்கு இத்தாலிய சர்க்கார் தலைவரான ஸினோர் முஸொலீனியுடனும், மார்ஷல் இத்தாலோ பால்போ வுடனும் செய்த சம்பாஷணைகளை அறிக்கையாக எழுதி யிருக்கிறோம். தலைவர், அவருடைய கேள்விகளுக்கு நாங்கள் அளித்த பதிலின்மூலம் ஸ்பானிய அரசியல் நிலைமையையும் ஸ்பானிய ராஜாங்கத்தின் ராணுவ, கடற்படை, மன்னர் கட்சிப் பலங்களையும் பற்றித் தெரிந்துகொண்டார். கூடியிருந்த எங்களிடம் பின்வருமாறு அறிவித்தார்: (1) ஸ்பெயினில் அப்பொழுது ஆட்சிசெய்யும் சர்க் காரைத் தொலைக்கவும், மன்னராட்சியை ஏற்படுத்தும் ரீஜென்ஸி கௌன்சிலை நியமிக்கவும் அங்கு போராடும் இரண்டு கட்சிகளுக்கும் ஒத்தாசையளிப்பதாக வாக்களித்தார். மேற்கண்ட உறுதிமொழியை முஸொலீனி மூன்று முறை ஆணையிட்டுச் சொன்னார். (2) தமது நோக்கத்தைச் செயலில் காண்பிப்பதற்காக உடனே 20,000 துப்பாக்கி களும் 20,000 கை பீரங்கிகளும் 200 மெஷின் கன்களும் ரொக்கமாக 15 லட்சம் பெஸ்டாக்களும் கொடுப்பதாக வாக்களித்தார் (பெஸ்டா – ஸ்பானிய நாணயம்). (3) இந்த உதவி பூர்வாங்க உதவியென்றும், மேற்கொண்டு வேலைத் திறமைக்கும் சந்தர்ப்பத்திற்கும் அவசியமா னதைச் செய்வதாகவும் அவர் கூறினார். ஒப்புக்கொள்ளப்பட்ட தொகை ஸெனர் டான்ரபேல் ஓலாஸா பால் என்பவர்வசம் ஒப்புவிக்கப்பட வேண்டும் என்றும், அவர் அந்த நிதியைப் பொறுப் பேற்று ஸ்பெயினில் கொண்டுவந்து இரு தலைவர்களுமான டிரொ டென்ஸோவிடமும் கயோகீகியா என்பவரிடமும் ஒப்புவிக்க வேண் டும் என்றும் அங்கு கூடியிருந்த பிரதிநிதிகள் ஒப்புக்கொண்டார்கள். இம்மாதிரியே முதலாவது ஒப்புவிக்கப்படும் யுத்த தளவாடங்களும் ஸ்பெயினில் கொண்டுவந்து ஒப்புவிக்கப்பட வேண்டும் என்று ஒப்புக்கொள்ளப்பட்டது.

ரோம், மார்ச் 31 1934."

இதுதான் ஸ்பானியப் புகைச்சலுக்கு வித்து. பிறகு பிராங்கோவுக்கு ஜெர்மனியும் இத்தாலியும் பட்டவர்த்தனமாக, ஒளிவு மறைவில்லாமல் உதவி செய்துகொண்டிருந்தன. நான்கு வருஷங்களாக வீரமாகப் போராடிவந்த ஸ்பானியக் குடியாட்சிக் கட்சித் தொண்டர்களுக்குக் கிடைத்துவந்த உதவிக்கு ஓர் உலை வைக்கும்படியாகச் சர்வதேச சங்கம், ஐரோப்பிய வல்லரசுகள் எல்லாம் சேர்ந்து நியாயம் பேசிக் கொண்டிருந்தன. ஆஸ்திரியாவைக் கபளீகரம் செய்துவிட்ட ஜெர்மனி யின் கை உயர்ந்திருந்ததால் அரசியல் சதுரங்கக் காய் உருட்டுவதில்

வல்லவனான முஸோலீனி, செக் பிரதேசத்தில் துராக்ரகம் செய்த ஹிட்லருக்கு வெற்றி நிச்சயம் என்று தெரிந்துகொண்டபின் இனி யுத்தம் ஏற்பட்டால் தாம் ஜெர்மன் கட்சியையே ஆதரிக்கப் போவ தாகப் பட்டவர்த்தனமாகச் சொல்லிக் கொண்டான். பிரிட்டிஷ் ராஜதந்திரத்தின் துடை நடுக்கத்தால் மத்திய ஐரோப்பாவில் பேஸி ஸம் கும்மாளம் அடித்தது. பேஸிஸ்ட் கருங்கடல் மத்தியில் பிரான்ஸ் தனித்து ஜனநாயகத் தீவாகி வந்தது. ஸுடேடன் பகுதியில் நடைபெற்ற ஆக்ரமிப்புக்குத் தலைசாய்த்துக்கொண்டிருந்த சர்வதேச சங்கமும் அதன் வல்லரசுகள் யாவும் எவ்வளவு தூரந்தான் வெறும் பயத்திற்கு அடிமையாகிக்கொண்டிருக்குமோ என்று உலகம் கவலையுற்றது.

ஸ்பெயினில் ஜனநாயகக் கட்சியினரும் அபேதவாதிகளும் ஒரு புறமும், ஜெனரல் பிராங்கோவின் தலைமையில் ராணுவத்தாரும் முதலாளிகளும் பேஸிஸ்ட்களும் மற்றொருபுறமும் நின்று போரா டினார்கள். அதாவது ஸ்பெயினுக்கு வெளியேயிருந்த பேஸிஸ்ட் — ஜனநாயகப் போராட்டம் அந்தத் தேசத்தினுட் புகுந்து அதைத் தன் களமாக ஆக்கிக்கொண்டது. முஸோலீனி தான் ஆதியில் வாக்களித்தபடியே ஏராளமான பேஸிஸ்ட் தொண்டர்களை ஸ்பெயி னில் பிராங்கோவுக்கு உதவ அனுப்பிவைத்தான். பேஸிஸ்ட் ஆயுதங் களும் ஏராளமாக வந்து குவிந்தன. ஜனநாயக நாடுகளிலிருந்தும் தொண்டர்கள் ஸ்பெயினை நோக்கிச் சென்றார்கள். சுருங்கச் சொன் னால் ஸ்பெயின், பிறருடைய கைவரிசையைப் பரீட்சை செய்துகொள் வதற்கு ஒரு ரணகளமாக்கப்பட்டது. ஆயிரம் ஆயிரமாக ஸ்பானியர் களும் மடிந்தார்கள். நகரங்களும் நாடும் பாழாகியது. முதலில் 1937-ல் எல்லாம் தோல்விக்கு மேல் தோல்வியாகப் பெற்றுவந்த பிராங்கோ முடிவில் வெற்றி பெற்றான். ஸ்பெயினின் தலைநகரமான மாட்ரிடும், அரசாங்கமும் அவன் கையில் சிக்கின. தன்னால் வெற்றிபெற்ற பிராங்கோ, தன்னிடமே தீட்சை பெற்று, தன்னைப் போலவே எதிர்காலத்தில் ஒரு குட்டி ஜடாமுனியாக விளங்குவான் என்ற நம்பிக்கையில் முஸோலீனி பூரித்தான். அவனுடைய தீர்க்க தரிசனமும், ஐரோப்பிய வல்லரசுகளைப் பற்றி அவன் கொண்டிருந்த அலட்சியமும், எடுத்த காரியத்தில் கடைசிவரை நிற்கும் உறுதியும் அவனுக்கு ஸ்பெயினிலும் வெற்றியைத் தேடிக் கொடுத்தன. ஆம், அவன்தானே அங்கு வென்றான்! — பிராங்கோ மூலம் வென்றான், அவ்வளவுதான். பிராங்கோ, பின்னால் எப்படியிருப்பான், முஸோ லீனியிடம் படித்ததை அவனிடமே ஏட்டைத் திருப்பிவிட்டால்? இது எதிர்காலத்தியப் புதிர்!

ஜீவிய சரித்திரம் எழுதுவதில் பிரபலஸ்தரான எமில் லட்விக், முஸோலீனியைத் தாம் சந்தித்த சமயத்தில் நிகழ்ந்த சம்பாஷணை யொன்றைப் பின்வருமாறு குறிப்பிடுகிறார்:

"சமீபத்தில் யாரோ ஒருவருடைய அறையில் 'விதிக்கு அப்பால்' என்ற பழமொழி எழுதியிருப்பதைப் பார்த்தேன்" என்று நான் சொன்னேன்.

அதற்கு முஸொலீனி, "அந்த மனிதன் தன் விதியை எதிர்த்துப் போராடியவனா?" என்று கேட்டான்.

"ஆமாம், அவன்தான் அந்தப் பிரபல விமானி!" என்றேன்.

"அதுவும் எனது லட்சிய வார்த்தை. யாரும் ஒரு தடவைக்கு மேல் விதியைச் சவால் கூறி அழைக்க முடியாது. எப்படியிருந்தாலும் அவனவன் குணத்திற்குத் தக்கபடியே மரணம் கிட்டுகிறது!" என்றான் முஸொலீனி.

O

25. ஆசை செல்லும் பாதை

இத்தாலியின் அந்நிய நாட்டுக் கொள்கையை வகுப்பது முஸொலீனி தான். இத்தாலி ஏன் இவ்வளவு முறுக்காக இருக்கிறது என்றாலோ, அது அவன் குணம். அவன் தனது அதிகார வெறியைப் பற்றி ஒளிவு மறைவு வைத்துக்கொள்ளவில்லை.

"இந்த வெறி என்னைப் பிடித்தாட்டுகிறது. வியாதி மாதிரி என்னை அறுத்துத் தின்னுகிறது. எனது மனப்போக்கைக் கொண்டு, சிங்கம் தன் நகங்களால் கிழித்து வடுச்செய்வது போல, சரித்திரத்தில் ஒரு குறியிட விரும்புகிறேன்!"

இதுதான் அவன் ஆசை. இந்த வடுவை ஏற்றவர் ஒருவர் ஹட யோகம் கற்க இலங்கைக்குப் பிரயாணமாகிவிட்டார். மற்றொரு இஸ்லாமிய ராஜா, தலைதப்பியது போதும் என்று சிட்டாய்ப் பறந்துவிட்டார். அதிகார வெறியும் அதை நிறைவேற்றும் உறுதியும் அளவு கடந்தவை. மிரட்டலுடன் கத்தியும் பளபளக்கும். முஸொலீனி பலாத்காரம் அவசியம் என்று வற்புறுத்துகிறான். அதுதான் வாழ்க்கை யின் நியதியாம். அவன் மற்றோரிடத்தில் சொல்லியிருப்பதைப் பாருங்கள்:

"யுத்தந்தான் மனித சக்திகளை உச்ச நிலைக்கு முறுக்கேற்றுகின்றது. அதை ஏற்கத் தைரியம் படைத்த மக்களே தேஜஸ்விகளாகின்றனர்."

சர்வாதிகாரியாகி அதிகாரத்தைக் கைவசப்படுத்திய முஸொலீனி அருகில் உள்ள நாடுகளில் சுதந்திரத்திற்கு உலை வைத்துவிட்டான். ஆஸ்திரியாவில் பேஸிஸம் பிறந்து வளர்ந்ததும், இன்று அது நாஜி ஜெர்மனியானதும் அவன் செய்த வேலையின் விளைவுகளே. அவன் தான் ஸ்பெயின் குடியாட்சியின்மீதும் கை வைத்தான். சர்வதேச சங்கத்திற்கு எதிராகச் சதி செய்தவனும் அவனே. லொகார்னோ ஒப்பந்தம் கையெழுத்திடப்படும்பொழுது தனது பிரதிநிதிகள் முன் கோபாவேசத்துடன், "இதன் அர்த்தம் உங்களுக்கும் புரியவில்லை. இந்த ஒப்பந்தம் இன்னும் பத்து வருஷங்களுக்கு என்னை யுத்தம் செய்யாமல் கட்டிப்போடுகிறதே!" என்று சீறினான். இத்தாலியின்

கொள்கையை வகுக்கும் அதிகாரம் அவன் கைவசம் இருக்கும்வரை பொதுவிதிக்கு எதிராக அவன் ஆரம்பித்த எந்த இயக்கத்தையும் அவன் நிறுத்த மாட்டான். அவன் சர்வாதிகாரியாக இருக்கும்வரை அமைதி கிடையாது.

அவனுடைய ஆசையெல்லாம் இத்தாலிய ஆட்சி மத்தியதரைக் கடல், செங்கடல் கரையோரங்கள் வழியாக ஒருபுறம் சூயஸ் கால்வாயையும், மறுபுறம் ஜிப்ரால்டர் முனையையும் தழுவி அணைக்க வேண்டும் என்பதே.

அவனுடைய இலட்சிய புருஷன் நெப்போலியன் என்ற பிரெஞ்சு சம்ராட். முஸொலீனி 'காம்போடிமாகியோ' என்று ஒரு நாடகம் எழுதியிருக்கிறான். அதன் கதாநாயகனான நெப்போலியன் தோற்ற தற்குக் காரணம் அவனிடம் இத்தாலிய யுத்தவீரர் இல்லாமையே என்று கூறுகிறான்.

இன்னும் 1938-ம் வருஷம் மார்ச் 30-ம் தேதி இத்தாலிய செனெட்டில் பேசுகையில், அவன் நெப்போலியன் வார்த்தைகளை மேற்கோள் காட்டிப் பின்வருமாறு கூறுகிறான்:

"இத்தாலியர் ஒரு காலத்தில் முதல்தரமான படைவீரர்களாக இருப்பார்கள்....

"நாம் வேண்டுவது என்னவெனில் அன்று நெப்போலியன் கூறிய இந்தத் தீர்க்க தரிசனத்தை இன்றைய பேஸிஸ்ட் ரோம் உண்மையாக ஆக்க வேண்டும்."

யுத்தமே மனித வர்க்கத்தை உயர்த்தும் என்பது அவன் சித்தாந்தம். அவன் சொல்லுகிறான்:

"மனுஷ வம்ச வளர்ச்சியின்போது யுத்தம் ஏற்படுகிறது என்பதைச் சரித்திரம் போதிக்கிறது. பெண்ணுக்குக் கரு என்பதைப் போலவே மனிதனுக்கு யுத்தம். நிரந்தர சமாதானத்தை நான் நம்பவில்லை. அது மனிதனின் அடிப்படைக் குணங்களை நசிக்கச் செய்கிறது என்று நான் கருதுகிறேன். ரத்தக் கறை விழுந்தபொழுதுதான் சூரிய ரச்மி பட்டது மாதிரி அது ஓங்கி வளருகிறது...."

யுத்தத்தைப் பற்றி அவன் அடித்திருக்கும் பம்பை கொஞ்ச நஞ்சமன்று. அப்படியிருந்தும் அவன் ஏன் இந்த யுத்தத்தில் கலந்து கொள்ளவில்லை என்பதை அவனே அறிவான். சென்ற யுத்தத்தில் கலந்துகொண்டவர்கள் சீரழிந்த கதையை அவன் மறந்து போக வில்லை. இத்தனை நாள் வெறியூட்டுவதற்காக ஏற்பட்ட ஏராளமான நஷ்டத்தை வர்த்தகம்மூலம் ஈடுசெய்துகொள்ளப் பார்க்கிறான். இன்று விமான உற்பத்தியில் முன்னணியில் நிற்கும் நாடு இத்தாலி. மற்ற நாடுகள் சண்டை போட்டுக்கொண்டிருக்கும்பொழுது இதைப் போன்ற லாபகரமான தொழில் (தேச சேவை) வேறு என்ன?

நிற்க. அவனுடைய மகன் அபிசீனியப் படையெடுப்பின்போது வெடிகுண்டு வீசும் கைங்கர்யம் செய்தான். அதைப் பற்றி வர்ணித்தும் எழுதிவிட்டான். யுத்தத்தைப் பற்றிப் பேசுகிறவர்கள், மனிதருடைய

குரூர சிந்தனையின் பாதை எப்படி என்பதைத் தெரிந்து சொல்லுகிறவர்கள், நோக்கங்களையும் வழிகளையும் அலசி ஆராய்கிறவர்கள் யாவரும் அதைப் படித்துப் பரிசீலனை செய்துவிட்டார்கள்.

'ஆம்பா மலைச்சரிவுகளில் போராட்டம்' என்ற புஸ்தகத்தில் முஸோலீனியின் புத்திரபாக்கியமான விட்டோரியோ தன் அனுபவங்களையெல்லாம் கூறுகிறான். அவன் அபிசீனிய யுத்தத்தின்போது வெடிகுண்டு வீசும் விமானப்படையில் ஒரு விமானியாக இருந்தான். அப்போது அவனுக்கு வயது இருபது. அவன் சொல்லுகிறான்....

"ஒவ்வொரு வாலிபனுக்கும் இச்சிறு புஸ்தகம் அவனுடைய வருங்கால முயற்சிகளுக்கு உபயோகமாயிருக்கும்."

தன் போர் அனுபவங்களைப் பற்றிக் கூறுமிடத்து விட்டோரியோ சொல்லுகிறான்: "நான் பலதடவை தீயணைக்கும் படையோடு அது உதவிக்குச் செல்லும் பொழுதெல்லாம் உடன் சென்று பார்த்திருக்கிறேனாயினும் கொழுந்துவிட்டெரியும் நெருப்புக் கோளத்தை இதற்கு முன் பார்த்ததே கிடையாது. 14-வது தளத்திற்கு அடி அபோ எல்லையின்மீது வெடிகுண்டுகளை வீசும்படி உத்தரவு வந்தது. நாங்கள் சென்றோம். வெடிக்கும்பொழுது கூரிய ஆயுதங்களையும் சிதறும் கிரனைட்களையும் நாங்கள் எடுத்துச் சென்றதுண்டு. அவை ரொம்ப உபயோகமாயிருந்தன. சுமார் 50 கள்ளப்பயல்கள் (சர்வாதிகாரியின் மகன் அபிசீனியருக்குக் கொடுத்த அடைமொழி!) எங்களுடைய வெடிகுண்டுகளின் சக்தியை அனுபவித்தார்கள். பார்ப்பதற்கு ரொம்பக் குஷியாயிருந்தது. பரிதாபகரமாக இருந்தாலும் ரொம்ப அழகாயிருந்தது. தீ வைக்கும் வெடிகுண்டுகள்தான் ரொம்பத் திருப்தி அளிக்கக்கூடியவை. வேறொன்றும் இல்லாவிட்டாலும் நெருப்பையும் புகையையுமாவது பார்க்கலாம்!"

இன்னொரு இடத்தில் அவன் கூறுவதாவது : "சுற்றிலும் வட்டமாக எல்லாத் திசைகளிலும் தீ! சுமார் 5000 எதியோப்பியர்கள் துடித்துத் துடித்துச் செத்தார்கள். நரகந்தான். புகை வான மண்டலத்தையே தாவியது."

அப்புஸ்தகத்தின் 48-வது பக்கத்தில் அவன் இன்னும் கூறுவதாவது: "கல்லா எல்லைப்புற வகுப்பினர் கறுத்த உடையணிந்த ஒருவனைச் சுற்றி நிற்கையில் அவர்கள்மீது வீசிய வெடிகுண்டு என்ன செய்தது என்பது இன்னும் நினைவிலிருக்கிறது. ஆகாச டார்ப்பிடோ ஒன்றை அவர்கள் மத்தியில் எறிந்தேன். இதழ்கள் மலர்ந்து விரியும் ரோஜாப் புஷ்பம் போல் அந்தக் கூட்டம் சிதறியது. பார்ப்பதற்கு என்ன அழகாயிருந்தது தெரியுமா!"

அவன் முடிவுரையாகச் சொல்லுவது: "ஒருவனுக்குச் சரியான அறிவும் கல்வியும் யுத்தத்தில்தான் கிடைக்கின்றன. ஒவ்வொருவனும் குறைந்தபட்சம் ஒரு யுத்தத்திலாவது சேர்ந்து போர் செய்வது அவனது கடமை என்பதை நான் நம்புகிறேன். ஆதலால் எல்லோருக்கும் யுத்தத்தின் அவசியத்தைச் சிபார்சு செய்கிறேன்."

தகப்பனார் சித்தாந்தம் மகனுடைய சிந்தனைகளை எவ்வாறு இயக்கியிருக்கிறது என்பதை இப்புஸ்தகம் விளக்குகிறது. விட்டோரியோ வாலிப இத்தாலியின் பிரதிநிதி. இத்தாலிய வாலிபர்களின் யுத்த மோகம் முஸோலீனியின் சித்தாந்தங்களின் விளைவே.

முஸோலீனியின் யுத்த முரசு, இத்தாலிக்குப் புகழையும் பெருமையையும் சாம்ராஜ்யத்தையும் சேகரித்துக்கொடுக்கும் சாதனம் என்பதோடு, நாட்டின் கவலையையும் கவனத்தையும் வேறு திசையில் செலுத்தும் தந்திரமுமாகும். மத்தியதரைக் கடல் ஏகாதிபத்திய இத்தாலியின் சொந்தக் கடலாகவேண்டுமென்பது முஸோலீனியின் கருத்து. இத்தாலிக்குச் சொந்தக் கடலாக மட்டும் இருந்தால் போதாது. ஏனென்றால், அப்போது இருந்த நிலையில் அதன் அபாயங்கள் ஜாஸ்தி. ஒரு புறத்தில் ஸூயஸ் கால்வாயும் இன்னொரு புறத்தில் ஜிப்ரால்டருந்தான் அதிலிருந்து வெளிவரும் சிறிய வழிகள். அவ்விரண்டையும் அடைத்துவிட்டால் பாலஸ்தீனத்திலிருந்தும் எகிப்திலிருந்தும் சமுத்திரத்தின்மீது ஆதிக்கத்தைச் செலுத்த முடியும். அவ்விரண்டு பாதைகளிலும் ஓரளவாவது அதிகாரத்துக்குள் வைத்திருந்தால்தான் முஸோலீனி மத்தியதரைக் கடலில் எஜமானாக நினைத்ததைச் சாதிக்க முடியும். இல்லாவிட்டால் இருபுறத்திலும் இறுக்கி மூடிய பால் புட்டி போல இருக்கும் மத்தியதரைக் கடலுக்குள் அவன் சிறைப்பட்டுக் கிடக்க வேண்டியதுதான். இதுதான் ஸ்பானியக் கொலைக் களத்தில் அவன் குதித்ததற்குக் காரணம். ஆப்பிரிக்காவில் பிரிட்டிஷ் பிரெஞ்சு காரியாதிகளுக்கு முட்டுக் கட்டை போட்டுக் கொண்டு வந்ததற்கும் காரணமாகும். 'டாஸ் வெல்ட்கெஷன் ஆம் மிட்டல்மீயர்' என்ற நாஜிப் பிரசுரத்தில் முஸோலீனியின் நினைப்பு என்னவென்பது பின்வருமாறு தெளிவாக்கப்பட்டிருக்கிறது.

மத்திய ஆப்பிரிகா மூலம் சாத் ஏரி வழியாக அட்லாண்டிக் சமுத்திரத்தை அடைவதே இத்தாலியின் கனவு. எகிப்திலும் ஸூடானிலும் இத்தாலி இருந்துகொண்டு பிரிட்டனைத் தன் இடுக்கிகளில் வைத்து நசுக்கிவிடும். ஒருபுறம் லிபியாவும் எரிட்ரியாவும், மறுபுறம் அபிசீனியாவுந்தான் இந்த இடுக்கியின் கைகள். மத்தியதரைக் கடலில் உள்ள தன் பலவீனத்தைப் போக்கிக்கொள்ளவே வடகிழக்கு ஆப்பிரிக்காவில் ஓர் ஏகாதிபத்தியத்தை ஸ்தாபிக்க அவன் விரும்புகிறான். இது அவனது சக்தியை எகிப்தின்மேல் சுமத்தி அலெக்ஸாண்டிரியா துறைமுகத்தின் உபயோகத்தை ஒன்றுமில்லாமலாக்கிவிடும். இந்த யுத்தத்தின் ஓர் அம்சந்தான் அபிசீனியப் போர். அபிசீனியாவில் போரை நடத்திக்கொண்டு பாலஸ்தீனிலும் ஸிரியாவிலும் பிரிட்டனுக்கெதிராகச் சதி செய்துகொண்டிருந்தான் முஸோலீனி. இஸ்லாத்தின் காப்பாளன் என்று அவன் தன்னைப் பிரகடனம் செய்துகொண்டான். இவன் இந்தப் பட்டத்தைச் சூட்டிக்கொண்டதிலிருந்து லிபியா இத்தாலியப் பிரசாரத்தின் கேந்திரஸ்தானம் ஆயிற்று. பிரிட்டனுக்கும் பிரான்ஸூக்கும் எதிராக அராபியரை மூட்டிவிடுவதே பிரசாரத்தின்

நோக்கம். 1938-ம் வருஷம் பிப்ரவரி மீ 16-ம் தேதி பாலஸ்தீன் சம்பந்தமாக எழுந்த விவாதத்தில் பின்வருமாறு அறிவிக்கப்பட்டது:

"சமூக ஊழியர்கள் போலவும் ரோமன் கத்தோலிக் கன்யாஸ்திரீ கள் போலவும் மாறுவேஷம் பூண்ட இத்தாலிய ஸ்திரீகள் அராபியரி டையே சென்று யூதருடைய கொடுமைகளைக் காட்டும் பொய்ப் படங்களைக் காண்பித்து, பிரிட்டிஷ் நிர்வாக ஊழலே அராபியரிடை காணப்படும் வறுமைக்குக் காரணம் என்று பிரசாரம் செய்தார்கள். டூரிங் சினிமா கம்பெனிகள் யூதர்கள் அராபியரைக் கொல்வது போன்ற பித்தலாட்டப் படங்களைக் காண்பித்தன. பாரி (*Bari*) என்ற இடத்திலுள்ள இத்தாலிய ரேடியோ ஸ்தாபனம் நடத்தும் அராபிய நிகழ்ச்சியில், 'பாலஸ்தீனம் அராபியருக்குச் சொந்தம். யூதர்களைக் கொல்லுங்கள். பாலஸ்தீன ஜாதியார்கள் படை திரட்டுங் கள்!" என்றெல்லாம் கோஷமிட்டு விஷமப் பிரசாரம் செய்தது." இதே மாதிரி ஸிரியாவிலும் நடந்தது என்பதைப் பிரிட்டிஷ் அயல் நாட்டு உதவிக் காரியதரிசியான லார்ட் கிரானபோர்ன் பின்வருமாறு அறிவிக்கிறார்: "கீழ்ப் பிரதேசங்களிலும் உலகத்தின் இதர பாகங்களி லும் இந்நாட்டுக்கு எதிராக இத்தாலியப் பத்திரிகை விஷமப் பிரசாரம் செய்துவருகிறது என்பதற்குத் தெளிவான சாட்சியம் இருக்கிறதென்று நான் நினைக்கிறேன். முஸொலீனி பிரிட்டிஷ் செல்வாக்கை மட்டும் குறைக்க முற்படவில்லை. அவனது ஒத்தாசை யின் பேரில் பாலஸ்தீனத்தில் அட்டூழியம் நடத்தும் பயங்கர இயக்கங்கள் இருக்கின்றன என்பதும் நிச்சயம். பிரெஞ்சு சர்க்காரைச் சேர்ந்த வட ஆப்பிரிக்காவில் உள்நாட்டுக் கலகம் ஏற்பட்டதற்குக் காரணம் இத்தாலிய - ஜெர்மன் சூழ்ச்சியே." 1937-ம் வருஷம் நவம்பர் 5-ம் தேதி அல்ஜியர்ஸ், டியூனிஸ், மொராக்கோ முதலிய இடங்களில் ஏற்பட்ட கலவரங்களுக்குக் காரணம் இவைகளே என்று கூறப் படுகிறது. 'லா பாப்புலேர்' என்ற பிரெஞ்சுப் பத்திரிகை பின்வருமாறு அறிவிக்கிறது: "இத்தாலியர் தங்கள் காரியாதிகளுக்கு டியூனிஸ் நகரை முக்கிய இடமாகக் கொண்டிருக்கின்றனர். ஹிட்லரின் கையாட்கள் ஸ்பானிய மொராக்கோவிலிருந்துகொண்டு பிரெஞ்சு மொராக்கோவில் ரகளை ஏற்படுத்தியிருக்கிறார்கள்." 'லூவார்' என்ற பத்திரிகை 1938-ம் வருஷம் ஏப்ரல் 22-ம் தேதி இதழில் ஒரு ரஸமான விஷயத்தை அறிவிக்கிறது. 'தஸ்தூர்' இயக்கத் தலைவர் ஆலி செரீப் என்பவருடைய காரியாலயத்தில் பிரெஞ்சு ஒற்று இலாகாவைப் பற்றிய தஸ்தாவேஜுகள், அந்த இயக்கத்தைப் பலப் படுத்த இத்தாலி மாதம் 10 லட்சம் பிராங்குகள் கொடுக்கிறது என்பதைக் காட்டின. இதல்லாமல் சில பெரிய பிரெஞ்சு உத்தியோ கஸ்தர்களைக் கொல்லுவதற்கும் சதி செய்யப்பட்டிருந்ததாகவும் கண்டுபிடிக்கப்பட்டது. இன்னும் எகிப்திலும் பிரிட்டிஷ் சர்க்காருக்கு எதிராக நடக்கும் கிளர்ச்சிகளை முஸொலீனி ஆதரித்து வளர்த்திருக் கிறான். இம்மாதிரி பிரிட்டனை எதிர்த்துப் பிரசாரம் செய்யும் சர்வாதிகாரிதான் கத்தோலிக், இஸ்லாம் தருமங்களைக் காக்க வந்தவன் என்று பாவனை செய்துகொள்ளுகிறான்.

இந்தச் சமயத்தில்தான் ஹிட்லர் தன் மத்திய ஐரோப்பிய ஆசைகளுக்கு ரத்தப் பூசையிட்டு வளர்த்துக்கொண்டிருந்தான். தனக்குப் போட்டியாக இத்தாலியை ஆக்கிக்கொள்ளுவதைவிட அதன் நண்பன் போல் பாவனை செய்தால் ஜனநாயகம் கதிகலங்கிப் போய்விடும் என்பதுடன் இத்தாலியின் அந்த ஆசைகளையும் கட்டிப்போட்டு வைத்துவிடலாம் என்று எண்ணினான். இதுதான் ரோம் - பெர்லின் தந்திர அச்சு. இரு கள்ளர்கள் ஒருவரை ஒருவர் தின்றுவிடாதபடி பார்த்துக்கொள்ள இருவரும் ஒத்துப்போவது போன்ற ஒரு பாவனை இது.

இத்தாலியின் ஞாபகமெல்லாம் மத்தியதரைக் கடலில் தன்னைப் பலப்படுத்திக்கொண்டு பிரிட்டனின் பலத்தைப் போக்குவதே. இதற்காகப் பிரிட்டனிலும் பிரான்ஸிலும் முஸொலீனி செய்த விஷமங்களுக்குக் கணக்கில்லை. அயர்லாந்துவரைகூட அவனது சில்-விஷமம் எட்டியிருந்தது.

○

26. உள்ளூர அரிக்கும் வியாதி

சர்வதேச அரங்கில் படாடோபத்தையும் மிரட்டலையும் ராஜதந்திரங்களாகக் கையாண்டுவந்த இத்தாலிய சர்வாதிகாரத்திற்குப் பகை வெளியில் கிடையாது. இத்தாலியில்தான் பேஸிஸத்தை எதிர்க்கும் வித்துக்கள் தீவிரமாக முளைத்து வளருகின்றன. பேஸிஸ்ட் ஆட்சியை எதிர்க்கும் பகை வித்துக்கள் வளருவதற்கு இரண்டு காரணங்கள் உண்டு. ஒன்று, முஸொலீனியின் யுத்தக் கொள்கையால் அபிசீனியாவிலும் ஸ்பெயினிலும் இத்தாலிய வாலிபர்கள் லட்சக்கணக்காக மடிந்தும் பிரதிபிரயோஜனம் ஏற்படாதது. இரண்டாவது இத்தாலியரின் பொருளாதார முடைகள்; ஜீவன வசதி, வருமான அளவு ஆகியவை தொடர்ச்சியாகவும் படிப்படியாகவும் குறைந்துகொண்டே வருவது. அதிருப்திதானே எதிர்ப்பின் பகை வித்துக்கள்! அன்று முஸொலீனி அதை வளர்த்தான். இன்று அது அவனுக்கு எதிராக வளருகிறது.

அபிசீனியப் போர், ஸ்பெயினில் தலையீடு — எல்லாம் இயற்கையிலேயே ஏழை நாடான இத்தாலியின் முதுகில் வறுமைச் சுமையை இன்னும் பெருக்கிவிட்டன. 1914-ம் வருஷத்து மகாயுத்தத்தின் சாயையில் பிறந்த கஷ்டம் இத்தாலியை இன்னும் விட்டு அகல வில்லை என்று சொல்ல வேண்டும். 'பாங்கர்' என்ற ஆங்கிலப் பொரு ளாதாரப் பத்திரிகை கூறுவது போல் இத்தாலியின் நிதிவசதிகளுக்கும் அதன் தேவைகளுக்கும் இடையே எப்பொழுதும் தகராறுதான். முக்கியமாக அதன் நாணய மாற்று விஷயங்கள் யாவும் அந்தஸ்து வாய்ந்தவையே அல்ல.

முஸோலீனியின் ஆசையால் பிறந்த பொருளாதாரக் கஷ்டங்களை யெல்லாம் சுமக்கிறவர்கள் இத்தாலியர்களே. ஜீவன வசதிக்கு ஏற்ற வருமானம் இத்தாலியில்தான் தலைகுப்புறக் கவிழ்ந்துவிட்டது. வாரச் சம்பளங்கள் 20% உயர்ந்தாலும் ஜீவனச் செலவு 50% உயர்ந்துவிட்டது. கொலம்பியா சர்வகலாசாலையைச் சேர்ந்த டாக்டர் கார்ல் ஷிமிட், இத்தாலியின் பொருளாதார நிலைமையை நேரடியாக ஆராய்ந்து, "தொழிலாளர்களிடையே வறுமை அதிகரிக் கிறது; கிராமவாசிகள் அடிமைகள் போல வாழுகின்றனர்" என்று கூறுகிறார். ஒரு நாட்டின் செழிப்பைத் தெரிந்துகொள்ள வேண்டு மென்றால் அந்த நாட்டுவாசிகள் சாதாரணமாகப் பெறும் உணவை வைத்து ஓரளவு சொல்லலாம். டாக்டர் ஷிமிட் சொல்லுவதாவது: "இத்தாலியத் தொழிலாளர்கள் சாப்பிடும் மிகவும் சத்தான உணவே ரொம்ப மோசம். அதிலும் 1930-ம் வருஷத்திற்கப்புறம் ஒரு நபருக்குச் சராசரி கிடைக்கும் உணவும் அதன் அளவும் மிகவும் குறைந்துவிட் டன. அவர்கள் முன்னால் சாதாரணமாகச் சாப்பிடும் உணவு வகைகளான கோதுமை, மாமிசம், சர்க்கரை முதலியவை கிடைப்பதே இல்லை." இத்தாலிய பேஸிஸ்டுகளும் அவர்களுடைய தலைவனும், வருங்கால நலத்தை முன்னிட்டுத் தேசமக்கள் கஷ்டத்தை ஏற்றுச் சகிக்க வேண்டும் என்று சொல்லுவதுடன், வேலையின்மையையே நாட்டிலிருந்து போக்கடித்துவிட்டதாகப் பிரமாதம் பண்ணிக்கொள்ளு கின்றனர். முஸோலீனியின் போலீஸ் படையான 'ஓவ்ரா' என்பதற்கு ஆட்சிக்கு எதிராகப் புறப்படும் இயக்கங்கள் எல்லாவற்றையும் தாட்சண்யம் சிறிதுமில்லாமல் நசுக்கிவிடவேணும் என்பது கண்டிப் பான தாக்கீது. அதனால் இவ்வளவு துன்பச் சுமைகளும் இத்தாலியச் சிறைக் கிடங்குகளிலும் மண்ணடியிலும் புதைத்து கிடக்கின்றன. ஆட்சி எவ்வளவுதான் கார்வாராக இருந்தாலும் கள்ளன் பெரிதா? காப்பான் பெரிதா? இத்தாலியிலும் சட்ட விரோதமான இயக்கங்கள் இருக்கத்தான் செய்கின்றன.

முஸோலீனியின் ஏகாதிபத்திய நடவடிக்கைகளையும், அவன் ஸ்பெயின் விஷயத்தில் தலையிட்டதையும் எதிர்த்துப் பிறந்த கிளர்ச்சி கள் 'அமைதியான' ஜந்துக்களிடை கசப்பு ஓங்கி வளரச் செய்தன. ஸ்பானிய குடியாட்சி சர்க்காருக்கு ஆதரவாக இத்தாலியிலேயே பணம் வசூலிக்கப்பட்டது என்பதைவிட வேறு என்ன அத்தாட்சி வேண்டும்? 1937-ம் வருஷம் அக்டோபர் மாதம் ரீஜியோ எமிலியா ஆயுதத் தொழிற்சாலையைச் சேர்ந்த நாற்பது தொழிலாளர்கள், நாசம் ஏற்படுத்தும் நோக்கத்துடன் விஷமம் செய்ததாகக் குற்றம் சாட்டப்பட்டுக் கைது செய்யப்பட்டனர். அந்த ஆயுதத் தொழிற் சாலை விமானங்களையும் தயார் செய்து வந்தது. இவர்கள் விமான என்ஜினில் அது பழுதுபடும்படி ஏதோ ஒரு பொடியைப் போட்டு, அது கீழே விழும்படி செய்தனராம். இந்தத் தொழிலாளர்களில் இருபது பேர் பேஸிஸ்ட் கட்சி அங்கத்தினர்கள்.

இன்னும் 1936-ம் வருஷம் ஆகஸ்டில் டெர்னி என்ஜினியரிங் தொழிற்சாலையில் உள்ள தொழிலாளர் ஸ்பெயினில் பிராங்கோ

கட்சிக்கு ஆயுதங்கள் தயார் செய்யப்படுவதை ஆட்சேபித்துக் கிளர்ச்சி செய்தனர். இவர்களில் இருபத்தைந்து பேர் கைது செய்யப் பட்டனர். ஐந்து பேருக்கு மரண தண்டனை.

இச்சம்பவம் நடந்து நான்கு மாதங்கள் கழித்து 'நியூஸ் கிரானிக்கிள்' என்ற பிரிட்டிஷ் பத்திரிகை பின்வரும் சம்பவத்தை அறிவித்தது: மாட்ரிட் நகரில் ஒரு வெடிகுண்டு விழுந்ததாம். அது வெடிக்கவில்லை. ஆனால் அதனுள் ஒரு துண்டுக் கடுதாசி இருந்தது. அதில், "உங்களது இத்தாலிய சகாக்கள் உங்களைக் கொல்ல விரும்பவில்லை!" என்று எழுதியிருந்தது.

பட்டப்பகல் கொள்ளையான இந்த ஸ்பானிய விவகாரத்திற்கு இத்தாலியில் ஆதரவே கிடையாது என்பதற்கு இன்னும் ஓர் உதாரணம். ஸ்பெயினுக்கு என்று சொல்லிப் படை திரட்டவே இயலாதாம். அதனால், அபிசீனியக் காவலுக்கு என்று பொய் சொல்லி ஆட்களைத் திரட்டிக் கப்பலில் ஏற்றி ஸ்பானிய சர்க்காருக்கு ஏற்றுமதி செய்து விடுமாம் முஸொலீனி - சர்க்கார்.

1937-ம் வருஷம் ஜூன் மாதம் கீடா என்ற துறைமுகத்திற்கு இத்தாலியக் கப்பல் ஒன்று 800 ராணுவக் கைதிகளை ஏற்றி வந்தது. இவ்வளவு பேரும் ஸ்பெயினில் சண்டைபோட மறுத்ததாகக் குற்றச்சாட்டு. பாரி என்ற இடத்தில் அதே மாதம் சில ராணுவ உத்தியோகஸ்தர்கள் ஸ்பெயினுக்குச் செல்ல மறுத்ததால் கைது செய்யப்பட்டனர்.

1937 மே மாதம் மாஸா கராரா என்ற இடத்தில் இத்தாலிய ஸ்திரீகளும் பேஸிஸ்ட் சர்க்காருக்கு எதிராகக் கிளர்ச்சி செய்திருக்கின்றனர். அவர்களில் 90 பேர் நகர மண்டபத்தின்முன் கூடிநின்று, "எங்கள் புருஷர்களைத் திரும்பக் கொடுங்கள்! அபிசீனியா என்று பொய் சொல்லி அவர்களை ஸ்பெயினுக்கு அனுப்பிவிட்டீர்களே!" என்று கோஷித்தார்கள்.

இது மட்டுமா? 1937-ம் வருஷம் ஏப்ரல் மாதம் பீய்ட்மான்ட் பாசறைகளில் பல ஸோல்ஜர்கள் ஸ்பெயினுக்குச் செல்ல மறுத்துக் கைதியாயினர். பாண்டெ பெலிஸினோ என்ற இடத்தில் குடியாட்சி - ஸ்பெயினை ஆதரித்து "ஸ்பெயின் குடியாட்சி வாழ்க! பேஸிஸம் ஒழிக!" என்று சுவரொட்டி விளம்பரங்கள் ஒட்டப்பட்டிருந்தன. போலீசார் விரைந்துவந்து அவற்றைக் கிழித்தெறிந்தனர். ஆனால் மறுநாளும் அதே இடத்தில் புதிய விளம்பரங்கள்!

சர்க்காருக்கு எதிராக நடைபெறும் கிளர்ச்சிகளின் பலா பலத்தை அறிவதற்கு அங்கு நடக்கும் அரசியல் கைதிகள் வழக்குகளைப் பார்த்தால் தெரியவரும்.

மிலான் நகரந்தான் முஸொலீனிக்குப் பெயரையும் புகழையும் கடைசியாகச் சர்வாதிகாரத்தையும் சம்பாதித்துக் கொடுத்தது. அந்நகரத்தில்தான் பேஸிஸ்ட் எதிர்ப்பு பலத்துடன் இருக்கிறது.

1937-ம் வருஷம் அக்டோபர் 12-ந் தேதி விசேஷ விசாரணைக் கோர்ட் முன்பு பதினாறு பேர் கொண்டுவந்து நிறுத்தப்பட்டனர்.

அவர்கள்மீது பேஸிஸத்தை எதிர்ப்பதாகக் குற்றச்சாட்டு. அவர்களில் நாலைந்து பேர் பிரபலஸ்தர்கள்: லூஷியோ லூஜாட்டோ என்ற ஒரு கெட்டிக்கார வக்கீல், டாக்டர் ருடால்போ மொராண்டி என்ற பொருளாதார நிபுணர், அலிஜிஸாஸ¬ என்ற சித்திரக்காரர், அன் டொலினி என்ற இலக்கிய விமர்சகர், டாக்டர் மாலாகூகினி என்ற அறிஞர் முதலியோர். இந்த வழக்கில் எதிரிகளாகக் கொண்டுவரப் பட்டவர்களில் பலர் பேஸிஸ்ட் கட்சி அங்கத்தினர்கள். இவர்கள் பேஸிஸ்ட் சர்க்காரை எதிர்த்து அபேதவாதிகள், பொதுவுடைமை வாதிகள், குடியாட்சிக் கட்சியினர், லிபரல்கள் முதலியோரைக் கொண்ட ஒரு ஐக்கிய முன்னணி வகுக்க முயன்றதாகக் குற்றம் சாட்டப்பட்டனர். கியூஸ்டிஜியா லிபரேட்டா என்பது கட்சியின் பெயர். விசாரணை இரகசியமாக நடைபெற்றது. ஐந்து பேருக்கு 10 வருஷக் கடுங்காவல் தண்டனை விதிக்கப்பட்டது.

1937-ம் வருஷம் அக்டோபர் 14-ந் தேதி பொலோனாவைச் சேர்ந்த பதினான்கு தொழிலாளர்களின்மீது விசாரணை ஆரம்ப மாயிற்று. பதினேழு பேர் கைது செய்யப்பட்டனர். அவர்களில் மூவர் தப்பியோடிவிட்டனர். பொதுவுடைமைச் சபைகள் ஆரம்பித் ததாக இவர்களுக்குக் கடுமையான தண்டனை விதிக்கப்பட்டது.

இது கழிந்து மூன்று நாட்களுக்கு அப்புறம் டஸ்கனியில் விவ சாயிகள்மீது பேஸிஸ்ட் எதிர்ப்பு இயக்கம் ஆரம்பித்ததாக ஒரு பெரிய வழக்கு. இதே மாதிரி அக்டோபர் 22-ந் தேதி ஸார்டீனியாவில் இதே குற்றச்சாட்டின் பேரில் தொழிலாளர்கள் பலர் தண்டிக்கப் பட்டனர்.

1937 ஏப்ரலில் பெருகியா என்ற இடத்தில் மாணவர்களுக்கும் சர்க்காருக்கும் நிகழ்ந்த போராட்டத்தில் பலர் கைது செய்யப்பட்ட னர்; ஏராளமானவர்கள் களத்தில் பலியாயினர். காரணம் பேஸி ஸத்தின் எதிரியான ஆஞ்சலோனி, பிராங்கோவுக்கு எதிராகப் போரிட்டு, ஸ்பெயின் களத்தில் மடிந்த செய்தி கேட்டு இம்மாணவர் கள் அனுதாபம் காட்டி ஆர்ப்பாட்டம் நடத்தியதே.

'கியூஸ்டிஜியா லிபரேட்டா இயக்கம்' நாடெங்கும் பேஸிஸ்ட் வெறுப்பு விதைகளைத் துண்டுப் பிரசுரங்கள்மூலம் பயிரிடுகின்றது. அது பத்திரிகை ஒன்றையும் இரகசியமாக இன்னும் நடத்திக் கொண்டிருக்கிறது. இது மட்டுமா! ஜெர்மனியில் சுதந்திர ரேடியோ என்று ஒரு ரகசிய ஸ்தாபனம் இருப்பது போல இங்கும் ஒன்று இருக்கிறது. அதன் வயர்லஸ் கம்பிகளாக இருக்குமோ என்று ஊரிலுள்ள துணி காயப்போடும் கம்பிக் கொடிகள் எல்லாம் பரிசீலனை செய்யப்பட்டன.

முஸொலீனியின் பலம் இருக்கும்வரை எதிர்ப்பு இயக்கங்கள் நடுங்கிக் கிடக்கும். அப்புறம்? கேட்கவா வேண்டும்!

27. தூஸே - பூஹ்ரர் உறவு

ரோம் - பெர்லின் சம்பந்தம் தவளையும் எலியும் சேர்ந்து செய்துகொண்ட ஒப்பந்தமாகும். இந்தக் கூட்டுறவு-நாகத்துக்குப் பொதுவான எதிரி, தர்ம நியாயம் என்ற கருடன்தான். தம் நலன் களைப் பாதுகாத்துக்கொள்ள முயற்சிக்கும் ஜனநாயகங்கள் இந்தப் பகைவனுக்குத் துணைநிற்கின்றன.

முஸொலீனி - ஹிட்லர் கூட்டுறவு பரஸ்பர அவநம்பிக்கையில் பிறந்த இருப்புக் கவசம் போல் தோன்றும் ஜிகினாக் கடுதாசி. இருவருடைய உறுமல்களும் மற்றவர்களைப் பயமுறுத்தவே உப யோகப்படுத்தப்படுகின்றன. இருவரும் ஒருவரையொருவர் தட்டு மறித்தே வேலை செய்கின்றனர்.

ரோம் - பெர்லின் அச்சு சந்தர்ப்ப அவசியத்தால் பிறந்தது மட்டும் அன்று. முஸொலீனியின் ஏகாதிபத்திய ஆசைகளின் விளைவே அது. ஆனால் கூட்டுறவு தவளையும் எலியும் காலை மட்டும் கட்டிக்கொண்டது போல்தான். ஆனால் இம்மாதிரிப் பிணிப்பினால் லாபம் யாருக்கு என்று பார்க்கப்போனால் ஜெர்மனிக்குத்தான். முஸொலீனி எதற்குப் பயந்தானோ அதற்கு இடம் விட்டுக்கொடுக்க வேண்டியதாயிற்று. டால்பஸ் கொலையில் ஆரம்பித்த நாஜி வெள்ளம், ஷூஸ்நிக்கை வால்வெள்ளி போல் சர்வாதிகாரப் பதவியில் நிறுத்தி, அரசியல் விரோதிகளுக்கென்று நாஜிகள் விசேஷ கவனத்துடனும் சிரத்தையுடனும் அமைத்திருக்கும் ‘கான்ஸென்ட் ரேஷன்’ முகாமில் கொண்டுபோய்த் தள்ளியதுடன், ஆஸ்திரியா வையே கபளீகரித்துவிட்டது. நாஜி அலைகள் பிரன்னர் கணவாய் வரை வந்து மோத ஆரம்பித்ததுடன், முஸொலீனியின் அரசியல் கட்டுக்கோப்பிலும் அவை மோத ஆரம்பித்தன. 1936-ம் வருஷத்திலி ருந்து ரோம் - பெர்லின் அச்சு, பிரிட்டன் – பிரான்ஸ் என்ற இரண்டு சாம்ராஜ்யங்களையும் தாக்கிப் பலவீனப்படுத்தக் கெடுபிடியாக வேலை செய்துவந்தது. ஆனால் இதில் முஸொலீனியின் சேவை அப்படி அப்படித்தான். ஏனெனில், முஸொலீனியின் புது சாம்ராஜ் யம் பிரிட்டன் – பிரான்ஸ் இரண்டு கிட்டிகளுக்கிடையில் நல்ல வசமாக மாட்டிக்கொண்டிருந்ததால் அதில் அவ்வளவாக ஊக்கத்து டன் வேலை செய்ய முடியவில்லை. அதனால் பிரிட்டிஷாரிடம் குலாமாயிருந்தான். ஆஸ்திரியா விஷயத்தில் ஹிட்லர் தனக்கு ஏதோ பெரிய பங்கு கொடுப்பான் என்று முஸொலீனி நம்பியிருந் தான். அதுவும் மண்ணாயிற்று. ஸ்பெயினில் அவன் ஹிட்லருடன் சேர்ந்து செய்த வேலை வெகுகஷ்டத்தின்பேரில் பிராங்கோவைப் பதவிக்குக் கொண்டுவந்ததே தவிர நல்ல லாபகரமான அம்சங்களை நாஜிகள் வசம் சேர்ப்பித்தது. இவ்விரண்டு ஏமாற்றமும் இந்தச் சகபாடிகள் நிலைமையைத் தெரிவித்துவிட்டது என்றாலும் யுத்தந் தான் சாயத்தைப் பூரணமாக வெளுக்க வைத்தது.

தேவைகளை — அன்றாடத் தேவைப் பொருள்களை — இலட்சிய மாக்கிய பெருமை இந்த மிஷின் யுகத்தின் கைங்கரியம். அந்த இலட்சியத்தின் தர்க்க முடிவு எல்லோருக்கும் சாப்பாடு கிடைக்கும் படி செய்வதே. அது இவ்வுலகத்தில் மோட்ச சாம்ராஜ்யத்தை ஸ்தாபிப்பது என்ற பொதுவுடைமை சித்தாந்தத்தில் வந்து முடி வடைந்தது. இந்த உபாக்கியானத்தின் கிளைக் கதைகள் நாஸ்திகம், பொருளாதார அடிப்படையுடன் சரித்திரத்தை வியாக்கியானம் செய்தல் முதலியவை. இவற்றை ஆதாரமாகக் கொண்ட ஒரு கட்டுக்கோப்பு ருஷியாவில் எழுந்தது. அங்கு அது எழுவதற்கு முன்னும் பின்னும் அதன் சீடர்கள் உலகில் பல நாடுகளுக்கும் சென்று சமுதாயத்தின் ஜீவப் பிண்டத்தைப் பாதித்து வந்தனர். இதற்குத்தான் முதலாளித்துவ சர்க்கார்கள், 'பொதுவுடைமை அபா யம்', 'போல்ஷிவிக் ஆபத்து', 'சிவப்புப் பயங்கரம்' என்ற பெயர்களைக் கொடுத்தார்கள். வெர்ஸேல்ஸ் உடன்படிக்கை ஐரோப்பிய மன நிலையைப் பெரிய கலக்குக் கலக்கியது போல அது சமுதாய அமைப்பிலும் பெரிய மாறுதல்களை உண்டுபண்ணிற்று. சோனியாக மெலிந்து வந்த முதலாளித்துவம், தன்னைப் பாதுகாத்துக்கொள்ள, மிகுந்த பயத்துடன் பெற்ற குழந்தைதான் இந்த பேஸிஸமும் நாஜிஸ மும். ஐரோப்பாவிலோ மற்ற இடங்களிலோ சிறிய நாடுகள் சுதந் திரத்தைக் காப்பாற்றிக்கொள்ள வேண்டுமெனில் ராட்சசத் தன் மையைப் படைத்தால்தான் முடியும் என்பதை இந்த அரசியல் உற்பாதங்கள் நிரூபித்தன. இவை தம்மைப் பலப்படுத்திக்கொள்ள அயல்நாடுகளில் புல்லுருவி போல் பாய்ந்து, அவற்றை நாசமாக்கப் பொதுவுடைமைவாதிகளின் வழிகளையே பின்பற்றின. இப்படியாகப் பொதுவுடைமை அபாயத்துடன் பேஸிஸ்ட் - நாஜி அபாயங்களும் சம்பவிக்கலாயின. மிஷின் யுகத்தின் இரண்டு சாயைகள்தான் பொதுவுடைமை, பேஸிஸ்ட் தத்துவங்கள்.

பேஸிஸ்டுகள், மனித சமூகத்திற்கு இன்று ஏற்பட்டுள்ள ஆபத்துக் கள் எல்லாவற்றிலும் முதன்மையான கோர ஆபத்து பொதுவுடை மையே என்று கூறி அதைச் சபிக்கிறார்கள். இந்நூலின் ஆரம்ப அத்தியாயங்களில் கூறியுள்ளபடி எல்லா ஜனங்களுக்கும் ஆளச் சக்தி கிடையாது என்றும், சிலரே ஆளப் பிறந்தவர் என்றும், சாமர்த்தியமுள்ள ஒரு சிலர் கைக்குள்ளேயே சர்க்கார் இயந்திரம், சமூகம் எல்லாம் சிக்கியிருந்தால்தான் தேசத்திற்கு க்ஷேமம் என்றும் அவர்கள் விவாதிக்கிறார்கள். ஆனால் பொதுவுடைமைவாதிகளோ, பேஸிஸம் ஒன்றும் புதிதில்லையென்றும், சாகக்கிடக்கும் முதலாளித்து வமே கடைசியாக அந்த ரூபத்தில் தோன்றியிருக்கிறதென்றும், பேஸிஸ்ட் - நாஜி உறுமல்களெல்லாம் முதலாளித்துவத்தின் கடைசி விக்கல் என்றும் சொல்லுகிறார்கள்.

நிற்க. 1937-ம் வருஷத்திலிருந்து முஸொலீனி ராஜ்யத்தின் விவகாரப் போக்கை வெகு சுருக்கமாகக் கவனிப்போம். இத்தாலியின் வெற்றி இதர பேஸிஸ்ட் நாடுகளுக்குத் தெம்பையூட்டிவிட்டன. ஜப்பான்

சீனாவில் வெறும் 'சம்பவங்கள்' என்ற நாமதேயத்தில் நடைபெறும் கபளீகர வித்தையை ஆரம்பித்தது. பாலஸ்தீனத்தில் இத்தாலியப் பிரசாரத்தால் கலகம் கொழுந்துவிட்டு எரிந்தது. பிரேஜில் முதலிய அரைகுறை பேஸிஸ்ட் நாடுகள் தாம் ஜனநாயக சர்க்கார்களிடமிருந்து வாங்கிய கடன்களைத் திருப்பிக் கொடுக்க மறுத்தன. பிரான்ஸில் இத்தாலிய ஜெர்மன் பயங்கர இயக்கத்தினரின் நடமாட்டம் கண்டு பிடிக்கப்பட்டது. பிரிட்டனும், அமெரிக்காவும் ஆசியாக் கண்டத்தைக் கப்பல் படைகள் கொண்டு தாக்கிக் கைப்பற்றுவதாகச் சுவரொட்டி விளம்பரங்கள்மூலம் பேஸிஸ்ட் பிரசாரம் செய்யப்பட்டது.

திடுதிப்பென்று 1938 மார்ச் 11-ம் தேதி ஆஸ்திரிய ஷூஸ்நிக் விவகாரம் முடிவு கட்டப்பட்டது; அதற்கடுத்த மைல் கல்லான செக் நாட்டை நோக்கிப் புறப்பட்டது ஹிட்லரின் ஆசைவெறி. இச்சமயத்தில்தான் ஹிட்லர் - முஸொலீனி உறவு மிகவும் நெருக்கமாயிற்று. முஸொலீனி தன் சகாவின் முயற்சிக்கு அங்கீகாரமளித்தான். அதிலிருந்து இருவரும் ஒன்றாகப் பிளான் போட ஆரம்பித்தனர். அந்தப் பிளான் மூனிக் ஒப்பந்தம்வரை வெற்றிகரமாக மேலேறிச் சென்றது. அவ்வருஷம் செப்டம்பர் 18-ந் தேதி முஸொலீனி 'போபோலோ டி' இத்தாலியா' பத்திரிகையில், அச்சமயம் செக்கோவில் இருந்த லார்ட் ரன்ஸிமானுக்கு ஒரு பகிரங்கக் கடிதம் விடுத்தான். அதில் அவன் பின்வருமாறு கூறியிருந்தான்:

"30 லட்சம் செக் மக்களைத் தன் ஆதிக்கத்திற்குள் கொண்டுவர ஹிட்லர் முயன்றால் ஐரோப்பாவில் யுத்தம் ஏற்பட்டுவிடும் என்று சொல்லலாம். ஆனால் 30 லட்சம் செக் மக்களை யார் கொடுத்தாலும் தற்போது ஹிட்லர் ஏற்கத் தயாராக இல்லை என்பதை இக்கட்டுரை எழுதியவர் நிச்சயமாகக் கூற முடியும்."

இதற்கப்புறந்தான் சர்வாதிகாரிகளைத் திருப்தி செய்விக்கும் கொள்கையைக் காரியாம்சத்தில் நடத்திய பிரிட்டிஷ் பிரதம மந்திரி ஹிட்லரை முதல்முதலாகச் சந்திக்க உத்தேசித்தார். இதற்கப்புறந்தான் முஸொலீனியின் ஒத்தாசையால் நான்கு வல்லரசுகளின் கட்சி பிறந்தது. ஜெர்மன் பத்திரிகைகள் கிறிஸ்மஸ் பண்டிகைக்குள் ஹிட்லர் பிரேக் நகரத்தில் இருப்பான் என்று பெருமையடித்துக்கொண்டன. பால்கன் வல்லரசுகள்மீது யார் ஆதிக்கம் செலுத்துவது என்பது வெகுவாக வற்புறுத்தப்பட்டது. இரண்டு தலைவர்களின் ஒப்பந்தத்தின்படி டான்யூப் நதிக்குத் தெற்கே உள்ள பகுதிகள் யாவும் இத்தாலியின் ஆதிக்கத்திற்குள் வந்துவிட வேண்டுமாம்.

இச்சமயத்தில் செக் நாட்டின் நிலைமையைச் சிறிது கவனிப்போம். செக் நாடு யுத்தத்தில் முளைத்த காளான். இதன் பாதுகாப்பில் பிரான்ஸிற்கு ஒரு தனிச் சிரத்தை உண்டு. அந்நாட்டுக்கு இருந்துவரும் நிரந்தரமான ஜெர்மன் கிலியைத் தேக்கும் அரண் செக் நாடு. பிரான்ஸ் தன் எல்லையில் அமைத்த மாகினோ அரண் தொடர்ந்து செக் நாட்டையும் வளைந்து காவல் புரியும்படியாக அமைந்திருக்கிறது. செக் நாடு விழுந்தால் ஜெர்மன் வெற்றி மாகினோ அரணில்

வந்து மோதும். இதற்காக பிரான்ஸ் அந்நாட்டுடனும் ருஷியாவுடனும் ஒரு பாதுகாப்பு ஒப்பந்தம் செய்துகொண்டிருக்கிறது. ஜெர்மன் படையெடுப்பு ருஷ்ய சிரத்தையை அதிகப்படுத்துவதால் தன் பொறுப்புக் குறையும் என்பதே அதன் நோக்கம். தப்ப வேண்டும் எனில் ருஷிய ஒப்பந்த வாசகம் தெளிவானதாக இல்லை என்று சொல்லித் தப்பித்துக்கொள்ளவும் செய்யலாம்.

இதே சமயத்தில்தான் ஸ்பெயின் போர் பேஸிஸ்ட் அபேதவாத மோதல்களின் அரங்காகிவிட்டது. ஜெர்மனியும் இத்தாலியும் இரகசிய மாகப் படைத்துணை அனுப்பியது, பயத்தால் தம்மைப் பாதுகாத்துக் கொள்ள முயலும் ஜனநாயக வல்லரசுகளின் பீதியை எழுப்பிற்று. ஸ்பானிய யுத்தத்தை அந்த நாட்டின் உட்சண்டையாக்கி, அந்த வியா தியை வெளியில் பரவவொட்டாமல் தடுத்துவிட விரும்பிய பிரிட் டன், இத்தாலி ஜெர்மனி இவற்றுடன் பேச்சு வார்த்தை நடத்தியது. ஸ்பானிய அரங்கத்தில் தலையிடாது விலகியிருப்பது சம்பந்தமாக முஸொலீனி ஒரு நடுநிலைமைத் திட்டம் வகுத்தான். அதை நடத்த வேண்டியது ஒரு கமிட்டி என்றான். செப்டம்பர் மாதம் முதல் கூட்டம் நடைபெற்றது. இருபத்தாறு வல்லரசுகள் அந்தக் கூட்டத்திற்கு வந்தன. கூட்டம் முடிந்து இரண்டு வாரத்திற்குள் மாட்ரிட் நகர் வெடி குண்டு வீச்சில் இத்தாலிய ஜெர்மன் விமானங்கள் பங்கெடுத்துக் கொண்டன. இப்படியாகப் பட்டவர்த்தனமாக நடத்தப்பட்ட சதி ஸ்பெயினை ஜெனரல் பிராங்கோ கையில் சிக்க வைத்தது.

இப்படியிருக்கையில், முஸொலீனியின் ஜெர்மன் சகா ஸுடேட் டன் ஜெர்மன் பிரச்னையைக் கிளப்பிவிட்டான். செக் எல்லைக்குள் ஜெர்மானியர் 'சிக்குண்டு எல்லையற்ற கஷ்டங்களைச் சகித்து வாடுவது' ஜெர்மன் பத்திரிகைகளின் தந்தி ஓவியமாகத் திகழ்ந்தது. ஹிட்லர் ஸ்கோடா ஆயுதச்சாலை உள்ள பிரதேசத்தைக் கபளீகரிக்க 'நியாயமான' காரணங்கள் கண்டுபிடித்தான்.

ஜனநாயக வல்லரசுகள் திருப்தி செய்விக்கும் கொள்கையில் முனைந்தன. பிரிட்டிஷ் பிரதம மந்திரி ஸ்ரீ நெவில் சேம்பர்லேன் யுத்தத்தை ஒத்திப்போடுவதற்குத் தூது சென்றார், பேசினார், திரும்பினார்; மறுபடியும் தூது சென்றார். தலைவாசல்வரை வந்த வெள்ளத்தைத் தடுக்கும் முயற்சியில் ஈடுபட்டார். பிரெஞ்சுப் பிரதம மந்திரி டலாடியர், ஸ்ரீ சேம்பர்லேனுக்கு ஒத்துப் பாடினார். திருப்தி செய்துவிட்டால் ஹிட்லர் பேசாமலிருந்துவிடுவான் என்ற நம்பிக்கை இருந்தது. முஸொலீனி, ஜெர்மன் சகாவின் ஆசையைப் பூர்த்தி செய்துவைக்கும் தரகனாகப் பரிணமித்தான். ஜனநாயகங்களை மிரட்டுவதும் உள்ளுக்குள் புழுங்கிக்கொள்ளுவதுமே அவன் செய்த வேலைகள். ஜெர்மனியின் வாக்குறுதி எவ்வளவு தூரம் நிலை நிறுத்தப்படும் என்பது அவனுக்குத் தெரியும்.

ஜனநாயக வல்லரசுகள் ஜெர்மனியைச் சுற்றி வளைக்கும் கொள் கையில் முனைவதாகப் புகார் செய்யப்பட்டது. அச்சு பொதுவு டைமை எதிர்ப்புக் கூட்டுறவாக மாறியதாகச் சொல்லிக்கொள்ளப்

பட்டது. இவ்வாறு நயத்திலும் பயத்திலுமாக ஜனநாயக சர்க்கார் களுக்குக் கொடுக்கப்பட்ட 'சர்வாதிகாரப் பேதி மாத்திரை'யின் விளைவே மூனிக் ஒப்பந்தம்.

திருப்தியளிக்கும் கொள்கை பூரணமாகப் பரிணமித்தது அந்த மூனிக் நகரில்தான். நாஜிச் சரித்திரத்தில் மூனிக் முக்கிய ஸ்தானம் பெற்றிருக்கிறது. ஹிட்லரின் கொள்கை, முளைவிட்டுத் தழைக்கச் செங்குருதி நீர் தேக்கி, செம்மையான உடல்-உரம் இட்டு வரம்பு கோலப்பட்ட பண்ணை அதுவேயாகும். நாஜி வெள்ளத்தைத் தேக்கும் நாடகம் அங்கு படாடோபமாக நடத்தப்பட்டது. ரத்தத்தில் சரித்திரம் எழுதப்பட்ட அந்நகரில், மறுபடியும் கறுப்பு மையில் சமாதான ஒப்பந்தம் எழுதப்பட்டது. முதலில் நகருக்கு வந்தவன் முஸொலீனி. அடுத்தபடியாக, பிரெஞ்சுப் பிரதம மந்திரி ஸ்ரீ டலாடியர் விமானத்தில் வந்திறங்கினார். அடுத்தபடியாக ஸ்ரீ சேம்பர்லேனும் அவருடைய ஆலோசனை நிபுணர்களும் வந்திறங்கினார்கள்.

ஜெர்மன் தேசீய கீதங்கள் முழங்க யாவரும் ஜெர்மன் சர்வாதி காரியின் மாளிகைக்கு அழைத்துச் செல்லப்பட்டனர். மகாநாடு பகல் ஒரு மணிக்கு ஆரம்பமாயிற்று. முதல் கூட்டம் இரண்டு மணி நேரம் நடந்தது. ஜெர்மன், இத்தாலிய அந்நிய நாட்டு மந்திரிகள் கூட்டத்திற்கு வந்திருந்தனர். அடுத்த கூட்டம் பிரிட்டிஷ், பிரெஞ்சு மந்திரிகளுக்குள்; புதிதாக எல்லை கோலப்படும் செக் நாட்டின் பொருளாதார, அரசியல் நலங்களின் பாதுகாப்பு சம்பந்தமாகப் பரஸ்பரம் வகுத்திருந்த திட்டங்களைப் பரிசீலனை செய்தார்கள்.

சமரசப் பேச்சுக்களில் முஸொலீனி சமாதானத் தரகனாக இருந்து பேச்சுக்கள் முறிந்துபோகாமல் முட்டுக்கொடுத்து முடித்து வைத்தான். 1938-ம் வருஷம் செப்டம்பர் 29-ம் தேதி பிரிட்டன், பிரான்ஸ், ஜெர்மனி, இத்தாலி ஆகிய நான்கு நாடுகளும் செக் நாட்டைக் 'காப்பாற்றும்' சமரச ஒப்பந்தத்தில் கையெழுத்திட்டன.

இது தவிர, ஐரோப்பிய சமாதானத்திற்கு பிரிட்டிஷ் - ஜெர்மன் உறவு அவசியம் என்பது ஒப்புக்கொள்ளப்பட்டு, ஒரு கடுதாசியில் கையெழுத்தும் இடப்பட்டது. 'ஆங்கிலோ ஜெர்மன் கடற்படை ஒப்பந்தம் இவ்விரு வல்லரசுகளும் பரஸ்பரம் போர் தொடுக்க விரும்பாதிருப்பதின் அறிகுறி' என்று கூறும் இவ்வொப்பந்தத்தில் ஹிட்லரும் சேம்பர்லேனும் 1938 செப்டம்பர் 30-ம் தேதி கையெழுத் திட்டனர்! அடுத்த வருஷம் அதே மாதம் முதல் தேதி என்ன நடக்கப் போகிறது என்பது இரு தலைவர்களுக்கும் தெரியும்.

1939 மார்ச் 15-ம் தேதி மூனிக் ஒப்பந்தம் வெற்றுக் கடுதாசியாகி விட்டது. செக் நாடு ஜெர்மன் ரீஷ் ராஜாங்கத்தின் ஒரு பகுதியாயிற்று. அதன் தலைவர் டாக்டர் எட்வர்ட் பினேஷ் நாட்டைவிட்டு நடையைக் கட்ட வேண்டியதாயிற்று.

○

28. அல்பேனியா

முன்னால், ஒரு கறுப்புக் கிறிஸ்தவ மன்னர், சர்வதேச சங்கத்தையும் அரசியல் அரங்கின் நியாய தர்மப் பகட்டு வார்த்தைகளையும் நம்பியதால் நாடு நகரங்களை இழந்து ஓடவேண்டியதாயிற்று.

அதே போல், ஒரு வெள்ளை முஸ்லீம் மன்னர், எவ்வளவுதான் மானத்தையும் அதிகாரத்தையும் விட்டுக்கொடுத்துவிட்டு இருந்தும், கடைசியில் அவரும் வெளியே புறப்பட வேண்டியதாயிற்று. இவை இரண்டும் இத்தாலிய சர்வாதிகாரியின் கைங்கரியத்தால் நிகழ்ந்தவை.

1936-ம் வருஷம் ஹெய்லி ஸெலாஸி அபிஸீனியாவைவிட்டு வெளியேறினார். 1939-ம் வருஷம் ஏப்ரல் மாசம் 8-ம் தேதி அல் பேனியா இத்தாலிய நாடாயிற்று. . . .

'இது ரோம் - பெர்லின் அச்சின் பலத்தைக் காட்டவில்லை; பலவீனத்தையே காட்டுகிறது' என்று (லண்டன்) டௌனிங் தெரு ஆலோசனை நிபுணர்கள் ஸ்ரீ நெவில் சேம்பர்லேனுக்குத் தெளி வாக்கினார்கள்.

விஷயந் தெரிந்தவர்கள், பெர்லின் தூண்டியதாலேயே ரோம் அல்பேனியாவை விழுங்கியது என்றனர். முதலில், ஐரோப்பாவின் தென்கிழக்குப் பகுதியில் நாஜிகள் ஆதிக்கம் அதிகமாகிவிடாமல் தடுக்கவே தூஸே இம்மாதிரிப் போர் முரசறைந்தான் என்று நினைத்தார்கள். பின்னர்தான் இது பெர்லின் வைத்த வேட்டு என்பது தெளிவாயிற்று.

ரோம் - பெர்லின் அச்சு என்ற கம்பெனி அதன் ஒரு பங்காளியான ஹிட்லருக்கே 'டிவிடன்ட்' கொடுத்து வருகிறதைக் கண்டு, மற்றொரு பங்காளியான முஸொலீனி குறைப்பட்டுக்கொண்டான். பொஹீமியா, மொரேவியா, மெமல் முதலிய நாடுகள் ஜெர்மனியின் வசமாவது கண்டு, முஸொலீனி, "இந்த வியாபாரம் வேண்டாம்!" என்றானாம்.

ஜெர்மனியிலுள்ள இத்தாலிய ஸ்தானீகர் ஆட்டோலிக்கோ மூலம் அல்பேனிய ஆக்கிரமிப்பை ஆதரிப்பதாக ஹிட்லர் சொல்லி யனுப்பினான்.

ஜெர்மன் அயல்நாட்டு மந்திரி வான் ரிப்பன்டிராப் இதனால் உலகச் சண்டை எழுந்துவிடாது என்று உறுதி கூறினான். அதற்கு அவன் கூறிய காரணங்களில் ஒன்று பிரிட்டன் யுத்தத்திற்குத் தயாரில்லை என்பது; இரண்டாவது, அல்பேனியா வெகுகாலமாகவே இத்தாலியின் கைக்குள் சிக்கிக்கிடப்பதால் அது ஆங்கிலோ - இத்தாலிய ஒப்பந்தத்தை மீறியதாகக் கருதப்படமாட்டாது என்பது.

முஸொலீனிக்கு இன்னும் ஒரு பயமும் இருந்தது. சகாவின் கருத்திற்கு மாறாக நடந்தால் அவன் ருமேனியா மூலம் கருங்கடலை எட்டிக் கிழக்கே இத்தாலியக் கடற்படை பலத்தை ஒன்றுமில்லாது ஆக்கிவிடலாம்.

முதலில் மருமகன் ஸியானோ மூலம் கலகம் செய்யும்படி அல்பேனியத் தலைவர்களுக்குப் 'பணமுடிப்பு' அனுப்பப்பட்டது. பணம் போனதுதான் மிச்சம். யாரோ அதைத் தட்டிக்கொண்டு சென்று அமுக்கிவிட்டார்கள். பின்பு ஜெனரல் கூஜானி மூலம் படை சென்றது....

இப்படி இத்தாலிய நாடான அல்பேனியாவின் கதை மகாயுத்த காலத்திலிருந்தே ஆரம்பிக்கிறது. இத்தாலியர் வலோனா துறை முகத்தைக் கைப்பற்றியதிலிருந்து அல்பேனியாவைத் தம் காலடிக் கீழ்க் கொண்டுவந்தனர். முதலாவது ஜோகு என்ற பெயரில் முடி யிழந்த மன்னன் அந்தக் காலத்தில் அஹமத்பே ஜோகு என்ற வெறும் கிளர்ச்சிக்கார வாலிபனாக அலைந்தான். பிஷப் வான் நோலியின் ஆட்சியைக் கவிழ்த்துச் சர்வாதிகாரியானான். முஸொலீனியின் அதிகாரம் அவனை அவ்வாறு ஆக்கியது. 1925-ம் வருஷம் அல்பேனிய 'நாஷனல் பாங்கி' இத்தாலிய மூலதனத்தைக் கொண்டு ஆரம்பிக்கப் பட்டது. பாங்கியின் தலைமைக் காரியாலயம் அல்பேனியாவின் தலைநகரான டிரானாவில் இருந்தாலும் அது ரோமாபுரியின் சொற் படிக்கே ஆடியது. அல்பேனியப் பொருளாதார அபிவிருத்திக்கென்று ஒரு சங்கம் அமைக்கப்பட்டது. அதன் வேலை இத்தாலியத் துருப்புக் களை யூகோஸ்லேவிய எல்லைகளுக்கு இலகுவில் கொண்டுசெல்லு வதற்கு வசதியான ரஸ்தாக்கள், துறைமுகங்கள் முதலியன அமைப் பதே. பேரேட்டில் அல்பேனியா பற்று என்று எழுதி, இத்தாலி தனக்குச் சௌகரியமான வசதிகளையெல்லாம் செய்துகொண்டது. அல்பேனியத் தலைநகரிலிருந்த இத்தாலிய மந்திரி பேரன் அலாய்ஸி, பிரமாத ராணுவ பலம் தருவதாகச் சொல்லி ஆசைகாட்டி, அஹ்மதை ஓர் ஒப்பந்தத்தில் கையெழுத்திட வைத்தான். 1926 நவம்பர் 27-ம் தேதி வற்புறுத்தலின்பேரில் வாங்கப்பட்ட இந்தக் கடுதாசியின்படி அல்பேனியாவில் உள்நாட்டுக் கலகம் ஏற்பட்டால் தலையிடும் அதிகாரத்தை இத்தாலி பெற்றது. இப்படி முறிச்சீட்டு எழுதிக் கொடுத்த சர்வாதிகாரிக்கு 'மன்னன்' என்ற கௌரவம் அளிக்க இத்தாலி இசைந்தது. 1928-ம் வருஷம் அஹ்மத் ஜோகு, ராஜாளி வம்சத்து முதலாவது ஜோகு என்ற பெயருடன் சிம்மாசனம் ஏறினான். கடனும் அதிகமாக ஏறிற்று. முஸொலீனியின் திட்டங்களுக்கு வசதியாக இருக்க தூராஜோ துறைமுகம், இத்தாலியக் கடற்படை முழுவதுமே அடங்கத் தக்கபடி விஸ்தரித்துக் கட்டப்பட்டது. புதிதாக மன்னனான ஜோகுவுக்கு மண்டைக் கிறுக்கு ஏற்படாதபடி நாட்டில் கலகத்தை நயமாக வளர்த்து வந்தது இத்தாலியப் பிரசாரம். சுருங்கக் கூறுமிடத்து அல்பேனியா பால்கன் எல்லைகளில் இத்தாலிய ஏகாதிபத்தியத்தின் முதல் பாசறையாயிற்று. அங்குள்ள இத்தாலிய ஸ்தானீகர் அந்நாட்டின் கவர்னர்தான்; அது உண்மையில் இத்தா லியக் காலனிதான். 1931-ம் வருஷம் அதன்மீது சுமத்தப்பட்ட மற்றொரு உடன்படிக்கைப்படி அந்நாட்டின் பொருளாதார நலன் களும் சுரண்டப்பட்டன.

அல்பேனியாவில் 'மன்னர்' ஆட்சிக்கும், அவன் முஸொலீனிக்கு அடிமைப்பட்டு கிடப்பதற்கும் பலமான எதிர்ப்பு இருந்துவந்தது. 1937-ம் வருஷம் ஈடம் டோடோ ஒரு புரட்சி நடத்தினான். அது அடக்கப்பட்டது; அவன் கொல்லப்பட்டான். பிறகு அவன் ஸ்தானத் திற்கு டியூடர் கியான்லேகா என்பவன் வந்து தீரமாகப் போராடி னான். அதன் விளைவு நாட்டின் விவசாயிகளுக்குச் சுமை ஏறியதே.

முஸொலீனி, திருமணம் மூலம் அல்பேனியாவை இத்தாலியுடன் பிணித்துவிட விரும்பினான். விக்டர் இமானுவலின் கடைசி மகளான இளவரசி மேரியாவை ஜோகுவுக்குக் கலியாணம் செய்ய முனைந் தான். ஆனால், 1938-ம் வருஷம் ஏப்ரலில் ஹங்கேரிய கவுண்டஸான ஜெரால்டைன் அப்போனியி என்ற அழகியைக் கலியாணம் செய்து கொண்டான் அஹ்மத். இந்த ஏமாற்றம் கலியாணத்திற்குக்கூடப் போகவொட்டாது செய்துவிட்டது முஸொலீனியை.

பின், மனைவி கருவுற்றதை இரகசியமாகக் காப்பாற்றி வந்தான் ஜோகு. ஆறு மாதங்கள்வரை, "அப்படியல்ல; எனக்குத் தெரியாது!" என்றெல்லாம் சொல்லிவந்தான். எத்தனை நாள்தான் மறைக்க முடியும்!

1939-ம் வருஷம் ஏப்ரலில் ஓர் ஆண் குழந்தை பிறந்தது. அதற்குச் சிக்கந்தர் என்று பெயரிட்டு முஸ்லிம் சம்பிரதாயப்படி வளர்க்கப் போவதாக முரசறைந்து பிரஜைகளைத் திருப்தி செய்தான் ஜோகு. சிக்கந்தர் ஜாதக விசேஷம், பிறந்த இரண்டாம் நாள் அப்பாவையே முடிதுறந்து நாட்டைவிட்டு ஓடும்படி செய்துவிட்டது.

திடீரென்று இத்தாலியின் நிபந்தனைகள் வந்தன. அவை வருமாறு:

1. இஷ்டமான சமயத்தில் அல்பேனியாவுக்குள் துருப்புக்களை அனுப்ப உரிமை.

2. கோட்டை கொத்தளங்கள், ரஸ்தாக்கள், பாலங்கள், துறை முகங்கள் இவைகளைக் கண்காணிக்க உரிமை.

3. அல்பேனியாவில் உள்ள இத்தாலியர் யாவருக்கும் சர்க்கார் நிர்வாகத்தில் பங்கெடுத்துக்கொள்ள உரிமை.

4. அல்பேனிய மந்திரிகளாக இத்தாலியத் தலைமைக் காரியதரிசி களை நியமிக்க உரிமை.

நிபந்தனைகளைக் கோபாவேசத்துடன் நிராகரித்துவிட்டு, 'உடல் பொருள் ஆவி' மூன்றையும் கொடுத்துப் போராடப் போவதாகப் பிரஜைகளுக்கு ரேடியோச் செய்தி அனுப்பினான் ஜோகு. வெகு நேரம் காத்திருக்கும் தொந்தரவு அவனுக்கு ஏற்படாது போயிற்று.

திபுதிபுவென்று இத்தாலியப் படைகள் வந்திறங்கின. விமானங்கள் வட்டமிட்டன. துராஜோ துறைமுகத்தில் இத்தாலியச் சண்டைக் கப்பல் துருப்புக்களை இறக்க வசதி செய்யும்படி விளக்குகள்மூலம் சமிக்ஞை செய்தது. அதை மறுப்பது போல அல்பேனிய ராஜாளிக் கொடி சுங்கக் கட்டடத்தின்மீது உயரப் பறந்தது. சில நிமிஷங்களில் வெடிகுண்டுகள் சரமாரியாக விழ ஆரம்பித்தன.

ஜோகுவின் இள மனைவி இருட்டோடு இருட்டாக இரண்டு நாள் சிசுவுடன் பல்லக்கில் வைத்து ஆம்புலன்ஸ் வசதியுடன் இரகசியமாகக் கிரேக்கச் சிற்றூரான பிளாரினாவுக்கு எடுத்துச் செல்லப்பட்டாள். அவளும் மன்னனுடைய ஆறு சகோதரிகளும் அங்கிருந்தனர்.

சான் கியவானி, துராஜோ, வலோனா, சாண்டி குவாரன்டா — யாவும் ஜெனரல் கூஜானி கைவசமாயின.

ஜோகுவின் சர்க்கார் எல்பானியன் என்ற சிற்றூருக்கு ஓடியது.

மறுநாள் காலை, அல்பேனியத் தங்கத்துடன் ஜோகு, பிளாரினா வுக்கு வந்துசேர்ந்தான்....

டிரானாவில் ஸியானோ விமானம் வந்திறங்கியது. போராட்டம் நின்றது. ஜோகு நாடுகடத்தப்பட்டதாகப் பிரகடனம் செய்யப்பட்டது. அல்பேனியா, பெயரளவில் தனிநாடாக இருந்தது போய், பெயரிலும் இத்தாலிய நாடு என்று பிரகடனம் செய்யப்பட்டது.

○

29. 1939 செப்டம்பர் முதல் தேதி

1939-ம் வருஷம் செப்டம்பர் மாதம் முதல் தேதி யுத்தம் ஆரம்ப மாயிற்று.

ஹிட்லர், தன் நோக்கங்களைச் சமரசப் பேச்சுக்களின்மூலம் தீர்த்துக்கொள்ள முடியாது என்று சொல்லி, போலந்தின்மீது போர் தொடுக்கும்படி ரீஷ்வர் படைகளுக்கு உத்தரவு போட்டான். அச்சின் பங்காளியான ஒருவன் போர் தொடங்கிவிட்டான். அடுத்தவன் போக்கு என்ன?

ஒருவன் மத்திய ஐரோப்பாவில் வேட்டு வைத்து ஐரோப்பிய சுதந்திரத்தையும் சமாதானத்தையும் காற்றில் பறக்கவிடும்பொழுது, மற்றவன் மத்தியதரைக் கடலைக் கலக்கி, எடுத்துக்கொண்ட காரி யத்தைப் பரிபூரணமாக முடித்து வைப்பான் என்று எதிர்பார்க்கப் பட்டது.

ஆனால் அப்படி நிகழவில்லை.

1914-ம் வருஷத்து மகாயுத்தம் முஸொலீனியை ஐரோப்பிய அரசியலில் கொண்டுவந்துவிட்டது.

1938 - ம் வருஷத்து யுத்தத்தில் அவன் வெகுவாக எதிர்பார்க்கப் பட்டான். அவன் வரவில்லை. அச்சு - வல்லரசுகள் பரஸ்பரம் குழைந்துகொண்டதையும் பரிமாறிக்கொண்டதையும் கண்டவர் களுக்கு அது அதிசயமாகத் தோன்றும். 1939 மே 23 - ந் தேதி ஜெர்மனியும் இத்தாலியும் செய்துகொண்ட ராணுவ ஒப்பந்தம்

என்னவாயிற்று என்பது சிந்திக்கத்தக்கது. இத்தாலிய - ஜெர்மன் ராணுவ ஒப்பந்தம் பீதியடிக்க வைத்தது எனினும் முஸோலீனியின் பேச்சு யுத்தத்தில் இறங்க அவன் தயாராக இருப்பதைக் காட்ட வில்லை. ஒப்பந்தம் ஏற்படுவதற்கு இரண்டொரு தினங்களுக்குமுன் அவன் டூரின் நகரில் செய்த பிரசங்கம், ஊன்றிப் படிப்பவர்களுக்கு அச்சின் உறவு தளர்ந்துவிட்டதையே காட்டும்.

டான்ஸீக் பிரச்னைமூலம் குழப்படி ஏற்படுத்த முயன்ற ஹிட்லர், ஜனநாயக வல்லரசுகளைவிட, பொதுவுடைமை சர்க்காருடன் உறவு கொள்வதற்குத் தயங்கவில்லை என்பது இதற்கு ஒரு காரணமாக இருக்கலாம். உலகத்தில் பொதுவுடைமைப் பூண்டை அறவே களைவதற்குக் கங்கணம் கட்டிக்கொண்டிருக்கும் பேஸிஸம் அதற்குத் தயாராக இல்லை — ஏனென்றால், இந்தக் கூட்டுறவால் லாபம் இல்லை என்பதே காரணம்.

யுத்தம் ஆரம்பித்ததும், அச்சின் பலவீனத்தை வெளிக்காட்டிக் கொள்ள விரும்பாத ஹிட்லர், தான் தனது சகாவின் உதவியை நாடப் போவதில்லை என்று அறிவித்தான். அதற்கு மெட்டாகப் பதிலளித்துவிட்டு விலகியிருந்து அடையக்கூடிய நலத்தைப் பெற முயற்சித்தான் முஸோலீனி.

யுத்தம் முன்பு மாதிரி, குருக்ஷேத்திர பந்தாவில், சர்வ வல்லரசுகளும் கட்சி பிரிந்து பலாபலத்தைச் சோதித்துக்கொள்ளும் மோதலாக மாறவில்லை. யுத்தத்தை எதிர்நோக்கிய ரஸ்ஸல், ஹக்ஸ்லி முதலிய அறிஞர்கள் கூறியபடி, இந்த மகாயுத்தம் அவரவரிடம் அகப்பட்ட எல்லைகளை வளைக்கும் தனிச் சண்டைகளாகப் பிசுபிசுத்தே வருகின்றது. பொதுவாக, அதிகமான பொறுப்புக்களை வகிக்கும் வல்லரசுகள் ஏகோபித்து இதில் முனைவதால் ஏற்படும் அபாயங்களை அறிந்து அஞ்சுகின்றன என்பது இதற்கு முக்கிய காரணம். முதலில் போலந்துக் களத்தில் எல்லைச் சண்டையாகப் பிறந்தது, இப்போது பின்லாந்துக்கு அருகில் ருஷியா நடத்தும் போராட்டமாக மாறியிருக்கிறது. போலந்தில் நாஜிகள் நடத்தியதை இப்போது போல்ஷிவிக்கர் பின்லாந்தில் நடத்துகின்றனர்.

யுத்தமே தேசத்தின் ஜீவநாடி என்று வற்புறுத்திக்கொண்டிருந்த முஸோலீனி ஏன் இன்று விலகி நிற்கிறான் என்றால், அதில்தான் அவனுக்கு லாபம். இன்று யுத்த விமானங்கள் தயாரிக்கும் நாடுகளில் இத்தாலி அமெரிக்காவுக்கு அடுத்தபடியான ஸ்தானம் வகிக்கிறது. அதனால், விலகி நிற்பதன் மூலந்தானே வியாபாரம் நடத்த முடியும்!

இன்று இத்தாலி ஓர் ஏகாதிபத்திய நாடாகக் காட்சியளிக்கிறது. வரவும் செலவும் கட்டிப்போகாததால் ஏற்பட்ட கஷ்டங்கள் இது வரை தீர்ந்தபாடில்லை. அதைத் தீர்த்துவைப்பதற்கு இப்போது இத்தாலி வசமுள்ள காலனிகள் போதா. ஆனால், யுத்தத்தில் சேருவதால் ஒருவேளை வெற்றி கிடைக்கிறது என்றே வைத்துக் கொள்ளுவோம்; அப்பொழுது அதை அநுபவிக்க இத்தாலி இருக்க

வேண்டாமா? அதனால்தான் இன்று முஸொலீனி விலகி நின்று விமான வியாபாரம் செய்கிறான். யுத்தத்தால் என்ன லாபம்? 18-வது நூற்றாண்டு நபர் ஒருவன், "யுத்தத்தின் பலன்கள் விதவைகள், வரிகள், நொண்டிக் கால்கள், கடன்!" என்றானாம். இத்தாலி இவைகளைப் பெற விரும்பவில்லை.

○

30. வில்லும் விசையும்

ஒருவனை அளந்து நிறுப்பதற்கு அவனை வேறு யாருடனும் ஒப்பிட்டுப் பார்ப்பது தவறு. அவனுடைய வேலைகள், ஆசைகள், சாதனைகள் யாவுமே அளவுகோல்கள் — அவற்றின் பலன்கள், விளைவுகள் அல்ல.

ஏனெனில், இப்படித் தர்க்கரீதியாகச் சித்தாந்தப் பந்தாவில் வைத்து ஆராய்ந்தால்தான் முஸொலீனியின் பெருமை தெளிவுபடும். அவனுடைய பேச்சு, வேலைகள், சாதனைகள் — எல்லாம் சரித்திரப் படுதாவில் அவனுக்கு எதிராகச் சாட்சியமளிக்கின்றன.

அவனுடைய பேச்சு, பிரசங்கத்தில் அவனுக்கு இருக்கும் திறமையைக் காட்டுமே ஒழிய, ஆழ்ந்த சிந்தனையில் பிறந்த சித்தாந்தக் கட்டுக்கோப்பை வெளியிடாது. பேஸிஸம் புதிதாகப் பிறந்த தத்துவமல்ல; புராதன எதேச்சாதிகாரத்துடன் தற்போதைய மிஷின் யுகத்தின் அவசியத்திற்கேற்ப மனிதச் சிந்தனையையும் சுதந்திரத்தையும் நசுக்குவதற்காகக் கட்டிக் கோக்கப்பட்ட கடுதாசிக் குப்பையே அது.

தேசத்தின் ஜீவநாடி போர் என்றவன் பெனிட்டோ; இன்று போருக்கு ஒதுங்கி இருப்பவனும் அவனே!

அவனுடைய சாதனைகள் இத்தாலியை ஓர் ஏகாதிபத்தியமாக்கி விட்டிருக்கிறது என்றாலும் அது அவன் தேசநலத்தை விரும்பி நடத்திய காரியமன்று. அபிசீனியப் போரின் பொறுப்புக்களால் நசுங்கும் இத்தாலியரே இதற்குச் சாட்சி.

அன்று அவன் பொதுவுடைமைக் கட்சிக் காரியதரிசியாக போர்லியில் 'ஸ்டிரைக்' நடத்தியது முதல் இன்று இத்தாலிய சர்வாதிகாரியாக மனித நாகரிகத்தைப் பயமுறுத்திக் காரியங்கள் செய்துவரும்வரை எல்லாவற்றையும் சேர்த்துப் பார்த்தால் அவை யாவும் அவனது பௌருஷத்தின் போக்குவீடே ஒழியச் சமூகத்திற்குத் தனிமனிதன் செய்யக்கூடிய சேவையின் உயர்ந்தபட்ச அளவன்று.

அவன் செயல்கள், குறிப்பிட்ட இலட்சியத்தை நாடி வெட்டித் திருத்தப்படும் ரஸ்தாக்கள் அல்ல. நிலைமையும் சந்தர்ப்பமுமே அவன் கொள்கையையும் இலட்சியத்தையும் வகுக்கின்றன. இன்று

இத்தாலியில் பேஸிஸ்ட் சர்க்கார் நன்றாக எண்ணெய் போடப்பட்ட புது யந்திரம் போல ஓடுவதற்குக் காரணம் அவனே. அவனது குரலாக ஸினோர் காய்டா 'கியோர்னேல் டி' இத்தாலியா' பத்திரிகையை நடத்துகிறான். அவனுடைய மருமகன் கவுண்ட் ஸியானோ அவனுடைய வலக்கையாக இருந்து அந்நிய விவகாரங்களை நடத்திவைக்கிறான். அரசியலமைப்புப் பண்டிதர்கள் கூறும் சட்ட வரம்புக்குட்பட்ட மன்னர்களுக்கு உதாரணமாகக் கருதப்பட வேண்டிய விக்டர் இமானுவல், தொந்தரவு கொடுக்காத மனச்சாட்சி போல ஒதுங்கிநின்று முஸொலீனியின் நடவடிக்கைகளுக்குக் குந்தகம் விளைவிக்காமல் இருந்துவருகிறான். வேறு என்ன வேண்டும்?

பேஸிஸமும், பொதுவுடைமைச் சிந்தாந்தத்தைப் போல் தேவைகளை இலட்சியமாக மாற்றி, அவற்றை அடிப்படையாகக் கொண்ட ஓர் அரசியலமைப்பையே ஏற்படுத்தியிருப்பதால் அது நிரந்தரமானதன்று. பொதுவுடைமை எல்லோருடைய தேவையையும் திருப்தி செய்வதற்கென்று தர்க்கரீதியாக வகுக்கப்பட்ட ஓர் அரசியல் சித்தாந்தம். தேவைகள் பூர்த்தி செய்யப்படாமல் இருப்பதால் அதனால் ஏற்படக்கூடிய கலவரங்களை எழவொட்டாதபடி தடுப்பதற்காக வகுக்கப்பட்ட அரசியலமைப்புக்கு மேல்பூச்சாக அமைந்ததே பேஸிஸ்ட் சித்தாந்தம். இது நிரந்தரமான தத்துவமாக இருக்க முடியாது என்பதில் ஆச்சரியம் ஒன்றும் இல்லை.

(1939)

கப்சிப் தர்பார்

1. ஆரிய புத்திரன்

ஹெர் அடால்ப் ஹிட்லர் ஒரு புதிர். அந்த சார்ளி சாப்ளின் மீசை, தொந்தி, கபிலச் சட்டை யூனிபாரம் (அல்லது டபிள் பிரஸ்ட் கோட்), உன்மத்த வெறிப்பேச்சு, உன்மத்த வெறியில் கொலை, இன்று ஜெர்மன் மக்களின் தெய்வமாக விளங்குகிறது. கோடிக்கணக்கான ஜெர்மனியர்கள் இப்புறச்சின்னங்களுக்கு (பயத்தினால்!) அன்பு செலுத்துகின்றனர். நாடு கடத்தப்பட்ட அல்லது சுய இச்சையில் வெளியேறிவிட்ட பல ஜெர்மனியர்களுக்கு அவன் வெறும் பொய்யன், ஏமாற்றுக்காரன், அதிர்ஷ்டம் பிடித்து ஆட்டிவைக்கும் வெறியன். இதுதான் புதிர்.

ஏகாங்கியாக ரீஷ் கான்ஸ்லரில் வசிக்கும் நாஜிக் கட்சியின் தலைவன், ஜெர்மன் தரை, கடற்படை சேனாதிபதி, மூன்றாவது ரீஷின் சிருஷ்டிகர்த்தன், 1889-ம் வருஷம் ஆஸ்திரியாவில் பிறந்தான். பிறப்பில் ஹிட்லர் ஜெர்மனியன் அல்லன். அன்னிய நாட்டில் பிறந்த அல்லது அன்னிய ஆட்சியின் விளைவாக நெஞ்சு வரண்டு போன மக்களிடையில் காணப்படும் தேசிய உன்மத்தம் அவனிடம் வேரூன்றி இருப்பதற்கு அவனது பிறப்பே முக்கிய காரணம்.

ஹிட்லரின் அந்தரங்க வாழ்க்கை ரொம்ப ரசமானது; விபரீத மானது. அவனது ஜீவிய சரித்திரத்தை — பூகோளப் படத்திலிருந்து அழித்துவிடப்பட்ட ஜெர்மனியை இப்பொழுது யாவரும் கண்டு பயப்படும் ஒரு பெரிய கோர உற்பாதமாக ஆக்கிவிட்ட அவனது ஜீவிய சரித்திரத்தை — தெரிந்துகொள்ளுமுன் அவனை அறிமுகப் படுத்திக்கொள்ளுவது நல்லது.

அவனது கற்பனை அரசியல் துறையில்தான் செல்லக் கூடியது. அவன் சிறு பிராயத்தில் வியன்னா நகரில் சித்திர சாஸ்திரம் படிக்கப்போனபொழுது போட்டிருந்த சில படங்களைப் பார்த்தால் இதன் உண்மை விளங்கும். வர்ண விஸ்தாரமோ, 'சிறகு விரித்துப் பறக்கும்' கற்பனையோ லவலேசமும் இல்லாத, 'ஓவர்ஸீர் அய்யா' போட்டுவைத்த 'பிளான்' மாதிரி இருக்கும் இப்படங்களே அதற்கு அத்தாட்சி. படிப்பெல்லாம் சொற்பந்தான். நாலு விஷயமும் தெரிந்த அல்லது தெரிந்துகொள்ளக்கூடிய பண்பட்ட மனம் படைத்தவன் என்று அவனைச் சொல்ல முடியாது. ஐரோப்பாவில் இன்னொரு கோடியில் அமுல் பண்ணிக்கொண்டிருக்கும் 'கறுப்புச் சட்டைக் காரன்' போல அறிவாளி என்று சொல்லக்கூடிய ரகத்தில் ஹிட்லரைச்

சேர்க்க முடியாது. படிப்புக் கலம் பூஜ்யம் என்றால் உயர்வு நவிற்சியல்ல. வெர்ஸேல்ஸ் உடன்படிக்கை ஒன்றுதான் அவனது மனத்தில் பதிந்திருக்கிறது. அதையும் முழுவதும் படித்திருக்கிறானோ என்னவோ! ஜெர்மனிக்கு வெளியே (வாலிபப் பருவத்தில் ஆஸ்திரியாவில் கழித்தது தவிர) அவனுக்கு ஓரிடமும் தெரியாது. அயல்நாட்டுப் பாஷை ஏதும் பேசத் தெரியாது. பிரெஞ்சில் நாலைந்து வார்த்தை குளறிக் குளறிச் சொல்லத் தெரியும். அதாவது, மேல்நாட்டு ராஜதந்திரிகளிடம் காணப்படும் திறமைகளில் சிறிதேனும் அவனிடமில்லை.

ஹிட்லர் அன்னிய நாட்டு நிருபர்களுக்குப் பேட்டியளிப்பதே ஒரு தினுசு. அவர்களிடையில் நடப்பது சம்பாஷணையல்ல; அவன் லெக்சரடித்துக்கொண்டு 'சாமியாடுவான்'; நிருபர்கள் சுருக்கெழுத்தில் எழுதிக்கொண்டு போவார்கள்; அவ்வளவுதான். எதிரிலிருப்பவர், கேள்விகூடப் போடவேண்டாம் — ஏதாவது ஒரு வார்த்தை சொல்லிவிட்டால் போதும்; அவ்வளவுதான் — எல்லாம் போச்சு.

இதற்கு உதாரணமாக, ஒரு ரஸமான கதை சொல்லுவார்கள். போலந்துடன் நேச ஒப்பந்தம் செய்துகொள்ளுமுன், அமெரிக்காவில் பிரபல பத்திரிகாசிரியரும் பிரசாரகருமான ஒருவருக்குப் பேட்டியளித்தான் ஹிட்லர். அப்போது போலந்துப் பிரச்னையில் பேச்சு விழுந்தது.

"மெக்ஸிகோவைப் போலந்து என்று வைத்துக்கொள்ளுவோம்; டெக்ஸாஸுக்கும் ஐக்கிய அமெரிக்க மாகாணங்களுக்குமிடையில் இரண்டையும் பிரிக்கும்படியாக மெக்ஸிகோவின் ஒரு பகுதி நீட்டிக் கொண்டிருந்தால், பொதுவாக அதைப் பற்றி அமெரிக்கர்கள் என்ன நினைப்பார்கள்?" என்றான் ஹிட்லர்.

அமெரிக்கப் பத்திரிகாசிரியர், கிண்டலாக, "கானடா பிரான்ஸ் அல்ல என்பதுதான் பதில்" என்றாராம்.

ஹிட்லர் பிரசங்க தோரணையில் அம்மாதிரி கேள்வி போட்டான்; அமெரிக்கப் பத்திரிகாசிரியரின் கிண்டல் அவனது நிதானத்தைக் குலைத்துவிட, சில நிமிஷங்கள்வரை வாயடைத்துப் போயிற்று. மறுபடியும் தோரணையுடன் குரலெடுத்து, வேறு விஷயத்தைப் பற்றிப் பேசச் சில நிமிஷங்கள் சென்றன.

அந்தக் காலத்திலெல்லாம், ஹாஸ்யமாக, ஹிட்லர் மூன்று விஷயங்களை விடமாட்டான் என்பார்கள்: யூதர்கள், நண்பர்கள், ஆஸ்திரியா. இப்பொழுது அந்த மாதிரி வேடிக்கை பண்ண முடியாது. அவனது அந்தரங்க நண்பனாகக் கூறப்பட்ட காப்டன் ரீம் சமாதியினடியில் இருக்கிறான். 1934 ஜூன் 30-ந் தேதிக்கு முன்பே, ஹிட்லரின் துரோகங்கள் கொட்டை எழுத்தில் ரத்தக் கறையுடன் கண்களை உறுத்த ஆரம்பித்துவிட்டன.

டிரகஸ்லர், பெடர், கிரகார் ஸ்ட்ராஸர் யாவரும், ஒருவர்பின் ஒருவராக, ஹிட்லருக்கு உதவி செய்துவிட்டுக் கல்லறையடியைச்

சரணாகதியடைந்தனர். இன்னும் ஒன்று; வாயை இறுக மூடிக் கொண்டு சொன்னதற்கெல்லாம் தலை ஆட்டிக் கொண்டிருந்தால் அவனது வெறுப்பைப் பெற சந்தர்ப்பம் ஏற்படாது. மேலும் ஸ்ட்ரீஷியர் போன்ற நபர்களிடம் விஸ்வாசமாக நடந்துகொண்டு வருவதும் புத்திசாலித்தனமான காரியமல்ல.

ஹிட்லர் தைரியசாலியா? நிச்சயமாகச் சொல்லுவதற்கில்லை. 1923-ம் ஆு மூனிக் நகரில் பூஷ் (கொலை வெறிக் கூத்து) நடைபெற்றபொழுது எதிரிகளும் துப்பாக்கியைப் பிரயோகித்தனர். குண்டுகள் தாறுமாறாகப் பாய்வதைக் கண்டு, தரையில் தடால் என்று விழுந்து குப்புறப் படுத்துக்கொண்டான் ஹிட்லர். குப்புற விழுந்த வேகத்தில் தோள்பட்டைகூட முறிந்துவிட்டது. நாஜிக் கட்சியை ஆதரிப்பவர்கள், "ஹிட்லர் தன் பக்கத்திலிருந்தவன் ஒருவனுடன் கையைக் கோத்து நின்றான்; அவன் குண்டு பட்டுச் சாய்ந்துவிட ஹிட்லரும் அவனுடன் இழுக்கப்பட்டுக் கீழே விழுந்தான்" என்று சொல்லுவார்கள். ஹிட்லர் தைரியசாலி என்பதை நிரூபிக்க விரும்புகிறவர்கள், "குண்டு வருகிறது என்று உணர்ந்ததும் குப்புறப் படுத்துக் கொள்ள வேண்டும் என்று ராணுவத்தில் இருந்தபோது படித்த பாடம் மனத்தில் ஊறிப்போயிருந்ததால் அவன் அப்படிப் படுத்துக் கொண்டான்; அச்செய்கை அவன் நல்ல சோல்ஜர் என்பதையே காட்டுகிறது" என்று சமாதானம் சொல்லுவார்கள்.

அப்போது ஹிட்லருக்கு 48 வயது; ஆரோக்யமான உடம்பு படைத்தவன் என்று அவனைக் கூறமுடியாது. சமீபகாலமாக அவனது உடம்பு பருத்து வருகிறது; தொப்பை தள்ளுகிறது; சிறு குழந்தையிலேயே சுவாசா சய வியாதி; யுத்தத்தில் விஷவாயு பட்டதின் காரணமாகப் பார்வை கொஞ்சம் மங்கல்.

1935-ம் வருஷம் ஆகஸ்டில் தொண்டையில் சதை வளர்ந்ததை அப்புறப்படுத்த ஆப்பரேஷன் நடத்தவேண்டியிருந்தது. காரணம் பிரசங்க மேடையில் தலை தெறிக்கும் ஸ்தாயியில் கத்தியதே. ஆப்பரேஷன் நடந்த அடுத்த மாதம் நூரம்பர்க் கூட்டம் ஒன்றில், தனது மரணத்தைப் பற்றிக் குறிப்பிட்டு நண்பர்களைக் கொஞ்சம் திடுக்கிட வைத்தான்!

"நான் என்றைக்குக் கண்ணை மூடுவேன் என்று எனக்குத் தெரியாது; ஆனால் ஒன்றுமட்டும் நிச்சயம்; தலைவர்கள் வருவார்கள்; தலைவர்கள் சாவார்கள்; ஜெர்மனி ஜீவித்திருக்கும்; ஜெர்மனிக்கு அளிக்கப்பட்டிருக்கும் சக்தியை அதன் ராணுவம் பாதுகாக்கும்...."

இந்தப் பிரசங்கம் பலவிதமான வதந்திகளை ஏற்படுத்தியது. "ஹிட்லருக்குத் தொண்டையில் புற்றுப் புண்; அது ரொம்ப மோசமாக இருக்கிறது..." என்றெல்லாம் கதை கட்டிவிட்டார்கள்.

1934 ஜூலை 25-ந் தேதி நாஜிகள் ஆஸ்திரிய சான்ஸலர் டால்பஸைக் கொல்லும்போது பேருத் விஷாவில் பாட்டுக் கேட்டுக்கொண்டிருந்தான். ரீஷ்டாக் (ஜெர்மன் சட்டசபை) செஷன்கள் யாவும்

கிரோல் ஆபரா (நாடக) மண்டபத்தில்தான் நடைபெற்றன; சமயங் களில் சங்கீதத்தோடு முடிவடையும். ஹிட்லருக்கு சங்கீதம் கஞ்சா மாதிரி; சில சமயங்களில் தூக்கம் வராவிட்டால், அவனது நண்பன் ஹான்ப்ஸ்டாங்கல் *(Hanfsstaengl)* அவனைத் தூங்கவைக்க வாத்தியம் வாசிக்க வேண்டியிருக்கும்.

ஹிட்லருக்குப் புஸ்தகம் பிடிக்காது. அவன் அலங்காரப் பிரியன் அல்லன்; நண்பர்களின் சல்லாபம் பிடிக்காது; குடிக்கமாட்டான்; புகை பிடிக்கமாட்டான்; அதோடு சுத்த சைவன்; ஹிட்லரை எல்லாரும் சன்யாசி என்பார்கள். அவனது சாப்பாட்டிற்கும் மூனிக் வீட்டுக்கும் கொஞ்சம் 'கன'மாகத்தான் செலவழிகிறது.

பெர்லினில் இருக்கும்பொழுது, வில்ஹெல்ம் ஸ்டாஸ் தெருவில் உள்ள ரீஷ் கான்ஸ்லர் மாளிகையில் வசிப்பான்; ஆனால் அதே தெருவில் சுமார் 20 கஜ தூரத்தில் உள்ளது அரசாங்க மாளிகை. பிரஸிடென்ட் வான் ஹின்டன்பர்க் அதில் வசித்தார். அதை அவன் உபயோகிக்காததின் காரணம் ஹின்டன்பர்க் நினைவைக் கூடியவரை பொதுமக்கள் மனத்திலிருந்து அகற்றுவதே. புதிய கட்டிடந்தான் ஹிட்லரின் பிளான்படி அமைக்கப்பட்டிருக்கிறது. தலைவர், வெளியில் நடைபெறும் அணிவகுப்புக்களைப் பார்க்க, பிரசங்கம் செய்ய என்று ஒரு பெரிய சாளரம் அமைக்கப்பட்டிருக் கிறது. ஆஸ்தான மண்டபத்திற்கடியில் வெடிகுண்டும் சிதைக்கமுடி யாத ஒரு இரகசிய அறை இருப்பதாக வதந்தி.

ஹிட்லருக்கு பெர்லின் என்றால் வேப்பங்காய். மூனிக் அல்லது ஆல்ப்ஸ் மலைச்சரிவில் இருக்கும் பெர்ஷ்டஸ்ச்காடன் என்ற இடங்களில் வசிக்கவே அவனுக்கு மிகவும் உற்சாகம். பவேரியாவில் ஒரு சிறு கிராமமான பெர்ஷ்டஸ்ச்காடனிலிருந்து ஆஸ்திரியா எல்லை வெகு தூரமில்லை. மாளிகையின் தலைவாசலில் நின்று, தன்னை விரட்டிவிட்ட தாய்நாட்டைப் பார்க்க அவனால் இயலும்; அதில் வாழத் தவிக்கிறான் ஹிட்லர்.

ஹிட்லர் ஏகாங்கி; அதோடு வெளியுலகத் தொடர்பைக் குறைந்த பட்ச அளவில் வைத்துக்கொள்பவன்; தன்னைச் சுற்றிலும் காவலும் கட்டுப்பாடும் பேசா மடந்தையின் கோட்டை மாதிரி அமைத்துக் கொண்டிருப்பதால், பெரும்பாலும் தெரிந்துகொள்ள வேண்டிய சமாசாரங்களும் 'வடிகட்ட'ப்படுகின்றன.

ஹிட்லர் தன் கட்சியை நிரூபிக்க, தான் கொண்ட கருத்தை முடித்துக்கொள்ள, ஒரு அஸ்திரம் வைத்திருந்தான்; அதாவது கண்ணீர். உணர்ச்சியை அணைபோட்டுத் தடுத்துவிடுவதால் கண்ணீ ராகப் பிய்த்துக்கொண்டு புறப்படும். முன்பு ஒரு முறை ஆட்டோ ஸ்டிரஸ்ஸரை வற்புறுத்துவதற்காக மூன்று முறை கண்ணீர் அஸ்தி ரத்தைப் பிரயோகித்தான். இப்பொழுது அந்த அஸ்திரத்தின் தேவையே குறைந்துவிட்டது — அதிகாரம் இருக்கிறதல்லவா!

ஹிட்லர் ராஜ்யத்திலே அவனது பழைய நண்பர்கள் அவனை "மேயீன் பூஹ்ரர்" என்று அழைப்பார்கள்; இதரர்கள் "ஹெர் ரீஷ்கான்ஸ்லர்" என்பார்கள்.

நாஜி 'செலூட்'படி முகமன் கூறிக்கொள்வது என்றால், "ஹீல் ஹிட்லர்!" என்பார்கள். அவனும் "ஹீல் ஹிட்லர்!" என்று பதிலளிப்பான்.

("மகாத்மா காந்தி கி ஜே!" என்று நாம் கோஷிக்கும்பொழுது மகாத்மாவும் நம்முடன் சேர்ந்துகொண்டு "மகாத்மா காந்தி கி ஜே!" என்று கோஷமிட்டால் என்ன விசித்திரமாக இருக்குமோ அந்த நிலைதான்; தான் வேறு, தனது கற்பித ஹிட்லர் வேறு என்ற அதீத நிலைபோலும்!)

ஹிட்லருக்கு ஆஸ்திரியா என்றால் குடும்பத்தை நடத்துபவள், பெற்றுப் பெருகி யுத்தகளத்திற்காகப் புத்திரர்களைப் பெற்றுக்கொடுக்கும் — அதாவது மற்றவர்களைக் கலியாணம் செய்துகொண்டு ஜெர்மன் வம்சத்தை விருத்திசெய்யும் — ஒரு பிராணிதான்.

"நவீன காலக் காம உன்மத்தத்தின் மோக லாகிரியிலிருந்து நமது மக்களின் வாழ்க்கை விடுவிக்கப்பட வேண்டும்" என்கிறான் ஹிட்லர் தன் சுயசரிதையில். ஹிட்லரது வாழ்க்கை அப்பழுக்கற்றது. "பெண்ணாகி வந்ததொரு மாயப் பிசாசம்" என்ற கசப்புடன் அவர்களை வெறுக்கவில்லை. "நமக்கு அவர்கள் சங்காத்தமே வேண்டாம்" என்று விலகிவிடுகிறான். ஸ்திரீகளுக்கு மரியாதை கொடுத்து விலகி விடுவான். எத்தனையோ மேல்நாட்டு ஆரிய, அனாரிய மேனகைகள் இந்த ஜெர்மன் விசுவாமித்திரனைத் தொடர்ந்து ஓடிஓடிக் காலோய்ந்து உட்கார்ந்துவிட்டனர்.

சமயாசமயங்களில் அக்கரைச் சீமைகளிலிருந்து (அமெரிக்கா, இங்கிலாந்து) ஆரிய உற்சாகம் மிகுந்த யுவதிகள் ஹிட்லரைப் பேட்டி காண வந்துவிடுவார்கள். சில சமயங்களில் அவர்களுக்குப் பேட்டி கிடைக்கும். அப்போது சம்பாஷணை நடைபெறாது; வந்தவர்கள்அதிரடித்துப் போகும்வரை பிரசங்க முழக்கம். ஸ்திரீ ஜாதியிலே ஒருத்தியை மட்டிலும் ஹிட்லருக்குப் பிடிக்கும். அவள் யார் தெரியுமா? டாக்டர் கோபல்ஸின் சிறு பெண் குழந்தை. ரீஷ்கான்ஸ்லர் மடியில் உட்கார்ந்துகொள்ளும் சுதந்திரம் அவளுக்குத்தான் உண்டு.

இந்த மாதிரி சன்யாசி போல உட்கார்ந்திருக்கும் நபரைப் பற்றிப் பலர் பலமாதிரி கதைப்பார்கள். அவனுடைய இச்சையே விபரீதமானது; ஆண்களைப் பின்பற்றித் திரிகிறவன் என்பார்கள். இது உண்மையா பொய்யா என்பதைக் கண்டுபிடிக்க ஜெர்மன் நிருபர்கள் பலர் வெகு நுணுக்கமாகப் புலன் விசாரித்து அவனது மூனிக் வாழக்கையை ஆராய்ந்து பார்த்திருக்கின்றனர்; அப்படி அவதூறு சொல்வதற்கு ஆதாரமே கிடையாது.

அவனது காம இச்சைகள் அறவே அடக்கப்பட்டு, பிரசங்கத் திறமையாக, தேசவெறியாகப் பரிணமித்திருக்கிறது. அவனைப்

பற்றி மிகவும் நெருங்கி அறிந்தவர்கள் 'விஷய சுகமே இன்னதென்றறியாதவன்' என்கின்றனர். அது இன்னும் மறுக்கப்படவில்லை.

பணம் : இந்த விஷயத்தில் ஹிட்லரும் மற்ற எதேச்சாதிகாரிகளை விட வேறானவன். பணத்திற்கு ஒரே உபயோகம் உண்டு என்றுதான் அவனுக்குத் தெரியும் — அதாவது அரசியல் விவகாரம். நிதி, பொருளாதார விஷயங்களில் அவனது பரிச்சயம் பூஜ்யம் என்று சொல்லலாம்.

தற்போது அவனுக்குப் பணம் எதற்கு? சர்க்கார் அவனது தேவைகளை எல்லாம் பூர்த்தி செய்கிறது. 1934-ம் வருஷம் ஜுன் மாதம் முஸொலீனியைச் சந்திக்கச் சென்றபொழுது ஒரு மழைக் கோட் வாங்கினான் — அதுதான் அவனது சொந்தச் செலவு.

ஹிட்லருக்கு எதெல்லாம் இல்லை என்று கவனித்தோம்; அவனிடம் இருக்கும் சரக்கைப் பரிசோதிப்போம்.

பாரமார்த்திக வழிகளிலே ஆராய்ச்சியைச் செலுத்துகிறவர்கள், ஏகாக்கிரக சிந்தையைப் பற்றி வெகுவாகக் கேட்டிருப்பார்கள்; ஒன்றை விடாமல் பற்றி, அதையே சிந்தித்து, அதுவாகவே ஆக முயற்சித்தால் ஏதேதோ தென்படும் என்று சொல்லுவார்கள். தெய்வத்தைப் பார்க்கப் போவதற்கு மட்டிலும் அல்ல அந்த உபதேசம்; குட்டிச்சுவரேறிக் குதித்துக் குச்சு நுழைகிறவனும், பிறரை ஏமாற்றிப் பணம் பெருக்கி வாழ முயற்சிப்பவனும் அந்த உபதேசத்தைக் கடைப்பிடிக்கத்தான் வேண்டும். எதேச்சாதிகாரிகள் விஷயத்திலும் அப்படித்தான். ஹிட்லர் எதேச்சாதிகாரி. அவன் கையாளும் தந்திரங்கள் மாறும்; சொல்லுகிற விதம் மாறும்; ஆனால் 'குறி' ஒன்றுதான். மிக்க பலம் பொருந்திய ஜெர்மனியைச் சிருஷ்டிக்க வேண்டும்; அதன் மத்தகத்தில் தான் உட்கார்ந்து அங்குசத்தை உபயோகிக்க வேண்டும்; இதற்காக அவன் எந்தவிதமாகவும் தட்டு மறிப்பான்; ஆனால் அலசிப் பார்த்தால் குறி ஒன்றுதான்.

ஹிட்லர் பார்வைக்கு (போட்டோக்களில்) தலை மட்டிலும் 'உர்' என்று இருந்தாலும் கொஞ்சம் கொளகொளா உடம்பு; அதுவும் ரீஷ் கான்ஸ்லர் ஆனபின் அதிகம். மிலிட்டரி தோரணையில் 'டக்' என்று சலூட் வைக்கத் தெரியாது. சலூட் வைக்கும் பொழுதெல்லாம் கை 'கொளக்' என்று 'கோணல்' காண்பித்து நிற்கும். ஆனால் அந்த உடம்பு வெகு உறுதியானது. எதை வேண்டுமானாலும் தாங்கும்; களைப்பு, சோர்வு என்பதே கிடையாது. தேர்தல் சமயத்திலே நாளைக்குப் பத்து முப்பது பிரசங்கங்களாக வாரக் கணக்கில் செய்தான். ஆனால் பேச்சு முடிந்தபின் பேட்டி காணவரும் நிருபர்கள், சிறிதும் சோர்வில்லாத, அப்பொழுதுதான் பந்தய மைதானத்திற்குக் கொண்டுவந்து விடப்பட்ட குதிரை போன்ற துடிதுடிப்பு மிகுந்த ஒருவனையே கண்டனர். 'எனக்கு ஒரு வேலை வந்தால் அதை முடித்துவைக்க எனக்குப் பலம் உண்டு' என்கிறான் அவன்.

ஆனால் நிர்வாக இலாகாவில் உட்கார்ந்துகொண்டு, நாளாவிர்த்தி வேலைகளை, ஜட்கா வண்டிக் குதிரை மாதிரிப் பார்த்துக்கொண்டி

ருக்கத் திறமை கிடையாது. அவன் மேஜையில் எப்பொழுதும் தஸ்தாவேஜுகள் சுவர் மாதிரி உயரமாகவே குவிந்திருக்கும். அவன் உத்தரவுகளும் இரண்டுங்கெட்டான் மாதிரிதான்; எப்படி வேண்டு மானாலும் அர்த்தம் செய்யலாம். ஆனால் இந்த வேலைகளையெல் லாம் பார்க்கக் கையாள் பொறுக்குவதில் அவன் சமர்த்தன்; பழைய சிவில் சர்வீஸ் நிபுணர்கள் எல்லாம் அவன் கைக்குள். அரசியல் விவகாரங்களிலே 'பிளான்' போடுகிறதில் ஒண்ணாம் நம்பர் ஆசாமி. ஜெர்மன் அன்னிய நாட்டுக் கொள்கையில் அவன் செய்த மூன்று முக்கியத் தீர்மானங்கள் — அதாவது சர்வதேச சங்கத்திலிருந்து விலகல்; ஜெர்மனியில் கட்டாய ராணுவ சேவை ஏற்படுத்தல்; ரைன்லாந்து ஆக்கிரமிப்பு — எல்லாம் வேண்டும் என்றே சனிக்கிழமை பிற்பகலுக்கு என்று நிர்ணயிக்கப்பட்டன. காரணம் மறுநாள் ஞாயிற்றுக்கிழமை என்பதுதான்; செய்தி தாம தித்துத்தானே பரவும்; அதே மாதிரிதான், ஏதாவது கொஞ்சம் தட்டுக்கேடான விஷயங்களை, வார்த்தைப் பந்தல் போட்டுச் சமாளிப்பது என்றாலும் எப்பொழுதும் சாதாரணமாக இரவு எட்டு மணிக்கப்புறம்தான் பேசுவான்; அதனால் அன்னிய நாட்டுப் பத்திரிகைகளுக்குக் கிடைக்கும் செய்திகள் யாவும் தாறுமாறாக இருக்கும்.

ஹிட்லரின் தீர்மானங்கள் எல்லாம் ஆராய்ச்சியில் ஏற்பட்டவை யல்ல. உள் மனம் சொல்லுகிறதாம்; அதாவது, 'ஏன் இப்படித் தீர்மானம் செய்தாய்?' என்ற கேள்விக்குப் பதில் சொல்லத் தெரியாது; ஆனால் தீர்மானங்கள் யாவும் இதுவரை பிசகவில்லை. உதாரணமாக 1932-ம் வருஷம் அவனது சகாக்கள் பலர் 'பூஷ்' (மனிதவேட்டை) நடத்தும்படி வற்புறுத்தினார்கள்; சட்ட பூர்வமாகவே தனக்கு வெற்றி கிடைக்கும் என்று சொல்லி மறுத்துவிட்டான். 1932-ம் வருஷம் தேர்தலில் முழுத்தோல்வி; ஜார்ஜ் ஸ்டிரஸ்ஸர் முதலிய சகாக்கள் கூட்டுக் கட்சி ஸ்தாபிக்க ஒப்புக்கொள்ளும்படி வற்புறுத்தி னார்கள்; ஆனால் மறுத்துவிட்டான்; நேராக மூன்றாவது மாதம் அவன் கைக்குள் அதிகாரம் சிக்கியது.

ஹிட்லரின் பிரசங்கத் திறமை ஒரு தனி அம்சம்; அவன் பிரசங்கம் பண்ணியே அதிகார சிகரத்தைக் கைப்பற்றினான் என்று சொல்ல வேண்டும். அவன் வெறும் நாஜிக் கட்சித் தலைவனாக இருந்த பொழுது பிரசங்கம் செய்யும் முறையில் ஒரு வேலை செய்வான்.

ஸ்ரீ சத்தியமூர்த்தி அந்தக் காலத்தில், 'அவன் தோல் வெளுப்பாம், நம் தோல் கறுப்பாம்' என்ற பல்லவியை வைத்துக் கேட்கிறவர்களுக்கு ஆவேசத்தை ஊட்டியதுபோல, "ஜெர்மனியராகிய நாம்" என்பதற்கு 'வீர்' என்ற ஒரு பதத்தை உபயோகிப்பான். இந்த 'வீர்' என்ற வார்த்தை பூசாரியின் உடுக்கைப் போல உன்மத்த வெறியை யூட்டி விடுமாம். அப்பொழுதெல்லாம் ஜெர்மனியில் இந்த 'வீர்' என்ற பதப் பிரயோகத்திற்கு அர்த்தமே கிடையாது. ஜெர்மனி ஒரு நெல்லிக்காய் மூட்டை.

ஹிட்லர் பிரசங்கத்தில் தேர்ந்த நிபுணனின் வேலைப்பாடுகள் இரா; உச்ச ஸ்தாயியில் குரல் ஏறும்பொழுது ஒடிந்துவிடும்; மேலும் அவனது கை கால் அமைப்பு எல்லாம் பார்ப்பதற்கு அவலட்சணமாக இருக்குமாம்.

ஆனால், இவ்வளவு முட்டுக்கட்டைகள் இருந்தும் அவனது பிரசங்கத்தில் வெறியூட்டும் ஒரு தன்மை யமைந்திருக்கின்றது.

ஹிட்லருக்குப் பிரசங்கத்தில் எவ்வளவு நம்பிக்கை உண்டோ அதே மாதிரி, பயனட் குத்து - வெறியாட்டத்திலும் அபார நம்பிக்கை உண்டு. அவன் புயல் படை சிருஷ்டித்ததற்கே காரணம், ஊரை மிரட்டித் தன் பக்கத்தாராகும்படி செய்வதே.

1932 ஆகஸ்டில் ஹின்டன்பர்க் தன்னைச் சான்ஸலராக்குவான் என்று நினைத்தான்; அதற்கு முன் மூன்று நாள் தவணை கேட்டான். ஏனென்றால், தனது புயல் படையை நகரத்தின்மீது ஏவிவிட. ஹிட்லர் தன் சுயசரிதையை எழுதியிருக்கிறான். ‘எனது போராட்டம்’ என்று அதற்குப் பெயர். அதில் மிகவும் குஷியாக எழுதப்பட்ட பாகம், ரத்தம் சிந்தப்பட்ட கட்டங்களே.

ஹிட்லரின் அரசியல் சித்தாந்தத்தில் ரொம்பச் சிக்கலான விஷயம் ஒன்றுமில்லை. ‘பூஹ்ரர் பிரின்ஸிப்’ என்று ஜெர்மனியர் பெயர் சொல்லிக்கொள்ளுவார்கள். ‘வீரர் வழிபாடு’ என்பதுதான் அதற்கு அர்த்தம். விஷயம் என்னவென்றால், தலைவன் முதல் படிப்படியாகக் கடைசியில் நிற்கும் நபர்வரை, ‘ஏன்?’ என்று திரும்பிக் கேட்காது பணிந்து நடத்தல். சிகரத்தில் ஹிட்லர், அப்புறம் அதற்கடுத்தபடி, அதற்கடுத்தபடி — இம்மாதிரியாகத் தலைமைப் பதவி, ஹிட்லர் - குஞ்சுகளாக நிற்கும் தனிநபர் வரை பரவியுள்ளது. ஜெர்மனியர் தலைவர்களுக்கு அடிபணிவதில் ஒரு தனி ஊக்கம் காட்டுகிறார் களாம். காரணம், யாவருக்கும் உள்மனத்தில் ‘ஹிட்லர் மனப்பான்மை’ (அதாவது அதிகார மோகம்) ஒடுங்கிக் கிடப்பதே.

பெர்லின் தெருக்களில் சிறுவர்கள், ‘சுதந்திரத்தின்மீது காறி உமிழ்கிறோம்!’ என்று கோஷம் செய்து துள்ளுகிறார்கள் என்று ஸ்ரீ எட்கார் ஆன்ஸல் மௌரார் (*நியூ யார்க் டைம்ஸ்* பெர்லின் நிருபர்) கூறுகிறார். பணிந்து நடப்பதை, அதாவது ஒரு சோல்ஜருக்கு வேண்டியது என்று சொல்லப்படும் குணத்தை, நாட்டு மக்கள் யாவருக்கும் புகுத்திவிட்டான் ஹிட்லர்.

○

2. குலமுறை கிளத்து படலம்

ஹிட்லர் ஏதோ ஒரு கிராமத்திலே, எங்கோ ஓர் ஏழைக் குடும்பத்தில் பிறந்தான் என்று சொல்லுவார்கள். அப்படியெல்லாம் ஒன்றுமில்லை.

ஆஸ்திரியாவில் பிரன்னௌ என்ற ஓர் ஊர்; அதில் ஒரு மூன்றடுக்கு மெத்தை வீட்டில்தான் பிறந்தான்; அவனது பெற்றோர்கள் ஏழைகள் அல்லர். அந்த மூன்றடுக்கு வீடு ரொம்பக் காலமாக ஒரு பீர்க் கடை. அதன் சொந்தக்காரன் ஜோஸப் பொம்மர் என்பவன். அந்த வீட்டுக்கு நாஜிக் கட்சியினர் யூனிபாரத்தின் வர்ணமான பழுப்புச் சாயமடிக்கப்பட்டிருக்கிறது. 1933-ம் வருஷம் ஆஸ்திரிய அதிகாரிகள் அதை மூடிவிட்டார்கள்; ஸ்தல நாஜிகள் அதைத் தம் காரியாலயமாக உபயோகித்தனர்.

நமது அரசர்கள் வம்ச பாரம்பரியத்தை எட்டிப்பிடிக்க வேண்டுமென்றால், முதல் ஸ்தானத்திற்குச் சூரியனையோ சந்திரனையோ பிடித்து நிறுத்திவைக்க வேணும். ஹிட்லருக்கு அவ்வளவு தூரம் போக வேண்டாம். ஆஸ்திரியாவில் வால்ட் வீயர்ட்டல் என்ற பிரதேசம் ஒன்று இருக்கிறது; அதில் டான்யூப் நதிப் பாசனம். இப்பொழுது அதற்கு செக்கோஸ்லோவேகியா எல்லைப்புறம் என்று சொல்லுவார்கள்.

அந்தப் பிரதேசத்து மக்கள் யாவருமே பொதுவாக ஏழைகள்; அதோடு தெய்வ பக்தியும் கல்வியின்மையும் மிகுந்தவர்கள். சுத்தமான கிணற்றுத் தவளைகள். ஒவ்வொரு ஊரும் ஒரு குடும்பம் என்று சொல்ல வேண்டும். எல்லாரும் மேல்வீட்டு அண்ணாச்சியும் கீழ் வீட்டுத் தம்பியுந்தான்!

1792 பிப்ரவரியில் சம்ஸ்பிட்டல் என்ற ஊரில் ஜோஹான் ஜார்ஜ் ஹீய்ட்லர் என்ற நபர் பிறந்தான். அவன்தான் ஹிட்லருடைய பாட்டையா.

அவன் ஒரு மாவரைக்கும் மில் வைத்திருந்தவனுக்கு உதவியாளாக இருந்தான். மேரியா அன்னா ஷிக்கிள் கிரப்பர் என்ற ஸ்திரீக்கும் அவனுக்கும் ஏற்பட்ட சம்பந்தத்தில் 1837-ம் வருஷம் ஸ்ட்ரோன் என்ற கிராமத்தில் ஓர் ஆண் குழந்தை பிறந்தது. ஐந்து வருஷத்திற்கப் புறம் இந்தக் குழந்தையின் பெற்றோர்கள் கலியாணம் செய்துகொண்டார்கள். அந்தக் குழந்தைதான் ஹிட்லரின் தகப்பனார். பெற்றோரின் கலியாணம் சட்டபூர்வமானது என்று ஏற்றுக்கொள்ளப்படுவதற்கு முன் குழந்தைக்கு நாற்பது வயதாகிவிட்டது. நாற்பது வயதாகும்வரை பிள்ளை தாயார் குடும்பப் பெயரையே உபயோகித்து வந்தான். அதற்கப்புறந்தான் அவனுக்கு அலாயி ஹிட்லர் என்ற பெயர் வந்தது.

ஹீய்ட்லர் என்ற பெயர் ஹிட்லர் என்று ஆனதற்குக் காரணம், அந்தக் குடும்பத்தினருக்கு எழுத்துக் கூட்ட இருக்கும் திறமையே. ஒரு நபர் ஹூட்லர் என்று கையெழுத்துப் போட்டுக்கொண்டிருக்கிறான்; ஹிட்லரின் சகோதரி பாலா ஹிட்லர் இன்றும் ஹீய்ட்லர் என்றுதான் கையெழுத்துப் போட்டுக்கொண்டிருக்கிறாள்.

அலாயி ஹிட்லருக்குத் தொழில் செருப்புத் தைப்பதும், கலியாணம் செய்துகொள்ளுவதும். அவன் மூன்று பெண்டாட்டிக்காரன். முதல் பெண்டாட்டி பெயர் அன்னா கிளஸல்-ஹாரர். கொஞ்சம் பணக்

காரி. சாக்தர்கள் காளியைத் தாயாக வந்து நாயகியாக சாயுஜ்யம் அளிப்பதாக ஒரு உருவகம் செய்துகொள்ளுவார்கள். சாக்தர்கள் எதிர்பார்க்கும் காளித் 'தொண்டை' குமாரி அன்னாள் அந்த வாலிபனுக்குச் செய்தாள். அலாயிக்குப் பதினான்கு வருஷம் மூத்தவள் அன்னாள். முதலில் படிக்க வைத்தாள்; பின்பு ஆஸ்திரிய சர்வீஸில் வேலை வாங்கிக் கொடுத்தாள்; அப்புறம் கலியாணம் செய்துகொண்டாள். 1883-ம் வருஷம் அன்னாள் செத்துப்போனாள்; ஆறு வாரம் கழித்து, பிரான்ஜிஸ்கா மாட்ஜல் பெர்க்கர் என்ற பெண்ணைக் கலியாணம் செய்துகொண்டான். அவள் ஒரு வருஷந் தான் இருந்தாள். அப்புறந்தான் ஹிட்லரின் தாயாரான கிளாரா பீல்ஜலுக்கும் அலாயிக்கும், இரண்டாவது மனைவி இறந்த மூன்றாவது மாதத்தில் கலியாணம் நடந்தேறியது.

நான்கு வருஷம் கழித்து, அதாவது 1889-ம் வருஷம் ஏப்ரல் 20-ந் தேதி அடால்ப் ஹிட்லர் பிறந்தான். அப்பொழுது தகப்பனாருக்கு 52 வயது. தாய்க்கு 29 வயது.

கிளாரா பீல்ஜல் துணிச்சலும் தைரியமும் உள்ளவள். அவள் தகப்பனாருக்கும் பூர்வீக ஊர் ஸ்பிட்டல். அவள் தாயார் ஜோஹன்னா ஹூட்லர், அலாயியின் தகப்பனாருக்கு அத்தை பிள்ளை. கிளாராவுக்குப் பத்து வயதாக இருக்கும்பொழுது அலாயியின் முதல் பெண்டாட்டி வீட்டில் வேலைக்காரியாக இருந்தாள். பதினைந்து வருஷங்கள் கழிந்த பின்பு ஸ்ரீமதி ஹிட்லர் ஆனாள்.

அன்னாள் வீட்டில் வேலைபார்த்துக்கொண்டிருந்த கிளாரா திடீர் என்று வியன்னாவுக்கு ஓடிப்போனாள். அந்தக் கிராமத்திலே அது சாதாரண விஷயமல்ல. அவள் எதற்காக ஓடினாள், அங்கு என்ன செய்துகொண்டிருந்தாள் என்பது யாருக்கும் தெரியாது. அந்தப் பத்து வருஷங்கள்மீது மௌனம் என்ற திரையிடப்பட்டிருக்கிறது. பிறகு 1885-ம் வருஷம் தன் சொந்த ஊரான ஸ்பிட்டலுக்குத் திரும்பினாள். திரும்பிவந்தவள், தன் பெற்றோருடன், இரண்டு பெண்டாட்டிகளைச் சாகக் கொடுத்துவிட்டு உட்கார்ந்துகிடக்கும் அலாயி வீட்டுக்குப் பக்கத்து வீட்டில் குடியேறினாள். அவனுக்குத் தன் மனைவிக்கு வேலைக்காரியாக இருந்த பெண் என்ற நினைவு வந்தது; அவளைக் கலியாணம் செய்துகொண்டான். முதல் பெண்டாட்டி அன்னாள் மூலமாக அலாயிக்கு இரண்டு குழந்தைகள் உண்டு. ஒன்று ஆண். அவனுக்கு அலாயி ஜூனியர் என்று பெயர். அவன் ஹாம்பர்க் ஹோட்டல் ஒன்றில் உணவு பரிமாறும் பரிசாரகனாக (வெய்ட்டர்) இருந்து சமீபத்தில்தான் செத்தான். அவன் அபேதவாத ஜனநாயகக் கொள்கையை ஆதரித்தவன்.

மற்றொன்று பெண். அவள் பெயர் ஆஞ்செல்லா; வியன்னா மாணவர் தர்ம சத்திரத்தில் பரிசாரகனாக இருந்த ராப்பெல் என்பவனைக் கலியாணம் செய்துகொண்டாள். சமீபத்தில்தான் ஹிட்லர் அவளை அழைத்துவந்து தனது பெர்ஷ்டச்கார்டன் வீட்டில் காரிய ஸ்திரீயாக அமர்த்தியிருக்கிறான்.

கிளாராவுக்கு அடால்பைத் தவிர இன்னும் இரண்டு குழந்தைகள் உண்டு. 1897-ம் வருஷம் பாலா என்ற பெண் குழந்தை பிறந்தது. பாலா இன்னும் கலியாணம் செய்துகொள்ளாமல் வியன்னாவிலேயே அனாமத்தாக வசித்து வருகிறாள். ஸ்தல நாஜிகள் அவளை ஒரு வீரப் பெண்ணாக்கிவிட யத்தனித்தார்கள். அதற்கு அவள் மசிய வில்லை. இப்போது ஹிட்லருக்கும் அவளுக்கும் தொடர்பே கிடை யாது. மூன்றாவது குழந்தையான எட்வர்ட் சின்ன வயசிலேயே செத்துப்போனான்.

சுங்க இன்ஸ்பெக்டராக உத்யோகம் பார்த்த அலாயி, தன் மனைவி கிளாரா, மகன் அடால்ப் யாவருடனும் 1896-ம் வருஷம் வரை பிரன்னௌ என்ற எல்லைப்புற நகரத்தில் (பென்ஷன் வாங்கும்வரை) வசித்துவந்தான். பிறகு வியான்டிங் என்ற கிராமத்தில் ஒரு வீடு வாங்கிக்கொண்டு அங்கு குடியேறினான். 1903-ம் வருஷம் வரை, அதாவது சாகும்வரை, அந்த வீட்டில்தான் வாசம்.

அப்பாவுக்குப் பிள்ளையைக் கண்டால் பிடிக்காது. சோனி, பயங்கொள்ளி, சோம்பேறி என்ற நினைப்பு. அப்பன் குடிகாரன்; கொஞ்சம் முரட்டு ஆசாமியுங்கூட. குடித்துவிட்டால் வீடு தொம்சம் தான். சாகும்பொழுதும் மதுக் கடையில் சாராயப் புட்டியும் கையுமாகவே செத்தான். திடீரென்று எமன் மாரடைப்பாக வந்தானாம்.

இந்த நிலையிலே அடால்ப், தாயாரின்மீது அதிகப் பற்றுதல் கொண்டதில் அதிசயமில்லை. இதுதான் பிற்காலத்தில் அவனது குணப் பரிணமிப்பிற்கே முக்கிய காரணம் என்பார்கள். அவனுக்கு ஆறு வயதாக இருக்கும்பொழுதே புற்றுப்புண் வந்து தாயார் இறந்து விட்டாள். அதிகாரம், வெற்றி, எதேச்சாதிகாரம் இவற்றின்மீது மோகத்தைத் தூண்டிய ஆசை வித்துக்களை விதைத்தவள் தாயார் தான்.

○

3. பிரவேசம்

ஹிட்லர் அரசியல் வாழ்வில் பிரவேசித்ததே ஒரு தினுசு. ராணுவ ஒற்றனாக, அதாவது அன்னியர்களின் இரகசியங்களை 'ஒற்றுக்கேட்டு' அவர்களைக் காட்டிக்கொடுப்பவனாகத் தொழிலை ஆரம்பித்தான். நேசர்களைக் காட்டிக்கொடுப்பது அல்லது கைவிடுவது, எப்படியும் அதிகாரத்தைக் கைப்பற்றுவது என்ற ஆசையாக மாறி, சர்வாதிகார மாகப் பரிபூரணமடைந்தது.

1919-ம் வருஷம் ஹிட்லருக்கு இந்த ஒற்று உத்தியோகம் கொடுக்கப் பட்டது. தொழிலாளர்கள் கூட்டங்களுக்குச் செல்வது, அவர்களுடன்

அளவளாவுவது, பிறகு முதலாளிகளின் கையாளான அதிகாரிக்குக் காற்றடிக்கும் திசையை அறிவிப்பது — இதுதான் உத்யோகம். இந்த வேலையைப் பார்த்துக் கொண்டிருக்கையில்தான் காட்பிரீட் பெடர் பேசுவதைக் கேட்க நேர்ந்தது. பெடருடைய பொருளாதாரக் கொள் கையில், அதாவது ஆரிய - யூதக் கொள்கையில் கொஞ்சம் பிரமை தட்டியது ஹிட்லருக்கு. கூட்டம் முடிவடைந்ததும் அவனுடன் வெகு தீவிரமாக விவாதித்தான். கூட்டத்தில் எதிர்த்துப் பேச முயன்ற ஒரு நபரை உதைத்து விரட்டிய பின்பு இந்த விசேஷம் நடைபெற்றது. ஜெர்மன் தொழிலாளர்கள் கட்சி என்ற ஒரு காலிக் கூட்டம்; அதற்குத் தலைவன் மாஜிக் கொல்லனான ஆன்டான் டிரக்ஸ்லர் என்பவன். இவனுக்கும் பெடருக்கும் நெருங்கிய தொடர்பு உண்டு. இவ்விருவரும் ஹிட்லரைத் தங்கள் கட்சியில் சேரும்படி வேண்டிக்கொண்டனர். 'சேருவதா, வேண்டாமா?' என்பதைப் பெரிய ஆத்மார்த்தப் பரிசோதனையாகப் பண்ணிக்கொண்டதாக ஹிட்லர் கூறிக்கொள்ளுகிறான். அந்தக் கட்சியில் அவன் சேரவில்லை; அதன் நிர்வாகக் கௌன்ஸிலில் ஏழாம் நம்பர் ஆசாமியானான்; அதாவது அந்தரங்கத் தொடர்புமட்டிலும் உண்டு. 1919- ம் வருஷம் ஜூலை மாதம் இது நடைபெற்றது.

ஹிட்லரின்கீழ் அந்தக் கட்சி வளர்ந்த விதம் விபரீதமானது. தேசீய அபேதவாதிகள் கட்சி என்று அதற்குப் புதிய பெயர் சூட்டப் பட்டது; ரத்தினச் சுருக்கமாக 'நாஜி' என்று அழைக்கப்பட்டது. தேசீய அபேதவாதம் யாவும் புதைந்து மண்ணோடு போனாலும் நாஜி என்ற பெயர் கட்சியுடனும் ஹிட்லருடனும் ஒட்டிக்கொண்டது. முதலில் அவன் பேசிய கூட்டத்தில் 20 பேர்தான் இருந்தார்கள்; பிறகு 20,000 பேர் முன்பும் அதே நபரின் குரல் கம்பீரமாக எழு வதற்குச் சந்தர்ப்பம் கிடைத்தது. அதற்கு ஓரளவு காரணம் கூட்டங் களில் ஏற்படக்கூடிய எதிர்ப்புக்களைச் சமாளிக்க ஹிட்லர் சிருஷ் டித்த புயல் படைதான். 1923-ம் வருஷம் மூனிக்கில் ஒரு புரட்சி நடத்தினான். தோல்வி. ராஜத்துரோகக் குற்றத்திற்காகச் சிறைத் தண்டனை.

சிறையிலிருந்து வெளியே வரும்பொழுது ஜெர்மன் உத்தாரணத் திற்கு மூலகாரணன் என்ற புகழ். ஹிட்லர் கட்சியில் கால் வைத்ததி லிருந்து அதன் அபேதவாத அம்சங்கள் எல்லாம் தேய்பிறைப் பாதையில் சென்றன. அது ஆரம்பத்தில் வெகு தீவிர அபேதவாதத்தில் திளைத்தது. கட்சித் திட்டமாக பெடர் எழுதிய முதலாளித்துவ எதிர்ப்பு யாதாஸ்து போன இடம் தெரியவில்லை. அதில் ஓர் எழுத்தையும் மாற்ற முடியாது என்று பூர்வத்தில் கர்ஜித்தவன் ஹிட்லர்தான்.

ஜெர்மனியில் முடிவில் அதிகார வர்க்கத்தை ஆட்டிவைக்கக்கூடிய பலம் ரீஷ்வருக்கு (ஜெர்மன் ராணுவம்) ஏற்படும் என்று அறிந்தவன் ஹிட்லர். ஆதலால் ஆரம்பத்திலிருந்தே தனது கட்சியையும் ஒரு

குட்டி ராணுவமாக ஆக்கிவந்ததில் அதிசயமில்லை. வோல்கிஷ் பியோபாஷர் என்ற பத்திரிகை எப்படி நாஜிப் பத்திரிகையாக மாறியது என்பதின் அந்தரங்கங்கள் இன்னும் ஒருவருக்கும் தெரியாது. ரீஷ்வர் பணம்தான் அவனுக்கு அவ்வசதியை அளித்தது.

டிரக்ஸ்லர், பெடர் இருவர் வசமிருந்து பெற்ற இக்கட்சியைக் குழந்தை மாதிரி ஹிட்லர் வளர்த்தான். முதலாளிகள், காலிகள், அதிகாரிகள் யாவரும் கட்சி வளர்ச்சிக்குத் துணை செய்தனர். அதற்கு ஸ்வஸ்திகா துவஜத்தை வகுத்தவனும், அதன் பிரசாரமுறை நுணுக்கங்களைத் தெளிவுபடுத்தியவனும் ஹிட்லரே. அக்கட்சியே அவனது காதலி, தாய், குழந்தைகள், யாவும். முடிவாக ஜெர்மனியே அதன் வரம்புக்குள் அடங்குகிறது.

இவ்வளவு அக்கறையுடன் ஜெர்மன் உத்தாரணத்திற்குப் பாடுபட்டுக்கொண்டிருக்கும் ஹிட்லருக்கு ஜெர்மனியில் பிரஜா உரிமை கிடையாது. அவன் இன்னும் ஆஸ்திரியப் பிரஜைதான். நாஜிக் கட்சித் தலைவன் ஜெர்மன் குடியாட்சிப் பதவித் தேர்தலுக்குப் போட்டியிட உரிமை கிடையாது. அப்படியிருக்கலாமா? நாஜிக் கட்சித் தலைவனுக்குப் பிரஜா உரிமைப் பதவி அளிப்பது 'முட்ட வரும் மாட்டிற்கு வயிற்றைத் திறந்து காட்டிக்கொண்டிருப்பது' என்று ரீஷ் சர்க்கார் நினைத்தது; அவனுக்கு உரிமை அளிக்கலாகாது என்று உறுதிகொண்டிருந்தது. அதனால் நாஜிகள் திரை மறைவில் தங்கள் நோக்கத்தைப் பூர்த்திசெய்துகொள்ள வேண்டியதாயிற்று.

பூர்வத்திலேயே ஹிட்லர் கட்சியில் சேர்ந்த டாக்டர் பிரிட்ஜ் என்பவர்தான் முதல்முதல் சர்க்காரில் பதவி வகித்த நாஜி. தூரிஞ்சியாவில் அவர் கல்வி மந்திரியாக இருந்தார். ஹிட்லர் ஜெர்மன் உத்தியோகஸ்தனாக்கப்பட்டால் அவனுக்குப் பிரஜா உரிமை கிடைத்துவிடும். ஒரு குக்கிராமப் போலீஸ் படைத்தலைவனாக நியமிக்க முயன்றார். இந்தச் சங்கதி எப்படியோ வெளிவர, பெருத்த கேலிக்கூத்தாகிவிட்டது. என்னமோ பிரமாதக் கட்சித் தலைவன் போலீஸ் தொப்பியுடன் சந்தியில் கை காட்டி நிற்பது என்றால் கொஞ்சம் வேடிக்கைதானே!

பின்பு பிரன்ஸ்விக் மாகாணத்தில் நீதி மந்திரியாக இருந்த பீட்ரிஷ் கிளாக்ஸ் ஹிட்லரை பெர்லினில் இருக்கும் பிரன்ஸ்விக் ஸ்தானீகருக்கு ஆலோசனை நிபுணனாக நியமித்தார். இந்த மாதிரி ஒரு உத்தியோகம் இருப்பதாக ஜெர்மனியில் ஒருவருக்குமே தெரியாது. அரசியலமைப்புக்கு விஸ்வாசமாக நடந்துகொள்ளுவதாக — அதாவது, தான் தகர்த்தெறிய வேண்டும் என்று கங்கணம் கட்டிக்கொண்டிருக்கும் ஒரு ஸ்தாபனத்திற்குப் பக்தி செலுத்துவதாக — பிரமாணம் எடுத்துக்கொண்டு, சட்டபூர்வமான ஜெர்மனியனானான் ஹிட்லர்.

○

4. அதிகார ஏணி

விசேஷமான திறமை மட்டும் ஹிட்லரை சர்வாதிகாரியாக்கிவிட வில்லை. தான் வேறு ஜெர்மனி வேறு என்ற பேதமில்லாது, அவன் தன்னை அதன் இலட்சியக் குரலாக ஆக்கிக்கொண்டான். ஜெர்மனியர் அவனை வணங்கினர்; ஏனெனில் அவர்களுக்கு ஜெர்மனிமீது பற்றுதல். நாஜிகளுக்கு ஹிட்லர், ஜெர்மனி என்ற பதங்களுக்கு ஒரே அர்த்தந்தான்.

ஜெர்மனி 1914-ம் ஞூ யுத்தத்தில் தோற்றது. அதன் தோல்விக்குக் காரணம் யூதர்கள், அபேதவாதிகள், சமாதானவாதிகள் என்ற கதைகட்டி, தோல்வியை வியாக்கியானம் செய்தனர் நாஜிகள். ஹிட்லர் இந்த அஸ்திவாரத்தை உபயோகித்துத்தான் ஜெர்மன் மனத்தைத் தன் பக்கம் திருப்பினான். ஜெர்மனி தோற்கவேயில்லை என்று ஒரு போடு போட்டான்:

"உங்களை அடிமைப்படுத்திவிட்டார்கள். நீங்கள் கேவலமடைந்து விட்டீர்கள். ஜெர்மனி ஒரு நோயாளியாகப் படுத்துவிட்டது. அதை ஒப்புக்கொள்ளுங்கள். இந்தத் துரதிர்ஷ்டம் பிடித்த குடியாட்சி போதும் என்று திருப்தியடைந்துவிட்டதாக நம்ப முயலுகிறீர்கள்.

"உங்களை முதுகில் குத்தியவர்கள் யூதர்கள், பொது உடைமைக் காரர்கள்; அவர்கள் இன்று உங்களை ஆளுகின்றனர். அவர்கள்தான் நீங்கள் இழந்த சுயமதிப்பைப் பெறுவதற்குத் தடையாக இருக்கின்ற னர். உங்கள் தேசத்தைக் கொல்லவந்த நமன்கள் அவர்கள்தான்; உங்கள் ஆத்மார்த்த இலட்சியத்தைக் கொன்றவர்களும் அவர்கள் தான். நீங்கள்தான் ஜெர்மனி. நாம்தான் ஜெர்மனி. துரோகிகளை, யூதர்களை, சமாதானவாதிகளை அகற்றுங்கள்! மனிதர்களாக நிமிர்ந்து நில்லுங்கள்! . . ." இத்யாதி, இத்யாதி.

இதே பல்லவிதான் அவன் எழுதிய 'மீயின் காம்' என்ற சுயசரிதை யிலும். தலைவனைப் பெறுவதற்காக ஜெர்மனியர் சுதந்திரத்தைப் பணயம் வைத்தனர். ஹிட்லர் சர்வாதிகாரியாக சௌகரியமாயிற்று.

ஹிட்லரின் வாழ்க்கைப் பாதையில் செல்லுமுன் ஜெர்மனியின் சமீபத்திய சரித்திரத்தைத் தெரிந்துகொள்ளுவது சௌகரியம்.

தமிழ் மாகாண கிராமங்களின் திண்ணை அரசியல்வாதிகளின் நம்பிக்கை கெய்ஸர் தோற்கவேயில்லை என்பது. இத்தகைய புகழோடு கெய்ஸருக்கு மீசையைப் பற்றிய பெருமையும் உண்டு. அவர் ஆண்ட ராஜ்யம் பல சிற்றரசுகளைக் கொண்டது. பிஸ்மார்க்கும் வில்லியம் கெய்ஸரும் அதை ஒன்றுபட்ட கட்டுக்கோப்பாக்கினர். அந்தத் திடீர் வளர்ச்சி ஜெர்மன் சண்டையில் சிதைந்தது. அந்தச் சிதைவிலி ருந்து பிறந்தது ஜெர்மன் குடியாட்சி. வெர்ஸேல்ஸ் உடன்படிக்கை ஜெர்மனியைப் பூகோளப் படத்திலிருந்து அகற்றிவிட முயன்றது. அதன் ஷரத்துக்கள் தலைதூக்க முடியாதபடி ஜெர்மன் மக்களைச் சிலுவையிலடித்துவிட்டது.

ஹிட்லர் அதிகாரத்தைக் கைப்பற்றும்பொழுது வான் ஹின்டன் பர்க், தள்ளாத கிழவர், சம்பாதி மாதிரி, ஜெர்மன் குடியாட்சியின் தலைவராக இருந்தார். ஹின்டன்பர்க், கெய்ஸர் சைனியத்தில் புகழ்பெற்ற, ஆனால் ஏமாற்றமும் அடைந்த, ராணுவ வீரர்.

அவர் உயிருடன் இருக்கும்பொழுது — சமீபத்தில், அதாவது ஹிட்லரிடம் அதிகாரத்தைக் கொடுத்த பின்புதான் காலமானார் — அவரைப் பற்றி ஒரு கதை சொல்லுவார்கள்.

"ஹின்டன்பர்க், செத்துப்போனதாக நினைத்துக்கொண்டு நேராக மோட்ச சாம்ராஜ்யத்திற்குச் சென்றாராம். மண்ணுலகை நீத்துவரும் உயிர்களை வரவேற்க, மோட்ச வாசலில் காத்திருக்கும் செயின்ட் பீட்டர் முன்பு சென்று முழந்தாள் படியிட்டு நின்றாராம்.

"பீட்டர் ஆச்சரியத்துடன், 'நீ யாரப்பா? என்று கேட்க, இந்தப் பிரகஸ்பதி, 'நான்தான் ஹின்டன்பர்க்' என்று சொன்னாராம்.

"'பின் ஏன் இங்கு வந்தாய்?' என்று பீட்டர் மறுபடியும் கேட்க, 'நான் செத்துப் போனதால்' என்று ஹின்டன்பர்க் பதில் சொன்னாராம்.

"பீட்டர் தலையை அசைத்து மறுத்து, 'ஏதோ பிசகு நடந்திருக்கிறது. நீ சாகவில்லை, உயிருடன்தான் இருக்கிறாய்' என்று சொல்ல, ஹின்டன்பர்க் மனங்குழம்பிப்போய், பின்னுக்குக் காலை எட்டி வைத்து, 'சை! அந்த ராஸ்கல் மீய்ஸ்னர் மறுபடியும் எனக்குத் தப்பிதமாக அறிவித்துவிட்டான்' என்று தமக்குள்ளே முனகிக் கொண்டாராம்."

மீய்ஸ்னர் ஜெர்மன் குடியாட்சித் தலைவரின் காரியதரிசி. ஜெர் மனியின் தள்ளாத கிழவரிடம் அவன் வார்த்தைக்குச் செல்வாக்கு உண்டு. அவ்வளவு தூரம் பிறர் கை பார்க்க வேண்டிய நிலை குடியாட்சித் தலைவருக்கு. வயோதிகத்தால் அவர் கண் ஒளி குன்றிப்போயிருந்தது.

இந்தக் கதை ஒரு பெரிய மனிதரைக் குரூரமாகக் கிண்டல் செய்வது என்றாலும் ஜெர்மன் அரசியல் நிலைமையை எடுத்துக் காட்டுகிறது.

தள்ளாத கிழவரான வான் ஹின்டன்பர்க் குடியாட்சியின் பொம்மைத் தலைவராக இருந்தார். அவரைச் சுற்றி அவருக்குப் பாதுகாப்பாக அமைக்கப்பட்ட மெய்க்காப்பாளர் படை அன்னியரை நெருங்கவொட்டாமல் தன் அதிகாரத்தைப் பெருக்கிக்கொண்டது. தலைவரைச் சுற்றிலும் சூழ்ச்சி, சூழ்ச்சி, சூழ்ச்சி!

நாஜிகள் வெகு காலமாகத் தலைவரை நெருங்க வெகுவாகப் பிரயாசைப்பட்டனர். ஆனால் மெய்க்காப்பாளப் படையின் சிகரத்தில் இருக்கும் ஆஸ்காரும் ஷ்லீஷரும் ஹிட்லரை அணுகவிடவில்லை.

1930 மே மாதத்திலிருந்து 1932 மே வரை டாக்டர் ஹென்ரீக் ப்ரூயனிங் குடியாட்சியின் சான்ஸலராக இருந்தான். ப்ரூயனிங்குக்கு

கப்சிப் தர்பார் ◆ 545

ஹிட்லர் என்றால் ஆகவே ஆகாது. ஹிட்லர் ஆதிக்கம் வளரவிடாமல் தடுப்பதே புரூயனிங் நிர்வாகத்தின் கொள்கை. 64 லட்சம் வோட்டுகளும் 107 சகாக்களும் பெற்று புரூயனிங் சான்ஸலர் ஆனான். அவன் நிர்வாகத்தில் ஒரு விசேஷம். ரீஷ்டாக் என்ற ஜெர்மன் குடியாட்சியின் சட்டசபை கலைக்கப்பட்டது. உத்தரவுகள் மூலம் நிர்வாகம் நடைபெற ஆரம்பித்தது அவனுக்கே பின்பு வினையாக முடிந்தது. ஹின்டன்பர்க் ஆதரவு இருக்கும்வரைதான் அவன் நிர்வாகம்.

அவனுக்குப் பின் வான் பேப்பன் 1932 ஜூன் 1 உ சான்ஸலராக நியமிக்கப்பட்டான். வான் பேப்பனுக்குத் திடீரென்று அதிர்ஷ்டம் பொத்துக்கொண்டு வந்தது என்று சொல்லவேண்டும். ஷ்லீஷர், இந்த சான்ஸலர் உத்தியோகத்திற்குத் தன் கையாளாக ஒருவனைப் பார்த்தான்; ஆனால் ஆள் என்ன வசியம் வைத்திருந்தானோ என்னவோ, ஹின்டன்பர்க்கின் இதயத்தைத் தொட்டுவிட்டான். ஆனால் கொஞ்ச நாள்தான் பதவிவகிக்க முடிந்தது.

அதற்கப்புறம் ஷ்லீஷர் சான்ஸலரானான். எல்லோரையும் திருப்தி செய்ய முயன்று எல்லோருடைய வெறுப்பையும் கட்டிக்கொண்டான். அவனும் புரூயனிங் - பேப்பன் சென்ற வழி செல்ல வேண்டியதாயிற்று. காரணம், யாவரும் தேசத்தில் வளர்ந்துவரும் சக்தியான ஹிட்லரிடம் சரிக்கட்டி வர முடியாமையே.

இடையே நாஜிக் கட்சிகளுக்குள் சதி. அவர்களது கிளர்ச்சி கட்சியையே தொலைத்துவிட்டிருக்கும். ஹிட்லர், பொதுக்கூட்டத்தில் சதிகாரர்களின் பெயரை வாசித்துப் பட்டவர்த்தனமாக்கி, கட்சியை ஏவிவிட்டே அவர்களைத் தொலைத்தான். அடுத்தபடி அதிகா ரத்தைப் பற்றுவதுதான்.

சட்டத்திற்குப் புறம்பாகப் போகாமல் அதிகாரத்திற்கு வர எண்ணினான் ஹிட்லர். வான் பேப்பன் டாக்டர் ஹ்யூகன்பர்க்குடன் சேர்ந்துகொண்டு ஹிட்லருக்கு ஆசை காட்டினான். இந்தச் சமயத்தில் ஷ்லீஷர் மிரண்டுபோய், ராணுவத்தைத் திரட்டுவதற்காகக் கிழவ ருக்குப் பெரிய அபாயம் என்று அறிவித்துவிட்டு, பேப்பனையும் ஹிட்லரையும் அமுக்க முயற்சித்தான்.

இந்த வதந்தி கேட்கவே, ஹிட்லர் பேப்பனுடன் கூட்டுக் கட்சி ஸ்தாபிக்க ஒப்புக்கொண்டான். பேப்பன் - ஹ்யூகன்பர்க் மந்திரிசபை யில் ஹிட்லருக்கு மூன்று ஸ்தானங்கள், அவர்களுக்கு எட்டு.

ஷ்லீஷர் சூழ்ச்சி அவனையே பிணித்தது. நாஜி தேசியக் கட்சித் திட்டம் ஒன்றை — அதாவது பேப்பன் தயாரித்ததை — ஹிட்லரும் ஹ்யூகன்பர்க்கும் கிழவனாரிடம் சமர்ப்பித்தனர். அவர் ஒப்புக் கொண்டு ஹிட்லரை சான்ஸலராகவும், பேப்பனை உதவி சான்ஸல ராகவும் நியமித்தார். ஷ்லீஷர் பதவியைவிட்டு நீக்கப்படு முன்பே இது நிகழ்ந்தது. காலையில் செய்தி கேட்டுத் திடுக்கிட்டான்.

இந்த நிலையிலே....

5. நெருப்பு! நெருப்பு!

1933-ம் வருஷம் பிப்ரவரி மாதம் 27-ம் தேதி இரவு, அதாவது ஹிட்லரை சான்ஸலர் பதவியில் ஊர்ஜிதப்படுத்தும் மார்ச் 5-ம் தேதி தேர்தல்கள் நடைபெறப் போகும் சமயத்தில், ஜெர்மன் ரீஷ்டாக் (சட்டசபை) தீப்பிடித்து எரிந்துபோயிற்று. ஜெர்மன் குடியாட்சியில் மிஞ்சியதையும் இந்த நெருப்பு எரித்துச் சாம்பலாக்கிவிட்டது. அன்று கொழுந்துவிட்ட தீ, சர்க்கார் கட்டடத்தை மட்டிலும் எரித்துவிடவில்லை; பொதுஉடைமைக் கட்சி, சமூக ஜனநாயகக் கட்சி, கத்தோலிக் தேசியக் கட்சிகள் யாவும் அந்த யாக குண்டத்தில் புகைந்துபோயின. அன்று பிடித்த நெருப்பு இன்றும் புகைந்துகொண்டுதான் இருக்கிறது.

ரீஷ்டாக்கில் விபத்து வர, லட்சம் மார்க் (ஜெர்மன் நாணயம்: ஒரு மார்க் = ஏறக்குறைய ரூ. 1 - 0 - 10) பெறுமானமுள்ள கண்ணாடியும் காரைக் கட்டியும் மட்டிலும் நாசமாகிவிடவில்லை. அது ஆயிரக் கணக்கான ஜீவன்களைச் சாக அடித்தது. அதன் விளைவாக, மார்ச் வெற்றியின் மூலம் பிரவுன் ஷர்ட் கொலை வெறியும், யூதர்கள் சித்ரவதையும், ஆஸ்திரியா ஆக்கிரமிப்பும் சம்பவித்தன.

கட்டடம் சிதைந்தது; அத்துடன் பழைய வீய்மர் அரசியலமைப்பும் தகர்ந்தது; அந்த ஹோம குண்டத்திலிருந்து ஹிட்லரின் மூன்றாவது ரீஷ் என்ற பூதம் புறப்பட்டது.

ரீஷ்டாக் எரிந்துபோவது என்றால் சாதாரண காரியமா? முதன்மையான செய்தியாக உலக மின்சாரச் செய்திக் கம்பிகளைத் தாக்கிக்கொண்டிருந்தது. நாஜிகள் குற்றத்தைப் பொதுஉடைமைக் காரர்கள்மீது தூக்கி வைத்தனர். தேசத்தில் ஒரே கொந்தளிப்பு. பொதுஉடைமைச் சதி கண்டுபிடிக்கப்பட்டது. நூற்றுக்கணக்கான பொதுஉடைமைப் பிரதிநிதிகள் கைதி செய்யப்பட்டனர். இந்தக் கொந்தளிப்பில் ஹிட்லர் நான்கு வருஷங்களாவது தேசத்தின் லகானை இழுத்துப் பிடித்துக்கொள்ள வசதி செய்துகொண்டான்.

ரீஷ்டாக் தீ விபத்து விசாரணையே ஒரு போலி நாடகம்.

விசாரணையின்போது நீதிபதி, டிமிட்ராவைப் பொதுஉடைமைப் பிரசாரம் செய்வதாக நிந்தித்தார். சாட்சிக் கூண்டில் நிற்கும் கோயரிங்கைக் காட்டி, கிண்டல்-மரியாதையுடன், “அந்த உயர் திருவாளர்தான் தேசீய அபேதவாதப் பிரசாரம் செய்கிறார்” என்றான் டிமிட்ராவ். கடைசிவரைக்கும் அவன் துணிச்சலே துணிச்சல்! கத்தி கழுத்தின் மேல் தொங்குகிறது; அதற்குத் தப்பினாலும் கோயரிங் சிப்பந்திகளைத் தப்ப முடியாது. அப்படியிருந்தும், “எனது நேரம் இப்படி வீணானதற்கு நஷ்டயீடு கொடுக்க வேண்டும்” என்கிறான்.

வேறு விதியில்லாமல் டோர்க்ளர், டிமிட்ராவ், போப்போல், டானேவ் முதலியவர்களைக் கோர்ட் விடுதலை செய்ய வேண்டியதாயிற்று. கடைசியில் பித்துக்குளி வான்டர் லூப் கழுத்தில்தான் கத்தி விழுந்தது. கோர்ட் விடுதலை உத்தரவு போட்டாலும் சர்க்கார்

டோர்க்ளரை இரண்டு வருஷம் சிறையில் அடைத்துப் போட்டது. லூபுடன் எத்தனை பேர் வேலை செய்தனர், யார் யார் ஒத்தாசை செய்தனர் என்ற விபரங்கள் யாவும் காலம் என்ற மௌனத்தில் ஆழ்ந்துவிட்டன. அவன் மட்டிலும் ஒண்டியாக இந்த வேலை செய்திருக்க முடியாது. மேலும் இந்த அரைப் பைத்தியத்தை நாஜிகள் தங்கள் சதிக் கையாகப் பொறுக்கி எடுத்தனர் என்றால் அவர்கள் புத்திசாலித்தனத்தை அவமதிப்பதாகும். லூபுக்குக் கொலைப் பைத்தியம் உண்டு என்று எண்ண வேண்டியிருக்கிறது. அவன் வேஷம் போடவில்லை. அவன் நாஜிகளின் நண்பனும் அல்லன்; கோர்ட்டில் அவன் வாயைத் திறந்தபொழுதெல்லாம் அது நிரூபணமாயிற்று.

இதுதான் புதிர்: வான்டர் லூப் தனியாக இந்தத் தீ வைத்தான் என்றால் — அதாவது நாஜிகள் உதவியில்லாமல் — அது எப்படி இவ்வளவு வெற்றிகரமாக இருந்திருக்க முடியும்? அவன் நாஜிகளின் கையாள் என்றால் ஏன் அவர்களைக் காட்டிக் கொடுத்தான்?

விஷயம் இதுதான். வான்டர் லூப் கையாள் அல்லன்; நாஜிகளால் ஏமாற்றப்பட்டவன். அவனை ஒருபுறம் தீ வைக்கும்படி தூண்டி விட்டு, அதற்குத் தகுந்தாற்போல் நாஜிகள் கோயரிங் மாளிகையின் பாசறை வழியாகச் சென்று தீப்பற்றி எரியக்கூடிய ரசாயனப் பொருள்களைப் பரப்பி வேறு ஒருபுறம் தீ வைத்தனர். லூப் தன் கைவேலை இவ்வளவு அமோகமாக, தேஜோமயமாக எரிந்தது என்று நினைத்துக்கொண்டான். அவ்வளவுதான். அன்றிரவு இரண்டு முறை தீ வைக்கப்பட்டது; ஒன்று லூப் கையால்; மற்றொன்று நாஜிகள் ஏற்பாட்டால். இந்த நிலையிலே. . . .

பித்துக்குளியான வான்டர் லூப், ரீஷ்டாக்கில் கம்யூனிஸ்ட் கட்சித் தலைவர் எர்னஸ்ட் டோர்க்ளர் முதலில் கைதியாயினர். பின்பு பல்கேரியப் பொதுஉடைமைக் கட்சிக்காரர்களான டிமிட்ராவ், போப்போல், டானேவ் என்பவர்களும் பிடிபட்டனர். இவர்கள்மேல் சந்தேகம் தோன்ற பெர்லினில் உள்ள ஹோட்டலில் சாப்பாடு பரிமாறுகிறவன் சாட்சி. சம்பவம் நடக்கும்பொழுது டிமிட்ராவ் பெர்லினில் இல்லை; மூனிக்கில்தான் இருந்தான் என்பது சந்தேகமற நிரூபிக்கப்பட்டது. இருந்தாலும் ஐந்து மாதங்கள் வரை அவன் வெளிவரவில்லை. கோர்ட்டில் ‘எக்கச்சக்கமான’ கேள்விகள் கேட்டு ஆட்டிவைத்தவன் அவனே. கோயரிங்கைச் சாட்சிக் கூண்டில் ஏற்றிப் படாத பாடு படுத்திவிட்டான்.

இதற்கு முன்பே இரகசியமாக நாஜிகள்தான் தீ வைத்தது என்ற விபரத்தைக் கூறும் தஸ்தாவேஜு ஒன்று அயல் நாடுகளில் பரவலாயிற்று. இது ஓபர் போர்ஹன் என்ற பேப்பனின் கையாள் வேலை என்று அவன் வீட்டை நாஜிகள் சோதனை போட்டனர். ஓபர் போர்ஹன் மாயமாய் மறைந்தான். பின்பு தற்கொலை செய்து கொண்டான் என்று அறிவிக்கப்பட்டது.

❍

6. ஜெர்மன் மாதாவுக்கு ரத்த அபிஷேகம்

ஹிட்லர் வசம் அதிகாரம் வந்துவிட்டது; அதிகாரத்தைப் பெறுவதற்கு உபகரணமாக இருந்த புயல்படை மேற்கொண்டு நீடித்திருந்தால் ஹிட்லர் அதன் மனப்போக்குகளுக்குத் தலையசைக்க வேண்டிய நிலைமை ஏற்படக்கூடும். ஹிட்லர் வெகு ஜாக்கிரதைக்காரன். தன் நோக்கத்தைப் பூர்த்திசெய்துகொள்வதற்கு இடையில் முட்டுக்கட்டையாக எது நின்றாலும் அதை யப்புறப்படுத்துவதற்குத் தயங்கமாட்டான். ஆனால் பக்கபலமிருக்க வேண்டியது, அதிலும் ராணுவ பலம் இருக்கவேண்டியது, சர்வாதிகாரிகளுக்கு மிக அவசியம். சர்வாதிகாரிகள், மனத்தில் நம்பிக்கை ஏற்படும்படி தர்க்கிப்பதற்குப் பதிலாகத் துப்பாக்கியை உபயோகித்துத் தர்க்கத்தைப் பூர்த்தி செய்வார்கள். இந்த வேலைக்கு ராணுவ பலம் அவசியம். ரீஷ் படைகள்மீது நம்பிக்கை வைப்பதா அல்லது பழைய புயல்படையே நீடிப்பதா என்பதுதான் கேள்வி. புயல்படைத் தலைவன் ரீம் சமீப காலமாக அளவுக்கு மிஞ்சி அதிகாரம், செல்வாக்கு இரண்டும் பெற்று வருகிறான். வருங்காலத்தில் ஹிட்லருக்கே போட்டியாய் நிற்கவும் கூடும். இப்படிப்பட்ட நிலைமை ஏற்படுவதைத் தடுத்துக் கொண்டான் ஹிட்லர். இதைத்தான் ஜூன் புரட்சி என்பார்கள் அரசியல் நிருபர்கள். இதை இரத்த வெறி, கொலை வெறி, உன்மத்த வெறி என்பார்கள் அந்த நாளில் பெர்லினிலும் அதற்கடுத்த பிரதேசங்களிலும் வாழ்ந்தவர்கள். புயல் படைத் தலைவர்களில் பலர் உடம்பில் ஈயக் குண்டுகள் புகுந்தன. தலைவன் ரீமுக்கு ஒரு மாதத்திற்கு முந்தித்தான் கலியாணமாயிற்று. கலியாணச் சடங்கின்போது மாப்பிள்ளைத் தோழனாக இருந்தவன் ஹெர் ஹிட்லர். ஜூன் மாதம் 30-ந் தேதி அவனை விரட்டி விரட்டிக் கொல்ல உத்தரவிட்டவனும் ஹிட்லர்தான். ரீம் அவனுடைய அந்தரங்க நேசன் என்பார்கள். இப்பொழுது அவன் சமாதி அடியில் அவன் அன்பைச் சுமக்கிறான்.

இறந்தவர்கள் யார் யார் என்பதை முதலில் கவனித்துக்கொண்டு அதற்கப்புறம் யமன் பெர்லினில் உலாவிய விவரத்தைக் கவனிப்போம்:

I. புயல்படைத் தலைவர்கள்

(1) காப்டன் ஏர்னஸ்ட் ரீம் : இலாகா இல்லாத மந்திரி, புயல்படைத் தலைவன், ஹிட்லரின் நண்பன், அவனது சொந்தப் படையைத் திரட்டியவன்.

(2) கார்ல் ஏர்னஸ்ட் : பர்லின் - பிரான்டன்பர்க் புயல்படை மேஜர் ஜெனரல்.

(3) இன்னும் மூன்று புயல்படைத் தலைவர்கள்.

(4) ஹான்ஸ் ஹேய்ன் : ஸாக்ஸனியிலுள்ள புயல்படையின் பிரிகேடியர் ஜெனரல்.

II. வைஸ்சான்ஸலர் வான் பேப்பனுடைய கட்சியைச் சேர்ந்தவர்கள் விவரம்

(1) டாக்டர் எரிக் கிலாஸ்னர் : கதோலிக் கட்சியின் தலைவர்.

(2) அடல்பர்டு பிரபோஸ்டு : கதோலிக் வாலிப இயக்கத்தின் தலைவர்.

(3) பிரிட்ஸ் வான் போஸ் : பேப்பனுடைய சர்க்கார் காரியதரிசி.

(4) எட்கார் ஜம் : பேப்பனுடைய அந்தரங்கக் காரியதரிசி.

(5) டாக்டர் பெக் : சர்வதேச மாணவர் ஸ்தாபனத்தைச் சேர்ந்தவர்.

III. தனிப்பட்ட வஞ்சத்திற்குப் பலியானவர்கள்

(1) ஜார்ஜ் ஸ்டெரெஸர் : நாஜிக் கட்சியின் கொள்கை விஸ்தாரத்தில் பிரபலம் பெற்று, ஒரு காலத்தில் ஹிட்லரின் வலக்கையாக இருந்தவர்.

(2) ஜெனரல் வான் கார் : 1923-ம் வருஷம் பவேரியாவில் சர்வாதி காரியாக இருந்தார். ஹிட்லரின் முதல் புரட்சியில் நாஜிகளைக் காட்டிக்கொடுத்தவரென்று குற்றம்சாட்டப்பெற்றவர்.

IV. மற்றையோர்

ஜெனரல் குர்ட் வான் ஷ்லீஷர் : மாஜி சான்ஸலர்; எலிசபெத் என்ற அவர் மனைவி.

ஜெனரல் வான் பிரடோ : யுத்த இலாகாவில் முன்பு ஷ்லீஷர் மந்திரிப் பதவி வகித்தபொழுது அப்புறம் அவருக்குக் காரியதரிசியாக இருந்தவர்.

கடைசியாக மூனிக்கில் வில் ஷ்மிட் என்ற சங்கீத விமர்சகன். அவனை ஆள் மாறாட்டத்தால் கொன்றுபோட்டார்கள். அவர்கள் கொல்ல விரும்பிய ஷ்மிட் வேறொரு ஆசாமி என்று இவன் எவ் வளவு கெஞ்சியும் இவனைத் தூக்கிப்பிடித்து நிறுத்திச் சுட்டுவிட்டார் கள். பிறகு சரியான ஷ்மிட்டும் கண்டுபிடிக்கப்பட்டு, சமாப்தி பண்ணப்பட்டான்.

காரியதரிசிகள் கொல்லப்பட்டதைக் கண்ட வான் பேப்பன் உயிர் தப்பினது பாக்கியம் என்று ஓடிப் போனான். முன்பு சான்ஸல ராகவிருந்த புரூயனிங்கும் கொல்லப்பட்டிருப்பான். நண்பர்கள் வற்புறுத்தித் தூண்டியதன் பலனாக 27 நாட்களுக்கு முன்புதான் தேசத்தைவிட்டு வெளியேறினான். டச்சு சாமியார் வேஷம் போட்டுக் கொண்டு அவன் ஜெர்மனி எல்லையைக் கடந்தான்.

ஷ்லீஷர் ஏன் கொல்லப்பட்டான்? இதர மாஜி சான்ஸலர்கள் ஏன் இப்படித் தப்பி ஓட வேண்டியதாயிற்று? காரணம் வேறொன்று மில்லை. வருங்காலத்தில் எதிரிகளாக வரக்கூடிய நபர்களை ஹிட்லர் விட்டுவைக்க விரும்பவில்லை. அவன் எந்தச் சூழ்ச்சியால் அதிகாரம் பெற்றானோ அதைப் போன்ற ஒரு சூழ்ச்சியால் அவனிடமிருந்து அதிகாரத்தைப் பிடுங்க முடியுமல்லவா? அதற்காகவே இவ்வளவு முன்ஜாக்கிரதை.

ஷ்லீஷரைப் பற்றி நாஜிகள், "அவன் ரீமின் நண்பன், இருவரும் சதி செய்துகொண்டிருந்தார்கள்" என்று சொல்வார்கள். மேலும் அவன் வெளிநாட்டு ஸ்தானீகர் பலருடன் அதிக உறவை வைத்துக் கொண்டிருந்தானாம். இக்காரணத்திற்காகவும் அவன் அகற்றப் பட்டான்.

ஷ்லீஷர் கொலை ரீஷ்வர் தலைவர்களுக்குச் சீற்றமூட்டியது. நிலைமை மோசமாய்விடும் போலிருந்ததால் கோயரிங் தலைமையில் கண் துடைக்கும் கூட்டம் ஒன்று கூட்டப்பட்டது. ஏதோ ஒரு தப்பிதம் நடந்துவிட்டது என்று 'வழவழ' என்று ஒரு சமாதானம் கூறப்பட்டது.

ஷ்லீஷர், ரீம், ஸ்டெரெஸர், வான்கார், லின்ஸ்மீட், வான்போஸ், கிலாஸ்னர் யாவரும் ஹிட்லரைத் தொலைக்கச் சதிசெய்தார்கள் என்று நாஜிகள் சொல்வதை நம்ப முடியவில்லை. புரட்சியின்போது பெர்லினிலிருந்த பாரபட்சமற்ற பல நபர்களின் அபிப்பிராயமும் அதுவே. இருந்தாலும் நாம் எப்படித் திட்டமாகச் சொல்லமுடியும்?

○

7. பெர்லினில் ரத்தப் பேய் நடமாட்டம்

1934 மே முதல் ஜூன் வரை ஜெர்மன் பொருளாதார நிலை நெருக் கடி. எங்கு பார்த்தாலும் பணக் கஷ்டம். நாஜிகள் அதிகாரத்தைக் கைப்பற்றிவிட்டனர். அதாவது வெற்றி பெற்றுவிட்டனர். ஏன் அவர்கள் கூறியபடி தேசத்தில் பாலுந் தேனும் கலந்தோடவில்லை? நாஜிகளில் தீவிரவாதிகளும், ஜெர்மன் பொது மக்களும், பரிசு களெல்லாம் முதலாளிகள் கையிலும், கோயரிங் வசமும், ரீஷ்வர் படை வசமும் சிக்கின என்று நினைத்தார்கள். எங்கு பார்த்தாலும் ஏமாற்றம், அதிருப்தி. ஹிட்லரிடம் முறையிட்டார்கள். வீண் முறையீடு. இனி இரண்டாவது முறை புரட்சி நடக்காது என்று உறுதி கூறினான் ஹிட்லர். உறுதி வாய்மொழியோடு நின்றது.

காரணம்....

நாஜிகளுடைய புயல்படையிடையே அதிருப்தி அளவுக்கு மிஞ்சி யது. கட்சியின் அதிகாரம் தன் வசமே என்று திமிர்கொண்டிருந்தது புயல்படை. இப்பொழுது அதன் எண்ணிக்கை 25,00,000. புரட்சி வெற்றி பெற்ற பிறகு புயல்படைக்கு வேலையில்லை. ஹோமகுண்டத் தில் பிறந்த அசுரன் போல் வேலையை எதிர்பார்த்துத் துருதுரு என்று வந்தது. பணமூட்டைகளின்மீது உட்கார்ந்திருந்த பெருத்த சுமை அது. அதன் தலைவன் ரீம் அற்புதமான மனிதன். விசேஷத் தன்மை வாய்ந்தவன். கோயரிங்குடைய தடித்தனமும் கோபல்ஸின் இரக்கமற்ற சிந்தையும் உடையவன். கற்பனை கொஞ்சமும் கிடை

யாது. சமாதானத்தை வெறுத்து குழப்பத்தில் மகிழ்ச்சி கொள்ளும் காலி. புயல்படையின்மீது அவனுக்கு இருந்த பாசம் ஹிட்லருக்கிருந் ததைவிட சற்றும் குறைவானதில்லை. ஹிட்லர் புயல்படையைச் சிருஷ்டித்தவன். புயல்படையை வளர்த்தவன் ரீம். ஹிட்லருக்கு அவன்மீது பிரியமுண்டு. ரீஷ்வர் படைகளுக்குள் புயல்படையையும் சேர்த்து தேசீய ராணுவத்தைப் பெருக்கிவிட்டால் பிரச்னை ஒழிந்து விடுமென்பது அவனுடைய ஆலோசனை. அதோடு அதில் தலைமை ஸ்தானம் வகிக்க வேண்டுமென்பதும் அவனுக்கு ஆசை. அவன் அப்படித் தலைவனானால்....

அவன் இரண்டு சக்திகளின் பிரதிநிதியாவான். புயல்படையில் தான் தீவிரவாதிகள் அதாவது ஏழைகள் அதிகம். அதன் தலைவன் என்றால் அந்தச் சக்தியின் பிரதிநிதி என்று அர்த்தம். இரண்டாவ தாக, தேசத்தின் அதிகாரம் ரீஷ்வர் படையின் அஸ்திவாரத்தின்மீது தான். அப்படி ஆவதால் ஹிட்லர் ரீம் உள்ளங்கைக்குள் அடங்க வேண்டிய நிலைமை ஏற்படும். இதை ரீஷ் ஜெனரல்கள் விரும்ப வில்லையென்பதோடு, ஹிட்லரும் தனக்கு எதிரியை (வருங்காலத்திலா வது) தேடிக்கொள்ள விரும்பவில்லை.

ரீஷ்வர் படை தன்னை ஆதரிக்கும் என்று கண்டுகொண்டவுடன் ஹிட்லர் தாமதித்திருக்கவில்லை. ரீமைச் சந்தித்து ஐந்து மணி நேரம் பேசினான். சந்தித்துப் பேசும்பொழுது புயல்படையை ரீஷ்வருடன் சேர்க்க வேண்டுமென்று வற்புறுத்தினான். பயனில்லாது போயிற்று. தோல்வியுற்று மூனிக்குக்குத் திரும்பிச் சென்றான். ஜுலை மாதம் முதல் தேதி புயல்படைக்கு இரண்டு மாதம் ரஜா கொடுக்கப்பட்டது. அதாவது, அவர்கள் யூனிபாரம் அணியக் கூடாது. புயல்படையில் இரண்டு கக்ஷி. ஒன்று ஹிட்லரை ஆதரிக்கிறது. மற்றொன்று ரீமை ஆதரிக்கிறது. ஹிட்லரை ஆதரிக்கும் கக்ஷியில் ஹிம்லர் என்று ஒருவன். அவனுக்கு ரீம் என்றால் வெறுப்பு. புயல்படைச் சிதைவு திடீரென்று தோன்றிய சண்டமாருதம் போல் காணப்பட்டாலும், முன்னரே யாவும் தயாராக இருந்தன. ரீஷ்வர் படைவீரர்கள் எப்போதும் ரிவால்வருடன் நடமாடும் நிலைமை பத்து தினங்களுக்கு முன்னமேயே ஏற்பட வேண்டுமென்றிருந்தால், ஏற்பாடுகள் எவ்வளவு கணக்காக நடைபெற்றனவென்று விஸ்தரிக்க வேண்டிய அவசியம் இல்லை.

ஏர்னஸ்ட் ரீம் தன் புதுப் பெண்டாட்டியுடன் உல்லாச யாத்திரை புறப்படும்போது கைதி செய்யப்பட்டான். ரீமுக்குச் சந்தேகமேற்படாத வண்ணம் ஹிட்லர் தெற்கு ஜெர்மனி நோக்கிப் பிரயாணம் செய்தான். அவனுடன் கோபல்ஸும் லூட்ஸும் சென்றனர். ரீம் செத்ததும் உடனே புயல்படைத் தலைவனாக நியமிக்கப்பட்டவன் லூட்ஸ். பெர்லின்மீது துப்பாக்கியை நீட்டும் பொறுப்பு கோயரிங்குக்கு அளிக்கப்பட்டது. கோயரிங் முரட்டு ஆசாமி. எது வேண்டுமானாலும் செய்வான். ஜுன் மாதம் 29-ந் தேதி இரவு 12 மணிக்கு வெகு முக்கியமான செய்தி எட்டியதால் உடனே நடவடிக்கை எடுக்க

வேண்டுமென்று தான் தீர்மானித்ததாக ஹிட்லர் சொல்லிக்கொள் கிறான். கோபல்ஸ், இந்தச் சம்பவத்தைப் பற்றி *மாஞ்செஸ்டர் கார்டியன் 2.7.34* இதழில், பெர்லினிலிருந்தும் மூனிக்கிலிருந்தும் அறிக்கைகள் விடுத்ததாகவும், சில நிமிஷங்கள் கலந்து ஆலோசித்த பிற்பாடு இரவு 2 மணிக்குப் புறப்பட்டு அதிகாலை 4 மணிக்கு மூனிக் வந்து சேர்ந்ததாகவும், விமானத்திலிருந்து இறங்கியதும் தலைவருக்கு மறுபடியும் மேற்கொண்டு தகவல் கிடைத்ததாகவும், நேரடியாகவே சென்று சதிகாரர்களைக் கைதி செய்வதென்று தலைவர் மோட்டா ரின்மூலம் வீஸிக்கு விரைந்து சென்று ரீம் வீட்டினுள் நுழைந்து ரீமைத் தீரமாகக் கைதி செய்ததாகவும், அந்தச் சமயத்தில் ரீமின் சிப்பந்திகள் மூனிக்குக்கு வர ஹிட்லர் அவர்களை விரட்டி அடி பணியச் செய்துவிட்டதாகவும் கூறுகிறான். ரீம் உண்மையிலேயே சதி செய்தான் என்று வைத்துக்கொண்டாலும் 20 மைலுக்கப் பாலுள்ள வீஸியில் அவன் படுத்துத் தூங்க அவசியம் ஏது? மூனிக் கில் புரட்சி நடப்பதாக இருந்தால் ஹிட்லர் 30-ந் தேதி காலை அங்கு வரும்போது ஏன் அந்நகரம் அமைதியாக இருக்கவேண்டும்? ரீம் கைதி செய்யப்பட்டது பற்றி நாஜி சர்க்கார் அறிக்கை வருமாறு:

"பூஹ்ரர் நேரடியாகச் சென்று ரீமைக் கைதி செய்தார். அவன் எதிர்க்காமலும் மௌனமாகவும் தன்னை ஒப்புவித்துக் கொடுத்தான். அதற்கு எதிர்த்தாற்போல் இருந்த ஹீன்ஸ் படுக்கை அறையில் ஓர் கேவலமான விபரீதமான காட்சியைத் தலைவர் கண்டார். ஹீன்ஸ் தன் படுக்கையறையில் ஒரு வாலிபனுடன் விபரீதப் புணர்ச்சி செய்து கொண்டிருந்தான். அவர்கள் கைதிசெய்யப்பட்ட பின்விளைவாக நடைபெற்ற காக்ஷியை விஸ்தரியாமலிருப்பது நலம். மாஜி புயல் படைத் தலைவனைச் சுற்றியுள்ளவர்கள் எவ்வாறு நடந்துகொண்டு வருகிறார்கள் என்பதை அது விளக்குகிறது."

தனிப்பட்ட ஹோதாவில் இச்சம்பவம் பற்றி வெளிவந்த செய்திகள் வருமாறு : ஹிட்லர் தனியாகச் செல்லவில்லை. தன்னுடன் புயல் படையைச் சேர்ந்த சில காலிகளைக் கூட்டிச் சென்றான். ரீமும் பேசாது அடிபணிந்து தன்னை ஒப்புவித்துக்கொள்ளவில்லை. அவன் தலைவரைப் பார்த்துப் புரட்சியைக் காட்டிக் கொடுத்த துரோகி என்று திட்டினான். இருவரும் பரஸ்பரம் திட்டிக்கொண்டார்கள். புயல்படைக் காலிகள் ரீமை அழைத்துச்செல்லும்வரை இதே கலாட்டா. ரீம் மூனிக்குக்கு அழைத்துச் செல்லப்பட்டான். ஹீன்ஸூம் அவனுடன் படுத்திருந்த வாலிபனும் ஸ்தலத்திலேயே சுட்டுக் கொல்லப்பட்டனர். ரீமை என்ன செய்வதென்று தெரியாமல் சிறைக்குள் அடைத்துத் தற்கொலை செய்துகொள்ளும்படி உத்தரவிட் டார்கள். அவன் ஒரேஅடியாக மறுத்துவிட்டு, "ஹிட்லர் வேண்டுமா னால் நேரில் வந்து என்னைக் கொல்லட்டும்" என்று முரண்டிக் கொண்டிருந்தான். மறுநாள் மாலைவரை, அதாவது கைதி செய்யப் பட்ட பின்பு 36 மணி நேரம்வரை அவன் கொல்லப்படவில்லை. விவரம் எப்படி என்று திட்டமாய்க் கூற முடியாவிட்டாலும்

இப்படித்தான் என்று ஒருவாறு யூகிக்கலாம். ஜெயிலர்கள் அடிக்கடி வந்து ஹிட்லரிடம், "அவன் தற்கொலை செய்துகொள்ள மாட்டேன் என்கிறானே, என்ன செய்வது?" என்று மறுபடியும் மறுபடியும் கேட்டிருக்கலாம். தொந்தரவு சகிக்கமாட்டாமல் "பயலை எப்படி யாவது தொலையுங்கள்!" என்று ஹிட்லர் உத்தரவிட்டிருக்கலாம். ஏனென்றால் ரீம், ஹிட்லரின் அந்தரங்க நண்பன்; அவன்தான் வழியில் முட்டுக்கட்டையாக நின்றான். அவனை எப்படியாவது அகற்ற வேண்டிய தர்மசங்கடமான நிலை ஏற்பட்டது. இதரர்களைப் பற்றி அவ்வளவு கவலையில்லை. மனக்கசப்பு வைத்திருந்த புயல் படைத் தலைவர்கள் எல்லாம் மூனிக்கில் சுட்டுக் கொல்லப்பட்டார் கள். ஹிட்லரின் உத்தரவுகள் எல்லாம் இரண்டுங் கெட்டானாகவே யிருக்கும். ஆனால் எமன் வேலை மிக துரிதமாகவே நடந்தது. ஆனால், பதினோரு மணி வரை கோயரிங், பெர்லினில் காத்திருந்து விட்டு, தன் வேலையை ஆரம்பித்தான்.

ஷ்லீஷர் தன் வீட்டில் வைத்துக் கொல்லப்பட்டான். அவனுக்கு இப்படியொரு விபத்து வரப் போகிறதென்றே தெரியாது. புயல்படைக் காலிகள் வீட்டுக்குள் நுழைந்தபோது அவன் டெலிபோனில் ஒரு நண்பருடன் பேசிக்கொண்டிருந்தான். "ரூமில் யாரோ வந்திருக்கிறார் கள். ஒரு நிமிஷம் காத்திருங்கள்" என்று சொல்லிவிட்டுக் கொலை காரர்களைப் பார்த்தான். அவர்கள் அவன்மீது குண்டுமாரி பொழிந் தார்கள். துப்பாக்கிச் சத்தம் கேட்டு ஷ்லீஷருடைய மனைவி உள்ளே ஓடிவந்தாள். அவளையும் சுட்டுக் கொன்றார்கள். பிறகு புயல்படை இருகூறாகப் பிரிந்து ஒன்று மேலதிகாரிகளை வேட்டு வைத்து வந்தது. கொல்லப்பட்ட விதம் வருமாறு: இந்தக் கொலைகள் யாவும் லிஷ்டர்பீல்ட் பாரெஸ்டில் நடைபெற்றன. நபரைக் கொண்டு சுவரருகில் நிறுத்திவிடுவார்கள். "நீ சதிசெய்ததாகக் குற்றம் சாட்டப்பட்டுக் கொலைத் தண்டனை விதிக்கப்பட்டிருக்கிறாய்." உடனே நபரின் முகத்திற்கு நேராகக் கண்கூசும் டார்ச் லைட்டைத் திருப்புவார்கள். டிரம் (முரசு) படபடவென்று முழங்கும். அந்த ஒலியில் துப்பாக்கிச் சத்தமும் ஒன்றுபடும். பிணமாக விழுவான். இந்த மாதிரி சுட்டுக் கொல்லப்பட்ட தலைவர்களில் பலர், "ஹீல் ஹிட்லர்!" என்று கோஷித்துக்கொண்டே பிணமாக விழுந்தனர். புயல்படையில் ஏதோ காலிக் கூட்டம் ஹிட்லருக்கு எதிராகக் கிளம்பிவிட்டதென்று அவர்கள் நினைப்பு. சாகும் அந்த நிமிஷம் வரை நாஜிக் கட்சியின்மீதும் அதன் தலைவர்மீதும் உள்ள விஸ்வா சத்தை நிரூபித்துக்கொண்டே ஆவிகள் பிரிந்தன. இவர்கள்தான் ஹிட்லர் கூறும் சதிகாரர்கள்.

ஜூலை முதல் தேதியிலிருந்து பதின்மூன்றாம் தேதி வரை ஓய்வெடுக்க வேண்டியதாயிற்று, அதிரடித்த நரம்புகளை நிதானத் துக்குக் கொண்டுவர. ஜூன் மீ 30 உ கொலை வெறி ஹிட்லர் கட்சியில் பல காலிகளைத் தொலைத்ததென்றாலும் அத்துடன்

அதிலிருந்து தன்னலமற்ற தேசீய வெறியையும் தொலைத்துவிட்டது. பொதுவாகக் கட்சியின் தீவிரவாதிகளை அகற்றிவிட்டது.

ஆகஸ்டு மீ 2 உ ஹிண்டன்பர்க் காலமானார். ஜூன் மீ 30 உ கொலை வெறி அவரது தளர்ந்த உடலை அதிரடித்துவிட்டிருக்கலாம். ஆனால் அவர் ஹிட்லர்மீதும் கோயரிங்மீதும் திருப்திகொண்டவர் போல் தெரியும்படியாகப் பாராட்டுத் தந்திகள் அனுப்பியிருக்கிறார். ஹின்டன்பர்க் மரணம் ஹிட்லருக்கு ஓர் நெருக்கடி. ஒரு பெருத்த பிரச்னையை எழுப்பியது. இனி யார் ஜெர்மன் குடியாட்சியின் தலைவர்? தன்னையே தலைவனாக அவன் நியமித்துக்கொள்ள லாமா? அப்படிச் செய்தால் யார் சான்ஸலராக இருப்பது? எல்லா மிருக்கட்டும். இவற்றைப் பார்த்துக்கொண்டு ரீஷ்வர் படை சும்மா இருக்குமா? ஜூன் மீ 30 உ ராணுவத்தை ஹிட்லர் தன் கைவசம் ஆக்கியதன் திறமை, தீரம் அவனுக்கே பரிபூரணமாக விளங்கியது. தலைவர் பதவியையும் சான்ஸலர் பதவியையும் ஒன்றாக இணைத்துத் தன் வசம் ஆக்கிக்கொள்வது என்ற கனவை நீண்ட காலமாக ஒளித்துவைத்திருந்தான் ஹிட்லர்.

ரீஷ்வரைப் பொறுத்தவரை ப்ளோம்பர்க் பார்த்துக்கொள்வான். ஹிண்டன்பர்க் இறந்த அன்று காலை ஜெர்மன் ராணுவம் ஒரு புது விதமான விசித்திரமான விஸ்வாசப் பிரமாணத்தை எடுத்துக் கொண்டது. பொதுவாக ஒரு சர்க்காரின் ராணுவம் அதன் மன்ன ருக்கோ அல்லது அதன் தலைவருக்கோ விஸ்வாசப் பிரமாணம் எடுத்துக்கொள்வது வழக்கம். ஆனால் ஜெர்மன் படைகளில், "ஜெர்மன் ரீஷ் பொதுமக்களின் தலைவர் அடால்ப் ஹிட்லர், ராணுவ சேனாதிபதியான அடால்ப் ஹிட்லர் என்பவருக்கே விஸ்வா சமாக உழைப்பேன் என்று கடவுளின் சன்னதிமுன் நான் ஆணை யெடுத்துக் கொள்ளுகிறேன்" என்று ஒவ்வொரு படைவீரனும் விஸ்வாசப் பிரமாணம் எடுத்துக்கொண்டான். ஹிண்டன்பர்க் இருக்கும்வரை ஒருவேளை வேலையைவிட்டு நீக்கப்படலாம் என்ற நிலைமை ஹிட்லருக்கு இருந்துவந்தது. ஆனால் இனி தன்னை நீக்கத் தான்தான் உத்தரவு போட வேண்டும். அல்லது கடவுளாகப் பார்த்து அவனை அகற்ற வேண்டும். தன் சட்டைப் பைக்குள் இருக்கும்படியாகக் கடவுளுக்கு உத்தரவு கொடுத்துவிட்டான் ஹிட்லர்.

○

8. குட்டி ஹிட்லர்கள்

"**எ**ன்னுடைய சகோதரனாயிரு. இல்லாவிட்டால் உன் மண்டையை உடைத்துவிடுவேன்!" என்பது ஜெர்மன் பழமொழி; அதோடு நாஜிக் கட்சியை ஸ்தாபித்த மூன்றாவது ரீஷின் அரசியல் சித்தாந்த

மும். இந்தப் புனிதமான கொள்கையைப் பரப்பும் அரிய தொண்டை ஹிட்லருக்குப் பலர் செய்துவருகின்றனர். அவர்கள் யாவரும் நேரடி யாக ஹிட்லருக்குப் பொறுப்புச் சொல்ல வேண்டியவர்கள். கோயரிங் இருக்கிறான், கோபல்ஸ் இருக்கிறான், ஹிம்லர்... இத்யாதி இத்யாதி. டாக்டர் கோபல்ஸ் பிரசாரகன். டாக்டர் ஷாட் பொருளாதார சர்வாதிகாரி. டாரே விவசாயத் தலைவன். ரோஸன்பர்க் அன்னிய நாட்டு மந்திரி. ஜெர்மனி பத்தொன்பது ஜில்லாக்களாக (கௌஸ்) பிரிக்கப்பட்டிருக்கிறது. டாக்டர் கோபல்ஸ் பெர்லின் ஜில்லாவுக்குத் தலைவன். அதோடு அதன் புயல்படைத் தலைவனுங்கூட. அதே மாதிரி ஹீன்ஸ் சைலீஷ்யாவில்; ஜூலியஸ் ஸ்ட்ரீஷர் (அதாவது யூத வேட்டைக்காரன்) வடக்கு பவேரியாவில். இந்த நபர்களுக்குள் போட்டி சகிக்க முடியாது. கோயரிங் கோபல்ஸைத் தின்றுவிட வேண்டுமென்று நினைக்கிறான். கோபல்ஸ் விருப்பமும் அவனுடை யதற்கிளைத்ததல்ல. இம்மாதிரியே கட்சி முழுவதும். கட்சிக்குள் ஓரளவு நண்பர்களாக இருப்பவர்கள் ஹெஸ்ஸும் பிரிக்குமே. ஹிட்லரின் முக்கிய ஆலோசனையாளர்கள் எனக் கருதப்படுபவர்கள் நாஜிகளே அல்லர். அதுதான் அதிசயம். அவர்கள் ஷாட், நியூராத், ஜெனரல் ப்ளோம்பர்க் என்ற மூன்று பெரியார்கள். இனி, குட்டி ஹிட்லர்களைக் கவனிப்போம்.

டாக்டர் ஜோசப் பால் கோபல்ஸ் பிறக்கும்போதே ஒற்றைக்கால் நொண்டி. அதுதான் அவன் பிறப்பிலேயே முக்கிய அம்சம்; அவனு டைய சக்தியின் மூலதனம் என்றே கூறலாம். அவன் ரைன்லாந்து வாசி. யுத்தத்தின்போது, மற்றவர்கள் படைக்களத்திற்குச் செல்லும் போது அவன் வீட்டிலேயே உட்கார்ந்திருந்தான். அவனது நொண்டிக் கால், பேராசையையும், மனித வம்சத்தின்மீது, அதாவது சுகதேகி களின்மீது, அடங்காத வெறுப்பையும் அவனிடையே வளர்த்தது. ஹீடல்பர்க் சர்வகலாசாலையில் அவன் பிஎச். டி. பட்டம் பெற்றான். கோபல்ஸ் குடும்பம் ரோமன் கதோலிக் மதத்தைச் சேர்ந்தது. பாதிரிகளின்மீது அவனுக்கு அடங்காத வெறுப்பு. கோபல்ஸ் 1922-ம் வருஷம் நாஜிக் கட்சியில் சேர்ந்தான். அவனுக்கு கலப்பட மில்லாத ஆரிய சஹதர்மிணி. இந்தக் குடும்பத்தின்மீது ஹிட்லருக்கு ஒரு தனிப் பற்றுதல் உண்டு.

பிரசாரம் செய்வதில் கோபல்ஸ் முதல் தரம், அதிலும் யூதர்கள்மீது வெறுப்பூட்டும்படியாகப் பிரசாரம் செய்வதில் அவனே முதன்மை வகிக்கிறான்.

"யூதனென்றால் எனக்குப் பார்க்கவே பிடிக்காது; பார்த்தால் வாந்தியெடுத்துவிடுவேன். ஏசு கிறிஸ்து ஒரு யூதனாக இருந்திருக்கவே முடியாது. இதை நான் நிரூபிக்க வேண்டிய அவசியமே கிடையாது. இது உண்மை. கலியாணம் செய்துகொண்டு குடும்பத்தோடு வாழும் ஒரு யூத ஸ்திரீயைவிட சாதாரண ஜெர்மன் விபசாரியை நான் அதிகமாக மதிக்கிறேன்."

இம்மாதிரியான வார்த்தைகள் உடலும் மனமும் கோணிப்போன ஒரு விபரீத மூளையிலிருந்தே புறப்படும். இப்படிப்பட்டவன் கையில் அதிகாரமிருந்தால், அதாவது ஒரு சமுதாயத்தின் அறிவைத் திருப்பும் அதிகாரம் கொடுக்கப்பட்டால், அதன் விளைவுகள் எவ்வளவு விபரீதமாயிருக்குமென்று விவரிக்க வேண்டியதில்லை.

பவேரியா வாசியான கோயரிங் பிரஷ்ய ஐக்யத்தின் பிரதிநிதி என்று சொல்ல வேண்டும். ஜனனம் 1893 ஜனவரி 12-ந் தேதி, பவேரியாவில் உள்ள ரோஸன்ஹீம் என்ற ஊரில். குரூர சிந்தைக்குப் பேர் பெற்றவன்; ரத்தத்தில் திளைப்பவன். 1923-ம் வருஷம் மூனிக் புரட்சியில் துப்பாக்கி மட்டையால் மண்டையிலடித்து ஆளைக் கொல்லும்படி உத்தரவிட்ட புண்ணியவான் அவன்தான். 1932-ம் வருஷம் ஸ்ரீமதி கோயரிங் இறந்துபோனாள். அதற்குச் சிறிது காலத்திற்கு முன்புதான் ரீஷ்டாக் (ஜெர்மன் சட்டசபை) தலைவனானான். அதற்குப் பிறகு கட்சியில் உள்ளவர்களில் ஹிட்லரிடம் அதிகச் செல்வாக்கு உள்ளவன் அவன்தான். 1935 ஏப்ரல் மாதம் பெர்லினில் கொஞ்சம் வாட்டசாட்டமான நடிகையொருத்தி ஸ்ரீமதி கோயரிங் ஆனாள். ரோமாபுரியிலே புராதன காலத்தில் கோலாகலமாக நடக்கும் கலியாணங்கள் போல் ஏகத் தடபுடலாக நடந்தது. ஹிட்லர் மாப்பிள்ளைத் தோழன். தம்பதிகளுக்கு 8000 பவுன் பெறுமானமுள்ள பரிசுகள் கிடைத்தன. அன்றுதான் ஹார்ஸ்ட் வெஸ்ஸல் என்ற நாஜித் தலைவனைக் கொன்ற குற்றத்திற்காக எப்ஸ்டீன், ஜீக்ளர் என்ற இரண்டு அபேதவாதிகள் தங்கள் தலையை இழந்தனர். நாஜிக் கட்சித் தலைவர்களில் பலர், கலியாணத் தம்பதிகள் பெற்றுப் பெருகி வாழவேண்டுமென்று கொடுக்கப்பட்ட நரபலி என்று இச்சம்பவத்தைக் கொண்டாடிப் பூரித்தனர்.

1935-ம் வருஷம் கோயரிங் வகித்த பொறுப்புக்கள் வருமாறு: ரீஷ்வர் படையின், அதாவது ஜெர்மன் ராணுவத்தின் சேனாதிபதி. விமானப் படையின் சேனாதிபதி. போலீஸ் இலாகாவின் மந்திரி. பிரஷ்யாவின் பிரதம மந்திரி. மாஸ்டர் ஆப் ஹன்ட், ரீஷ் காட்டிலாகா பிரதம உத்தியோகஸ்தர். டெலிவிஷன் இலாகா டைரக்டர் இத்யாதி.

இவ்விருவருக்கும் அடுத்தாற் போல் நாஜிக் கட்சியில் செல்வாக்கு உள்ளவன் டாக்டர் பிரிக். ஹிட்லர் கூட்டிய முதல் மந்திரிசபையில் உள்நாட்டு மந்திரியாக்கப்பட்டு இதுவரை அதே பொறுப்பை வகித்துவருகிறான். பள்ளிக்கூடங்கள், போலீஸ், உத்யோக இலாகா யாவும் அவன் கைக்குள். ஜெர்மன் நாட்டு நிர்வாகம் அவன் வசமே. 1877-ல் பலாட்டினேட்டில் பிறந்தான். முதலில் சட்டக் கல்வி பயின்றான். அதிகார யந்திரத்தின் பிரதிநிதி. சொன்னதைக் கேட்பது, ஒழுங்காக முறையாகச் செய்வது, தெளிவாகப் பேசுவது — இதுதான் அவன் குணம். அந்தரங்க சுத்தமான நாஜி என்று அவனை எல்லோ ரும் குறிப்பிடுவார்கள். கலைஞான விஷயங்களைக் கட்டுப்படுத்துவது என்று கட்சிப் போராட்டம். "எல்லாவிதமான கலைகளும் ஒருவிதமான பிரசாரமே — ஆகையால் அது என் இலாகாவைச் சேர்ந்தது"

என்கிறான் கோபல்ஸ். வயிற்றுக்கடுப்புள்ள சித்தாந்தியான ரோஸன் பர்க், "அந்த இலாகா என்னுடையது" என்கிறான். அவன் அன்னிய நாட்டு இலாகா நிபுணன். கோயரிங், தானே பிரஷ்ய ராஜ்யத்தின் பொறுப்பெல்லாம் வகிப்பதனால், கலை நிர்வாக இலாகாவின் ஒரு பகுதி என்கிறான். கல்வி இலாகா மந்திரி ரஸ்ட், "அது என்னைத்தான் சேர்ந்தது" என்கிறான். பிரிக் இந்தக் கூட்டத்தில் கலையில் தனக்குக் கிடைத்த இடத்தைப் பிடித்துத் தொங்குகிறான்.

ரூடால்ப் ஹெஸ் நாஜிக் கட்சியின் டெபுடி தலைவன். ஹிட்லரின் நேரடியான பிரதிநிதி. இலாகா இல்லாத மந்திரி. கோயரிங்குக்கும் ரீஷ்வருக்கும் ஷ்லீஷரின் கொலை சம்பந்தமாக ஏற்பட்ட மனத்தாங்கலின்போது சந்தர்ப்பத்தை உபயோகித்துக்கொண்டு அவன் பதவியைக் கைப்பற்றிக்கொண்டிருக்கலாம். ஆனால் ஹெஸ் காரியதரிசியின் உத்தியோகத்திற்குத்தான் லாயக்கு. யூத வேட்டைக்காரன் ஜூலியஸ் ஸ்ட்ரீஷரையும் இந்த சந்தர்ப்பத்தில் மறந்துவிடலாகாது. அவனும் ஒரு குட்டி ஹிட்லர்தான். பிராங்கோனியாவின் ரீஷ் கமிஸார் மிருகத்தனத்தின் அவதாரம் என்று சொல்லவேண்டும். 1933-ம் வருஷம் ஜூலை மாதம், ஹீல் பத்திரிகை கூறுகிறபடி, அப்புண்ணியவான், 250 யூதர்களை ஒரு வயலில் விட்டு, பல்லால் புல்லைப் பிடுங்கும்படி உத்தரவிட்டான்.

"நான் சிறைக்குள் செல்லும்போதெல்லாம் குதிரைச் சவுக்கெடுத்துக்கொண்டுதான் போவேன். அங்கிருக்கும் சிறைவாசிகளில் பெரும்பாலோர் கும்பலின் கோபத்திற்கு ஆளாகாமலிருக்கும்படியாகப் பாதுகாப்பில் வைக்கப்பட்டவர்கள். உதாரணமாக டாக்டர் ஸ்டீன்பர்க் என்ற உபாத்தியாயரை எடுத்துக்கொள்வோம். அவன் எவ்வளவு படாடோபமாக, பிரமாதமாகப் பேசுவான்! நானும் எனது சகாக்களும் அவனுடைய சிறைக்குள் சென்றோம். பள்ளிக்கூடத்துப் பையன் மாதிரி அழுதுகொண்டு என்னிடம் பேச ஆரம்பித்தான். வெளியே பெரும் பேச்சுப் பேசிய மனிதன் மாதிரி நடந்துகொள்ளவில்லை. நன்றாகச் சவுக்கால் வெளுத்தேன்."

இவ்வாறு இவன் பெருமையடித்துக்கொண்டதாக அமெரிக்கப் பத்திரிகையொன்று சொல்லுகிறது. பிராங்கோனியா ஜில்லாவில் (ஜனத்தொகை 22,000) பேருக்குக்கூட யூதன் இல்லாமல் தான் ஆக்கி விட்டதாகத் தன்னைப் பற்றிச் சொல்லிக்கொள்ளுவதில் ஸ்ட்ரீஷருக்கு அபாரப் பெருமை. அவன் படிப்பும் அப்படி அப்படித் தான். ஒரு உதாரணம் கொடுக்கிறேன். 1935-ம் வருஷம் ஆகஸ்டு மாதம் பெர்லினில் ஒரு பொதுக்கூட்டத்தில் பேச நேர்ந்தது. அவன் பேசியதாவது: "இங்கிலாந்தில் வாழ்ந்த பிரபல யூதன் பெஞ்சமின் டிஸ்ரேலி பிரதம மந்திரியானான். பிற்காலத்தில் லார்டு கிளாட்ஸ்டன் என்ற பெயரில் பிரபுத்துவம் அளிக்கப்பட்டது." இந்த மாதிரித் தப்பும் தவறுமாக உளறுவதில் எல்லை கிடையாது.

ஜெனரல் வர்னர் எடுவாட் பிரிட்ஸ் வான் பிளோம்பர்க் 1878-ம் வருஷம் ஸ்டகார்ட் என்ற இடத்தில் ராணுவ சேவையில் பிரபலம்

பெற்ற ஒரு குடும்பத்தில் பிறந்தான். குடும்பத்தின் சம்பிரதாயப்படி ராணுவத்தில் சேர்ந்து படிப்படியாக உயர்ந்துவந்து, 1934-ம் வருஷம் கர்னல் ஜெனரல் பதவியை அடைந்தான். பொதுவாக நல்ல மனுஷ்யன். பல இடங்களில் சுற்றுப் பிரயாணம் செய்தவன். நாலு பாஷையும் பேசத் தெரியும். ராணுவ உத்தியோகஸ்தர்கள் சம்பிர தாயப்படி தலை மயிரைக் குறுகலாகக் கத்தரித்துக்கொள்ளாமல் நீளமாக வளர்த்துப் பின்புறம் ஒதுக்கிச் சீவி விட்டிருப்பான். பிளோம் பர்கின் சிறந்த தனிக் குணம் ஹிட்லர்மீது அவனுக்கு இருக்கும் பக்தி விசுவாசமே. அவனுக்கு நாஜிக் கட்சி பிரமாதமல்ல. ஹிட்லர் தான் பெரிசு. அவனுக்குக் கீழ் ஜெனரல் வர்னர் பிரீ ஹெர் வான் பிரிஷ் பதவி வகிக்கிறான். அவனுக்கு ராணுவம்தான் தெய்வம். ராணுவத்தின் அபிப்பிராயத்தைப் பிரதிபலிப்பவன் எவனாவது இருந்தால் அது அவன்தான். பிளோம்பர்கின் ஹிட்லர்-பக்தியைப் போன்றது பிரிஷின் தேசபக்தி. குட்டி ஹிட்லர்கள் இன்னும் பலர் இருக்கின்றார்கள். அவர்களைப் பற்றி அவ்வளவு அவசியமில்லை.

ஹிட்லர் ரீஷ்வரின் ஆதரவை எதிர்பார்த்திருக்கிறானா? ஆம்.

ரீஷ்வர் ஹிட்லருக்கு விசுவாசத்துடன் இல்லையா? ஆம், இருக்கிறது.

ஜெர்மனியை ஆளும் நிஜ அதிகாரி யார்? இக்கேள்வியே எழ வில்லை. ஏனெனில் ரீஷ்வரும் ஹிட்லரும் சேர்ந்தே ராஜ்யத்தை ஆளுகின்றனர். அவர்கள் இடையில் சர்ச்சை ஏற்படாதிருக்கும்வரை, அதாவது அவர்கள் நோக்கம் ஒன்றாயிருக்கும்வரை எல்லாம் ஒத்துப்போகும். ரீஷ்வரை வைத்துத்தான் ஹிட்லர் ஆளமுடியும்; அதுபோல ஹிட்லரை வைத்துத்தான் ரீஷ்வரும் இருக்கமுடியும் என்பது உண்மை. இருவரும் ஒருவருக்கொருவர் உதவி. பலமுள்ள ஐக்கியமான ஜெர்மனியை ரீஷ்வர் விரும்புகிறது. தேசத்தில் மிகவும் பலமுடையவன் ஹிட்லரே. அவன் போனால் மறைமுகமான ராணுவ யதேச்சாதிகாரம் அல்லது குழப்பம் — இந்த இரண்டில் ஒன்றுதான் ஏற்படும். இவ்விரண்டையும் அது விரும்பவில்லை. பிளோம்பர்க் யுத்த மந்திரியாக இருக்கும்வரை ரீஷ்வர் புரட்சி ஏற்படுமென்பதை யாரும் கனவுகாண வேண்டியதில்லை. தன்னைப் பலப்படுத்திக் கொள்ளத் தனது புயல்படையை நாசம் செய்து, ரீஷ்வருடன் கூடிக்கொண்டிருக்கிறான் ஹிட்லர். அது அவனைக் காட்டிக்கொடுத் தால் அவன் கதி அதோகதிதான். அப்படி ஏற்படாது. ஏனென்றால் அவன் பூர்வத்தில் ரீஷ்வர் ஒற்றனாக இருந்தே சர்வாதிகாரியானான்.

○

9. அண்டை வீட்டில் தீ வைத்தல்

வாமன - சர்வாதிகாரியான டால்பஸ் கொலை, நாஜிகள் அன்னிய நாட்டில் கொண்டாடிய ரத்தக் கூத்து. ஜூன் 30-ந் தேதி ஜெர்மனியில்

நடைபெற்ற நாடகம் ஜூலை 25-ல் மறுபடியும் ஜெர்மன் மண்ணில் நடிக்கப்பட்டது. கலகக்காரர்கள் யாவரும் ஹிட்லர் புயல்படைப் பிரதிநிதிகளே. பிரான்போர்டு சர்க்கார் காரியாலயத்தை முற்றுகை யிட்டுக் கைப்பற்றினர். முடிவு அவர்கள் எதிர்பார்த்தபடி இல்லாவிட் டாலும் நாடகம் மகாகோரமானதே. டால்பஸ், இரத்தப் பிரவாகம் அவ்வளவும் உடலைவிட்டு வடிய, வற்றி வதங்கிய வற்றல் பிணமாக ஒருபுறம் கிடக்கிறான். சதிகாரர்கள் ஒருபுறம், சமரசம் ஒருபுறம் . . . சம்பவமே மகா கோரமானது, விபரீதமானது. அவ்வளவும் பட்டப் பகலில்.

இந்தப் புரட்சிக்குப் பின்னணியான ஆஸ்திரிய விவகாரங்களைத் தெரிந்துகொண்டால் தொடர்ச்சி சுளுவாக இருக்கும்.

ஆஸ்திரியாவை இரண்டு கூறாகப் பிரிக்கலாம். ஒன்று, அபேத வாதத்தில் கரை கண்டதாகச் சொல்லிக்கொள்ளும் தலைநகரம். மற்றது ஏழ்மையிலும், ரோமன் கத்தோலிக் மதப்பற்றிலும், பிற்போக் கிலும், வைதீகத்திலும் முன்னணியில் நிற்கும் கிராமப்புறங்கள். சேரிகளை ஒழித்ததாகவும், 'டியூபர்குலாஸிஸ்' விகிதத்தைக் குறைந்த பட்ச அளவிற்குக் கொண்டுவந்ததாகவும், பணக்காரர்களிடமிருந்து பணத்தைப் பிரித்து ஏழைகளுக்குப் பகிர்ந்துகொடுத்ததாகவும், விசேஷத்தன்மை வாய்ந்த வைத்தியசாலைகளையும், முன்மாதிரியான கிண்டர்கார்டன் பள்ளிக்கூடங்களையும் அமைத்துக்கொண்டதாக வும் பெருமையடித்துக்கொண்ட அந்த நகரத்தின் பிரஜைகள்தான் அபேதவாதிகள். கிராமப்புறத்தில் திரண்ட பட்டினிப் பட்டாளந்தான் பச்சைத் தொப்பிகள் அணிந்த ஹீம்வர் படைகள். ஹிட்லர் ஜெர்மனி யில் உதயமாகும்வரை அபேதவாதத்திற்கும் கிராமப்புறங்களின் பிற்போக்குக்கும் உள்ள ஏற்றத் தாழ்வே ஆஸ்திரிய அரசியல் விவகாரங்களின் தூண்டுகோல்.

டால்பஸின் சதிக் கொலை ஏன் நிகழ்ந்தது என்பதற்கு ஹிட்லரின் சுயசரிதையிலேயே பின்வரும் காரணங்கள் காணப்படுகின்றன. ஹிட்லர் அந்த வருஷம்தான் சான்ஸலரானான். பல காரணங்களை உத்தேசித்து அதைத் தன் அதிகாரத்திற்குட்படுத்த விரும்பினான்.

1. அவனே ஆஸ்திரியவாசி. அந்த நாடு அவனை அவமதிப்பது அவனது தற்பெருமைக்குச் சகிக்கவில்லை.

2. 65 லக்ஷம் ஆஸ்திரிய ஜெர்மனியர்கள் ஸ்வஸ்திகா கொடியைக் கேலிசெய்துகொண்டு இருக்கும்வரை நாஜிகளின் அகில ஜெர்மனியக் கொள்கை வெறும் வெளி மெய்ப்புப் பேச்சாகவே தோன்றுகிறது.

3. ஜெர்மனி படாடோபமான ஒரு அன்னிய நாட்டுக் கொள்கையை விரும்பியது. ஆதலால் உள்நாட்டு அதிருப்தியை மறைக்க ஆஸ்திரிய ஆக்கிரமிப்பு ஒரு சரியான சாக்குப் போக்காயிருக்கும்.

4. ஆஸ்திரியாவில் இரும்புச் சுரங்கங்கள் அதிகம். ஸ்டிரியாவிலுள்ள எயிஸனர்ஸ் கனிகள் அவை. ஜெர்மனி உலோகப் பொருள்களுக்காகப் படும் தவிப்பை இதனால் தவிர்க்க முடியும்.

5. ஆஸ்திரியா வந்து ஜெர்மனியின் ஒரு பகுதியாகிவிட்டால் அதன் மத்திய ஐரோப்பியக் கனவு பரிபூரணமாகிவிடும். அதன்மூல மாக செக்கோஸ்லோவேகியாவைச் சுற்றிவளைத்துக் கொள்ளலாம். ஹங்கேரியும் அதற்கப்புறமும் உள்ள விஸ்தீரணமான பிரதேசங்களில் நாஜிகளின் ஆக்ரமிப்பு சாத்தியமாகும்.

ஆரம்பத்தில் ஆஸ்திரியாவில் நாஜிகள் எண்ணிக்கை வெகு சொற்பம். 1930-ம் ஞ நவம்பர் மீ பொதுத் தேர்தலின்போது அவர்களுக்கு ஒரு ஸ்தானம்கூடக் கிடைக்கவில்லை. அதே சமயத்தில் ஜெர்மனியில் ஹிட்லர் வசம் 60 லக்ஷம் ஓட்டுகள். ஹிட்லர் சான்ஸல ரானான். ஆஸ்திரியாவில் நாஜிக் கொள்கை திடீரென்று உயர்ந்தது; ஆஸ்திரியர்களும் ஜெர்மனியர்தானே! நாஜிகள் தங்கள் முட்டாள் தனத்தைக் கொஞ்சம் குறைத்துக்கொண்டிருந்தால் இவ்வளவு தூரம் வந்திருக்காது. ஆஸ்திரிய மக்கள் அப்போதே அவர்கள் வசம் சிக்கியிருப்பார்கள். டால்பஸுக்கோ அபேதவாதிகளுடன் எப்போதும் சண்டை. ஹீம்வர் ஆதரவோ மண் குதிரை. இதற்கெல்லாம் மேல் ஆஸ்திரிய மக்களின் இடிந்துபோன மனப்பான்மை நாஜிகளின் கொம்மாளத்திற்குப் பெருத்த சாதகமாயிருந்தது. நாஜிகள் தங்கள் குணத்தைக் காட்ட ஆரம்பித்துவிட்டார்கள். எல்லையைக் கடந்து விமானத்திலிருந்து துண்டுப் பிரசுரங்களை எறிந்து பிரசாரம் செய்தார் கள். துப்பாக்கிப் பிரயோகம், பயமுறுத்தல், தாக்குதல், வெடிகுண்டு வீச்சு, அவதூறு - எல்லாம் தினசரி சம்பவங்கள். இவ்வளவு சங்கடங் களையும் எதிர்த்துப் போராடினான் வாமன சர்வாதிகாரி டால்பஸ். நிலைமை நெருக்கடியாக, ஆஸ்திரிய நாஜிகள் ஜெர்மனிக்கு ஓடி அங்கு ஆஸ்திரியப் படை ஒன்றைத் திரட்டினார்கள்.

இந்த நிலையில் இந்தக் குள்ளச்சாமிக்குத் தெற்கிலிருந்து ஆதரவு கிடைத்தது. தோணி வண்டியில் ஏறினால் வண்டி தோணியில் ஏறாதா? ஜெர்மன் சண்டைக்கு முந்தி இத்தாலியின் குடுமி ஆஸ்திரி யாவின் கைக்குள் இருந்தது. இப்போது முஸோலீனி டால்பஸைத் தன் சட்டைப் பைக்குள் தூக்கிப்போட்டுக்கொண்டான். இத்தாலிக்கு அடுத்தாற்போல் ஆஸ்திரியா. அங்கு அசுரபலம் படைத்த பிரஷ்ய ஆட்சி முட்டிக்கொண்டு நிற்பதைவிட இந்த ஆஸ்திரியச் சோனி மற்றொரு மோதலை ஒத்திவைக்கும் என்பது முஸோலீனியின் நம்பிக்கை. அதனாலேயே முஸோலீனி இந்த நிலைமையை விரும்பி னான். டால்பஸ் மூன்று முறை முஸோலீனியைச் சந்தித்தான். இருவர் நலங்களும் ஒன்றுபட்டன. பிரின்ஸ் எர்னஸ்ட்ருடிகர் வான் ஸ்டார்ஹெம்பர்க் ஹீம்வர் படையின் தலைவன். அவனோடு ஒத்தாசைக்கு வியன்னா ராணுவத்தில் மாஜி உத்தியோகஸ்தனான மேஜர் எமில் பே அவன் கூட்டாளி. இவ்விருவர் ஆட்டங்களுக்கெல் லாம் இடங்கொடுத்துக்கொண்டிருக்கக் கூடிய நிலைமை ஏற்பட்டு விட்டது டால்பஸுக்கு.

ஆஸ்திரிய நாஜிகள், டால்பஸைத் தீர்த்துவிட்டு அவருக்குப் பதிலாக ரோமாபுரியில் ஆஸ்திரிய ஸ்தானீகராயிருந்த டாக்டர்

ஆன்தான் ரெண்டலீனைச் சான்ஸலராக்கிவிடுவது என்று தீர்மானித்தனர். சதிக்கோஷ்டியில் ஹிட்லரின் புயல்படை அங்கத்தினர் நாலுபேர், ஆஸ்திரிய ராணுவ போலீஸ் இலாகா இவற்றைச் சேர்ந்த உத்தியோகஸ்தர் பலர் உண்டு. டால்பஸ் காபினெட் கூட்டம் நடத்தும்பொழுது திடீரென்று சர்க்கார் காரியாலயத்தைத் தாக்கிக் கைப்பற்றி அவ்வளவு பேரையும் அமுக்கிக்கொள்வது என்று பிளான். இதே சமயத்தில் சதிக் கோஷ்டியின் மற்றொரு பகுதி ரேடியோ ஸ்தாபனத்தைக் கைப்பற்றி ரெண்டலீன் சான்ஸலராகி விட்டான் என்று பத்து நிமிஷத்திற்கொருமுறை செய்தி அறிவித்துக் கொண்டிருப்பது என்றும் பேச்சு. சர்க்கார் காரியாலய முற்றுகை இம்மி பிசகாமல் நடந்தேறியது. டால்பஸ் கொல்லப்பட்டான். தோள்பட்டையிலும் கழுத்திலும் காயம். அவன் உடனே சாகவில்லை. ரத்தம் பிரவாகமாகக் காயங்களின் வழியாய் வந்துகொண்டிருக்க உடல் சுருங்கி வதங்க, அங்குலம் அங்குலமாகக் கொல்லப்பட்டு மாண்டான். சதிகாரர்கள் வேலை வெற்றியடைந்ததென்றாலும் அவர்கள் எதிர்பார்த்த தலைவன் வரவில்லை. பாதியில் பதறிப்போய் ரெண்டலீன் கம்பி நீட்டிவிட்டான். காத்திருந்த சதிகாரர்கள் அகப்பட்டுக்கொள்ள வேண்டியதாயிற்று. இந்த நெருக்கடியில் ஷுஸ்னிக் சான்ஸலரானான். இதே சமயத்தில்தான் வான் ஹிண்டன்பர்க்கின் அந்திம தசை. பிரசிடெண்டாவதில் மும்முரமாயிருந்த ஹிட்லர் இந்த விவகாரத்தில் சிரத்தையைக் குறைத்துக்கொண்டான்.

1936-ம் வருஷம் மார்ச்சு மீ 7 உ திடீரென்று ஹிட்லர் தன் படைகளை அனுப்பி ரைன்லாந்து பிரதேசத்தை ஆக்ரமித்துக்கொண்டான் — ஒரு முதல் தரமான ஐரோப்பிய நெருக்கடியை ஏற்படுத்தினான் என்று சொல்லவேண்டும். சமாதான உடன்படிக்கை ஷரத்துப் பிரகாரம் ரைன்லாந்தில் நிரந்தரமாகப் படை நிறுத்தலாகாது. ஹிட்லர் இவ்வாறு ஆக்ரமித்தது லொகார்னோ உடன்படிக்கையை, அதாவது 1925-ம் வருஷத்திற்கப்புறம் ஐரோப்பிய சமாதானத்தின் உயர்ந்த தூண் என்று சொல்லப்பட்ட ஒன்றையே தகர்த்தெறிந்தான். ஹிட்லரின் இந்த வேலையைக் கண்டு பிரெஞ்சுக்காரர் சிலர் போர் தொடங்க விரும்பினர். ஆனால் அவர்களுக்குத் தைரியமில்லை.... பிரிட்டிஷ் அரசியல்வாதிகளில் பலர் சமரசம் செய்து கொள்ள விரும்பினார்கள், செய்துகொண்டார்கள். இத்தாலியர்களோ அபிசீனிய யுத்த பளுவாலும் எண்ணெய் நிர்ப்பந்தத்தாலும் சங்கடப் பட்டுக் கொண்டிருந்ததனால் இந்த விஷயத்தில் கலந்துகொள்ளவே விரும்பவில்லை.

இந்தத் திடும் பிரவேசத்தைக் கண்டு சர்வதேச சங்கமும் ஐரோப்பிய வல்லரசுகளும் சும்மா இருந்தன. ஏனென்றால் சிறிதும் பதட்டத்துடன் நடந்துவிட்டால் வெடி மருந்துச்சாலையில் சுருட்டுப் பிடித்த கதையாய் முடிந்துவிடுமென்று பயந்தனர். இவர்களது இந்தப் பயமே ஹிட்லரின் பாய்ச்சல்களுக்குப் பின்பலம். சர்வதேச சங்கமோ சோகைபிடித்த நிரந்தர நோயாளி. உருப்படியான வேலைக்கு

அதன் வசம் நம்பிக்கை வைப்பவன் பாடு ஆபத்துத்தான். ஹிட்லர் ஆஸ்திரியாவை மறந்துவிடவில்லை. தன் மத்திய ஐரோப்பியக் கொள்கையைப் பலப்படுத்திக்கொள்ள முஸொலீனியிடம் ஊடாடு கிறான். இவ்விரு பேஸிஸ்ட் சர்வாதிகாரிகளும் வாதாபி வில்வலர் களாக ஐரோப்பிய அரசியல் அரங்கத்தில் திரிகின்றார்கள். ஹிட் லரை முஸொலீனி போய்ப் பார்த்தான்; முஸொலீனியை ஹிட்லர் வந்து பார்த்தான். இதற்கிடையில் ஷூஸ்னிக்குக்கு ஒரு வேட்டு. பட்டப்பகல் கொள்ளை மாதிரி ஆஸ்திரியா நாஜிகள் வசமாயிற்று, அதாவது 3-வது ரீஷின் ஒரு பகுதியாக அமைந்தது. ஒரு காலத்தில் புனிதமான ரோமாபுரி சாம்ராஜ்யத்திற்கும், ரோம ஏகாதிபத்தியத்திற் கும், ஹாப்ஸ்பர்க் முடியரசுகளுக்கும் நிலைக்களமாக இருந்த அபேத வாத வியன்னா செயலொடுங்கி, நினைவொடுங்கி, நாஜியின் அடிமைக்கடிமை ஆகிவிட்டது. டாக்டர் இன்குஹார்ட் ஆஸ்திரிய ஆஸ்தியை ஹிட்லரின் கைப் பாவையாக நிர்வகிக்கிறார். பிஸ்மார்க் கின் 'ஆன்ஷ்லாஸ்' கனவு நிறைவேறியது. அத்துடன் கதை முடிந்துவிட வில்லை. செக் ஜெர்மனியரைப் புரட்சிக்குத் தூண்டி ஐரோப்பாவின் காட்சிச்சாலை என்று சொல்லத்தக்க அல்லது மைனாரிட்டி ராஜ்யம் என்று சொல்லத்தக்க செக்கோஸ்லோவேகியாவையே விழுங்கிவிட முனைந்துவிட்டான் ஹிட்லர். மற்ற வல்லரசுகளும் கையில் நெருப்புப் படாமல் வேலை செய்ய நளின சமரஸம் பேசின. பற்றிய நெருப்பு ஒரேயடியாகப் பிடித்தெரிந்தது. செக்கும் ஹிட்லர் வசமாயிற்று.

ஹிட்லரின் கதை, பவுண்டில் கிடந்த ஜல்லிக்கட்டுக்காளை பிய்த்துக்கொண்டு போன மாதிரி, ஜெர்மனியை ஒரு வல்லரசு என்ற ஸ்தானத்திற்கு மறுபடியும் கொண்டு வந்து ஸ்தாபித்தது. இந்தப் பெரிய மாறுதலின் வெவ்வேறு படிகளையும், ஹிட்லர் கொண்டிருக்கும் கனவுகளையும் பற்றி விபரமாக அடுத்துவரும் அத்தியாயங்களில் கவனிப்போம்.

1939

ஸ்டாலினுக்குத் தெரியும்

1

ஸோவியத் ராஜாங்கம், அது உருவான நாள் முதற்கொண்டே சண்டை போட்டுவருகிறது. ஆரம்பத்தில் ஜெர்மனியரையும், புரட்சியை எதிர்த்து மல்லுக்கு நின்றவர்களையும் எதிர்த்து ஸோவியத் யூனியன் ஆயுதம் தாங்கிப் போர் புரிந்தது. பிறகு சற்று வளர்ந்து, கால்ஊன்றி நிற்கும் தசை வந்தபோது மேற்கத்தி வல்லரசுகளின் முற்றுகையையும் பொருளாதார மதில்களையும் எதிர்க்க, தன் நாட்டு வளத்தையே வளர்க்கும் பொருளாதார முறையை அனுஷ்டித்து ராஜதந்திர தூதர்களை அனுப்பி, அந்த நாடுகளின் பொருளாதார பந்தக வியூகத்தைத் தகர்க்க முயன்றது. பூர்ண வளர்ச்சியடைந்ததும் மஞ்சுகோவிலும், மங்கோலியாவிலும் ஜப்பானியரை உதறித் தள்ளிவிட்டுத் தன்மீது பேய்ப் பசியோடு கழுத்தில் விழுந்து கிழிக்க முயன்ற நாஜிகளுடன் போர் தொடுக்கத் தயாராயிற்று. நாம் சமாதான காலங்கள் எனச் சொல்லுகிறோமே அதில் ரஷ்யா அனுபவித்தது எல்லாம் சண்டைதான். பெயரளவில் போர் என்ற நாமகரணம் இல்லையே தவிர மற்றப்படி அதே நிலைதான்.

ரஷ்ய உள்நாட்டுக் காவல்படை, ராஜாங்கம் உருவான காலத்திலிருந்தே இருக்கிறது. 1921-ம் வருஷம் முதல் 1940 வரை ரெட்புட்டிலாவ் தொழிற்சாலைத் தொழிலாளர்கள், லெனின்கிராட் நகருக்கு அருகாமையில் உள்ள தோப்புகளில், துப்பாக்கி சகிதம் கவாத்துப் பழகச் செல்வது சர்வசாதாரணமான காட்சி. இருட்டடிப்பு, விமானத் தாக்குதல், பாதுகாப்பு ஏற்பாடுகள் முதலியவை யாவும் 1941 ஜூன் 22 தேதி ராத்திரிதான் புதிதாக அங்கே நிகழ்ந்த விவகாரம் அல்ல. ரஷ்யருக்கு வெகுகாலத்துக்கு முன்பே இருட்டடிப்பு, அபாயச்சங்கு முதலியவற்றில் குளிர்விட்டுப்போச்சு. விமான விஷவாயு யுத்த முறைகளைச் சமாளிக்க அங்கே ஒரு சங்கம் இருக்கிறது. அதற்கு ஒஸ்ஸோவியாக்கிம் என்று பெயர். இது லக்ஷக்கணக்கான பேருக்கு விமானத் தாக்குதல் சமாளிப்பு வியவகாரங்களில் நல்ல பயிற்சி கொடுத்துள்ளது. 1935-ம் வருஷத்தில் லண்டன்காரனுக்கு கண்ணாடி ஜன்னலில் கடுதாசியைக் குறுக்கும் நெடுக்குமாக ஒட்டுவது எதற்கு என்பது தெரியாது. லெனின்கிராடில் அது அப்போது சகஜம். ரஷ்யாவின் தென்கோடியில் உள்ள கிரிமியாவில் உல்லாச யாத்திரைக்கேற்ற கடற்கரை பிராந்தியங்களில் 1929-ம் வருஷம் முதலே இருட்டடிப்புப் பழக்கம் இருந்துவருகிறது. மூனிக்

ஒப்பந்தத்துக்குப் பிறகு பிரிட்டனில் இன்றோ நாளையோ யுத்தம் என்ற பரபரப்பு உணர்ச்சி ஏற்பட்டது. ஆனால் ரஷ்யாவிலோ எனில், ஸோவியத் சர்க்கார் ஸ்தாபிதம் முதல் அந்தப் பரபரப்பு உணர்ச்சி இருந்துவருகிறது. இதைப் புரிந்துகொண்டால்தான் முன்பு மாஸ்கோ சதிவழக்கு விசாரணைகள் ஏன் அவ்வளவு கடுமையோடு இருந்தது, ஸோவியத் யூனியனுடைய அரசியல் ஐக்கியம் உள்வைரம் பாய்ந்து ஹிட்லரின் அசுர முயற்சிக்கு எல்லாம் ஜவாப் சொல்லி வருகிறது என்பது சரியானபடி தெரியும்.

யுத்தத்துக்கு வேண்டிய பொருளாதார வசதிகள் எல்லாவற்றையும் செய்துகொள்ள முயலுவதால் ஒரு நாடு தயாராகிவிடும் என்று கருத முடியாது. பிரெஞ்சுக்காரர் தோற்றுப்போனதற்குக் காரணம் மாகினோ அரணின் இரு அந்தங்களிலும் 'இடைவெளி' ஏற்பட்டதால் அல்ல; பிரெஞ்சு மக்கள் மனசில் பீதி புரையேறிவிட்டது. ஆனால் ஸோவியத் மக்களுக்கு அப்படி அல்ல; நாஜி யுத்தம் என்பது இதர முறைகளை அனுஷ்டித்து 'சமாதானத்தை' நீடித்தல் என்ற பொருள்!

ஸோவியத் யூனியனில் ஒவ்வொரு நிகழ்ச்சியும், அதன் சமூகத்திட்டம் ஒவ்வொன்றும் அதன் ஐந்து வருஷ கைத் தொழில் திட்டங்களும் சென்ற இருபத்து ஐந்து வருஷங்களாக அந்நாட்டில் இருந்துவரும் யுத்த நிலைமையின் ஒரு அம்சம். நெருக்கடியான கட்டங்களில் காரியாம்சத்தில் கையாளப்பட்டுவந்த ராணுவ ஆட்சி, சட்ட பூர்வமாகவும் ஆயிற்று. உதாரணமாக ஸ்டாலினுடைய மிகவும் நெருங்கிய நண்பர் கிராவ், லெனின்கிராட் நகரில் டிராட்ஸ்கி கோஷ்டியினரால் கொல்லப்பட்டபோது, அடக்குமுறை தாண்டவ மாடியது; சற்று சந்தேகத்துக்கு ஆளாகக்கூடியவர்களுக்கு மரண தண்டனையோ, அல்லது ஸைபீரிய வனாந்திரங்களுக்குத் தேசப்பிரஷ்டமோ செய்யப்பட்டனர்.

டிராட்ஸ்கி கோஷ்டியினர், ஐந்தாம் படை நபர்கள், டுக்கா செவ்ஸ்கி, புட்னா முதலிய சதிகாரர்கள் கைதுசெய்யப்பட்டு விசாரணை நடந்த மாதிரியை ரஷ்யத் தொழிலாளர் ஆட்சேபிக்கவில்லை. ஆட்சியைக் கடுமையானது என்று கூறவில்லை. ஆஸ்டிரியா, செக்கோஸ்லவாகியா, ஸ்பெயின், நார்வே, ஹாலந்து, பெல்ஜியம், பிரான்ஸ் முதலிய நாடுகளில் உள்ள தொழிலாளர்கள் பிரச்சனையில், இந்த உணர்ச்சி ஏற்படு முன்பே ரஷ்யர் வருங்கால அபாயத்துக்கு வரவேற்பு அளிக்கக்கூடிய விஷப் பூச்சிகள் நாட்டுக்குள்ளாகவே இருக்கக்கூடும் என்பதை உணர்ந்துவிட்டனர். மாஸ்கோ விசாரணை, மூனிக்கின் எதிர்மறை. உள்ளறையில் உட்கார்ந்துகொண்டு ஹிட்லர் திக்விஜய பலன் அடைய வகைசெய்தது மூனிக். மாஸ்கோ விசாரணை மன்றத்தில் போர்க்களத்தில் வாங்கக்கூடிய ஒரு தோல்வியின் பலன் கிட்டியது.

குற்றவாளிகள், "ஏன், எப்படி ஒப்புக்கொள்ளுகிறார்கள்?" என்ற கேள்விக்கு அவர்கள் குற்றம் செய்தார்கள்; அதனால்தான் ஒப்புக் கொள்ளுகிறார்கள் என்று பதில் சோவியத் யூனியனில் கொடுக்கப்பட்

டது. பெண்கள் போல் வேஷமிட்டுக்கொண்டு பாராசூட் மூலம் இறங்கிய துருப்புகள் டாம்மி கன்களை உபயோகிப்பதும் ஹெஸ் ஸ்காட்லாந்துக்குப் பறப்பதும், குவிஸ்லிங் ஆஸ்லோவில் நின்ற சேனைக்குத் துரோகம் செய்ததும், நாஜிகள் கையாண்ட சாகசங்கள் ஒவ்வொன்றுக்கும் ஒரு உதாரணம் என்று சொல்ல வேண்டும். ஆனால் இவை யாவும் ரஷ்யாவைத் தவிர மற்ற நாடுகளில்தான் நடந்துள்ளன. 18க்கோடி ஜனங்கள் வாழும் பிரம்மாண்டமான தேசம் ரஷ்யா. இந்த நாடு ஒன்றில்தான் இந்த கோளாறு தலைதூக்க வில்லை. ஐரோப்பிய பூகோளப்படத்தில் குஞ்சுக்குளுவான்கள் போன்ற நாடுகளும், பிரான்ஸ் போன்ற ஏகாதிபத்தியங்களும் இதற்கு விதிவிலக்கல்ல. ரஷ்யாவுக்கு லவால் பிறக்கவில்லை; பிறக்க முடியாது. ஸோவியத் ராஜாங்கத்தில் சுமார் 160 தனித்தனி வர்க்கத் தினர் இருக்கின்றனர். இருந்தாலும் ராஜிய, சமூக பந்தத்தில் உறுதி பிறழாதவர்கள்; தற்போதுள்ள பொருளாதார ரூபத்தில் இம்மிகூடச் சிதையக்கூடாது என்பதிலும் எதிரிக்குக் கடுகளவு நலம்கூட கிட்டா மல் செய்ய வேண்டும் என்பதிலும் உறுதிகொண்டு நிற்கிறார்கள். இந்த உறுதி இன்று நேற்றுக் கதையல்ல. எந்த ஒரு கட்டத்திலும் ஸோவியத் ராஜாங்கமானது, தன்னைப் பாதுகாத்துக்கொள்ளுவதே முதன்மையான காரியம் என்று கருதி, சமூக முன்னேற்றத்துக்குப் பிரதானமான வேலை என அது கருதிய எதையும் ஒத்திப்போட்டது கிடையாது. புரட்சிக் கோட்பாடுகளில் ஆண், பெண்கள் சமத்துவம் ஒன்று என லெனின் அறிவித்தார். சூலாவதோ அல்லது அந்தப் பொறுப்பை ஏற்க மறுப்பதோ இக்கொள்கையில் உட்கிடையாக அடங்கியுள்ள உரிமை. இதன் விளைவாக ஒவ்வொரு நகரத்திலும் கருத்தடை ஆஸ்பத்திரிகள் ஸ்தாபிக்கப்பட்டன. அவசியமான பேருக்கு ரணசிகிச்சைமூலம் கருவைச் சிதைக்க வசதி ஏற்பாடு செய்யப்பட்டது. 1936-ம் வருஷம் கருச்சிதைவு சட்டம், யாதாஸ்தாகப் பொது மக்களிடை அபிப்பிராயம் கோரி வினியோகிக்கப்பட்ட பொழுது பண்ணையிலும் தொழிற்சாலையிலுமே எதிர்ப்பிருந்தது. ஆனால் ஸோவியத் ஸுப்ரீம் கவுன்சிலில் விவாதத்துக்கு வந்த பொழுது ஸ்டாலின் ஆதரவு அதை நிறைவேற்றியது. கருச்சிதைவுக்கு ஒத்தாசை செய்வது குற்றமாக்கப்பட்டது. கருச்சிதைவு ரணசிகிச்சை ஆஸ்பத்திரிகளும் மூடப்பட்டன. இது யுத்தகால ஏற்பாடு. ஏற்கனவே ஜாஸ்தியாக இருந்துவரும் பிறப்பு விகிதத்தை இன்னும் அதிகமாக்கு வதே சட்டத்தின் நோக்கம்.

யுத்தம், பல சமூக உத்தாரண செர்வீஸ்களின் வேலைகளுக்குத் தடங்கல் விளைவிப்பது இயற்கை. இருந்தாலும் ஸோவியத் சர்க்கார், ஜீவனோபாய சவுகரியத்தைப் பெருக்கவும், கல்வியை வளர்க்கவும், புரட்சித் தத்துவத்தைப் போதிக்கவும் முற்பட்டது. 1937-ம் வருஷத்துக்கு அப்புறம் ஆயுத உற்பத்திச் செலவு சமூக செர்வீஸ்கள் செலவுக்கு அதிகமாகப் பெருகிக்கொண்டே சென்றது என்றாலும் கல்வி, சுகாதாரம் இரண்டுக்கும் செலவான தொகையும் அதிகப்படுத்தப் பட்டு வந்தன. ஜனங்களைத் தாஜாச் செய்துகொண்டு போவதி

னாலோ அல்லது ராணுவ முயற்சி தவிர மற்ற எதற்கும் பிரதானத்துவம் கொடுக்காதிருப்பதினாலோ யுத்தத்தில் வெற்றி பெற்றுவிட முடியும் என்று ஸோவியத் சர்க்கார் கருதியதே கிடையாது. பாஸிஸம் நையாண்டி செய்தும், ஆயுதத்தைப் பிரயோகித்தும் கழிக்க முயலும் குணோபாவங்களையும் நாகரிக அளவைகளையும் பாதுகாப்பதே யுத்தத்தின் நோக்கம். சண்டையில் ஜெயித்துவிட்டு, எதைக் காப்பதற்காகச் சண்டை தொடுத்தோமோ அதையே இழந்துவிட்டால் அது தோல்விக்குச் சமானந்தான்.

கலையிலும் கல்வியிலும் ஸோவியத் அக்கறை அதிகமாகி வருகிறதே ஒழியக் குறைந்ததில்லை. யுத்தத்துக்கு முந்தியைவிட இப்பொழுது பள்ளிக்கூடங்கள் பெருகி வருகின்றன. பீதோவன் என்ற ஜெர்மன் இசைவாணன் வியன்னாமீது கடுமையான பீரங்கிப் பிரயோகத்தின்போதுகூட சங்கீதத்தில் தன்னை மறந்து ஈடுபட்டு இருந்தது போல் ஷோஸ்டகோவிச், லெனின்கிராட் நகரத்தில் சிறைச்சாலையை சட்டை செய்யாமல் சாகாவரம் பெற்ற இசைக்குள்தான் மூழ்கி நிற்கிறான். அவின ஜெனான் என்ற எழுத்தாளன் மாஸ்கோவில் விமானத் தாக்குதலின்போது நெருப்பு அணைப்பதில் உயிர் துறந்தான். ஆனால் நெற்றியில் குண்டுச்சிதல் துளைத்துக் கொண்டு போகும்வரை எழுத்து வேலை ஓயவில்லை.

ஸோவியத் சமுதாயத்திலே மிகுந்த கவுரவம் அளிக்கப்படும் பிரஜை, கலைஞன். யுத்த காலத்திலும், சமாதான காலத்திலும் வாழ்வில் பூர்ணமாகக் கலந்துகொள்ளுபவன்; ஏதோ அழகுக்கு உப்பரிகை கட்டி அதன் நிலா முற்றத்திலே, சந்திரகாந்தக் கல் மண்டபத்திலே கிடந்து கனவு காண்பவன் அல்ல அவன். உருக்கு, ஸிமண்டு கட்டிட அடித்தளத்திலே, தொழிற்சாலைகளிலே, பாரா உஷார் அலங்கத்திலே சஞ்சரிக்கிறான். அவன் அந்தச் சமுதாயத்தின் பிறவி; ஆனால் அதனுள் மூழ்கிக் கிடக்கவில்லை. அவன் பேச்சு சகிக்கப்பட வேண்டிய ஒன்றாக மதிக்கப்படவில்லை. அவனது பேச்சுக்கு ஊக்கம் அங்கே உண்டு.

ஸோவியத் மக்களுக்குச் சுயமாகச் சிந்தனை செய்வதற்குப் பயிற்சி கொடுக்கப்பட்டுள்ளது. நிகழ்ச்சிகள் நிர்த்தூளியாக்கும் வெட்டிக் கனவுகளை அவர்கள் விரும்பவில்லை. வாழ்வை அவர்கள் பார்க்கும் தினுசே வேறு. ‘உன் கையில் ரொட்டி இருந்தால் நீ தின்னுவாய்; இல்லாவிட்டால் நீ சாவாய்’ என்றுதான் அவர்களுக்குப் பேசத் தெரியும். அவர்களுக்குப் புரியும் பாஷையில் பேசுகிறவன் ஸ்டாலின்.

“சகோதர சகோதரிகளே, நமக்கு நஷ்டம் ஏற்பட்டுள்ளது. எதிரி பலத்தோடிருக்கிறான். நமக்கும் பலம் உண்டு. அவனை நாம் அழிப்போம். நமது அன்புக்குப் பாத்திரமான மண்ணில் கைநீட்டிய பாஸிஸ்ட் கொள்ளைக்காரன் கையில் எதுவும் சிக்காமல் பார்த்துக் கொள்ளுங்கள்” — இந்த ரீதியில் பேசுகிறான் ஸ்டாலின். “நீங்கள்

சண்டை போடுங்கள்; மற்றக் காரியங்களை நாங்கள் பார்த்துக் கொள்ளுகிறோம்" என்று தட்டிக் கொடுத்துப் பேசுகிறவர்களை ரஷ்யர் விரும்பமாட்டார்கள்.

ஸோவியத் அரசியல் போதனையில் தர்க்கம் பிரதான ஸ்தானம் வகிக்கிறது. சுயமாகக் காரியம் நடத்திக்கொள்ள ரஷ்யருக்குத் தெம்பு கொடுப்பது இதுதான். திடீரென்று எதிரியின் பீரங்கிப்படை ரஷ்யாவில் போராட்டம் தொடங்கியபோது தோன்றியவுடன் சமாளிக்கத் தெம்பு கொடுத்தது இந்தப் பயிற்சிதான். பிரான்ஸில் அபேவில் என்ற இடம் இரண்டு நாஜி மோட்டார் ஸைக்கில் படையினரிடம் சரணாகதியாயிற்று. ரஷ்யாவில் ஆட்டுமந்தை போல வாழ்ந்த "ஊமைச் சனங்கள்" கல்வியின்மை, அசட்டு நம்பிக்கைகள் ஆகியவற்றின் விளைவு. சென்ற யுத்தத்தில் கிழக்குப் போர் அரங்கத்தில் அடிமாடுகள் போல் மடிந்த வர்க்கம் இப்போது கிடையாது. இன்றைய ஸோவியத் மனிதன் வேறு. ஒரு உதாரணம். 1935-ம் வருஷத்தில் கோவாபரேட்ஜியா என்ற வர்த்தகக் கப்பலில் உள்ள மாலுமிகள், பிரயாணிகள் சென்ற யுத்தத்தில் ரஷ்யா பிரவேச மான தினத்தைக் கொண்டாடினார்கள். ஹிட்லருக்கு சப்மரைன்கள் அனுமதித்துப் பிரிட்டன் அப்பொழுதுதான் ஒரு கடற்படை உடன் படிக்கை செய்துகொண்டது. வெர்ஸேல்ஸ் ஆயுத பந்தக ஷரத்துக்களி லிருந்து ஹிட்லருக்குக் கிடைத்த முதல் விடுதலை அது. யுத்தம் என்ற காரியம் ஏதோ தொலைகாலத்து வியவகாரம் போலத் தென்பட்டது. ஆனால் அன்று ஸோவியத் மாலுமிக்கு யுத்தம் அருகில் இருப்பதாகவே தென்பட்டது.

அவன் அந்த நினைவு தினத்தில் கீழ்க்கண்டபடி பேசினான்: "சென்ற யுத்தம் ஒரு கோடிப் பேரைப் பலி வாங்கியது. அடுத்த யுத்தம் — அது எத்தனை பேரைப் பலி கேட்கும்? ஆனால் நாம் போராட வேண்டி ஏற்பட்டால் நமது தகப்பன்மார்களைப் போல, கசாப்புக்கடை அடிமாடுகளாக விழுந்து சாகமாட்டோம். நாம் நமது ஸோவியத் தேசத்துக்காக, எதற்காக உயிரைக் கொடுக்கிறோம் என்பதைப் பூர்ணமாகத் தெரிந்துகொண்டே உயிர்விடுவோம்."

ஸோவியத் ராஜாங்கம் என்ற கருத்துக்குள் அதன் மக்கள், ராணுவம், கைத்தொழில், தேசம் யாவும் பின்னிக் கிடக்கின்றன. சமாதான காலத்திலும், இன்றும் அதன் சாதுர்யத் திட்டங்கள் யாவும் அவர்களோடு பின்னிப் பிணைந்து கிடக்கிறது. மார்ஷல் டிமோஷஸ்கோ முதல் சாதாரண ஸோல்ஜர் வரை ஸோவியத் ராணுவம் மக்களின் பிரதிநிதி. நேற்று டிராக்டர் யந்திரத்தை ஓட்டுகிறவன்தான் இன்று டாங்கி யந்திரத்தை ஓட்டுகிறான். அவன் ஓட்டும் டிராக்டரையும் டாங்கியையும் உற்பத்தி செய்வது ஒரே தொழிற்சாலைதான்.

2

மாஸ்கோ 1923. ஸெவெர்னி ரயில்வே ஷ்டேஷனுக்குப் போகிற பாதையில் சாக்கடையும் சேறும் குப்பையும் குழம்பி நொளுநொளுக்கும். அதில் ரஷ்யக் குழந்தைகள் காலில் ஜோடோ, செருப்போ இல்லாமல் கிழிசலும் பொத்தலுமாக அணிந்துகொண்டு "கோப்பேக்கி! கோப்பேக்கி!" என்று ஊளையிடும். கோப்பெக் என்பது தம்படி மாதிரி. இந்தக் குழந்தைகள் புரட்சி, உள்நாட்டு கலகங்கள் ஆகியவை விட்டுப்போன சொத்து. இவர்கள் மாஸ்கோ ரயில்வே ஸ்டேஷன்களில் அலகை போலத் திரிவதற்குக் காரணம் தங்கள் உற்றார் உறவினரைத் தேடுவதுதான்; தங்கள் ஊருக்குப் போகும் ரயில் வண்டி வருமா என்று காத்து நிற்பதுதான். திருடுவதற்குச் சந்தர்ப்பம் கிடைத்தால் அதையும் கை நழுவவிடுவதில்லை.

ரயில்வே ஸ்டேஷனுக்குள்ளோ என்றால் வெயிட்டிங் ரூம், டிக்கட் கொடுக்கும் இடம், பிளாட்பாரம் — எல்லா இடங்களிலும் தொழிலாளர்கள், விவசாயிகள் ஆகியோரின் குடும்பங்கள். இவர்கள் ரயில் வண்டிகளுக்காகக் காத்திருக்கிறார்கள். குளிரின் கடுமை தாங்க முடியாமல், பக்கத்திலிருப்பவர் அன்னியர் என்பதையும் கவனிக்காமல் ஒண்டிச் சுருண்டு கிடப்பார்கள். என்றைக்கோ, எப்போதோ ஸமாராவுக்கும் கரேலியாவுக்கும் உக்ரேனுக்கும் அத்தி பூத்தாற் போல் புறப்படப்போகும் வண்டிகளுக்காக அவர்கள் காத்திருக்கிறார்கள்.

வண்டி வந்துவிட்டால் பிளாட்பாரம் ரணகளந்தான். சமயா சமயங்களில் ஒரு பொதுவுடைமைவாதி, "தோழர்களே, நாகரிகத்தை மறந்துவிடாதீர்கள்" என்று கத்துகிறான். கார்ட் வேலை பார்க்கிற பெண், வண்டி புறப்படுவதற்குச் சமிக்ஞை கொடுக்க மணியடித்து வண்டி நகரும்வரை, ஊருக்கு ரயில் தப்பிவிடுமோ என்ற பீதி இந்தக் களேபரத்தை ஏற்படுத்துகிறது. மாஸ்கோவின் பிரதான ரஸ்தாவான அர்பாட்டில் ஒரே ஒரு மின்சார விளக்குதான் எரிகிறது. மின்சார, நிலக்கரி சிக்கனத்தை முன்னிட்டு மற்ற விளக்குகள் ஏற்றாமல் கிடக்கின்றன. பட்டாளத்துக் கட்டிடம் போன்ற ஒரு தொழிற்சாலை. இருக்கிற ஜன்னலுக்குப் பலகை தைத்து மூடியிருக்கிறது. குண்டும் கல்லுமான பாதையில், அங்கிருந்து வெளியேறும் தொழிலாளர் நடக்கின்றனர். எதிரே ஒரு மின்சார டிராம் வருகிறது. அதில் மூச்சு விட இடமில்லாதபடி ஜனங்கள் 'அப்பி' இருக்கின்றனர். பக்கத்துக் கம்பி, படி முதலிய சகல இடங்களிலும் ஜனங்கள் தொத்திக்கொண்டு தொங்குகின்றனர்.

ஆனால் பிராகா ரெஸ்ட்ரான்டில் பிரெஞ்சு ஒயின், டான்ஸ் மற்றும் பாட்டு தமாஷ் எல்லாம் உண்டு. என்.இ.பி.காரர்கள் என்ற புதிய பொருளாதாரக் கொள்கையை நடத்துவோர் வந்து கூடும் இடம் அது. வெளிநாடுகள் நடத்திவரும் பொருளாதார முற்றுகையும், உள்நாட்டுப் புரட்சி எதிரிகள் நடத்தும் ஒத்துழையாமையும் சேர்ந்து

தேசத்தில் படரவைத்துவரும் நசிவைத் தடுக்கிறதற்கு லெனின் இவர்களை நியமித்தார். என்.இ.பி.காரர்கள் குடிப்பார்கள்; சூதாடு வார்கள்; அதோடு வர்த்தக வியவகாரங்களையும் கவனிப்பார்கள். யுத்தகாலப் பொதுவுடைமைச் சித்தாந்தம் மடங்கிவிட்டது என்ற நினைப்பும், அதனால்தான் பொதுவுடைமைவாதிகள் தம்முடைய உதவியை நாடுகிறார்கள் என்ற தெம்பில் ரஷ்ய வளங்கள் யாவும் இனிமேல் கைத்தொழில் முதலாளிகள், விஸ்தீர்ணமான நிலங்கள் படைத்த குலாக்குகள் ஆகியோர் வசமே என்ற கருத்தும் அவர்கள் மனசில் உறைந்துவிட்டது.

சென்ற யுத்த காலத்தில் பிறந்த பொதுவுடைமைச் சித்தாந்தம் வெளிநாடுகளின் பொருளாதார முற்றுகையின் விளைவாக நடை முறையில் சீர்குலைந்தது. பால்டிக் ராஜ்யங்களிலும், போலந்து எல்லையிலும் ரஷ்யாவுக்குச் சொந்தமான தொழிற்சாலைகள் முன்பு இருந்தன; ஆனால் அவை இப்பொழுது அயலார் கைக்குச் சென்று விட்டது. தவிர உள்நாட்டுக் கலகமோ நாட்டில் மிஞ்சிய மற்றத் தொழில்களைச் சாகடித்துவிட்டது. அப்பொழுது வாபஸ் வாங்கிய இரண்டு கட்சிச் சைனியங்களும் ரயில் பாதைகளைப் பிடுங்கிவிட் டன. அங்கொன்றும் இங்கொன்றுமாகத் தப்பி நின்ற தொழிற்சாலை களுக்கு உயிர் கொடுத்துவந்த பாதைகள் போகவே, அவையும் போயின. தேசம் முழுவதும் பழுதுபார்ப்போர் இல்லாமல் ரயில்வே யின் ஜங்க வகையறாக்கள் எல்லாம் துருப்பிடித்து நாசமாகி வந்தன. என்ஜினியர்களுக்கோ புதிய ஸோவியத் சர்க்கார்மீது சற்றும் அனு தாபம் கிடையாது. அவர்கள் பழைய ஜார் அரசன் கட்சியைச் சேர்ந்தவர்கள். இப்படியாக 9 வருஷங்கள் மேல்நாட்டு விஞ்ஞானிகள் தொடர்பே சற்றுமின்றித் தொழிலாளர்களே முயன்று எந்திரங்களை உருப்படியான பலன் தரும்படி செய்தனர்.

1923-ம் வருஷத்தில் ஸோவியத் ராஜ்யம் இருந்த நிலை இது.

பொதுவுடைமையை எதிர்த்தவர்களில் குடியானவர்கள் உண்டு. இவர்கள் கால்நடைகளைக் கொன்றுவிட்டுச் சாகுபடி செய்ய மறுத்தார்கள். 1921-ம் வருஷத்தில் சாகுபடிப் பூமி யுத்தத்துக்கு முந்திய காலத்திலிருந்ததில் 62%. ஆனால் சாகுபடியோ முந்திய திட்டத்துக்கு 37%. தொழில் நசிவுக்கு ஒரு உதாரணம்: தேனிரும்பு 1921 வருஷம் 15000 டன் எடுக்கப்பட்டது. ஆனால் யுத்தத்துக்கு முந்தியோ 30 லட்சம் டன். 1921 வருஷத்து பொதுவுடைமை கன் வென்ஷன் பலவந்தமாகத் தான்யங்களை மடக்குவதை நிறுத்திவிட்டு அதற்குப் பதிலாக தான்ய வரி ஏற்படுத்தி புதிய பொருளாதாரக் கொள்கை ஒன்றை அமுலுக்குக் கொண்டுவந்தார்கள். இது குறிப் பிட்ட வரம்புக்குள் முதலாளித்துவ சமுதாயத்தை அனுமதித்தது. இதனால் கைத்தொழில் முதலாளிகள் லாபம் கருதி பொருள் உற் பத்தி செய்யும் குடியானவர்கள் நிலமும் மந்தையும் வைத்து நடத்தவும் லெனின் அனுமதித்தார். பணக்காரராகுங்கள் என்பதுதான் லெனின் வெளியிட்ட பிரகடனம். என். இ. பி. காரர்கள், தரகர்கள் இவர்களது

வாழ்வுக்கும் முதலாளிகள், பண்ணைக்காரன், தொழிலாளர்கள் இடையே அந்தஸ்து வித்தியாசம் இருந்தது. ஆனால் பொதுவாக வாழ்வெல்லை உயர்ந்தது.

புதிய பொருளாதாரக் கொள்கை அர்பாட் சூதாடிகளை ஏற்படுத்தியது என்றாலும், அதோடு வெளியுலக எதிர்ப்பையும் குறைத்தது. 1924 வருஷத்தில் ஸோவியத் சர்க்காரை இத்தாலி, நார்வே, ஆஸ்டிரியா, கிரிஸ், ஸ்வீடன், சீனா, டென்மார்க், மெக்ஸிகோ, பிரான்ஸ் ஆகிய நாடுகள் சட்ட ரீதியாக அங்கீகரித்தது. ஆனால் பிரிட்டன் காரியாம்ச அங்கீகாரம் அளித்தது. குலாக்குகள் பழைய ஜார் காலத்து மிராசுதார்களின் சுரண்டல் முறைகளை எல்லாம் கையாண்டு தம் சொத்தைப் பெருக்கிக்கொண்டார்கள். ஆனால் லெனினும் அவரது என். இ. பி. காரர்களுடைய அட்டகாசங்கள் யாவும் போதுமான பலம் பெறும்வரை சகிக்க வேண்டிய தற்காலிகக் காளான்கள் என்று கருதினார்கள். பின்னால் நடத்தப்பட்ட ஐந்து வருஷத் திட்டங்களுக்கு ஆதாரவேலைகள் செய்த கைத்தொழில் ஸ்தாபனங்கள் பல நிருமிக்கப்பட்டன.

“மின்சாரம் + ஸோவியத் = பொதுவுடைமை” என்பது லெனின் கருத்து.

என்.இ.பி. சகாப்தம் அகன்ற பிறகுதான் ரஷ்யப் பொருளாதார அபிவிருத்தி தங்குதடை இல்லாமல் வளர்ந்தது.

○

3

1924 வருஷம் ஜனவரி 21 தேதி லெனின் காலமானார். அவருடைய சீடர்களுக்குள் கொள்கைப் பிணக்கு ஏற்பட்டது. டிராட்ஸ்கி, காமினெவ், ஸ்டாலின் மூவரும் புரட்சியில் அரும் சேவை செய்துள்ளனர். ஒவ்வொருவரும் தாம் விவரிக்கும் கொள்கையே லெனின் கருத்து என்று சொல்ல ஆரம்பித்தார்கள். லெனின் கருத்தாவது: ஸோவியத் யூனியனை யுத்தத்தில் சிக்கிக்கொள்ளாமல் காப்பாற்றுவது; அதன் ராணுவ பலத்தை வளர்ப்பது; பொது மக்கள் சர்வாதிகாரத்தில் எழுந்த அபேதவாத பொருளாதாரக் கட்டுக்கோப்பை வகுப்பது.

1926-ம் வருஷத்தில் காமினெவ், ஜினோவீவ் ஆகிய இருவருடனும் சேர்ந்துகொண்டு டிராட்ஸ்கி ஒரு கோஷ்டியை ஸ்தாபித்தார். இவர்களுக்கு எதிராக ஸ்டாலினும், மத்ய கமிட்டியும் புதிய பொருளாதாரக் கொள்கையை மேற்கொண்டும் வளர்த்து விஸ்தரிக்கும் நோக்கத்துடன் 1925-ம் வருஷம் நடந்த 14-ம் கட்சி மகாநாட்டில் நடுத்தர வகுப்பு விவசாயிகளுக்கு மேற்கொண்டு சலுகைகள் தரும் யோசனையை ஏற்கும்படி செய்வித்தனர். டிராட்ஸ்கியின் பொதுவு

டைமைக் கொள்கை அப்பட்டமான மார்க்ஸீயம்; சமத்தன்மை ஆதாரத்தை வற்புறுத்தியது. தற்காலிகமாகவேனும் முதலாளித்துவ கட்டுக்கோப்புக்கு 'பிடியரிசி' போடக் கூடாது என்பது அவரது கண்டிப்பான வாதம். 1918 வருஷம் பிரெஸ்ட் - லிட்டோவ்ஸ்கில் ஜெர்மனியுடன் சமாதானப் பேச்சுகள் நடத்தும்போது டிராட்ஸ்கியின் சாதுரியத் தன்மையற்ற பேச்சும், யோசனைகளுக்கு எல்லாம் கண்டிப் பான எதிர்ப்பும் பால்டிக் நாடுகளை ரஷ்யா இழக்கும்படி செய்து விட்டது.

இவரது இளமை அமெரிக்காவில் கழிந்ததாகையால், பிற்போக்கு வாய்ந்த ரஷ்யாவைத் தூக்கி நிறுத்துவதற்காக வகுக்கப்படும் கைத் தொழில் திட்டங்கள் யாவும் வெற்றுக் கனவு, உடன் பலன் ஏற்படுவது என்பது கானல் நீர் என்று கருதினார். அமெரிக்காவில் ஆயுத உற்பத்திக்குக் கொள்ளைகொள்ளையாகப் பணம் போட்டும், அமெரிக்கத் தொழிலாளர்களின் அற்புதமான தொழில் திறமை வசதி இருந்தும் பல வருஷங்கள் கழித்தே அவை பலன் தரத்தக்க வியவகாரமாயின என்பதை அவர் கண்டிருக்கிறார். நிலைமை இவ்வாறு இருக்கும்போது பலன் கைகூடுமுன் பல தலைமுறைகளின் தியாகத்தினால், ஏன் ஸோவியத் யூனியனை அனாவசியமாகப் பலவீனப்படுத்த வேண்டும் என்பது அவரது கருத்து.

ஆனால் மேல்நாட்டு ஜனநாயகங்களோ எனில், தொழில் திறமை படைத்துள்ள தீர்க்கமான தொழிலாள வகுப்புடன் புரட்சியின் நிலைக்களமாக ஆவதற்குத் தயாராக இருந்துவருகின்றன. ஸோவியத் யூனியனில் அபேதவாதத்தை அமுலுக்குக் கொண்டுவருவதற்கு அந்த நாடுகளில் புரட்சி வித்துக்களை விதைப்பதேயாகும் என்று டிராட்ஸ்கி வாதித்தார். பொதுவுடைமை தலைமை ஸ்தாபனமான கம்யூனிஸ்ட் இன்டர்நாஷனல் உலகம் முழுவதிலும் புரட்சி வியவ காரங்களுக்கு ஊக்கம் அளிக்க வேணடும்; அவ்வாறு செய்வதினால் முதலாளித்துவ சர்க்கார்கள் பலவீனமடைந்து ஸோவியத் யூனியனு டன் போர் தொடுப்பதைக் கட்டிவைத்துவிடும் என்று கருதினார். 'சர்வதேசங்களிலும் வியாபித்துள்ள தொழிலாளர்களே ஐக்கியமாகுங் கள்' என்ற கோஷத்துடன், ஸோவியத் யூனியனானது வாழையடி வாழையாக புரட்சிக் கொடியேந்தி, ஜெர்மனி, பிரிட்டன் போன்ற நாடுகளில் தொழிலாளர்களை அதிகாரத்துக்குக் கொண்டுவந்துவிட் டால், அவை தாம் உற்பத்தி செய்யும் சாமான்களை அனுப்பி ரஷ்யா கொடுக்கக்கூடிய மூலப் பொருள்களை வாங்கிக்கொள்ளும். இப்படியாக வாழ்வின் வசதிகளை உயர்த்தி சமத்துவமான ஆதாரத் தில் ஒரு பொருளாதாரக் கட்டுக்கோப்பை வகைசெய்து, என். இ. பி. காரர்களை விரட்டிவிட்டு, புரட்சியின் தாதுக்களை ஸ்திரமான பீடத்தில் அமைக்க முடியும் என்பது அவரது தர்க்கவாதம்.

நாட்டைக் கைத்தொழில்மயமாக்குவது என்பது கடினமான தியாகங்களை அடிப்படையாகக்கொண்ட திட்டம். அதனால் மறுபடியும் பல வருஷங்கள் உயிரைக் கொடுத்துக்கொண்டிருக்க

விரும்பாத பலருக்கு இந்தத் தர்க்கம் ரொம்ப ருசியாக இருந்தது. 1929-ம் வருஷத்தில் டிராட்ஸ்கி தம் கட்சிக்கு ஆதரவு தேட செஞ்சதுக்கத்தில் ஒரு பெரிய ஆர்ப்பாட்டம் நடத்தினார். தமது கொள்கையை விளக்கிப் பெரும் கூட்டத்தின்முன் பேசினார். ரஷ்யாவில் பேசிய கடைசி பேச்சு அதுதான். மத்ய கமிட்டியின் தீர்மானத்தின்படி அவரும், காமினெவும், ஜினோவீவும் அந்த வருஷ நவம்பர் மாதத்தில் கட்சியிலிருந்து விலக்கப்பட்டனர். பொதுவுடைமைக் கட்சியின் கட்டுப்பாட்டின் வெற்றிக்கு உதாரணமாக இதைக் கூற வேண்டும். கட்சியின் காரியதரிசியாக இருந்த ஸ்டாலின்தான் கட்சியின் கொள்கையை உருவாக்கி நடத்தினார். டிராட்ஸ்கியுடன் சேர்ந்து விலகிய பொதுவுடைமை வாதிகள் வெகு சொற்பம். அவர் உருவாக்கிய கட்டுப்பாடுதான் இன்று அந்தக் கட்சியை வலுவும் செல்வாக்கும் உள்ளதாக ஆக்கி இருக்கிறது. நாஜி தாக்குதல்களின் விளைவாக ஸ்தல ரீதியாக ஸோவியத் நிர்வாகம் இன்றைய யுத்த நிலையில் உடைந்துவிட்டாலும் சோவியத் சர்க்காரின் தாக்கீதுகளுக்குச் செவியேற்று அதன் உத்தரவுகளை நடத்திவைக்கும் நிலையில் அவ்வப் பிராந்தியங்கள் இருந்துவருகின்றன. சாதாரண பிரஜையானாலும் ஸோல்ஜரானாலும் கட்சியின் உத்தரவுகளை மரணத்தையும் பொருட்படுத்தாது நடத்தியே தீருகிறார்கள்.

எதிர்க்கட்சியை வெளியேற்றத் தீர்மானித்த பொதுவுடைமைக் கட்சி மகாநாடு புதிய பொருளாதாரக் கொள்கையையும் ரத்துச் செய்து யூனியனுடைய பொருளாதாரப் பாங்கை அபேதவாத ரீதியில் அமைப்பது எனவும் தேசம் முழுவதையுமே கனகடுமையான முறையில் யந்திரத் தொழில்படுத்துவது எனவும் தீர்மானித்தது. அதாவது தனிப்பட்டோர் நிலங்களை சர்க்கார் பண்ணைகளாகவும் (ஸோவோகோஜி) கூட்டுப் பண்ணைகளாகவும் (கோல்கோஜி) மாற்றி அமைப்பது எனத் தீர்மானிக்கப்பட்டது.

1928-ம் வருஷம் அக்டோபர் மாதம் முதல் தேதியில் முதலாவது ஐந்து வருஷத் திட்டத்தை நடத்துவதற்கு ஸோவியத் யூனியன் தக்க பலம் பெற்றிருந்தது என்று கூற வேண்டும். விவசாயமும் இயந்திரத் தொழிலும் ஏறக்குறைய யுத்த காலத்துக்கு முந்தியிருந்த நிலையை எட்டின. முதலாளித்துவ ராஜ்யங்களும் சற்று முகம் கொடுத்துப் பேச ஆரம்பித்தன. ஸோவியத் யூனியனுடைய வற்றாத வளங்களை உபயோகித்து அதைப் பிறர் கை நாடா பொருளாதாரத் தன்மை வாய்ந்த சமுதாயமாகவும், யுத்தமாயினும் சமாதானமாயினும் அருகில் உள்ள முதலாளித்துவ ராஜ்யங்களின் நல்லதனத்தையோ அவற்றின் விருப்புவெறுப்புகளையோ சட்டைசெய்யாது பூர்ண சுயேச்சை பெற்ற ஒரு தேசமாக ஆக்கிவிட முடியும் என்று ஸ்டாலின் நம்பினார். இந்தக் கருத்து லெனினுடையது. ஸ்டாலின் அதை நடத்திவைத்தார். வருங்காலத்தில் கிடைக்கவிருக்கும் அபேதவாத நல்வாழ்வுக்கு பர்த்தியாக ஸ்டாலின் அளித்தது இதுதான். ஜனங்களின் உயிர்வாழ் வசதிக்கு அவசியமான வெண்ணை, முட்டை, கோதுமை முதலியவற்றை

வெளிநாடுகளுக்கு ஏற்றுமதிசெய்து, யந்திரங்கள் முதலியவை வாங்குவதற்குப் போதுமான பணம் சேகரிக்க வேண்டியிருந்தது. புதுவாழ்வு நிச்சயம் என்பதற்கு முன்அத்தாட்சியாக பொதுவுடைமைக் கட்சியின் சமூகச் சீர்திருத்தக் கொள்கைகள் விஸ்தரிக்கப்பட்டு வற்புறுத்தப்பட்டன; அதாவது தினத்துக்கு ஏழு மணி நேர வேலை, சம்பளத்துடன் விடுமுறை போன்ற வசதிகள் கொடுக்கப்பட்டன. இது தவிர, குழந்தைகளுக்கு இலவச வைத்ய வசதி, குழந்தை வளர்ப்பு ஸ்தாபனங்கள் ஏற்படுத்தப்பட்டன. சமூக ரீதியில் இம்மாதிரி ஏற்பட்ட வளர்ச்சி, பொருளாதார அபிவிருத்திக்கு அறிகுறி என்று தொழிலாளரை நம்பும்படி செய்தது.

கைத்தொழிலையும், விவசாயத்தையும் குறிப்பிட்ட இனங்களுக்குள்ளாக மட்டிலும் இருக்க வேண்டிய காரியம் என்பதை மாற்றிச் சமூக வியாபகமாக்க ஐந்து வருஷத் திட்டங்கள் வகுக்கப்பட்டன. விவசாயத்தை யந்திரப்படுத்தினால்தான் கூட்டுப் பண்ணை முறைப்படி நடத்துவதற்கு லாயக்கான பெரிய பெரிய விளைபுலன்கள் கிட்டும். வளர்ந்து பெருகிவரும் யந்திரத் தொழில் ஜன சமூகத்துக்கு அவசியமான தீனி போட, தான்யமும் கால்நடையும் ஏராளமாக மிஞ்சும் வகையில் வளர்க்கப்பட வேண்டும். அதற்குக் கூட்டுப் பண்ணைதான் ஏற்ற முறை. விவசாயம் சம்பந்தப்பட்ட யந்திரத் தொழில் — முக்கியமாக டிராக்டர்கள் உற்பத்தி — ஸோவியத் யூனியனுடைய பாதுகாப்பு சம்பந்தப்பட்ட யந்திரத் தொழிலுடன் நேர் தொடர்பு கொண்டிருந்தது. ஏனெனில் டிராக்டர் உற்பத்தி செய்யும் தொழிற்சாலையை வெகுசுளுவாக டாங்கி உற்பத்தி செய்வதற்கு லாயக்காக மாற்றிவிட முடியும்.

கார்ல் மார்க்ஸ் சித்தாந்தத்துக்குக் காரணகாரிய தர்க்க லோகாயதம் என்று சொல்லுவார்கள். உலக வியவகாரங்கள் சகலவற்றையுமே இந்தத் தர்க்க பந்தாவுக்குள் அடைப்பதில்தான் பொதுவுடமைவாதியின் முக்தி அமைந்துகிடக்கிறது. மார்க்ஸிய வைதிகப் பிச்சுவான டிராட்ஸ்கிக்கு ஸ்டாலின் அதே பந்தாவில் பதில் அளித்தார். ஸ்டாலின் சொன்னார்: "தியாகம் ஆயுத உற்பத்தியை நிச்சயமாக்குகிறது. ஆயுத உற்பத்தியானது ஏககாலத்தில் டிராக்டர்களையும் தளவாடங்களையும் உற்பத்தி செய்யும். டிராக்டர் உற்பத்தி விவசாய பலனைப் பெருக்கும்; தளவாட உற்பத்தி அதைப் பாதுகாக்கும். ஜீவனோபாய வசதிவரம்பு உயர்ந்துவிடும்போது தியாகத்துக்கு அவசியமில்லாமல் போகிறது. இது அபேதவாதத்துக்கு வழிவகுக்கும். . . ."

சோவியத் தொழிலாளர் இந்தச் சித்தாந்தத்தை உத்சாகத்துடன் ஏற்றுக்கொண்டார்கள். 'ஐந்து வருஷத் திட்டமா? — நான்கு' என்ற கோஷத்துடன் வரிந்து கட்டிக்கொண்டு வேலையில் ஈடுபட்டார்கள். உழைப்பும் தியாகமும் பலனை அளிக்கும் என்ற நம்பிக்கையில் வேலை செய்தார்கள். திட்டத்தை வெகு துரிதமாக நடத்த வேண்டும் என்ற நோக்கத்துக்காக, அதிரடிப் பெண் தொண்டர் படையினரும் மற்றுமுள்ள தொழிலாளரும் தமக்குக் கிட்டிய ஓய்வு தினங்களில்கூட

இஷ்டபூர்வமாக வேலை செய்தார்கள். மனித எதிர்ப்பு, தாமச குணம் ஆகியவற்றை எதிர்த்து ஸ்டாலினும், தலைமைக் காரியாலய மும், பொதுவுடைமைக் கட்சி நிபுணர் கோஷ்டியும் ஏவ, பட்டாளங் கள் மாதிரி நின்று தொழிலாளர்கள் வேலை செய்தார்கள். பணக்கார விவசாயிகள் திட்டத்தை எதிர்த்தனர். கால்நடைகளைக் கொன்று, நிலத்தைத் தரிசாகப் போட்டு ஆன முட்டுக்கட்டைகளை எல்லாம் கொடுத்துப் பார்த்தார்கள். கார்க்கோவ் தொழிற்சாலையிலிருந்து பளபளவென்று மினுமினுப்பான டிராக்டர்களை வயல்களில் துருப் பிடிக்கப் போட்டுவிட்டார்கள். ஆதாம் காலத்து நொள்ளை மரக் கொழுவை வைத்து மண்ணைக் கீறிக்கொண்டு அதை விவசாயம் என்றார்கள். முதலாவது ஐந்து வருஷத் திட்டத்தில் நடந்த நாசவேலை என்ன என்பதை ஸ்டாலின் பின்வருமாறு விவரிக்கிறார்:

*"இவர்கள் (அதாவது நாசவேலை செய்வோர்) தான்யக் களஞ்சி யங்களுக்குத் தீ வைத்தார்கள்; யந்திரங்களை உடைத்தார்கள்; கூட்டுப் பண்ணைகளிலும் ராஜாங்கப் பண்ணைகளிலும் நாச வேலைக்கு ஏற்பாடு செய்தார்கள். இவர்கள் இத்துடன் நிற்காமல் பிளேக் கிருமிகளைக் கால்நடைகளுக்கு ஊசி குத்தியேத்தியதுடன் மெனிஜிடிஸ் என்ற நோய் குதிரைகளிடை பரவுவதற்கும் ஏற்பாடு செய்தார்கள்."

1933-ம் வருஷம் இம்மாதிரித் தகவல்கள் வெளிவந்தபோது பலர் அவற்றை நம்பவில்லை. இன்று நாஜிகளும், ஐந்தாம் படையினரும் செய்யும் காரியங்கள் இவற்றில் சற்றும் பின்வாங்கியவை அல்ல.

கஷ்டங்கள் பல இருந்தன. இருந்தும் குடியானவர்களில் பெரும் பான்மையோர் தம்மை குலாக்குகளிடமிருந்து விடுவித்த ஸ்டா லினையே ஆதரித்தனர்.

ஸ்டாலின், மேலே எடுத்துக் கொடுக்கப்பட்ட பேச்சில் விவரிப்பதா வது: "நாலைந்து வருஷங்களுக்கு முன்னால் ஜனத்தொகையில் *60%* ஏழைக் குடியானவர்கள். ஏழைக்குடியானவர் என்போர் யார்? வித்தோ, கலப்பையோ, பூட்டக் குதிரையோ சொந்தமாக வைத்திராத ஜனங்களாகும். ஏழைக் குடியானவர்கள் என்போர் குலாக்குகளி டமோ, நிலச்சுவான்தார்களிடமோ கொத்தடிமையாக அரைப்பட் டினி கிடக்கும் மாக்கள். கொஞ்ச காலத்துக்கு முன்புதான், சுமார் *15* அல்லது *20* லட்சம் ஏழைக் குடியானவர்கள் வருஷந்தோறும் தென்திசை நோக்கிப் பிழைப்பை நாடிச் செல்லுகிறார்கள். வட காக்கஸஸிலும் உக்ரேனிலும் சென்று அங்குள்ள குலாக்குகளிடம் பண்ணைக்காரர்களாக அமருகிறார்கள். இதைவிட அதிகத் தொகை

**வர்ஜின் ஸாயில் அப்டர்ண்ட்* என்ற ஸோவியத் சமுதாய நாவலில் அதன் ஆசிரியரான ஷோலக்காவ் இப்படிப்பட்ட கட்டம் ஒன்றை அபூர்வமாக வர்ணித்திருக்கிறார். 'காடு கெடுத்துக் கழனி கண்டது' என்பதுதான் இந்த நாவலின் பெயர்.

வருஷாவருஷம் தொழிற்சாலைகளின் தலைவாசலுக்கு வந்து வேலையில்லாதோர் எண்ணிக்கையைப் பெருக்குகிறார்கள். ஏழைக் குடியானவர்களின் நிலை மட்டுமே இப்படி என்பதில்லை. நடுத்தர வகுப்பு விவசாயிகளின் கதியும் ஏறக்குறைய இதுவேதான். குடியானவர்கள் இப்போது இந்தக் கஷ்டங்களையும் மறக்கும் தசைக்கு வந்துவிட்டனர்.

"ஐந்து வருஷத் திட்டத்தில் முதல் நான்கு வருஷங்கள் இந்த ஏழைகளுக்கு என்ன சாதித்துவிட்டது? குலாக்கு வர்க்கத்தின் அடித்தளம் ஆட்டமெடுத்துவிட்டது. ஏழைகள், நடுத்தர வகுப்பினர் இந்தக் குலாக்குகளின் விலங்குகளிலிருந்து விடுபட்டுவிட்டனர். இந்த ஏழைகளை இத்திட்டம் கூட்டுப் பண்ணைக்கு அழைத்துவந்து அவர்களை ஸ்திரமான ஒரு நிலையில் வைத்துவிட்டது.

"நான்கு வருஷத்தில் முற்றிய இந்த ஐந்து வருஷத் திட்டம் ஸோவியத் தொழிலாளரிடை வேலையில்லாத் திண்டாட்டத்தை அடியோடு போக்கி அதன் பயங்கரத்தினின்று அவர்களுக்கு நிவாரணம் அளித்துவிட்டது."

சுருங்கக் கூறினால் இந்த ஐந்து வருஷத் திட்டங்கள்தான் லோகாயதப் பிரச்சாரத்திற்கு சுவிசேஷ பத்ததி என்று சொல்ல வேண்டும். உழைப்பவர்களுக்கு வேலை கொடுத்தது, பொதுமக்கள் ஆதரவு எனக்கு உண்டு என்று ஸ்டாலின் கூறக்கூடிய முறையில் இருந்தது ஐந்து வருஷத் திட்டம். தளவாட உற்பத்திக்கு வேண்டிய யந்திர சாதனங்களை வாங்குவதற்கு அயல்நாட்டு நாணயங்களாக இருந்த 10 லட்சம் ரூபிள்களில் பாதியைப் பருத்தியும், தோலும், கம்பளி மயிரும், ரப்பரும் வாங்க உபயோகித்திருக்கலாம். அப்படிச் செய்திருந்தால் சற்று அதிகமாக காலிக்கோவும், பூட்ஸூம், துணியும் கிடைத்திருக்கும். ஆனால் பிரமாண்டமான இரும்பு, உருக்குத் தொழிற்சாலைகளை ஸ்தாபித்திருக்க முடியாது. யந்திரங்கள் உற்பத்திசெய்ய உலோகங்கள் கிடைத்திருக்காது. ரஷ்யா ஆயுதமற்ற நாடாக இருந்திருக்கும். டிராக்டர்களும் மற்றும் விவசாய யந்திரங்களும் இல்லாதிருந்தால் ரொட்டி என்ற வார்த்தை அகராதியில் மட்டும் பொருள் கொடுத்து நிற்கும். பூர்ண சுயேச்சைக்கு அவசியமான தளவாடங்களைச் செய்யும் சாதனங்களே அற்றுப்போயிருக்கும். ஆயுதங்கள் இல்லாத தேசமானது அயல்நாட்டு ராணுவங்கள் வந்து கவாத்து நடத்தும் களமாகிவிடும் ரஷ்யா.

ஐந்து வருஷத் திட்டங்கள் பொருளாதார உத்தாரண நோக்கத்தை மட்டிலும் கொண்டவைகள் அல்ல. ஸோவியத்துக்கள் என்று அதிகாரத்தை கைப்பற்றினார்களோ அன்றிருந்தே யுத்தம் சதம் என்ற நினைப்பில் ஸோவியத் யூனியனுக்காக வகுக்கப்பட்ட பொதுத் திட்டத்தின் ஒரு அம்சம் அது. ரஷ்யாவை யந்திரத் தொழில்மயப்படுத்தினால் மட்டும் போதாது என்பதை அறிந்தவர் லெனின். ரஷ்யாவின் மேற்குப் பிராந்தியங்களில் ஸ்தாபிக்கப்பட்ட கைத்தொழில்கள் லெனின்கிராட், இவானோவோ, மாஸ்கோ ஆகிய ஜில்லாக்களிலும்

உக்ரேனிலும் ஸ்தாபிக்கப்பட்ட யந்திரத் தொழில்கள் வேற்றிடங்களுக்கு மாற்றப்பட வேண்டும். மேற்கில் உள்ள ஐரோப்பிய ராஜ்யங்களுடன் வர்த்தக உறவை ஏற்படுத்திக்கொள்ளுவதற்கு சவுகரியமாக இருக்க வேண்டும் என்பதற்காகவே மேற்கூறப்பட்ட பிராந்தியங்களில் தொழில் ஸ்தாபனங்களை ஏற்படுத்தினார்கள். புரட்சிக்குப் பிறகு மேற்கத்திய ராஜ்யங்கள் யாவுமே யூனியனுக்குப் பகைவர்கள். ரஷ்ய ராஜாங்கத் திட்ட அமைப்புக் கமிட்டி தனது அறிக்கையில் விவரிப்பது போல ரஷ்ய யந்திரத் தொழில்கள் யாவும் அதன் விஸ்தீர்ணத்தில் நூற்றுக்கு 5.8 பங்கில்தான் ஒடுங்கிக்கிடக்கிறது. எதிரியின் முதல் பாய்ச்சலுக்கே பலியாகக்கூடிய நிலையில் தொழில் களை வைத்திருப்பது லெனின் கருத்து அல்ல. பால்டிக் முதல் பசிபிக் வரை அகண்டு கிடக்கும் ஸோவியத் யூனியனில் யந்திரமயப் பட்ட விவசாயமும் தொழிலும் பின்னிப் பிணைந்து நகரத்துக்கும் நாட்டுப் புறத்துக்கும் இடையில் உள்ள ஏற்றத்தாழ்வுகளை அகற்றிவிட வேண்டும் என்று அவர் கருதினார். உள்நாட்டு யுத்தம் நடந்தபொழுது டெனிக்கின்ஸ்டி தளபதி ஓரெலை எட்டியவுடன் ஸோவியத் சர்க்காருடன் கலந்து யூரல்ஸுக்கு வாபஸாகி அங்கிருந்து போர் நடத்த வேண்டும் என்று திட்டம் போட்டார். கைபடாச் செல்வ வளம் கொழிக்கும் பிரமாண்டமான யூரல் மலைத் தொடர்கள் அபேதவாத ஸோவியத் யூனியனுடைய பாதுகாப்புத் தளமாக வேண்டியிருக்கும் என்று எதிர்பார்த்தார். ரஷ்யாவின் மேற்குப் பிராந்தியங்களில் உள்ள யந்திரத் தொழில்கள் போல் பிறர் உதவி நாடாத நிலையில் கிழக்கு பிராந்தியத்தில் பாதுகாப்பு வகையறா சம்பந்தமான தொழில் வியூகம் அமைப்பது அவசியம் என்ற கருத்து ஸோவியத் தலைவர்களுக்கு லெனின் வைத்துப்போன சிந்தனைச் சொத்து. முதலாவது, இரண்டாவது ஐந்து வருஷத் திட்டங்கள் யூரல்ஸில் தளவாட தொழிற்சாலைகளுக்கு அஸ்திவாரமிட்டது. ஜெர்மன் படையெடுப்புதான் மூன்றாவது ஐந்து வருஷத் திட்டத்தில் குறுக்கிட்டிருக்கிறது. இருந்தாலும் யூரல்ஸ் மலைச்சாரல் இப்பொழுது பொருளாதார முறையில் தனது சேவையைச் செய்வதுடன் யூனியனுடைய பிரமாண்டமான போர்த் தந்திரத்தின் ஒரு அம்சமாகவும் இருந்து வருகிறது.

○

4

1930-ம் வருஷம் நாஜிக் கட்சி வளர ஆரம்பித்ததே ரஷ்ய- ஜெர்மன் யுத்தத்தை நிச்சயமாக்கியது. ஜெர்மன் மகனுக்குக் குடியேறி வாழுவதற்கு மேற்கு ரஷ்யாவைப் போல நிகரற்ற இடம் கிடையாது என்று நாக்கில் ஜலம் சொட்டிக்கொண்டு 'மீய்ன் காம்ப்' புத்தகத்தில்

எழுதியிருந்த வார்த்தைகளை ரஷ்யர் மறந்துவிடவில்லை. ஹிட்லரின் லெபன்ஸ்ராம் கோஷம் அவர்களை உஷாராக்கியது என்று சொல்ல வேண்டும்.

1930-ம் வருஷம் நடந்த 16வது கட்சி காங்கிரஸில் ஸ்டாலின் சமர்ப்பித்த ராஜிய அறிக்கை கீழ்க்கண்டவாறு கூறுகிறது: "நமது யந்திரத் தொழில், நமது தேசத்தின் பொருளாதாரம் போல பிர தானமாக உக்ரேனில் கிடைக்கும் நிலக்கரி, அங்கு நடக்கும் உலோகத் தொழில் ஆகியவற்றையே ஆதாரமாகக்கொண்டிருக்கிறது... நமது புதிய வேலை இதுதான்: வருங்காலத்துக்கு உகந்தபடி இந்தத் தளத்தை நாம் எல்லா வகையிலும் வளர்ப்பதுடன் அதே சமயத்தில் வேறு ஒரு இடத்தில் நிலக்கரி உற்பத்தியையும் உலோகத் தொழிலை யும் ஏற்படுத்த வேண்டும். இது யூரல்ஸ் - குஸ்ட்னெஸ்க் கூட்டு அமைப்பாக இருக்க வேண்டும். அதாவது குஸ்ட்னெஸ்க் கோக்கரி யூரல்ஸ் உலோகத் தொழிலுக்கு உதவ வேண்டும்."

1931-ம் வருஷம் அக்டோபர் மாதத்தில் யூரல்ஸ் யந்திர உலைக் கூடங்கள் கொழுந்துவிட்டன. யூரல்ஸ் உலோகத் தொழில் புதிய வியவகாரம் ஒன்றுமல்ல. அதன் கனிகள் 18வது நூற்றாண்டிலிருந்தே வெட்டியெடுக்கப்பட்டு வந்துள்ளன. மரக்கரி கொண்டு உருக்கிய தேனிரும்பு இங்கிலாந்துக்கு 18வது நூற்றாண்டில் பேரளவில் ஏற்றுமதி செய்யப்பட்டது. 1827-ம் வருஷத்தில் யூரல்ஸ் தேனிரும்பு உற்பத்தி 1,55,400 டன் என்று கணிக்கப்பட்டிருந்தது. கோக்கரி கண்டுபிடிக்கப் பட்ட பிற்பாடு டானட்ஸ் பாசானம் முதலிய இதர பிராந்தியங்களில் உலோகத் தொழிலை விருத்தி செய்தனர். கோக்கரி அதிகமாகக் கிடைத்த அமெரிக்கா முதலிய பிரதேசங்கள் யூரல்ஸை படுக்க வைத்துவிட்டது. 1909-ம் வருஷத்தில் யூரல்ஸ் தேனிரும்பு உற்பத்தி ரஷ்ய மொத்த உற்பத்தியில் 19.5 % ஆக இறங்கிவிட்டது.

சென்ற நூற்றாண்டின் இறுதியில் மெண்டலீவ் என்ற ரஷ்ய ரசாயனி யூரல்ஸில் உள்ள கிஸேலோவ் பாசான நிலக்கரியையும் கொர்ஷனிஸ்க் பிராந்திய நிலக்கரியையும் கலந்து கோக்கரி உண்டு பண்ணி இரும்பு உருக்க வகை செய்தார். இம்மாதிரி கிடைத்த கோக்கரி யூரல்ஸ் வளத்தில் மிகவும் சொற்பமான பகுதியைத்தான் உருக்குவதற்கு முடிந்தது. இங்கே பத்து லக்ஷம் டன் கிடைக்கும் என்பது ஸோவியத் கனிஜ ஆராய்ச்சி அறிக்கையின் கணக்கு.

யூரல்ஸுக்கு 1250 மைல் தூரத்தில் மேற்கு ஸைபீரியாவில் குஸ்ட்னெஸ்க் பாசானம் இருக்கிறது. இங்கு 80 கோடி டன் கோக் கரி இருப்பதாகக் கணக்கிடப்பட்டிருக்கிறது. 1937-ம் வருஷம் ஜுலை மாதம் மாஸ்கோவில் நடைபெற்ற சர்வதேச பூதத்துவ சாஸ்திர காங்கிரஸுக்கு கிளாஸ்கோ சர்வகலாசாலையைச் சேர்ந்த டாக்டர் டிரல் என்பவர் சென்றிருந்தார். ஸோவியத் சர்க்கார் கனிஜ ஆராய்ச் சிக்கு என்று அமர்த்தியுள்ள 6000 நிபுணர்களுடன் குஸ்ட் னெஸ்க் பாசானத்துக்கு நேரில் சென்று பார்வையிட்டிருக்கிறார். கனிஜங்களின் கொடிகள் ஒவ்வொன்றும் சுமார் 400 கஜம் திண்ணம் எனவும்

இது இந்தப் பிராந்தியம் முழுவதிலுமே விஸ்தாரமாகப் படர்ந்திருக் கிறது; உலகத்தில் மிகவும் பிரமாண்டமான கனி இதுவென்றும் அவர் சொல்லுகிறார்.

ஸோவியத் மக்களுக்கு லெனின் வைத்துவிட்டுப்போன வேலை குஸ்ட்னெஸ்க் நிலக்கரி தளமான குஸ்பஸ்ஸையும் யூரல் உலோகக் கனியுமான மாக்னிடானுயா மலையையும் ஒன்றாக இணைப்பதே யாகும். இதை அவர்கள் வெற்றிகரமாக ஸ்டாலின் தலைமையில் நடத்தி வைத்துவிட்டார்கள். முதல் இரண்டு ஐந்து வருஷத் திட்டங் கள் இதைச் செய்தன. மாக்னிட்னேயா மலைதான் யூரல்ஸ் உருக்கு கனிகளில் மிகவும் பெரியது. இங்குதான் ஐரோப்பாவிலேயே மிகவும் பெரிய உருக்கு இரும்புத் தொழிற்சாலைகள் கட்டப்பட்டுள்ளன. இது குஸ்ட்னெஸ்க் நிலக்கரியை உபயோகிக்கிறது. குஸ்ட்னெஸ்க்கும் மாக்னிட்னேயாவுமே இந்த ரஷ்ய அச்சின் இரண்டு முனைகள். குஸ்ட்னெஸ்க் நிலக்கரியை உபயோகித்து ஸ்டாலின் உருக்கு இரும்புத் தொழிற்சாலைகள் கட்டப்பட்டுள்ளன. மாக்னிட்டோகார்ஸ்க் நிலக் கரி இதைக் கட்டுவதற்கு உபயோகமாயிற்று. இரவு பகல் ஓய்ச்ச லில்லாமல் ஸைபீரியாவிலிருந்து நிலக்கரி ஏற்றிய ரயில் வண்டிகள் மாக்னிட்டோகார்ஸ்க்குக்கு வந்தவண்ணமிருக்கின்றன. யூரல்ஸுக்கு அப்பால், வடக்கே அண்டர்மாவிலும் வோர்க்கூட்டாவிலும் பிளை யாவ், ஆர்ஸ்க் என்ற இடங்கள்வரை மின்சார பவர் ஸ்டேஷன்கள் புதிதாகவோ மாற்றியோ கட்டப்பட்டுள்ளன. இவை உருக்கு, இரும்பு, அவை அல்லாத இதர உலோகங்கள், நிலக்கரி, எண்ணை, ரசாயனத் தொழிற்சாலைகள், யந்திரக் கருவித் தொழிற்சாலைகள் முதலியவற்றை இயக்குகின்றன. ஹிட்லரின் பாய்ச்சலுக்கு எட்டாத் தொலைவில் நிற்பவை இவை.

மாக்னிட்டோகார்ஸ்கும் குஸ்பஸ் என்ற இடமும் வருஷத்தில் 60 லக்ஷம் டன் தேனிரும்பு உற்பத்தி செய்கின்றன. மாக்னிட்டோ கார்ஸ்க் உருக்குத் தொழிற்சாலை மட்டும் வருஷத்தில் 27 1/2 லக்ஷம் டன் உற்பத்தி செய்கின்றது. ஸ்டாலின் உருக்குத் தொழிற் சாலை 9 லக்ஷம் டன், ஸ்வெர்ட்ஸ்லாக் மாகாணம் மட்டும் 10 லக்ஷம். மீதியெல்லாம் கோமாரோவோ - ஜிக்காஸிர் பாகால், காவி லாவ் தொழிற்சாலைகளில் உற்பத்தி செய்யப்பட்டன. மாக்னிட்டோ கார்ஸ்க் எவ்வளவு முக்கியமான தொழிற்சாலை என்பதற்கு 1940-ம் வருஷக் கணக்கு மட்டுமே போதும். உக்ரேனில் உள்ள கிரிவாய்ராக் இரும்புச் சுரங்கங்கள் யாவும் உற்பத்தி செய்வதற்குச் சமமாக இந்த மலையின் கனிகள் மட்டும் தந்துள்ளன.

யூரல் மலைகளில் உள்ள யுத்தப் பொருள் உற்பத்திச் சாலைகள் யாவும் மாக்னிட்நாயா மலை இரும்பையே உபயோகப்படுத்துகின்றன. உலை யந்திரங்கள், தகடு வார்க்கும் சாலைகள் முதலியன யூரல் யந்திர உற்பத்தித் தொழிற்சாலைகளுக்கு யந்திரக் கருவிகள் தயா ரிப்பதற்காக உருக்கி அனுப்புகின்றன. விசேஷ உயர்ந்த ரக உருக்கு டாங்கிகள் செய்வதற்காக செலியாபின்ஸ்க் டிராக்டர் உற்பத்தி

தொழிற்சாலைக்குப் போகிறது. மாக்னிட்டோகார்ஸ்க் உருக்கு குஸ்பிஷெவுக்கு வட மேற்கில் உள்ள கோர்க்கி மோட்டார் கம் பெனிக்குச் செல்கிறது. அங்கேதான் விமான என்ஜின்களும் டிய்ஸல் என்ஜின்களும் தயாராகின்றன.

யூரல் - குஸ்பாஸ் யந்திரத் தொழில் அச்சுத்தான் இப்பொழுது பிரதானமாக வெளிநாடுகளிலிருந்து தருவிக்கப்பட்டு வந்த யந்திரக் கருவிகள் முதலியனவற்றை உற்பத்தி செய்கின்றன. தளவாட உற்பத்தி யையும் யந்திரக் கருவி உற்பத்தியையும் சேர்த்து தணிக்கை செய்ய யூரல்மாஷ் டிரஸ்ட் ஒன்று ஏற்படுத்தப்பட்டுள்ளது. இந்த டிரஸ்ட் ஏற்பாடு மூல உலோகம், யந்திர நிபுணர்கள், என்ஜினியர்கள் யாவர்களையும் இணைக்கும் ஒரு திட்டமாகும். உதாரணமாக ஸ்வெர்ட்லோவ்ஸ்கில் யூரல்மாஷ் தொழிற்சாலை 1938-ம் வருஷம் நோவோ - டாக்ளிஸ்கி உருக்கிரும்பு தொழிற்சாலைக்கு 530 டன் எடையுள்ள உருக்குப் பாகு ஊற்றும் கிரேன் இயந்திரத்தைச் செய்துகொடுத்தது. செலியாபின்ஸ்க் தொழிற்சாலைக்காக அயகு ரோமியம் சுத்தம் செய்யும் மின்சார உலை ஒன்றை யூரல்ஸ் டர்போ - எலக்ட்ரிக் யந்திர உற்பத்தித் தொழிற்சாலை செய்துகொடுத் திருக்கிறது. உலோகத்தைக் கையாளும் யந்திரத் தொழில்களைச் சுயபூர்த்தி அடிப்படையில் யூரல்ஸில் அமைப்பதே ஐந்து வருஷத் திட்டங்கள் முதல் இரண்டின் வேலையாகும்.

1940-ம் வருஷத்தில் குஸ்பாஸ் வட்டத்தில் 250 லக்ஷம் டன் நிலக்கரி வெட்டி எடுக்கப்பட்டது. டான்பாஸில் 810 லக்ஷம் டன் உற்பத்தி. செலியாபின்ஸ்க் கனிகளில் 50 லக்ஷம் வெட்டி எடுக்கப் பட்டது. காஜாக்ஸ்டானில் உள்ள கார்கன்டாவில் 50 லக்ஷம் டன். கிழக்கு ஸைபீரியாவில் 40 லக்ஷம் டன். ஆக குஸ்பாஸுூம் மற்றும் விவரிக்கப்பட்ட இதர கனிகளும் சேர்த்தால்தான் டான்பாஸுக்கு அரைத்திட்டத்திற்கு ஆகிறது. ஆனால் டான்பாஸ் நிலக்கரியில் பெரும் பகுதி வெளியே ஏற்றுமதியாவதுடன் குடித்தன உபயோகத் துக்கும் செலவு ஆகிறது. யூரல்ஸ், குஸ்பாஸ் கனிகளிலிருந்து கிடைப் பவை முழுவதும் ரஷ்யாவின் யுத்தத் தொழில்களுக்கு உபயோகிக்கப் படுகிறது. யூரெல்ஸுக்குக் கிழக்கே கிடைக்கும் நிலக்கரி ஸ்தல தொழில்களுக்கும் மையவால்கா தொழில்களுக்கும் போதும். இது தவிர புது இடங்கள் பலவற்றில் கனிகள் வெட்ட ஏற்பாடு செய்யப் பட்டு வருகிறது. சில ஏற்கனவே வேலை செய்ய ஆரம்பித்துவிட்டன. கார்கன்டா பூததத்துவ ஆராய்ச்சி ஸ்தாபனம் கார்கன்டாவுக்குக் கிழக்கே 30 மைல் தூரத்தில் சுமார் 12 கோடி டன் கிடைக்கும் என்று உத்தேசமாக கணக்கு எடுத்திருக்கிறார்கள். யூரல்ஸில் உள்ள பக்ஷீரா என்ற இடத்தில் சுமார் 50 மீட்டர் ஆழத்திலேயே மூன்று கவராகப் பிரிந்த கனி ஒன்று கண்டுபிடிக்கப்பட்டுள்ளது. இதில் சுமார் 20 கோடி டன் கிடைக்குமாம். மேற்கு ஸைபீரியா மட்டும் வருஷத்திற்கு 10 லக்ஷம் டன் இந்த வருஷம் முதல் கொடுக்க ஆரம்பிக்கும்.

நிலக்கரித் தொழிலின் உபதொழில்கள் மாக்னிட்டோகார்ஸ்கில் முக்கியமான ரசாயனத் தொழில் ஆரம்பிப்பதற்கு ஏதுவாக இருந்தது. நிலக்கரிவாயுவிலிருந்து ஜலவாயுவைப் பிரித்து அதனுடன் காற்றிலிருக்கும் நைட்ரஜன் வாயுவைச் சேர்த்துப் பருத்தி விளைகளுக்கு ஏற்ற உரமான வெடி உப்பு ஒன்றைத் தயார் செய்கிறார்கள். இந்த உரம் உஸ்பெக்கிஸ்டான், டாஜிக்ஸ்டான், கஜாக்ஸ்டான், மத்திய ஆசியா ஆகிய பகுதிகளில் உபயோகிக்கப்படுகிறது.

யூரல் - குஸ்பாஸ் பாதுகாப்பு யந்திரத் தொழில்களில் மூன்றாவது முடிச்சு கஜாக்ஸ்டான். இந்தக் குடியாட்சியில் தாமிரம், துத்தம் ஆகிய உலோகங்களும் ஸ்லேட்டுக் கல்லும் கிடைக்கிறது. இது தவிர தங்கமும் எண்ணையும் இங்குதான் மிகவும் ஏராளமாகக் கிடைக்கிறது. கஜாக்ஸ்டான் என்பது வனாந்தரம், வரண்ட சமவெளி ஆகியவை உள்ள பூப்பரப்பு. அங்கு முன்பு நாடோடியாக மனித வம்சம் வசித்து வந்தது. இப்பொழுதோ என்றால் அப்பகுதி யந்திர மயமாக்கப்பட்டு ஸ்திரமாக வாழ ஜனங்களைக் குடியேற்றிப் பேரபிவிருத்தி செய்திருக்கிறார்கள். பால்காஷ் ஏரிக்கரையில்தான் தாமிரம் உருக்க ஐரேப்பாவிலேயே மிகவும் பிரமாண்டமான தொழிற்சாலை இருக்கிறது. இதற்குப் பெயர் கொன்ராட் தாமிரத் தொழிற்சாலை. ஜெஸ்காஜானில் உள்ள தாமிரக் கனிகளை உபயோகிக்கும் கொர்ஸாக்பை தாமிரத் தொழிற்சாலையைவிட மிகவும் பெரியது. கொன்ராடும் ஜெஸ்காஜானும் சேர்ந்தால், உலகத்திலேயே தாமிரம் ஏராளமாகக் கிடைக்கும் இடம் எவை என்றால் அவைதான். சிம்கென்ட் என்ற இடத்தில் ஈயம் எடுக்கப்படுகிறது. அக்டியூபின்ஸ்கில் பாஸ்பரஸ் தாது கிடைக்குமிடங்களில் ரசாயனத் தொழிற்சாலையும் எம்பாவில் எண்ணைத் தொழிற்சாலையும் ஸ்தாபிக்கப்பட்டிருக்கிறது.

1933-ம் வருஷத்தில் மத்ய யூரல்ஸில் உள்ள உவேலி என்ற இடத்தில் ஸோவியத் நிக்கல் தொழில் ஆரம்பிக்கப்பட்டது. 1936-ம் வருஷத்தில் ஸ்வெர்ட்ஸ்லோவ்ஸ்க் ஜில்லாவில் உள்ள ரேக்கியில் மற்றொன்று ஆரம்பிக்கப்பட்டது. இவ்விரண்டு சாலைகளும் உஜரெல் நிக்கல் (தெற்கு ஸோவியத் நிக்கல்) என்ற மூன்றாவது ஸ்தாபனத்துடன் சேர்ந்து ஆர்ஸ்க்-கலீலோவ்ஸ்கி பிராந்தியங்களிலிருந்து கிடைக்கும் நிக்கல் கனிஜங்களை உபயோகிக்கின்றன. யுத்தத்துக்கு முன்பு உலகத்தில் நிக்கல் உற்பத்தியில் ரஷ்யாவானது கனடாவுக்கு மட்டும் இரண்டாம்படியில் நின்றது. இப்பொழுது வரவர அதற்கு வெளி நாட்டுத் தருவிப்பு குறைந்துகொண்டே வருகிறது.

யூரல் - குஸ்பாஸ் பாதுகாப்பு அச்சுடன் மைய வால்கா பிராந்தியமும் இணைந்திருக்கிறது. இங்குதான் ஸோவியத் ரஷ்யாவின் இரண்டாவது தலைநகரான குஜ்பிஷெவ் இருக்கிறது. முந்தி இது நதிப்பாசானத்தை நம்பிய விவசாய பிராந்தியம். இந்த நதி இன்று தெற்கிலும் கிழக்கிலும் உள்ள உலோகத் தொழில்களைப் பிணிக்கிறது. பிரெம், யாரொஸ்லாவி, ரைபின்ஸ்க், காஜான், கோர்க்கி, குஜ்பிஷெவ் என்ற இடங்களின் யந்திர ஸ்தாபனங்கள் இங்கு வந்துவிட்டன.

இன்றும் தெற்கே தள்ளிச்சென்றால் ஸ்டாலின்கிராட், ஸாரடோவ் என்ற இடங்கள் உண்டு. டிராக்டர்கள், அச்சு இயந்திரங்கள் ஆகிய வற்றை இந்த இடம் யுத்தத்துக்கு முன்பு தயாரித்து வந்தது. இன்று டாங்கிகளையும் பீரங்கிகளையும் உற்பத்தி செய்கிறது. மாக்னிடோ கார்ஸ்க் உருக்குதான் இந்த இடத்துக்கு வருகிறது. குஜ்பிஷெவுக்கு நேர் கிழக்கில்தான் மாக்னிடோகார்ஸ்க்.

ஸோவியத் விஞ்ஞான சர்வகலாசாலை பிரெஸிடென்டான பண்டிதர் வி. கோமோரோவ், யூரல்ஸ் பாதுகாப்பு யந்திரசாலை களைப் பற்றி விவரிக்கும்பொழுது அதை ஸ்டாலின் மதில் என்று சொல்லுகிறார். மானர்ஹிம்லைன் டச்சு வாட்டர்லைன், மாகினோ லைன், கரோல் மதகு முதலியவற்றைப் பற்றி அந்தந்த நாட்டுக்காரர் கள் நம்பிக்கை பாழாகு முன்பே ரஷ்யர் அவற்றின் விதி பற்றி அறிவர் என்று சொல்ல வேண்டும். பாதுகாப்பை மதில் மதிலாக வகுத்து நிறுத்தி இருப்பதினால், 'அணியைப் பிளந்துவிட்டோம்' என்று ஹிட்லர் விட்ட அறிக்கைகள் யாவும் ஒவ்வொரு முறையும் பொய்த்துப்போக வேண்டி இருந்தது. ரஷ்யரின் ராணுவ 'மதில்கள்' என்று சொல்லப்படுபவை ராணுவப் பிராந்தியங்களாக இருப்பது போல, யூரல்ஸ் பாதுகாப்பு அணி என்பதும் தேன்கூடு போல மொய்த்துக்கொண்டு அமைந்த யுத்தத் தொழிற்சாலைகளாகும். அதாவது எதிரிகள் ஏதாவது ஒரு பகுதியில் பாய்ந்து சில கண்களைச் சிதைத்துவிட்டாலும் உடைத்துக்கொண்டு உள்ளே புகுந்தாலும் அதன் அமைப்பு குலையாது. செஞ்சேனைக்குச் சப்ளைகள் எந்தக் காரணத்தினாலும் குறையாதபடி செய்யப்பட்ட ஏற்பாடு இது.

குஸ்நெட்ஸ்க்-யூரல்ஸ் தொழில்களை எதிரியை நோக்கி வீசும் குண்டாந்தடியின் தலைக்குமிழ் என்றால் கஜாக்ஸ்பிலும் மைய வால்காவும் அதில் கட்டப்பட்ட சாட்டைவார் என்று சொல்லலாம்!

யுத்தத்தில் மறு வசதி கிடைப்பது என்பது லோக சரித்திரத்திலே இதுவரை நிகழாத காரியம். கிழக்கிலும் மாற்று ஏற்பாடாக ஸோவியத் சர்க்கார் அமைத்த தொழிற்சாலைகள் அவர்களுக்கு இந்த வசதியை அளிக்கிறது.

5. யூரல்ஸில் ராணுவ தலைமை காரியாலயம்

1941-ம் வருஷம் ஆகஸ்ட் மாதக் கடைசியில் மைய வால்காவை நோக்கிச் செல்லும் ரயில்வே ஸ்டேஷன்களுக்கு அநாதைக் கூட்டம் ஒன்று சாரைசாரையாகப் புறப்பட்டது. 4 லக்ஷம் பேர் கொண்ட ஜனக்கூட்டம் அது. படுக்கையைத் தலையில் சுமந்தபடி ஆடு, கோழி, பசு, நாய் முதலியவற்றை இழுத்துக்கொண்டு பரிதாபக் களை துலங்க நடந்தது. வீடு வாசல்களைவிட்டு விரட்டப்பட்டவர்கள்

போல நடந்தனர். இவர்கள் ஜெர்மன் அநாதைகள். சுயாட்சியுள்ள ஜெர்மனியர் வாழும் வால்கா குடியாட்சியின் மக்களாவர். ஸோவியத் சட்டம் இவர்களை ஸைபீரியாவுக்குப் போய்விட வேண்டும் என்று கட்டளை இட்டது.

இந்த ஜெர்மனியர் சரித்திரம் புராதனமானது, பிரசித்தமானது. ஜெர்மனியில் மதத்துவேஷம் தலை தூக்கி சித்திரவதை துவங்கிய போது 1762-ம் வருஷத்தில் ரஷ்யாவை ஆண்ட இரண்டாவது காதரைன் என்ற ராணி இவர்களை அழைத்து வால்காவில் குடியேற் றினாள். ஒவ்வொருவருக்கும் 70 முதல் 150 ஏக்கர்வரை தகுதிக்குத் தக்கபடி ஜாரி செய்யப்பட்டது. இவர்களுக்கு வழிபாடு சுதந்திரத்து டன் பூர்வாங்க வரிவஜாவும் அளிக்கப்பட்டது. இவர்கள் வெகு திறமைசாலிகளானபடியால் வெகு சீக்கிரத்தில் ரஷ்யரைவிடச் சீரும் சிறப்பும் மிகுந்து பெரிய மிராசுகளாயினர். இதில் ஏழைகள்—அதாவது சொற்ப நிலமுள்ளவர்கள்—புரட்சியை ஆதரித்தனர். ஆனால் நிலத்தைப் பொதுவுடைமையாக்குவதை ஆவேசத்தோடு எதிர்த்தார்கள். புதிய பொருளாதாரக் கொள்கை அமுலிலிருந்தபோது அவர்களது போக்குக்கு உகந்த பொருளாதாரக் கொள்கை மறுபடியும் அவர்களை நல்லபடியாக்கியது. 1930-ம் வருஷம் கூட்டுப்பண்ணை முறை அமுலுக்கு வந்தபோது, கால்நடைகளைக் கொன்று தான்யங் களைத் தின்று அழித்து முட்டுக்கட்டை வியவகாரத்தைத் தொடங்கி னர். 1931-32-ல் வால்காவில் ஏற்பட்ட பஞ்சத்துக்கு ஓரளவு இவர்களும் பொறுப்பு.

ஸோவியத் சர்க்கார் மதத்தையும் ராஜாங்கத்தையும் பிரித்துவிட்டி ருந்தாலும், ஜெர்மன் தூதரான வான் ஸ்கூலன்பர்க்குடன் வாய்மொழி யாகச் செய்துகொண்ட ஒப்பந்தப்படி வால்கா குடியாட்சி ஜெர்மன் கிருஸ்துவ மத போதகர்களை வந்து தொடர்பு ஏற்படுத்திக்கொள்ள அனுமதி அளித்தது. டையன்ஸ்ட் இம் ஆஸ்லந்த் என்பது ஜெர்மன் பிரசார ஸ்தாபனம். இது வெளிநாடுகளில் உள்ள ஜெர்மனியரிடை பிரசாரம் நடத்துவதாகும். ஹிட்லர் அதிகாரத்தைக் கைப்பற்றியவுடன், நாஜிப் பிரசாரத்தைச் செய்ய வேண்டும் என்று சர்ச்சை இந்த ஸ்தாபனம் வற்புறுத்தியது. பலனும் ஏற்பட்டது. வால்காவில் ஊர் சுற்றும் நாடகக் கம்பெனிகள், நடிகர்கள் முதலியோரையும் இந்தப் பிரசார ஸ்தாபனம் உபயோகித்தது. வேவு பார்க்கும் விவகாரம் பெரும் தொல்லையாகிவிட, வாய்மொழி ஒப்பந்தம் ரத்துச் செய்யப் பட்டு, லெனின்கிராடில் உள்ள ஜெர்மன் சர்ச் தலைவர் கைது செய்யப்பட்டார். ஒடெஸ்ஸா, நீப்பர் பிராந்தியங்களில் ஒற்றர்கள் வளைக்கப்பட்டு வேற்று இடங்களுக்கு மாற்றப்பட்டனர்.

ஆனால் ஜெர்மன் வால்காவில் பெரும்பகுதி ஸோவியத் போக்கை அனுசரிப்பவர்கள். என்ஜல்ஸ், மார்கஸ்டாட் போன்ற நகர்களில் இதர ரஷ்யப் பிரஜைகளைப் போலவே வாழ்ந்துவந்தனர்.

யுத்தம் அவர்களது நிலைமையை சங்கடமாக்கியது. யுத்தம் ஆரம்பிப்பதற்கு ஐந்து வருஷங்களுக்கு முன்பிருந்தே ஸோவியத்

சர்க்கார் தேசத்தைப் பலப்படுத்தும் நோக்கத்துடன் வேலை செய்து வந்தனர். ஸ்டாலினுடைய சமாதானக் கொள்கை வெளிநாட்டு உறவுகளில் அதிகார சமத்துவத்தை அடிப்படையாகக்கொண்ட ஒரு கொள்கையை அனுஷ்டித்தார். தேச உணர்ச்சி ஸோவியத் மக்களுக்குப் பிரதானமாக மனசில் கிடக்க வேண்டும் என்று விரும்பினார். வால்கா ஜெர்மனியர், ஜார் அரசர்கள் காலத்தில் கௌரவிக்கப்பட்ட அதிதிகள். போல்ஷிவிக் ஆட்சி அவர்களைத் தனிமைப்படுத்தியது. மேற்கே ஹிட்லர் பெற்ற வெற்றிகள் இந்தத் தனிமை உணர்ச்சியை அதிகப்படுத்திக் காட்டியது. இது படிப்படியாக இவர்களை ஹிட்லர் அனுதாபிகளாக்கி விசுவ ஜெர்மன் இயக்கத்தில் கொண்டுபோய் சங்கமமாக்கியது. மார்ஷல் புடியோனி தெற்கிலிருந்து வாபஸாகும்போதுதான் இவர்களை வேற்று இடங்களுக்கு மாற்றும் நிலையை ஏற்படுத்தியது. அப்போது ஹிட்லர் மூன்றாவது தடவை யாக மாஸ்கோமீது தம் படைகளை ஏவுகிறார். ஜெர்மன் வால்காவுக்கு வடகிழக்கே உள்ள குஜ்பிஷெவை வால்கா - யூரல் பாதுகாப்புப் பிராந்தியத்தின் நிர்வாகத் தலைநகராக்க வேண்டும் என்று ஸோவியத் சர்க்கார் தீர்மானித்தது. முன்னேற்பாட்டுக்காக அப்புறப்படுத்தப்பட்ட ஜனங்களில் பெரும்பாலோர் நிரபராதிகள் என்பதில் ஐயமில்லை. இவர்களை மிகவும் வளம் பொருந்திய ஸைபீரிய வட்டாரங்களில் குடியேற்றினாலும் அவர்கள் இழக்கும் தொடர்பு ஈடுசெய்ய முடியாத ஒன்றுதான். சுயாட்சியுள்ள குடியாட்சியாக இருந்ததினால் வால் காவைப் போலச் சக்தி வாய்ந்த ஐந்தாம் படையாவதற்கு மார்க்கம் உண்டு. ஜெர்மன் ஸுடேட்டன்லாந்தில் நடந்த கதை அதுதான். வால்கா ஜெர்மனியரை இடம்பெயர்த்தது ஸோவியத் பலவீனத்தின் அறிகுறி அல்ல, முன்ஜாக்கிரதையின் அடையாளம்.

வால்கா ஜெர்மனியர் இடம்பெயர்ந்து இரண்டு மாதங்கள் கழித்து ஸோவியத் சர்க்கார் குஜ்பிஷெவுக்கு மாறியது. இதற்கு புராதனப் பெயர் ஸமாரா என்பதாகும். இதை உத்தேசித்தே ஸோவியத் சர்க்கார் வால்கா பகுதியை யூரல் மலைப்பிராந்தியத்து டன் இணைக்க உத்தேசித்திருந்தது. லெனின்கிராடுக்கு மாஸ்கோ எப்படியோ அப்படி குஜ்பிஷெவுக்கு மாஸ்கோ. மாஸ்கோ முனையை வட்டச்சுற்று எல்லையாகக் கொண்ட ஒரு பெரிய பொருளாதாரச் சக்கரம் அது. அதாவது லெனின்கிராட் எல்லையைச் சுற்றி வட்ட வரம்பாகக் கொண்ட பொருளாதாரச் சக்கரத்தின் மையமாக மாஸ்கோ அமைந்திருந்தது போல இப்பொழுது குஜ்பிஷெவ் எற்பட்டி ருக்கிறது. நவீன ராஜ்யத்தின் பொருளாதார தேவைகள் சகலவற்றை யும் பூர்த்தி செய்யும் வகையில் குஜ்பிஷெவ் இருக்கிறது. இந்நகருக்குச் சுற்று வட்டாரம் 1400 மைலுக்குள்தான் குறிப்பிடப்பட்ட சகல வசதிகளும். வடகிழக்கில் பெரெஸ்நிக்கி ரசாயனத் தொழிற்சாலை; செலியாபின்ஸ்க் டிராக்டர், டாங்கி தொழிற்சாலை; ஸ்வெர்ட்ஸ் லோவ்ஸ்க் யந்திரக்கருவி உற்பத்தித் தொழிற்சாலை; வடமேற்கில் கோர்க்கி மோட்டார் - விமானத் தொழிற்சாலைகள்; மேற்கே ஸிஸ்ரான் எண்ணைத் தொழில்; கிழக்கே பக்ஷீராவிலும் உவா

எண்ணை கிணறுகள்; கிழக்கில் இன்னும் சற்றுத் தள்ளி மாக்னிட்டோ கார்ஸ்க் உருக்குஇரும்பு குழாய்கள், தளவாடங்கள், யந்திரக் கருவிகள், அலுமினியம் முதலியவை தயாரிக்கின்றன. தென்கிழக்கில் எம்பா எண்ணைக் கிணறுகள், கொன்ராட் தாமிரத் தொழிற்சாலை, ரிட்டர் ஈயத் தொழிற்சாலை, கார்கன்டா நிலக்கரிச் சுரங்கங்கள், அக்யூபின்ஸ்க் பாஸ்பேட் கனிகள் உண்டு. குஜ்பிஷெவுக்கு மேற்கே 550 மைல் தொலைவில் மாஸ்கோவுடன் நேரடி தொடர்புகொண்டிருப்பதுடன் அதற்கும் ஜெர்மனியருக்குமிடையில் ராணுவமும் நிற்கிறது.

ஸமாரா பிராந்தியமும் உக்ரேன் கரிசல் நிலம் போல் செழிப்பானது. சமயாசமயங்களில் மழை வறட்சி, 1922, 1931-ம் வருஷங்களில் ஏற்பட்ட வால்கா பஞ்சத்தை உண்டுபண்ணி வந்தது. குஜ்பிஷெவ் நீர்ப்பாசனத்திட்டம் இவற்றைப் போக்கிவிட்டது. கிராஸ்னாயா - கிளிங்கா என்ற இடத்தில் ஒரு அணைமீது மின்சார பவர்ஹவுஸ் கட்டப்பட்டிருக்கிறது. 340 லக்ஷம் கிலோவாட் மின்சாரம் இந்த திட்டத்திலிருந்து உற்பத்தியாகிறது. அதில் பாதி மாஸ்கோ, கோர்க்கி, இவனோவோ, தெற்கு யூரல், வால்கா பிராந்தியம் ஆகியவற்றிற்குச் செல்லுகிறது. வால்கா நதியில் மிகவும் முக்கியமான தான்ய ஏற்றுமதி துறைமுகம் குஜ்பிஷெவ். வடக்கு, தெற்கு பிராந்தியங்களுக்கு நதி மார்க்கமாகவும் மேற்கு, கிழக்குப் பகுதிகளுக்கு ரயில் மூலமாகவும் இங்கிருந்து தான்யம் ஏற்றுமதி ஆகிறது. டிரான்ஸ் - சைபீரிய ரயில்வே பாதையில் முக்கியமான ஜங்ஷன் இது. மாஸ்கோவிலிருந்து டாஷ்கெண்டுக்கு செல்லும் விமானப்பாதையும் இந்த இடத்தின் வழியாகத்தான் அமைந்திருக்கிறது. கோர்க்கி கப்பல் கட்டும் துறைகளில் தயாராகும் நீராவிப் படகுகள் மாஸ்கோ - வால்கா கால்வாய் மூலம் ஸமாராவிலிருந்து மாஸ்கோவுக்கு தான்யமும், மாஸ்கோவிலிருந்து யந்திரக்கருவிகளும் மற்றுமுள்ள யந்திரத்தில் தயாராகும் சாமான்களும் கொண்டுவருகிறது. நதிவாட்டாக வடக்கே இதற்கு 300 மைல் தூரத்தில் காஜான் என்ற இடம்; இது மாஸ்கோ - யூரல்ஸில் உள்ள ஸ்வெர்ட்ஸ்லோவ்ஸ்க் என்ற இடங்களுக்கு இடையில் செல்லும் ரயில் பாதையில் முக்கியமான இடம். இங்கே யுத்தத்துக்கு அவசியமான யந்திர போக்குவரவு சாதனங்கள் உற்பத்தி செய்யப்படுகின்றன. கோர்க்கி என்ற இடத்துக்குப் பழைய பெயர் நிழினி - நவோகிராட் என்பதாகும். இங்கேதான் கிழக்கு வட்டாரங்களிலிருந்து வரும் சரக்குகள் முன்காலத்திலிருந்தே மேற்கத்தி மார்க்கெட்டுகளுக்கு விற்பனை செய்வதற்கு லாயக்கான ஒரு பெரிய சந்தை கூடுகிறது. ஆக்கா, வால்கா நதிகளுக்கிடையில் உள்ள மணற்பாங்கான நிலத்தில் இந்தச் சந்தை கூடும்.

முன்காலத்தில், மரக்கரி மூலம் இரும்பு உருக்கப்படும் காலத்தில், கட்டப்பட்ட படகுகளைக் கொண்டு நதியின்மீது ஒரு மைல் நீளமுள்ள பாலம் அமைத்திருக்கிறார்கள். இந்தப் பாலத்தின்மீது செல்லும் ரஸ்தாதான் சந்தையையும் ஊரையும் தொடர்புபடுத்துகிறது. துருக்கிஸ்தானத்துப் பஞ்சும், ஸைபீரியாவிலிருந்துவரும் கம்பளி

மயிரும் இங்குதான் வியாபாரமாகும். அவ்வவ் வருஷத்துக்கு விலை நிர்ணயிக்கும் சந்தை இதுதான். இப்போது, அங்கு வர்த்தகத்தைவிட இயந்திரத் தொழில் பிரதானமாகிவிட்டது. கப்பல் கட்டுதல், ரயில் சாமான்கள் உற்பத்தி, மின்சார சாமான்கள் தயாரிப்பு, ரசாயன, யந்திரக் கருவி, விமான என்ஜின்கள் உற்பத்தி ஆகியவற்றில் ஈடுபடும் தொழிற்சாலைகள் இப்போது வளர்ந்தோங்கி வேலை செய்கின்றன. இங்கே 6 லக்ஷம் பேர் பிழைக்கிறார்கள்.

யூரல், ஆசிய குடியாட்சிகள்மீது அதிகாரம் செலுத்துவதற்கு வாக்காக அமைந்திருப்பதினாலேயே நிர்வாக இலாகா குஜ்பிஷெவுக்கு வந்துவிட்டது. ஸோவியத் சர்க்கார் தனது இலாகாக்களில் சிலவற்றை இந்த இடத்திற்கு மாற்றுவதென்று தீர்மானித்தபோது லவ்ட்வாவ் படை அவற்றை நகரத்துக்கு நகரம் ஓட ஓட விரட்டியடிக்கும் நிலைமையை உண்டுபண்ணிக்கொள்ளும் விருப்பம் சற்றும் கிடையாது. “நகல் ரஷ்யா” என்று சொல்லும்படியான மற்றோர் நிலையிலிருந்துகொண்டு ராஜீய காரியங்களைக் கவனிக்க முன்கூட்டியே திட்டம் போட்டு எதிரியின் நெடிபடாத வேற்று இடத்திற்கு வாபஸாகும் தீர்க்கமான நடவடிக்கையேயாகும். ஸோவியத் சர்க்கார் வேறு தலைநகருக்கு இடம் பெயர்ந்தது, பீதியடித்துப்போய் இதர நாட்டுத் தலைநகரங்கள் குடியோடிப்போன மாதிரியல்ல. மாஸ்கோ பாதுகாப்பைக் கவனித்துக்கொள்ள ஸ்டாலின் அங்கேயே தங்கிவிட்டார். மறைவிலிருந்துகொண்டு யூரல் கிழக்கு ரஷ்யாவில் உள்ள வளங்களைத் தணிக்கை செய்யும் சர்க்கார், இரண்டாவது வியூகத்துக்குள் தலைமைக் காரியாலயத்தை அமைத்துக்கொள்ளும் ராணுவம் போல இடம்பெயர்ந்தது.

மாஸ்கோ விழுந்திருந்தால், குஜ்பிஷெவிலிருந்துகொண்டு அதிகாரம் செய்யும் ஸோவியத் சர்க்காருக்கு ரஷ்யர் பணிந்திருப்பார்களா? ரஷ்யக் குடியானவனும் தொழிலாளியும் அதிகாரத்துக்குப் பணியும் குணம் உள்ள பிராணிகள்தாம். அந்தக் காலத்தில் ஜார் அரசனைப் பரமபிதாவுக்கு அடுத்த ஸ்தானத்தில் உள்ள சித்தப்பா மாதிரியாகப் பாவித்தார்கள். அறிவுவாதமும் புரட்சியும் இந்தக் கருத்துக்களை உடைத்துவிட்டன என்றாலும், ரத்தத்தில் ஊறிய பணியும் சுபாவம் மடிந்துவிடவில்லை. ஜார் அரசர்கள் என்று போலிப் பட்டம் காட்டி பாத்யதை கொண்டாடி எழுந்த ‘இஸ்பேட்’ ஜார்களுக்கும் அவர்கள் மரியாதை செலுத்தினார்கள். தகப்பனாட்சி என்பது போய் சித்தாந்தக் கருத்துக்களான சட்டம், ராஜாங்கம், கட்டுப்பாடு என்ற பிரக்ஞைகள் அவர்களுக்கு ஏற்பட்டன என்றாலும், அவர்களை ராஜாங்கத்துடன் உணர்ச்சிவயப்பட்டு நிற்கும்படி செய்விக்க ஸ்டாலினைத் தந்தையாகவும் தலைவராகவும் பாவிக்கும்படி செய்விக்க, பிரசாரம் செய்யப்பட்டது. ஸ்டாலின் படத்துக்கு ஊர்வலம் நடத்துவதும் பிரசங்கங்களுக்குப் பிறகு ஸ்டாலின் வணக்கம் செலுத்துவதும் பழக்கத்துக்கு வந்து, 1941-ம் வருஷத்தில் அவரை ஜனங்களின் கண்ணுக்குக் கண்ணாக்கியது.

ரஷ்ய - ஜெர்மன் உடன்படிக்கை அவர்களைப் பிரமிக்க வைத்தது. ஆனால் ஜனங்கள் ஸ்டாலின்மீது கொண்ட பாசம்தான் இந்த மான அதிர்ச்சியைச் சமாளித்தது. 1941 ஜூன் 22-ம் தேதி ஜெர்மன் படை எடுப்பு நேர்ந்தபோதும் அப்படித்தான். ஸ்டாலின் குஜ்பி ஷெவுக்குச் சென்றிருந்தால் ராணுவத்தில் சற்று சந்தேகம் தோன்றி இருந்தாலும் ஜனங்கள் அவரையே நம்பி இருப்பார்கள். அதற்குப் பதிலாக அவர் மாஸ்கோவில் தங்கி வழக்கம் போல நவம்பர் 7-ம் தேதி வருஷா வருஷம் நடைபெறும் ராணுவ கவாத்துமுன் தோன்றினார்!

○

6. ஜலஸா! மாக்னிட்கா, ஜலஸா!

1931-ம் வருஷம் ஒரு நாள் பிரயாணிகளை ஏற்றும் வண்டிகள் பிணித்த கூட்ஸ் வண்டி யூரல்ஸில் ஒரு ஸைடிங் தண்டவாளத்தில் வந்து நின்றது. அதிலிருந்து கதம்ப ராசியாக நானாவித ஜாதி மக்கள் மூட்டைமுடிச்சுகளுடன் இறங்கினர்; மரப்பெட்டியைத் தலையில் சுமந்த குடியானவர்கள், ஷோக்கான பன்றித்தோல் ஸுட்கேஸ்கள் தாங்கிய அமெரிக்க நீக்ரோக்கள், மாஸ்கோ என்ஜினி யர்கள், டிட்ராய் பொருள் உற்பத்தி நிபுணர்கள், இத்யாதி, இத்யாதி. ஸோவியத் டாக்டர் ஒருத்தி, கூட்ஸ் வண்டியிலிருந்து காஜாக் நர்ஸ் எடுத்துக் கொடுக்கும் சிகிச்சைக் கருவிகளைத் தணிக்கை செய்துகொண்டிருந்தாள். வந்திறங்கிய ஜனக்கும்பல்தான் மாக்னிட் டோகார்ஸ்க் என்ற நகரத்தையும் உலோகத் தொழிற்சாலைகளையும் கட்டப் போகிறவர்கள். இன்று அந்த நகரத்தில் 4 லக்ஷம் பேர் வசிக்கிறார்கள். தண்டவாளத்தின் பக்கத்தில் ஒரு விளம்பரப் பலகைதான் தொங்கியது. பலகையில் மாக்னிட்டோஸ்ட்ராய் (அதா வது கட்டப்பட்டுவரும் மாக்னிட்டோகார்ஸ்க்) என்று எழுதி இருந்தது. வந்த வெளிநாட்டு என்ஜினியர்களுக்கு மரப்பலகை தைத்த குடிசை; உள்ளூர் தொழிலாளருக்குக் கூடாரம். அதிதிகள் இதைத் தங்களுக்கு மரியாதை என்று தெரிந்துகொண்டாலும் கூடாரத்தில் வசிப்பதுதான் சுகம் என்று கண்டார்கள். அவர்களுக்குள்ளே தழைத்த பாசத்தின் விளைவாக மாக்னிட்கா என்று செல்லப் பெயரிட்டார்கள்.

இரவு பகல் ஓயாமல் சாமான் ரயில் வண்டிகள் யந்திரத்தையும் மரஉத்தரத்தையும் சிமண்டையும் சுமந்து வந்ததுடன், ஊருக்கு ஊர் நிற்கும்போது அந்தந்த ஊர்க்காரர் சாக்குக்கட்டி கொண்டு எழுதிவிடும் ஆசிச்செய்திகளையும் ஏற்றிவந்தது. கட்டுமானத்திலிருந்து வரும் அந்நகரில் வாழ்வதே பெரும்பேறு என்று ஒவ்வொரு ஸோவியத் பிரஜையும் எண்ணினான். பிராவ்டாவும் இஸ்வெஸ்டியாவும் மணிக்கு மணி கிடைக்கும் செய்திகளைப் பிரசுரித்தன. ஒரு யந்திர

உலைக்கூடம் கட்டி முடிந்துவிட்டால் விளாடிவாஸ்டாக்கில் உள்ளவனும் முர்மான்ஸ்கிலுள்ளவனும் பரஸ்பரம் சந்தோஷத்தைப் பரிமாறிக்கொண்டார்கள். இரும்புத் தகடடிக்கும் யந்திரம் சற்று பிந்திவிட்டால் லெனின்கிராட் போர்ட்டருக்குக்கூடத் துக்கம் பிய்த்துக்கொண்டு புறப்படும். மாக்னிட்டோஸ்ட்ராய் என்ற பிரமாண்டமான பிரயத்தனம் தன்னுடைய வாழ்வுடன் பின்னிக் கிடக்கிறது என்பதை ஒவ்வொரு ஸோவியத் பிரஜையும் மனசாரக் கருதினான். "தோழர்களே, மாக்னிட்டோகார்ஸ்குக்கு", "அவசரம்! மாக்னிட்டோகார்ஸ்குக்கு", "தாமதம் கூடாது! மாக்னிட்டோகார்ஸ்க்கு" என்ற செய்திகள் சாக்கட்டியால் வண்டிகள் மேல் எழுதப்பட்டிருப்பது ஜனங்களின் அக்கறைக்கு அறிகுறி.

மேற்கிலிருந்து யந்திரத்தை ஏற்றிவரும் தொழிலாளர்கள், அதை விட்டு நிமிஷம்கூட விலகாமல் இமையில் வைத்துக் காத்துக்கொண்டு வந்து சேர்ப்பிக்கின்றனர்.

இது மிகைபடும் கூற்று அல்ல. ஸோவியத் ரஷ்யர்கள், நீப்பர் அணை போடும்போதும் இதே அளவில் உத்சாகம் காட்டினார்கள். உத்சாகப் பெருவெள்ளம் அதை இயக்கமாக்கியது. இதே மாதிரிதான் ஸ்டாக்கனாவ் இயக்கம் என்பதும். இந்த ஸ்டாக்கனாவ் இயக்கம் என்பதுதான் யூரல் தளவாட உற்பத்தித் தொழில்களுக்கு நடு நரம்பு.

1935-ம் வருஷத்தில் டானட்ஸ் பாசானத்தில் அலெக்ஸி ஸ்டாக்கனாவ் என்ற நிலக்கரிச் சுரங்கத் தொழிலாளி சாதாரணமாக ஐந்து ஷிப்டுகளில் செய்யவேண்டிய வேலையை ஒரே ஷிப்டில் செய்துகாட்டியதுடன் அதில் அவன் உபயோகித்த கலையை விஸ்தாரப்படுத்தினான். ஸ்டாக்கனாவ் தேசத்துப் பிரபலஸ்தன் ஆனான். குறிப்பிட்ட வேலைக்குத் துரிதத்தையூட்ட அவன் பெடோ முறை என்ற ஒன்றைப் பிரயோகித்தான். இது அனாவசிய உழைப்பைப் போக்கிச் சக்தியைச் சேமிப்பதுடன், தொய்ந்துவிழும் தொழிலாளியைத் தண்டிக்கிறது. ஸோவியத் துரிதம் எல்லாம் தன்னிச்சையுடன் ஏற்றுக்கொள்ளப்பட்ட விவகாரமாகையால் சுளுவில் நடைபெற்றது.

ஐ. குடனாவ் என்ற ஸோவியத் உலோகத் தொழிலாளி ஸோவியத் ஸுப்ரிம் கவுன்ஸிலில் அங்கத்தினர். பல்பட்டை தீர்க்கும் ஜெர்மன் யந்திரத்தில் அது செய்யக்கூடிய வேலைக்கு 14 மடங்கு அதிகமாகச் செய்துகாட்டினான். உபயோகமானது ஸ்டாக்கனாவ் முறைதான். ஜெர்மன் யந்திரத்தில் பல்பட்டம் வெட்டும் கருவி ஒன்றுதான் பொருத்தப்பட்டிருந்தது. இவர் இரண்டு வெட்டு கருவிகளைப் பொருத்தி யந்திரத்தை ஓட்டினார். இதே மாதிரி இவர் பெருக்கிக் கொண்டே சென்று தொழில் துரிதத்துக்கு வசதி செய்தார். இப்படியாக எந்தத் துறையிலாகட்டும் ஸ்டாக்கனாவ் முறை துரிதத்தை முன்னிட்டுக் கையாளப்பட்டது. யூரல்ஸ் யுத்தத் தொழிற்சாலைகளில் இந்த முறை அனுஷ்டிக்கப்பட்டு தொழிலாளர் ரகவாரியாகப் பாகுபடுத்தப்பட்டு தொழிலை ஜரூர் செய்கின்றனர்.

யூரல்ஸ் மலைச்சாரல் தொழிற்சாலைகளை பூர்ணமாக யந்திரமயப் படுத்தி மனுஷசக்தியின் பூர்ண பலனையும் பெறுவதற்கு ஏற்பாடு செய்தனர். அமெரிக்க என்ஜினியர்கள் அஸ்திவாரம் போட்டுக் கொடுத்த மாக்னிட்டோகார்ஸ்க்கிலும் ஸோவியத் தொழிலாளர் இந்த நூதன முறையைப் பிரயோகிக்கலாயினர். காஜாக்ஸ்டான், ஸைபீரியா, பக்ஷீரா ஆகிய பிராந்தியங்களிலிருந்து இந்த நகருக்கு வந்த குடியானவர்கள் தொழில் பயிற்சி பெற்று இங்கேயே தங்கினர். உக்ரேனியனும் போலந்திய ரஷ்யனும் ஜார்ஜியாக்காரனும் யூதனும் துருக்கோமான் பிராந்தியவாசியும் ஸோவியத் யுத்தத் தொழிலைத் துரிதப்படுத்தும் நோக்கத்தில் ஒன்றுபட்டனர்.

1939-ம் வருஷத்தில் மாக்னிட்டோகார்ஸ்க் பூர்ண வடிவம் பெற்றது. அதிலே நூற்றுக்கணக்கான தொழிலாளர் வீடுகள், நந்தவனங்கள், மின்சார பவர் யந்திரம், ஏழு ஆஸ்பத்திரிகள், 26 குழந்தை வளர்ப்பு நிலையங்கள் அமைந்துவிட்டன.

இந்த நகர் வருங்காலத்தில் மிக முக்கிய ஸ்தானம் வகிக்கும் என்பதில் சந்தேகம் இல்லை.

○

7. போர்டும் தோள் கொடுத்தார்!

பேடன்டுகளை விற்றும், யந்திரங்களை ஏற்றுமதி செய்தும், திட்டங்கள் போட்டுக் கொடுத்தும் வெளிநாட்டு என்ஜினியர்கள் 1927 முதல் 1938-ம் வருஷம் வரை ஸோவியத் ஸுப்ரீம் கவுன்ஸிலுக்கு மிக்க ஒத்தாசை செய்தார்கள். ஐந்து வருஷத் திட்டங்களுக்கே அவர்கள்தான் ஆதார புருஷர்கள் என்று சொல்ல வேண்டும்.

ஸோவியத் சர்க்கார் இவர்களுக்கு விசேஷ வசதி அளித்தது. அவர்களுடைய ஒப்பந்த காலம் முடிவடைந்ததும் அவர்களது ஸ்தானங்களுக்கு ஸோவியத் நிபுணர்கள் நியமிக்கப்பட்டனர்.

மேற்கு நாடுகளின் யந்திரத் தொழில் முறையில் ரஷ்யாவுக்குப் பரிச்சயம் ஏற்பட்டது 1922 ஏப்ரல் 16-ம் தேதி என்று சொல்ல வேண்டும். ஜெனோவாவில் கூடிய சர்வதேசப் பொருளாதார மகாநாட்டுக்கு ஸோவியத் தூதராக நின்ற கிர்செரின் ஜெர்மனியுடன் ரப்பாலோவில் ஒரு நேசஉடன்படிக்கை செய்துகொண்டார். அதாவது, பரஸ்பர பொருளாதார உதவி ஒப்பந்தம் அது. ரஷ்ய தொழில்கள் புனருத்தாரணத்திற்கு ஜெர்மன் ஆலோசனை கோரப்பட்டது. அன்று முதல் ஹிட்லர் அதிகாரத்திற்கு வரும்வரை ஜெர்மன் என்ஜினியர்களும் யந்திர நிபுணர்களும் ஸோவியத் யூனியனில் வேலைக்கு அமர்ந்தார்கள். சுயதேசத்தின் ஏழ்மையும் வேர்ஸேல்ஸ் ஒப்பந்தத்தினால் ஏற்பட்ட வசதி இன்மையுமே இதற்குக் காரணம்.

ஜெர்மன் யந்திரத்தொழில் ஓங்கிய நாளிலிருந்து, அதாவது 19-ம் நூற்றாண்டிலிருந்து, ரஷ்ய இறக்குமதிச் சாமான்கள் யாவும் ஜெர்மனியிலிருந்தே வந்தன. ஜெர்மன், ரஷ்ய சர்க்கார்களின் பரஸ்பர சம்மதத்தின் பேரில் ஜெர்மன் என்ஜினியர்கள் சங்கத்தின் ஆதரவில் ஸோவியத் - ஜெர்மன் - ரஷ்ய சங்கம் ஒன்று உருவாயிற்று. எய்ன்ஸ்டீன், ஆர்க்கோ, மாட்சாஸ் ஆகிய பிரபல ஜெர்மன் பேராசிரியர்களே இந்தக் கலாசார உறவுக்குக் காரணம். ஜெர்மன் பேராசிரியர்கள் ரஷ்ய என்ஜினியர்களுக்கு விமான சாஸ்திரம், யந்திர விவசாயம் ஆகியவற்றைப் போதித்தனர்.

பேராசிரியர்களை வர்த்தகமும் தொடர்ந்தது. புரொபஸர் பிரான்டை (விமான சாஸ்திர நிபுணர்) ஜங்கர் விமானக் கம்பெனியும், பிறகு ஹீய்ங்கலும் டோர்னியரும் ரோர்பாக்கும் ஸோவியத் யூனியனுக்கு விமானப் பேடன்டுகளை விற்றன. ஜெர்மனி ஆயுத சூன்யமாக்கப்பட்டதினால் ரஷ்யாவுக்கு விமானத் தொழிற்சாலைகளை ஸ்தாபிக்க உதவியது. குருப்ஸூம், எஸ்ஸெனும் உயர்ந்த ரக உருக்கு வார்க்கும் முறையைப் போதித்தது. இன்று அதை இன்னும் அபிவிருத்தி செய்து கோலோன் மோட்டாரன்வாப்ரிக் கம்பெனி செய்துகொடுத்த டீய்ஸல் என்ஜின் இணைத்த 50 டன் டாங்கிகளுக்கு கவசமாக அமைக்கப்படுகிறது.

ஹிட்லர் அதிகாரத்துக்கு வந்தவுடன் முதல் வேலையாக ரஷ்யாவிலிருந்த ஜெர்மன் என்ஜினியர்களைத் திரும்ப அழைத்துக்கொண்டார். ஆனால் ரஷ்ய உதவி தேவையாக இருந்தது. அதனால் ரஷ்யாவுக்கு லாபம் தரும் வகையில் அதனுடன் பற்று வரவு ஒப்பந்தம் ஒன்று ஒரு கோடி 70 லக்ஷம் பவுனுக்குச் செய்துகொண்டார். 1935-ம் வருஷம் ஏப்ரல் 9-ம் தேதி செய்துகொள்ளப்பட்ட இந்த ஏற்பாட்டின்படி இத்தொகையில் 43%க்கு ஸாடாங்கோயிம்போர்ட் என்ற ஸோவியத் யந்திரக் கருவி இறக்குமதி டிரஸ்ட் கம்பெனி கோரிய பொருள்கள் அனுப்பப்பட்டது. மற்றும் 40% மூலப்பொருள்கள், அதாவது விமான இன்ஜின்கள் வாங்குவதில் உபயோகிக்கப்பட்டது. இம்மாதிரி பர்த்தியாக 'மூலப் பொருள்கள்' வாங்குவதுடன் ரஷ்யாவிலிருந்துவரும் என்ஜினியர்களிடமிருந்து அங்கு உள்ள நிலவரங்கள் பற்றித் தகவல் சேகரிக்க ஆரம்பித்தார். ஆனால் ஸோவியத் சர்க்காரின் தீர்க்கதிருஷ்டிதான் ஜெர்மன் என்ஜினியர்களை யூரல்ஸ் மலைக்கு மேற்கிலேயே நிறுத்தி உபயோகித்தது. கிழக்கில் என்ன மாதிரி நிலவரம் என்பது அவர்களுக்குத் தெரியாது. ரஷ்யாவிலிருந்து திரும்பும் ஒவ்வொரு ஜெர்மன் என்ஜினியரும் ஜெர்மன் கெஸ்டபோ போலீஸாரிடம் தமக்குத் தெரிந்த விவரங்களைச் சொல்லும்படி கட்டாயப்படுத்தப்பட்டனர். ஹிட்லருக்கு உக்ரேன் வளம் நன்றாகத் தெரியும். மத்ய, பால்டிக் பிராந்தியங்கள் முதலியவை பற்றித் தெரியும். ஆனால் மாஸ்கோவுக்கு கிழக்கிலும், தென் கிழக்கிலும் உள்ள நிலவரம் பற்றி அவருக்கு ஊகிக்கத்தான் முடிந்தது. நேரில் கண்டுவந்து சொன்னவர்கள் யாருமில்லை.

இந்த விஷயத்தில் அமெரிக்கருக்கு கொஞ்சம் விவரம் தெரிந்து கொள்ள சௌகரியம் ஏற்பட்டிருந்தது. ரஷ்யாவில் அபேதவாதத்தை ஸ்தாபித்தவர்களில் லெனினுடனும், ஸ்டாலினுடனும் அமெரிக்க மோட்டார் உற்பத்தி முதலாளியான போர்டையும் சேர்த்துச் சொல்ல வேண்டும். ஸ்டாலினுடைய அரசியல் அபிப்பிராயங்களை அவர் அடியோடு வெறுத்தாலும் பெரும் போக்கில் மோட்டார் உற்பத்திக்குத் தாம் அமைத்த முறைதான் மிகவும் சிறந்தது என்பதை ஸ்டாலின் அங்கீகரிக்கும்படி செய்விக்க அரும்பாடு பட்டார். கோர்க்கி யந்திர வாகன உற்பத்தித் தொழிற்சாலையும் யூரல்ஸில் உள்ள செலியாபின்ஸ்க் டிராக்டர் தொழிற்சாலையும் ஸோவியத் யூனியனில் போர்டின் ஞாபகச் சின்னங்கள் என்று சொல்ல வேண்டும். ஸோவியத் மக்களுக்கு யந்திரத் தொழிலில் அவ்வளவாக முன்பரிச்சயம் கிடையாது. யந்திரத்தின் பாகங்களை ஒன்றொன்றாகச் சேர்த்து முடிவில் முழுசான மோட்டாராகக் கொண்டுவருவதற்கு வசதி செய்யும் தொழிற்சாலை ஏற்பாடே, ஒரே தாவில் தேசத்தை யந்திரமயமாக்கச் செய்யும் ஆவேசம் படைத்த தேசமக்களுக்கு மிகவும் பொருந்திய ஒருமுறை. போர்ட் யந்திர உற்பத்தி ஏற்பாடுதான் குச்சியைக் கொண்டு மண்ணை நோண்டிக்கொண்டிருந்த ஜனங்களிடை யந்திர விவசாயத்தையும் யூரல், வால்கா தொழிற்சாலைகளுக்கு லக்ஷக்கணக்கான தொழிலாளரையும் யந்திரமயமான ராணுவத்துக்கு ஆள்மாகாணங்களையும் பெறுவதற்கு வசதி செய்திருக்கிறது.

போர்ட் தவிர வேறு பல பிரபல அமெரிக்கக் கம்பெனிகளும் ஸோவியத் யூனியனுக்கு ஒத்தாசை செய்திருக்கிறது. ஒஹியோ, கிளீவ்லாந்தில் உள்ள ஆஸ்டின் கம்பெனிதான் கோர்க்கி தொழிற்சாலைக்குப் பிளான் போட்டுக் கொடுத்தது. செலியாபின்ஸ்க் தொழிற்சாலையைப் பிளான் போட்டுக் கட்டிக் கொடுத்தது மிச்சிகன், டிட்ராடைச் சேர்ந்த அல்பர்ட்கான் கம்பெனி. குஸ்ட்னெஸ்க் உலோகத் தொழிற்சாலைகளைக் கட்டிக் கொடுத்தது இல்லினாய் சிக்காகோ வ்ரெயின் என்ஜினியரிங் கம்பெனி. ஒஹியோ, கிளீவ்லாந்தில் உள்ள ஆர்தர்டிமிக்கி அண்டு கோதான் மாக்னிட்டோகார்ஸ்க் உலோகத் தொழிற்சாலைகளைக் கட்டி வேலை ஆரம்பித்துக்கொடுத்தது. டூ பான் டி நேமூர்ஸ் என்ற வெடிமருந்து உற்பத்திக் கம்பெனிகூட யூனியனிடம் காண்ட்ராக்ட் பெற்று வேலை செய்துகொடுத்திருக்கிறது. யூரல்ஸில் உள்ள பெரன்ஸ்கி ரசாயனத் தொழிற்சாலைக்கு அமோனியம் ஆக்ஸைடும் நைட்ரிக் ஆஸிடும் செய்வதில் ஒத்தாசை செய்திருக்கிறது.

எண்ணைக் கிணறுகள் வெட்டுவதிலும் அமெரிக்க அனுபவமே ஒத்தாசை புரிந்தது. ஆல்கோ பிராடக்ட்ஸ் கம்பெனிதான் யூரல் மலைச்சாரலில் உள்ள ஊவா எண்ணைக் கிணறுகளை வெட்டித் தந்தது. தினசரி 5000 பீப்பா குரூடாயில் இங்கு கிடைக்கிறது. விமானத் துறையிலும் அப்படித்தான். கர்ட்டிங் விமானக் கம்பெனி 1937 முதல் ரஷ்யாவுக்கு விமான என்ஜின்கள் செய்துகொடுக்கின்றன. எஞ்சின் பாகங்களை டக்ளஸ் அண்ட் கிளென்-மார்ட்டின் கம்பெனிகள்

செய்துதருகின்றன. ரஷ்ய விமான விவகார இலாகா தலைவரான சகனோவிச் அமெரிக்காவுக்கு வந்து செய்துகொண்ட ஏற்பாட்டின்படி கோர்க்கி, குஜ்பிஷெவ், இர்க்கட்ஸ்க் என்ற இடங்களில் தொழிற்சாலைகள் அமைத்துக் கொடுத்தது அமெரிக்கர்கள்தான்.

இடையிடையே முறிவு இருந்தபோதிலும் பிரிட்டனுக்கும் ரஷ்யாவுக்கும் வர்த்தகத் தொடர்பு இருந்துதான் வந்தது. 1936-37 வருஷங்களில் பிரிட்டிஷ் யந்திரக் கருவி உற்பத்தி அடியோடு நசிந்துவிடும் நிலையிலிருந்தது. அச்சமயத்தில் கடன் பேரில் சாமான் வாங்கிக் கொள்ளுவதாக 1937 வருஷத்தில் ஒரு கோடி பவுனுக்கு ஆங்கிலோ - ஸோவியத் கடன் ஒப்பந்தம் செய்துகொள்ளப்பட்டதே பிரிட்டனைக் கைதூக்கிவிட்டது என்று சொல்ல வேண்டும். இது தவிர மெட்ரொ விக்கர்ஸ் கம்பெனி வெகு காலமாகவே ரஷ்யாவுக்கு ஸ்டீம் டர்பைன்கள் செய்துகொடுத்து வந்தது. பர்மிங்ஹாம் சில்லறைத் தளவாட உற்பத்திக் கம்பெனியிடம் பி.எஸ்.ஏ. சைக்கில்களை ரஷ்யா வாங்கியது.

இந்த ஒரு கோடி பவுன் கடன் வகையராவில் பிரிட்டனிலிருந்து பிரதானமாக யூரல் தளவாட உற்பத்தி ஸ்தாபனங்களுக்கு விசேஷ யந்திரக் கருவிகள் சென்றன. இதில் சுமார் 4 1/2 லக்ஷம் பவுன் யந்திரக் கருவிகள், 2 லக்ஷம் பவுன் பெறுமானத்துக்கு கப்பல் யந்திரங்கள், டர்பைன்கள், ஜெனரேட்டர்கள் முதலியன; மற்றும் 2 லக்ஷத்துக்கு உலோக உற்பத்தி யந்திரங்கள் முதலியன ரஷ்யாவுக்கு பிரிட்டிஷ் கம்பெனிகள் செய்துகொடுத்த வேலைகளுக்கு ஒரு சிறு உதாரணம். ஷெவ்வீல்டில் உள்ள டேவி அன்ட் யுனைட்டட் என்ஜினியரிங் கம்பெனி சுமார் 5000, 6000 டன்கள் எடையுள்ள தொழிற்சாலை சாதனங்கள் செய்துகொடுத்திருக்கிறார்கள். இவற்றில் ஒன்று 12000 டன் எடை பலம் கொண்டு அமுக்கும் வாகட பிரஸ்; இன்னொன்று தகடு வார்க்க 15000 டன் எடை பலம் கொண்டு அமுக்கும் பிரஸ்.

இரவல் குத்தகை ஏற்பாடுகள் என்பது புதிதான காரியம் ஒன்று மல்ல; முந்திய காண்ட்ராக்டுகள் தொடர்ச்சி போன்றதேயாகும். யுத்தத்துக்கு முன்பெல்லாம் டெண்டர்கள் ஏலம் கூறப்பட்டன. இப்பொழுது அமெரிக்க சர்க்கார் மூலமாக யாவும் செல்கின்றன. யுத்தத்துக்கு முன்பு உள்நாட்டுத் தேவைகளை முதலில் கவனிக்க வேண்டும் என்ற நிலை இருந்ததால் பேரம் நீண்டுகொண்டே (குத்தகை ஒப்பந்தம் கையெழுத்திடுவதற்கு முன்பும் பின்பும்) இருந்தது. ஒரு கோடி பவுன் கடன் பற்றுக்கு எதிராகச் சாமான்கள் வாங்கிக் கொள்ளும் விஷயத்தில் ரஷ்யர்கள் ஆர்டர் கொடுக்கத் தாமதித்தார்கள். ஏனென்று கேட்டால் ஏற்கனவே கொடுத்த ஆர்டர்களைப் பிரிட்டன் செய்துகொடுப்பதில் கால தாமதம் காட்டி வருகிறது என்று காரணம் கூறினார்கள். இவ்வாறாக யுத்த அவசரம் தேங்கிச் செல்ல வேண்டியிருந்தது.

○

8. எண்ணை பலம்

ஸோவியத் ரஷ்யாவுக்கு இரண்டு பிராந்தியங்களில் எண்ணை கிடைக்கிறது. ஒன்று வடக்கில் உள்ள மெய்க்கோப் - க்ராஸ்னி எண்ணைக் கிணறுகள்; மற்றது தெற்கில் உள்ள பாக்கூ எண்ணைக் கிணறுகள். காகஸஸ் தவிர அதுபோல மற்றும் பக்ஷீரா, காஜாக்ஸ் டான் ஆகிய பிரதேசங்களிலும் எண்ணைக் கிணறுகள் வெட்ட ஸோவியத் விஞ்ஞானிகளும் தொழிலாளர்களும் அசுரகதியில் முனைந்து வருகின்றனர்.

ராஸ்டாவ் மிகுந்த ஆபத்துக்குள்ளானபோது கிரிமியா மூலம் டிரான்ஸ் - காக்கஷியா மீது ஜெர்மன் படையெடுப்பு உடனடியாக ஏற்படலாம் என்றிருந்தது. இந்த நிலை ஏற்பட்டபோது யூனியன் சற்றுக் கவலை கொண்டதே ஒழியப் பீதியடைந்துவிடவில்லை. கிராஸ்னி - டுபாஸ் - ராஸ்டாவ் எண்ணைக் குழாய்கள் வருஷத்துக்கு 40 லக்ஷம் டன் எண்ணை கொண்டுவருகிறது. பாக்கூ - பாட்டூம் எண்ணைக் குழாய் 2 1/2 கோடி டன் எண்ணை காஸ்பியன் கடல்கரைவரை கொண்டுவந்து அங்கிருந்து டாங்கர் கப்பல்களில் ஏற்றுகிறது. இவைதான் யூரல் ராணுவம், டாங்கிகள், லாரிகளுக்கு கிடைக்கும் எண்ணை சப்ளை. இந்த வளங்களை இழப்பது எனில் அது பெருநஷ்டமேயாயினும் அழிவைத் தோற்றுவித்துவிடாது. ஏனெனில் 1937-ம் வருஷத்திலிருந்து பாதுகாப்பு யந்திரத் தொழில் கமிசாரும் யூரல்நெவ்ட் என்ற யூரல் பெட்ரோல் டிரங்கும் சேர்ந்து 'இரண்டாவது பாக்கூ' ஒன்றைக் கட்டிவிட்டார்கள். மாலடோவ் மூன்றாவது ஐந்து வருஷத் திட்டத்தில் கண்டிருப்பது இதைத்தான். அவர் கூறுவதாவது: "வால்காவுக்கும் யூரல்ஸுக்குமிடையில் உள்ள பிராந்தியத்தில் புதிதான எண்ணைக் கிணறு அமைக்கப்படும். வெட்டுவதும் எண்ணைச் சுத்தம் செய்வதும் மிகவும் புதிதான முறைகள் அனுஷ்டிக்கப்பட்டு நடைபெறுகின்றன. கிணறுகளைத் திறந்தவாக்கில் வெட்டாமல் அதிலிருந்து எழும் வாயுக்களிலிருந்து பென்ஜைனும் இலகுவில் தீப்பற்றிக்கொள்ளும் வாயுக்களும் எடுப்ப தற்கு ஏற்பாடு செய்யப்பட்டிருக்கிறது."

யூரல்ஸில் கிடைக்கும் பெட்ரோல் கனிஜங்களை யுத்த விறகாக உபயோகிக்க சகல நூதன முறைகளும் அனுஷ்டிக்கப்படுகின்றன. 1926-ம் வருஷத்தில் பொட்டாஸியம் உப்புக்காகச் சோதனை நடத்திய நிபுணர்கள் வடக்கு யூரல்ஸில் உள்ள சூஸோவ்ஸ்கி குடியிருப்பில் வால்காவுக்கும் யூரல் மேற்கு சரிவுக்கும் இடையிலும் எண்ணை இருக்கக்கூடும் என்பதற்கு அறிகுறிகள் தென்படுவதாக அறிவித்தனர். இந்த அறிக்கையும் இன்னும் இதுபோன்ற இதர சோதனை அறிக் கைகளும் வரிசைக்கிரமமாகப் பதிவு செய்யப்பட்டு வந்தன.

ஹிட்லர் பட்டவர்த்தனமாகப் பயமுறுத்த ஆரம்பித்தவுடன், காகஸஸ் எண்ணையை மட்டும் நம்பி இருப்பதா அல்லது அமெரிக்க,

டச்சு, கிழக்கிந்தியத் தீவுகள் இறக்குமதியை நம்புவதா என்ற பிரச்னை எழுந்தது. வெளிநாட்டுக் கம்பெனிகள் குரோத புத்தி காட்டும் போட்டிக் கம்பெனிகளாக வெறும் வர்த்தக நோக்கத்துடன் இருந்த மையால் அவற்றைச் சதம் என்றிருப்பது அபாயம் என்று கருதப்பட்டது. உடனே பழைய தஸ்தாவேஜுகளைப் புரட்டி 1937-ம் வருஷ அறிக்கையைச் சோதித்தார்கள். ஸோவியத் சர்க்கார் ஆராய்ச்சியின் முடிவு 1943-ம் வருஷத்தில் மொத்த வளத்தில் 20% யூரலிலிருந்து பெற முடியும் என்பதேயாகும். அதாவது வருஷத்துக்குச் சுமார் 60 லக்ஷம் டன் கிடைக்கும் என்பதேயாகும். பூர்வாங்க சோதனை நடத்தப்பட்ட பொழுது யூரல்ஸுக்கும் வால்காவுக்குமிடையில் பூமிக்கடியில் உள்ள நிலக்கரித் தாது கிடைக்கும் என்பது ஊர்ஜித மாயிற்று. முதல்முதலில் வால்காவில் உள்ள ஸிஸ்ரானிலும் பக்ஷிராவில் உள்ள டூயிமாஸிலும் வேலை ஆரம்பிக்கப்பட்டது. வடக்கே கிராஸ்னோ காம்ஸ்க் என்ற இடத்திலும் ஏராளமான எண்ணை இருப்பதாகக் கண்டுபிடிக்கப்பட்டது. ஸிஸ்ரான் எண்ணையில் மற்றொரு விசேஷம் என்னவெனில், விமான எண்ணை செய்வதற்கு லாயக்காக உள்ள அக்னி தாதுக்கள் கொண்ட வாயு 25 அல்லது 30% வரை கலந்துள்ளது தான். பூர்வாங்க சோதனை நடைபெற்று வரும்போதே 18 கிணறுகள் வெகுவேகமாக வெட்டப்பட்டன. வால்கா நதி ஸமாரா என்ற இடத்தில் வளைந்து செல்லுகிறது. அங்கு உள்ள எண்ணைக் கிணறு களிலிருந்து கிடைப்பவைகளை வடிகட்டிச் சுத்தம் செய்ய ஒரு தொழிற்சாலை 1938-ல் ஸிஸ்ரானில் ஸ்தாபிக்கப்பட்டது. இதுவும் பக்ஷீராவின் தலைநகரான ஊவாவில் உள்ள தொழிற்சாலையும் சேர்ந்து ஸிஸ்ரான் ஊவா எண்ணைக் குழாய் கொண்டுவரும் பெட்ரோலை விமான எண்ணையாகவும், மோட்டார் எண்ணையாக வும் மாற்றியது.

காஜாக்ஸ்டானில் தெற்கே யூரலோ எம்பா எண்ணைப் பிராந்தியம் இருக்கிறது. இது 4 லக்ஷம் சதுர கிலோமீட்டர் விஸ்தீர்ணம்; காஸ்பியன் கடலின் வடக்கோரத்தில் உள்ள குரியாலிலிருந்து சிகாலோவுக்குக் கிழக்கில் உள்ள ஆர்ஸ்க் வரை பரந்து கிடக்கிறது. எண்ணைக் குழாய் நீளம் 712 கிலோமீட்டர். வடகோடி மாக்னிட்டோகார்ஸ்கிலிருந்து 300 கிலோமீட்டர் தூரந்தான். இஷிம்பாயெவோ தொழிற்சாலை ஸிஸ்ரான் எண்ணையிலிருந்து உயர்ந்த ரக பென்ஜாயின் எடுக்கிறது. ஊவா எண்ணைக் குழாய் அதை ஸ்வெர்ட் லோவ்ஸ்க், செலியாபின்ஸ்க், மாக்னிட்டோகார்ஸ்க் முதலிய இடங் களுக்கு அனுப்புகிறது. குரியெவ் ஆர்ஸ்க் எண்ணைக் குழாய் டாங்கிகள், ட்ராக்டர்களுக்கு ஏற்ற மட்டரக எண்ணை கொண்டு போகிறது. கோஸ்சாகில் என்ற இடத்திலிருந்து வரும் குழாய் வடக்கே சுமார் 200 கிலோமீட்டர் தள்ளி இந்தக் குழாயுடன் சேருகிறது. இது தவிர வேறு ரயில் மார்க்கமாகவும் எண்ணை ஏற்றிச் செல்லப் படுகிறது. ஊவா இஷிம்பாயெவோ ரயில்வே 1936-ம் வருஷம் ஆரம்பிக்கப்பட்டுப் பக்ஷீரான் எண்ணையை ஊவா தொழிற் சாலைக்கு ஏற்றிச் செல்லுகிறது. இரண்டு வருஷங்களுக்கு முன்னால்

கட்டப்பட்ட குரியெவ் - அக்யூபின்ஸ்க் ரயில்வே சமீபத்தில் வெட்டி எடுக்கப்படவிருக்கும் 20 லக்ஷம் டன் எண்ணையிலிருந்து ஒரு பகுதியை எம்பாவிலிருந்து ஏற்றிச் செல்லும்.

காகஸஸ் எண்ணைக்கு அனுசரணையாக வேற்றிடங்களில் எண்ணை வளத்தை உபயோகிக்கச் சகலவிதமான முயற்சிகளும் எடுத்துக்கொள்ளப்பட்டுள்ளன. குஜ்பிஷெவ் மாகாணத்தில் காஷ்பீரா என்ற இடத்தில் 1 1/2 லக்ஷம் கிலோவாட் கொண்ட ஒரு பவர் ஸ்டேஷனும் ஸாரடோவில் 1.20 லக்ஷம் கிலோவாட் கொண்ட பவர் ஸ்டேஷனும் உண்டு. இவை இரண்டும் வால்கா ஷேல் எண்ணையில்தான் ஓடுகின்றன. 1942-ம் வருஷம் ஒரு கோடி 48 லக்ஷம் டன் ஷேல் எண்ணை வெட்டியெடுக்கப்பட்டது. யூரல்ஸ் எண்ணைத் தொழிலுக்கு அவசியமான யந்திரங்கள் முதலில் அமெரிக்காவிலிருந்து வந்துகொண்டிருந்தன. இப்பொழுது வால்கா - யூரல் யந்திரத் தொழிற்சாலைகளே அவற்றைச் செய்கின்றன. வெர்க்கிரி - ஸெர்ஜின்ஸ்கி யந்திரத் தொழிற்சாலை எண்ணைக் கிணறுகள் வெட்டுவதற்கு அவசியமான ஆக்கர் யந்திரங்களையும் ஸ்வெர்ட் போவ்ஸ் யந்திரங்களின் உபகருவிகளையும் செய்துகொடுக்கிறது.

கனிஜப் பிரதேசங்களில் வளங்களைப் பயன்படுத்துவதற்குத் தடையாக இயற்கை நிலை இருந்ததென்றால் அதை நிவர்த்திக்கவும் முயற்சிக்கப்படுகிறது. காஜாக்ஸ்டானில் உள்ள எம்பா எண்ணைத் தொழில் சுத்த ஜலமில்லாமல் தடமாடியது. இதை நிவர்த்திக்க காஸ்பியன் கடல் வடகரையில் உள்ள குரிஸைவ் முதல் தெற்கு யூரல்ஸில் உள்ள கொஸ்சகில் எண்ணைக் கிணறுகள் வரை வனாந்திரத்தில் தண்ணீர் குழாய்கள் அமைத்திருக்கிறார்கள்.

யூரல்ஸ் எண்ணைக் கிணறுகள் இன்னும் காகஸஸ் போல அவ்வளவு ஏராளமாக எண்ணை தரவில்லை என்றாலும் ஆரம்ப தசையிலிருப்பதினால் வருஷத்துக்கு 50 லக்ஷம் டன் ஸிஸ்ரான் எம்பா பிராந்தியத்தில் கிடைக்கும்; ஆனால் யுத்தத்துக்கு முந்தி 3 கோடி டன் காகஸஸ் அளித்து வந்தது.

○

9. ஸ்டாலினுடைய 'பச்சைக் குதிரை'

ஸோவியத் யந்திரத் தொழில்கள் மார்ஷல் புடியோனியின் சைனியத்துடன் வாபஸாகின்றன என்ற செய்தியை அங்காரா தகவல்கள் அறிவித்தபோது ஒருவரும் நம்பவில்லை. யந்திரத் தொழில் என்பது ஒரு குறிப்பிட்ட பிராந்தியத்தில் நிலையாக அமைக்கப்பட்ட ஏற்பாடு அல்லவா என்று நினைத்தார்கள். யுத்த நிலைமை தொழிற்சாலைகளை மறைவுக்குக் கொண்டுபோய் காப்பாற்றி நடத்தவேண்டிய நிலையை ஏற்படுத்தியது. யுத்த நிலைமையில் கப்பலிலிருந்து

ஸ்தலம் வரை சாமான்களை ஏற்றிக்கொண்டு செல்லுவதற்கு மட்டிலும் 6 வாரங்கள் செல்லுகின்றன. யுத்த வேலையில் ஈடுபட்டுள்ள தொழிற்சாலைகள் இடம்பெயரும்பொழுது யந்திரங்களுக்கு மாற்றுப் பாகங்களும் உடன்போவது அவசியம். யந்திரத்தின் ஒரு பகுதி குறைந்தால் அந்த அளவுக்கு வேலை தடைபடும்.

முதலாளித்துவ சர்க்கார் தொழிற்சாலைகளை அக்ஞாதவாசம் செய்விப்பது என்றால் லகுவான காரியமல்ல. அதற்குப் பலவிதமான முட்டுக்கட்டைகள் எழும். முதலில் குறிப்பிட்ட ஒரு நபரிடமிருந்து நிலத்தைச் சர்க்கார் வாங்க வேண்டும். நிலச் சொந்தக்காரர்கள் சம்மதத்துடன் கொடுப்பது என்பது கஷ்டம். பிறகு அந்த இடத்தில் தொழிற்சாலையை அமைக்கக் கட்டுமான வேலையை குத்தகைக்கு விடுவார்கள். தொழிலாளர்கள், என்ஜினியர்கள், சிப்பந்திகள் அமர்த்துவது அவரது பொறுப்பு. சாமான் பேரப் பிரதானத்துவ கமிட்டி நிர்ணயித்துள்ள முறைக்கு ஒப்ப, என்ஜினியர் குறிப்பிட்ட நாட்டின் பல பாகங்களிலிருந்தோ அல்லது வெளிநாடுகளிலிருந்தோ யந்திரங்களைத் தருவிக்க வேண்டும். நிலச் சொந்தக்காரர்கள் முதல் சர்க்கார் உத்யோகஸ்தர்கள் யாவரும் மனப்பூர்வமாக ஒத்துழைத்தால்தான் ஒரு வருஷத்துக்குள்ளாவது தொழிற்சாலையைக் கட்டி முடிக்க முடியும். ஆனால் ஸோவியத் சர்க்கார் பொருளாதாரத் தன்மை அடியோடு மாறுபட்டதாயிருப்பதினால் கிடைக்கும் சவுகரியம் ஒருபுறமிருக்க, தொழிற்சாலைகள் இடம்பெயருவதில் அங்குள்ள துரிதத்துக்கு ஒப்புவமையே கிடையாது. ஸ்டாலின் 'பச்சைக் குதிரை' முயன்று மாதிரியில் வெகுவேகமாக இடம்பெயர்கின்றன. யூனியனில் சகல விவகாரங்களும் பொதுத் திட்டத்துக்குப் பிசகாமல் கவனிக்கப்பட வேண்டும். பொதுத் திட்டம் தற்போது நாட்டின் பாதுகாப்பு.

இது குத்தகை ஏற்பாடு, தொழில் வசதி, பிரதானத்துவம் முதலிய சகல வியவகாரங்களையும் லகுவாக்குகிறது. சவுகரியமாகவும் சிக்கனமாகவும் வேகமாகவும் வேலை நடத்தக்கூடிய தொழிற்சாலைகளுக்குக் குத்தகைகள் கொடுக்கப்படுகின்றன. ஸோவியத் விவசாயத்தில் 95%க்கு மேல் கூட்டுப்பண்ணை முறையின்கீழ் கொண்டுவரப்பட்டுவிட்டன. தனிப்பட்ட நபர்கள் பொது நலத்தை முன்னிட்டுச் சொந்த நலத்துக்காகச் சொந்த நிலத்தின்மீது பற்றுதல் வைப்பதற்கு இடமே கிடையாது. ஸோவியத் தொழிலாளர்கள் என்றால் ஆண் பெண் அடங்கலுமேயாகும்; அது தொழிலாளர் நாடு; பிரதானத்துவம் தேசத்தின் பொது அவசியத்தை அடிப்படையாகக் கொண்டதே ஒழிய போக போக்கிய வசதிகள் அல்ல.

யூரல் யந்திரத் தொழில்கள் ஐந்து வருஷத் திட்டத்தின்கீழ் எப்படி ஸோவியத் ராணுவத் திட்டத்தின் ஒரு முக்கிய அம்சமோ, அப்படியே மத்ய திட்ட வகுப்புக் கமிட்டி நிர்ணயித்து வகுத்த ஒன்றே இம்மாதிரி இடம்பெயரும் 'பச்சைக் குதிரை'களுமாம். 'பச்சைக் குதிரைகள்' அவசர அடி ஏற்பாடல்ல. அப்படியிருப்பின் ராணுவத்தின் முன்னால் அவை இடம்பெயருவதால் சற்றும் உப

யோகம் ஏற்பட்டிருக்காது. அவசர வியவகாரமாக இருந்தால் வாபஸ் ஆகும்பொழுது மாற்றுக் கருவிகள் விட்டுப்போயிருக்கும்; தவிரவும் யந்திரங்களை இயக்குவதற்கு மின்சார வசதியோ அல்லது கட்டிட வசதியோ இல்லாமல் திண்டாடியிருக்கும். அவசர அடி வேலை இயங்கும் ராணுவத்தின் வழிமறிச்சான்களாக ரயிலையும் ரஸ்தாவையும் அடைத்துக்கொண்டு கிடந்திருக்கும்.

அதற்கு மாறாக டான்டஸ் பாசானத்திலிருந்து இடம்பெயர்ந்த யந்திரங்கள் யுத்த கதியில் வேலை செய்கின்றன. வரோஷிலாவ் தொழிற்சாலை முன்பு நெப்ரோபெட்ரோவ்ஸ்கில் இருந்து 1941 செப்டம்பர் இறுதியில் யூரல்ஸ் நோக்கி பயணமாயின. அக்டோபர் 11-ம் தேதியில் அவை வேலை ஆரம்பித்துவிட்டன. டிசம்பர் முதல் தேதியில் அவை முன்பு உற்பத்தி செய்ததைவிடப் பன்மடங்கு அதிகமாகச் செய்ய ஆரம்பித்துவிட்டன. கார்க்கோவிலிருந்த யந்திரக் கருவி உற்பத்தித் தொழிற்சாலைகள் யாவும் குஜ்பிஷெவ் அருகே ஸ்தாபிக்கப்பட்டுவிட்டன. வால்காவிலும் யூரல்ஸிலும் மத்ய ஸைபீரியாவில் இர்க்கட்ஸ்கிலும் டாங்கிகள், பீரங்கிகள், விமானங்கள் உற்பத்தி ஸ்தாபனங்கள் இடம்பெயர்ந்து வேலை செய்துவருகின்றன. இந்தச் சாமான்களை எல்லாம் கிழக்கு நோக்கி இடம்பெயர்க்கப் பட்டதிலிருந்தே ஸோவியத் ரயில்வேயின் ஜங்கம வகையரா எவ்வளவு என்பது ஒருவாறு புலனாகும். கார்க்கோவிலிருந்து ஸமாரா பிராந்தியத்துக்கு ஒரு டிராக்டர் உற்பத்திச் சாலையை ஆட்கள் உட்பட மாற்றி அனுப்ப 7000 கூட்ஸ் வண்டிகள் உபயோகிக்கப்பட்டன; இப்பொழுது அந்தத் தொழிற்சாலை புது இடத்திலிருந்து டாங்கி உற்பத்தி செய்கிறது.

சோவியத் யூனியன் தொழில்களை இவ்வாறு இடம்பெயர்த்த பொழுது சிற்சில அடிப்படைகளை வகுத்துக்கொண்டது. அதாவது யந்திரமும் அதை இயக்கும் ஆளும் பிரித்துவைக்கப்பட முடியாத ஒன்று என வகுத்துக்கொண்டிருக்கிறது. இதனால்தான் பிரான்ஸில் பகைவர்கள் தொழில் பிராந்தியங்களை அணுகியபோது தொழிலாளர்கள் பீதியடித்து ஓடினது போல இங்கே நிகழவில்லை. 1941 செப்டம்பரில் ஜெர்மனியர் மாஸ்கோவை நோக்கி நெருங்கும்போது இரண்டு தொழிற்சாலை நிர்வாகிகள் இனிமேல் உற்பத்தியை நடத்திக்கொண்டு இருப்பதால் ஒரு பயனுமிருக்கப் போவதில்லை எனச் சொல்லியதற்காக அவர்களை நாசவேலை செய்யும் விஷமிகளாகப் பாவித்து ஸோவியத் சர்க்கார் சுட்டுத் தள்ளியது. ராணுவம் இடம்பெயரும் போது ஸோல்ஜர் பீரங்கியை இழுத்துச் செல்லுவது போல ஸோவியத் தொழிலாளி தனது யந்திரத்தை இழுத்துச் செல்லுகிறான்.

இரண்டாவதாக, இந்தப் 'பச்சைக் குதிரை' வியவகாரத்தில் எங்கே இடம்பெயருவது என்பது முன்கூட்டி நிர்ணயிக்கப்படுகிறது. மூலப் பொருள் வசதி, ராணுவத்துக்கு தயாரிக்கப்பட்ட பொருள் அனுப்புவதற்குப் போக்குவரவு வசதி ஆகியவை சோதிக்கப்பட்ட பின்பே இடம் நிர்ணயிக்கப்படுகின்றது. உருக்குத் தேவைப்படும்

தொழிற்சாலைகள் யூரல்ஸுக்கு அனுப்பப்பட்டன; மின்சார வசதி தேவைப்படும் யந்திரங்கள் வால்காவுக்கு அனுப்பப்பட்டன. ரசாயனத் தொழில்கள் காரகான்டாவுக்கும் குஸ்ட்ஸெக்குக்கும் சென்றன.

மூன்றாவதாக, வாபஸாகுவதற்கென்றே ஸ்தாபிக்கப்பட்ட யந்திரங்களின் அமைப்பு வேறு. அவை லகுவில் வேற்றிடங்களுக்கு மாற்றுவதற்கு லாயக்காக அமைக்கப்பட்டவையாகும். வரோஷிலாவ் தளவாடத் தொழிற்சாலை இடம்பெயர்ந்தபொழுது அதன் யந்திரங்களை காங்கிரேட் அஸ்திவாரத்திலிருந்து பிடுங்கி எடுத்துக் கொண்டு போகும் நிலையில் இல்லை. இவை லேசாக மறையாணி போட்டு இறுக்கப்பட்டிருந்தன; கழட்டி எடுத்துக்கொண்டு போகவேண்டியது தான் வேலை. இம்மாதிரி இடம்பெயரும் தொழிற்சாலைகள், குடிபோகும் இடத்தில் ஸ்தாபிதமாவதற்குப் பூர்வாங்க வசதிகள் பல பெற்றிருக்கும்.

யந்திரங்களைக் குடியேற்றுவதற்கு என்றே கட்டிடங்களைக் கட்டி பல வருஷங்களுக்கு முன்பாகவே தயாராக காத்திருக்கும். அப்படி இல்லாவிட்டாலும் நிலத்தைச் செப்பனிட்டு சாக்கடை வசதிகள் வெட்டி உத்தரங்களைக் கொண்டுவந்து அடிவாரம் எழுப்பி செங்கல் வைத்துக் கட்டுவதற்கு ஸ்தல ஜனங்கள் கட்டாய சேவைக்கு ஆட்படுத்தப்படுவார்கள். வைகை அணை கட்ட பாண்டியன் ஆக்ஞாபித்த பலவந்த சேவை மாதிரிதான். நெருக்கடி காலங்களில் பலவந்த சேவை சகலபிரஜைகளின் உழைப்பையும் ஒருமுகப்படுத்தி தியாகத்தையும கவுரவத்தையும் கூலியையும் சமன்படுத்துகிறது.

முன்பு வெறும் சகதிக்காடாகவும் புல்வெளியாகவும் சதுப்பு நிலமாகவும் தரிசோடிப்போன பகுதிகளையும் விமான மைதானங்களாக்கியவர்கள் ஸ்தல குடியானவர்களும் ஜனங்களுமேயாகும். மாஸ்கோ, கீய்வ், டாகன்ராக் ஆகிய இடங்களிலுள்ள மூன்று விமான உற்பத்தி தொழிற்சாலைகளை வால்கா, யூரல் பிராந்தியங்களுக்கு மாற்றுவது அசுரகதியில் நடந்தது. விமான என்ஜின்களை யூரல்ஸில் உற்பத்தி செய்வதை ஒதுக்கிவிட்டால் மற்றபடி விமான உற்பத்திக்கு அவசியமான யந்திரக் கருவிகள் அவ்வளவு பளுவானவை அல்ல என்று சொல்ல வேண்டும். வ்யூஸிலேஜ், விமான இறகு ஆகியவைகள் கைக்குள் அமையும் ஆனால் மின்சார சக்தியால் இயங்கும் யந்திரக் கருவிகளால் தயாரிக்கப்படுகின்றன. யந்திரத்தின் ஆதார ரூபத்தையும் வளைவுவாக்குகளையும் நிர்ணயிக்கும் ஜிக்குகள் முதலியவற்றைச் சற்றும் கோணாமல் குலையாமல் பார்த்துக்கொள்ளுவது அவசியம். இவை தவிர விமானத்தின் பிளான், படம் முதலியனவும் அந்த ரக விமான உற்பத்தியில் அடிபட்ட தொழிலாளிகள் முதலியோர் அந்த யந்திரங்கள், ஜிக்குகள் முதலியவற்றோடு இருப்பது மிக முக்கியம். மேற்கு ரஷ்யாவில் உள்ள விமான உற்பத்தி இப்படித் தான். இது மாறி மறுபடியும் கிழக்கில் ஸ்தாபிக்கப்பட்டு மறுபடியும் வேலை செய்துவருகிறது என்பது ஸோவியத் விமான ஆதிக்கம் மேலோங்குவதிலிருந்தே தெரியவருகிறது.

இடம்பெயர்க்க முடியாத யந்திரங்களையும் தொழிற்சாலைகளையும் ரஷ்யர்களே அழித்துவிட்டார்கள். இவர்கள் தம் தொழிற்சாலைகளுடன் கிழக்கு நோக்கிப் பெயருவது, ஆதி ஜனங்கள் குடும்பத்தோடு கால்நடைகளை ஓட்டிக்கொண்டு உலக சஞ்சாரம் செய்ததையே ஒக்கிறது. எதிரிகளுக்குப் பயந்து திக்காலுக்கு ஒன்றாக ஓடும் கழுதைக் கூட்டம் போல் அல்லாமல், குறிப்பிட்ட திட்டப்படி ராணுவம் போல இடம்பெயர்ந்துள்ள ரஷ்யத் தொழில்கள் குறிப்பிட்ட பிராந்தியத்திலிருந்து வெளியேற வேண்டியவர்களில் தொழிலாளர்களுக்கே பிரதானத்துவம் உண்டு. அவ்வாறு செல்கிறவர்களை ஓடிப்போகும் கோழைக்கும்பல் என யாரும் அங்கு கேலி செய்வதில்லை. அங்கேயே தங்கி ஊருக்குள் பிரவேசிக்கும் எதிரியைத் தெருவுக்குத் தெரு நின்று மறித்து மல்லாடுகிற ஸோல்ஜரும் சேமமான இடத்துக்கு யந்திரங்களை ஏற்றிச்சென்று, அங்கிருந்துகொண்டு நின்று போரிடும் ராணுவத்துக்கு அவசியமானவற்றைச் செய்தனுப்பும் தொழிலாளியும் ஒரே அந்தஸ்தில் வைத்து கௌரவிக்கப்படுகின்றனர்.

உக்ரேனை விட்டுப்பெயர்ந்து கிழக்கு நோக்கிச் செல்லும் யந்திரங்கள் ஒவ்வொன்றும் சேமமாகச் சென்றுவிட்டன என்று சொல்ல இயலாது. கீய்விலிருந்து இர்கட்ஸுக்கு அனுப்பிய யந்திரம் வந்த இடத்தில் கவனிப்பாரற்றுக் கிடந்தது என்று பிராவ்டா பத்திரிகை ஒருமுறை புகார் எழுதி இருந்தது. யந்திரங்கள் மார்க்கனியெட்டுகள் (கம்பியில்லாத தந்தி) தயாரிப்பவை. தொழிலாளர்கள் சண்டையில் நேரில் கலந்துகொள்ளும் ஆவேசத்தில் அம்மாதிரி விட்டுச்சென்றிருக்கலாம். யந்திரங்கள் இடம்பெயரும்போது வழியில் விமானத் தாக்குதல்களுக்கு ஆளாகி, பழுது பார்க்க மாற்றுக் கருவிகள் இல்லாமல் போய்விடுவதும் உண்டு. அப்பொழுது, இடம்பெயர்ந்த யந்திரங்கள் மீண்டும் வேலை ஆரம்பிப்பதற்குமுன் பல பகுதிகளை இழந்து வெகு நாட்கள் கழிந்துவிடும். சிறந்த தலைமை பூண்ட ஒரு ராணுவம் உருக்குலையாமல் வாபஸாகும்பொழுது அதற்கும் முன்னேறும் ராணுவத்துக்கும் தொடர்பு எவ்வாறு அமைந்திருக்கிறதோ அவ்வாறே யூரல்ஸில் உள்ள ஸ்தல யுத்தத் தொழில்களுக்கும் இடம்பெயரும் 'பச்சைக் குதிரை'களுக்குமிடையில் தொடர்பு அமைந்திருக்கிறது. தேசப் பாதுகாப்பு யந்திரத் தொழில்களுக்கு மிகவும் உபயோகமான அனுபந்தம் இந்தப் பச்சைக் குதிரை.

தோற்கடிக்கப்பட்ட சேனை எப்படி ரிஸர்வுக்குக் கொண்டு புதுப்பிக்கப்படுகிறதோ அப்படியே இந்தப் 'பச்சைக் குதிரை'களும் மராமத்து செய்யப்படுகின்றன. செலியாபின்ஸ்க், நோவோடாகில், மாக்னிட்டோகார்ஸ்க் ஆகிய இடங்களிலுள்ள யந்திரக் கருவித் தொழிற்சாலைகள் இவற்றிற்கு மூலபலம். அமெரிக்க பிரிட்டிஷ் யந்திரக் கருவிகள் பலரகம் ஏராளமாகக் கிடைத்துள்ளன. அவற்றில் பெரும்போக்கு உற்பத்திக்கு லாயக்கானவை எவை என்பதை ஸோவியத் யந்திரத் தொழில் பரிசோதனை செய்து பார்த்துவிட்டது. யந்திரப் பாகங்கள் யாவும் எல்லா யந்திரங்களுக்கும் பொதுவான

ஒரே நிர்ணயித்த அளவில் இருக்கும். அதாவது செலியாபின்ஸ்க் யந்திரத் தொழிற்சாலை கார்க்கோவ் டிராக்டர்களுக்கும் டாங்கிகளுக்கும் சாமான்கள் செய்துகொடுக்க முடிகிறது. அதே மாதிரி கீய்வ் விமான உற்பத்திக் கருவிகள் செய்யும் ஸ்தாபனங்களுக்கு ஸ்வெர்ட்ஸ்லாக் வகையராக்கள் உபயோகமாகின்றன. அங்கேதான் 118ஆம் நம்பர் போர் விமானம் தயாராகிறது.

'பச்சைக் குதிரைகள்' கிழக்கு நோக்கித்தான் போக வேண்டும் என்பது விதி அல்ல. உக்ரேனில் ரஷ்யரும் ஜெர்மனியரும் அழித்துவிட்ட தொழிற்சாலைகள் மீண்டும் தலைதூக்கும் நாள் வரும். டான்பாஸ் நிலக்கரிக் கனியும் கிரிவாய்ராக் இரும்புக் கனிகளும் செல்லுக் கணக்கில் ஏறிவிடவில்லை. நசித்ததைக் கட்டும் அனுபவம் ஸோவியத் தலைவர்களுக்கு உண்டு. யூரல்ஸில் வேலைபார்க்கும் என்ஜினியர்களும் தொழிலாளிகளும் கார்க்கோவ், கீய்வ், ஒடெஸ்ஸா முதலிய இடங்களைச் சேர்ந்தவர்கள். அவர்களது குடும்பங்கள் "செத்தாலும் இருந்தாலும் என" மல்லுக்கு நின்று மேற்கத்தி ரஷ்யாவிலேயே கரிந்து கரிக்கட்டையாகப் போன மண்ணிலே வாழுகின்றனர். புதிய நிலைகளுக்கு வந்து வேலை செய்யும் என்ஜினியர்களும் தொழிலாளர்களுந்தான் டிமோஷெங்கோவின் ராணுவத்துக்கு வேண்டிய உபகரணங்களைச் செய்துகொடுத்து வருகின்றனர். அவர்களும் அவர்களது யந்திரங்களும் பழையபடி உக்ரேனுக்கு வந்து வேலை தொடங்குவது நிச்சயம்.

○

10. ரயிலும் ரஸ்தாவும்

சண்டை ஆரம்பத்திலேயே ரஷ்ய போக்குவரவு சாதனங்கள் படுத்துவிடும் என்பது எதிரிகள் நம்பிக்கை; நண்பர்கள் கவலை. ரஷ்யாவின் மேற்கெல்லையிலே ரஸ்தாக்கள் பகைவர்கள் புகுந்தால் சங்கடப்படுத்தும் தன்மை வாய்ந்ததாக இருக்க, அனாமத்தான நிலையில் விடப்பட்டிருந்தன. ரஸ்தாக்கள் இம்மாதிரி இருப்பது வாபஸாகக்கூடிய நிலையேற்பட்டால், தன் ராணுவத்துக்கும் காலைச் சுற்றும் வினையாகிவிடுமே என்று பலர் நினைத்தார்கள். போக்குவரவு இலாகா கமிஸாரான ககனோவிச் சற்று சீர்திருத்தினாரே ஒழிய பூர்ணமாகச் சரியாக்கிவிடவில்லை. ஜெர்மன் விமானப் படையான லவ்ட்வாவ் பாதைகளின் வர்ம முடுச்சுகள் போன்ற ஜங்ஷன்களை ஒடித்துவிடுமாகில் போக்குவரவே ஸ்தம்பித்துவிடும் என்று கருதினார்கள். சப்ளைகள் செல்லாது போனால், இயக்கம் அற்றுப் போனால் எவ்வளவு சிறந்த சேனாதிபத்திய இலாகா இருந்தென்ன? தலைமைக் காரியாலயத்துக்கும் முன்னேறும் ராணுவத்துக்கும் தொடர்பற்றுப் போகும். மீட்புப் படைகள் சமயத்துக்குப் போய்ச் சேராது. இவை

எல்லாம் சேர்ந்துகொண்டு ரஷ்யாவைப் படுக்க வைத்துவிடும். இதுதான் பலருடைய ஜோசியம். ஆனால் நடந்தது வேறு வியவகாரம். ரோட் என்று விலாசமிட்டு பட்டங்கட்டின இடம் அவசியம் அல்ல என்பதை செஞ்சேனை, ஜெர்மன் சேனை ஆகியவற்றின் யந்திரப் போக்குவரவுகள் நிரூபித்துவிட்டன. டாட்ட் ஸ்தாபனம் (ஜெர்மன்) ரஷ்ய தண்டவாளங்களின் கேஜை (அதாவது தண்டவாளக் கம்பி களுக்கிடையில் உள்ள குறுக்களவு) ஜெர்மன் ரயில்வே ஜங்கம வகையராவுக்கு ஏற்றபடி மாற்றி முன்னேறும் நாஜி சைனியங்களுக்குப் பின்னால் பாதை போட்டுக்கொண்டு வந்தது. ஆனால் ரஷ்யர்கள் யுத்தம் ஆரம்பமான சில மாதங்களில் உக்ரேன், லெனின்கிராட், மாஸ்கோ ஆகிய தம் பிரதான சப்ளை தளங்கள் நோக்கி வாபஸாகி வந்தனர். அவ்வாறு செல்லும்போது யாத்திரையைப் பளுவாக்கக் கூடிய சப்ளைகளை எல்லாம் அழித்துக்கொண்டு சென்றார்கள். செஞ்சேனைகளைப் பின்னோக்கி அழைத்துவருவதுதான் அவர்களது போக்குவரவு இலாகாவின் பிரதான வேலையாயிற்று. யந்திர சாதனமுள்ள வாகனங்கள் தாமே வாபஸாயின. மற்றபடி ஏற்றிச் செல்லுவதற்கு எவ்வளவுவரை முடியுமோ அவ்வளவு ஏற்றிக்கொண்டு வருவதே வேலையாகும். மாஸ்கோவிலிருந்து தென்திசை நோக்கியும் மேற்கு ரஷ்யா திசையிலும் செல்லும் ரயில் பாதைகள்தாம் 1930-ம் வருஷம் வரை ஸோவியத் யூனியனில் மிகவும் சிறந்த பாதைகளாகும். பிரதான பாதைகள் யாவும் வெளிநாட்டு மூலதனம் கொண்டு அமைக்கப்பட்டவையாகும். ஜங்கம வகையரா பிரிட்டிஷ், பிரஞ்சு ரகங்கள். பிரதான ரயில் பாதைகள் வழியாக வாபஸாகிவரும் சைனியங்களுக்குச் சப்ளைகளும் மீட்புப் படைகளும் கூடுமானவரை நல்ல முறையிலேயே சென்றன என்று கூற வேண்டும்.

வால்கா, யூரல்ஸ் பிராந்தியங்களிலிருந்து மாஸ்கோ மூலம் ரயில் பாதைகள் வழியாக எவ்வளவு சேனாதள வகையரா செல்ல முடியுமோ அதையே கிழக்கிலிருந்து நாஜிகள்மீது தொடுக்க வேண்டிய எதிர்த்தாக்குதலின் வெற்றி பொறுத்திருக்கிறது. தவிரவும் யந்திரப் போக்குவரவுகளில் ஏற்படக்கூடிய நஷ்டங்களை ஈடுசெய்து அனுப்ப வேண்டியது கோர்க்கி, ஸ்வெர்ட்ஸ்லோவ்ஸ்க், செலியாபின்ஸ்க் தொழிற்சாலைகளின் பொறுப்பு. நெருக்கடியான காலங்களில் மூலபலமாக உபயோகித்துக்கொள்ளும் நோக்கத்துடன் மட்டும் யூரல்ஸ் தளவாட உற்பத்தி ஏற்பாடுகள் அமைக்கப்படவில்லை. தாம் உற்பத்தி செய்யும் யந்திர சாதனப் போக்குவரவுகள் மூலம் பாய்ந்து அடிக்கும் வேலையும் உண்டு.

டாகில் அருகில் யூரல்ஸில் கூட்ஸ் வண்டிகள் உற்பத்தித் தொழிற் சாலை இருக்கிறது. இரண்டு அச்சு வண்டிகள் என்ற கணக்கில் வருஷத்துக்கு வருஷம் ஒரு லக்ஷத்து இருபதனாயிரம் வண்டிகள் உற்பத்தி செய்கின்றன. யுத்தத்துக்கு முன்பு ஸோவியத் யூனியன் முழுவதுமே மொத்தத்தில் 80000 வண்டிகள்தான் உற்பத்தி ஆயின. ரயில் வண்டிகளில் அதன் நீளமும் ஏற்றுமான இட வசதியும்

கணிப்பதற்கு ஒரு கணக்கு வைத்திருக்கிறார்கள். சாதாரணமாக இரண்டு அச்சு என்றால் நான்கு சக்கரங்கள் குறிப்பிட்ட ஒரு பாயிண்டில் கொண்டதாகும். இதே மாதிரி வண்டி நீளமாக நீளமாக அச்சுக்களின் எண்ணிக்கையும் அதாவது சக்கரங்களின் எண்ணிக்கையும் பெருகும். உதாரணமாக, நாலு அச்சு வண்டி என்றால் குறிப்பிட்ட ஒரு அச்சு இருக்க வேண்டிய இடத்தில் நான்கு வைத்து ஒரு பக்கத்துக்கு நான்காக எட்டுச் சக்கரங்கள் கொண்டிருக்கும். இதே மாதிரி ஆறு அச்சும் உண்டு; அதாவது பன்னிரண்டு சக்கரங்கள். முன்பக்கம் பன்னிரண்டு, பின்பக்கம் பன்னிரண்டு, ஆக 32 சக்கரங்கள் கொண்ட பிரமாண்டமான வண்டியாக இருக்கும்.

ஆசிய ரஷ்யா தண்ணீரில்லாத வனாந்தரம். இவற்றிற்கென புதுமாதிரியான ரயில் என்ஜின் செய்திருக்கிறார்கள். அதற்கு எவ்டி என்ஜின் (வெலிக்ஸ் ஜெர்ஜின்ஸ்கி) என்று பெயர். நீராவியாக மாறி என்ஜினை இயக்கும் தண்ணீரை பழையபடி தண்ணீராக மாற்றி அதை மறுபடியும் உபயோகிப்பதற்கு வாட்டமாக உள்ள யந்திர வசதியை என்ஜின் சென்டரில் அமைத்திருக்கிறார்கள். இது உற்பத்தி செய்யப்பட்டு வருகிறது. இது தவிர நீராவியைத் தண்ணீராக்கும் டென்டர் உள்ள எஸ்ஓ (ஸெர்கோ - ஆர்ஜர்னிகிட்ஸ்) என்ற ரகம் 750 மைல் தூரம் இடையில் தண்ணீருக்கு நிற்காமல் ஓடும். இது தவிர ஸ்ட்ரீம்லைன் வார்ப்பு அமைந்த ஜேஎஸ் (ஜோஸப் ஸ்டாலின்) என்ற ரகம் மணிக்கு 90 மைல் வேகத்தில் செல்லக்கூடியது. என்ஜின் வேகம் பெருக்கப்படுவதுடன் கூட்ஸ் வாகன்களின் அளவும் பெருக்கப்பட்டு வருகிறது. ஆறு அச்சு உள்ள தோணி வார்ப்பு வண்டியில் சுமார் ஐந்து அல்லது பத்து நிமிஷங்களில் ஏற்றி இறக்க வேண்டியவற்றை ஒரே நிமிஷத்தில் செய்ய விசேஷ வசதி செய்யப்பட்டுள்ளது. ஸோவியத் யுத்தப் படங்கள் பார்க்கிறவர்களுக்கு டாங்கிகள் ஏற்றிச்செல்லும் நான்கு அச்சு வண்டிகள் தெரிந்திருக்கும். சில நிமிஷங்களில் டாங்கிகளை ஏற்றவோ இறக்கவோ இதில் வசதி உண்டு. ராஸ்டாவை மீட்கப் போராடியபோது இவைதாம் டாங்கிகளை டிமோஷெங்கோவுக்கு ஏற்றி விரைந்தன.

டாகிலில் வேறு ஒரு பொருளும் உற்பத்தியாகிறது. அதாவது ராணுவத்துக்கு உணவு அல்லது கால்நடைகள் ஏற்றிச்செல்லும் வண்டிகள் தயாராகின்றன. வண்டி ஓடும்போது அச்சுடன் இணைக்கப்பட்ட யந்திரம் வண்டியை ரிப்ரிஜெரேட்டர் ஆக மாற்றுகிறது. மாமிசத்தை ஐஸில் வைத்திருந்தால் கெட்டுப் போகாது. ஐஸ் குளிர்ச்சியை வண்டிக்குள் ஏற்படுத்துவதற்கு இந்த யந்திரம். ரிப்ரிஜெரேட்டர் என்பதைக் குளிர்ப்பெட்டி என்று குறிப்பிடலாம். கால்நடையாகவும் மாட்டுக்கறியாகவும் ஏற்றிச்செல்லப் போதுமான வசதி இருக்கும்வரை வால்கா சைனியங்களுக்குக் காஜாக்ஸ்டான் பண்ணைகள் ஈடுகொடுக்க முடியும். இரண்டாவது ஐந்து வருஷத் திட்டம் முடிவடைந்து நிகழ்ந்த இரண்டு வருஷ சமாதான காலத்தில் காஜாக்ஸ்டான், கிர்க்கிஜியா, துருக்கிஸ்தான் வனாந்திரங்களில்

ரயில்வே காங்கி கூலிகளும் என்ஜினியர்களும் சென்று குடியேறினார்கள். ஸ்தல ஜனங்கள் அவர்களை வரவேற்காததுடன் எதிர்த்து அடிதடியில்கூட இறங்கினார்கள். தண்டவாளங்களைப் பதிக்கப் பதிக்க, வெகு வேகமாக பிடுங்கி எறிந்தார்கள். தந்திக் கம்பிகள் நட்டால் அவற்றின் கதியும் அதேதான். இருந்தும் காரகான்டா - பால்காஷ் பாதை அமைக்கப்பட்டது. இந்தப் பாதைதான் காஜாக்ஸ்டானில் உள்ள கரகான்டா நிலக்கரி கனிகளை யூரல்ஸுடன் இணைக்கிறது. தாமிரக் கனிகள் இருக்கும் இடங்களை நெல்டி-ஜெஸ்காஜான் ரயில் பாதை இதனுடன் இணைக்கிறது. தென்கிழக்கில் கோரியவ்-கன்டாகாச் ரயில் பாதை எம்பா எண்ணெயையும் காஸ்பியன் கடல் மீனையும் ஏற்றி வருகிறது. காஜாக்ஸ்டானில் வலைப்பின்னல் மாதிரி கிடக்கும் இதர கிளை ரயில் பாதைகள் துருக்கிஸ்தான் - ஸைபீரியா ரயில் பாதையையும் டர்க்ஸிப்பையும் இணைக்கிறது. (இதன் நீளம் 1442 கிலோமீட்டர்.) துருக்கிஸ்தான் - ஸைபீரிய பாதை ஸைபீரியா, காஜாக்ஸ்டான் ஆகிய மாகாணங்களை மத்ய ஆசிய பருத்தி விளைகளுடன் இணைக்கிறது. மத்ய ஆசிய குடியாட்சிகளான உஸ்பெக், டாட்ஜிக், டர்க்கோமான் ஆகியவற்றிற்கு இந்தப் பாதை மூலம் ஸைபீரியாவிலிருந்து மலிவாக தான்யங்கள் கிடைப்பதினால் நிலத்தை பருத்தி விளைச்சலுக்கு விடுவதற்கு ரொம்பவும் வசதியாக இருக்கிறது. இந்தப் பாதை 1930-ம் வருஷத்தில் ஆரம்பிக்கப்பட்டது.

ஸோவியத் சர்க்காரின் உள்நாட்டு விவகார இலாகா மத்ய ரஸ்தா அமைப்பு நிர்வாகத்தையும் கவனிக்கிறது. உள்நாட்டு விவகார இலாகாவுக்கு ரஷ்ய பாஷையில் உள்ள பெயரில் வரும் தலையெழுத்துக்களைச் சேர்த்து ஜி.பி.யு. என்று சொல்லுவார்கள். ஸோவியத் இரகசிய போலீஸுக்கு ஆகுபு (இதுவும் தலையெழுத்து விவகாரந்தான்) என்று பெயர். இதன் நடவடிக்கைகள் பற்றிப் பயங்கரமான கதைகள் பல உலாவி (ஜெர்மன் கெஸ்டபோ அந்தக் 'கீர்த்தியை' தாங்கிக்கொள்ளும்வரை) ஸோவியத் ராஜாங்கத்தில் அதற்கு உரிய ஸ்தானம் எது என்பதை நேரிய முறையில் தெரிந்துகொள்ள முடியாதடித்துவிட்டது. புரட்சிக்கு எதிராக நடைபெறக்கூடிய, தடுக்கப்பட வேண்டிய காரியாதிகளைக் கண்டுபிடித்துத் தடுப்பதே இதன் பூர்வ வேலையாகும். ராஜாங்கமானது சமுதாயத்தின் ஒரு கருவி; அதன் முதலாவது கடமை அது தன்னைப் பாதுகாத்துக்கொள்ளுவதே யாகும் என்பது லெனின் வாக்கு. வாழ்வு வசதி உயர எதிர்ப்புரட்சி வியவகாரங்கள் ஒடுங்கின; ஆகுபுவின் அடக்குமுறைக் குணங்களும் ஒடுங்கியது. பிறகு அதன் பெயரே மாற்றப்பட்டது. நர்க்கோம்வ்நூடல் என்பது அதன் புதிய பெயர்; அதாவது உள்நாட்டிலாகா என்பது அதன் பொருள். என்.கே.வி.டி. என்பது அதன் விலாசம். இப்பொழுது அதன் பல வேலைகளில் ஒன்று எதிர்ப்புரட்சி நடவடிக்கைத் தணிக்கை. யுத்த காலத்துக்கென்று பிரிட்டனில் ஏற்படுத்தப்பட்டிருக்கும் உள்நாட்டுப் பாதுகாப்புப் போலவும் மற்றும் பிரிட்டிஷ் யுத்த போக்குவரவு இலாகாவில் ரஸ்தாப் போக்குவரவு வியவகார

நிர்வாகம் போலவும் இவ்விரண்டு வேலைகளையும் சேர்த்து கவனிக்கிறது இது. இந்த இலாகா உத்தரவுகள் மூலம் காரியங்களை நடத்துகிறது. ஸோவியத் பாதுகாப்புச் சட்டம் 18பி. பாராவின்கீழ் காவலில் நிறுத்தப்படுவோர் சாதாரண சட்டமன்றங்களில் விசாரிக்கப் படுவதில்லை; நிர்வாக இலாகா அமைத்துள்ள விசேஷ கோர்ட்டுக்குத் தம் வழக்குகளை எடுத்துச் செல்லுகிறார்கள். விஸ்தாரமான சமூக மாறுதல்கள் நிகழும்போது அதை எதிர்ப்பது ஒரு குற்றம். அம்மாதிரி எதிர்ப்பவர்கள் பல்லாயிரக்கணக்கானவர்களை ஜி. பி. யு. காவலில் போட்டிருக்கிறது. இம்மாதிரி காவலில் நிறுத்தப்படுவோர் ரஸ்தா - கால்வாய் போக்குவரவு ஆகியவற்றை மராமத்து செய்வதற்கு உபயோகப்படுத்தப்படுகின்றனர். பால்டிக் - ஒயிட் கடல்கள் இணைப் பும், மாஸ்கோ - வால்கா கால்வாயும் அவர்களது வேலைகளேயாகும். யூரல்ஸுக்கு கிழக்கே யந்திரத் தொழில் பிராந்தியங்களிலிருந்து ராணுவ முகாம்களுக்கு ரோடு அமைக்கும் வேலையில் அவர்கள் ஈடுபடுத்தப்பட்டுள்ளனர். மேற்கு எல்லையில் ரஸ்தாக்கள் வேண்டு மென்றே சீர்கெடும்படி விடப்படுகின்றன. ஆனால் கோர்க்கி, ஸ்வெர்ட்ஸ்லோவ்ஸ்க் முதலிய மோட்டார் உற்பத்தித் தொழில் பிரதேசங்களுக்கிடையில் நல்ல ரோடுகள் அமைக்கப்பட்டுள்ளன. கோர்க்கியில் உள்ள மாலடோவ் மோட்டார் உற்பத்தித் தொழிற் சாலை ராணுவ லாரிகளையும் பிரயாணிகள் ஏற்றிச்செல்லும் பெரிய பஸ்களையும் உற்பத்தி செய்கின்றன. கோர்க்கி நகரை டிட்ராயுடன் ஒப்பிடலாம். அது அமைப்பில் போர்ட் நகரம் மாதிரிதான்; அது உற்பத்தி செய்யும் வண்டிகளும் போர்ட் டிஸைன்கள்தாம். கோர்க்கியி லும் செலியாபின்ஸ்கிலும் பொருளுற்பத்தி முறை நூதனமானது. மோட்டார்களின் பாகங்கள் உற்பத்தி செய்வதே உப குத்தகைதார் களுக்குவிட்டு இணைப்பு வேலையை மட்டும் பிரதான குத்தகைதார் வசம் விடும் ஒரு உற்பத்தி முறையாகும் அது. யுத்தம் ஆரம்பமாகுமுன் சுமார் 150 உப குத்தகைதார்கள் யூரல்ஸ் என்ஜினியரின் பிராந்தியத் தில் உள்ள இரண்டு பிரதான யந்திரச் சாலைகளுக்கு வேலை செய்து கொடுத்து வந்தன. இப்பொழுது தொழில் இன்னும் பெரியதுபட்டது டன், முன்பு உப குத்தகைதாராக இருந்த பல கம்பெனிகள் இப் பொழுது பிரதான குத்தகைதாராக நின்று வேலை செய்து வருகின்றன.

பிரதான குத்தகைதார் பேடன்டுகளையும் டிஸைன்களையும் இந்தக் கிளைக் கம்பெனிகளுக்கு அனுப்புகின்றன. ஆர்ம்ஸ்க் என்ற இடத்தில் மோட்டார் லாரிகள் செய்யப்படுகின்றன. இவற்றின் பாகங்கள் எல்லாம் கோர்க்கியில் தயாரிக்கப்பட்டு ரயில் மூலம் அனுப்பிவைக்கப்படுகின்றன. செலியாபின்ஸ்கில் தயாராகும் டிய்ஸல் என்ஜின்கள்தான் இன்று டாங்கிகளை ஓட்டுகின்றன. ஆனால் டாங்கிகளின் பல்வேறு உறுப்புகள் நூற்றுக்கணக்கான குத்தகைதார் களிடமிருந்து செய்து இணைப்புக்கு மட்டும் தருவிக்கப்படுகின்றன. கிழக்கே எங்கெல்லாம் ஸோவியத் சர்க்கார் ரோட் போட்டுள்ளதோ அவ்விடங்களில் எல்லாம் ஸோவியத் மோட்டார்கள் ஓடுகின்றன.

ரோட் இல்லாத இடங்களில் ஸோவியத் விமானங்கள்தாம் போக்குவரவு சாதனம். மாஸ்கோவிலிருந்து விளாடிவாஸ்டாக் வரை டிரான்ஸ் - ஸைபீரிய விமான செர்வீஸ் நடக்கிறது. காஜாக் ஸ்டானிலும் மத்ய ஸைபீரியாவிலும் எக்ஸ்பிரஸ் ரயில் மாதிரி அடிக்கடி பல இடங்களுக்குச் சின்ன செர்வீஸ்கள் பல நடக்கின்றன. அல்மா - ஆட்பி என்ற இடத்திலிருந்து ஜெர்கென்ட், டாஷ்கென்ட், ஸெமிபாலாடின்ஸ்க், காரகான்டா ஆகிய இடங்களுக்கு ஒரு விமான செர்வீஸ் உண்டு. ஆன்ட் - 9 என்ற ஒற்றை என்ஜின் விமானம் ஒன்பது பிரயாணிகளை ஏற்றிச்செல்லக்கூடியதாகும். இதைக் கட்ட டிஸைன் போட்டுத் தந்தவர் டூப்போலெவ் என்பவர். இந்த விமானம் பிரயாணிகள் அல்லாமல் வைத்தியத்துக்கு வேண்டிய மருத்துவ வகையராக்களையும் மத்ய ஆசியாவுக்கு ஏற்றிச் செல்லுகிறது. சாதாரண விமானப் போக்குவரவுதான் செஞ்சேனையின் விமான இலாகாவுக்குப் புது விமான விஷயங்களையெல்லாம் செய்து கொடுத்து உள்ளது. ஒரு விமானத்துடன் பல என்ஜின் இல்லாத கிளைடர் விமானங்களை ரயில் வண்டித் தொடர் மாதிரி கோத்து ஆகாச ரயில் நடத்துவதற்கு வழி சொல்லிக் கொடுத்தது ஸிவில் விமான செர்வீஸ்தான். இது முதலில் பத்திரிகையில் வெளிவந்தபோது ரஷ்யா கண்டுபிடித்ததாக்கும் என்று ஜனங்கள் நையாண்டி செய்தார்கள். பிறகு சென்னைப்பட்டணத்து ஆகாசத்தில் ராணுவ செர்வீஸ் விமானங்கள் கிளைடர் வால்களை இழுத்துக்கொண்டு பறப்பதைப் பார்த்த பிறகுதான் நிஜமாச்சு.

○

11. ஆயிரம் உண்டிங்கு ஜாதி!

ஹிட்லர் தம்முடைய சேனையை உபயோகித்து ஸோவியத் பிராந்தியங்களை வெட்டித் துண்டாட முயன்றுகொண்டிருக்கையில் இடையிடையே ரஷ்யரல்லாத ஜனவம்சத்தினருக்கு—அதாவது உக்ரேனியர், ஆர்மீனியர், காஜாக்குகள், ஜியார்ஜியர், மங்கோலியர், தஜ்லிக்குகள் ஆகிய வர்க்கத்தினருக்கு—ரஷ்ய கொடுங்கோலர்களிடமிருந்து மீட்டு சுதந்திரம் அளிக்கப்போவதாகச் சொல்லிக்கொள்கிறார். ரஷ்யர்களிடமோ அவர்களை யூதர்களிடமிருந்து விடுவிப்பதாக ஒரு பேச்சு. ஆனால் இந்த ஆசை வார்த்தைகளை ஜெர்மன் மத்ய வகுப்பினர் ஏற்றது போல ரஷ்யத் தொழில் வகுப்புகள் அங்கீகரிக்கவில்லை. ஸோவியத் குடியாட்சிகளிலே தனித்துவம் வாய்ந்தது உக்ரேன். பழமையும், பண்பும், ஆசாரமும் அடியோடு வேறுபட்டிருக்கிறது. இந்தக் குடியாட்சியிலேயே தம்முடைய புல்லுருவிகள் ஒன்றைப் புகுத்தலாம் என்று நினைத்தார் ஹிட்லர். உக்ரேனிய நிலச்சுவான்தார்கள் கட்சித் தலைவரான ஜெனரல் ஸ்கோரோபாட்கி என்பவர்

ரஷ்யாவில் போல்ஷிவிக்குகள்மீது யுத்தம் நடைபெறும்போதே தட்டிக்கொடுத்து ரஷ்யாமீது படையெடுக்கும் தருணத்தில் அவரை ஒரு குஸ்லிங்காகப் பரிணமிக்க வைப்பதற்காக முன்கூட்டியே 'பொட்டுக்கட்டி' வைத்திருந்தார். ஆனால் தேசம் ஒருமித்து எழுந்து தமக்கு எதிராக அணிவகுத்து நிற்பதைக் கண்டவுடன் உக்ரேனில் ஒரு பொம்மை ஆட்சியோ, துருப்பிடித்து கிடக்கும் ஸ்கோரோபாட்கி யின் தேசீய ஆட்சியோ ஏற்படுத்த முடியாது போய்விட்டது.

பிரசார வகையில் எல்லாம் யூத எதிர்ப்பு விவகாரந்தான் லேசில் பலனளிக்கக் கூடியதாயினும் அதுகூட அங்கு வெறியூட்டவில்லை. ஏதோ ஒன்றிரு கிழட்டுக் குலாக்குகள் அவரை நம்பி கிராமத்து மேயர்களாக அவர் மூலம் அதிகாரம் பெற்று ஸோவியத் கொரில்லாக் களின் குண்டுகளுக்கு இரையாகி வருகிறார்கள். ஸோவியத் யூனியன் என்பது 'குடுகுடுப்பைக்காரன் சட்டை' என்பது ஹிட்லர் கருத்து. ரஷ்ய ராணுவங்கள் எப்படி ஹிட்லரின் படையெடுப்புக்களை ஒடித்துப்போடுகிறதோ அப்படியே நானா ஜாதிய ஒருமைப்பாடு அவரது பிரசார வார்த்தைகளை உதறித்தள்ளிவிடுகிறது.

ரோடினா என்றால் ஸோவியத் தந்தையர் நாடு என்று பொருள். இந்த வார்த்தையையும் கருத்தையும் லெனின் உபயோகித்ததே கிடையாது. ஆனால் இன்று நடக்கும் தற்காப்புப் போரை அவர் கண்ணுற்றால் ஸோவியத் யூனியனில் தேசீய மனப்பான்மை தோன்று வதின் அவசியத்தை அங்கீகரித்திருப்பார் என்று கருதப்படுகிறது. முதலாவது ஐந்து வருஷத் திட்டம் முற்றுப்பெற்றவுடன் ஸ்தாபிக்கப் பட்ட பெரும் யந்திரத் தொழில்கள் தேச அவசியப் பொருள்களை மலிவாக உற்பத்தி செய்து வினியோகிக்கும் ஸ்தாபனங்களை ஏற்படுத் தியது. மாஸ்கோவில் அஷ்பால்ட் ரோட் போட்டார்கள்; அர்பாட் டெலிபோன் கட்டிடம் வானத்தை நோக்கி உயர்ந்தது; தொழிலாளர் களுக்குக் காரைக் கட்டிடங்கள், பளிங்கு பாதாள ரயில் ஸ்டேஷன் உண்டாயின; ஸெவர்னி ஸ்டேஷன் புதுப்பிக்கப்பட்டது. உழைப்பு முடிந்து பயன் அனுபவிக்கும் காலம் நெருங்கியது என்று பையில் ரூபிள் நாணயங்கள் சலசலக்க நடந்தார்கள் தொழிலாளர்கள்.

1930-ம் வருஷத்திலேயே ஜெர்மனியுடனும் ஜப்பானுடனும் சண்டை நடக்கும் என்பது நிச்சயிக்கப்பட்டுவிட்டது. அன்று முதல் தேசப்பற்று என்பது ஸோவியத் மக்கள் மனதில் கவனமாகப் பயிர் செய்யப்பட்டது. குடியானவர்களும் தொழிலாளர்களும் ரத்தத்தை ஊற்றிச் செழிக்க வைத்த மண் ஸோவியத் நாடு; அவர்களது உழைப்பும் தியாகமும் அந்தப் பயிரை வளர்த்தது. அன்னிய அபாயம் தேச சமுதாயம் என்ற ஒருமைப் பண்பை வளர்த்தது.

அக்டோபர் புரட்சி கழிந்த இரண்டாவது நாள் ரஷ்யத் தொழி லாளர்கள், குடியானவர்கள் சர்க்காரின் பிரகடனம் கையெழுத்திடப் பட்டது. பல ஜாதியினரின் கமிஸார் என்ற ரீதியில் ஸ்டாலின் அதில் கையெழுத்திட்டார். லெனின், ரஷ்யாவில் உள்ள சகல வர்க்க, ஜாதிய வேறுபாடு உடைய மக்கள் யாவரும் சம உரிமை உள்ளவர்கள்

என்பதை அங்கீகரித்தார். ஜார் ஆண்ட ரஷ்யாவைப் பல ஜாதிய மக்களின் சிறைக்கோட்டம் என்று வர்ணிப்பார்கள்; இந்தப் பிரகடனம் அந்த சிறைச்சாலையின் பூட்டைத் திறந்த சாவி.

ஸோவியத் யூனியன் என்பது பதினோரு தேசீயக் குடியாட்சிகள் இஷ்டபூர்வமாக செய்துகொண்ட ஒரு பெடரல் ஏற்பாடு. ஒவ்வொன்றும் தனித்து விலகிச் செல்லவோ அல்லது தேசிய சுய நிர்ணய உரிமை கொண்டாடவோ பாத்தியதை உண்டு. ஸோவியத் ரஷ்யா, உக்ரேன், ஒயிட் ரஷ்யா, டிரான்ஸ்காகேஷியா (ஜார்ஜியா, ஆர்மீனியா, அஜெர்பெய்ஜான் ஆகியவை), டர்க்கோமானிஸ்டான், உஸ்பெக்ஸ்டான், காஜாக்ஸ்டான், கிரிஜியா, டாஜிக்ஸ்டான் ஆகியவை உள்ள ஆசிய குடியாட்சிகள் யாவும் பல தேச ஜாதியினரின் கவுன்ஸிலில் பிரதிநிதித்துவம் கொண்ட குடியாட்சிகளாகும். இந்தச் சபை மத்ய சோவியத்துக்கு இரண்டாவது சபையாகும். ஸோவியத் தேசீயக் கொள்கையானது யூரல்ஸ், ஸைபீரியா, கீழ்க்கோடி ஆகிய பகுதிகளில் உள்ள மக்களை ரஷ்யாவைப் போல சம பலமும் அந்தஸ்தும் வகிக்கும்படி வளர்த்துவிட்டது.

மேற்கிலிருந்து கிழக்கு நோக்கி ஜனசமுதாயம் படர்ந்து உக்ரேனியர்களையும் ரஷ்யர்களையும் யூதர்களையும் கரேலியர்களையும் ஒரே கதம்பமாக்குவது, முன்பு பதிமூன்றாவது நூற்றாண்டில் ஆசிய தேசாந்திரி மனிதக் கூட்டங்கள் முதலில் ஜெங்கிஸ் கான் தலைமையிலும், பிறகு தாமர்லேன் தலைமையிலும் ரஷ்ய மண்ணில் மாஸ்கோ வரை கொந்தளித்துப் பிரவேசித்துத் தனியாட்சி புரிய முயன்றதை நினைவூட்டுகிறது. மங்கோலிய ஜனப்பிரளயம் வற்றியது. ஸாமர்கண்ட், பொக்காரா ஆகிய நகரங்களின் புகழ் ஏதன்ஸ், ரோம் நகரங்களின் பிரசித்தம் போல நினைவுக்கோயிலில் எங்கோ எதிரொலித்துக்கொண்டிருக்கின்றது; ஆனால் மங்கோலியர் வருகை ரஷ்யர் முகப்பொலிவில் முத்திரையிட்டிருக்கிறது. மாஸ்கோவில் உள்ள சீனச்சுவர் அருகே முட்டைக்கோஸ் விற்கும் குடியானவப் பெண் உத்தர வால்காவை ஆளுவதற்கு ஆகஸய் நதி தீரத்திலிருந்து படை எடுத்துவந்த ஜாதியின் ரத்தபந்தம் வாய்ந்திருப்பவளாகும். மெட்ரோபோல் ஹோட்டலில் இன்று குசினிக்கும் மேஜைக்குமாக நடக்கும் தார்த்தாரிய பரிமாறுகிறவன் 700 வருஷங்களுக்கு முன் வார்காஜாவில் ராஜாவாக ஆண்டு கொண்டிருந்தவனாகும். மங்கோலியர் வாளுக்குப் பலியான வம்சமே மங்கோலியரை நிர்ணயித்துவிட்டது. சீனாவில் நடந்த கதைபோலத்தான் ரஷ்யாவிலும். ஜார் அரசர்கள் மங்கோலிய, தார்த்தாரிய வம்சங்களை எல்லாம் கிழக்கு நோக்கி ஒதுக்கித் தள்ளி நிறுத்தினார்கள். மங்கோலியர் ஒரு காலத்தில் கொள்ளையிட்ட மாஸ்கோ இன்று அந்தக் கீழ்த்திசை மக்களின்மீது ஆட்சிபுரியும் தலைநகராக இருக்கிறது.

மத்ய ஆசியாவில் டர்க்கோமானிஸ்டானுக்கும் டாஜிக்ஸ்டானுக்கும் இடையில் உஸ்பெக் பெடரல் குடியாட்சி இருக்கிறது. இதன் விஸ்தீர்ணம் 66,000 சதுர மைல். ஜனத் தொகை 50 லக்ஷம். தாமர்லேன்

தனியரசு புரிந்த ஸாமர்கண்ட் நகரத்தில் முஸல்மான் மசூதிகளுக்கும் தர்காக்களுக்குமிடையிலே ஸோவியத் தொழிற்சாலை புகைபோக்கி கள் நிமிர்ந்து நிற்கின்றன. தாமர்லேன் கல்லறையான குர்எமிர் என்ற சவ சமாதிக்கு அருகே லெனின் சிலை புது வாழ்வுக்கு வழி காட்டுகிறது.

ஸோவியத் பிரஜையின் முதல் கடமை உழைப்பதும் ராஜ்யத்தைப் பாதுகாப்பதும் ஆகும். ஆசிய குடியாட்சி மக்கள் தம் விவசாயத்தையும் கைத்தொழில்களையும் வளர்த்து ஸோவியத் பாதுகாப்பில் கலந்து கொள்ளுவது வெறும் ஆதாரக் கொள்கையின் காரணமாக மட்டும் அன்று; ஸோவியத் பாதுகாப்புக்கு வகுக்கப்பட்ட நீண்டகாலத் திட்டத்தின் ஒரு அம்சம் அது. மத்ய ஆசியாவில் டர்க்கோமானிஸ் டான் காஸ்பியன் கடலிலிருந்து ஈரானிய, ஆப்கானிய எல்லைவரை படர்ந்து கிடக்கிறது. ஜனத்தொகை 12 லக்ஷம். ஆப்கானிஸ்தானத்துக்கு அருகில் உள்ள டாஜிக்ஸ்டானின் ஜனத்தொகை 15 லக்ஷம். வால்கா முதல் மத்ய ஆசிய புல்வெளி வரை உள்ள காஜாக்ஸ்டான் பெடரல் குடியாட்சியில் சீன எல்லையருகே வனாந்திரங்களும் மலைகளும் உண்டு. இதன் ஜனத்தொகை 80 லக்ஷம்; பக்ஷிராவில் ஜனத்தொகை 30 லக்ஷம்; இவர்கள் யாவரும் துருக்கிய வம்சநெடி உள்ளவர்கள். சீன துருக்கிஸ்தானத்துக்கு அருகில் கிரிஜியா இருக்கிறது. இதன் ஜனத்தொகை 10 லக்ஷம். இவர்கள் யாவரும் முஸல்மான் நாகரிகம் வாய்ந்த தேசாந்திரிகள். ஒரு காலத்தில் துருக்கிய ஏகாதிபத்தியம் இங்கே ஜனங்களைக் குடியேற்றியது. ஸோவியத் சர்க்கார் இந்த அபிவிருத்தி வேலைகளை ஆரம்பிக்கும்முன் ஸ்தல மக்களின் நட்பை யும் ஆதரவையும் பெற வேண்டியிருந்தது. முல்லாக்களின் பழமை யாதிக்கத்தினின்று ஜனங்களை மீட்டு காலூன்ற வைத்தது ஸோவியத் சர்க்கார்.

ஜார் ஆட்சி மத்ய ஆசியாவை மூலப் பொருட்களும் சொற்ப கூலிக்கு உழைப்பும் கிடைக்கும் பிராந்தியமாகவே கருதியது. உஸ் பெக்ஸ்டானில் விளையும் பருத்தியும், பட்டும் மத்ய ரஷ்யாவுக்கு அனுப்பப்பட்டனவே ஒழிய ஸ்தலத்தில் தொழில்விருத்தி அனு மதிக்கப்படவில்லை. கிழக்கில் சக்தியும் தெம்பும் வாய்ந்த யந்திரத் தொழில்களை ஸ்தாபிக்கும் கொள்கை உள்ள ஸோவியத் சர்க்கார் அஷ்காபாத், வெர்க்கானா, கோக்கண்ட், டாஷ்கெண்ட் ஆகிய நகரங்களில் பஞ்சு, கம்பளி மயிர், பட்டு உற்பத்தித் தொழிற்சாலை களை அமைத்திருக்கிறது. இந்த யந்திரங்கள் டாஷ்கெண்டில் தயாரா கின்றன. பருத்தி விளைகளை செழிக்கச் செய்வதற்காக சிர்ச்சிக் நதியிலிருந்து மின்சார சக்தி சேகரிக்கும் பவர் ஸ்டேஷன் ஒன்று டாஷ்கெண்ட் அருகில் கட்டப்பட்டிருக்கிறது. இரண்டு லக்ஷத்து எழுபதினாயிரம் கிலோவாட் மின்சாரம் இதிலிருந்து கிடைக்கிறது. அருகில் உள்ள ரசாயன உரம் தயாரிக்கும் தொழிற்சாலைக்கு இது உபயோகப்படுவதுடன் பாசான வகைக்கும் பயன்படுத்தப்படு கிறது. மத்ய ஆசிய குடியாட்சிகளுக்கு எல்லாம் கிரிஜியா நிலக்கரிதான்

சப்ளை ஆகிறது. 1939-ம் வருஷம் 15 லக்ஷம் டன் நிலக்கரி கிடைத்துள் ளது. டாஜிக்ஸ்டானிலும் உஸ்பெக்ஸ்டானிலும் கந்தகமும் இரும்பல் லாத இதர உலோகங்களும் வெட்டி எடுக்கப்படுகின்றன.

1937-ம் வருஷத்திலிருந்து ஸோவியத் யூனியனுக்கு வெளிநாட்டு பஞ்சு வருகை கிடையாது. அந்த வருஷம் 7 1/2 லக்ஷம் டன் அரைத்த பஞ்சு அங்கே உற்பத்தி. ரஷ்ய பருத்தி தேவைகளைத் திருப்தி செய்வது மத்ய ஆசிய குடியாட்சிகள்தான். சாகுபடி செய்வதும் ஸ்தலவாசிகள்தாம். டாஷ்கெண்ட் ஆலையில் வேலை செய்யும் ஸ்திரீகள் ஸ்டாகனோவ் முறையில் மிகவும் திறமைசாலிகள் என்பது ரஷ்யா முழுவதிலுமே பிரபலம்.

டாஜிக்ஸ்டானில் செருப்பு உற்பத்தி செய்யப்படுகிறது. தோலுக்குப் பதில் தகுந்த மாற்றுப் பொருள் கொண்டு சாதாரண பிரஜைகளுக்குச் செருப்பும் செஞ்சேனைக்கு தோலும் உபயோகிக்க ஏற்பாடு செய்யப் பட்டுள்ளது.

மத்ய ஆசியாவிலும் மேற்கு ரஷ்யாவைப் போல நகர வளர்ச்சிக்குப் பெரிதும் ஊக்கமளிக்கப்படுகின்றது. ஐந்து வருஷத் திட்டங்கள் நாட்டை யந்திரத் தொழில்மயமாக்கியதினால் நகரங்களில் ஜனத் தொகை கட்டுமீறி வளர்ந்து வருகிறது. உதாரணமாக மாஸ்கோவில் 1920-ம் வருஷத்தில் 10 லக்ஷத்து 38 ஆயிரம் பேர்; 1933-ம் வருஷத்தில் 36 லக்ஷத்து 63 ஆயிரம் பேர். லெனின்கிராடும் அப்படியே.

ஜனத்தொகை வளர்ச்சி

	1920	*1933*
ஸ்வெர்ட்ஸ்லோவ்ஸ்க்	90,000	4,62,000
கோர்க்கி (நிஜினி-நவகரோட்)	1,05,000	4,59,000
செலியாபின்ஸ்க்	57,000	2,14,000

1920-ம் வருஷத்தில் ஸ்டாலின்ஸ்க் ஒரு சிறு கிராமம்; 1933ல் 2 லக்ஷத்து 40 ஆயிரம்.

மத்ய ஆசியாவில் வளர்ச்சி

	1920	*1933*
ஸாமார்கண்ட்	82,000	1,54,000
ஸெமிபாலாடின்ஸ்க்	44,000	1,12,000
கெமெரோவோ	சிறுகிராமம்	1,05,000
கார்கான்டா	"	1,06,000
அல்மா ஆட்டா	22,000	1,50,000

மத்ய ஆசியாவில் தேசாந்திரிக் கூட்டங்கள் அலைந்த பிராந்தியங் கள் யாவும் யந்திரத் தொழில்மயமாகி ஸோவியத் கொத்தளங்களாக நிற்கின்றன.

○

12. கீழ்க்கோடி கொத்தளம்

ஜப்பானியர் ஆசியாக் கண்டத்தில் கால் நாட்ட முயன்றவுடனேயே ஸோவியத் யூனியனைச் சந்திக்க வேண்டியிருந்தது. 1931-ம் வருஷம் செப்டம்பரில் அவர்கள் மஞ்சூரியாமீது படை எடுத்துப் பிரவேசித்த பொழுது சர்வதேச சங்கம் சும்மா இருந்ததைக் கண்டு வட பஸிபிக்கி லும் வடக்கு ஆசியப் பிராந்தியத்திலும் அவர்கள் சிரத்தைகொள்ள ஆரம்பித்தார்கள். மான்செளலியிலிருந்து விளாடிவாஸ்டாக் வரை மஞ்சூரியா வழியாகச் சென்ற கீழ்க்கோடி ரயில் பாதையைத் தம்மிடம் கொடுத்துவிட வேண்டும் என்று 'பலவந்த பேரம்' செய்து பார்த்தார்கள். எத்தனையோ லக்ஷம் பவுன்கள் கொடுப்பதாகச் சம்மதித்தாலும் புது பல முறுக்கில் ஸோவியத் யூனியனை இணங்க வைத்தார்கள். அப்போது கீழ்க்கோடி செஞ்சேனையோ, பாதுகாப்புத் தளவாட உற்பத்தியோ ஸ்தாபிதமாகவில்லை.

ரஷ்ய சம்மதத்தைக் கண்ட ஜப்பானியர் பலக் குறைச்சல் என்று எண்ணி சில்விஷமப் படைஎடுப்புகள் நடத்தித் தொந்தரவு செய்யத் தொடங்கினார்கள். ஸ்டாலின் அவர்களுக்கு எச்சரிக்கை விடுத்தார்; 1938-ம் வருஷம் ஜப்பானிய யுத்தத் தலைவர்கள் ஸ்டா லினுடைய எச்சரிக்கை நிஜந்தானா என்பதைப் பரீட்சை பார்க்க விரும்பி விளாடிவாஸ்டாக்குக்கு அருகே ஹெஸ்ஸான் ஏரி அருகே உள்ள பிராந்தியத்தைப் பிடிக்கச் சில டிவிஷன்களை அனுப்பினார் கள். ஸ்டாலினுடைய எச்சரிக்கை நிஜமாயிற்று. விமானப் பாது காப்பில் படை அனுப்பும் போர்த் தந்திரம் முதன்முதலாக அனுஷ் டிக்கப்பட்டது. இந்த ராணுவ நடவடிக்கை ஜப்பானியருக்கு நல்ல ராஜீய போதனை. 1939-ம் வருஷம் கால்கின் - கோலிலிருந்து மங்கோ லியாமீது பாய முயற்சிக்கும் செயல் இவர்களை ஸோவியத் திசை யிலிருந்து வேறு பக்கம் திருப்பியது. ஸோவியத் டாங்கிப் படையின் பிரமாண்டமான வியூகம் இவர்களை மறுபடியும் மஞ்சூரிய எல்லைக் குள் விரட்டியடித்து ஜப்பானைத் திருப்தி செய்விக்க மறுத்துத் தன்னுடைய கைவரிசையையும் காட்டும்படி ஸோவியத் சர்க்காருக்கு தெம்பு கொடுத்து அதன் மேற்கத்திய வசதிகளை எதிர்பாராமல் கீழ்க்கோடி சைனியம் ஒன்று ஏற்பாடு செய்தவர்களின் முயற்சியேயா கும். இந்த ராணுவம் மேற்கிலிருப்பது போல அவ்வளவு தளவாட யந்திர வசதிகளையும் பெற்றதாகும்.

கீழ்க்கோடி செங்கொடிச் சேனை என்பது இதன் பெயர்: அதாவது இது பல வெற்றிகளைக் கண்ட பின்பு பெற்ற பெயராகும். சுமார் 30 லக்ஷம் சதுர மைல் விஸ்தீரணமான பிரதேசத்தை இது காத்து நிற்கிறது. கபாரோவ்ஸ்க் என்பதும் கடல்கரை மாகாணங்கள் என்ப தும் இப்பகுதி. ஜப்பானிய விஷமம் நிச்சயமாகிவிட்டதும் டால்ஸ்ட் ராய் என்ற பெயரில் கீழ்க்கோடித் தளவாட யந்திரத் தொழில் ஸ்தாபிக்கப்பட்டது. டிரான்ஸ் - ஸைபீரிய ரயில் பாதைக்கு இரட்டைப் பாதைகள் அமைத்தது இதன் பூர்வாங்க வேலை. இந்த

ரயில் பாதைதான் துருப்புகளும் தளவாடங்களும் ஏற்றிச் செல்லுகிறது. அதாவது 30 அல்லது 40 லக்ஷம் பேருக்கு அவசியமான ராணுவ வசதிகள் இதன்மூலமாகச் செல்லுகிறது.

இரட்டைப் பாதை அமைப்பதற்கு ரஷ்யா தனது கைதிகளை உபயோகித்தது. காரிம்ஸ்காயாவிலிருந்து கபாரோவ்ஸ்க் வரை, பிறகு பெய்க்கால் ஏரியிலிருந்து ஆமூர் நதிவரையிலும் இந்த ரயில் பாதையில் இரட்டைப் பாதை போட்டு முடிந்த பிற்பாடு 1938 டிசம்பரில் 10000 கைதிகள் விடுதலை செய்யப்பட்டனர் என்று மாஸ்கோ அறிவித்தது. ஸோவியத் சட்டப் பிரகாரம் ஒருவன் சிறைக்குச் சென்று வந்ததினால் அவன் அந்தஸ்து பழுதுபட்டு விடுவதில்லை. தண்டனைக் காலம் முடிவடைந்த பின்பு சமூகத்தில் அவன் அந்தஸ்து பங்கப்படாமல் அங்கீகரிக்கப்படுகிறது. மாஸ்கோ சதி வழக்கில் தண்டனை அடைந்த ராடக் என்பவர் ரஷ்ய-பின்லாந்து யுத்தத்தின்போது பிராவ்டா பத்திரிகைக் காரியாலயத்தில் உட்கார்ந்து முன்போல வேலை செய்துகொண்டிருப்பதைக் கண்டதாகத் தக்க ஆதாரமுள்ள தகவல்கள் கிடைத்துள்ளன. மாக்னிட்டோகார்ஸ்க் உலோகத் தொழிற்சாலையிலும் மாலடோவ் மோட்டார் தொழிற்சாலையிலும் வேலைசெய்த பிரபல விஞ்ஞானியான புரொபெஸர் எல்.கே. ராம்ஜின் என்பவர் நாசவேலை, சதிவேலைகளில் ஈடுபட்டதாகத் தண்டிக்கப்பட்டு தண்டனைக் காலம் தீர்ந்த பிற்பாடு மீண்டும் தமது உயர்பதவியில் அமர்ந்திருக்கிறார். இம்மாதிரி எத்தனையோ பேர்.

நிற்க, 1933-ம் வருஷத்தில் ஸோவியத் சர்க்கார் சம்பாவனை கொடுத்து ஜனங்களைக் கீழ்த் திசையில் சென்று குடியேறுவதற்கு ஆசையூட்டினார்கள். ஸ்தல ஜனங்களின் கலவரம், பிராந்தியத்தில் வரட்சி முதலியவற்றைச் சமாளிக்க வேண்டியிருந்தது முதலில் சென்று குடியேறியோருக்கு. மாக்னிட்டோகார்ஸ்க் போல எத்தனையோ புதிய நகரங்கள் கட்டப்பட்டன. காம்ஸோம்ல்ஸ்க் என்ற வாலிபக் கம்யூனிஸ்ட்டுகள் கட்டினார்கள். அங்கே யந்திரக் கருவி உற்பத்தித் தொழிற்சாலை ஸ்தாபிக்கப்பட்டுள்ளது.

ஸோவியத் சர்க்காரும் இந்தக் குடியேற்ற முயற்சிக்கு நல்ல சலுகை கொடுத்தது. ஸ்தலவாசிகள் தாம் சாகுபடி செய்வதில் குறிப்பிட்ட விகிதம் சர்க்காருக்கு விற்பனை செய்ய வேண்டும் என்று கட்டுப்பாடு உண்டு. பத்து வருஷ காலத்துக்கு சர்க்கார் கூட்டுப் பண்ணைகளுக்கும், தனிப் பண்ணைகளுக்கு ஐந்து வருஷமும் வஜாச் செய்தது. இதர ஜில்லாக்களில் கட்டாய விற்பனை விகிதம் பாதியாக்கப்பட்டது. அங்கு உபாத்தியாயர்களாகவும் வைத்தியர்களாகவும் செல்லுவோருக்குச் சம்பளம் 20 முதல் 30 சதவிகிதம் உயர்த்தப்பட்டது. செஞ்சேனையில் ஜூனியர் கமாண்டர்களுக்கு 50%, ஸீனியர் கமாண்டர்களுக்கு 20% சம்பள உயர்வு. இவ்வாறு கீழ்க்கோடியில் ஸோவியத் நாகரிகப் பயிர் தழைக்க ஆரம்பித்தது.

ஸோல்ஜரைத் தொடர்ந்து விஞ்ஞானியும் சென்றான். மின்சாரத் திட்டங்களும் உருவாயின. பெய்க்கால் ஏரியிலிருந்து என்ஸி நதியில் வந்து விழும் அங்காரா நதியை நீப்பருக்கு ஒப்பிடலாம். பெய்க்கால் மின்சாரத் திட்டம் 6 லக்ஷம் கிலோவாட் மின்சாரம் தருகிறது. யாகூடியா என்ற இடம் முக்கியமான சந்தி. இதில் ஒரு பிரமாதமான யந்திரத் தொழில் ஏற்பாடு உருவாகிறது. செரம்கோவோ நிலக்கரியை உபயோகித்து ஸ்தல கல்லுப்பையும் சுண்ணாம்பையும் கொண்டு செயற்கை ரப்பர் தொழில் தயாரிக்கப்படுகிறது. கீழ்க்கோடி ராணுவத்துக்குத் தேவையானவற்றில் ஒரு பகுதி இதிலிருந்துதான் கிடைக்கிறது. அங்காரா அருகில் பாக்ஸைட் கிடைக்கிறது. இதிலிருந்து வருஷத்துக்கு 30 அல்லது 40 ஆயிரம் டன் கிடைக்கலாம். செரம் கோவோ கனிஜம், பூரினா, கோலிமா கனிஜப் பிரதேசங்களும் சேர்ந்து வருஷத்துக்கு 60 லக்ஷம் டன் நிலக்கரி தரும். அதாவது டான்பாஸ் கொடுப்பதில் சுமார் ஆறில் ஒரு பங்கு. கீழ்க்கோடியில் சென்ற பத்து வருஷங்களாகச் சைனியங்கள் சேமித்த நிலக்கரியும் இதுவும் போதுமான அளவுக்கு வசதி தருகிறது.

விளாடிவாஸ்டாக், கிராஸ்னோயார்ஸ்க், பூரியாத் மங்கோலிய குடியாட்சியின் தலைநகரான உலான் - உட் என்பவற்றில் யந்திரக் கருவிகள் உற்பத்தி செய்யப்படுகின்றன. கோம்ஸ்மோஸ்க் போதுமான அளவு உருக்கும் இரும்பும் உற்பத்தி செய்கிறது.

கீழ்க்கோடியில் கூட்டுப் பண்ணை முறையையும் யந்திர சாகுபடியையும் சர்க்கார் ஆதரித்து வளர்க்கிறது. அங்கே வேனில் சுருக்கமானதால் தகுந்த அறுவடை இருப்பது கஷ்டம்; ஆனால் 1933லிருந்து 1939க்குள் சாகுபடி மூன்று மடங்காயிற்று. 1938-ம் வருஷத்தில் ஆஸ்டிரேலிய, கனேடிய கோதுமை விளாடிவாஸ்டாக்கில் வந்திறங்கியது. 1939-ல் வட அமெரிக்கக் கோதுமையும் இறக்குமதியாயிற்று. பஸிபிக் பிராந்தியம் அபாயக் கடல் பிரதேசமாகிவிட்டதால் இனி மேல் இறக்குமதி அதிகமாக இருந்துகொண்டிருக்காது; ஆனால் கீழ்க் கோடியில் அதற்கேற்றாற் போல் சாகுபடி விஸ்தீர்ணமும் அதிகமாகி விட்டது. கால்நடை அபிவிருத்திக்காக நல்ல ஜாதி மாடுகளின் விந்துவை நூதன விஞ்ஞான முறைப்படி பிரயோகித்து மாடுகளை சூலாக்கி எண்ணிக்கையை அங்கு பெருக்குகிறார்கள். கூட்டுப் பண்ணை முறையிலும் தனிப்பட்டவர்கள் கால்நடைச் சொத்து வகித்திருக்கலாம் என்ற சலுகையை ஸ்டாலின் அளித்ததினால் தொகை விருத்தி தங்கு தடையின்றி இருந்து வருகிறது. 1923க்குப் பிறகு கால்நடை எண்ணிக்கை இரட்டித்திருக்கிறது.

கீழ்க்கோடி செஞ்சேனைக்கு ஆட்கள் பலவிதமான காரணங்களால் கிடைக்கின்றனர். போகிறவர்கள் யாவரும் இஷ்டபூர்வமாக சேருகிறவர்களேயாகும். ஆனால் சம்பளம் ஜாஸ்தி. கீழ்க்கோடிச் செஞ்சேனைக்கு ஜாதீயத் திமிர் கிடையாது. அங்கே மங்கோலியரும் ரஷ்யரும் சகபாடிகளாக இருந்துவருகிறார்கள்.

ஜப்பான்மீது கடற்படை யுத்தம் ஏற்பட்டால் ஸோவியத் யூனியனுக்கு சப்ளைகள் அனுப்ப முடியுமா என்பது மற்றொரு கேள்வி. தளவாட வசதிக்கும் மராமத்துக்கும் கீழ்க்கோடிக் கடற்படையின் தளம் விளாடிவாஸ்டாக். வருஷம் முழுவதிலும் அதில் உறைபனி விழாது. நிலத்திலும், விமானந் தூக்கிக் கப்பல்களிலும் செல்லும் விமானப் பாதுகாப்பின்கீழ்ச் சென்று தாக்குவதற்காக சப்மரைன்களும் 'ஈ' படகுகளும் அங்கே இருக்கின்றன. விளாடிவாஸ்டாக் மராமத்துத் துறையும் விஸ்தரிக்கப்பட்டு ஸ்தல உற்பத்தியிலிருந்து கிடைக்கும் இதர வசதிகளையும் பெறுகிறது. ரஷ்யாவின் கீழ்க்கோடி ராணுவ பலத்தை இன்னும் அதிகப்படுத்த ஆமூர் நதியிலும் ஒரு துறைமுகம் அமைக்கப்பட்டுள்ளது. காம்ஸாமாஸ்க் போல, ஸ்தலவாசிகளே உத்சாகத்துடன் கட்டி முடித்த விவகாரம் இந்தக் கப்பல் துறை. 1937-ம் வருஷம் ஜப்பானியர் தமது பீரங்கிப் படகுகளை அனுப்பினார்கள். அப்பொழுது வேலை நடந்துகொண்டிருந்த சமயம். ஆனால் விரட்டியடிக்கப்பட்டார்கள்.

கீழ்க்கோடியில் உள்ள துறைமுகங்களைப் பலபடுத்த மேற்கத்தித் துறைகள் உபயோகப்படுத்தப்பட்டன. மிதப்புத் துறைமுகம் ஒன்று (5000 டன் எடைமான வசதி) நீக்கோலிவில் உள்ள மாட்டி துறைகளில் கட்டப்பட்டு 1938-ம் வருஷம் காமசட்காமீதுள்ள பெட்ரோபாவ் லோவ்ஸ்க் என்ற துறைமுகத்துக்குக் கொண்டு வரப்பட்டது. அதாவது 10,400 மைல் தூரம் எஸ்.எஸ்.கார்க்கோவ் என்ற கப்பலும் டைவூன் என்ற இழுதோணியும் இதை இழுத்து வந்தன. இதற்கு முந்திய வருஷந்தான் இக்கப்பல்கள் ரஸ்கேயா - கவான் என்ற இடத்துக்கு ஸோவியத் மக்கள் செய்த முதலாவது மிதப்புத் துறையைக் கொண்டு வந்து சேர்த்தன. கப்பல் போக்குவரவும் அபிவிருத்தி அடைந்துள்ளது. லீனா, ஆப், எனிஸி, இர்டிஷ் முதலிய நதிகளில் ரஷ்ய டீய்ஸல் என்ஜின் கப்பல்கள் ஓடுகின்றன. சகேலின் தீவிலிருந்து வரும் எண்ணைக் குழாய் மூலம் எண்ணை கிடைக்கிறது. இந்தத் தீவில் ஜப்பானுக்கும் பங்கு உண்டு என்றாலும் ஸோவியத் ஆதிக்கமே பிரதானம். ஜப்பான்மீது போர் ஏற்பட்டால், ஜப்பான் கடலுக்கும் ஆக்கோட்ஸ்க் கடலுக்கும் எதிராகவுள்ள பூப்பிரதேசமே முக்கியமான துர்க்க பிராந்தியங்கள்.

கீழ்க்கோடியில் ஜப்பானிய ராணுவ ஆசைக்கு முட்டுக்கட்டை போட யூரல்ஸில் உள்ளது போல் தனியாக அங்கே ஒரு தளவாட யந்திரத் தொழில் ஏற்பாடும் உண்டு. டாங்கிகளும், எரிபந்தங்களும் செலியா பின்ஸ்கில் பல வருஷங்களாகச் சேமித்து வைக்கப்பட்டு வருகின்றன. இர்ச்சட்ஸ்க், டோம்ஸ்க் என்ற இடங்களில் விமான பலம், கீழ்க்கோடி ஸ்தல தொழில்கள் உபகருவிகளைத் தயார் செய்து கொள்ளுகின்றன. ஜப்பானோடு சண்டை போடுமாகில் அதற்குத் தயாராகவே ரஷ்யா இருந்துவருகிறது.

○

13. பாகிஸ்தான் பாச்சா பலிக்காது!

இலியா எஹ்ரன்பர்க் என்பவர் ஒரு ரஷ்ய எழுத்தாளர். இப்போது ஸோவியத் யுத்த நிருபராக இருக்கிறார். அவர் ஒரு ரஷ்ய யூதர். அவர் கூறுவதாவது: "ஜார் அரசர்களின் போலிஸார், ஒரு காலாடிக் கூட்டம்: யூத வேட்டையாடுவதை நான் சிறுவனாக இருந்தபோது பார்த்திருக்கிறேன். ரஷ்ய மக்கள் இதற்கு ஜவாப்தாரி அல்ல; இதை யூதர்கள் அறிவார்கள். யூதன் எவனும் ரஷ்யரை நோக்கிக் கசப்பான வார்த்தை சொன்னது கிடையாது. இதை நானறிவேன். நான் ரஷ்ய நகரில் வளர்ந்தேன். ரஷ்ய பாஷை என் பாஷை; நான் ஒரு ரஷ்ய எழுத்தாளன். ரஷ்யரைப் போல நான் எனது தேசத்தைப் பாதுகாக்கிறேன். நாஜிகள் வேறு ஒரு விஷயத்தை எனக்கு ஞாபகப்படுத்திவிட்டார்கள். என் தாயார் பெயர் ஹானா. நான் ஒரு யூதன்; அதில் நான் பெருமைகொள்கிறேன்."

ஜாராட்சியிலே யூதர்களைச் சேரியில் அடைத்தார்கள். ரஷ்ய யூதர்களுக்கு எழுத வாசிக்கத் தெரியும். ஒவ்வொரு குழந்தைக்கும் இட்டிஷ் பாஷை அல்லது எபிரேயம் போதிப்பார்கள். இட்டிஷ் என்பது எபிரேயமும் சமவெளி ஜெர்மன் பாஷையும் கலந்த கதம்பம்.

ஸோவியத் சமுதாயத்தில் யூதர்கள் சமத்தன்மை பெற்றார்கள். சமூக பொருளாதார வாழ்வில் புகுந்தார்கள். சித்திரவதை காலத்திலே அவர்கள் நோக்கிய திசை இரண்டு. பாலஸ்தீனத்தில் தனி ராஜ்யம்; மற்றது அபேதவாதம். அபேதவாதம் அவர்களை ஸோவியத் சமூக வாழ்வில் ஜீரணிக்க வைத்தது. யூதத்துவமும் சற்று பிரபலமானபோது, அபேதவாத முறையில் யூத ராஜ்யம் ஸ்தாபிக்கும் ஆசையும் எழுந்தது. பால்வர் பிரகடனத்துக்குமுன் பாலஸ்தீனத்தில் குடியேறிய ரஷ்ய யூதர்களில் சிலர் அபேதவாதக் குடியேற்றங்களை அமைத்துப் பார்த்தார்கள். அவர்கள் பிடிவாதக்காரரர்களாதலால் அங்கு இன்றும் நிலவுகின்றன.

சர்வதேச சங்கத்தின் அரவணைப்பில் பாலஸ்தீனத்தில் யூத ராஜ்யம் ஸ்தாபிப்பதற்கு ஆதரவு கொடுப்பது அடக்குமுறை ஏகாதிபத்தியத்துக்கு அனுசரணையாகும் என்று ஸோவியத் சர்க்கார் கருதியது. ஆனால் யூதர்களின் உழைப்பையும், ஆதரவையும் நன்முறையில் பயன்படுத்த 1928-ம் வருஷம் 30000 சதுர மைல் விஸ்தீர்ணமுள்ள பிரோபிட்ஜான் என்ற கீழ்க்கோடி பிராந்தியம் யூதர்களுக்கு சுயாட்சி நடத்தக் கொடுக்கப்பட்டுள்ளது என்று ஸோவியத் சர்க்கார் அறிவித்தது. ஆமூர் நதி கபரோவ்ஸ்க்குப் போகுமுன் வளைந்து செல்லுகிறது. அந்த வளைவுக்குள் இந்த இடம் இருக்கிறது. யூதர் குடியேற்ற சங்கமான ஆர்ட்-ஆஜ் என்பது தனது பிரதிநிதிகளை அனுப்பிப் பார்த்து அதிருப்தி காட்டியது. நிலம் சதுப்பு நிலம். கொசுவும் நோயும் ஜாஸ்தி. ஸ்தல மங்கோலியரின் எதிர்ப்பும் உண்டு. பிரிட்டிஷ்,

அமெரிக்க யூதர்கள் இந்தக் குடியேற்றத்துக்கு ஆதரவளிக்க மறுத்து விட்டனர். அவர்களது மறுப்பு ஸோவியத் சர்க்காரின் சந்தேகத்தை பலப்படுத்தியது. பிற்போக்கு வாய்ந்த ஏகாதிபத்தியங்கள் கிளப்பிவிடும் தனிமைவாத "தேசிய" கோஷ்டிகள் என்று கருதி யூதத்துவத்தை சட்டவிரோதமாக்கி அதைச் சேர்ந்தவர்களைச் சிறையில் போட்டது.

ஆனால் அதே சமயத்தில் தமது தனியான கலாசாரத்தையும் பாஷையையும் வளர்க்க விரும்பிய யூதர்கள்மீது தடை விதிக்கப் படவில்லை. எமிஸ் என்ற யூத தினசரி ஒன்று மாஸ்கோவிலிருந்து வெளிவந்தது. இவர்கள் ரஷ்யர், உக்ரேனியர்கள் கூட வாழ்வில் கொள்வன கொடுப்பன செய்து கலந்துகொண்டாலும் தம் புராதன ஜாதீய பெருமையை மறக்கவில்லை.

பிரோபிட்-ஜானுக்கு யூதர்கள் வரவு மெதுவாகவே இருந்துவந்தது. போலந்து எல்லை நகரங்களில் உள்ள யூதர்களுக்கும் அழைப்பு அனுப்பப்பட்டது. நகர வாழ்வு படிந்த அவர்களுக்கு அது ஒத்து வரவில்லை.

ஆனால் அந்த இடத்தை அபிவிருத்தி செய்ய வந்தவர்கள் ஸோவியத் உத்சாகிகள். யூனியனை பலப்படுத்தும் நோக்கத்துடன் வந்தார்கள். 1918 முதல் 1922 வரை இந்தப் பகுதியில் ஜப்பானியரையும் கோல்ச்சாக் ஒயிட் கார்டுகளையும் எதிர்த்து யூனியன் நடத்திய கடும்போர் அவர்களுக்கு நினைவில் இருந்தது. வோலோசேயெஸ்கா வில் ஸோவியத் புரட்சி கோஷ்டிகள் ஒயிட் கார்டுகள் (ஜார் படை) புரட்சியைக் கீழ்க்கோடியில் நிர்த்தாரணம் செய்தது. கீழ்க்கோடி செங்கொடி சைனியத்தின் மூலக் கொத்தளமாக பிரோபிட் - ஜான் அமைக்கப்பட்டது. ஸோவியத் கீழ்க்கோடியிலேயே மிகவும் பெரிய ரயில் வண்டி டிப்போக்கள் ஆப்லுச்சி என்ற இடத்தில் அமைக்கப்பட் டுள்ளது. அங்கு வேலை செய்வோர் யாவரும் யூதர்கள். இவர்களில் பலர் கோர்க்கியிலிருந்து வந்தவர்கள். யூத ஸ்டாக்கனாவ் நிபுணர்கள் பலர் தமது திறமையை நிரூபித்திருக்கிறார்கள்.

பிரோபிட் - ஜானில் சகலவிதமான ரயில் வண்டிகளும் தயாரிக்கப் படுகின்றன. இங்கிருந்து அபாயப்பகுதிகளான எந்த இடத்துக்கும் விரைவில் ரயில் வண்டிகள் செல்ல முடியும். ஜப்பானியர் மஞ்சுகு வோவில் இருக்கிறார்கள். அது காடாந்திரமான பகுதியாகையால் ராணுவம் தாக்க வசதி உண்டு.

அம்ளஜெட் என்ற இடத்திலும் ஸ்டாலினிஸ்க் ராஜாங்க பண் ணையிலும் சாகுபடி யந்திரமயம். அங்கிருந்து தான்யம் கபரோவ்ஸ் குக்குப் போகிறது. அங்கே மரமும் பிளைவுடும் ஜாஸ்தியாகையால் முன்பு யூதர்கள் நாற்காலி முதலிய சாமான்கள் செய்துகொண்டிருந் தார்கள். இப்பொழுது வெடிமருந்து பெட்டிகள், விமான பாகங்கள் செய்துகொண்டிருக்கிறார்கள். ரயில் வண்டிக்கு வேண்டிய மர வேலைகளும் நடக்கின்றன.

பிரோபிட்-ஜான் சோவியத் சர்க்கார் யூத கலாசாரத்தை சமமாக வளர்க்க ஆசைகொண்டு ஏற்படுத்திய ஒரு முயற்சி. அங்கு யூதர்கள் ஜப்பானுக்கு எதிராக அணிவகுத்து நிற்கிறார்கள். சமீப காலமாக இந்தப் பகுதியும் யுத்த நாடாக வேலைசெய்து வருகிறது. பிரோபிட்-ஜானில் பிரெஸிடென்டாக இருந்த யூதத்தலைவர் தனி ராஜ்யம் ஸ்தாபிக்கும் நோக்கம் கொண்டிருந்ததால் நீக்கப்பட்டு அந்தப் பிராந்தியத் தந்தி தபாலும் ரயில்வேயும் சோவியத் உள்நாட்டு நிர்வாகத்தின்கீழ் வந்துள்ளன.

யூதர்களின் உழைப்புதான் இன்று அதை கீழ்க்கோடி செங்கொடி சைனியத்தின் மூலதனமாக்கிவிட்டிருக்கிறது.

(1941 ஜூனுக்குப் பிறகு)

O

பின்னிணைப்புகள்

பின்னிணைப்பு 1
பதிப்புக் குறிப்புகள்

இத்தொகுப்பில் இடம்பெறும் படைப்புகள் பற்றிய பதிப்புக் குறிப்புகள் இந்தப் பின்னிணைப்பில் வழங்கப்பட்டுள்ளன. இந்நூலில் இடம் பெற்றுள்ள படைப்புகள் பற்றிய முதல் வெளியீட்டு விவரங்கள், அவற்றை வெளியிடப் புதுமைப்பித்தன் பயன்படுத்திய புனைபெயர், கொள்ளப்பட்ட பாடம் முதலானவை பற்றிய குறிப்புகள் தரப்பட்டுள்ளன. கட்டுரைகள் தொடர்பான செய்திகள் விரிவாகவும், மதிப்புரைகள் பற்றியவை பட்டியல் வடிவிலும், பிற படைப்புகள் பற்றியவை குறிப்புகளாகவும் அமைந்துள்ளன.

I கட்டுரைகள்

புதுமைப்பித்தனின் வாழ்நாளில் ஒரேயொரு கட்டுரைத் தொகுதி மட்டுமே வெளிவந்தது:

நமது இலக்கியம்
ஆசிரியர்: சொ. விருத்தாசலம், பி. ஏ.
முதல் பதிப்பு: செப்டம்பர் 1947
வெளியிட்டோர்: தமிழ்ப் புத்தகாலயம், மயிலாப்பூர், சென்னை
அச்சிட்டோர்: சாது அச்சுக்கூடம், இராயப்பேட்டை, சென்னை
அளவு: கிரவுண் 1X8
பக்கம்: iv+47
பிரதிகள்: 1000
விலை: 12 அணா

இடம்பெற்ற கட்டுரைகள்:
1. நமது கலைச்செல்வம்
2. கடவுளின் கனவும் கவிஞனின் கனவும்
3. சமயத்தையும் கடந்த கலை
4. இலக்கியத்தின் உட்பிரிவுகள்
5. இதயத்துடிப்பின் பேச்சு
6. உணர்ச்சி வேகமும் நடைநயமும்

7. வாணன்—ஒரு இலக்ஷிய வீரன்
8. பாட்டும் அதன் பாதையும்

புதுமைப்பித்தனின் மறைவுக்குப் பிறகு, திருமதி கமலா விருத்தா சலம் அவர்களிடம் அனுமதி பெற்று அவருடைய நூல்களையெல் லாம் 1953ஆம் ஆண்டிலிருந்து ஸ்டார் பிரசுரம் வெளியிடத் தொடங்கி யது. அப்போது புதுமைப்பித்தனுடைய கதைகள் மட்டுமல்லாமல், பிற படைப்புகளும் வெளியிடப்பட்டன. 1954 பிப்ரவரியில் *புதுமைப்பித் தன் கட்டுரைகள்* என்ற நூல் வெளிவந்தது. (முதல் பதிப்பு: பிப்ரவரி 1954; வெளியீடு: ஸ்டார் பிரசுரம், திருவல்லிக்கேணி, சென்னை; கிரவுண் 1x8; ப.iv+155).

அதில் இடம்பெற்றிருந்த கட்டுரைகளாவன:

1. என் கதைகளும் நானும்
2. உங்கள் கதை
3. மதிப்புரை
4. சிறுகதை 1
5. சிறுகதை 2
6. சிறுகதை 3
7. கவிதை
8. நமது கலைச்செல்வம்
9. கடவுளின் கனவும் கவிஞனின் கனவும்
10. சமயத்தையும் கடந்த கலை
11. இலக்கியத்தின் உட்பிரிவுகள்
12. இதயத் துடிப்பின் பேச்சு
13. உணர்ச்சி வேகமும் நடைநயமும்
14. வாணன்— ஒரு இலக்ஷிய வீரன்
15. பாட்டும் அதன் பாதையும்
16. குயில் — ஒரு நெட்டைக் கனவு
17. பகற் கனவு
18. பஞ்சமோ பஞ்சம்
19. கைவண்டிச் சரக்கு
20. புஸ்தக உலகம்
21. சின்ன விஷயம்
22. என்ன எழுதுவது?
23. நாட்டுப் பாடல்கள்
24. இலக்கியத்தின் இரகசியம்
25. சாம்ராட்டுகளின் சப்தஜாலம்
26. இலைக் குணம்
27. பாரதிதாஸன்
28. தமிழர் நாகரிகத்தில் கிராம வாழ்க்கை
29. ரேடியோ

30. முடிவில் எதற்கு வெற்றி?

31. அரிஸ்டாடில் கண்ட ராஜீயப் பிராணி

32. கலையும் இலக்கியமும்

இதன் பிறகு, புதுமைப்பித்தனின் கட்டுரைகள் இடையிடையே சில அன்பர்களால் பழம் இதழ்களிலிருந்து கண்டெடுக்கப்பட்டு வெளியாயின. 1998 இறுதியில் வெளியான *அன்னை இட்ட தீ*, தொகுக்கப் பெறாத கட்டுரைகளை ஒன்றுசேர்த்து வழங்கியது. அந்நூலில் புதியதாகவும் பல கட்டுரைகள் இடம்பெற்றிருந்தன. அதற்குப் பின் பதிப்பாசிரியரின் ஆய்வுத் தேடலில் கிடைத்த கட்டுரைகளும் இப்பதிப்பில் காலவரிசையில் வழங்கப்பட்டுள்ளன. இப்பின்னிணைப்பில் ஒவ்வொரு கட்டுரையும் முதலில் எந்த இதழில் வெளிவந்தது, எந்தப் புனைபெயரில் வெளியானது, எப்போது நூலாக்கம் பெற்றது என்ற செய்திகள் வரிசையாக வழங்கப்பட்டுள்ளன.

நமது இலக்கியம் நூலில் இடம்பெற்ற கட்டுரைகளுக்கு அந்நூலே மூலபாடமாகக் கொள்ளப்பட்டுள்ளது. அவை இதழ்களில் வந்தபோது உள்ள பாடத்தோடு ஒப்பிடப்பெற்று, சில பாடவேறுபாடுகள் இனங் காணப்பட்டுப் பதிவுசெய்யப்பட்டுள்ளன. பிற கட்டுரைகளுக்குப் புதுமைப்பித்தன் காலத்தில் வெளியான இதழ்களே மூலபாடங்களாகக் கொள்ளப்பட்டுள்ளன. முதல் வெளியீடு பற்றிய விவரம் அறிய இயலாத நான்கு கட்டுரைகளும், பாரதிதாஸன் பற்றிய கட்டுரையின் இடைப் பகுதியும் *புதுமைப்பித்தன் கட்டுரைகள்* நூலை அடிப்படையாகக் கொண்டுள்ளன.

இந்நூற்பதிப்புக்கு எது மூலபாடமாகக் கொள்ளப்பட்டதோ, அதற்குப் பக்கத்திலேயே அடைப்புக் குறிக்குள் 'மூலபாடம்' எனக் குறிக்கப்பட்டுள்ளது.

'புனைபெயர்' என்பது கட்டுரையை வெளியிடப் புதுமைப்பித்தன் பயன்படுத்திய பெயரைக் குறிப்பிடும்; தம் இயற்பெயரையே அவர் கையாண்டிருந்தாலும் 'புனைபெயர்' என்பதன் கீழ்தான் இடம்பெறும்.

1. **முன்னுரை**

முதல் வெளியீடு: *நமது இலக்கியம்* முன்னுரை (மூலபாடம்)
புனைபெயர்: சொ. விருத்தாசலம்
நூல்: *நமது இலக்கியம்*

2. **குலாப்ஜான் காதல்**

முதல் வெளியீடு: *காந்தி*, 18.10.1933 (மூலபாடம்)
புனைபெயர்: புதுமைப்பித்தன்
நூல்: *அன்னை இட்ட தீ*

3. **சாளரம்**

முதல் வெளியீடு: *ஆனந்த விகடன்*, 12.11.1933 (மூலபாடம்)
புனைபெயர்: பித்தன்
நூல்: *புதுமைப்பித்தன் படைப்புகள்* I (ஐந்திணைப் பதிப்பகம், 1987)

4. **தனிமை**

முதல் வெளியீடு: *காந்தி, 25.11.1933 (மூலபாடம்)*
புனைபெயர்: ரஸிகன்
நூல்: *அன்னை இட்ட தீ*

5. **பாரதியும் போலீஸாரும்**

முதல் வெளியீடு: *காந்தி, 10.12.1933 (மூலபாடம்)*
புனைபெயர்: புதுமைப்பித்தன்
நூல்: *அன்னை இட்ட தீ*

6. **போர் வெறி**

முதல் வெளியீடு: *காந்தி, 20.1.1934 (மூலபாடம்)*
புனைபெயர்: ரஸிகன்
முதன்முறையாக நூலாக்கம் பெறுகிறது.

7. **காணாமற்போன பாக்குவெட்டி**

முதல் வெளியீடு: *காந்தி, 12.2.1934 (மூலபாடம்)*
புனைபெயர்: ரஸிகன்
முதன்முறையாக இப்போது நூலாக்கம் பெறுகிறது.

8. **இலைக் குணம்**

முதல் வெளியீடு : *காந்தி, 25.3.1934 (மூலபாடம்); மணிக்கொடி, (27.1.1935)*
புனைபெயர்: புதுமைப்பித்தன் *(காந்தி)*; சொ.வி. (மணிக்கொடி)
நூல்: *புதுமைப்பித்தன் கட்டுரைகள்*

9. **பகற்கனவு**

முதல் வெளியீடு: காந்தி, *25.5.1934 (மூலபாடம்)*
புனைபெயர்: ரஸிகன்
நூல்: *புதுமைப்பித்தன் கட்டுரைகள்*

10. **பஞ்சமோ பஞ்சம்**

முதல் வெளியீடு: *காந்தி, 10.6.1934 (மூலபாடம்)*
புனைபெயர்: ரஸிகன்
நூல்: *புதுமைப்பித்தன் கட்டுரைகள்*

11. **வாணன்: ஒரு இலக்ஷிய வீரன்**

முதல் வெளியீடு: *மணிக்கொடி, 17.6.1934*
புனைபெயர்: புதுமைப்பித்தன்
நூல்: *நமது இலக்கியம் (மூலபாடம்)*
நூலாக்கத்தின்போது சில எழுத்து மாற்றங்கள் செய்யப் பட்டுள்ளன. *மணிக்கொடி* யில் 'இலக்கியச் சோலை' என்ற பகுதியில் இக்கட்டுரை வெளியாகியுள்ளது.

12. **தமிழைப் பற்றி**

முதல் வெளியீடு: *காந்தி, 25.6.1934 (மூலபாடம்)*
புனைபெயர்: புதுமைப்பித்தன்
நூல்: *அன்னை இட்ட தீ*

13. நமது கலைச்செல்வம்
    முதல் வெளியீடு: மணிக்கொடி, 1.7.1934
    புனைபெயர்: புதுமைப்பித்தன்
    நூல்: நமது இலக்கியம் (மூலபாடம்)

14. திருக்குறள் குமரேச பிள்ளை
    முதல் வெளியீடு: மணிக்கொடி, 8.7.1934 (மூலபாடம்)
    புனைபெயர்: சொ.விருத்தசாலம், பி.ஏ.
    நூல்: புதிய ஒளி (ஸ்டார் பிரசுரம், சென்னை, 1953)

15. கூழுக்குப் பாடி
    முதல் வெளியீடு: காந்தி, 10.7.1934 (மூலபாடம்)
    புனைபெயர்: புதுமைப்பித்தன்
    நூல்: அன்னை இட்ட தீ

16. கவிதை
    முதல் வெளியீடு: மணிக்கொடி, 15.7.1934 (மூலபாடம்)
    புனைபெயர்: கூத்தன்
    நூல்: புதுமைப்பித்தன் கட்டுரைகள்

17. செல்வம்
    முதல் வெளியீடு: மணிக்கொடி, 29.7.1934 (மூலபாடம்)
    புனைபெயர்: சொ. விருத்தாசலம், பி.ஏ.
    நூல்: புதிய ஒளி (ஸ்டார் பிரசுரம், சென்னை, 1953)

18. புஸ்தக உலகம்
    முதல் வெளியீடு: மணிக்கொடி, 12.8.1934 (மூலபாடம்)
    புனைபெயர்: கூத்தன்
    நூல்: புதுமைப்பித்தன் கட்டுரைகள்

19. குயில்: ஒரு நெட்டைக் கனவு
    முதல் வெளியீடு: ஊழியன், 7.9.1934 (மூலபாடம்)
    புனைபெயர்: கூத்தன்
    நூல்: புதுமைப்பித்தன் கட்டுரைகள்

20. சின்ன விஷயம்
    முதல் வெளியீடு: மணிக்கொடி, 7.10.1934 (மூலபாடம்)
    புனைபெயர்: சொ. விருத்தாசலம்
    நூல்: புதுமைப்பித்தன் கட்டுரைகள்

21. கதைகள்
    முதல் வெளியீடு: ஊழியன், 12.10.1934 (மூலபாடம்)
    புனைபெயர்: 'மாத்ரு'
    நூல்: புதுமைப்பித்தன் கட்டுரைகள்
    புதுமைப்பித்தன் கட்டுரைகள் நூலில் இடம்பெற்றபோது, 'சிறுகதை: 3' எனத் தலைப்பிடப் பெற்றுள்ளது.

22. கடவுளின் கனவும் கவிஞனின் கனவும்
    முதல் வெளியீடு: மணிக்கொடி, 21.10.1934
    புனைபெயர்: சொ. விருத்தாசலம்

நூல்: *நமது இலக்கியம்* (மூலபாடம்)
பாடவேறுபாடு: (1) *மணிக்கொடி* யில் 'தமிழர் கலையின் சிகரம்/ தாண்டவமூர்த்தியின் தத்துவம்' என்ற துணைத்தலைப்பு உள்ளது.
(2) கட்டுரை இறுதியிலுள்ள தேவாரப் பாடலின் முதலிரு அடிகள் *மணிக்கொடி* யில் முன்பின்னாக இடம் மாறியுள்ளன.

23. **இலக்கியத்தின் இரகசியம்**
முதல் வெளியீடு: *மணிக்கொடி*, 28.10.1934 (மூலபாடம்)
புனைபெயர்: சொ. விருத்தாசலம்
நூல்: *புதுமைப்பித்தன் கட்டுரைகள்*
*மணிக்கொடி*யில் தரப்பட்டுள்ள தலைப்பு 'கவிஞனின் மோகனக் கனவு' என்பதாகும்; 'இலக்கியத்தின் இரகசியம்' என்பது துணைத்தலைப்பாகவே உள்ளது.

24. **இதயத் துடிப்பின் பேச்சு**
முதல் வெளியீடு: *மணிக்கொடி*, 4.11.1934
புனைபெயர்: சொ. விருத்தாசலம்
நூல்: *நமது இலக்கியம்* (மூலபாடம்)
பாடவேறுபாடு : *மணிகொடி*யில் தரப்பட்டுள்ள தலைப்பு 'ஹ்ருதயத் துடிதுடிப்பின் பேச்சு'; துணைத்தலைப்பு: 'சிருஷ்டி யில் பிறக்கும் குதூகலம்.' மேலும், 'ஹ்ருதயம்' என்பது 'இருதயம்/ இதயம்' எனவும், 'துடிதுடிப்பு' என்பது 'துடிப்பு' எனவும் மாற்றம் பெற்றுள்ளது. தொடரமைப்பில் இரண்டொரு சிறு மாற்றங் களும் செய்யப்பட்டுள்ளன.

25. **இலக்கியத்தின் உட்பிரிவுகள்**
முதல் வெளியீடு: *மணிக்கொடி*, 18.11.1934
புனைபெயர்: சொ. விருத்தாசலம்
நூல்: *நமது இலக்கியம்* (மூலபாடம்)

26. **என்ன எழுதுவது?**
முதல் வெளியீடு: *ஊழியன்*, 14.12.1934 (மூலபாடம்)
புனைபெயர்: சில்லறை
நூல்: *புதுமைப்பித்தன் கட்டுரைகள்*

27. **உணர்ச்சி வேகமும் நடைநயமும்**
முதல் வெளியீடு: *மணிக்கொடி*, 16.12.1934
புனைபெயர்: சொ. விருத்தாசலம்
நூல்: *நமது இலக்கியம்* (மூலபாடம்)
பாடவேறுபாடு: (1) *மணிக்கொடி*யில் 'உணர்ச்சியில் பிறக்கும் உண்மை', 'கவிதையின் ஜீவசக்தி' ஆகிய துணைத் தலைப்புகள் கொடுக்கப்பட்டுள்ளன.
(2) ப. 129, 3ஆம் பத்தி: 'கவிஞன் சந்திரோதயத்தைப் பார்க்க வில்லை. ஒரு பெரிய காவியத்தைக் காணுகிறான். பார்க்கிறது சந்திரோதயம் அல்ல, அது ஒரு பெரும்காவியம் என்று, சந்தி ரோதயத்தைக் கண்டதினால் ஏற்பட்ட உள்ள நெகிழ்ச்சியின்

அனுபவத்தைக் கூறுகிறான். அதுதான் கவிதை.'
(3) ப. 130, 2ஆம் பகுதி, 1ஆம் பத்தி, 1ஆம் வரி: 'சித்திரம்' என்பது 'சப்த சித்திரம்' என உள்ளது.

28. *சாம்ராட்களின் சப்தஜாலம்*
 முதல் வெளியீடு: *மணிக்கொடி*, 23.12.1934 *(மூலபாடம்)*
 புனைபெயர்: ஆசிரியர் பெயர் இல்லை.
 நூல்: *புதுமைப்பித்தன் கட்டுரைகள்.*
 இக்கட்டுரை 'இலக்கியச் சோலை' என்ற பகுதியில் வெளி வந்துள்ளது.

29. *சமயத்தையும் கடந்த கலை*
 முதல் வெளியீடு: *மணிக்கொடி*, 30.12.1934
 புனைபெயர்: சொ. விருத்தாசலம்
 நூல்: *நமது இலக்கியம் (மூலபாடம்)*

30. *இங்கிலீஷ் முளைத்த விதம்*
 முதல் வெளியீடு: *ஊழியன்*, 18.1.1935 *(மூலபாடம்)*
 புனைபெயர்: சில்லறை
 முதன்முறையாக நூலாக்கம் பெறுகிறது.

31. *பட்டணங்களைப் பற்றி ஆண்டானின் அபிப்பிராயம்*
 முதல் வெளியீடு: *ஊழியன்*, 15.2.1935 *(மூலபாடம்)*
 புனைபெயர்: சொ. வி.
 நூல்: *அன்னை இட்ட தீ*

32. *சிறுகதை*
 முதல் வெளியீடு: *மணிக்கொடி*, 27.10.1935 *(மூலபாடம்)*
 புனைபெயர்: புதுமைப்பித்தன்
 நூல்: *புதுமைப்பித்தன் கட்டுரைகள்.* இந்நூலில் இக்கட்டுரை 'சிறுகதை 2' என்ற தலைப்பில் வெளியிடப்பட்டுள்ளது. மணிக்கொடியில் 'என் அபிப்பிராயம்' என்ற வரிசையில் வெளி வந்துள்ளது.

33. *உங்கள் கதை*
 முதல் வெளியீடு: *தினமணி பாரதி மலர்*, 1935 *(மூலபாடம்)*
 புனைபெயர்: சொ.வி.
 நூல்: *புதுமைப்பித்தன் கட்டுரைகள்*
 'யாத்திரை' என்ற தலைப்பில் வெளியான இக்கட்டுரை *சக்தி* (ஜூன் 1946) இதழில் 'உங்கள் கதை' என்ற புதுத் தலைப்பில், சொ. விருத்தாசலம் என்ற பெயரில் மறுபதிப்பானது. புதுமைப்பித்தன் கட்டுரைகள் நூலிலும் இதே தலைப்பில் தொகுக்கப்பட்டது. நன்கு அறிமுகமான தலைப்பானதால் இப்பதிப்பில் தலைப்பு மாற்றப்படவில்லை.

34. *கலை என்றால் என்ன?'*
 முதல் வெளியீடு: *தினமணி ஆண்டு மலர் 1936 (மூலபாடம்)*
 புனைபெயர் : புதுமைப்பித்தன்
 முதன்முறையாக இப்பொழுது நூலாக்கம் பெறுகிறது

35. யாத்ரா மார்க்கம்
    முதல் வெளியீடு: மணிக்கொடி, 15.8.1937 (மூலபாடம்)
    புனைபெயர்: புதுமைப்பித்தன்
    நூல்: அன்னை இட்ட தீ

36. தழுவலும் மொழிபெயர்ப்பும்...
    முதல் வெளியீடு: மணிக்கொடி, 15.11.1937 (மூலபாடம்)
    புனைபெயர்: புதுமைப்பித்தன்
    நூல்: அன்னை இட்ட தீ
    இக்கட்டுரையும் இதற்கடுத்த இரு கட்டுரைகளும், 'தழுவலா மொழிபெயர்ப்பா' என்பது பற்றி அக்காலத்தில் நிகழ்ந்த இலக்கிய விவாதத்தில் இடையிட்டுப் புதுமைப்பித்தன் எழுதியவை. விவாதத்தின் எதிர்த்தரப்போடு சேர்த்து முழுவதுமாக அறிவதற்குக் காண்க : அன்னை இட்ட தீ (ப. 261 - 305)

37. சந்தேகத் தெளிவு
    முதல் வெளியீடு: மணிக்கொடி, 1.12.1937 (மூலபாடம்)
    புனைபெயர்: புதுமைப்பித்தன்
    நூல்: அன்னை இட்ட தீ

38. 'காற்றாடி'யின் இலக்கிய சந்தேகங்கள்
    முதல் வெளியீடு: தினமணி, 8.12.1937 (மூலபாடம்)
    புனைபெயர்: புதுமைப்பித்தன்
    நூல்: அன்னை இட்ட தீ

39. சினிமா உலகம்
    முதல் வெளியீடு: ஈழகேசரி, ஆண்டு மடல், ஏப்ரல் 1938 (மூலபாடம்)
    புனைபெயர்: புதுமைப்பித்தன்
    நூல்: அன்னை இட்ட தீ

40. என் கதைகளும் நானும்
    முதல் வெளியீடு: கலைமகள், ஆகஸ்டு 1942 (மூலபாடம்)
    புனைபெயர்: புதுமைப்பித்தன்
    நூல்: புதுமைப்பித்தன் கட்டுரைகள்
    புதுமைப்பித்தன் கட்டுரைகள் நூலில் வெளியான வடிவத்தில் பல சிறு சிறு பிழைகள் காணப்படுகின்றன. மூலபாடத்தோடு ஒப்பிடப்பட்டு இங்குத் திருத்தமான பாடம் வழங்கப்பட்டுள்ளது.
    இக்கட்டுரையின் ஈற்றயல் பத்திகள் இரண்டு 'வக்காலத்து' என்ற தலைப்பில் தனிக்கட்டுரையாக முல்லை 9 (1946) இதழில் வெளி வந்துள்ளன.

41. கல்கி பற்றி...
    i 'கல்கி'யின் மட்டரகம்
    முதல் வெளியீடு: தினமணி, 4.7.1943 (மூலபாடம்)
    புனைபெயர்: ரசமட்டம்
    நூல்: அன்னை இட்ட தீ

ii **எர்ஸாட்ஸ்: கலை சிகாமணிகள் வண்டவாளம்**
முதல் வெளியீடு: *தினமணி*, 11.7.1943 *(மூலபாடம்)*
புனைபெயர்: ரசமட்டம்
நூல்: *அன்னை இட்ட தீ*

iii **பத்தாயிரம் அடியில் பரமபதம்!**
முதல் வெளியீடு: *தினமணி*, 21.7.1943 *(மூலபாடம்)*
புனைபெயர்: ரசமட்டம்
நூல்: *அன்னை இட்ட தீ*

iv **களவாணி இலக்கியம்**
முதல் வெளியீடு: *தினமணி*, 1.8.1943 *(மூலபாடம்)*
புனைபெயர்: ரசமட்டம்
நூல்: *அன்னை இட்ட தீ*

v **இல்லையெனில் திருடு இல்லையாகுமா?**
முதல் வெளியீடு: *தினமணி*, 11.8.1943 *(மூலபாடம்)*
புனைபெயர்: ரசமட்டம்
நூல்: *அன்னை இட்ட தீ*

இவ்விவாதம் தொடர்பான 'கல்கி' தரப்பு வாதம் முழுமையும் தொடர்ச்சியாக அன்னை இட்ட தீயில் பதிவாகியுள்ளது.

42. **தமிழர் நாகரிகத்தில் கிராம வாழ்க்கை**
முதல் வெளியீடு — தெரியவில்லை
புனைபெயர் — தெரியவில்லை
நூல் — *புதுமைப்பித்தன் கட்டுரைகள் (மூலபாடம்)*

இக்கட்டுரை முதலில் எங்கு வெளியானது என்று அறிய இயலவில்லை. தமது மனைவிக்கு 1.9.1943இல் எழுதிய கடிதத்தில் "நான் அக்டோபர் முதல் தேதி சென்னை ரேடியோவில் கிராம வாழ்க்கை என்பது பற்றி பேச வேண்டும் என்று கேட்டு வந்திருக்கிறது" என்று குறிப்பிடுகிறார். மேலும், வானொலி 22.9.1943 இதழில், 1.10.1943 ஆம் நாள் மதராஸ் 1 அலைவரிசை மாலை மூன்றாவது ஒலிபரப்பின் நிகழ்ச்சி நிரலில் "7:45 — 8:00 தமிழர் நாகரிகம்: 3 கிராம வாழ்க்கை" எனக் குறிப்பிடப்பட்டுள்ளது. இத்தகவல்களின் அடிப்படையில் இக்கட்டுரையின் காலம் கணிக்கப்பட்டுள்ளது.

43. **பாரதிதாஸன்**
i **முதல் பகுதி**
முதல் வெளியீடு: முல்லை முத்தையா *(தொகுப்பு)*, *புரட்சிக் கவிஞர்*, முல்லை வெளியீடு, சென்னை, 1944, ப.106 - 108 *(மூலபாடம்)*
புனைபெயர்: புதுமைப்பித்தன்
நூல்: *புதுமைப்பித்தன் கட்டுரைகள்*

கீழ்க்காணும் முன்னுரைக் குறிப்பும் அதில் இடம்பெற்றுள்ளது: "தமிழ்நாட்டின் ஒப்பற்ற இலக்கிய விமர்சகர் புதுமைப்பித்தன் அவர்கள் அண்மையில், சென்னை வானொலியில் நிகழ்த்திய சொற்பொழிவின் சுருக்கமே இதன்கீழ் காணப்படுவது" (ப. 106). இக்கட்டுரையின் முதல், மூன்றாம் பிரிவுகளுக்கு மூலபாடமாகக் கொள்ளப்பட்டுள்ள *புரட்சிக் கவிஞர்* நூலில் பாரதி

தாஸன் / பாரதிதாசன் என்று இருவகையாகவும் எழுதப்பட்டுள் ளது. 'இரவல் விசிறி மடிப்பு' மதிப்புரையைப் பார்க்கையில் 'பாரதிதாஸன்' என்பதையே புதுமைப்பித்தன் ஓர்ந்து கையாண் டிருக்கிறார் எனத் தெரிவதால், ஒரே சீராக, பாரதிதாஸன் எனவே இங்குப் பதிப்பிக்கப்பட்டுள்ளது.

ii **இரண்டாம் பகுதி**

முதல் வெளியீடு: தெரியவில்லை

புனைபெயர்: தெரியவில்லை

நூல்: *புதுமைப்பித்தன் கட்டுரைகள்* (மூலபாடம்)

iii **'அழகின் சிரிப்பு'**

முதல் வெளியீடு: *தினசரி* (1944)

மறுபதிப்பு : பாரதிதாசன், *நல்ல தீர்ப்பு*
முல்லைப் பதிப்பகம், சென்னை, 1944,
பின்னட்டைக் குறிப்பு (மூலபாடம்)

புனைபெயர் : தெரியவில்லை

முதன்முறையாக இப்பொழுது நூலாக்கம் பெறுகிறது.

iv **புரட்சிக் கவிதை**

முதல் வெளியீடு: முல்லை முத்தையா (தொகுப்பு), *புரட்சிக் கவிஞர்*, சென்னை, 1944, ப.45 - 50 (மூலபாடம்)

புனைபெயர்: புதுமைப்பித்தன்

நூல்: *புதுமைப்பித்தன் கட்டுரைகள்*

44. **இந்தக் கோபம் இலக்கியச் சேவையா?**

முதல் வெளியீடு: *தினசரி*, 17.1.1945 (மூலபாடம்)

புனைபெயர்: புதுமைப்பித்தன்

முதன்முறையாக இப்பொழுது நூலாக்கம் பெறுகிறது.

தினசரி 10.12.1944 இதழில் 'காலதேவன் அடிச்சுவடு' என்ற பொதுத் தலைப்பில் க. நா. சுப்ரமண்யம் எழுதிய 'போரும் அமைதியும்' என்ற கட்டுரைக்குப் புதுமைப்பித்தன் எழுதிய மறுப்புரை இது. க. நா. சு. வின் கட்டுரையைக் *காலச்சுவடு* 42 (ஜூலை - ஆகஸ்டு 2002)இல் காணலாம்.

45. **அடுத்த யுத்தத்தின் தர்மகர்த்தர்கள்**

முதல் வெளியீடு: *சந்திரோதயம்*, 30.6.1945 (மூலபாடம்)

புனைபெயர்: சொ. வி

நூல்: *அன்னை இட்ட தீ*

46. **மதிப்புரை**

முதல் வெளியீடு: *முல்லை* 1 (1946) (மூலபாடம்)

புனைபெயர்: புதுமைப்பித்தன்

நூல்: *புதுமைப்பித்தன் கட்டுரைகள்*

47. **இலக்கிய மரபு**

முதல் வெளியீடு: *முல்லை* 3 (1946) (மூலபாடம்)

புனைபெயர்: புதுமைப்பித்தன்

முதன்முறையாக இப்போது நூலாக்கம் பெறுகிறது.

48. **சிறுகதை: மறுமலர்ச்சிக் காலம்**
    முதல் வெளியீடு: முல்லை 10 (1946) (மூலபாடம்)
    புனைபெயர்: புதுமைப்பித்தன்
    நூல்: புதுமைப்பித்தன் கட்டுரைகள். இக்கட்டுரை இந்நூலில் 'சிறுகதை' என்ற தலைப்பில் இடம்பெற்றுள்ளது.

49. **பாட்டும் அதன் பாதையும்**
    முதல் வெளியீடு: கவிக்குயில் இரண்டாம் மலர், 1947
    புனைபெயர்: புதுமைப்பித்தன்.
    நூல்: நமது இலக்கியம் (மூலபாடம்)

50. **கைவண்டிச் சரக்கு**
    முதல் வெளியீடு: தெரியவில்லை
    புனைபெயர்: தெரியவில்லை
    நூல்: புதுமைப்பித்தன் கட்டுரைகள் (மூலபாடம்)

51. **நாட்டுப் பாடல்கள்**
    முதல் வெளியீடு: தெரியவில்லை
    புனைபெயர்: தெரியவில்லை
    நூல்: புதுமைப்பித்தன் கட்டுரைகள் (மூலபாடம்)

52. **ரேடியோ**
    முதல் வெளியீடு: தெரியவில்லை
    புனைபெயர்: தெரியவில்லை
    நூல்: புதுமைப்பித்தன் கட்டுரைகள் (மூலபாடம்)

53. **முடிவில் எதற்கு வெற்றி**
    முதல் வெளியீடு: தெரியவில்லை
    புனைபெயர்: தெரியவில்லை
    நூல்: புதுமைப்பித்தன் கட்டுரைகள் (மூலபாடம்)

54. **கலையும் இலக்கியமும்**
    முதல் வெளியீடு: ஊழியன், 1.2.1935 (மூலபாடம்)
    புனைபெயர்: சொ.வி.
    நூல்: புதுமைப்பித்தன் கட்டுரைகள்

55. **அரிஸ்டாட்டில் கண்ட ராஜீய பிராணி**
    முதல் வெளியீடு: தமிழ்மணி, பொங்கல் மலர், 1944 (மூலபாடம்)
    புனைபெயர்: புதுமைப்பித்தன்
    நூல்: புதுமைப்பித்தன் கட்டுரைகள்

II மதிப்புரைகள்

புதுமைப்பித்தன் எழுதிய மதிப்புரைகளின் முதல் வெளியீட்டு விவரங்கள் இங்குப் பட்டியலாகத் தரப்பட்டுள்ளன. உடுக்குறியிட்டவை முதன்முறையாக நூலாக்கம் பெறுகின்றன. பிற அனைத்தும் முன்னரே அன்னை இட்ட தீ நூலில் தொகுக்கப்பட்டிருந்தவை. தினமணி மதிப்புரைகள் அனைத்தும் மூலத்தோடு ஒப்பிடப்பெற்று மேலும் திருத்தமான பாடங்கள் வழங்கப்பட்டுள்ளன.

மதிப்புரைகள்	புனைபெயர்	ஆதாரம்
1. பாரதியின் கட்டுரைகள்/ கானவித்யா பிரகாசினி	சொ. வி.	*மணிக்கொடி, 26.5.1935*
2. மாதர்	சொ. விருத்தாசலம், B.A.	*மணிக்கொடி, 8.9.1935*
3. சாந்த சொரூபன் ராஜேந்திரப் பிரஸாத்	சொ. விருத்தாசலம், பி. ஏ.	*மணிக்கொடி, 10.11.1935*
4. ஸில்வர் ஸ்கிரீன்	சொ. வி.	*தினமணி, 15.11.1935*
5. மூன்று நாடகங்கள்/ ஸ்ரீ ஆண்டாள் வைபவம்/ அகில இந்திய கதர் சுதேசி பொருட்காட்சி விழா, 1935 - 36, கைட் அண்ட் டைரக்டரி	சொ. விருத்தாசலம்	*தினமணி, 4.1.1936*
6. ஸ்ரீ கந்தப் பெருமானார் கோவில்	சொ. வி.	*தினமணி, 8.2.1936*
7. தாகூர் சிறுகதைகள்/ ஆதிபாண்டியன்/யுகசந்தி/ குப்பன் பித்தலாட்டங்கள்/ ஜவஹர்லால் நேரு	சொ. விருத்தாசலம்	*மணிக்கொடி, 15.10.1936*
8. மாயா பஜார்	சொ. வி.	*தினமணி, 8.1.1937*
9. நல்லுரைக் கோவை/ கமலாம்பாள் சரித்திரம்/ தாஜ்மஹால்/ரமணி பி.ஏ./ இந்துபலா/மாதர் மறுமணப் பாடல் திரட்டு/உபதேச சாரம்/ஆரோக்கியமும் தீர்க்காயுளும்/உடல் பயிற்சி/பெண்கள் உடற்பயிற்சி	சொ. விருத்தாசலம்	*தினமணி, 19.7.1937*
10. ராஜாஜி குட்டிக் கதைகள்	சொ. விருத்தாசலம்	*மணிக்கொடி, 15.8.1937*
11. சங்கு கணேசன் மலிவுப் பிரசுரங்கள்/ ஸ்ரீ ரமண மகரிஷி/நீதி நூல்கள் பத்து	சொ. விருத்தாசலம், பி. ஏ.	*தினமணி, 30.10.1937*

12. தேய்ந்த கனவு	சொ. விருத்தாசலம்	*தினமணி*, 20.11.1937
13. நீதி வினோதக் கதைகள்/ சர் ஸி. வி. இராமன்	சொ. வி.	*தினமணி*, 17.1.1938
14. பிரதம மந்திரியின் குறள் மொழிபெயர்ப்பு / அருமலர்க் கொத்து/ வழிகாட்டும் வான் பொருள்	சொ. விருத்தாசலம்	*தினமணி*, 24.1.1938
15. பகவான் அரவிந்தர் பத்தினியாருக்கு எழுதிய முதல் கடிதம்/டால்ஸ்டாய் கதைகள்/ஹோமியோபதி/ பயோ-கெமிஸ்ட்ரி/ கலைமகள்/ நியூஹெல்த்	சொ. விருத்தாசலம்	*தினமணி*, 31.1.1938
16. கட்டை வண்டி/கங்கை கொண்ட சோழன்/இந்தியக் கைத்தொழில் அபிவிருத்தி/ குயத்தொழில்	சொ. விருத்தாசலம்	*தினமணி*, 7.2.1938
17. இஸ்லாம் தர்மத்தின் ஸ்தானம்/தமிழ் நேசன்/ தமிழ் - இங்கிலீஷ் காலண்டர்	சொ. விருத்தாசலம்	*தினமணி*, 14.2.1938
18. சுபாஷ் போஸ்/பண்டித ஜவாஹர்லால் நேரு/ தேசபந்து சித்தரஞ்சன் தாஸ்/சர்மா காலெண்டர்	சொ. விருத்தாசலம்	*தினமணி*, 21.2.1938
19. கடன் நிவாரண நூல்கள்/ ராஜலெக்ஷ்மி அல்லது சுதேசி ராணி	சொ. விருத்தாசலம்	*தினமணி*, 14.3.1938
20. மைக்கேல் காலின்ஸ்	சொ. வி.	*தினமணி*, 21.3.1938
21. திருமுருகாற்றுப்படை/ இராஜாஜி சரிதம்/காதலின் வெற்றி/சென்னை விவசாயி கள் கடன் நிவாரணச் சட்டம்/கிராமச் சீர்திருத்தம்/ இந்திராணி/காதலா? கடமையா?/ஜனாப் முகமதலி ஜின்னா	சொ. வி.	*தினமணி*, 2.5.1938

22. தமிழில் முடியுமா?/ உடலுறுதி/எல்லோரும் ஓர் குலம்/மதுவிலக்கு/ ஸ்கிரிப்ட் பிராப்ளம்/ புதுமையும் பழைமையும்/ மறந்தது/மாளவிகாக்னி மித்ரம்/மனிதன்	சொ.வி.	*தினமணி,* 25.6.1938
*23. இரவல் விசிறி மடிப்பு	ரசமட்டம்	*தினசரி,* 11.11.1944
24. நீலமாளிகை	புதுமைப்பித்தன்	கா. ஸ்ரீ. ஸ்ரீ., *நீலமாளிகை,* புத்தகநிலையம், ராயவரம், புதுக்கோட்டை, 1946, (1.11.1946 என்ற நாளிட்ட அணிந்துரை)
*25. முல்லை	புதுமைப்பித்தன்	*முல்லை* விளம்பரத் துண்டு வெளியீடு (1946)

III அதிகாரம் யாருக்கு?

ஆசிரியர்: புதுமைப்பித்தன்
முதற்பதிப்பு: ஜனவரி 1944
வெளியீடு: தமிழ்நாடு பிரசுரம் கம்பெனி, பார்க் டவுண், சென்னை ('பவள முத்திரை!' என்ற வரிசையில் முதல் நூல்)
அச்சிட்டோர்: கமர்ஷியல் பிரின்டிங் அன் பப்ளிஷிங் ஹவுஸ், ஜி. டி., சென்னை
அளவு: கிரவுண் 1 X 8.
பக்கம்: 45; விலை: 0 - 10 - 0
இப்பதிப்பே இந்நூலுக்கு மூலபாடமாகக் கொள்ளப்பட் டுள்ளது. 1987இல் இந்நூல் சென்னை வயல் வெளியீடாக, மறுபதிப் பானது.

IV பேஸிஸ்ட் ஜடாமுனி

முதற்பதிப்பு: [1939]
ஆசிரியர்: சொ.விருத்தாசலம், பி.ஏ.
வெளியீடு: நவயுகப் பிரசுராலயம், ஜி.டி., சென்னை
அச்சிட்டோர்: ஜூபிடர் பிரஸ், சென்னை
அளவு: கிரவுண் 1 X 8; பக்கம்: vii+248+2 நிலப்படங்கள்+12 உருவப்படங்கள்
விலை: ரூ 1—8—0

இந்நூல் எப்போது வெளிவந்தது என்ற தகவல் நூலுள் இல்லை. புதுமைப்பித்தன் தம் மனைவி கமலாவுக்கு எழுதிய கடிதங்களி லிருந்து (1.4.1938, 8.4.1938, 14.4.1938) 1938ஆம் ஆண்டின் முற்பகுதி யில் இந்நூலை அவர் எழுதத் தொடங்கியிருக்கலாம் எனத் தெரிகிறது. சமகால மதிப்புரைகளிலிருந்தும் (*ஜோதி*, அக்டோபர் 1939; *ஈழகேசரி*, 31.3.1940) விளம்பரங்களிலிருந்தும், 1939 செப்டம்பர் வாக்கில் — இரண்டாம் உலகப்போர் தொடங்கிய உடனே — இந்நூல் வெளிவந்திருக்கலாம் எனத் தெரிகிறது.

இப்பதிப்பு இங்கு மூலபாடமாகக் கொள்ளப்பட்டுள்ளது.

1993இல் ஐந்திணைப் பதிப்பகம் இதை மறுபதிப்பு செய்துள்ளது.

V கப்சிப் தர்பார்

துணைத் தலைப்பு: ஹிட்லரின் வாழ்க்கையும் கனவுகளும்

முதல் பதிப்பு : 1939

ஆசிரியர்கள்: சொ. விருத்தாசலம்; ந. ராமரத்னம்

வெளியீடு: மணிக்கொடிப் பிரசுரம் 7: நவயுகப் பிரசுராலயம் லிமிடெட், ஜி. டி., சென்னை

அச்சிட்டோர்: சக்தி பிரஸ் லிட் (சாந்தி பிரஸ்) சென்னை

அளவு: கிரவுண் 1 x 8; பக்கம்: iv+140; விலை: 8 அணா

நூலின் ஓரத்தாளில் பின்வரும் குறிப்பு உள்ளது.

‘ஹிட்லரின் கதை பவுண்டில் கிடந்த ஜல்லிக்கட்டுக்காளை பிய்த்துக்கொண்டு போன மாதிரி’ என்று ஸ்ரீ விருத்தாசலம் கூறுகிறார்.

‘ஹிட்லர் யுக – புருஷன்; ஜெர்மனிக்கு அவன் வேண்டும்’ என்கிறார் ஸ்ரீ ந.ராமரத்னம்.

இந்நூலின் முதல் 9 அத்தியாயங்கள் ஸ்ரீ விருத்தாசலம் எழுதியவை; பின் 9 அத்தியாயங்கள் ஸ்ரீ ராமரத்னம் எழுதியவை.

ஹிட்லரின் வாழ்க்கை, கொள்கை, கனவுகள், வெற்றிகள் — எல்லாம் உலகத்தையே பாதிப்பவை. இந்நூலில் அவை சுருக்க மாக விவரிக்கப்பட்டிருக்கின்றன.

இக்குறிப்பின் அடிப்படையில் புதுமைப்பித்தன் எழுதிய முதல் 9 இயல்கள் மட்டும் இங்குப் பதிப்பிக்கப்பட்டிருக்கின்றன.

புதுமைப்பித்தன் எழுதிய பகுதியை மட்டும் வே.மு. பொதிய வெற்பன் ஏற்கெனவே பதிப்பித்துள்ளார். (சிலிக்குயில் புத்தகப் பயணம், கும்பகோணம், 1994).

ந. ராமரத்னம் எழுதிய இயல்கள் வருமாறு: வெர்ஸேல்ஸ் கொள்ளை; நிறைவேற்றிய முதற் கனவு; ஆஸ்திரிய ஸம்ஹாரம்; செக் நாட்டின் சிதைவு; போலந்து – டான்ஸிக்; பாக்கியுள்ள பிரதேசங்களும் பால்டிக் ஆதிக்கமும்; பிரான்ஸும் ஜெர்மனி யும்; காலனிகள்; சர்வாதிகாரமா, ஜனநாயகமா?

ந. ராமரத்னம் (1910-? 1978) கும்பகோணத்தில் பிறந்தவர். *தினமணி*யில் பல காலம் பணியாற்றியவர். *மணிக்கொடி*யில் எழுதியிருக்கிறார். *ஆனந்தவிகட*னில் 'என்னார்' என்ற புனைபெயரில் நடைச்சித்திரங்கள் வெளிவந்திருக்கின்றன. *காந்திஜியின் கட்டுரைகள்* தொகுத்திருக்கிறார் (1960); கென்னடியின் சுயசரிதையை மொழிபெயர்த்திருக்கிறார். *அட! நாராயணா* என்றொரு நடைச்சித்திரத் தொகுப்பு வெளியானதாகவும் தெரிகிறது.

VI ஸ்டாலினுக்குத் தெரியும்

முற்றுப்பெறாத அரசியல் நூல் என்று ரகுநாதன் தம்முடைய *புதுமைப்பித்தன்* நூலின் முதற் பதிப்பின் (தமிழ்ப் புத்தகாலயம், சென்னை, 1951) பிற்சேர்க்கையில் குறிப்பிட்டிருந்த *ஸ்டாலினுக்குத் தெரியும்* கையெழுத்துப் படியை ஸ்டார் பிரசுர உரிமையாளர் கண. ராமநாதனிடமிருந்து பெற்று, 1991இல் நூலாக்கியவர் முனைவர் க. ரத்னம் (ஐந்திணைப் பதிப்பக வெளியீடு, சென்னை).

இப்பதிப்பை அணியம் செய்வதற்காக முனைவர் க. ரத்னம் அவர்களை அணுகியபோது, புதுமைப்பித்தன் கையெழுத்துப் படியின் ஒளிநகலை அவர் அன்புடன் கொடுத்துதவினார். அந்த ஒளிநகலின் அடிப்படையில் பாடம் முடிவு செய்யப்பட்டுள்ளது. (கையெழுத்துப்படி டெமி 1 x 8 அளவிலான 7 குறிப்பேடுகளில் எழுதப்பட்டுள்ளது.) ஐந்திணைப் பதிப்பை நோக்க, பல இடங்களில் பாடம் திருத்தம் பெற்றுள்ளது.

முதல் மூன்று இயல்களுக்குத் தலைப்பு இல்லை. நான்காம் இயலிலிருந்தே புதுமைப்பித்தன் தலைப்பிட்டிருக்கிறார். அவை இப்பதிப்பில் சேர்க்கப்பட்டுள்ளன. ஒற்று, ஒருமை பன்மை முதலானவை கையெழுத்துப்படியில் உள்ளவாறே வழங்கப்பட்டுள்ளன. தொடரமைப்பு தவறாக உள்ள இரண்டொரு இடங்கள் பொருளுணர்வதன் பொருட்டு சரி செய்யப்பட்டுள்ளன. அயல்மொழிப் பெயர்ச் சொற்களில் பகரத்திற்குப் பதிலாக வகரத்தைப் பல இடங்களில் புதுமைப்பித்தன் கையாண்டிருக்கிறார் (எ-டு: 'பிரான்ஸ்' என்பதற்கு 'விரான்ஸ்'). இப்பதிப்பில் ஒரே சீராகப் பகரமே கொள்ளப்பட்டுள்ளது. மேலும், அயல்மொழிப் பெயர்ச் சொற்களுக்கெல்லாம் அடிக்கோடிட்டிருக்கிறார். இப்பதிப்பில் அவை வேறுபடுத்திக் காட்டப்படவில்லை. ஐந்திணைப் பதிப்பில், 12ஆம் இயலின் இடையில் (ப. 74) 'விளாடிவாஸ்டாக்' என்ற ஒரு துணைத்தலைப்பு இடப்பட்டுள் ளது. உண்மையில் அப்பெயர்ச்சொல், அந்தப் பத்தியின் தொடக்கமே ஆகும்.

இரண்டாம் உலகப் போரின் உச்சத்தில் சோவியத் ஒன்றியத்தின் மீது ஜெர்மனி படையெடுத்த (ஜூன் 1941) பிறகு, ஸ்டாலின்கிரா

டிலிருந்து ஜெர்மனி பின்வாங்கியதற்கு முன்பு (1942 கோடை - பிப்ரவரி 1943) இந்நூல் எழுதப்பட்டிருக்கலாம் என்று உய்த்து ணரலாம்.

திடுமென முடிவதிலிருந்து நூல் முற்றுப்பெறவில்லை எனத் தெரிகிறது.

பின்னிணைப்பு 2

படங்கள்

பணவிடைப் படிவம்

'சாளர'த்திற்காகப் புதுமைப்பித்தனுக்கு ஆனந்த விகடன் இதழ் வழங்கிய சன்மானம். கல்கியின் கையெழுத்தில் உள்ளது.

A. SRINIVASA RAGHAVAN, M.A. (3)

தொலைந்து போகட்டும்; நான் எழுதியுள்ளது 'நடைச் சித்திரம்' அல்ல; அது நொண்டி, நடக்காது; சித்திரமும் அல்ல. நீங்கள் எழுதியுள்ள 'சாளரம்' மாதிரி எனது 'விளக்கு' ஒரு சம்பாஷணைக் குறிப்பு. ஆனால் 'சாளர'த்திற்கும், 'விளக்'கிற்கும் வெகு தூரம். 'சாளரம்' ஒளி வாயில்; எனது 'விளக்கு' சுடரற்றது.

20.5.1934இல் அ. சீனிவாச ராகவன் புதுமைப்பித்தனுக்கு எழுதிய கடிதத்தின் ஒரு பகுதி

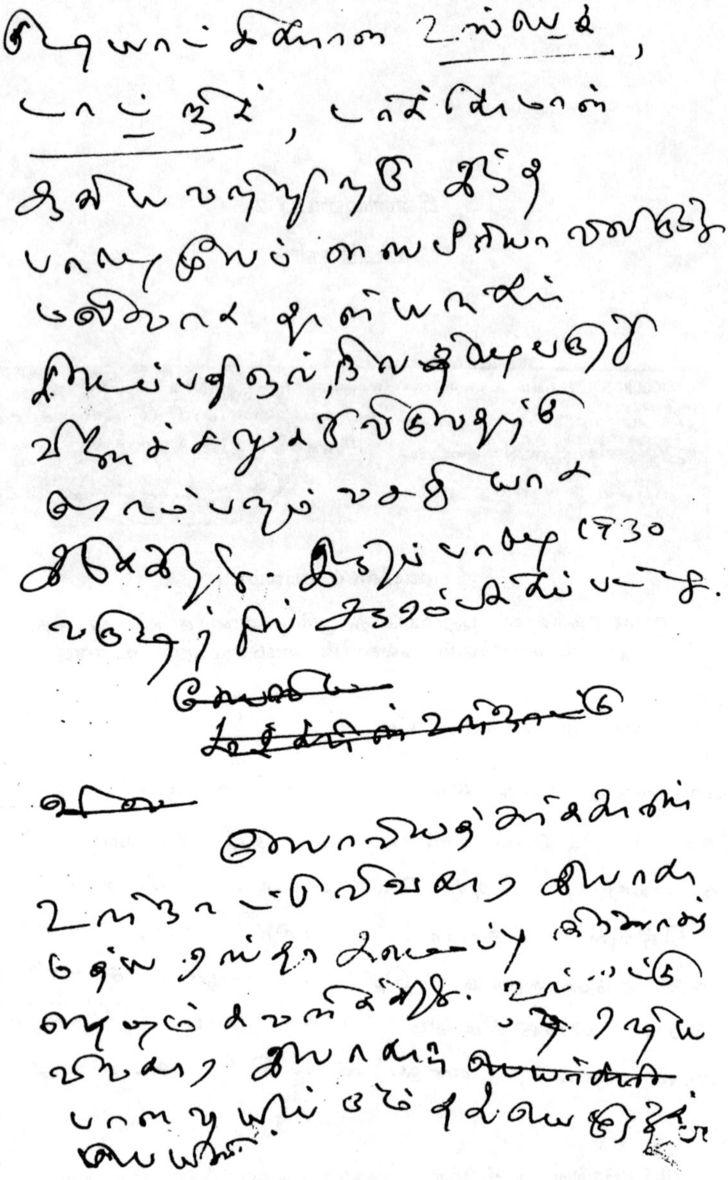

ஸ்டாலினுக்குத் தெரியும் கையெழுத்துப்படி

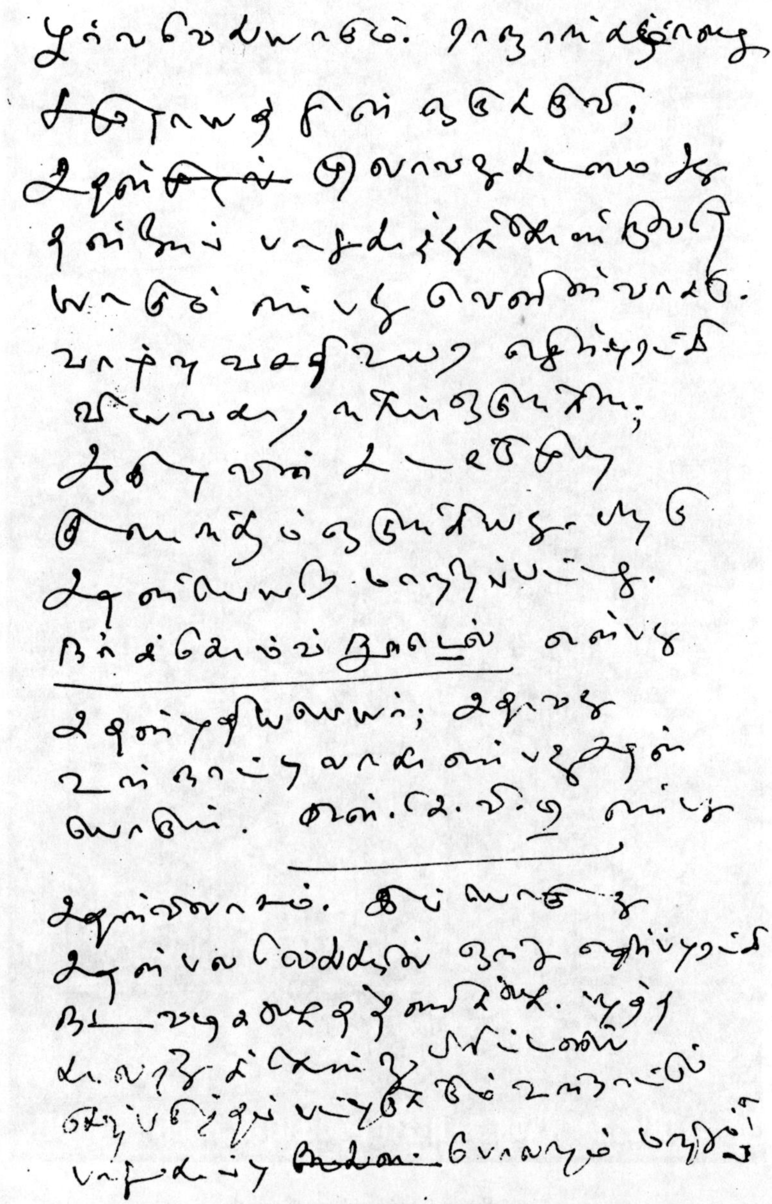

ஸ்டாலினுக்குத் தெரியும் கையெழுத்துப்படி

கப்சிப் தர்பார் அட்டைப் படம்

“ஹிட்லரின் கதை பவுண்டில் கிடந்த ஜல்லிக்கட்டுக் காளை பிய்த்துக்கொண்டு போன மாதிரி” என்று ஸ்ரீ. சொ. விருத்தாசலம் கூறுகிறார்.

“ஹிட்லர் யுக-புருஷன்; ஜெர்மனிக்கு அவன் வேண்டும்” என்கிறார் ஸ்ரீ. ந. ராமரத்னம்.

இந்நூலின் முதல் 9-அத்தியாயங்கள் ஸ்ரீ. விருத்தாசலம் எழுதியவை; பின் 9-அத்தியாயங்கள் ஸ்ரீ.ராமரத்னம் எழுதியவை.

ஹிட்லரின் வாழ்க்கை, கொள்கை, கனவுகள், வெற்றிகள்—எல்லாம் உலகத்தையே பாதிப்பவை. இந்நூலில் அவை சுருக்கமாக விவரிக்கப்பட்டிருக்கின்றன.

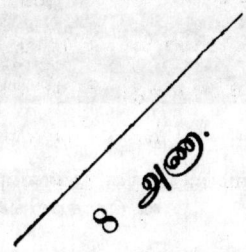

8 அணா.

கப்சிப் தர்பார் ஓரத்தாள் வாசகம்

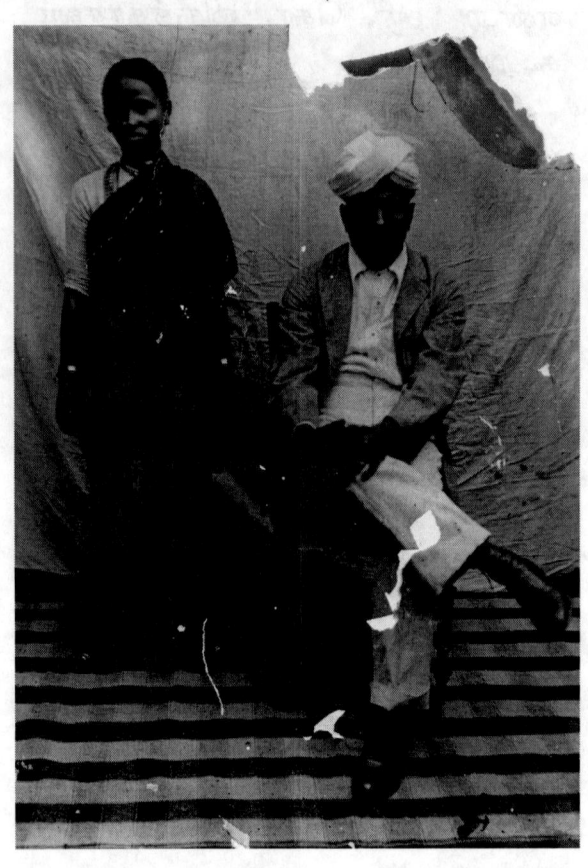

புதுமைப்பித்தனின் அன்னை பர்வதத்தம்மாளும் தந்தை வி. சொக்கலிங்கம் பிள்ளையும்

திருநெல்வேலி வண்ணாரப்பேட்டை பேராச்சியம்மன் கோவிலில் புதுமைப்பித்தன்

சாரணர் அணியில் புதுமைப்பித்தன்

நிற்பவர் புதுமைப்பித்தன்
(உடனிருப்பவர்களை அடையாளம் காண இயலவில்லை)

வலது ஓரத்தில் அமர்ந்திருப்பவர் புதுமைப்பித்தன்
(உடனிருப்பவர்களை அடையாளம் காண இயலவில்லை)

1942இல் அ. கி. ஜயராமன் சத்தியாக்கிரகம் செய்து சிறை செல்லுமுன் சென்னை மூக்கர் நல்லமுத்து தெருவில் இருந்த நவயுகப் பிரசுராலய அலுவலகத்தின் மாடியில் எடுத்த படம்.

நிற்பவர்கள் : ஆறுமுகம், புதுமைப்பித்தன், ஆர்யா, கா. ஸ்ரீ. ஸ்ரீ., ப.ரா(மஸ்வாமி), பி. ஜி. சுப்பிரமணியம், தி. ஜ. ர(ங்கநாதன்),

அமர்ந்திருப்போர் : ஆ. நா. சிவராமன், யாரெனத் தெரியவில்லை, அ. கி. ஜயராமன், ஈ. ஆர். கோவிந்தன், வ. ரா.

தரையில் அமர்ந்திருப்போர் : கு. ப. ரா., நா. கிருஷ்ணஸ்வாமி, ந. ராமரத்னம் (*கப்சிப் தர்பார்* நூலின் இணையாசிரியர்), க. அருணாசலம், கா. வி(ஸ்வநாதன்)

(மேற்காணும் தகவல்களைத் தெரிவித்து உதவியவர்கள் கா. ஸ்ரீ. ஸ்ரீ., தொ. மு. சி. ரகுநாதன்.)

வலது ஓரத்தில் நிற்பவர் புதுமைப்பித்தனின் மனைவி கமலா

புதுமைப்பித்தனின் தங்கை ருக்மணி அம்மாளும் அவர் கணவர் விருத்தாசலம் பிள்ளையும்

பின்னிணைப்பு 3

புதுமைப்பித்தன் கதைகள்: சில பின்குறிப்புகள்

புதுமைப்பித்தன் கதைகள் (முழுத் தொகுப்பு) நூலின் இரு பதிப்புகள் வெளிவந்த பின்பு கிடைத்த தகவல்களின் அடிப்படையில் சில கூடுதல் செய்திகளோடு மூன்றாம் பதிப்பு வெளிவருகின்றது. அச்செய்திகள் இங்குப் பின்னிணைப்பாக வழங்கப்படுகின்றன.

- 'சுப்பையா பிள்ளையின் காதல்கள்' *சூறாவளி* 13.8.1939 இதழில் வெளிவந்துள்ளது. புனைபெயர்: புதுமைப்பித்தன். *காஞ்சனையில்* வெளிவந்த பாடத்தோடு ஒப்பிடுகையில் ஒரு முக்கிய வேறுபாடு புலப்படுகின்றது. சுப்பையா பிள்ளையின் மன எண்ணங்கள் *சூறாவளி* வடிவத்தில் பேச்சு வழக்கில் இல்லாமல் எழுத்துத் தமிழில் உள்ளன.
- இதனால் காலக் குறிப்பு அறிய முடியாத கதைகளின் எண்ணிக்கை ஆறாகக் குறைகிறது. கதை வரிசையும் மாறுகின்றது. 85ஆம் கதையாக இடம்பெற்ற 'சுப்பையா பிள்ளையின் காதல்கள்' 75ஆம் கதையாகின்றது.
- 'உபதேசம்' கதை *கதிர்* என்ற பத்திரிகையின் முதல் இதழிலும் (ஆகஸ்டு 1946) வெளிவந்துள்ளது. பாடத்தில் மாற்றம் இல்லை.
- 'சாமியாரும் குழந்தையும் சீடையும்' *சூறாவளி* பாடத்தோடு ஒப்பிட்டதில் எந்தப் பாடவேறுபாடும் இல்லை.
- 'செவ்வாய் தோஷம்' கதையைச் *சூறாவளியில்* வந்த வடிவத்தோடு ஒப்பிட்டுப் பார்த்ததில், ஏட்டு கந்தசாமி பிள்ளை/ கந்தப்ப பிள்ளை; கம்பௌண்டர்/கம்பௌண்டர் பிள்ளை எனப் பெயர் மயக்கம் உள்ளது தெரிய வருகிறது.
- 'படபடப்பு' கதை *கவிக்குயில்* முதல் மலரில் வெளிவந்துள்ளது நேரடியாகப் பார்த்து உறுதிபடுத்தப்பட்டுள்ளது. *கவிக்குயிலில்* வந்த வடிவம் அச்சுப் பிழை மலிந்துள்ளது.
- 'கயிற்றரவு' கதை *காதம்பரியில்* வந்த பாடத்தோடு ஒப்பிடப் பட்டுள்ளது. நிறுத்தற்குறிகள் செம்மைபெற்றுள்ளன.

பின்னிணைப்பு 4

புதுமைப்பித்தன் வாழ்க்கைக் குறிப்பு

இயற்பெயர் சொ. விருத்தாசலம். பிறப்பு : 25 ஏப்ரல் 1906, திருப்பாதிரிப் புலியூர். தந்தை : வி. சொக்கலிங்கம் பிள்ளை. தாயார் : பர்வதத்தம் மாள். சிற்றன்னை: காந்திமதியம்மாள். உடன்பிறந்த தங்கை: ருக்மணி அம்மாள்.

தொடக்கக் கல்வியைச் செஞ்சி, திண்டிவனம், கள்ளக்குறிச்சி ஆகிய ஊர்களில் பெற்றார். தாசில்தாராகப் பணியாற்றிய அவரின் தந்தை ஓய்வுபெற்றதும் 1918இல் சொந்த ஊரான திருநெல்வேலிக்குத் திரும்பினார். ஆர்ச் யோவான் ஸ்தாபனப் பள்ளியில் படித்தார். நெல்லை இந்துக் கல்லூரியில் படித்து, 1931இல் பி.ஏ. பட்டம் பெற்றார்.

1932 ஜூலையில் திருமணம். மனைவி: கமலா (1917-1995); திருவனந்தபுரத்தைச் சேர்ந்தவர்

1933 அக்டோபர் 18இல் முதல் படைப்பு 'குலோப்ஜான் காதல்' காந்தியில் வெளியீடு. 1934 ஏப்ரலிலிருந்து மணிக்கொடியில் பல கதைகளையும் கட்டுரைகளையும் வெளியிட்டார். 1934ஆம் ஆண்டின் முற்பகுதியில் சென்னைக்குக் குடிபெயர்ந்தார். 1934 ஆகஸ்டு முதல் பிப்ரவரி 1935வரை ஊழியனில் உதவியாசிரியர். (சிறுகதை) மணிக்கொடி யில் பி.எஸ். ராமையாவுடன் நெருங்கிய உறவு. 1935 ஜூலை முதல் 1943 செப்டம்பர் வரை தினமணியில் உதவியாசிரியர். நிர்வாகத் துடனான மோதலின் காரணமாக டி.எஸ். சொக்கலிங்கம் தினமணி ஆசிரியப் பொறுப்பிலிருந்து விலகியபோது பிற உதவியாசிரியர் களோடு புதுமைப்பித்தனும் விலகினார்.

1939இல் உலகத்துச் சிறுகதைகள், பேஸிஸ்ட் ஜடாமுனி, கப்சிப் தர்பார் ஆகியவை வெளிவந்தன. 1940இன் தொடக்கத்தில் முதல் சிறுகதைத் தொகுதி புதுமைப்பித்தன் கதைகள் நூலும் நவயுகப் பிரசுராலய வெளியீடாக வந்தது.

1944இல் டி.எஸ். சொக்கலிங்கம் தொடங்கிய தினசரியில் சேர்ந்தார். பின்பு அதிலிருந்தும் 1945இன் தொடக்கத்தில் விலகித் திரைப்படத் துறையில் நுழைந்தார். 1946இல் ஜெமினியின் 'அவ்வை' மற்றும் 'காம வல்லி' படத்துக்காகவும் பணியாற்றினார். பின்பு 'பர்வதகுமாரி புரொடக்ஷன்ஸ்' என்ற திரைப்படத் தயாரிப்பு நிறுவனத்தையும் தொடங்கினார். 1946 ஏப்ரலில் மகள் தினகரி பிறப்பு. எம்.கே.டி. பாகவதரின் 'ராஜமுக்தி' படத்திற்காக 1947இன் பிற்பகுதியி லிருந்து 1948மே தொடக்கம் வரை புனே வாசம். அங்குக் கடுமையான காசநோய்க்கு ஆளானார். 5 மே 1948இல் திருவனந்தபுரத்திற்குத் திரும்பினார். ஜூன் 30இல் மறைந்தார்.